இந்திய சரித்திரக் களஞ்சியம்

1781-1790

ப.சிவனடி

பதிப்பு
அ.வெண்ணிலா

வெளியீடு

வெளியீடு : 25
ISBN : 978-81-921785-1-6

இந்திய சரித்திரக் களஞ்சியம்
ப.சிவனடி

பதிப்பு : அ.வெண்ணிலா

முதல் பதிப்பு : 28, டிசம்பர்-2011 / இரண்டாம் பதிப்பு : டிசம்பர்-2018 / பக்கங்கள் : 696
ஒளியச்சு : எஸ்.தீபா, வசந்தி, ரேணுகா தேவி, கலைவாணி
அட்டை வடிவமைப்பு : டிராட்ஸ்கி மருது / நூல் வடிவமைப்பு : எஸ்.மாரீஸ்,
த.டேனியல் பிரபாகர் / அச்சாக்கம் : மணி ஆப்செட், சென்னை.
வெளியீடு : அகநி வெளியீடு,
எண் : 3, பாடசாலை வீதி, அம்மையப்பட்டு, வந்தவாசி - 604 408.
பேசி : 98426 37637 / 94443 60421
மின்னஞ்சல் : akaniveliyeedu@gmail.com

விலை : ரூ 7500 /- (எட்டுத் தொகுப்புகளும் சேர்த்து)

Indhiya Sarithira Kalangiyam
Pa.Sivanadi

Edited by : A.Vennila

First Edition : 28th December - 2011 / Second Edition : December - 2018 / Pages : 696
Laser typeset : S.Deepa, Vasanthi, Renugadevi, Kalaivani / Wrapper : Trostky Marudhu
Layout : S.Maries, D.Daniel Prabakar / Printed by : Mani Offset, Chennai.
Published by : Akani Veliyeedu, No : 3, Paadasalai Street,
Ammaiyappattu, Vandavasi - 604 408.
Cell : 98426 37637 / 94443 60421
e-mail : akaniveliyeedu@gmail.com

காலத்தின் பக்கமிருந்து...

வரலாறு என்பது வெறும் நிலப்பரப்பையோ அரசர்களின் பெருமையையோ கற்களாலான கோட்டைகள் பற்றியோ பேசுவது மட்டுமல்ல; இப்புவியில் வாழ்ந்து மடிந்த மனிதர்களின் இரத்தமும் சதையுமான வாழ்க்கையைப் பதிவு செய்வதே உண்மையான வரலாறாக இருக்க முடியும்.

தமிழர்களுக்கு வரலாற்றுப் பதிவுகள் மீது அக்கறை இல்லை, தமிழில் நல்ல வரலாற்று நூல்கள் வெளிவரவில்லை என்கிற நெடுங்காலப் பெருங்கவலையைத் தீர்க்கும் வகையில் 25 ஆண்டுகளுக்கு முன் (1987 இல் முதல் தொகுதி வெளியீடு) வெளிவந்த தமிழின் மிகச் சிறந்த வரலாற்றுத் தொகுப்பு ப.சிவனடி அவர்கள் எழுதிய 'இந்திய சரித்திரக் களஞ்சியம்'.

கி.பி.1700 தொடங்கி 1840 வரை 140 ஆண்டுகால உலக, இந்திய, தமிழக வரலாற்றைப் பல்வேறு சுவாரசியமான புள்ளி விவரங்களோடும், பலதரப்பட்ட நூல்களின் குறிப்புகளோடும் அரிதினும் முயன்று தொகுக்கப்பட்டுள்ளது இந்நூல். 10 ஆண்டுகளுக்கு ஒரு நூலென 140 ஆண்டுகால வரலாற்றை 15 தொகுதிகளாக (1711-1720 ஆண்டு இரண்டாம் பத்து, இரு தொகுதிகளாக வந்துள்ளது) எழுதியுள்ளார் வரலாற்றறிஞர் ப.சிவனடி.

நம் சிந்தனைக்கு எட்டாத இந்த 140 ஆண்டுகால வரலாற்றின் ஒரு செய்தியை, ஒரு நிகழ்வை எடுத்துக்கொண்டு, அதனைத் தமிழக - இந்திய - உலகளாவிய நிகழ்வுகளுடன் ஒப்பிட்டு, வாசகர்கள் எளிமையாய் புரிந்துகொள்ளும் வண்ணம் எழுதப்பட்டுள்ளது இந்நூலின் சிறப்பாகும்.

இந்நூலின் இரண்டொரு தொகுதிகளை மட்டும் கையில் வைத்துக் கொண்டு, “இதை மறுபதிப்பாக கொண்டுவர வேண்டும்...”என்று அ.வெண்ணிலா சொன்ன போது மலைப்பாகத்தான் இருந்தது.அவரது தளராத ஆர்வமும், ஈடுபாடான உழைப்பும் “முடியும்” என்கிற நம்பிக்கையைத் தர “செய்வோம்” என்று சம்மதித்தேன்.

இந்நூலுக்கான முன்வெளியீட்டுத் திட்டப் பணிகளை விரைந்து துவங்கி, தமிழகம் முழுவதுமுள்ள முந்நூறுக்கும் மேற்பட்ட புத்தக ஆர்வலர்கள், கல்லூரிகள், இதழ்கள் எனக் கடிதங்களை அனுப்பிவிட்டு, புத்தகங்களைத் தேடும் பணிகளில் தீவிரமாய் இறங்கினோம்.

வழக்கம்போலவே, தமிழ்ச் சமூகத்தின் ஆழ்ந்த மௌனம் லேசாய். கலங்கடித்தது. எவ்விதமான பதிலும் யாரிடமிருந்துமில்லை. கனத்த மௌனத்தை உடைத்தெறிந்தது, முதல் குரலாய் ஒலித்த அன்புத்தோழர் இயக்குநர் பாரதிகிருஷ்ணகுமாரின் அழைப்பு.

“வாழ்த்துகள்... முருகேஷ். நல்ல முயற்சியில இறங்கியிருக்கீங்க. நண்பர்கள் வட்டத்தில் நானும் அறிமுகம் செய்றேன்...”

பிறகு பலரிடமிருந்தும் பதில் வர ஆரம்பித்தது.

விமர்சகர், எழுத்தாளர் டாக்டர். கே.எஸ்.சுப்ரமணியன், ‘கதைசொல்லி’ பதிப்பாசிரியர், வழக்கறிஞர் கே.எஸ்.ராதாகிருஷ்ணன், கவிஞர் தங்கம்மூர்த்தி, திருச்சி கோ.செண்பகநாதன், பொள்ளாச்சி டாக்டர் மகாலிங்கம் காலேஜ் ஆப் இஞ்சினியரிங் அண்டு டெக்னாலஜி ஆகியோர் வாழ்த்துகளோடு முன்வெளியீட்டுத் திட்டத் தொகையையும் அனுப்பித் தந்து, ஆதரித்தனர்.

விழித்திறன் மாற்றுத்திறனாளியாய் இருந்தும், புத்தக வாசிப்பில் தீராக் காதலோடு இருக்கும் சிதம்பரம் அரசுப் பெண்கள் மேல்நிலைப்பள்ளியின் அறிவியல் பட்டதாரி ஆசிரியர் ந.இரவிச்சந்திரனின் வாழ்த்தும் பாராட்டும் செயல்பாட்டிற்கு ஊக்கம் தந்தன. நூல் அறிமுகத்திற்காகக் கோவை மாநகரக் கல்லூரிகளை என்னோடு சுற்றிவந்த தோழர் ஆ.பாலாஜியின் அன்பும், ‘உயிர் எழுத்து’ வாசகர்களிடத்து நூல் வருகையை அறிமுகம் செய்த அன்புத் தோழர் சுதீர்செந்திலின் தோழமையும் மறக்க முடியாதவை.

“அந்தப் புண்ணிய புருஷரோட வாரிசுகளாயிருந்து, இந்தப் புத்தகத்தைக் கொண்டு வாரீக. ரொம்ப மகிழ்ச்சிய்யா...!” என்ற பேராசிரியர் சாலமன் பாப்பையாவின் பாராட்டும் பங்களிப்பும் நெகிழ வைத்தன.

தோழமையோடு நல்ல பல ஆலோசனைகளை வழங்கிய ‘கலைஞன்’ பதிப்பகம் மா.நந்தன், புன்னகை ததும்பும் வார்த்தைகளால் நூல் வருகையைக் கொண்டாடி, அட்டையையும் வடிவமைத்துத் தந்த அன்பினிய அண்ணன் ஓவியக்கலைஞர் டிராட்ஸ்கி மருது ஆகியோரின் தோழமைக்கு என்றும் நன்றி. இத்தொகுப்புத் தயாரிப்புப் பணிகளில் ஒரு குடும்பமாய் இருந்து பிழை திருத்தித் தந்த எழுத்தாளர் கமலாலயன், ஒளியச்சு மற்றும் வடிவமைப்புப் பணிகளைத் தூங்கா விழிகளோடு செய்து தந்த எஸ்.மாரீஸ், த.டேனியல் பிரபாகரன் என்றும் நினைவில் நிற்பார்கள்.

எல்லாவற்றிற்கும் மேலாய் புத்தகம் தேடும் முயற்சிக்கு உறுதுணையாய் இருந்து அரிய பல ஆலோசனைகளை வழங்கியதோடு, இந்நூல் உருவாக்கத்தில் பேருதவி புரிந்த அன்பிற்கினிய அண்ணன் டாக்டர் மு.ராஜேந்திரன், இ.ஆ.ப., அவர்களின் வழிகாட்டு தலுக்கும் நன்றி.

சமகால வரலாற்று நூல்களில் மிக முக்கியமானதும், தனித்துவமானதுமான நூல் எனப் பல்வேறு ஆராய்ச்சியாளர்கள், எழுத்தாளர்களால் பாராட்டுப் பெற்ற இந்நூலை, இன்றைய தலைமுறை வாசகர்கள், ஆய்வு மாணவர்கள், கல்லூரிகள், நிறுவனங்கள் எனப் பலரும் பயன்பெற வேண்டும் என்கிற நல்நோக்கில், இந்தத் தொகுப்புப் பணியை, தன் படைப்புப் பணியினும் மேலாய் நினைத்துத் தொகுத்துத் தந்த அ.வெண்ணிலாவின் இப்பணியைத் தமிழ்கூறு நல்லுலகம் போற்றிக்கொண்டாடும் என உறுதியாய் நம்புகின்றேன்.

இந்தத் தொகுப்புப் பணியில் கற்றுக்கொண்டவை ஏராளம். கடந்த 25 ஆண்டுகளாக காதலோடு செய்த நண்பர்களுக்கான புத்தகத் தயாரிப்புப் பணிகளில் இதுவரை நூற்றுக்கும் மேற்பட்ட நூல்களைக் கொண்டுவந்திருந்த போதிலும், 'அகநி' வெளியீட்டைத் தொடங்கிய இந்தப் பத்தாவது ஆண்டில், 25 ஆவது நூலாக வரலாற்றறிஞர் ப.சிவனடியின் இந்தத் தொகுப்பைக் கொண்டு வருவது, மிகுந்த மனநிறைவையும் நெகிழ்வையும் தருவதாக உள்ளது.

பெரும் சுமையுடன் தடுமாறிக்கொண்டிருந்த எங்களுக்கு ஆதரவுக் கரம் நீட்டிய அன்புள்ளங்களை நினைவுகூர்வது இரண்டாம் பதிப்பு வரும் இவ்வேளையில் அவசியமாகிறது. அரிய இந்த முயற்சியைக் கொண்டாடியதோடு, தென் மாவட்டங்களின் கல்லூரிகளில் இத்தொகுதியை அறிமுகம் செய்தவர், தூத்துக்குடி காமராஜ் கல்லூரியின் முன்னாள் முதல்வர், பேராசிரியர் சா.செல்வராஜ், அன்னம்மாள் கல்லூரியின் தாளாளர் திரு.டி.கணேசன், தினத்தந்தியின் உரிமையாளர் திரு.சிவந்தி ஆதித்தன், பிராட்லைன் கம்ப்யூட்டர்ஸ் உரிமையாளர் டாக்டர் எம்.ஆறுமுகம், ஆனந்தா மெட்டல்ஸ் உரிமையாளர் திரு.குமரப்பன், இந்து சமய அறநிலையத் துறை உதவி இயக்குநர் தேவிகாபுரம் சிவகுமார் முதலானோருக்கு நெஞ்சம் கனிந்த நன்றிகள்.

ஆனந்த விகடன் சிறந்த நூல்களுக்கான 'சிறந்த வெளியீடு' பிரிவில் விருது வழங்கி கௌரவித்தது. மணிவாசகம் பதிப்பகத்தின் நிறுவனர் ச.மெய்யப்பன் அறக்கட்டளை வழங்கிய சிறந்த பதிப்பக விருதை இத்தொகுதி பெற்றுத் தந்தது. நம்பிக்கைத் தந்த எல்லோருக்குமான நன்றிகளுடன்.

- மு.முருகேஷ்,
வெளியீட்டாளர்.

பெருங்கடலின் கரையோரத்தில்...

காஞ்சிபுரம் இலக்கிய வட்டம் நாராயணன் தமிழில் வெளியாகும் முக்கிய புத்தகங்களை உடனே தேடிப் பிடித்து வாங்கிவிடுவார். அவர் நடத்தும் கூட்டங்களில் கலந்து கொள்பவர்களுக்கு உடனுக்குடன் சுடச்சுட அப்புதிய புத்தகங்களைப் பரிசாகத் தருவார். தொட்டுத் தடவிப் பார்த்து பெரும் மகிழ்ச்சியோடு பைக்குள் வைத்துக் கொண்டு பயணம் செய்வோம். எங்கள் திருமணம் முடிந்து இரண்டரை மாதங்களே முடிந்திருந்த நேரத்தில் நானும் முருகேஷும் இலக்கிய வட்டம் கூட்டத்திற்குச் சென்றிருந்தோம். அது 28.06.1998. 'அன்புடன் இலக்கிய வட்டம் நாராயணன்' எனக் கையெழுத்திட்டு இந்திய சரித்திரக் களஞ்சியம் தொகுதி-6 ஐ முருகேஷுக்கும், தொகுதி 8-ஐ எனக்கும் பரிசளித்தார். நூலின் தயாரிப்போ, வரலாறு பற்றிய ஆர்வமில்லாததோ, சரியான காரணத்தைக் கூறமுடியவில்லை... எந்தச் சுவாரசியமுமின்றி புத்தகத்தைப் பைக்குள் போட்டுக் கொண்டு, நாங்கள் இருவரும் பேருந்தில் வெறும் பேச்சோடு பயணம் செய்தோம். இரண்டு தொகுதிகளும் எங்கள் புத்தக அலமாரிகளில் அடைக்கலம் புகுந்தன. வேறெதாவது புத்தகத்தைத் தேடும்போது கண்ணில் படும். 'அய்யோ இந்தப் புத்தகத்தை இன்னும் படிக்கவில்லையே' என ஒரு விநாடி தோன்றும். பிறகு அவசரமாக அந்தப் புத்தக நினைவைக் கடந்து விடுவேன்.

சரியாகப் பதினொரு ஆண்டுகள் கழித்து அந்தப் புத்தகத்தை நான் தேடியலையும் நிலை உண்டானது. டாக்டர் மு.ராஜேந்திரன்,இ.ஆ.ப அவர்களுடன் இணைந்து தொகுத்த 'வந்தவாசிப் போர்-250' புத்தகத் தயாரிப்பிற்காக வந்தவாசியின் வரலாற்றைத் தேடியலைந்தேன். வந்தவாசி பற்றிய குறிப்புகள் இடம்பெற்றுள்ள நூல்களைத் தேடியலைகையில் நண்பர்கள் பரிந்துரைத்த நூல்களில் முதல் இடம் பிடித்தது ப.சிவனடி எழுதிய இந்திய சரித்திரக் களஞ்சியம். மனத்திற்குள் மிகப்பெரிய வேதனைப் பந்து சுழன்றது. என் வேரை எனக்கு அறிமுகப்படுத்தும் பொக்கிஷத்தைக் கைகளில் வைத்துக் கொண்டு, பாராமுகமாய் இருந்த என் அறியாமை எனக்கு உறைத்தது. தவிர்க்க இயலாமல் மனத்திற்குள் நான் இழந்த என் தந்தையின் நினைவு வந்தது. புத்தகப் பெரும் புதையலுக்குள் தேடி தொகுதி-6-ஐக் கண்டெடுத்தவுடன் மனம் முழுக்கப் பரவசம். வந்தவாசிக் கோட்டையைப் பற்றியும், வந்தவாசிப் போர் பற்றியும் அவ்வளவு தகவல்கள்.

காலம் கடந்து நான் கண்டெடுத்தாலும் இரண்டு உண்மைகளை உணர்ந்தேன். ஒன்று, இத்தொகுப்புகள் எழுதப்பட்டு 25 ஆண்டுகள் கழித்தும் அதனுடைய தேவை இன்றும் மாறாமல் இருந்தது. மற்றொன்று, அத்தொகுப்புகளுக்குச் சமமான புத்தகங்கள் பின்வந்த காலங்களில் வேறொன்றும் வெளிவராதது. புறக்கணிக்கவே முடியாத இடத்தில் சிவனடியின் தொகுப்புகள் எக்காலத்தும் நிற்கும் என்ற உண்மை, என்னை மொத்தத் தொகுப்புகளையும் தேட வைத்தது. இணையம், நூலகங்கள், ஆய்வு மையங்கள் என பல இடங்களில் சுற்றியலைந்தேன். எழுத்தாளர் எஸ்.ராமகிருஷ்ணன் தன் வலைப்பக்கத்தில் ப.சிவனடியின் ராட்சஸத்தனமான பங்களிப்புப் பற்றி எழுதியிருந்ததைப் படித்தேன். ப.சிவனடியின் மேல் தீராப் பிரமிப்பு உண்டானது.

புதுச்சேரி பிரெஞ்சு ஆய்வியல் நிறுவனத்திற்குச் சென்று அங்கிருந்த அவரின் 14 தொகுதிகளையும் பார்த்தேன். புரட்டிப் பார்த்தால் மயக்கம் வருவது போல் இருந்தது. ஒரு தனி நபர், இவ்வளவு பெரிய பணியை எப்படிச் செய்ய முடிந்தது என்ற திகைப்பில் இருந்து மீள முடியவில்லை. ஆனால் அந்த ஆய்வியல் நிறுவனத்தில் குறிப்புகள் எடுத்துக்கொள்ள வாய்ப்பிருந்ததே தவிர மொத்தப் புத்தகத்தையும் பிரதி எடுக்க அனுமதியில்லை. அவரின் 14 தொகுதிகளையும் எனக்கென்று வைத்துக்கொள்ளத் தொடர்ந்து தேடினேன். பிறகு அத்தனைத் தொகுதிகளையும் பெற இயக்குனர் சிம்புதேவன், நியூ புக் லேண்ட்ஸ் சீனுவாசன் ஆகியோர் ஊக்கம் தந்தனர். முன்னாள் நூலக இயக்குனர் ஆவுடையப்பன், உலகத் தமிழாராய்ச்சி நிறுவன இயக்குனர் பெருமாள்சாமி, மாவட்ட மைய நூலகங்களில் இருந்து தொகுதிகளைப் பெற உதவிய நண்பர்கள் டி.ரமேஷ், சி.ஜெயக்குமார், என்.ஆர்.அரங்கநாதன், பி.முருகன் ஆகியோரின் உதவியுடன் மொத்தத் தொகுதிகளையும் ஒன்று திரட்டினேன்.

தமிழ் இலக்கிய உலகிற்குள் வரலாறும் இணைந்து செயல்படுகிறதா என்ற சந்தேகம் உள்ளது. அப்படி இருப்பின் தமிழ் இலக்கியவாதிகளும் வரலாற்றறிஞர்களும் ப.சிவனடியை உச்சி முகர்ந்து கொண்டாடலாம்.ஒரு பல்கலைக்கழகம் முயன்று இப்படிப்பட்ட பெரும் பணியைச் செய்திருக்க வேண்டும். தனிநபராய்ச் சிவனடி செய்திருக்கிறார்.

ப.சிவனடி தன்னுடைய சுய உழைப்பில், பொருளாதாரத்தில் இத்தொகுதிகளைக் கொண்டு வந்துள்ளார். கி.பி. 1700-முதல் கி.பி. 2000 வரையான

300 ஆண்டுத் தமிழக, இந்திய, உலக வரலாற்றை எழுதத் திட்டமிட்டு, தன் வாழ்நாளையே அதற்காகச் செலவிட்டுள்ளார். 1987-தொடங்கி ஆண்டுக்கொரு புத்தகம் என முயன்று 14 தொகுதிகளை வெளியிட்டுள்ளார். சிலருடைய பிறப்பும், மரணமும் வரலாற்றில் மிகப்பெரிய பாதிப்புகளை, இழப்புகளை உண்டாக்கும். ப.சிவனடியின் மரணம், தமிழகம் 160 ஆண்டுகால வரலாற்றைப் பதிவு செய்ய முடியாமல் செய்துவிட்டது.

ப.சிவனடி அவர்களின் தனிப்பட்ட வாழ்வைப் பற்றி எனக்கொன்றும் தெரியாது. அவர் சென்னையில் வசித்ததாகக் கேள்விப்பட்டு எழும்பூர், அசோக் நகர் பகுதிகளில் தேடித் திரிந்தேன். அவரைத் தினம் சந்தித்த, அவருடைய கடைக்கருகில் வசித்த முதியவர் ஒருவரிடம் சிவனடி பற்றிப் பேசும் வாய்ப்பு மட்டுமே கிடைத்தது. கலைஞன் பதிப்பகம் மாசிலாமணி அவர்கள் மூலம் ஓவியர் டிராட்ஸ்கி மருதுவும், எழுத்தாளர் மா.அரங்கநாதனும் சிவனடியை அறிந்திருந்தனர். நண்பர்கள் மூலமாக அவர் விருதுநகர்க்காரர் என்றறிந்து, விருதுநகரிலும் தேடினேன். செய்தியறிய முடியவில்லை, அவரைப் பற்றிய தகவல்கள் ஒன்றும் கிடைக்காமல் போகப் போக, அவரின் தொகுப்புகள் என்னை மிகமிக நெருங்கி வரத் தொடங்கின. அவரின் தொகுப்புகளை மீண்டும் கொண்டுவர வேண்டும் என்ற ஆர்வம் மேலெழத் தொடங்கியது.

கடந்த ஏப்ரல் 5-ஆம் தேதி துவங்கி இன்றுவரை என் நினைவில் வேறெதுவும் இல்லை. புத்தகங்களைத் தட்டச்சு செய்யச் செய்வது, பிழைதிருத்தம் பார்ப்பது, பொருத்தமான படங்களைத் தேடுவது என 5,000 பக்கங்களை மொத்தமாக அச்சுக்கு கொண்டுவருவதற்கான அத்தனை நெருக்கடிகளையும் நான் அனுபவித்துவிட்டேன். அத்தனை வேலைகளிலும், ப.சிவனடி மீதான மதிப்பும் பிரமிப்பும் கணந்தோறும் கூடிக்கொண்டேயிருந்தது.

ப.சிவனடி 14 தொகுதிகளிலும் வரலாற்றைச் சொல்லப் பயன்படுத்திய உத்தி, மொழிநடை, சொன்ன விதம் குறித்து தமிழின் மிக முக்கியமான வரலாற்றறிஞரான டாக்டர் ராஜைய்யன் தன் முன்னுரையில் விரிவாகக் கூறியுள்ளார் ஒரு வாசகியாக நான் ப.சிவனடியை வாசித்து அறிந்த விதம் தனிப்பட்ட விதத்தில் எனக்கு நெகிழ்ச்சியானது.

ஒரு சிறு வரலாற்று நிகழ்வைச் சொல்ல முனையும் போது, அவரின் மனத்தில் அந்நிகழ்வு மட்டும் முக்கியத்துவம் பெறுவதில்லை. அந்நிகழ்வு போன்று ஏற்கனவே வரலாற்றில் இடம் பெற்றுள்ள விதம், நிகழ்வு நடைபெற்ற இடம், அதன் வரலாற்றுப் பின்னணி, அதன் அரசியல் விளைவுகள்... என ஆழமான பார்வையுடன் வரலாற்றைப் பதிவு செய்கிறார். வரலாறு அறிஞர்களுக்கு மட்டுமல்ல; சாமான்ய மக்களுக்குமே என்ற புரிதல் அவரின் பார்வையில் உள்ளது. வரலாற்றைத் தனித்துப் புரிந்து கொள்ளாமல் அதன் அத்தனைப் பரிமாணங்களுடன் சேர்த்து புரிந்து கொள்வதே முழுமையான புரிதலாக இருக்க முடியும் என்பதையும் உணர்த்துகிறது இத்தொகுப்பு.

ஆசிரியரின் கருத்தாக எதையும் கூறாமல், பல இடங்களில் வரலாற்று நிகழ்வுகளை மட்டுமே பதிவு செய்துள்ளார். மிகச் சில இடங்களில் மட்டுமே நிகழ்வுகள் குறித்துத் தன் கருத்துகளைப் பதிவு செய்கிறார். அக்கருத்துகள் சிலவற்றில் எனக்கு உடன்பாடு கிடையாது. குறிப்பாகச் சமணம், பௌத்த சமயம் சார்ந்த கருத்துகளைக் கூறலாம். இத்தொகுப்புகளில் ஒன்றுடன் ஒன்று மிக நேர்த்தியாகப்

பின்னப்பட்டுள்ள அரிய தகவல்களைத் தமிழ் வரலாற்று விரும்பிகளிடம் கொண்டு சேர்க்கவே இத்தொகுப்பை மறுபதிப்பு செய்ய விரும்பினேன்.

நான் ரசித்துப் படித்து பாதுகாக்க விரும்பிய இத்தொகுப்பைப் பாதுகாத்துக் கொள்ள வேண்டும் என்ற உணர்வுடன் நிறுத்திக் கொண்டிருக்கலாம். மீண்டும் இந்த தொகுதிகளை மறுபதிப்பு கொண்டு வர வேண்டும் என்ற பேராவல் என்னைப் புதைமணலில் உள்ளிழுப்பதைப் போல் உள்ளிழுத்துக் கொண்டே இருந்தது. என் சொந்தப் படைப்புப் பணிகளை முழுமையாகத் தொலைத்துவிட்டு இம்மறுபதிப்புப் பணியில் ஈடுபடுத்திக் கொண்டேன். காரணம் தமிழ் வாசகர்களுக்கு நல்ல புத்தகத்தைக் கொண்டு சேர்க்க வேண்டும் என்ற அக்கறை. இதுவும் படைப்புப் பணியின் மிக முக்கிய அங்கமாக நினைக்கிறேன்.

மறுபதிப்புப் பணியில் நான் சந்தித்த பிரச்சனைகளையும் எதிர்கொண்ட இடர்களையும் இங்கு நிச்சயம் பதிவு செய்ய வேண்டியுள்ளது. ஆனால் அது மிக நீளும். ஒரு தனிநபரின் சத்தமில்லாத, எந்த அணியாலும் அங்கீகரிக்கப்படாத, மிகப்பெரிய பங்களிப்பைக் கொண்டாட வேண்டும் என்ற எளிய நோக்கத்தின் முன் அப்பிரச்சனைகளை எல்லாம் எளிதாகக் கடந்தேன். நான் நம்பிக்கை இழந்த நேரங்களில் நம்பிக்கைக் கொடுத்து ஊக்கப்படுத்திய டாக்டர் மு.ராஜேந்திரன்,இ.ஆ.ப, நான் சோர்வுறும் போதெல்லாம் என்னைத் தேற்றி, உற்சாகப்படுத்திய மு.முருகேஷ், இருவரின் அன்பு இல்லையேல் இப்பணி நிறைவேறியிருக்காது.

'இந்தப் புத்தகத்தை எப்படியும் கொண்டு வந்துடும்மா' என உற்சாகப்படுத்திய அண்ணன் டிராட்ஸ்கி மருது, நான்கு மாதமாக வீட்டை மறந்து எங்களோடு இப்பணியில் இருக்கும் தம்பி டேனியல் பிரபாகர், 'ஆள பிச்சி எடுக்காத ஆத்தா' என அன்பாய்க் கடிந்து கொண்டே வேலை பார்த்த மாரீஸ். 'சிவனடி புத்தக வேலை எப்பம்மா முடியும், எங்க கூட எப்ப வெளிய வருவ' என தினம் ஏக்கமாய்க் கேள்விகளால் நாட்களைக் கடத்திய என் அன்பு மகள்கள், 'நீ ரொம்ப பெரிய வேலைய எடுத்திட்ட' என கூறிக்கொண்டே, வீடு குறித்த சிந்தனையையே நான் முழுமையாய் மறந்திருக்க, என்னை அரவணைத்துக் கொண்ட அம்மாவும்... இப்பணியினைச் சுமந்திருக்கிறார்கள்.

எல்லோருக்குமான ஈர அன்புடன்,
அ.வெண்ணிலா.
02.12.2011

முனைவர். **கே.ராஜைய்யன்,** எம்.ஏ., எம்.லிட்., பி.எச்டி.,
முன்னாள் பேராசிரியர் மற்றும் தலைவர்
வரலாற்றுப் படிப்பியல் துறை
மதுரை காமராஜர் பல்கலைக்கழகம்
மதுரை - 625 021

வரலாற்றை வாசிப்பதில் ப.சிவனடியின் அணுகுமுறை

1927-ஆம் ஆண்டு விருதுநகரில் பிறந்த ப.சிவனடி ஆரம்ப காலக் கட்டத்தில் இருந்தே மிக எளிமையானவர். அவர் பல இடங்களில் சொல்லியுள்ளது போல் ஆரம்ப காலத்தில் எந்த எழுத்துப் பணிகளிலும் அவர் ஈடுபடவில்லை.

இவருடைய "இந்திய சரித்திரக் களஞ்சியம்" 15 நூல்களாக வெளி வந்துள்ளது. இவர் எடுத்துக் கொண்ட காலம் கி.பி.1700 இல் ஆரம்பித்து கி.பி. 1840 இல் முடிவடைகிறது. ஆனால் இவர் கி.பி. 2000 வரை எழுத திட்டமிட்டிருந்தார். ஒவ்வொரு பத்து வருடங்களுக்கும் ஒரு தொகுப்பு என திட்டமிட்டு ஒவ்வொரு தொகுப்பிலும் 10 ஆண்டுகளின் சமூக, அரசியல், பொருளாதார, மருத்துவ மற்றும் விஞ்ஞான வளர்ச்சி பற்றி வரிசைக்கிரமமாக எடுத்துரைத்துள்ளார்.

இவருடைய படைப்புகள் தொகைநூல் (Anthology) என்று கூறப் பட்டாலும், இவர் உருவாக்கிய 15 நூல்களும் தொகைநூல்களுக்கான வடிவத்தில் அமையவில்லை. தொகைநூல்களில் பொருட்கள் வருடவாரியாகவும் வரிசைக்கிரமமாகவும் அமைக்கப்பட வேண்டும். ஆனால் திரு ப.சிவனடி அவர்களின் படைப்புகள் வருடவாரியாக மட்டும் அமைக்கப்பட்டுள்ளது. வரிசைக்கிரமமாக அமையப்பெறவில்லை. எனவே, தொகை நூல்களுக்கான முழு வடிவம் இவருடைய படைப்புகளில் பின்பற்றப்படவில்லை. இதுவே இவருடைய தொகுப்பு நூல்களுக்கான சுவாரசியமாகவும் உள்ளது.

திரு ப.சிவனடி அவர்கள் பின்பற்றிய வடிவம் புதியது என்றாலும் அவை குறிப்பிடத்தக்கது. பத்து வருடங்களுக்கு ஒரு தொகுப்பு என்பதே ஒரு புதிய முறை. ஒவ்வொரு தொகுப்பிலும் முதல் சில பக்கங்கள் அப்புத்தகம் பற்றிய குறிப்பிற்கு ஒதுக்கப்பட்டுள்ளது. இக்குறிப்பிலிருந்து அத்தொகுப்பில் இடம் பெற்றுள்ள வரலாற்று நிகழ்வுகள் குறித்து அறிந்துகொள்ளலாம்.

இவர் 5000ம் பக்கங்கள் கொண்ட 14 தொகுப்புகளை வெளியிட மிகுந்த சிரத்தை எடுத்துக்கொண்டுள்ளார். இவர் பின்பற்றிய தொகுப்புமுறை, பொருள் மற்றும் வடிவம் ஆகியன தமிழ் இலக்கியத்தில் ஒரு புதிய அணுகுமுறை. அச்சுத் தொழில்நுட்பம் வளர்ச்சியடையாத காலகட்டத்தில் இவர் தனது தன்னம்பிக்கை, விடாமுயற்சியின் மூலமும் இந்த சாதனையை செய்துள்ளார். இவரது நூல்களை தற்போது மறுபதிப்பு கொண்டு வருவதின் மூலம் பலரின் எதிர்பார்ப்புகள் நிறைவேறியுள்ளன.

திரு ப.சிவனடி அவர்களின் தொகுப்புகள் கி.பி. 1700 முதல் கி.பி.1840 வரையான காலகட்டத்தை உள்ளடக்கியது. இவர் எடுத்துக்கொண்ட இக்காலகட்டம் இந்திய வரலாற்றில் மிகவும் முக்கியமானது. இக்கால கட்டத்தில்தான் பல முக்கிய நிகழ்வுகள், புரட்சிகள், அரசியல், சமூக, பொருளாதார மாற்றங்கள் மற்றும் அறிவியல் கண்டுபிடிப்புகள் நடை பெற்றுள்ளன.

இவர், நிகழ்வுகளை வருடவாரியாக மட்டும் குறிப்பிடாமல் சில இடங்களில் நாட்கள் வாரியாகவும் குறிப்பிட்டுள்ளார். மேலும் ஒரே நிகழ்ச்சி வேறு இடங்களில் நடந்திருந்தால் அத்தகைய நிகழ்வுகளையும் குறிப்பிட்டு விளக்கியுள்ளார். இத்தகைய ஒப்பியல் வரலாற்றை எழுத இவர் மிகுந்த சிரத்தை எடுத்துக்கொண்டுள்ளது தெரிய வருகிறது.

வரலாற்றை எழுதுவது என்பது ஒரு புதிய பரிமாணத்தை அடைந்துள்ளது. வரலாறு என்பது வெறும் பெயர்கள், ஆண்டுகள், சம்பவங்களை குறிப்பிடுவது மட்டும் அல்ல. கடந்த காலங்களில் நடந்த நிகழ்ச்சிகளை அப்படியே பிரதிபலிக்கக் கூடியதாக இருக்கவேண்டும். வரலாற்று ஆசிரியர்கள் தங்களுடைய கருத்துக்களை பதிவுசெய்வதோடு தக்க குறிப்புகளுடன் வரலாற்றை எழுதி ஒரு முடிவுரையும் கொடுக்கவேண்டும். திரு ப.சிவனடி அவர்கள், தன்னுடைய படைப்புகளில் மேற்படி வடிவத்தை பின்பற்ற உரிய முயற்சி எடுத்துக் கொண்டுள்ளார். இவருடைய படைப்புகளின் ஆரம்பக் கட்டம் பழமையான வடிவத்தில் இருந்தாலும் அவருடைய படைப்புகளின் அட்டவணை மற்றும் குறிப்புகளில் புதிய அணுகுமுறை உள்ளது. இது ஒரு குறிப்பிடத்தக்க வளர்ச்சியாகும்.

இவர் தன்னுடைய படைப்புகளின் பலனை அனுபவிக்க அதிகநாட்கள் வாழவில்லை. ஆனால் அவரைப் பற்றி தெரிந்தவர்கள் மற்றும் அவருக்கு அதிகமாக அறிமுகமானவர்கள் அவருடைய இலக்கிய தேடுதல் பற்றியும் அவர் பல்வேறு நூல்களில் இருந்து எடுத்துவைத்துள்ள குறிப்புகள் பற்றியும் தெரிவித்துள்ளனர்.

இந்திய நாடு தனது பரந்த நிலப்பரப்பு, பல்வேறு வகையான கலாச்சாரம், வாழ்க்கையை அதன் போக்கிலேயே ஏற்றுக்கொள்ளும் மக்கள், இயற்கை வளங்கள், மதிப்பற்ற இரத்தின கற்கள், வாசனை திரவியங்கள் போன்றவைகள் காரணமாக, அயல்நாட்டு வணிகர்களின் கவனத்தை ஈர்த்தது. இந்தியாவில் அந்த காலக்கட்டத்தில் இருந்த குறுநில மன்னர்களிடையே இருந்த பகைமை மற்றும் ஒற்றுமையின்மை அயல்நாட்டினர்களின் படையெடுப்பிற்கு வழிகோலியது. இக்காரணங்களினால் பேராசைக் கொண்ட பல ஏதேச்சதிகார நாடுகள் இந்தியா மீது படையெடுத்து தங்கள் பேராசை, ஏதேச்சதிகாரம், கனவுகளை, இந்தியாவில் தேட ஆரம்பித்தனர். எனவே, இந்திய வரலாற்றைப் பற்றி எழுதும் எந்தவொரு எழுத்தாளரும் பிற நாடுகளைப் பற்றிய விவரங்கள் தெரிந்திருக்க வேண்டும். பல நாடுகள் பற்றிய அறிவை திரு ப.சிவனடி என்ற இப் புகழ்பெற்ற எழுத்தாளரும் பெற்றிருக்கிறார்.

திரு ப.சிவனடி அவர்களின் எடுத்துரைக்கும் முறையினை குறிப்பிட வேண்டும் என்றால் குறிப்பாக ஓராண்டை -அதாவது 1751-ஆம் ஆண்டை

விவரிக்கும் போது அவ்வாண்டின் முக்கிய நிகழ்வான இராபர்ட் கிளைவின் ஆற்காடு வெற்றியை மட்டும் குறிப்பிடாமல் இந்திய போர்க்களத்தில் முதன்முறையாக பயன்படுத்தப்பட்ட பீரங்கிகள் பற்றியும் இதே ஆண்டு நடந்த ஒரிசா மற்றும் மராத்திய போர்கள், இந்த ஆண்டில் ஆங்கிலேயர்கள் இந்தியாவில் மேற்கொண்ட நில அளவை கணக்கெடுப்பு, இங்கிலாந்தின் பெத்தலகேமில் ஆரம்பிக்கப்பட்ட மனநல மருத்துவமனை, விடுதலை வீரர் புலித்தேவர் ஸ்ரீவில்லிப்புத்தூர் கோட்டையைக் கைப்பற்றியது, "நிக்கல்" என்ற உலோகம் கண்டுபிடிக்கப்பட்டது மற்றும் சருகணி மாதாகோவில் கட்டப்பட்டது ஆகியவற்றை பற்றியும் குறிப்பிடுகின்றார். இவ்விவரங்கள் மிக விரிவாக குறிப்பிடப்பட்டுள்ளன.

இத் தொகுப்புகளில் புகழ்பெற்ற மெகாலே, இராபர்ட் கிளைவ், டார்வின், ரப்பர் டயரைக் கண்டுபிடித்த குட்இயர், ஜி.யூ.போப், கவிஞர் ஷெல்லி, ஹெர்குலிஸ், நெப்போலியன், இராணி மங்கம்மாள், இந்தியாவின் முதல் சுதந்திரப் போரின் வீரர்களான, மருதுபாண்டியன், சின்னமருது, திப்பு சுல்தான் மற்றும் பலரைப் பற்றி குறிப்பிட்டுள்ளார்.

இவர் ஒரு வருடத்தைப் பற்றி குறிப்பிடும் போது அவ்வருடத்தோடு தொடர்புடைய மனிதர்கள், நாடு மற்றும் நகரங்களோடு குறிப்பிட்டு விவரிக்கிறார். ஒரு சம்பவத்தை விவரிக்கும் போது அது தொடர்பான வேறு சம்பவத்தைக் குறிப்பிட்டு எவ்வாறு ஒவ்வொன்றும் மற்றவற்றுடன் சம்பந்தப்பட்டுள்ளது என்பதையும் விவரிக்கிறார். இது ஒரு வரலாற்று இணைப்பு ஆகும்.

திரு ப.சிவனடி அவர்களின் படைப்புகளை மறுபதிப்பு செய்ததற்காக அகநி பதிப்பகம் கவிஞர் மு. முருகேஷ் ஐ மனதாரப் பாராட்டுகிறேன்.

மேலும், விவரங்களை சரிபார்த்து தவறுகளை திருத்திக் கொடுத்த டாக்டர். மு.ராஜேந்திரன்,இ.ஆ.ப., அவரின் பணியை பாராட்டுகிறேன். 15 தொகுப்பு களையும் தேடிக்கண்டுபிடித்து தகுந்த இடங்களில் புகைப்படங்களையும் இணைத்து மறுபதிப்பு கொண்டுவரும் அ.வெண்ணிலா அவர்களின் பணியை பாராட்டுகிறேன்.

இந்த மறுபதிப்பின் மூலம் திரு ப.சிவனடி அவர்களின் இலக்கிய பங்கினை நாம் அறிந்து கொள்வதுடன் அவர் நமக்களித்துள்ள வரலாற்றுப் புதையலை முழுமனதோடு பாராட்டக் கடமைப் பட்டுள்ளோம்.

K. Rajaiyan

31-10-2011

இந்திய சரித்திரக் களஞ்சியம்

ஒன்பதாம் தொகுதி
பதினெட்டாம் நூற்றாண்டு
ஒன்பதாம் பத்து

1781 - 1790

முதல் பதிப்பின் முன்னுரை

காலங்களில் அது சிறந்தது - அது இடர் நிறைந்த காலமுமாகும்; அது மதி நலம் நிறைந்த காலம் - மடமை மண்டிய காலமும் கூட. அது நம்பிக்கை மிகுந்திருந்த சகாப்தம் - அவநம்பிக்கையும் நிலவிய சகாப்தம் ; அது ஒளி பிறங்கிய பருவ காலம் - அதுவே இருள் கவிந்த பருவ காலமுமாகும்; அது நன்மையை எதிர்பார்க்கச் செய்த இளவேனிற்காலம் - எண்ணங்குலையச் செய்த கடும் பனிக் காலமுமாகும் - எம் முன் எல்லாமே இருந்தன - எதுவுமே எம் எதிரில் காணவில்லை; நாங்கள் எல்லாரும் நேரே சொர்க்கத்திற்குச் சென்று கொண்டிருந்தோம் - அனைவரும் அதன் எதிர் திக்கிலும் போனபடி இருந்தோம்:

- சார்லஸ் டிக்கன்ஸ் (1812-1870)

உலகில் முதன்முறையாய், தேசம் தழுவியதாய், ஐரோப்பியப் பெருநிலத்து நாடு ஒன்றில் எழுந்த பெருங்கிளர்ச்சி காரணமாய், இந்த பத்தாண்டுக் காலப் பரப்பை புரட்சிப் பத்து என்றழைப்பது பொருத்தமாகும். அறிவொளி பெருக்கிய சிந்தனையாளர்கள், அறிவியல் - அரசியல் - மெய்யியல் - பொருளியல் என்ற அறிவுத் துறைகள் தொறும் புதியன எழச்செய்த மேதைகள், பதினெட்டாம் நூற்றாண்டில் அந்நாட்டில் வாழ்ந்திருந்தனர். கற்றோர்க்குச் சென்றவிடமெல்லாம் சிறப்பு இருந்தது. ஐரோப்பியத்தின் வல்லமை வாய்ந்த முடியுடையோர், வால்டயர், டிடரோ போன்ற பிரஞ்சு மெய்யியலாரின் அடியமர்ந்து அறிவுரை கேட்டனர். உலகளாவிய நோக்கு மலர்ந்தது; கலைகள் செழித்தன. இலக்கியங்கள் ஊற்றெனப் பொங்கின. ஒரு வரலாற்றாசிரியர் இந்த யுகத்தைத் ''தாள் காலம்'' *(The Age of Paper)* என்றார்; எத்தனையோ துறைகளில் எண்ணற்ற நூல்கள் தாளில் எழுதவும், அச்சிடவும் பெற்றன.

''பகுத்தறிவுக் காலம்'' *(The Age of Reason)* என்ற சிறப்புப் பெயரையும் பெற்றிலங்கிய இந்தக் கால விரியலின் இரு வேறு தன்மைகளைக் கொண்டு வந்து எதிரெதிரே நிறுத்தி ஒப்புமைக் காட்டத்தான் சார்லஸ் (ஜான் ஹஃபம்) டிக்கன்ஸ் தனது ''இரு நகரக் கதைகள்'' *(Charles (John Huffom) Dickens in A Tale of Two Cities)* என்ற நாவலையும் முதலில் கூறியவாறு தொடங்குகிறார்.

ஐரோப்பியப் பெருநில வரலாற்றில் பண்டை ரோமானியர் காலத்திலிருந்து இந்தக் காலக்கட்டம் வரையிலும், கலவரங்களும், குழப்பங்களும் ஆங்காங்கே அவ்வப்போது எழுந்து வந்திருக்கின்றன. எனினும், அவை சிறு நெருப்புகளேயாகும். ஆனால் *1789* தொட்டு *1799* வரை பிரஞ்சு நாட்டில் பற்றியெறிந்தது புரட்சி என்ற பெரு நெருப்பாகும். ஏற்கெனவே நிலை பெற்றிருந்த சமுதாய அமைப்புகளை, சமய வாழ்க்கை முறையை,பொருளியல் கட்டுக் கோப்புகளையெல்லாம் புரளச் செய்து புரட்டித் தள்ளிய புரட்சி என்ற பெயரை இப்பெருங்குமுறல் பெற்று விட்டதிலிருந்து அதன் தாக்க விசையேற்றம் எத்தகையதாயிருந்தது என்பதை உய்த்துணரலாம். இப்புரட்சி அன்றைய ஐரோப்பிய நாட்டாண்மைகளையெல்லாம் மெய்யாகவே அஞ்சி நடுங்கச் செய்தது. அது உலகாய்த மட்டத்தில் உண்டாக்கிய விளைவுகளையெல்லாம் தள்ளி விட்டுப் பார்க்கும் போது, அது ஆன்ம நேய உணர்வைத் தோற்றுவிப்பதற்காக பேறு கால நோவைப் போன்ற பெருவலிக்கு ஆளானபின், ''சுதந்திரம் - சமத்துவம் - சகோதரத்துவம்'' என்ற தாரக மந்திரத்தை உலகிற்கு அருந்தனமாய் விட்டுச் சென்றது என்பது நமக்கு நன்கு புலனாகும்.

இந்த ஒன்பதாம் பத்தில் இந்தியவியல் ஆய்வு, முறையாகத் தொடங்கிவிட்டது என்பதை வங்க ஆசியவியல் சங்கத்தின் தோற்றுவாய் உணர்த்துகின்றது. இந்தியத்தின் தலைவிதியை நெறிப்படுத்தும் அரசியல் ''சுமையை''ப் பிரிட்டீசார் தம் தலையில் ஏற்றிவைத்துக் கொண்டதனால், இப்பெரிய நாட்டின் கலை, இலக்கிய, ஆன்மீக, வரலாற்றுக்குப்பின் புலத்தையும், தொன்மையையும் ஆராயும் நல் வினையை மேற்கொள்ளும் முந்துரிமை அவர்களுக்குக் கிடைத்தது. இந்தியவியல் அல்லது சற்று விரிந்த கீழையியல் துறையில் பிரிட்டீசார் மட்டுமே முன்னோடியரல்லர். இந்நல்வினையில் பிரஞ்சுக்காரருக்கும் பங்குண்டு. இந்திய நாகரிகமும் சமயங்களும் சீனம், ஜப்பான், தென் கிழக்காசியம் என்ற பேரிந்தியத்தில் பரவி சிறந்திருந்ததைப் பதினெட்டாம் நூற்றாண்டின் இடைக் காலத்தில் ஜோசஃபு தெகீஞ்சு (*Joseph Deguignes*) என்ற பிரஞ்சு வரலாற்றாசிரியர் ஆதாரங்களுடன் நிறுவியிருக்கின்றார். மனுக் குலத்தைச் சமயம், பண்பாடு என்ற நுண்மையான உறவு இழைகளைக் கொண்டு கட்டி இணைக்க மேற்கொண்ட அறிவுப் பணியாக இந் நல்வினைகள் விளங்குகின்றன.

வங்க ஆசியவியல் சங்கம், காலின் மெக்கன்சியின் திரட்டுகள் வில்லியம் ஜோன்ஸ் பற்றிய கட்டுரைகளில் இத்தகைய செய்திகள் சொல்லப்படுகின்றன. இக்கால கட்டத்தில்தான் ஸ்ரீமத் பகவத் கீதை, மானவ தர்ம சாஸ்திரம் என்ற மனுதர்ம சாஸ்திரம், சாகுந்தலம் போன்ற சமஸ்கிருத நூல்கள் ஆங்கில மொழியில் ஏறின.

மனிதனின் பல்வேறு பொலிவுகளையும் செயல் திறன்களையும் படம் பிடித்துக் காட்டும் அடக்கமான இம்முயற்சியில் இதுவரை வெளிவந்துள்ள எட்டுத் தொகுதிகளைப் போலவே, இந்த ஒன்பதாம் தொகுதியிலும் பல்வேறு முக்கியமான செய்திகளை நிரப்பித் தர முனைந்திருக்கின்றோம். தமிழரின் இறை வழிபாடு, ஆடலும் பாடலுமான நுண் கலைகள், கோயிற் கட்டுமானம் ஆகியவற்றின் படிமுறை வளர்ச்சியில் சிதம்பரம் பெற்றுள்ள மேன்மையைத் துலக்கிக் காட்டும் வண்ணம் சிற்றம்பலத்தின் வரலாறு சுருக்கி உரைக்கப்படுகின்றது. கத்து கடல் நாகையும் வாயுவினால் எழுப்பப் பெற்றது என்று நம்பப்படும் குருவாயூர்க் கோயிலும் திருக்கோட்டியூர், திருப்பத்தூர், குன்றக்குடி போன்ற பாண்டி நாட்டுத் திருத்தலங்களும் வரலாற்றையொட்டி இணைத்துக் கூறப்படுகின்றன.

பெரிய மருது பதினெட்டாம் நூற்றாண்டின் இந்திய வரலாற்றில் வெகு தெளிவாய்த் தென்படுகின்ற அரிய மனிதர். அவர் அரசகுடிப் பிறந்தவரல்லர்; சிவகங்கை அரசரின் அடைப்பக்காரராய் வாழ்க்கையைத் தொடங்கியவர். இக்காலத்து முடிமன்னர் எவரும் ஆற்றியிராத அருஞ்செயல்களைப் புரிந்தவர். சங்க கால வேந்தர்களை நினைவூட்டும் வகையில் அவரது வீரம், கொடைத்திறன், சமயப்பொறை ஆகியன அமைந்திருந்தன.

திப்பு சுல்தானும் இக்காலத்து நிலவிய மாவீரரேயாவார். நடுநிலையான வரலாற்று நோக்கு இல்லாமையினால், மனிதரனைவரையும் போன்று முரண்பாடுகளை உடையவராயிருந்த இம்மனிதர் வெறும் வரலாற்றுப் புள்ளியாக விளங்க நேர்ந்துவிட்டது.

இஸ்லாத்தின் ஐம்பெருங் கடமைகளுள் ஒன்றான தொழுகையை நடத்தும் இடமாயும் அறிவு புகட்டும் பள்ளியாயும் இஸ்லாமியரனைவருக்கும் புகலியாயும் அச் சமயத்தவரின் வாழ்க்கையொடு கலந்து நிற்கும் பள்ளிவாசலின் தோற்றுவாயும் வளர்ச்சியும் முத்தியாலுப் பேட்டைப் பள்ளிவாசலின் தோற்றத்தையொட்டிக் கூறப்படுகின்றது.

இன்ன காலத்தது என்று புள்ளி வைத்துச் சுட்ட முடியாத தொன்மையதான ஸ்ரீமத் பகவத் கீதை இந்தப் பத்தில் ஆங்கிலத்தில் மொழி பெயர்க்கப்பட்டது என்ற செய்தியுடன் கீதைச் சிந்தனைகளும் மகாபாரதம் பற்றிய செய்திகளும் காணக் கிடைக்கும். ''சம்ஸ்கிருதப் பித்தர்'' என்று பெயர் பெற்றிருந்த சார்லஸ் வில்கின்ஸ் *(1749-1836)* பகவத் கீதையை ஆங்கிலத்தில் மொழி பெயர்த்தவர். அத்துடன் அவர் இந்தியக் கல்லெழுத்தியல் ஆய்வின் முன்னோடியும் ஆவார்.

''காம சூத்திரம்'' சுமார் ஆயிரத்து எழுநூறு ஆண்டுகளுக்கு முன்னர் மல்ல நாகன் என்ற வாத்சியாயனரால் இயற்றப்பட்ட காமக்கலை நூலாகும். காம சாஸ்திரம் என்பது உபவேதங்களில் ஒன்றெனக் கொள்ளப்படுகின்றது. காமக் கலை, காமவியல், காம விளையாட்டுகள் முதலியன அடங்கியது. ஐம்புலன்களின் வழியே, குறிப்பாய்த் தொட்டுணர்ந்து இன்பம் காண்பது காமம் எனப்படும். காம சாஸ்திரம் பற்றிய குறிப்புகள் தொன்மங்களிலும் காணப்படுகின்றன. எனினும், இலக்கியத்தில் வரலாற்றில் காணப்படுபவர் வாத்சியாயனரேயாவார். அவருக்குப் பின் தாமோதர குப்தன் (கி.பி.*780*-ல் செழித்தவர்) க்ஷேமேந்திரர் (*990-1065* கி.பி) கோகர் (தமிழில் கொக்கோகர்; *1060-1215*; கொக்கோகரின் நூலை அதிவீரராம பாண்டியன் தமிழில் பாடியிருக்கின்றார்), ஜோதிரிகர் (சுமார் *1320*), பத்தஸ்ரீ (சு.*1350*), ஜெயதேவர் (சு.*1370*- இவர் கீதகோவிந்தம் இயற்றியவரிலிருந்து வேறானவர்), தேவ ராஜ அல்லது மகாராஜ தேவராஜ (சு. *1400*), கலியாண மல்லன் (*1460-1530*) என்று பலர் சமஸ்கிருதத்தில் காம நூல்கள் இயற்றியுள்ளனர். தமிழில் தூது இலக்கியங்கள் பாடிய பதினாறு, பதினேழாம் நூற்றாண்டுப் புலவர்களுக்கு மேற்சொன்ன சமஸ்கிருத நூல்கள், குறிப்பாய் வாத்சியாயனரின் காம சூத்திரம் கருவிகளாயமைந்தன என்பது தெளிவு.

இவையனைத்திலும் காம சூத்திரம் மட்டுமே தனிச் சிறப்பு வாய்ந்த இலக்கியமாய் விளங்கி வருகின்றது. சூத்திரப் பனுவல்களால் அமைந்த இந்நூற் பாடல்களைத் தகுந்த உரையின் துணையின்றிப் படித்துணரவியலாது. இதற்கென்று சுமார் பதின்மூன்றாம் நூற்றாண்டு வாக்கில் எழுந்த ''ஜெய மங்கள'' என்ற உரை மட்டும் கிடைத்திருந்தது. மற்றொன்று, இந்நூற்றாண்டில் *1789* வாக்கில் எழுதப்பெற்ற ''சூத்திர விருத்தி'' என்ற உரையாகும். இச்செய்திகள் இப்பத்தில் இடம் பெறுகின்றன.

தெலுங்கு இலக்கியத்தின் பொற்காலம் என்று போற்றப் பெறும் காலப் பகுப்பு 15-18-ம் நூற்றாண்டுகளாகும். இத்தகைய பொற்காலத்தைப் பேணி வளர்த்தது தஞ்சைத் தரணியாகும். இங்கு மராட்டிய அரசர் பிரதாப சிங்கனின் அவையில் கணிகையாயிருந்த முத்துப் பழனி தெலுங்கில் சிருங்கார ரசப் பிரபந்தம் ஒன்றைப் பாடினார். அதன் பெயர் ''இராதிகா சந்த்வனம்''. தெலுங்கு இலக்கிய உலகில் இன்றும் தள்ளி வைக்கப்பட்டுள்ள இப்பெண்மணியின் கல்விச் செருக்கும் கவினுறு புலமையும் பெண்ணியம் என்ற புதுப் பார்வையில் இன்று நோக்கத்தக்கது.

அகன்று விரிந்ததும் ஆழ்ந்ததும் மிகவே எழுந்ததுமான மானுட வரலாற்றைக் காட்டுவதற்காக மேற்கொண்டுள்ள அடக்கமான இம்முயற்சியில் வெளியாகும் செய்திகள் பலதரத்தன, தன்மைத்தன என்பதைச் சொல்ல வேண்டுவதில்லை. பாறையினும் உறுதி வாய்ந்த பேதுரு என்ற பீற்றர் தம்மினத்து எபிரேயர்களை அடக்கியாண்ட ரோமானியரைக் கிறித்தவத்தின் அருளாட்சிக்குள் கொண்டு வந்த காலத்திலிருந்து, அச்சமயம் ஐரோப்பியம் முழுமையையும் விரைவில் ஆளுகை கொண்டது. அதன்பிறகு சுமார் ஆயித்தெண்ணூறு ஆண்டுகளில் அப்பெரு நிலப்பரப்பின் சமய வாழ்க்கையில் உண்டான கொந்தளிப்புகளும் குழப்பங்களும் பொறையற்ற கொடுமைகளும் எவ்வாறு இப்பதினெட்டாம் நூற்றாண்டின் இக்காலக்கட்டத்தில் அடங்கின; சமயச் சழக்குகளும் பூசல்களும் ஓய்ந்தன என்பன இத்தொகுதியில் கூறப்படுகின்றன.

தற்காலத்து அரசியல் - பொருளியல் நிலையை உன்னிப் பார்ப்பதற்கு உதவக்கூடிய வேறு சில செய்திகளும் இதில் அடங்கியுள்ளன.

மிளகு விலை ஏற்றத்தைப் பொறாத இலண்டன் மாநகர வணிகர்கள் ஒன்றுகூடித் தொடங்கிய கிழக்கிந்தியக் கம்பெனிக்குப் பிரிட்டீசு அரசி முதலாம் எலிசபெத்து (1533-1603 ஆ.கா. 1558-1603) 1599 டிசம்பர் 31 அன்று ஒப்புதலளித்தார். அக்கம்பெனியின் கப்பல்கள் 1608 ஆகஸ்டில் சூரத்தையடைந்து, அங்கு இரண்டாண்டுகள் காத்துக் கிடந்து வாணிபம் செய்யும் உரிமையை முகலாய மன்னரிடமிருந்து பெற முடிந்தது என்பன வரலாற்றுச் செய்திகளாகும். கிழக்கிந்தியக் கம்பெனி பிரிட்டீசு நிறுவனமேயாயினும், அதில் ஐரோப்பியர் பல நாட்டினருக்கும் பங்கு இருந்தது. ஆதலால் அதுவே முதல் அகலுலக நிறுவனம் (*Multi-national Company*) என்பதை நான்காம் தொகுதியில் சுட்டிக் காட்டியிருந்தோம். இந்நிறுவனத்தினால் ஐரோப்பிய நாட்டினர் பலரும் ஆதாயம் அடைந்தனர். மேலும் ஐரோப்பிய நாடுகள் பலவும் தமக்கென்று கிழக்கிந்தியக் கம்பெனி என்ற பெயரில் சில நிறுவனங்களை நடத்தி வந்தன என்பதையும் நாமறிவோம்.

ஐரோப்பியர் அல்லது ஆங்கிலோ - சாக்சானியர் இத்தகைய பன்னாட்டு வாணிபத்தை மேற்கொண்டு வெற்றி கண்ட முதல் அகலுலக வாணிப முயற்சி இதுவேயாகும் எனில் அது தவறாகாது. ஐரோப்பியர் அரசியல் சூழ்ச்சி, போர்த்தந்திர மேலாண்மை ஆகியவற்றின் துணை கொண்டு பதினைந்தாம் நூற்றாண்டு முதலே கடந்த சுமார் ஐநூறு ஆண்டுகளாய் அடிப்படையில் வணிகராய்த்தான் இருந்து வருகின்றனர். உலக வாணிபத்தை அரசுகளின் கைகளிலிருந்து பறித்துக் கொண்ட ஐரோப்பியரே இன்று வரை உலக வாணிபத்தை நடத்திச் செல்லும் மீகாமான்களாய் விளங்குகின்றனர்.

அவர்களின் அரசியல் சித்தாந்தங்கள், பொருளியல் கோட்பாடுகள், வாணிப நெறிமுறைகள், அறிவியல்-தொழில் நுட்பப் புத்தகங்கள் அனைத்துமே அவர்களின்

வாணிப மேலாண்மையை மையமாய் வைத்தே இன்றும் இயங்கி வருகின்றன. தொடக்க நிலையில் விரல்விட்டு எண்ணக் கூடியனவாயிருந்த வாணிப நிறுவனங்களின் இடத்தில் இப்போது உலகு தழுவிய அகலுலக நிறுவனங்கள் எண்ணத் தொலையாதனவாய் மலிந்திருக்கின்றன. அவை எப்பொருளையும் விற்கவும் வாங்கவும் கூடியனவாயும் எந்த நாட்டையும் தம் சந்தையாக்கக் கூடியனவாயும் மேலோங்கி நிற்கின்றன.

மேனாட்டினர் வாணிபச் சந்தைக்காகவே போர் செய்கின்றனர்; அதற்காகவே அமைதி நாடுகின்றனர்; அதற்காகவே மானுட வாழ்க்கையின் அத்தனை துறைகளையும் தந்நலத்திற்கென்று பயன்படுத்துகின்றனர். உலகின் உயிரினச் சூழல் கெடுவது குறித்துப் பேசுவோரும் அதைக் காப்பதற்கு வரிந்துகட்டிக் கொண்டு பாடுபடுவோரும் இக்கேடுகளுக்கெல்லாம் பெரிதும் காரணர்களாயிருப்போரும் அவரேயாவார். அகல் விரிவான இவ்வுண்மையை, ஆழமான இந்த மெய்ம்மையைச் சிறிய நாடுகள், ஏழை நாடுகள், வளர்ச்சியடைந்து வரும் நாடுகள் என்றும் பின்னும் பல புதுமையான பெயர்களாலும் அழைக்கப்படும் நாடுகள் உணர்ந்து தெளிதல் இன்றியமையாதது. இல்லையெனின் எட்டுக் கால்பூச்சியென வளர்ந்து நிற்கும் இவ்வாணிப வல்லரக்கரிடமிருந்து அவற்றால் உயிர் பிழைத்து நிற்க முடியாது என்பது சொல்லாமல் விளங்கும்.

கிழக்கிந்தியக் கம்பெனி பதினெட்டாம் நூற்றாண்டு முதலே தன் வசதி கருதிக் கைக்கொண்டு வந்த வாணிபக் கொள்கைகளும் இந்நிறுவனத்தைச் சிறுகச் சிறுகத் தன் பிடிக்குள் கொண்டுவந்துவிட்ட பிரிட்டீசு அரசின்' அரசியல் - பொருளியல் கொள்கைகளும் மேற்சொன்ன சிந்தனையைத் தோற்றுவிக்கின்றன. இக்கொள்கைகளின் பயனாய், ஒரு நிறுவனம் மட்டும் அள்ளிக் கொண்டு போய்ச் சேர்த்த ஆதாயத்தோடு, ஒரு நாட்டின் தனி மனித முனைவர்களும் கோரியெடுத்துத் தாய்நாட்டில் குவிக்க வழி பிறந்தது. முகவர் நிறுவனங்கள் என்ற ஏஜென்சி அமைப்புகளான பாரி, பின்னி பின்னும் பிற எண்ணற்ற ஐரோப்பியர் தோற்றுவித்த வணிக நிறுவனங்கள் முதலியன ஐரோப்பியரின் வாணிப முடுக்கை மிகச் சரியாய்க் காட்டுகின்றன.

இந்தியத்தில் மட்டும் இங்ஙனம் நடக்கவில்லை. புத்துலகுகளான அமெரிக்கங்களில் நடந்தது; இருண்டதாய்ப் பதினெட்டாம் நூற்றாண்டுவரை இருந்த காலத்தில் ஆப்பிரிக்கத்தின் மேற்கு, கிழக்குக் கரைகளில் நடந்த இழிவு தரும் மனித வாணிபமும் அதன் பிறகு அங்கிருந்த இயற்கைச் செல்வங்களைக் கேள்வி கேட்பாரின்றி ஐரோப்பிய நாடுகள் அள்ளிக் கொண்டு போயின. ஆப்பிரிக்கத்தையே தம்முள் பங்குபோட்டுக் கொண்டன. சீனத்திலும் தொலைக் கிழக்கிலும் தென் கிழக்கிலும் என்று பரவி, நடுக் கிழக்கிலும் அவற்றின் வாணிபம் நடக்கலானது.

முதலில் குறு மிளகு, கருவாப்பட்டை, கிராம்பூ என்ற மணக்காரப் பண்டங்களாயும் துணிமணிகளாயும் பின்னர் அடிமைகளாயும் அபின், பருத்தி என்று பல்வேறு பண்டங்களாயும் பரவிப் பெருகிய வேளாண்மைப் பண்ட வாணிபம் காலப் போக்கில் படைக்கலன்கள், கப்பல்கள், விமானங்கள் என்ற அழி கருவிகளாய், பெற்றோலியப் பொருள்களாய், அறிவியல் ஏற்றத்தினால் மலிந்த எண்ணற்ற பயன்படு பொருள்களாய் வாணிபப் பண்டங்கள் காலத்திற்கும் இடத்திற்கும் அறிவியல் வளர்ச்சிக்கும் ஏற்ப மாறுதலடைந்தன. இன்றும் மாறிக் கொண்டே இருக்கின்றன.

பண்டமாற்றாயிருந்து பண வரவு - செலவாய் மாறிய வாணிப நுட்பம்,நெளிவு-சுழிவு இவற்றுக்கெல்லாம் அடிப்படையான கொடுக்கல் - வாங்கல் என்பது வெகு

சிக்கலான, மிக நுண்மையான கலையாக முகிழ்த்துவிட்டது. அது பொருளியல், நிதியியல் வல்லுநர் கையாளுகின்ற நயமுடையதாயிற்று. இதன் வளர்ச்சி அல்லது பரிணாமம்,இனி எந்த வடிவு கொள்ளும் என்று கணித்துக் கூறுகின்ற எதிர்காலவியல் என்ற புதுத் துறையும் தோன்றிவிட்டது.

ஆயிரத்துத் தொள்ளாயிரத்துத் தொண்ணூறுகளில் இந்தியப் பொருளியலில் சீர்திருத்தங்களின் பெயரால் அகலுலக நிறுவனங்களுக்குத் தங்கு தடையற்ற பாய்ச்சல் மடை திறந்து விடப்பட்டுவிட்டது. இந்தியம் விடுதலை பெற்ற நாளிலிருந்து அண்மைக் காலம் வரையில் கடைப்பிடித்து வந்த அரசியல் - பொருளியல் கொள்கைகள் நாட்டின் வளர்ச்சியில்லாத தேக்க நிலைக்கு வழிவகுக்கின்றன என்பதை ஆட்சித் தலைவர்கள் கண்டுவிட்டனர். இந்நிலையில் இது குறித்துச் சிந்திப்பதற்கு வேண்டிய வரலாற்றுச் செய்திகள் இத்தொகுதியின் பல்வேறு கட்டுரைகளில் சொல்லப்படுகின்றன.

ஐரோப்பியத்தில் மறுமலர்ச்சிக் காலத்தில் தோன்றிய தாவரவியல் பூங்காக்களின் வரலாறும் இது தொடர்பாய்ச் சிந்திக்கத்தக்க ஒன்றாகும். தாவரவியல் தந்தை என்று போற்றப்படும் தியோஃபிரேஸ்டஸ் *(372-287 கி.மு.)* அரிஸ்டாட்டிலின் மாணவர். அவர் கிரேக்கர் அனைவரையும் போன்று பயன் கருதாது ஆராய்ச்சியை மட்டும் அடிப்படையாய்க் கொண்டு பணி செய்த முன்னோடி. அவர்தான் தற்காலத் தாவரவியலுக்கு அடிகோலியவர். ஆனால் மறுமலர்ச்சிக் காலத்தில் தாவரவியல் அறிவியல் முறையில் ஆராயப்பட்டதற்கு ஆதாய நோக்கமே வேராயமைந்தது. தாவரவியல் ஆய்வு பதினைந்து, பதினாறாம் நூற்றாண்டுகளில் இத்தாலிய வாணிப நகரங்களின் ஆதரவில் செழிக்கலாயிற்று. எனினும் தாவரவியல் தனியான அறிவியல் துறைகளுள் ஒன்றாய் ஆக்கமான முறையில் செயல்படத் தொடங்கியது பதினெட்டாம் நூற்றாண்டிலேயாகும்.

ஜெனோவா நகரத்தவரான கொலம்பஸ் *(1451-1506)* ஸ்பெயினிற்காகவும் வாஸ்கோடகாமா *(1469-1524)* போர்ச்சுக்கல்லுக்காகவும் கடலோடிப் புத்திடம் தேடிப் புறப்பட்ட நெடும்பயணங்களுக்கு வெனிஸ், ஜெனோவா, ஃபுளாரன்ஸ் போன்ற இத்தாலிய நகரக் குடியரசுகள் தம் கைமுதலை அளித்திருந்தன. அதனால் புத்துல கிலிருந்தும் வேறு பிற இடங்களிலிருந்தும் கொண்டுவரப்பட்ட ஆயிரக்கணக்கான அயல் திணைத் தாவரங்கள் இத்தாலியை அடைந்தன. அவை இந்நகரக் குடியரசுகளின் ஆதரவில் அமைந்த தாவரவியல் பூங்காக்களில் வளர்ந்து ஆராயப்பட்டன. அப்பூங்காக்கள் அறிவியல் துறைகளின் ஆய்வுக் கூடங்களாயும் விளங்கி வேளாண்மைக்கும் புது வழி காட்டின.

இந்தியம் இத்துறையில் சுமார் முந்நூறு ஆண்டுகள் பின்தங்கிய போதிலும் கல்கத்தாவில் இந்தப் பத்தில் அமைந்த தாவரவியல் பூங்கா நல்வினைத் தொடக்கமே ஆகும். இந்நகரினரான ஜெகதீச சந்திர போஸ் *(1858-1937)* செடியினங்களுக்கு உயிரும் உயர்வும் உண்டு என்ற உண்மையை இருபதாம் நூற்றாண்டின் முற்பகுதியில் நிறுவினார் என்பது இங்கு நினைவு கூரத்தக்கதாகும்.

இந்தப் பத்தில் நிகழ்ந்த ஆஸ்திரேலியக் குடியேற்றம் மானுட வரலாற்றில் முக்கியமானதாகும். ஆஸ்திரேலியப் பழங்குடியினர் இந்தியத்திலிருந்து சென்று இப்பெருநிலத்தில் குடியேறினர்; அவர்களுக்கும் திராவிடர்களுக்கும் இன, மொழி வழிகளில் ஒட்டுறவு உள்ளது என்றெல்லாம் கருத்துகள் கூறப்பட்டு வருகின்றன. எனினும் அவற்றை நிறுவுவதற்கு வலுவான சான்று எதுவும் இலது. ஆஸ்திரிகர் என்ற மக்கள் திராவிடர்க்கு முன்னர் இந்தியப் பெருநிலத்தில் குடியேறியவர்கள் என்ற

கொள்கையும் உள்ளது. இவை பற்றிய செய்திகள் ஆஸ்திரேலியக் குடியேற்றக் கட்டுரையில் காணக் கிடைக்கும்.

ஔவையார் பற்றிச் சங்க காலத்திலிருந்து பதினெட்டாம் நூற்றாண்டு வரை இலக்கியக் குறிப்புகள் உள்ளன. இதுதான் இலக்கியத்தில் இறவா வரம் பெறுவது என்பது போலும்!

பெரிய மருதின் தொடர்பாய் மதுரை, சிவகங்கை, குன்றக்குடி, திருப்பத்தூர், திருக்கோட்டியூர் ஆகிய ஊர்களும் மூன்றாம் மைசூர்ப் போரையொட்டி ஈரோடு, தாராபுரம், டனாய்க்கன் கோட்டை, கசலட்டிக் கணவாய் முதலிய இடங்களும் பாளையக்காரர் சண்டையில் பாஞ்சாலங்குறிச்சி, சிவகிரி ஆகியனவும் மேற்குக் கரை பற்றி எழுதுகையில் பட கர - வட கரை, மெர்க்காரா - மேற்கரை, குதிரை முக மலை (ஊராக் குதிரை) முதலியனவும் சொல்லப்படுகின்றன.

இன்று ஆட்டத்தோடு கூடிய பாட்டங்களே உலகெங்கிலுமுள்ள இளவட்டங்களை ஈர்த்து வருகின்றன. அவற்றுக்கு இன்று என்னென்னவோ புதுப் புதுப் பெயர் களெல்லாம் சொல்லப்படுகின்றன. இவை எங்கு எச்சூழ்நிலையில் தோன்றின? ஆப்பிரிக்கத்தின் மேற்குக் கரையிலிருந்து கரிய அட்லாண்டிக்குக் கடலைத் தாண்டி ஆயிரக்கணக்கான மைலுக்கு அப்பாலிருந்த புதிய உலகை நோக்கி மேற்கொண்ட கொடிய பயணத்தின் போது அவை பிறந்தன. மனிதன் தன்னையொத்த மனிதனை விலங்கு நிலைக்குத் தள்ளுவதற்காகப் பட்டிகளில் ஆடு மாடுகளை அடைப்பது போல் பாய்மரக் கப்பல்களில் நெருக்கி அடுக்கிக் கொண்டு சென்றான்.

கப்பலின் அடித்தளத்தில் வெந்து நீராகி, ஊத்தைக் குரம்பையாகிப் போன மனிதப் பிண்டங்கள் நாறிச் செத்துப் போவதைத் தடுக்கும் தந்நல உந்துதலால், அவர்களை மேல் தளத்திற்குக் கொண்டு சென்று நிறுத்திக் கசையடி தந்து உடற்பயிற்சியில் ஈடுபடுத்தினர். அப்போது தள்ளாடி நின்ற அப்பேதையரை ஓலக் குரல் எழுப்பச் செய்து ஆட்டுவித்தனர். பிறந்த நாட்டை விடுத்துத் தப்பியோடிவிட முடியாத கருங்கடலில் கண்காணாச் சீமைக்குப் போகிறோமே என்ற கவலையால் தவிப்பால் அரற்றிய புலம்பலும், தள்ளாடிய ஆட்டமும் இன்று ஆட்ட பாட்டமாய்ப் பரிணாமம் பெற்று இளவயதினரை ஆட்டிப் படைக்கின்றன.

மனிதனால் மட்டுமே மூன்று காலங்களிலும் உலவ முடியும். வரலாற்று மாணவனுக்கு அந்த அரிய அனுபவத்தைப் பெறும் வாய்ப்பு எளிதில் கிடைக்கும். அதனால் தான் உலகு தழுவிய வரலாறு எழுதிய எச்.ஜி.வெல்ஸ் *(1866-1949)* காலவெளியில் முன்னும் பின்னும் ஏகி மீளவல்ல காலப் பொறியைக் ''கண்டுபிடிக்க'' முடிந்தது போலும், இந்திய சரித்திரக் களஞ்சியமும் இவ்வகையில் ஒரு காலப் பொறியே.

எழும்பூர், ப.சிவனடி
டிசம்பர் 6, 1994

பொருளடக்கம்

1781

1. மைசூர்ப் போரில் சிதம்பரம்

சிதம்பரம் - மெய்யியல், தொன்ம, கலை, அரசியல் வரலாறுகள் — 44

தமிழ்நாட்டில் அழிவுகள் -44

பரங்கிப்பேட்டையில் ஐதரலி-கூட்டே சண்டை -44

சிதம்பரக் கோயில் தாக்குதலில் பிரிட்டீசார் தோல்வி -44

சிதம்பரத்தில் 18-ம் நூற்றாண்டுச் சண்டைகள் -44

சிதம்பர வரலாறு சோழருடன் தொடக்கம் -45

சிதம்பரம் முதற் குலோத்துங்கன் அரண்மனை -45

சிதம்பரம் சோழர் முடி சூடுதல் -45

சிதம்பரம் சோழர் காலத்தில் சிறப்பெய்துதல் -46

சிதம்பரம் பிரபஞ்ச மையம் -46

சிவ நடனத் தொடர்புடைய தொன்மக் கதை -46

சிதம்பர இரகசியம் - அண்டத்தின் இதயம் -46

பதஞ்சலி, புலிக் கால் முனிவர் -47

சிதம்பரச் சிறப்பு - சேக்கிழார் -47

தமிழ்நாட்டுக் கோயில்கள் வரலாறு -47

செங்கற் கட்டடங்கள் -48

பாறைக் கோயில்கள் -48

கற்றளிகள் -49

ஐம்பூதத் தலங்கள் -49

தில்லையும் சிதம்பரமும் - பெயர் விளக்கம் -50

அம்பலங்கள், சபைகள் -50

பொன்னம்பலம் - உட் பொருள் -50

கோபுரங்கள் - கலை நுட்பமும் கால ஆய்வும் -51

கோபுரங்களை எழுப்பிய அரசர்கள் -52

கோபுரம் - விளக்கம் -52

சிதம்பரக் கோயிலின் காலம் -53

பொன் வேய்ந்தவர்கள் -53

ஆயிரக்கால் மண்டபம் - காலம் -53

தில்லைக் கோவிந்தர், சித்திரக் கூடம் -54

நடராசர் வடிவம் - உள் பொருள் -54

நடராசர் வடிவத் தோற்றம் அரப்பனா? -55

சிவ நடனம் - திரு.வி.க. விளக்கம் -56

சிவ தாண்டவங்கள் -57

பிரதோச நடனம் -57

ஊர்த்துவ தாண்டவம் -57

ஆனந்தத் தாண்டவம் -57

சிவ தாண்டவச் சிவத் தலங்கள் -58

சிதம்பரத்தில் சிவசக்தி நடனம் -58

தில்லை மூவாயிரவர் வரலாறு -59

பாசுபதரா? -59

காசி அந்தணரா? -60

தீட்சிதர் தனியுரிமை -60

கோயில் உடைமைகள் பற்றிய மரபு -60

கோயில் ஆட்சி -60

சிதம்பர மடங்கள் -61

சிதம்பரம் - மெய்யடியார் -62

ஆருத்திர தரிசனம் -62

அப்பய்ய தீட்சிதர் பாட்டு -62

முடிவுரை -63

2. டச்சுக்காரர் நாகப்பட்டினத்தை இழந்தனர் - தொன்மமும் ஊர் வரலாறும்   63

    டச்சுக்காரர் இந்தியத்தை விட்டு வெளியேறுதல் -63

    நாகப்பட்டினத்தை ஆங்கிலேயர் கவர்தல் -63

    திரு நாகை -64

    வரலாற்றில் நாகை -64

    தொலைக் கிழக்குத் தொடர்பு -65

    பல்லவர், சோழர் காலம் -65

    நாகப்பட்டினத்தில் பௌத்த விகாரை -66

    புத்தர் பொன்னுருவைத் திருமங்கை ஆழ்வார் கவர்தல் -66

    சீனர் - நாகை தொடர்பு - சீனக் கனகம் -66

    தொன்மங்களில் நாகை -66

    காரோணம் பெயர்க் காரணம் -66

    லகுலீச பாசுபதர் தொடர்பு -67

    நாகையில் சேவியர்? -67

3. இங்கரின் கடைசி மன்னர் கொலை - பெரு நாட்டுச் சிறு வரலாறு   68

    முதல் அமெரிக்கர் -68

    அமெரிக்க இந்தியர் பெயரிலியர் -70

    அமெரிக்கத்தில் ஐரோப்பியர் மின்னல் வேகப் பரவல் -70

    அசுடெக்குகள் வீழ்ச்சி -70

    மாயர் முடியரசு அழிதல் -70

    இங்கரின் பொற் பேரரசு -70

    இங்கரின் பொறியியல் திறன் -71

    இறைவர் வீர கோசர் -72

    பெருவில் புதிய முடியரசுகள் -72

    இங்கர் குடித் தோற்றம் -73

    இங்கரின் பொறையுடமை -74

    "வாழும் இறைவர்" ஆட்சி -74

    உடன் பிறந்தாளை மணத்தல் -74

அரண்மனையே தங்கம் -75
எறும்புப் புற்றுப் போன்ற சமூகம் -75
வேளாண்மை -75
உடலுழைப்பு வரியாதல் -76
சமுதாய அமைப்பு முறை -76
ஆட்சியமைப்பு -76
இங்கர் நாகரிக வீழ்ச்சி -77
நெறி கெட்டவர் நடத்திய கொலை, கொள்ளை -78
ஐரோப்பியர் செய்த நற்கலையழிவு -78
ஐரோப்பியர் நல்லறிவு இழத்தல் -78
இங்கர் உலகிற்கு அளித்த கொடைகள் -79
உருளைக் கிழங்கு -79

4. பதினெட்டாம் நூற்றாண்டு ஐரோப்பியத்தில் சமய நிலை   80
ஆசியம் அளித்த சமயங்கள் -80
கிறித்துவம் -80
கிறித்தவக் கோட்பாடுகள் -81
கிறித்தவர் மீது அடக்கு முறைகள் -81
இருண்ட காலமும் கிறித்துவமும் -81
கரோலிஞ்சியன் காலம் -82
தாமஸ் அக்குவினாஸ் -82
முரண்பாடும் அச்சமும் -83
பாப்பரசர்களின் பெருமை கெடுதல் -83
சமய முரணியரைத் தண்டிக்கும் மன்றம் -84

5. பிரிட்டீசுப் பொருளியல் வளர்ச்சி முடுக்கம்   84
இடுமுதலும் தொழில் முனைப்பும் -86
தொழிற் புரட்சி -86
தொழில் வளர்ச்சி -86
அயல் வாணிபப் பெருக்கம் -86

ஆப்பிரிக்கத்தை நோக்கி ஐரோப்பியர் விரிவு -86

ஆதாயந் தந்த அடிமை வாணிபம் -87

வரலாற்றுப் புள்ளிகள்

1. முத்துராமலிங்க சேதுபதி சிறையிலிருந்து விடுதலை -88
2. முகமதலி தமிழ்நாட்டைப் பிரிட்டீசாரிடம் அடகு வைத்தல் -88
3. ஐதரலி முகலாய அமைச்சருடன் அரசியல் பேரம் -89

    மிர்சா நஜம்பு கான் -89

    ஐதரலி தந்திரம் -90

    சோளிங்க நல்லூரில் ஐதரலி தோல்வி -90

4. கருங்குழி ஆங்கிலேயர் வசமாதல் -90
5. சென்னையில் புது ஆளுநர் -91
6. காசி அரசரை ஹேஸ்டிங்சு சிறை செய்தார் -91
7. கல்கத்தாவில் மதரசா -92
8. புதிய அமெரிக்கம் பற்றிய செய்திகள் -92
9. ஸ்பானியர் லாஸ் ஏஞ்சல்ஸ் நிறுவுதல் -93
10. புதிய கிரேக்கப் பேரரசு - காதரைன் திட்டம் -94
11. சீனத்தில் முஸ்லீம் கிளர்ச்சி -94
12. விண்மக்கோள் யூரனஸ் கண்டுபிடிப்பு -94

    வில்லியம் ஹெர்ஷல் -94

    அரிஸ்டார்க்கஸ் -94

    அனக்சரகோரஸ் -94

    கலிலியோ -95

    யூரனஸ் -95

    இந்தியத்தின் பங்கு -97

13. உலகின் முதல் இரும்புப் பாலம் -97

1782

1. அரசியல் வானிலிருந்து மறைந்த வால் நட்சத்திரம் ஐதரலி 99

    நடுநிலை வரலாறு எழுத முடியுமா? -99

    ஐதரின் எழுச்சியும் போர்களும் -99

ஐதர் கம்பெனி பகை -100
ஐதரின் கப்பற் படை -101
ஐதர் சமயப் பொறையற்றவரா? -101
ஐதர் இஸ்லாத்தை முறையாய் ஒழுகாதவர் -102
ஐதரலி என்ற மனிதர் -102
பிரஞ்சு எழுத்தாளரின் ஐதரலி சொல்லோவியம் -102
ஐதரலி மரணம் -104
திப்பு மைசூர் அரசரானார் -105
மேற்குக் கரையில் கம்பெனிக் கப்பற்படை வெற்றி -106

2. வட பாரதத்தில் போர்த் தொழில் செழிப்பு 106
3. தாய்லாந்தின் புதிய அரச குடியும் பேங்கக்கு நகரத் தோற்றமும் 109
   தாயர் தாயகம் தென்கிழக்குச் சீனம் -109
   நஞ்சோவு முடியரசு -109
   இந்திய அகோமரும் தாயரும் -110
   சிறு குடியேற்றங்கள் முவாங்கு -110
   தாயர் மீது கெமர் மேலாண்மை -110
   சுகோத்தாய் முடியரசு -111
   அயுத்திய முடியரசு -111
   கெமர் தோல்வி -111
   பர்மியர் தாக்குதல் -112
   சக்கரி முடியரசு தோற்றம் -112
   முதலாம் இராமர் -113
   டாய்லண்டு - அடிமைப்படாத நாடு -113
   டாய் மொழி -114

வரலாற்றுப் புள்ளிகள்

1. நாடார்கள் வாணிபம், மகமை -114
   நாடார்கள் ஒதுக்கப்படுதல் -114
   பொதிமாட்டு வாணிபம் -114
2. சென்னையில் பஞ்சம் -115

மணியக்காரர் சத்திரம் -116

3. தமுக்கம் அரண்மனை -116

ஆங்கிலேயர் பெறுதல் -116

4. கம்பெனி மராட்டியர் போர் முடிவு -117

5. புன்னைக்காயல் கோட்டை அழிப்பு -117

தொன்மையான அச்சகம் -117

6. கம்பெனி திரிகோண மலையைப் பற்றி இழத்தல் -118

7. பிரிட்டனின் தலைமை அமைச்சர் ஷெல்பன் பிரபு -118

8. பிரிட்டனில் ஒப்பந்தக்காரர் தேர்தலில் நிற்கத் தடை -121

9. அரச குடும்பச் செலவுகளைக் கட்டுப்படுத்தப் பிரிட்டனில் சட்டம் -121

10. பிரிட்டனில் சிறைச் சீர்திருத்தம் -122

11. கணிதவியலார் டேனியல் பெர்னூலி -122

12. கொக்கிப் புழு கண்டுபிடிப்பு -124

1783

1. மருது பாண்டியர் அறப்பணிகள்   126

மதுரையில் -126

குன்றக்குடியில் -126

சிவகங்கையில் -127

திருப்பத்தூரில் -127

திருப்பத்தூர் இரத்தின சபையா? -127

திருக்கோட்டியூரில் -128

இராமானுசர் திருக்கோட்டியூரில் திருமந்திரம் உபதேசித்தல் -128

திருக்கோட்டியூரில் திருமாலின் கோலங்கள் -129

பிற பணிகள் -129

2. பாளையக்காரரை ஒடுக்கக் கம்பெனி முனைப்பு   129

ஐதரலி, திப்பு சுல்தான் கையில் தஞ்சைத் தரணி -130

பாளையக்காரர், கள்ளர் கொலைகள் -130

பாளையக்காரரை ஒடுக்கப் பெரும் படை -130

மருது பாண்டியர் -130

கட்டபொம்மன் -130
பாஞ்சாலங்குறிச்சிக் கோட்டை -131
சிவகிரிப் பாளையம் -131
சிவகிரி -131
அடர்ந்த காட்டினுள் சண்டை -132
சொக்கம்பட்டி -132

3. காலின் மெக்கன்சியின் அரும்பணி தொடக்கம் 133
பிறப்பிடம் -133
திரட்டுப் பணி தொடக்கம் -133
சோழரை அறிய உதவிய திரட்டு -136
நாயக்கர் காலம் அறியத் துணை -136
சமண சமய ஆய்விற்குச் சான்றுகள் -136
சமணம் பௌத்தம் ஒன்றென்ற பிழை போக்க உதவியமை -136
மெக்கன்சி திரட்டில் அடங்கியவை -137
ஆராய்ச்சியாளர் மெக்கன்சி -138

4. வில்லியம் ஜோன்ஸ் இந்தியம் அடைந்தார் 139
பிறப்பு -139
"மாபெரும் படிப்பாளி" -139
கல்விச் சிறப்பு -140
மொழி பெயர்ப்பாளர் -140
சட்டப் படிப்பு -141
பன்மொழிப் புலமை -142
ஐரோப்பியர் அகந்தை தகர்த்தமை -142
இந்துக் கடவுளர் பற்றிய பாடல்கள் -143
சாகுந்தலம் மொழி பெயர்ப்பு -145
மனுதர்ம சாஸ்திரம் மொழி பெயர்ப்பு -145

5. அயர் கூட்டே இறந்தார் 145
வாழ்க்கைக் குறிப்பு -145

பிளாசி வெற்றியில் கூட்டேயின் பங்கு -145
கூட்டேயிடம் லாலி தோல்விகள் -146
புதுச்சேரியைச் சரணடையச் செய்தல் -146
நாடாளுமன்ற உறுப்பினராதல் -146
தலைமைப் படைத் தளபதியாதல் -147
ஐதரலியை அடக்கிய போர்கள் -147
மீண்டும் வந்தவாசி வெற்றி -147
ஐதரலி தோல்வி -148
இறப்பு -148

6. வட பாரதத்தில் வறட்சியும் வற்கடமும்   148
  மக்கள் வருவாயும் செலவுகளும் -150
  ஆக்ராப் பகுதியில் கொலை, கொள்ளைகள் -150

7. இளைய பிட்டு தலைமையமைச்சர்   151
  சார்லஸ் ஜேம்ஸ் ஃபாக்ஸ் -153
  பிட்டும் ஆட்சி நிர்வாகமும் -153
  பதவி விலகுதல் -154

வரலாற்றுப் புள்ளிகள்

1. முதல் இந்திய நிலப்படம் -155
  ரென்னலின் அளவாய்வுப் பணி -155
  "வங்க நிலப் படத் தொகுதி" -156
2. இந்தியச் சட்ட முன்வரிவு பிரபுக்கள் அவையில் தோல்வி -158
3. இந்தியத்தில் பிரிட்டீசு ஓவியர் சோஃபனி -158
4. மராட்டியர் சிருங்கேரி மடத்தைக் கொள்ளையடித்தல் -158
5. முதல் ஆங்கில - மராட்டியர் போர் முடிவு -159
6. ஐரோப்பியர் - நாட்டுப் படை முதல் மோதல் -159
7. சேத்துப்பட்டுக் கோட்டை -160
8. அடிமை ஒழிப்பில் குவாக்கர் -161
  குவாக்கர் அமைப்பு - "நண்பர்கள் சங்கம்" -161

குவாக்கர் கோட்பாடு -161

அடிமை வாணிபத்தில் ஈடுபடாமை -162

அடிமை வாணிபத்தை ஒழிக்க அரசிடம் விண்ணப்பம் -162

9. நியூயார்க்கு 1785 இல் எப்படி இருந்தது? -162
10. கால்வனியின் செப்பமற்ற மின்கலம் -163
11. டங்ஸ்டன் உண்டாக்கப்படுதல் -163
12. பிரஞ்சுக்காரர் பலூனில் பறந்தார் -163
13. நீரிழிவு - சர்க்கரைத் தொடர்பு முதலில் அறியப்பட்டது -164
14. உலகின் முதல் மெழுகுப் பொம்மைக் காட்சி -164
15. ஐசிலாந்தில் எரிமலை வெடிப்பு -165
16. ஜப்பானில் எரிமலை வெடித்துப் பஞ்சம் -165

1784

1. இந்தியவியல் தோற்றம் வங்க ஆசியவியல் சங்கம் அமைப்பு — 167

    ஆசியவியல் சங்கத் தோற்றுவாய் -168

    முன்னோடி ஜோன்ஸ் -169

    ஐரோப்பியரிடையே சம்ஸ்கிருத ஆர்வம் -169

    ஜோன்சின் சிறப்பு -171

2. இராசாராம் மோகனரின் அறிவு வாழ்க்கை தோற்றம் — 171

    ஒரு கடவுள் கொள்கை -172

    கிறித்தவருடன் முரண்பாடு -173

3. இரண்டாம் மைசூர்ப் போர் முடிவு — 174

    பல கோணங்களில் திப்பு சுல்தான் -174

    குடகுப் போர் -174

    குருவாயூர்க் கோயில் தொன்மக் கதை -175

    ஆதிசங்கரர் நிறுவிய வழிபாடு -177

    திப்புவின் நித்திய பூசைக் கட்டளை -178

    திப்பு வெட்டத்த நாட்டு அரண்மனையை அழித்தல் -178

    மலபாரில் திப்பு சுல்தானின் சீர்திருத்தங்கள் -178

    திப்பு வெளியிட்ட நாணயங்கள் -179

4. இந்துமாக் கடலில் அமெரிக்கர் — 182

அமெரிக்கர் - இந்துமாக்கடல் தொடர்பு -182

கொள்ளையர் குடியரசு "லிபட்டாலியம்" -182

அமெரிக்க சீன வாணிபத் தொடர்பு -185

வரலாற்றுப் புள்ளிகள்

1. பிட்டு கொண்டு வந்த இந்தியச் சட்டம் -186
2. திருவிதாங்கூர் மன்னர் இராமேசுவர யாத்திரை -186
3. தனிப்பட்ட பிரிட்டீசு வணிகர் ஏற்றம் -187

    இந்தியத்தில் ஆங்கிலேயர் கொள்ளை பாட்டு -189
4. கண்ணனூர் அரசி கம்பெனிக்குக் கப்பம் கட்டினார் -190

    அலிராசா அரச குடி -190
5. மராட்டியில் "கிறித்தவப் புராணம்" -191

    கொங்கணி இலக்கண நூல் (1640) -191
6. அரசியல் கேலிச் சித்திர முன்னோடி -191
7. பாரிசில் முதற் குருடர் பள்ளி -192
8. ஜப்பானில் தொடர்ந்து பஞ்சம் -192
9. சிட்ரிக்கு அமிலம் கண்டுபிடிப்பு -192
10. பத்துத் தொகுதிகளில் பிரிட்டானியக் கலைக்களஞ்சியம் -192
11. டாக்டர் ஜான்சன் மரணம் -192

1785

1. திராவிட மாபாடியம் இயற்றிய சிவஞான முனிவர்   195

    விக்கிரமசிங்கபுரம் -195

    முக்காளலிங்கராய்ச் சிவஞான முனிவர் -195

    சிவஞான போதம் - விளக்கம் -196

    மெய்கண்ட தேவர் -197

    திராவிட மாபாடியம் -197

    சிவஞான முனிவரின் பிற நூல்கள் -197

    தமிழ், வட மொழி இலக்கணங்கள் வெவ்வேறு என்று நிறுவுதல் -197
2. ஆங்கிலத்தில் பகவத் கீதை   198

    கீதைச் சிந்தனைகள் -198

கிருஷ்ணன் - பாகவதர் - பாகவத சமயம் -198

பாகவத சமய வழிகாட்டி பகவத்கீதை -199

வாசுதேவரும் கீதையும் -199

பாரதமும் கீதையும் -200

பாரதம் பற்றிய செய்திகள் -200

பாரதத்தின் காலம் -202

தமிழில் பாரதம் -202

பகவத் கீதை -203

ஆதி சங்கரும் கீதையும் -203

கீதைப் பொருள் -203

கீதை மொழிபெயர்த்த வில்கின்ஸ் -204

3. முத்தியாலுப்பேட்டைப் பள்ளிவாசல் - பள்ளிவாசல்களின் தோற்றுவாய்   205

பள்ளிவாசல் - மசூதி -206

நபிகளும் பள்ளிவாசலும் -206

பள்ளிகளின் முன்மாதிரி மதீனப்பள்ளி -206

காபா -208

பள்ளிவாசலின் அமைப்பு -209

சிறப்பான பள்ளிவாசல்கள் -210

அஜ்மேர்ப் பள்ளிவாசல் -210

ஷாகி ஜமா பள்ளிவாசல் -210

ஜாமி பள்ளிவாசல் -211

ஜமாத்துக்கானா பள்ளிவாசல் -211

தக்காணப் பள்ளிவாசல்கள் -211

ஐதராபாதுப் பள்ளிவாசல்கள் -212

தென்னிந்தியப் பள்ளிவாசல்கள் -212

முத்தியாலுப்பேட்டைப் பள்ளிவாசல் -212

முத்தியாலுப்பேட்டை "மராட்டியர் பேட்டை" -214

4. போர்பந்தர் நாட்டரசு வரலாறு   215

குசேலர், காந்தி மகான் பிறந்த ஊர் -215

வரலாற்றுப் புள்ளிகள்

1. இராமநாதபுரத்தில் சுவார்ஷ் உயர்நிலைப் பள்ளி -217
   தமிழ்நாட்டில் 18 ஆம் நூற்றாண்டில் கல்வி -218
2. சென்னையின் புது ஆளுநர் -218
3. அரசின் ஆதரவில் வார இதழ் -218
4. ஆர்க்காட்டு நவாபு - கம்பெனி உடன்படிக்கை -218
5. ஆந்திரத்தில் ஆங்கிலேயர் - பிரஞ்சுக்காரர் சண்டை -219
6. மலபாரிலிருந்து மிளகு ஏற்றத் திப்பு தடை -219
7. ஹேஸ்டிங்சு தாயகம் திரும்பினார் -220
8. வங்கத்தில் அடிமைகள் - உடன்கட்டை ஏறுதல் -220
9. மலேயத்தில் ஜார்ஜ் டவுன் -220
10. அமெரிக்கப் பொருளியல் இடர்ப்பாடுகள் -221
11. பிரான்சில் உருளைக் கிழங்கு அறிமுகம் -221
    உருளைக் கிழங்கு வரலாறு -221
12. நெசவு எந்திரங்களை இயக்க நீராவி விசை -222
13. பலூனில் ஆங்கிலக் கால்வாயைக் கடந்தவர் -223
14. பூசி மரணம் -223

1786

1. சென்னையில் தலைமை அஞ்சலகம் — 225
   சென்னை - பம்பாய் அஞ்சல் -225
   சென்னை - கல்கத்தா அஞ்சல் -225
2. கல்கத்தாவில் தாவரவியல் பூங்கா - தாவரவியல் பூங்கா வரலாறு — 226
   இந்தியத்தில் பண்டைக்காலப் பூங்காக்கள் -226
   சங்க இலக்கியத்தில் தாவரங்கள் -226
   சீனத்தில் தாவரவியலறிவு -227
   ''தாவரவியல் தந்தை'' தியோஃபிரேஸ்டஸ் -227
   ஐரோப்பிய மறுமலர்ச்சியும் தாவரவியல் வளர்ச்சியும் -228
   ஐரோப்பியத்திற்கு அயல் திணைத் தாவரங்கள் வந்து குவிதல் -228

தாவரவியல் பூங்காக்கள் தோற்றம் -229
இத்தாலியத் தாவரவியல் பூங்காக்கள் -229
ஐரோப்பிய நாடுகளில் தாவரவியல் பூங்காக்கள் -229
கல்கத்தாவில் தாவரவியல் பூங்கா -230

3. பம்பாய் மாநிலத்தின் கடன்பட்ட நிலை -230
4. பிரிட்டனில் நாட்டுக் கடன் தீர்க்க நிதி நிறுவனம் -231

வரலாற்றுப் புள்ளிகள்

1. புதிய தலைமை ஆளுநர் காரன்வாலிஸ் -233
   வாழ்க்கை வரலாறு -233
2. திப்பு சுல்தான் "பாதுஷா" ஆதல் -234
3. சென்னை ஆளுநர் காம்பல் -235
   வருவாய்த் துறை வாரியம் அமைப்பு -235
   மதுரை மாவட்ட முதல் கலெக்டர் -236
4. சென்னைச் செய்திகள் -236
   துப்புரவுப் பணிக்கு ஒப்பந்த முறை -236
   பறையர்க்கு வரியில்லை -236
5. வாரன் ஹேஸ்டிங்சு மீது ஊழல் குற்றச்சாட்டு -237
6. ஆப்பிரிக்கர் இறுதிச் சடங்கில் அடிமைகள் பலி -237
7. ஆணி செய்யும் எந்திரம் -238
8. கதிரடிக்க ஆக்கமான எந்திரம் -238
9. வேதியியல் முன்னோடி ஷீல் மறைவு -238
10. மா ஃபிரடரிக்கு மரணம் -240

1787

1. அமெரிக்க ஒன்றிய அரசியல் சட்டம்   242
   ஒன்றியத்துடன் மாநிலங்கள் இணைதல் -242
   வாசிங்டன் தலைமையில் அரசியல் சட்டம் வகுக்கப்படுதல் -242
   வாசிங்டனை அரசராக்க முயற்சி - வாசிங்டன் மறுப்பு -242

ஏற்றத் தாழ்வு பாராட்டாத அரசியல் சட்டம் -242
குடியேற்றங்கள் ஒன்றியத்துடன் இணைதல் -242
நடுக் குடியேற்றங்கள் -242
பென்சில்வேனியம் -243
வில்லியம் பென் -243
ஃபிலடெல்பியம் -244
நியூஜெர்சி -244
டெலவேர் -245

2. அடிமை முறைக்கு எதிர்ப்பு வலுத்தல் — 245
 அடிமையின் நினைவுக் குறிப்பு -245
 அடிமை ஒழிப்பிற்குப் பன்னிருவர் குழு -247

வரலாற்றுப் புள்ளிகள்

1. மாவட்டங்களில் ஆட்சித் தலைவர்கள் -248
2. தஞ்சை அரியணையில் அமரசிங்கன் -248
3. பிரிட்டன் - இந்திய நில வழி சீராதல் -248
4. திப்பு மைசூரில் உண்டாக்கிய நசராபாது -248
5. காம்பே மக்கள் கம்பெனி ஆட்சியை விரும்புதல் -249
6. குஜராத்தில் கொள்ளையர் -250
7. குஜராத்தில் பருத்தியில் கலப்படம் -250
 பருச்சு -250
8. பம்பாயில் தலைமை அஞ்சலகம் -252
9. இந்தியத்தில் தீவாந்தரத் தண்டனை தொடக்கம் -252
10. ஹேஸ்டிங்சு மீது மேலும் குற்றச் சாட்டுகள் -253
 ஊழல் குற்றச்சாட்டுகளின் பின்புலம் -253
11. பிரிட்டனில் தொழில் வளர்ச்சி -254
12. மிளகு வாணிபமும் தந்திரங்களும் -254
13. பிரான்சில் தொழிலாளர் இழிநிலை -255
14. ஓசாக்காவில் உழவர் கிளர்ச்சி -256
15. அருமண்கள் கண்டுபிடிப்பு -256
 சி.ஏ. அரணியஸ் -256

புதிய தனிமங்கள் -257

செயற்கைத் தனிமங்கள் -257

16. லார்டுஸ் மைதானத்தில் முதல் கிரிக்கட்டு ஆட்டம் -257
17. டெலவேர் ஆற்றில் நீராவிப் படகு வெள்ளோட்டம் -257
18. முதல் ஹைடிரஜன் பலூன் -257
19. ஆட்டோமான்களுடன் காதரைன் மீண்டும் போர் -258
20. சைமன் ஓம் பிறப்பு -258
21. வகாபி இயக்க நிறுவனர் மரணம் -258

1788

1. ஆஸ்திரேலியத்தில் ஐரோப்பியர் குடியேற்றம்   261

    முதல் ஆஸ்திரேலியர் யார்? -261

    மனிதத் தொன்மை, தோற்றுவாய் -261

    ஆஸ்திரிகர் யார்? -261

    ஆஸ்திரிகர் - திராவிடர் தொடர்பு -262

    ஐரோப்பியர் வருகை -263

    போர்த்துக்கீசர் கண்டுபிடித்தனரா? -263

    ''ஆஸ்திரேலிய நிலம்'' - ஐரோப்பியர் நம்பிக்கை -264

    டச்சுக்காரர் கண்டுபிடித்தல் -264

    பசிபிக்கில் பிரிட்டிசார் -265

    கேப்டன் குக்கு பாட்டனி பேயில் -266

    சிறைஞர் குடியேற்றம் -267

    பிரஞ்சுக்காரர் பிந்திவிடுதல் -268

2. பாரி நிறுவனம் அமைந்தது   268

    பாரி வேல்ஸ்காரர் -268

    அன்று சென்னை -268

    துபாஷ் விளக்கம் -269

    அவதானம் பாப்பய்யர் -269

    பாரியும் முகமதலி பத்திர விற்பனை மோசடிகளும் -270

    பாரியின் திருமணம் -270

ஜான் பின்னி -271

நெல்லிக்குப்பம் சர்க்கரை ஆலை -272

பாரி மரணம் -272

3. கேரளத்தில் திப்பு சுல்தான் அட்டூழியங்கள் -272

கட்டாய மதமாற்றம் -272

4. அமெரிக்க ஒன்றியத்தில் மேலும் மாநிலங்கள் இணைதல் -275

அமெரிக்க அரசியல் சட்டம் நடைமுறையாதல் -275

கனக்டிக்கட்டு -275

ஜார்ஜியம் -276

மேரிலந்து -276

மசாச்சூசட்சு -276

நியூ ஹாம்சயர் -276

நியூயார்க்கு -276

தென் கரோலினம் -277

வர்ஜீனியம் -277

வரலாற்றுப் புள்ளிகள்

1. கொண்ட வீடு பிரிட்டிசார் வசமாதல் -277
2. கண்டம நாயக்கனுரைத் திப்பு பிடித்தார் -278
3. பிரான்சில் கோதுமை விலை மிகு ஏற்றம் -278
4. பிரஞ்சு மன்னரிடம் மக்கள் குறைகள் பட்டியல் -279
5. இலண்டன் டைம்ஸ் வெளியீடு -279
6. யூதரை இழிவுபடுத்தும் செயல் -279
7. செயல்படத்தக்க முதல் நீராவிப் படகு -279
8. கப்பல் எஞ்சினுக்குக் கொதிகலன் -279
9. நீரிழிவு - கணையத் தொடர்பு -280
10. மேரிலிபோன் கிரிக்கட்டுக் கிளப்பு அமைப்பு -280
11. நீக்ரோ இசையும் ஆட்டமும் எவ்வாறு பிறந்தன? -280
12. ஸ்பானிய மன்னர் மரணம் -281

1789

1. மானுடத் தளையறுக்க வந்த மாபெரும் பிரஞ்சுப் புரட்சி — 283
    - மறுமலர்ச்சி - அறிவெழுச்சி -283
    - நெடிது நீடித்த இன்னல்கள் -284
    - பிரஞ்சு மக்கள் தொகை -284
    - கிளர்ச்சிகள் ஆங்காங்கே -285
    - தானிய ஏற்றுமதிக்கு எதிர்ப்பு -286
    - ரொட்டி! ரொட்டி! -286
    - பசி, பட்டினி, வறுமை -286
    - இரவலர் பெருக்கம் -286
    - நூறாண்டுக் கொடுமை -287
    - மக்களின் அறிவுத் திறன் -287
    - புரட்சிக்கு மூன்று காரணங்கள் -288
    - பாஸ்டிலி வீழ்ச்சி -290
    - அடிப்படை மனித உரிமைகள் -290
    - சுதந்திரம், சமத்துவம், சகோதரத்துவம் -290
    - பிரஞ்சுக் குடியேற்றங்களில் அடிமை ஒழிப்பு -291

2. பதினெட்டாம் நூற்றாண்டில் ஓர் ஒளவை? — 292
    - சங்க கால ஒளவை -292
    - பிற ஒளவையார் -292
    - ஒளவையார் பற்றிய செய்திகள் -293

3. காம சூத்திர உரை - ''சூத்திர விருத்தி'' — 294
    - காம சூத்திர ஆசிரியர் -294
    - காம சூத்திரத்தின் காலம் -294
    - சூத்திரப் பனுவல் - விளக்கம் -294
    - பதினெட்டாம் நூற்றாண்டு உரை -295

4. முத்துப் பழனியின் ''இராதிகா சந்த்வனம்'' — 296
    - ஆந்திரத்தின் முதற் பெண் புலவர்கள் -296

முதற் தெலுங்குப் பெண் புலவர் அதுகுரி மொல்ல -297

மொல்ல இராமாயணம் -297

தஞ்சைத் தரணியில் தெலுங்கு பெற்ற ஏற்றம் -297

தெலுங்கு புரந்த தஞ்சை நாயக்கர், மராட்டியர் -298

தெலுங்கு இலக்கியப் பொற்காலம் -298

தேவரடியார் -299

முத்துப் பழனி -299

''எவளுண்டு எனக்கிணை'' -300

சிருங்கார ரசப் பிரபந்தம் -301

தெலுங்கில் காம இலக்கியங்கள் -304

5. அந்தமானில் விரிந்த அளவாய்வு   305

முன்னோடிப் பணிகள் -305

ஆர்ச்சிபால்டு பிளேர் -307

6. சீனத்திற்கு இந்தியப் பருத்தி   308

ஆதாயம் அள்ளித் தந்த குஜராதுப் பருத்தி -308

சீனத்திற்குப் பேரளவில் குஜராதுப் பருத்தி -309

வரலாற்றுப் புள்ளிகள்

1. சிவகங்கைச் சீமை மீது போர் -309

மருது - வேலாச்சி பூசல் -310

முகமதலி தலையீடு -310

ஆங்கிலேயர் தந்திரம் -310

2. புதுக்கோட்டையில் புது மன்னர் -311

3. திப்பு வேணாட்டுப் போரில் காயமடைதல் -311

திருவிதாங்கூர் அரண் -311

திப்பு கால் ஊனமாதல் -312

4. மராட்டிய ஜாகிர்தாருக்கு மீண்டும் ஆரணி -312

ஆரணி ஊர் வரலாறு -313

5. திருவல்லிக்கேணிப் பள்ளிவாசல் -313

6. வங்க ஆசியவியல் சங்க "ரிசர்ச்சஸ்" -313
7. பம்பாயின் முதல் செய்தியிதழ் -314
8. அடிமை வாணிபம் - ஒழிக்கக் காரன்வாலிஸ் முயற்சி -314
   கேரளத்தில் அடிமைகள் -314
   மோரீசிற்கு இந்திய ஒப்பந்தக் கூலிகள் -315
9. ஜமைக்கத்தில் 2,11,000 அடிமைகள் -315
10. நாகர் நாட்டில் பிரிட்டிசார் -316
    நாகர் குலங்கள் -316
11. வட கரோலினம் அமெரிக்க ஒன்றியத்தில் இணைதல் -316
12. பௌண்டி கப்பலில் கலகம் -316
13. லீனியன் இடுகுறிப் பெயரிடு முறையில் சீர்திருத்தம் -317
14. யுரேனியம் கண்டுபிடிப்பு -318
15. கொக்கிப் புழு பெயர் பெறுதல் -318
16. புகையிலைக்கு முதல் விளம்பரம் -318

1790

1. மூன்றாம் மைசூர்ப் போர் (1790-1792)   320
   தோற்றுவாய் -320
   ஐதரலி உதவி கோரித் துருக்கி, பிரான்சிற்குத் தூது -321
   வேணாட்டின் மீது மீண்டும் தாக்குதல் -321
   பிரிட்டிசார் - நிசாம் - மராட்டியர் முக்கூட்டு -321
   முதற் கட்டப் போர் -322
   டனாய்க்கன் கோட்டை -322
   கசலட்டிக் கணவாய் -322
   கோயமுத்தூரை நோக்கித் திப்பு -323
   ஈரோடு -323
   தாராபுரம் -323
   பாரா மகாலை நோக்கிப் பிரிட்டிசார் -324
   மலபாரின் இரங்கத் தக்க நிலை -324
   மாப்பிள்ளைமார் -324
   கண்ணனூர் அரசி -325

கண்ணனூரில் போர்த்துக்கேசர் -325
கண்ணனூரில் டச்சுக்காரர் -326
கண்ணனூரில் பிரிட்டிசார் -327
திப்பு எதிர்த்தாக்குதல் -327
மலபாரின் சீரழிவு -328
இரண்டாம் கட்டப் போர் -328
மராட்டியர், நிசாம் படையும் சேர்தல் -328
சீரங்கப்பட்டண உடன்படிக்கை -330

2. சென்னையில் பருத்தி விளைச்சல் பெருக்கக் கம்பெனி ஆர்வம் — 330
பருத்தியும் பிரிட்டிசார் வாணிபச் செழிப்பும் -330
நெல்லைச் சீமையில் புது ரகப் பருத்தி -330
கோவைப் பகுதியிலும் -331
மலபாரிலும் -331

3. பதின்மான முறை - பிரஞ்சு அரசியலமைப்பு மன்றம் ஏற்பு — 332
பதின்மான முறை -332
எண்குறி இலக்கங்கள் தோற்றுவாய் -333
பூச்சியம் -333
மாயர் பூச்சியம் அறிந்திருந்தமை -333
பாரதமே பூச்சியத் தோற்றுவாய் -333
ஐரோப்பியத்தில் புதிய கணித முறைகள் -334
ஸ்டீவினும் பதிமானக் கூறு முறையும் -334
மடக்கை -335
கணிதத்தின் தனிச் சிறப்பு -335

4. அமெரிக்கத்தில் குடியேறிய முதல் சென்னைக்காரர்? — 336
அமெரிக்கச் சேலத்தில் சென்னையரா? -337
பார்சிகள் அமெரிக்கத்தில் குடியேற முயற்சி -338
சிக்காகோவில் திருவாரூர் முத்துச்சாமி பிள்ளை -338

வரலாற்றுப் புள்ளிகள்

1. தென் பாண்டிச்சீமை முற்றிலும் கம்பெனி கையில் -338
2. கட்டபொம்மன் முடிசூடுதல் -339

3. சென்னைக்குப் புது ஆளுநர் -339

4. மயிலையில் சாதிக் கலவரம் -339

5. காரன்வாலிஸ் நீதித் துறைச் சீர்திருத்தம் -339

6. வினுகொண்டவில் கம்பெனிக் காவற் படை -340

7. படகர, மெர்க்காரா - வட கரை, மேற்கரை -341

8. புனித தோமையர் கரையிறங்கிய இடம் அயிக் கோட்டையா? -342

9. கன்னடத்தில் முதல் வரலாற்று நூல் -343

10. அமெரிக்க ஒன்றியத்தில் ரோடு ஐலண்டு -344

11. அமெரிக்கத்தில் மக்கள் தொகை -344

12. தோல் ஏற்றுமதியும் கன்று காலிகள் அழிவும் -344

13. பிரஞ்சுப் புரட்சிக்குப் பர்க்கு எதிர்ப்பு -346

14. பெஞ்சமின் ஃபிராங்கிளின் மறைவு -346

1781

புரட்சிப் பத்து

1781 - 1790

உலகு தழுவிய பொதுமையை இலக்காய்க் கொண்டு மானுடன் பையப் பைய ஊர்ந்து நகரும் நெடிது நீண்ட செங்குத்தான ஏற்றத்தில், சுதந்திரம் - சமத்துவம் - சகோதரத்துவம் என்ற தாரக மந்திரத்தை அவனுக்குப் பெரும் பேறாக அளித்ததன்றோ, இப்பத்தில் குமுறி எழுந்த ஊர்த்துவ தாண்டவமான பிரஞ்சுப் புரட்சி!

ப. சிவனடி

1781

அரசியல்

    டச்சுக்காரர் நாகையை இழத்தல்
    சேதுபதி சிறையிலிருந்து விடுதலை
    முகமதலி பிரிட்டீசாரிடம் நாட்டை அடகு வைத்தல்
    ஐதரலி முகலாயருடன் அரசியல் பேரம்
    சென்னையில் புது ஆளுநர்
    காசி அரசர் சிறைப்படுதல்
    புதிய அமெரிக்கம் - சில செய்திகள்
    புதிய கிரேக்கப் பேரரசை நிறுவத் திட்டம்

அறிவியல்

    யூரனஸ் கண்டுபிடிப்பு
    உலகின் முதல் இரும்புப் பாலம்

சமயம்

    பதினெட்டில் ஐரோப்பியச் சமய நிலை

கல்வி, கலை, இலக்கியம்

    கல்கத்தாவில் மதரசா

வேளாண்மை, தொழில், வாணிபம், பொருளியல்

    பிரிட்டனின் தொழில் வளர்ச்சி முடுக்கம்

இராணுவம், போர்

    சிதம்பரத்தில் சண்டை
    கருங்குழியில் பிரிட்டிசார் வெற்றி

வரலாறு

    சிதம்பரம்
    நாகப்பட்டினம்
    இங்கர் வரலாறு-கடைசி மன்னர்

பொது

    ஸ்பானியர் லாஸ் ஏஞ்சலசை நிறுவுதல்
    சீனத்தில் முஸ்லிம் கிளர்ச்சி

1781

1. மைசூர்ப் போரில் சிதம்பரம்

மெய்யியல், தொன்ம, கலை, அரசியல் வரலாறுகள்

ஐதரலி (1722-1782) இரண்டாம் மைசூர்ப் போர் நடந்து கொண்டிருந்த இக்கால கட்டத்தில், கர்நாடகம் என்ற தமிழ்நாட்டின் மீது கடுந் தாக்குதல்களை நடத்தி வந்தார். அவர் ஊர்களையெல்லாம் அழித்து நாசம் செய்தாரெனினும்; அவருக்குப் பல வழிகளில் தமிழ்நாட்டில் உதவி கிடைத்தது. தமிழகத்தில் ஆர்க்காட்டு நவாபு முகமதலி கிழக்கிந்தியக் கம்பெனியின் தயவில்தான் ஆட்சியைக் கொண்டு செலுத்த முடிந்தது. தமிழ் நாட்டுப் பாளையக்காரரில் பலருக்கு ஐதரலி உதவி வந்தார் என்பதை இக்களஞ்சிய வரிசையில் ஆங்காங்கே கண்டோம். இப்போது நடந்து கொண்டிருக்கும் இரண்டாம் மைசூர்ப் போர்த் தொடக்கம் பற்றி முந்திய தொகுதியில் (இ.ச.க.தொகுதி-8) விவரிக்கப்பட்டுள்ளது.

ஐதரலிக்கும் அயர் கூட்டேக்கும் (1726-1783) 1780-இல் பரங்கிப்பேட்டைக்கும் கடலூருக்கும் நடுவில் கடும் போர் நிகழ்ந்தபோது, மைசூர்ப் படை மூவாயிரத்திற்கும் அதிகமானவர்களை இழந்தது. அதனால் ஐதரலி பரங்கிப்பேட்டைக் களத்திலிருந்து பின்வாங்கினார். எனினும் அவர் முற்றிலும் தோல்வியடைந்து விடவில்லை. அவர் பரங்கிப்பேட்டையிலிருந்து பின்வாங்கி, அதன் தென்மேற்கே சுமார் 13 கிலோ மீட்டரிலுள்ள சிதம்பரத்தில் பாதுகாப்புத் தேடினார். ஐதரலியுடன் போரிட்ட கூட்டேயின் படை எண்ணிக்கையில் சிறிதாயிருந்தமையால், பின்வாங்கிய மைசூர்ப் படையைத் துரத்திச் செல்வதற்கு இயலவில்லை.

பிரிட்டீசார் ஆயத்தம் செய்துகொண்டு 1781 ஜூன் 18 அன்று சிதம்பரம் கோயிலினுள் இருந்த மைசூர்ப் படையைத் தாக்கத் தொடங்கினர். ஐதரலி சிதம்பரம் கோயிலின் மேற்குப் பக்கத்தில் அமைந்திருந்த பேட்டையைச் சுற்றி மண் கோட்டை அமைத்திருந்தார். அதனுள் மைசூர் வீரர் மூவாயிரவர் இருந்தனர். கோயிலின் புறத்தே அமைந்திருந்த இப்பேட்டையைப் பிரிட்டீசார் விரைவில் பிடித்துவிட்டனர். அவர்கள் பின்னர் கோயிலின் மேற்புறக் கோட்டை வாயிலைப் பீரங்கியால் தாக்கினர். எனினும் அவர்களால் கோயிலுக்குள் புகமுடியவில்லை. கூட்டேயின் படை விரட்டியடிக்கப் பட்டது.

சிதம்பரத்தில் இப்பதினெட்டாம் நூற்றாண்டில் இதற்கு முன்னரும் சண்டைகள் நடந்திருக்கின்றன. காப்டன் கோப்பு (Cope) 1749 ஆம் ஆண்டு தேவிகோட்டையைத் தாக்கச் சென்றார். ஆனால் அவர் அங்கு தோல்வியடையவே, டேவிடு கோட்டைக்குத் திரும்பிய வழியில் சிதம்பரத்தில் தங்கினார். இதன் பிறகு ஸ்டிரிங்கர் லாரன்சு (1697-1775) பீரங்கிகளால் தாக்கி அதே ஆண்டில் தேவிகோட்டையை மராட்டி யரிடமிருந்து பிடித்தார். (இ.ச.க.தொகுதி- 5)

அதற்கடுத்த 1750 ஆம் ஆண்டில் மராட்டியர் படைத் தலைவர் முராரி ராவின் (1704-1777; இ.ச.க.தொகுதி- 8) படையும் ஐதராபாதின் முசஃபர் ஜங்கின் படையும் சிதம்பரத்தில் பொருதின.

பிரஞ்சுகாரர் 1753 ஆம் ஆண்டு சிதம்பரத்தின் அருகிலுள்ள புவனகிரிக் கோட்டையைக் கைப்பற்றியதும் ஆங்கிலப்படை சிதம்பரம் கோயிலிலிருந்து வெளியேறிற்று. பிரஞ்சுக்காரர் அப்போது கோயிலைப் பிடித்துக் கொண்டனர். பிரஞ்சு, மராட்டியப் படைகள் அதே ஆண்டு திருச்சிராப்பள்ளியை நோக்கி முன்னேறியதற்கு முன்னர் சிதம்பரத்தில் சந்தித்துக் கொண்டன.

ஆங்கிலேயர் 1759 ஆம் ஆண்டு சிதம்பரம் கோயிலைக் கைப்பற்ற முயன்று தோற்றனர். எனினும் அங்கிருந்த பிரஞ்சுக் காவற்படை அவர்களிடம் 1760 இல் பணிந்தது.

ஐதரலி புதுச்சேரியுடன் தங்கு தடையற்ற தொடர்பு கொள்ளவேண்டு மென்பதற்காகச் சிதம்பரம் கோயிலில் பல ஆண்டுகளாய் ஒரு காவற் படையை நிறுத்தி வைத்துப் போக்குவரவை இடையூறின்றி நடக்கச் செய்தார்.

சிதம்பர வரலாறு

சோழர் குடி மன்னரொருவர் கட்டியதாய் நம்பப்படும் சிதம்பரம் கோயிலின் வரலாறு தமிழ் மக்களின் இன, சமய, இலக்கிய, கலைத் துறைகளின் வளர்சிதை மாற்றங்களுக்குக் கண்கூடான சின்னமாய் இன்றும் விளங்கு கின்றது. சிதம்பரத்தின் வரலாறு தொன்மங் களுடனும் சைவ சமயத்துடனும் நடனக் கலையுடனும் நிலையுறுதியான இறைப் பற்றுடனும் பிரிக்கமுடியாதவாறு பிணைந் துள்ளது. ஓர் இனிய காவியக் கதை போலும் பிரித்தறிய விரும்புவோர்க்கு அவரவர் அறிவுப் பக்குவப்படி அஃதஃதாகத் தோன்றுமாறும் இருப்பதை உணரலாம்.

இத்தலத்தின் மெய்யான வரலாறு கி.பி. ஐந்தாம் நூற்றாண்டு வரை செல்லக்கூடிய தென்பர். எனினும் அது சோழரின் (846-1279 கி.பி) தோற்றத்தோடும் எழுச்சியொடும் நெருங்கிய தொடர்புடையது. தில்லை என்ற பழம் பெயரையுடைய சிதம்பரம் 11, 12 ஆம் நூற்றாண்டுகளில் சோழரின் இரண்டாவது கோநகராயிருந்தது. முதற் குலோத்துங்கன் (1070-1120) இங்கு ஓர் அரண்மனையைக் கட்டிக் கொண்டார். சோழ வேந்தர்க்குத் தில்லைவாழ் அந்தணர் முடிசூட்டுவித்தனர். சோழர் சிற்றம்பலத்திற்குப் பன்முறை பொன் வேய்ந்தவராவார்.

தம் அளவைகளுக்கு ஆடவல்லான்கோல், ஆடவல்லான் மரக்கால் என்ற பெயர்களை இட்டு ஆடலரசனை, நடராசப் பெருமானைச் சிறப்பித்தவர்கள், இன்று உலகெங்கிலுமுள்ள அருங்காட்சியகங்களில் மேன்மை வாய்ந்த கலைப் பொருளாய் மதிக்கப் பெறும் நடராசப் படிமங்கள் இவர்கள் காலத்தில்தான் செப்பமும் திருத்தமும் பெற்றன. தில்லை என்ற இப்பழம்பதி தமிழக வரலாற்றின் இடைக்காலத்திலிருந்து சிறப்புற்று இலங்குகின்றது.

பிரபஞ்சத்தின் மையம்

ஆதிசேடன் சிவமூர்த்தியின் தலையில் இருப்பவன்; அதனால் தன்னை அனைவரும் பூசிக்கின்றனர் என்று அவன் இறுமாந்தான். ஆதலால் ஈசன் அவனைக் கீழே இழுத்தெறிய அவன் தலை ஆயிரம் துண்டுகளாய்ச் சிதறியது. ஆதிசேடன் தவத்தால் அவற்றை ஆயிரம் தலைகளாய்ப் பெற்றுச் சிவமூர்த்தியை அடைந்தனன். அவன் அறிவு மிக்கவன். கலைகள் அனைத்தையும் அறிந்தவன்; சிவநாதனின் மாணவன். இவன் பதஞ்சலியாய்ப் பிறந்து சிவபூசை செய்தவன் என்றெல்லாம் தொன்மங்கள் கூறும். சிவபெருமான் ஆதிசேடனிடம் சிதம்பரம் பற்றி விவரிக்கின்றார்.

''அன்றொருநாள் மாலவன் காண, நான் காட்டில் நடனமாடிக் கொண்டிருந்தேன். அவ்வேளையில் அந்த இடம் ஆட்டத்தைத் தாங்காது என்பதைக் கண்டு கொண்டேன். எனினும் என் ஆட்டத்தைத் தாங்கக் கூடிய ஓரிடம் இருப்பது எனக்குத் தெரியும். அலைந்திடும் பிண்டத்திற்கு இந்த அண்டம் சமம். இட நாடி இலங்கை வரை செல்கின்றது. வல நாடியான பிங்கலை இமயத்தைக் கிழிக்கின்றது. மையத்திலுள்ள நடுவின் நாடியான சுழிமுனை மாபெருந் தில்லையை நோக்கி நேராய்ச் செல்கின்றது. அதுவே அனைத்திற்கும் மூலக்குறியான ஆதிலிங்கம் இருந்த இடமாகும்''.

தில்லை என்பது சிதம்பரத்தின் பழம்பெயர். சிவன் ஆனந்தத் தாண்டவம் ஆடிய இடம். அது பேராற்றல் வாய்ந்த நடனமாகையால், படைப்பும் அழிவுமான அண்டவெளிச் செயற்பாடு முழுமையும் அந்நடனம் குறித்து நிற்கின்றமையால், அதைப் பிரபஞ்சத்தின் நடு மையத்தில் நின்று மட்டுமே ஆடமுடியும். இந்தக் கற்பனை ஹடயோகத்தில் கூறப் பெற்றுள்ளவற்றுடன் பொருந்திப் போகின்றது. சூக்கும சரீரத்தின் மையக் ''குழாய் வழியாகச்'' சுழிமுனை என்ற நடு நாடி செல்கின்றது. (சூக்கும சரீரம் என்பது கண்ணுக்குத் தெரியாத நுட்பமான இடம். தூல சரீரம் என்பது கண்ணுக்குத் தெரியும் உடலும் உறுப்புமாம்). மையமான இந்த அச்சு பிரபஞ்சத்தின் நடுமையத்தைத் துளைத்துக் கொண்டு செல்கின்றது. உடலை வைத்துக் கூறப்படும் இந்த உருவகத்தைக் கொண்டு நோக்குவோமாயின், 'அதை மூலாதாரம் (அதாவது வேர், முதுகுத் தண்டின் அடிப்படை) எனலாம்; அல்லது பிரபஞ்சமாகிய மனிதனின் இதய கமலம் என்று கொள்ளலாம். அது கோயிலுக்கு ஒப்பானது.

சிதம்பர இரகசியம்

மனித உடம்பானது இவ்வாறு பிரபஞ்சத்தின் அண்டத்தின் நுண்ணிய மாதிரியாய் விளங்குகின்றது. அண்ட நுணுக்கமாகிய பிண்டமாக மனிதனின் இதயம் உள்ளது என்று உபநிடதத்தில் வழிவழியாய்

உருவகிக்கப்பட்டு வருகின்றது. அந்த இடம் அளந்தறியவியலாத விசும்பு - ஆகாயம் என்றும் அதுவே மறை பொருளான பிரமன் உறையும் இடமென்றும் அடையாளம் காட்டப்பட்டுள்ளது.

எனவே அண்டத்தின் இதயம் என்று தன்னைக் காண்கின்ற சிதம்பரமானது, தன் ஆழ்ந்த உள் கிடக்கையான சிற்சபை என்ற சிற்றம்பலக் கருவறைக்குள் கண்ணுக்குப் புலனாகாத ஆகாச இலிங்கத்தை வைத்துக் கொண்டிருக்கின்றது. ஆதலால் இக்கோயில் மனிதனுள் மறைந்து கிடக்கும் உயிராதாரத்தைப் போன்று நடுமையத்தில் அமைந்துள்ள இடமாய் அடையாளங் காட்டிக் கொண்டு எல்லையற்ற பரவெளியுடன் இணைகின்றது. இதுவே மெய்யான சிதம்பர இரகசியமாகும்.

இதனை நக்கீரர் (சங்க காலம்) ''ஓவற இமைக்கும் சேண் விளங்கு அவிரொளி'' என்றார். இந்தச் சிதம்பரத்தைச் சிவயோக நெறியில் உள்ளுக்குள் கண்டார். பிறவிப் பெருங்கடலைத் தாண்டுவார். இந்த அரிய, பெரிய காட்சியைக் கண்ட சிவயோகியர் பதஞ்சலியும் புலிக்கால் முனிவர் என்னும் வியாக்கிரபாதரும் ஆவர் என்பது நம்பிக்கை.

சிதம்பரத்தின் சிறப்புச் சிந்தைக்கு எட்டாத விந்தையுடையது; அது அகக் கண்ணால் கண்டு களிக்கத்தக்கது; இதன் பெருமையை அளந்து கணக்கிட முடியாது என்று சேக்கிழார் பெருமான் (12 நூ) சிறப்பித்துப் பாடுகின்றார்.

கற்பனை கடந்த சோதி
கருணையே உருவமாகி
அற்புதக் கோலம் நீடி
அருமறைச் சிரத்தின் மேலாம்
சிற்பர வியோம மான
திருச் சிற்றம் பலத்துள் நின்று
பொற்புற நடஞ் செய்கின்ற
பூங்கழல் போற்றி, போற்றி!

சிதம்பர இரகசியத்தை இன்னொரு விதமாயும் கூறுவர். ஆடலரசனான சிவமூர்த்தி நடனமாடியபோது செஞ்சடையில் கொன்றை மாலை சூடியிருந்தார். அந்தச் சடை பொன் வடிவத்தில் செய்து கருவறைக்குள் துணியால் மூடியிருக்கும். அதன் பொன்னொளி நடராசரின் உண்மை உருவத்தை உயர்த்துவதே சிதம்பர இரகசியம் என்பர்.

தமிழ்நாட்டில் கோயில்கள்

பண்டைக் காலத்தில் தமிழ்நாட்டில் கோயில்கள் மரத்தினால் கட்டப் பெற்றன. அதற்குப் பிறகு கோயில் கட்டுவதற்குச் செங்கல், சுண்ணாம்பு, மரம் முதலியன பயன் படுத்தப்பட்டன. அதையடுத்துக் கற்பாறைகளைக் குடைந்து குகைக் கோயில்கள் அல்லது குடைவரைகள் அமைக்கப்பட்டன. கோயிற் கட்டடக் கலையின் கடைசி வளர்ச்சியாகக் கற்களை வைத்துக் கற்றளிகள் - கற்கோயில்களைத் தமிழர் கட்டலாயினர். (வெறும் மண்ணால் எழுப்பிய கோயில்கள் மண்ணளி என்றழைக்கப்பட்டன) இந்த வளர்ச்சியை இம்மக்கள் எட்டுவதற்குக் கிட்டத்தட்ட ஆயிரமாண்டுகளுக்கு மேல் ஆகிவிட்டது.

மரக் கோயில்கள்

மரத்தைத் தகுந்தபடி செதுக்கி கட்டடம் அமைப்பது எளிது. காடுகள் சூழ்ந்திருந்த

அன்றைய உலகில் மரங்கள் பேரளவில் கிடைத்தன. மலையாள நாட்டில் மரத்தினால் அமைந்த கோயில்கள் இன்றும் பல உள்ளன.

சிதம்பரக் கோயிலில் மரம்

சிதம்பரத்தின் சபாநாயகர் மண்டபம் இப்போதும் மரத்தினாலேயே அமைக்கப் பட்டுள்ளது. அக்கோயிலின் ஊர்த்துவ தாண்டவமூர்த்தி கோயில் முற்காலத்தில் மரத்தினால் கட்டப்பெற்றிருந்தது. பிற்காலத்தில்தான் அது கல்லால் கட்டப்பட்டது. அவ்வாறு அது கல்லால் கட்டப்பெற்றிருப்பினும் அதன் தூண்கள், கூரை (விமானம்) முதலிய அமைப்புகள் மரத்தினால் உண்டாக்கப்பட்டவை போலவே தோன்றுகின்றன. (இந்தியத்தில் அசோகர்தான் (273-232 கி.மு.) முதன்முறையாகக் குடைவரைகளை ஆசீவகர்க்கென்று உருவாக்கச் செய்தவர். அவற்றைக் கல்லில் குடைந்த சிற்பியர் தமக்கு நன்கு கை வந்த மரத் தச்சுக் கலை மீதிருந்த காதல் அல்லது பலவீனத்தின் காரணமாய் மரத்திலும் அமைத்து வந்த நடைமுறைக் கட்டுமான வடிவத்தில் கல்லிலும் அவ்வாறே அமைத்தனர் என்ற செய்தி இங்கு நினைவுகூரத்தக்கது (இ.ச.க.தொகுதி-8)

''சிதம்பரக் கோயிலின் பழைய கட்டடங்களெல்லாம் மரத்தினால் அமைக்கப் பெற்றிருந்தன என்பதில் ஐயமிலது'' என்று ஆராய்ச்சியாளர் மயிலை சீனி. வேங்கடசாமி (1900-1980) கூறுகின்றார். மரக் கட்டடங்கள் வெயில், மழை போன்ற இயற்கைத் தாக்குதல்களால் விரைவில் பழுதுபட்டு அழிந்ததைக் கண்டு, அவற்றின் கூரை மேல் செப்புத் தகடுகளை வேய்ந்தனர். சிதம்பரம் முதலிய கோயில்களில் கூரை மேல் பொன்னும் வேய்ந்தனர் என்பதை அறிவோம்.

செங்கற் கட்டடங்கள்

மரக் கட்டுமானம் விரைவில் பழுதடைவதொடு, எளிதில் தீப்பிடித்துக் கொள்ளவும் கூடும். (கேரளத்தில் அண்மையில் கோயில்களில் இத்தகைய விபத்துகள் நேர்ந்ததுண்டு) ஆதலால் செங்கல், சுண்ணாம்பு, மரம் முதலியவற்றைப் பயன்படுத்திக் கோயில்களை எழுப்பினர். செங்கற் கோயில்கள் மரக் கோயில்களை விட உறுதியாயிருந்த போதிலும் அவை இருநூறு முந்நூறு ஆண்டுகளுக்கு மேல் நிலைப்பதில்லை. சுமார் கி.பி.600 ஆம் ஆண்டிற்கு முன்னர் கட்டப்பட்ட கோயில்களனைத்தும் செங்கல்லால் கட்டப்பட்டனவேயாகும். கடைச் சங்க காலத்தில் (சுமார் 250 கி.மு-கி.பி 250) செங்கற்களையும் மரவிட்டங்களையும் கொண்டு எழுப்பிய கோயில்களின் சுவர்களில் சுண்ணாம்பு பூசினர் என்று அறிகின்றோம்.

கடைச் சங்க இறுதியில் நிலவியவர் என்று சிலரால் கருதப்படும் கோச் செங்கணான் கட்டியதென்று கொள்ளப்படும் எழுபத்தெட்டுக் கோயில்களும் செங்கல்லால் கட்டப்பட்டனவாய்த் தானிருக்க வேண்டும்.

பாறைக் கோயில்

பல்லவர்கள் சுமார் கி.பி. 250 முதல் தமிழகத்தில் அரசோச்சி வந்தனரெனினும், அவர்களின் பேரரசாட்சி சிம்ம விஷ்ணுவின் (575-600 கி.பி) காலத்திலிருந்துதான் தொடங்குகின்றது. பிற்காலப் பல்லவரின் இந்த ஆட்சிக் காலத்தைத் தமிழகத்தின் பொற்காலம் என்று வரலாற்றாசிரியர் சிலர் கூறுவர். தமிழகத்தில் பக்தி இயக்கம் செழித்ததும் கற்கோயில்கள் எழுப்பப் பெற்றதும் கலைகள் ஓங்கியதும் இம்மன்னர்களின் சுமார் இரண்டரை நூற்றாண்டுக் கால ஆட்சியிலேயாகும்.

அம்மன்னர்களுள் நெடிதுயர்ந்து நிற்பவர் முதலாம் மகேந்திரவர்மன் (600-630 கி.பி) ஆவார். இந்தியத்தில் குடைவரைகளை முதலில் தோற்றுவித்தவர் அசோகரெனில், அதைத் தமிழகத்தில் முதன்முதலாய் அமையச் செய்தவர் கலைகள் அனைத்திலும் தேர்ந்திருந்தவரான மகேந்திரவர்மப் பல்லவரேயாவார். அவர் விழுப்புரத்தையடுத்த மண்டகப்பட்டு, சென்னையருகிலுள்ள பல்லாவரம், காஞ்சியை அடுத்த பல்லாவரம், திருச்சிராப்பள்ளிக் குன்று, மகேந்திரவாடி, சீயமங்கலம், மேலைச்சேரி, வல்லம், மாமண்டூர், தளவானூர், சித்தன்னவாசல் ஆகிய ஊர்களில் குடைவரைகள் என்னும் பாறைக் கோயில்களைக் குடைந்தெடுக்கச் செய்தார்.

அவருக்குப் பின் மாமல்லன் என்ற பெரும்பெயர் பெற்ற அவரின் மகன் முதலாம் நரசிம்மனும் (630-668 கி.பி) பரமேசுவரவர்மனும் (670-680 கி.பி) பிறரும் மாமல்லபுரத்திலும் சாளுவன் குப்பத்திலும் குடைவரைகளை அமைத்தனர். இரதக் கோயில்களையும் பாறைகளில் குடையச் செய்தனர்.

செங்கல், சுண்ணாம்பு, மரம், உலோகம் முதலியன இல்லாமல், கற்களைக் குடைந்து எடுத்த இக்கோயில்கள், தமிழகக் கோயில் கட்டுமான வரலாற்றில் புதிய திருப்பமாகும்.

கற்றளிகள்

கி.பி. ஏழாம் நூற்றாண்டின் கடைசியிலும் எட்டாம் நூற்றாண்டின் தொடக்கத்திலும் ஆட்சி செய்த இராசசிம்மன் என்ற இரண்டாம் நரசிம்மவர்மப் பல்லவனே (680-720 கி.பி) கற்களால் கோயில்களை அமைக்கும் கட்டுமானக் கலையைத் தமிழகத்தில் தோற்றுவித்தார். கருங்கற்களை ஒன்றன் மேல் ஒன்றாய் அடுக்கிச் சுண்ணாம்பு சேர்க்காமல் கோயில்கள் கட்டப்பெற்றன. காஞ்சிபுரத்திலுள்ள கைலாசநாதர் கோயிலும் பனைமலை என்ற ஊரிலுள்ள கற்றளியும் தமிழ்நாட்டில் எழுப்பப் பெற்ற முதற் கற்கோயில்களாகும்.

''ஏறக்குறைய 1,200 ஆண்டுகளான பின்னும் அவை இப்போதும் உள்ளன'' என்று மயிலை சீனி. வேங்கடசாமி அவர்கள் பெருமைப்படுகின்றார். பல்லவர்க்குப் பிறகு கற்றளிகளை எழுப்பும் திருப்பணியைச் சோழ வேந்தர்கள் (846-1279 கி.பி) மேற்கொண்டு, காலத்தையெல்லாம் வென்று நிற்கும் கலைக் கோயில்களை உலகிற்கு விட்டுச் சென்றிருக்கின்றனர். சிதம்பரக் கோயிலைப் பேணிப் போற்றி நிலைபெறச் செய்தவர்களும் சோழ வேந்தரேயாவர்.

ஐம்பூதத் தலம்

கோயில் என்ற பொதுப் பெயர், கோயில்களுக்கெல்லாம் தலையான சிற்றம்பலத்தின் தனிப்பெயரானது. கோயிலெனில் அது சிதம்பரமேயாம்.

பழந்தமிழரின் பூதவியல் கோட்பாடு பற்றிய செய்திகள் எட்டாம் தொகுதியில் விரித்துரைக்கப்பட்டிருந்தன. தமிழர்கள் ஐம்பூதக் கோட்பாட்டைக் கொண்டிருந் தமையால், அவர்களின் மெய்யியல் சிந்தனைகளிலும் சமய வழிபாட்டிலும் அது விரவி நிற்கின்றது. அதன் காரணமாய் ஐம்பூத அடிப்படையில் இறைத் தலங்களையும் வகுத்து வைத்தனர்.

ஏகாம்பரநாதர் நிலமென்னும் பிருதிவி என்ற இலிங்கமாய்க் காட்சி தரும் காஞ்சி; நீரான அப்புவாய்ப் பரவிய திருவானைக்கா; தீயான அப்புவாய் ஒளிரும்

திருவண்ணாமலை; வளியான வாயுவாய் நிறைந்த திருக்காளத்தி; விசும்பென்னும் ஆகாயமாய் விரிந்த சிதம்பரம் என்று அடியவர் வணங்கும் ஐம்பூதத்தலங்கள் தமிழகத்தில் உள.

இறையுறையும் தலங்கள் அனைத்திலும் தலையாயது சிதம்பரமாகும். விசும்பு என்ற ஆகாயம் பூதங்கள் அனைத்தையும் உள்ளடக்கி, அப்பூதங்கள் எல்லாம் தோன்றி நிலைக்க விரிந்து இடம் கொடுக்கின்றது. இதுவே அகல் விசும்பு என்ற பூதமாகிய விசும்பின் தன்மையாகும். ஞான விசும்பு இதுபோல எத்தனையோ அண்டங்களையும் அடக்கி நிற்கின்ற அழியாத நுண்மையதாகும். ஐம்பூதத் தலங்களுள் ஒன்றான விசும்பை இடமாய் கொண்டு ஆனந்தத் தாண்டவப் பெருமான் (*Cosmic Dancer*) ஐந்தொழில்களைப் புரிகின்றார் என்பது நம்பிக்கை.

தில்லையும் சிதம்பரமும்

சிதம்பரம் என்பது கோயிலையும் தில்லை என்பது ஊரையும் குறிக்கும் பெயர்களாகும். சித் + அம்பரம் = சிதம்பரம் ஆயிற்றென்பர். சித் + ஞானம்; அம்பரம்= பரவெளி, ஞான வெளி என்று இதற்குப் பொருள் கொள்ளலாம். ஞானம் என்பது முழுமையான அறிவைக் குறிக்கும்.

சிதம்பரத்தின் பழம் பெயர் தில்லைவனம். தில்லை, சேலையூர் (தொழுகின்ற ஊர்), புலியூர், மன்று என்றெல்லாம் பலவாறாய்ச் சிறப்பிக்கப் பெறும். சிதம்பரம் என்பது சிற்றம்பலம் என்ற பெயரின் மரூஉ என்பர். இதைச் சம்ஸ்கிருதத்தில் சித்திரக்கூடம், புண்டரீகம் (வெண் தாமரை) என்றும் கூறுவர்.

ஆகாயலிங்கம் அமைந்துள்ள இவ்வூரின் நடுவே சுமார் 39 ஏக்கர் பரப்பில் இக்கோயில் எழுப்பப் பெற்றுள்ளது. ஆதலால் இது தமிழகத்தின் பெரிய கோயில்களுள் ஒன்றாகும். கோயிலைச் சுற்றிப் பல தெருக்கள் நாற்புறமும் அமைந்து ஊர் உருவாகியிருக்கின்றது. இச்சிறப்பு வெள்ளியம்பலமான மதுரைக்கும் பொன்னம்பல மான தில்லைக்கும் பொதுவானது.

அம்பலங்கள், சபைகள்

அம்பலம் என்பது கேரளத்தில் கோயில்களைக் குறிக்கும். சிதம்பரம் கோயிலில் பல அம்பலங்கள் உள்ளன. நடராசப் பெருமான் எழுந்தருளியிருக்கும் மன்று சிற்றம்பலம்; அவர் திருமஞ்சனம் ஆடும் இடம் பொன்னம்பலம்; ஊர்த்துவ தாண்டவ மூர்த்தியின் கல்லுருவம் உள்ளது கூத்தம்பலம்; தீட்சிதர்களின் பொதுக் குழு கூடுமிடம் பேரம்பலம்; ஆயிரக்கால் மண்டபம் இராச சபையாகும்; குதிரைகள் பூட்டித் தேர் இழுப்பது போன்று பின்னால் சகடங்கள் அமைத்த மண்டபத்திற்கு நிருத்த சபை என்று பெயர். இவ்வாறு இங்கு பல சபைகளும் இருப்பதால் தில்லையப்பனுக்குச் சபாபதி, சபாநாயகர், அம்பலவாணர் என்ற பெயர்கள் வழங்குகின்றன.

உள் பொருள்:

பொன்னம்பலத்திலுள்ள பொன் ஓடுகளின் எண்ணிக்கை 21,600 என்றும் அவற்றின் மேல் 72,000 ஆணிகள் அறையப்பட்டுள்ளன என்றும் கூறுவர். மனிதன் நாளும் 21,600 முறை மூச்சு விடுவதாயும், மனித உடலில் 72,000 நரம்புகள்

இருப்பதாயும் இவற்றைக் குறிக்கவே ஓடுகளும் ஆணிகளும் அதே எண்ணிக்கையில் பயன்படுத்தப்பட்டுள்ளன என்றும் கூறுவர்.

கோபுரங்கள் - கலை நுட்பமும் கால ஆய்வும்

''தில்லையில் பதின்மூன்றாம் நூற்றாண்டிற்குள் இன்று நிலவும் பெரும்பாலான கட்டடங்கள் எழுப்பப் பெற்றுவிட்டன. இன்றைக்கு இருக்கின்ற சான்றுகளைக் கொண்டு கோயிற் கோபுரங்களின் காலத்தையும் கணிக்க முயன்றிருக்கின்றேன்,'' இவ்வாறு ஜேம்ஸ் சி. ஹார்லி என்பவர் சிதம்பரம் கோயில் கோபுரங்கள் பற்றிய தன் ஆங்கில ஆராய்ச்சி நூலின் முன்னுரையில் கூறுகின்றார். அவர் தென்னிந்தியத்தின் அரிய பெரும் சிதம்பரம் கோயிலின் நான்கு புறவாயில்கள் அல்லது கோபுரங்களின் கட்டமைப்பையும் அவற்றில் காணும் சிற்பங்களையும் பற்றிப் படிப்பாளிகள் விரிந்த அளவில் அறிந்து கொள்ள வேண்டுமென்பதைத் தலைநோக்கமாய்க் கொண்டு இந்நூலை எழுதியிருக்கின்றார். அவர் இதற்காகச் சிதம்பரத்தில் *1957-1958* காலத்தில் ஏறத்தாழ மூன்று மாதம் தங்கியிருந்தார்; அவர் கோபுர ஆராய்ச்சிக்கென்று தென்னாட்டில் மொத்தம் ஒன்பது மாதங்கள் இருந்தார்.

தென்னிந்தியக் கோபுரக் கட்டுமானப் பணி ஐரோப்பியத்தின் பெரிய கட்டுமானம் எதனுடனும் ஒப்பிடக்கூடிய வகையில் சிறப்புடையது என்பது அவரது கருத்தாகும். தென்னிந்தியக் கோபுரங்கள் அல்லது நுழைவாயில்கள் தனிச்சிறப்பு வாய்ந்தவையாகும். இக்கோயில்கள் கி.பி. மூன்றாம் நூற்றாண்டில் அடைந்துவிட்ட படிமுறை வளர்ச்சி காரணமாக, அவை கோயிலின் நடுமையத்திலுள்ள இறையின் இடத்தைப் பெற்றுக் கோயிலிலேயே மிகப் பெரியனவும் முக்கியமானவையுமான கட்டடங்களாய் வளர்ச்சி பெற்றுவிட்டன. இத்தகைய பரிணாம வளர்ச்சியின் தொடர்ச்சியாய்த் துணைச் சேர்க்கைகளாய்த் திருச்சுற்றுகள் கூடுதலாய் எழுப்பப் பெற்றன. ஆனால் பெரிய கோயில்களனைத்திலும் மேலும் மேலும் பல கோபுரங்கள் எழுப்பப் பெற்றன. அதன் பயனாய்த் தென்னிந்தியக் கோயில் கட்டுமான வல்லுநர்கள் கோபுரங்களை எழுப்புவதிலும் தம் திறமை, ஆற்றல் ஆகியவற்றில் பெரும் பகுதியை ஈடுபடுத்தினர். எனினும் இக்கட்டுமானங்கள் குறித்து எவரும் விரிந்த அளவில் ஆராய்ந்தனரிலர் என்பது கவனத்திற்குரியதாகும்.

தென்னிந்திய வாழ்க்கைக் கோலம் முழுமையிலும் கோபுரங்கள் மிகவும் குறிப்பிடத்தக்க தனிச் சிறப்பு வாய்ந்தனவாகும். அவற்றை எந்த அளவு கோலின்படி மதிப்பிட்டாலும், அவை வெகு முதன்மையான கட்டுமானங்களாகும். அவற்றுள் மிகப்பெரிய கோபுரங்கள் எண்ணியெண்ணி வியக்கத் தக்க தொழில் நுட்பச் சாதனைகளை எடுத்தியம்புகின்றன. அவை பதினாறு பதினேழாம் நூற்றாண்டுகளில் எழுப்பப் பெற்று இருநூறடிக்கும் மிகையான உயரம் எழும்பி நிற்கின்றன. அதனால் அவை வெகு சில ஐரோப்பியச் சர்ச்சுகளை விட அண்மைக்காலம் வரையிலும் மிக உயர்ந்த கட்டுமானங்களாயிருந்தன. உயரம் குறைந்த வேறு சில கோபுரங்கள் ஏறத்தாழ எண்ணூறு ஆண்டுகளான பின்னும் இன்னும் நன்னிலையில் இருக்கின்றன.

இருப்பினும், தற்காலத் தொழில் நுட்ப வரம்பினுள் நின்று கொண்டு இக்கோபுரங்களை விளங்கிக் கொள்வதற்கு முயலலாகாது. அவற்றைப் புரிந்து கொள்வதில், ஏற்றுக்கொள்ளப்பட்ட ஐரோப்பியக் கட்டுமானக் கோட்பாடுகள் பலவும் ஒவ்வாதனவாம். பெரும்பாலான இந்தியக் கட்டுமானங்களுக்குப் பொதுவான கூறுகள்

உள்ளன. அவை மிகுந்த ஆர்வம் ஊட்டுவனவாயும் ஆராய்ச்சியாளர்க்கு அறைகூவல் விடுப்பனவாயும் நெடிதுயர்ந்து நிற்கின்றன. தென்னிந்தியக் கட்டுமானங்கள் முற்றிலும் புதிய ஒரு மரபைத் தோற்றுவித்திருக்கின்றன. இம்மாபெரும் கட்டுமானங்கள் நுழைவாயில்களாய் அமைந்திருப்பதிலுள்ள பொருத்தமின்மையைப் பற்றி நாம் என்ன நினைப்பது?

அல்லது கோயிலின் மையத்தை நோக்கிச் செல்லச் செல்ல அடுத்தடுத்து எழுப்பப் பெற்றுள்ள கோபுரங்கள் மாற்றமே இல்லாதவாறு சிறியனவாகிக் கொண்டே செல்வதைப் பற்றித்தான் என்ன நினைப்பது? திண்மையான அடிப்படையைக் கொண்ட வலுவான இந்நினைவுச் சின்னங்களின் மேலே சதுரத் தூண்கள், சிற்ப வேலைப் பாடமைந்த பிதுக்கங்கள், மண்டபங்கள் என்ற வழிவழியான கட்டுமானக் கூறுகள் நம்மைச் சற்று ஏமாற்றுவது போலிருக்கின்றன. எனினும் இக்கோபுரங்களில் போலியோ, மனம் போன போக்கில் அமைந்த கூறுகளோ இல்லை. ஐரோப்பிய வரலாற்று இடைக்காலத்தில் (கி.5.நூ.-15 நூ) கதீட்ரல்கள் எழுந்ததைப் போன்று நாகரிகத்தின் மெய்யான வெளிப்பாடாய்த் தமிழ்நாட்டுக் கோபுரங்கள் எழும்பி நிற்கின்றன. (கதீட்ரல் : ஒரு பிஷப்பின் - பேராயரின் மேற்றிராசனப் பகுதியின் தலைமையான சர்ச்சு ஆகும்) தமிழகக் கட்டுமானக் கலையின் தனிக் கூறாய் விளங்கும் கோபுரங்களைப் பற்றிய சிந்தனையைத்தான் மேற்சொன்ன ஆங்கிலேயர் இக் கருத்துகளாய் வெளிப்படுத்திச் செல்கின்றர்.

''இன்று நிலைத்திருக்கின்ற கோபுரங்களிலேயே சிதம்பரக் கோயில் கோபுரங்கள் வெகு நேர்த்தியானவையாய் விளங்குகின்றன. அதற்கான காரணங்களைக் கண்டு பிடிப்பது கடினமன்று. மிகத் தொன்மையான பெரிய கோபுரங்களுள் சிதம்பரக் கோயில் கோபுரங்களும் அடங்கும். பிற்காலத்தில் எழுந்த சோழர்க்கேயுரிய நினைவுச் சின்னங்களின் பண்புக் கூறுகள் அக்கோபுரங்களில் உள்ளன. அதேவேளையில் அவை காலத்தால் மூத்தும் மேதகைமையையும் 'அழகையும்' கொண்டும் இலங்குகின்றன. அவற்றில் புதுமை நயமும் தனித்தன்மையான கலைச்சுவையும் கூடச் சிறிதளவு உண்டு. அவை சோழர் குடியின் ஆட்சிக் காலத்தில் *(846-1279)* உண்டான மிகச்சிறந்த கட்டடக்கலைப் படைப்புகளுமாகும்''.

கோபுரங்களை எழுப்பியவர்கள்

கிழக்குக் கோபுரம்	-	விக்கிரம சோழன் *(1118-1136)* எழுப்பினார்; பச்சையப்பன் *(1754-1794)* புதுப்பித்தார்.
தெற்குக் கோபுரம்	-	கோப்பெருஞ் சிங்கன் (கி. 5-6 நூ) ஒரிச வெற்றியின் நினைவாய் எழுப்பினர் என்பர்.
மேற்குக் கோபுரம்	-	சடையவர்மன் சுந்தரபாண்டியன் *(1261-1271)* *1258* இல் எழுப்பினார்.
வடக்குக் கோபுரம்	-	கிருஷ்ணதேவ ராயர் *(1509-1529)* *1509* இல் எழுப்பினார்.

கோபுரம் - விளக்கம்

கோபுரம் என்பது சம்ஸ்கிருதச் சொல். அதற்குக் கோயிலின் வாயில் அல்லது வாயில் என்பது பொருள். இச்சொல் முதலில் வால்மீகி இராமாயணத்திலும் வியாச

பாரதத்திலும் வருகின்றது என்பர். அதன் சொற்பிறப்பு யாதென்பது தெரியாமலிருக்கின்றது. மண்ணீடு என்ற சொல் கோபுரத்தைக் குறிக்கும் என்பர். இச்சொல்லுக்கு மாடம், மூடு சாந்திட்ட இல்லம், திண்மை என்ற பொருள்களும் தமிழில் உண்டு.

சிதம்பரக் கோயிலின் காலம்

சிதம்பரக் கோயிலின் காலம் குறித்த வேறு சில செய்திகள்:

ஈராறுகளுக்கு இடைப்பட்ட வண்டல் நிலவெளியில் சிதம்பரக் கோயில் அமைந்துள்ளது. இங்கு சுமார் 64 கிலோ மீட்டர் வட்டாரத்தில் இக்கோயிலின் கோபுரங்களையன்றி வேறு பெரிய கட்டடங்கள் இல. இக்கோயிலையும் இதன் கோபுரங்களையும் கட்டுவதற்குக் கட்டுமானப் பொருள்கள் வெகு தொலைவிலிருந்து தான் வந்திருக்க வேண்டும். *(தமிழ்நாட்டில் கோயில்களின் தோற்றமும் வளர்ச்சியும் இ.ச.க. தொகுதி-3 ல் சொல்லப்பட்டுள்ளது)*

பல நூற்றாண்டுகளுக்கு முன்னர் (சுமார் கி.பி. 500 வாக்கில்) காசுமிர மன்னரொருவர் வந்து சிதம்பரக் கோயில் திருக்குளத்தில் மூழ்கியெழுந்து தொழுநோய் நீங்கப் பெற்றாராம். அவர் இக்கோயிலுக்குக் கொடைகள் வழங்கி, அதை விரித்துக் கட்டவும் செய்தார் என்பது ஆதாரமில்லாத கதை.

பொன் வேய்ந்தவர்கள்

முதற் பராந்தக சோழன் (907-953) கொங்கு நாட்டின்மீது படையெடுத்துச் சென்று, அங்கிருந்து பொன் கொணர்ந்து திருச்சிற்றம்பலத்திற்குப் பொன் வேய்ந்திருக்க வேண்டும் என்பது தி.வை.சதாசிவ பண்டாரத்தார் (1892-1960) கருத்தாகும். சிற்றம்பலத்திற்கு இதற்கு முன்னரும் பொன் வேயப்பட்டது என்று அறிகின்றோம். பராந்தகன் இத்துடன் கோயிலையும் விரித்துக் கட்டினார்.

முதற் குலோத்துங்க சோழனது ஆட்சியில் (1070-1120) அவர் தங்கை குந்தவை கி.பி.1114 இல் தில்லைக் கோயிலுக்குப் பொன் வேய்ந்தார் என்று அக்கோயில் கல்வெட்டு ஒன்று கூறுகின்றது. இச்சோழனது மகன் விக்கிரம சோழன் (1118-1136) 1128 இல் சிற்றம்பலத்தைச் சேர்ந்த திருச்சுற்று மாளிகைக்கும் திருக்கோயிலுக்கும் பொன் வேய்ந்தார் என்று அவரது மெய்க்கீர்த்தி கூறுகின்றது. இவ்விக்கிரம சோழனின் படைத்தலைவராகிய மணவிற் கூத்த காளிங்கராயன் தில்லையில் பொன்னம்பலத்திற்குப் பொன் வேய்ந்தார் என்று அங்குள்ள இன்னொரு கல்வெட்டுக் கூறும்.

விக்கிரம சோழன் மகனாகிய இரண்டாம் குலோத்துங்கன் (1133-1150) தில்லைச் சிற்றம்பலத்தையும் பிறவற்றையும் பொன் வேய்ந்தார் என்று இராசராச சோழன் உலா பாடுகின்றது. இவற்றையெல்லாம் நோக்கும் போது சோழரின் ஆட்சிக்காலத்தில் தில்லைச் சிற்றம்பலம் பன்முறை பொன் வேயப்பட்டது என்பது நன்கு புலனாகின்றது.

சிதம்பரக் கோயில் பல நூற்றாண்டுகளாகவே கட்டப்பட்டு வந்து, இறுதியாய்க் கி.பி.1250 ஆம் ஆண்டு நிறைவுற்றது. இதைக் கட்டி முடிக்கப் பல நூற்றாண்டுகளாயின. அதன் பழைய கட்டடம் முதலில் சிறு கருவறையாகவே இருந்தது. அது குதிரைகள் இழுக்கின்ற தேரின் வடிவத்தில் கட்டப் பெற்றிருந்தது.

பின்னர் 1595-1685 ஆகிய ஆண்டுகளுக்கு இடைப்பட்ட காலத்தில் சுமார் தொண்ணூறு ஆண்டுகளில் ஆயிரங்கால் மண்டபம் கட்டப் பெற்றது. அங்கு 984 கால்கள் (தூண்கள்) மட்டுமே உள.

தில்லைக் கோவிந்தர்

பொற்சபையில் நடராசர் காட்சி அருளுகின்றார். அவருக்கு எதிரே கிழக்குப் பார்த்தபடி தில்லைக் கோவிந்தர் என்று வழங்கும் வரதராசப் பெருமாள் கிடந்த கோலத்தில் காட்சியளிப்பதைச் சிதம்பரத்தில் காணலாம். இது இங்கு காணப்படும் தனிச்சிறப்பான ஏற்பாடாகும். இரண்டாம் நந்திவர்மப் பல்லவன் *(710-775)* இந்தப் பெருமாளை எட்டாம் நூற்றாண்டில் நிறுவினார் என்று தெரிகின்றது. குலசேகராழ்வாரும் *(9 நூ)* திருமங்கையாழ்வாரும் *(9நூ)* கோவிந்தராசப் பெருமாளைப் பாடியுள்ளனர். வைணவர்கள் தில்லையைத் திருச்சித்திரக்கூடம் என்றே அழைக்கின்றனர். முன்னர் இங்கு தீட்சிதரே பெருமாளுக்கும் பூசை செய்தனர்.

இந்தப் பெருமாள் பல அவதிகளுக்குள்ளானார் என்று அறிகின்றோம். இவர் நடராசப் பெருமான் முன்னால் இருத்தலாகாது என்று இரண்டாம் குலோத்துங்கன் *(1133-1150)* பெருமாளைக் கடலில் தூக்கிப் போட்டுவிட்டார் என்றொரு கதையும் உண்டு. சித்திரக் கூடத்தை எவரோ அழித்தபோது இராமானுசர் *(சு.1028-1137)* பெருமாள் உருவத்தை எடுத்துச் சென்று கீழைத் திருப்பதியில் திருநிலை செய்தார் என்பர். பின்னர் பதினான்காம் நூற்றாண்டில், *1310* ஆம் ஆண்டுகளில் மாலிக் காபூரின், தலைமையில் வந்த டெல்லி முஸ்லிம் படையினர் பல கோயில்களை இடித்து அட்டூழியஞ் செய்தனர். அப்போது அவர்களுக்கு அஞ்சிப் பல கோயில்களின் இறையுருவங்கள் மறைத்து வைக்கப்பட்டன.

செஞ்சியை ஆண்ட கோபண்ண ராயனும் விசயநகர இளவரசர் கம்பண உடையாரும் மதுரையில் சுல்தான் ஆட்சியை *1377* இல் ஒழித்த பிறகு தென்னாட்டில் கோயில்களெல்லாம் திறக்கப்பட்டன. அந்நேரத்தில் வேதாந்த தேசிகர் *(1269 - 1369; இ.ச.க.தொகுதி-4)* கோவிந்தராசப் பெருமாளைத் தில்லையில் திருநிலைப்படுத்த ஏற்பாடு செய்தார். இதன் பிறகும் பெருமாளுக்கு அமைதியில்லை. அவர் பின்னர் ஒரு முறை இடம் மாறிய பிறகுதான், பதினாறாம் நூற்றாண்டிலிருந்து இன்று வரை தில்லையில் அனந்தன் மீது அரிதுயில் கொண்டு கிடக்கின்றார். விசயநகர அரசான அச்சுதராயர் *(1530-1542) 1539* ஆம் ஆண்டு இதற்கு வழி கோலினார்.

நடராசர் சன்னதிக்கு எதிரே கொடிமரத்தினடியில் நின்றால் ஆனந்தக் கூத்தனையும் அரிதுயில் கொண்டு கிடக்கும் மாலனையும் வழிபடலாம். இந்த அரிய இன்பத்தைப் பற்றிக் கோபாலகிருஷ்ண பாரதியார் *(19 நூ)* நந்தன் சரித்திரத்தில் பாடியுள்ளார்.

தில்லையம் பலத்தானைக் கோவிந்த ராசனைத்
தரிசித்துக் கொண்டேனே
தும்பைப்பூ மாலைகள் கொட்டுக்கொ டுப்பதிங்கே
துளசிக்கொ ழுந்தெடுத்துத் தொட்டுக்கொ டுப்பதங்கே

நடராசர் வடிவம்

சோழர் காலத்து நடராசர் திருமேனிகள் உலக முழுமையிலுள்ள கலையார் வலரைத் தட்டியெழுப்பின என்று தற்காலத் தமிழறிஞர் ஒருவர் கூறுவார். இக்கலையுருவம் பற்றித் திருமூலர் *(சு.6நூ.கி.பி)* இருபதாம் நூற்றாண்டினரான திரு.வி.கலியாணசுந்தரனார் *(1883-1953)*, கலைவல்லாரான ஆனந்த குமாரசாமி *(1877-1947)*, பிரஞ்சுச் சிற்பியான அகஸ்தி ரொடீன் *(1543-1617)* போன்றவர்கள் ஒரு

1781

பெயர், ஓருருவம் ஒன்றுமிலா இறைவனுக்கு உருவம் தந்து, அவனை ஆடுங் கடவுளாய் உருவகித்துக் கலைவடிவம் தந்த விந்தை பற்றி எண்ணியெண்ணி வியக்கும் விளக்கங்களைத் தந்திருக்கின்றனர்.

தோற்றுவாய் அரப்பனா?

அரப்பனில் கிடைத்த பழுப்பு நிறமான தலையில்லாச் சுண்ணாம்புக் கல் உருவம் ஒன்று ஆடும் நிலையில் உள்ளது. அதுவே சோழர் காலத்து நடராசத் திருமேனியின் முன்னோடியாகலாம் என்று பெஞ்சமின் ரௌலண் (*Benjamin Rowland - The Art and Architecture of India*) என்ற கலை வரலாற்றாசிரியர் கூறுகின்றார். அது இன்று காணும் சிதைந்த நிலையிலும், அதன் இடுப்பும் பிற உறுப்புகளும் சண்ட மாருதத் தோற்றத்தை வெளிப்படுத்துவது போல் தோன்றுகின்றது என்பர். சுண்ணாம்புக் கல்லாலான இவ்வுருவின் அமைப்பு ஆரவாரமற்றது; எவரையும் உருக்கும் எளிமையான ஆணுருவம்.

ஹென்றி மூர் (*Henry Moore பி.1898*) போன்ற ஆங்கிலச் சிற்பி வடிக்கும் கை வண்ணத்தைக் காட்டும் தோற்றமுடையது. உடைந்த நிலையிலேயே பரபரப்பையும் வேகத்தையும் உணர்த்துகின்றது. தலை, நெஞ்சுக் கூடு முதலியன வெகு வேகமாய் இடம் விட்டு இடம் பெயர்ந்து ஆடுதலால், சிவனின் அச்சமூட்டும் ஆடலைக் குறிக்கச் சோழர் காலத்துச் செப்புப் படிமங்களில் கையாளப்பட்ட நுட்பமான முறை இதிலும் கைக் கொள்ளப்பட்டது என்றே தோன்றுகின்றது என்பது தமிழர் கலை பற்றிய விற்பன்னரான க.சி.மலையாவின் கருத்தாகும். சோழர்காலத்துச் செப்புத்திருமேனிகளை

நினைவூட்டும் வகையில் அமைந்த நடன நங்கையின் தாமிர உருவம் ஒன்றும் கிடைத்துள்ளது. இவ்வுருவத்தின் கீழுதடு தடித்துத் தொங்குகின்றது. எனவே இது திராவிட இனத்திற்கேயுரிய தோற்றமோ என்று பெஞ்சமின் ரௌலண் வியக்கின்றார்.

சிவ நடனம் - திரு.வி.க. விளக்கம்

சிவநாதரின் பல்வகைக் கூத்துகள் பற்றிய செய்திகள் சங்க இலக்கியங்களிலும் (சு.250 கி.மு - 250 கி.பி) சுமார் கி.பி. இரண்டாம் நூற்றாண்டினது என்று கருதப்படும் சிலப்பதிகாரத்திலும் விரிந்து காணப்படுகின்றன. தமிழிலக்கியச் செய்திகளைப் புறக்கணித்துவிட்டு நடராசத் திருமேனி பற்றிச் சிந்திப்பதோ எழுதுவதோ புரிந்து கொள்வதற்கு இயலாத விளக்கமாய்த் தானிருக்கும் என்பது கமலையாவின் கருத்தாகும்.

நடராசத் திருமேனி பற்றி உலகக் கலை ஒப்பியல் நோக்குள்ள கலைவிற்பன்னரும் தலையோங்கிய ஓவியர்களும் தருகின்ற மெய்யியல் விளக்கங்களை விடத் தமிழில் ஊறித் திளைத்த திரு.வி.க. தரும் மெய் விளக்கம் சிந்தனைக்கு விருந்தாகும்:

''சிவபெருமானின் ஆயிரத்தெட்டுத் திருப்பெயர்களுள் கூத்தன் என்பது ஒன்றென்று அனைவரும் அறிவோம். அவன் ஆடவல்லான் என்றும் நடராசன் என்றும் போற்றப்படுகின்றான். அம்பரத்தில் ஆடும் சிவன் தில்லைப் பொன்னம்பலத்தில் ஆடுகின்றான்.

''சிவத்திற்கு இருவித நிலையுண்டு. ஒன்று எல்லாவற்றையும் கடந்தது. மற்றொன்று எல்லாவற்றிலும் கலந்தது.முன்னையது சொரூபம், நிர்க்குணம் (குணமின்மை) என்றும் பின்னையது தடத்தம், சகுணம் என்றும் வழங்கப்படுகின்றன.

''எல்லாவற்றையும் கடந்த சிவத்திற்கு உருவம், அருவம், ஐந்தொழில் (படைப்பு, திதி, சங்காரம், திரோபவம், அனுக்கிரகம் ஆகிய ஐந்து) முதலியன இல்லை. சிவம் எல்லாவற்றிலும் கலந்த நிலையென்பது, இயற்கையோடு இயைந்து நிற்பதாகும். சிவம் அறிவு; இயற்கை சடம்; சிவம் இயற்கையுடன் கலந்த நிலையில் இயக்கம் அசைவு உண்டாகின்றது. தனித்த சிவத்திற்கும் தனித்த இயற்கைக்கும் இயக்கம் கிடையாது என்பது நியதி சிவம் தனித்தும் இயற்கையுடன் கலந்தும் நிற்கும் இயல்புடையது. இயற்கை தனித்து நிலவாது. அது சிவத்துடன் கலந்தே இயங்கும் இயல்பு வாய்ந்தது. சிவமும் இயற்கையும் கலந்த நிலையை விளக்கும் கலைகள் உள. அவற்றுள் சிறந்த ஒன்று நமது தமிழ்நாட்டில் பொலிகின்றது. அது எது? அதுவே சிதம்பரம் என்பது. சிதம்பரம் என்னும் கோயில் வெறும் கல்லன்று; மண்ணன்று; சுவரன்று; கட்டடமன்று. பின்னை என்ன? இஃதொரு கலை. அக்கலை மூன்று களங்களைக் கொண்டது. ஒன்று ஞானசபை; மற்றொன்று நடராச மன்றம்; இன்னொன்று சிவகாமிப் பொதுஞான சபை சிவத்தின் கடந்த நிலையை அறிவுறுத்துவது. சிவகாமி வடிவம் இயற்கை அன்னையின் அறிகுறி. கடந்த சிவம் இயற்கைச் சிவகாமியுடன் கடந்த நிலையில் எழும் இயக்கத்தை உணர்த்துவது நடராச ஓவியம்.''

நடராச வடிவம் எப்போது, எவரால் வடிக்கப்பெற்றது என்பதற்கு வரலாறு இல்லை. இன்று நாம் காணும் நடராச வடிவம் பத்தாம் நூற்றாண்டிற்குப் பின் உருப்பெற்று வழக்கில் வந்தது. எனினும் இதன் தொன்மை அரப்பன் காலம் வரை செல்கின்றது.

சிவ தாண்டவங்கள்

சிவ தாண்டவம் மூவகை என்பர்: பிரதோஷ நடனம், ஊர்த்துவ தாண்டவம், ஆனந்தத் தாண்டவம்.

பிரதோஷ நடனம் (படைப்பு நடனம்)

தேவர்கள் இறவாதிருக்க அமிழ்தம் வேண்டிப் பாற்கடலைக் கடைந்த பின்னர், அதிலெழுந்த ஆலகாலத்தைச் சுந்தரர் எடுத்துத்தரச் சிவன் உண்டது சனிக்கிழமை ஏகாதசித் திதியிலாகும் என்பது ஒரு கதை. பாற்கடலில் உண்டான ஆலகாலம் என்ற கொடிய நஞ்சினால் அமரர்க்கும் அடியார்க்கும் தோஷம் (தீங்கு) ஏதும் உண்டாகா திருக்கச் சிவநாதர் புனிதமான பிரதோஷ காலத்தில் காத்தருளினார். (பிரதோஷ காலம் என்பது திரயோதசி திதியன்று பொழுது சாய்வதற்குமுன் மூன்றே முக்கால் நாழிகை தொடங்கிப் பொழுதடைந்த பின் மூன்றே முக்கால் நாழிகை வரையிலுள்ள காலம். ஒரு நாழிகை என்பது 24 நிமிடம். ஆகப் பிரதோஷ காலம் மூன்று மணி நேரமாகும்) சிவநாதர் அன்று மாலை கயிலையில் 4.30 மணி முதல் 5.45 மணி வரை நந்தி தேவரின் இரு கொம்புகளுக்கிடையே நின்று, அம்பிகை காணத் திருநடனம் ஆடினார். அது முதல் திரயோதசித் திதியன்று மாலை நேரம் தீவினைகள் அனைத்தையும் போக்கும் பிரதோஷ நேரமாகும். பிரதோஷ நேரத்தில் ஆடியமையால், இது பிரதோஷ நடனம் என்று பெயர் பெற்றது. இது ஊழிக்காலம் முடிய, உலகத் தோற்றம் உண்டாக ஆடிய படைப்பு நடனம் என்ற கருத்தும் உள்ளது.

ஊர்த்துவ தாண்டவம்

இது திருவாலங்காட்டில் காளியின் செருக்கை அடக்கப் பைரவ அல்லது வீரபத்திர மூர்த்தத்தில் (திருவுருவில்) நின்று ஆடிய தாண்டவமாகும். சிவமூர்த்தி தில்லையம்பலத்தில் ஊர்த்துவ தாண்டவமாடினார் என்பது மரபு. தில்லைப் பொன்னம்பலத்தின் எதிரிலுள்ள நிருத்த சபையில் ஊர்த்துவ தாண்டவச் சிற்பம் உள்ளது. ஊர்த்துவ நடனம் என்றால் மேல்நோக்கி ஆடும் ஆட்டம் என்று பொருள்.

ஆனந்தத் தாண்டவம்

பதஞ்சலியும் புலிக்கால் முனிவரான வியாக்கிரபாதரும் காணச் சிவகாமியம்மை உளம் மகிழ முயலகனின் முதுகு மிதித்துச் சிதம்பரச் சிற்றம்பலத்தில் என்றென்றும் ஆடிக் கொண்டேயிருக்கும் அற்புத நடனமே ஆனந்தத் தாண்டவமாகும். (முயலகன் : தாருகாவனத்து முனிவர்கள் சிவனைக் கொல்வதற்காக ஆபிசார வேள்வி செய்தனர். அப்போது வேள்விக் குண்டத்திலிருந்து எழுந்த பூதன் முயலகன் ஆவான். இவன்

சிவபெருமானிடம் கொடிய உருவுடன் சென்றான். அப்போது ஈசன் அவனது முதுகில் காலூன்றி நின்று இடுப்பை ஒடித்தார். நடராசத் திருவுருவங்களில் சிவனின் காலடியில் இவனைக் காணலாம்.)

சிவதாண்டவச் சிவத்தலங்கள்

சிவமூர்த்தி நடனமாடும் வேறு பல சிவத்தலங்களும் உள்ளன. சிதம்பரத்தில் ஆனந்தத் தாண்டவம்; நெல்லையில் முனி தாண்டவம்; திருப்பத்தூரில் கௌரி தாண்டவம்; திருக்குற்றாலத்தில் திரிபுரத்தாண்டவம்; மதுரையில் சந்தியா தாண்டவம்; கீழ்க்காணும் சப்த விடங்கத் தலங்களிலும் சிவநாதர் எழுவகை நடனங்களை ஆடினார்:

திருவாரூர் இங்கு காண்பது அஜப நடனம். இதற்கு மந்திரத்தை வாய்க்குள் சொல்லிச் செபிக்காத நடனம் என்று பொருள். திருமால் பண்டு தியாகேசரைத் தம் நெஞ்சத் தாமரையில் வைத்து உள்ளத்தால் பூசித்து மந்திரஞ் சொல்லியபோது மேல்மூச்சு, கீழ்மூச்சு அசைந்தாடிய நடனத்திற்கு அஜப நடனம் என்று பெயர்.

திருநள்ளாறு - இங்கு ஆடுவது உன்மத்த நடனம். அதாவது பித்தனைப் போல் தலை சுற்றி ஆடுவது. உன்மத்தன்- பித்தன்.

திருநாகை - தரங்க நடனம்; கடலலை போல் ஆடுவது.

திருக்காறாயில் - குக்குட நடனம்; கோழி போல் ஆடுவது.

1781

திருக்கோளிலி *(திருக்குவளை)* - பிருங்க நடனம், வண்டுபோல் குடைந்து ஆடுகின்ற நடனம் பிருங்கம் - வண்டு.

திருவாய்மூர் - கமல நடனம், பொய்கையில் பூத்த தாமரை மலர் காற்றில் அசைவது போன்ற நடனம். கமலம் - தாமரை

திருமறைக்காடு -அம்ச பாத நடனம், அன்னம் போல் அடியெடுத்து வைத்தாடுவது. அம்சம் - அன்னம்.

சிதம்பரத்தில் சிவ – சக்தி நடனம்

சிவனும் சக்தியும் சிதம்பரத்தில் ஆடிய நடனம் பற்றிய தொன்மக்கதையொன்று உண்டு. தேவி ஒருநாள் கைலாயத்தில் விளையாட்டாய் ஈசனின் கண்களைப் பொத்தினாள். அதனால் அண்டசராசரமும் அசைவற்று நின்றது. சிவநாதனின் இத்தகைய பேராற்றலைக் கண்ட தேவிக்கு அவர்மீது காழ்ப்புணர்ச்சி ஏற்பட்டது. அதனால் ஈசன் தேவியைக் கரிய நிறமுள்ள காளியாக மாறுமாறு சபித்தார். காளி இச்சாபத்திலிருந்து மீள்வதற்காகத் திருவாலங்காடு சென்று தவமியற்றுமாறு சிவனார் சொல்லிவிட்டார்.

காளி இக்கொடிய உருவால் சிதம்பரத்தை நோக்கித் தெற்கில் சென்று கொண்டிருந்தபோது, வழியில் எதிர்ப்பட்ட அனைத்தையும் அழித்தார். சிவன் காளியை ஆற்றுப்படுத்துவதற்காக, அவர்முன் தோன்றினார். காளியை நடனப்போட்டிக்கு அழைத்தார். இந்நடனப் போட்டியில் தோற்பவர்கள் சிதம்பரக் கோயிலை விட்டு ஊருக்கப்பால் சென்றுவிட வேண்டும்.

நடனப் போட்டி சிதம்பரக் கோயிலின் நிருத்த சபையில் நடந்தது. சிவன் வெகு உயரத்தில் தன் கால்களைத் தூக்கியாடியதால், காளி போட்டியில் தோற்க நேர்ந்தது. காளி சிவனாரின் இந்தத் தந்திரத்தால் தோற்றதும் மேலும் சீற்றமுற்றுச் சிதம்பரக்

கோயிலின் வடக்கிலிருந்த மயான பூமியின் பூதக் கேணியை அடைந்து அங்கு கடுஞ்சினத்துடன் அமர்ந்திருந்தார். பிரமன் நான்மறைகளை ஓதிக் கொண்டே காளியிடம் வந்தார். அவர் அவற்றை ஒவ்வொன்றாய் ஓதி முடித்ததும், மறைகள் நான்கும் தேவியின் ஒரு முகமாயின. அதனால் காளி பிரம சாமுண்டீசுவரி என்று பெயர் பெற்றார். அப்போது தேவி சினந் தணிந்து ஈசனுடன் சேர்வதற்குத் தவம் நோற்றார்.

சிவமும் நடனமும் தொன்மங்களிலும் கலைகளிலும் இலக்கியங்களிலும் இங்ஙனம் இரண்டற ஒன்றிக் கலந்து இப்பழம் பெருநாட்டின் வரலாற்றிக்குப் புதியதொரு பரிமாணத்தைக் காட்டுகின்றன.

தில்லை மூவாயிரவர்

''தில்லைத் தொண்டே எம் பிறவித் தொண்டு'' என்று வாழ்ந்துவரும் தில்லை மூவாயிரவர் வழிவந்த இன்றைய தீட்சிதர்கள் சமய அமைப்பினுள், உலகில் வேறெங்கும் காணமுடியாத தனி நிறுவனமாய்ப் பல நூற்றாண்டுகளாய் விளங்கி வருகின்றனர். தில்லைப் பெருங்கோயிலில் பூ செய்யும் தனியுரிமை பெற்றவர்களும் இத்திருக்கோயிலைப் போற்றிக் காத்து விளங்கச் செய்வதற்காகவே வாழ்ந்து வருபவர்களுமான தில்லை மூவாயிரவர் என்ற தீட்சிதர்கள் எங்கிருந்து வந்தனர் என்பது வரலாற்றில் புலனாகவில்லை. (தீட்சிதர் என்ற சொல்லுக்குப் படைப்பவர் என்ற பொருளும் உண்டு என்பர். குருவின் விளக்கவுரை, உபதேசம், தீட்சை பெற்றவர் தீட்சிதர்.)

முதலாம் இராசராசன் (985-1014) சிவாசாரியர் சிலரை வடக்கேயிருந்து கொண்டு வந்து, ஆகம விதிப்படி (சமய நெறிமுறைகள் கூறும் நூல் ஆகமம்) பூசை செய்வதற்காகப் பல கோயில்களில் அவர்களை அமர்த்தினார் என்றும் கூறுவர். ஆனால் கி.பி. ஏழு,எட்டாம் நூற்றாண்டினரான சுந்தர மூர்த்திகள் ''முட்டாத முச்சந்தி மூவாயிரவர்'' என்று தேவாரப் பதிகம் ஒன்றில் கூறுகின்றார். ஒன்பதாம் நூற்றாண்டில் வாழ்ந்த திருமங்கையாழ்வாரும் ''மூவாயிரம் நான்மறையாளரும் நாளும் முறையால் வணங்க'' என்று தில்லை அந்தணரைக் குறிப்பிடுகின்றார். இவர்களுக்கு முன்னர் கி.பி.570-655 காலத்தில் வாழ்ந்த திருநாவுக்கரசர் இவ்வந்தணரை மூவாயிரவர் என்று சொல்லவில்லை. திருஞான சம்பந்தரும் (7 நூ) மூவாயிரம் என்று எண்ணிக்கை குறிப்பிடாமல், ''கற்றாங்கு எரியோம்பிக் கலியை வாரமே செற்றார்வாழ் தில்லை'' என்றும் ''பசுவேட்டு எரியோம்பும் சிறப்பர்வாழ்'' என்றும் தீ வளர்த்து வேள்வி செய்யும் வேதியரைக் குறிப்பிடுகின்றார்.

பாசுபதர்

பல்லவர் காலத்தில் (250-900 கி.பி.) பாசுபதர் என்ற துறவியர் சைவத்தைப் பரப்பினர் என்று அறிகின்றோம். அவர்களில் சிலர் சிதம்பரத்தில் குடியேறி அங்கிருந்த கோயிலில் வேள்வி முதலிய செயல்களில் ஈடுபட்டிருக்கலாம். ''பசுவேட்டு எரியோம்பும் சிறப்பர்'' என்று ஞானசம்பந்தர் இவர்களையே சுட்டியிருக்கலாம் என்றும் கருதுவர். இவர்களே பெருகி மூவாயிரவர் கூட்டமாய்ப் பல்கியிருக்கக் கூடும். பிற்காலத்தில் சோழர்கள் (846-1279 கி.பி.) குடியேற்றிய பிராமணர் கலப்பால், பாசுபதர் தில்லை மூவாயிரத் தீட்சிதர்களாகியிருக்கலாம் என்ற கருத்தும் உள்ளது.

காசி அந்தணரா?

காசியிலிருந்து மூவாயிரம் பேர் புறப்பட்டதாயும், அவர்கள் சிதம்பரத்தை அடைந்தபோது, அவர்களில் ஒருவர் குறைந்ததாயும், அதனால் குழப்பமடைந்த இவர்களிடம் 'காணாமற் போனவர் நானே' என்று கூறிச் சிவன் இவர்களை அமைதி கொள்ளச் செய்தார் என்ற கதையும் உண்டு.

தீட்சிதர் தனியுரிமை

சிதம்பரக்கோயில் உரிமையும் ஆட்சியும் தில்லை மூவாயிரவர் என்ற தீட்சிதர்களிடமே பன்னெடுங்காலமாய் இருந்து வருகின்றது. தமிழ்நாட்டில் வேறு எந்தக் கோயிலிலும் அந்தணர்க்கு இத்தகைய தனியுரிமை இலது. நினைவு கொள்ளவியலாத நெடுங்காலமாய் நெறி தவறாது, கோயில் உடைமைகளைச் சிந்தாமலும் சிதறாமலும் காத்து வருகின்ற தீட்சிதர்களின் சிறப்புரிமையைப் பற்றிக் கொள்ள ஐந்தாண்டுக் காலமே ஆட்சியிலிருந்து மறையும் அரசியலார் முயன்று நீதிமன்றம் சென்றும் அண்மையில் தோற்றனர்.

கோயில் உடைமைகள் பற்றிய மரபு

முதலாம் இராசராசன் காலத்தில், கி.பி. பத்தாம் நூற்றாண்டில் கோயில் உடைமைகளை வாங்குவதும் கொடுப்பதும் பிற ஆவணங்கள் எழுதப்படுவதும் இறைவனின் பேராளரான சண்டேசுவரரின் பெயரில் நடந்து வந்தது. (சண்டேசுவரர் அறுபத்து மூவருள் ஒருவர். இவர் மணலால் இலிங்கம் செய்து, அதற்குப் பால் சொரிந்து வழிபட்டார். அதைத் தடுக்க தந்தையின் காலை வெட்டிய சிவனடியார், அப்பராலும் சுந்தரராலும் புகழப் பெற்றவர். இவரது காலம் *400-600* கி.பி. என்பது மா.இராசமாணிக்கனார் கணிப்பாகும்.)

விக்கிரம சோழன் காலத்தில் *(1118-1136)* பன்னிரண்டாம் நூற்றாண்டில் கோயில் உடைமைகளின் உரிமை குறித்துச் சிக்கல் ஏற்பட்டு உள்பூசல்கள் தோன்றின. விக்கிரம சோழன் இதில் தலையிட்டுத் தில்லை நடவடிக்கைகளைக் கண்காணித்து நடத்தும் பொறுப்புப் ''பொதுத் தீட்சிதர்'' குழுவின் பெயரால் இருக்க வேண்டுமென்று முடிவெடுத்து, அதற்கெனச் சில விதிகளை வகுத்தார். தீட்சிதர்கள் கடந்த சுமார் எண்ணூறு ஆண்டுகளாய் இன்றளவும் அதே விதிகளைக் கடைபிடித்து விருகின்றனர்.

கோயில் ஆட்சி

சிதம்பரக் கோயில் ஆட்சி ஒன்பதின்மர் கொண்ட ஒரு சபையிடம் ஒப்படைக்கப்பட்டுள்ளது. பொது என்பது மன்றம் அல்லது சபையைக் குறிக்கும். பொதுத் தீட்சிதர் என்பது தீட்சிதர் மன்றம் அல்லது சபை என்று பொருள்படும். எந்தச் செயலாயினும் அதை இச்சபையினரே முடிவு செய்வர். ஆயினும் பேரம்பலத்தில் கூடும் இவர்களின் கூட்டங்களில் தலைமை வகிப்பவர் ஒரு தீட்சிதரல்லர்; ஒரு பண்டாரம். சண்டேசுவரரருக்கு இணையாய் இப்பண்டாரத்தை வைத்து எல்லாத் தீர்ப்புகளும் அவர் வழியே வழங்கப்படும்.

சிதம்பரக் கோயில் ஐந்து தொகுப்புகளைக் கொண்டது. இவ்வைந்திற்கும் நான்கு பேராக இருபது பேர் முறை வைத்துப் பூசை செய்வர். இருபது நாளைக்கொருமுறை இடம் மாறுவர். எனினும் நடராசர் சன்னதியில் பூசை செய்யும் தகுதி எல்லாருக்கும்

இலது. ''பூசை எடுத்தவர்'' என்ற உயரிய இடத்தைப் பெற்ற மூன்று நான்கு பேர் மட்டுமே நடராசப் பெருமானைத் தொடும் உரிமையுடையோர் என்று தெரிகின்றது.

தீட்சிதர்களில் சுமார் இருநூறு குடும்பத்தினர் உள்ளனர் என்பது தெரிகின்றது. இவர் தம் குடிப் பெண்களைப் பிற பிரிவுப் பிராமணர்க்கு மணம் செய்து தருவதில்லை, ''தில்லைப் பெண் எல்லை தாண்டாள்'' என்ற பழமொழிக்கேற்ப, இவர்கள் தம் பெண்களைச் சிதம்பர எல்லையைத் தாண்டிச் செல்லவிடுவதில்லை. திருமணமான ஆடவர் ஒவ்வொருவருக்கும் கோயில் பணிக்கு முறையும் கோயில் வருவாயில் சமபங்கும் தீட்சிதர் பொதுவில் சம உரிமையும் உண்டு. ஆதலால் இவர்கள் சிறுவராயிருக்கையிலேயே திருமணம் செய்து கொள்கின்றனர். இவர்களில் மணம் செய்து கொள்வதற்கு ஐந்து வயதில் பெண்கள் கிடைப்பது அருமை. கோயில் நடைமுறை ஆட்சியில் மணமானவர்கள் மட்டுமே பங்கு கொள்ளும் உரிமை இருப்பதால், ஆடவர் இவ்வாறு சிறுவயதிலேயே மணம் புரிந்து கொள்கின்றனர்.

அறக்காவலர்

தீட்சிதர் பிரிவினர் தொன்மை மிகும் இத்திருக்கோயிலைப் பன்னெடுங்காலமாய்க் காத்து வருவதுடன், அடியவரின் உடைமைகளுக்கும் நேர்மை வழுவாத அறக்காவலராயும் இருந்து வருகின்றனர். இவர்கள் எந்தச் சங்கராச்சாரியையும் தம் குருவாய் ஏற்பதில்லை. சிவனே தம்மில் ஒருவராகையால், அவர்கள் தம்மையும் சிவனாய்ப் பாவித்துக் கொள்கின்றனர்.

சங்கராச்சாரியார் ஒருவர் கோயிலுக்குள் வந்தால், அவர்கள் மற்றக் கோயில்களில் தாமே தட்டிலிருந்து திருநீறு எடுத்துக் கொள்வது போன்று இங்கு செய்ய விடுவதில்லை. தீட்சிதர் பெரும்பாலர் யசுர்வேதியர். சிலர் இருக்கு வேதத்தையும் பின்பற்றுகின்றனர்.

தில்லைத் தீட்சிதரின் நேர்மையான பொறுப்புணர்ச்சிக்குச் சான்றாக இன்று விளங்குவது பச்சையப்பன் அறக்கட்டளையும் அதன் கீழ் இயங்கும் கல்விக் கூடங்களுமாகும். பச்சையப்பன் (1754-1794) பதினெட்டாம் நூற்றாண்டில் தன் திரண்ட செல்வமனைத்தையும் உடைமைகளையும் தில்லைத் தீட்சிதர் பொறுப்பில் விட்டுச் சென்றார். தீட்சிதர் அவற்றைக் காத்துப் பெருக்கி சுமார் 45 ஆண்டுகளுக்குப்பிறகு அரசிடம் ஒப்படைத்தனர் என்பதும் நினைவிற் கொள்ளத்தக்கனவாகும். நாமறிந்த வரையில் ஆயிரமாண்டுகளுக்கு மேலாக இறைப்பணிக்கென்று தம்மை முற்றிலும் அளித்து விட்ட மெய்யடியாரான தில்லைவாழ் அந்தணரைப் போன்ற அறக்காவலரை உலகில் வேறெங்கும் காணுதற்கியலாது.

சிதம்பரத்தில் மடங்கள்

சிதம்பரம் சமயச் சிறப்பு வாய்ந்தமையாய்ப் பலகாலம் விளங்கி வருவதால் அங்கு சைவ, வைணவக் கோயில்களும் மடங்களும் பல்கியிருந்தன. அப்பரால் பெரும்பற்றுப் புலியூர் என்று சிறப்பிக்கப் பெற்ற சிதம்பரத்தில் பல மடங்கள் நிறுவப்பட்டிருந்தன என்பதைக் கல்வெட்டுகளினால் அறிகின்றோம். நமக்கு அம்மடங்களின் பெயர்கள் மட்டுமே தெரிய வந்திருக்கின்றன. அவற்றின் செயற்பாடுகள் குறித்து எதுவும் அறிவதற்கியலவில்லை. அங்கு 13, 14 ஆம் நூற்றாண்டில்தான் (சோழர் ஆட்சியின் இறுதியில்) பெரும்பாலான மடங்கள் எழுந்தனவென்று அறிகின்றோம்.

சிதம்பரம் - அடியவர்

தமிழ்நாட்டில் பல கோயில்களைக் கட்டியவர் என்று கொள்ளப்படுபவரும் சிதம்பரக் கோயிலின் தெற்குக் கோபுர வாயிலைக் கட்டியவர் என்று நம்பப் படுபவருமான கோச்செங்கண்ணான் (கி.பி. 5-6 நூ.) சிதம்பரத்தில் பிறந்தவர் என்பர். இவர் அறுபத்து மூவருள் ஒருவர்.

கி.பி.ஏழாம் நூற்றாண்டினர் என்று அறிஞர் சிலரால் கருதப்படும் திருநீலகண்ட நாயனாரும் சிதம்பரத்தில் பிறந்து வாழ்ந்தவர். இவரும் நாயன்மாருள் ஒருவர்.

இன்னொரு நாயன்மாரான திருநாளைப் போவார் என்ற நந்தனார் சிதம்பரத்தினருகிலுள்ள ஆதனூரினர். பன்னிரண்டாம் நூற்றாண்டினரான சேக்கிழாரும் *18, 19 ஆம் நூற்றாண்டு நிலவிய நந்தன் வடிவில் வந்து வழிகாட்டியது சிதம்பரப் பதியிலன்றோ!*

சிதம்பரக் கோயிலுக்குக் காலங்கள் தோறும் வந்த மெய்யடியார் பலர். அப்பர் இங்கு ஒருமுறை வந்திருக்கின்றார்.

பதினான்காம் நூற்றாண்டினரான உமாபதி சிவாசாரியார் தில்லை வாழ் அந்தணருள் ஒருவர். அவர் சிவஞான போதம் சிவஞான சித்தியார் என்ற சைவ சித்தாந்த மெய்ப்பொருள் நூல்களைப் பின்பற்றிச் சிவப்பிரகாசம் என்ற நூலை இயற்றியவர். இவர் சைவ சித்தாந்த ஞானாசிரியரான மறைஞான சம்பந்த சிவாசாரியாரின் மாணாக்கர்.

1781

பதினாறாம் நூற்றாண்டினரான அப்பய்ய தீட்சிதர் (1520-1592) நடராசப் பெருமானின் பெரும் பக்தர். அவர் சபேசன் மீது கொண்டிருந்த ஈடுபாட்டை அவரின் சம்ஸ்கிருதப் பாடல்கள் வெளிப்படுத்துகின்றன. அப்பய்ய தீட்சிதர் ஆருத்திர தரிசனம் பற்றிப் பாடியுள்ள பனுவல் ஒன்று நயஞ்செறிந்தது:

ஆருத்திர தரிசனம்

கங்கையும் பிறையும் முடியில் சூடினை
அங்ஙனம் அவை சீதக்குளிராகும்.
தொட்டால் குளிரும் பாம்பு நின்கையையும்
காலையும் சுற்றிக் கிடக்கும்.
பனிமலைத் தலைவன் இமவானின் மகளை
நின்னில் பாதியாய்க் கொண்டு பின்னும் குளிர்ந்தனை
நின்னைச் சுற்றியிருப்பன அனைத்தும் சீதம்
நின்குளிர்ச்சிக்கு இவையெலாம் போதாவென்று
சிதம்பரத்தில் ஆருத்திர தரிசனத்தன்று
நடப்பதைக் காணீர்! அந்நாளில்
பொழுது புலருமுன்னர் நின்னை அபிஷேகிக்க

நின்மேனியெங்கும் சந்தனத்தைக்

குடங்குடமாய்ப் பூசுகின்றனர். இத்தனை

குளிரையும் தாங்கும் நின் சக்தியின்

இரகசியம் யாதோ?

(ஆருத்திர என்றால் குளிர்ச்சி என்று பொருள். அது ஆருத்திரை என்ற திருவாதிரை மீனையும் குறிக்கும்!)

முடிவுரை

வெகு தொன்மை வாய்ந்த ஒரு மக்களினத்தின் வாழ்வியலில், மனிதச் சிந்தனை முதிர்ச்சி கனிந்திருப்பதன் வெளிப்பாடாகவே, சிதம்பரக் கோயிலும் அதன் உள்பொருள் கூற முற்படும் தொன்மங்களும் மெய்யியல் கோட்பாடுகளும் ஆடவல்லானுடன் இணைந்து கிடக்கும் கூத்தும் இசையும் தோன்றுகின்றன. இம்மக்களின் இறையியல், மெய்யியல், கலை, இலக்கியம் என்று வாழ்வோடியைந்த நுண்மைக் கூறுகளனைத்தையும் ஒருங்கு கூட்டி எல்லாவற்றையும் கடந்தும் எல்லாவற்றிலும் கலந்தும் இலங்குகின்ற அறிவொளிக்குச் சின்னமாயும் சிதம்பரம் உள்ளது.

சிதம்பரம் கடலூரிலிருந்து தெற்கே தென் மேற்கில் சுமார் 33 கிலோ மீட்டர். சென்னையிலிருந்து தெற்கே தென்மேற்கில் சுமார் 190 கிலோ மீட்டர். திண்டிவனத்திலிருந்து தெற்கில் சுமார் 90 கிலோ மீட்டர்.

2. டச்சுக்காரர் நாகப்பட்டினத்தை இழந்தனர்

தொன்மமும் ஊர் வரலாறும்

ஏறத்தாழ ஒரே காலத்தில் இந்தியத்திற்கு வாணிபம் புரிய வந்த ஆங்கிலேயரும் டச்சுக்காரரும் 1652-1654 முதல் ஒருவரோடொருவர் மோதிச் சண்டையிட்டு வந்தனர். அவர்களிடையே அப்போது நடந்த முதல் ஆங்கில டச்சுச் சண்டையையடுத்து 1665-1667 ஆம் ஆண்டுகளிலும் 1672-1674 ஆம் ஆண்டுகளிலும் 1780-1784 ஆம் ஆண்டுகளிலும் நான்கு போர்கள் நடந்தன. இந்நான்காவது போரில் டச்சுக்காரரின் வாணிபமும் குடியேற்ற ஆட்சியமைக்கும் நோக்கமும் நொறுங்கிப் போயின. அதனால் அவர்கள் சிறுகச் சிறுகப் பேரிந்தியத்தை (*Greater India*) விட்டு வெளியேறிய செய்தி முன்னர் (இ.ச.க.தொகுதி- 8) சொல்லப்பட்டிருந்தது.

போர்த்துக்கீசர் சோழமண்டலக் கரையில் அமைந்த முதற் குடியேற்றங்களுள் தூத்துக்குடியைப் போல் நாகப்பட்டினமும் ஒன்றாகும். டச்சுக்காரர் 1660 ஆம் ஆண்டு போர்த்துக்கீசரிடமிருந்து நாகப்பட்டினத்தைக் கைப்பற்றினர். அதன் பிறகு நாகை சோழமண்டலக் கரையில் டச்சு வாணிபத் தலைமையகமாய்ச் சுமார் 122 ஆண்டுகள் இருந்து வந்தது.

தொன்மங்களிலும் சமயங்களொடும் வாணிபத்திலும் வரலாற்றிலும் பல நூற்றாண்டுகளாய் இன்றுவரை சிறந்து விளங்கி வருகின்ற நாகப்பட்டினத்தை ஆங்கிலேயர் டச்சுக்காரரிடமிருந்து இந்த 1781 இல் கவர்ந்து விட்டனர். நான்காவது ஆங்கில டச்சுப்போர் (1780-1784) முற்றுப் பெற்றதும் பிரிட்டனுடன் டச்சுக்காரர் சந்து செய்து கொண்டனர். பிரிட்டனுக்கு நாகப்பட்டினத்துடன் டச்சுக்காரர்களுக்கு

உரிமையாயிருந்த வேறு இடங்களும் இந்த உடன்படிக்கைப்படி கிடைத்தன. அந்த உடன்பாட்டின்படி டச்சுக்காரரின் சோழ மண்டலத் தலைமையகம் மீண்டும் புலிக்காடு என்ற பழவேற்காட்டிற்கே சென்றது. அவர்களின் VOC என்ற கிழக்கிந்தியக் கம்பெனி முற்றிலும் நொடித்துப் போகும் நிலை ஏற்பட்டது. அவர்களின் வாணிப வரலாற்றுடன் தொடர்பு கொண்டிருந்த நாகப்பட்டினம் நம் பண்பாட்டோடும் சமய வாழ்க்கையொடும் வரலாற்றொடும் கலந்து இன்றும் சிறப்புமிக்க பட்டினமாய் விளங்குகின்றது.

திருநாகை

உளியால் செதுக்கப்படாத இறைவர் விடங்கர் ஆவார். இத்தகைய தியாகராச மூர்த்தங்களையுடைய ஏழு தலங்கள் உள. அவற்றுக்குச் சத்த (ஏழு) விடங்கத் தலங்கள் என்று பெயர். திருவாரூர் (வீதி விடங்கர்), திருநாகை (அழக விடங்கர்), திருநள்ளாறு (நாக விடங்கர்), திருமறைக்காடு (புவனி விடங்கர்), திருக்காறாயில் (ஆதி விடங்கர்), திருவாய்மூர் (நில விடங்கர்), திருக்கோளிலி (அவனி விடங்கர்) என்ற ஏழினுள் அழக விடங்கர் உறையும் தலமே திருநாகை என்ற நாகப்பட்டினமாகும்.

வரலாற்றில் நாகை

காலந்தோறும் நிகழ்கின்ற அரசியல் புரட்டுகளால் எல்லைக் கோடுகள் மட்டுமன்றிப் பழைய பெயர்களும் வரலாறுகளும் மாறியும் மறந்தும் போவதைக் காண்கின்றோம். பத்தொன்பதாம் நூற்றாண்டிற்குப் பிறகு தஞ்சை மாவட்டம் என்ற அரசியல் பிரிவாக மாறிய தஞ்சைத் தரணி, மூன்றாண்டுகளுக்கு முன்னர் 1991 ஆம் ஆண்டில் இரண்டாய்ப் பிரிக்கப்பட்டு நாகப்பட்டினம் காயிதே மில்லத்து மாவட்டம் என்ற புதுப் பெயரைப் பெற்றிருக்கின்றது. இப்போது அதன் தலைநகராயிருக்கும் நாகப்பட்டினத்திற்கென்று செழுமையான வரலாறு உண்டு.

சோழ ஏரி என்ற வங்கக் கடலில் தமிழகத்தின் பருத்தித் துணிகளையும் வேறு பண்டங்களையும் 17, 18 ஆம் நூற்றாண்டுகளில் கடல் கடந்து பல நாடுகளுக்கு ஏற்றிச் சென்ற தொண்டி, அதிராம்பட்டினம், நாகூர், காரைக்கால், தரங்கம்பாடி, திருமுல்லை வாயில், பரங்கிப்பேட்டை, கடலூர், தேங்காய்ப் பட்டினம், புதுச்சேரி, சதுரங்கப் பட்டினம், கோவளம், மயிலாப்பூர், சாந்தோம், சென்னை, புலிக்காடு (பழவேற்காடு) முதலிய செழிப்பான துறைமுகங்களில், நாகப்பட்டினம் குறிப்பிடத்தக்கதாயிருந்தது. இதன் கடல் வாணிப வரலாறு இதனினும் மூத்தது.

தொலைக் கிழக்குத் தொடர்பு

சோழ மண்டலக் கரையில் சீன எழுத்துகள் பொறித்த வெண்கல மணியும் மூன்று செப்புக் காசுகளும் சுமார் மூன்றாண்டுகளுக்கு முன்னர் கண்டுபிடிக்கப்பட்டன. அவை எந்த ஊரில் கிடைத்தன என்பது தெரிந்திலது. அளக்குடி ஆறுமுக சீதாராமனிடம் தஞ்சாவூரில் அவை உள்ளன. வெண்கல மணியைக் கயிற்றில் கட்டித் தொங்கவிடுதற்கு வசதியாய் அதன் தலையில் வளையம் உள்ளது. அதன் நாக்கு மணிக்குள்ளேயே அமைந்தது. இம்மணியின் காலம் 11, 12 ஆம் நூற்றாண்டென்பர்.

செப்புக் காசுகளின் ஓரங்கள் வண்டிப் பட்டைபோல் பட்டையாயிருக்கின்றன. சதுர வடிவிலான பெரிய துளைகள் காசுகளில் உள. அவற்றின் ஒரு பக்கம் சீன எழுத்துகளும் மறுபுறம் வெறுமையாயும் காண்கின்றது. இக்காசுகள் 12 ஆம் நூற்றாண்டில் அச்சிடப் பெற்றவை என்று அறிகின்றோம். சோழப் பேரரசிற்கும் சீனத்திற்கும் 11, 12 ஆம் நூற்றாண்டுகளில் வாணிபம் நடந்த காலையில் இவை சோழ மண்டலக் கரைக்கு வந்திருக்க வேண்டும். இக்கரையோரத்தில் காவிரிப் பூம்பட்டினம், நாகப்பட்டினம் ஆகிய ஊர்களிலும் கரையடுத்துக் காஞ்சியிலும் பிற இடங்களிலும் புத்த விகாரைகள் இருந்தன.

பல்லவர், சோழர் காலம்

நாகப்பட்டினம் பல்லவர் காலத்திலும் (250-900 கி.பி.) மிகப்பெரிய துறைமுகமாய் விளங்கிற்று. இங்கு இராச சிங்கன் என்ற இரண்டாம் நந்திவர்மன் (680-700) சீன வணிகர் வழிபடுவதற்காகப் புத்த விகாரை ஒன்றைக் கட்டினார் என்று சீன நூல் ஒன்று கூறும். இந்தப் பௌத்தக் கோயிலை முதலாம் இராசராசன் (985-1014), முதலாம் இராசேந்திரன் (1012-1044), முதற் குலோத்துங்கன் (1070-1120) ஆகிய சோழவேந்தர்களும் பேணி வந்தனர்.

திருமங்கை மன்னர் (9 நூ) இக்கோயிலிலிருந்த பொன்னாலான புத்தர் உருவத்தைக் கவர்ந்து சென்று திருவரங்கக் கோயிலுக்குத் திருப்பணி செய்தார் என்பர். எனினும் சேக்கிழார் கூற்றிலிருந்து இக்கோயில் பன்னிரண்டாம் நூற்றாண்டில் நன்னிலையிலிருந்தது என்றும் கூறுவர்.

சுமத்திராவில் இக்காலப் பரப்பில் சீர் விசயப் பேரரசை ஆண்ட சைலேந்திர குடியின் மன்னர் ஒருவர் நாகப்பட்டினத்தில் சூடாமணி விகாரை என்ற பௌத்தக் கோயிலை நிறுவினார் என்பர்.

முதலாம் இராசேந்திரனின் ஏழாம் ஆட்சியாண்டிற்குரிய (1019) ஒரு கல்வெட்டு 1956-1957 வாக்கில் நாகப்பட்டினத்தில் படியெடுக்கப்பட்டது. அதில் சீனக் கனகம் என்ற சொல் பொறிக்கப்பட்டுள்ளது. இது சீனப் பொற்காசைச் குறிக்கும். (கனகம் என்றால்

பொன் என்று பொருள்) சீர் விசயப் பேரரசின் வழியே சீனப் பொற்காசு தமிழகத்திற்கு வந்திருக்க வேண்டுமென்பர். சீன வாணிபத் தொடர்பினாலும் அது தமிழகம் வந்திருக்கலாம்.

தொன்மங்களில் நாகை

வாணிப வளத்தொடு சைவமும் பௌத்தமும் தழைத்திருந்த நாகப்பட்டினத்தைப் பற்றிய தொன்மக் கதைகள் பிற்காலத்தனவாகும். மகாவித்துவான் மீனாட்சி சுந்தரம் பிள்ளை பத்தொன்பதாம் நூற்றாண்டில் திருநாகைக்காரோணம் என்ற தல புராணத்தைப் பாடினார்.

நாகர் வழிபாடு காரணமாய் இவ்வூர் நாகை என்று பெயர் பெற்றிருக்கலாமென்பர். நாகர் பெயர் தாங்கிய பல ஊர்கள் தமிழகத்தில் உள்ளன. ஆதிசேடன் பூசித்த ஊராதலின் இது நாகை என்பாரும் உளர். இவ்வூர் தேவாரம் பாடிய மூவராலும் வைணவ ஆழ்வார்களாலும் பாடப்பட்ட பெருமை பெற்றது.

இங்கு அனைத்தும் பழமையான பன்னிரு சிவன் கோயில்களும் மாலவன் கோயில்கள் இரண்டும் உள. இங்கு சீனக் கோபுரம் என்று பெயர் பெற்ற எழுபதடி உயரமான செங்கற் கோபுரம் ஒன்று இருந்தது. அது பௌத்தக் கோயிலாகலாம்.

நாகப்பட்டினத்து இறைவரின் கோயிலைக் காரோணம் என்ற பெயர் என்பது திருமங்கை யாழ்வார் (9 நூ. கி.பி.) பாசுரம் ஒன்றிலிருந்து தெரிகின்றது. இங்கு அறுபத்து மூன்று நாயன் மாரின் ஒருவரான அரிபத்தர் பிறந்தார். இவர் அன்றாடம் பிடிக்கும் முதல் மீனைச் சிவனுக்கு விடுவது வழக்கம். ஒரே மீன் கிடைத்தபோது அதைச் சிவனுக்கு விட்டுப் பட்டினி கிடந்தவர். பொன்மீன் ஒன்று கிடைத்த அன்றும் அதைச் சிவனுக்கே விட்ட சிவனடியார்.

காரோணம் பெயர்க் காரணம்

நாகை என்ற இப்பட்டினம் நாகைக் காரோணம் என்று பெயர் பெற்றது குறித்துப் பலவிதமான கருத்துகள் கூறப்படுகின்றன.

டாக்டர். மா.இராசமாணிக்கனார் தம் ''சைவ சமய வளர்ச்சி'' என்ற நூலில் (1958) குறிப்பிட்டுள்ள எழுபது கோயில்களுக்கும் இல்லாத புதுப் பெயராய்க் ''காரோணம்'' என்ற பெயர் காணப்படுகின்றது என்கின்றார். நாகப்பட்டினம் கடல் நாகைக் காரோணம் என்று அழைக்கப்பெற்றது. பரண தேவர் என்பவர் பாடியுள்ள ஒரே நூல் சிவபெருமானந்தாதி. அவர் அதில் குறித்துள்ள 37 கோயில்களுள் ''கடல் நாகைக்

காரோணம்'' ஒன்றாகும். இவரைப் போலவே நக்கீர தேவ நாயனார், கபிலதேவ நாயனார், கல்லாடனார் ஆகியோரும் சிவன் கோயில்களைத் தம் நூலில் குறித்துள்ளனர். எனினும் பரண தேவர் ஒருவரே காரோணம் என்று குறிப்பிடுகின்றார். எனவே இப்பெயர் ஆராய்ச்சிக்குரியது என்பது இராசமாணிக்கனார் கருத்தாகும்.

லகுலீச பாசுபதர் தொடர்பு

திருவொற்றியூர் சிவன் கோயிலில் வீர இராசேந்திரன் காலத்தில் *(1067-1068)* படம் பக்க நாயகதேவர் கோயில் ஒன்று கட்டப்பட்டது. அக்கோயில் மூர்த்தத்தின் பெயர் காராணை விடங்கர் என்பது. அவ்வாறாயின் காராணை ஒற்றியூரின் பழைய பெயராதல் வேண்டும். அது லகுலீச பாசுபதர் வாழ்ந்த இடமாயும் அச்சமய முதல்வரான லகுலீசர் பிறந்த இன்றைய மராட்டிய மாநிலத்தின் கார்வான் என்ற ஊரின் நினைவாய் அப்பாசுபதர் போற்றிய இடமாயும் இருக்கலாம்.

காராணை, காரோணம் என்பன கார்வான் என்ற மேற்சொன்ன ஊரின் பழைய பெயர்கள். காரோகணத்தைச் சேர்ந்த லகுலீசர்க்கும் திருவொற்றியூரில் வழிபட்ட படம் பக்க நாயக தேவர்க்கும் தொடர்பு இருத்தல் கூடும். லகுலீசர் சுமார் கி.பி.இரண்டாம் நூற்றாண்டில் வாழ்ந்தவர். அவர் தமக்கு முன்னர் நாட்டில் நெடுங்காலமாய் நிலவி வந்த பாசுபத சமயத்தைப் புதுப்பித்தார். அவரால் புதுப்பிக்கப்பட்ட சமயம் லகுலீச பாசுபதம் எனப்பட்டது.

சிவனே லகுலீசராய் வந்தார் என்பது அவர்தம் அடியார் நம்பிக்கையாகும். அச்சமயத்தவர் தெற்கில் பரவித் தங்கிய இடங்களில் மேற்சொன்ன திருவொற்றியூரைப் போல நாகையும் ஒன்றாயிருக்கலாம். அவர்கள் அவ்வூர்களைத் தம் சமயத் தலைவர் பிறந்த காரோகணம் போலச் சிறந்ததாய்க் கருதி அப்பெயரை இட்டிருக்கலாம். காரோகணம் என்பது நாளடைவில் காரோணம் என மருவுதல் இயல்பு. இதனால் நாகையில் லகுலீச பாசுபதர் இருந்தனர் என்பதை அறியலாம்.

சோழப் பேரரசில் *(846-1279)* லகுலீச பாசுபதர் மிகுந்த செல்வாக்குப் பெற்றிருந்தனர். பாசுபதக் குருமார் பாண்டிய, சோழ வேந்தர் பலருக்கு ஆசாரியராய் விளங்கினர். அவர்கள் அரச குருக்களாய் விளங்கியதுடன் இம்மன்னர்களுக்குத் தீக்கை தரும் ஆசாரியராயும் இருந்தனர். சோழப் பேரரசில் எழுந்த பள்ளிப்படைகள் அனைத்திற்கும் பாசுபதரே பொறுப்பாய் இருந்து வந்தனர். (பள்ளிப் படை: பாசுபதரிடம் தீக்கை பெற்ற அரசனோ, அரசியோ இறந்த பின்னர், அவர்களை எரிக்காது புதைப்பது வழக்கம். அப்புதைவுகளின் மீது எழுப்பப் பெறும் சிவன் கோயிலுக்குப் பள்ளிப்படை என்று பெயர்.)

ஆர்.பத்மாவதி என்பவரும் ''பிள்ளையார் வழிபாடு'' பற்றித் தினமணியில் எழுதிய கட்டுரையில் காரோணம் என்ற பெயர் குறித்து மேற்சொன்ன கருத்தையே வெளிப்படுத்துகின்றார். பாசுபதக் கருத்தியலின் அடிப்படையில் அமைந்த கோயில்கள் மூன்று என்றும், அவை நாகப்பட்டினம், குடந்தை, காஞ்சி ஆகிய ஊர்களில் உள்ளன என்றும் கூறுவர்.

ஊர்

புனித சேவியர் *(1506-1552)* *1542* ஆம் ஆண்டில் நாகப்பட்டினப் பகுதியிலிருந்து கடற்கரையோரமாய் மயிலாப்பூர் சென்றதாயும் சர்.ஏ.டி.பன்னீர்ச் செல்வத்தின் *(1888-1940)* முன்னோரான முத்தய்யன் என்பவரைச் சேவியர் அச்சன் கிறித்தவம் தழுவச்

செய்தார் என்றும் நம்பப்படுகின்றது. எனினும் இச்செய்திகளுக்கு வரலாற்றுச் சான்று எதுவும் இலது.

நாகப்பட்டினம் சிறு துறைமுகம்.இங்கு இருப்புப்பாதை முனையம் உள்ளது. சென்னையிலிருந்து மலேசியம், சிங்கப்பூர் சென்ற ஒரு கப்பல் சில ஆண்டுகளுக்கு முன்பு வரை நாகப்பட்டினம் சென்று, அங்கிருந்து பயணியரையும் பண்டங்களையும் ஏற்றிச் செல்வது வழக்கமாயிருந்தது. இருபதாம் நூற்றாண்டு வரலாற்றிலும் நாகப் பட்டினம் சிறப்பிடம் பெற்றிருந்தது என்பதைப் பின்னர் காணலாம்.

நாகை குடந்தையிலிருந்து தென்கிழக்கில் சுமார் 51 கிலோ மீட்டர் தஞ்சை யிலிருந்து கிழக்கில் சுமார் 72 கிலோ மீட்டர்; சென்னையிலிருந்து தெற்கே தென்மேற்கில் சுமார் 240 கிலோ மீட்டர்.

3. இங்கரின் கடைசி மன்னர் கொலை : பெரு நாட்டுச் சிறு வரலாறு

முதல் அமெரிக்கர்

''அவர்களனைவரும் பிறந்த மேனியொடு அம்மணமாய்த் திரிகின்றனர். நான் ஒரேயொரு சிறுமியைக் கண்டேன்; பெண்களும் ஆண்களைப் போல அம்மணமாய்த் திரியக் கண்டேன்''. கிறிஸ்தபர் கொலம்பஸ் (1451-1506) மேற்கிந்தியத் தீவுகளில் ஒன்றில் 1492 அக்டோபர் 12 அன்று இறங்கியதைத் தன் குறிப்பேட்டில் இவ்வாறு எழுதி வைத்தார்: ''அவர்களில் சிலர் முகத்திலும் வேறு சிலர் உடம்பு முழுவதிலும் இன்னுஞ் சிலர் மூக்கில் மட்டும் சாயம் பூசிக் கொள்கின்றனர். அவர்களிடம் ஆயுதங்கள் இல்லை. அவர்கள் அவற்றைப் பற்றி அறியாமலுமிருந்தனர். ஏனெனில் நான் அவர்களிடம் வாளைக் காட்டியபோது, அவர்கள் கூரான அதைக் கையில் வாங்கி அறியாமையினால் கையை வெட்டிக் காயப்படுத்திக் கொண்டனர்''.

கொலம்பஸ் ஆசியப் பெரு நிலத்திற்கு அப்பாலுள்ள ஒரு தீவில் வந்து இறங்கிவிட்டதாய் அல்லது கதைகளில் சிறப்பித்துப் பேசப்படும் இந்தியத்தில் கால் வைத்து விட்டதாய் உறுதியாய் நம்பினார். ஆதலால் அவர் இங்கு கண்ட மக்களுக்கு ''இந்தியர்'' என்று வைத்த பெயர் இன்றளவும் நிலைத்து விட்டது. அம்மக்கள் தம்மை இனங்காட்டும் பெயரைத் தமக்குத் தாமே வைத்துக் கொள்ளவில்லை. தம்மைச் சுட்டவும் தம்மைப் பிற இனத்தாரிலிருந்து பிரித்து இனங்காணவும் அவர்களுக்கென்று எந்தப் பெயரும் இருந்திலது.

பெயரிலியர்

இத்தகைய இந்தியக் கூட்டத்தார் தம்மை ''மக்கள்'' என்று மட்டுமே அழைத்துக் கொண்டனர். சில வேளைகளில் அந்த ''மக்கள்'' கூட்டத்தை விளக்கமாய்க் குறிக்கும் விதத்தில், அதற்கு அடைமொழிப் பெயர் தந்து அல்லது பட்டப் பெயர் வைத்துப் பிற ''மக்கள்'' கூட்டத்தார் அழைப்பது வழக்கம்.

செரோக்கி (Cherokee) என்றால் ''குகைவாழ் மக்கள்'' என்றும் ஹோப்பி (Hopi) என்றால் ''அமைதியான மக்கள்'' என்றும் பொருளாகும். இப்பட்டப் பெயர்களில் பெரும்பாலானவை, ஒரு கூட்டம் மற்றொரு கூட்டத்தைச் சுட்டுவதற்காக இடப்பட்டனவேயன்றி, அவை தமக்குத் தாமே வைத்துக் கொண்டவையன்று.

1781

ஸ்பானியர் தென்னமெரிக்கப் பெரு நிலத்தின் கரைகளில் கால் வைத்து, அதன் காடுகள், பாலைவெளிகள், புல்வெளிகள் வழியே உள்நாட்டினுள் ஊடுருவிச் சென்றனர். அங்கு ''இந்தியர்கள்'' மிக எளிமையான சிறு கூட்டமாயும் பல் கூட்டான முதிர்ச்சி ஆட்சியியல் அமைப்புடன் கூடிய நிலையிலும் பண்பாட்டில் பரிணாம வளர்ச்சி பெற்ற பல்வேறுபட்ட கூட்டங்களாய் வாழ்ந்திருக்கக் கண்டனர்.

(வட அமெரிக்கத்தில் மட்டும் ஐநூறுக்கு மேற்பட்ட மொழிகளைப் பேசிய கூட்டத்தாரும் குலத்தாரும் வாழ்ந்தனர். அம்மொழிகள் சீனத்திலிருந்து முற்றிலும் வேறுபட்ட ஆங்கிலத்தைப் போன்று, முற்றிலும் வெவ்வேறானவையாயிருந்தன. அவர்களால் ஒருவர் மொழியை மற்றவர் விளங்கிக் கொள்வது கடினமாயிருந்தது.) ஒரு கடவுள் வழிபாடு உள்பட, நாம் அறிந்துள்ள எல்லாவிதமான சமயக் கோட்பாடுகளும் இப்பெரு நிலத்தில் எங்கோ ஓரிடத்தில் படிமுறையாய் உருவாகியிருந்தன. இம்மக்கள் இரண்டாயிரத்திற்குமதிகமான தாவர உணவுகளைப் பெறத்தக்க வேளாண்மைப் பொருளியலை உருவாக்கியிருந்தனர்.

மின்னல் வேகப் பரவல்

கொலம்பஸ் புது உலகில் கால் வைத்து நாற்பதே ஆண்டுகளுக்குள், இம்மக்களில் அசுடெக்குகள், மாயர், இங்கர் என்போரின் மூன்று முடியரசுகளை ஸ்பானிய ''வெற்றி வீரர்கள்'' *(Conquistador)* முற்றிலும் அழித்து விட்டனர். முதலில் மெக்சிக்கப் பள்ளத்தாக்கில் வாழ்ந்திருந்த அசுடெக்குகள் என்ற மெக்சிக்க இந்தியரின் முடியரசை எர்மாண்டோ அல்லது எர்னன் கோர்டஸ் *(Hermando or Hernan Cortex : 1485-1547)* என்ற ஸ்பானிய வெற்றி வீரரும் அவருடைய சிறு கூட்டத்தாரும் *1523* இல் வென்றனர்.

அடுத்துத் தென்கிழக்கு மெக்சிக்கத்தின் வட பகுதியான யுக்கட்டான் *(Yucatan)* மாநிலத்தில் சுமார் கி.மு.*1000* ஆண்டு முதல் நிலவி வந்த மாயர் முடியரசை பிரான்சிஸ்கோ தெ மாண்டஜோ என்ற ஸ்பானியப் படைத் தலைவர் *380* பேரை வைத்துக் கொண்டு தாக்கினார். ஸ்பானியர் மாயரை *1527* ஆம் ஆண்டு தாக்கத் தொடங்கி *1697* ஆம் ஆண்டில் முற்றிலும் அவர்களின் முடியரசை ஒழித்தனர்.

மூன்றாவதாகப் பெருவிலிருந்த மாபெரும் இங்கர் *(Inca)* பேரரசை ஃபிரான்சிஸ்கோ பிசாரோ *(Francisco Pizzaro:1475-1541) 1532* இல் வெற்றி கண்டார். பிசாரோ தென்னமெரிக்கத்தின் மேற்கே பசிபிக்கின் கரையிலமைந்த இங்கர் பேரரசை *130* காலாள் படையினரையும் *30* குதிரை வீரரையும் வைத்து வென்றார்.

இங்கரின் பொற் பேரரசு (1440-1532)

இங்கரின் பேரரசைப் போன்று திடீரென்று உயர்ந்து அதே வேகத்தில் அழிந்து போன பேரரசு உலகில் வேறு எதுவும் இலது. அது *1440* ஆம் ஆண்டிற்கும் இடைப்பட்ட தொண்ணூறு ஆண்டுகளுக்குள் நடுப் பெருவின் தெற்கிலுள்ள குஸ்கோ *(Cuzco)* என்ற நகரில் சிறு முடியரசாய் எழுந்து, தற்காலத்து ஈகுவாடரின் *(Ecudor)* பெரும் பரப்பை உள்ளடக்கிய பேரரசாய் விரிந்து, தெற்கில் பெருநாடு வழியாய் நீண்டு மையச் சிலி நாடுவரை நீண்டு உச்சத்தை எட்டியது. ஈவிரக்கமற்ற கொடிய ஐரோப்பியப் படையெடுப்புகளால் அந்த இங்கர் பேரரசு தகர்த்தெறியப்பட்டு விட்டது. எனினும் அப்பேரரசு நிலவி வந்த காலத்தில் நன் முறையிலமைந்த சமுதாயத்தையும் சப்ப இங்கர் *(Sapa Inca)* என்ற பேரரசரையும் கொண்டிருந்தது. அப்பேரரசர் தன்னைக் கடவுள் என்று

எண்ணிக் கொண்டார். அரசுப் பொது ஊழியத்துறை ஒன்றை வைத்து சப இங்கர் பேரரசை ஆட்சி புரிந்தார்.

பொறியியல் திறன்

இங்கரின் திட்டமிட்ட சமூகவியல், பொருளியல் அமைப்புகளுக்கு ஈடான விதத்தில், அவர்களின் பொறியியல் திறனும் இருந்தது. நில அமைப்பு எத்தனை கரடு முரடாயும் அச்சுறுத்துவதாயும் இருந்தாலும், இங்கர் அவற்றையெல்லாம் எதிர் கொண்டு பலன் கண்டனர். மேற்குக் கரையோரமாயிருக்கும் பாலைவெளியின் குறுக்கேயும் கிழக்கிலுள்ள ஆண்டீஸ் மலையுச்சியின் பனியடர்ந்த பகுதிகளுக்கு இடையிலும் குறுக்கும் நெடுக்குமாய் இங்கர் அமைத்த சாலைகள் சென்றன. அவை ஆழமான மலையிடுக்குகளையும் ஓடைகளையும் தொங்கு பாலங்களால் இணைத்தன. அகன்ற ஆறுகளைக் கடக்க ஒன்றோடொன்று சேர்த்துக் கட்டிய மிதவைப் பாலங்களைப் பயன்படுத்தினர். அவர்களின் விரிந்த பேரரசு இங்ஙனம் பின்னிப் பிணைக்கப் பட்டிருந்தது. நன்கு செதுக்கிய கற்பாளங்களை அடுக்கி வைத்துக் கட்டிய கோட்டைகள் மலைகளின் மேலே எழுப்பப்பட்டிருந்தன. உயர்ந்த ஆண்டீஸ் மலைப் பகுதிகளெங்கும் கிறுகிறுக்க வைக்கும் உயரங்களில் படியடுக்கு முறையில் வேளாண்மை நடந்தது.

இப்பெரும் பேரரசை மன்னர் என்று பொருள்படும் இங்கர் ஒருவரே ஆண்டார். மழை பெய்யாது வறண்டு வெப்பம் மிகுந்த பாலை வெளியான வட சிசிலியிலிருந்து கடையோரத்திலமைந்த ஈகுவாடரின் நீர் மலிந்த தாழ்வான வெப்ப மண்டலம் வரையிலும், செழிப்பான வடி நிலப் பகுதியிலிருந்து வறண்ட மேட்டு நிலமான பொலிவியம் (Bolivia) வரையிலும் அவரது பேரரசு பல்வேறு தட்ப வெப்ப நிலைகளை யுடையதாயிருந்தது.

இங்கர் நிலவியலமைப்பையும் வரலாற்றையும் பொருள் படுத்தாது, அரசியலில் ஒருமைப்பாட்டை உண்டாக்கியது அருஞ்செயலேயாகும். அவர்கள் பல்வேறு குலங்களைச் சேர்ந்த மக்களை வென்று, அவர்களை இங்கர் பேரரசக் கோலத்தினுள் இணைத்துக் கொண்டனர். இவர்களுக்கு முன்னர் ஆண்டீசுப் பகுதியில் வாழ்ந்திருந்த மக்கள், இத்துறையில் அவர்களுக்கு வழிவகுத்துச் சென்றிருந்தனர்.

முதற் பெரு நாட்டவர்

முதற் பெருவியர் வடக்கிலிருந்து வந்து குடியேறினர். அவர்களின் முன்னோர் ஏறத்தாழ 30,000 ஆண்டுகளுக்கு முன்னர் வட அமெரிக்கத்தின் வட மேற்குக் கோடியிலுள்ள அலாஸ்கத்தையும், இரஷியத்தின் சைபீரியத்தையும் இணைத்திருந்த நிலப் பாலத்தின் வழியே அமெரிக்கப் பெரு நிலத்தை வந்தடைந்தனர். அவர்கள் மரம், கல், எலும்பு ஆகியவற்றினால் ஆன செப்பமற்ற கருவிகளைக் கொண்டு வேட்டையாடியும் மீன் பிடித்தும் வாழ்ந்தனர். பின்னர் சுமார் கி.மு.2000 ஆண்டுவாக்கில் வேளாண்மையைத் தொழிலாய்க் கொண்ட குடியேற்றங்கள் தோன்றின. அவர்கள் பீன்சையும், பூசணி போன்ற ஒருவகைச் சுரைச் செடியையும் பயிர் செய்தனர்.

அதன்பிறகு கி.மு.300 - கி.பி.800 ஆகிய ஆண்டுகளுக்கிடைப்பட்ட காலத்தில் மோச்சே (*Moche*) என்று அழைக்கப்பட்ட மக்கள் அங்கு மேலோங்கினர். அவர்கள் வெயிலில் உலர்த்திய களிமண் பாளங்களைக் கொண்டு மிகப்பெரிய மேடைகளைக் கட்டினர். பெரிய பாலங்களையும் சுமார் 120 கிலோ மீட்டர் நீளமான கால்வாய்களையும் அமைத்தனர். ஆயிரக்கணக்கான மண்பாண்டங்களைச் செய்தனர். அவற்றின் மேல் மரங்கள், விலங்குகள், பறவைகள், தாம் கையாண்ட வேட்டைக் கருவிகள், இயற்கைத் தோற்றமுள்ள மனித முகங்கள் முதலியவற்றை உயிர்த் தோற்றமுள்ள ஓவியங்களாய்த் தீட்டினர்.

1781

தென் பெருவிற்கு மேற்கிலும் பொலிவியத்திற்கும் நடுவில் ஆண்டீஸ் மலையில், கடல் மட்டத்திற்கு மேலே 13,000 அடி உயரத்திலிருந்த தித்திக்கக்க (*Titicaca*) ஏரியின் அருகிலமைந்த பாழ்த்தடமான சமவெளிப் பரப்பிலிருந்து கி.பி.500 - 1000 ஆண்டுக்கால கட்டத்தில் முக்கியமான ஒரு சமயம் பரவியது. அந்தச் சமயம் மேற்கூறிய மட்பாண்டம், துணி நெசவு ஆகியவற்றில் அமைந்த வடிவங்களைப் பாதித்தது.

வீர கோச

அதனால் ஓவியங்கள் கண்ணீர் சிந்தும் கண்களையுடையதும் இறக்கை முளைத்ததுமான கடவுளைக் காட்டின. அந்தக் கடவுள் இருகைகளிலும் கழிகளை வைத்திருந்தது. அந்தக் கடவுளைச் சூழ்ந்து கொண்டு மலைச் சிங்கம் என்ற பூமாக்களும், கழுகுகளும் இருந்தன. அது படைப்புக் கடவுள்; அதன் பெயர் வீரகோச.இங்கர் பின்னாளில் இந்த வீரகோசரையே வழிபட்டனர். வடமேற்குப் பொலிவியத்திலுள்ள தியகுவனக்கோ (*Tiahuanaco*) என்ற இடத்தில் ஒரு கோயில் உள்ளது. அது இந்தக் கடவுளுக்கு எழுப்பப் பெற்றதாயிருக்கலாம்.

புதிய முடியரசுகள் (1000 - 1400 கி.பி.)

இங்கருக்கு முற்பட்ட பெருவிய வரலாற்றின் கடைசிக் காலகட்டம் 1000 - 1400 கி.பி. ஆகும். அப்போது கரையோரமாயும் சமவெளியிலும் வலிமை வாய்ந்த முடியரசுகள் தோன்றின. மெய்யான நகரங்கள் எழுப்பப் பெற்றன.

பெரு நாட்டின் உயர்ந்த மலைப்பகுதியில் வாழ்ந்த பல குலத்தாருள் இங்கரும் அடங்குவர். அவர்களை மறக் குணம் படைத்த சிற்பியராகச் செய்தது எது என்பது இன்றளவும் சரியாய்த் தெரியவில்லை. அது இனிமேலும் தெரியாது போய்விடலாம். எனினும் இப்பேரரசை எழுப்பியதில் தனி மேதைமையான பங்கு அவர்களுக்கு இருந்தது என்று கொள்ளலாம்.

இங்கர் குடியைத் தோற்றுவித்த மன்கோ கபாக்கு இங்கர்

இங்கர் குடியைத் தோற்றுவித்தவர் மன்கோ கபாக்கு இங்கர் (*Manco Kapac Inca*) என்று தொன்மங்கள் கூறும். எனினும் பன்னிரண்டாம் நூற்றாண்டில் தோன்றிய சிஞ்சி-ரோக்க இங்கர் (*Sichi - Roca Inca : 1110 - 1140*) என்றவரே வரலாற்றில் எழுந்த முதல் இங்கர் குடி மன்னர் என்பர்.

பச்சகுத யுபங்குயி இங்கர் (*Pachacute Yupanqui Inca*) *1438* இல் சப இங்கர் (அரசர்) ஆனார். அவர் தான் இங்கர் அரசை முனைந்து விரித்தார்; போரில் தோற்கடித்த எதிரிகளை இங்கர் நாகரிகத்தினுள் இணைத்துக் கொண்டனர். இங்கர் குடியின் ஒன்பதாவது மன்னரான இவர் போரில் மட்டுமன்றி அரசியல் தந்திரத்திலும், இவற்றுடன் ஆட்சியியலிலும் சிறந்து விளங்கினார். அவருடைய மகனான தூபக்கு யுபாங்குயி இங்கர் (*1448-1482*) தந்தையைப் போன்று செயல்திறன் மிக்கவராயிருந்தார். இங்கர் பேரரசு இவர் காலம் வரையிலும் வலுவாய் நிலைபெற்று விளங்கிற்று.

இங்கர் எதிரிகளைத் தோற்கடித்த பின்னர், அப்பகுதிக்குத் தம் பொறியாள ரைக் கொண்டு சென்று அருமையான கோட்டைகளைக் கட்டினர்; போக்குவரவு வசதிகளை விரித்தனர். இங்கர் ஆண்ட பகுதியில் வாழ்ந்த பிறகுலத்தவர் வைத்தி ருந்த போர்க் கருவிகளையே தாமும் கையாண்டனர். தொலை வீச்சிற்குக் கவணைப் பயன்படுத்தினர்; ஈட்டிகள், வெண்கலக் கோடரிகள், காண்பதற்கு அச்ச மூட்டும் நட்சத்திர வடிவான வெண்கல அல்லது கல் தண்டாயுதங்களை ஈடுபடுத்தினர்.

கடும் பயிற்சி

சிறுவர்க்கு மிகச்சிறிய பருவத்திலேயே உடற்பயிற்சியளித்தனர். அவர்கள் காட்டு விலங்கு மந்தைகளையும் பறவைக் கூட்டங்களையும் விரட்டியடிப்பதற்காகக் கவணைப் பயன்படுத்தினர். அவர்கள் கவணைக் கையாள்வதில் நல்ல பயிற்சி பெற்றிருந்தனர்.

1781

அரசு அலுவலரின் மக்களுக்குக் கடும் பயிற்சி தரப்பட்டது. அவர்களைக் குழுக்களாய்ப் பிரித்து ஆண்டுதோறும் பந்தாட்டப் போட்டிகள் நடத்தினர். சிறுவர்களிடம் படைக்கருவிகளையோ, காலணிகளையோ தராமல் மலைகளுக்குள் ஒன்பது நாள்கள் அனுப்பி, அவர்களின் உயிர் வாழுந்திறனைச் சோதித்து அறிந்தனர்.

பொறையுடைமை

எனினும், சண்டை சச்சரவுகளின்றி, அரசியல் தந்திரத்தின் வாயிலாகவே தம் பேரரசை விரிப்பதில் இங்கர் நாட்டம் கொண்டிருந்தனர். எதிரியின் தலைவர்களுக்கும் மேற்குடிப் பிரபுக்களுக்கும் ஆட்சியியலில் தக்க பதவிகளைத் தந்தனர். எதிரியின் கடவுளரை மதித்துப் போற்றினர். எதிரிகள் தம் சூரியக் கடவுள் மேலானவர் என்று மதித்ததால், அவர்களின் கடவுளர் இங்கர் கடவுளரிடையில் இடம் பெற்றனர். இங்கர் கெட்சுவ (*Quechua*) என்ற தம் மொழியைப் பொது மொழியாய்ப் பரவச் செய்தனர்.

''வாழும் இறைவனின்'' ஆட்சி

சப இங்கர் என்ற பேரரசர் வாழும் இறைவராய்ப் போற்றப்பட்டார். மக்கள் அவர் மீது பக்தி செலுத்தினர். அவருக்குப் பல விதமான சடங்குகளைச் செய்து அவரைத் தொழுதனர். அவர் வாழும் கடவுளான சூரியனின் மைந்தன் என்று வணங்கப்பட்டார். செத்து மடியக் கூடிய மனிதப் பிறவிகள் அவர் முன் தலை தாழ்த்த வேண்டும்; வெறுங்காலுடன் அவர் முன் செல்ல வேண்டும்; தெய்வப் பிறவியின் முன்னர் தம்மை ஆழ்ந்த பக்தியுள்ளவர்கள் என்பதைக் காட்டுவதன் அறிகுறியாய், முதுகில் சிறு சுமையைச் சுமந்து செல்லுதல் வேண்டும். பெரும்பாலான மக்களைப் பொருத்த வரையில் மன்னர் எங்கோ தனித்து வாழ்பவர். தற்காலத்துப் பெரு நாட்டின் தெற்கிலுள்ள குஸ்கோ என்ற கோநகரிலுள்ள அரண்மனையில் மேன்மையுடன் ஒதுங்கி இருப்பவர்.

உடன் பிறந்தாள் தேவியாதல்

இப்பேரரசர் பதினைந்தாம் நூற்றாண்டின் நடுவில் மிக உயர்ந்த நிலையை எய்தி விட்டதால், அவர் பெண் கொள்வதற்குரிய உயர் தகுதி படைத்தவர் மக்களிடையே இல்லாமற் போயினர். அதனால் அவர் தன் உடன் பிறந்தவளையே மனைவியாக்கிக் கொண்டார். பண்டை எகிப்தின் பேரோக்களில் சிலர் தம்முடன் பிறந்தவளையே வாழ்க்கைத் துணைவியராக்கும் தளைத் திருமணங்களையொத்த வழக்கம் இதுவாகும்.

இங்கர் என்ற மாமன்னரின் உடன் பிறந்தவள் அவருக்குக் ''கோயர்'' அல்லது மூத்த தேவியானாள். எனினும் இங்கர் சொல்வதே சட்டம் என்ற காரணத்தினால், அவர் இரண்டாம் நிலைத்தேவியராய் எத்தனை பேரை வேண்டுமானாலும் பெண்டாளலாம். இங்கர் அரசர் சிறப்பொளிமிக்க வாழ்க்கை நடத்தினர். அழகிற்காகவும் அருந்திறன் களுக்காகவும் தேர்ந்தெடுக்கப்பட்ட இளம் பெண்டிர் வெகுகவனமாய் ஆக்கிய உணவு வகைகளை அரசர் பொன் ஏனங்களில் உண்டார். அக்கட்டிளங்குமரியர் லாமா என்ற திமில் இல்லாத ஒட்டக இனஞ் சார்ந்த விக்கன என்ற விலங்கின் முடியால் நெய்த ஆடைகளை அரசர் அணிந்தார். இந்த ஆடை அழகிய வேலைப்பாடுடையது. அது மிகவும் புனிதமானது என்று கருதப்பட்டதால், அரசர் அதை உடுத்திக் கழித்ததும் தீயிலிட்டுக் கொளுத்தினர்.

மன்னர் உடலைப் பாடம் செய்தல்

சப இங்கர் துளையிட்ட காதுகளில் பொன்னாலான தக்கையைச் செருகியிருந்தார். பொன் மணிகள் தொங்கிய அரச பட்டையைத் தலையிலணிந்திருந்தார். பேரரசர் இறந்ததும் அவரது உடலைப் பாடம் செய்து, பகட்டான அழகிய துணிகளில் சுற்றி அரண்மனையில் வைத்துக் கொண்டனர். பேரரசர் வந்து இருக்க வேண்டும் என்று கருதப்படுகின்ற விழாக்களில் இந்தச் சடலத்தை எடுத்துச் சென்று வைப்பதற்கென்று ஏவலர் இருந்தனர். பேரரசரின் நெருங்கிய தேவியரும் ஏவலரும் அடுத்த உலகிலும் அவருக்குத் தொண்டு செய்வதற்காக உடனுயிர் நீத்தனர்.

அரண்மனை எங்கும் தங்கம்

பேரரச அரண்மனையைத் தலைமையான கட்டுமான வல்லுநர் எழுப்பினார். அவர் வெண்கலக் கருவி கொண்டு பல்வேறு அளவுகளில் நீள்சதுர வடிவமான கற்களைச் செதுக்கிக் காரை பூசி ஒட்ட வைக்காமல், ஒரு கல்லின்மேல் மறு கல்லை வைத்து மாளிகை எழுப்பினார். அரண்மனைச் சுவர்களில் அழகிய திரைச் சீலைகள் தொங்கின. மிகப்பெரிய பொன்னணிகள் சுவர்களுக்கு ஒளியூட்டின. தங்கம் இந்நாட்டில் சூரியக் கடவுளுக்குப் புனிதமான பொருளாகும்.

குஸ்கோவிலிருந்த அரண்மனையில் தங்கத் தோட்டமே இருந்தது. அங்கு மக்காச் சோளத் தட்டையும், மக்காச் சோளக் கதிர்களும் விலங்குகளும் பறவைகளும் அவற்றின் இயல்பான அளவுகளில் பொன்னால் செய்து வைக்கப் பெற்றிருந்தன. இங்கு தங்கம் வெறும் அலங்காரப் பொருள். அதனால் அதை நாணயம் செய்வதற்கு பயன்படுத்துவதில்லை.

எறும்புப் புற்றுப் போன்ற சமூகம்

இந்நாட்டு மக்கள் பிறந்ததிலிருந்து கண்மூடுவது வரையிலும் இங்கரின் ஆட்சியில் பின்னிப் பிணைக்கப்பட்டிருந்தனர். மக்கள் சமுதாயம் இதைப் போல வேறெங்கும் சிறந்த முறையில் இவ்வாறு அமைக்கப்பட்டிருந்ததில்லை. இச்சமுதாயம் எறும்புப் புற்றைப் போன்றது. இங்கு ஆயிரக்கணக்கான அரசு ஊழியர்கள் வரி தண்டியும் நீதியாட்சி செலுத்தியும் வந்தனர். பயிற்சி பெற்ற அலுவலர்கள் எல்லாவற்றுக்கும் கணக்குகள் வைத்திருந்தனர். பெருநாட்டு இங்கர் மக்கள் எழுத்தறியாதவர்களாதலால் பல நிறங்களையும் முடிச்சுகளையும் உடைய குயிப்பு (Quipu) என்ற கயிறுகளைக் கொண்டு கணக்கிட்டனர். இதிலுள்ள வண்ணங்களும் முடிச்சுகளும் பண்டங்களையும் அளவுகளையும் குறித்தன.

வேளாண்மை

நிலம் முழுவதும் அரசிற்கு உரிமையானது. விளைச்சலில் மூன்று பங்கு என்ற அடிப்படையில் வேளாண்மை நடந்தது. விளைச்சலில் ஒரு பங்கு அரசவைக்கும் ஆட்சி துறைக்கும் சென்றது; இரண்டாவது பங்கு அரசின் சமயம், கோயில்கள், குருமார் கூட்டம் ஆகியவற்றுக்கு அளிக்கப்பட்டது; மூன்றாம் பங்கு ஆங்காங்கே மக்களால் பகிர்ந்து கொள்ளப்பட்டது.

உடலுழைப்பே வரி

உடலுழைப்பே வரியாய்ப் பெறப்பட்டது. உடல் வலுவுள்ளவர்கள் தம் பகுதியிலுள்ள அரசு நிலங்களில் பாடுபட்ட பிறகுதான் தமக்குரிய நிலங்களில் வேளாண்மை செய்வதற்குச் செல்ல வேண்டும்.

இங்கரின் பொருளியல் வேளாண்மையை அடிப்படையாய்க் கொண்டது. மலைப் பகுதிகளில் ஒட்டக இனத்தவையான லாமாக்களையும் (*lama:* அசை போடும் பொதி விலங்கு; தென்னமெரிக்கத்தில் இவை வளர்க்கப்படுகின்றன. இவற்றின் மயிர், இறைச்சி, தோல் முதலியன மதிப்பு மிக்க பொருள்கள்; இது *Camelida* என்ற ஒட்டகக் குடும்பத்தைச் சார்ந்தது), ஆல்பாக்கக்களையும் (*alpaca:* இதுவும் லாமா வகையைச் சேர்ந்த ஒட்டக இனம். இதன் கால்களில் இரட்டைப் படை விரல்கள் இருக்கும். இதிலிருந்தும் கம்பள மயிரும், அதிலிருந்து துணிகளும் பெறப்படுகின்றன.) மேய்த்து வளர்ப்பது முக்கிய தொழிலாயிருந்தது. மக்கள் பொதுவாய் இவ்விலங்குகளின் மயிர்களிலிருந்து நெய்த கம்பளி ஆடையை அணிந்தனர். வெப்பமான கரையோரப் பகுதிகளில் பருத்தி ஆடை பூண்டனர். மக்காச் சோளம் முக்கிய உணவுப் பொருள். எனினும் உயர்ந்த மலைப் பகுதிகளில் பெரு நாட்டிற்கேயுரிய கொயினா (*quinoa*), ஒக்கா (*oca*), ஒல்லுக்கோ (*olluco*), என்ற தானிய வகைகள் விளைந்தன.

சமுதாய அமைப்புமுறை

இங்கர் பேரரசின் பெரும் பகுதியில் ஒரே சீரானதும் கடுமையானதுமான சமுதாய அமைப்பு முறை இருந்தது. அயில்லு (*ayllu*) என்ற குடும்பங்களின் கூட்டமைப்பு ஒரே இடத்தில் ஒரே சமுகமாய் வாழ்ந்திருந்தது. இந்த அமைப்பு குடும்பங்களுக்குத் தலைமையானதாயிருந்தது. ஓர் அயில்லுவிலுள்ள குடும்பத்தினர் ஒருவர்க்கொருவர் உறவினர் என்று ஒரு கூட்டமாய் வாழ்ந்தனர். குடும்பங்களின் கூட்டமைப்பான அதில் சேர்ந்திருந்தவர்களுக்கென்று நிலங்கள் பொது உடைமையாயிருந்தன. அயில்லுகள் சேர்ந்து மாநிலங்கள் அமைந்தன. ஒவ்வொரு மாநிலத்திற்கும் ஒரு தலைநகரம் இருந்தது. ஒரு மாநிலத்தைச் சேர்ந்தவர்களனைவரும் குறிப்பிட்ட நிறமுள்ள ஒரு சின்னத்தைத் தலையில் அணிந்திருந்தனர். மாநிலங்கள் அனைத்தும் பேரரசின் நான்கு பகுதிகளாய் அமைக்கப்பட்டன. அவற்றின் தலைவர்கள் பேரரசருடன் சேர்ந்து அமைத்த பேரரசு மன்றம் ஒன்று இயங்கியது. ஆட்சியாண்மை இங்ஙனம் குஸ்கோவிலிருந்து சின்னஞ்சிறு அயில்லு வரை வலைபோல் பின்னப்பட்ட பேரரசினுள் நடந்தது. பேரரச ஆணைகள் இத்தகைய நெருக்கமான ஆட்சியமைப்பின் வழியே எல்லா இடங்களுக்கும் சென்றன.

ஆட்சியமைப்பு

தெய்வீகப் பேரரசின் வாக்கே சட்டம். வாழும் இறையான மன்னவனின் ஆணையை எவரும் எதிர்த்துப் பேச இயலாது. எனினும் மன்னருக்கு நல்லுரை வழங்கும் ஆட்சி மன்றம்,அவருடைய முடிவுகளைத் தன் செல்வாக்கினால் மாற்றிக் கொள்ள முடியும். இது கொடுங்கோன்மையான ஆட்சி முறையன்று. இங்கர் குடிப் பேரரசர்கள் தாமே மக்களுக்கு ஆற்ற வேண்டிய பணியும் உள்ளது; மக்களை மனநிறைவோடு வாழச் செய்யும் பணியே அது என்பதை மன்னர்கள் ஏற்றுக் கொண்டு அறிவுக் கூர்மையுடன் ஆட்சி புரிந்து வந்தனர்.

இங்கர் நாகரிக வீழ்ச்சி

ஸ்பானிய வெற்றி வீரரான பிகாரோ பெரு நாட்டில் சின்னஞ்சிறு படையுடன் வந்து இறங்கிய நேரத்தில், இங்கர் அரச குடியினரிடையே அரசுரிமை குறித்துப் பூசல் ஏற்பட்டிருந்தது. இங்க மன்னர் ஹசுவன கபாக்கு (Huana Capac : 1482 - 1527) தனக்கு அடுத்துப் பட்டத்திற்கு வருவதற்கு ஒருவரை ஏற்படுத்தாது 1527 இல் இறந்து விட்டார். ஆதலால் அவரின் ஆண்மக்களான குசி ஹசுவஸ்கருக்கும் அதகுவல்பாவிற்கும்(1527-1533) ஐந்தாண்டுகளாய் ஆட்சியுரிமைச் சண்டை நடந்து கொண்டிருந்தது. இச்சண்டையில் ஏராளமானவர்கள் கொன்றழிக்கப்பட்ட பிறகு அதகுவல்ப தன் உடன் பிறந்தவரைக் கொன்றார். அவர் வெற்றிக் களிப்புடன் இங்கர் கோநகரான குஸ்கோவினுள் நுழையுமுன்னர், கஜமார்க்க என்ற சிறு நகரில் ஓய்வு கொண்டார்.

(Cajamarca: இது பெரு நாட்டின் வட பகுதியில் பாயும் ரியாமரனோன் என்ற ஆற்றின் பரந்த பள்ளத்தாக்கில் உள்ளது. இப்போது இங்கு பண்டை இங்கரின் ரேன்சம் சேம்பர் (Ransome Chamber) என்ற கட்டடமும் இங்கர் மன்னர் குளிக்கும் கட்டடமும் மட்டுமே நிலைத்து நிற்கின்றன.)

பிசாரோ இதே நேரத்தில் பாய்மரக் கப்பலில் பெருவிற்கு வந்து தும்பஸ் (Tumbas) என்ற இடத்தில் கரையிறங்கினார். புதிய இங்கருக்கு இச்செய்தி உடனே கிடைத்தது. ஆனால் இச்சிறு படையினால் பெரிய இன்னல் எதுவும் ஏற்படாது என்று அவர் மெத்தனமாய் இருந்து விட்டார். ஸ்பானியர் வடக்கே சென்று கஜமார்க்கத்தை அடைந்த போது, அந்நகரம் வெறுமையாய்க் கிடந்தது.

ஏனெனில் அதகுவல்ப தன் படையினரை அங்கிருந்து வெளியேறச் செய்து விட்டார். இங்கர் மன்னர் தன்னைக் கஜமார்க்க நகரின் பெரிய சதுக்கத்தில் வந்து சந்திக்குமாறு பிசாரோ அவருக்குத் தூதனுப்பினார். ஸ்பானியர் அந்தச் சதுக்கத்தைச் சுற்றி ஒளிந்து கொண்டனர். அதகுவல்ப முன்னெச்சரிக்கையாய் எவ்விதமான முன்னேற்பாடும் செய்யாது அறுநூறு பேருடன் அங்கு போய்ச் சேர்ந்தார். அப்போது ஸ்பானியர் முன்னறிவிப்பு ஏதுமின்றி அவரைத் தாக்கினார்.

அவர்கள் இங்கர் மன்னரைச் சிறை பிடித்தனர். ஏனெனில் அவரது படை ஸ்பானியரிடம் சரணடைந்து விட்டது. ஃபெருந் தொகையை ஈடாகக் கொடுத்தால் அதகுவல்பவை விடுதலை செய்வதாய்ப் பிசாரோ சொல்லிவிட்டார். அவர் கேட்ட தொகை ஓராண்டிற்குள் தரப்பட்டது.

ஆனால் அதகுவல்பா ஸ்பெயினுக்கு எதிராய்க் குற்றமிழைத்தார் என்று பிசாரோ மன்னரைக் கொன்றுவிட்டார். இங்கர் முடியரசு முழுமையும் 1535 ஆம் ஆண்டிற்குள் வெல்லப்பட்டு விட்டது. ஸ்பானியரின் கைப் பாவையாயிருந்து, அவர்கள் ஆட்டுவித்தபடி ஆடுவதற்கு மங்கோ என்றவர் இசைந்தார். ஸ்பானியர் அவரைப் புது இங்கர் ஆக்கிவிட்டனர். இங்கர்கள் வெறும் பெயரளவில் சுமார் 250 ஆண்டுகள் பெருவில் நீடித்து வந்தனர். அங்கு இங்கராயிருந்த துபக்கு அமரு (Tupac Amaru) ஸ்பானியருக்கு எதிராய் இக்காலக் கட்டத்தில் கிளர்ச்சி செய்தார். ஸ்பானியர் அவரைத் தோற்கடித்து 1781 ஆம் ஆண்டு தூக்கிலிட்டனர். அவரோடு பெருவின் இங்கர் குடி ஒழிந்தது.

நெறி கெட்டவர்கள் நடத்திய கொலைகளும் கொள்ளைகளும்

மெக்சிக்கோவில் இக்காலத்தே நிலவிய அசுடெக்குகளிடமிருந்து அள்ளிச்

சென்றவற்றை விடப் பெரிய அளவில் பெரு நாட்டின் இங்கரிடமிருந்து கலைநயமிக்க பொன்னணிகளையும் பொன்னாலான கலைப் பொருள்களையும் ஏற்றிக் கொண்டு முதற் கப்பல் ஸ்பெயினுக்குக் கிளம்பிற்று. அது 1534 ஜனவரியில் ஸ்பெயினை அடைந்தது. இம்மாபெரும் பொற்குவையைக் கண்டு ஐரோப்பியம் முழுமையுமே வியப்பினால் வாயடைத்துப் போனது. அந்தக் கருவூலத்தின் மதிப்பு இருபது மில்லியன் டாலர் என்று கணித்தனர். அதில் இங்கர் மன்னரின் ஆளுயரச் சொக்கத் தங்கப் படிமம் ஒன்றும் இருந்தது. வெள்ளி நகைகளின் எடை 167 இராத்தல் என்று நிறுத்தப் பார்த்தனர்.

ஐந்தாம் சார்லஸ் மன்னர் (1500-1558; இவர் புனித ரோமன் பேரரசராயும் (1519-1556) பர்கண்டி, நெதர்லாந்து மன்னராயும் (1506-1555) முதலாம் சார்லஸ் என்ற பெயரில் ஸ்பெயினின் மன்னராயும் (1516-1556) இருந்தவர்.)அப்போது வடக்காப்பிரிக்கக் கரைமீதுள்ள டூனிசை வெல்லும் போரில் ஈடுபட்டிருந்தார். அவர் இக்கருவூலத்தைக் கண்ணால் பார்க்காமலே அவை அனைத்தையும் உருக்கி விடுமாறு ஆணை பிறப்பித்தார்.

நற்கலையழிவு

தென்னமெரிக்கத்தைச் சிறுபடையொடு சென்று நயவஞ்சகமாய் வென்றவர்கள், நெறிகெட்டவர்கள். செல்வத்தைத் தமக்கென்று அள்ளிக் கொள்ள வேண்டுமென்ற தந்நல நாட்டமுள்ள கொள்ளையராயுமிருந்தனர்.

அசுடெக்குகளின் நாகரிகத்தைக் கண்டு கோர்டஸ் வியந்தாரெனினும் பிசாரோவும், மாண்டஜோவும் தென்னமெரிக்க நாகரிகங்களை வெறுத்துக் கண்மூடித்தனமாய் அழித்தனர். ஐந்தாம் சார்லஸ் ஐரோப்பியப் போர்களில் ''வாணவேடிக்கை'' விட்டு அழிப்பதற்கென்று, அவர் கேட்ட அளவிறந்த பணத்தைப் பெறுவதற்காகவே, தென்னமெரிக்கத்தை அரக்கத்தனமாய்க் கொள்ளையடித்தனர்.

அதனால் ஈடு இணையற்ற ஒப்பிலா நாகரிகங்கள் பற்றி நாகரிக மாந்தர்க்கு இருக்க வேண்டிய எவ்விதமான பொறுப்பும் அக்கறையுமின்றி அவர்கள் கொடுமை செய்து விட்டனர். அழகான பல கட்டடங்கள் போரினால் அழிந்தன. அவற்றை இடித்துத் தள்ளிவிட்டு ஸ்பானியக் குடியேறிகளுக்காக வீடுகளும் சர்ச்சுகளும் கட்டப் பெற்றன. இங்கரின் கோநகரான குஸ்கோவில், அவர்களின் இறைவனான வீரகோசருக்கு எழுப்பியிருந்த கோயிலுக்கும் ஓர் அரண்மனைக்கும் மேலே ஒரு கதீட்ரலும், சர்ச்சும் 1668 ஆம் ஆண்டில் எழுப்பினர்.

ஐந்தாம் சார்லஸ் இவ்வாறு சூதினால் கவர்ந்த புதிய நாடுகளில் கிறித்தவத்தைப் பரப்பப் பேரார்வம் கொண்டார். ஆதலால் ஸ்பானியப் படையெடுப்பாளருடன் ஏராளமான பாதிரிமாரும் சென்றனர். தென்னமெரிக்கத்தின் குருதி வெறி கொண்ட சமயங்களைக் கண்ட பாதிரிமார் மிகுந்த அதிர்ச்சியடைந்தனர். ஆதலால் புறச் சமயங்களான அவற்றைச் சுவடு தெரியாமல் அழிக்க முயன்றனர்.

நல்லறிவிழந்தனர்

அதற்குப் பழைய குருமார்கள் அனைவரையும் கொல்ல வேண்டும் அல்லது அவர்களின் செல்வாக்கைக் குன்றச் செய்தல் வேண்டும். அவர்கள் சமயச் சடங்குகளில் பயன்படுத்தும் துணிகள், படிமங்கள், ஆவணங்கள் அனைத்தையும் தீயிட்டும்

உடைத்தும் நொறுக்கியும் அழித்தனர். இப்பணியில் ஈடுபட்டிருந்த அச்சமன்மாரில் பலர் கற்றறிந்த விற்பன்னர் என்பது குறிப்பிடத்தக்கது. அழகிய கலைப் பொருள்கள் அழிக்கப்பட்டதைக் கண்டு அவர்கள் மனம் வருந்தினர். எனினும் சமயப் பற்று அவர்களின் நல்லறிவை மழுக்கியது.

இந்தியரின் குருமார் இவ்வாறு மறைந்ததுமே இந்நாகரிகங்கள் வெகுசில ஆண்டுகளுக்குள் முற்றிலும் மறைந்து விட்டன. இந்நாகரிகங்களின் குருமார் ஆழக் கற்ற விற்பன்னராயிருந்தனர். அவர்களிடம் மதிப்பிடுதற்கியலா அரிய ஆவணங்கள் இருந்தன. இன்று அங்கு எஞ்சியிருப்பன அனைத்தும் ஊமையாய் நிற்கும் பெரிய இடிபாடுகளும் மக்கள் நீங்கிய பின் காடுகளால் சூழப்பட்டு வரும் ஆள் அரவமற்ற நகரங்களுமேயாம்.

அவற்றுள் பெரு நாட்டு ஆண்டீஸ் மலைமீது நிற்கும் மச்சு பிச்சு என்ற மனிதரில்லாத நகரம் குறிப்பிடத்தக்கதாகும். இந்நகரம் மலை மீதிருந்ததால் ஸ்பானியரின் கண்களில் படாது தப்பிற்று. இங்கர் ஸ்பானியரிடம் தோல்வி கண்ட சிறிது காலத்திற்குப் பிறது இந்நகரைக் கைவிட்டுச் சென்றனர். அதன்பிறகு 1911 வரை சுமார் 380 ஆண்டுகள் வெளியுலகம் மச்சு பிச்சு நகரை அறியாதிருந்தது.

இங்கர் உலகிற்கு அளித்த கொடைகள்

இங்கருக்குப் பல்லாயிரமாண்டுகளுக்கு முற்பட்ட மக்கள் அமேசான் ஆற்று வடிநிலப் பகுதியின் அடர்ந்த காடுகளிலிருந்து ஆண்டீஸ் மலைத் தொடரின் உள்பகுதிகளுக்குள் முட்டி மோதி முன்னேறினர். (ஆண்டீஸ் மலை தென்னமெரிக்கத்தின் பெரிய மலைத் தொடராகும். அது மேற்குக் கரையோரப் பகுதி முழுமையிலும் சுமார் 7,250 கிலோ மீட்டர் (4,500 மைல்) தொலைவு நீடிக்கின்றது. இதில் பல மலைத்தொடர்கள் அடுத்தடுத்து அமைந்துள்ளன. இங்கு எரிமலை முகடுகளும் உள்ளன. இம்மலைத் தொடரின் சராசரி உயரம் 3,900 மீட்டர் (13,000 அடி) இம்மலையில் தங்கம், வெள்ளி, இரும்பு, நைட்டிரேட்டு போன்ற பல கனிமப் பொருள்கள் பேரளவில் உள்ளன. இவ்வாறு இம்மலை மீது ஏறி வந்த மக்கள் உயர்ந்த பள்ளத்தாக்குகளிலும் கடல் மட்டத்திலிருந்து பத்தாயிரம் அடிக்கும் அதிகமான உயர்ந்த சமவெளிகளிலும் பயிர் செய்வதற்குத் தகுந்த ஒரு செடியைக் கண்டனர். இந்தச் செடியில் தரைக்கு மேலும் கீழும் வளர்கின்ற தண்டு இருந்தது. தரைக்கடியிலிருந்த தண்டு வீங்கிய மொத்தை வடிவினதாயிருந்தது. இதை நாம் உருளைக் கிழங்கு என்கின்றோம். அது புரதங்களும் கார்போஹைடிரேட்டுகளும் நிறைந்தது.

உருளைக் கிழங்கு

ஆண்டீஸ் பள்ளத்தாக்குகளில் வாழ்ந்திருந்த இந்தியர் பரவச் செய்த இந்தக் கிழங்குச் செடியின் மீதுதான் இங்கர் பேரரசே கட்டப்பட்டிருந்தது. (நடு அமெரிக்கத்திலும் மெக்சிக்கத்திலும் நிலவிய மாயர், அசுடெக்குகளின் நாகரிகங்கள் மக்காச் சோளத்தை அடிப்படையாய்க் கொண்டு அமைந்திருந்தன.)

''இந்திய'' உழவர்கள் நீண்டு ஒல்லியான தகல்ல (*tagalla*) என்ற கூர்மையான குச்சியினால் நிலத்தைத் தோண்டினர். அது இதற்குப் பல நூற்றாண்டுகளுக்குப் பின்னர் அயர்லாந்தியர் பயன்படுத்திய கருவியைப் போன்றிருந்தது. இவர்களின் பெண் மக்கள் நாம் இன்று உருளைக் கிழங்கு என்று அழைக்கும் ''பப்பஸ்'' என்ற கிழங்குகளைத் ''தகல்ல'' குச்சி கொண்டு தோண்டிய குழிகளுக்குள் நட்டனர்.

உயர்ந்த மலைகளில் பாதுகாப்பாய் அமர்ந்து வாழ்ந்த இங்கர்கள் நல்லதும் வியப்பூட்டும் வகையில் முழுமையானதுமான இந்த உணவுப் பொருளை - உருளைக்கிழங்கை - எவ்வாறு பெறுவது என்பதையறிந்து தம் பேரரசைக் கட்டியெழுப்பினர். உருளைக் கிழங்கில் செறிந்திருந்த புரதங்கள், கார்போ ஹைடிரேட்டுகள், விட்டமின்கள் ஆகியன மலைப்பை உண்டாக்கும். மாபெரும் நாகரிகம் ஒன்றைக் கட்டியெழுப்பியதற்கு வேண்டிய சக்தியை அளித்தது.

ஸ்பானிய வீரர் இங்கர் பேரரசை உருத்தெரியாமல் நொறுக்கித் தள்ளியதும், பெருமதிப்புமிக்க தங்கம், வெள்ளி, அணிகலன்கள் அனைத்தையும் அள்ளிச் சென்றனர். ஆனால் அவர்கள் கொள்ளை கொண்டுபோன பொருள்கள் அனைத்தையும் விட மதிப்பு வாய்ந்த ஒன்றைப் பற்றி எழுதி வைக்காது போய் விட்டனர். அது உருளைக் கிழங்காகும். உருளைக்கிழங்கு தற்செயலாகவே ஐரோப்பியத்தில் அடியெடுத்து வைத்தது.

அமெரிக்கம் கண்டுபிடிக்கப்பட்டதனால் ஐரோப்பியம் அறிந்திருந்த உணவுச் செடிகளின் எண்ணிக்கை இரண்டு மடங்காய் மிகுந்தது. இந்த வளர்ச்சிக்கு ஆண்டீஸ் மலைப் பகுதி மக்கள் அளித்த பங்கு மாபெரிதாகும். பலவகையான உருளைக் கிழங்குகள், பூசணி வகைகள், அன்னாசி ஆகியன மூன்றும் இங்கரும் அவர்களின் முன்னோரும் அறிந்திருந்தனவாம். அவை இன்று உலகம் முழுமையிலும் பரவிவிட்டன. மேலும் பல செடி கொடிகள், மருந்துப் பூண்டுகள், கொக்கைன் என்ற போதைப் பொருளை அளிக்கும் கொக்கா, குனைனைத் தரும் சிங்கோனா முதலியன இங்கர் நாகரிகத் தொடர்பால் மனித இன முன்னேற்றத்திற்குக் கிடைத்த கொடைகளாகும்.

4. பதினெட்டாம் நூற்றாண்டு ஐரோப்பியத்தில் சமயநிலை

உலகில் மனிதரைப் பொருத்தவரையில் ஆசியக் கண்டம்தான் வெகு தொன்மையதாகும். பல அற்புதங்களும் உயர்வு நவிற்சியான கதைகளும் அங்கிருந்துதான் புறப்பட்டன. மிகப் பரந்த ஆசிய நிலத்தில், உலக நிலத்தில் ஏறத்தாழ மூன்றிலொரு பங்கு உள்ளது. இன்று அங்கு உலக மக்களில் சுமார் அறுபது சதத்திற்கு மேற்பட்டோர் வாழ்கின்றனர்.

மனிதன் பரந்து விரிந்த இந்நிலப்பரப்பிற்கு எல்லைக்கோடுகள் போட்டு, அதன் வரம்புகளை வரை செய்து, அதை ஆசியம் என்று அழைத்ததற்கு வெகு காலத்திற்கு முன்னரே, இப்பகுதியில் மெசபடோசியம், பாபிலோன், ஆசிரியம், சீனம், சிந்துவெளி, பாரசிகம், அரேபியம், லெவண் முதலிய பகுதிகள் உலக நாகரிகத்தின் நாற்றங்கால்களாய் விளங்கி வந்தன. இங்கு இந்து சமயம், பௌத்தம், கிறித்தவம், இஸ்லாம் என்ற சமயங்கள் தோன்றி இன்று உலகெங்கும் நிலவுகின்றன.

கிறித்தவம்

இச்சமயங்களில் ஒவ்வொன்றும் பல்வேறு காலங்களில் மனித ஏற்றத்தில் தமக்கேயுரிய தனிப்பெரும் பங்குகளை ஆற்றியுள்ளன. எனினும் ஐரோப்பியரின் ஆளுகையிலிருந்த ஓர் ஆசிய நாட்டில் தோன்றி, தொடக்கக் கால அடியவரில் எண்ணற்றோர் அருந்தியாகங்களைப் புரிந்த பின்னர், ஐரோப்பியம் முழுவதையும் சிறுகச் சிறுக ஆளுகை கொண்டு விட்டு, ஐரோப்பியர் வழியாகவே உலக முழுமையும் பரவிய சிறப்புகள் கிறித்தவ சமயத்திற்கன்றி வேறெதற்கும் இலது.

வட இசுரேலில் கலீலி கடலின் வட கரையிலிருந்து பெத்சைதா (Bethsaida) என்ற ஊரினரான சைமன் பீட்டர் என்ற பீட்டர் ரோமன் கத்தோலிக்கரால் முதல் பாப்பரசர் என்று போற்றப்படுபவர். அவரும் அவருக்குப் பின்வந்த சமயப் பரப்பியரும் தம்முயிரை ஈந்து கிறித்துவ சமயக் கோட்பாடுகளை ரோமில் பரப்பினர். (பீட்டர் ரோமில் கி.பி.67 ஆம் ஆண்டு தம் உயிரைப் பரித்தியாகம் செய்தார் என்பர்.)

கிறித்தவக் கோட்பாடுகள்

ஏசுநாதருக்குப் பிறகு முதல் நூற்றாண்டுக் காலத்தில் அவருடைய அணுக்கத் தொண்டர்களான திருத்தூதர்கள் (Apostles) உயிரோடிருந்தனர். கிறித்தவ சமயத் திருச்செய்திகள் வாய் வழியாகவே சொல்லப்பட்டு வந்தன. கிறித்தவ சமயக் கோட்பாடுகள் அக்காலத்தில் இன்னும் உருவாகவில்லை. இக்கோட்பாடுகளின் அடிப்படைக் கோலம் இரண்டாம் நூற்றாண்டுக் காலத்தில் திருமறைகளாய்ச் சுருக்கி அமைக்கப் பெற்றன. அப்போது புதிய ஏற்பாடு மலர்ந்தது.

ஏசு பெருமானால் தம் பன்னிரு சீடருள் ஒருவராய்ச் சேருமாறு அழைக்கப்பட்ட லேவி என்ற மாத்தியூ விவிலியத்தின் புதிய ஏற்பாட்டில் இரண்டாம் ஆகமம் எனப்படும் திருச்செய்தியைத் தொகுத்தவரென்று போற்றப்படும், மாற்கு புனித பாலுடன் சேர்ந்து உழைத்தவரும் மருத்துவருமான லூங்கு ஆகியோரும் தொகுத்து அளித்துள்ள திருவருள் வெளிப்பாடுகளான ஆகமங்களில் ஏசுநாதர் நிகழ்த்திய பல அற்புதங்கள் கூறப்பட்டுள்ளன.

அடக்கு முறைகள்

ரோமானியப் பேரரசர்கள் கிட்டத் தட்ட மூன்று நூற்றாண்டுக் காலமாய்க் கிறித்தவத்தை ஒடுக்கி வந்தனர். ரோமானியப் பேரரசர் டயோக்சியன் (245-313; ஆ. கா. 284 - 305) காலம் வரையிலும் கிறித்தவர்கள் சொல்லொணாக் கொடுமை களுக்கு ஆளாயினர். இப்பேரரசர் 303 ஆம் ஆண்டில் கிறித்தவர்களை இறுதியாய்ப் பெருங் கொடுமைகளுக்கு உள்படுத்தினார். மா கான்ஸ்டண்டைன் (280-337; ஆ. கா. 306-337) கிறித்தவந் தழுவி 313 ஆம் ஆண்டில் இச்சமயத்தை அரசு ஏற்று ஒப்பச் செய்தார். இவரே முதல் ரோமன் கிறித்தவப் பேரரசர். இவர் தன் கோநகரை ரோமிலிருந்து பைசாந்தியத்திற்கு மாற்றினார். கான்ஸ்டண்டைனுக்குப் பிறகு கிறித்தவம் ஏற்றம் பெறலானது.

இருண்ட காலம்

கிறித்தவம் ஏற்றம் பெற்ற பின்னர்

கி.பி. ஐந்தாம் நூற்றாண்டின் பிற்பகுதியிலிருந்து 1200 ஆம் ஆண்டு வரையிலும் நிலவிய சுமார் 700 ஆண்டுகள் ஐரோப்பிய வரலாற்றின் இருண்ட காலம் என்று ஒரு காலத்தில் கருதப்பட்டது. இது குறித்து முரண்பட்ட கருத்துகள் உள. பல நூற்றாண்டுகளாகவே இக்காலக்கூட்டத்தில் பின்னடைவு இருந்தது என்பதை மறுக்கவியலாது. பிரான்சையும் ஜெர்மனியையும் கி.பி.751 முதல் 987 வரை ஆண்டு வந்த கரோலிஞ்சியன் (Carolingian) அரச குடி நிலவிய காலத்தை ஆழ்ந்து நோக்குகையில், ஐரோப்பியத்தின் பின்னடைந்த நிலை தெளிவாகின்றது என்று தற்கால வரலாற்றாசிரியர் ஒருவர் கூறுகின்றார்.

கரோலிஞ்சியன் காலம்

கரோலிஞ்சியன் காலத்தில் தங்கம் தோண்டி எடுப்பது நின்று போனது. வட்டிக்குக் கடன் கொடுப்பது தடை செய்யப்பட்டது. வாணிபத்தைத் தொழிலாய்க் கொண்ட ஒரு வகுப்பு அப்போது இருந்திலது. பாப்பிரஸ், மணக்காரப் பண்டங்கள், பட்டு முதலிய கீழை நாட்டுப் பண்டங்களின் இறக்குமதி நின்று போனது. பணப்புழக்கம் சுருங்கிற்று. சாதாரண மக்கள் எழுதவும் படிக்கவும் அறியாதிருந்தனர். வரி தண்டும் வேலை முறையாக அமைக்கப் பெறவில்லை. நகரங்கள் வெறும் கோட்டைகளாய்த் தான் இருந்தன. முற்றிலும் வேளாண்மைத் தொழிலையே செய்து வாழும் நிலைக்குத் தாழ்ந்து விட்ட ஒரு நாகரிகமே இருந்தது. அந்நாகரிகத்திற்கு வாணிபமோ, தொழில் புரியக் கடன் வசதியோ வேண்டியதில்லை என்ற நிலை ஏற்பட்டது.

தெளிவற்றதும், கிட்டத்தட்ட எழுதி வைக்கப்படாததுமான இந்தச் சுமார் ஏழு நூற்றாண்டுக் காலம் இருண்டது. ஐரோப்பியரின் முன்னோர் ரோமானியப் பேராசைக் கவிழ்த்ததற்குத் தந்த பெரிய விலையே இந்த இருட்டுக் காலம் என்று வரலாற்றாசிரியர் கூறத் துணிந்தனர். இந்நிலை பன்னிரண்டாம் நூற்றாண்டு வரை நீடித்தது.

தாமஸ் அக்குவினாஸ்

பதின்மூன்றாம் நூற்றாண்டில் நிலவிய புனித தாமஸ் அக்குவினாஸ் (Saint Thomas Aquinas 1225 - 1274; இத்தாலிய இறையியலார்; கற்றறிந்த மெய்யியலார்; டொமினிக்கன் சபைத் துறவி) இத்தகைய நிலை மாறுவதற்குப் பெரிதும் காரணரானார். அவர் இறைமையியலைப் (Theology) பன்னோக்குடன் முதன்முதலில் ஆராய்ந்தார்.

அக்குவினாஸ் அரிஸ்டாட்டிலின் (384 - 322 கி.மு.) நூல்களை மெத்தக் கவனத்துடன் படித்தார். அதன்பிறகு

கிரேக்கர்களின் நுண்மாண் நுழைபுலத்தைக் கிறித்தவச் சிந்தனைக் கட்டமைப்பினுள் பொருத்திவிட முடியும் என்பதை அவர் கண்டார். அரிஸ்டாட்டில் உலகம் பற்றிக் கொண்டிருந்த கருத்துகளைக் கிறித்தவ மெய்யியல் வெளிப்பாடுகளுடன் கலந்து வரலாற்று இடைக் காலத்து நோக்காடுகளுக்கு மருந்து கண்டுபிடித்தார். வரலாற்று இடைக்காலம் முழுமையிலும் *(400-1200 கி.பி.)* இப்போதனைகளையும் பாப்பரசர், பேரரசர் ஆகியோரின் ஆன்மிக, உலகியல் மேலாண்மைகளையும் அடிப்படையாய் வைத்து ஐரோப்பிய மக்களின் வாழ்க்கை முறை நடந்து வந்தது.

துரதிருஷ்டவசமாய், இடைக்காலச் சிந்தனைகள் மிகச் சரியான முறையில் மக்களின் வாழ்க்கையுடன் இசைந்து கொண்டதால், அதில் எந்தப் பகுதியையும் மாற்ற முடியாத நிலை ஏற்பட்டது. அவ்வாறு மாற்ற முனைந்தால், அச்சிந்தனை முழுவதையுமே மறுக்க வேண்டி வரும் என்ற அச்சம் உண்டானது. அரிஸ்டாட்டிலின் எழுத்துகளில் குறை தோன்றக் கூடிய ஆராய்ச்சியில் எந்த விற்பன்னர் ஈடுபட்டாலும், அவர் இடைக்காலத்துச் சமய நம்பிக்கை முழுமையையும் இடருக்கு உள்ளாக்கிவிடக் கூடிய நிலை இருந்தது. கிறித்தவ சமய பீடம் கிறித்தவரல்லாத கிரேக்க அறிஞரின் சிந்தனையைத் தன் கோட்பாட்டினுள் வரித்துக் கொண்டு, அச்சிந்தனைக்கு அரணாய் நின்றது.

முரண்பாடும் அச்சமும்

ஆதலால் புதிய கண்டுபிடிப்பு ஒன்று, ஏற்கெனவே அறியப்பட்டதுடன் ஒத்துப் போகாவிடில், புதியது தவறாகவே இருக்க வேண்டும் என்று கருதப்பட்டது. ஆதலால் வரலாற்று இடைக்காலத்திலும் படிப்பறிவு வளர்ச்சி நின்று போனது. ஏற்கெனவே ஏற்கப்பட்டதுடன் புதிய கருத்து ஒத்துப் போகாவிடில், அதைக் கூறியவர் சமயத்துடன் முரண்பட்டுப் போனதாய் அஞ்சலாயினர். சமய நம்பிக்கை பற்றிய ஐயப்பாடுகளுக்கும் உண்மை பற்றிய ஐயப்பாடுகளுக்கும் இடையிலிருந்த வேறுபாடுகளைக் காண்பதற்கு எவரும் துணிந்திலர்.

கிறித்தவ சமயத்திற்கு அறைகூவல் விடுத்துக் கிறித்தவ உலகையே வேரறுக்க லாகாது என்ற நிலை இருந்தமையால் அறிவியல் முன்னேற்றம் காண்பது என்பது முயற்கொம்பாகிப் போனது. எனினும், நாகரிகம் முன்னேறிச் செல்கையில், அரிஸ்டாட்டிலின் பல கருத்துகள் தவறானவை என்பதை விற்பன்னர் பலர் தம் நுட்பமான ஆய்வுகளிலிருந்து கண்டு கொண்டனர். ஆனால் அவர்கள் சமய பீடத்தின் உயர் மேலாண்மையை மதித்ததால், தம் ஐயப்பாடுகளை வெளிப்படையாய்த் தெரிவிக்கவில்லை. பாப்பரசர்கள் ஆட்சியின் பெருமை கெட்டது வரையிலும் இந்நிலைமை மாறாது நீடித்தது.

பாப்பரசர் பெருமை கெடுதல்

இத்தகைய நிலை திடீரென்று மாறிவிடவில்லை. அதற்கு 14-15 ஆம் நூற்றாண்டுகளில் எழுந்த மறுமலர்ச்சியும் ஒரு தூண்டுகோலாய் அமைந்தது. பாப்பரசர்கள் மதித்துப் போற்றப்பட்ட காலம் மலையேறி வந்தது. மேலான அந்தப் பீடத்தில் மண்ணுலகக் காவலராய் வீற்றிருந்த பாப்பரசர்கள் தனி முதன்மை பெற்றிருந்த காலத்தில் சமய முரணியர் சிறுபான்மையாயிருந்தனர். ஆனால் ஐரோப்பியத்தில் உண்டான பல்வேறு முற்போக்கு எண்ணங்களின் தூண்டுதலால் சமயத்துடன் முரண்படுவோர் மிகலாயினர்.

1781

சமய முரணியர் ஆய்வு மன்றம்

ஆதலால் கிறித்தவ சமயத்திற்கு எதிராய் நடந்து கொண்டவர்களையும் பேசியவர்களையும் குற்றவாளிக் கூண்டில் நிறுத்தி விசாரித்துத் தண்டிக்கும் வகையில் ஓர் ஆய்வு மன்றத்தைப் (*Inquisiton*) போர்ச்சுக்கல்லில் அமைக்குமாறு பாப்பரசர் 1531 ஆம் ஆண்டு ஓர் ஆணை பிறப்பித்தார். ஆனால் 1541 ஆம் ஆண்டுதான் அந்த ஆணை செயல்படுத்தப்பட்டது. அதே ஆண்டு முதல் ஆய்வு மன்றம் கூடிச் சமய முரணியர்க்குக் கடுந்தண்டனை விதித்தது.

இச்சமய முரணியர் ஆய்வு மன்றம் தொடங்கப்பட்ட நாளிலிருந்து, அது ஒழிக்கப்பட்ட 1774 ஆம் ஆண்டு வரையிலும் 16,172 வழக்குகள் ஆராயப்பட்டன. அதாவது ஓராண்டில் சராசரியாய் 76 வழக்குகள் தீர்க்கப்பட்டன.

மார்க்குவிஸ் தெ பொம்பல் என்றவரின் தூண்டுதலால் சமய முரணியர் தண்டனை முறை மன்றம் முதன்முதலில் ஒழிக்கப்பட்டது. எனினும் அது திருந்திய வடிவில் மீண்டும் 1778 ஏப்ரலில் கொண்டு வரப்பட்டது. அது இறுதியாய் 1812 ஜூனில் ஒழிக்கப்பட்டது.

இத்தாலியில் தோன்றிய மறுமலர்ச்சி, கிறித்தவத்திலிருந்து கிளைத்த லுத்தரன் கிறித்தவப் பிரிவு, பிரான்சில் எழுந்த அறிவு மலர்ச்சி போன்ற முற்போக்கு இயக்கங்களின் தாக்கத்தால், சமயப் பொறையற்ற முரணியர் தண்டனை மன்றம் செல்வாக்கிழந்து வந்தது. மேலும் சில வரலாற்றுக் கூறுகளும் இதற்குத் துணை நின்றன.

ஸ்பெயினில் சமய முரணியர் தண்டனை மன்றமும் இக்காலத்தில் வலுவிழந்தது. அங்கு கடைசியில் 1781 இல் ஒருவர் தீயிட்டுக் கொளுத்தப்பட்டார். ஐரோப்பியப் பெரு நிலத்தில் பதினெட்டாம் நூற்றாண்டின் பிற்பாதியில் சமயத் தொடர்பான சழக்குகளின் வேகம் குறைந்தது.

பதினேழாம் நூற்றாண்டில் பெருங்குழப்பங்களும் போர்களும் மலிந்திருந்த பிறகு, பதினெட்டில் அமைதியும் குழப்பமின்மையும் தோன்றின. ஜெர்மனியில் சமயப் போர்களும் பிரிட்டனில் ''கடுந்தூய்மையாளர்'' புரட்சியும் இதற்கு முந்திய நூற்றாண்டில் நிகழ்ந்தன. இரஷியத்தின் பழைய, புதிய நம்பிக்கையாளர்கள் கிரேக்க வைதிகச் சபையைத் தம் கைக்குள் கொண்டு வருவதற்காகக் கடுஞ்சண்டை செய்தனர். இவற்றைப் பதினெட்டாம் நூற்றாண்டுடன் ஒப்பிடுகையில் இதை அமைதியான காலம் எனலாம். இக்காலத்தில் அரசும் நிலைபெற்று, சமயத் திருச்சபைகளும் அமைதியுறலாயின. சமயச் சழக்குகளும் கருத்து வேறுபாடுகளும் குன்றின் அவை அடங்கிப்போயின. இது மெய்யாகவே ஐரோப்பியர்க்கு அறிவெழுச்சிக் காலமேயாகும்.

5.பிரிட்டீசுப் பொருளியல் வளர்ச்சி முடுக்கம்

கிழக்கிலும் மேற்கிலும் இருக்கின்ற ''வளர்ச்சியடைந்த'' மக்கள் கூட்டங்கள் அனைத்திலும் போலவே, பிரிட்டனின் இக்காலத்து மக்களினத்திலும் ''விரிந்து பல்கிய இயற்கை வளங்கள், உழைப்பு, இடுமுதல், தொழில் முனைப்பு'' ஆகிய இவற்றிலிருந்துதான் பொருளியல் வளர்ச்சி நேரடியாக ஏற்பட்டது. இவ்வளர்ச்சி பதினெட்டாம் நூற்றாண்டின் கடைசிப் பகுதியில் தொடங்கிக் குளத்தில் விரிந்து கொண்டே செல்லும் நீரலைச் சுழல் போன்று, அத்தொடக்கத்திலிருந்து பரவலாயிற்று.

அந்தச் சுழலலை இன்றும் உலகை மாற்றியமைத்த வண்ணம் சுழன்று சுழன்று விரிந்த வண்ணமே தொடர்ந்து செல்கின்றது.

தொழிற் புரட்சியின் விளைவுகள் - Industrial Revolution என்பது அதைச் சரியாய் மதிப்பிட்டு அழைப்பதாகாது என்பர் - உலகக் கோளரங்கின் மீது மட்டுமின்றி, முதன்முதலில் அதன் தாக்கத்தை ஏற்ற பிரிட்டனிலும் இன்றும் செயல்பட்டு வருகின்றன. இதில் அமெரிக்கம் விதிவிலக்காகும். அங்கு தொழிற் புரட்சியானது. அந்நாட்டை முற்றிலும் மாற்றிவிட்டது.

இவ்வாறு ஹெரால்டு பெர்க்கின் என்பவர் "தற்கால ஆங்கில மக்களினத்தின் தோற்றம்" என்ற ஆங்கில நூலில் தொழிற் புரட்சியைப் புதிய கோணத்தில் படம் பிடித்துக் காட்டுகின்றனர்.

இன்று நம்மைச் சூழ்ந்து இருக்கின்றவற்றுள் நம்முடனொத்த காலத்தவை என்று நாம் அடையாளங் காணுகின்ற பெரும்பாலானவையெல்லாம் கிட்டத்தட்ட இந்த இருபதாம் நூற்றாண்டின் நடுப்பகுதியிலிருந்து தான் உண்டானவை என்று நமக்குத் தோன்றுகின்றது. ஆனால் நாம் மக்களின் அரசியல் அமைப்பில் இன்று மிக அண்மைக் காலத்தவை என்று அடையாளம் காணுகின்ற போக்குகள் கூட மூன்றாம் ஜார்ஜ் ஆண்ட காலத்தில் (1760-1820) முடுக்கி விடப்பட்ட உந்து சக்திகளின் நேரடியான வளர்ச்சியேயாகும் என்றும் அவர் குறிப்பிடுகின்றார்.

பிரிட்டனில் பதினெட்டாம் நூற்றாண்டின் முதலிரு பகுதிகளில் தொடங்கிய பொருளியல் வளர்ச்சியின் குறிப்பிடத்தக்க உந்து வேகத்தை, அந்தக் காலகட்டத்தில் வாழ்ந்திருந்தவர்கள் நன்கு உணர்ந்திருந்தனர்.

"பிரிட்டனின் செல்வச் செழிப்பை மெய்ப்பித்துக் காட்டுவதற்கு விரிந்த புள்ளி விவரங்களைக் கூறி விளக்க வேண்டிய தில்லை. அவ்வளர்ச்சியானது, குறிப்பாய்க் கடந்த அறுபதாண்டுக் காலத்தில் உண்டான வளர்ச்சியானது, எடுத்துக்காட்டுகளுக்கு எல்லாம் அப்பாற்பட்ட முறையில் அத்தனை வேகத்துடன் ஏற்பட்டது,"என்று பேட்ரிக்கு கால்கூகன் (Patrick Colquhoun) 1814 ஆம் ஆண்டு தன் A Treatise on the Wealth, Power and Resources of the British Empire என்ற நூலில் குறிப்பிட்டிருக்கின்றார்.

பிரிட்டனின் அயல் வாணிபம் 1780-1790 காலக்கட்டத்தில்,அதன் துறைமுகங்களிலிருந்து ஏற்றிச் செல்லப்பட்ட பண்டங்களின் எடைக் கணக்குப்படி பார்த்தாலுஞ்சரி, அதன் ஏற்றுமதி இறக்குமதி மதிப்புகளை வைத்துக் கணித்தாலுஞ்சரி, மும்மடங்கு பெருகியது. மேலும் 1750, 1800 ஆகிய ஐம்பதாண்டுகளின் இடைக்காலத்தில் ஐந்து மில்லியன்

டன்னிற்குக் குறைந்த அளவாயிருந்து. பத்து மில்லியன் டன்னாக இரட்டித்தது. இன்னும் *1788-1806* காலக்கட்டத்தில் தேனிரும்பு ஆக்கம் *1740* ஆம் ஆண்டில் இருந்ததை விட நான்கு மடங்கு மிகுந்தது. அது மீண்டும் *68,000* டன்னிலிருந்து *2,50,000* டன்னாக, கிட்டத்தட்ட நான்கு மடங்கு பெருகிற்று. எந்திரங்களால் இயங்கிய பருத்தித் தொழில் இவையனைத்தையும் விடக் கற்பனையை மிஞ்சும் வேகத்தில் வளர்ச்சி கண்டது. பருத்தி இறக்குமதி *1781-1800* காலத்தில் *10.9* மில்லியன் பவுனிலிருந்து *51.6* மில்லியன் பவுனாக ஐம் மடங்கு உயர்ந்தது.

பிற தொழில்கள் இவற்றைப் போல் வேகமாய் வளரவில்லையெனினும், வளர்ச்சியடைந்து வந்த தொழில்களின் காரணமாக, மொத்தத் தொழிலாக்கம் பதினெட்டாம் நூற்றாண்டின் கடைசி இருபதாண்டுகளில் இரண்டு மடங்கு பெருகிற்று. தற்காலத் தொழில் வளர்ச்சி வளம் தொடங்கி விட்டது என்று டபிள்யூ ஜி. ஹாஃப்மன் British industry *1700-1950* என்ற நூலில் கூறுகின்றார். (இந்நூல் ஜெர்மன் மொழியிலிருந்து ஆங்கிலத்தில் மொழி பெயர்க்கப்பட்டது.)

இருப்பினும் வாணிபப் பெருக்கம், சிலவகைத் தொழில்களில் வரிசையாய் உண்டான தொழில்நுட்ப வளர்ச்சிகள், ஏன், பொதுவான பொருளியல் வளர்ச்சியின் முடுக்கம் இவையனைத்தையும் விட மேலானது தொழிற்புரட்சியாகும். ஏனெனில் தொழிற்புரட்சியானது மனிதன் வாழ்க்கை வளங்கள் அனைத்தையும் எட்டி அடையுமாறு செய்த புரட்சியாகும். அது மனிதன் சுற்றுச் சூழலைக் கட்டுக்குள் கொண்டு வருவதற்கு உதவியது; இயற்கையின் கொடுங்கோன்மையிலிருந்தும் கஞ்சத் தனத்திலிருந்தும் மனிதன் தப்புவதற்கு வழி வகுத்தது. ஆனால் உயிரின வாழ்க்கைச் சூழலையே மாசுபடுத்தி மண்ணுலகம் மனிதன் வாழுதற்கியலாத வெறும் வெட்ட வெளியாகி விடக்கூடிய கொடுமையைத் தொழிற் புரட்சி விளைவிக்கப் போகின்றது என்பதைப் பதினெட்டாம் நூற்றாண்டின் இக்கால கூட்டத்தில் எவரும் கற்பனை செய்து கூடப் பார்த்ததில்லை.

ஆப்பிரிக்கத்தை நோக்கி

இக்காலக்கட்டத்தில்தான், அதாவது ஆயிரத்து எழுநூற்றி எண்பதுகளில்தான் பிரிட்டனும் ஐரோப்பியத்தின் பிற நாடுகளும் இருண்ட கண்டம் என்று கருதப்பட்டு வந்த ஆப்பிரிக்கப் பெரு நிலத்தின் பக்கம் திரும்பலாயின.

அமெரிக்க விடுதலைப் போர் *(1775-1776)* முடிந்ததும் பிரிட்டன் அப்பெருநிலத்தில் பதின்மூன்று குடியேற்றங்களை இழந்துவிட்டது. அங்கு பிரஞ்சுக்காரர் முன்னை விடத் திறமையாய்ப் பிரிட்டிசாருடன் போட்டியிடலாயினர். பிரிட்டன் தன் சர்க்கரை ஐரோப்பியக் கண்டத்து அங்காடிகளிலிருந்து வெளியே தள்ளப்பட்டு விடக்கூடிய இக்கட்டு ஏற்பட்டுவிட்டதை உணர்ந்தது. பிரிட்டன் தன் பழைய நிலையை எய்த வேண்டுமாயின், அதற்கு இரண்டு மாற்று வழிகள் மட்டுமே இருந்தன. ஒன்று தென்னமெரிக்கத்திற்குள் முண்டிக் கொண்டு நுழைவது; மற்றொன்று, தன் வசமுள்ள பகுதிகள் மீது முழுக் கவனஞ் செலுத்தி அங்கு புத்தூக்கத்தை உண்டாக்குவது. இவ்விரு வழிகளையும் ஆதரிப்போர் பிரிட்டனில் இருந்தனர். அதைப்போல் இவ்விரண்டில் இடுக்கண்களும் இருந்தன.

பிரிட்டன் ஸ்பெயின் அறியாமல் ஸ்பானிய அமெரிக்கத்துடன் நடத்தி வந்த கள்ள வாணிபம் பெருத்த வருவாய் தரக் கூடியது தான்; எனினும் அதை மேலும் விரிப்பதால் ஸ்பெயினுடன் மோத போரிடலாம். மேற்கிந்தியத் தீவுகளில் தொழில் செய்து வந்த பிரிட்டிசார், பிரிட்டீசுக் கரீபியனிலுள்ள தம் கரும்புத் தோட்டங்களுக்கு அரசின் ஆதரவு வேண்டுமென்று விரும்பினர். ஆனால் அங்கு கிடைக்கக் கூடிய பலன் அவ்வளவு அதிகமன்று. மேலும், அடிமை வாணிப எதிர்ப்பியக்கம் மேற்கிந்தியத் தோட்டத் தொழில் நலன்களுக்கு மிகுந்த ஊறு விளைவிக்கும்.

ஆதாயந் தந்த அடிமை வாணிபம்

எனவே 1782-ஐ அடுத்து வந்த பத்தாண்டுக் காலத்தில் தென்னட்லாண்டிக்கிற்கு மாற்றாக வெப்ப வலய ஆப்பிரிக்கத்தைத் தம் பொருளியல் வளர்ச்சி கருதிப் பயன்படுத்த வேண்டும் என்ற நிலை தோன்றியது. சூயசுக் கால்வாய் இல்லாத கிழக்காப்பிரிக்க, இந்திய வாணிப மண்டலத்தைப் பொருத்த வரையில், ஆப்பிரிக்கம் வெகுதொலைவிலுள்ள இடமென்று தோன்றியது. (சூயசுக்கால்வாய் 1854 தொடங்கி 1869 ஆம் ஆண்டில்தான் தோண்டி முடிக்கப் பெற்றது.)

ஏற்கெனவே நடந்து வந்த அடிமை வாணிபம் தான் வாணிப ஆதாயம் தரும் வாய்ப்புள்ள தொழிலாய் இருந்து வந்தது. ஆப்பிரிக்கத்தில் அடிமை வாணிபம் நடந்து வந்த கரையோரப் பகுதி, அங்கோலத்திலுள்ள பெங்குவல (*Benguela*) தொடங்கிச் செனிகல் ஆற்றின் கழிமுகத்திலுள்ள செயிண் லூயி வரை நீண்டிருந்தது.

ஐரோப்பிய நாடுகள் அனைத்தும் சேர்ந்து 1780 ஆம் ஆண்டுகளின் பிற்பகுதியில், ஆப்பிரிக்கத்தின் மேற்சொன்ன பகுதியிலிருந்து ஓராண்டில் கிட்டத்தட்ட 75,000 அடிமைகளை ஏற்றியனுப்பின. அவ்வடிமைகளில் பாதிப்பேரைப் பிரிட்டீசு வணிகர் கொண்டு சென்றனர். பிரிட்டன் 1783-1787 காலகட்டத்தில் ஆப்பிரிக்கத்திற்கு ஏற்றியனுப்பிய பண்டங்களின் ''அரசு ஏற்புடைய மதிப்பு'' 6,91,000 பவுனாகும். இது பிரிட்டனின் மொத்த ஏற்றுமதியில் 4.4 சதம் (பிரிட்டனின் வணிகர் ஆண்டு தோறும் அமெரிக்க நாடுகளில் ஏறத்தாழ 30,000 பேரை அடிமைகளாய் இறக்கியதையும் மேற்கிந்தியத் தீவுகளில் ஓர் அடிமைக்குச் சுமார் 35 பவுன் கிடைத்ததையும் கொண்டு கணித்த மதிப்பு மேற்சொன்ன தொகையாகும்.)

இருப்பினும் ஏற்றுமதியின் மதிப்பீடுகள் தவறான கணிப்புகளாய் அமைவதுண்டு. அமெரிக்க வாணிபத்தின் முக்கியமான கூறுயாதெனின், அது ஆப்பிரிக்கத்தில் விற்கப்படும் பண்டங்களின் வெறும் மதிப்பாகிவிடாது. அமெரிக்கத்தில் விற்ற அடிமைகளால் கிடைத்த முழு மொத்த வருவாயானது, ஆப்பிரிக்கக் கரையோரப் பகுதிகளுக்கு ஓராண்டில் ஏற்றியனுப்பிய பண்டங்களின் மதிப்பாகிய 10,000,000 பவுனைவிடக் கிட்டத்தட்ட இரண்டு மடங்கு மிகுந்தது. மேற்கிந்தியத் தீவுகளிலிருந்து தோட்ட முதலாளிகள் தம் செல்வச் செழிப்பிற்கு அடிமைகள் சீராகத் தொடர்ந்து வந்து சேர்வதை நம்பியிருந்தனர்.

பிரிட்டனின் பொருளியல் வளர்ச்சிக்கு உலகின் பல பகுதிகள் இக்கால கட்டத்தில் பல்வேறு துறைகளில் நல் வாய்ப்பாக அமைந்தன என்பது இவற்றால் புலனாகின்றது.

1781

வரலாற்றுப் புள்ளிகள்

1. முத்துராமலிங்க சேதுபதி சிறையிலிருந்து விடுதலை

ஆர்க்காட்டு நவாபு முகமதலியின் மண்ணாசைச் சூழ்ச்சிகளாலும் கிழக்கிந்தியக் கம்பெனியின் பொருளாசையினாலும் மறவர் நாட்டில் இராமநாதபுரமும் சிவகங்கையும் ஒன்பதாண்டுகளுக்கு முன்னர் 1772 ஜூனில் வீழ்ச்சியடைந்தன. பிரயித்துவயிட்டின் தாக்குதலால் இராமநாதபுரம் கோட்டை ஜூன் 2 அன்று மாலை 5.30 மணிக்கு வீழ்ந்தது. (இ.ச.க.தொகுதி-8) அன்று கோட்டையைக் காத்த வீரரில் 3,000 பேர் இறந்தனர். பன்னிரண்டு வயதுச் சிறுவரான முத்துராமலிங்க சேதுபதியும் அவரின் அக்காள்மார் இருவரும் அவர்தம் அன்னையான அரசியும் எதிரிகளிடம் சிறைப்பட்டனர். அவர்கள் திருச்சிராப்பள்ளியில் சிறைவைக்கப்பட்டனர்.

அவர்கள் சிறையிலிருந்த காலத்தில் சிவகங்கைச் சீமையில் மருது பாண்டியரும் சேது நாட்டில் மாப்பிள்ளைத் தேவரும் நவாபின் படையினரை விரட்டியடித்தனர். விடுதலையுணர்வு மிக்கோங்கிய மறவரின் போராட்டம் வெற்றி பெற்றது. ஆதலால் அவர்களின் செல்வாக்கு ஓங்குவதை நவாபு முகமதலி விரும்பவில்லை. எனவே இப்போது இருபது வயது நிரம்பி விட்ட முத்து ராமலிங்க சேதுபதியை 1781 ஏப்ரல் 7 அன்று திருச்சிராப்பள்ளிச் சிறையிலிருந்து விடுதலை செய்தார். முத்துராமலிங்க சேதுபதி ஆர்க்காட்டுப் படையின் உதவியுடன் புரட்சிக்காரர்களை விரட்டிச் சேது நாட்டின் ஆட்சிப் பொறுப்பைத் தானே மேற்கொண்டார். மாப்பிள்ளைத் தேவர் அதன்பிறகு ஐதரலியுடன் சேர்ந்து கொண்டார்.

புதிதாய் ஆட்சிக்கு வந்த முத்துராமலிங்க சேதுபதி தனது நாட்டின் ஆட்சிப் பரப்பை விரிக்கும் நோக்கத்துடன் சிவகங்கையைத் தன் ஆளுகைக்குள் கொண்டு வர எண்ணினார். அவர் இராமநாதபுரத்திற்கும் சிவகங்கைக்கும் சேர்த்துக் கப்பத் தொகையாய் ஆண்டு தோறும் மூன்றரை இலட்ச ரூபாய் தருவதாய் நவாபிடம் கூறி, மறவர் நாடுகள் இரண்டையும் இணைப்பதற்கு அவரின் உதவியை நாடினார். அவர் இதன் அடுத்த நடவடிக்கையாய்ச் சிவகங்கை இளவரசி வேலாச்சியை மணப்பதற்கு முன்வந்தார். ஆனால் வேலாச்சி தன் தாய்மாமன் உடையத் தேவரை மணந்து கொண்டு சேதுபதியின் கனவைக் கலைத்து விட்டார். இதனால் சேதுபதி பழியுணர்ச்சி மிகக் கொண்டு சிவகங்கைச் சீமையை இராமநாதபுரத்துடன் இணைக்கப் பெரும் பாடுபட்டும் அது பலனற்றுப் போனது.

கிழக்கிந்தியக் கம்பெனி நவாபின் ஆட்சிப் பகுதிகளையெல்லாம் தன் ஆட்சிப் பொறுப்பினுள் கொண்டு வரும் வகையில், அனைத்தையும் தன் பெயருக்கு மாற்றிக் கொண்டிருந்தது. அதனால் கம்பெனி இராமநாதபுரத்தையும் சிவகங்கையையும் தனித் தனி நாடுகள் என்று 1784 இல் ஏற்று ஒப்பியது. அவை முறையே ஆண்டிற்கு 2,80,000 ரூபாயும் கப்பமாய்த் தர வேண்டும் என்று வரை செய்தது. அதன் பிறகு மறவர் நாடுகள் இரண்டிற்குமிடையே நடந்து வந்த சச்சரவு முடிந்தது. அங்கு நவாபின் ஆட்சியும் முடிந்தது.

2. முகமதலி தமிழ்நாட்டைப் பிரிட்டிசாரிடம் அடகு வைத்தல்

பிரிட்டிசாருக்கும் ஆர்க்காட்டு நவாபான வாலாசா முகமதலிக்கு மிடையே 1781 டிசம்பர் 2 அன்று ஓர் உடன்படிக்கை ஏற்பட்டது. இந்த உடன்படிக்கைப்படி கம்பெனி முகமதலியை நாட்டில் வழிவழியாய் இருந்து வரும் அரச குடியின் அரசர் என்று ஏற்று ஒப்ப வேண்டும். நவாபு தன் பங்கிற்கு அவர்களுடன் ஓர் ஒப்பந்தம் செய்தார். அதில் பிரிட்டிசார் நாட்டின் வரி வருவாயை மக்களிடமிருந்து ஐந்தாண்டுக் காலத்திற்குத் தண்டி எடுத்துக் கொள்வதற்கு வகை செய்யப்பட்டிருந்தது.

கிழக்கிந்தியக் கம்பெனி இந்த ஒப்பந்தத்திற்கிணங்க, ஆர்க்காட்டு நவாபின் ஆட்சியிலடங்கிய பகுதிகளில் நவாபின் சார்பில் வரி தண்டும் வேலைகளைத் தன் ஆள்களைக் கொண்டு நடத்தி வந்தது. இப்பணியைத் திறம்பட நடத்துவதற்காகச் சென்னை ஜார்ஜ் கோட்டையில் ''வருவாய்ப் பணி மேற்கொள்ளும் வாரியம்'' அமைக்கப்பட்டது.

3. ஐதரலி முகலாய அமைச்சருடன் அரசியல் பேரம்

ஐதரலி போரில் மட்டுமன்றி அரசியல் தந்திரத்திலும் வல்லவர் என்பதை வரலாறு காட்டுகின்றது. அவர் இரண்டாவது மைசூர்ப் போரில் (1780-1784) ஈடுபட்டிருந்த இக்காலக்கட்டத்தில் முகலாய அரசர் ஷா ஆலத்தின் (1760-1788) தலைமை அமைச்சரான நஜஃபு கானுடன் தக்காணத் தொடர்பாக அரசியல் பேரம் நடத்தினார்.

மிர்சா நஜஃபு கான்

கிழக்கிந்தியக் கம்பெனியின் கண்காணிப்பில் முகலாய மன்னராய் வாழும் நிலையிலிருந்த ஷா ஆலம் (இ.ச.க.தொகுதி-7) 1772 ஜனவரி 6 அன்று டெல்லிக்குள் நுழைந்தார். அதன்பிறகு அடுத்த பத்தாண்டுக் காலத்திலும் மிர்சா நஜஃபு கான் என்ற பாரசிகர் டெல்லி அரசியலில் மேலோங்கி நின்றார். அவரின் தாய் சஃபாவிடு அரச குடியில் பிறந்தவர். அதனால்தான் பாரசிக மணிமுடியைப் பறித்துக் கொண்ட நாதிர் ஷா (1688-1747) நஜஃபு கானைச் சிறையிலடைத்து விட்டார். முகலாயத் தூதுவரின் வேண்டு கோளுக்கிணங்க நஜஃபு கான் விடுதலை செய்யப்பட்டார். அவர் அதன்பிறகு இந்தியம் வந்து, பாரசிகரான ஔது நவாபுகளின் ஊழியத்தில் சேர்ந்தார்.

ஔது நவாபான சுஜா - உத்-தௌலா -ஐதரின் (1754-1775) வெறுப்பிற்கு நஜஃபு கான் ஆளானதால், வங்க நவாபு மீர் காசிமிடம் (1760-1763) 1762 இல் பணிக்குச் சேர்ந்தார். அவர் அடுத்த ஆண்டில் தன் ஆண்டையோடு சேர்ந்து கொண்டு கம்பெனியுடன் நடத்திய போரில் தோற்றார். எனினும் மீர் காசிம் 1764 ஆம் ஆண்டு பக்சார்ச் சண்டையில் (இ.ச.க.தொகுதி-7) இறுதியாய்த் தோற்றது வரையிலும் நஜஃபு கான் அவரிடம் மாறாத பற்றுக் கொண்டிருந்தார்.

நஜஃபு கான் பக்சார்ச் சண்டைக்குப் பிறகு புந்தேல் கண்டையடைந்து (புந்தேல்கண்டு : இ.ச.க. தொகுதி-2) ஓய்வு கொண்டார். அலகாபாதில் வாழ்ந்து வந்த முகலாய அரசர் ஷா ஆலம், 1765 ஆம் ஆண்டு நஜஃபு கானைத் தன்னிடம் அழைத்துக் கொண்டார். அவர் அப்போதிலிருந்து 1782 இல் செத்தது வரையிலும் பேரரசரின் தலையாய ஆதரவாளராயிருந்து வந்தார்.

அவரிடம் ஆப்கானியரின் தந்திரமும் கொடுங்குணமும் இல்லையெனினும் பாரசிகர்க்குத் தலைமுறை தலைமுறையாக இருந்து வந்த அறிவுக் கூர்மை, நயநாகரிகம்,

கவர்ச்சி ஆகியன அனைத்தும் பொருந்தியிருந்தன. அவரது நிருவாகத்தில் முகலாய அரசு மீட்சி பெற்று மீண்டும் சிறக்கும் என்பதை அனைவரும் ஒப்புக் கொண்டனர் என்பதை ஆவணங்கள் காட்டுகின்றன.

அமைச்சர் நஜஃபு கானின் ஆட்சிப் பொறுப்பில் சம்பல் தொடங்கிச் சட்லஜ் ஆறு வரையிலும் இருந்த நிலப்பரப்பு முழுமையும் அடங்கும். சீக்கியர், ஜாட்டுகள், ரோகில்லர் அனைவரும் அவர் அமைச்சராயிருந்த காலத்தில் ஒடுக்கப்பட்டனர். ஆப்கானியரின் ஆபத்து மறைந்தது. ஔதின் அசஃபு உத்தௌல (1775-1797) செயலற்றுக் கிடந்தார். மராட்டியர் டெல்லிக்கப்பால் வெகு தொலைவில் இருந்தனர்.

எனினும் கிழக்கிந்தியக் கம்பெனி 1780 இல் குவாலியர்க் கோட்டையைக் கைப்பற்றிக் கொண்டதும் (இ.ச.க.தொகுதி-8) நஜஃபு கான் அமைதியிழந்தார். கிழக்கிந்தியக் கம்பெனி இப்போது மராட்டியருடனும் மைசூராருடனும் சண்டைகளில் மூழ்கியிருந்தது.

நஜஃபின் படையில் நன்கு பயிற்சி பெற்ற வீரரடங்கிய முப்பது பட்டாளங்கள் இருந்தன. குதிரைப் படையிலும் காலாள் படையிலும் 73,000 பேர் சேர்ந்திருந்தனர். வாணம் ஏவும் எறிபடையில் 5,000 பேரும் நிலையான 3,000 பீரங்கிகளும் இயங்க வல்ல 400 பீரங்கிகளும் இருந்தன. ஆனால் இத்தனை பெரிய படைக்குக் கூலி கொடுக்க முடியாதபடி நஜஃபு கான் தவித்தார்.

ஐதரலி தந்திரம்

ஐதரலி இந்தக் கட்டத்தில் ஒரு தரகரின் வழியே நஜஃபு கானை அணுகினார். முகலாயப் பேரரசு தனக்குத் தக்காணத்தை அல்லது ஐதராபாதை அளிக்குமாயின், தான் அதற்கு ஆண்டு தோறும் பன்னிரண்டு இலட்ச ரூபாயைத் திறையாய்ச் செலுத்த ஆயத்தமாய் இருப்பதாய் ஐதரலி நஜஃபு கானுக்குச் சேதி சொல்லி அனுப்பினார்.

இதை ஐதராபாதின் தரகர் அறிந்து கொண்டார். ஆதலால் ஐதரலி தருவதை விடக் கூடுதலான தொகையைப் பேரரசிற்கு அளிக்க ஐதராபாதுத் தரகர் முன்வந்தார்.

முகலாய அரசு பொருள் வளமையற்று இந்த 1781 இல் தவித்துக் கொண்டிருந்தது. வல்லாளர்கள் இதைத் தமக்கு வாய்ப்பாக்கிக் கொள்ளத் துடித்தனர். இதன்பிறகு 1782 ஆம் ஆண்டு டெல்லிப் பகுதியில் கொடிய பஞ்சம் வந்து நாட்டுப்புற மக்களில் பாதிக்கு மேற்பட்டவர்களை அள்ளிக் கொண்டு போனது. நஜஃபு கானும் அதே 1782 இல் கண்ணை மூடிவிட்டார்.

ஐதரலியும் பெருமை குன்றிய நிலையில் இந்த 1781 இல் இருந்தார். அவர் சோழிங்க நல்லூரில் நடந்த சண்டையில் அயர் கூட்டேயிடம் தோற்றுப் போயிருந்தார்.

4. கருங்குழி ஆங்கிலேயர் வசமானது

ஆங்கிலேயர் கருங்குழியை 1781 ஜனவரி 19 அன்று பிடித்தனர். அது அன்றிலிருந்து பிரிட்டனின் ஆட்சிக்குள் அடங்கிய பகுதியாய்விட்டது. இங்கிருந்த கோட்டைக் கற்கள் பலகாலமாக மக்களால் எடுக்கப்பட்டு வந்தன. கோட்டைச் சுவர்கள் 1782 இல் முற்றிலும் அழிக்கப்பட்டன. பதினெட்டாம் நூற்றாண்டில் ஆங்கிலேயருக்கும் பிரஞ்சுக்காரருக்கும் நடந்த பல சண்டைகளை இக்கோட்டை கண்டது என்ற செய்தியும் காலப் போக்கில் அந்தக் கோட்டையைப் போல் மறைந்துவிட்டது.

கருங்குழி என்பது கருமையான குழியைக் குறிக்கின்றது. இது செங்கற்பட்டு மாவட்டத்து மதுராந்தக வட்டத்தைச் சேர்ந்தது. மதுராந்தகத்திலிருந்து வடக்கே வடகிழக்கில் சுமார் ஒன்றரைக் கிலோ மீட்டர். சைதாப்பேட்டையிலிருந்து தென்மேற்கில் சுமார் 44 கிலோ மீட்டர். சென்னையிலிருந்து செல்லும் தென் நெடுஞ்சாலையில் 60 கிலோ மீட்டரில் உள்ளது.

கருங்குழியில் 1825 வரையிலும் செங்கற்பட்டு மாவட்ட ஆட்சித் தலைவர் (கலெக்டர்) அலுவலகம் இருந்தது. அது அவ்வாண்டு இங்கிருந்து காஞ்சிபுரம் சென்று விட்டது.

ஆங்கில - பிரஞ்சுச் சண்டை நடந்த வேளையில் ஆங்கிலேயர் கருங்குழிக் கோட்டையைக் கைப்பற்றினர். அக்கோட்டை செங்கற்பட்டின் புறக்காவல் நிலையாய்க் கருதப்பட்டது. (செங்கற்பட்டு : இ.ச.க.தொகுதி-6) சென்னைக்கும் புதுச்சேரிக்கும் நடந்த சண்டைகளில் கருங்குழி, செங்கற்பட்டு, வந்தவாசி, ஊற்றம்பூர் ஆகியன நான்கும் நான்கு கட்டுகளாய் விளங்கின.

கருங்குழி 1755 வாக்கிலேயே பூசலுக்குரிய இடமாயிருந்து, ஆங்கிலேயர் பிரஞ்சுப் படையின் முன்னேற்றத்தை எதிர்த்து நிற்க முடியாது. 1757 இல் கருங்குழியை விட்டு வெளியேறினர். அவர்கள் அடுத்த 1758 இல் திடீரென்று தாக்கிக் கருங்குழியைப் பிடித்து விட்டனர். எனினும் அவர்கள் சேதத்துடன் அங்கிருந்து பின்வாங்க நேர்ந்தது. ஆதலால் 1759 இல் மீண்டும் கருங்குழியைப் பிடுக்க முயன்றனர். கர்னல் கூட்டே அதற்குச் சில நாள்களுக்குப் பிறகு பீரங்கியால் தாக்கிக் கருங்குழியைக் கைப்பற்றினார். இது 1759-60 ஆம் ஆண்டுக் காலத்தில் நடந்த வெற்றிமுகமான போரில் பிரிட்டிசாருக்குக் கிடைத்தது. இவ்வெற்றி வந்தவாசியைக் கைப்பற்றவும் வழி காட்டியது. (வந்தவாசியில் பிரஞ்சுக்காரர் தோல்வி 1760; இ.ச.க.தொகுதி-6)

ஐதரலி இரண்டாவது மைசூர்ப் போர் நடந்து வந்த இந்தக் காலக்கட்டத்தில், செங்கற்பட்டு மாவட்டத்தின் மீது 1780 ஆம் ஆண்டு படையெடுத்து வந்தபோது, கருங்குழியிலும் தமிழ்நாட்டிலும் பல கோட்டைகளைக் கவர்ந்து விட்டார். ஆங்கிலேயர் அதன்பிறகு இந்த 1781 இல் அவரிடமிருந்து கருங்குழிக் கோட்டையைப் பிடித்தனர்.

5. சென்னையில் புது ஆளுநர்

''மேட்டுக் குடியில் பிறந்தவரும் பழகுவதற்கு இனியவரும் அரசியல் தேர்ச்சியும் ஐயத்திற்கிடமில்லாத திறமைகளும் வாய்த்தவருமான'' மக்காட்னிப் பிரபு இவ்வாண்டு சென்னை ஆளுநரானார். அவர் 1781 ஜூனில் சென்னை வந்து சேர்ந்தார். இவருக்கு முன்னர் ஆளுநராயிருந்த சர் தாமஸ் ரம்போல்டு பதவிக்கு வந்த இரண்டு ஆண்டுகளுக்குள் 1,64,000 பவுனை ஐரோப்பியத்திற்கு அனுப்பினார் என்று, கிழக்கிந்தியக் கம்பெனி நெறியாளர்கள் அவர்மீது ஊழல் குற்றஞ்சாட்டி, அவரை 1781 ஜனவரி மாதம் பதவியிலிருந்து நீக்கினர்.

6. காசி அரசரை ஹேஸ்டிங்சு சிறை செய்தார்

வாரணாசி அரசரான சைத்து சிங்கு கூடுதலாக்கப்பட்ட கப்பத்தைக் கம்பெனிக்குக் கட்டாதிருந்தார். அவர் கம்பெனியின் உதவிக்கு நாட்டுப் படை வீரரடங்கிய மூன்று பிரிவுகளையும் அனுப்ப மறுத்து விட்டார். அவரது நாட்டு மக்கள் கம்பெனி அலுவலரை அவமதித்தனர். தலைமை ஆளுநரான வாரன் ஹேஸ்டிங்சு இக்காரணங்களுக்காகக் காசி அரசரை 1781 ஜூன் 7 அன்று சிறையிலடைத்தார்.

காசி நாட்டு மக்கள் கிளர்ச்சி செய்து ஆகஸ்டு 20 அன்று அரசரைச் சிறையிலிருந்து விடுவித்தனர். இக்கிளர்ச்சியில் கம்பெனி நாட்டுப் படையினரும், அவர்களின் அதிகாரிகளும் உயிரிழந்தனர். இராம் நகர் அரண்மனை மீது நடந்த தாக்குதலில் இன்னொரு படையலுவலர் இறந்தார்.

ஆதலால் தலைமை ஆளுநர் காசி மாநிலம் முழுமையின் ஆட்சிப் பொறுப்பை யும் ஏற்றார். அவர் சைத்து சிங்கின் நெருங்கிய உறவினரான மகிப நாராயண பகதூர் என்ற வயது வராத சிறுவருக்கு இவ்வாண்டு செப்டம்பர் மாதம் மேலாண்டை (சமிந்தாரி) உரிமையை அளித்து விட்டார்.

புந்தேல்கண்டிலுள்ள லத்தீஃபூரில் நடந்த சண்டையில் காசி அரசர் செப்டம்பர் மாதம் தோற்றுப் போனார். மேஜர் பாப்பாம் இச்சண்டையில் சிப்பாரி, சினார் அருகிலுள்ள பதித என்ற இடங்களைக் கைப்பற்றினார். காசி அரசரின் ஹயகடு கோட்டை நவம்பர் 9 அன்று பணிந்தது. அரசியும் அவரின் பணியாளர்களும் 23,27,813 ரூபாய் மதிப்புள்ள செல்வத்தை அங்கு விட்டுச் சென்றனர். காசியரசர் குவாலியரில் புகலடைந்து, அங்கு 29 ஆண்டுகள் இருந்த பின்னர், 1810 மார்ச்சு 29 அன்று இறந்தார்.

1781

7. கல்கத்தாவில் மதரசா

இந்தியத்தின் தலைமை ஆளுநராயிருந்த வாரன் ஹேஸ்டிங்சு கீழையியல் முன்னோடியரில் ஒருவர்; பாரசிக மொழி அறிந்தவர் என்பன நமக்குத் தெரியும். அவர் இந்திய விற்பன்னர்களை ஆதரித்தார். வங்கத்தில் கம்பெனி ஆட்சி அமைந்ததற்கு முன்னர், நவாபுகளின் ஆட்சியில் கல்வி புரக்கப்பட்டதைப் போன்று, கம்பெனியும் கல்விக்கு ஆதரவு தர வேண்டுமென்று, முஸ்லீம் பெரியோர்களின் சார்பில், ஒருவர் 1780 ஆம் ஆண்டில் வாரன் ஹேஸ்டீங்கிற்குக் கடிதம் எழுதினார். அவரது வேண்டுகோளுக்கு இணங்க, ஒரு கல்விக் கூடத்தை அமைப்பதற்குத் தகுந்த ஓரிடத்தைக் கல்கத்தாவில் தேடிக் கண்டனர். அங்கு, இந்த 1781 ஆம் ஆண்டில் மதரசா என்ற முஸ்லீம் கல்விக் கூடம் ஒன்று அமைக்கப்பட்டது. இம்மதரசாவில் ஐந்து ஆசிரியர்களைக் கொண்ட ஐந்து வகுப்புகள் இருந்தன.

இதைப் போன்று இந்துக்களுக்காகவும் 1792 ஆம் ஆண்டில் வாரணாசியில் சமஸ்கிருதப் பள்ளி ஒன்றும் நிறுவப்பட்டது. இப்பள்ளியில் பயின்ற மாணவர்கள் வாரணாசியின் ஆட்சிப் பேராளர் (Resident) முன்னிலையில் ஆண்டில் நான்கு முறை சோதிக்கப்பட்டனர். சமயத் தொடர்பான பாடங்களாயின், பேராளர் அப்போது மாணவரைச் சோதிப்பதில்லை. அப்பணி ஒரு பிராமணரிடம் விடப்பட்டது.

முஸ்லீம்களுக்கும் இந்துக்களுக்கும் கல்வி அளிப்பதற்காக மேற்கொண்ட இம்முயற்சிகள் பலன் தரவில்லை. இவ்விரு அமைப்புகளுக்குள் உள்பகை குமைந்து, அவை இன்னலுற்றன. அவற்றுக்கென்று அரசு ஒதுக்கிய பணமும் பயன்படாமல் கிடந்தது. அக்கல்வி அமைப்புகளில் ''ஒழுங்கின்மையும்'', ''குழப்பமும்'' மலிந்திருந்தன என்று அறிவிக்கப்பட்டது.

8. புதிய அமெரிக்கம் : சில செய்திகள்

வட அமெரிக்கத்தில் நிலவிய பதின்மூன்று குடியேற்றங்களும் பிரிட்டனின் பிடியிலிருந்து விடுபட்டுத் தன்னுரிமையை நிலை நாட்டிக் கொள்வதற்காக நடத்திய விடுதலைப் போர் 1775 ஆம் ஆண்டு தொடங்குகிறது என்பது மெய்தான். ஆனால்

அவர்கள் 1620 ஆம் ஆண்டு புது உலகில் அடிவைத்த நாளிலிருந்தே விடுதலையுணர்வு அவர்களின் நெஞ்சத்தில் கருக்கொண்டு விட்டது.

அவர்களின் விடுதலை வேட்கை பல்வேறு வழிகளில் தொடர்ந்து வெளிப்பட்டு வந்து பதினெட்டாம் நூற்றாண்டின் எட்டாம் பத்தில் உச்ச நிலையடைந்தது. (இ.ச.க.தொகுதி- 8) அமெரிக்கர் நடத்திய விடுதலைப் போரில் பிரிட்டிசார் தோல்வி மேல் தோல்வி கண்டு வந்தனர். எழுச்சி கொண்ட அமெரிக்கம் 1776 ஆம் ஆண்டு தனது விடுதலை அறிக்கையை உலகறியச் சாற்றிய பிறகு பிரான்ஸ் 1778 பிப்ரவரியில் புதிய நாட்டை அங்கீகரித்தது. அத்துடன் அமெரிக்கருக்கு உதவுவதற்காகப் படைகளையும் ஒரு கப்பல் தொகுதியையும் அனுப்பி வைத்தது.

அமெரிக்கரின் வெற்றிகளுக்கெல்லாம் முத்தாய்ப்பு வைத்தது போல் அவர்களுக்கு யார்க்கு டவுனில் கிடைத்த வெற்றி அமைந்தது. அமெரிக்கத்தின் வர்ஜீனியத் தீவக்குறைச் சதுப்பு நிலத்தின் கோடிக்கு அருகில் யார்க்கு டவுன் என்ற சிற்றூர். அங்கு புரட்சியாளர்களுக்கும் பிரிட்டீசுப் படையினருக்கும் 1781 செப்டம்பர் 28 அன்று சண்டை நடந்தது. அது அமெரிக்க விடுதலைப் போரில் குறிப்பிடதக்க திருப்பு முனையாய் அமைந்தது.

ஜார்ஜ் வாசிங்டன் (1732-1799) தலைமையில் அமெரிக்கரும் பிரஞ்சுக்காரரும் அடங்கிய பெரு நிலப்படையும் (*Continental army*) சார்லஸ் காரன்வாலிஸ் பிரபுவின் (1738-1805) தலைமையில் பிரிட்டிசாரும் ஜெர்மனியரும் அடங்கிய படையும் யார்க்கு டவுனில் பொருதின.

அமெரிக்க விடுதலைப் படை இந்தச் சண்டையில் பிரிட்டிசாரை நாற்புறமும் சுற்றி வளைத்துக் கொண்டது. அப்போது பிரிட்டிசார் உயிருக்காகப் போராட நேர்ந்தது. அவர்கள் அக்டோபர் 18 வரை இருபது நாள் புரட்சியாளரின் தாக்குதலைத் தாங்கி நிற்கின்றனர். அவர்கள் இந்தக் கொலைபாதகமான போரில் மீள முடியாமல் சிக்கித் தவித்தனர். இறுதியில் காரன்வாலிஸ் அமெரிக்கப் படையிடம் சரணடைந்தார். (காரன்வாலிசை இந்த ஒன்பதாம் பத்தில் இந்தியத்தின் இரண்டாவது தலைமை ஆளுநராய் - கவர்னர் ஜெனரலாய்ப் பின்னர் காணவிருக்கின்றோம்.)

பெருநிலப் பேரவை

புதிதாய் மலர்ந்த அமெரிக்கக் குடியேற்ற ஒன்றியங்களின் (*United Colonies*) பெருநிலப் பேரவை (*Continental Congress*) 1781 மார்ச்சு 2 அன்று கூடிற்று.

அமெரிக்க ஒன்றியத்தில் 1781 ஆம் ஆண்டில் சுமார் மூன்றரை மில்லியன் மக்கள் வாழ்ந்தனர். அவர்களில் பெரும்பாலர் அட்லாண்டிக்குக் கரை மீது அல்லது அதனருகில் வாழ்கின்றனர். இந்நாட்டின் 8,50,000 சதுர மைல் பரப்பில் மக்கள் இங்குமங்குமாய்ச் சிதறி வாழ்ந்தனர். அவர்களில் வெள்ளை நிற ஐரோப்பியர் மூன்றிலொரு பங்கிற்கும் குறைவானவர்களேயாவர்.

9. ஸ்பானியர் லாஸ் ஏஞ்சலிஸ் நிறுவுதல்

அமெரிக்க ஒன்றியத்தின் தென்மேற்குக் கலிஃபோர்னியத்தில் அமைந்துள்ள லாஸ் ஏஞ்சலிஸ் பட்டினம் 1781 ஆம் ஆண்டு ஸ்பானியரால் நிறுவப்பட்டது. ஸ்பானியர் இந்நகருக்கு அளித்த நீளமான பெயர் *E1 Pueblo de Nuestra Senora La Reina del los Angeles de Porciuncula.*

லாஸ் ஏஞ்சலிஸ் இன்று அமெரிக்க ஒன்றியத்தின் மூன்றாவது பெரிய பட்டினமாய்ப் பசிபிக்குக் கரையில் அமைந்துள்ளது. இப்பட்டினம் அண்மையிலுள்ள பல நகரியங்களைத் தனதாக்கிக் கொண்டு மிகப் பெரிய தொழில் மையமாயும் பல்வேறு பல்கலைக்கழகங்களின் இருப்பிடமாயும் விளங்குகின்றது.

10. புதிய கிரேக்கப் பேரரசு : காதரைன் திட்டம்

இரஷியத்தில் *1762* ஆம் ஆண்டு அரசு கட்டிலேறிய மா காதரைன் *(1729-1796;* ஆ.கா. *1762 - 1796;* இ.ச.க.தொகுதி-*7,8)* புனித ரோமன் பேரரசின் (புனித ரோமன் பேரரசு விளக்கம் : இ.ச.க.தொகுதி-*6)* இரண்டாம் ஜோசஃபுடன் *1781* இல் ஓர் உடன்படிக்கை செய்து கொண்டார். காதரைன் பால்டிக்குக் கடற்பகுதியின் மேற்குப் பகுதி முழுவதையும் அவருக்கு விட்டுத் தருவதாய் இவ்வுடன்படிக்கையில் வாக்களித்தார்.

ஆட்டோமான் துருக்கரை ஐரோப்பியத்தை விட்டு வெளியேற்றி விட்டுத் தன் இரண்டு வயதுப் பேரனான கான்ஸ்டண்டைனைப் புதிய கிரேக்க அரசு ஒன்றின் தலைவராக்கக் காதரைன் முயன்றார். (ஆட்டோமான் பேரரசு: ஐரோப்பியம், ஆசியம், ஆப்பிரிக்கம் ஆகிய பெருநிலங்களில் பதின்மூன்றாம் நூற்றாண்டின் பிற்பகுதியிலிருந்து, *1918* இல் முடிந்த முதல் உலகப் போர் வரையிலும் நீடித்திருந்த துருக்கப் பேரரசு.)

கிரேக்கம் வரலாற்று இடைக்காலத்தின் பிற்பகுதியில், *1467* ஆம் ஆண்டு துருக்கரின் ஆட்சிக்குள் அடங்கியது. அது கிட்டத்தட்ட *400* ஆண்டுக் காலம் துருக்கியின் ஒரு மாநிலமாகவே இருந்து வந்தது. அதன்பிறகு *1821* முதல் *1829* வரை நடந்த எட்டாண்டுப் போருக்குப் பிறகு விடுதலை பெற்று முடியரசானது. இதன் எல்லைகள் இரண்டாம் உலகப் போருக்குப் பிறகுதான் இன்றைய அளவில் நிலைபெற்றன.

11. சீனத்தில் முஸ்லீம் கிளர்ச்சி

வடமேற்குச் சீனத்தில் திபேத்திற்கும் அக மங்கோலியத்திற்கும் நடுவில் பாலை வெளிகளும் மலைகளும் நிறைந்த கான்சூ *(Kansu)* மாநிலம் உள்ளது. வரலாற்று இடைக்காலத்தில் இம்மாநிலத்தின் வழியே தான் பட்டுச் சாலை *(Silk Road)* சென்றது. துருக்கித் தானம், இந்தியம், பாரசிகம் ஆகிய நாடுகளுடன் இவ்வழியில்தான் சீன வாணிபம் நடந்தது. இங்கு முஸ்லீம்கள் *1781* இல் நடத்திய கிளர்ச்சியைச் சீனப் பேரரசு ஒடுக்கிற்று.

12. விண்மக் கோள் யூரனஸ் கண்டுபிடிப்பு

வரலாற்றுக் காலத்திற்கு முற்பட்ட வானியல் ஆய்வின் முன்னோடியரான பாபிலோனியரின் காலத்திற்குப் பிறகு, அதாவது சுமார் ஐயாயிரம் ஆண்டுகளுக்குப் பிறகு முதன்முதலாய் *1781* ஆம் ஆண்டில் கண்டுபிடிக்கப்பட்ட கோள் யூரனஸ் *(Uranus)* ஆகும். (பாபிலோனியர் : இ.ச.க. தொகுதி-*2,6,7,8)*

இக்கோளை வில்லியம் ஹெர்ஷல் கண்டு பிடித்தார். அவர் ஜெர்மனியில் பிறந்து பத்தொன்பதாவது வயதில் பிரிட்டனில் பெற்றோருடன் குடியேறினார். அவரது இயற்பெயர், பிரடரிக்கு வில்லியம் ஹெர்ஷல் *(1738-1822 Frederich Willehelm Herschel);* இங்கிலாந்தில் குடியேறிய பின்னர் வில்லியம் ஹெர்ஷல் என்று பெயரை மாற்றி வைத்துக் கொண்டார். அவர் இசையாசிரியர் என்பதும் குறிப்பிடத் தக்கது.

அரிஸ்டார்க்கஸ்

கி.மு. மூன்றாம் நூற்றாண்டில் வாழ்ந்திருந்த அலெக்சாந்திரியக் கிரேக்கரான அரிஸ்டார்க்கசிற்கும் (Aristarchus) கி.பி. பதினாறாம் நூற்றாண்டினரான நிக்கலஸ் கோப்பர்னிக்கசிற்கும் (1473-1543) இடைப்பட்ட ஆயிரத்தெண்ணூறு ஆண்டுக் காலத்தில் கோள்களின் சரியான ஒழுங்கமைவு (disposition) குறித்து எவருமே அறிந்திலர். எனினும் அரிஸ்டார்க்கஸ் சுமார் கி.மு.280 ஆம் ஆண்டு வாக்கிலேயே அதை மிகவும் தெளிவாய் வகுத்துரைத்திருந்தார். நாமோ, நமது கோளான பூமியோ இயற்கையில் தனிச் சிறப்பான இடத்தைப் பெற்றிருக்கவில்லை என்ற அறிவியல் உண்மையே, அரிஸ்டார்க்கஸ் நமக்கு விட்டுச் சென்ற அறிவுச் செல்வமாகும். இந்நுண்ணறிவுத் திறம் அவரது காலத்திலிருந்து விண்மீன்களை ஆராய்வதிலும் பயன்படுத்தப்படலாயிற்று.

அது வானியல், இயற்பியல், உயிரியல், மானுடவியல், பொருளியல், அரசியல் போன்று பக்கவாட்டில் பல துறைகளில் மிகப்பெரிய முன்னேற்றங்கள் ஏற்படக் காரணமாயிருந்தது.

அனக்சகோரஸ்

என்றும் நிலைத்திருக்கின்ற ஒரு பேரறிவினால் அடுக்கியமைக்கப்பட்ட நுண்ணிய துகள்களால் ஆனவையே உலகனைத்திலுமுள்ள பொருள்கள் என்று அனக்சகோரஸ் (Anaxagoras:500-428 கி.மு.) என்ற கிரேக்க மெய்யறிஞர் கூறினார்.

புரூனோ

உடல் வேறு, மனம் வேறு என்பதை ஒப்புக் கொள்ளாத அனைத்திறைக் கொள்கையை (Monoison) இத்தாலிய மெய்யியலாரான புரூனோ (Giordano Bruno: 1548-1600) எடுத்துரைத்தார்.

கலீலியோ

ஞாயிற்றை மையமாய்க் கொண்டு கோள்கள் அதைச் சுற்றி வருகின்றன என்ற கோப்பர்னிக்கசுக் கொள்கையை எடுத்துக் கூறியதற்காக இத்தாலிய வானியலரான கலீலியோ கலிலி (Galileo Galilei 1564 - 1642) தண்டிக்கப்பட்டார்

இம் மூவரையும் எதிர்த்து அவ்வக் காலங்களில் குரல் எழும்பியதைப் போன்று, அரிஸ்டார்க்கசைக் கண்டித்தும் அவர் காலத்தில் பலர் பேசினர். எனினும் அவர் கண்ட அறிவியல் உண்மை காலத்தையெல்லாம் கடந்து அனைத்துத் துறைகளிலும் ஒளியேற்றியது.

யூரனஸ் கண்டுபிடிப்பு

மூன்றாம் ஜார்ஜ் மன்னரின் இசைக் கலைஞராயும் வானியலாராயும் விளங்கிய வில்லியம் ஹெர்ஷல் *1781* மார்ச்சு *13* ஆம் தேதி இரவில் யூரனஸ் என்ற புதிய கோளைக் கண்டுபிடித்தார். அவருக்கு இப்போது *43* வயது. அவர் வானியலைப் பொழுதுபோக்காய்க் கொண்டிருந்தவர். அவர் தானே செய்து கொண்ட ஒரு தொலை நோக்கியைப் பாத்து (*Bath*) நகரின் நியூகிங்கு தெருவிலிருந்த *19* ஆம் எண் வீட்டின் புழற்கடையில் நிறுவி, அதன் வழியே யூரனைசைக் கண்டுபிடித்தார். அவர் இதே ஆண்டில் யூரனசில் இரு துணைக் கோள்களையும் சனிக்கோளின் இரு துணைக்கோள்களையும் கண்டுபிடித்தார். மேலும் அவர் இரட்டை மீன்களின் (மிதுனம்) இயக்கத்தையும் கண்டறிந்தார்.

யூரனஸ்

இதைத் தமிழில் விண்மக் கோள் என்கின்றோம். இது நமது ஞாயிற்றுக் குடும்பத்திலுள்ள மிகப்பெரிய கோள்களுள் ஒன்று. சூரியனிலிருந்து ஏழாவது கோள். சில வேளைகளில் இதை வெறுங் கண்களால் காணலாம். இதற்கு ஐந்து துணைக் கோள்கள் உண்டு. சூரியனிலிருந்து இதன் சராசரித் தொலைவு *2870* மில்லியன் கிலோ மீட்டராகும். இது சூரியனைச் சுற்றி வர *84* ஆண்டுகளாகும். அது தன் அச்சில் *10.8* மணி நேரத்தில் சுழலுகின்றது. அதன் குறுக்களவும் பொருண்மையும் பூமியை விட முறையே *3.7*, *14.5* மடங்கு அதிகமாகும்.

கிரேக்கத் தொன்மத்தில் அண்ட சராசரத்தை ஆளும் விண்ணிறைக்கு யூரனஸ் என்று பெயர். இக்கடவுளின் பெயரால் விண்மக் கோளை யூரனஸ் என்று அழைக்கின்றோம்.

மனிதன் இன்று வானவெளியிலுள்ள மீன்களைப் பூமியிலுள்ள ஆற்றல் வாய்ந்த வானாய்வு நிலையங்களின் தொலை நோக்கி வழியாயும் ஒலியலை நோக்கி (*radio tele-*

scope) கொண்டும் பல விண்வெளிக் கலங்களைச் செலுத்தியும் ஆராய்ந்து கொண்டிருக்கின்றான்.

இந்தியத்தின் பங்கு

அண்ட வெளியைத் துருவித் தேடும் இந்தப் பணியில் தற்கால இந்தியத்தின் பங்கும் உள்ளது. தமிழகத்திலுள்ள காவலூர் வானாய்வு நிலையத்தைச் சேர்ந்த சி.பட்டாச்சாரியார், குப்புசாமி என்ற வானியலார் இருவரும் 1977 மே 10 அன்று யூரனஸ் கோளுக்கு வளையங்கள் இருக்கின்றன என்பதைக் கண்டனர். அதற்கு ஒன்பது வளையங்கள் இருப்பதாய் ஆராய்ச்சியில் கண்டறியப்பட்டது. யூரனசைச் சுற்றியுள்ள வளையங்கள் பெரிய பாறைத் துண்டுகளால் ஆனவை.

இதற்கு இரண்டாண்டுகளுக்குப் பிறகு அமெரிக்கம் விண்ணில் செலுத்திய முதலாம் வாயேஜர் என்ற விண்வெளிக் கலம் யூரனசைச் சுற்றி வந்து, புவிக்குப் பல செய்திகளையும் படங்களையும் அனுப்பிற்று. இரண்டாம் வாயேஜர் 1986 ஆம் ஆண்டு யூரனசின் துணைக் கோளான டைட்டனுக்கு மிக அருகில் சென்றது.

பாபிலோனியரில் தொடங்கிய இந்த விண்வெளிப் பயணம் ஐயாயிரமாண்டுகளுக்கு மேலாக இன்றும் முடிவின்றித் தொடர்ந்து நடந்து வருகின்றது.

13. உலகின் முதல் இரும்புப் பாலம்

1781

இங்கிலாந்தின் ஷிராபுஸ்பயரில், செவரன் ஆற்றின் குறுக்கே பெந்தல் என்ற ஊரையும் மேடலி உடையும் இணைக்கும் உலகின் முதல் இரும்புப் பாலம் 1781 ஜனவரி முதல் நாளன்று போக்குவரவிற்குத் திறந்து விடப்பட்டது. மேடலி உடு என்ற இந்நகரம் அயன் பிரிட்ஜ் - இரும்புப் பாலம் என்றே பெயர் பெற்றுவிட்டது. இப்பாலம் நூறடி நீளமானது. இதற்கு ஜான் வில்கின்சன் என்றவர் வடிவமைத்தார். இப்பாலத்தை நிறுவ மூன்று மாதங்களாயின. இது திருகாணி, மரையாணி எதுவுமில்லாமல் அமைக்கப் பெற்றது. ஒவ்வொரு பகுதியும் கச்சிதமாய்ச் சேரும் இணைப்புகள், முளைகள், சாவிகள் மட்டுமே இதில் பயன்பட்டுள்ளன.

1782

அரசியல்

திப்பு சுல்தான் மைசூர் மன்னராதல்
தாய்லந்தில் புதிய அரச குடி
கம்பெனி-மராட்டியர் போர் முடிவு
பிரிட்டன் தலைமை அமைச்சர் ஷெல்பன் பிரபு
பிரிட்டனில் ஒப்பந்தக்காரர் தேர்தலில் நிற்கத் தடை
பிரட்டீசு அரச குடும்பச் செலவுகளைக் கட்டுப்படுத்தச் சட்டம்
கம்பெனி திரிகோணமலை இழப்பு

அறிவியல்

டேனியல் பெர்னூலி, கணிதவியலார்

மருத்துவம்

கொக்கிப் புழு கண்டுபிடிப்பு

இராணுவம், போர்

வட பாரதத்தில் போர்த்தொழில் செழிப்பு

வரலாறு

புன்னைக்காயல்

இயற்கைச் சீற்றம், பஞ்சம்

சென்னையில் பஞ்சம், மணியக்காரர் சத்திரம்

மக்கள்

ஐதரலி கான்

நாடார்களின் உறவின் முறை, மகமை

பொது

மணியக்காரர் சத்திரம்

தமுக்கம் அரண்மனை ஆங்கிலேயருக்கு

பிரிட்டனில் சிறைச் சீர்திருத்தம்

இறப்பு

டேனியல் பெர்னூலி *(1700-1782)*

ஐதரலி கான் *(1722-1782)*

1782

1. அரசியல் வானிலிருந்து மறைந்த வால் நட்சத்திரம் : ஐதரலி கான்

வரலாற்றில் இருபத்தேழாம் அகவையிலிருந்து முப்பத்து மூன்றாண்டுக் காலம் போரையே வாழ்க்கையாய்க் கொண்டு படை வீட்டிலேயே உயிர் நீத்த ஐதரலி கான் (1722-1782) இந்திய அரசியல் வானில் தோன்றிய வால்மீன் என்று முன்னர் சொல்லப்பட்டார். (இ.ச.க.தொகுதி-3) சுட்டுவதற்கு வசதியாய்த் திராவிடம் என்று பெயர் பெற்றுள்ள தென்பாரதத்தின் பதினெட்டாம் நூற்றாண்டு வரலாற்றில் ஐதரலியுடன் ஒப்பிட்டுக் கூறத்தக்க போர் மறவர் எவரும் இருந்திலர் என்பதை இச்சரித்திரக் களஞ்சிய வரிசையின் பக்கங்களே சான்று பகரும்.

மனிதரனைவரையும் போன்று ஐதரலியும் முரண்பாடு மலிந்தவர்; இரக்கமற்றவர்; கொடியவர்; சூழ்ச்சிக்காரர்; பயங்கரம் என்ற சாட்டையைக் கொண்டு தன்னைச் சுற்றியிருந்தவர்களை அஞ்சி நடுங்க வைத்து ஆட்சி செலுத்தியவர் (இ.ச.க.தொகுதி-8) மைசூர் நாட்டைத் தவிர்த்துப் பிற இடங்களில், குறிப்பாய்க் கேரளத்தில் மக்களைக் கூட்டமாய் மதம் மாறச் செய்தவர்; சமயப்பொறையற்றவர் என்று அவர் மீது குற்றங்குறைகளை அடுக்கிக் கொண்டே போகலாம்.

மண்ணுலகின் மிகக் குறுகிய ஐயாயிரமாண்டு வரலாற்றுக் காலத்தில் தோன்றிய அரசியல் வல்லாளர் எவரும், மிக அண்மைக் காலம் வரையிலும் இக்குற்றச்சாட்டுகள் முழுமையிலுமிருந்தோ, ஏதோ சிலவற்றிலிருந்தோ தப்பிவிட முடியாது.

நடுநிலை வரலாறு எழுத முடியுமா?

நடுநிலையோடு இனிமேல்தான் வரலாறு எழுதப்பட வேண்டும். முற்சார்பு அல்லது ஒரு சார்பு சிறிதும் இல்லாமல் வரலாறு எழுதுவதற்கு நமக்கு வழியில்லை. ஒரு நாட்டினத்து வரலாற்றாசியருக்கு இன்னொரு நாட்டினத் தலைவர் குறைபாடுகள் உள்ளவராயும் கொடியவராயும், அவர் சார்ந்த நாட்டினத்தின் விருப்பு வெறுப்புக் காரணமாய் அவ்வாறு தோன்றுவதே அண்மைக்கால வரலாற்று நூல்களில் கூடச் சரியானது என்றுதான் கொள்ளப்பட்டது. நெப்போலியன் பிரஞ்சுக்காரரின் எண்ணத்தில் மீட்பராயும் ஆங்கிலேயரின் மனத்திற்கு ஏதேச்சதிகாரியாயும் தோன்றினாரன்றோ? அந்தக் காலம் அத்தகையதாயிருந்தது.

மனித வரலாற்றை ஒப்புநோக்கி மனிதரை மதிப்பிடும் போக்கும் வால்டயர் சுட்டிக் காட்டியதைப் போன்று நடுநிலையில் நின்று வரலாற்றை நோக்கும் மானுடநேய உணர்வும் இல்லாத காலத்தில் எழுதப் பெற்ற வரலாறுகளை வைத்துக் கொண்டு கால, இட நோக்கின்றிப் பார்த்தால் உண்மையான மனிதனை நம்மால் காண முடியாது.

அரசியல், போர் எழுச்சி

ஐதரின் எழுச்சி அவரது 27 ஆவது வயதில் 1749ல் நடந்த தேவனள்ளிப் போரிலிருந்து (இ.ச.க.தொகுதி-5) தொடங்குகின்றது. அவரது உச்ச ஏற்றத்தின் அடுத்த கட்டம் 1759 ஆம் ஆண்டில் நிகழ்ந்தது. அப்போது மைசூர் மன்னர் இராம சாமராச

இந்திய சரித்திரக் களஞ்சியம் | 99

உடையார் (1734 -1766) வீரம் செறிந்த மண்ணென்று சிறப்பெய்திய பெங்களூர்ச் சீமையை ஐதருக்கு ஜாகிராய்க் கொடுத்தார். (இ.ச.க.தொகுதி-6)

அவர் இப்போது குறுநில மன்னர் என்ற நிலையை எய்திவிட்டார். அவருக்குத் திண்டுக்கல்லில் வலிமை வாய்ந்த ஒரு கோட்டையும் இருந்தது. (இ.ச.க.தொகுதி-6) ஐதரலி திண்டுக்கல்லில் இருந்தவாறு தென்பாண்டிச் சீமையை அடிக்கடி தாக்கி வந்தார்.

பின்னர் கன்னட நாட்டின் கரையோரப் பகுதிகளை 1763 ஆம் ஆண்டு வென்றடக்கினார். (இ.ச.க.தொகுதி-7) அவர் 1766ல் வடகேரளத்தைத் தாக்கிக் கொச்சியையும் கோழிக்கோட்டையும் அடிபணியச் செய்தார். (இ.ச.க.தொகுதி-7,8)

போர் மறவரான ஐதரலி அரசியல் சதுரங்க ஆட்டத்திலும் வல்லவர். அவர் தனக்கு முன்னிருந்த மைசூர் நாட்டுத் தளவாய்களைப் போன்று அரச குடியினரைத் தன் கைப்பாவையாக்கிக் கொண்டு 1761 முதல் தானே ஆட்சியை நடத்தினார். அவரே மைசூரின் மெய்யான மன்னராயிருந்தார்.

ஐதரலி இக்காலத்தில் புதிய போர் முறைகளில் ஓங்கி நிற்கும் நோக்கத்துடன் ஐரோப்பியப் போரியல் வல்லுநரையும் படைக்கல நுட்பம் அறிந்தவர்களையும் கூலிக்கு அமர்த்தித் தன் படையினால் ஆயிரக்கணக்கானவர்களுக்குப் பயிற்சியளித்தார். ஐதரின் படையில் இந்து, முஸ்லீம் என்று பலதரப்பட்டவர்கள் இருந்தனர். அவர்களுள் போயர் என்ற ஆந்திர வகுப்பினர் குறிப்பிடத்தக்கோராவர்.

ஐதர் - கம்பெனி பகை

கிழக்கிந்தியக் கம்பெனியின் அரசியல் மேலாண்மை கால் பரப்பியதை வெறுத்து ஐதரும், ஐதரை ஒடுக்கினால்தான் இந்நாட்டில் தமக்கு இடம் கிடைக்குமென்று பிரிட்டிசாரும் பல களங்களில் பொருதினர். மராட்டியரும் ஐதரும் நிசாமும் ஒருவர் மீதொருவர் பகை கொண்டு தனியாகவோ, கூட்டுச் சேர்ந்தோ, ஆங்கிலேயருடன் அணி திரண்டோ களம் காணலாயினர். எனினும் இந்தக் காலகட்டத்தில் 1780 வரையிலும் எதிர்ப்பார் எவரும் இல்லாதவராயும் ஐதர் விளங்கினார். தென் பாரதத்தில் ஐதரின் படைகள் வெற்றி காணாத களங்களே இல்லை எனலாம். பன்னெடுங்காலமாய் நிலவி வந்த கன்னட, கேரளச் சிற்றரசுகள் அவரால் அழிக்கப்பட்டன.

மராட்டியரும் நிசாமும் வஞ்சக எண்ணத்தோடு அவரின் நட்பை நாடினர். பிரிட்டிசார் சூதோடு அவருடன் உடன்படிக்கை செய்து முதல் மைசூர்ப் போரை முடிவிற்குக் கொண்டு வந்தனர். (இ.ச.க.தொகுதி-7) ஐதரலி இப்போரின் போது சென்னையையே அஞ்சி நடுங்கச் செய்தார்.

ஐதரலி கைப்பாவையாய் அரசிருத்திய நஞ்சராச உடையார் தனக்கு எதிராய் மராட்டியருடன் சேர்ந்து சூழ்ச்சி செய்தார் என்று, ஐதரலியின் ஆணைப்படி அந்த மைசூர் மன்னர் 1770 ஆம் ஆண்டு கழுத்தை நெறித்துக் கொல்லப்பட்டார். அம்மன்னரின் தம்பியான சாமராச உடையார் (1770 - 1775) ஐதரால் அரசு கட்டிலில் அமர்த்தப்பட்டார்.

அதன்பிறகு பதினோராண்டுக் காலம் ஆங்காங்கே சிறுசிறு மோதல்கள் நடந்தன. ஆனால் பொதுவான அமைதி நிலவிற்று. இந்நிலை மறைந்து 1780 இல் இரண்டாம் மைசூர்ப் போர் மூலமே ஐதரலியை மீண்டும் பல களங்களில் காண்கின்றோம்.

ஐதரின் கப்பற்படை

ஐதர் தொலைநோக்குள்ள அரசியல் தந்திரி, படைத்தலைவர் என்று, அவரின் சிறப்புகளைக் காட்டும் செய்திகள் பல உள. கடல் வழி வந்து நில வழியெல்லாம் தமதாக்க முயன்று வந்த ஐரோப்பியரைக் கடற்படை கொண்டுதான் எதிர்க்க முடியும் என்பதை ஐதர் உணர்ந்து, மைசூர் நாட்டிற்கென்றே ஒரு கடற்படையை உருவாக்க இருமுறை முயன்றார். அவரின் முதல் முனைப்புத் தோற்றது. அதற்கு ஸ்டானட்டு *(Stannet)* என்ற ஐதரின் கப்பற்படைத் தலைவர் செய்த துரோகம் காரணமானது. அந்த ஐரோப்பியர் ஆங்கிலேயர் பக்கம் சேர்ந்துவிட்டார். அவர் அப்போது மைசூர் நாட்டின் பல கப்பல்களையும் தன்னுடன் கொண்டு சென்றார்.

மைசூர் நாட்டில் இப்போது வாணிபக் கலங்கள், ஃபிரிஜேட்டு *(Frigate)* என்ற விரைவுப் போர்க்கப்பல்கள், ஆகியன அடங்கிய தொகுதிகளும் கரையோரமாய்க் கடலோடிய படகுக் கூட்டங்களும் ஏராளமான துறைமுகங்களும் கப்பல் துறைகளும் கப்பல் கட்டும் துறைகள் மூன்றும் இருந்தன.

ஸ்டானட்டினால் ஐதரலிக்குப் பேரிழப்பு ஏற்பட்ட போதிலும், வேறு ஐரோப்பிய வல்லுநர்களைக் கொண்டு மீண்டும் கப்பல் தொகுதிகளை உண்டாக்க முயன்றார். எனினும் எட்வர்டு ஹியூகஸ் என்ற பிரிட்டிஷ் கடற்படைத் தலைவர், மங்களூரில் நங்கூரம் பாய்ச்சி நின்ற மைசூர்க் கப்பல்களில் பலவற்றை அழித்து அவை செயலற்றுப் போகும்படி செய்து விட்டார். தன்னிடம் ஆக்கமாய்ச் செயல்படக் கூடிய கப்பற்படை இல்லையே என்று ஐதரலி பன்முறை கவலைப் பட்டிருக்கின்றார்.

கப்பற்படை வேண்டுமென்று ஐதரலி கொண்டிருந்த வேணவாவை, அவரின் மகன் திப்புவும் நிறைவேற்ற முயன்றார் என்பது குறிப்பிடத்தக்கது. ஆனால் அது பலன்தராது போயிற்று. ஐதரலி எழுத்தறிவற்றவர். எனினும் ஐரோப்பியப் படையமைப்பு முறை, அவர்களின் கடற்படை வலிமை ஆகியவற்றின் மதிப்பை நன்குணர்ந்திருந்தார்.

ஐதரலி சமயப் பொறையற்றவரா?

ஐதரலி தன் மகன் திப்பு சுல்தானிடமிருந்து ஒரு விஷயத்தில் வேறுபடுகின்றார் என்று தற்கால வரலாற்றாசிரியர் ஒருவர் கூறுகின்றார். அவர் திப்புவைப் போன்று சமயப் பொறையற்றவர் அல்லர் என்பது அவரது கருத்தாகும். ஐதரலி இந்து சமயத்தையும் அதன் மரபுகளையும் மதித்தார்.

‘‘ஐதரலியை ஒரு முசல்மான் என்று கொள்வதாயின், அவர் முகமதிய அரசர் அனைவரிலும் மிகுந்த பொறையுடையவர் எனலாம். அவர் எப்போதும் இஸ்லாத்தை ஒழுகியதில்லை. அவருக்கு (முஸ்லீம்கள்) வழக்கமாய்ச் செய்யும் தொழுகைகள், நோன்புகள் பிற கடமைகள் ஆகியவற்றை எங்ஙனம் செய்வது என்பதைக் கூட எவரும் கற்றுத் தந்தாரிலர். ஐதரலியிடம் சிறு செபமாலை ஒன்று இருந்தது. இறைவனின் சில சிறப்புகளைக் கூறி அந்தச் செபமாலையை உருட்டுமாறு அவருக்குக் கற்பிக்கப்பட்டிருந்தது. இதுதான் அவர் பிறர் அறிய ஒழுகிய சமயம். சமயங்கள் அனைத்தும் இறைவனிடமிருந்து வருகின்றன. இறைவன் முன்னிலையில் அனைத்துச் சமயங்களும் சமம் என்பன அவர் பலரறியக் கொண்டிருந்த கருத்தாகும். அவற்றையே அவர் பலரறியக் கூறவும் செய்தார். அவர் சீரங்கப்பட்டணத்து அரங்கநாதனின் பணிவு கண்டு இசைவும் வடிவத்தின் மீது, முகமது நபிகளைத் தலைமையாய்க் கொண்ட இமாம்கள் அனைவரையும் விட அதிகமான மதிப்பு வைத்திருந்தார்’’ என்று மாற்கு வில்கஸ் என்ற வரலாற்றாசிரியர் கூறுவார். *(mark Wilks, Histroical Sketches of the South India in an Attempt to Trace the History of Mysore V2p.758)*

ஐதர் மக்களனைவரிடமும் பொறைமிக்க கொள்கையைக் கடைப்பிடித்ததால், அவருக்குப் பேராதரவு இருந்தது.

ஐதரலி என்ற மனிதன்

அவர் 1769 ஆம் ஆண்டிலிருந்து சிருங்கேரிச் சாரதா பீடத்திற்குப் பணமும் பண்டங்களுமாய்க் கொடை கொடுத்து வந்தார்.

மைசூர்ப் படை 1781ல் திருச்சிராப்பள்ளி முற்றுகையில் ஈடுபட்டிருந்த போது திருவரங்கக் கோயில் பிராமணர்கள், ஐதரலிக்கு அரங்கநாதன் மீது பற்றுண்டு என்று வாழ்த்தியதாய் ஃபுல்லர்டன் என்ற வரலாற்றாசிரியர் கூறுகின்றார். ஐதரலி அரசியலுடன் மதத்தைக் கலந்ததில்லை.

ஐதரலியும் அவர் மகன் திப்பு சுல்தானும் தென் பத்திரி என்று போற்றப்படும் மேல்கோட்டைத் திரு. நாராயணபுரக் கோயிலுக்கு ஏராளமான தங்கப் பாத்திரங் களையும் நகைகளையும் அளித்தனர். அவர்கள் இத்திருக்கோயிலில் உறையும் செல்லப் பிள்ளை என்ற பெருமாளுக்கு வைர முடி சூட்டினர் என்று தெரிகின்றது. இத்தலத்துச் சம்பத்துக் குமாரனான இறைவர், அந்த வைர முடியைச் சாய்த்துத் தரித்த வண்ணம் பங்குனி மாதத்தில் திருவுலா வரும் காட்சியைக் காணக் கண் கோடி வேண்டுமென்று பக்திப் பெருக்கால் இன்றும் கூறுகின்றனர்.

இச் செய்திகள் ஐதரலி கான் என்ற மனிதரைப் பற்றிய நடுநிலையான கருத்துக் கோவையாகும்.

பிரஞ்சுக்காரர் வடிக்கும் சொல்லோவியம்

ஐதரைப் பற்றி, அவர் காலத்தில் வாழ்ந்திருந்த ஒருவர் பிரஞ்சு மொழியில் எழுதிய நூலிலிருந்து பெறப்பட்ட சில செய்திகள் கீழே சொல்லப்படுகின்றன. அந்த ஆசிரியர் தன்னை MMDLT என்று அழைத்துக் கொண்டார். ஆங்கில மொழியில் மொழி பெயர்க்கப்பட்ட அந்நூலின் பெயர் நீண்டது. ‘‘ஐதர் ஷா என்ற ஐதரலி கான் பகதூர் வரலாறு அல்லது வரலாற்றுக் குறிப்புகளுடன் கூடிய கிழக்கிந்திய நாடுகள் தொடர்புடைய புதிய நினைவுக் குறிப்புகள்’’.

அவர் இந்தியத்திலிருந்து ஐரோப்பியம் திரும்பியதும் 1777 ஆம் ஆண்டில் இந்நூலை எழுதியிருக்கலாம் என்று கருதுகின்றனர். அதாவது ஐதரலியின் மரணத்திற்குச் சுமார் ஐந்தாண்டுகளுக்கு முன்னர் எழுதப் பெற்றது என்று கொள்ளலாம். இந்நூல் 1784 ஆம் ஆண்டு இலண்டனில் வெளியிடப் பெற்றது. இதை இந்திய அரசின் அதிகாரம் பெற்ற என்.பி.எட்மண்ஸ் ஆங்கிலத்தில் மொழிபெயர்த்தார். இது 1848 ஆம் ஆண்டு கல்கத்தாவில் வெளியானது. கீழ்வரும் செய்திகள் இந்நூலின் ஆங்கில மொழிபெயர்ப்பில் 22,25 பக்கங்களில் காணப்படுகின்றன.

''ஐதர் ஷா அல்லது ஐதர் அலி கானின் சரியான வயது தெரிந்திலது. அவர் சிறு குழந்தையாயிருந்த காலத்திலிருந்து அவரை அறிந்தவர்கள் கூறுவதை நம்புவதாயின் அவருக்கு 54 அல்லது 56 வயது இருக்கலாம். அவர் சுமார் ஐந்தடி எட்டங்குல உயரமிருக்கின்றார். மிகுந்த வலிமையும் உடல் நலமும் மிக்கவர். சுறுசுறுப்பானவர். நடந்து சென்றாலும் குதிரை மீதேறிச் சென்றாலும் களைப்பைத் தாங்கிக் கொள்ளும் உடலுரம். காற்றுக்கும் சூரிய ஒளிக்கும் ஆளாகின்ற இந்தியரனைவரையும் போன்று மாநிறமானவர். முகப்பொலிவு கரடு முரடாயிருக்கின்றது. மூக்குச் சிறியது. அது மேல் வாங்கியிருக்கின்றது. கீழுதடு சற்று தடித்திருக்கும். கீழை நாட்டு மக்களின் குறிப்பாய் முகமதியரின் வழக்கத்திற்கு மாறாய், அவர் மீசையோ, தாடியோ வைத்துக் கொள்ளவில்லை.

''இந்திய மக்களனைவரையும் போன்று வெள்ளை மஸ்லின் துணியாலான ஆடையை அணிகின்றார்; தலைப் பாகையும் அதே வகைத் துணியாகும். ஐரோப்பியப் பெண்டிர் பயன்படுத்துவதும் ல'ஆங்கிலோஸ் என்றழைக்கப்படுவதுமான ஓர் அங்கியை மேலே அணிந்திருக்கின்றார். அங்கியின் உடம்பும் கைகளும் மேனியைப் பிடிக்கும்படி அமைந்துள்ளன. அது சிறு கயிறுகளால் இழுத்துக் கட்டப்பட்டிருக்கின்றது. அங்கியின் எஞ்சியப் பகுதி தாராளமாய்த் தொங்குகின்றது; அது மடிக்கப்பட்டுள்ளது. இந்தியத்தின் பெரிய மனிதர்கள் நடந்து செல்வதற்கு இருக்கையை விட்டு எழுந்து தரையிலுள்ள கம்பளத்தில் கால்வைக்கும் இடத்திலிருந்து ஊர்திகளில் ஏறும் வரை அவரது நீண்ட அங்கியைத் தாங்கிச் செல்ல ஓர் ஏவலர் இருக்கின்றார்.

1782

''ஐதரலி படையொடு இருக்கும்போது தன் படைத்தலைவர்களுக்கென்று வடிவமைத்த சீருடையை அணிகின்றார். அது வெள்ளை ஒண்பட்டினால் *(Satin)* தைக்கப் பெற்ற மேற்சட்டையாகும். அதில் பொன் சரிகை வேலைப்பாடுள்ள பூக்கள் காணப்படும். முன்பகுதி மஞ்சள் நிறமாயிருக்கும்; மஞ்சற் கயிறுகள் கொண்டு கட்டப்பட்டிருக்கும். கால்சட்டையும் அதே போன்ற துணியில் தைக்கப் பெற்றதாகும். காலணிகள் மஞ்சள் நிற வெல்வெட்டினால் தைக்கப் பெற்றவையாகும்.

''அவர் இடுப்பில் வெள்ளைத் துணியை மடித்துக் கட்டியிருக்கின்றார். போருடை அணிந்திருக்கையில் தலைப்பாகை சிவப்பு அல்லது விண்ணொளி நிறத்திலிருக்கும்.

''அவர் நடந்து வரும்போது தங்கப் பூண்போட்ட கைத்தடி கையிலிருக்கும். குதிரையில் வரும்போது ஒண்பட்டுத் துணியில் சரிகை வேலைப்பாடுள்ள ஒரு பட்டியிலிருந்து வாள் தொங்குகின்றது. தோளில் தொங்கும் அந்தப் பட்டி தங்கக் கொளுவியினால் பிடிக்கப்பட்டுள்ளது. பொன்னாலான அந்தக் கொளுவியில் விலைமதிக்க முடியாத கற்கள் பதிக்கப்பெற்றுள்ளன.

''அவர் தன் தலைப்பாகையிலோ, துணிகளிலோ அதிகமாய் நகைகள்

அணிவதில்லை. கழுத்து அணிகளையோ, காப்புகளையோ பூணுவதில்லை. தலைப்பாகை நீளமானது. உச்சியில் தட்டையாயிருக்கும்.

அவர் இதில் பண்டைக் காலத்துப் பாங்கைப் பின்பற்றுகின்றார். அவரின் மிதியடிகள் மிகப் பெரியவை. அதன் நீண்ட முனை நுனியில் பின்னோக்கிச் சுருண்டு லெவண்டில்-கிழக்கு நிலநடுக்கடல் பகுதி நாடுகள்-காணப்படும் கட்டடங்களின் கூரைகளை ஒத்திருக்கும் அல்லது பிரான்சில் பண்டைக் காலத்தில் அணியப்பட்ட ஒருவகைக் காலணி போலிருக்கும்.

'' ஐதரின் முகத் தோற்றம் கவர்ச்சியாயிராவிடினும், உள்ளத்தைத் திறந்து காட்டுவதாய், காண்போரிடம் நம்பிக்கை ஊட்டுவதாய் இருந்தது. அவர் தன் தோற்றத்தை மறைத்துக் கொள்ளும் வழக்கத்தைக் கொண்டதில்லை. அது மகிழ்ச்சியைக் காட்டும்; அல்லது மலர்ந்திருக்கும். அந்தந்தச் சூழ்நிலைக்கேற்ப உணர்ச்சியை வெளிப்படுத்தும்.

''அவர் எதைப் பற்றியும் உரையாடும் திறன் பெற்றிருக்கின்றார். அவர் கம்பீரமாகவோ, வாய் பேசாமலோ இருப்பதில்லை. கீழையுலக மன்னரெல்லாம் பெருமிதமாகவோ, வாய் பேசாதவர்களாகவோ தானிருக்கின்றனர்.

''அவர் புதியவர் ஒருவரை முதலில் காணும்போது மனம் விட்டுப் பேசுவதில்லை. புதியவருடன் மிகுந்த கவனத்துடன் பேசுவது போன்று தோன்றும். ஆனால் வெகு விரைவில் அவரது பழைய கலகலப்புத் திரும்பி விடும். அவர் உலகிலுள்ள விஷயங்கள் அனைத்தையும் பற்றி பேசுவார். நடப்புச் செய்திகளையும் பொதுவான செய்திகள் குறித்தும் அடுத்தடுத்துப் பேசத் தொடங்கிவிடுவார்.

''இம்மன்னர் வினா எழுப்புவதும் மறுமொழி கூறுவதும் கடிதங்களைப் படிக்கக் கேட்பதும் ஒருவருக்கு எழுத வேண்டிய மறுமொழியை எடுத்துக் கூறுவதும் ஒரு நாடக நிகழ்ச்சியைக் காண்பது போல் பெரிதும் வியப்பூட்டும். அதே வேளையில் மிகுந்த முக்கியத்துவம் வாய்ந்த விஷயத்தைப் பற்றிக் கண நேரத்தில் முடிவெடுத்து விடுகின்றார்.

''அவருக்கு வெள்ளை நிறத்தின் மீது தனி விருப்பம் இருப்பதால் பொன்னிறமாயும் மெருகெண்ணெய் பூசப்பட்டும் இருக்கின்ற அறைச் சுவர்களின் மர அடைப்புகளைக் கூட வெள்ளை மஸ்லினால் மூடச் சொல்கின்றார். சரிகை வேலைப்பாடுள்ள நாற்காலிகளையும் வெள்ளை மஸ்லின் துணிகளால் மூடச் செய்கின்றார்.''

இது ஒரு பிரஞ்சுக்காரரால் சொல்லால் தீட்டப்பெற்ற ஐதரின் ஓவியமேயாகும். தூரிகையால் தீட்டப் பெறும் ஓவியத்தை விட, எழுதுகோலால் வரைந்த இந்த ஓவியம் உயிர்க்களையுள்ளது.

இறப்பு

இரண்டாவது மைசூர்ப் போர் உச்ச கட்டத்தில் இருந்த நேரத்தில் திப்பு சுல்தான் வட கேரளத்தின் பொன்னானிப் பக்கம் போரிட்டுக் கொண்டிருந்தார். ஐதரலி வடார்க்காட்டு மாவட்டத்தின் நரசிங்கம்பேட்டையில் 1782 டிசம்பர் 7 அன்று இறந்தார். அவருக்கு முதுகில் புறப்பட்ட புற்றுக் கட்டியினால் மரணம் வந்தது. தந்தை இறந்ததைத் திப்பு சுல்தான் அறியார்.

ஐதரலி இல்லாத நிலையில் சதிகாரர்கள் திப்பு சுல்தானின் பதவியைக் கவர எல்லா வழிகளிலும் சூழ்ச்சி செய்யக் கூடும் என்று கருதி, ஐதரலியின் சாவை மறைவடக்கமாய் வைத்திருக்க, அமைச்சர் பூரணய்ய எல்லாவிதமான தந்திரங்களையும் கையாண்டார். துருக்கியின் கான்ஸ்டாண்டிநோபிளில் இருந்தாண்ட ஆட்டோமான் காலிஃபா ஒரு பேழையை ஐதரலிக்கு அளித்திருந்தார். அப்பெரிய பேழையில் அரிய மணிக்கற்களும் நகைகளும் இருந்தன. பூரணய்ய அந்த பேழையில் அணிமணிகளை வைத்துப் படைவீடு எங்கும் வீரர்களுக்குக் காட்டச் செய்தார்.

பிறகு அந்தப் பேழைக்குள் ஐதரலியின் சடலத்தை வைத்து யாருக்கும் தெரியாமல் பலத்த காவலுடன் படைவீட்டை விட்டு வெளியே அனுப்பினர். காலிஃபா அளித்த விலைமதிப்பற்ற மணிகளும் நகைகளும் அப்பேழைக்குள் வைத்துச் சீரங்கப் பட்டணத்திற்குச் செல்வது போல் சென்றது.

ஐதரின் உடலைக் கோலாருக்குக் கொண்டு சென்றனர். அங்கு அவரின் தந்தை கல்லறையருகே அப்போதைக்கு அடக்கம் செய்தனர். இறுதியில் அவரது எச்சங்களை எடுத்துச் சென்று சீரங்கப்பட்டணத்தில் அடக்கம் செய்தனர். திப்பு சுல்தான் அங்கு தன் தந்தைக்குப் பெரிய நினைவுக் கல்லறை மாளிகையை எழுப்பினார்.

திப்பு மைசூர் அரசரானார்

ஐதரலி கான் நரசிங்கம் பேட்டையில் இறந்த நேரத்தில், அவரின் மகன் திப்பு சுல்தான் வட கேரளத்தில் களங்கண்டு கொண்டிருந்தார். கம்பெனியும் நாடு வாழிகளும் சேர்ந்து அங்கு நடத்திய தாக்குதலை எதிர்த்து நிற்க முடியாமல் மைசூர்ப் படைகள் திணறிக் கொண்டிருந்தன.

மைசூர்ப் படைத் தலைவர் சர்தார் கான் தலைச்சேரியை முற்றுகையிட்டுக் கொண்டிருந்தார். (தலைச்சேரி : இ.ச.க.தொகுதி-8) கோட்டயத்து நாடுவாழி (இது கோட்டயம் என்ற ஊரன்று; கோட்டயம் என்ற சிற்றரசு) பின்புறமாய்ச் சென்று மைசூர்ப் படையைத் தாக்கினார். அப்போது மேஜர் ஆபிங்டன் தலைமையில் பிரிட்டிஷ் படையொன்று கோட்டயத்து மன்னரின் உதவிக்குக் கப்பலில் சென்றது. சர்தார் கான் இவ்விருவரின் தாக்குதலையும் தாங்கமுடியாது தோற்றுப் போனார். மேஜர் ஆபிங்டன் கோழிக் கோட்டுக்குச் சென்று அதை 1782 ல் வீழ்த்தினார்.

இப்போது கர்னல் ஹம்பர்ஸ்டன் கம்பெனிப் படைக்குத் தலைமை தாங்குவதற்காக வந்தார். அவர் பாலக்காட்டை நோக்கி முன்னேறினார். ஏனெனில் கேரளத்தில் மைசூர் அரசிற்கு எஞ்சி நின்றது பாலக்காட்டுக் கோட்டை மட்டுமேயாம். ஐதரலி இப்போது உயிரோடியிருந்தார். அவர் பாலக்காட்டுத் தோல்வியைத் தவிர்க்க வேண்டுமென்று முத்தம் சாகிபு தலைமையில் ஏழாயிரம் பேரடங்கிய படையை அனுப்பினார்.

அப்படை ஹம்பர்ஸ்டனைத் திருநங்காடி என்ற இடத்தில் சந்தித்தது. அங்கு 1782 ஏப்ரல் 8 அன்று கடும்போர் நடந்தது. அதில் முத்தம் சாகிபு கொல்லப்பட்டார். அவரது படை விரட்டியடிக்கப்பட்டது.

மாரிக்காலம் தொடங்கி விட்டதால் ஹம்பர்ஸ்டன் உள்நாட்டிலிருந்து கரையோரப் பகுதிக்குச் சென்றார். எனினும் அவர் மீண்டும் பாலக்காடு திரும்ப நேர்ந்தது. அவர்

கோட்டையை அடையுமுன்னர், திப்பு தலைமையில் மைசூரிலிருந்து வந்த புதிய மைசூர்ப் படை அவரைத் தாக்கிற்று. ஆதலால் ஹம்பர்ஸ்டன் மீண்டும் பின்வாங்கிக் கடைப் பகுதிக்கு ஓடினார்.

அவரிடமிருந்து பொறுப்பேற்ற மக்ளியோடு திப்புவுடன் மோதியதில் இருவரும் வெற்றி தோல்வி காண முடிந்திலது. ஆனால் திப்பு போர்க்களத்தை விட்டு நீங்க நேர்ந்தது. அதற்குச் சில நாள்களுக்குப் பிறகு ஐதரலி இறந்த செய்தி அவருக்குத் தெரிய வந்தது.

கம்பெனிக் கடற்படை வெற்றி

பிரிட்டிசாரின் பம்பாய் மரைன் படை ஜெனரல் மாத்தியூசுடன் சேர்ந்து வட கேரளத்தின் கரையிலிருந்த இராசமான் துருக்கம் மெர்ஜூ, குண்டப்பூர், அண்ணம்பூர், மங்களூர் ஆகிய இடங்களைப் பிடிப்பதில் ஈடுபட்டது. சுருங்கக் கூறின், பதினெட்டாம் நூற்றாண்டின் பிற்பாதியில் இந்தியக் கடல்களில் நடந்த எந்தச் சண்டையாயினும், அதில் பம்பாய் மரைன் என்ற கப்பற்படை பங்கெடுத்து வந்தது.

ஐதரலி தந்தையின் மரணம் நிகழ்ந்த வேளையில் களத்தில் இருந்ததுடன் போரைத் தொடர்ந்து நடத்தவும் செய்தார். அவர் இந்த ஆண்டில் மைசூர் அரசர் என்று முடி சூட்டிக் கொண்டு போரை நீடித்தார்.

2. வடபாரதத்தில் போர்த் தொழில் செழிப்பு

இந்தியப் போரியலின் அமைப்பும் செயல்பாடும் அவ்வக் காலங்களில் வந்து பரவும் படையெடுப்பாளரின் தொடர்பினாலும், அவர்கள் கைக்கொள்ளும் போர் முறைகள், கருவிகள், செயற்பாடுகள் ஆகியவற்றின் செல்வாக்கினாலும் காலந்தோறும் மாறிக்கொண்டே வருகின்றன. ஐரோப்பியருக்கு முன்னரே பீரங்கியும் வெடி மருந்தும் இந்தியப் போரியலில் தோன்றிவிட்ட போதிலும், (இ.ச.க.தொகுதி-5) இப்பதினெட்டாம் நூற்றாண்டின் முற்பகுதியிலிருந்துதான் அவை ஒருங்கிணைந்த போரியலின் முன்னணித் தளவாடங்களாயின.

போரியல் கோட்பாடே முற்றிலும் மாறுதலடையத் தொடங்கியது இக்காலத்திலேயாம். ஷத்திரியர் அல்லது ஷத்திரியர் நிலைக்குக் காலப் போக்கில் உயர்த்தப்பட்டவர்களும் பிராமணருமே போர் புரியும் சாதியினராய் இருந்து வந்த நிலை, வல்லாளர் சிலரால் அவ்வக் காலங்களில் வரலாற்றில் மாறியிருந்த போதிலும், அனைத்துச் சாதியினரும், குறிப்பாய்ச் சாதியமைப்பிற்குப் புறத்தே தள்ளப்பட்ட வர்களான பறையரும், பின்னும் பிற தாழ்ந்த சாதியினரும் போரைத் தொழிலாய்க் கொண்டதும் இக்காலத்திலேயாம்.

குதிரைப் படை உச்ச நிலையடைந்ததும் இந்தப் பதினெட்டில் என்பதை அறிவோம். (இ.ச.க. தொகுதி-8) இந்திய அரங்கில் வல்லாண்மைப் போட்டியில் அண்மைக் காலம் வரையில் ஈடுபட்டிருந்த முகலாயரும் மராட்டியரும் இலட்சத்திற்கு மேற்பட்ட குதிரைகளைக் களத்தில் இறக்கும் ஆற்றல் பெற்றிருந்தனர். அவர்கள் நினைத்தால் மூன்று இலட்சம் குதிரைகளைக் கூடப் போரில் ஈடுபடுத்த முடியும் என்ற நிலையைக் காண்கின்றோம். ஆனால் இத்தனை பெரிய படையைக் களத்தில் வெற்றியை நோக்கி ஏவ முடியாதவர்களாய் அவர்கள் இருந்தனர்.

ஏனெனில் அவர்கள் காலப்போக்கில் மாறுதலடைந்து விட்ட போர்க்கலையைப் பற்றிச் சரியாய் அறியாதவர்களாயிருந்தனர். ஐரோப்பியர் இங்கு காலூன்றிய பின்னர், இப்பதினெட்டாம் நூற்றாண்டின் முற்பகுதியிலிருந்து இந்திய வல்லாளர்களுக்கு அவர்கள் பாடம் புகட்டி வந்த பின்னரும் அவர்களுக்குத் தம் போரியல் முறையிலுள்ள குறைகளும் எதிரி தன்னை விட மேலான நிலையில் உள்ளான் என்ற உண்மையும் தெரியவேயில்லை.

ஒரு படையில் ஒழுங்குக் கட்டுப்பாடு மிகவும் கடுமையாய் இருக்க வேண்டும் என்பதையோ, படையினரைச் செம்மையாய் அணிப்படுத்திச் சீராய் அணிவகுத்துச் செல்வது எங்ஙனம் என்பதையோ, சரியான இடங்களில் தண்டு இறங்குவதன் இன்றியமையாமையையோ இந்திய வல்லாளர்கள் உணரவேயில்லை. ஏராளமான எண்ணிக்கையில் புடைத்துப் பெயரும் படையினரைக் குழப்பமோ, தொல்லையோ இன்றி இயக்கும் திறனை அறியாதிருந்தனர். எண்ணற்ற பெருங்கூட்டத்தைக் கந்தறு கோலமாய்த் திரட்டிவிட்டு, அவர்களைக் களத்தில் இறக்கி, அவர்களில் ஒவ்வொருவரின் உணர்ச்சித் துடிப்பிற்கு ஏற்ப மனம் போன போக்கில் இயங்கச் செய்வதுடன் எல்லாம் முடிந்துவிட்டது என்று எண்ணி விட்டனர்.

படைவீரன் ஒவ்வொருவனும் தனக்கு உரிமையான குதிரையுடன் படையில் வந்து சேர்கின்றான்; அவனுக்கும் அவனது குதிரைக்கும் குறிப்பிட்ட ஒரு கூலி தரப்படுகின்றது. அவன் தன் செலவில் குதிரையைக் கவனித்து வரவேண்டும். குதிரை இறந்தாலோ, காணமற்போனாலோ அவனைப் படையிலிருந்து விலக்கி விடுவர். படைக்கு ஆள் எடுக்கும் இந்தமுறை படைவீரனின் பணிக்குக் கேடு பயக்க வல்லது. ஏனெனில் குதிரையைப் பேணுவதே அவனது முக்கியமான குறிக்கோளாயிருக்கும்.

குதிரைக்குத் தீங்கு நேராதிருந்தால்தான் அவனுக்குப் பிழைப்பு நடக்கும். அதனால் அவனுக்கு மெய்யான இன்னல் வரும்போது, போர்க்களத்திலிருந்து தப்பி ஓடுவதற்கு அவன் எப்போதும் ஆயத்தமாயிருப்பான்.

இத்தகைய ஒரு படையிலிருந்து படைவீரர் அடிக்கடி ஓடி விடுவது இயற்கை. இவ்வாறு ஓடிப் போய்விட்ட ஓடுகாலிகளைத் தேடிப்பிடிப்பதோ பிடித்துக் கடுமையாய்த் தண்டிப்பதோ இல்லை. படைவீரன் ஓடிப்போய் விடாமலிருப்பதற்காக, அவனது கூலியில் கணிசமான தொகையை முன்னெச்சரிக்கையாய்ப் பிடித்து வைத்துக் கொள்வார்கள். அதனால் அவன் படையிலிருந்து ஓடாதிருப்பான். படைவீரர் சில வேளைகளில் கலகம் செய்வதுண்டு. தம் தானைத் தலைவரைச் சிறை செய்து வாளைக் காட்டி அச்சுறுத்துவதும் உண்டு. தானைத் தலைவன் இவற்றையெல்லாம் பொறுத்துக் கொள்வான். அவன் கலகக்காரரைக் குறை சொல்வதுமில்லை; அவர்களைத் தண்டிப்பதும் இல்லை.

ஒழுங்குக் கட்டுப்பாடு இல்லாதவர்களும் கூலிக்குப் பணி செய்பவர்களுமான படைவீரரிடம், வீரத்தை எதிர்பார்க்க முடியாது. எனினும் அவர்களின் தானைத் தலைவர்கள் அடிக்கடி மாவீரம் காட்டுவதுண்டு. எதிரியின் வன்மை மேலோங்குகின்ற நேரத்திலும் அவர்கள் புறமுதுகிட்டோடுவது இல்லை. அவர்களுக்கு மானமே பெரியதாயிருந்தது.

படை ஓரிடத்தில் தண்டு இறங்கும்போது, அங்கு கூடாரம் அமைக்கும் முறையை இந்தியர்கள் நன்கு அறியாதிருந்தனர். அவர்கள் அணி வகுத்துச் செல்லும்போதும் ஓரிடத்தில் தண்டு இறங்கும் போதும் அங்கு குழப்பமே ஆட்சி செய்யும்.

பதினெட்டாம் நூற்றாண்டில் முகலாயப் பேரரசின் தாழ்ச்சியையடுத்து மைய அரசு வலுவிழந்ததும் வடபாரதமெங்கும் ஏராளமான நாட்டரசுகள் தோன்றிவிட்டன. அவர்கள் தத்தம் பகுதிகளில் தன்னுரிமை பெற்ற அரசர்களாயும் சில இடங்களில் பெயரளவில் முகலாய அரசிற்குக் கட்டுப்பட்டவர்களாயும் ஆங்காங்கே வல்லாண்மை நடத்திவந்தனர். அவர்கள் தம் ஆட்சிப் பரப்பை விரிக்கவும் அங்கு வலுவாய் நிலைபெறவும் படைகளை வலுப்படுத்தத் தொடங்கினர்.

ஐரோப்பியரின் போரியல் முறை மேலானது என்பதைப் பல களங்களில் நாட்டரசர்கள் கண்டதன் விளைவாகப் பிரஞ்சுக்காரர், ஜெர்மானியர், ஆங்கிலேயர் என்று ஐரோப்பியப் படைத்தலைவர்களையும் தொழில்நுட்ப வினைஞரையும் கூலிக்கு அமர்த்திக் கொண்டனர். இத்தகைய பின்புலத்தில் போர்த் தொழில் வட பாரதத்தில் எவ்வாறு இருந்தது என்பதை நோக்க வேண்டும்.

பதினெட்டாம் நூற்றாண்டின் இக்காலகட்டத்தில் இந்தியத்தில் கிட்டத்தட்ட இரண்டரை இலட்சம் பேர், அதாவது மொத்த மக்கள் எண்ணிக்கையில் 1 முதல் 1.5 சதத்தினர் முற்றிலும் படைக்கலன் ஏந்திய முழுநேரப் படைவீரர்களாய் இருந்தனர். அவர்களோடு வட்டாரப் படைகள் அல்லது நிலப் பிரபுத்துவ ஆண்டையரான சமீந்தார்களின் படைகளில் இருந்த ஏராளமானவர்களையும் சேர்த்துக் கொள்ள வேண்டும்.

அமைதி குன்றிக் குழப்பம் நிலவிய இக்கால கட்டத்தில் இருந்த நிலைமையை நோக்குகையில், அக்பரின் ஆட்சிக் காலத்தில் (1556-1605) கணித்திருந்ததைப் போலவே மொத்த மக்கள் தொகையில் 4.5 சதத்தினர் இங்ஙனம் முறைசாராத படைகளில்

இருந்தனர் என்று தோன்றுகின்றது. முறையான படைகளில் இருந்த வீரர்களின், வருவாயை நம்பி, ஒவ்வொரு வீரனுக்கும் நேரடியாய் நாலைந்து பேர் இருந்தனர்.

எடுத்துக்காட்டாக, ஔது நவாபு 1782 ஆம் ஆண்டு நடத்திய சண்டைகளின் போது, அவரது படையொடு 20,000 வீரர் சென்றனர். அவர்களோடு மேலும் 1,50,000 பேரடங்கிய பரிவாரமும் சென்றது. இந்தியப் படைவீரர்களின் பாசறைகளில் ஒரு வீரனுக்குப் பக்கத் துணையாய், ஏவலாய் ஐந்து முதல் பத்துப் பேர் இருந்தனர் என்று பிரிட்டிசார் செய்த கணிப்புச் சரியாகவே உள்ளது என்பர். எனவே வட இந்தியத்தின் மொத்த மக்கள் தொகையில் 15 முதல் 20 சதத்தினர் படைகளின் செலவினங்களின் பகுதியை நம்பியே காலந்தள்ளினர் என்று கொள்ளலாம். இத்தகைய பெரும் படைகள் இருந்தமையால் அவற்றுக்குப் பெருஞ் செலவானது. இந்தப் பணப் புழக்கத்தால் நாட்டுப் பொருளியல் தூண்டுதல் பெற்றது.

ஒரு வல்லாளர் அரசியலில் உயிர் பிழைத்து நிற்பதற்கு, முறையான போர்ப் பயிற்சி பெற்ற துப்பாக்கி வீரர், பீரங்கி சுடுவோர் ஆகிய நுட்பத்திறன் பெற்ற படையினருக்குப் பெருந்தொகையை ஊதியமாய்த் தர வேண்டுவது இன்றி யமையாததாயிற்று. சான்றாக ஔது நவாபின் படையில் 1750 ஆம் ஆண்டுகளில் பணிபுரிந்த முறையான படை சார்ந்த ஐம்பதினாயிரத்திற்குமதிகமான படை வீரருக்கு மாதக் கூலி 25 ரூபாயாயிருந்தது. உயர் பதவியிலிருந்த ''பெரும்புள்ளி'' 80 ரூபாய் வரை மாதச் சம்பளம் பெற்றார். இதே நேரத்தில் கிழக்கிந்தியக் கம்பெனியின் காலாள் படை வீரனுக்கு ஆண்டுச் சம்பளமாய் நூறு ரூபாயும், குதிரைப் படைவீரனுக்கு ஆண்டுச் சம்பளமாய் இருநூறு ரூபாயும் தரப்பட்டன.

3. தாய்லந்தின் புதிய அரச குடியும் பேங்காக்கு நகரத் தோற்றமும்

தோற்றுவாய்

தாய்லந்து தாய் மக்கள் வந்தேறிய நாடேயன்றி, அவர்களின் தாயகம் இதுவன்று. அவர்கள் தென்சீனத்தில் எங்கோ ஓரிடத்திலிருந்து இங்கு வந்து மீனம் எனப்படும் சாவே ஃபிரியா வடிநிலப் பகுதியில் குடியேறினர். தாய் மக்கள் பெரிதும் மங்கோலிய இனத்தவராவர். அவர்கள் தென் சீனத்திலிருந்து தாய்லந்தில் வந்து குடியேறியதால், தமக்கு முன்னர் அங்கு வந்து குடியமர்ந்திருந்த மான்-கெமர் மொழி பேசும் கூட்டத்தாருடன், குறிப்பாய் கீழப் பர்மாவிலிருந்த மான் மக்களுடனும் கம்போடியத்தின் கெமர் மக்களுடனும் இந்தோனேசிய மொழிக் கூட்டத்தினருடனும் மலாய் மக்களுடனும் தென் வியத்துநாம், கம்போடியம் ஆகியவற்றின் சிலபகுதிகளில் எஞ்சியிருந்த மக்களுடனும் ஒன்றிக் கலந்து விட்டனர்.

தாய் மக்களின் தாயகம் யாங்சி ஆற்றின் தென்கரையிலுள்ள பகுதியாகும். (*Yangtze* : சீனத்தின் மிக நீண்ட ஆறு. தென்கிழக்கில் சிங்காய் (*Tsinghi*) மாநிலத்தில் தோன்றிக் கிழக்கே பாய்ந்து கிழக்குச் சீனக் கடலில் ஷாங்காய் பட்டினத்தினருகில் கலக்கின்றது. இப்பகுதி உலகிலேயே மக்கள் நெருக்கடி மிகுந்தது; இதன் நீளம் 5,528 கிலோ மீட்டர்-3,434 மைல்)

நஞ்சோவ் முடியரசு

சீனப் பெருவீரரான கோங்கு பெங்கு (*Kong Peng*) தாய் மக்களைச் சுமார் கி.பி.257 ஆம் ஆண்டு வெற்றி கொண்டார் என்று சீன வரலாறு கூறும். சீனர் தாய் மக்களை

இக்காலம் வரையிலும் ''அயிலாவோ'' (*Ailao*) என்றே அழைக்கின்றனர். தாயர் கி.பி. 650 வாக்கில் தன்னுரிமை பெற்று ''நஞ்சோவ்'' என்ற பெயரில் வலிமைமிக்க முடியரசை நிறுவி விட்டனர். நஞ்சோவ் முடியரசு மிக மேலான முறையில் அமைந்திருந்த ஆட்சியமைப்பு என்பது சீனத்தின் தாங்கு அரசு குடியின் (*Tang Dynasty*: 618-907 கி.பி.) வரலாற்றுக் குறிப்புகளிலிருந்து தெரிகின்றது.

அம்முடியரசு வலிமை பெற்றதாயிருந்த தெனினும், தாய் மக்கள் தெற்கு நோக்கி வெளியேறத் தொடங்கினர். செங்கிஸ் கானின் (1155-1227) பேரரான குபலாய்க் கான் (1216-1294) 1253 ஆம் ஆண்டு நஞ்சோவ் முடியரசைத் தோற்கடித்ததும், தாய் மக்கள் இந்தோ சீனத்தின் பொன்னாடு அல்லது சுவர்ண பூமியில் பேரெண்ணிக்கையில் குடியேறினர்.

அகோமர் - தாயர்

நஞ்சோவ் முடியரசின் வீழ்ச்சிக்குப் பல காலத்திற்கு முன்னரே, தாயர் தென் சீனத்திலிருந்து குடிபெயரத் தொடங்கி விட்டனர். அவர்கள் லாவோசு, வடசீயம், பர்மாவின் ஷான் பீடபூமி, அசாம் இங்கெல்லாம் குடியமர்ந்தனர். அசாமின் அகோமர் மாபெரும் மங்கோலிய இனத்தைச் சேர்ந்த தாய் அல்லது ஷான் கூட்டத்தைச் சேர்ந்தவர் என்பது குறிப்பிடத்தக்கது. அவர்கள் பதின்மூன்றாம் நூற்றாண்டின் தொடக்கத்தில் அல்லது நஞ்சோவ் முடியரசு வீழ்ந்தபிறகு அசாமில் குடியேறினர். தாயர் பௌத்தம் தழுவியதற்கு முன்னரே அகோமர் அசாமில் குடியேறிவிட்டனர். அகோமர் தம் முன்னோர் சமயத்தையும் மொழியையும் கி.பி.1397 வரை அப்படியே உருக்குலையாமல் காத்து வந்தனர்.

முவாங்கு

தாயர் தாய்லந்தினுள் மெல்ல மெல்ல நுழைந்து, அங்கு அவர்கள் அமைத்த முவாங்கு (*Muang*) என்ற குடியேற்றங்கள் எண்ணிறந்தனவாயின. அவை ஒவ்வொன்றும் ''சாவோ'' (*Chao*) அல்லது இளவரசர்களின் கீழ் இருந்தன. அவை ஒவ்வொன்றும் தன்னுரிமை உடையனவாயிருந்தன. எனினும் கெமர் அல்லது கம்போடியரின் கட்டுப்பாட்டில் அவை இயங்கி வந்தன. அவை கெமர்களிடம் அடிமைப்பட்ட சிற்றரசுகள். அவை கெமர்களின் தலைநகரிலிருந்த தண்ணீர்ப் பற்றாக்குறையைப் போக்குவதற்காக, அவற்றுக்குத் தண்ணீர் அளித்து வர வேண்டும். தாயர் கெமர் ஆண்டையரின் கீழ்ப் பட்ட இன்னல்கள் மேலும் பலவாம்.

கெமரின் மேலாண்மை

ஆங்கூர் வாட்டிலுள்ள புடைப்புச் சிற்பங்களில் தாயர் கெமரின் கூலிப் படையினராய்க் காட்டப்பட்டுள்ளனர். கெமர்கள் அவர்களைத் தமக்குக் கீழே அடங்கிய தொழும்பர் என்றே குறிக்கின்றனர். நஞ்சோவ் முடியரசின் வீழ்ச்சிக்குப் பிறகு தாயர் பேரெண்ணிக்கையில் குடிபெயரத் தொடங்கியதும் கெமரின் தொழும்பராயிருந்த அம்மக்கள் வலிமை பெறத் தொடங்கினர்.

புதிய தாயகமான தாய்லந்தில் குடியேறிய அம்மக்கள், தமக்கு முன்னர் அங்கு வாழ்ந்துகொண்டிருந்த மக்களின் பண்பாடு நன்கு நிலை பெற்றிருக்கக் கண்டனர். உள் நாட்டில் நிலை பெற்றிருந்த மான் கெமர் மொழிக் கூட்டத்தார், இந்தியப்

பண்பாட்டைக் கொண்டவர்களாயிருந்தனர். தாயர் தம் முன்னோடியரான அம்மக்களின் பண்பாட்டைத் தாமும் கொள்வதற்குத் தயங்கவில்லை.

சுகோத்தாய் முடியரசு (1257-1419)

தாயர் இம்மண்ணில் நிலை பெற்ற பிறகு முவாங்குகளை வலுப்படுத்தும் வேலையில் இறங்கினர். கெமர்களுக்கு எதிராய்க் கிளர்ந்தெழுந்து, அவர்களின் படையைக் கி.பி.1257 ஆம் ஆண்டு விரட்டியடித்தனர். அதற்குத் தலைமை ஏற்றிருந்த தாயர் தலைவர் ஓர் அரச குடியைத் தோற்றுவித்தார். அதன் பெயர் சுகோத்தாய். அவர் ஸ்ரீ இந்திராதித்தியன் என்ற பெயரில் முடிசூடிக் கொண்டார். இம்முடியரசு 1419 வரை 162 ஆண்டுகள் நிலவிற்று. அது அவ்வாண்டு முதல் அயுத்திய முடியரசின் ஒரு பகுதியானது.

சுகோத்தாய் முடியரசில் சுமார் ஆறு மன்னர்கள் இருந்து ஆண்டனர். அவர்களுள் இராமசுமேயங்கு என்ற அரசர் நாற்பதாண்டுகள் ஆட்சி செய்தார். அவரது ஆட்சியில் நாடு விரிந்து பரந்து தென்கிழக்கு ஆசியத்திலேயே செல்வாக்கு மிக்க அரசுகளுள் ஒன்றாய்த் திகழ்ந்தது. தாயரின் அரசுரிமைக் கொள்கைகளைப் பரிணமிக்கச் செய்தவர் என்ற சிறப்பும் இம்மன்னர்க்கு உண்டு. இவர் தாய் மொழியின் எழுத்தைத் தோற்றுவித்தவர் என்றும் கொள்ளப்படுகின்றார். அவர் தாய் எழுத்தைக் கல்வெட்டில் பொறிக்கவும் செய்தார்.

அயுத்திய முடியரசு

சுகோத்தாய் முடியரசு செழித்திருந்த காலையிலேயே, அயுத்திய அரசு நிலைப்பட்டு விட்டது. சுகோத்தாய் இறுதியில் இம்முடியரசுடன் 1419 இல் இணைந்தது. இதற்கு முன்னர் அது அயுத்தியத்திற்கு அடங்கிய சிற்றரசாய் இருந்து வந்தது. இதன் பிறகு சுகோத்தாய் அரசை நிறுவியவர்களின் வழி வந்த ஃபிர ருவாய்க்கு குடும்பத்தினர் அயுத்தியத்தை ஆளலானார். தாய் மக்கள் பல்வேறு துறைகளில் வளர்ச்சி கண்டதற்கு அயுத்திய மன்னர் சிலர் காரணராயிருந்தனர்.

அயுத்திய அரசை நிறுவிய முதலாம் இராம திபோர்த்தி சிறப்பித்துக் கூறத் தக்க அரசராவார். அவர் சட்டங்கள் இயற்றினார். அவரால் நெடுங்காலத்திற்கு முன்னர் தொகுக்கப் பெற்ற சட்ட விதிகள், சில திருத்தங்களுடன் இன்றும் நடைமுறையில் உள்ளன.

கெமர் தோல்வி

அயுத்தியர் ஆட்சிக் காலத்தில் கெமர் பேரரசின் ஆங்கூர் தோம் 1431 ஆம் ஆண்டு கைப்பற்றப்பட்டது. இது தாயர் வரலாற்றில் குறிப்பிடத்தக்க நிகழ்ச்சியாகும். கேமர் கோ நகரம் பிடிபட்டதால் அங்கு ஏராளமானவர்களைச் சிறைப்பிடித்துத் தாய்லந்திற்குக் கொண்டுவந்தனர். அவர்களுள் உயரலுவலர் பலரும் பிராமணக் குருக்களும் இருந்தனர். தாய்ப்பண்பாடு இந்தியத் தன்மை பெற்றதில் கெமர் நாட்டுப் பிராமணக் குருக்களுக்குப் பெரும் பங்குண்டு.

அதன்பிறகு போரோ மைத்திரைலோக நாத அல்லது திரைலோகர் என்ற அயுத்திய மன்னர் சிறிது காலம் அரசிருந்தார். அவர் கெமர் அமைச்சர்கள், பிராமணக் குருக்கள்

ஆகியோரின் நல்லுரைப்படி தன் நிலையை வலுப்படுத்திக் கொண்டார். மன்னர் திரைலோகர் மேற்கொண்ட இம்முயற்சியின் பலனாய்த் தாய் அரசியலில் இந்தியத் தெய்வீகக் கோட்பாட்டைக் கடைபிடிக்கும் கொள்கை உருவானது. அதனால் முடியாட்சி தேவராச வழிபாடு என்ற புது விளக்கம் பெறலாயிற்று. தேவராச வழிபாட்டு முறைப்படி மன்னர் மக்களிடம் நேரடித் தொடர்பு கொள்ளாது தனித்து வாழலானார். முழுமையான ஆட்சியதிகாரம் பெற்றிருந்த அயுத்திய மன்னர்களின் கைகளில் தாய்லந்தில் மக்களின் தலைவிதி ஏறத்தாழ நானூறு ஆண்டுகள் இருந்தது.

பர்மியர் தாக்குதல்

பர்மியர் 1776 ஆம் ஆண்டு தாயர் தலைநகரை வென்றனர். அவர்கள் மனிதப் பண்பற்ற முறையில் அயுத்தியத்தை அழித்தனர். இக்கொடிய அழிவின் காரணமாய் முக்கியமான அரச ஆவணங்கள் அனைத்தும் கிட்டத்தட்ட இழக்கப்பட்டு விட்டன.

இந்த நற்கலையழிவிலிருந்து மா தக்சிண் (*Takshin, the great*) என்ற மாமன்னர் தாயரின் தலைவராய் எழுந்தார். அவர் சீன தாய் கலப்பில் பிறந்தவர்.எனினும் தாயரின் மேன்மையையும் பெருமையையும் கொடிய பர்மியரிடமிருந்து அவரே காத்தார் என்று தாயர் இன்றும் அவரைப் போற்றுகின்றனர்.

அவர் பர்மியரை நாட்டை விட்டு விரட்டிப் புதிய தாய் அரசை நிறுவினார். அவர் அரசியல், ஆட்சியியல் காரணங்களுக்காகப் புதிய கோநகரைத் தேர்ந்தெடுக்க நேர்ந்தது.ஏனெனில் அழிக்கப்பட்டு விட்ட அயுத்திய பட்டணத்தை மீண்டும் புதுப்பித்துக் கட்டியெழுப்புவது எளிதான செயலன்று.

அவர் சாவோ ஃபிய அல்லது மீன ஆற்றின் கரைமீதிருந்த தோன்புரியைப் புதிய கோநகராய்த் தேர்ந்தெடுத்தார். (சாவோ பிய வட தாய்லந்தில் ஓடும் ஆறு.அது வடக்கிலுள்ள மேட்டுப் பகுதியில் தோன்றித் தெற்கில் ஓடிச் சயாம் வளைகுடாவில் கலக்கின்றது. இதன் நீளம் 1,200 கிலோ மீட்டர். இதற்கு மீனம் என்ற பெயரும் உண்டு) அவர் அருணன் கோயில் என்ற வாட்டு அருணைச் செப்பனிட்டு 74 மீட்டர் உயரமான (ஃபிர ஃபிரங்கு) கோயிலாய் எழுப்பினர். வாட்டு அருண் மீனம் ஆற்றின் கரை மீதமைந்த வெகு சிறப்பான கோயில்களுள் ஒன்று என்ற சிறப்பைப் பெற்றது.

சக்கரி அரச குடி

மன்னர் தக்சிண் ஆட்சித் திறமை யற்றவராய் இருந்ததால், கொடுங்கோலராகும் நிலைக்குச் சென்று விட்டார். தாயர் படைத் தலைவருள் ஒருவரான சாவோ ஃபிய சக்கரி, அம்மன்னரிடமிருந்து நாட்டைக் காத்தார்.

மன்னர் தக்சிணுக்குக் கொலைத் தண்டனை விதிக்கப்பட்டது. அதன்பிறகு சாவோ பிய சக்கரி அரச குடியைத் தோற்றுவித்துப் புதிய கோ நகரை மீன ஆற்றின் கிழக்குக் கரையில் அமைத்தார்.

முதலாம் இராமர்

சாவோ ஃபிய சக்கரி முதலாம் இராமர் என்ற பெயரில் அரியணை ஏறிப் புதிய தலைநகரில் 1782 ஆம் ஆண்டு அமர்ந்தார். அந்நகரமே பேங்காக்கு ஆகும். தாயர் இந்நகரைக் கிரங்கு தெப்பு (*Krung Thep*) என்றழைக்கின்றனர். அதற்குத் ''தேவதையர் நகரம்'' என்பது பொருளாகும். முதலாம் இராமர் தோற்றுவித்த சக்கரி அரச குடி இவ்வாண்டிலிருந்து தாய்லந்தை இன்றும் ஆண்டு வருகின்றது.

இன்று கீழையுலக வெனிசு என்று அழைக்கப்படும் பேங்காக்கு நகரில் இயற்கையாய் அமைந்தனவும் செயற்கையாய் வெட்டியனவுமான கிளோங்கு (*Klong*) எனப்படும் கால்வாய்கள் குறுக்கும் நெடுக்குமாய்ச் செல்கின்றன. இக்கால்வாய்களின் கரையோரங்களில் நகர மக்களில் ஐந்திலொரு பகுதியினர் சிறு குடிசைகளில் வாழ்கின்றனர். அவர்கள் சிறு படகுகளில் அன்றாடம் மிதக்கும் அங்காடிகளை வைத்துப் பிழைக்கின்றனர்.

டாய்லண்டு - அடிமைப்படாத நாடு

தமிழகத்தின் வழியே சென்று தென்கிழக்காசியத்தில் பரவிய இந்து சமயப் பண்பாட்டு அடித்தளத்தைக் கொண்ட தாய்லந்தில் ஹீனாயன பௌத்தம் ஒழுகப்பட்டு வருகின்றது.

தமிழில் இந்நாட்டைச் சீயம் (*Siam*) என்பர். இந்நாட்டிற்குச் சயாம் என்ற பெயர் 1938 வரையிலும், பின்னர் 1945-1949 காலத்திலும் இருந்தது. இந்த முடியரசிற்கு இப்போது டாய்லண்டு என்று பெயர். (நாம் தமிழில் தாய்லந்து என்று அழைக்கின்றோம்) டாய் என்ற சொல்லுக்கு அடிமைப்படாத, என்னுரிமையுடைய என்று பொருள்.

இந்நாடு எக்காலத்தும் எவரின் மேலாண்மைக் கீழும் இருந்ததில்லை என்பது இப்பெயரைக் கேட்டதும் நம் நினைவிற்கு வருகின்றது. (பதினேழாம் நூற்றாண்டில், 1688 வாக்கில் இந்நாட்டை ஆண்ட மன்னர், அருகிலுள்ள இந்தோனேசியத்தில் காலூன்றி நின்ற டச்சுக்காரரை எதிர்ப்பதற்காகப் பிரஞ்சுக்காரருடன் கூட்டுச் சேர முன்வந்தார். அப்போது பிரஞ்சுக்காரர் சயாமிய மன்னருடன் தொடர்பு கொண்டனர். சயாமிய மன்னர் பிரஞ்சுக்காரருக்குத் தன் நாட்டில் சில இடங்களை விட்டுக் கொடுக்க முன்வந்தார். ஆனால் பிரஞ்சுக்காரர் சயாமில் காலூன்றும் வாய்ப்பை இழந்தனர். ஐரோப்பியக் குடியேற்றம் என்ற மேலாண்மைக்கு உள்படாமல் அப்போது சயாம் தப்பியது)

ஆதலால் தென்கிழக்காசியத்திலேயே அயலாருக்கு அடிமைப்படாத ஒரே நாடு தாய்லந்து ஆகும். அந்நாடு 1350 ஆம் ஆண்டு ஒன்றுபடுத்தப்பட்டுத் தென் கிழக்காசியத்திலேயே பெரிய வல்லரசானது. (தென் கிழக்காசியம் : இப்பெயர்த் தொடர் வாணிபப் பகுதி ஒன்றை வரையறுத்துக் காட்டும் வகையில் வசதி கருதி 1900 ஆம் ஆண்டு வழக்கிற்கு வந்தது.எனினும் சீனரும் ஜப்பானியரும் இதற்குப் பல ஆண்டுகளுக்கு முன்னரே, இதைப் போன்ற ஒரு பெயரால் ''தென்கடற் பகுதிகள்'' (*The Southern Seas*) என்று குறித்து வந்தனர். இந்தியத்தின் எல்லைகளிலிருந்து கிழக்கே இன்று மியன்மார் எனப்படும் பர்மா, தாய்லந்து, லாவோசு, கம்போடியம், மலேசியம்,

சிங்கப்பூர், புரூணை, இந்தோனேசியம், வியத்துநாம், பிலிப்பைன் தீவுகள் வரை நீள்கின்ற பகுதியைத் தென் கிழக்காசியம் என்ற சொற்றொடர் சுட்டும்)

தாய்லந்து மக்கள் பேசும் மொழி டாய் (தாய்) எனப்படும். இதைச் சயாமி என்பதுமுண்டு. இம்மொழி சீன - திபேத்திய மொழிக் குடும்பத்தைச் சேர்ந்தது.

1782

1782

வரலாற்றுப் புள்ளிகள்

1: நாடார்கள் வாணிபம், மகமை

தமிழகத்தில் பதினைந்தாம் நூற்றாண்டில் ஏற்பட்ட அரசியல் மாற்றங்களின் விளைவாய்ச் சமுதாய வாழ்க்கை ஓட்டத்திலிருந்து தள்ளப்பட்ட நாடார் குலத்தினர் தம்மீது திணிக்கப்பட்ட இன ஒதுக்கலையும் பொருளியல் இக்கட்டுகளையும் முறியடிப்பதற்கு மேற்கொண்ட வழிமுறைகளில் வாணிகம் மிக ஆக்கமான கருவியாய் அமைந்தது. அக்குலத்தினர் அரசியல் வல்லாளரைத் தம்மால் எதிர்த்து நின்று நியாயம் காணமுடியாது என்பதை உணர்ந்து தம் தலைவிதியைத் தாமே நிர்ணயிப்பது என்று உறுதி பூண்டனர். அழுத்தப்பட்ட பிற மக்களினத்தவர், இவர்களைப் பின்பற்றிப் போலி செய்யத்தக்க வரலாற்று நிகழ்வு இது என்று சமுகவியல் ஆய்வாளர் எடுத்துரைக்கின்றனர்.

நாடார்கள் சிறு தர விற்பனையாளராய்த் தொடங்கிப் பொதி மாடுகளில் பல பண்டங்களை ஏற்றிக் கொண்டு ஊர் ஊராய்ச் சென்று வணிகம் புரியலாயினர். அக்குலத்துப் பெரியவர்கள் பின்வருவன முன் எண்ணி, அடிநாள்களிலேயே தமக்குள் பல அமைப்புகளை உண்டாக்கிக் கொண்டனர். அவற்றுள் உறவின்முறை என்ற அமைப்பு வலுவான மக்கள் நாயக நிறுவனமாய் உருப்பெற்றுவிட்டது. உறவின் முறைக்கு உறுதி சேர்ப்பனவாய் வாணிபமும் அந்த வாணிபத்திலிருந்து ஊறிய மகமை என்ற பொதுநல நிதியும் இருந்தன. அவை இக்குலத்தாரின் சமுதாய ஏற்றத்திற்கு ஏணிகளாயின. இம்மக்கள் சாதித் தடைகளைத் தாண்டுவதற்கும் அடைத்த சமுகக் கதவுகளைத் திறப்பதற்கும் வாணிகத்தைத் தேர்ந்தெடுத்தது, அவர்களின் தீர்க்க தரிசனத்தைக் காட்டுகின்றது.

அவர்கள் வாணிகத்தின் பொருட்டுப் பொதிமாடுகளில் முதலிலும் பின்னர் வண்டிகளிலும் பல இடங்களுக்குச் சென்றனர். அப்போது தமக்கும் பொதி மாடுகளுக்கும் பண்டங்களுக்கும் பாதுகாப்பு வேண்டித் தென்பாண்டிச் சீமையின் முக்கியமான ஊர்களில் வண்டிப் பேட்டைகளை அமைத்தனர். (இ.ச.க.தொகுதி-2) அவை நாற்புறமும் மதில் சூழ்ந்து, பெரிய கதவுகளைக் கொண்டிருந்தன. அவை பல பொருள்கள் குறிப்பிட்ட நாள்களில் விற்கும் சந்தைகளாயும் செயல்பட்டன. இத்தகைய பேட்டைகள் உருமாறிய நிலையில் இன்றும் விருதுநகரிலும், மதுரை போன்ற நகரங்களிலும் உள்ளன.

மகண்மை, மகமை

மகண்மை என்ற சொல்லே மகமை எனத் திரிந்ததென்பர். மகமை என்பது மக்கள் பேறில்லாதவர்கள் பிறர் பிள்ளைகளைத் தத்தெடுத்து வளர்ப்பதைக் குறிக்கும்.

வாணிகம் செய்வோர் வாணிகப் பொருள்களுடன் வழிச் செல்வோரும் அவற்றை விற்பனை செய்யும் அங்காடிகளும் தம் வருவாயில் ஒரு பகுதியைப் பொது அமைப்புகளான கோயில், அறச்சாலை போன்றவற்றுக்கு அளிப்பது மகமை ஆகும்.

நாடார்கள் தம் குலத்தார்க்கென்று வகுத்துக் கொண்ட பொது நிதிக்கு மகமை என்று பெயர். இது பொதுப்பயனுக்கென்று நிறுவப்படும் கோயில்களுக்கும் இதர பணிகளுக்கென்றும் வாங்கப்பட்ட ஒரு வகையான வரியாகும். இக் குலத்தார் கோயிலில் நுழைவதற்குத் தடையிருந்தால், அவர்கள் தம் பொது நிலையிலிருந்து தமக்கென்று தனியாய்க் கோயில் கட்டுவதற்கும், பின்னாளில் பத்தொன்பதாம் நூற்றாண்டு தொடங்கி இன்றுவரை கல்வி நிலையங்களை அமைப்பதற்கும் இந்த மகமையே உதவுகின்றது.

அவர்கள் தாம் விற்கின்ற பண்டங்களில் இன்னின்னவற்றுக்கு மகமைத் தொகை எவ்வளவென்று விதித்து, அதை வாங்கி ஊர்ப் பொது நிதியில் சேர்த்தனர். வணிகர் மகமை வாங்கும் வழக்கம் தமிழ்நாட்டில் பிற இடங்களிலும் பதினெட்டாம் நூற்றாண்டில் இருந்து வந்தது. மகமைக்குத் தர்மம் என்ற பெயரும் உண்டு. இந்த மகமை ஏற்பாடு சமணரான மார்வாரியரிடமும் காணப்படுகின்றது. பொதுப் பயனுக்காக ஏதோ ஒரு பெயரில் மகமை என்றோ, தர்மம் என்றோ வாங்கும் வழக்கம் இந்தியம் முழுமையிலும் வணிகரிடம் காணப்படுகின்றது. எனவே நாடார் குலத்தார் மட்டுமே இவ்வழியில் பொது நிதி திரட்டினர் என்று கொள்ள முடியாது.

ஆனால் நாடார்கள் இந்த மகமை என்ற பொது நிதியை ஆக்கமாய்ப் பயன்படுத்திச் சாதித் தடைகளைத் தகர்த்தனர் என்பதுதான் இங்கு சிறப்பித்துக் கூறத்தக்கதாகும்.

இம் மகமைப் பணத்தைப்பற்றி 1782 ஆம் ஆண்டில் எழுதப் பெற்ற ஓர் ஓலைச் சுவடியிலிருந்து, நாடார்கள் எந்தெந்தப் பொருள்களில் வாணிபம் செய்தனர் என்பதை அறியமுடிகின்றது.

கச்சைப் பொதி, வேர்ப் பொதி, கெம்புப் பொதி, புகையிலை தென் பொதி, பஞ்சு தென் பொதி, சவரிப் பொதி க(1), பணம் க(1), பாக்கு, மிளகு, பஞ்சு சின்னப் பொதி, பலசரக்கு, மண்வெட்டி, கொழு இந்த வகைக்குப் பொதி க(1), பணம் இ(1/2); பருத்திப் பொதி, எள்ளுப் பொதி, இந்த வகைக்குப் பொதி க(1), பணம் வ(1/4) முத்துப் பொதி, பயிற்றுப் பொதி, வெற்றிலை, நார்த்தங்காய், மிளகாய், மற்ற வகை.

இச்செய்தி சோமலெ எழுதிய "இராமநாதபுர மாவட்டம்" என்ற நூலில் காணப்படுகின்றது.

2. சென்னையில் பஞ்சம்

பம்பாய் மாநிலக் கப்பற்படைத் தொகுதி ஒன்று அட்மிரல் ஹியூகசின் தலைமையில் சோழ மண்டலக் கரையிலிருந்து கிளம்பியது. சென்னையிலிருந்த கம்பெனி ஆட்சி மன்றக்குழு (Council) தடுத்தும் கேளாமல் அக்கப்பல்கள் 1782 அக்டோபர் 15 அன்று பாய் விரித்துச் சென்று விட்டன.

அதற்கடுத்த நாளன்று சென்னையில் பெரும் புயல் வந்தது. அதனால் கப்பல்கள் மூழ்கவும் தரை தட்டவும் நேர்ந்தது. அக்கப்பல்களிலிருந்த 30,000 மூட்டைத் தவச தானியங்கள் கெட்டழிந்தன. இது சென்னையில் கடும் பஞ்சத்தை உண்டாக்கியது. அப்போது வாரத்தில் 1,200 பேர் வரை சில வார காலத்திற்குச் செத்து வந்தனர்.

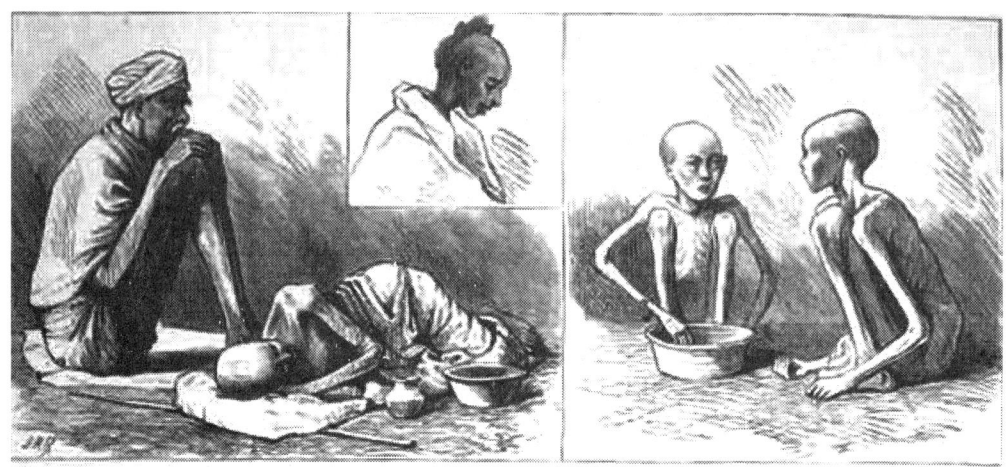

மணியக்காரர் சத்திரம்

தன் கொடைச் சிறப்பு வெளியில் தெரிய வேண்டாம் என்ற தன்னடக்கத்தாலோ, வரலாற்று உணர்வு இல்லாததாலோ, கட்டுவித்தவரின் பெயர் தெரியாததாலோ, இந்த 1782 இல் வட சென்னையில் அமைக்கப் பெற்ற ஒரு சத்திரம், அதை நிறுவியவரின் பெயரில்லாது, அவர் செய்து வந்த தொழிலின் பெயரில் மணியக்காரர் சத்திரம் என்று அழைக்கப்படுகின்றது.

கிழக்கிந்தியக் கம்பெனிக்கும் ஐதரலிக்கும் இடையே நிகழ்ந்த இரண்டாம் மைசூர்ப் போரின் (1780-1784) விளைவாய்த் தமிழ்நாடு முழுமையும் பல இன்னல்களால் தவித்த காலம் இதுவாகும். இப்போரினாலும், இயற்கைச் சீற்றத்தினாலும் நாட்டில் கொடிய பஞ்சம் ஏற்பட்டது.

அப்போது ஊர்த் தலைவரான மணியக்காரர் ஒருவர் 1782 ஆம் ஆண்டு கஞ்சித் தொட்டி ஒன்றைத் திறந்து பஞ்சத்தினால் வாடிய மக்களுக்குக் கஞ்சி ஊற்றினார். அந்த இடம் இப்போது வட சென்னையில் இராயபுரப் பகுதியில் ஸ்டான்லி மருத்துவமனை அமைந்துள்ள இடத்தில் இருந்தது. அது பின்னர் ஏழை மக்கள் வாழும் சத்திரமாய் மாற்றப்பட்டது.

அரசு 1910 ஆம் ஆண்டு ஸ்டான்லி மருத்துவமனையை உருவாக்கிய வேளையில், மணியக்காரர் சத்திரம் மருத்துவமனையின் அருகே இப்போது இருக்கும் இடத்திற்கு மாற்றப்பட்டது. அரசு அந்த இடத்தில் வரிசையாய்ப் பல கட்டடங்களைக் கட்டியது. அது இன்றளவும் (1994) நிலவுகின்றது.

3. தமுக்கம் அரண்மனை : ஆர்க்காட்டு நவாபு ஆங்கிலேயர்க்குத் தந்தார்

மதுரையிலுள்ள தமுக்கம் அரண்மனை நாயக்க அரசியான மங்கம்மாளால் (1689-1706) கட்டப்பெற்றது. இன்று அங்கு காந்தி மியூசியம் அமைந்துள்ளது. இக்காலத்தில் படைவீரர்க்கு ஊதியம் தரும் பதவியிலிருந்த சாமுவல் ஜான்ஸ்டன் என்பவருக்கு ஆர்க்காட்டு நவாபு முகமதலி இந்த அரண்மனையைக் கொடையாய்க் கொடுத்து விட்டார். இது பின்னர் மதுரை மாவட்டக் கலக்டரின் அலுவலகமாய் இருந்தது.

4. கம்பெனி – மராட்டியர் போர் முடிவு

ஆங்கிலேயர் பம்பாய்ப் பகுதியை மராட்டியரின் வலுவான பிடியிலிருந்து பறித்து, அதைத் தமதாக்கிக் கொள்ளும் நோக்கத்துடன் மராட்டியருடன் தொடுத்த தொடக்க காலப் போர் 1775 இல் தொடங்கியது. (இ.ச.க.தொகுதி-8) மராட்டியரிடையே அப்போது ஆட்சியுரிமை குறித்துச் சண்டை நடந்து கொண்டிருந்தது. அதைக் கம்பெனியர் தமக்கு நல்ல வாய்ப்பென்று கொண்டு மராட்டியரைத் தாக்கினர். இந்தப் போர் ஏழாண்டுக் காலம் 1782 வரை நீடித்தது. ஆங்கிலப் படைத் தலைவரான கீட்டிங்கு அராஸ் என்ற இடத்தில் நடந்த சண்டையின் போது மராட்டியரைத் தோற்கடித்தார்.

போரின் முடிவில் இருதரப்பினரும் ஓர் உடன்படிக்கையில் கையெழுத்திட்டனர். அது வர்காம் என்ற இடத்தில் கையெழுத்தானது. இவ்வுடன்படிக்கையில், ஆங்கிலேயரைத் தலைகுனியச் செய்யும் கட்டுப்பாடுகள் அடங்கியிருந்தன. அதனால் இவ்வுடன்படிக்கை ஆங்கிலேயரை ''வெட்கத்தில் மூழ்கச் செய்கின்றது'' என்று தலைமை ஆளுநரான வாரன் ஹேஸ்டிங்கஸ் கூறினார்.

5. புன்னைக் காயல் கோட்டை அழிப்பு

புன்னை மரம் கடலும் கடல் சார்ந்த நிலமாகிய நெய்தலுக்குரிய கருப் பொருள்களுள் ஒன்றாகும்.புன்னை மரங்கள் நிறைந்த காயல் ஆனதால், இது புன்னைக் காயல் என்ற பெயரைப் பெற்றது. புன்னை என்பது புதியதைக் குறிக்கும். எனவே புதிய காயல் என்றும் இதற்குப் பொருள் கொள்ளலாம் என்பாரும் உளர். இவ்வூர் இன்று நெல்லை மாவட்டத்தில் தென்கரை வட்டத்திலுள்ளது. இது சேந்தமங்கலம் என்ற சிற்றூரைச் சேர்ந்திருந்தது. ஆற்றூரின் வட கிழக்கே சுமார் மூன்று கிலோ மீட்டர். சென்னையிலிருந்து தெற்கே தென் மேற்கில் சுமார் 530 கிலோ மீட்டர். காயல் பட்டினத்திலிருந்து வடக்கே சுமார் 8 கிலோ மீட்டர். திருநெல்வேலியிலிருந்து கிழக்கே தென்கிழக்கில் சுமார் 50 கிலோ மீட்டர். தூத்துக்குடிக்குத் தெற்கிலுள்ளது.

தமிழர் வரலாற்றில் மறக்கப்பட்டுக் கிடக்கும் இவ்வூரில் ஐரோப்பியர் தொடங்கிய தொன்மையான ஓர் அச்சகம் இருந்தது.

போர்த்துக்கீசர் இங்கு 1551 இல் இரண்டு மருத்துவமனைகளையும் கிறித்துவ சமயப் பள்ளி ஒன்றையும் ஒரு சர்ச்சையும் அமைத்தனர். இங்கு பதினாறாம் நூற்றாண்டில் கிறித்துவம் பரவியிருந்தது. விசுவநாத நாயக்கன் காலத்தில் (சு.1542-1564) மதுரை நாயக்கர் படை இங்கிருந்த கோட்டையைக் கைப்பற்றியது. அப்போது போர்த்துக்கீசப் படைத் தலைவரான கொண்டினோ தோற்கடிக்கப்பட்டார். அதே ஆண்டு போர்த்துக்கீசர் கோழிக் கோட்டிலிருந்து படை கொண்டு வந்து கோட்டையை மீண்டும் கைப்பற்றினர். இங்கு 1556 இல் ஐம்பது வீரர் மட்டுமே அடங்கிய காவல் படை மட்டுமே இருந்தது.

இங்கு பெரிதும் பரதவ மக்களே வாழ்ந்து வந்தனர். இங்கு 1570 ஆம் ஆண்டு பெரும் பஞ்சம் வந்தது. அப்போது ஹென்றிகுலஸ் என்ற கிறித்தவப் பாதிரியார் ஆற்றுப் பணிகளுக்காகப் பஞ்ச இல்லங்களை நடத்தினார். அங்கு நாள்தோறும் ஐம்பது பேருக்கு உணவளிக்கப்பட்டது.

இங்கு இக்காலத்தில் டச்சுக்காரர் பண்டகசாலை அமைத்திருந்தனர். ஆங்கிலேயர் அதை 1782 ஆம் ஆண்டில் அழித்தனர்.

6. கம்பெனி திரிகோண மலையைக் கைப்பற்றி இழத்தல்

கண்டி மன்னர் கீர்த்தி சிறி கிழக்கிந்தியக் கம்பெனியின் உதவியுடன் டச்சுக்காரரை விரட்டிவிடலாமென்று திட்டமிட்டு, 1762 இல் பிரிட்டிசாரின் உதவியை நாடினார். அதற்காகக் கம்பெனி கேட்ட சலுகைகளையெல்லாம் தருவதற்கு அவர் ஆயத்தமாயிருந்தார். ஆனால் இலங்கையுடன் இராணுவக் கூட்டமைத்து, டச்சுக்காரரை எதிர்ப்பதில் தம்மை ஈடுபடுத்துவதற்குப் பிரிட்டிசார் அப்போது விரும்பவில்லை. இச்செய்தி இ.ச.க.தொகுதி-7-ல் காணப்படும்.

கம்பெனியும் அதன் கடலோடியரும் திரிகோணமலை நல்ல கப்பல் தளமாகும் என்று அதன் மீது கண் வைத்திருந்த போதிலும், அன்றைய அரசியல் சூழ்நிலையில் கண்டி மன்னருக்கு உதவுவதற்கு ஆங்கிலேயர் அப்போது இசையவில்லை.

அதற்கு இருபதாண்டுகளுக்குப் பிறகு ஆங்கிலேயர் இலங்கையின் வாழ்க்கையில் இப்போது தலையிட நேர்ந்தது.

அமெரிக்கா விடுதலைப் போரின் கடைசிக் கட்டத்தில் டச்சுக்காரர் அமெரிக்கருக்கு ஆதரவு கொடுத்து விட்டமையால், அவர்களின் பிடியிலிருந்து இலங்கை மீது படையெடுப்பதென்று சென்னை ஆளுநர் இப்போது முடிவெடுத்தார்.

1782

பிரிட்டிசார் திரிகோண மலையை (இ.ச.க.தொகுதி-7) 1782 ஜனவரியில் கைப்பற்றினர். மூன்றாம் ஜார்ஜ் மன்னரின் அமைச்சர்களைக் கண்டித்து 1769 முதல் 1772 வரை ''ஜூனியஸ்'' என்ற பெயரில் கடிதங்கள் எழுதி வந்தவர் என்று கருதப்படும் ஹியூ பாய்டு என்றவர் கண்டிக்குத் தூதனுப்பப்பட்டார். (ஆனால் பிரிட்டனின் போர் அமைச்சில் எழுத்தராயிருந்த சர் பிலிப்பு பிரான்சிஸ் (1740-1818) என்பவரே ''ஜூனியஸ்'' கடிதங்களை எழுதினார் என்று பொதுவாய் நம்பப்படுகின்றது) பாய்டு இலங்கையில் வந்து இறங்கிய வேளை சரியில்லை. கீர்த்தி சிறி குதிரையிலிருந்து விழுந்து, காயம்பட்டு அப்போதுதான் இறந்திருந்தார். அவரின் தம்பி இராசாதிராச சிங்கன் (1782-1798) பட்டத்திற்கு வந்து விட்டார்.

டச்சுக்காரருக்கு எதிராய் ஓர் அணியை அமைக்கலாமென்று பாய்டு கூறிய கருத்தைப் புதிய மன்னர் ஏற்கவில்லை. அவருக்குத் தன் அண்ணன் இருபதாண்டுகளுக்கு முன்னர் பிரிட்டிசாருடன் உடன்படிக்கை காண முயன்று தோற்றது நினைவிலிருந்தது. எனினும் அவர் பிரிட்டிசாரிடம் மிகுந்த நட்புப் பாராட்டினார். அதனால் பாய்டு வெறுங்கையுடன் சென்னை திரும்பினார்.

பிரிட்டிசார் இலங்கை மீது படையெடுத்துத் திரிகோண மலையை 1782 இல் கைப்பற்றிய போதிலும், அது ஆறு மாதங்கள் மட்டுமே அவர்களின் கையிலிருந்தது. பிரஞ்சுக்காரர் அதை ஆகஸ்டில் பிடித்து டச்சுக்காரரிடம் தந்து விட்டனர். பிரிட்டன் இதன் பிறகு பன்னிரண்டாண்டுக் காலம் இலங்கைப் பக்கமே தலைவைத்துக் கூடப்படுக்கவில்லை.

7. பிரிட்டனின் தலைமை அமைச்சர் ஷெல்பன் பிரபு

பிரிட்டன் 1782 ஆம் ஆண்டில் மூன்று தலைமை அமைச்சர்களைக் கண்டது. நார்த்து பிரபு (இ.ச.க. தொகுதி-7) கிராஃப்டனையடுத்துத் தலைமை அமைச்சராய்ப் பொறுப்பேற்றபோது, அமெரிக்கக் குடியேற்றங்களின் இழப்பிற்கு அவரே காரணர் என்ற பழியோடு பதவியில் இருந்து வந்தார். அவர் மீது நம்பிக்கை இல்லையென்று 1782 ஆம்

ஆண்டு நாடாளுமன்றத்தில் இரண்டு தீர்மானங்கள் கொண்டு வரப்பட்டன. நார்த்து பிரபு சிறு பெரும்பான்மையில் அவற்றிலிருந்து தப்பினார். ஆதலால் அவர் இவ்வாண்டு பதவியிலிருந்து விலகிக் கொண்டார். நார்த்து பிரபுவின் பதவி விலகல் விண்ணப்பத்தை அரசர் ஏற்றார்; முன்னர் ஓராண்டுக் காலம் தலைமை அமைச்சராயிருந்த ராக்கிங்காம் பிரபை (இ.ச.க.தொகுதி-7) மன்னர் அழைத்து அமைச்சை அமைக்குமாறு கேட்டார். ராக்கிங்காமைத் தலைமை அமைச்சராய்க் கொண்டு 1782 மார்ச்சு 27 அன்று புது அமைச்சு அமைந்தது. ராக்கிங்காம் 1782 ஜூலை முதல் நாளன்று இறந்து போனமையால், ஜூலை 4 முதல் ஷெல்பன் ஏள் தலைமை அமைச்சர் பொறுப்பை ஏற்றார்.

பிரிட்டனில் அரசியல் ஆட்சித் தலைமை என்ற மந்திர வட்டத்திற்கு வெளியில் இருக்கும் ஒருவர், உச்சம் ஏறுவது என்பது பதினெட்டாம் நூற்றாண்டில் மிகக் கடினமாகும். ஸ்காத்லந்தியரான பூட்டு பிரபு (இ.ச.க.தொகுதி-7) 1762 இல் தலைமை அமைச்சராயிருந்தார். ஆனால் அவரைத் தூற்றிச் சிறிது காலத்தில் கீழே இறக்கி விட்டனர். இந்த 1782 இல் அப்பொறுப்பிற்கு வந்த ஷெல்பன் பிரபு என்ற வில்லியம் பெட்டி ஃபிட்ஸ்மாரைசும் மேற்சொன்ன வட்டத்தின் புறத்தேயிருந்து உயர் பதவிக்கு வந்தவராவார். ''இயல்பிற்கு மாறான போக்குடையவர்; அயர்லந்துக்காரர்; ஏசு சபைக்காரர்;'' என்றெல்லாம் அவரைப்பற்றிக் கூறினர். அதாவது அவர் தன்னிச்சையான மனப்போக்குடைய அயர்லந்துக்காரர்; விக்கு கட்சியிலிருந்த மேட்டுக்குடி மக்களின் நம்பிக்கைக்குரியவராய் இருந்தார் என்று கொள்ளலாம்.

அவர் பூட்டு பிரபைப் போன்று உச்சிக்குச் சென்றார் என்பது மெய்தான். ஆனால் அவர் அங்கு நெடுங்காலம் நிலைத்திருக்கவில்லை.

ஷெல்பன் பிரபு மிகவும் பழமையான ஃபிட்ஸ்மாரைஸ் என்ற அயர்லந்துக் குடும்பத்தில் 1732 ஆம் ஆண்டில் பிறந்தார். அவர் பெரிய செல்வர். அவருக்குக் குத்தகைப் பணமாய் 22,000 பவுன், அவரின் உடைமைகளிலிருந்து ஆண்டுதோறும் கிடைத்தது. தென்மேற்கு அயர்லந்தில் மேற்கு மன்ஸ்டர் மாநிலத்திலுள்ள கெரி என்ற கோட்டத்தில் அவருக்குப் பரந்த அளவில் நிலங்கள் இருந்தன. அவரின் முன்னோரில் ஒருவர் ஆலிவர் கிராம்வலிடம் தலைமை அளவையாளராய்ப் பணியாற்றினார். (கிராம்வல் 1599-1658; ஆங்கிலப் படைத்தலைவரும் அரசியல் வல்லுநருமாவார். மிகவும் கண்டிப்பான கடுந்தூய்மைக் கிறித்தவர். இங்கிலாந்தில் நடந்த உள்நாட்டுப் போரில் நாடாளுமன்றப் படையின் தலைவராய் விளங்கினார். இந்த உள்நாட்டுப் போரில் சார்லசு மன்னர் 1649 ஆம் ஆண்டு கொலைத் தண்டனைக்கு ஆளானார். கிராம்வல் அதன்பிறகு முடியரசு ஆதரவாளர்களை ஸ்காத்லந்திலும் அயர்லந்திலும் அடக்கி ஒடுக்கினார். பின்னர் பிரிட்டனில் அமைந்த ''மக்கள் பொதுவுடைமை அரசின்'' (Common wealth) ''காவல் தலைவர்'' ஆனார்) அவர் பெயர் சர் வில்லியம் பெட்டி.

சிறுவனாயிருந்த ஷெல்பன் படிப்பு இல்லாமல் கண்டபடி விளையாடிக் கொண்டு, தன் பாட்டனுடன் கெரியில் சிறிது காலம் இருந்து வந்தார். அவரின் தந்தை ஷெல்பன், ஏள் ஆனதும், மகனைக் கெரியிலிருந்து அழைத்துச் சென்று, ஆக்ஸ்போர்டின் கிறைஸ்டுச் சர்ச்சுக் கல்லூரியில் சேர்த்தார். அவர் பின்னர் இருபதாவது வயதில் பிரிட்டீசுக் காலாள் படையின் அடிமட்ட அலுவலராய்ச் சேர்ந்து, மிண்டன் என்ற இடத்தில் நடந்த சண்டையில் பெருவீரம் காட்டினார்.

அவரின் தந்தை 1761 இல் இறந்ததும், இளம் ஷெல்பன் இருபத்தைந்தாவது வயதில் பிரபுக்கள் அவையில் இடம் பெற்றார். அவர் இதற்குள் நாட்டின் கவனத்தைத் தன்பக்கம் திரும்பச் செய்து விட்டார். அவர் இப்போது ஒரு கர்னலாயும் மன்னரின் மெய்க்காவலராயும் இருந்தார்.

அவரிடம் இனிய பண்புகளும் சிவந்த மேனியும் இருந்தமையால், பிற இளைஞர்கள் அவர்மீது பொறாமைப்படும் விதத்தில் மளமளவென்று உயர் பதவிகளைப் பெற்றுவிட்டார். அவர்கள் மேலும் பொறாமை கொள்ளும் விதத்தில், இரண்டாண்டுகளுக்குப் பிறகு முதன்முறையாய் வாணிபத் துறை அமைச்சராக்கப் பட்டார். அவர் இப்பதவியில் நெடுங்காலம் நிலைக்கவில்லை.

ஜான் வில்கசை *(1727-1797; இ.ச.க.தொகுதி-7)* மக்களவையை விட்டு வெளியேற்ற வேண்டுமென்று அரசு எடுத்த நடவடிக்கைகளை எதிர்த்து ஷெல்பன் பேசியமையால், அது மன்னருக்கு எரிச்சலூட்டியது.

அவர் அமைச்சர் பதவியை விட்டதும், போவுடு என்ற இடத்திலிருந்த தன் இல்லத்தில் ஓய்வு கொண்டார். அப்போது அவர் மிக அருமையான ஒரு நூலகத்தை உருவாக்கினார். அக்காலத்தில், வாழ்ந்த புலனறிவுக் கோட்பாட்டு மெய்யியலாலரான டேவிடு ஹியூம் *(David Hume : 1711-1776;* ஸ்காத்லந்தியர்; பொருளியலறிஞரும் வரலாற்றாசிரியருமாவார்.) டாக்டர் ஜான்சன் *(1709-1784;* ஆங்கில அகரமுதலி ஆசிரியர்), ஜெரமி பெந்தம்*(Jeremy Bentham; 1748-1882;* ஆங்கில மெய்யியலார்; சட்டவியல் வல்லுநர்; நற்செயலனைத்தும் நன்மை பயக்கும் என்ற நன்னெறிக் கோட்பாட்டை எடுத்துரைத்தவர்)போன்ற அறிஞர்களையெல்லாம் ஷெல்பன் அழைத்து விருந்தோம்புவார்.

1782

ஷெல்பன் அக்காலத்து அரசியலாளரிடமிருந்து மாறுபட்டவர்; ஏனெனில் அவர் சிறந்த அறிவாளிகளுடன் பழகுவதையே விரும்பினார்.

அவர் 1766 இல் அமைச்சில் சேர்ந்த போது, தெற்கத்தித் துறை அமைச்சரானார். இந்தத் துறை அமெரிக்க, இந்திய வாணிபத்திற்குப் பொறுப்பாயிருந்தது. இது அக்காலத்தில் முக்கியமான பதவியாயிருந்தது. ஷெல்பன் இப்பதவியில் இருந்த காலையில் நடந்து கொண்ட முறையும் வன்மையாய்த் தாக்கப்பட்டது.

கிரன்வில்லை வெளியேற்றிவிட்டு அவரது இடத்தில் மூத்த பிட்டைத் தலைமை அமைச்சராக்குவதற்காகப் பூட்டு பிரபு நடத்திய சதிகளில், அவர் ஷெல்பனைப் பயன்படுத்தினார்.

அரசு அமெரிக்க குடியேற்றங்களுக்கு எதிராய்த் தன் வலிமையைச் செலுத்தப் போகின்றது என்பது 1768 ஆம் ஆண்டில் ஷெல்பனுக்குத் தெளிவானது; அவர் உடனே பதவியிலிருந்து விலகினார். இதை மூன்றாம் ஜார்ஜ் மன்னர் வெறுத்தார். ஷெல்பன் ஆக்கமான ஓர் எதிரணியை உண்டாக்க முயன்றும் பலனில்லாமற் போனது. பிரிட்டீசு மக்கள் அந்நேரத்தில் அமெரிக்கத்தின் மீதும் பிரிட்டனிலிருந்த அதன் நண்பர்கள் மீதும், பகைமை பாராட்டினர்.

ஷெல்பன் சோஃபிய கார்டிரட்டு என்ற சீமாட்டியை 1765 ஆம் ஆண்டில் மணந்தார். அவர்களுக்கு ஒரு மகன் பிறந்தான். இச்சீமாட்டி இறந்ததும், அவர் லூயி ஃபிட்ஸ் பாட்ரிக்கு என்ற சீமாட்டியை 1799 இல் மணந்தார். அவர்களுக்குப் பிள்ளை இல்லை.

நார்த்து பிரபு பதவியிலிருந்து விலகியதும் பேச்சுகள் நடத்துவதற்காக ஷெல்பனை மன்னர் பயன்படுத்தினார். ராக்கிங்காமை மீண்டும் பிரதமராய்க் கொண்டு வருவதுதான் மன்னர் நடத்திய பேச்சின் நோக்கமாயிருந்தது. ராக்கிங்காம் அமைச்சில் ஷெல்பன் உள்துறை அமைச்சராயிருந்தாரெனினும், அவரும் அவரின் நண்பர்களும் ராக்கிங்காம் கருத்துகளுடன் முரண்பட்டு நின்றனர்.

சான்றாக, அமெரிக்கக் குடியேற்ற நாடுகள் தாமே முன்வந்து பிரிட்டனுடன் கூட்டாட்சி ஏற்பாட்டை உருவாக்க வேண்டும் என்று ஷெல்பன் விரும்பினார். அந்தக் காரணத்திற்காக ஷெல்பனின் கருத்து ஏற்கப்படவில்லை. பொதுவாய்க் கூறுவதாயின், ஷெல்பன் தன் கூட்டாளிகளை விட ''வேகமானவராய்'' இருந்தார். அவரது நோக்குச் சுதந்திரமான புறநோக்காயிருந்தமையால், அவர் மீது நம்பிக்கை இல்லை.

அவர் உள்துறை அமைச்சர் என்ற முறையில் அமெரிக்கர்களுடன் பேச்சு நடத்த வேண்டியிருந்தது. அதே நேரத்தில் அயலுறுவுத் துறை அமைச்சரான சார்லசு ஃபாக்ஸ் ஐரோப்பிய நாடுகளுடன் அமைதிப் பேச்சு நடத்தி வந்தார். இவ்விருவருக்குமிடையே கடுமையான கருத்து வேறுபாடு இருந்தது. இந்நேரம் பார்த்துத் தலைமை அமைச்சர் ராக்கிங்காம் பிரபு 1782 ஜூலை முதல் நாளன்று இறந்து போனார்.

ஷெல்பன் தலைமை அமைச்சரானார். ஃபாக்ஸ் பதவியிலிருந்து விலகினார். விக்குக் கட்சி வட்டாரங்களில் இப்போது ஷெல்பன் மீது முன்னைவிட அதிகமாய் ஐயப்பாடு தோன்றிற்று.

எட்மண் பர்க்கு(1729-1797) விக்குக் கட்சியின் அரசியல் வல்லுநர்;பேச்சாற்றல் மிக்கவர்; நாடாளுமன்ற அரசியலமைப்பு வேண்டும் என்று போராடி வந்தவர். அவர் ஷெல்பனை ''இரட்டைத் தலைப் பாம்பு'' என்று தாக்கினார்.

இருப்பினும் அமெரிக்கர்களுடன் சந்து செய்து கொள்ள வேண்டும் என்ற உடன்படிக்கையை மக்களவை ஏற்காது தள்ளியது வரையிலும் அவரால் அரசை நடத்திச் செல்ல முடிந்தது. ஷெல்பன் எட்டு மாதங்களுக்கும் குறைந்த காலமே தலைமை அமைச்சராய் நீடிக்க முடிந்தது. அவர் அமைதி காண வேண்டும் என்பதற்காக அவசரமாய் மேற்கொண்ட முயற்சி பிரிட்டனை மிகவும் தாழ்த்துவதாய்க் கருதப்பட்டது. பிரிட்டன் அமெரிக்கத்தில் அடைந்த தோல்வி, எத்தகைய அழிவை உண்டாக்கியது என்பதை உணரக்கூடிய நிலையில் மக்கள் இல்லாதிருந்தனர்.

ஷெல்பன் 1805 மே 7 அன்று இறந்தார். பிரிட்டனில் தலைமை அமைச்சராயிருந்த ஒரே அயர்லந்துக்காரர் இவரேயாவார்.

8. பிரிட்டனில் ஒப்பந்தக்காரர் தேர்தலில் நிற்பதற்குத் தடை

அரசுடன் ஒப்பந்தம் செய்து கொண்டுள்ள காண்டிராக்டர்கள் என்ற ஒப்பந்தக் காரர்கள் தேர்தலில் நிற்பதைத் தடை செய்யும் கிளார்க்கு சட்டம் 1782 மே மாதம் பிரிட்டிசு நாடாளுமன்றத்தில் நிறைவேறிற்று.

அதே போன்று அரசின் வருவாய்த் துறை அலுவலரும் தேர்தலில் போட்டி யிடுவதைத் தடை செய்யும் ஒரு சட்டமும் 1782 ஜூனில் நிறைவேறியது.

9. பிரிட்டிசு அரச குடும்பச் செலவுகளைக் கட்டுப்படுத்தச் சட்டம்

ஆங்கில அரசியல் வல்லுநரும் சிறந்த பேச்சாளருமான எட்மண் பர்க்கு இவ்வாண்டு பிரிட்டிசு நாடாளுமன்றத்தில் பொது நிறுவனச் சட்டம் என்ற ஒன்றை 1782

ஜூலை மாதம் கொண்டு வந்தார். அது சட்டமாய் நிறைவேறியது. இச்சட்டம் அரச குடும்பத்தின் செலவுகள், ஓய்வூதியம், அரசு அலுவலகச் செலவுகள் முதலியவற்றை ஒழுங்குபடுத்தும் நோக்கமுடையதாகும்.

10. பிரிட்டனில் சிறைச் சீர்திருத்தம்

இலண்டனில் மிகப்பழமையான நியூகேட்டுச் சிறை (இ.ச.க.தொகுதி-8) கார்டன் கலவரங்களால் (இ.ச.க. தொகுதி-8) தீயிட்டுக் கொளுத்தப்பட்டது. அதை மீண்டும் புதுப்பித்துக் கட்டினர். அவ்வேலை 1782 ஆம் ஆண்டில் முற்றுப்பெற்றது. அதை 41 வயதான ஜார்ஜ் டான்ஸ் என்ற கட்டடக்கலை வல்லுநர் வடிவமைத்திருந்தார். அவர் இப்புதிய சிறைச்சாலையில் சன்னல்களே இல்லாமல் கட்டிவிட்டார். இது அவரின் கட்டுமானங்களிலேயே சிறந்தது என்று கருதப்படுகின்றது.

ஆங்கிலச் சிறைச் சீர்திருத்தக்காரரான ஜான் ஹோவர்டு (1726-1790; இ.ச.க. தொகுதி-8) இவ்வாண்டு புதியதாய்க் கட்டி முடிந்த நியூகேட்டுச் சிறைச்சாலைக்குச் சென்று அங்கிருந்த நிலையை நேரில் கண்டார். அங்கு தம் வழக்குகள் நீதிமன்றத்தில் ஆராயப்படுவதற்காகக் காத்திருந்த சிறைஞர்களை ஹோவர்டு பார்த்தார். சிறை அலுவலர்களுக்கு முறைப்படி ஊதியம் தரப்படவில்லை. சிறைக்குள் கடன்காரரையும் குற்றவாளிகளையும் பிறரையும் அடைக்கும் முன்னர், அவர்களைப் பின்னர் விடுதலை செய்வதற்காக என்று அவர்களிடமிருந்து சிறை அலுவலர்கள் கட்டணங்கள் வாங்கினர். ஆதலால் சிறை ஊழியர்களுக்கு ஊதியம் தரப்பட வேண்டுமென்று ஹோவர்டு வலியுறுத்தினார்.

1782

11. மருத்துவராயிருந்து கணிதவியலாரான டேனியல் பெர்னூலி (1700-1782)

ஷாக்கு அல்லது ஜேக்கபு பெர்னூலி (*Jacques or Jakob Benouli 1654-1705*, சுவிட்சர்லாந்தியக் கணிதவியலார்; இவர் கால்குலஸ் (*Calculus*) என்ற நுண் கணிதத்திலும் நிகழ்ச்சித் தகவு என்னும் (*Probability Theory*) கணிதப் பிரிவிலும் சிறப்பாய் விளங்கியவர்; அவருடைய இளவல் ஷா அல்லது ஜோகான் பெர்னூலி (*Jean or Johann Bernouli 1667-1748*) நுண்கணிதவியல் மாறுபாடுகள் என்ற துறையை உருப்படுத்தியவர். ஜேக்கபு பெர்னூலியின் மகனான டேனியல் பெர்னூலி என்ற இம்மூவரும் கணிதவியலில் மிக உயர்ந்த வெற்றிகளைப் பெற்ற ஒரே குடும்பத்தினர் என்ற சிறப்பைப் பெறுகின்றனர்.

டேனியல் பெர்னூலி 1700 பிப்ரவரி 8 அன்று வடகிழக்கு நெதர்லந்திலுள்ள குரோனிஞ்சன் (*Groningen*) என்ற மாநிலத்தில் பிறந்தார். அங்கு அவருடைய சிற்றப்பனான ஜோகான் கணிதப் பேராசிரியராயிருந்தார். ஜோகான் பின்னர் பல்கலைக்கழகக் கணிதத் துறைத் தலைவராவதற்காக வடமேற்குச் சுவிட்சர்லாந்தில் ரைன் ஆற்றின் கரையிலுள்ள பேசல் (*Basel*) நகரத்திற்குச் சென்றார். பேசல் நகரப் பல்கலைக்கழகம் சுவிட்சர்லாந்திலேயே தொன்மையானது.

டேனியல் பெர்னூலி 1713 இல் மெய்யியலும் (*Philosophy*) அளவையியலும் (*Logic*) கற்கத் தொடங்கி 1716ல் முதுகலைப் பட்டம் (எம்.ஏ) பெற்றார். டேனியலின் தந்தையும் அண்ணனும் அவருக்கு இக்காலத்தில் கணிதம் கற்பித்தனர். குடும்பத்தில் உண்டான நெருக்கடி காரணமாக டேனியல் இளவயதில் வாணிகத்தில் ஈடுபட நேர்ந்தது. எனினும் அம்முயற்சி தோல்வியுற்றது. அவர் மருத்துவம் கற்க விரும்பினார். அவர் முதலில் பேசலிலும் பின்னர், ஜெர்மனியின் தென்மேற்கே நெக்கர் (*Necker*) ஆற்றின்

கரைமீதுள்ள ஹைடல் பர்க்கிலும் (இங்கு 1386 இல் நிறுவப்பட்ட பல்கலைக்கழகம் ஜெர்மனியிலேயே தொன்மையானது) வடகிழக்குப் பிரான்சில் ரைன் ஆற்றின் கரையிலுள்ள ஸ்டிராஸ்பர்க்கிலும் (இது 1870 முதல் 1918 வரை ஜெர்மன் ஆட்சியில் இருந்தது. இங்கு 1567 இல் பல்கலைக்கழகம் அமைந்தது) உள்ள பல்கலைக்கழகங்களில் கல்வி பயின்றார்.

அவர் பேசல் பல்கலைக்கழகத்தில் மூச்சுவிடுதல் பற்றிச் செய்த ஆராய்ச்சிக்காக 1721 ஆம் ஆண்டு முதுநிலை (M.D) மருத்துவப் பட்டம் பெற்றார். அப்பல்கலைக் கழகத்தில் உடலுறுப்பியல், தாவரவியல் துறைப் பேராசிரியர் எவரும் இல்லாதிருந்தமையால், அப்பதவியைத் தனக்குத் தரவேண்டுமென்று டேனியல் பெர்னூலி விண்ணப்பித்தார்.

பெர்னூலி 1724 ஆம் ஆண்டு கணிதம் பற்றியும் நீரொழுக்கு இயற்பியல் குறித்தும் வெளியிட்ட ஆராய்ச்சிக் கட்டுரையின் பலனாக, அவருக்குச் செயின் பீட்டர்ஸ் பர்க்குப் பல்கலைக்கழகத்தில் (st petersburg Academy) பேராசிரியர் பதவி கிடைத்தது.

அவருக்குப் பாரிசிலிருந்த அறிவியல் கழகமும் இந்த ஆராய்ச்சிகளுக்காகப் பரிசளித்தது. அவர் அக்கழகத்திடமிருந்து பெற்ற பத்துப் பரிசுகளில் இது முதலாவதாகும். அதுவே அவரது வாழ்க்கையில் படைப்புத் திறன்மிக்க காலமாயிருந்தது என்று தோன்றுகின்றது. அவர் 1734 இல் நீர்சார்ந்த இயக்க விசை (hydrodynamica) பற்றிய ஆராய்ச்சியை நிறைவு செய்து நிலைத்த புகழ் பெற்றார். அந்நூல் நீரியல் (hydraulics) ஆய்வு பற்றிய சுவையான வரலாற்றுடன் தொடங்குகின்றது. இந்நூல் 1738 இல் வெளியிடப் பெற்றது.

ஒரு திரவத்தின் விசை வேகம் மிகுகையில், அதன் அழுத்தம் குறைகின்றது என்பதை, அவர் இந்த ஆய்வில் எடுத்து விளக்கினார். நுண்துகள்களின் இயக்கத்தினாலேயே வளிநிலை தோன்றுகின்றது என்ற (Kinetic theory of gases) கோட்பாட்டின் அடிப்படையை அவர் இதில் விளக்கியுரைக்கின்றார்.

அவர் மும்முறை முயன்றபின், இறுதியாய் 1732 இல் உடலுறுப்பியல், தாவரவியல் துறைப் பேராசிரியர் பதவியைப் பேசல் பல்கலைக் கழகத்தில் பெற்றார். அவர் பின்னர் இத்துறையைத் தனக்கு விருப்பமான உடலியல் துறை (Physiology) ஆக்கிக் கொண்டார். அவர் அங்கு கடைசியில் இயற்பியல் பேராசிரியராகி, இயற்பியல் பற்றி உரைகள் நிகழ்த்தியும் பல்வேறு ஆய்வுகளைச் செய்து காட்டியும் வந்தார். அவர் 1782 மார்ச்சு 17 அன்று இறந்தார்.

பெர்னூலி கணித இயற்பியல் (mathematical Physics) என்ற புதுத் துறையைத் தோற்றுவித்தவர் என்ற சிறப்பைப் பெற்றிருப்பினும், மருத்துவம், உடல்நூல்

(Physiology), கணிதம், இயற்பியல், நிகழ்ச்சித் தகவுக் கோட்பாடு (Propability theory) போன்ற பல்வேறு துறைகளிலும் ஆராய்ச்சிகள் செய்திருக்கின்றார்.

அவர் இரஷியத்தின் செயின் பீட்டர்ஸ் பர்க்கில் மாணவர்களுக்குப் பெரிதும் மருத்துவம் பற்றிய விரிவுகளை நிகழ்த்தினார். அதன்பிறகு கணிதம், எந்திரவியல் ஆகியன பற்றிய ஆய்வறிக்கைகளையும் வெளியிட்டு வந்தார்.

அறிவியல் மீது ஆர்வங்கொண்ட பொதுமக்கள் கூடும் கூட்டங்களில், அவர் சிக்கலான அறிவியல் செய்திகளை எளிமையாய் விளக்கிக் கூறி வந்தார். அவர் மேற்குறிப்பிட்டவாறு பிரஞ்சு அறிவியல் கழகத்திடம் பத்துப் பரிசுகளைப் பெற்றார். இத்தகைய சிறப்பை இவரையன்றி இன்னொருவரும் பெற்றார். அவர் பெர்னூலியின் நண்பரும் போட்டியாளருமான யூலர் (Leonard Euler 1707-1783) என்ற சுவிட்சர்லாந்தியக் கணிதவியலார் ஆவார்.

டேனியல் பெர்னூலி மணம் புரிந்து கொள்ளவில்லை. அவர் பிறருக்கு மனமுவந்து உதவுவார். அவர் தன் பணத்தில் ஒரு தொகையை ஏழை மாணவர்க்கு உதவுவதற்கென்று ஒதுக்கி வைத்தார்.

12. கொக்கிப் புழு கண்டுபிடிப்பு

ஜெர்மன் இறைமையியலாரும் உயிரியலாருமான ஜோகான் மெல்கியோர் ஜார்ஜ் (Johann Malchior George) என்பவர் ஒரு வளைக்கரடியின் (badger) குடலுக்குள் மயிர் போன்ற ஓர் ஒட்டுண்ணியைக் கண்டுபிடித்தார். அதற்கு மயிர்ச் சுருள் புழு என்று பெயர் வைத்தார். இது நாளடைவில் கொக்கிப் புழு (hook-worm) என்று அழைக்கப்படலாயிற்று. இப்புழுவின் வாய்ப் பகுதி கொக்கிபோல் இருப்பதால், இப்பெயர் ஏற்பட்டது. அப்புழு ஒட்டிக் கொள்ளும் உயிரின் உடலுக்குள் துளை போட்டுப் புகுந்து, அந்த உயிரை நோய்க்குள்ளாக்கும். நீண்டுருண்ட வடிவுடையது; இரத்தத்தை உறிஞ்சக்கூடியது. இது Ancylostomatidae என்ற வகையைச் சேர்ந்த புழுவாகும். இவ்வகைப் புழுக்கள் நோயை உண்டாக்குவனவாம்.

1783

அரசியல்
- மருது பாண்டியர் அறப் பணிகள்
- பாளையக்காரர் மீது தாக்குதல்
- இளைய பிட்டு தலைமை அமைச்சராதல்
- இந்தியச் சட்ட முன்வரைவு தோல்வி

அறிவியல்
- கால்வனியின் மின்கலம், டங்ஸ்டன் ஆக்கப்படுதல்

கலை, இலக்கியம்
- இந்தியத்தில் பிரிட்டீசு ஓவியர்
- உலகின் முதல் மெழுகுப் பொம்மைக் காட்சி

மருத்துவம்
- நீரிழிவு சர்க்கரைச் சத்துத் தொடர்பு

இராணுவம், போர்
- பாளையக்காரரை ஒடுக்க நடவடிக்கை
- மராட்டியர் சிருங்கேரி மடத்தைத் தாக்குதல்
- முதல் ஆங்கிலேயர் மராட்டியர் போர் முடிவு
- ஐரோப்பியர் படை, நாட்டுப் படையிடம் தோல்வி

மக்கள்
- மருது பாண்டியர் அறப் பணிகள்
- காலின் மெக்கன்சி
- வில்லியம் ஜோன்ஸ்
- அடிமை ஒழிப்பில் குவாக்கர்

இயற்கைச் சீற்றம்
- வட பாரதத்தில் பஞ்சம்
- ஐசிலந்தில் எரிமலை வெடித்தது
- ஜப்பானில் எரிமலை வெடித்துப் பஞ்சம்

பொது
- பிரஞ்சுக்காரர் முதன்முதலாய்ப் பலூனில் பறத்தல்
- மதுரை, குன்றக்குடி, திருப்பத்தூர், திருக்கோட்டியூர்
- பாஞ்சாலங்குறிச்சி, சிவகிரி, சொக்கம்பட்டி ஊர்கள்
- முதல் இந்திய நிலப்படம்

பிறப்பு
- சைமன் பொலிவர் (1783-1830)
- வாசிங்டன் இர்விங்கு (1783- 1859)

இறப்பு
- அயர் கூட்டே (1726-1783)
- லியோனார்டு யூலர் (1707-1783)

1783

1. மருது பாண்டியர் அறப்பணிகள்

தமிழகத்தில் இக்காலத்து நிலவிய வல்லாளருள், மெய்யாகவே ஒரு மன்னரைப் போலவே விளங்கி, தமிழ் மன்னர்க்கிருந்த வீரம், அறச்செயல் நாட்டம், புலவோரைப் புரத்தல் போன்ற பண்புகள் நிறைந்திருந்தவர் பெரிய மருது என்ற மருது பாண்டியர் என்பதும் அவர் மன்னர் குடிப்பிறவாதவர் என்பதும் கவனத்திற் கொள்ளத் தக்கனவாகும்.

பெரிய மருது சிவகங்கைச் சீமையை ஆண்ட காலத்தில் பல திருப்பணிகளைச் செய்தார். அவர் காளீசர் கோயிலிலுள்ள பெரிய கோபுரத்தைப் புதுப்பித்துத் திருப்பணி செய்ததை இ.ச.க. தொகுதி-8 ஆம் தொகுதியில் கூறியிருந்தோம். இங்கு மேலும் பல திருப்பணிகள் சொல்லப்படுகின்றன.

மதுரை

பாண்டியன் திருமகளென்னும் பெருமை பெற்ற மதுரை மீனாட்சியம்மன் கோயிலிலும், பெரிய மருது பல அறப்பணிகளைச் செய்தார். அங்கு அம்மையின் திருமுன்னர் நிற்கும் பெரிய திருவாட்சி விளக்குகள் இரண்டும் அவரின் கொடையாகும். இத் தீபங்களுக்கு நெய் வார்த்து, அவற்றைத் துலங்கச் செய்வதற்காக ஆவியூர் என்ற ஊரையே அவர் இறையிலியாய்க் கொடுத்தார்.

மேலும் நாளும் ஆறு காலங்களிலும் மீனாட்சியம்மன் பூசைக்கென்று உப்பிலிக் குண்டு, கடம்பங்குளம், சீகனேந்தல், மாங்குளம், மங்கையேந்தல், பூவனேந்தல் என்ற ஊர்களையும் அவர் விட்டார் என்பர்.

மதுரை மீனாட்சியம்மன் கோயிலிலுள்ள கலியாண மண்டபமும் அவரது திருப்பணியாகும். இம்மண்டபத்தில் அவரது குடும்பத்தினரின் உருவங்கள் கல்லில் வடிக்கப்பட்டுள்ளன.

குன்றக்குடி

இது அருணகிரி நாதரின் பாடல் பெற்ற முருகன் தலம். இத்தலம் காரைக் குடியிலிருந்து சுமார் ஒன்பது கிலோ மீட்டரில் உள்ளது. இங்கு திருவண்ணாமலை ஆதீனம் என்ற புகழ் பெற்ற சைவ மடமும் உள்ளது.

பெரிய மருது இராசபிளவை வந்து துன்புற்றபோது அவர் குன்றக்குடி முருகனை வேண்டியதால், கட்டி உடைந்து நலம் பெற்றார் என்பர். ஆதலால் மருது இக்கோயிலுக்குக் கோபுரம் எழுப்பினார். குன்றக்குடியில் பெரிய தென்னந் தோப்பையும் மாந்தோப்பையும் கோயிலுக்கு இறையிலியாய்த் தந்தார். விழாக் காலங்களில் முருகன் திருமேனியில் சாற்றப்படும் கவசம், மருது பாண்டியரின் கொடையாகும். இக்கோயிலிலும் மருது பாண்டியரின் கல்லுருவங்கள் உள்ளன. கோயிலின் கிழக்குக் கோபுர வாயிலில் மருது பாண்டியரின் அரண்மனை இருந்தது. அது இப்போது இலது.

பெரிய மருதின் விருப்பத்திற்கிணங்க, அவரின் அவைப் புலவரான சாந்துப் புலவர் குன்றக்குடி முருகன் மீது மயூரகிரிக் கோவை பாடிய செய்தி இ.ச.க. தொகுதி-8 இல் சொல்லப்பட்டது. இந்நூல் 1775 இல் அரங்கேறியிருக்கலாம் என்று அறிஞர் கருதுவர். இதில் 536 பாடல்கள் உள. அவற்றுள் பெரிய மருது புகழ் பேசும் பதினான்கு பாடல்கள் அடங்கும்.

சிவகங்கை

பெரிய மருது தன் குறுகிய ஆட்சிக்காலத்தில் கோநகரான சிவகங்கையில் முருகனுக்கு ஒரு கோயில் எடுத்தார். ஊரின் கிழக்கே ஒரு பூங்காவும் இலட்சுமி தீர்த்தம் என்ற குளமும் உள்ளன.

முத்து வடுகநாதரின் கடைசிக் காலத்தில் வேலுநாச்சிக்கு ஒரு பெண் குழந்தை பிறந்தது. குழந்தை பிறந்தால் ஒரு கோயில் கட்டுவதாய், அவர் வேண்டி யிருந்தார். ஆனால் கணவன் இறந்ததாலும் நாட்டில் குழப்பம் நிலவியதாலும் அவரது வேண்டுதலை வேலு நாச்சியால் நிறைவேற்ற முடியவில்லை.

பெரிய மருது வேலு நாச்சியை மறுமணம் செய்து கொண்டார். அவர் வேலு நாச்சியின் வேண்டுதலை நிறைவேற்றும் பொருட்டு இக்கோயிலைக் கட்டி, அதற்கு இறையிலியாய்ச் சுண்ணாம்பூர் என்ற ஊரைக் கொடுத்தார்.

திருப்பத்தூர்

மருதிருவர் வாழ்க்கையில் திருப்பத் தூருக்குப் பல தொடர்புகள் உண்டு. மதுரையிலிருக்கும் மொட்டைக் கோபுர முனீசுவரரைப் போன்று, திருப்பத்தூரில் வைரவருக்குச் சிறப்பான வழிபாடு நடக்கின்றது. பெரிய மருது இந்த இறைவர் மீது மிகுந்த பக்தி கொண்டார். இத்தெய்வத்தின் மார்பில் துலங்கும் பதக்கத்தில் ''மருது சேர்வை'' என்று பொறிக்கப்பட்டுள்ளது என்பர்.

திருப்பத்தூர் இரத்தின சபையா?

இரத்தின சபை என்று குறிப்பிடப்படும் தலம் திருவாலங்காடு என்பது பலரின் கருத்தாகும். சோமலெ இக்கருத்துத் தவறானது என்று தன் ''இராமநாதபுர மாவட்டம்'' என்ற நூலில் கூறுகின்றார்.

''இரத்தின சபை இத்தலமே (திருப்பத்தூர்) என்பது அறிஞர் முடிபு. பாண்டிய நாட்டுத் திருப்பத்தூர்ச் சிற்சபையில் சிவ பெருமான் கௌரி தாண்டவம் ஆடினார் என்று

ஆராய்ச்சிப் பேரறிஞர் மயிலை. சீனி வேங்கடசாமி எழுதிய 'எழுவகைத் தாண்டவம்' (பதிப்பாசிரியர் கே.அண்ணாமலை, மயிலாப்பூர்) என்ற நூலில் எழுதியுள்ளார். திருப்பத்தூர்த் தலபுராணம் (கௌரி தாண்டவச் சருக்கம்) இக்கருத்தை வலியுறுத்துகின்றது.''

பெரிய மருது இவ்வூரைச் சுற்றி உழவர்க்கென்று பெரிய கேணிகள் பலவற்றைக் கட்டினார். அவை ''காராளன் ஏரி'' என்றழைக்கப்படுகின்றன. காராளன் என்றால் வேளாளன் - உழவன் என்று பொருள்.

காரைக்குடிக்கு 1930 ஆம் ஆண்டு இருப்புப்பாதை வந்ததும் திருப்பத்தூரின் வாணிபச் சிறப்பு மங்கியது.

இங்குதான் புகழ்பெற்ற சுவிடியக் கண் மருத்துவமனை உள்ளது. வடார்க்காட்டிலும் திருப்பத்தூர் என்றோர் ஊர் உள்ளது.

திருக்கோட்டியூர்

1783

இது இராமானுசருடன் தொடர்புடைய புகழ் வாய்ந்த வைணவத் தலம், மருது சைவக் கோயில்களுக்குத் திருப்பணிகள் செய்ததைப் போன்று, மாலியர் கோயில்களுக்கும் செய்து வந்தார். அவர் இத்தலத்திலுள்ள கோயில், குளம் ஆகியவற்றை ஒக்கிட்டுச் செப்பனிட்டார்.

திருக்கோட்டியூர் திருப்பத்தூரின் தென்மேற்கில் எட்டுக் கிலோ மீட்டரில் சிவகங்கைச் சாலையில் உள்ளது.

கிருஷ்ண பகவான் இத்தலத்தில் பிறந்தார் என்று பெரியாழ்வார் பாடுகின்றார். இங்குள்ள மாதவன் கோயில் அமைப்புச் சிறப்புடையதாகும். இது ஆழ்வார்களால் பாடப்பெற்ற தலமுமாகும்.

இக்கோயிலின் கருவறை மீதுள்ள அட்டாங்க விமானம் தஞ்சைப் பெரிய கோயிலில் உள்ளதைப் போன்றது. இதன் நிழல் தரையில் விழுவதில்லை என்பர். இங்கு கருவறையிலுள்ள திருமாலை வழிபடுவதற்குச் சிவபெருமான் சன்னதி வழியாகவே செல்ல வேண்டும்.

இராமானுசர் மந்திரம் உபதேசித்த ஊர்

இராமானுசர் (1028-1137) தொண்டை நாட்டிலுள்ள திருப்பெரும்புதூரில் பிறந்தவர். அவர் திருவரங்கத்தில் தங்கி நூல்கள் எழுதிக் கொண்டிருந்தபோது, திருக்கோட்டியூர் நம்பியின் பெருமையைக் கேள்வியுற்று இவ்வூருக்கு வந்தார். ஆளவந்தார் என்ற வைணவ ஆசாரியரிடம் நம்பி, கல்வி பயின்றவர். அவர் வைணவ மந்திரம் என்று சிறப்பித்துக் கூறப்படும் திருமந்திரத்தின் சீரிய பொருளைத் தம் ஆசிரியரிடமிருந்து கற்றிருந்தார்.

அதை இராமானுசர் உணர்ந்து கொள்ள விரும்பிப் பதினெட்டு முறை திருக்கோட்டியூர் வந்து முயன்று இறுதியில் வெற்றி பெற்றார். இம்மந்திரத்தை வேறு எவரிடமும் தெரிவிக்கக் கூடாது என்று இராமானுசரிடம் நம்பி சத்தியம் வாங்கிக் கொண்டு இதன் உள் பொருளை இராமானுசரின் காதோடு கூறினார்.

வைணவ மந்திரத்தைத் தாம் மட்டும் அறிந்து பேரின்பம் அடைவதை விட, மற்றவர்களுக்கும் வீடு பேற்றைக் காட்ட வேண்டுமென்று இராமானுசர் விரும்பினார்.

குருவின் சாபத்தால் நரக வேதனையில் தாம் உழலவும் இராமானுசர் உறுதி பூண்டார். எனவே மூடு மந்திரமாயிருந்த திருமந்திரப் பொருளைத் திருக்கோட்டியூர்க் கோயில் மண்டபத்தில் மக்களைக் கூட்டி இராமானுசர் உபதேசித்தார். அவர் மதில் மேல் அல்லது கோபுரத்தில் ஏறி நின்று மந்திரத்தை அருளினார் என்ற கூற்றுச் சரியன்று என்பது மு.அருணாசலம் போன்ற அறிஞர்களின் கருத்தாகும்.

திருக்கோட்டியூர் வைணவரால் ''திவ்வியப் பிரதேசம்'' என்று கருதப்படுகின்றது.

திருமாலின் திருக்கோலங்கள்

திருமாலைத் திருக்கோட்டியூரில் மூன்று கோலங்களில் காணலாம். நின்றும் இருந்தும் கிடந்தும் சேவை சாதிக்கும் திருமாலின் மூர்த்தங்களை இவ்வூரில் ஒருங்கே காணமுடியும்.

அடித்தளத்தில் பள்ளி கொண்ட பெருமாள் - கிடந்த காலம்

இரண்டாந் தளத்தில் சௌமிய நாராயணப் பெருமாள் - நின்ற கோலம்

மூன்றாந் தளத்தில் வைகுண்டநாதன் - இருந்த கோலம்

இராமானுசர் *109* ஆண்டுகள் வாழ்ந்தவர். அவர் வடநாடெங்கும் வைணவம் பரவக் காரணமாயிருந்தார். இராமானுசரின் வைணவ சம்பிரதாயத்தையே இராமானந்தகர் *(1299-1411 என்பர்; இ.ச.க.தொகுதி-1)*, கபீர் தாசர் *(1440-1518; இ.ச.க. தொகுதி-1)* ஆகியோர் வடக்கே பரப்பினர்.

மருதின் பிற பணிகள்

பெரிய மருது இத்தலங்களிலன்றி, மானூரிலுள்ள முருகன் கோயிலுக்கும் திருப்பணி செய்தார். இக்கோயிலுக்குத் தேர் செய்து வழங்கினார். பல ஊர்களிலுள்ள கோயில்களுக்கும் திருப்பணி செய்தார்; மண்டபங்கள் கட்டுவித்தும் சித்திரங்கள் அமைத்தும் அறப்பணி புரிந்தார். வேளாண்மைக்கென்று பல இடங்களில் ஊருணிகளும் கண்மாய்களும் வெட்டினார்.

பெரிய மருது சமயப் பொறை உடையவர். அவர் சருகணியிலுள்ள மாதா கோயிலுக்கு ஓர் ஊரையே தந்தார் என்ற செய்தி *(இ.ச.க.தொகுதி- 8)* முன்னர் சொல்லப்பட்டது.

சிவகங்கைச் சீமையில் *1780* முதல் *1801* வரை மருதிருவர் ஆட்சி நடந்தது. இக்காலத்தில் சின்ன மருது ஆட்சிப் பொறுப்பைக் கவனித்து வந்தார். பெரிய மருது அறப்பணிகளில் தன்னை ஈடுபடுத்தினார். அவர் வேட்டை ஆர்வலர். அவரின் காலத்தில் பெரும்பகுதி வேட்டையாடுதல் போன்ற வீர விளையாட்டுகளில் கழிந்தது என்பர்.

2. பாளையக்காரரை ஒடுக்கக் கம்பெனி முனைப்பு

இரண்டாம் மைசூர்ப் போர் நடந்து கொண்டிருந்த இக்கால கட்டத்தில் *(1780-1784)*

மைசூர்ப் படையினர் ஒருபுறமும் தென்பாண்டிச் சீமைப் பாளையக்காரர் இன்னொரு புறமாயும் தமிழகத்தைச் சூறையாடி வந்தனர்; அலைக்கழித்தனர்.

ஐதரலி தஞ்சைத் தரணியை 1781 இல் ஆறுமாத காலம் தன் கையில் வைத்துக் கொண்டிருந்த பின், அவருடைய மகன் திப்பு சுல்தான் 1782 ஆம் ஆண்டு தஞ்சைமீது பாய்ந்தார். திப்பு ஆங்கிலப் படையைத் தோல்வியுறச் செய்து மயிலாடுதுறை, சீகாழி ஆகிய பகுதிகளைக் கொள்ளையடித்தார். தஞ்சை மராட்டிய மன்னர் இரண்டாம் துளசா, ஆங்கிலேயர் தயவில் படையில்லாத அரசரானார்.

தென் தமிழ்நாட்டில் பாளையக்காரரும் கள்ளரும் பரந்த அளவில் கொள்ளை யடித்து வந்தனர். தமிழகம் இந்தக் கட்டத்தில் அல்லோலகல்லோலப்பட்டது. ஓரஞ்சாரத்தில் ஒதுங்கிக் கிடந்த வறிய சிற்றூர் மக்கள் மட்டுமே இக்கொள்ளைகளிலும் கொடுமைகளிலுமிருந்து தப்பி, எந்நாளும் போலவே வாய்க்கும் கைக்குமாய் ஏழ்மை நிலையில் இருந்து அகப்பை நோயினால் வாடி நின்றனர். இக்காலப் பகுதிக்குரிய சமூக வரலாறு ஆய்தற்குரிய ஒன்றாகும்.

1783

பாளையக்காரரும் கள்ளரும் நடத்தி வந்த கொள்ளைகளும் அட்டூழியங்களும் 1783 ஆம் ஆண்டில் உச்சத்தை எட்டின.

அவர்கள் நவாபின் வரி வருவாயைக் கொள்ளையடித்தனர். நவாபின் வரி வருவாய் அலுவலர் மதுரைக்கு ஓடி அங்கு புகலடையுமாறு செய்தனர். அவர்களைத் தண்டிக்க ஏதேனும் நடவடிக்கை எடாவிடில் கம்பெனியின் வருவாய் கணக்கின்றி இழப்பாகும் என்றும் இன்னல்களும் பிற தீய விளைவுகளும் உண்டாகுமென்றும் பிரிட்டிசார் அஞ்சினர்.

ஆனால் மைசூர்ப் படைகள் 1783 ஆம் ஆண்டு ஜூலையில் தமிழகத்தை விட்டு வெளியேறியதும், சென்னை ஆளுநர் மக்காட்னி பிரபு (1781-1785) பாளையக்காரரை ஒடுக்குவதற்காகத் தெற்கே பெரும்படையை அனுப்பினார். அப்படைக்குக் கர்னல் ஃபுல்லர்டன் தலைமை ஏற்றார். இப்படையின் ஒரு பிரிவு கள்ளர் நாடு சென்றது. (கள்ளர் நாடு : இ.ச.க. தொகுதி-4)

மருது பாண்டியர்

பிரிட்டிசுப் படை 1783 ஆகஸ்டு 4 அன்று சிவகங்கைக்குள் நுழைந்தது. மருது பாண்டியர் கப்பத் தொகையைக் கட்ட வேண்டுமென்று ஃபுல்லர்டன் அவரிடம் கேட்டார். ஆனால் அவர் காளையார்கோயில் காடுகளுக்குள் பின்வாங்கிச் சென்று விட்டார். மருது பாண்டியர் அங்கு பத்தாயிரம் பேர் கொண்ட ஒரு படையைத் திரட்டினார். எனினும் அவருக்கும் ஆங்கிலேயருக்குமிடையே உடன்பாடு ஏற்பட்டதால், மருது பாண்டியர் கப்பத் தொகை நிலுவையில் 40,000 ரூபாயைக் கொடுத்து விட்டார்.

கட்டபொம்மன்

கட்டபொம்மன் இப்போது சொக்கம்பட்டிப் பாளையக்காரருடன் சண்டையிட்டுக் கொண்டிருந்தார். பிரிட்டிசுப் படை சிவகங்கையிலிருந்து நேர் வழியாய்ச் சொக்கம்பட்டியை நோக்கி வருமென்று எண்ணிக் கட்டபொம்மன் 14,000 பேருடன் அங்கு காத்திருந்தார்.

ஆனால் ஃபுல்லர்டன் தான் போகுமிடத்தை வெளியே காட்டாமல் திருப்பாச்சேத்தி, பாலமனார், நாகலாபுரம் வழியே சென்று, பாஞ்சாலங்குறிச்சி மீது எதிர்பாராமல் பாய்ந்தார். அவர் கோட்டை சரணடைய வேண்டுமென்று கேட்டார்.

ஆனால் புரட்சிக்காரர்கள் அவரை எதிர்த்துப் போரிடுவதென்று உறுதியாய் நின்றனர். கட்டபொம்மன் கோட்டையை வலுப்படுத்து முன்னர், அதைப் பிடித்து விடுவது இன்றியமையாதது என்று ஆங்கிலேயர் முடிவு கட்டி உடனே கோட்டையைத் தாக்கலாயினர்.

பாஞ்சாலங்குறிச்சிக் கோட்டை

கோட்டையை முற்றுகையிட்டவர்கள் அதைச் சுற்றியிருந்த வலிமையான வேலியைத் தாக்கினர். கோட்டைச் சுவரின் ஒரு பகுதியைப் பீரங்கி கொண்டு தாக்கினர். ஆங்கிலப் படையினர் நிலவெரித்த வேளையில் கோட்டைப் பிளவு வழியே நுழைந்து முன்னேறினரெனினும், மதிலின் உச்சியை எட்ட முடியவில்லை. புரட்சிக்காரர் ஈட்டியையும் மருந்துத் துப்பாக்கியையும் கொண்டு எதிர்த்து நின்றனர்.

இரு தரப்பிலும் பலர் இறந்த பின்னர், பிரிட்டிசார் பின்வாங்கிச் சென்றனர். பாஞ்சாலங்குறிச்சிக் கோட்டை இச்சண்டைக்குப் பிறகு பாதுகாப்பற்றதாகி விட்டதால், பாளையக்காரர் படை அக்கோட்டையை விட்டு வெளியேறியது. பிரிட்டிசார் பாஞ்சாலங்குறிச்சிக் கோட்டையை *1783* ஆகஸ்டு *14* அன்று பிடித்தனர்.

சிவகிரிப் பாளையம்

ஃபுல்லர்டன் கட்டபொம்மனுடன் உடன்பாடு காண முயன்றார். ஆனால் கட்டபொம்மன் சிவகிரிப் பாளையக்காரரான வரகுணனிடம் தன் படைகளொடு சேர்ந்து கொண்டார்.

மேற்கத்திப் பாளையக்காரர்களை ஒடுக்கி, அவர்களிடமிருந்து கப்பத் தொகையைப் பெற வேண்டுமாயின் அதற்குச் சிவகிரியைக் கட்டாயம் பணியச் செய்தாக வேண்டும் என்று ஃபுல்லர்டன் எண்ணினார் : சிவகிரிப் பாளையக்காரர் இதற்கு முன்னரும் புரட்சிக்காரர்களுக்குப் புகலிடம் தந்திருக்கின்றார். அவர் மைசூர்ப் போரின் போது காப்டன் கிரகாம்பெல்லைக் கொன்றவர். இப்போது கட்டபொம்மனுடன் சேர்ந்து கொண்டு கப்பம் தர மறுத்ததுடன், கம்பெனியின் மேலாண்மையையும் எதிர்த்து நின்றார். எனவே அவரை எப்படியும் அடக்கி விடுவதென்று ஃபுல்லர்டன் புறப்பட்டார்.

புரட்சிக்காரர்கள் சிவகிரியின் அடர்ந்த காட்டிற்குள் சுமார் ஆறு கிலோ மீட்டர்த் தொலைவிற்கு ஓடிவிட்டனர். அவர்கள் ஆங்கிலேயரை எதிர்க்க *8,11,000* பேரைத் திரட்டியிருந்தனர். இவர்களனைவரும் முறையாகப் படைப் பயிற்சி பெறாதவர்கள். போர் முறை பற்றி எதுவும் தெரியாதவர்கள். ஆங்கிலேயரை எதிர்த்த பாளையக்காரர்களிடம் முறையான படைப் பயிற்சி பெற்ற வீரர் எவரும் கிட்டத்தட்ட இல்லை எனலாம். வேல், வில், கம்பு, மருந்துத் துப்பாக்கி, சிறு தரப் பீரங்கிகள் முதலியனவே ஐரோப்பியருக்கு எதிராய்ப் போரில் ஈடுபடுத்தப்பட்டன.

சிவகிரி

பிரிட்டிசார் இவ்வாண்டு கைப்பற்றிய சிவகிரி சங்கரன் கோயிலிலிருந்து வட மேற்கில் சுமார் 22 கிலோ மீட்டரில் உள்ளது. திருநெல்வேலியிலிருந்து வடக்கே வடமேற்கில் சுமார் 73 கிலோ மீட்டர். இராசபாளையத்திலிருந்து குற்றாலம் செல்லும் சாலையில் உள்ளது.

இங்கு முருகன் கோயிலும் துரோபதையம்மன் கோயிலும் சிறப்பு வாய்ந்தன ஆகும். இவ்வூரின் வடக்கு எல்லையிலுள்ள கூடாரப் பாறைமீது கோயிலும் அடிவாரத்தில் இரண்டு தெப்பங்களும் அமைந்துள்ளன. கருணானந்த சாமியின் சமாதி இதன் அடிவாரத்திலுள்ளது.

தென்மலை மக்கள் குடியேறுவதற்காக இவ்வூர் 17 ஆம் நூற்றாண்டுவாக்கில் புதிதாய் ஏற்பட்டது. பதினெட்டாம் நூற்றாண்டிலிருந்து சிறந்து விளங்குகின்றது. இதன் இயற்கை வளத்தைக் கம்பெனிப் படைத்தலைவரான டௌனால்டு காம்பல் 1767 இல் பெரிதும் பாராட்டினார்

காட்டுக்குள் சண்டை

பிரிட்டீசுப் படை சிவகிரியைப் பிடித்து விட்டுக் காட்டுக்குள் புகுந்தது. புரட்சிக்காரர் உயிரை வெறுத்து எதிரியை எதிர்த்துப் போரிட்டனர். ஆனால் எதிரியின் துப்பாக்கிக்கு முன்னால் அவர்களால் நிற்க முடியவில்லை. அதனால் அவர்கள் மலைகளுக்குள் ஓடினர். ஃபுல்லர்டன் பாளையக்காரரின் வலுவான காவல்நிலை ஒன்றைப் பிடித்துவிட்டார். அதன்பிறகு காடுகளை வெட்டி, முன்னோடிப் படையை உள்ளே அனுப்பினார். அவர்கள் ஆள் நுழைய முடியாத அடர்ந்த காட்டில் சுமார் ஐந்து கிலோ மீட்டர் தொலைவிற்குச் சாலை அமைத்தனர். கம்பெனிப் படை அதன் வழியே சென்று பாளையக்காரர் படை இருந்த மலையடிவாரத்தை அடைந்தது.

புரட்சிக்காரர்கள் அதன் பிறகு செங்குத்தான உயர்ந்த மலைகள் மீது ஏறி நின்று கொண்டனர். எவரும் ஏறவே முடியாத நெட்டுக்குத்தான பாறை உச்சியில் எவ்வாறு ஏறுவது என்று கம்பெனிப் படையினர் மலைத்து நின்றபோது, சொக்கம்பட்டிப் பாளையக்காரர் அவர்களின் உதவிக்கு வந்தார்.

சொக்கம்பட்டி

சொக்கன் அழகிய சிவன். இது சொக்க நாதனின் ஊர் என்ற பொருளில் சொக்கம்பட்டி ஆனது. இது கடையநல்லூரின் வடக்கே மலைமீதுள்ளது. தென்காசியிலிருந்து வடக்கே வடகிழக்கில் சுமார் 20 கிலோ மீட்டர். திருநெல்வேலியிலிருந்து வடமேற்கில் சுமார் 45 கிலோ மீட்டர். இவ்வூர் மதுரையை ஆண்ட சொக்கநாத நாயக்கன் காலத்தில் (1659-1682) உண்டாக்கப் பெற்று, அங்கு விசாலாட்சி விசுவநாதர் கோயிலும் எழுப்பப்பெற்றது.

இவ்வூரின் குறுநில மன்னராயிருந்தவர்கள். குற்றாலத்தில் மண்டபமும் சத்திரமும் கட்டியுள்ளனர். சொக்கம்பட்டிச் சமீந்தார்கள் அமைச்சரின் தவறான அறிவுரைகளைக் கேட்டுத் தம் செல்வத்தையும் செல்வாக்கையும் இழந்தனர். இச்சமீன் உடைமை யாவும் 1867 இல் நீதிமன்றத்தினால் ஏலம் போடப்பட்டது. அப்போது பதினெட்டுப் பட்டி மிட்டாக்கள் என்போர் ஏலத்தில் அதை எடுத்தனர். அதனால் யாராவது கெட்ட

ஆலோசனை சொன்னால், ''நீ என்ன சொக்கம்பட்டித் தானாவதியா?'' என்று கேட்பது இப்பகுதியில் வழக்கமாயிருந்தது

சொக்கம்பட்டித் தலைவர் குன்றின் உச்சிக்கு ஏறும் மறைவழியைக் கம்பெனிப் படையினருக்குக் கண்டு கூறினார். அவர்கள் அவ்வழியே சென்று உச்சியை அடைந்ததும், புரட்சிக்காரர் நாலா பக்கமும் சிதறி ஓடினர். இதனால் பாஞ்சாலங்குறிச்சி வெற்றியொடு, சிவகிரி வெற்றியும் கம்பெனிப் படைக்குக் கிடைத்தது. இவ்விருபாளையங்களின் தலைவர்களும் கம்பெனியின் கட்டுப்பாட்டில் அடங்கினர்.

எனினும் அவ்விருவரும் உடன்பாட்டிற்கு வராமல் காலங்கடத்தினர். அதனால் மீண்டும் சண்டை வருமென்று ஆங்கிலேயர் அவர்களை அச்சுறுத்தினர். அதன் பேரில் கட்டபொம்மனும் வரகுணனும் கம்பெனி கேட்ட கப்பத் தொகை அனைத்திற்குமாய், ஒவ்வொருவரும் *30,000* சக்கரம் வீதம் பணம் கொடுத்து விட்டனர். அவர்கள் தம் கோட்டைகளைத் திரும்பப் பெறுவதற்காக *15,000* வராகன்களுக்குக் கடன்பத்திரங்களும் எழுதித் தந்தனர்.

திருச்சிராப்பள்ளிச் சீமையில் உடையார்பாளையம், அரியலூர்ப் பாளையக் காரர்கள் (இவ்விருவரையும் பற்றி இ.ச.க. தொகுதி-*4* காண்க) கப்பம் செலுத்தாததால், வருவாய்த் துறை அலுவலரான அயில்ஸ் இர்வின் என்ற ஆங்கிலேயர், அவர்களைத் திருச்சிராப்பள்ளிச் சிறையில் அடைத்து, அப்பாளையங்களின் நிர்வாகத்தை அவரே மேற்கொண்டார் என்பது இங்கு குறிப்பிடத்தக்கது. கம்பெனியின் வலிமை ஏறி வந்ததை இந்நிகழ்ச்சிகள் காட்டுகின்றன.

3. காலின் மெக்கன்சியின் அரும்பணி தொடக்கம்

காலின் மெக்கன்சி (*1753-1821*) இந்தியவியலுக்கும் வரலாற்றிற்கும் அளித்த பங்கு சிறப்பித்துக் கூறத் தக்கதாகும். அவர் இத்துறையில் செய்த பணி *1783* முதல் தொடங்குகின்றது.

பிறப்பு

இங்கிலாந்தின் வடபகுதியான ஸ்காத்லாந்தின் மேற்குக் கரைக்கு அப்பால் ஐநூறுக்கு மேற்பட்ட தீவுகளடங்கிய ஒரு கூட்டம் உள்ளது. அதற்கு ஹெபுரைடுத் தீவுக் கூட்டம் (*Hebrides*) என்று பெயர். இத்தீவுகள் அக ஹெபுரைடு, புற ஹெபுரைடு என்ற இரு பிரிவினுள் அடங்கும். புற ஹெபுரைடில் ஸ்கை, ரும், ஜூரா, லூயிஸ், வட உயிஸ்டு, தென் உயிஸ்டு, பென் பெகுலா, பர்ரா என்பன முக்கியமான தீவுகளாகும். காலின் இவற்றுள் லூயிஸ் என்ற தீவில் சுமார் *1753* இல் பிறந்தார். இத்தீவின் பரப்பளவு சுமார், *1634* சதுர கிலோ மீட்டர் - *631* சதுர மைல், அவர் இச்சிறு தீவிலிருந்து சுமார் *7,500* கிலோ மீட்டர் கடலில் பயணம் செய்து, ஏறத்தாழ *32,68,100* சதுர கிலோ மீட்டர் - *12,61,813* சதுர மைல் பரந்து விரிந்த இந்து தேசத்திற்கு வந்து *38* ஆண்டுகளுக்குள் குறிப்பிடத்தக்க பணிகளையெல்லாம் செய்து முடித்து விட்டுச் சென்றார்.

பணித் தொடக்கம்

காலின் மெக்கன்சி தன் இருபத்தெட்டாவது வயதில் பெயர் பெற்ற ''தம்பி படை'' என்ற மதராஸ் சேப்பர்ஸ் என்ற படையில் சேர்ந்து, *1782* ஆம் ஆண்டு சென்னைக்குப்

பாய்மரக் கப்பலில் வந்து இறங்கினார். அவர் இக்காலத்தில் பல்வேறு இராணுவப் பணிகளில் ஈடுபட்டிருந்தார். கம்பெனி இவ்வாண்டு (1783) பாளையக்காரருக்கு எதிராய்ப் போர் நடத்திக் கொண்டிருந்ததற்கு முன்னர், மெக்கன்சி கோயமுத்தூர், திண்டுக்கல், அதன்பிறகு சென்னை, நெல்லூர், குண்டூர் ஆகிய இடங்களில் பணி செய்திருக்கின்றார். அவர் இப்பணிகளைச் செய்து கொண்டிருந்த காலத்தில், 1783 ஆம் ஆண்டிலிருந்து தன் நில அளவைப் பணிகளினூடே வரலாற்று ஆவணங்கள், சான்றுகள், ஏட்டுச் சுவடிகள் முதலியவற்றைத் திரட்டத் தொடங்கினார்.

தெற்கில் காலின் மெக்கன்சி, வடக்கில் அலெக்சாந்தர் கன்னிங்காம் மேற்கில் ஜேம்ஸ் பர்கஸ் போன்ற படைத் தலைவர்களும் பொதுப் பணியாளரும் இந்திய வரலாற்றைக் கட்டியெழுப்புவதற்கு வேண்டிய அடிப்படைப் பணிகளைத் தொடங்கி விட்டனர்.

மெக்கன்சி 1790-1792 காலத்தில் நடந்த மூன்றாம் மைசூர்ப் போர்க் கால முழுமையிலும் மைசூரில் இருந்தார். அதன்பிறகு 1792 முதல் தக்காணத்தை அளவை செய்து, அதன் நிலப்படத்தைத் தொகுக்கும் வேலையில் ஈடுபட்டார். இவ்வேலை 1796 இல் முற்றுப் பெற்றதும் நிசாமின் ஐதராபாது நாட்டை அளந்து அதன் முதல் நிலப்படத்தைத் தொகுத்தளித்தார்.

அவர் மைசூரில் மேற்கொண்ட அளவை வேலை நிறைவு பெற்றதும் சென்னையில் தலைமை அளவாய் வாளராய் (Surveyor General) அமர்த்தப் பட்டார். ஆனால் அவர் இப்பதவியை ஏற்பதற்குச் சிறிதும் நேரமில்லாது போனது. ஏனெனில் கம்பெனி அவரை 1811 ஆம் ஆண்டு ஜாவாச் சண்டைக்கு அனுப்பிவிட்டது. அவர் இச்சண்டை முடிந்ததும், தனக்கு விருப்பமான பணியாகிய நூல்கள், ஏடுகள், ஆவணங்கள் ஆகியவற்றைச் சேகரிக்கும் பணியில் ஈடுபட்டு அவற்றைத் திரட்டலானார். அவருக்கு இப்பணியில் சிற்றூர்க் கணக்குப் பிள்ளைகளின் பதிவேடுகள் மிகவும் துணை புரிந்தன.

அவர் 1815 ஆம் ஆண்டு இந்தியத்தின் தலைமை அளவாய்வாளர் பதவியை மேற் கொண்டதும், ஐதராபாது நிசாம் கம்பெனிக்கு விட்டுத் தந்த (Ceded districts) ஆந்திரக் கரையோர மாவட்டங்களை அளப்பதில் முனைந்து விட்டார். இப்பணிகளோடு சுவடிகள், ஆவணங்கள் ஆகியவற்றைத் திரட்டுவதும் கல்வெட்டுகளுக்குப் படியெடுக்கும் வேலையும் நடந்தன.

அவர் இவற்றைச் சேகரிக்கும் வேலைக்கென்று நாட்டு ஊழியர்களை வேலைக்கு அமர்த்தியிருந்தார். சென்னை ஜார்ஜ் கோட்டையின் - கிழக்கிந்தியக் கம்பெனியின் ஆளுகைக்குள்பட்ட பகுதி முழுமையிலும் அவர் இவற்றைத் திரட்டலானார். எனினும் இப்பணி தொடர்ந்து நடைபெறவில்லை. அவர் இந்தியம் முழுமைக்கும் தலைமை அளவாய்வாளராய்ப் பதவி உயர்வு பெற்றதால் சென்னையை விடுத்துக் கல்கத்தா செல்ல நேர்ந்தது.

அவர் திரட்டியிருந்த இலக்கியச் சுவடிகள், பழம் பொருள்கள் அனைத்தும் சென்னையிலிருந்து கல்கத்தாவிற்குக் கொண்டு செல்லப்பட்டன.அவற்றை வகைப்படுத்தித் தொகுத்தும் மொழிபெயர்த்தும் வந்த நாட்டு ஊழியர்களையும் மெக்கன்சி கல்கத்தாவிற்கு அழைத்துச் சென்று விட்டார். மெக்கன்சி அதைப்பற்றி இவ்வாறு குறிப்பிட்டார்.

''இந்த ஆராய்ச்சியும் சேகரங்களும் ஆள்களும் (கல்கத்தாவிற்கு) மாற்றப்பட்டதால் உண்டான விளைவுகளைப் பற்றி மேலும் இங்கு கூறுகின்றேன். அவர்கள் என்னால் இத்துறையில் பல ஆண்டுகளாய்ப் பழக்கப் பெற்றவர்கள். கிழக்குக் கரையோரப் பகுதி அல்லது தென் மாநிலங்களைச் சேர்ந்தவர்கள். ஐரோப்பியர் இந்துஸ்தானத்திற்கு (வட பாரதம்) எப்படிப் புதியவர்களோ, இவர்களும் வங்கத்திற்குப் புதியவர்கள். அவர்களைக் கல்கத்தாவிற்குக் கொண்டு வந்தது நடைமுறைக்கு ஒவ்வாததாயிற்று.''

அவர்தன் பணிபற்றி ஓரிடத்தில் தன்னடக்கத்துடன் இவ்வாறு கூறுகின்றார்:-

''நான் *1796* ஆம் ஆண்டு இலங்கைச் சண்டையிலிருந்து திரும்பிய வரையில் அனைத்தும் தெளிவில்லாமல் இருந்தன. அவையெல்லாம் தற்செயலாய் ஒளி பெறலாயின. தென்னிந்தியத்தின் தொன்மை, வரலாறு, சமூக அமைப்பு முறைகள் ஆகியவற்றின் மேற்புறத்தை விலக்கி, அவற்றின் அகத்தே இருந்தவற்றின் உள்ளே இருப்பவற்றைக் கண்டறியும் நாட்டத்துடன் நான் மேற்கொண்ட ஊக்கச் செயல்களுக்கு வேண்டிய வழிவகைகள் இப்போது கிடைத்தன. இருப்பினும் இத்துறையில் நான் வெற்றி காணாமலும் இல்லை என்றுதான் நினைக்கின்றேன்.''

மெக்கன்சி நில அளவைப் பணிக்கென்று கிருஷ்ணை ஆற்றிற்கும் கன்னியாகுமரிக்கும் இடைப்பட்ட நிலப்பரப்பிற்குச் சென்றபோது ஒவ்வோரிடத்தில் இருந்தும் கல்வெட்டுகளுக்குப் படியெடுத்தார்.

அவர் களத்தில் இல்லாத காலத்தில் அவரால் பயிற்றுவிக்கப்பட்ட நாட்டு ஊழியர்கள், இப்பணிக்கென்று நாட்டின் நான்கு மூலைகளுக்கும் சென்றனர். அவற்றைச் சேகரிப்பதற்குப் பெரும்பணமும் காலமும் செலவாயின. இதற்கு முன்னரும் பின்னரும் எவரும் இங்ஙனம் ஏட்டுச் சுவடிகளையும் ஆவணங்களையும் இவ்வாறு திரட்டியதில்லை என்று, மெக்கன்சியின் திரட்டுப் பற்றிய ஆங்கில நூலின் முன்னுரையில் வங்க ஆசியவியல் சங்கம் கூறுகின்றது. (பேராசானான டாக்டர் உ.வே.சாமிநாதய்யர் (*1895-1942*) பழந்தமிழ்ச் சுவடிகளைத் தேடித் தமிழ்நாட்டின் மூலை முடுக்கெல்லாம் சென்று அரிய பல நூல்களைத் திரட்டிப் பதிப்பித்தார் என்பது இங்கு குறிப்பிடத்தக்கது. எனினும் இத்துறையில் முன்னோடிப் பணிபுரிந்த பெருமை மெக்கன்சிக்கே உண்டு.)

''இந்தத் திரட்டில் பலதரப்பட்ட செய்திகள் அடங்கியுள்ளன. இந்திய வரலாற்றியலுக்கும் புள்ளியியலுக்கும் அவை எவ்வளவு பயன்படும் என்பது இன்னும்

உணரப்படவில்லை'' என்று மெக்கன்சி திரட்டின் தொகுப்பாசிரியரான எச்.எச்.வில்சன் 1828 இல் எண்ணிப் பார்க்கின்றார்.

அந்த திரட்டிலிருந்து பெறப்பட்ட முடிவுகள் குறித்து அச்சேகரத்தைத் திரட்டிய மெக்கன்சியே எந்த ஆய்வும் நடத்தவில்லை. அவரது பணி திரட்டுவதுடன் முடிந்து விட்டது. எனினும் இந்தியவியல் ஆய்வில் முன்னோடி வேலையாய் அமைந்தது. மெக்கன்சி நோய்வாய்ப்பட்டு 1821 ஆம் ஆண்டு உயிர் நீத்து விட்டார். அதனால் இத்திரட்டை அவரால் நுணுகி ஆராய முடியாமற் போயிற்று.

சோழரை அறிய

எனினும், மெக்கன்சி செய்த அரும்பணியின் பயனாய் இந்திய வரலாற்றியலில் ஒளி பிறந்தது, கல்வெட்டுகளைத் தேடிக் கண்டுபிடித்து அவற்றைப் படியெடுக்கும் பணியை முறையாய்ச் செய்த முதல் விற்பன்னர் மெக்கன்சியேயாவார். தொன்மங் களிலும் வரலாற்றிலும் வாழ்க்கையிலும் விளங்கும் காஞ்சி ஏகாம்பரநாதர் கோயில் போன்ற பல கோயில்களில் இடம் பெற்றிருந்து, பின்னர் அழிந்து போய்விட்ட பல கல்வெட்டுகள் மெக்கன்சி திரட்டில் அடங்கியுள்ளன. நில அளவைத் துறையின் உயர்தலைவரான மெக்கன்சி இப்பணியைத் தொடங்கியிராவிடில், சோழர் தம் ஆட்சிக் காலத்தில் (846-1279) நிறுவிய நில அளவைத் துறை பற்றிய வரலாற்றுச் செய்திகள் இன்று நமக்குக் கிடைக்காது போயிருக்கும் என்று தற்கால எழுத்தாளர் ஒருவர் கூறுகின்றார்.

நாயக்கர் காலம் அறிய

மதுரை நாயக்கர் காலத்து (சு.1529 - 1736) வரலாற்றுத் தொடர்பான பல செய்திகள் பற்றி நாம் அறிந்து கொள்ளவும் மெக்கன்சி திரட்டு உதவுகின்றது. அவர் தன் கையில் கிடைத்த அத்தனை குறிப்புகளையும் கூறுகளையும் பிசகாது பதிந்து வைத்திருக்கின்றார். அவை நம்புதற்குரியன, நம்ப இயலாதன, பயனுடையன, பயனற்றன என்று அவர் அலசி ஆராயாது போயினார். நம் நாட்டின் பண்டைப் பழக்க வழக்கங்களை எடுத்துக்காட்டும் பல செய்திகளை அவர் இந்தத் திரட்டில் தொகுத்திருக் கின்றார்.

சமண சமய ஆய்விற்கு

பௌத்தமும் சமணமும் கி.மு. ஐந்தாம் நூற்றாண்டில் தோன்றி நிலவின. இவ்விரு சமயங்களும் காலப்போக்கில், அவை தோன்றிய நாட்டில் செல்வாக்கிழந்தன. பௌத்தம், இலங்கை, சீனம் தென்கிழக்காசிய நாடுகள், நடு ஆசியம் இங்கெல்லாம் பரவியது. சமணமோ இந்தியத்தில் மட்டுமே நிலவியது. சமணம் தென் கன்னட நாட்டில் 1763 வரையிலும் குறுநில மன்னர்களின் ஆதரவினால் செல்வாக்குப் பெற்று விளங்கியது.(இ.ச.க.தொகுதி-7)

சமணம், பௌத்தம் பற்றிய தவறான எண்ணம்

இந்தியவியல் மீது ஆர்வம் கொண்டு இந்நாட்டின் தொன்மையான இலக்கியம், கலை, சமயம் பண்பாடு ஆகியவற்றை ஆராயப் புகுந்த ஐரோப்பியர் சமணமும்

பௌத்தமும் ஒன்றெனக் கொண்ட நிலை பத்தொன்பதாம் நூற்றாண்டு வரை இருந்தது. மேஜர் காலின் மெக்கன்சி செய்த முதல் ஆய்வின் முடிவுகள், வங்க ஆசியவியல் சங்கம் அச்சிட்ட ''ரிசர்ச்சஸ்'' (*Researches*) என்ற இதழில் வெளிவந்தன. சமணம் பற்றித் தற்காலத்தில் செய்த முதல் ஆய்வாய் அது இருத்தல் கூடும். சமணமும் பௌத்தமும் ஒன்றென்று எண்ணி வந்த ஐரோப்பிய விற்பன்னருக்கு மெக்கன்சியின் ஆய்வு புது வழிகாட்டியாய் அமைந்தது.

மெக்கன்சி இந்த ஆய்வில் முதல் முறையாய் இருபத்து நான்கு தீர்த்தங்கரரின் பெயர்கள்,சமண சமய நம்பிக்கைகள், பழக்க வழக்கங்கள், தலையாய கோட்பாடுகள் முதலியவற்றைத் தொகுத்து எழுதி இருந்தார்.

மெக்கன்சி இந்த ஆய்வுக் கட்டுரையில் கூறியிருந்த பெரும்பாலான செய்திகளைக் கன்னட நாட்டின் சிரவண பௌ குள என்ற இடத்திலிருந்த சாரு கீர்த்தி என்ற சமண ஆசாரியரிடமிருந்து பெற்றார். (சிரவண பௌ குள = சிரவண வெள்ளைக் குளம் சமணர்க்கு மிகவும் புனிதமான இடமாகும். சந்திரகுப்த மௌரியர் (ஆட்சிக்காலம் சு.320-300 கி.மு.) பத்திரபாகு என்ற சமணத் துறவியுடன் இங்கு வந்து சல்லேகனம் (உண்ணாது உயிர் நீத்தார்) செய்தார் என்பது வரலாறு. இங்கு கல் மலையில் செதுக்கப்பெற்று நெடிது உயர்ந்து நிற்கும் கோமதீசுரர் சிலை, கி.பி.நான்காம் நூற்றாண்டில் நிலவிய கங்கர்களின் கலைச் சிறப்பிற்கு மணிமுடிபோல் உள்ளது)

மெக்கன்சியின் இந்த ஆய்வுக் கட்டுரை படித்து அறிவிக்கப்பட்ட பிறகு, சமணம் பற்றி வேறு இருவரும் ஆய்வு செய்து, பின்னர் புதிய செய்திகளை வெளியிட்டனர்.

மெக்கன்சி திரட்டு

காலின்மெக்கன்சியின் பணிக்காலம் பெரிதும் தென்னிந்தியத்திலேயே கழிந்தமையால் அவரின் திரட்டுகள் முற்றிலும் அப்பகுதியிலிருந்து பெறப்பட்டன ஆகும். அவரது சேகரத்தில் 1821 ஆம் ஆண்டில் 1568 இலக்கிய ஏடுகள் அடங்கி இருந்தன. அவற்றுள் சமஸ்கிருத ஏடுகளின் எண்ணிக்கை 681; தமிழ், தெலுங்கு, அரபி ஏடுகள் 176; கன்னடம் 208; எஞ்சியன மலையாளம், ஒரியம், மராட்டியம் ஆகிய மொழிகளில் எழுதப் பெற்றனவாகும்.

சமண இலக்கியங்களின் தொகுதிகள் 45; இவற்றோடு மூவாயிரம் சிறு ஆய்வுகளும் சேர்ந்து மொத்தம் 24 தொகுதிகள்.கல்லிலும் தாமிரப் பட்டயங்களிலும் பெயர்த்து எழுதிய பொறிப்புகள் 8,706 உம் சேர்ந்து மொத்தம் 77 தொகுதிகள். தனித்தனிச் சுவடிகளாயிருந்தவற்றோடு சேர்த்து, ஆங்காங்கே கிடைத்த 2,159 ஆய்வேடுகள். மெக்கன்சி திரட்டில் 2,700 வரைபடங்களும் படங்களும் இருந்தன. நாணயங்களின் எண்ணிக்கை 6,218; உருவங்கள் 106; பழம் பொருள்கள் 40; மெக்கன்சி எடுத்துத் திரட்டிய படிகளை வைத்து ஹோரேஸ் ஹேமன் வில்சன் ஒரு பட்டியலைத் தொகுத்தார். ''இவரைப் போல் தனிப்பட்ட ஒருவர் முயன்று இதற்கு முன்னர் இவ்வாறு சேகரித்தாரிலர், இனியும் சேகரிக்க இயலாது'' என்று மெக்கன்சி வியந்து பாராட்டப் பெற்றார்.

இத்திரட்டுத் தனி மனிதரின் அரும்பணி என்ற சிறப்பைப் பெற்றிருப்பதுடன், தென்னிந்தியத்தில் இவற்றைத் திரட்டுவதற்கென்று, அவர் இந்தியர்க்குத் தனிப்பயிற்சி அளித்தார் என்பது அதைவிட மேலான சிறப்பாகும்.

ஆராய்ச்சியாளர்

அவரின் சிறப்பு பழம் பொருள்களின் திரட்டு மட்டுமன்று. அவர் ஆராய்ச்சியில் வல்ல விற்பன்னருமாவார் என்பதை வங்க ஆசியவியல் சங்கத்தில் அவர் சமணம் பற்றிப் படித்தளித்த ஆராய்ச்சி அறிக்கைகளும் புலப்படுத்துகின்றன. அவர் அவற்றின் வாயிலாய்ச் சமணம் பற்றிய ஆராய்ச்சிக்கு வழிகோலினார். வங்க ஆசியவியல் சங்கத்தின் ''ரிசர்ச்சஸ்'' ''ஆசியாட்டிக்கு அன்னுவல் ரிஜிஸ்டர்'' என்ற இதழ்களிலும் அவர் பல ஆராய்ச்சியுரைகளை எழுதியிருக்கின்றார்.

''ஐதரலி கானின் வாழ்க்கைக் குறிப்புகள்'' *(A Sketch of the Life of Hyder Ali Khan)*, ''ஆனைக்குந்தி மன்னர் வரலாறு'', பிஜநகர் மன்னர் சரித்திரம்'', ''மாதவ வைணவ ஆசான்கள் பற்றிய செய்தி'', ''இந்தியப் பாணர்களான பட் வகுப்பினர் பற்றிய செய்தி'' முதலியன அவரின் குறிப்பிடத்தக்க ஆராய்ச்சிக் கட்டுரைகளாகும்.

அவர் முஸ்லீம் வெற்றிக்கு முற்பட்ட தக்காண வரலாறு உள்பட, மேலும் பல நூல்களை எழுதவும் கருதியிருந்தார் என்பதைத் தன் நண்பர் அலெக்சாந்தர் ஜான்சனுக்கு எழுதிய கடிதம் காட்டுகின்றது.

''தக்காணம் மெய்யாகவே அறியப்படாத நிலமாயிருக்கின்றது. உறுதிப்படுத்த முடியாத சில குறிப்புகளும் புசியின் படையெடுப்புக் காலத்தில் கண்டன பற்றிய சிதைந்து போன சுருக்கக் குறிப்புகளும் டேவர்னியர், தேவனோட்டு போன்றோரின் பயணக் குறிப்புகளும் தவிர நம்பத்தகுந்த சான்று எதுவுமே இலது. அவற்றைக் கொண்டு எதிர்காலத்தில் மெய்ப்பொருள் கண்டு நிறைவதற்கு வேண்டிய செய்திகள் வெகு சிலவேயாகும்.''

மெக்கன்சி இத்தனை பெரிய வரலாற்று இடைவெளியை நிரப்ப உறுதி பூண்டாரெனினும் அது நிறைவேறாத விருப்பமாகவே போய்விட்டது. அவரால் தன் திரட்டுகளின் பயனுள்ள ஏடுகளனைத்தையும் ஆங்கிலத்தில் மொழிபெயர்க்க முடியவில்லை என்பதுடன், அவற்றுக்கு ஒரு பட்டியலையும் தொகுக்க முடியாமற் போனது. அவர் மொழிபெயர்ப்புப் பணிக்கென்று தன் செலவில் சில ஆள்களை அமர்த்தியிருந்தார்.

மெக்கன்சி இறந்தபின் அவர் திரட்டிய சேகரங்கள், அவருடைய மனைவியைச் சென்றடைந்தன. ஆசியவியல் சங்கம் அப்பெண்மணியிடமிருந்து பல நூல்களை விலைக்கு வாங்கியது. எஞ்சியவற்றைத் தலைமை ஆளுநரான ஹேஸ்டிங்சு பிரபு (பணிக் காலம் 1813-1823) மெக்கன்சியின் மனைவிக்குப் பத்தாயிரம் பவுன் தந்து அரசிற்காக விலைக்கு வாங்கினார். மெக்கன்சி இச்சேகரங்களைத் திரட்டுவதற்குச் செலவிட்ட தொகை பத்தாயிரம் பவுனேயாகும்.

இச்சேகரங்கள் அனைத்தும் மூன்று தொகுதிகளாய் 1823, 1825 ஆகிய ஆண்டுகளில் இலண்டனுக்கு அனுப்பப் பெற்றன. அவற்றுள் தென்னிந்தியத் தொடர்புடைய நூல்கள் மட்டும் சென்னைக் கல்லூரி நூலகத்தில் சேர்க்கப்பட்டன.

மெக்கன்சியின் திரட்டுகளுக்கு விரிந்த பட்டியல் ஒன்றைத் தொகுப்பதற்குப் பண உதவி வேண்டுமென்று காவலி வேங்கட இலட்சுமய்ய என்ற பண்டிதர் 1836 இல் சென்னை ஆளுநரிடம் விண்ணப்பித்தார். அப்பண்டிதரின் கடிதம் கல்கத்தாவிலுள்ள வங்க ஆசியவியல் சங்கத்திற்கு அனுப்பப்பட்டது. இப்பணியை முடிக்க வேங்கட

இலட்சுமய்யவிற்குத் தகுதி போதாது என்று ஆசியவியல் சங்கத்தினர் கண்டறிந்தனர். ஏனெனில் மெக்கன்சி சேகரங்களைத் தொகுக்குமாறு பணிக்கப்பட்ட வில்சன் திட்டமிட்டிருந்ததை விட மேலும் அதிகமான எதையும் பண்டிதர் கூறவில்லை.

மேலும் வில்லியம் டெயிலர் என்ற விற்பன்னர் சென்னையில் மெக்கன்சியின் திரட்டுப் பற்றிய ஆய்வுப் பணியில் ஈடுபட்டிருந்தார். அவர் இப்பணி பற்றி வரிசையாய்ப் பல ஆராய்ச்சிக் கட்டுரைகளை அளிப்பதற்கு முன் வந்தார். ஆதலால் காவலி வேங்கட இலட்சுமய்யவிற்கு உதவுவதை விட டெயிலருக்கு அரசு உதவலாம் என்று ஆசியவியல் சங்கம் பரிந்துரைத்தது.

தென்னிந்திய வரலாற்றை எழுதப் புகும்போது மெக்கன்சி திரட்டுகளைக் குறிப்பிடாது சேர, சோழப் பாண்டிய வேந்தர்களைப் பற்றியோ விசய நகர அரசர்களைப் பற்றியோ எழுதிவிட முடியாது என்று அறிஞர் கருதுவர்.

4. வில்லியம் ஜோன்ஸ் இந்தியம் அடைந்தார்

பன்மொழி விற்பன்னரான சர்.வில்லியம் ஜோன்ஸ் (*1746-1794*) மேலுயர் நீதிபதியாய்ப் பொறுப்பேற்கத் தன் மனைவி அன்னமரியாளுடன் *1783* ஆம் ஆண்டு கல்கத்தா வந்து சேர்ந்தார். இவர் ஏற்கெனவே அரபி, பாரசிக மொழிகளைக் கற்றுத் தேர்ந்திருந்தார். அவர் பாரதத்தை அடைந்ததும் மிகுந்த ஆர்வத்துடன் சம்ஸ்கிருதமும் கற்கலானார்.

1783

''பாரதம் தன் பண்டை இலக்கியத்தை மீண்டும் கண்டு கொள்ளச் செய்த அரும்பணிக்காக இவருக்கு ஆழ்ந்த நன்றிக் கடன்பட்டுள்ளது.'' என்று ஜவஹர்லால் நேரு தனது ''இந்தியத்தைக் கண்டுணர்தல்'' (*Discovery of India*) என்ற நூலில் வில்லியம் ஜோன்சிற்கும் பிற ஐரோப்பிய விற்பன்னர்களுக்கும் மிகச் சரியான முறையில் பாராட்டுத் தெரிவிக்கக் காண்கின்றோம்.

இந்தியம் தன் இலக்கியச் செழுமையை மட்டுமின்றித் தன் பல்துறைக் கலைகளான அறிவியல், வானியல், வரலாறு முதலியன அனைத்தையும் கண்டுணர்ந்து அவற்றை மீண்டும் அடைந்ததுடன் பல்லுலகம் அவற்றின் பயன்களை அடையுமாறு செய்தவர்களுள் வில்லியம் ஜோன்ஸ் தனிப்பெரும் முன்னோடியாய் விளங்குகின்றார். இதை அவரின் வரலாறு நெடுகிலும் காணலாம்.

பிறப்பு

வில்லியம் ஜோன்ஸ் *1746* செப்டம்பர் *28* அன்று இலண்டனில் பிறந்தார். அவரின் தந்தை நாடறிந்த கணிதவியலார். அவருக்கு டாக்டர் ஜான்சன் (*1709-1784*), சர். ஐசக்கு நியூட்டன் (*1643-1727*), இராயல் சங்கத்தின் தலைவராயிருந்த மார்க்கர் பிரபு முதலானோர் நண்பர்களாய் விளங்கினர். அவர் வில்லியம் ஜோன்ஸ் என்ற தன் பெயரையே மகனுக்கும் சூட்டினார். மகன் மூன்று வயதையடைந்த போது, அவர் இறந்து விடவே, குழந்தை வில்லியம்சை அவரின் அன்னை மாரி நிக்ஸ் (*Mary Nix*) வளர்த்து ஆளாக்கி முன்னேறச் செய்தார். மகன் வினா எழுப்பும் போதெல்லாம் ''படி, தெரிந்து கொள்வாய்'' என்று வில்லியம்சின் அன்னை அவரது படிப்பு ஆர்வத்தைத் தூண்டினார். அன்னை இங்ஙனம் படிப்பின் மீது மிகுந்த ஆர்வத்தை உண்டாக்கியமையால், வில்லியம் நான்கு வயதிலேயே ஷேக்ஸ்பியரின் (*1564-1616*) நூல்களிலிருந்து பல பகுதிகளை

எடுத்துரைக்கலானார். அவருக்கு இந்த வயதில் ஒரு விபத்து ஏற்பட்டு, வலக்கண் பார்வை முற்றாய்க் கெட்டுப்போனது.

அதனால் வில்லியம் ஜோன்ஸ் பள்ளிக்கூடம் செல்ல வேண்டாம் என்று டாக்டர் கூறிவிட்டார்.

''மாபெரும் படிப்பாளி''

ஜோன்ஸ் ஹாரோ பள்ளியில் (புகழ் பெற்ற ஹாரோ சிறுவர் பள்ளி 1591 ஆம் ஆண்டு நிறுவப்பட்டது. இது இலண்டன் பெரு நகருக்கு வட மேற்கிலுள்ள தொகுதியில் இருக்கின்றது) சேர்க்கப்பட்டார். ஜோன்ஸ் அங்கு தன்னுடன் படித்த மாணவர்களால் ''மாபெரும் படிப்பாளி'' என்று புகழப் பட்டார். ஜோன்சிற்குத் தன்னை விட மிகுதியாய்க் கிரேக்க மொழி அறிவு உண்டென்பதை அவரின் ஆசிரியரே ஒப்புக் கொண்டார். ஜோன்சைத் தென்னிங்கிலாந் திலுள்ள சாலிஸ்பரிச் சமவெளியில் நண்பர் எவரின் துணையின்றி அம்மணமாய்த் தனியே விட்டு வந்தாலும், அவர் செல்வமும் புகழும் இருக்குமிடத்தைத் தேடிச் சென்று விடுவார் என்று ஹாரோ பள்ளியின் தலைமை ஆசிரியரான டாக்டர் தாக்கரே கூறுவார்.

ஜோன்ஸ், ஷேக்ஸ்பியரின் ''டெம்பஸ்டு (*Tempest*) நாடகத்தைப் பன்னிரண்டாவது வயதிலேயே மனப் பாடமாய் ஒப்பித்தார். அவர் இருபதாம் அகவையில் பிரஞ்சு, இத்தாலியம், ஸ்பானியம், போர்த்துக்கீசம், கிரேக்கம், இலத்தீனம் ஆகிய மொழிகளைக் கற்றுத் தேறியதுடன், அம்மொழிகளில் பாடல் புனையும் ஆற்றலையும் பெற்றுவிட்டார்.

அவர் பன்னிரண்டாவது வயதில், பபிலியஸ் ஓவிடியஸ் நாசோ என்ற இயற்பெயரை உடைய இலத்தீனப் புலவரான ஓவிடு (*Ovid* 43 கி.மு 17 கி.பி.) எழுதிய முடங்கல் பாடல்களையும் பபிலியஸ் வெர்ஜிலியஸ் மரோ என்ற இயற்பெயரினரான ரோமானியப் புலவர் வர்ஜில் (70-19 கி.மு.) படைத்த முல்லைத் திணைப் பாடல்கள் (*Pastoral Poems*) ஆகியன அனைத்தையும் ஆங்கிலத்தில் மொழிபெயர்த்தார்.

ஜோன்சின் இலக்கியச் சாதனைகளை அவரது வயதுடன் ஒப்புநோக்கு வோமாயின், அவரைப் போல் காலத்தையும் புலமைத் திறனையும் அத்தனை சிறப்பாய்க் கையாண்டு வெற்றி கொண்ட வெகு சிலரைத் தான் நம்மால் காண முடியும் என்பது, அவரது வாழ்க்கை வரலாற்றை 1799 இல் எழுதிய தெய்கின் மௌது பிரபின் கூற்று ஆகும்.

கல்விச் சிறப்பு

ஜோன்ஸ் ஆக்ஸ்ஃபோர்டு பல்கலைக் கழகக் கல்லூரியில் *1764* ஆம் ஆண்டு சேர்ந்தார். அவர் ஹாரோ பள்ளியில் எங்ஙனம் சிறந்து விளங்கினாரோ, அவ்வாறே ஆக்ஸ்ஃபோர்டிலும் திகழ்ந்தார். ஜோன்ஸ் இக்கல்லூரியில் முதலாண்டில் அரபி கற்றார். அவர் அம்மொழியைக் கற்கச் சிரிய (*Syria*) நாட்டவரான மிர்சா என்றவரைத் தன் செலவில் அமர்த்தி, ஆக்ஸ்ஃபோர்டில் வைத்துக் கொண்டார். ஜோன்ஸ் அரபிக்கும் பாரசிக மொழிக்குமிடையிலிருந்த ஒற்றுமையைக் கண்டதும் பாரசிகத்தையும் கற்கலானார். அவர் *1768* வாக்கில் கீழை மொழிகளில் சிறந்த விற்பன்னராய் விட்டமையால் நாதிர் ஷாவின் (*1688-1747*) வரலாறான தாரிக்கு - இ - நாதிரி என்ற நூலைப் பிரஞ்சில் மொழி பெயர்க்குமாறு டென்மார்க்கின் ஏழாம் கிறிஸ்தியன் என்ற மன்னர் ஜோன்சைக் கேட்டுக் கொண்டார்.

மொழிபெயர்ப்பாளர்

அம்மொழிபெயர்ப்பு *1770* இல் வெளியானது. அப்போது இங்கிலாந்தில் இத்தகைய மொழிபெயர்ப்பைச் செய்வதற்கு இரண்டு அயல் மொழிகளை அறிந்த ஒருவர் ஜோன்ஸ்தான் என்று தெய்கினி மௌது பிரபு கூறுகின்றார். மேற்சொன்ன இரண்டு மொழிகளில் ஒன்று ஐரோப்பியத்தில் அப்போது அவ்வளவாய் அறியப் படாதது என்பதும் குறிப்பிடத் தக்கது.

ஜோன்ஸ் பிரஞ்சு மொழியை நன்கு கற்றுத் தேர்ந்தவராய் இருந்ததால் ''இவர் மிகவும் அசாதாரணமான மனிதர்; அவர் என் மக்களின் மொழியை என்னைவிட நன்கறிந்திருக்கின்றார்'' என்று பதினாறாம் லூயி (*1754-1793*; ஆகா. *1774-1972*) வியந்து பாராட்டினார்.

''நாதிர் ஷா வரலாறு'' ஜோன்சிற்குப் பெரும் புகழ் சேர்த்தது.எனினும் அதற்குக் கிடைத்த பணம் குறைவுதான். அவர் சுதந்திர மனப்போக்குடையவராயிருந்தமையால், ஆல்காட்டுப் பிரபுவிற்கு ஆசிரியராய் இருந்து வந்ததை நிறுத்திக் கொண்டார். அப்போது இந்த ஆசிரியப் பணியே அவருக்கு வாழ்க்கை வருவாயாய் இருந்து வந்தது.

சட்டப் படிப்பு

ஜோன்ஸ் இப்போது சட்டம் பயிலத் தொடங்கினார். அவருக்கு *1770* செப்டம்பர் *19* அன்று சட்டக் கல்லூரியில் இடம் கிடைத்தது. அவர் இக்காலத்திற்குள் ''பாரசிக மொழி இலக்கணம்'' என்ற நூலை எழுதி முடித்து விட்டார். அந்நூல் *1771*இல் வெளி வந்தது. ஜோன்ஸ் தனது நேரம், ஆற்றல் அனைத்தையும் சட்டப் படிப்பில் ஈடுபடுத்திச் சிறந்த முறையில் தேறினார்.

அவர் எழுதிய ''பிணைய விடுப்புகள் சட்டம் பற்றிய கட்டுரை'' *1781*இல் வெளிவந்தது. அது அக்காலத்தில் மிகச் சிறந்த நூலென்று சட்டத் துறையால் கருதப்பட்டது. ஜோன்சின் கவனம் முழுமையும் சட்டத்தின் மீதே இருந்தது. எனவே அவர் இந்தியத்திற்கு வரமுடியாது போயிருக்குமாயின், அவருக்குக் கீழையியல் மீது ஆர்வமும் அக்கறையும் உண்டாகியிராது.

அவர் இந்தியம் செல்வதற்குப் பெரிதும் முயன்றாரெனினும், அது விரைவில் கைகூடுவதாய் இருக்கவில்லை. ஜோன்ஸ் கீழையியல் ஆய்வு குறித்துக் கொண்டிருந்த மனப்போக்குப் பற்றித் தெரிந்து கொள்வோம்.

பன்மொழிப் புலமை

வில்லியம் ஜோன்ஸ் மாபெரும் பன்மொழிப் புலவர் என்றறியப்பட்டிருந்தார். அவர் இருபத்தெட்டு மொழிகள் வரை கற்றறிந்தார். அவர் நுட்பமாய் ஆராய்ந்து கற்றிருந்த எட்டு மொழிகள்: ஆங்கிலம், இலத்தீனம், பிரஞ்சு, இத்தாலியன், கிரேக்கம், அரபி, பாரசிகம், சம்ஸ்கிருதம்.

சற்று நுட்பத்துடன் கற்றிருப்பினும் அகராதியின் துணை கொண்டு அறிந்த வேறு எட்டு மொழிகள் : ஸ்பானியம், போர்த்துக்கீசம், ஜெர்மனி, ரூனிக்கு, எபிரேயம், வங்காளி, இந்தி, துருக்கம்.

நுட்பம் குறைந்தனவெனினும், மேலும் கற்றுத் தேர்ந்துவிடக் கூடிய பன்னிரு மொழிகள்: திபேத்தம், பாலி, பகலவி, தேரி, இரஷியன், சிரியாக்கு, எத்தியோப்பியம், காப்டிக்கு, வேல்சியம், சுவிடியம், டச்சு, சீனம்.

எனினும் தான் வெறும் மொழிப் புலவர் என்று மட்டும் கூறப்பட்டதை ஜோன்ஸ் வெறுத்தார். இம்மொழிகளின் அறிவு ''மனித மனத்தின் வரலாற்றை'' அறிய உதவும் திறவுகோலாய்த் துணைபுரிகின்றது என்று அவர் கருதினார். அவர் கீழை மொழி இலக்கியங்களின் ஊற்று நீரில் மாந்தித் திளைத்திருந்த காரணத்தினால், அவை கவினுறு அழகும் ஞானமும் கொண்டு இலங்குவதை உணர்ந்து மகிழ வேண்டுமென்று அவாக் கொண்டார்.

ஐரோப்பியர் அகந்தை

ஆனால் பதினெட்டாம் நூற்றாண்டின் இக்கால கட்டத்தில்தாம் அயல் நாடுகளில் மேலாண்மை செலுத்துகின்றோம் என்ற உணர்வு ஐரோப்பிய மக்களிடையே மேலோங்கி நின்றது. ஐரோப்பியர் சென்ற இடங்களிலெல்லாம் அங்கு வாழ்ந்த மக்கள் நாகரிகத்தில் குறைந்தவர்களாகவே இருக்கக் கண்டனர். ஆதலால் ஐரோப்பியம் தமது உலகனைத்திற்கும் நடுநாயகம் என்றும் நினைத்தனர். அனைத்துலகும் ஐரோப்பியத்தைச் சுற்றித்தான் சுழலுகின்றது என்றும் அவர்கள் நம்பினர். ஜோன்ஸ் ஐரோப்பியரின் அகந்தையான இந்த மனப்போக்கை நன்கறிந்திருந்ததுடன், அது பற்றிக் குறை கூறியும் வந்தார்.

''(ஐரோப்பியரில்) சிலர் ஆசிய நூல்களைப் பற்றிக் கேள்விப்பட்டதேயில்லை. வேறு சிலரோ, அவ்விலக்கியங்களில் பயனுள்ள எதுவுமிலாது என்று உறுதியாய் நம்பினர். இன்னும் சிலரோ அவ்விலக்கியங்களை அறிந்து கொள்வதற்குத் தமக்கு நேரமில்லை என்றனர். மற்றுஞ் சிலரோ சும்மாயிருந்தனர். பகலவன் எழுவதும் மறைவதும் நமக்காகத்தான் என்று எண்ணிய காட்டுமிராண்டிகள் போல நாம் இருக்கின்றோம். நமது தீவைச் சுற்றியுள்ள அலைகடல் வேறு கரையோரங்களிலும் பவளத்தையும் முத்துக்களையும் சேர்க்கின்றன என்று கற்பனை செய்து பார்க்க முடியாதவர்களாயும் இருக்கின்றோம்.''

கீழையியல் ஆய்வு குறித்து ஐரோப்பியருக்கு இருந்துவந்த தவறான எண்ணங்களைத் தகர்த்தெறிந்து ஐரோப்பியக் கற்றறிவாளரின் அறிவெல்லையை முதன் முறையாய் விரித்த ஐரோப்பிய விற்பன்னருள் ஜோன்சும் ஒருவராவார். அவர் ''கல்வி பற்றிய கட்டுரை'' எழுதிய போது அதில் ''புகழ் பெற்ற கிழக்கத்தி மெய்யியலார்'' ஒருவரின் கூற்றை எடுத்துரைத்துத் தொடக்கம் செய்தார்.

பதினெட்டாம் நூற்றாண்டு ஐரோப்பிய அறிஞர் ஒருவர் தன் நூலில் அல்லது கட்டுரையில் ஐரோப்பியத்தின் பழஞ்சிறப்பு வாய்ந்த கிரேக்க, ரோமானிய எழுத்தாளர் ஒருவரை மேற்கோள் காட்டுவதுதான் வழக்கமாயிருந்தது. ஜோன்ஸ் அவ்வழக்கத்தில் இருந்து மாறிக் கீழை நாட்டு அறிஞர் கூற்றை எடுத்துரைத்தது என்பது மிகவும் குறிப்பிடத்தக்கதாகும். எனினும் அவர் பண்டைக் கிரேக்க, ரோமானிய மொழிகளின் அழகைக் காணாத குருடரலல்லர். அவர் ''கீழை நாடுகளின் பாடல் பற்றிய கட்டுரையில்'' இங்ஙனம் குறிப்பிட்டார்:

''நமது ஐரோப்பியப் பாடல்களில் நெடுங்காலமாகவே, ஒரே கற்பனை வடிவங்கள் நிலையாக வந்து கொண்டிருப்பதையும், அதே கதைகளை விடாமல் எடுத்துக்காட்டி வருவதையும் என்னால் எண்ணிப் பாராது இருக்க முடியாது. கீழை நாடுகளின் மொழிகள் நம்முடைய பழம்பெரும் கல்விக் கூடங்களில் ஆழ்ந்து கற்கப்படுமாயின், புதியதும் நெடிது அகன்றதுமான ஒரு துறையின் ஆராய்ச்சிக்குக் கதவு திறந்து விடப்படும். நாம் மனித வரலாற்றை மிகப் பரந்த அளவில் ஆழ்ந்து ஆராய வேண்டும். நமக்குப் புதிய கற்பனை வடிவங்களும் உவமைகளும் அளிக்கப்பட வேண்டும். சிறந்த நூல்கள் பலவற்றை வெளிச்சத்திற்குக் கொண்டு வரவேண்டும். எதிர்காலத்தில் வருகின்ற விற்பன்னர்கள் அவற்றை எடுத்துரைக்க வேண்டும். இனிவரும் புலவர்கள் அவற்றைப் பார்த்துப் பயின்று பாட வேண்டும்.''

இந்துக் கடவுளர் பற்றிய பாடல்கள்

இத்தகைய மனித நேய உணர்வு கொண்ட ஜோன்ஸ், ஒன்பது இந்துக் கடவுளர் மீது பாப் புனைந்து ஐரோப்பிய அறிஞர்களுக்கு வழி காட்டினார். (ஜோன்சிற்குச் சுமார் எழுபது ஆண்டுகளுக்கு முன்னர், சீகன்பால்கு *(1683-1716)* ''தென்னிந்தியக் கடவுளரின் குடிவழி'' என்ற நூலை *1713* ஆம் ஆண்டு எழுதினார். ஆனால் துரதிருஷ்டவசமாய், அந்நூல் சமயக் காழ்ப்புக் காரணமாய், ஒன்றரை நூற்றாண்டுக் காலம் அச்சேறாமல் கிடப்பில் போடப்பட்டது. இந்தியர் நாகரிக மாந்தர் என்பதைச் சீகன்பால்கு இந்நூற்றாண்டின் தொடக்கத்திலேயே உணர்ந்திருந்தார் என்பது இங்கு நினைவு கொள்தக்கது.)

ஜோன்ஸ் எழுதத் திட்டமிட்டிருந்த ''பிரிட்டனைக் கண்டு கொண்டேன்'' (*Britain Discovered*) என்ற காவியத்தைக் கீழை மொழி மரபில் அமைப்பதென்று முடிவு செய்தார். ஜோன்சைப் பின்பற்றித்தான் அமெரிக்கப் புலவரான வால்ட் வாட்ன் *(1819-1892)*, ''பிரமன்'' என்ற பாடலை இயற்றினார். டி.எஸ்.எலியட்டு என்று சுருக்கமாய் அறியப்பட்ட தாமஸ் ஸ்டிரீம்ஸ் எலியட்டு *(1885-1965)* என்ற ஆங்கிலப் புலவர் சம்ஸ்கிருத மந்திரத்தைத் தன் பாடல் ஒன்றின் பல்லவியாய் எழுதினார்.

இங்ஙனம் மனித மனத்தின் செயற்பாடுகள், சிந்தனை ஆகியவற்றை மனித இலக்கியங்களை கொண்டு ஆழ்ந்து நோக்கி விரிந்த கண்ணோட்டம் பெற்றிருந்த ஜோன்ஸ் கொடுங்கோன்மை, அடிமைத்தனம் இவற்றின் வடிவங்கள் அனைத்தையும் வெறுத்தார் என்பது இயற்கையேயாகும். அதனால்தான் ஜோன்ஸ் அமெரிக்க மக்களின் விடுதலைப் போராட்டத்தை ஆதரித்தார்.

ஜோன்ஸ் இவ்வாறு பரந்த நோக்குள்ளவராயும் அமெரிக்க விடுதலைப் போரை ஆதரித்தவராயும் இருந்ததால் நாடாளுமன்றத்திற்கு நின்று தேர்ந்தெடுக்கப்படக் கூடிய வாய்ப்பை இழந்தார். அவர் வங்கத்து நீதிபதி பதவிக்காக நான்காண்டுகள் காத்திருக்க நேர்ந்தது. அவருக்கு நாடாளுமன்றத்திற்குப் போட்டியிட இடம் கிடைத்திருக்குமாயின்

இந்தியத்திற்கு வந்திருக்க மாட்டார். இந்தியத்தின் பழஞ்சிறப்பை வருங்காலத்துத் தலைமுறையினர் அறிந்து கொள்வதற்குத் துணைநிற்கும் ஒரு கருவியாயும் விளங்கியிருக்க மாட்டார்.

ஜோன்ஸ் வங்கத்தில் நீதிபதி பதவியைப் பெறுவதற்குப் பிரிட்டனின் நீதித் துறையமைச்சர் தர்லோ பிரபு தடையாயிருந்தார். மூன்றாம் ஜார்ஜ் மன்னரே இதில் தலையிட்டு 1782 மார்ச்சு முதல் நாளன்று தர்லோ பிரபிற்குக் கடிதம் எழுதிய பிறகுதான் ஜோன்ஸ் வங்க உச்ச நீதிமன்ற நீதிபதியாய் அமர்த்தப்பட்டார் என்ற செய்தி மார்ச்சு 4 அன்று அறிவிக்கப்பட்டது.

ஜோன்சிற்கு மார்ச்சு 20 அன்று சர் பட்டம் வழங்கப்பட்டது. ஏப்ரல் 8 அன்று திருமணமாயிற்று. ஏப்ரல் 12 அன்று ''குரோக்கடைல்'' (*Crocodile*) என்ற பாய்மரக் கலத்தில் இந்தியம் செல்வதற்காகப் புது மனைவி அன்னாள் மரியாளுடன் கப்பலேறினார். அக்கப்பல் செப்டம்பரில் கல்கத்தாவை அடைந்தது.

ஜோன்ஸ் இந்தியம் பற்றி இராபட்டு ஓர்மி (1728-1801; இ.ச.க.தொகுதி-7), டேர், டி'ஹெர்பலாட்டு ஆகியோரின் நூல்களிலிருந்து அறிந்து கொண்டதோடு சரி. இந்தியம் மூன்று பகுதிகளாய்ப் பிரிக்கப்பட்டிருந்தது என்று ஹெர்பலாட்டு, ''ஜெண்டு'' என்ற கட்டுரையில் எழுதியிருந்தார். அசாம் மலாய்த் தீவக் குறையின் ஒரு பகுதி என்றும் எழுதியிருந்தார். அது சரி என்றுதான் ஜோன்ஸ் நினைத்திருந்தார். போரஸ் என்பது இந்திய நகரம் என்றும் அக்கட்டுரையில் எழுதப்பட்டிருந்தது.

சம்ஸ்கிருதத்தைக் கற்பதை விட, அதைப் போற்றி மதிக்க வேண்டும் என்றும் அவரிடம் சொல்லப்பட்டிருந்தது. அவர் இதற்கு முன்னர் எழுதியவற்றில் சம்ஸ்கிருதம் முற்றிலும் இடம் பெறவில்லை. அவற்றில் அரபியும் பாரசிகமும் மட்டுமே இருந்தன.

இன வேற்றுமை பாராட்டாதவர்

ஜோன்ஸ் இன வேற்றுமைகளுக்கெல்லாம் அப்பாற்பட்டவராயிருந்தார். அது மட்டுமன்று, ஆசியத்தின் செழுமையான பண்பாட்டை நன்கறிந்தவராயிருந்தார். எனினும் அவர் இந்தியம் வந்த தொடக்க காலத்தில், இந்தியப் பண்பாட்டைப் பற்றி அறியாதவராகவே இருந்தார்.

மலாய் மொழி இந்தியத் துணைக் கண்டத்தில் பரவலாய்ப் பேசப்படும் ஒரு மொழி என்றுதான் ஐரோப்பியத்திலிருந்த கருத்தாழமுள்ள எழுத்தாளர்கள் கூட நம்பினர். இந்தியம் பற்றி அவர்கள் கொண்டிருந்த அறியாமை எத்தகையது என்பதை இதிலிருந்து அறிந்து கொள்ளலாம்.

ஜோன்ஸ் இத்தகைய அறியாமையுடன் இந்தியம் வந்து சேர்ந்தார். எனினும் அவரது ஆழ்ந்த புலமையும் ஆன்ம நேய உணர்வும் அவருக்குத் துணை நின்றன. அவர் இந்தியத்தின் பெருமையையும், அது உலகிற்கு அளித்த அறிவுச் செல்வங்களையும் உலகறியச் செய்த முன்னோடி என்று அவரை உயர்ந்து நிற்கச் செய்தன. அவர் நிறுவிய வங்க ஆசியவியல் சங்கமே அவரின் பங்கு பணிகளுக்கு எல்லாம் முத்தாய்ப்பாய் அமையக் காண்கின்றோம்.

ஜோன்ஸ் மானவதர்ம சாஸ்திரத்தைச் சம்ஸ்கிருதத்திலிருந்து நேரடியாய் ஆங்கிலத்தில் மொழிபெயர்த்து இறுதியில் இந்தியச் சட்டங்களின் சாரத்தைத் தொகுப்பது என்று கொண்டிருந்த குறிக்கோள் மிக முக்கியமானதாகும்.

சாகுந்தலம்

ஜோன்ஸ் காளிதாசனின் (5 நூ.கி.பி) சாகுந்தலத்தை ஆங்கிலத்தில் மொழி பெயர்த்தார். கீத கோவிந்தத்தை 1792 இல் மொழி பெயர்த்தார். சாகுந்தல மொழி பெயர்ப்பு காளிதாசனை உலகறியச் செய்தது. இந்தியத்தின் ஓங்கு புகழ்மீது உலகின் கவனம் திரும்பியது. ஜோன்ஸ் இந்தியர்க்கே, அவர்களின் இலக்கியத்தின் அழகைத் தெரியக் காட்டினார்.

5. அயர் கூட்டே இறந்தார்

இவர் போரில் பழுத்த பிரிட்டீசுப் படைத் தலைவர். அயர்கூட்டே என்ற இவர் இந்தியத்தின் பல்வேறு போர்க்களங்களில் பிரிட்டிசாருக்காக மிக முக்கியமான வெற்றிகளையெல்லாம் பெற்றுத் தந்தவர்.

வாழ்க்கைக் குறிப்பு

கூட்டே தென்மேற்கு அயர்லந்தின் மன்ஸ்டர் மாநிலத்தைச் சேர்ந்த லைமெரிக்குக் கோட்டத்திலுள்ள ஆஷ் ஹில் கோ என்ற ஊரில் 1726 ஆம் ஆண்டு பிறந்தார். அவர் சுமார் 1741 வாக்கில் பிரிட்டீசுப் படையில் சேர்ந்து விட்டார். இவர் 1745 ஆம் ஆண்டு அயர்லந்தில் நடந்த கிளர்ச்சியை ஒடுக்குவதற்கு எடுத்த நடவடிக்கையிலும் கலந்து கொண்டார் என்பர். இவர் 1754 ஆம் ஆண்டு 39வது பிரிட்டீசு ரெஜிமெண்டுடன் இந்தியத் திற்குக் கப்பலேறினார். அவர் அப்போது ஒரு காப்டனாய் இருக்கலாம்.

அதற்கு இரண்டாண்டுகளுக்குப் பிறகு வங்க நவாபான சிராசுத் தௌலவை ஒடுக்குவதற்காகச் சென்னையிலிருந்து வங்கத்திற்குக் கூட்டே அனுப்பப்பட்டார். அங்கு கல்கத்தாவில் 1757 ஆம் ஆண்டில் வங்க நவாபிடம் பிடிபட்டபோது கூட்டே அங்கிருந்தார். அப்போது அவர் வில்லியம் கோட்டையை விடுவித்து அங்கு ஆங்கிலக் கொடியை ஏற்றினார். சந்திரநகர் பிரிட்டிசாரிடம் பிடிபட்ட போதும் கூட்டே அங்கிருந்தார்.

பிளாசி வெற்றியில் கூட்டே பங்கு

கர்னல் இராபட்டு கிளைவின் தலைமையில் சிராசுத் தௌலவின் படையைத் தாக்குவதற்காக 39 ஆவது ரெஜிமெண்டு 750 ஐரோப்பியர் 2,100 நாட்டுப்படை வீரர்

பத்துப் பீரங்கிகளுடன் வங்கத்திற்குப் புறப்பட்டது. இப்படை நவாபின் படையுடன் பிளாசிக் களத்தில் பொருத இருந்த காலையில், சிராசுத் தௌலவைத் தாக்குவதைத் தாமதிப்பது என்று படைத்தலைவர்கள் கூட்டத்தில் முதலில் முடிவெடுக்கப்பட்டது. அவ்வாறு தாமதிப்பதால் நவாபின் உதவிக்குப் பிரஞ்சுப் படை வந்து சேர்ந்துவிடும் என்று அயர் கூட்டே வலியுறுத்தியதால்தான், அம்முடிவை மாற்றி, நவாபை உடனே தாக்கிப் பிரிட்டிசார் அப்போரில் வெற்றி கண்டனர்.

கூட்டேயிடம் லாலி தோல்விகள்

தாமஸ் லாலி பிரபு புதுச்சேரியிலிருந்து விரைவுத் தாக்குதல் படை கொண்டு 1758 இல் சென்னையை முற்றுகையிட்டுத் தோற்றதற்குக் கூட்டேதான் காரணராவார்.

மச்சிலிப்பட்டினத்துச் சண்டை 1759 ஜனவரி 26 அன்று நடந்தபோது ஃபிரான்சிஸ் ஃபோர்டே தலைமையில் உதவிப் படை சென்று லாலியைத் தோற்கடித்தது. லாலி பின் வாங்கிச் சென்று, திருச்சிராப்பள்ளிக் கோட்டையைத் தாக்கியபோது, அவரின் கவனத்தை வேறுபக்கம் திருப்புவதற்காகக் கூட்டே சென்னையிலிருந்து 1,700 ஐரோப்பியருடனும் 3,000 நாட்டுப் படையினருடனும் சென்றார். அவர் வெகு வேகமாய் விரைந்து சென்று வந்தவாசியைக் கைப்பற்றினார். இந்தத் தாக்குதல் கூட்டே எண்ணிய பலனைத் தந்தது.

லாலி திருச்சிராப்பள்ளி முற்றுகையைக் கைவிட்டு, கூட்டேயின் படையை நோக்கிப் பாய்ந்து வந்தார். அவர் வந்தவாசியை டிசம்பரில் முற்றுகையிட்டார். கூட்டே அவரது முற்றுகையைக் கூர்ந்து கவனித்தார். பிறகு அவர் 1760 ஜனவரி 20 அன்று வந்தவாசிக் கோட்டையை விட்டு வெளியே பாய்ந்து லாலியின் படையைப் பெருந்தோல்வியடையச் செய்தார். இது பிளாசிக்கு அடுத்த பெரிய வெற்றியாகும். கூட்டே பிரஞ்சு வல்லாண்மையை வந்தவாசிக் களத்தில் முறித்தார். லாலியின் பெருமை மறைந்தது.

புதுச்சேரியைச் சரணடையச் செய்தல்

கூட்டே அதன்பிறகு ஆர்க்காட்டைப் பிடித்து விட்டு லாலியின் அடுத்த புகலிடமாயிருந்த புதுச்சேரியை முற்றுகையிடத் தொடங்கினார். அட்மிரல் ஸ்டீஃபன் கடல் வழியிலும் கூட்டே நில வழியிலும் புதுச்சேரியை அடைந்து ஊர் மக்களைப் பட்டினி கிடக்கச் செய்தனர். லாலி 1761 ஜனவரி 15 அன்று புதுச்சேரியைச் சரணடையச் செய்தார்.

நாடாளுமன்ற உறுப்பினராதல்

கூட்டே 1762 இல் தாயகம் திரும்பினார். கிழக்கிந்தியக் கம்பெனி அவருக்குத் தாராளமாய்ப் பரிசுகளை வழங்கியது. அவர் தென்னிங்கிலாந்தில் ஆங்கிலக் கால்வாய்க் கரைமீதுள்ள ஹாம்ஷயர் கோட்டத்தின் வெஸ்டு பர்க்கு என்ற பெரிய பண்ணையை விலைக்கு வாங்கினார். பின்னர் லைச்செஸ்டர் தொகுதியிலிருந்து 1768 ஆம் ஆண்டு நாடாளுமன்றத்திற்குத் தேர்ந்தெடுக்கப்பட்டார்.

அவர் அதன்பிறகு 1769 ஆம் ஆண்டில் சென்னைப் படையின் தலைமைத் தளபதியாக்கப்பட்டார். அவர் உடனே இந்தியம் திரும்பியதும், ஆளுநர் ஜோசியாஸ்

தெ டூ பிரி என்றவருக்கும் அவருக்குமிடையே மன வேற்றுமை ஏற்பட்டது, அதனால் அவர் அந்தப் பதவியைக் கைவிட்டுத் தாயகம் திரும்பினார். அவரது இச்செயலை மன்னரும் கம்பெனி நெறியாளரும் ஆதரித்தனர்.

தலைமைத் தளபதி

கூட்டே 1771 ஆகஸ்டு 31 அன்று கே.பி.என்ற பட்டத்தை மன்னரிடமிருந்து பெற்றார். (*Knight Bachelor:* சிறந்த ஊழியத்திற்காகப் பிரிட்டீசு மன்னர் அளிக்கும் சிறப்புப் பட்டம்) அதற்கு நாலாண்டுகள் கழித்து மேஜர் ஜெனரல் என்ற பதவி உயர்வைப் பெற்றார். பின்னர் 1777 இல் இந்தியத்தின் தலைமைப் படைத் தலைவராய் அமர்த்தப்பட்டார். அவர் இப்பதவியை 1779 மார்ச்சு 25 அன்று கல்கத்தாவில் ஏற்றார்.

அங்கு வாரன் ஹேஸ்டிங்சிற்கும் கல்கத்தா ஆட்சி மன்றக் குழுவினருக்குமிடையே பூசல் இருந்து வந்தது. இந்தச் சச்சரவில் கூட்டே தன்பக்கம் இருக்க வேண்டுமென்பதற்காக வாரன் ஹேஸ்டிங்சு அவருக்குக் கையூட்டுத் தர முயன்றார். கூட்டே இதை எதிர்த்தார். எனினும் இராணுவத் தொடர்பான பணிகளுக்கெல்லாம் அவரால் ஹேஸ்டிங்சின் ஒப்புதலைப் பெற முடிந்தது.

ஐதரை அடக்க

கூட்டே இந்தியத்தில் இல்லாத காலத்தில், ஐதரலி முதல் மைசூர்ப் போரில் பிரிட்டிசாரைச் செயலறச் செய்து, கிழக்கிந்தியக் கம்பெனியுடன் 1769 இல் ஓர் உடன்படிக்கை பண்ணிக் கொண்டார். ஐதரலி மராட்டியர்க்கு எதிரான போரில் பிரிட்டிசாரின் உதவியைப் பெற்றிருந்தும் (பிரிட்டிசார் இப்போரில் தனக்கு உதவவில்லை என்பது ஐதரலியின் கருத்து.(இ.ச.க. தொகுதி-8), பிரிட்டிசார் 1778இல் பிரஞ்சுக்காரருக்கு எதிராய்ப் போர் தொடுத்தபோது, ஐதரலி பிரஞ்சுக்காரருக்கு ஆதரவாயிருந்தார். ஐதரலி தமிழகம் முழுமையிலும் சூறாவளி போல் பாய்ந்து திரிந்தார். கர்னல் பெயிலி தலைமையில் பேரம்பாக்கம் என்ற இடத்திலிருந்த சிறு காவல் படையை ஐதரலி 1780 செப்டம்பர் 10 அன்று அழித்தார்.

1783

மீண்டும் வந்தவாசி

தலைமை ஆளுனரான வாரன் ஹேஸ்டிங்சு உடனே முழு அதிகாரங்களுடனும் நல்ல பண வசதியுடனும் கூட்டேயைச் சென்னைக்கு அனுப்பினார். படையினர் அனைவரும் கர்னல் பீஸ் (*Pease*) தலைமையில் சோழ மண்டலக் கரைக்குச் செல்ல வேண்டுமென்று ஹேஸ்டிங்சு ஆணை பிறப்பித்தார். கூட்டே நவம்பர் 5 அன்று சென்னையை அடைந்தார். அதற்கு இரண்டு மாதங்களுக்குப் பிறகு படை வீரர் அனைவரையும் திரட்டிக் கொண்டு ஐதரலியைப் போருக்கு இழுப்பதற்காக வடக்கே சென்றார். அவரது படையின் இந்தப் படைப் பெயர்ச்சி வெற்றியாய் அமைந்தது. அவர் வந்தவாசியை முற்றுகையிட்டார். (கூட்டே இதற்கு இருபதாண்டுகளுக்கு முன்னர் லாலியை வந்தவாசியில் தோற்கடித்ததும் அதன் பிறகு இந்தியத்தில் பிரஞ்சு மேலாண்மை மங்கத் தொடங்கியதும் குறிப்பிடத் தக்கனவாம்.இ.ச.க.தொகுதி-6)

ஐதரலி கடலூரைத் தாக்கப் போவதாய் அச்சுறுத்திக் கூட்டேயை மேலும் வடக்கே செல்லுமாறு செய்தார். கூட்டேக்குச் சென்னையிலிருந்து பண்டங்கள் வருகின்ற உயிர் நாடியான வழியில் ஐதரலி பெரும்படையை நிறுத்திவிட்டார். ஆனால் பிரஞ்சு

அட்மிரலான டி' ஆர்வஸ் இரண்டகம் செய்ததால், கூட்டேயின் படைக்குக் கடல் வழியாய்ப் பண்டங்கள் தட்டின்றிச் செல்லலாயின.

ஐதரலி தோல்வி

கூட்டே ஜூன் 16 அன்று கடலூரை விட்டு வெளியேறி, அதற்கு இரண்டு நாளைக்குப் பிறகு சேலம்பாக்கக் கோயிலைத் தாக்கினார். அவர் அப்போது பின்வாங்க வேண்டிய கட்டாயம் ஏற்பட்டது. அதனால் அவர் கடலோரமாய்ச் சென்று பரங்கிப் பேட்டைக்குப் போய்விட்டார். ஐதரலியை எதிர்ப்பது பற்றிக் கூட்டே அங்கு எட்வர்டு ஹியூகசுடன் கலந்து பேசினார்.

ஐதரலி சேலம்பாக்கத்தில் அடைந்த வெற்றியைப் பெரிதாய் எண்ணி மகிழ்ந்து 1781 ஜூலை முதல் நாளன்று தன் படைகளொடு வந்தார். அப்போது அவரது படையில் சுமார் 60,000 பேர் இருந்தனர். கூட்டேயின் படையிலோ 8,000 ஐரோப்பியரும் இந்தியருமே இருந்தனர். கூட்டே மைசூர்ப் படையின் பலத்த தாக்குதலின் நடுவே ஒரு மணிநேரம் நிலைமையை ஊன்றிக் கவனித்தார். மணற்குன்றுகளின் இடப்பக்கமாய்ச் சென்று, அதன் பக்கவாட்டில் தாக்குமாறு மேஜர் ஜெனரல் மன்றோவின் தலைமையில் ஒரு படையைக் கூட்டே முன்னேறச் செய்தார். ஐதரலி இத்தாக்குதலில் படு தோல்வியடைந்தார்.

கூட்டே இப்பெரு வெற்றியையடுத்துப் பல வெற்றிகளை இரண்டாம் மைசூர்ப் போரில் அடைந்தார். அவர் கர்னல் பீசுடன் ஆகஸ்டு 2 அன்று புலிக்காட்டில் (பழவேற்காடு) சேர்ந்து கொண்டார். அதற்கு மூன்று வாரங்களுக்குப் பிறகு திருப்பாசூரைக் கைப்பற்றினார். அவரது படை எண்ணிக்கை இப்போது பன்னிரண்டு ஆயிரமாகவே, ஆகஸ்டு 27 அன்று பேரம்பாக்கத்தைத் தாக்கினார்.

இறப்பு

அவர் இந்நிலையில் நோய்வாய்ப்படவே ஜனவரி 7 அன்று வங்கம் திரும்ப நேர்ந்தது. படைத் தலைமைப் பொறுப்பு ஸ்டூவட்டிடம் தரப்பட்டது. கூட்டே கல்கத்தாவில் ஓராண்டு இருந்து உடல் நலம் தேறிய பின்னர் 1783 ஏப்ரல் 24 அன்று பாய்மரக் கப்பலில் சென்னை வந்து சேர்ந்தார். அவர் வந்த கப்பலைப் பிரஞ்சுக் கப்பல் ஒன்று துரத்தி வந்தபோது ஏற்பட்ட மனக்கவலை, நெருக்கடி இவற்றால் கூட்டே ஏப்ரல் 26 அன்று சென்னையில் இறந்தார். அவரது உடல் பெரிய சடங்குகளுக்குப் பிறகு இங்கிலாந்திற்குக் கப்பலில் அனுப்பப்பட்டது. அங்கு ஹாம்ஷயரிலுள்ள ராக்பர்ன் என்ற சர்ச்சுக் கல்லறைத் தோட்டத்தில் அடக்கம் செய்யப்பட்டது.

6. வட பாரதத்தில் வறட்சியும் வற்கடமும்

அரச பதவியும் படையெடுப்பாளர் வெற்றியும் சுழன்று சுழன்று வந்தமையால் நாட்டில் நிலையான ஆட்சி சீர் கெட்டது; அதற்குச் சுற்றுச் சூழலும் தட்பவெப்ப நிலைகளில் உண்டான மாறுதல்களும் காரணமாகும் என்பதைச் சுட்டிக் காட்ட வேண்டும்.

சான்றாக, யமுனை ஆற்றின் தெற்கிலும் மேற்கிலும் எப்போதும் மழை குறைவாகவே பெய்து வந்தது. ஆக்ரா நகரம் (இ.ச.க. தொகுதி-7) 1400 ஆம்

ஆண்டிலிருந்தே இரசபுதனப் பாலை வெளியின் விளிம்பிலுள்ள மூடு அடுப்பைப் போன்று இருந்து வருவதாய்த் தான் கருதப்பட்டது. சுற்றுச் சூழலிலும் அங்கு மாறுதல்கள் ஏற்பட்டிருக்கலாம். அந்நகரின் தெற்கில் 1600 ஆம் ஆண்டிற்கும் 1800 ஆம் ஆண்டிற்கும் இடைப்பட்ட காலத்தில் நிலத்தடி நீரின் மட்டம் மிக மோசமாய்க் குறைந்து கொண்டே சென்றது என்பதற்கும், ஆக்ராவின் ''வீட்டுத் தோட்டங்கள்'' செழிப்புக் குன்றி வந்ததற்கும் சான்றுகள் உள. அக்பரின் கோநகராயிருந்த ஃபத்தேப்பூர் சிக்கிரி கைவிடப் பட்டதற்கும், அதுவே காரணமாகலாம்.

''ஆக்ரா நகரக் கிணறுகளில் மிகவும் மட்டமான நாற்றம் அடிக்கின்றது. வெகு தொலைவிலிருந்து எருமைகளின் முதுகில் தண்ணீரை ஏற்றிக் கொண்டு வர வேண்டியுள்ளது'' என்று 1750 வாக்கில் ஆக்ராவிற்கு வந்திருந்த ஏசு சபை அச்சனான தீய் ஃபன்தேலர் கூறுகின்றார்.

வட இந்தியத்தில் தட்ப வெப்ப நிலை அண்மை ஆண்டுகளில் எவ்வாறு இருந்தது என்பது குறித்துச் சிறிதளவே அறியப்பட்டுள்ளது. எனினும் இப்பகுதி சிறுகச் சிறுக வறண்டு கொண்டே வருகின்றது என்றுதான் தோன்றுகின்றது.

முகலாயர் ஆட்சி உச்ச நிலையிலிருந்த காலத்தில் டெல்லி ஆக்ரா பகுதியில், பொதுவாய்க் காடுகள் அழிக்கப்பட்டமைக்கும் இரசபுதனப் பாலைவெளி விரிந்து வந்ததற்கும் தொடர்பு இருக்கலாம். பதினேழாம் நூற்றாண்டில் தலைநகரில் விறகுப் பஞ்சம் இருந்தது. பதினெட்டாம் நூற்றாண்டில் படைவீரர்கள் மரங்களை மரப் பலகைகளுக்காக வெட்டினர் என்பதும் அறியப்பட்டுள்ளது.

தட்ப வெப்ப நிலை, சுற்றுச் சூழல் ஆகியவற்றில் ஏற்படும் மாறுதல்களை விட நிலையற்ற பருவ நிலைகள் பொதுவாய் உண்டாவதால்தான் இப் பகுதிகளின் சம நிலை குலைந்தது எனலாம். உழவர்களும் வணிகர்களும் எப்போதும் தானிய தவசங்களையும் தங்கத்தையும் பஞ்ச காலத்தை எதிர்பார்த்துச் சேர்த்து வைத்தனர். நாட்டில் பத்தாண்டுகளுக்கு ஒருமுறை பஞ்சம் என்ற வற்கடம் வரும் என்ற நம்பிக்கை மக்களிடையே பொதுவாய் இருந்து வந்தது.

வரிசையாய்ச் சில ஆண்டுகளில் தொடர்ந்து பலத்த மழை பெய்தாலோ சிறிதளவு பெய்தாலோ உயிர் வாழ்வதற்காகக் கையாண்ட மேற்கூறிய சேமிப்பு ஏற்பாடுகள் மிகுந்த நெருக்கடிக்குள்ளாக நேரிடும்.

வற்கடங்கள் வந்தமையால் மக்கள் உயிர்களை இழந்ததுடன், மக்களும் கன்று காலிகளும் இடம் பெயர்ந்து சென்றதுடன், வணிகர்கள் உணவுப் பொருள்களை இருப்புக் கட்டி வைக்க விரும்பியதுடன், தலைநகரிலிருந்து ஆள வந்தாரின் உதவி வராததாலும் வேளாண்மைப் பணிகளை நடத்துவது மிகக் கடினமாயிருந்தது.

வட பாரதத்தில் தீங்குபயக்கக் கூடிய பருவ நிலைகள் மொத்தமாய் ஒன்று சேர்ந்தே வந்தன என்று கூறுவர். அதாவது வறட்சியை அடுத்து வெள்ளம் வரும். அவற்றோடு கூடவே சேர்ந்து வரிசையாய்ப் பல இன்னல்களும் கூடிவரும். 1680கள், 1830கள், 1860கள், 1890கள் அப்படிப்பட்ட காலங்களாகும். 1670 ஆண்டு முதல் 1790 ஆம் ஆண்டு வரை அப்படிப்பட்ட காலம் வட இந்தியத்தில் நிலவிற்று.

மாநிலத்தில் பெரிய நிலப்பரப்பில் 1700-1701 ஆம் ஆண்டுக் காலத்தில் விதி விலக்காய் நல்ல மழை பெய்தது. அப்போது ஔது நாடு ''கடலாகிவிட்டது''. பின்னர் 1779 முதல் 1783 வரையிலான காலத்தில் பெரும் பஞ்சம் ஏற்பட்டு நாசமுண்டானது.

இதை அங்குமிங்குமாய்க் கிடைக்கும் தவச தானிய விலைகள் பற்றிய சான்றுகள் அக்காலத்தில் எழுதி வைக்கப்பெற்ற ஆவணங்களும் எடுத்துக்காட்டுகின்றன.

இதற்கு ஐந்தாண்டுகளுக்குப் பிறகு 1788 இல் மழை குறைந்தது. பின்னர் 1799-1803 காலகட்டத்தில் மீண்டும் பற்றாக்குறைகள் ஏற்பட்டதால், அடுத்தடுத்து வரிசையாய் வந்த நாசங்களிலிருந்து வட பாரதம் மீளவேயில்லை. உழவு வேலைக்குக் காளை மாடுகள் இல்லாமற் போனது இதற்குக் காரணம் என்பர்.

சம்பத்த ஆண்டு 1840 இல் (1783 கி.பி) ஏற்பட்ட இப்பெரும் பஞ்சத்தைச் சாலிசா என்றும் அழைக்கின்றனர்.

இக்காலத்தில் பல பகுதிகளில் மக்கள் தொகை சதுர மைலுக்கு இருநூறுக்கும் குறைவாயிருந்தது. முன்னாளில் ஒருங்கிணைந்த மாநிலத்தில் (United Province: இது ஆக்ராவும் ஔதும் சேர்ந்தது. இது இன்றைய உத்தரப் பிரதேசத்தின் பழைய பெயர்) பதினெட்டாம் நூற்றாண்டின் கடை இருபதுகளில் இருபது மில்லியன் மக்களே வாழ்ந்திருந்தனர். குற்றவியல் நடுவர்கள் (Magistrates) 1814 ஆம் ஆண்டில் அளித்த கணக்கின் அடிப்படையில் மேற்கூறிய எண்ணிக்கை மதிப்பிடப்பட்டது. இம்மக்களில் குறைந்தது 75 சதத்தினர் ஐயாயிரம் பேருக்குக் குறைவான மக்கள் வாழ்ந்த சிற்றூர்களிலோ நாட்டுப்புற ஊர்களிலோ வாழ்ந்தனர்.

மக்கள் வருவாயும் செலவுகளும்

இக்கால கட்டத்தில் நடந்த வாணிபத்தையும் நிலையான சந்தைப் பேட்டைகளில் (கஞ்சு) செலவான பண்டங்களையும் பின்புலமாய் வைத்து நோக்குமிடத்து, போர்ப் படைகளிலிருந்தவர்களுக்குக் கிடைத்த வருவாய், பெருந்தொகையாயிருந்தது என்பதை அறிய முடிகின்றது. அதனோடு ஒப்பிடுகையில் வேளாண்மைத் தொழிலில் ஈடுபட்ட குடும்பங்கள், நகர்ப்புற மக்கள் ஆகியோரின் தேவை மிகச் சிறிதளவே இருந்தது.

சராசரியான ஒரு பண்ணைத் தொழிலாளிக்குப் பதினெட்டாம் நூற்றாண்டின் இறுதிக் கட்டத்தில் ஓர் ஆண்டில் 30 ரூபாய் வருவாய் கிடைத்தது என்று கணிக்கின்றனர். அவர்கள் ஆண்டு தோறும் துணிக்கென்று 5 ரூபாயும் உப்பு, மணக்காரப் பண்டங்கள், மது ஆகியவற்றுக்கென்று சில சல்லிக்காசுகளும் செலவழித்தனர் என்பது ஒப்புக் கொள்ளக் கூடிய கணக்காயிருக்கின்றது.

டெல்லி - ஆக்ராப் பகுதியில் வழிப்பறிக் கொள்ளை

கொள்ளைக்கும் குடியானவர்களின் சீர்கேட்டிற்கும் நெருக்கமான தொடர்பு உண்டு. இது வியப்பூட்டும் செய்தியன்று. வட பாரதத்தில் வாழ்ந்த கூலிப் படையினரான பட்டி, மோவாட்டி போன்ற வகுப்பினரும் பிண்டாரி என்று அழைக்கப் பெற்ற கொள்ளைக் கூட்டத்தினரும் தாம் வாழ்ந்த இடங்களுக்கு வெளியே கொள்ளையடிக்கச் சென்றனர். அவர்கள் தாம் வாழ்ந்த பகுதிகளில் தம் வாழ்க்கை முறைக்குப் போதிய அளவில் வருவாய் இல்லாமற் போகும்போது கொள்ளையடிப்பதற்காக வெளியே சென்றனர்.

அதேநேரத்தில், பருவ நிலைகள் தீங்கு பயக்கும் நிலையை அடைந்து விடுவதற்கும் திருட்டிற்கும் கொள்ளைக்கும் இந்து சமயத்தின் தாழ்ந்த சாதியினருடன் வலுவான ஒரு தொடர்பு இருந்து வந்தது. இந்த 1783 ஆம் ஆண்டிற்குப் பிறகு

கொள்ளையரும், வன்செயல் புரிவோரும் மிகுந்திருந்தனர் என்பதைப் பல சான்றுகளின் வழியே அறிகின்றோம். இக் கொடுஞ்செயல்கள் உச்சகட்டத்தை அடைந்ததற்கு, இந்த *1783* ஆம் ஆண்டு ஏற்பட்ட பஞ்சமும் காரணமாகும்.

இப்பகுதியில் இத்தகைய நிலையானது இருபத்திரண்டு ஆண்டுகள், *1805* ஆம் ஆண்டுவரை நிலவிற்று. இக் கொள்ளைகளிலும் கொடுமைகளிலும் பிண்டாரியர் என்ற பெரிய கொள்ளைக் கூட்டமும் தாழ்ந்த சாதியினரான கஜார் என்ற கொள்ளையரும் ஈடுபட்டனர் என்று அறிகின்றோம்.

இக்கால கட்டத்தில்தான் கசாக்கி என்ற குதிரைக் கொள்ளையரும் பெருத்தனர். அவர்கள் குதிரைகளில் வந்து ஊர்களைக் கொள்ளையடித்துச் சென்றனர்.

முகலாயப் பேரரசு உச்ச நிலையில் இருந்த காலத்திலேயே டெல்லியையும் ஆக்ராவையும் சுற்றி அமைந்த சாலைகளில் இடர்கள் நிரம்பியிருந்தன.

7. இளைய பிட்டு: தலைமை அமைச்சர்

இளைய பிட்டு என்ற வில்லியம் பிட்டு பதினெட்டாம் நூற்றாண்டில் பெரும் புகழ் பெற்று விளங்கினார். அவர் மூத்த பிட்டு என்ற முதலாம் சாதம் ஏளின் மகனாய் *1759* மே *28* அன்று பிறந்தார். இவர் தன் தந்தையின் வெறும் நிழல்தான் என்று குறை சொல்லப்பட்டது. இளைய பிட்டு இக்குற்றச் சாட்டுகளையெல்லாம் தாண்டி அரசியல் வாழ்வை மேற்கொள்ள விரும்பினார். ஆனால் அரசியல் வாழ்க்கையை மேற்கொள்ள அவாவுவது எத்தனை கடினமானது என்பதை நன்குணர்ந்தே, அத்தகைய வாழ்க்கையை மேற்கொள்ளப் பாடுபட்டார். இவருடைய தந்தை வில்லியம் பிட்டு என்ற மூத்த பிட்டு *1756-1757, 1757-1761* ஆகிய கால கட்டங்களில் அமைச்சராயும் *1766-1768* ஆகிய காலத்தில் தலைமை அமைச்சராயுமிருந்தவர். (இ.ச.க.தொகுதி-7)

இளைய பிட்டு அரசியலில் இறங்கித் தந்தையைப் போலவே உயர்வடைந்தார். அவரின் தந்தை அமைச்சராயிருந்த காலத்தில் நிகழ்ந்த ஏழாண்டுப் போரை விட *(1756-1773)* மிகப் பயங்கரமான ஒரு போராட்டத்தின் போது அவர் தலைவராயிருந்து நாட்டை நடத்திச் சென்றார்.

இளைய பிட்டிடம் தனித் திறமைகள் பல இருந்தன. அவரின் தந்தை மகனை அரசியலுக்கென்றும் நாட்டு ஊழியத்திற்கென்றும் அவரைப் பக்குவப்படுத்தி வைத்திருந்தார். அவர் சொற்பொழிவு செய்யவும் பயிற்சி பெற்றிருந்தார். நாடாளுமன்ற அரசியலமைப்பு முறையில், அரசியல்காரருக்குப் பேச்சுத் திறமை இன்றியமையாத கருவியாகும் என்பதையும் உணர்ந்திருந்தார்.

பிட்டின் உடல்நிலை இடந்தராததால் அவரைப் பள்ளிக்கு அனுப்பாமல் வீட்டில் வைத்தே அவருக்குக் கல்வி புகட்டிய பின்னர் கேம்பிரிட்ஜின் பெம்புரோக்குக் கல்லூரிக்கு அனுப்பி வைத்தனர். அவர் பின்னர் சட்டமும் பயின்றார். அவரது குடும்ப வாழ்க்கை மகிழ்ச்சியாயும் உயிர்த்துடிப்பு மிக்கதாயும் இருந்தது. அவர் தன் பதின்மூன்றாவது வயதில் துன்பியல் நாடகம் ஒன்றை எழுதினார். அதைத் தன் குடும்பத்துக் குழந்தைகளுக்காகவும் பெற்றோர்க்காகவும் நடித்துக் காட்டினார்.

இவரின் தந்தையான முதலாம் சாதம் ஏள் (மூத்த பிட்டு) பெருஞ் செலவாளியாயிருந்தமையால், மகனுக்கென்று ஓராண்டில் 300 பவுன் வருவாய் மட்டும் கிடைக்க வழி செய்திருந்தார். ஆதலால் இளைய பிட்டு சட்டத் தொழில் செய்து

வந்தார். சர் வில்லியம் லௌத்தர் இளைய பிட்டுக்கு 1781 ஆம் ஆண்டு தனது ஆப்பிள்பை என்ற நாடாளுமன்றத் தொகுதியைத் தந்ததும் அவர் அரசியலில் இறங்கிவிட்டார். அவரது நாடாளுமன்றக் கன்னிப் பேச்சைக் கேட்டு எட்மண் பர்க்கு பெரிதும் பாராட்டினார். ஷெல்பன் பிரபு 1782 ஆம் ஆண்டு தலைமை அமைச்சரான போது பிட்டை நிதியமைச்சராக்கினார். ஷெல்பன் அமைச்சு நீடிக்கவில்லை. நார்த்தும் ஃபாக்சும் சேர்ந்து அமைத்த கூட்டு அமைச்சில் போட்லண்டுக் கோமகன் பெயருக்குத் தலைமை அமைச்சராயிருந்த (1783) அரசும் நிலைக்கவில்லை.

அதன்பிறகு பிட்டு 1783 ஆம் ஆண்டு தலைமை அமைச்சராய் அமர்த்தப்பட்டார். இதைக் கேட்டு மாமன்றத்தில் ஏளனமாய்ச் சிரித்தனர். அவரின் கூட்டாளிகளில் சிலரே அமைச்சில் சேர்ந்தமையால், பிட்டு முதலில் அமைத்த இந்த அமைச்சில் முற்றிலும் உயர் குடிப்பிரபுக்களே (Peers) இடம் பெற்றனர்.

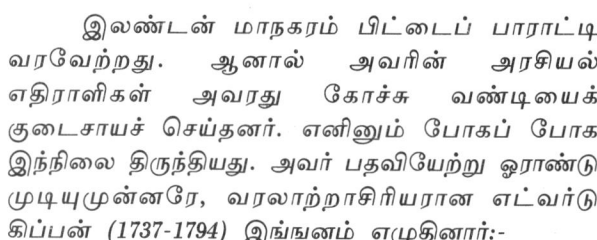

இலண்டன் மாநகரம் பிட்டைப் பாராட்டி வரவேற்றது. ஆனால் அவரின் அரசியல் எதிராளிகள் அவரது கோச்சு வண்டியைக் குடைசாயச் செய்தனர். எனினும் போகப் போக இந்நிலை திருந்தியது. அவர் பதவியேற்று ஓராண்டு முடியுமுன்னரே, வரலாற்றாசிரியரான எட்வர்டு கிப்பன் (1737-1794) இங்ஙனம் எழுதினார்:-

''இருபத்திரண்டு வயதான ஓர் இளைஞர் தன் நுண்ணறிவின் ஆற்றலாலும் நற்பண்புகளால் பெற்ற புகழாலும் ஒரு பேரரசின் அரசில் உயர் பதவி வகிக்குமளவிற்குத் தன்னை உயர்த்திக் கொண்ட இந்தச் சூழ்நிலையுடன் ஒப்பிடத் தக்க வேறு எதுவும் இதற்கு முன்னர் வரலாற்றில் நிகழ்ந்திலது. இது அவரைவிட நாட்டிற்குப் பெரும் புகழாகும்!''

நீண்ட கழுத்து; கூரிய மூக்கு; வயது மீறிய பய பக்தியூட்டும் தோற்றம்; பெண்ணாசையே இல்லாதவர்; இது அக்காலத்தில் மிகப் பெரிய புதுமையாகும். அவருக்கு மது மீது தனி விருப்பம். இது அக்கால கட்டத்தில் புதுமையானதன்று.

அவரின் இந்தப் பலவீனத்தை அவருடைய மருத்துவர் ஊக்குவித்தார். பிட்டின் தந்தையிடமிருந்து அவருக்கு வந்துள்ள கீல் வாதத்திற்கு மது நல்ல மருந்து என்று மருத்துவர் நம்பினார். இந்தப்பழக்கம் ஒன்றைத் தவிர்த்து, அவர் ஒரு துறவியைப் போல் எதிலும் ஒட்டாமல் இருந்து வந்தார்.

பிட்டு அடிமை வாணிபத்தை எதிர்த்து நாடாளுமன்றத்தில் அடிக்கடி பேசி வந்திருக்கின்றார். அவர் தன் நடைமுறை அலுவல்களில் கவனம் செலுத்துவதில்லை. அதனால் வேலைக்காரிகள் அவரிடமிருந்து திருடினர். அவர் 1798 வாக்கில் 30,000 பவுன் கடனாளியாய் விட்டார்.

அவர் ஆக்லந்துப் பிரபின் மகளான எலியனார் ஏடனுடன் நட்புக் கொண்டபோது அப்பெண்ணை மணந்து கொள்ள முடியாத வகையில் ஏழ்மை நிலையில் இருப்பதாய்,

அவளின் தந்தையிடம் ஒளிவு மறைவின்றிக் கூறிவிட்டார். பிட்டின் பெற்றோருடன் பிறந்தார் மகளான ஹெஸ்டர் ஸ்டானோட்டி சீமாட்டி பிட்டின் வீட்டை நிர்வாகம் செய்து வந்தார்.

பிட்டிற்கு ஆண்டில் 3,000 பவுன் வருவாய் தரக்கூடிய ஒரு பதவியை மன்னர் கொடுத்தார். இப்பதவியில் வேலை குறைவு; ஊதியம் மிகுதி. அத்துடன் வால்மர் கேசில் என்ற கோட்டை மாளிகை, அவர் குடியிருக்கக் கிடைத்தது.

பிரஞ்சுப் புரட்சி வெடித்தபோது (1789-1799) அதனால் நன்மைதான் விளையு மென்று பிட்டு கருதினார். ஆனால் அப்புரட்சி பற்றிய பிட்டின் நோக்கும் கொள்கைகளும் வெகுவிரைவில் மாறலாயின.

ஐரோப்பியத்தில் எழுந்த கொந்தளிப்பினால் உண்டான அதிர்ச்சியும் பிரான்சில் நடந்த அச்சமூட்டும் கொடிய நிகழ்ச்சிகளும் அவரை இங்ஙனம் மாறச் செய்தன. மேலும் பிரஞ்சுப் புரட்சியை ஆதரித்துப் பேசப்பட்ட பேச்சு இங்கிலாந்தில், குறிப்பாய் அயர்லந்தில் பரவாயிற்று. அது உயர்குடியினருக்கு அச்சத்தைக் கொடுத்தது.

இந்நிலையில் பிரிட்டீசு அரசை அதிர்ச்சியடையச் செய்த ஒன்று தோன்றியது. பிரிட்டீசு மன்னர் உளப்பிணி வந்து பித்தரானார் என்பதே அந்த அதிர்ச்சிக்குக் காரணமாகும். ஆதலால் பித்தராகிவிட்ட மன்னரின் இடத்திலிருந்து ஆட்சி நடத்துவதற்காகப் பகர ஆட்சிச் சட்டத்தை விரைந்து கொண்டுவர நேர்ந்தது. பட்டத்து இளவரசரான வேல்சு இளவரசர் இந்தச் சட்டப்படி தானாகவே பகர ஆட்சியாளராய் விடுகின்றார் என்று பிட்டின் எதிரியும், வேல்சு இளவரசரின் நண்பருமான சார்லஸ் ஜேம்ஸ் ஃபாக்ஸ் (1749-1806) வாதாடலானார்.

1783

சார்லஸ் ஜேம்ஸ் ஃபாக்ஸ்

ஃபாக்ஸ் மிகவும் கெட்டிக்காரர்; பிறரைக் கவரும் தோற்றமுடையவர். அவரிடம் எண்ணற்ற திறமைகள் இருந்த போதிலும் நுண்ணறிவில்லாதவர். பெரிய சூதாடி. அவருக்குச் சீட்டாட்டத்தில் 1,40,000 பவுன் கடன் ஏற்பட்டு விட்டது. அவரின் தந்தை தன் அன்பிற்குரிய மகனுக்காக அந்தக் கடனைத் தீர்த்தார். இன்ப சுகத்தில் நாட்டமிக்கவர். அவர் ஒரு சிறுக்கியை மணந்து கொண்டு அவளுடன் இன்பமாய் வாழ்ந்தார்.

அவர் விக்கு கட்சியைச் சேர்ந்த அரசியல்காரர்; வாதில் வல்லவர். நார்த்து பிரபு அமைச்சு அமெரிக்கக் குடியேற்றங்கள் மீது வரி விதித்ததை ஃபாக்ஸ் எதிர்த்தார். பிட்டு பிரஞ்சுப் புரட்சியில் தலையிட்டதையும் அவர் எதிர்த்தார். அவர் நாடாளுமன்றச் சீர்திருத்தம் வேண்டுமென்று போராடி வந்தவர். இவரும் பிட்டைப் போலவே அடிமை வாணிபத்தை ஒழிக்க வேண்டுமென்று கூறிவந்தார்.

பிட்டும் ஆட்சி நிர்வாகமும்

பிட்டு நாட்டின் ஆட்சி நிர்வாகத்தை மிகுந்த வெற்றியுடன் நடத்தி வந்தார். வரிகளைக் குறைத்தார். கப்பற்படையும் குறைக்கப்பட்டது. அதன்பிறகு அடுக்கடுக்காய்க் கேடுகள் வந்தன.

பிரஞ்சுக்காரர் பெல்ஜியத்தின் மீது படையெடுத்தனர். ஸ்கெல்டு ஆறு அனைவருக்கும் போக்குவரவிற்குரியது என்று அறிவித்து விட்டனர். இதை எந்தப் பிரிட்டீசு அரசம் ஒப்புக் கொள்ளாது. (ஸ்கெல்டு ஆறு வடகிழக்குப் பிரான்சில் தோன்றி

மேற்குப் பெல்ஜியத்தின் வழியே ஓடி, வடக்கிலும் வட மேற்கிலும் பாய்ந்து ஆண்டுவெர்பை அடைகின்றது. பிறகு அங்கிருந்து தென்மேற்கு நெதர்லாந்தில் வட கடலில் கலக்கின்றது. நீளம் 435 கிலோ மீட்டர் - 270 மைல்)

பதினாறாம் லூயி மரண தண்டனைக்கு ஆளானார். பிரிட்டன் பிரான்ஸ் மீதுபோர் தொடுத்தது.

இந்தப் போர் பிட்டு எதிர்பார்த்தவராறே சிறிது காலம் நடந்தது. பிரான்சின் நிதிநிலை வலுவற்றிருந்ததால், இந்தச் சண்டை இழுத்துக் கொண்டே போனது. அட்மிரல் நெல்சன் (1758-1850) நைல் ஆற்றுப்போரில் பிரஞ்சுக்காரரை வெற்றி கொண்ட போதிலும், போர் பிரிட்டனுக்கு நன்மையாய் அமையவில்லை.

பதவி விலகுதல்

இளைய பிட்டிற்கு அவரின் தந்தையிடமிருந்ததைப் போன்ற போர்த் தந்திரத்திறன் இருக்கவில்லை. பிட்டு பிரான்சிற்கு எதிராய்த் திரட்டிய ஐரோப்பியப் பெருநிலக் கூட்டணி சரிந்தது. எனினும் பிட்டின் செல்வாக்குக் குறையவில்லை. மக்கள் பிட்டை ஏற்று ஆதரித்த வரையிலும், அவருக்குப் பாதுகாப்பு இருந்தது.

பிட்டிற்கும் மன்னருக்கும் இருந்துவந்த இணக்கத்திற்கு ஊறு விளைவிக்கும் வகையில், ரோமன் கத்தோலிக்கர் மீதிருந்த தடையை நீக்குவதற்குப் பிட்டு முன்வந்த நிகழ்ச்சி அமைந்து விட்டது. பிட்டின் இந்தத் திட்டத்தை மூன்றாம் ஜார்ஜ் மன்னர் ஒப்பவில்லை. அதன் விளைவாய்ப் பிட்டு 1801 ஆம் ஆண்டு தலைமை அமைச்சர் பதவியிலிருந்து விலகினார். மாமன்றத் தலைவரான ஆடிங்டன் பிட்டின் ஒப்புதலைப் பெற்றுத் தலைமை அமைச்சர் பதவியை ஏற்றார்.

இதற்கிடையே பிட்டின் தனிப்பட்ட பண நிலைமை மோசமாயிற்று. அவரது கடன் சுமை 40,000 பவுனை எட்டியது. இலண்டன் நகர வணிகர்கள் அவருக்கு 1,00,000 பவுனை நன்கொடையாய் அளிக்க முன் வந்தனர். பிட்டு அதை ஏற்க மறுத்துவிட்டார். ஆனால் தன் நண்பர்கள் அளித்த 11,000 பவுன் கடனை ஏற்றுக் கொண்டார். அவர்

கெண் கோட்டத்தில் பிராம்லி என்ற இடத்தில் வாங்கியிருந்த ஆலிவுடு என்ற சொத்தை விற்றுவிட்டார்.

மீண்டும் 1803 ஆம் ஆண்டு பிரான்சுடன் போர் மூண்டதும் இந்தப்போர் ஆடிங்டனால் தாங்கக் கூடியது அன்று என்பது தெளிவானது. பிட்டு தன் எதிராளியான ஃபாக்சுடன் சேர்ந்து அமைச்சைக் கவிழ்த்தார். ஆனால் மன்னர் ஃபாக்சைப் புது அமைச்சில் சேர்த்துக் கொள்வதற்கு ஒப்பவில்லை.

ஆதலால் பிட்டு இரண்டாம் முறையாய் மீண்டும் 1804 இல் தலைமை அமைச்சரானார். அவருக்கு எதிராய்ப் பேரணி ஒன்று நாடாளுமன்றத்தில் திரண்டிருந்தது. பிட்டு 1804 இல் புதிய அமைச்சை அமைத்து விட்டு, அமெரிக்காவிலிருந்து பெருஞ் செல்வங்களுடன் தாயகம் திரும்பிய ஸ்பானியக் கப்பல்கள் மீது திட்டமிட்ட தாக்குதல்களை நடத்தினார். மூத்த பிட்டு நாற்பதாண்டுகளுக்கு முன்னர் இத்தகைய தாக்குதலை நடத்த வேண்டுமென்று எண்ணியதை அவர் மகனான இளைய பிட்டு இப்போது நடத்தி விட்டார்.

இந்நேரம் பார்த்துப் பிட்டிற்குப் பயங்கரமான பின்னடைவு ஏற்பட்டது. பிட்டின் நெருங்கிய நண்பரான துண்டாஸ் என்ற ஸ்காத்தியர் (இவர் பின்னர் மெல்வின் பிரபு ஆனார்) பொதுப் பணத்தைத் தவறாய்ப் பயன்படுத்தினார் என்ற குற்றச்சாட்டு எழுந்தது.

பிட்டு இப்போது தான் நெப்போலியனுக்கு (1769-1821) எதிராய் ஓர் ஐரோப்பிய எதிர்ப் பணியை உருவாக்க முயன்று கொண்டிருந்தார். அதற்கு நெப்போலியனே அறியாமல் பிட்டிற்கு உதவினார் எனலாம். நெப்போலியன் இத்தாலி மன்னர் என்று முடி சூடிக் கொண்டு ஆஸ்திரியத்தையும் இரஷியத்தையும் நிலை குலையச் செய்தார். எனினும் நெப்போலியனின் செயல்கள் 1805 ஆம் ஆண்டு வரிசையாய்ப் பாழாயின.

பிட்டு அதன் பிறகு 1806 ஜனவரி 23 அன்று இறந்தார். அவர் இருபதாண்டுக் காலம் தலைமை அமைச்சராயிருந்தார். பிரிட்டன் நீண்டதொரு கொடிய போரில் தாக்குப் பிடித்து நிற்கவும் கப்பல்களைக் கட்டிக் கொள்ளவும் படை வீரர்க்கு ஊதியம் அளிக்கவும் நட்பு நாடுகளுக்கு ஆதரவு தரவும் பிட்டின் நிதிக் கொள்கை போதிய செல்வ வளத்தை உண்டாக்கி வைத்தது.

அவர் தனது நாடு தோல்வியுற்றிருந்த நேரத்தில் இறந்தார். அது வெற்றியடைந்ததைக் காண்பதற்கு அவர் இல்லாது போனார். அந்த வெற்றி அவர் செத்த ஒன்பதாண்டுகள் கழித்துத் தான் வந்தது.

1783

வரலாற்றுப் புள்ளிகள்

1. முதல் இந்திய நிலப்படம்

இந்திய நில அளவாய்வுத் துறை 1767 ஆம் ஆண்டு ஜேம்ஸ் ரென்னலைத் (1742-1830) தலைவராய்க் கொண்டு தொடங்கியதெனினும், ஐரோப்பியர் அளவாய்வுப் பணியை அதற்கு முன்னரே தொடங்கி விட்டனர். (இ.ச.க.தொகுதி-7) ரென்னல் வங்க

இந்திய சரித்திரக் களஞ்சியம் | 155

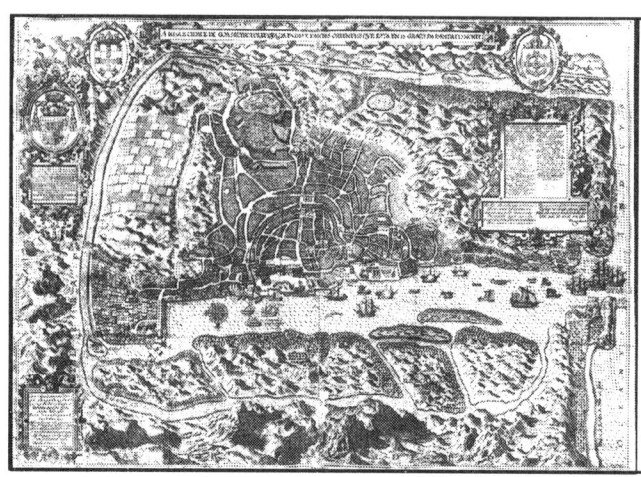

1783

ஆளுநரான இராபட்டு கிளைவின் ஆணைக்கிணங்க வங்கத்தில் கம்பெனிக்கு உரிமையான விரிந்த நிலப்பரப்புகளை விரிவான முறையில் அளவாய்வு செய்யும் பணியில் 1767 இல் ஈடுபட்டார். ரென்னல் மிகுந்த ஆர்வத்துடன் இப்பணியைச் செய்தார்.

அவர் அளவாய்வு மேற்கொண்டிருந்த பகுதியில் ஓடும் ஆறுகளில் நடமாடிய கொள்ளைக்காரர்களும் வழிப்பறி செய்வோரும் காட்டு விலங்குகளும் நிறைந்திருந்தன. ரென்னலின் அலுவலகம் கல்கத்தாவில் இருந்த போதிலும், அவர் தானே களப்பணி செய்வதற்காகக் காடுகளில் திரிந்தார். அவர் தன்னைச் சூழ்ந்திருந்த இடுக்கண்களையும் இன்னல்களையும் பொருள்படுத்தவில்லை. அவர் கொடிய விலங்குகளை ஓரிரு முறை நேருக்கு நேர் கண்டார். அவர் தன்மீது திடீரென்று பாய்ந்த சிறுத்தையைத் துப்பாக்கி ஈட்டியினால் குத்தித் தப்பித்தார்.

அவரது அளவாய்வுக் குழுவை ஒரு கொள்ளைக் கூட்டம் 1766 இல் தாக்கியது. அப்போது அவர் கடுஞ் சண்டையிட்டு அவர்களை விரட்டியடித்தார். மறுநாள் காலையில் ரென்னலும் வேறு இரு காவலரும் நோட்டம் பார்க்கக் கிளம்பிய போதும் கொள்ளையர் மீண்டும் தாக்கினர். அப்போது ரென்னல் படு காயமடைந்தார். ஒரு கொள்ளையன் அவரது வலத் தோள்பட்டையில் பலமாய் வாளால் வெட்டி விட்டான். அந்தக் காயம் கிட்டத்தட்ட ஓரடி நீளம் முதுகு வரையிலும் விழுந்திருந்தது. விலா எலும்புகள் பலவும் காயமடைந்தன. இரண்டாவது வெட்டு இடது முழங்கையில் விழுந்தது. மூன்றாவது வெட்டு வலது மேல் கையில் பட்டது. நான்காவது வெட்டுக் கையில் விழுந்ததில் ஆள்காட்டி விரலை அவரால் பயன்படுத்தவே முடியாமற் போனது. மேலும் சிறுசிறு குத்துகளும் வெட்டுகளும் விழுந்தன. அவரின் வேலைக்காரர்கள் வெட்டுக் காயங்களுக்குப் பச்சிலை வைத்துக் கட்டி முதலுதவி செய்தனர்.

பிறகு சுமார் 480 கிலோ மீட்டருக்கு அப்பாலிருந்த தாக்காவிற்கு அவரைத் திறந்த படகில் வைத்துக் கொண்டு சென்றனர். அவரே படகிற்கு வழி கூறிச் சென்றார். அவர் உயிர் பிழைத்தது பெரிய அற்புதமேயாகும். ரென்னலுக்கு அப்போது வயது 24 தானிருக்கும். அவர் காயம் ஆறி மீண்டும் பணிக்கு வந்த போது, வங்கத்தின் பொறியாளர் படைக் காப்டனாயும் அளவாய்வுத் துறைத் தலைவராயும் பதவி உயர்வு பெற்றார்.

அளவாய்வுத் துறை தன் பணியை எளிதில் நிறைவேற்றும் பொருட்டுக் கொள்ளைக் கூட்டத்தைத் தாக்கி அடக்கும் பணியில் அவர் 1771 இல் ஈடுபட்டார். அவர் வெற்றியுடன் தாக்கா திரும்பிய போதிலும், காய்ச்சலில் படுத்த படுக்கையாயினார். அந் நோய் அவரது உயிரைக் குடித்து விடும்போல் தோன்றியது. அவர் அடிக்கடி காய்ச்சலில் துன்புற்றது, அவருக்கு நற்பேறாகவே முடிந்தது. அவர் புகழ் பெற்ற ஆங்கில எழுத்தாளரான வில்லியம் மேக்பீஸ் தாக்கரேயின் *(1811-1863)* பாட்டிக்குப் பாட்டியான ஜேன் தாக்கரே என்ற பெண்மணியுடன் நெருங்கிப் பழகும் வாய்ப்புக் கிடைத்தது. ரென்னல் 1771 முதல் அப்பெண்மணி மீது காதல் கொண்டு வந்தார். இருவரும் 1772, அக்டோபர் 15 அன்று மணம் புரிந்து கொண்டனர்.

''இத்தகைய பெண்ணை மனைவியாய் அடைந்ததில் எனக்கு எத்தனை மகிழ்ச்சி'' என்று ரென்னல் எழுதுகின்றார். அவர்களுக்கு முதலில் பிறந்த பெண் குழந்தை இறந்தது. அவர்கள் இந்தக் கவலையில் இருந்து மீளவே இல்லை. அவர்களுக்குப் பிறகு ஒரு மகளும் இரண்டு ஆண் மக்களும் பிறந்தனர்.

ரென்னல் வங்கப் பொறியாளர் படையின் மேஜர் என்ற உயர் பதவியை அடைந்தார். அதற்கடுத்த ஆண்டு ரென்னல் பதவி ஓய்வு பெற்று இங்கிலாந்து திரும்பினார். அங்கு அவர் இலண்டனில் குடியேறி நிலவியல் ஆராய்ச்சிகளில் ஈடுபட்டார்.

அவர் ஹீரோடாட்டஸ் (சு.485 - 425 கி.மு) நூலில் காணப்படும் இடங்கள் ஆசிய ஆப்பிரிக்கக் கண்டங்கள், அட்லாண்டிக்குப் பகுதிகள் ஆகியன பற்றிய நிலவியல் ஆய்வுகளை மேற்கொண்டார். சுருங்கக் கூறின் அவரது ஆய்வில் பூமிப் பந்து முழுமையும் அடங்கியிருந்தது.

அவர் முதன்முதலாய்த் தன் பதினாறாவது வயதிலேயே இடக்கிடப்பியல் *(Topography)* ஆய்வில் ஈடுபட்டார். அவரது ''செயிண் காஸ்பே படம்'' *(Plan of Saint Casbay)* என்ற நிலப்படம் அப்போது (1758 வாக்கில்) வரைந்ததாய்த் தானிருக்க வேண்டும்.

அவர் வங்கத்தின் பெரிய ஆறுகளை ஆராய்ந்ததன் பலனாய், இந்நாட்டின் நிலவியல் பற்றி ஆழமாய் அறிந்து கொள்வதற்கு வழி ஏற்பட்டது, அந்த ஆய்விலிருந்து இந்தியம் பற்றிய இருபெரும் நிலப்படத் தொகுதிகள் வெளிவந்தன. அவை அவரை உலகின் தலையாய நிலவியலார் என்ற நிலைக்கு உயர்த்தின. அவற்றுள் ''வங்க நிலப்படத் தொகுதி'' *(Bengal Atlsas)* 1781 இல் வெளிவந்தது. அதில் 21 நிலப்படங்கள் இருந்தன. அப்படங்கள் போர்த் தந்திரத்திலும் ஆட்சி நிர்வாகத்திலும் அளப்பரிய பயன் தருவன என்று மதிக்கப்படுகின்றன.

இரண்டாவது வெளியீட்டின் பெயர் ''இந்துத்தான நிலப்பட ஆய்வு பற்றிய குறிப்புகள்'' *(Memoir of a Map of Hindustan)* ஆகும். இதுவே இந்தியத்தின் கிட்டத்தட்டச் சரி நுட்பமான முதல் நிலப்படமாகும்.

இந்நிலப்படம் வரையப் பெற்ற முறையையும் தனக்கு இதில் உதவியாயிருந்த சான்றுகளையும் விவரித்து முழு அளவில் ஆராய்ச்சிக் குறிப்பு ஒன்றையும் எழுதியிருந்தார்.

ரென்னல் முதுமைக் காலம் வரையிலும் நிலவியல் ஆய்வில் ஈடுபட்டிருந்தார். அவர் உயிரோடிருந்த காலத்தில் அப்போதைக்கப்போது வெளி வந்தனவும் அவர் இறந்த பின்னர் அவரின் மகள் வெளியிட்டனவுமான நிலப்படங்கள்,அவரைத் தலையாய நிலவியலார் என்று நிலை நிறுத்துகின்றன. அவர் 1830 மார்ச்சு 29 அன்று இறந்தார்.

2. இந்தியச் சட்ட முன்வரிவு பிரிட்டீசுப் பிரபுக்கள் அவையில் தோல்வி

நார்த்து பிரபின் அமைச்சில் (இ.ச.க.தொகுதி-7) அமைச்சராயிருந்த ஜேம்ஸ் ஃபாக்ஸ் 1783 ஆம் ஆண்டு டிசம்பரில் இந்தியச் சட்ட முன்வரிவு ஒன்றைப் பிரிட்டீசு நாடாளுமன்றத்தில் கொண்டுவந்தார். இது புகழ் பெற்ற நாடாளுமன்ற உறுப்பினரான எட்மண் பாக்கினால் தொகுக்கப் பெற்றதாகும். (Edmond Burke : 1729-1797 பிரிட்டீசு விக்கு கட்சிக்காரர்; நாவலர்; நாடாளுமன்ற அமைப்பையுடைய அரசே வேண்டும் என்ற கொள்கையினர். அமெரிக்கக் குடியேற்றங்களுடன் மிகுந்த தாராள மனப்பான்மையுடன் நடந்து கொள்ள வேண்டும் என்று கூறி வந்தவர்) கிழக்கிந்தியக் கம்பெனியின் அதிகாரத்தை நாடாளுமன்றம் அமைக்கின்ற ஆணையாளர்களிடம் மாற்றித் தரவேண்டும் என்று இந்த இந்தியச் சட்ட முன்வரிவு கோரியது.

இது நாடாளுமன்ற மக்களவையில் (Commons) நிறைவேறியது; ஆனால் மேலவையான பிரபுக்கள் சபையில் தோற்றுப் போனது. இதற்கு மன்னரின் நெருக்குதலே காரணமாகும்.

3. இந்தியத்தில் பிரிட்டீசு ஓவியர் சோஃபனி

இன்று ஜெர்மனியின் மேற்குப் பகுதியிலிருக்கும் ரீஜண்ஸ் பார்க்கு முன்னர் ராடிஸ்போன் என்று அழைக்கப்பட்டது. இவ்வூர் வரலாற்று இடைக்காலத்திலிருந்து இந்த இருபதாம் நூற்றாண்டு வரையிலும் அதாவது கிட்டத்தட்ட ஆயிரத்து ஐநூறு ஆண்டுக் காலத்தில் எழுப்பப் பெற்ற கட்டடங்களின் காட்சி சாலை என்று சொல்லத்தக்க பெருமையுடையதாகும். ஒரு குடும்பம் இவ்வூரிலிருந்து 1758 இல் பிரிட்டனில் குடியேறியது. அக்குடும்பத்தைச் சேர்ந்த ஜான் சோஃபனி (1733-1810) புகழ் பெற்ற ஓவியர். இவர் இராயல் சங்கம் என்ற அறிவியல் சங்கத்தின் உறுப்பினராய் 1769 ஆம் ஆண்டு தேர்ந்தெடுக்கப்பட்டார்.

அவர் டேவிடு காரிக்கு (1717-1779) சாமுவல் பூல் போன்ற புகழ்பெற்ற நடிகர்களின் ஓவியங்களை வரைந்திருக்கின்றார்.

அவர் 1783 முதல் 1790 வரை இந்தியத்தில் இருந்தார். அப்போது கல்கத்தாவின் புனித ஜான் சர்ச்சில் பலிபீடத்தின் மேலே ''கடைசி விருந்து'' (The Last Supper) என்ற ஓவியத்தைத் தீட்டினார். இது ஏசுநாதர் சிலுவையில் அறையப்பட்டதற்கு முந்திய இரவில் அவர் தம் சீடர்களுடன் உண்ட கடைசி இராச் சாப்பாட்டைக் காட்டும் ஓவியமாகும்.

4. மராட்டியர் சிருங்கேரி மடத்தைக் கொள்ளையடித்தல்

மராட்டியர் படைத் தலைவரான பரசுராம் பகு தலைமையில் சென்ற மராட்டியக் குதிரைப் படையினர் புகழ்பெற்ற சாரதா பீடமான சிருங்கேரி மடத்தைக் கொள்ளையடித்தனர். அங்கிருந்த பிராமணர்களைக் கொன்றனர். சாரதா தேவியின் திருவுருவத்தைக் கீழே இழுத்துப் போட்டனர்.

திப்பு சுல்தான் இது குறித்துத் தன் வருத்தத்தைச் சிருங்கேரித் திருமடத்துச் சங்கராச்சாரியாருக்கு இவ்வாறு எழுதினார்:

''தங்களைப் போன்ற புனிதர்களுக்குப் பாவம் செய்தவர்கள், தம் தவறான செயலுக்கு விரைவில் தக்க பலனை அடைவர். அவர்கள் முறுவலித்தவாறே தீச்செயல்

1783

புரிபவரெனினும், அழுது கொண்டே அதன் பலனை அனுபவிப்பர். அந்தணர்க்குச் செய்யும் துரோகம் அதைச் செய்தவர்களின் அழிவில்தான் முடியும்''.

மடத்தைத் தூய்மைப் படுத்தவும் அந்தணர்க்கு உணவு ஊட்டவும் திப்பு சுல்தான் பெருந்தொகையையும் திருமடத்திற்கு அனுப்பினார்.

5. முதல் ஆங்கில - மராட்டியர் போர் முடிவு (1774-1783)

முதல் ஆங்கில மராட்டியர் போர் *(1774-1783)* பதினெட்டாம் நூற்றாண்டு வரலாற்றில் மிக முக்கியமான ஒன்றாகும். அது பேஷ்வா நாராயண ராவ் *1773* ஆகஸ்டில் கொலை செய்யப்பட்ட பிறகு *(இ.ச.க.தொகுதி-8)* வந்த பத்தாண்டுக் காலப் பகுதியை உள்ளடக்கியதாகும்.

நாராயண ராவின் சிற்றப்பனான இரகோபா என்ற இரகுநாதராவ் பேஷ்வாவிற்குப் பிரிட்டிசார் சூரத்தில் அரசியல் தஞ்சம் கொடுத்ததாலும் அவர்கள் சஷ்டி என்ற சல்செட்டிக் கோட்டையை *1774* செப்டம்பரில் வேண்டுமென்றே தாக்கியதாலும் அவர்களிடையே மூண்ட இந்தப் போர் உச்ச கட்டத்தை எட்டியது. பிரிட்டிசாரின் இவ்விரு செயல்களாலும், அவர்களுக்கும் மராட்டியர்களுக்கும் மாளவம், குஜராது, மராட்டியம் (கொங்கணமும் கான் தேசமும்) ஆகிய பகுதிகளில் பரந்த நிலப்பரப்பில் பெரிய சண்டைகளும் சிறு மோதல்களும் நடந்தன. அவை இவ்வாண்டு முடிந்தன. இதையே முதல் ஆங்கில மராட்டியப் போர் என்கிறோம்.

6. ஐரோப்பியர் - நாட்டுப் படையினர் முதல் மோதல்

தமிழ்நாட்டிற்கு அனுப்புவதற்கென்று *1781* இல் வங்கப் படையிலிருந்து பிரிக்கப்பட்ட படைப் பிரிவிற்குக் கர்னல் பியர்ஸ் தலைமை ஏற்றிருந்தார். அதில் ஐந்து ரெஜிமெண்டுகளும் (ஒவ்வொன்றிலும் *500* பேரடங்கிய) இரண்டு சிறுபட்டாளங்களும் அடங்கிய நாட்டுக் காலாள் படையும் சிறு குதிரைப்படையும் அடங்கியிருந்தன. இவர்களின் எண்ணிக்கைக்குத் தகுந்த கணக்கில் பீரங்கிகளும் அவர்களிடம் இருந்தன.

இந்தப் படை *(corps)* ஒரிசத்தின் கட்டாக்கு மாநிலம், ஆந்திரத்தின் கரையோரத்திலுள்ள வட சர்க்கார் பகுதிகள் வழியே சுமார் *1600* கிலோ மீட்டர் கடந்து சென்னையை அடைந்தது. இப்படையினர் சென்னை மாநிலத்திற்கு மிகவும் குறிப்பிடத்தக்க ஒரு காலக்கட்டத்தில் வந்து சேர்ந்தனர். இப்பகுதியில் பிரிட்டிசாரின் மேலாண்மையை நிலைநாட்டிக் காப்பதற்கு அவர்கள் பயனுள்ள தொண்டு புரிந்தனர்.

இந்திய நாட்டினர் அடங்கிய இந்தப் படைப் பிரிவு பல நேரங்களில் தன் சிறப்பை வெளிப்படுத்தியிருக்கின்றது. இப்படை *1783* ஆம் ஆண்டு கடலூரில் பிரஞ்சுப் படை மீது நடத்திய தாக்குதல் மிகச் சிறப்புடையதாகும்.

இதற்கு முன்னர் *1746* ஆம் ஆண்டில் முறையான ஐரோப்பியப் போர்ப் பயிற்சி பெற்றிருந்த பிரஞ்சுக்காரரின் படைக்கும் ஆர்க்காட்டு நவாபின் இந்தியப் படைக்கும் பரங்கி மலையிலும் அடையாற்றிலும் நடந்த சண்டை தான் இருவேறு கண்டத்தவர்க்குமிடையே நடந்த முதற் சண்டையாகும். அதில் ஐரோப்பியரான பிரஞ்சுக்காரரின் சிறு படை நவாபின் பெரும் படையைப் புறமுதுகிட்டோடச் செய்தது. *(இ.ச.க.தொகுதி- 5)*

ஐரோப்பிய முறைப்படி போர்ப் பயிற்சி பெற்று வங்கத்திலிருந்து வந்த நாட்டுப்படை, ஐரோப்பியர் அடங்கிய பிரஞ்சுப் படையை இந்த *1783* இல்

தோற்கடித்தது. இந்திய நாட்டுப் படையினரும் ஐரோப்பியரும் துப்பாக்கி முனை ஈட்டி கொண்டு ஒருவரை ஒருவர் இப்போரில் தாக்கிக் கொண்டனர்.

நாட்டுப் படையினர் இக்காலக் கட்டத்தில் தம் கைப்பணத்தைச் செலவழித்துத்தான் தம் சுமைகளையும் பொருள்களையும் தாமே எடுத்துச் செல்வர்; நாட்டுப் படை வீரர் ஒருவருக்கு, அவர் ஓரிடத்தில் தங்கியிருக்கும்போது மாதம் ஏழு ரூபாயும் அணி வகுத்துப் புடை பெயர்ந்து செல்கையில் எட்டரை ரூபாயும் சம்பளமாயக் கிடைத்தது.

7. சேத்துப்பட்டுக் கோட்டை

பதினெட்டாம் நூற்றாண்டில் நடைபெற்ற பல்வேறு சண்டைகளுக்கெல்லாம் களங்களாய் விளங்கிய ஊர்களையெல்லாம் இக்களஞ்சிய வரிசையில் இயன்றவரை திரட்டித் தர முயன்றிருக்கின்றோம்.

இன்று அம்பேத்கார் வடார்க்காடு என்று வழங்கும் மாவட்டத்தில் போளூர் வட்டத்தில் சேத்துப்பட்டு என்றொரு சிற்றூர் உள்ளது. இது சித்தூரிலிருந்து தென்கிழக்கில் சுமார் 134 கிலோ மீட்டர். போளூரிலிருந்து தென்கிழக்கில் 29 கிலோ மீட்டர்.

சேத்துப்பட்டு ஒரு காலத்தில் தென்னார்க்காட்டு வட்டத்தின் தலைநகராயிருந்தது. கர்நாடகத்தில், அதாவது தமிழ்நாட்டில் செஞ்சிக்கு அடுத்தபடியாய்ச் சிறப்பு வாய்ந்த கோட்டை சேத்துப்பட்டில்தான் இருந்தது. அக்கோட்டை இப்போது இலது. எண்ணற்ற பல கோட்டைகள் இடிபாடுற்றும் இருந்த இடம் தெரியாமலும் போனது போல், இக் கோட்டையும் சுவடழிந்து போனது.

மராட்டியர் சேத்துப்பட்டுக் கோட்டையை 1690 வரை பிடித்து வைத்திருந்தனர். டெல்லிப் படை மராட்டியரிடமிருந்து அவ்வாண்டு அக்கோட்டையைக் பற்றிக் கொண்டது. அது ஆர்க்காட்டு நவாபின் ஆட்சிப் பகுதியுடன் சேர்க்கப்பட்ட பின்னர், தக்காணத்தில் முகலாயரின் சுபேதார் என்ற ஆளுநராயிருந்த ஆர்க்காட்டு நவாபு (நெவாயத்துகள்) இங்கு கில்லேதார் என்ற கோட்டைக் காவல் தலைவர் ஒருவரை அமர்த்தினார்.

ஐதராபாது நிசாம் நசீர் ஜங்கின் திவானான ஷா நவாஸ் கான் 1750 ஆம் ஆண்டு நடந்த செஞ்சிச் சண்டையிலிருந்து தப்பிச் சேத்துப்பட்டுக் கோட்டைக்குச் சென்றார்.

மராட்டியர் இக்கோட்டையை மீண்டும் கைப்பற்றினார். ஆனால் பிரஞ்சுக்காரர் அதை 1757 இல் பிடித்து விட்டனர். பின்னர் 1760 இல் நடந்த வந்தவாசிச் சண்டைக்குப் பிறகு, கம்பெனிப் படைத் தலைவர் கூட்டே சேத்துப்பட்டுக் கோட்டையைக் கைப்பற்றினார்.

இக்கோட்டைச் சுவர்களினருகே ஐதரலிக்கும் பிரிட்டிசாருக்குமிடையே 1782 இல் நீண்ட போர் நடந்தது. ஆங்கிலேயர் மராட்டியருடன் 1783 இல் செய்து கொண்ட உடன் படிக்கைப்படி சேத்துப்பட்டை மராட்டியருக்கு விட்டுக் கொடுத்து, ஆந்திரத்திலுள்ள கம்பத்தை அவர்களிடமிருந்து பெற்றுக்கொண்டனர்.

இக்கோட்டை முதலில் கட்டப்பட்ட போது 540 கெசத்திற்கு 630 கெசம் அளவுடையதாய் இருந்தது. கோட்டைக்குக் காப்பாய் 15 காவற் கோபுரங்கள் இருந்தன. இங்குள்ள தொன்மையான சிவன் கோயிலில் தமிழ்க் கல்வெட்டுகள் உள்ளன.

8. அடிமை ஒழிப்பில் குவாக்கர்

ஆலிவர் கிராம்வெல்லின் *(1599-1688)* மக்கள் குடியுரிமை அரசு *(Commonwealth)* இங்கிலாந்தில் நடந்து கொண்டிருந்த கொந்தளிப்பான காலத்தில் *(1647-1652)*, நண்பர்கள் சங்கம் என்ற குவாக்கர் இயக்கம் வடிவு கொண்டது. அக்காலத்துக் கிறித்துவத் திருச்சபைகளில் பூசல்கள் மலிந்திருந்தன. அவற்றிலிருந்து பலர் ஆறாத் துயரத்தோடு தம்மை அறுத்துக் கொண்டனர். அதனால் அவர்கள் தம் ஆன்மப் பசிக்கு உணவின்றித் தவித்தனர்.

இக்காலத்தில் வாழ்ந்திருந்த ஆங்கிலப் பெரும் புலவரான ஜான் மில்டன் *(1608-1674)* ''பசித்திருந்த ஆடுகள் இரைக்காக ஏங்கி அண்ணாந்து பார்த்தன. அவற்றுக்குத் தீனி போடுவோர் எவருமிலர்'' என்று வெறுப்புற்றும் இரக்கமிகக் கொண்டும் பாடினார். இவ்வாறு ஆன்மப் பசிக்கு இரை தேடிய ஆன்மாக்களுள் ஜார்ஜ் ஃபாக்ஸ் *(1624-1691)* என்பவரும் ஒருவராவார். அவர் துயரந்தரத்தக்க அந்த இருண்ட சூழலிலிருந்து மீண்டும் மகிழ்ச்சி தரத்தக்கதும் அச்சமற்ற நேய உணர்வை உண்டாக்குவதுமான ''நண்பர்களின் சமயச் சங்கம்'' என்ற அமைப்பை *(Society of Friends)* 1647 ஆம் ஆண்டு நிறுவினார். அது ஏளனமாய்க் ''குவாக்கர்'' *(Quaker)* என்று அழைக்கப்பட்டது.

உள்ளொளி

இச்சங்கத்தின் மையக் கோட்பாடு ''உள்ளொளி'' ஆகும். ஜார்ஜ் ஃபாக்ஸ் *(George Fox)* புது வகையான ஓர் அதிகாரப் பீடத்தை நோக்கி முறையிட்டார். அது புற உலகில் காணப்படும் கிறித்தவத் திருச்சபையோ, கிறித்தவ வேத அதிகாரமோ அன்று. அவர் பட்டறிவு என்ற மேலான அக அதிகாரத்திடம், உள்ளாற்றலிடம் முறையிட்டார். அவர் இந்த அக ''உண்மையை'' ஊருக்கு உணர்த்திக் கொண்டிருந்த அவ்வாண்டுகளில் அவரது காலத்தே வாழ்ந்த மிகச்சிறந்த அறிவாளிகள் (பின்னர் இராயல் சங்கம் என்றறியப்பட்ட அறிவியல் சங்கத்தில்) இயற்கையான புற உலகை உற்று நோக்கியும் அதன் செயல்பாடுகளைச் சோதித்து அறியும் முறையிலும் கூடிப் பேசிக் கொண்டிருந்தனர்.

எனவே, அறிவியலிலும் சமயத் துறையிலும் நெடுங்காலமாய்க் கேள்வி கேட்பாரற்று நிலவி வந்த அதிகார பீடத்திற்கு அறை கூவல் விடப்பட்டது எப்படி? மனித அறிவும், மனித அனுபவமும் கொண்டு இவற்றை நோக்க வேண்டுமென்று இந்த அறிவியலார் வேண்டுகோள் தொடுத்தனர்.

கிறித்தவ சமயத்தின் புனிதச் சடங்குகளை நண்பர் சங்கத்தினர் ஏற்கவில்லை. அவர்கள் மிக இயல்பான முறையில் வழிபாடுகளை நடத்தினர். அவர்கள் கூட்டுகின்ற வழிபாட்டுக் கூட்டங்களில் சங்கத்தைச் சேர்ந்த எந்த உறுப்பினரும் பேசலாம். இச்சங்கம் பல சீர்திருத்தங்களைக் கொண்டு வந்தது.

கோட்பாடுகள்

வீழ்ந்துபட்ட மனித குலம் முற்றிலும் சீரழிந்து விட்டது என்று மக்களிடையே பொதுவான எண்ணம் இருந்து வந்தது. குவாக்கர்களின் கோட்பாடுகள் இக்கருத்துகளுக்கு மாறாய் இருந்தன. ''மனித ஆன்மம் என்பது இறைவனின் விளக்கு'' என்று அவர்கள் கற்பித்து வந்தனர். அவ்விளக்கிலிருந்து பரவும் ஒளியானது, மனிதனின்

அச்சத்தாலும் பிற பாவச் செயல்களாலும் மங்கிய போதிலும், அறிவு கொளுத்தவும் மனச் சான்றுக்கு வெளிச்சம் தரவும் அந்த ஒளி தொடர்ந்து வீசிக் கொண்டு தானிருக்கின்றது.

குவாக்கர்கள் உள்ளூர் மனித நேயப்பற்றுக் கொண்டவர்கள். இயற்கையோடியைந்த வாழ்க்கையை ஒழுகி வருபவர்கள். எனவே அடிமை வாணிபத்தையும் அதன்பிறகு அடிமை முறையையும் ஒழித்ததில் குவாக்கர்களின் பங்கு மிகச் சிறப்பாய் இருந்தது. குவாக்கர் இயக்கத்தைச் சேர்ந்த வள்ளல்களின் கவனத்தில் பெரும்பகுதி அடிமை ஒழிப்பில் தான் ஐம்பதாண்டுக்காலம் இருந்தது. குவாக்கர்கள் 1783 முதல் அடிமைகள் விடுதலைச் சட்டம் நிறைவேறிய 1833 வரையிலும் இப்பணியில் ஓயவேயில்லை.

அட்லாண்டிக்குக் கடல்வழியே நடந்த அடிமை வாணிபம் வெகு இழிபெயர் பெற்றிருந்தது. இதில் பிரிட்டீசுக் கப்பல்களே பெரும்பங்கு வகித்தன என்று பேசப்பட்டது. ஆனால் பிரிட்டீசுக் குவாக்கர்கள் கிழக்கிந்தியக் கம்பெனியார் இந்தியத்தில் செய்த ஊழல்களைப் பார்த்துக் கொண்டு சும்மா இருந்ததைப் போன்றே அடிமை வாணிபக் கொடுமைகள் குறித்தும் 1770 ஆம் ஆண்டு வரையிலும் எதுவும் பேசாது வாய் மூடிக் கிடந்தனர்.

குவாக்கர் கப்பல் முதலாளிகள் அடிமை வாணிபத்தில் தாம் ஈடுபடாது,தம் கைகளில் கறை படாமல் பார்த்துக் கொண்டதுடன் நிறுத்திக் கொண்டனர். ஆனால் அடிமை ஒழிப்பில் ஈடுபடுவதை எதிர்த்துப் பொது நடவடிக்கை எடுக்க வேண்டுமென்று ஃபிலடெல்ஃ பியத்திலும் நியூ ஜெர்சியிலும் வாழ்ந்த அமெரிக்கக் குவாக்கர்கள் பிரிட்டீசுக் குவாக்கர்களிடம் வலியுறுத்தி வந்தனர்.

குவாக்கர்கள் கடைசியாய் 1783 ஆம் ஆண்டு இலண்டனில் கூடி, நாடாளுமன்றத்திடம் ஒரு விண்ணப்பத்தை அளித்தனர். அதில் அடிமை வாணிபத்திற்கு எதிராய் நடவடிக்கை எடுக்க வேண்டுமென்று கோரப்பட்டது. இதுவே நண்பர்கள் சங்கம் அடிமை எதிர்ப்பைக் குறித்து செய்த விண்ணப்பமாகும்.

அடிமை வாணிபம், அடிமை முறை ஆகியன பற்றிக் குவாக்கர் தொடர்பான செய்திகள் இ.ச.க.தொகுதி- 8 இல் சொல்லப்பட்டுள்ளது. இனி வரும் காலங்களிலும், அவர்களின் இந்த ஆன்ம நேயப் பணி பற்றிய செய்திகளை ஆங்காங்கே காணலாம். குவாக்கர்களின் நற்பணி இந்தியத்திலும் நடந்திருக்கின்றது.

9. நியூயார்க்கு 1783 இல் எப்படியிருந்தது?

நியூயார்க்கு மாநிலத்தின் தலைநகராய் விளங்கும் நியூயார்க்கு பட்டினம் இன்று அமெரிக்க ஒன்றியத்தில் கலிஃபோர்னிய நகரத்திற்கு அடுத்தபடியாய் மக்கள் தொகை மிகுந்த இரண்டாவது மாநகராய் விளங்குகின்றது. அட்லாண்டிக்குக் கரையோரத்தில் அமைந்த இப்பட்டினம், இன்றைக்குச் சுமார் 211 ஆண்டுகளுக்கு முன்னர் 1783 இல் எப்படி இருந்தது? அது 1783 இல் ஒரு நகரமே அன்று. அது கரிப் பிடித்துப் போனவர்களும், சோர்ந்து போய்க் கிடந்தவர்களுமாக இருபத்தையாயிரம் பேர் வாழ்ந்த சிறு குடியேற்றமாய்த்தானிருந்தது.

நியூயார்க்கு 1664 வரை நியூ நெதர்லாந்து என்று பெயர் பெற்ற டச்சுக் குடியேற்றமாயிருந்தது. பிரிட்டிசார் அவ்வாண்டில் நியூயார்க்கைத் தம் ஆட்சிப் பரப்புடன்

சேர்த்துக்கொண்டனர். அவர்கள் இரண்டாம் சார்லசின் (*1630-1685; ஆ.கா. 1660-1685*) தம்பியான யார்க்குக் கோமகனின் பெயரை அதற்குச் சூட்டி நியூயார்க்கு என்று அழைக்கலாயினர். நியூயார்க்கு அமெரிக்க ஒன்றியத்தினுள் முதன்முதலாய்ச் சேர்ந்த 13 குடியேற்றங்களுள் ஒன்றாகும்.

10. கால்வனியின் செப்பமற்ற மின்கலம்

லூயி கால்வனி (*Luigi Galvani; 1737-1798*) இத்தாலிய உடற்கூறு இயலார். ஒத்திரா மாறுபட்ட உலோகங்களின் தொடர்பு ஏற்பட்டதும் தசைகள் சுருங்குவதை அவர் கண்டார். அவர் அவற்றைத் தவளைகளின் கால் தசையில் இணைத்தபோது, அவற்றின் கால்கள் துடித்ததைக் கண்டார். ''விலங்கு மின்விசையால்'' துடிப்பு ஏற்படுகின்றது என்று கால்வனி கருதினார். அவர் இதை வைத்துச் செப்பமற்ற ஒரு மின்கலத்தை 1783 இல் உருவாக்கினார்.

11. டங்ஸ்டன் உண்டாக்கப்படுதல்

டங்ஸ்டன் (*Tungsten*) என்ற பளுமிக்க தனிமத்தைத் தமிழில் மின்னிழைமம் என்பர். இது வெண்பழுப்பு நிறமாயிருக்கும். இது முக்கியமாய் உல்ஃபிரமைட்டு (*Wolframite;* கறுப்பு நிறத்திலிருந்து செம்பழுப்பு நிறம் வரையிலும் இருக்கும் தனிமம்; இதன் விளக்கக் குறி [$(Fe,Mn)WO_4$] ஷியலைட்டு (*Scheelite;* வெள்ளை, பழுப்பு அல்லது பச்சை நிறமுள்ள தனிமம்; இது ஒளி சிந்துவது வழக்கம். இதன் விளக்கக் குறி: [$Ca\ WO_4$] ஆகிய தனிமங்களிலிருந்து கிடைக்கின்றது.

ஸ்பானிய வேதியியலாரான ஜுவான் என்றவரும் பெர்னாந்தோ டி'எலூசரி என்றவரும் சேர்ந்து உல்ஃபிரமைட்டிலிருந்து ஓர் அமிலத்தைத் தனிப்படுத்தி, அதைக் கார்பனுடன் சேர்த்துச் சூடாக்கி டங்ஸ்டனை (உல்ஃபிரம்) உண்டாக்கினர்.

டங்ஸ்டன் மின் விளக்குகளிலுள்ள இழைகளிலும் மின்தொடர்பு முனைகளிலும் எக்ஸ்ரே இலக்குகளிலும் பயன்படுத்துப் படுகின்றது. விரைவேக வெட்டுக் கருவிகளில் எஃகுடன் சேர்த்துக் கலப்புலோகமாய்ப் பயன்படுத்துகின்றனர். இதன் தனிமக் குறி W அணு எண் 74; அணு எடை 183.85 டங்ஸ்டன் சுவிடிய மொழி ஒட்டுச் சொல்லாகும். டங் என்றால் கனமான என்றும் ஸ்கடன் என்றால் கல் என்றும் பொருள். அதாவது கனத்த கல் எனலாம்.

12. பிரஞ்சுக்காரர் பலூனில் பறந்தனர்

சைக்கு எட்டியன் மாண்கோல் பியே (*Jacques Etiene Montgolfier, 1745-1799*) அவருடைய அண்ணனான ஜோசபு மைசெல் மாண்கோல் பியே (*Joseph Michel Montgolfier, 1740-1810*) என்ற பிரஞ்சுக் காரர் இருவரும் 1783 ஆம் ஆண்டு வெப்பக் காற்று நிரப்பும் பலூன் ஒன்றைக் கட்டினர். அவ்விருவரும் 1783 ஜூன் 15 அன்று அன்னாய் (*Annoy*) என்ற இடத்தில் அந்தப் பலூனில் ஏறி வானில்

எழும்பியதைப் பொது மக்கள் கண்டனர். இதுவே முதன்முதலில் வானில் எழும்பிய ஆவிக் கூண்டு - பலூன் ஆகும். அண்ணனும் தம்பியும் வெப்பக் காற்றை ஆவிக் கூண்டினுள் நிரப்பி அதை உப்ப வைத்தனர். அவர்கள் இந்த ஆவிக் கூண்டில் பத்து நிமிடங்கள் வானில் எழும்பி மிதந்தனர்.

1783

13. நீரிழிவு - சர்க்கரைத் தொடர்பு முதலில் அறியப்பட்டது

நீரிழிவு (*diabetes*) நோயை ஆராய்ந்து அது பற்றி எழுதி வைக்கப்பட்ட முதற் சான்று *1783* இல் கிடைத்தது. ஆங்கிலேயரான தாமஸ் கௌலி என்ற மருத்துவர், நோயாளியின் சிறுநீரில் சர்க்கரைச் சத்து இருந்ததை இவ்வாண்டு தெரியக் காட்டினர்.

14. உலகின் முதல் மெழுகுப் பொம்மைக் காட்சி

இலண்டனிலுள்ள மேடம் டசாடின் ''அச்சமூட்டுவோர் நிறைந்த அரங்கு'' (*Madame Tussaud's Chamber of Horrors*) என்ற மெழுகுப் பொம்மைக் காட்சிக் கூடத்தைக் காண்பதற்காக மக்கள் இன்று கூட்டங் கூட்டமாய்ச் செல்கின்றனர். அதைப் போலவே இன்றைக்குச் சரியாய் இரு நூற்றாண்டுகளுக்கு முன்னர் மேடம் டசாடின் ஆசானும் ஆதரவாளருமான டாக்டர் பிலிப்பி கர்ஷியஸ் (*Dr.Philippe Curtius*) பாரிசில் *1783* ஆம் ஆண்டு திறந்து வைத்த ''பெருங் கள்ளர் குகை'' (*Caverne Des Grands Volurs*) என்ற பயங்கரக் கொள்ளைக்காரர்களின் மெழுகுப் பொம்மைகள் அமைந்த காட்சியைக் காணவும் பெருங்கூட்டம் கூடியது.

டாக்டர் பிலிப்பி ஏற்கெனவே நடத்தி வந்த புகழ் பெற்ற மெழுகுப் பொம்மைக் காட்சி சாலையின் விரிவாய் இந்தக் ''குகையையும்'' திறந்தார். இங்கு புகழ்பெற்று

விளங்கியவர்கள், விளங்கி வருபவர்கள் ஆகியோரின் பொம்மைகளும் மக்களுக்கு நன்கு தெரிந்தவர்களின் மெழுகு உருவங்களும் இருந்தன. அவரது புதிய ''குகைக்'' காட்சியைக் காண்பதற்கு மக்கள் சாரை சாரையாய் வந்தனர். செய்த தீயவினைகளுக்காகத் தண்டனையடைந்து இழிபெயர் பெற்ற கொடிய குற்றவாளியரின் மெழுகுப் பொம்மைகள் அங்கு காட்சிக்கு வைக்கப்பட்டன.

மேடம் டசாடு இதற்குப் பத்தாண்டுகளுக்குப் பிறகு 1802 ஆம் ஆண்டில் இலண்டனில் லைசியம் கொட்டகையில் திறந்து வைத்த மெழுகுப் பொம்மைக் காட்சி சாலைக்கு மேற் சொன்ன பாரிஸ் நகரத்துக் கூடம் முன்னோடியாகும்.

15. ஐசிலாந்தில் எரிமலை வெடித்தது

ஐசிலாந்து (*Iceland*) இன்று வட அட்லாண்டிக்குக் கடலில் பெரிய குடியரசாய் விளங்குகின்றது. அதை ஐரோப்பியப் பகுதி என்று கொள்கின்றனர். நார்ஸ்மன் என்ற வட ஐரோப்பிய மக்கள் இங்கு குடியேறி 930 ஆம் ஆண்டில் சட்டமன்றம் ஒன்றை அமைத்தனர். இது 1380-1918 கால கட்டத்தில் டேனியர் ஆட்சியின் கீழ் இருந்தது. பின்னர் 1918 இல் விடுதலை பெற்று 1944 இல் குடியரசானது. இந்நாட்டின் பெரும்பகுதி, அதன் பெயருக்கேற்பப் பனிக் குவியலாயும் உறைபனி படர்ந்த வெற்று வெளியாயும் இருக்கின்றது.

இங்கு பல எரிமலைகளும், வெந்நீர் ஊற்றுகளும் இன்றும் உள்ளன. இங்கு ஐசிலாந்திய மொழி பேசப்படுகின்றது. இதன் பரப்புச் சுமார் 1,02,828 சதுர கிலோ மீட்டர். இந்நாட்டில் சுமார் இரண்டரை இலட்சம் பேர் வாழ்கின்றனர்.

ஐசிலாந்தில் 1783 இல் ஸ்காப்டர் (*Sakaptar*) என்ற எரிமலை குமுறி வெடித்தது. அதனால் இந்நாட்டு மக்களில் 20 சதத்தினர் இறந்தனர்.

16. ஜப்பானில் எரிமலை வெடித்தபின் பஞ்சம்

பசிபிக்கிலுள்ள ஜப்பான் நாட்டில் அசம (*Asama*) என்ற எரிமலை வெடித்ததை அடுத்துப் பெரும் பஞ்சம் 1783 இல் ஏற்பட்டது. இந்நாட்டில் 1732 ஆம் ஆண்டிற்குப் பிறகு இத்தகைய கொடிய பஞ்சம் வந்ததில்லை.

1784

அரசியல்

இரண்டாம் மைசூர்ப் போர் முடிவு
பிட்டு நிறைவேற்றிய இந்தியச் சட்டம்
கண்ணனூர் அரசி கம்பெனிக்குக் கப்பம் கட்டினார்

அறிவியல்

சிட்ரிக்கு அமிலம் கண்டுபிடிப்பு
சட்டம், நீதியாட்சி
பிட்டு நிறைவேற்றிய இந்தியச் சட்டம்

கலை, இலக்கியம்

பிரிட்டானியக் கலைக் களஞ்சியம்
வங்க ஆசியவியல் சங்கத் தோற்றம்
ஐரோப்பியத்தில் சம்ஸ்கிருத ஆர்வம் பெருகுதல்
மராட்டியில் ''கிறித்தவப் புராணம்''
தொழில், வாணிபம், வேளாண்மை, பொருளியல்
இந்துமாக் கடலில் அமெரிக்கர்
தனிப்பட்ட பிரிட்டிசு வணிகர் ஏற்றம்

இராணுவம், போர்

வெட்டத்து நாட்டு அரண்மனை - திப்பு அழித்தல்
இரண்டாம் மைசூர்ப் போர் முடிவு
திப்புவின் குடகுப் போர்
நாணவியல்
திப்பு வெளியிட்ட நாணயங்கள்
இயற்கைச் சீற்றம், பஞ்சம்
ஜப்பானில் பஞ்சம்

மக்கள்

இராசாராம் மோகனராய் *(1772-1833)*
திப்பு பல கோணங்களில்
திருவிதாங்கூர் மன்னர் இராமேசுவர யாத்திரை
பாரிசில் முதற் குருடர் பள்ளி

இறப்பு

டாக்டர் ஜான்சன் *(1709-1784)*

1784

1. இந்தியவியல் தோற்றமும் வங்க ஆசியவியல் சங்க அமைப்பும்

போர்த்துக்கீசர் பழம் பெரும் பாரதத்தின் சேர நாட்டில் *1498* ஆம் ஆண்டு கால் வைத்ததுமே, கிரேக்கர் காலந் தொட்டு இவ்விரு உலகங்களுக்குமிடையிலிருந்து வந்த உறவில் புதிய அத்தியாயம் தொடங்குகின்றது. போர்த்துக்கீசருக்கு முன்னர் ஐரோப்பியத்திலிருந்து வணிகர், போர்ப் படை ஊழியர், மாலுமியர், நாடோடியர் ஆகியோர் பாரதத்திற்கு வந்தனர். இவர்களெல்லாம் கற்றறிருந்ததோருமல்லர்; ஹீரோடாட்டசு *(485-425 கி.மு.)* போன்ற வரலாற்று நோக்குடைய அறிவாளியருமல்லர். அலெக்சாந்தருடன் *(356-323 கி.மு.)* இந்தியத்திற்கு வந்தவர்களுள் கற்றறிந்த விற்பன்னர் எவரும் இருந்திலர்.

அலெக்சாந்திரியக் கிரேக்கரான தாலமி *(87-150 கி.பி.)* எழுதியன நில நூல் குறிப்புகளாக, பெரிதும் வாணிப நோக்குடன் எழுந்தனவேயன்றி சமுகக் கண்ணோட்டத்தில் அமையப் பெறவில்லை என்பது தெளிவு. கி.பி.60 ஆம் ஆண்டினதான பெரிப்புளூஸ் நூலும் அவ்வகையினதேயாம்.

அதனால் இந்தியம் என்ற செல்வ வளமும் இயற்கை வளமும் நிறைந்த ஒரு பெரிய நிலம் கிழக்கே உள்ளது என்பது மட்டும் நாகரிக முதிர்ச்சியடைந்த ஐரோப்பியருக்கு மட்டுமே தெரிந்திருந்தது. எப்போதோ பல காலங்களில் இங்கு வந்து திரும்பிய நாடோடியர், மார்க்கோ போலோவின் காலம் வரையிலும் *(1254 - 1324 கி.பி.)* கற்பனைக் குதிரையைத் தட்டிவிட்டுச் சந்த மாமா கதைகளைப் போன்ற செய்திகளையே தம் எழுத்துகளின் வாயிலாய்த் தம் நாட்டவருக்குக் கூறி வந்தனர்.

பல்லாயிரமாண்டுப் பழமை வாய்ந்த செழுமையான இலக்கிய, மெய்யியல், பண்பாட்டு மரபுகள் நாவலந்தீவான பாரதத்திற்கு உண்டு என்ற மெய்ச் செய்தியை, இன்று ஆசியம் என்று வழங்கும் பெருநிலப் பரப்பின் புறத்தே வாழ்ந்த மேற்கத்தி மக்கள் நெடுங்காலமாய் அறியாதிருந்தனர்.

ஐரோப்பியத்தில் பதினான்காம் நூற்றாண்டில் மறுமலர்ச்சி *(Renaissance)* ஏற்பட்டுப் பண்டைக் கிரேக்கம், ரோம் என்ற சிறிய உலகம் விரிந்து பரந்த நிலப்பரப்பானது. அது அறிவிலும் வீரத்திலும் புதுவது புனைவதிலும் துணிந்து கரை காணாக் கடலில் புத்துலகம் காணக்கிளம்பியது. அதன் புதிய இத்தோற்றப் பொலிவில் கண் கூசி நின்ற ஐரோப்பியர்க்குப் பாரத தேசம் பண்படாத பாஷாண்டிகளின் நானில்மாய் முதலில் தோன்றிய போதிலும், அவர்கள் வெகு விரைவில் இந்தியத்தின் ஞானப் பொலிவைக் கண்டு கொள்ளத் தொடங்கினர்.

போர்த்துக்கீசர் இந்தியத்தில் அடியெடுத்து வைத்த இரண்டாண்டுகளுக்குப் பிறகு, இந்நாட்டை அடைந்த ஃபிரா ஜோம் தெ வில்லா கோண்டி *(Fra Joam de Villa Conte)* என்ற கிறித்தவத் துறவி திருக்குறளின் சிறப்பைக் கண்டியை ஆண்ட புவனைக பகு *(1521-1551)* என்ற மன்னருக்கு எடுத்துக் கூறினார். நாமறிந்த வரையில் சுமார் இரண்டாயிரம் ஆண்டுகளுக்கு முன்னர் எழுந்த ஒரு நீதி நூலைப் பற்றி முதன் முதலாய் ஓர் ஐரோப்பியர் இவ்வாறு பேசியது பதினாறாம் நூற்றாண்டின் பிற்பகுதியாய்த் தானிருக்கும் என்று தோன்றுகின்றது (இ.ச.க. தொகுதி-7)

ஐரோப்பியர் இந்தியவியலுக்கு இக்காலத்திலேயே வித்திட்டு விட்டனர் என்று கொள்வது தவறாகாது. மதுரை மிசனைச் சேர்ந்த ஏசு சபை அச்சன்மாராகிய தத்துவ போதக சாமி என்ற ரொபட்டோ டீ நொபிலி *(1577-1656)*, அருளானந்தர் என்ற டீ பிரித்தோ *(1647-1693)*, வீரமா முனிவர் என்ற ஜோசஃப்பு கான்ஸ்டண்டியஸ் பெஸ்கி *(1680-1747)* என்று பலரும், சீகன் பால்கு *(1683-1716)* என்ற லுதரன் சபைச் சமயப் பரப்பியும் வரிசையாய் ஐரோப்பியர் பலர் இந்திய மக்களின் பல்வேறு வாழ்க்கைக் கூறுகளைக் கடந்த சுமார் இரண்டரை நூற்றாண்டுகளாய்க் கூர்ந்து நோக்கத் தொடங்கி விட்டனர். இவர்களெல்லாம் சமயத் தொடர்புடையவர்கள்.

சமயச் சார்போ, அரசியல் சாய்வோ இன்றி இந்தியத்தைப் பற்றி நாமறிய முதன் முதலில் ஆராயத் தொடங்கியவர் என்று ஜான் மார்ஷல் என்ற கிழக்கிந்திக் கம்பெனி ஊழியரைக் கூறலாம். இவர் *(1668-1671)* ஆகிய ஆண்டுகளுக்கு இடைப்பட்ட காலத்தில் பாகவதத்தை ஆங்கிலத்தில் மொழி பெயர்த்து இங்கிலாந்திற்கு அனுப்பி வைத்தார். அவருக்குப் பிறகு ஜான் செஃப்பனையா ஹோல்வல் *(1711-1798)* இந்தியவியலில் முன்னோடியாயிருந்தார் எனலாம். (இ.ச.க. தொகுதி-6)

மேற்கூறியவர்கள் அனைவரும் கற்றறிந்த விற்பன்னரல்லர்; மொழியறிஞருமல்லர். எனினும் இந்தியவியல் ஆய்விற்கென்று ஓர் அமைப்பு வேண்டும் என்ற கருத்து இந்தியத்தின் முதல் தலைமை ஆளுநராயிருந்த வாரன் ஹேஸ்டிங்சிற்கும் *(1732-1812)* ஆங்கில மொழியறிஞரும் அகராதித் தொகுப்பாளருமான டாக்டர் ஜான்சன் *(1709-1784)* போன்ற அறிஞர்களுக்கும் இருந்தது. டாக்டர் ஜான்சன் வாரன் ஹேஸ்டிங்சின் நண்பர். அவர் ஹேஸ்டிங்சிற்கு ஒரு கடிதம் எழுதியிருந்தார்.

கீழ்நாடுகளின் வரன் முறைகளையும் வரலாறுகளையும் நுணுகி ஆராய்தல்; பண்டை நாகரிகச் சின்னங்கள், கட்டடங்கள் முதலியவற்றைத் தேடிச் சென்று ஆராய்தல்; பாழ்பட்ட பழம் பகுதிகளின் புதைவுத் தடங்களையும் இடிபாடுகளையும் கண்டுபிடித்துத் துப்புத் துருவுதல் போன்ற ஆராய்ச்சிகளில் ஈடுபடுதல் ஆகியவற்றின் இன்றியமையாமை குறித்து ஜான்சன் அக்கடிதத்தில் குறிப்பிட்டிருந்தார்.

இந்தியவியல் ஆய்வு குறித்து ஐரோப்பியர் இங்ஙனம் கவனஞ் செலுத்தி வந்தனரெனினும், அது குறித்து முறையாய் ஆராய்வதற்கு வேண்டிய வழிவகை *1784* ஆம் ஆண்டில் தான் தோன்றியது.

தோற்றுவாய்

ஐரோப்பிய சமுகத்தின் உயர்ந்தோர் குழாத்தைச் சேர்ந்த முப்பது பெருமக்கள்,கல்கத்தா உச்ச நீதிமன்றத்தின் தனிச் சிறப்புச் சான்றாளர் *(Grand Jury)* அறையில் *1784* ஜனவரி *15* அன்று சர் இராபட்டு சேம்பர்ஸ் தலைமையில் கூடினர். வங்க ஆசியவியல் சங்கத்தை நிறுவுவது என்று அந்தக் கூட்டத்தில் முடிவாயிற்று. மாபெரும் ஆராய்ச்சி மையம் ஒன்றுக்கு, உலகமெங்கிலுமுள்ள கீழையியல் ஆய்வுச் சங்கங்களின் தாய் அமைப்பிற்கு இவ்வாறு தான் கால்கோளிடப்பட்டது. இம் முதற் கூட்டத்தில் ஆரவாரமோ, பரபரப்போ, முழக்கமோ இல்லை.

இந்தியத்தின் வரலாறு, இலக்கியம், கலை, பண்பாடு ஆகிய துறைகளில் இப்படித்தான் அறிவுப் புரட்சி அன்று தொடங்கி வைக்கப்பட்டது. அதற்கு வில்லியம் ஜோன்சின் முயற்சியே காரணமானது. இந்தியத்தின் பதினெட்டாம் நூற்றாண்டு வரலாற்றில் குறிப்பிடத்தக்க நிகழ்வுகளில் இதுவும் ஒன்றாகும்.

பிரிட்டனின் இராயல் சங்கமும் (*Royal Society*) இவ்வாறுதான் இதற்கு 124 ஆண்டுகளுக்கு முன்னர், 1660 ஆம் ஆண்டில் மிகவும் அடக்கமாய்த் தோன்றியது. முதலில் ஆக்ஸ்ஃபோர்டு பல்கலைக் கழகத்தில் வெகு சில இலக்கிய நண்பர்கள் மட்டுமே கூடிய இந்தச் சங்கம் பையப் பைய அறிவொளி பிறங்கிய உச்சத்தை எட்டியது. இச்சங்கத்திற்கு எட்மண் ஹேலி (*Edmond Haley : 1656-1742*) செயலாளராயும் சர் ஐசக்கு நியூட்டன் (1643-1727) தலைவராயும் இருந்தனர். இங்ஙனம் தொடங்கிய அறிவியல் அமைப்பான இராயல் சங்கம் போலவே வங்க ஆசியவியல் சங்கமும் புகழுச்சியை மெல்ல மெல்ல எட்டியது.

வங்க ஆசியவியல் சங்கத்தின் முதல் தலைவராய்ப் பொறுப்பேற்ற வில்லியம் ஜோன்ஸ், வெறும் கற்பனைக் கோட்டை கட்டிக் கொண்டு அதன்மீது அமர்ந்திருந்து விடவில்லை. அறிவை விரித்துப் பரப்பும் பணிகளை மேற்கொள்ளுமாறு, அவர் சங்கப் புரவலர்களை 1784 ஜனவரி 22 அன்றே அழைத்துப் பணியில் முனைந்துவிட்டார்.

முன்னோடி ஜோன்ஸ்

வில்லியம் ஜோன்ஸ் ஐரோப்பிய மொழிகளுக்கும் பாரசிகனுக்கும் உள்ள தொடர்பை நன்குணர்ந்திருந்தார். ஆனால் மேற்கூறிய மொழிகளனைத்தும் பேபல் கோபுரத்திலிருந்து (*Babel Tower*) கிளம்பிய பல்வேறு மொழிக் குழப்பங்களிலிருந்து தேர்ந்து தெளிந்த எபிரேய (*Hebrew*) மொழிகளிலிருந்து தோன்றியவை என்ற பதினெட்டாம் நூற்றாண்டுக் கருத்தை ஜோன்ஸ் ஏற்கவில்லை. ஆனால் பாரசிகனும் அரபு மொழிகளும் எபிரேயமல்லாத ஒரு பொது மொழியிலிருந்து கிளைத்தன என்ற கருத்தை ஜோன்ஸ் முன் வைத்தார். அவர் இத்துறையில் செய்த ஆராய்ச்சியின் பயனாய்ச் சம்ஸ்கிருதமும் ஐரோப்பிய மொழிகளும் இந்திய ஐரோப்பிய மொழிக் குடும்பத்தைச் சேர்ந்தவை என்று நிறுவுவதற்கு வழி ஏற்பட்டது.

சம்ஸ்கிருத ஏற்றம்

சம்ஸ்கிருத நூல்களை ஆங்கிலத்தில் மொழிபெயர்க்கும் முதன்முயற்சி 1784 இல் தொடங்கிற்று. சார்லஸ் வில்கின்ஸ் (1749-1836) அப்போது பகவத் கீதையை ஆங்கிலத்தில் மொழி பெயர்த்தார்.

ஜோன்சும் வில்கின்சும் தற்கால இந்தியவியல் ஆய்வின் தந்தையர் என்று கூறலாம். அவர்களையடுத்து இப்பணியைக் கல்கத்தாவில் தொடர்ந்தவர்கள் : ஹென்றி கோல்புரூக்கு (1756-1837); ஹேரேஸ் ஹைமன் வில்சன் (1789-1860). கோல்புரூக்கு இருக்கு வேதத்தை முழுமையாய்த் திரட்டினர். இவர்களின் பணியொடு பாரசிக மொழி விற்பன்னரான ஆங்குவடில் துப்பரோன் என்ற பிரஞ்சுக்காரரின் பணியையும் சேர்த்துக் கொள்ள வேண்டும். (துப்பரோன் : இ.ச.க தொகுதி-6). துப்பரோன் பதினேழாம் நூற்றாண்டில் பாரசிகத்தில் மொழி பெயர்க்கப்பட்ட நான்கு உபநிடதங்களை 1786 ஆம் ஆண்டில் வெளியிட்டார். ஐம்பது உபநிடதங்கள் அடங்கிய அவரின் கையெழுத்துப் படிகள் அனைத்தும் 1801 ஆம் ஆண்டு வெளியாயின.

ஐரோப்பிய நாடுகளில் சம்ஸ்கிருதம்

இம் மொழிபெயர்ப்புகளின் பயனாய், ஐரோப்பியத்தில் சம்ஸ்கிருத இலக்கியத்தின் மீது ஆர்வம் மிகலாயிற்று. பிரஞ்சுப் புரட்சியின் பின்னர் அமைந்த பிரஞ்சுக் குடியரசு

1795 ஆம் ஆண்டில் கீழை மொழிகள் பள்ளியை (*Ecole Des Langues orientails Vivantes*) அமைத்தது. அப்போது வங்க ஆசியவியல் சங்கத்தை நிறுவியவருள் ஒருவரான அலெக்சாந்தர் ஹாமில்டன் (*1762-1824*) பிரான்சில் சிறைப்பட்டிருந்தார். அவர் *1803* ஆம் ஆண்டு ஏற்பட்ட அமியன்ஸ் அமைதி உடன்படிக்கைப்படி பொறுப்பில் வெளியே விடப்பட்டார். பிரஞ்சு அரசு அவரை மேற்சொன்ன பள்ளியின் முதல் சம்ஸ்கிருத ஆசிரியராய் அமர்த்திற்று.

ஹாமில்டனிடமிருந்து சம்ஸ்கிருதம் கற்ற முதல் ஜெர்மானியர் பிரடரிக்கு ஷிலீகல் ஆவார்.

பிரஞ்சுக் கல்லூரி (*College de France*) என்ற கழகத்தில் *1814* ஆம் ஆண்டில் சம்ஸ்கிருதத்திற்கென்று ஒரு பீடம் அமைக்கப்பட்டது. பல்கலைக் கழக மட்டத்தில் நிறுவப்பெற்ற முதல் சம்ஸ்கிருதப் பீடம் இதுவாகும். அதற்கு லியோனர்டு தெ செசி (*Leonard de Chezy*) என்பவர் தலைவராயிருந்தார்.

அந்தக் காலகட்டத்தில் *1818* ஆம் ஆண்டிற்கு பிறகு ஜெர்மனியின் பெரிய பல்கலைக்கழகங்களில் சம்ஸ்கிருதம் கற்பிக்கப்படலாயிற்று.

இங்கிலாந்தில்

இங்கிலாந்தில் ஹேட்ஃபோர்டுசயர் என்னுமிடத்திலிருந்த கிழக்கிந்தியக் கம்பெனிக் கல்லூரியில் *1805* ஆம் ஆண்டு முதல் சம்ஸ்கிருதம் கற்பிக்கப்பட்டது.

ஆக்ஸ்ஃபோர்டுப் பல்கலைக்கழகத்தில் *1832* ஆம் ஆண்டு முதன்முதலாய்ச் சம்ஸ்கிருதப் பீடம் நிறுவப்பட்டது. அங்கு போடன் (*Boden*) பேராசிரியர் பதவி எச்.எச்.வில்சனுக்குத் தரப்பட்டது. அவர் வங்க ஆசியவில் சங்கத்தைத் தோற்றுவித்தவருள் ஒருவராவார்.

அதன்பிறகு இலண்டன், கேம்பிரிட்ஜ், எடின்பரோ பல்கலைக்கழகங்களிலும் ஐரோப்பியம், அமெரிக்கம் ஆகியவற்றிலிருந்த பல்கலைக்கழகங்களிலும் சம்ஸ்கிருதப் பீடங்கள் அமைக்கப் பெற்றன.

ஃபிரான்ஸ் பாப்பு (*Franz Bopp :1791-1867*) என்ற பவேரியர் சர் வில்லியம் ஜோன்ஸ் காட்டிய குறிப்புகளின் அடிப்படையில் சம்ஸ்கிருத்திலும் பண்டை ஐரோப்பிய மொழிகளிலும் காணப்படும் பொதுவான வேர்களை நிறுவுவதில் தற்காலிக வெற்றி கண்டார். அன்றிலிருந்து மொழி ஒப்பியல் துறை தனிப் பிரிவானது.

பிரான்சில்

பாரிசில் *1821* ஆம் ஆண்டு பிரஞ்சு ஆசியவியல் சங்கம் (*French Society Asiatique*) அமைக்கப்பட்டது. அதற்கு இரண்டாண்டுகளுக்குப் பிறகு இலண்டனில் இராயல் ஆசியவியல் சங்கம் (*Royal Asiatic Soeiety*) அமைந்தது.

இத்தொடக்கங்களிலிருந்து பத்தொன்பதாம் நூற்றாண்டு நெடுகிலும் பண்டை இந்திய இலக்கியங்களை ஆராய்வதும் அவற்றைத் தொகுத்து வெளியிடுவதுமான பணிகள் நடந்து வந்தன. பத்தொன்பதாம் நூற்றாண்டில் நடந்த இப்பணிகளில் மிகப்பெரியது. சம்ஸ்கிருத - ஜெர்மன் அகர முதலியாகும். இதற்குச் செயிண் பீட்டர்ஸ்பர்க்கு லெக்சிக்கன் என்று பெயர். இப் பெருந்தொகுதியை ஜெர்மானிய மொழி

அறிஞரான ஆட்டோ போட்லிங்கு, ரூடால்ஃபு ராத்து (*Otto Bohtlingk, Rudolph Roth*) என்ற இருவரும் திரட்டினர்.

இந்தியவியல் ஆய்விற்கு இங்கிலாந்து அளித்த பங்கு இருக்கு வேதப் பதிப்பாகும். ''கீழையுலகின் புனித நூல்கள்'' (*Sacred Books of the East*) என்ற பெயரில் வரிசையாய்ப் பல நூல்கள் அங்கு வெளியிடப்பட்டன. அவற்றை ஃபிடரிக்கு மாக்ஸ்முல்லர் (*1823-1900*) தொகுத்துப் பதிப்பித்தார். அவர் மாபெரும் சம்ஸ்கிருத விற்பன்னர். அவர் தன் ஆராய்ச்சி வாழ்க்கை முழுவதையும் ஆக்ஸ்ஃபோர்டு பல்கலைக் கழகத்தில் மொழி ஒப்பியல் பேராசிரியராய்க் கழித்தவர்.

ஜோன்சின் சிறப்பு

வில்லியம் ஜோன்ஸ் நீதித்துறை சார்ந்திருந்தமையால், இந்தியத்தின் சட்டவியலை நன்கு ஆராய்ந்திருந்தார். இவர் முகமதியச் சட்டம் பற்றியும் ஒரு நூல் எழுதியுள்ளார். இவரது சட்ட அறிவை மெச்சி இவரை ''இந்திய ஜஸ்டினியன்'' என்று அழைத்தனர். (முதலாம் ஜஸ்டினியன்: *483-565* கி.பி; பைசந்தியப் பேரரசராயிருந்த காலம் *527-565*. அவர் ஆறாம் நூற்றாண்டில் ரோமன் சட்டம் அல்லது பொதுச் சட்டத்தை தொகுத்து வகை செய்தார். அதை *Corpus Juris Cirilis* என்பர்)

''இவர் கிட்டத்தட்ட உலக மொழிகள் அனைத்தையும் விளங்கிக் கொள்கின்றார். தன் தாய் மொழியைத் தவிர'' என்று ஜோன்சின் மொழியறிவை வியந்து பிரஞ்சுப் பிரபு ஒருவர் பதினாறாம் லூயி காதில் கேட்குமாறு சொன்னார். ''அட கடவுளே! அவர் எந்நாட்டவரோ?'' என்று மன்னர் வியந்து வினவினார். ''மாட்சிமை பொருந்திய அரசே! அவர் வேல்ஸ்காரர்''

வில்லியம் ஜோன்ஸ் இந்தியத்தில் பத்தாண்டுக் காலம் பணியாற்றிவிட்டுத் தன் *47* ஆவது வயதில் *1794* ஆம் ஆண்டு ஈரல் வீக்கத்தினால் கல்கத்தாவில் இறந்தார். அவரைக் கல்கத்தாவின் சௌத்து மார்க்ஸ் கல்லறைத் தோட்டத்தில் அடக்கம் செய்துள்ளனர். இவருக்கு ஆக்ஸ்ஃபோர்டிலும் நினைவுச் சின்னம் உள்ளது.

2. இராசா ராம் மோகனரின் அறிவு வாழ்க்கை தொடக்கம்

''இராம் மோகனர் (*1772-1833*) வேதாந்தத்தையும் இஸ்லாத்தையும் கற்றிருந்தமையே, அவருடைய கருத்துகள் உருப் பெறக் காரணமாயின. அவரிடம் கிறித்தவக் கோட்பாட்டுச் செல்வாக்கும் குறிப்பிடத்தக்க அளவில் இருந்தது. எனினும் அந்தச் செல்வாக்கு (கிறித்தவச் செல்வாக்கு) பெரிதும் எண்ணப்படுவதைப் போன்று அத்தனை ஆழமாய் இடம் பெறவில்லை'' என்று தற்கால எழுத்தாளர் ஒருவர் இராம்மோகனரின் வாழ்க்கைக் கோட்பாட்டைப் பற்றிக் கூறுகின்றார்.

இராம் மோகனர் இராதா நகர் என்ற வங்கச் சிற்றூரில் *1772* மே *22* அன்று, அந்தண குலத்தில் பக்தி மிகக் கொண்ட பெற்றோருக்கு மகனாய்ப் பிறந்தார். அவர் தன் பன்னிரண்டாம் வயதில் பாட்னா சென்று, அங்கு இஸ்லாமியக் கல்வி நிலையம் ஒன்றில் பாரசிக, அரபு மொழிகளைக் கற்றார். அவர் திருக்குரானை அரபு மொழியில் படித்தார். பிளாட்டோ, அரிஸ்டாட்டில் ஆகிய கிரேக்க மெய்யியலாரின் நூல்கள் அரபியில் மொழிபெயர்க்கப் பட்டிருந்ததையும் அவர் அங்கு கற்றார். அவரது அறிவு வாழ்க்கை இந்த *1784* ஆம் ஆண்டிலிருந்துதான் தொடங்குகின்றது.

அவர் நான்காண்டுகளுக்குப் பிறகு பாட்னாவிலிருந்து ஊருக்குத் திரும்பினார். அப்போது அவர் உருவ வழிபாட்டை வெறுத்தவராயிருந்தார். அவர் தன் ஊரை அடைந்ததும் உருவ வழிபாடு பற்றிய கருத்தை விளக்கி ஒரு வெளியீட்டை எழுதினார். இது குறித்து வைதிகரான அவரின் தந்தைக்கும் இராம் மோகனருக்குமிடையே கருத்து வேறுபாடு எழுந்தது. அதனால் இராம் மோகனர் வீட்டை விட்டு வெளியேறினார்.

அவர் அடுத்த மூன்றாண்டுக் காலம் வட இந்தியத்திலும் திபேத்திலும் சுற்றித் திரிந்தார். அப்போது அவர் திபேத்தில் பௌத்தத்தை நேரடியாய் அறிந்து கொள்ளும் வாய்ப்புக் கிடைத்தது.

இராம் மோகனர் பௌத்தரின் உருவ வழிபாட்டை எதிர்த்து வெளிப்படையாய்ப் பேசியமையால், லாமாக்கள் சிலரின் சீற்றத்திற்கு ஆளானார். அதனால் அவர் உயிருக்கு அஞ்சி ஊர் திரும்ப நேர்ந்தது. அவர் ஊரில் சிறிது காலமே இருந்தார். அங்கு பழைய நெருக்கடி மீண்டும் குடும்பத்தில் எழுந்தது. அவர் அதன் பிறகு காசிக்குச் சென்றார். அங்கு சம்ஸ்கிருதம் பயின்று, பண்டை வேதங்களையும் சாஸ்திரங்களையும் கற்றார்.

இராம் மோகனார் 1803 ஆம் ஆண்டு கிழக்கிந்தியக் கம்பெனியில் பணிக்குச் சேர்ந்தார். கம்பெனி அவரை 1809 ஆம் ஆண்டு ரங்கப்பூருக்கு அனுப்பிற்று. அவர் பின்னர் 1814 அல்லது 1815 இல் கம்பெனி வேலையை விட்டு விலகிக் கல்கத்தாவில் குடியேறினார். அப்போது அவருக்கு வயது 43-44 இருக்கலாம்.

1784

ஒரு கடவுள் கொள்கை

இராம் மோகனர் தன் எண்ணங்களுக்கும் சிந்தனைகளுக்கும் எழுத்து வடிவம் கொடுத்து வந்தார். அவர் முதன் முதலில் எழுதிய நூலின் பெயர் துஹ் ஃபதுல் முவாகித்தின் அல்லது ''ஒரு தெய்வ வழிபாட்டுக்காரருக்குப் பரிசு'' என்பதாகும். இந்நூல் பாரசிகனில் எழுதப் பெற்றது. முன்னுரை மட்டும் அரபியில் ஒரு பக்கம் எழுதப் பெற்றிருந்தது. இந்நூல் முப்பத்திரண்டு பக்கங்களைக் கொண்டது. இதன் ஆங்கில மொழி பெயர்ப்பை ஆதிப் பிரம்ம சமாஜம் 1884 ஆம் ஆண்டு வெளியிட்டது. அவர் இந்நூலில் ஒரு கடவுள் கொள்கை பற்றி இங்ஙனம் எழுதத் தொடங்குகின்றார்:

''நான் உலகில் வெகு தொலைவிலுள்ள பகுதிகளிலும் சமவெளிகளிலும் மலைப் பகுதிகளிலும் சுற்றித் திரிந்திருக்கின்றேன். அங்குள்ள மக்கள் உலகப் படைப்பின் ஆதிமூலமாயும், அதை ஆண்டு வருவதாயும் இருக்கின்ற ஒரே தெய்வத்தைப் பொதுவாய் நம்புகின்றனர் என்பதை நான் கண்டேன்.''

அம்மக்களிடையே இந்த ஒரு கடவுள் கோட்பாட்டையன்றி, வேறு எதிலும் அவர்களிடம் ஒத்த கருத்து இருக்கவில்லை என்பதை இராம் மோகனர் கண்டார். ஏனெனில் அதே மக்கள் ''அத்தெய்வத்திற்குத் தனிச்சிறப்பு வாய்ந்த பண்டிகைகளைக் கற்பிப்பதிலும், சமயக் கோட்பாடுகளால் சட்டப்படி விலக்கப்பட்டனவும் ஏற்கப்பட்டனவும் என்ற கொள்கைகளையுடைய பல்வேறு சமய நம்பிக்கைகளைக் கடைப்பிடிப்பதிலும் தம்முள் வேறுபட்டு நிற்கின்றனர்.''

இராம் மோகனருக்கு இவற்றையெல்லாம் கண்டு பெற்றிருந்த பட்டறிவு இருந்த காரணத்தினால், அவரால் இயற்கைக்கும் கட்டுப்படுத்திய அல்லது கற்பிக்கப்பட்ட கொள்கைகளுக்கும் இடையிலுள்ள வேறுபாட்டை இனங்கண்டு கொள்ள முடிந்தது. ''....நிலை பெற்றுள்ள மெய்ப் பொருளான ஒன்றை நோக்கித் திரும்புவது என்பது

மனிதரிடையே காணப்படும் இயல்பான மனப்போக்கைப் போன்றது; அது மனித இனத்தில் ஒவ்வொரு தனிமனிதனிடத்திலும் சமமான அளவில் பொதுவாய் இருக்கின்றது.''

அதே நேரத்தில், ''ஒவ்வொரு சமயப் பிரிவும் தனக்கென்று ஒரு கடவுளை அல்லது கடவுளரைச் சார்ந்து நின்று, அக்கடவுளர்க்கென்று தனிச்சிறப்பு வாய்ந்த குண நலன்களைக் கற்பிக்கும் மனப்போக்கும்; பழக்கம், பயிற்சி இவற்றால் இயல்பாய் உண்டாகக்கூடிய புற வெளிப்பாடாக விசித்திரமான வழிபாடு அல்லது பக்தியும் இருந்து வருகின்றன. இயல்பான குணத்திற்கும் வழக்கத்திற்குமிடையே எத்தனை பரந்த வேறுபாடு'' என்று இராம் மோகனர் முன்னுரையை முடிக்கின்றார்.

இராம் மோகனர் *1815-1823* ஆகிய ஆண்டுகளுக்கு இடைப்பட்ட காலத்தில் எழுதிய நூல்கள்: ''வேதாந்தச் சுருக்கத்தின் மொழிபெயர்ப்பு,'' *(Translation of an Abridgment of Vedanta)*; பல்வேறு உபநிடதங்களின் வங்க, இந்தி, ஆங்கில மொழிகளில் செய்த மொழிபெயர்ப்பு நூல்கள்.

அவர் உபநிடதங்களை மொழிபெயர்த்தமையால் தற்கால மார்டின் லூதராய் *(1483-1546)* விளங்குகின்றார். ஏனெனில் அவர் இம்மொழி பெயர்ப்புகளைச் செய்து, புரோகிதரும் சாதரணமக்களும் உபநிடதங்களைப் பெற்றுக் கொள்வதற்கு வழிகோலினர்.

இராம் மோகனர் பகுத்தறிவின்மை, மூட நம்பிக்கைகள், அற்புதங்கள், வறட்டுக் கோட்பாடுகள் ஆகியவற்றை எதிர்த்து வந்திருக்கின்றார். இவை பற்றிய அவரின் கருத்துகள் *1820* ஆம் ஆண்டு வெளியான ''ஏசுவின் கட்டளைகள்'' *(The Precepts of Jesus)*, ''அமைதியையும் மகிழ்ச்சியையும் காட்டும் வழித்துணை'' *(A Guide to Peace and Happiness)* முதலிய நூல்களில் காணப்படுகின்றன.

இராம் மோகனரிடம் காணப்பட்ட பிரிட்டீசு எதிர்ப்புணர்ச்சி இந்தக் காலகட்டத்தில் குன்றியது. பிரிட்டீசு ஆட்சியாளரிடமிருந்து நமக்குச் சிறிதளவு நன்மை விளையலாம் என்று அவர் நம்பினார். இம்மாறுதல் அவரது சமயக் கண்ணோட்டத்திலும் பிரதிபலித்தது. ஏனெனில் தன் நாட்டவருக்குப் பயன்தரக் கூடிய மூலக்கூறுகள் கிறித்தவத்தில் உள்ளன என்று அவர் நம்பத் தொடங்கினார். இதை எடுத்துக்காட்டுவதற்காகத் தான் அவர் ''ஏசுவின் கட்டளைகள்'' என்ற நூலை எழுதினார்.

அவர் இதற்காக விவிலியத்தின் புதிய ஏற்பாட்டைப் படித்தார். அவர் ஏசுவின் போதனைகளை எடுத்துரைப்பதற்காகச் சில பகுதிகளைத் தன் நூலில் குறிப்பிடவில்லை. அதாவது வறட்டுக் கோட்பாடுகள் பற்றி ஏசுநாதர் செய்த அறிவிப்புகள் அதாவது அற்புதச் செயல் பற்றிய செய்திகளும் முதலில் அமைந்த திருச்சபைகளின் வரலாறு முதலியனவும் அவரது நூலில் இடம்

பெறவில்லை. ஏசுநாதர் மொழிந்தனவும் நேரடியாய்க் கற்பித்தனவும் மட்டுமே அவர் நூலில் சேர்க்கப்பட்டன.

ஏசுநாதர் கற்பித்தவற்றுள் ஒழுக்கக் கோட்பாடுகள் கூறும் தலையாய கருத்துகள் உள்ளன என்று இராம் மோகனர் நம்பினார். அவை ''அமைதிக்கும் மகிழ்ச்சிக்கும் வழிகாட்டிகள்'' என்றும் ''மனித குலத்தை ஆன்ம நேயத்திலும் நல்லிணக்கத்திலும் ஒன்று சேர்ப்பவை'' என்றும் அவர் நம்பினார்.

செராம்பூரிலிருந்த டேனிய மிசன் கிறித்தவர்கள் இராம் மோகனரின் நூலுக்கு எதிர்ப்புத் தெரிவித்தனர். அது இராம் மோகனரை வியந்து மனம் கலங்கச் செய்தது. அவர்கள் ''இந்திய நண்பன்'' (*Friend of India*) என்ற காலாண்டு இதழில் இராம் மோகனரைக் கண்டித்து எழுதினர்.

அவர் மடத்தனமானவர்; அகந்தையுடையவர்; சமயவிரோதி; ''சத்திய இலட்சியத்திற்கு ஊறு செய்பவர்'' என்றெல்லாம் கிறித்தவர் அவரைத் தாக்கினர். இராம் மோகனர் இவற்றுக்கு மறுப்புத் தெரிவிக்கும் வகையில் மூன்று நீண்ட வெளியீடுகளை எழுதினார்.

இராம் மோகனர் இந்திய மறுமலர்ச்சியின் விடிவெள்ளி என்று கொண்டாடப்படுகின்றார்.

1784

3. இரண்டாம் மைசூர்ப் போர் முடிவு

பல கோணங்களில் திப்பு சுல்தான்

ஐதரலி கானுக்கும் பிரிட்டிசாருக்கும் 1780 ஆம் ஆண்டு தொடங்கிய இரண்டாம் மைசூர்ப் போரில் தமிழகத்தில் பல இடங்கள் போர்க்களங்களாயின. இச் செய்திகள் 1780 ஆம் ஆண்டுக் கட்டுரையில் (இ.ச.க.தொகுதி- 8) விரித்துச் சொல்லப்பட்டன. ஐதரலியும் அவர் மகன் திப்பு சுல்தானும் இந்தியத் தீவக் குறையின் நாற்றிசையிலும் புரிந்த சண்டைகளில் அவர்களுக்குச் சில களங்களிலும் பிரிட்டிசாருக்குச் சில களங்களிலும் தோல்விகள் கிடைத்தாலும் போர் நீண்டு கொண்டே சென்றது. ஐதரலி 1782 ஆம் ஆண்டு இறந்த பின்னரும் அவருக்குப் பிறகு ஆட்சிப் பொறுப்பேற்ற திப்பு சுல்தான் தன்னந் தனியராய் நின்று இப்போரை நீடித்தார்.

போர் நான்காண்டுகள் நீடித்தது. அது எத்தரப்பிற்கும் வெற்றி தோல்வியின்று 1784 ஆம் ஆண்டு முடிவுற்றது. போர் முடிந்ததும் இவ்வாண்டு ஏற்பட்ட மங்களூர் உடன்படிக்கையின் பயனாய், அடுத்த ஆறாண்டுக் காலம் இரு சாரரும் போரில் ஈடுபடாததால் நாட்டில் பொதுவான அமைதி நிலவிற்று.

குடகுப் போர்

திப்பு மங்களூரின் நீண்ட முற்றுகைக்குப் பிறகு தோல்வி கண்டதும், குடகு மன்னரும் பிற சிற்றரசர் பலரும் மைசூருக்குத் திறை செலுத்துவதை நிறுத்தி விட்டனர். ஆதலால் மங்களூர் உடன்படிக்கை 1784 மார்ச் 11 அன்று கையெழுத்தானதும், திப்பு சுல்தான் தன் பெரும் படையுடன் மங்களூரை விட்டுக் குடகை நோக்கிப் பெயர்ந்தார். திப்பு குடகு நாட்டினுள் நுழைந்ததும் மக்களனைவரும் பணிந்து அடங்கவே அங்கு அமைதியுண்டானது.

குடகிலும் மருமக்கள் தாயத்தை ஒத்த (இ.ச.க.தொகுதி-3) அளிய சந்தான்ம் என்ற சமூக அமைப்பு இக்காலத்தில் நிலவிற்று. திப்பு சுல்தான் பல கணவருடைமையை ஏற்று ஒப்பிய அளிய சந்தான முறையைப் பற்றிக் கடுமையான கருத்தைக் குடகில் கூறினார் என்பர். குடகு மக்கள் தனக்கு எதிராய்க் கிளர்ந்தால் அவர்களனைவரையும் இஸ்லாமியராக்கி விடுவதாய்த் திப்பு எச்சரித்தார். ''நான் அவர்களை அவர்களின் குடும்பத்திற்கே அயலாராக்கி விடுவேன். அவர்களைத் தொலைவிலுள்ள ஒரு நாட்டிற்குக் கொண்டு செல்வேன். பல கணவருடைமை முறையை ஒழிப்பேன். அவர்களை இஸ்லாத்தின் கண்ணியமான பழக்கங்களை ஏற்குமாறு செய்வேன்.'' என்று திப்பு குடகில் முழங்கினார் என்று சி.ஹயவதன ராவ் தனது மைசூர் வரலாற்றில் குறிப்பிடுகின்றார்.

வரலாற்றில் வைரமென ஒளிரும் திப்பு சுல்தானது ஆளுமையின் பல்வேறு பட்டைகள் அறிந்துகொள்ளத் தக்கனவாம். அது இங்கு பல்வேறு கோணங்களில் தெரியக் காட்டப்படுகின்றது.

குருவாயூர்க் கோயில்

அவர் குருவாயூர்க் கோயிலுக்கு அமைத்த நித்திய பூசைக் கட்டளையுடன் தொடங்குவோம்.

குருவாயூர்க் கோயிலுக்கு, இங்கு எழுந்தருளியுள்ள கண்ணனின் மூர்த்தத்தினால் தனிச்சிறப்பு உண்டானது.

இவ்வுருவம் மிக அரிய பாதாள அஞ்சனக் கல்லில் வடிக்கப்பட்ட மூர்த்தமாகும். இது வரலாற்றிலும் பெருமையுடையது என்பர். பிரமன் புராண காலத்தில் இதைத் திருமாலுக்குத் தந்தாராம். பின்னர் இது வசுதேவரின் புரோகிதரான பிரஜாசபதியிடம் வந்து, வசுதேவர் கைக்கு மாறியதாம். உத்பவர், வசுதேவர், தேவகி முதலியோர் பூசித்த இதே மூர்த்தம், துவாரகை கடலுள் மூழ்கிய பிறகு, கண்ணனின் ஆணைப்படி தேவ குருவான பிரகஸ்பதியும் வாயு தேவனும் உலகெலாம் அதைத் தேடியலைந்த பின்னர் பரசுராமர் வேண்டுகோளுக்கு இணங்கக் கேரளம் வந்தனராம்.

சிவநாதர் இங்குள்ள ருத்திர தீர்த்தம் என்ற குளத்தில் தவம் நோற்றிருந்தார். அவர் பிரகஸ்பதியும் வாயுவும் வரக் கண்டு நீரிலிருந்து வெளி வந்தார். அவர் தரையில் வந்து சேர்ந்த இடம் புனிதமானது. சிவன் அங்கு பல்லாண்டுகள் தவம் இயற்றியதாயும் அந்த இடத்தில் ருத்திர கீதம் பாடியதாயும் கூறினார். அவர் அந்த இடத்திலேயே கண்ணனின் திருவுருவைத் திருநிலை செய்யலாம் என்றும் கூறினார். சிவனார் இவற்றைச் செப்பிய பின்னர், குளத்தின் எதிர்க் கரையிலுள்ள மம்மியூர் என்ற இடத்தில் எழுந்தருளினார்.

அதனாலேயே மம்மியூர் அப்பனைக் கண்டு தொழுதாலே, குருவாயூர்ப் பயணம் பயனுறும் என்று அடியவர் நம்புகின்றனர். இக்காரணம் பற்றியே குருவாயூர் என்றும் புகழ் பெறலானது. இவ்வூர் குருவாயூர் என்று பெயர் பெற்றதும் இதனாலேயாம்.

ஒரு மாசி மாதத்துப் பூச நட்சத்திரத்தில் குருவாயூர்க் கோயிலில் தொடங்கிய பிரதிஷ்டைப் பணி அனுஷ நட்சத்திரத்தில் முடிவடைந்தது. இக்கோயில் தேவ தச்சனான விசுவகர்மனால் கட்டப்பட்ட தென்பர். சித்திரை விசு நாளன்று பகலவனின் ஒளிக்கதிர்கள் இன்றும் இங்கு அம்பாள் காலடியில் வந்து விழுகின்றன. கொடி மரத்தின் எந்தத் திக்கிலிருந்தும் தடங்கலின்றிக் கண்ணனைக் கண்டு தொழும்படி கருவறை குருவாயூர்க் கோயிலில் அமைந்துள்ளது. இதன் பொறியியல் நுட்பம் கவனிக்கத் தக்கது.

சிறந்த அறிவாளியாயும் சம்ஸ்கிருதப் புலமை மிக்கவராயும் விளங்கிய மேல் பத்தூர் நாராயணப் பட்டாத்திரி வாத நோய் நீங்கக் கண்ணனைத் திருமாலாய்த் தொழுது நாராயணியம் புனைந்து அந்நோய் நீங்கப் பெற்றார். பிற்காலத்தில் செம்பை வைத்திய நாத பாகவதர் இந்தியம் முழுமையிலும் நாராயணியத்தை இசையாய்ப் பாடினார். சேங்காலிபுரம் அனந்தராம தீட்சிதர் தன் வாக்கு வன்மையால் நாராயணியத்தைப் புகழடையச் செய்தார்.

இன்னொரு கதை

திருவாரூர்க் கோயிலைப் பற்றி இன்னொரு கதையும் உள்ளது. நம்பூதிரிமார் எனப்படும் கேரளத்துப் பிராமணர்க்கு வட கேரளமான மலபாரில் மூன்றிலொரு பங்கு நிலப்பரப்பு உரிமையாயிருந்தது. அவர்களில் சுகபுரத்து நம்பூதிரிமார், பன்றியூர் நம்பூதிரிமார் என்று இருபிரிவினர் இருந்தனர்.

பன்றியூர் நம்பூதிரிமார் தான் முதலில் மேலான நிலையிலிருந்தனர். ஏனெனில் அவர்களின் பன்றியூரில்தான் திருமாலின் ஓர் அவதாரமான பன்றிக்கென்று ஆதிவராகர் கோயில் உள்ளது. அவர்கள் சமயப் பற்று மிக்கவர்கள் என்று தம்மை வெளிக்காட்டிக் கொண்டனர். ஆனால் அவர்கள் மெய்யாகவே பொருளாசை மிகக் கொண்டவர் களாயிருந்தனர். எனவே திருமால் அவர்களைச் சோதிப்பதற்காகக் கருவறையிலிருந்த தன் உருவத்தைப் பெரியதாய் வளரச் செய்தார்.

இறையுருவம் இங்ஙனம் பெருத்துக் கொண்டே சென்றதால், பெருஞ் செலவில் இன்னொரு கருவறை கட்ட வேண்டி வருமென்று அஞ்சிய பன்றியூர் நம்பூதிரிமார், வராகத்தின் வளர்ச்சியை நிறுத்துவதற்காகக் கடப்பாரையைப் பழுக்கக் காய்ச்சி அதன்மேல் பாய்ச்சினர்.

இதைக் கேள்வியுற்ற கோழிக்கோட்டு அரசரான சாமூதிரி, பன்றியூராரை மேல்நிலையிலிருந்து கீழே இறக்கி விட்டார். அவர்களுக்கு வழக்கமாய் அளிக்கப்பட்டு வந்த சலுகைகளான குடை திரை ஆகியவற்றையும் மன்னர் நிறுத்தினார். இது ஒரு கட்டுக் கதையாயிருக்கலாம். ஏனெனில் மலபார் கட்டுக்கதைகளுக்குப் பெயர் போன இடம் என்று ஏ.எஸ்.பி. ஐயர் மேலும் கூறுவார்:

நம்பூதிரிமார் மேற்சொன்னவாறு பழுக்கக் காய்ச்சிய கடப்பாரையை ஆதிவராகப் பெருமாள் மீது செலுத்தியதால், தேவர்களின் குருவான பிரகஸ்பதியும் வாயுவும் சேர்ந்து குருவாயூர்க் கோயிலைக் கட்ட நேர்ந்தது என்றும் கண்ணனை அக்கோயிலில் வந்து அமருமாறு வேண்டினர் என்றும் இன்னொரு கதையுண்டு. குருவாயூர்க் கோயிலை

எழுப்பியவருள் வாயுவும் ஒருவராதலால் இக்கோயிலுக்குச் சென்று வழிபடுபவர்களுக்கு வாதநோய் நீங்கி விடுகின்றது என்றும் நம்புவோர் உளர். இங்கு செல்வோர்க்கு ஞானம் கிட்டுமென்றும் கூறப்படுகின்றது.

இக்கோயிலுக்குள் தீண்டத் தகாதார், நெருங்கத் தகாதார் காணத் தகாதார் என்று ஒதுக்கப்பட்ட சாதியினரை நுழைய விடாதிருந்த காலத்தில், வாத நோயினால் வருந்தும் இச்சாதியார் கோயிலின் வெளியே அமர்ந்து வழிபடும் வழக்கம் இருந்தது. வாதநோய் குணமடைந்தவர்கள் தம் உடலுறுப்புகளின் மாதிரியில் பொன், வெள்ளி, பித்தளை, மரம் இவற்றில் உருவம் செய்து கோயிலுக்குக் காணிக்கை செலுத்துவர்.

ஆதி சங்கரர் நிறுவிய வழிபாடு

ஆதி சங்கரர் இக்கோயிலின் வழிபாட்டு முறைகளை நிறுவிக் கோவிந்த அட்டகம், பஜகோவிந்தம் முதலிய தோத்திரங்களைப் புனைந்தார். கார்த்திகை 1 முதல் 11 வரை நடைபெறும் மண்டல வழிபாட்டு முறையை அவரே உண்டாக்கினார். இந்த வேளையில் வரும் சுக்கில ஏகாதசியன்றுதான் கண்ணன் அர்ச்சுனனுக்கு விசுவரூபம் காட்டினனாம். அதே சுக்கில ஏகாதசியன்றுதான் நாராயண பட்டாத்திரி நாராயணியத்தை இங்கு அரங்கேற்றினார்.

இக்கோயில் மலையாளப் பாணியில் எளிய வேலைப்பாட்டுடன் அமைந்துள்ளது. கொடி மரத்தின் இடப்புறம் இருக்கும் கூத்தம்பலம் சிறந்த மர வேலைப்பாடு களையுடையது. அதற்குச் சிறிது தொலைவில் சாஸ்தா சன்னதி உள்ளது. இவருக்குச் சிதறு தேங்காயே விருப்பமானது. இந்தப் பெரிய பிரகாரத்தில் மடப்பள்ளி, மேல சாந்தியின் இல்லம் முதலியன உள்ளன.

இக்கோயிலில் 1970 ஆம் ஆண்டு தீப்பிடித்துச் சிற்றம்பலம் தீக்கிரையானது. எனினும் திருக்கோயிலின் உள்நடப்புக் கூரையைத் தீ தீண்டவில்லை அதன்பிறகு எழுந்த புதிய கட்டடம் மிக நேர்த்தியானது. சிற்றம்பலத்திலுள்ள தூண்களில் தொன்ம நிகழ்ச்சிகள் செதுக்கப் பெற்றுள்ளன.

இக்கோயில் வழிபாட்டைப் பழைய நாள்களில் 73 நம்பூதிரி இல்லங்கள் நடத்தி வந்தனவாம். (இல்லம் என்பது நம்பூதிரியரின் கூட்டுக் குடும்பத்தைக் குறிக்கும்) இக்கோயிலுக்கு மிகச் செழிப்பான வருவாய் வந்து குவிகின்றது. முன்னர் இது மல்லிசேரி நம்பூதிரியின் குடும்ப ஆட்சியிலிருந்து இப்போது கேரள அறநிலையத் துறையின் (தேவசுவம்) கைக்கு மாறியுள்ளது.

குருவாயூர்க் கோயிலில்தான் மானவேந்திர மன்னரின் கிருஷ்ணக் களியாட்டம் என்ற கிருஷ்ணாட்டம் அரங்கேறியது. (இ.ச.க.தொகுதி-4) மருந்தால் குணமாகாத நோய்களையும் அறிவிற்குப் புலப்படாத மனச் சிக்கல்களையும் ஒரே நொடியில் இக்கோயிலின் இறைவனான கண்ணன் போக்கிவிடுவான் என்று மக்கள் நம்பிவருகின்றனர். இங்கு கண்ணன் இரு கைகளில் சங்கும் சக்கரமும் மற்றிரு கைகளில் தாமரையும் கதையும் தாங்கிக் காட்சி தருகின்றான். வைணவத்தின் பரமானந்த அனுபூதிச் செல்வத்தையும் சைவத்தின் வாழ்க்கை நியமங்களையும் இக்கோயில் ஒருங்கே இசைவிக்கின்றது என்று அடியவர் நம்புகின்றனர்.

திப்பு அமைத்த நித்திய பூசைக் கட்டளை

மராட்டியர் சிருங்கேரி மடத்தைக் கொள்ளையடித்துப் பாழ்படுத்தியபோது, திப்பு

சுல்தான் அது குறித்து மனம் வருந்தித் திருமடத்தைத் தூய்மைப் படுத்தவும் கொள்ளையடிக்கப்பட்ட பொருள்களுக்கு ஈடு செய்யவும் உதவினார்.

திப்பு சுல்தான் இக்காலக்கட்டத்தில் சமயப் பொறையுடைய இன்னொரு செயலையும் செய்தார் என்பதை அறிகின்றோம். (*Menon, Sridhara, A-A Survey of kerala History*) குருவாயூர்க் கோயில் இக்காலக் கட்டத்தில் ஹைடிரோஸ் குட்டி மூப்பன என்றவரின் பொறுப்பில் இருந்தது. திப்பு சுல்தான் குருவாயூர்க் கோயிலுக்கென்று நிறுவிய நித்திய பூசைக் கட்டளைப்படி மூப்பன அன்றாடம் வழிபாடு நடத்தி வந்தார். இச் செய்தியை இக்கோயிலிலுள்ள ஆவணங்கள் காட்டுகின்றன.

திப்பு வெட்டத்த நாட்டு அரண்மனையைத் தரைமட்டமாக்குதல்

சேரமான் பெருமாளின் அமைச்சர், ''தோழன்'' என்று அழைக்கப்பட்டார். அவர் வழி வந்த குடியினருக்கு வெட்டத்த என்று பெயர். இன்று அக்குடி அற்றுப் போனது. அக்குடியினர் ஆண்ட பகுதிக்கு வெட்டத்த நாடு என்று பெயர். வெட்டம் என்பது மலையாளத்தில் வெப்பத்தைக் குறிக்கும். வெட்டம் நாடு என்பது வெட்டத்த நாடானது. வெகு தொன்மையான அக்குடி சந்ததியற்றுப் போகவே, அது அரசிற்குரியது என்று எடுத்துக் கொள்ளப்பட்டது. அக்குடியின் பெயரால் வெட்டப்புதியங்காடி என்ற ஊர் உள்ளது. இவ்வூர் மலபாரின் பொன்னாணி வட்டத்தில் இருக்கின்றது.

இது கள்ளிக்கோட்டையிலிருந்து தெற்கே தென்கிழக்கில் 43 கிலோ மீட்டர். கண்ணனூரிலிருந்து தெற்கே தென் கிழக்கில் 122 கிலோ மீட்டர். சென்னையிலிருந்து மேற்கே தென் மேற்கில் 528 கிலோ மீட்டர். கடலிலிருந்து கிழக்கில் ஐந்து கிலோ மீட்டர். இங்கு இரயில் நிலையமும் உண்டு.

திப்பு சுல்தான் 1784 ஆம் ஆண்டு வெட்டத்த நாட்டு மன்னர்களின் அரண்மனையை இடித்துத் தள்ளினார். அங்கிருந்து எடுத்த கற்களைக் கொண்டு இவ்வூரின் நீதிமன்றம் கட்டப்பெற்றது. இவ்வூரில் மாப்பிள்ளைமார் குறிப்பிடத்தக்க எண்ணிக்கையில் வாழ்கின்றனர்.

மலபாரில் திப்பு செய்த சீர்திருத்தங்கள்

ஐதரலியும் அவரின் மகன் திப்பு சுல்தானும் மலபாரில் தம் வல்லாண்மையை எதிர்த்துப் போராடி வந்த நாயர்களை ஒடுக்குவதற்குப் பல வழிகளில் முயன்று வந்தனர்.

அவர்கள் மைசூர் அரசின் ஊழியர்களான சாமண்ண, சீனிவாசராவ் போன்றோரையும் பயன்படுத்தி நாயர்களையும் சிற்றரசர்களான நாடு வாழிகளையும் ஒடுக்கி வந்தனர். மைசூர் அரசின் ஊதியத்தில் பிராமணர் பலர் இருந்தனர்.

திப்பு தாழ்ந்த சாதியினரின் இரங்கத்தக்க நிலை கண்டு மெய்யாகவே வருந்தினார் என்றும், பிராமணரும் நாயர்களும் கொண்டாடி வந்த மேலுரிமைச் சலுகைகள் குறித்து அவருக்கு ஆத்திரம் இருந்தது என்றும் தற்கால ஆசிரியர்கள் கூறுகின்றனர்.

அவர் குடியானவர்களின் நிலையை ஆராய்ந்து, அவர்கள் இதுவரை செலுத்த வேண்டியிருந்த வரியில் மூன்றிலொரு பகுதியைப் பெருந்தன்மையுடன் தள்ளுபடி செய்தார். திப்புசுல்தான் மலபாரில் முதன் முதலாய்ச் சாலைகள் அமைத்தார்.

நடுநிலையற்றவர்களால் கொடியவர் என்று தீட்டிக் காட்டப் பெற்ற திப்பு சுல்தான் இத்தகைய நற்செயல்களிலும் ஈடுபட்டார் என்பது பலருக்குத் தெரியாது.

அவர் இப்பணிகளைச் செய்து கொண்டிருந்த நேரத்தில், நாயர்களின் திருமண முறைகள் பற்றியும் ஒழுக்கப் பண்பு குறித்தும் ஓர் அறிவிப்புச் செய்தார். இது குறித்து ஏ.எஸ்.பி. ஐயர் எழுதியிருப்பதாவது:

''நாயர் பெண்கள் ஒரே நேரத்தில் ஒன்றுக்கு மேற்பட்டவர்களுடன் சம்பந்தம் வைத்துக் கொள்கின்றனர் என்றும் அது மனித இனத்திற்கே இழிவு என்றும் (திப்பு) கூறினார். இதற்கு மாறாய், இஸ்லாத்தில் ஒருவன் ஒரே நேரத்தில் ஒன்றுக்கு மேற்பட்ட பெண்களுடன் வாழலாம் என்பதை நாயர்களுக்கு எடுத்துக்காட்டினார்''.

ஜார்ஜ் உடுகாக்கு தன் ''கேரளம்'' என்ற ஆங்கில நூலில் திப்பு நாயர்களுக்கு விடுத்த அறிவிப்பைப் பற்றி எழுதுகின்றார். *(Woodcock, George-Kerala, A Portrait of the Malabar Coast)* ''நீங்கள் இனிமேல் அமைதியாய் வாழ்ந்து, நல்ல குடிமக்களைப் போன்று (அரசிற்குச்) செலுத்த வேண்டியதைக் கொடுத்து விடவேண்டும். உங்களிடையே ஒரு பெண் பத்து ஆடவருடன் தொடர்பு கொள்ளும் வழக்கம் இருந்து வருவதால் உங்கள் தாய்மாரும் சகோதரியரும் ஒழுக்கங் கெட்ட செயல்களில் தடையின்றி ஈடுபடுகின்றனர். எனவே நீங்களனைவரும் ஒழுக்கக் கேட்டில் பிறக்கின்றீர்கள். காட்டில் திரியும் விலங்குகளைவிட வெட்கமின்றி இத்தொடர்புகளை நீங்கள் வைத்துக் கொண்டிருப்பதால், அப்பாவச் செயல்களைக் கைவிட்டு, ஏனைய மனிதரைப் போல் வாழவேண்டும். நீவிர் இக்கட்டளைகளுக்குக் கீழ்ப்படியாது போவீர்களாயின், உங்களனைவரையும் இஸ்லாத்திற்கு மாற்றி உங்களுக்குப் பெருமையளிப்பது என்று நாம் மீண்டும் மீண்டும் வாக்களித்து வருவதை நிறைவேற்றி விடுவோம்''.

1784

தன்னால் வெளியிடப்பட்ட அறிக்கைகளைக் கேட்டு இந்துக்களில் பலர் மனமுவந்து ''தாமாகவே இஸ்லாத்தை ஏற்றனர்'' என்று திப்பு பெருமை பேசுகின்றார். அது மெய்யாயிருக்குமாயின், அங்ஙனம் ''மனமுவந்து'' மதம் மாறியவர்கள் தீண்டத்தகாதவர்களாய்த் தானிருக்க வேண்டும் என்பர். வலுக்கட்டாயமாய் மதமாற்றம் நடக்கப் போகின்றது என்பதைக் கேட்ட பிராமணர் அனைவரும் அஞ்சி நடுங்கலாயினர். அவர்களில் *30,000* பேர் மலபாரிலிருந்து தெற்கே திருவிதாங்கூருக்கு ஓடிவிட்டனர்.

திப்பு வெளியிட்ட நாணயங்கள்

திப்பு புதுவது காண வேண்டும் என்ற துடிதுடிப்பும் எல்லாம் தன்னிடமிருந்து தோன்ற வேண்டும் என்ற வேகமும் உடையவர் என்று தாமஸ் மன்றோ கூறினார். திப்பு சுல்தானின் தனித்தன்மை வாய்ந்த இத்தகைய மனநிலையை, அவர் மலைக்க வைக்கும் வகையில் வெளியிட்டுள்ள பல நாணயங்களை வைத்து அறிந்து கொள்ளலாம் என்று தற்கால நாணயவியல் எழுத்தாளரான பி.கோபகுமார் குறிப்பிடுகின்றார்.

திப்பு புதிய நாணய வகைகளை உண்டாக்கினார். பணப்புழக்க முறையை உருப்படுத்தினார். எடை அளவை முறையையும் புதியதாய்க் கொண்டு வந்தார்.

அவர் இஸ்லாமிய, இந்து சமயங்களின் தனித் தன்மைகளையுடைய பலவிதமான பொற்காசுகளை அச்சிட்டார். அவருடைய பொற்காசுகளில் தொடக்க கால இஸ்லாமியக்

காலிஃபாக்களின் பெயர்கள் பொறிக்கப் பெற்றிருந்தன. வெள்ளிக் காசுகளில் பன்னிரு இமாம்களின் பெயர்கள் பொறித்திருந்தன. செப்புக் காசுகளுக்கு வானியல் நிகழ்வுகளின் பெயர்கள் தரப்பட்டிருந்தன.

தங்க வராகனின் (பகோடாவின்) பெயர் ஃபரூக்கி; வெள்ளி இரட்டை ரூபாய் ஐதரி என்று குறிக்கப்பெற்றது. வெள்ளி ரூபாய்க்கு அகமதி என்று பெயர். வெள்ளிச் சல்லியும் இரட்டைச் சல்லியும் (பைசா) முறையே சோரா (*Zohra*), முஷ்டரி (*Mushtari*) என்று பெயர் பெற்றன.

தென்னிந்தியத்தில் காசு, பணம், சக்கரம், வராகன் என்ற இந்து நாணயமுறை அடிப்படையாய் இருந்து வந்தது. முகலாய நாணய முறையில் பைசா, அணா, ரூபா, மோகரா என்பன அடிப்படையாயிருந்து புழங்கி வந்தன. திப்பு சுல்தான் இவ்விரு நாணய முறைகளையும் கைக்கொள்ளவில்லை. மாறாய்ப் புதிய நாணய முறை ஒன்றைக் கொண்டு வந்தார்.

அப்புதிய முறையில் இரண்டு குதுபுகள் ஓர் அக்தாருக்குச் சமம். இரண்டு அக்தார் ஒரு பகரம். ஒரு பகரம் (*Bahram*) ஒரு சோரா (சல்லிக்காசு அல்லது பைசா). இரண்டு சல்லி ஓர் உஸ்மானி (முஷ்டரி). இரண்டு கிசிரி (*Khiziri*) ஓர் அபிடி. இரண்டு அபிடி ஒரு ரூபாய். ஓர் இமாமி ஒரு ரூபாய். இரண்டு ரூபாய் ஒரு ஃபரூக்கி (பகோடா, சாதக்கி). நாலு பகோடா ஓர் அகமதி.

புதுமை செய்ய வேண்டுமென்று திப்பு கொண்டிருந்த ஆர்வம் இன்னொரு வழியிலும் வெளிப்பட்டது. அவர் திரு நபி பிறந்த நாளிலிருந்து ஓர் ஆண்டுக் கணக்கைப் புதிதாய்த் தோற்றுவித்து, அதற்கு மௌலூதி ஆண்டு முறை என்று பெயரிட்டார். கசனி முகமது (ஆ.கா.997-1030) இடங்களுக்கும், ஊர்களுக்கும் பெயரை மாற்றிப் புதுப்பெயர் சூட்டும் வழக்கத்தை இந்தியத்திற்குக் கொண்டு வந்தார். அவரைப் பின்பற்றி முஸ்லிம் மன்னர்கள் இந்தியத்தில் இந்தப் பதினெட்டாம் நூற்றாண்டு வரையிலும் பெயர் சூட்டும் வழக்கத்தைக் கைக் கொண்டு வருகின்றனர், திப்பு உள்பட.

நாணயச் சாலை இருந்த ஊர்களுக்கு அடைமொழி அல்லது கவிதைச் சிறப்புள்ள சுட்டுப் பெயர்கள் சேர்க்கப்பெற்றன. அவர் நாணயச் சாலைகளை அமைத்த ஊர்களுக்குப் புதியனவும் கற்பனையை மிஞ்சுகின்றனவுமான அடைமொழிகள் தரப்பட்டன. நகர், பெங்களூர், ஃபரூக்கி ஆகிய ஊர்கள் அதே பெயர்களால்

அழைக்கப்பெற்றன. குத்தியை (இ.ச.க.தொகுதி-8) ஃபைஸ்-ஹிகார் என்றும் தார்வாடை குர்ஷீகது - சவாது என்றும் சித்திரதுர்க்கத்தை ஃபரூக்கு யாப்பு-ஹிசார் என்றும் புதுப் பெயரிட்டு அழைக்கச் செய்தார்.

சித்திரதுர்க்கமும் (இ.ச.க.தொகுதி-8) பட்டணம் என்ற சீரங்கப்பட்டணமும் ''இறையாண்மை இருக்குமிடம்'' என்னும் பொருளில் ''தாருல்-சுல்தானத்து'' என்ற கவிதை நயமான பெயரைப் பெற்றன.

திப்பு சுல்தான் எங்கும் பெற்ற வெற்றிகளைக் குறிக்கும் சின்னங்களாய் நாணயச் சாலைகள் நிறுவப்பட்டன. பதினெட்டிற்கு மேற்பட்ட நாணயச் சாலைகள் இயங்கி வந்தன.

செப்புக் காசுகளின் ஒரு புறத்தில் அணிமணிகள் பூட்டிய யானையின் உருவமும் அதற்கு மேலே ஆண்டும் குறித்துள்ளன. மறுபுறம் நாணயச் சாலையின் பெயர் பாரசிகனிலும் பொறிக்கப்பட்டுள்ளது. வெள்ளி நாணயங்களின் இரு புறங்களிலும் பாரசிக மொழிப் பொறிப்புகள் உள. சல்லிக் காசுகள் செம்பிலும் ரூபாய் வெள்ளியிலும் வராகன் பொன்னிலும் அடிக்கப்பெற்றன.

பெங்களூர் நாணயச் சாலையில் செப்புக் காசுகள் மட்டும் அச்சாயின. நாணயங்களிலெல்லாம் மௌலூதி ஆண்டு குறித்திருந்தது. அரைக்கால், கால், அரை, முழுச் சல்லிகள் (பைசா) இங்கிருந்து வெளியாயின.

ஃபைஸ்-ஹிசார் நாணயங்களிலும் கால், அரை, ஒரு சல்லிகள் இருந்தன. யானைக்கு மேலே ஆலிஃபு, பே, தெ என்ற அரபு எழுத்துக்களில் ஆண்டு குறிக்கப்பட்டிருந்தது. ஐந்து வகை ஒரு சல்லிகள், ஆறு வகை அரைச் சல்லிகள், நான்கு வகைக் கால் சல்லிகள் பட்டியலிடப் பட்டிருந்தன.

ஃபரூக்கி நாணயச் சாலையில் செப்புக் காசுகளுடன் தங்கப் பணமும் அச்சாயின. அவற்றுக்குப் காலிஃபா பெயரிடப்பட்டிருந்தது. செப்புக் காசுகள் வரிசையில் கால் சல்லி, அரைச் சல்லி, ஒரு சல்லி என்று 1787 முதல் 1790 வரை அச்சிடப்பட்டிருந்தன. அவற்றில் மௌலூதி ஆண்டு காணப்படும். பணம் என்ற நாணயம் 1787 ஆம் ஆண்டிலும் 1789 ஆம் ஆண்டிலும் அச்சானது. அவற்றில் ஐதர் பெயரின் முதல் எழுத்துக் காணப்படுகின்றது. அது பாரசிகனில் ''ஹி'' என்று எழுதப்பட்டுள்ளது. இது மிகவும் அரிய நாணயமாகும்.

ஃபரூக்கு யாஃபு - ஹிசார் நாணயச் சாலையில் அரைக்கால், கால், அரை, ஒன்று என்று இரட்டைச் சல்லிகள் அச்சிடப்பட்டன. இரட்டைச் சல்லியின் முன்புறத்தில் துதிக்கை தூக்கி நிற்கும் யானையின் உருவம், கொடி, மௌலுதி ஆண்டு ஆகியனவும் மறுபுறத்தில் பாரசிக எழுத்துப் பொறிப்புகளும் உள்ளன. இந்த அரிய பொற்காசின் எடை 3.40 கிராம். இது இந்திய நாணயப் பாணியில் அமைந்தது. ''திப்பு காளிக்கு - இபுத படூடா'' அதாவது திப்பு கோழிக்கோடு சென்றிருந்தபோது செம்பில் கால் சல்லியும் வெள்ளியில் ஒரு ரூபாய், இரண்டு ரூபாயும் பொன்னில் பணம் முதலியனவும் வெளியிடப்பெற்றன. இந்நாணயங்கள் வெளிவந்ததையடுத்துப் புதிய பஞ்சாங்கமும் வெளிவந்தது.

பட்டணம் என்ற சீரங்கப் பட்டணத்து நாணயச் சாலையில் மூன்று உலோகங்களிலும் நாணயங்கள் அச்சாயின. அது தலைமை நாணயச் சாலையாயி ருந்தமையால், திப்பு சுல்தானின் கற்பனைகளை வார்த்தெடுக்கும் ஓர் அச்சைப்போல் விளங்கியது.

''குடிமகன் திப்பு'' (*Citizen Tippu*) பிரஞ்சுக்காரருடன் கொண்டிருந்த உறவையும் அவர் இரண்டாவது தூதுக் குழு ஒன்றைப் பிரான்சிற்கு அனுப்பியதை நினைவுபடுத்தும் விதத்திலும் வெளியான ஒரு நாணயம் பாரிசில் உள்ளது. திப்பு சுல்தானின் தூதுவர்களாய், வெற்றி வீரர் முகமது தெர்விஷ்கான், அக்பர் அலி கான், முகமது உசுமான் கான் ஆகியோர் பிரஞ்சு மாமன்னரான பதினாறாம் லூயியை 1788 மே 9 அன்று பாரிசில் சந்தித்தனர். அவர்கள் பாரிஸ் நகரிலிருந்த அரசு நாணயச் சாலைக்குச் செப்டம்பர் 5 அன்று போயிருந்தனர்.

திப்பு சுல்தானின் வீழ்ச்சியைக் குறிக்கும் வகையில் மலபார் நாட்டில் புழக்கத்திற்கு விடுவதென்று, ''கம்பெனி பகதூர்'', அதாவது கிழக்கிந்தியக் கம்பெனி தன் பம்பாய் நாணயச் சாலையில் ஒரு நாணயத்தை அச்சிட்டது. அதற்குத் தலைச் சேரிப்பணம் என்று பெயர். வெள்ளியாலானது; ரூபாயில் ஐந்திலொரு பங்கு மதிப்புடையது; அது திப்பு களம்பட்ட 1799 ஆம் ஆண்டில் அச்சானது. அதில் *T* 99 என்ற பொறிப்பும் மும்பை நாணயச் சாலையின் பெயரும் அமைந்தன. (பம்பாய் 16 ஆம் நூற்றாண்டு பிறந்ததிலிருந்து மும்பை என்றே அழைக்கப்பட்டு வந்தது. பம்பாய் பற்றிய கட்டுரை இ.ச.க.தொகுதி-8) கிழக்கிந்தியக் கம்பெனி இரட்டை நோக்கங்களுக்காக வெளியிட்ட நினைவுக் காசு இதுவாய்த் தானிருக்க வேண்டும் என்பர்.

T என்பதும் 99 என்பதும் முறையே தலைச்சேரியையும் திப்பு சீரங்கப் பட்டணத்தில் காவிரிக் கரையில் களம்பட்டு வரலாறு படைத்த 1799 ஆம் ஆண்டையும் குறித்தன. இக்காசு பெரிய வீரரான திப்பு சுல்தானின் அருஞ்சிறப்பைக் காலமெல்லாம் உணர்த்தும் என்பது தற்கால எழுத்தாளர் ஒருவரின் கருத்தாகும்.

4. இந்துமாக் கடலில் அமெரிக்கர்

அமெரிக்கர் பதின்மூன்று குடியேற்றங்களில் வாழ்ந்து கொண்டு ''தாயகமான'' இங்கிலாந்தின் ''விசுவாசமிக்க'' குடிமக்களாய் இருந்து வந்த காலத்திலும் அயல் வாணிபத்தில் ஈடுபட்டு இந்துமாக்கடல் வரையிலும் கடலோடி வந்திருக்கின்றனர் என்று ஆராய்ச்சியாளர் கூறுகின்றனர். எனினும் அமெரிக்கர் பதினெட்டாம் நூற்றாண்டுக் காலத்தில் இந்துமாக் கடலில் செயல்பட்டது பற்றிச் சிறிதளவே அறியப்பட்டுள்ளது. அமெரிக்கத்தைச் சேர்ந்த எசக்ஸ் கழகம் (*Essex Institute*) மசாச்சூசட்ஸ் மாநிலத்தின் சேலம் நகரிலுள்ள பீபாடி அருங்காட்சியகம் (*Peabody Museum*) ஆகியவற்றைச் சேர்ந்த ஆராய்ச்சியாளர்கள் இதுபற்றி ஆராய்ந்துள்ளனர். அவ்வாய்விலிருந்து பெறப்பட்ட செய்திகள் அமெரிக்கச் சேலத்திலுள்ள அருங்காட்சியகத்தில் வைக்கப்பட்டுள்ளன.

கொள்ளையர் குடியரசு ''லிபட்டாலியம்''

இந்துமாக்கடலில் 1641 தொடங்கி 1815 வரை நிலவிய காலக்கட்டத்தில் ஐரோப்பியக் கூட்டத்தார் மட்டுமே கடற்கொள்ளையில் ஈடுபடவில்லை. ஐரோப்பியர் மட்டுமே அங்கு முக்கியமானவர்களாயிருக்கவில்லை. அந்தச் சிறப்பெல்லாம் 1685 வாக்கில் வட மடகாஸ்கரிலுள்ள தியோகோ - சுவாரஸ் (*Diego-Suarez*) என்ற இடத்தில் கடற்கொள்ளையர் அமைத்திருந்த புதுமையான ஒரு ''குடியரசையே'' சேரும். இந்தக் குடியரசு 1730 வரை நீடித்திருந்தது. இது குறித்துப் பல ஆய்வுகள் செய்யப்பட்டுள்ளன.

நடு அமெரிக்கத்தின் கிழக்கே வட அட்லாண்டிக்கிலிருக்கும் மேற்கிந்தியத் தீவுகளில் நடந்து வந்த கடற்கொள்ளையில் ஈடுபட்டவர்களால்தான் இந்துமாக் கடலில்

பெரிய அளவில் கொள்ளை நடந்தது. மேற்கிந்தியத் தீவுகளில் (கியூபம், பார்படோஸ், ஜமைக்கம், பியூட்டோ ரிக்கோ, இஸ்பானியோல, டிரினிடாடு, டோபகோ, லீவேர்டு, விண்வேர்டு, வர்ஜின் முதலியன மேற்கிந்தியத் தீவுகளாகும்). சுமார் *1550* முதல் *1685* வரையிலும் கடற்கொள்ளை உச்ச நிலையில் நடந்து வந்தது. மேற்கிந்தியத் தீவுகளில் பதினேழாம் நூற்றாண்டில் குடியேற்றங்கள் அமைந்தமையால் கடற்கொள்ளையர் பிற இடங்களைத் தேட நேர்ந்தது.

அவர்கள் தம் மூட்டை முடிச்சுகளுடன் அட்லாண்டிக்கிலிருந்து, இந்துமாக் கடலிலுள்ள வடகிழக்கு ஆப்பிரிக்கத்தின் சோமாலியத்திற்குச் சென்றனர். ஆனால் அவர்களுக்கு ஆப்பிரிக்கத்தின் கிழக்குக் கரைக்கப்பால் தென்கிழக்கிலமைந்த மடகாஸ்கர் தீவில் நல்ல வாய்ப்பு வசதிகள் இருந்தன. ஆதலால் அவர்கள் காலப்போக்கில் மடகாஸ்கரில் குடியேறலாயினர். முன்னர் அத்தீவிலிருந்த பிரஞ்சுக்காரர் டாஃபின் கோட்டையில் *1674* இல் நடந்த படுகொலைகளுக்கு பிறகு மடகாஸ்கரைக் கைவிட்டுச் சென்று விட்டதால், அங்கு யாரும் குடியிருக்கவில்லை.

பிரஞ்சு அருந்திறல் வீரரான மிசன் (*Misson*), கிறித்தவத் திருச்சபையிலிருந்து நீக்கப்பட்ட இத்தாலியத் துறவியான கரச்சியோலி (*Caraccioli*) என்ற இருவரும் மடகாஸ்கரில் கொள்ளையர் ''குடியரசை'' நிறுவினர். இவ்விருவரையும் ''கடற்கொள்ளைத் தத்துவ ஞானியர்'' என்று ஓர் ஆசிரியர் குறிக்கின்றார். இவ்விருவரோடு அமெரிக்கர், அயர்லாந்தியர், ஜமைக்கர் என்று பல நாட்டினர் இருந்தனர். எண்ணம், செயல் அனைத்திலும் விடுதலை பெற்ற இடம் என்ற பொருளைத் தரும் லிபட்டாலியம் (*Libertalia*) என்ற பெயரைக் கடற்கொள்ளையரின் குடியரசு பெற்றிருந்தது. அங்கு தன்மானமுள்ள எல்லா அரசுகளிலும் இருந்தவற்றைப் போன்ற சட்ட விதிமுறைகள் இருந்தன. இச்சட்ட விதிகளை எவரும் சிறிது மதிக்கத் தவறினால் கூட அவர்கள் பாடு அவ்வளவுதான். அங்கு பல்வேறு ஆட்சித் துறைகள் இருந்தன. அங்கு ஒரு வகை உலகமொழியாகிய எஸ்பரண்டோ, மிகுந்த விளக்கமான ஓலப்புக்கூ போன்ற ஒரு மொழி வழக்கிலிருந்தது.

ஒன்றுபட்ட இச்சமுக அமைப்பில் பல நாடுகளைச் சேர்ந்த சிறுசிறு கொள்ளையரும் இருந்தனர். அவர்கள் மடகாஸ்கர் பகுதியையும் மஸ்கரனேத் தீவுக் கூட்டங்களையும் மட்டும் சுற்றித் திரிந்தாரிலர். அவர்கள் இந்துமாக்கடல் முழுவதையும் கலக்கி வந்தனர். அவர்கள் அரபு, இந்திய, ஐரோப்பியக் கப்பல்களையெல்லாம் பாகுபாடின்றித் தாக்கிக் கொள்ளையடித்தனர். இந்துமாக்கடலின் மேற்கரையில் ஓமனி அரபுகள் தம்மினும் விஞ்சிய தொகையினராயிருந்தது குறித்து அவர்கள் கவலை கொள்ளவில்லை. ஏனெனில் அவர்களுக்கு எல்லாத் துறைமுகங்களிலும் கையாள்கள் இருந்தனர்.

மலபார்க் கரையிலிருந்த சில வணிகர்கள், அவர்களுக்குக் கப்பல் நடமாட்டங்கள் குறித்துச் சேதியனுப்பி உதவினார். அவ்வணிகர்கள் கொள்ளையரிடமிருந்து கொள்ளைப் பொருள்களை விலைக்கு வாங்கினர். சூரத்திலிருந்த பிரஞ்சு வணிகர்களின் கூற்றை நம்புவதாயின், பம்பாயிலிருந்த கம்பெனித் தலைவர் *1696* இல் இக்கொள்ளை யருடன் சேர்ந்து கொண்டு, அவர்களுக்குப் பாதுகாப்புத் தந்தார் என்பது தெரிகின்றது. இச்செயல் கம்பெனிக் கப்பல்களுக்கே இழப்பை உண்டாக்கிற்று. இவர்கள் கொள்ளையடித்த பொருள் பேரளவில் இருந்தமையால் அவற்றை விற்பதற்கு மடகாஸ்கரில் ''ஜாலி ரோஜர்'' (*Jolly Roger*) அங்காடி அமைக்கப் பட்டது. ஜாலி ரோஜர் என்றால் இரண்டு எலும்புத் துண்டுகளைக் குறுக்கு மறுக்காய் வைத்து அவற்றின் மேலே மண்டையோடு பொறித்த கொள்ளையரின் கறுப்புக் கொடியைக் குறிக்கும். ஆதலால் ஜாலி ரோஜர் அங்காடி என்பது கடற்கொள்ளையர் நடத்திய சந்தையைக் குறிக்கும்.

அந்தச் சந்தைக்கு வட அமெரிக்கத்தில் இருந்து *1700* வாக்கில் வணிகர்கள் அடிக்கடி வந்து பண்டங்களைக் கொள்முதல் செய்தனர். அமெரிக்கர் இப்போது தான் முதன்முறையாய் இந்துமாக் கடலினுள் நுழைந்தனர். அமெரிக்கக் குடியேற்றங்கள் ஒன்றுபட்டு எழுந்து, பிரிட்டனின் தளையை அறுத்து விட்டுத் தம் விடுதலையை உலகறியப் பறை சாற்றியதற்குச் (*1776*) சுமார் *76* ஆண்டுகளுக்கு முன்னரே அமெரிக்கர் இந்துமாக்கடலுக்கு வரத் தொடங்கிவிட்டனர் என்பது இதனால் புலனாகின்றது.

இதைவிட மிகவும் குறிப்பிடத்தக்கது ஒன்றுண்டு. இந்துமாக்கடலுக்குக் கொள்ளையடிக்கச் சென்ற கப்பல் தொழில், நியூயார்க்கு, பாஸ்டன், ஃபிலடெல்ஃபியம் ஆகிய நகரங்களில் நிறுவப்பட்டிருந்தது. அவர்கள் மேற்கொண்ட இப்பயணத்திற்கு ''மேலான சுற்று'' (*Grand Round*) என்று பெயர்.

அமெரிக்க - சீன வாணிபத் தொடர்பு

அமெரிக்கர் இந்துமாக் கடலுக்கு வாணிப நோக்குடன் முதன்முதலில் 1754 ஆம் ஆண்டில் வந்தனர் என்பர். அப்போது அவர்களின் இலக்குச் சீனமாயிருந்தது. அங்கேரியத் துணிச்சல் வணிகரான பெனியோவஸ்கி (*Benyowsky*) மடகாஸ்கரில் இரண்டாவது குடியேற்றம் ஒன்றை அமைப்பதற்கு, இன்று மேரிலந்து மாநிலத்தில் சீசப்பீக்கு வளைகுடாவின் மீது அமைந்திருக்கும் பால்டிமோர் நகரின் வணிகர்கள் பண உதவி செய்தனர். ஆனால் அம்முயற்சி தோல்வியுற்றது. பெனியோவஸ்கி இம்முயற்சிகள் பற்றி எழுதிய நினைவுக் குறிப்புகள் 1790 ஆம் ஆண்டு இலண்டனில் நூலாக வெளிவந்தது. அமெரிக்கக் கப்பல்கள் 1786 இல் பிரஞ்சுத் தீவையும் (மோரீசு) இந்தியத்தையும் அடைந்தன.

அமெரிக்கர் இந் நெடும் பயணம் மேற்கொண்டதற்கு ஓர் உள்நோக்கம் இருந்தது. அவர்கள் ஆங்கில இடைத் தரகர்கள் இல்லாமல் மணக்காரப் பண்டங்களையும் தேயிலையையும் இன்னும் பிற சரக்குகளையும் நேரிடையாய்க் கொள்முதல் செய்வதற்கு அவாவினர். அமெரிக்கத்தில் கப்பலுக்கும் மாலுமியருக்கும் பஞ்சமில்லை. அமெரிக்க விடுதலைப் போர் வெற்றி பெற்றதன் விளைவாய் வெகு விரைவில் செல்லும் பால்டிமோர் கிளிப்பர் என்ற பாய்மரக் கப்பல்களைக் கட்டுவதற்கு வழி ஏற்பட்டது. அக்கப்பல்கள் பால்டிமோரின் கப்பல்கட்டும் இடங்களிலிருந்து வந்தமையால் இப்பெயர் பெற்றன.

அவற்றில் பணிபுரிவற்கென்று அமெரிக்க ஒன்றியத்தின் கரையோரப் பகுதிகள் அனைத்திலிருந்து ஆள்கள் திரட்டப்பட்டனர். அமெரிக்கருக்கு இந்துமாக்கடலில் கரையிறங்கும் வசதியுள்ள இடைத்தட்டுத் துறைமுகங்கள் இல்லாதிருந்தன. ஏனெனில் அப்போது சீனத்தை எட்டும் பசிபிக்குக் கடல் வழி கண்டுபிடிக்கப்படவில்லை. ஆதலால் வட அமெரிக்கத்திலிருந்து சீனம் செல்லும் கடல்வழி பதினெட்டாம் நூற்றாண்டு வரையிலும் வெகு நெடியதாயிருந்தது.

அமெரிக்கர் தமக்கு வேண்டிய பண்டங்களை இந்துமாக் கடல் தீவுக் கூட்டமான மஸ்கரனேயிலிருந்து (இ.ச.க.தொகுதி- 4) பெற முடியும் என்பதை விரைவில் கண்டு கொண்டனர். அக்கூட்டத்திலுள்ள தீவுகள் சீனத்துடனும் இந்தியம், செங்கடல் துறைமுகங்கள் ஆகியவற்றுடனும் முழு மூச்சுடன் வாணிபத்தில் ஈடுபட்டிருந்தன. பிரஞ்சுக் கிழக்கிந்தியக் கம்பெனி 1769 இல் கலைக்கப்பட்ட போது (இ.ச.க. தொகுதி-7) இப்பகுதி தங்கு தடையற்ற சுதந்திர வாணிபப் பகுதி என்று அறிவிக்கப்பட்டது.

இவ்வாறாக இப்பதினெட்டாம் நூற்றாண்டின் பிற்பாதியில் புதிதாய் விடுதலை பெற்ற அமெரிக்க ஒன்றியம் இந்துமாக் கடலினுள் முதன் முதலாய்ப் புகத் தொடங்குகின்றது.

1784

வரலாற்றுப் புள்ளிகள்

1. பிட்டு கொண்டு வந்த இந்தியச் சட்டம்

பிரிட்டனில் இவ்வாண்டு நாடாளுமன்றம் கலைக்கப்பட்டுப் பொது தேர்தல் நடந்தது. இளைய பிட்டு இத்தேர்தலில் நூறு பேருக்கும் அதிகமான பெரும்பான்மை பெற்று வெற்றியடைந்தார்.

பிட்டு ஜூன் மாதத்தில் முதல் வரவு - செலவுத் திட்டத்தை மன்றத்தில் கொண்டு வந்தார். அவர் அரசின் கடன்கள், நிதி விவகாரங்கள் பற்றிய விதிமுறைகளைத் திருத்தியமைத்தார். கள்ளக் கடத்தலை ஒடுக்குவதற்காக ஆயத்தீர்வைகள் குறைக்கப் பட்டன. சன்னல் வரி விதிக்கப்பட்டது. அரசு புதியதாய்க் கடன்கள் வாங்கியது. ஏராளமான மறைமுக வரிகள் விதிக்கப்பட்டன. வரிகள் தண்டுவதை நிர்வகிப்பதற்காக "வரிகள் வாரியம்" ஒன்று அமைக்கப்பட்டது.

பிட்டு "இந்தியச் சட்டம்" (India Act, 1784) என்ற ஒரு சட்டத்தை நாடாளுமன்றத்தில் கொண்டு வந்தார். அது 1784 ஆகஸ்டு 13 அன்று சட்டமாய் நிறைவேறியது. இந்தச் சட்டத்தில் இந்திய ஆட்சித் தலைவர் பற்றிய சிக்கல்கள் தீர்த்து வைக்கப்பட்டன. எதிர் காலத்தில் இந்தியத் தலைமை ஆளுநர் (Governor General) ஒருவர் இருப்பார். அவர் இங்கிலாந்தில் பதவி நியமனம் செய்யப்பட்டு இந்தியத்திற்கு அனுப்பி வைக்கப்படுவார். ஏற்கெனவே இந்தியத்தில் ஊழியம் புரிபவரில் ஒருவர் அப்பதவியில் அமர்த்தப்பட மாட்டார் - என்பன இச்சட்டத்தினால் தெளிவு படுத்தப்பட்டன.

நடுநிலையாளர்கள் என்று சொல்லக் கூடியவர்கள் அடங்கிய கட்டுப்பாட்டு வாரியம் (Board of Control) ஒன்று இருக்கும். இந்தியத்தில் பிரிட்டீசு மணிமுடியின் அரசப் பிரதிநிதியாயிருக்கும் தலைமை ஆளுநருக்குத் துணையாய் மூன்று உறுப்பினர் அடங்கிய ஒரு குழு (Council) இருக்கும். அவர்களனைவரும் கம்பெனியின் கட்டுப்பாட்டினுள் அடங்கிய ஊழியராயிருப்பர். முன்னர் 1773 ஆம் ஆண்டில் போன்று இந்தியத்தைப் பற்றி எதுவும் தெரியாத வெளி ஆளாய் இருக்கமாட்டார்கள். தலைமை ஆளுநர்க்குச் சென்னை, பம்பாயிலுள்ள ஆளுநர்களை மீறிச் செயல்படும் அதிகாரத்தை இச்சட்டம் அளித்தது. கிழக்கிந்தியக் கம்பெனியின் நெறியாளர்கள் (Directors) புரவலர்களாய் இருக்கும் ஒரே அதிகாரம் மட்டுமே அவர்களுக்கு மிஞ்சியது.

இதற்குத் துணைச் சட்டம் ஒன்று 1786 இல் நிறைவேற்றப்பட்டது. தலைமை ஆளுநர் ஆலோசனைக் குழுவின் (Council) பெரும்பான்மையை மீறிச் செயல்படும் அதிகாரம் இத்துணைச் சட்டத்தில் அவருக்கு அளிக்கப்பட்டது. ஓர் அவசரநிலை ஏற்படுமாயின் தலைமை ஆளுநர் தலைமைப் படைத்தளபதி பதவியை ஏற்கவும் இத்துணைச் சட்டத்தில் வகை செய்யப்பட்டது. இந்தச் சட்டம் சிறு திருத்தங்களுடன் 1858 வரை நடை முறையிலிருந்தது.

2. திருவிதாங்கூர் மன்னர் இராமேசுவர யாத்திரை

திருவிதாங்கூர் என்ற வேணாட்டின் மன்னரான கார்த்திகைத் திருநாள் இராம

வர்மன் (1758-1798) திருத்தலங்களைக் கண்டு வரவும் தன் நாட்டின் தெற்கிலும் வடக்கிலுமுள்ள நாடுகளைக் காணவும் இராமேசுவரத்திற்குச் செல்லவும் முடிவெடுத்து 1784 இல் யாத்திரை புறப்பட்டார். (இராமேசுவரம் : இ.ச.க.தொகுதி-7) அவர் வழியில் நெல்லைச் சீமையையும் மதுரைச் சீமையையும் காண அவாவினார்.

இவ்விரு சீமைகளும் கர்நாடக நவாபின் ஆளுகையிலிருந்த போதிலும், ஆங்காங்கேயிருந்த பாளையக்காரர்கள் முரடர்களாயும் சட்டத்தை மதிக்காதவர் களாயுமிருந்தனர். ஆதலால் திருவிதாங்கூர் மன்னர் நவாபின் காவலராயிருந்த கம்பெனியாரிடமிருந்து ஒரு சிறு காவல் படையையும் நவாபிடமிருந்து பொறுப்பு வாய்ந்த அலுவலர்களையும் உடன் அழைத்துக் கொண்டு இராமேசுவரம் சென்றார். அவர் வேணாட்டுப் படையொன்றையும் கொண்டு சென்றார்.

இம்மன்னர் டச்சு, போர்த்துக்கீசம், ஆங்கிலம் ஆகிய மொழிகளில் நன்கு உரையாடக் கற்றிருந்தார். இம்மொழிகளில் தேர்ந்தவர்களும் மன்னரின் ஊழியத்தில் இருந்தனர். இம்மன்னருக்கு இந்துஸ்தானி, பாரசிகம் ஆகிய மொழிகளும் தெரிந்திருந்தது. திருவிதாங்கூர் இக்கால கட்டத்தில் போரொழிந்து நன்கு செழித்திருந்தது; அது கம்பெனியுடன் நல்லுறவு கொண்டிருந்தது. ஐதரலியும் திப்பு சுல்தானும் வடகேரளமான மலபாரைத்தான் அடுத்தடுத்துத் தாக்கினர். தென் கேரளமான வேணாட்டைத் தாக்குவதற்கு அவர்கள் காத்திருந்தனர்.

3. தனிப்பட்ட பிரிட்டீசு வணிகர் ஏற்றம்

கிழக்கிந்தியக் கம்பெனியில் பணியாற்றிய ஊழியர்கள் ஆசியப் பகுதிகளில் தடையின்றி வாணிபம் செய்யும் வசதியைப் பெற்றிருந்தனர். பிரஞ்சுக்காரருக்கு அத்தகைய வசதி 1720 ஆம் ஆண்டுகள் வரையிலும் மறுக்கப்பட்டிருந்தது. டச்சுக்காரரோ 1742 வரையிலும் அவ்வுரிமையைப் பெறவில்லை. பிரிட்டிசாரின் வாணிபம் பதினெட்டாம் நூற்றாண்டில் ஆசியமெங்கும் விரிந்து பரந்ததைக் கண்டுவிட்டு, இதற்கெல்லாம், தம் அறிவுத் திறனும் மதியூகமும் காரணம் என்று ஆங்கிலேயர் சிலர் மெத்தனமாக எண்ணத் தலைப்பட்டனர். அது ஆங்கிலேயரின் நெடுநோக்கினால் உண்டான வளர்ச்சியன்று. கிழக்கிந்தியக் கம்பெனியின் வலுவின்மை காரணமாய்த்தான் தனிப்பட்ட ஆங்கிலேயர் தாமே சொந்தமாய் வாணிபம் செய்யும் நிலை ஏற்பட்டது.

கம்பெனி இந்தியக் கடற்கரையோரங்களில் நடத்திவந்த வாணிபத்திற்கு ''நாட்டு வாணிபம்'' (*Country Trade*:இ.ச.க.தொகுதி-4) என்று பெயர். கம்பெனி கரையொட்டிய இவ்வாணிபத்தில் ஆசிய நாடுகளின் கப்பல் தொகுதிகளைத் தனியாய் ஈடுபடுத்த வேண்டும்; அல்லது தாயகம் திரும்புவதற்கிருந்த ஐரோப்பியக்கப்பல்களை நிறுத்திவைத்து நாட்டு வாணிபத்தில் பயன்படுத்த வேண்டும். ஆனால் இவ்விரண்டு வழிகளும் *1660* ஆம் ஆண்டுகளில் பெருஞ் செலவை உண்டாக்குவதாயிருந்தன. ஆதலால் அவ் வழிகளிரண்டும் ஆகாவென்று கம்பெனி அப்போது கண்டுகொண்டது. ஆதலால் தன் ஊழியர்கள் தனி முறையில் சொந்தமாய் வாணிபத்தில் இறங்கலாம் என்று கம்பெனி இசைவு தந்தது.

ஆசியப் பகுதியில் துறைமுகங்கள்தொறும் சென்று அவற்றிடையே வாணிபம் செய்வது கம்பெனிக்கு ஆதாயத்தை விட இழப்பையே தந்தது என்பதைக் கம்பெனி நெறியாளர்கள் உணர்ந்து, ஆசிய நாடுகளுக்கு அப்பாலும் தாய் நாட்டுடனும் வாணிபம் புரிவதில் முழுக்கவனம் செலுத்தலாயினர். இதைக் கம்பெனியின் வலுவின்மை என்று முதலில் குறிப்பிட்டோம். கம்பெனியின் மேற்சொன்ன முடிவே ஏற்கப்பட்ட கொள்கையும் ஆனது. அது இறுதியில் ஒரு கோட்பாடாகவே மலர்ந்துவிட்டது.

கம்பெனி ஊழியர்களின் தடையற்ற சுதந்திர வாணிபமானது கம்பெனிக்கு எச்செலவும் இல்லாத முறையில், அது பேராதாயம் பெறுவதற்கு வழிவகுக்கும் என்று வாதிடப்பட்டது. மேலும் அதே நேரத்தில் இந்தியத்தில் அமைந்திருந்த ஆங்கிலக் குடியேற்றங்கள் பெருஞ்செழிப்பு வாய்ந்த துறைமுகப்பட்டினங்களாய் விடும். கம்பெனி அவற்றிடமிருந்து பெரிய அளவில் சுங்கத்தீர்வைகளையும் வரிகளையும் பெற முடியும் என்பது எடுத்துக் காட்டப்பட்டது.

''நீங்கள் உங்களின் ஆதாயத்தைப் பெருக்கிக் கொண்டே, கம்பெனியின் பொது நன்மைக்காகச் செயிண் ஜார்ஜ் கோட்டையின் வாணிபத்தையும் வருவாயையும் பெருக்க வேண்டும்'' என்று சென்னையிலிருந்த கம்பெனி ஊழியர்களிடம் கூறப்பட்டது. வெற்றி தருகின்ற தனிமுறை வாணிபப் பெருக்கம், ''உங்களின் நிலையை மிகக் குறுகிய காலத்தில் வெகு பெரியதாயும் புகழ் வாய்ந்ததாயும் உயர்த்திவிடும்'' என்று ஆங்கிலேயர்கள் சொந்த வாணிபத்தில் ஈடுபடுமாறு தூண்டப்பட்டனர்.

இந்தியத்தில் கம்பெனிக்காக அமைத்த பல குடியேற்றங்கள் (சென்னை, பம்பாய், சூரத்து, கல்கத்தா போன்றவை) சிறப்படைய வேண்டுமென்பதற்காகக் கம்பெனி நெறியாளர் இவ்வாறு தனிமுறை வாணிபத்தை ஊக்குவித்தனர். ஆதலால் தன் ஊழியத்தில் தொடர்பில்லாதவர்கள் வங்கம் சென்று குடியேறுவது தனக்கு நலன் எனக் கம்பெனி கருதி அதற்கு இசைவு தந்தது. இவ்வாறு கம்பெனியின் இசைவு பெற்று இந்தியம் செல்வதற்கு ஒப்புதல் பெற்ற ''தனிப்பட்ட வணிகர்களின்'' எண்ணிக்கை பதினேழாம் நூற்றாண்டில் முதலில் சிறிதளவே இருந்தது. பின்னாளில் இத்தகையோர் ''அதிகாரத் தொடர்பற்றவர்கள் (*Unofficials*) என்று பெயர் பெற்றனர். இவர்களின் எண்ணிக்கையும் செல்வ வளமும் *1784* வாக்கில் பல்கிச் செழித்து விட்டன.

இந்தியத்திலிருந்து பெறுகின்ற ஆதாயத்தை ஒரு நாடே சேர்ந்து முற்றிலும் பெறுவதற்குக் கம்பெனி அளித்த இந்தச் ''சுதந்திர வாணிப இசைவு'', வழி வகுத்தது. இதன்படி இந்தியம் வந்து வாணிபம் செய்ய விழைவோர், ஆயிரம் பவுனை வைப்புத் தொகையாய் வைத்துக் கம்பெனியுடன் ஓர் ஒப்பந்தம் செய்து கொள்ள வேண்டும் என்று *1750* ஆம் ஆண்டு விதி செய்தனர். இத்தகைய வணிகர் பதினெட்டாம் நூற்றாண்டு

நெடுகிலும் சிறு எண்ணிக்கையில் இந்தியம் வந்தனர். அவர்களுக்கு 1736 முதல் 1756 வரையிலான காலத்தில் ஐம்பத்தொன்பது பேருக்குக் கம்பெனி உரிமம் அளித்தது. அவர்கள் கம்பெனி நெறியாளர்களின் இசைவுடன் வங்கம் சென்றனர். அவர்கள் கம்பெனியில் எழுத்தர்களாய்ச் சேர முடியாதவாறு வயதானவர்களாய் அல்லது கம்பெனியில் செல்வாக்கில்லாதவர்களாய்த் தான் இருந்தனர் என்று தோன்றுகின்றது.

கம்பெனி நெறியாளர்கள் குறிப்பிட்ட எண்ணிக்கையில் தனிப்பட்ட ஆங்கிலேயரை இந்தியத்தில் குடியேறச் செய்து அவர்களைத் தம் பிடிக்குள் வைத்துக் கொள்ளலாம் என்று நினைத்தனர். ஆனால் பதினெட்டாம் நூற்றாண்டில் பலவகையான ஐரோப்பியர் கண்டமேனிக்கு வங்கத்தில் வந்து குடியேறினர். அவர்களிடம் கம்பெனி உரிமம் இருந்திலது. அவர்களின் எண்ணிக்கை பற்றியும் அவர்கள் ஈடுபட்ட தொழில் குறித்தும் நம்பத் தகுந்த செய்திகள் கிடைத்தில. இங்ஙனம் இந்தியத்தை வந்து மொய்த்த தொழில் முனைவோரை நிறுத்துவதற்கு ஆக்கமான வழி எதுவும் இல்லை. கம்பெனி உரிமம் பெறாத இத்தகைய வணிகர்கள் இந்தியமெங்கிலும் 1787 வாக்கில் பரவிவிட்டனர். பலாப்பழத்தை ஈக்கள் மொய்ப்பது போல் என்பார்களே, அவ்வாறு வந்து அவர்கள் இங்கு குவிந்து விட்டனர். அவர்கள் பிரிட்டனைச் சேராத பிறநாட்டுக் கப்பல்களில் வந்து இறங்கினர். பாரசிக வளைகுடாவிற்கு எப்படியோ வந்து அங்கிருந்து நில வழியாய் அல்லது கம்பெனிக் கப்பல்களில் மாலுமியராய்ச் சேர்ந்து கடல் வழியாய் வந்து இந்தியத்தை அடைந்தனர். அவர்கள் இந்தியத்தில் கால் வைத்ததும் தம் வழியைத் தேடி ஓடிப் போய் விட்டனர்.

இவ்வாறு இந்தியம் வந்து சேர்வோர் மீதும் அவர்களை இங்கு கொண்டு வந்து இறக்கும் கப்பல் தலைவர்கள் மீதும் கடுமையான தண்டனை விதிக்கப்படும் என்று 1720 ஆம் ஆண்டிலிருந்து எச்சரிக்கை விடுத்தும் பயனில்லாமற் போயிற்று.

இவ்வழியில் இந்தியத்தை அடைந்தவர்கள் ஐரோப்பியத்தின் பல நாடுகளைச் சேர்ந்தவர்களாயிருந்தனர். ஆங்கிலேயர், டச்சுக்காரர், பிரஞ்சுக்காரர் என்று பல மொழிகளைப் பேசுவோராயிருந்தனர். அவர்களுள் அர்மீனியரும் இருந்தனர்.

கிழக்கிந்தியக் கம்பெனியும் அதில் பணியாற்றிய ஊழியர்களும் இந்தியத்தில் நடத்திய வாணிபத்தொடு, தனிப்பட்ட ஐரோப்பியர் பிறரும் வாணிபத்திலும் ஏனைய தொழில்களிலும் ஈடுபட்டு இப்பதினெட்டாம் நூற்றாண்டில் பெருஞ் செல்வம் திரட்டிப் பிரிட்டனைச் செழிக்கச் செய்தனர்.

பாரதம் பொருளியல் செழிப்பை விரைவில் அடைந்துவிட வேண்டு மென்பதற்காகத் தன் பொருளியல் கொள்கையைப் பெரும் போக்குடையதாய் இவ்விருபதாம் நூற்றாண்டின் தொள்ளாயிரத்துத் தொண்ணூறுகளில் விரித்து, உலகு தழுவிய பன்னாட்டு நிறுவனங்களுக்கு அகலத் திறந்து விட்டதுடன் ஓரளவில் ஒப்பிடத் தக்கதாய்க் கிழக்கிந்தியக் கம்பெனியின் மேற்சொன்ன ஆதாய நோக்கைக் கொள்ளலாம்.

கிழக்கிந்தியக் கம்பெனியும் அன்று பன்னாட்டினர் சேர்ந்த (*Multinational*) ஒரு நிறுவனமேயாகும். அவ்வாணிப அமைப்பில் ஐரோப்பிய நாட்டினர் பலருக்குப் பங்கு இருந்தது. (இ.ச.க.தொகுதி-4) இன்று பாரதத்திற்குப் பல திக்குகளிலிருந்து வருகின்ற நிறுவனங்களும் பன்னாட்டு அமைப்புகளேயாகும். வரலாறு திரும்புகின்றதோ?

இந்தியத்தில் ஆங்கிலேயர் கொள்ளை : ஆங்கிலக் கவிஞர் பாட்டு

கிழக்கிந்தியக் கம்பெனியில் ஊழியம் செய்வதற்காகக் கட்டைச் சம்பளம் பெற்றுக்

கொண்டு இந்தியம் வந்த பிரிட்டிசாரில் பலர் பெரிய பணக்காரர்களாய் நாடு திரும்பினர். ஏனெனில் மேலே கூறியவாறு தன் ஊழியர்கள் தனிப்பட்ட முறையில் பொருளீட்டுவதற்குக் கம்பெனி இசைந்தது.

ஆதலால் ஆண்டுச் சம்பளம் 500 பவுன் பெற்றுக் கொண்டு பணி செய்த கம்பெனி ஊழியரான பேன்ஃபீல்டு போன்றவர்கள் ஆர்க்காட்டு நவாபிற்கே கோடிக் கணக்கில் கடன்தர முடிந்தது. (இ.ச.க. தொகுதி-8)

இதுகுறித்துப் பிரிட்டீசு மக்களிடையே அதிர்ச்சியும் வருத்தமும் ஏற்பட்டன. அரசியல் வித்தகரான எட்மண் பர்க்கு (1729-1797) ஆங்கிலேயர் இந்தியரை முறையற்ற வழிகளில் சுரண்டுகின்றனர் என்று பிரிட்டீசு நாடாளுமன்றத்தில் கண்டித்துப் பேசினார். இக்காலத்தே வாழ்ந்த ஆங்கிலப் புலவரான வில்லியம் கூப்பர் (1731-1800) 1785 ஆம் ஆண்டு எழுதிய ''கடும் பணி'' என்ற பாடலில் காணப்படும் வரிகள் இந்தியத்தில் நடைபெறும் சுரண்டலைக் கொடிய குற்றம் என்று சுட்டிக் காட்டுகின்றது:

தாயகத்தில் திருடர்க்குக் கட்டாயத்
  தூக்கு எனில் . இந்தியத்தில்
வாயகல மாய்த்திறந்து வந்ததெலாம்
  வாரியுண்டு மேலுமிகப்
பேயகலப் பைவிரித்துப் பெருஞ்செல்வம்
  நிரம்ப மொண்டு . அந்நாட்டில்
நாயகரா யிருந்து நாட்டாண்மை செய்து மிக
  நல்லோர் போல் தப்புவதை
ஞாயமிகு செயலென்றோ நல்லதோர்
  செய்தியென்றோ நவில்தற் கியலுமோ?

1784

இங்கிலாந்திற்கு இப்பதினெட்டாம் நூற்றாண்டில் இரண்டு தலைமை அமைச்சர்களைத் தந்த குடியின் முன்னவரான தாமஸ் பிட்டு பதினேழாம் நூற்றாண்டின் இறுதியில் சென்னைக்கு ஆளுநராய் வந்து வைரங்களாயும் வைடூரியங்களாயும் தாய்நாட்டிற்குக் கொண்டு சென்ற கொல்லூர் வைரம் ஒன்றுக்காக, அவரை ''வைரப் பிட்டு'' என்றே அழைத்தனர். இராபர்ட் கிளைவு (1725-1774) இந்தியத்தில் ஐந்து பவுன் ஆண்டுச் சம்பளத்திற்கு எழுத்தராய் வந்து, தன் திறமையால் பையப் பைய உயர்ந்து, முதன் முதலாய்த் தாயகம் திரும்பிய போது அவர் திரட்டிய செல்வத்திலிருந்து அவருக்கு ஓராண்டில், 40,000 பவுன் வருவாய் கிடைத்ததென்று கணக்கிட்டனர். (இக்காலக் கட்டத்தில் ஒரு பவுனின் மதிப்புச் சுமார் பத்து ரூபாய்) கிளைவு காலத்தில் வாழ்ந்த ரிச்சர்டு பார்வலை, எல்லாரும் நவாபு பார்வல், என்றே அழைத்தனர். அவரிடம் 8,00,000 பவுன் மதிப்புள்ள செல்வம் இருந்ததென்று கணக்கிட்டனர். இங்கு பருவட்டாகச் சிலர் பெயரை மட்டுமே கூறமுடிகின்றது. இவர்களைப் போல் சிறியவர்களும் பெரியவர்களுமாய்ப் பல ஆங்கில ''நவாபுகள்'' இருந்தனர்.

பொதுவாய் இந்தியத்திலும் ஐரோப்பியர் தொடர்புகளினால் வட இந்திய வணிகச் சாதியாரில் சிலரும், பார்சியரும் மிகப்பெரிய செல்வராயினர் என்பதும் குறிப்பிடத் தக்கது. சீனத்திற்கு அபினியும் பருத்தியும் ஏற்றப்பட்டதில் அவர்கள் குறிப்பாய்ப் பெரும் பணக்காரராயினர்.

4. கண்ணனூர் அரசி கம்பெனிக்குக் கப்பம் கட்டினார்

வட கேரளத்திலுள்ள கண்ணனூரில் கி.பி.1545 ஆம் ஆண்டிலிருந்து அலிராசா

என்ற அரச குடி ஆட்சி செலுத்தி வந்தது. இக்குடியினர் 1949 வரையிலும் அரசிருந்து இந்தியத்துடன் இணைந்தனர். இப்போது இக்குடியின் அரசியாய் இரண்டாம் ஜூனு மாபே ஆதிராசா பீபி (1777-1819) இருந்தார். இந்த அரசியார் 1784 இல் பிரிட்டிசாரின் மேலாண்மையை ஏற்றுக் கொண்டு அவர்களுக்குக் கப்பம் செலுத்தும் சிற்றரசாய் இருந்து வர ஒப்பினார்.

5. மராட்டியில் ''கிறித்தவப் புராணம்''

இன்றைய கோவா மாநிலமான கோவா பகுதியில் வழங்கும் மொழி கொங்கணி எனப்படும். ஏசு சபையைச் சேர்ந்த அச்சன்மார் பதினேழாம் நூற்றாண்டிலேயே கொங்கணி கற்றுச் சமயப் பணியில் ஈடுபட்டனர். இம்மொழியை முதலில் கற்றுத் தேர்ந்தவருள் தாமஸ் ஸ்டீஃபன்ஸ் ஒருவராவார். அவர் அம்மொழியை நன்கு கற்றதுடன் கிறித்தவச் சமய நூல் ஒன்றை அதில் முதன்முதலில் எழுதவும் செய்தார். அந்நூல் 1622 ஆம் ஆண்டு ரோமன் எழுத்துகளில் அச்சிடப்பட்டு ரசோல் என்ற இடத்தில் வெளியானது.

ஸ்டீஃபன்ஸ் கொங்கணி மொழி இலக்கண நூல் ஒன்றையும் எழுதியிருக்கின்றார். அதை ஏசு சபையின் பிற அச்சன்மார் திருத்தி 1640 ஆம் ஆண்டு ரசோலில் வெளியிட்டனர். ஆதலால் இந்திய மொழிகளில் இலக்கணம் முதலில் அச்சேறிய நூல் கொங்கணி என்ற சிறப்பைப் பெறுகின்றது.

எனினும் ஸ்டீஃபன்ஸ் பெரும் புகழ் பெறக் காரணமாயிருப்பது அவர் எழுதிய ''கிறித்தவப் புராணம்'' ஆகும். சரியாய்க் கூறுவதாயின் அதை ''விவிலிய வரலாற்றுப் புராணம்'' எனலாம். அம்மாபெரும் கவிதை நூலில் மொத்தம் 10,962 அடிகள் உள்ளன. அது கிறித்தவர்களுக்காக எழுதப் பெற்ற பெரிய புராணமாகும்.

இப்புராணத்தின் முதற்பகுதியில் ஏசுபிரான் அவதரிக்கப் போவதாய்க் கூறப்படும் தீர்க்க தரிசனம் வரையிலுள்ள பழைய ஏற்பாட்டுக் கதை விவரிக்கப்பட்டுள்ளது. இந்த கிறித்தவப் புராணம் உடனே மக்களிடையே மிக்க செல்வாக்குப் பெற்றது. மக்களின் உள்ளத்தில் ஏற்படுத்திய மாறுதல்களைப் பற்றிப் பல கதைகளை அது வழங்குகிறது.

திப்பு சுல்தான் (1750-1799) கொங்கணக் கிறித்தவரில் பலரைப் பிடித்துச் சீரங்கப்பட்டணத்து வெஞ்சிறையில் 1784 முதல் 1799 வரை அடைத்து வைத்திருந்தார். அவ்வாறு சிறைப்பட்டிருந்தர்களுள் கொங்கணிக் கிறித்தவர் ஒருவர் பற்றிய கதை ''கிறித்தவப் புராணத்'' தொடர்புடையதாகும். அவர் இக்கொடுஞ் சிறையில் பதினைந்தாண்டுகள் வாடிக் கிடந்த போது, மேற் சொன்ன கிறித்தவப் புராணத்தின் அகத்தூண்டுதலால் மனஉறுதியும் நம்பிக்கையும் குலையாது இன்னல்களனைத்தையும் எளிதில் தாங்கிக் கொண்டார் என்று கூறப்படுகின்றது.

6. அரசியல் கேலிச்சித்திர முன்னோடி

ஆங்கில ஓவியரும் கேலிச்சித்திரம் எனப்படும் பகடிப்படக் காரருமான (*Caricaturist*) தாமஸ் ரோலன்சன் (*Thomas Rowlandson 1756-1827*)1784 ஆம் ஆண்டில் முதன் முறையாய் அரசியல் தொடர்பான கேலிச் சித்திரங்களை வரைவதில் முன்னோடியாய் வந்தார். அவர் தன் காலத்து நிலவிய கீழ்த்தரமான சமுகக் கூறுகளையும் நெப்போலியன் (1769-1821; பிரஞ்சுப் பேரரசாய் இருந்த காலம் 1804-1815) போன்ற அரசியல் காரர்களையும் முழு மூச்சுடன் பகடி செய்து காட்டினார்.

1784

7. பாரிசில் முதற் குருடர் பள்ளி

பிரான்சின் தலைநகரான பாரிசில் குருடர்களுக்கென்று 1784 இல் முதற் பள்ளி திறக்கப்பட்டது.

படிக அமைப்பாய்வியல் (Crystallography) என்ற புதுத் துறையை ரெனி ஜஸ்டு ஹாயூ (Reni Just Hauy) என்ற பாதிரியார் இந்த 1784 இல் தோற்றுவித்தார். அவர் பிரஞ்சுக்காரர். அவரின் தம்பி பெயர் வாலசின் ஹாயூ (Valessain Hauy). இந்த இளவல் தாளின்மேல் புடைப்பு எழுத்துக்களைப் பதிக்கும் ஒரு முறையைக் கண்டுபிடித்தார். கண்ணிழந்தவர்கள் அந்தத் தாளைத் தடவிப் பார்த்துக் கற்கும் முறை முதலிற் கூறிய குருடர் பள்ளியில் இவ்வாண்டு முதல் ஏற்பட்டது. இது பத்தொன்பதாம் நூற்றாண்டில் தோன்றிய பிரைல் முறையின் முன்னோடியாகும்.

லூயி பிரைல் (1803-1852) என்றவர் பிரைல் புடைப்பு எழுத்து முறையை உருவாக்கினார். அவர் கண்டுபிடிப்பாளராயும் இசைவாணராயும் இருந்தார்-. அவருக்கு மூன்று வயதிலிருந்து கண்பார்வை போயிற்று. அவரே குருடர் படிப்பதற்கென்று புடைப்பு எழுத்து முறையை உருப்படுத்தினார். அது அவர் பெயரால் பிரைல் எழுத்து என்று அழைக்கப்படுகின்றது. பிரைல் என்ற பிரஞ்சுப் பெயரின் சரியான ஒலிப்பு பிரை ஆகும். ஆனால் நாம் தமிழில் பிரைல் என்றே வழங்குகின்றோம்.

8. ஜப்பானில் தொடர்ந்து பஞ்சம்

ஜப்பானில் இதற்கு *முந்திய 1783* ஆம் ஆண்டு எரிமலை வெடித்ததால் உண்டான பஞ்ச நிலை *1784* ஆம் ஆண்டிலும் தொடர்ந்தது. மக்களில் மூன்று இலட்சம் பேர் பட்டினியால் செத்தனர். எஞ்சியோர் உயிர் பிழைத்து வாழ்வதற்காகப் பிணங்களைத் தின்றனர்.

பஞ்சம் வந்து குடும்பத்தின் எண்ணிக்கையைக் கட்டுப்படுத்தும் நிலைமை தோன்றியதால் ஜப்பானிய ஏழை மக்கள் கருக்கலைத்தனர். பிள்ளைக் கொலைகளிலும் ஈடுபட்டனர்.

9. சிட்ரிக்கு அமிலம் கண்டுபிடிப்பு

தமிழில் நரந்தக் காடி எனப்படும் சிட்ரிக்கு அமிலம் (Citric acid) சிலவகைச் செடிகளில் உள்ளது என்பதைத் சுவிடன் நாட்டவரான காரல் வில்லம் ஷீல் *(Karl Willhelm Scheele 1742-1786) 1784* இல் கண்டுபிடித்தார்.

10. பத்துத் தொகுதிகளில் பிரிட்டானியக் கலைக்களஞ்சியம்

என்சைக்குளோபீடியா பிரிட்டானிக்கா என்ற ஆங்கில மொழிக் கலைக் களஞ்சியம் *1768* முதல் *1771* வரை வெளிவந்து முற்றுப் பெற்றது. பின்னர் விரித்து எழுதப் பெற்ற இரண்டாம் பதிப்பு *1776* இல் வந்தது. (இ.ச.க.தொகுதி-7) அக்கலைக் களஞ்சியம் முழுமையும் முதன் முறையாய்ப் பத்துத் தொகுதிகளில் தொகுக்கப் பெற்று *1784* இல் வெளிவந்தது.

11. டாக்டர் ஜான்சன் மறைவு (1709 - 1784)

சாமுவல் ஜான்சன் (Samuel Johnson) என்ற ஆங்கில அகராதி ஆசிரியருக்கு இலக்கியத் திறனாய்வாளர், உரையாடல் வல்லவர் என்ற சிறப்புகளும் உண்டு. அவர் டாக்டர் ஜான்சன் என்றே பொதுவாய் அறியப்பட்டார். அவர் தொகுத்து 1755 ஆம்

சாமுவல்

ஆண்டு வெளியிட்ட ஆங்கில அகராதி (*Dictionary*) அவருக்கு நிலைத்த புகழைத் தந்தது. (இ.ச.க.தொகுதி-6)

டாக்டர் ஜான்சன் பொதுக் கருத்துகளைப் பற்றி நறுக்குத் தெரித்தது போல் கூறி வந்தார். அவர் ஷேக்ஸ்பியரின் நூல்களையும் (1765) பதிப்பித்திருக்கின்றார். ''வெகு மேலான ஆங்கிலப் புலவோர் வாழ்க்கை வரலாறுகள்'' (*Lives of the most Prominent English Poets*) என்ற அவரது நூல் 1781-1799 காலத்தில் வெளி வந்தது. எனினும் ஜேம்ஸ் பாஸ்வல் (1740 -1795) எழுதிய ஜான்சனின் வாழ்க்கை வரலாற்று நூல்தான் அவர் பெயரை நிலைக்க வைக்கின்றது. டாக்டர் ஜான்சன் 1784 ஆம் ஆண்டு இறந்தார்.

1785

அரசியல்
　போர்பந்தர் நாட்டரசு வரலாறு
　சென்னை ஆளுநர்
　ஆர்க்காட்டு நவாபு - கம்பெனி உடன்படிக்கை
　மலபாரிலிருந்து மிளகு ஏற்றத் திப்பு தடை

சமயம்
　பாகவத சமயம், சைவ சித்தாந்தம்
　முத்தியாலுப்பேட்டைப் பள்ளிவாசல்

கல்வி, கலை, இலக்கியம்
　திராவிட மாபாடியம்
　ஆங்கிலத்தில் பகவத்கீதை
　இராமநாதபுரத்தில் சுவார்ஷ் பள்ளி

தொழில், வாணிபம், வேளாண்மை
　மலபாரிலிருந்து மிளகு ஏற்றத் தடை
　பிரான்சில் உருளைக்கிழங்கு
　நெசவு எந்திரங்களை இயக்க நீராவிப் பொறி

பொருளியல்
　அமெரிக்கத்திற்குப் பொருளியல் இடர்ப்பாடுகள்
　டாலர் அமெரிக்க நாணயமாதல்
　இராணுவம், போர்
　ஆந்திரத்தில் பிரஞ்சு - பிரிட்டிசார் சண்டை

வரலாறு
　பள்ளிவாசல் தோற்றம், வளர்ச்சி
　கல்வெட்டியல் தோற்றம்

மக்கள்
　சார்லஸ் வில்கின்ஸ், சம்ஸ்கிருத விற்பன்னர்
　வங்கத்தில் அடிமைகள்
　வங்கத்தில் உடன்கட்டை ஏறுவோர் பெருக்கம்

பொது
　அரசு வெளியிட்ட வார இதழ்
　பினாங்கில் பிரிட்டிசார் நிறுவிய ஜார்ஜ் டவுன்
　உருளைக் கிழங்கு
　பலூனில் ஆங்கிலக் கால்வாயைக் கடந்தவர்

இறப்பு
　பூசி (1718-1785)
　சிவஞான முனிவர்

1785

1. திராவிட மாபாடியம் இயற்றிய சிவஞான முனிவர்

செங்கோட்டை - திருநெல்வேலி இருப்புப் பாதையில்; பொருநையின் வடகரை மீதுள்ள அம்பா சமுத்திரத்திலிருந்து எட்டுக் கிலோ மீட்டர் தொலைவிலும் பாபநாசம் மின்சார நிலையத்திற்கு அருகிலும் விக்கிரம சிங்கபுரம் என்ற ஊர் உள்ளது. வரகுண பாண்டியனின் (கி.பி.862) வட்டெழுத்துக் கல்வெட்டில் விக்கிரம சிங்கபுரமும் அம்பாசமுத்திரமும், ''இளங்கோ குடி'' என்று குறிக்கப்பட்டுள்ளன. பொதிய மலையின் அடிவாரத்தே (இ.ச.க.தொகுதி-8) அமைந்திருக்கும் இவ்வூருக்கு இன்னொரு தனிச் சிறப்பும் உண்டு.

சிவஞான சுவாமிகள்

இவர் ஏழு தலைமுறைகளாய் அருட்புலமையும் தமிழ்ப் புலமையும் நிரம்பிய வேளாளர் குடியில் ஆனந்தக் கூத்தருக்கும் மயிலம்மைக்கும் மகனாய்ப் பிறந்தார். இவரது பிள்ளைப் பெயர் முக்காளலிங்கார். முக்காளலிங்கர் ஒரு நாள் பள்ளியிலிருந்து திரும்பிக் கொண்டிருந்தார். அப்போது திருவாவடுதுறை மடத்தைச் சேர்ந்த துறவியர் விக்கிரம சிங்கபுரத்து வீதியில் வந்து கொண்டிருக்கக் கண்டார். அவர்களைத் தம் இல்லத்திற்கு அவர் அழைத்துச் சென்று, அன்னையை வேண்டி அவர்களுக்கு அமுது படைக்கச் செய்தார். அப்போது முக்காளலிங்கர் அத்துறவியர் போன்று திருவாவடு துறையை ஒன்றி ஞானகுருவை அடைய உறுதி பூண்டார்.

முக்காளலிங்கர் வயது வந்ததும் திருவாவடுதுறை சென்று அம்மடத்தின் சின்னப் பட்டமாயிருந்த வேலப்ப தேசிகரைக் குருவாய்க் கொண்டார். அவர் மடத்தில் சிவஞான சுவாமிகள் ஆனார். அங்கு இலக்கணம், இலக்கியம், தருக்கம், சித்தாந்தம் முதலிய துறைகளில் பல நூல்களை இயற்றினார்.

அங்கு அவருக்கு மாணாக்கர் பலர் வாய்த்தனர். கச்சியப்பர், தொட்டிக்கலை சுப்பிரமணிய முனிவர் போன்றோர் அம்மாணவருள் குறிப்பிடத்தக்கவராவர். சிவஞான சுவாமிகளின் நூல்களுள் திராவிட மாபாடியம் சிறப்புடையதாகும்.

சிவஞான போதமும் திராவிட மாபாடியமும்

தமிழிலுள்ள சைவ சித்தாந்த நூல்கள் பதினான்கு அவை: திருவுந்தியார், திருக்களிற்றுப் பாடியார், சிவஞான போதம், சிவஞான சித்தியார், இருபாவிருபஃது, உண்மை விளக்கம், சிவப்பிரகாசம், திருவருட்பயன், வினா வெண்பா, போற்றிப் பஃறொடை, கொடிக்கலி, நெஞ்சுவிடு தூது, உண்மை நெறி விளக்கம், சங்கற்ப நிராகரணம். இவற்றுள் சிவஞான போதம் தலைமை வாய்ந்ததாகும். இந்நூல் பன்னிரண்டு சூத்திரங்களையும் அவற்றை ஏதுக்கள் கொண்டு விரித்துக் கூறும் முப்பத்தொன்பது அதிகாரங்களையும் எண்பத்தோர் எடுத்துக்காட்டு வெண்பாக்களையும் உடையது.

இந்நூலிலுள்ள முதற் சூத்திரத்தில் பதி (இறைவன்) உண்மையும் இரண்டாம்

சூத்திரத்தில் பாச (தளை) உண்மையும் மூன்றாஞ் சூத்திரத்தில் பசு (உயிர்) உண்மையும் நான்காம் சூத்திரத்தில் பதி இலக்கணமும் ஐந்தாம் சூத்திரத்தில் பசு இலக்கணமும் ஆறாம் சூத்திரத்தில் பாச இலக்கணமும் கூறப்பட்டுள்ளன. இவ்வதிகாரம் ஆறும் பொது அதிகாரம் எனவும் படும். இவற்றுள் முதல் மூன்றையும் பிரமாண இயல் என்றும் பின் மூன்றையும் இலக்கண இயல் என்றும் கூறுவர்.

இந்நூல் ஏழாஞ் சூத்திரத்தில் முக்தி பெறுவதற்கு ஏதுவாகிய உயிரின் சிறப்பிலக்கணமும் எட்டாஞ் சூத்திரத்தில் சிவஞானத்தை உயிர் உணரும் முறையும் ஒன்பதாஞ் சூத்திரத்தில் உயிர் பாசஞானத்திற்கு மீளாதவாறு அதனைப் புனிதமாக்கும் முறையும் பத்தாம் சூத்திரத்தில் பாச நீக்கம் பண்ணும் முறையும் பதினோராம் சூத்திரத்தில் உயிர் அயரா அன்பால் இறைவன் திருவடியாகிய சிவானந்த அனுபவம் பெறுவதும் பன்னிரண்டாம் சூத்திரத்தில் சீவன் முத்தர் நிலையும் கூறப்பட்டுள்ளன. இவை ஆறும் உண்மையதிகாரம் என்றும் பெயர் பெறும்.

இவற்றுள் ஏழு, எட்டு, ஒன்பதாஞ் சூத்திரங்களைச் சாதனவியல் என்றும் பத்து, பதினொன்று, பன்னிரண்டாம் சூத்திரங்களைப் பயனியல் எனவும் கூறுவர். இந்நூலிலுள்ள பன்னிரண்டு சூத்திரங்களும் நாற்பது வரிகளையுடையனவாகும்.

1785

இந்த அரும் பெரும் ஞான நூலால் தெளியப்படும் உண்மைகள்:

காணப்படும் உலகமானது அவன் அவள் அது என்னும் முத்திறத்தது.

அது தோற்றம், நிலை, அழிதல் ஆகிய மூன்று தொழில்களையும் உடையது.

உயிரும் அறிவும் ஆற்றலும் இல்லாததாகலின் அது தானே தோன்றி நின்று அழிதலில்லை.

சிற்றறிவும் சிறு தொழிலும் ஒரு வரம்பிற்குட்பட்ட ஆற்றலும் உடைய உயிர்களாலும், அது முத்தொழிற் படவில்லை. எனவே அறிவிற்கெல்லாம் அப்பாற்பட்ட முற்றுணர்வும் பேராற்றலும் படைத்த பரம்பொருளினாலேயே உலகம் முத்தொழிற் படுகின்றது.

உலகிலுள்ள பொருள்கள் உலகிலேயே ஒடுங்கிப் பின்னர் அதிலிருந்தே தோன்றுதல் போல உலகமும் தன் தன் மூலத்தே ஒன்றனுள் ஒன்றாய் ஒடுங்கி இறுதியில் யாவும் ஒருங்கே எதனுள் ஒடுங்குகின்றதோ அதிலிருந்து தான் ஒடுஙகியவாறே மீண்டும் தோன்றுகின்றது.

எனவே எல்லாவற்றையும் தன்னுள் ஒடுக்கித் தான் ஒன்றிலும் ஒடுங்காமல் எது நிலை பெற்றிருக்கின்றதோ, அதுவே முழுமுதற் பொருளும் எல்லாவற்றிற்கும் ஆதியுமாகும். அப்பரம்பொருளே சிவன் என்னும் நாமம் தனக்கேயுரிய செம்மேனி என்பார் தமிழ் மூதறிஞர்.சிவஞான போதம் என்ற ஒப்பற்ற நூலைத் திருவெண்ணெய்நல்லூர் மெய்கண்ட தேவர் எழுதினார். அவர் தொண்டை மண்டலத்திற்கும் சோழ மண்டலத்திற்கும் இடையிலிருந்த திருமுனைப்பாடி என்ற நடுநாட்டில் பெண்ணாகடம் என்ற ஊரில் பிறந்தார். பெண்ணாடம் இன்று பெண்ணாகடம் என்று வழங்குகின்றது. இது தென்னிந்திய இருப்புப்பாதையில் விருத்தாசலத்தின் தென் மேற்கில் சுமார் பதினெட்டுக் கிலோ மீட்டரில் உள்ளது. பெண்ணாகடத்திலுள்ள திருக்கோயில் கருவறை யானை படுத்திருப்பதைப் போன்ற

அமைப்பினதாயிருப்பதால் அதற்குத் தூங்கானைமாடம் என்று பெயர். இதைச் சமஸ்கிருதத்தில் கஜப்பிருஷ்ட விமானம் என்பர். வணிகரான கலிக்கம்ப நாயனாரும் பெண்ணாடகத்தவரே.

மெய்கண்ட தேவர் பதின்மூன்றாம் நூற்றாண்டினர். அவரியற்றிய சிவஞான போதம் மூன்றாம் இராசராசன் காலத்தில் (1216-1256) அரங்கேறியது. இந்நூலுக்கு விளக்கவுரையாக விளங்குவது, பதினெட்டாம் நூற்றாண்டில் வாழ்ந்திருந்த சிவஞான முனிவர் என்ற திருவாவடுதுறை மடத்து அடியவர் இயற்றிய திராவிட மாபாடியம் ஆகும்.

சிவஞான முனிவரின் பிற நூல்கள்

மாதவச் சிவஞான முனிவர் என்றும் அறியப்படும் சைவப் பேரறிஞரான சிவஞான முனிவர் இலக்கண நூல்களையும் எழுதியிருக்கின்றார். அவற்றுள் அவரது தொல்காப்பியச் சூத்திரவிருத்தியும் அடங்கும். அது இரண்டு பகுப்புகளாய் 86 பக்க அளவில் உள்ளது.

குட்டித் தொல்காப்பியம் எனப்படும் இலக்கண விளக்கம் என்ற நூலைத் திருவாரூர் வைத்தியநாத தேசிகர் இயற்றியிருந்தார். சிவஞான முனிவர் இலக்கண விளக்கம் என்ற நூலுக்குக் கண்டனமாய், இலக்கண விளக்கச் சூறாவளி என்றொரு நூலை எழுதினார். அது இலக்கண விளக்கம் என்ற விளக்கைச் சுழற்றி அணைக்க வந்த சூறைக் காற்று என்னும் பொருளில் இப்பெயரிட்டார்.

அவர் தமிழ், வடமொழி இரண்டிலும் பெரும் புலமை வாய்ந்தவர் என்பதை இப்பாடலால் அறியலாம்.

வடநூற் கடலும்
தென்றமிழ்க் கடலும்
முழுதுணர்ந் தருளிய
முனிவரன் துரைசை
வாழ்சிவ ஞானமாதவன்

திருக்குறள் கருத்துகளை நாடறிந்த கதைகளின் வாயிலாய் விளக்கிச் சோமேசர் முதுமொழி வெண்பா என்ற நூலையும் சிவஞான முனிவர் இயற்றினார். வடமொழி, தமிழ்மொழி இலக்கணம் வேறு வேறு என்பதையும் இவர் நிறுவினார். வடமொழிக்கும் தென்மொழிக்கும் இலக்கணம் ஒன்றே என்று ஒருசாரார் நாட்டில் பரப்பி வந்த கருத்துத் தவறானது என்பதைச் சிவஞான முனிவர் எடுத்துக் காட்டினார். தென்மொழியாகிய தமிழின் தனிச் சிறப்பியல்புகளைத் தற்காலத்தில் புலப்படுத்திய பெரும் புலவர் சிவஞான முனிவராவார்.

சிவஞான முனிவர் சாலிவாகன சகம் 1708 இல் அதாவது 1785 ஏப்ரல் 17 அன்று சிவனடி சேர்ந்தார். சிவஞான முனிவர் பிறந்த வீட்டையே மக்கள் அவரது கோயிலாய்க் கொண்டு இன்றும் வழிபட்டு வருகின்றனர். இக்கோயில் விக்கிரம சிங்கபுர நெடுஞ்சாலையொன்றின் ஓரத்தில் உள்ளது. சித்திரை, ஆயில்ய நாள்களில் திருவாவடுதுறை மடத்தினர் இவருக்குக் குருபூசை நடத்தி வருகின்றனர்.

2. ஆங்கிலத்தில் பகவத் கீதை

இன்னக் காலத்தது என்று குறிப்பிட்டுக் கூறமுடியாத வெகு தொன்மை வாய்ந்த வாழ்க்கை நெறிநூல் ஸ்ரீமத் பகவத் கீதை ஆகும். இக்காரணத்தினால் எக்காலத்திற்கும் பொருந்தத் தக்க நூலான கீதை பற்றியும் அதை இயற்றிய ஸ்ரீகிருஷ்ணரைக் குறித்தும் பலவிதமான கதைகள் வழங்குகின்றன. எப்பொருள் யார் யார் வாய்க் கேட்பினும் அப்பொருள் மெய்ப்பொருள் காண்பதறிவு என்ற குறள் மொழிக்கிணங்கத் தோற்றமும் ஆழமும் காணவியலாத ஞானக் களஞ்சியமான கீதையின் உள்பொருள் பல்வேறு காலங்களில் வாழ்ந்தவர்க்கெல்லாம் எவ்வாறெல்லாம் தோன்றிற்று என்ற செய்திகள் அந்நூலின் விரிபொருள் கருத்தாழத்தையும் காலங்கடந்து நிற்கும் ஞான வீச்சையும் புலப்படுத்துகின்றன. நெடுந்தொன்மை வாய்ந்த இந்நூல் இவ்வாண்டு *(1785)* ஆங்கிலத்தில் மொழி பெயர்த்து வெளியிடப் பெற்றது.

ஆங்கிலேயர் சமஸ்கிருதம் கற்பதற்கு இருந்து வந்த மனத்தடையை முதன் முதலில் தகர்த்த பெருமை ''சமஸ்கிருதப் பித்தர்'' என்றழைக்கப்பட்ட சார்லஸ் வில்கின்ஸ் *(1749 - 1836)* என்ற அறிஞரைச் சேரும். வில்கின்ஸ் சமஸ்கிருதம் கற்க வேண்டுமென்பதற்காக இந்தியத்தின் முதற் தலைமை ஆளுநரான வரான் ஹேஸ்டிங்க்சு அவரை வாரணாசியிலிருந்த பண்டிதர்களிடம் அனுப்பி வைத்தார். அவர் காசிநகர்ப் புலவோரிடம் சமஸ்கிருதம் கற்றுப் புலமை பெற்றார். அவர் இவ்வாண்டு பகவத் கீதையை மொழிபெயர்த்து வெளியிட்டார். அந்நூலின் முதல் ஆங்கில மொழி பெயர்ப்பான இந்நூல் *1785* இல் அச்சேறியது. வரான் ஹேஸ்டிங்க்சு *(1732 - 1818)* அதற்கு முன்னுரை எழுதியிருந்தார்.

கீதைச் சிந்தனைகள்

இங்கு பகவத் கீதை பற்றிச் சொல்லப்படும் செய்திகளெல்லாம் சான்று காட்டி நிறுவ முடியாத தொன்னெடுங் காலத்திற்கு முற்பட்டனவாகும். எனினும் அவை ஆதாரமற்ற கற்பனைகள் என்றோ, தொன்மங்களுடன் தொடர்புடையன என்றோ, ஒரு சாரருக்கே உரைக்கப்பட்டன என்றோ நோக்குவது பிழையுடையதாகும். மனிதச் சிந்தனைகள் பன்னெடுங்காலத்திற்கு முன்பே பெற்றுவிட்ட அறிவாண்மையைக் கீதைப் பனுவல்கள் அனைத்தும் தெளிவாய்க் காட்டுகின்றன.

கிருஷ்ணன் - பாகவதர் - பாகவதர் சமயம்

கிருஷ்ணன் தொன்மக் கதைகளில் இடம் பெறும் ஒரு வீரன் என்று கூறுவாருமுளர். கிருஷ்ணன் மறக் குடியினரையும் மேய்ப்பரையும் கொண்ட பிராமணரல்லாத குலத்தவர் என்று கருத இடமுள்ளது என்பர். அவர் புத்தர் வாழ்ந்த *(563 - 483* கி.மு) பல காலத்திற்கு முன்னர் நிலவியவர் என்று கொள்ளலாம். அவர் வேத மரபிலிருந்து வேறுபட்டதும் ஒரு கடவுள் கோட்பாட்டை உடையதுமான ஒரு சமயத்தைத் தன் இனத்தார்க்கென்று உண்டாக்கியதே அதற்கு முக்கிய காரணமாகும் எனலாம். அந்தச் சமயத்தில் வாழ்க்கை நன்னெறிகள் வலியுறுத்தப்பட்டன. அதைச் சேர்ந்தவர்கள் பாகவதர் என்று அழைக்கப்பெற்றனர். அவர்கள் பின்னர் வேறு பல பெயர்களை சூடிக்கொண்டனர்.

கிருஷ்ணன் தன் இனத்தவரால் தெய்வமாய்க் கருதத் தக்கவர் என்ற நிலையிலிருந்து தெய்வம் என்ற மேல்நிலைக்கு உயர்த்தப்பட்டார். அத்தெய்வம்

பாகவதர்களின் கடவுள் என்று போற்றப்பட்டது. மக்களிடம் செல்வாக்கு மிகப்பெற்றுப் பேராற்றல் வாய்ந்ததென்று போற்றப்பட்ட இத்தெய்வத்தைப் பிராமணியம் தனதாக்கித் திருமாலின் அவதாரங்களுள் ஒன்றாக்கியது. பிராமணியம் பாகவத சமயம் முழுவதையும் தன்னுள் செறித்து விட்டது. அதன்பிறகு இக்கூட்டத்தார் பிராமணியத்துடன் ஒன்றிக் கலந்து விட்டனர். கிருஷ்ணன் என்பது அடியாரின் பாவங்களை இழுத்துக் கொள்பவன் என்று பொருள் கூறப்படுகின்றது. (க்ருஷ் என்பது இழுத்தல் என்று பொருள்படும்)

பாகவத சமய வழிகாட்டி

பகவத் கீதை பாகவத சமயத்தின் வழிகாட்டி நூலாயிருந்தது. பகவத் கீதை என்ற பெயரே, அது பாகவத மரபைச் சேர்ந்தது என்பதை உணர்த்துகின்றது. இதை உபதேசித்தவர் வாசுதேவர் என்ற கருத்தும் உண்டு. பகவத் கீதை தோன்றிய காலத்தில் அதை உபதேசித்த வாசுதேவர் வாழ்ந்திருக்கவில்லை. தெய்வமாகியிருந்தார். புத்தரின் போதனைகள் அவரது காலத்தின் பின்னரே தொகுக்கப் பெற்றன. அதைப் போலவே வாசுதேவர் மறைந்த பிறகே அவருடைய உபதேசங்கள் ஒன்று கூட்டப் பெற்றன

வாசுதேவர் - கீதை

வாசுதேவர் புத்தருக்கு முற்பட்டவர். அவரும் புத்தரைப் போலவே வேள்வி மறுத்தார். எனினும் பாகவத சமயம் வைதிக சமயத்தைச் சார்ந்துவிட்டது அதனாலும் கொலை வேள்வியை முற்றிலும் ஒழிக்க முடியவில்லை. பாகவத சமயம் வேத மந்திரங்களையும் சடங்குகளையும் தன்னுள் சேர்த்துக் கொண்டது. இப் பாகவத சமயம் சமண, பௌத்த சமயங்களுக்கு முற்பட்டது என்பர். வாசுதேவர் இஷ்ட தெய்வமாய் வழிபடப்பட்டார் என்று பாணினி (சு.8.நூ.கி.மு) கூறுவர்.

இந்திய சரித்திரக் களஞ்சியம் | 199

பாகவத சமயம் காலப் போக்கில் பாரதம் முழுமையிலும் குறிப்பிடத்தக்க உயர்நிலை எய்தியது. பகவத் கீதையிலும் பல இடங்ளில் காணப்படும் சிந்தனையுரமும் கருத்து வெளிப்பாடும் மிக அழகாயும் உயர் சிறப்பு வாய்ந்தனவாயும் இருப்பதால் இந்தியச் சமய இலக்கியத்தில் அதனருகில் வைப்பதற்குரிய தகுதி வேறெந்த நூலுக்கும் இல்லாது போயிற்று. இந்திய மெய்யியலின் மரபு வழா வைதிகத் தத்துவ முறை எதிலும் இதைப் போல இலது. மெய் விளக்க அடிப்படையிலமைந்த வாழ்க்கை நெறி முறைகள் இந்நூலில் நெடிதுயர்ந்து நிற்கின்றன.

பாரதமும் கீதையும்

பகவத் கீதையின் காலத்தைப் போலவே, அது அடங்கியுள்ள மகா பாரதத்தின் காலமும் நமக்குத் துல்லியமாய்த் தெரிந்திலது. அது சுமார் கி.மு. பதினைந்தாம் நூற்றாண்டென்பர் சிலர். கி.பி. ஐந்தாம் நூற்றாண்டில் தொகுக்கப் பெற்றிருக்கலாம் என்றும் அறிஞர் சிலர் கருதுவர். இவற்றுக்கு உறுதியான சான்று எதுவும் இலது. வியாசர் அருளிய இம்மாபெருங் காவியத்தின் உள் பொருளை வெகு சிலர் மட்டுமே உணர முடியும் என்பர்.

வியாசர் என்ற பெயரில் பலர் உளர். இருபத்தெட்டுத் துவாபரயுகங்களில் இருபதெட்டு வியாசர் இருந்தனர் என்று ஆ.சிங்காரவேலு முதலியாரின் அபிதான சிந்தாமணி கூறும். இவர்கள் வியாசர்களாயிருந்து வேத முதலியவற்றை வெளியிடுவர் என்றும் இவர்களில் ஒவ்வொருவருக்கும் மாணாக்கர் நால்வர் இருப்பர் என்றும் இவர்களனைவரும் சிரஞ்சீவியர் என்றும் அதில் சொல்லப்பட்டுள்ளது.

பாரதம் உரைத்தவர் வேதத்தை வகுத்ததனால் வியாசர் என்று பெயர் பெற்றார். அவர் புராணங்களை அருளிச் செய்தவர். பாரதம் எழுதப் பிள்ளையாரை வேண்டி அவர் எழுதப் பாரதம் கூறியவர். பிரம சூத்திரங்களைக் கூறியவர். அதில் இணைத்துள்ள கீதையில் அடங்கியிருப்பதை அறியார் என்று சொல்லப்படுவதுண்டு. ''கீதையின் உள் பொருளை நானும் வியாசரின் மகனான சுகரும் மட்டுமே விளங்கிக் கொண்டிருக் கின்றோம்'' என்று கிருஷ்ணரே கூறுகின்றார்.

பாரதம் பற்றிய செய்திகள்

இராமாயணத்தில் காணப்படுவதைப் போன்ற ஒருமை மகாபாரதத்தில் இலது என்பர். இது ஆதிகாவியமான இராமாயணம் போன்று ஒரே புலவரால் பாடப் பெற்றதுமன்று. மகாபாரதத்திலேயே கூறப்பட்டுள்ள ஒரு மரபில் காணப்படுவதைப் போன்று, அதில் முதலில் 8,800 பாடல்களே இருந்தன. பின்னர் அது 24,000 பாடல்களைக் கொண்டதாய்ப் பெருகியது. அதன்பிறகு அதில் மேலும் எண்ணற்ற நிகழ்ச்சிகளைச் சேர்த்ததும் அது இன்றைய அளவினதாயிற்று.

இதில் வருகின்ற தலையாய தனிப் பாத்திரங்கள் பண்டை இலக்கியங்களில் அறியப்பட்டிருந்தன. எனினும் இன்று நம்மிடையே வழங்கும் புராணக் கதைகளில் காணப்படும் வெற்றி பெற்ற கூட்டத்தைச் சேர்ந்த வீரர்களின் பாத்திரங்களைப் போன்று அவை மக்களால் நன்கறியப்பட்டிருக்கவில்லை. இக்காவியத்தில் பழமைக்கும் புதுமைக்குமிடையே போர் நிகழ்கின்றது. ஆதலால் இன்று வழக்கிலுள்ள தொன்மையான பாரதப் பாடல்கள் பிராமணியக் காலத்தவை என்று கணித்து விட முடியாது என்பது அறிஞர் சிலரின் கருத்தாகும்.

1785

இந்திய சரித்திரக் களஞ்சியம் | 201

பாரதத்தின் காலம்

இக்காவியம் மொத்தத்தில் சுமார் கி.மு.இரண்டாம் நூற்றாண்டு தொட்டுக் கி.பி.இரண்டாம் நூற்றாண்டு வரை நீண்ட சுமார் நூற்றாண்டுக் காலத்தில் சற்று முன்பின்னாக அமைந்திருக்கலாம் என்று விற்பன்னர் கருதுவர். இது கி.மு.400 முதல் கி.பி.400 வரையிலுள்ள காலத்தில் உருப்பெற்றது என்பர். கி.பி. 400 ஆம் ஆண்டிற்குப் பிறகு இதில் சிறிதளவு பிற்சேர்க்கைதான் இணைந்திருக்க வேண்டும். எனினும் இக்காவியத்தில் வரும் ஒரு பாடலில் கிறித்தவம் பற்றி வெள்ளைத் தீவு என்றொரு குறிப்பு வருகின்றது. இது பிற்காலச் சேர்க்கைகளுள் ஒன்றாகலாம்.

மகாபாரதம் முதலில் சிறு காவியமாயிருந்தது. அப்போது அதன் பெயர் ''ஜெய'' ஆகும். அதைக் கிருஷ்ணனின் காலத்தில், சுமார் கி.மு. 100 வாக்கில் வாழ்ந்தவர் என்று கருதப்படுபவரும் இன்னார் என்று தெரியாதவருமான கிருஷ்ண துவைபாயன வியாசர் என்றவர் எழுதினார் என்பது அறிஞர் முடிவு. அந்தக் காலத்திலிருந்து இக்காவியத்தில் ஏராளமான அளவில் இணைப்புகளும் இடைச் செருகல்களும் சேர்ந்து கொண்டே வந்தன. இறுதியில் சௌதி என்ற பெயரால் நன்கறியப்பட்ட வக்கிர ஷிரவத என்றவர் கி.மு.300-100 ஆண்டுகளுக்கு இடைப்பட்ட காலத்தில், பாரதத்தைப் பெரும் கலைக்களஞ்சியமாய் தொகுத்துத் தந்து விட்டார்.

மகாபாரதக் காலத்தில் சாதிப் பாகுபாடு இருந்திலது என்பது அறிந்து கொள்ளத் தக்க செய்தியாகும்.

1785

தமிழில் பாரதம்

கடைச் சங்க காலத்தில் (சுமார் 250 கி.மு 250 கி.பி) பெருந்தேவனார் பாரதம் பாடினார் என்பது சின்னமனூர் செப்பேட்டில் காணப்படும் குறிப்பிலிருந்து தெரிகின்றது. இவர் பாரதம் பாடிய பெருந்தேவனார் என்றே அழைக்கப்படுகின்றார். எனினும் நந்திவர்மன் காலத்தில் (815 - 855 கி.பி) வேறொரு பெருந்தேவனார் பாரத வெண்பா என்ற நூலை எழுதினார். இது பாட்டும் உரை நடையும் உடையது. இந்நூலில் ஒரு பகுதி மட்டுமே கிடைக்கின்றது. சங்க காலச் சோழ வேந்தரான நல்லுருத்திரன் பாரதக் கதையை நன்கறிந்திருந்தார் என்பது அவரியற்றிய முல்லைக் கலிப்பாக்களில் காணப்படுகின்றது.

மூன்றாம் குலோத்துங்கன் காலத்தில் (1178 - 1218) கருணிலை விசாகன் என்பவர் பதின்மூன்றாம் நூற்றாண்டின் தொடக்கத்தில் ''பாரதம்'' பாடினார்.

பதினான்காம் நூற்றாண்டினரான வில்லிபுத்தூரார் வில்லிபாரதம் இயற்றினார். இது சமஸ்கிருதம் மிகக் கலந்து எழுதப் பெற்ற முதல் தமிழ் நூலாகும். இது முற்றுப் பெறாத நூல்.

பதினேழாம் நூற்றாண்டில் அம்பலக்காடு மையன் என்றவர் ''ஆதிபருவத் தந்தாதி பருவம்'' என்ற நூலை எழுதினார். இதில் சந்தனு வரலாறு மட்டும் இடம்பெற்றது.

பதினெட்டாம் நூற்றாண்டில் அட்டாவதனம் அரங்கநாதக் கவிராயர் ''பாரத பிற்பகுதி'' எழுதினார். இதில் 2,477 செய்யுள்கள் உள. இது 1922 இல் அச்சேறியது. அரங்க நாதக் கவிராயர் வில்லிபாரதத்தை இந்நூலால் நிறைவு செய்தார்.

பத்தொன்பதாம் நூற்றாண்டில் நல்லாப் பிள்ளை முருகேசக் கவிராயர் புதிதாய் ஓராயிரம் பாடல்களைப் பாடி வில்லிபாரதத்தில் அவற்றை சேர்த்துப் பெருக்கினார். இது நல்லாப் பிள்ளை பாரதம் என்று பெயர் பெறும்.

தமிழைப் போல் பிற இந்திய மொழிகளிலும் பாரதம் பாடப்பட்டுள்ளது.

பகவத் கீதை

பகவான் இராம கிருஷ்ணர் கீதைக்குச் சிந்தனையைத் தூண்டும் விளக்கத்தை அளித்தார். கீத என்ற சொல்லைக் ''கீத கீத'' என்று இருமுறை சொன்னால், அது அந்நூலுக்கு நல்விளக்கமாய் அமையும் என்று அவர் கூறினார். அவ்வாறு இருமுறை கூறுகையில், அது தகீ என்பது போல் ஒலிக்கும். தகீ என்றால் துறத்தல் என்று பொருள்படும். இந்திய மெய்யியலின் நுண்பொருள் கருத்துத் துறத்தலேயாகும். அதன் முழுமையான சாரமே துறவுக் கோட்பாடு ஆகும்.

''ஏ மனிதனே! அனைத்தையும் துற! ஆன்மிகக் கட்டுப்பாட்டு நெறியைக் கடைப்பிடித்து இறைவனை அடைவாயாக!'' என்று இராமகிருஷ்ணர் கூறினார்.

கீதையை அருளிய கிருஷ்ணனின் கதை பல்வேறுபட்டோர், தனி நலமுடையோர் ஆகியோரின் கைகளில் பட்ட பாட்டை எண்ணிப் பார்த்துப் பெயர் பெற்ற வங்க மொழி எழுத்தாளரான பங்கிம் சந்திரர் (1838 - 1894) அரிதின் முயன்று ''கிருஷ்ண சரித'' என்ற நூலை எழுதினார். இறை நம்பிக்கையற்ற பங்கிம் சந்திரர் கிருஷ்ணனைத் தெய்வத் தன்மையுடையவர் என்று நம்பினார்.

ஆதி சங்கரரும் கீதையும்

ஆதி சங்கரரின் (788 - 820 கி.பி) தனிப் பெருமை அவர் பதினாறு வயதிற்குள் தம் நூல்களையெல்லாம் எழுதி முடித்தார் என்பது மட்டுமன்று: அறிவுக் கடலான உபநிடதங்களுக்கு உரை கண்டவர் என்பது மட்டுமன்று: அவர் கீதையை நாடெங்கும் பரவச் செய்ததே அச்சிறப்பாகும். ஆதி சங்கரரின் காலத்தில் தான் பகவத் கீதை முதன் முதலில் தென்னாட்டை அடைந்தது என்று கருத இடமுள்ளது. அதற்கு முன்னர் கீதை தமிழ்நாட்டில் அறியப்பட்டிலது என்பர்.

''அவர் தம் மேலான வாழ்கையில் செய்த மேன்மையான பல செயல்களில் தலைசிறந்து விளங்குவது, அவர் கீதைக்கு உரை எழுதி அதை நாடெங்கும் பரவச் செய்ததேயாகும்'' என்று சுவாமி விவேகானந்தர் (1863 - 1902) சங்கரரை வியந்து பாராட்டுகின்றார்.

பகவத் கீதைக்குச் சங்கரர் காலந்தொட்டுப் பல காலங்களில் பல விளக்க உரைகள் வந்துள்ளன. இன்றும் வந்து கொண்டிருக்கின்றன. அவை காலந்தொறும் எல்லா மொழிகளிலும் வெளி வருகின்றன என்பது குறிப்பிடத் தக்கது.

கீதைப் பொருள்

கீதை இந்துக்களின் எந்த வகுப்பினருடையதும் அன்று. ஆரியர்க்கு முற்பட்டது என்று நம்பப்படுகின்ற இந்நூல், காலத்தைக் கடந்து உலக மக்களனைவருக்கும் பொதுவாய் விளங்குகின்றது. இதைப் பிரம்ம வித்தையென்றும் தலைசிறந்த யோக

நூல் என்றும் சீவாத்மாவிற்கும் பரமாத்மாவிற்கும் நடைபெறும் உரையாடல் என்றும் ஒருவர் மிகப் பொருத்தமாய்க் கூறுகின்றார்.

கீதை யோக நூல் என்பதற்கியைந்தவாறு இதிற்காணும் பதினெட்டு அத்தியாயங்களும் பதினெட்டு யோகங்களை வகுத்துக் கூறுகின்றன. யோகம் என்பது ஐம்புலன்களையும் உள்ளத்தையும் கட்டுக்குள்ளடக்கி இறைவனிடத்தில் அவற்றை நிலை நிறுத்துவதாகும்.

இது இறைவனால் உணர்த்தப்பட்ட அறத்தை அனைத்துமுணர்ந்த வேத வியாசர் (கிருஷ்ண துவைபாயனர்) எழுநூறு சுலோகங்களில் தொகுத்துக் கூறினார். கீதையை எழுதி வைத்த வியாசர் கீதையைக் கேட்ட அர்ச்சுனர், கீதையை அருளிய இறைவர் ஆகிய மூவருக்கும் கிருஷ்ணன் என்ற பெயர் பொதுவாய் அமைந்ததுவும் ஓர் ஒற்றுமையை நமக்குப் புலப்படுத்துகின்றன.

இந்தியவியல் தோன்றிய ஒன்பதாம் பத்தான இத்தொகுதியில் பாரத தேசத்தின் பழம்பெரும் சிந்தனைகள் அனைத்துலகும் பரவும் வழிவகை தோன்றியதென்பது குறிப்பிடத்தக்கது.

சார்லஸ் வில்கின்ஸ்

சம்ஸ்கிருத விற்பன்னரும் கீதையை ஆங்கிலத்தில் மொழிபெயர்த்தவருமான சார்லஸ் வில்கின்ஸ் *(1749 - 1836)* இந்தியக் கல்வெட்டுகளைப் படித்தறிந்ததிலும் முன்னோடியாய்த் திகழ்கின்றார். இவ்வாண்டு மார்ச் 17 அன்று வங்க ஆசியவியல் சங்கத்தில் ஆய்வுக் கட்டுரைகள் படிக்கப்பட்டன. சங்கத்தின் செயலாளரான ஜான் ஹெர்பர்ட்டு ஹாரிங்டன் *(John Herbert Harrington)* ''கயைக் கருகிலுள்ள ஒரு குகை'' குறித்து எழுதியதும், சார்ல்ஸ் வில்கின்ஸ் அக் குகையில் கண்டு பிடித்த ''ஒரு சம்ஸ்கிருகத கல்வெட்டின் மொழி பெயர்ப்புப்'' பற்றி எழுதியதுமான கட்டுரைகள் அன்று சங்கத்தில் அளிக்கப்பட்டன.

ஹாட்ஜி கிஸ் என்றவர் மேற்சொன்ன குகையை ஆராயச் சென்ற வழியில் இறந்து போனார் என்று ஹாரிங்டன் தன் கட்டுரையில் கூறினார். ஆசியவியல் சங்கத் தலைவரான வில்லியம் ஜோன்ஸ் கூறிய அறிவுரைப்படி அக்குகைக்கு மீண்டும் சென்றார். அவர் நாகார்ச்சுனி என்ற பெயரிட்ட அக் குகையின் அளவுகளை எடுத்தார். அவர் அத்துடன் அப்பக்கத்திலிருந்த முன்ஷி என்ற ஒரு பண்டிதரை அமர்த்திக் குகைச் சுவர்களிலிருந்த இரண்டு கல்வெட்டுகளுக்குப் படியெடுத்தார். ஹாரிங்டன் அக்கல்வெட்டுகளின் படிகளை வாரணாசிப் பண்டிதர் ஒருவரிடம் காட்டினார். அவரால் அவற்றில் எதையும் படிக்க முடியவில்லை. அவர் அதன்பிறகு அவற்றை வில்கின்சிற்கு அனுப்பிவைத்தார்.

வில்கின்சினால் ஒரு கல்வெட்டை மட்டும் படிக்க முடிந்தது. மற்றதைப் படிப்பதற்கு இயலவில்லை. அது இதுவரை தன் பார்வைக்கு வந்த கல்வெட்டு அனைத்தையும் விடக் காலத்தால் மூத்தது என்றும் அதில் காணப்பட்டது தற்கால எழுத்து அல்ல என்றும் வில்கின்ஸ் கூறினார். எனினும் அது தூய சம்ஸ்கிருதத்தில் எழுதப் பெற்றது என்று அவர் சொன்னார். இக்கல்வெட்டில் காலம் காணப்படவில்லை. அது துர்க்கையின் துதியன்றி வேறெதுவும் அன்று என்று வில்கின்ஸ் உறுதியாய்க் கருதினார். இன்னொரு கல்வெட்டில் ஒரே வரி பொறிக்கப்பட்டிருந்தது. வேறுபட்ட அவ்வெழுத்தை வில்கின்சினால் படிக்க முடியவில்லை.

முதலிற் கூறிய நீண்ட பொறிப்புக் கல்வெட்டுப் பயனற்றது என்பதை இப்போது நாமறிவோம். ஏனெனில் அதில் மகத அரச குடியின் (கி.மு. 4 நூ) கிளையான மௌகாரி கொடி வழியைச் சேர்ந்த மூன்று மன்னர்களின் யக்ஞவர்மன், சர்துலவர்மன், ஆனந்தவர்மன் பெயர்கள் வெளிப்பட்டன. இக்கல்வெட்டின் முழுச் சிறப்பை உணர வேண்டுமாயின், வில்மோட்டு (*Wilmot*) என்பார் கயைக் கருகில் வேறு குகைகளில் கண்டுபிடித்த வேறு இரு சிறு கல்வெட்டுகளை வில்கின்ஸ் மொழிபெயர்த்ததைக் குறிப்பிட வேண்டும். அவை பற்றிய ஆய்வுக் கட்டுரை பின்னர் இந்த 1785 ஆம் ஆண்டு ஆசியவியல் சங்கத்திடம் அளிக்கப்பட்ட இம் மூன்று கல்வெட்டுகளும் மௌகாரி குடியின் கிளை ஒன்று இருந்தது என்பதையும் ஆறாம் நூற்றாண்டில் குப்தப் பேரரசு வீழ்ந்ததும் அதன் அழிவிலிருந்து இக்குடி தோன்றியது என்பதையும் ஐயத்திற்கிடமின்றி நிறுவின.

ஹாரிங்டன் கண்டுபிடித்து அனுப்பிய கயைக் குகைக் கல்வெட்டு மற்றொரு காரணத்தினாலும் முக்கியத்துவம் பெறுகின்றது. இக்கல்வெட்டும் இதன் மொழி பெயர்ப்பும் தற்காலத்து இலக்கியத்திற்கு முதன் முதலாய் கிடைத்த ஆவணங்களாகும். இதை இந்தியக் கல்வெட்டியலின் தொடக்கம் எனலாம்.

வில்கின்ஸ் இந்தக் கல்வெட்டை 1781 ஆம் ஆண்டே, அதாவது வங்க ஆசியவியல் சங்கம் தொடங்கியதற்கு மூன்றாண்டுகளுக்கு முன்னரே மொழி பெயர்த்துவிட்ட போதிலும், சங்கம் தொடங்கிய மூன்றாண்டுகளுக்குப் பிறகு 1785 ஜூன் 7 அன்று தான் அதை வெளியிட்டார். இக்கல்வெட்டுகளில் எது ஆசியவியல் சங்கத்திடம் முதலில் அளிக்கப்பட்டிருந்தாலும் சரி, சார்லஸ் வில்கின்ஸ்தான் இந்தியக் கல்வெட்டியலின் முன்னோடி என்பதை மறுத்தற்கியலாது.

1785

3. முத்தியாலுப் பேட்டைப் பள்ளி வாசல் : பள்ளிவாசல்களின் தோற்றுவாய்

இஸ்லாம் ஒழுகுவதற்கு எளிமையான சமயம் : இச்சமயத்தில் கோட்பாடுகளும் சடங்குகளும் மிகக் குறைந்த அளவில்தான் இடம் பெறுகின்றன. இறைவனின் ஒருமைக் கோட்பாடுதான் இச்சமயத்தின் மையக் கருத்தாகும். ஒருவர் ஒருநாளில் ஐந்து முறையும் இறைவனைத் தொழ வேண்டும் என்பது மட்டுமே பெரிய அளவில் வெகு முக்கியமான ஒரே சடங்காக உள்ளது.

கலிமா (இ.ச.க.தொகுதி-2) எனப்படும் திருமொழிகளில் விதிக்கப்பெற்றதற் கிணங்கவும் திருத்தூதர் முகமது நபிகள் விதித்தற்கேற்பவும் இஸ்லாமியச் சித்தாந்த அடிப்படைக் கூறுகளின் ஐந்து தூண்களில் ஒன்றாக இறைத் தொழுகை செய்வது என்பது கட்டளையாயிருப்பதிலிருந்து அதன் முக்கியத்துவத்தை உணரலாம். ஏனைய கடமைகள் நோன்பிருத்தல், ஏழையர்க்கு ஈதல், மக்கத்திலுள்ள காபாவிற்குச் செல்லுதல்.

ஒரு முஸ்லிமின் சமய உள்ளுணர்வானது, முழு முதற் கடவுள் மீது ஆழ்ந்த பக்தியைச் செலுத்த வேண்டும். அவரது அருளையே நம்பி நிற்க வேண்டும். இந்த இறையுணர்வானது சற்றும் வளையாத முறையில் தன்னை இறைவனிடம் ஒப்படைப்பதாய் இருப்பது, இச்சமயத்தின் முக்கியமான சடங்காய் அன்றாடம் செய்யும் ஐந்து வேளைத் தொழுகையிலிருந்து வெளிப்பட வேண்டும். அது அத்தகைய புகலியாய் மனிதர்க்கு அமைந்துள்ளது.

எனவே மசூதி அல்லது தொழும் இடமாகிய இஸ்லாத்தின் பள்ளிவாசல் மாண்பிற்கும் தூய்மைக்கும் சின்னமாய் விளங்குகின்றது. இவையனைத்திற்கும் மேலாய், ஈசனை ஒரு முகமாய் வழிபடும் இடமாயும் அது உள்ளது.

பள்ளிவாசல் இவ்வுணர்வுகளை உயர்த்த பட்சம் நிறைவேற்றி வைக்கும் இடமாய் அமைகின்றது. மஸ்ஜிது (மசூதி) என்ற அரபி மொழிச் சொல் ''ஒருவர் (இறைவன் திருமுன்னர்) முற்றிலும் அடிபணிதல்'' என்ற பொருளைத் தருகின்றது. (மசூதியைக் குறிக்கும் பள்ளி, பள்ளிவாசல் என்னுஞ் சொற்களுக்கு அறச் சாலை, கோயில் என்று பொருள் கொள்ளலாம். வேற்றுச் சமயத்தவரின் வழிபாட்டு இடம் என்ற பொருளில் பள்ளி என்ற சொல் தமிழில் வழங்குகின்றது. சான்றாகச் சமணப் பள்ளியைக் குறிப்பிடலாம். மலையாள மொழியில் கிறித்தவக் கோயில் பள்ளி என்று அழைக்கப்படுகின்றது).

எனினும் இறைவனுக்கு எல்லா இடமும் ஒன்றுதான். ஒருவர் இறைவனிடம் முற்றிலும் அடைக்கலம் புகுந்து, தன் அடக்கத்தை எங்கு வேண்டுமானாலும் வெளிப்படுத்தலாம். ஆதலால் பள்ளிவாசல் என்ற புகலி புகலடையுமிடம் அடிப்படையான இன்றியமையாமை என்று கருதப்படவில்லை.

நபிகளும் பள்ளி வாசலும்

1785

இருப்பினும் இஸ்லாத்தின் வழிபாடுமுறை வெறுஞ் சடங்காக இருக்க வேண்டுமென்று கருதப்படவில்லை. அது வாழ்க்கை முழுமைக்கும் உருவாய் அமைந்தது. அதனால்தான் மதீனத்திலுள்ள திருத்தூதர் பள்ளிவாசல், இஸ்லாமியச் சமயக் கூறுகள் அனைத்தையும் வெளிப்படுத்துகின்ற ஓர் இடமானது. முஸ்லிம்களின் அன்றாட வாழ்க்கையைப் பாதிக்கின்றனவெல்லாம் அவை இஸ்லாத்தின் அடிப்படைக் கோட்பாடுகளுக்கு முரண்படாதிருப்பின், அங்கு பள்ளிவாசலின் ஏதோ ஒரு பகுதியில் நிகழ்ந்தன. மக்கள் அங்கு நபிகளை பின் தொடர்ந்து தொழுதனர். திருத்தூதர் அந்த மதீனத்துப் பள்ளிவாசலில் அவர்களிடையே உரை நிகழ்த்தினார். அவரின் அருள் மொழிகளில் இறைவனிடத்தில் பணிய வேண்டிய கட்டாயம் மட்டுமன்றித் தன்னைப் பின்பற்றுவோரின் வாழ்க்கையை நெறிப்படுத்தும் முறைகளும் வெளிப்பட்டன. நபிகள் மதீனத்துப் பள்ளிவாசலில் அமர்ந்து தன்னிடம் வந்தவர்களுடன் உரையாடினார். அரேபியத்தின் இதர பகுதிகளிலிருந்து நபிகளைக் காணவந்தவர்கள் இப்பள்ளி வாசலில் உறைந்தனர். இங்கு கைதிகள் அடைத்து வைக்கப்பட்டனர். இங்கு முக்கியமான பொருள்கள் குறித்துக் கலந்து பேசப்பட்டது : நீதி பரிபாலனம் செய்யப்பட்டது.

இஸ்லாத்தின் தொடக்கக் காலத்தில் மசூதி என்ற பள்ளிவாசல் இங்ஙனம் அச்சமயத்தவரின் அரசியல், சமயவியல், சமூகவியல் வாழ்க்கையின் மையமாய் விளங்கிற்று.

பள்ளி வாசல்களின் முன்மாதிரி மதீனப் பள்ளி

மதீனத்தில் தொடக்கத்திலமைந்த இந்தப் பள்ளிவாசலின் பொதுவான தன்மையை வைத்துப் பள்ளிகள் அமைக்கப்பட்டுள்ளன. எனவே முஸ்லிம்கள் வெற்றி கொண்ட பகுதிகளில் நிறுவப் பெற்ற தொடக்க காலத்துப் பள்ளிகள் மேற்கூறியவாறு, முஸ்லிம்களின் நிர்வாகம், தொழுகை ஆகியவற்றின் மையங்களாய் அமைந்தன. அந்தந்த இடத்திலுள்ள நிலைமைக்கு ஏற்ப, அவை மாற்றியமைக்கப் பெற்றன.

எனினும் இஸ்லாம் தோன்றிய முதல் நூற்றாண்டிற்குள்ளாகவே பள்ளி புகலிடம் என்பதை விட மேலான நிலையை எய்தியது. பள்ளி அப்போது புனிதம் வாய்ந்த

இடமாகிப் போனாலும் தன் பழைய தன்மைகளை அது முற்றிலும் வீசி எறிந்து விடவில்லை. அது தொழுகைக்காவும் பிற பணிகளுக்காகவும் பயன்பட்டு வரலாயிற்று.

இலக்கிய சான்றுகள் வழியே நாமறிந்துள்ள இஸ்லாமிய வரலாறு நெடுகிலும் பள்ளி என்பது இறைவழிபாட்டிற்கும் பொதுக் கூட்டங்களுக்கும் மன்றாக இருந்துவரும் தன்மை கிட்டதட்ட அப்படியே மாறாது நிலவுகின்றது.

இறைவனை எங்கும் தொழலாம். எனினும் பள்ளியில் தொழுவது சிறப்புடையது ஆகும். ஒருவர் தனியே இருந்து தொழுவதை விடக் கூட்டமாய்க் கூடித் தொழுவது சிறப்பு வாய்ந்ததாய்க் கருதப்பட்டது. இஸ்லாத்தில் பொது வழிபாடு வலியுறுத்தப் படுவதால் தனி மனிதரிடத்தில் மேலான நற்பண்புகளை வளர்க்கும் வெகு தெளிவான குறிக்கோள் வெளிப்படுகின்றது. பள்ளிவாசல் இங்ஙனம் அவ்வப்பகுதிகளில் வாழும் இஸ்லாமியர் கூடும் மன்றமானது. இங்கு அவர்கள் வைகறை, நண்பகல், பிற்பகல், மாலை, இரவு என்று ஐந்து வேளைகளில் கூடித் தொழுகின்றனர். அவ்வழிபாட்டில் இமாம் முன்னிற்கின்றார். (இமாம் என்பது முஸ்லிம் சமூகத் தலைவரைக் குறிக்கும்) அவர் தொழுகைக்காக கூடியிருப்போரைக் காட்டிலும் கல்வி யறிவிலும் அறிவுத் திறனிலும் தகுதி மிக்கவராயும் இறையுணர்வோடு நேரிய முறையில் வாழ்க்கை நடத்துவராயு மிருப்பார்.

தொழுகைக்காகப் பள்ளியிலிருந்து தக்குபீர் என்ற இரண்டாவது அழைப்பு விடுக்கப்பட்டதும், ஒருவர் வாழ்க்கையில் எந்நிலையில் இருப்பவராயினும் இமாமிற்குப் பின்னால் நேர் அணியில் ஒன்று அல்லது அதற்கு மேற்பட்ட வரிசைகளில் தோளொடு தோள் சேர்ந்து நிற்பர். அவர்களனைவரும் ஒரே மனிதனைப் போல் ஒன்றுபட்டுத் தொழுகை முழுமையிலும் இமாமிற்குக் கீழ்படிந்து நடப்பர். இவ்வாறு இமாமிற்கு கீழ்படிதல், தொழுகையின் மிக முக்கியமான கூறு ஆகும். இதில் சிறிது வழுவினாலும், சான்றாக தொழுகை அணியிலிருந்து சற்று பிறழ்ந்தாலும் அது மன்னிக்க முடியாத கவனக் குறையாய்க் கருதப்படும். சமூகத்தில் ஒழுங்கு முறையான கட்டுப் பாட்டு உணர்ச்சியையும் உயர்ந்த பொறுப்புணர்வையும் ஊன்றி வளர்ப் பதற்கு இத்தகைய கடும் கட்டுப்பாடு கொண்டு செலுத்தப் படுகின்றது.

''இறை இல்லத்தை'' எவ்வாறு அமைப்பது என்பது குறித்தும் அது முற்றிலும் இறைவனை வழிபடுவதற்கு மட்டுமே பயன்பட வேண்டுமென்பது பற்றியும் திருக்குரானில் இங்ஙனம் மொழியப்பட்டுள்ளது.

''பள்ளிவாசல்கள் மெய்யாகவே

இறைவனுக்கு என்று மட்டுமே இருக்கின்றன. எனவே அங்கு இறைவனையன்றி வேறு எவரையும் தொழலாகாது'' தொழும் இடத்தில் உயர்ந்தவர் தாழ்ந்தவர் சின்னவர் பெரியவர் முதியவர் இளையவர் வெள்ளையர் கறுப்பர் என்ற பாகுபாடும் வேறுபாடும் இல்லை. பள்ளி வாசலில்தான் சமத்துவம் சகோதரத்துவம் என்ற இஸ்லாமியக் கோட்பாடுகள் மெய்யாயும் முழுமையாயும் வெளிப்படுகின்றன.

இவையன்றி முஸ்லிம்களின் கல்வி முறையிலும் பள்ளிவாசல் எப்போதும் முக்கியமான பங்கு பற்றி வந்துள்ளது. குரானை மனப்பாடம் செய்வதும் அதை விரிவாயும் பன்னோக்கோடு கற்பதும் இஸ்லாமியக் கல்வியின் தொடக்கப் புள்ளிகளாய் அமைகின்றன. அடுத்து, திருத்தூதர் நபிகளின் மரபுரைகளையும் கற்கவேண்டும். எனவே மதரசா எனப்படும் கல்விக் கூடத்திற்கும் பள்ளி வாசலுக்கும் அதிக வேறுபாடு இலது.

பள்ளி வாசல் ஒரு பள்ளிக் கூடமாய் அமைந்து, அங்கு ஆசிரியர் தூணருகே இருந்தவாறு, தன் முன் அமர்ந்திருக்கும் பிள்ளைகளுக்குக் கற்பிக்கவுமான நிலையை எய்திற்று. ஓர் ஆசான் பள்ளிவாசலில் துயில்வது புதுமையன்று. அங்கு அவருக்கென்று ஓர் அறை ஒதுக்கப்படுகின்றது. அதைப் போலவே மேலானவர்கள் தங்குவதற்கும் அங்கு இடவசதி செய்து தரப்படுகின்றது.

முறையான மதரசாக்கள் தொடங்கப்பட்ட பிறகும் பள்ளி வாசல் முன்போலவே கற்பிக்கும் இடமாய் விளங்கி வந்தது.

வளர்ச்சி

தமிழில் தொழுகை எனப்படும் இஸ்லாமிய வழிபாட்டு முறை, அரபி மொழியில் சலாத்து எனவும் பாரசிகன், உருது, இந்தி முதலிய மொழிகளில் நமாஸ் எனவும் வழங்குகின்றது. மேற்கூறியவாறு வயது வந்த முஸ்லிம்கள் அனைவரும் ஐந்து முறை பள்ளியில் வந்து தொழுவதுடன் வெள்ளிக் கிழமை (ஜூம்மா) அன்றும் ஈதுப் பெருநாளிலும் தொழுகை செய்தல் வேண்டும். ஜூம்மா தொழுகை நண்பகலில் வெள்ளிக் கிழமை தொறும் ஆண்டில் இரு முறை நிகழும் இவ்விரு தொழுகைகளும் ஓர் ஊர் அல்லது நகரின் மக்களனைவரும் கூடி நடத்தும் பெருங் கூட்டுவழிபாடாகும்.

காபா

முஸ்லிம்கள் பள்ளி வாசல்களில் நடத்தும் தொழுகையில் மிக முக்கியமானதும் தவிர்க்கக் கூடாததுமான ஒரு கூறு கடைசியாக உள்ளது. முஸ்லிம்கள் அனைவரும் தொழுகையில், அவர்கள் எங்கிருந்தாலும் சரி, எந்தத் திக்கு நோக்கி தொழவேண்டும் என்பதுவே அதுவாகும். இத் தனிச் சிறப்பைப் பெறும் இடம் குப்லா எனப்படும். அதுவே முஸ்லிம்களின் ஆன்மிக மையமாகும். அச்சிறப்பு மக்கத்திலுள்ள காபாவிற்கு அளிக்கப்படுகின்றது. உலகெங்கிலுமுள்ள முஸ்லிம்கள் அன்றாடம் தொழும் பொழுதும் சிறப்புத் தொழுகையில் ஈடுபடும்போதும் காபா இருக்கின்ற திக்கை நோக்கித்தான் தொழ வேண்டும். அது மாபெரும் நன்மைக்கும் குறிக்கோள் ஒற்றுமைக்கும் வழிவகுக்கும் சின்னம் என்று மதிக்கப்படுகின்றது.

காபா அமைந்துள்ள சரியான திசை பள்ளிவாசலில் காட்டப்படும் என்று உறுதி தரப்பட்டுள்ளது. இதனால் உலக முழுமையிலுமுள்ள பள்ளிவாசல்கள் நோக்கும் திக்குகள் வேறுபடுவது இயற்கையே.ஒருவர் பள்ளி வாசலுக்கு அப்பால் வெளியே

இருந்தாலும் குப்லா இருக்கும் திக்கை அறியத் திசையறி கருவியைப் பயன்படுத்தலாம். இதுதான் முஸ்லிம் தொழுகை முறை பற்றிய சுருக்கக் குறிப்பாகும்.

பள்ளிவாசல் அமைப்பு

பள்ளிவாசல் அமைப்புத் தொடக்கத்தில் மிகவும் எளிமையாயிருந்தது. அது நாற்புறமும் சுவர் சூழ்ந்த ஒரு முற்றமாயிருந்தது. சொல்லப் போனால், அது மதீனத்திலிருந்து நபிகளின் வீட்டைப் போல் கட்டப் பெற்றது. ஒரு முற்றமும் அதைச் சுற்றிச் செங்கல் சுவரும் அதனுள் அறைகளும் புறவீடுகளும் இருந்தன. இந்த முற்றத்தில் ஈச்சமரத்தடிகளை நிறுத்தி, அதன்மேல் ஈச்சம் ஓலைகளைப் பரப்பிக் களிமண்ணால் பூசியிருந்தனர். இத்தகைய இடத்தில் தான் தொடக்கக் கால முஸ்லிம்கள் அன்றாடம் கூடித் தொழுதனர்.

பின்னாளில் முழு வளர்ச்சியுள்ள பள்ளிவாசல் தொகுதிகளின் ஒருங்கிணைந்த பகுதியாய் உருப்பெற்ற நாற்கட்டு முற்றம் மேற்சொன்ன தொடக்கக் காலத்துப் பள்ளிவாசலிலிருந்து தோன்றியதாகும்.

அரேபியரின் வீட்டிலுள்ளதைப் போன்ற இந்த முற்றம் பள்ளிவாசலில் அமைந்ததைப் போலவே, பள்ளிவாசல்களின் அமைப்புத் திட்டமும் சிறிது காலம் அமைந்திருந்தது.

முகமது நபிகளே மதீனத்திலிருந்து சுமார் ஐந்து கிலோ மீட்டர்த் தொலைவிலுள்ள குஃபா என்ற இடத்தில் கட்டிய பள்ளிவாசலும் கிட்டத்தட்ட அதைப் போலவே இருந்தது. அதில் குவிமாடங்களோ, வழிபாட்டு மாடக் குழிகளோ, கோபுரமோ இருக்கவில்லை. தூண்கள் அல்லது வளைவுகள் தாங்கி நிற்கின்ற வளைவுகளும் இருந்தில.

தொடக்கக் காலப் பள்ளி வாசல்களின் அடிப்படைத் தன்மைகள் காலிஃபாக்களின் காலத்தில் (632-661 கி.பி.) மாறின என்று தோன்றவில்லை அவர்களின் ஆட்சிக் காலத்தில் பள்ளிவாசல் அமைப்பதற்கு மிக முன்னேறிய கட்டுமான வடிவத்தை அளிப்பதற்கு முயலப்பட்டது என்பதற்குச் சான்றுகள் உள்ளன.

சான்றாகக் காலிஃபா உமர் (634-644 கி.பி.) மக்கத்திலும் மதீனத்திலும் இருந்த பள்ளிவாசல்களைத் திருத்தியமைக்கக் கட்டளையிட்டார் என்பர். மேலும் அவர் கட்டளைப்படி குஃபா (*Kufa*) பள்ளிவாசலை ஈரானியக் கட்டடக் கலைஞரைக் கொண்டு செங்கற்களை வைத்தும் தூண்களை நிறுத்தியும் புதிய கட்டுமானத்தை எழுப்பி விரித்தனர்.

அவரையடுத்த காலிஃபாவாய் வந்த உதுமான் (644-656 கி.பி) மதீனத்துப் பள்ளி வாசலை விரித்துக் கட்டியபோது, செதுக்கிய கற்களைக் கொண்டும் சாந்து வைத்தும் சுவர்களையும் தூண்களையும் எழுப்பினர். மேற்கூரைக்குத் தேக்கு மரத்தைப் பயன்படுத்தினர். இங்ஙனம் மக்க, மதீனத்துப் பள்ளிவாசல்கள் முதற் காலிஃபாக்களின் காலத்தில் அவ்வப்போது திருத்தியமைக்கப் பெற்றன.

சிறப்பான பள்ளி வாசல்கள்

துருக்கரான முகமது ஷகாபுதீனின் படைத் தலைவர் குதுபுதீன் அயிபக்கு (ஆ.கா.1206 - 1210) 1192 இல் டெல்லியை வென்ற பிறகு எழுப்பிய குவ்வத்துல்

இஸ்லாம் மிகச் சிறந்த பள்ளிவாசல்களுள் ஒன்றாய் விளங்குகின்றது. இஸ்லாம் மிகச் சிறந்த பள்ளிவாசல்களுள் ஒன்றாய் புகழ் பெற்ற குதுப்புமினார் நிற்கின்றது. அயிபக்கின் வெற்றிக்குப் பிறகு டெல்லி நகரம் மிகப் பெரிய மாற்றத்தைக் கண்டிருக்க வேண்டும். அவரால் தொடங்கி வைக்கப் பெற்ற இப்புதிய காலக்கட்டம், கிட்டத்தட்ட எழுநூறு ஆண்டுகள் நீடித்து அப்போது டெல்லி தென்னாசியத்தின் இஸ்லாமியப் பண்பாட்டு மையமாகியது. குதுபுதீன் அயிபக்கிற்கு அவர் காலத்து டெல்லி நகரும் அங்கிருந்த கட்டடங்களும் அயலானவையாய்த் தோன்றின. அவர் இந்து, சமணக் கோயில்களை அழித்தார். மேற்கூறிய குவ்வத்துல் - இஸ்லாம் பள்ளி வாசலின் முற்றத்தில் நிற்கும் இந்துக் கோயில் கல்தூண்களே இதற்குச் சான்று பகர்கின்றன.

அஜ்மேரின் அர்ஹாய்-தின்-கா-ஜோன்பரா

இது இன்றைய இராஜஸ்தான மாநிலத்திலுள்ளது. பிருதிவிராஜ சௌகான் குதுபுதீனால் 1192 இல் தோற்கடிக்கப்பட்டதும் அஜ்மேர் முஸ்லிம்களின் கைக்குப் போய்விட்டது. அஜய மேரு என்பது அஜ்மேரானது. இங்கு அமைந்திருக்கும் மேற்சொன்ன பள்ளிவாசல் குவ்வத்துல் இஸ்லாமின் மாதிரியில் கட்டப்பெற்றது. அதைப் போலவே அஜ்மேர் பள்ளிவாசல் தோன்றுகின்ற தெனினும், இது மிகவும் விரிந்தது. இது இந்தியத்தின் தொன்மையான பள்ளிவாசல்களுள் இரண்டாவதாகும். இதையும் குதுபுதீன் அயிபக்கே கட்டுவித்தார். அவரின் அடிமை மரபைச் சேர்ந்த சம்சுதீன் இல்டுமிஷ் (1211 - 1236 கி.பி) இப்பள்ளிவாசலில் மிக உயரமான ஏழு வளைவு மறைவு ஒன்றை இப்பள்ளிவாசலுடன் சேர்த்தார்.

ஷாகி ஜமா பள்ளிவாசல் - பரி காட்டு

இது சிவப்பு மணற்கல்லால் கட்டப்பெற்ற நேர்த்தியான கட்டடமாகும். இது நன்கு அறியப்படாதது. குறிப்பிடத்தக்கது. டெல்லியில் அஜ்மேரிலும் எழுப்பப்பெற்ற

மேற்சொன்ன பள்ளிவாசல்கள் உருவான காலத்தில் இதுவும் கட்டப் பெற்றிருக்கலாம். பரி காட்டு என்ற இடத்திலுள்ளது.

ஜாமி பள்ளிவாசல் - புதவுன்

இது வெகு பழமையான பள்ளிவாசல் என்பதுடன் இந்தியத்திலேயே மிகப்பெரியது என்ற சிறப்பையும் பெறுகின்றது. இதை இல்டுமிஷ் 1223 இல் கட்டினார்.

ஜமாத்துக் கானா பள்ளிவாசல் - டெல்லி

இது ஹசரத்து நிசாமுதீன் ஆவுலியா (1238 - 1325) என்ற சூஃபிச் சித்தரின் கல்லறை வளைவின் மேற்குப் பகுதியிலுள்ளது. இது அலாவுதீன் கில்ஜியின் ஆட்சிக் காலத்தில் (1296 - 1316) சிவப்பு மணற்கல்லால் கட்டப்பெற்றது.

இஸ்லாமியக் கட்டடக்கலை விதிமுறைகளின் படி இந்தியத்தில் கட்டப்பெற்ற பழமையான பள்ளிவாசல் என்ற சிறப்பு இதற்குண்டு. இதை அலாவுதீன் கில்ஜியின் மகனான சிசர் கான் கட்டினார் என்று செவி வழிச் செய்திகள் கூறுகின்றன.

மேலும் ஜூனைன் ஷா 1387 இல் டெல்லியில் கட்டிய கலன் பள்ளிவாசல், டெல்லியிலுள்ள பேகம் பூரி பள்ளிவாசல், அபு அஜ்மத்து என்றவர் 1494 இல் கட்டிய பரா கும்பத்துப் பள்ளிவாசல், சிக்கந்தர் லோடியின் (1489 - 1517) தலைமை அமைச்சரான மியான் புவா கட்டிய மோத்தி கி மசூதி என்ற பள்ளிவாசல், சுமார் 1528-1529 காலத்தில் கட்டத் தொடங்கிய ஜமாலி கமாலி பள்ளிவாசல், ஷேர் ஷா (1540-1545) கட்டிய குவாலா- இ- குகானா பள்ளிவாசல் முதலியன சிறப்பு வாய்ந்தனவாகும்.

வங்கம் குஜராது, மாளவம், தக்காணம், காசுமீரம் ஆகிய பகுதிகளிலும் சிறப்பு வாய்ந்த பள்ளிவாசல்கள் உள்ளன.

தக்காண பள்ளிவாசல்கள்

தென்னாட்டில் இன்றைய கர்நாடக மாநிலத்தின் குல்பர்க்காக் கோட்டைக்குள்ளும் பிதரிலும் முறையே 1377 ஆம் ஆண்டிலும் பதினாறாம் நூற்றாண்டின் இறுதியிலும் கட்டப்பெற்ற ஜாமா பள்ளிவாசலும் காலி பள்ளி வாசலும் சிறப்புடையனவாகும்.

பிஜப்பூரில் அதில் ஷாகி ஆட்சிக் காலத்தில் (1558 - 1580) கட்டத் தொடங்கிய ஜாமா பள்ளிவாசலும் குறிப்பிடத்தக்கது. இரண்டாம் இபுராகிம் அதில் ஷாகி (1580 - 1627) 1587 இல் பிஜப்பூரில் கட்டிய சஞ்சிரி பள்ளிவாசலும் சிறப்புடையது. இதற்கு மாலிகா ஜகான் பள்ளிவாசல் என்ற பெயரும் உண்டு. இரண்டாம் அதில் ஷாகியின் (1657 - 1672) அமைச்சருள் ஒருவரான இதிபர் கான் கட்டிய அண்டு பள்ளிவாசலும் பெருமையுடையது. இதன் குளவிமாடம் முட்டை வடிவில் இருப்பதால் (அண்டு - முட்டை) இதற்கு இப்பெயர் ஏற்பட்டது.

ஐதராபாதுப் பள்ளிவாசல்கள்

கோல்கொண்டச் சுல்தானான முகமது குதுபு குயிலி ஷா (1580-1612) 1597-ல் கட்டிய ஜாமி பள்ளிவாசல், முகமது குதுபு ஷா (1612 - 1626) 1617 இல் தொடங்கி,

அவருக்குப் பின் வந்த சுல்தான்களும் தொடர்ந்து, இறுதியில் ஔரங்கசீபு (1618 1707) முற்றுப் பெறச் செய்த மக்கப் பள்ளிவாசல், குதுபு ஷாகி பாணியிலமைந்த முஷிராபாதுப் பள்ளிவாசல், குதுபு ஷாகியரின் உயரலுவலரான மூசா கான் 1671 இல் கட்டிய தோலி பள்ளி வாசல் முதலியன ஐதராபாதில் குறிப்பிடத் தக்கனவாகும்.

தென்னிந்தியப் பள்ளிவாசல்கள்

தென்மேற்குக் கரையின் தட்ப வெப்பநிலைக்கேற்ப கேரளக் கட்டடக்கலைப் பாணியில் கேரளப் பள்ளிகள் கட்டப்பட்டுள்ளன. அவற்றின் முற்றம் திறந்த வெளியாயிராது முற்றிலும் மூடப்பட்டுள்ளது. கோட்டக் கல்லிலிருக்கும் ஜாமி பள்ளி வாசல் கேரளத்தில் மிகவும் புகழ் வாய்ந்தது.

தென் தமிழ்நாட்டின் கீழக்கரையிலுள்ள பள்ளிவாசல்தான் தமிழகத்தில் முதலில் தோன்றிய பள்ளிவாசல் என்பர். (கீழக்கரை பற்றி இ.ச.க.தொகுதி-6)

ஆர்க்காட்டின் கடைசி நவாபான முகமதலி (1749-1795) திருச்சிராப்பள்ளியில் கட்டுவித்த ஜாமி பள்ளிவாசல் தென்னிந்தியப் பள்ளிவாசல்களிலேயே மிகவும் சிறந்ததாகும். அவர் 1785 ஆம் ஆண்டு சென்னை முத்தியாலுப் பேட்டையில் கட்டுவித்த பள்ளிவாசல் பற்றிய செய்திகள் கீழே சொல்லப்படுகின்றன.

1785

திப்பு சுல்தான் (1750-1799) 1786-1787 காலத்தில் தன் தலைநகரான சீரங்கப்பட்டணத்தின் பெங்களூர் வாயிலினருகே கட்டிய பள்ளிவாசலுக்கு மஸ்ஜிது - இ - வல என்று பெயர்.இது மிகப்பெரிய பள்ளிவாசலாகும். இது இன்று இடிபாடடைந்து கிடக்கும் திப்பு சுல்தானின் அரண்மனையருகே நிற்கின்றது.

முத்தியாலுப்பேட்டைப் பள்ளிவாசல்

தமிழ்நாட்டில் இஸ்லாமிய மறுமலர்ச்சிக்குத் துணை நின்றவரும் இஸ்லாமியக் கல்விக் கூடங்களை நிறுவக் காரணராயிருந்தவரும் சீதக்காதி வள்ளலின் (சு.1640-1715) ஞான குருவாய் விளங்கியவருமான இமாம் சதக்கத்துல்லாவிற்கு (1630-1703) முகமது லெப்பை ஆலிம் என்ற ஒரே மகன் இருந்தார். அம்மகனுக்கு இஸ்லாமிய மார்க்க மேதைகளாய் மூன்று ஆண்மக்கள் இருந்தனர். (சதக்கத்துல்லா அப்பா : இ.ச.க.தொகுதி-2/2) அவர்களுள் மூத்தவர் பெயர் பெரிய லெப்பை என்ற சதக்கா; அவரை இரண்டாம் சதக்கத்துல்லா என்றும், அவரின் பாட்டனார் பெயரால் ''சதக்கத்துஸ்ஸானி'' என்றும் அழைத்தனர்.

இரண்டாமவர் நடுவுள்ள லெப்பை என்ற சுலைமான் லெப்பை ஆவார்.

மூன்றாமவர் சின்ன லெப்பை என்ற அகமது லெப்பை ஆவார்.

இம்மூவருள் ''நடுவுள்ள'' சுலைமான் லெப்பை ஆலிம் சென்னை முத்தியாலுப் பேட்டையிலுள்ள மஸ்ஜிதே மஃமூர் என்ற பள்ளிவாசல் எழக் காரணமாயிருந்தார் என்று டாக்டர் பி.எம். அஜ்மல் கான் ''தமிழகத்தில் முஸ்லிம்கள்'' என்ற நூலில் கூறுகின்றார். இக்காலத்தில் ஆர்க்காட்டு நவாபாய் விளங்கிய வாலாஜா முகதமலி கிழக்கிந்தியக் கம்பெனியின் கைப்பாவையாய் இருந்ததுடன், தனிப்பட்ட ஆங்கிலேயேரிடம் கடனாளியுமாகித் தமிழ்நாட்டைத் தாரைவார்த்துக் கொடுத்து விட்டவராயும் கல்வி கேள்விகளில் சிறந்தவராயும் விளங்கி வந்தார். அவர் ஹதீது என்ற திருமொழி ஒன்றுக்கு விளக்கம் தேடியலைந்தார்.

நபிகள் நாயகம் ஹதீது ஒன்றைப்பற்றி வெகு நேரம் சிந்தித்தார். அவர் தம் அறையிலிருந்த அறிஞர் பலரிடம் இத்திரு மொழிக்கு விளக்கம் கேட்டார். அவர்களின் விளக்கம் எதுவும் நபிகளுக்கு மனநிறைவு தரவில்லை.

அத்திருமொழி வருமாறு: ''இவ்வுலகம் நன்னம்பிக்கை உடையவர்களுக்குச் சிறைச் சாலையாயும் (இறையை) ஏற்க மறுப்போர்க்குப் பூஞ்சோலையாயும் உள்ளது''.

காயல் பட்டினம், கீழக்கரை போன்ற பாண்டி நாட்டு ஊர்களைச் சேர்ந்த சமயச் சான்றோர்களால் இத்திருமொழிக்கு விளக்கம் தரமுடியும் என்று வாலாஜா முகமதலிக்குத் தோன்றிற்று.

எனவே, அத்தகைய ஓர் அறிஞரைத் தன்னிடம் அழைத்து வருமாறு முகமதலி தன் அலுவலர்க்குக் கட்டளையிட்டார். அப்போது முத்தியாலுப்பேட்டையில் (சென்னையில் உயர்நீதிமன்றத்தில் வடக்கே மண்ணடி அமைந்துள்ள பகுதி முத்தியாலுப்பேட்டை ஆகும்) சதக்கத்துல்லா அப்பாவின் பெயரரான சுலைமான் லெப்பை ஆலிம் சிறந்த மார்க்கச் சான்றோராய் விளங்குகின்றார் என்பதை அறிந்து, நவாபின் அலுவலர் அவரை அணுகி நவாபு அழைத்து வரச் சொன்னதாய்க் கூறினார்.

அல்லாமா என்ற சமய அறிஞரான சுலைமான் லெப்பை தன்னை நவாபு அழைத்ததன் காரணத்தை அறியாது, நவாபு தன்னிடம் இரத்தினக் கற்கள் வாங்குவதற்கு விரும்பக் கூடும் என்றெண்ணிக் கொண்டு, அவற்றை ஒரு பையில் நிரப்பி எடுத்துச் சென்றார்.

நவாபு தன் மாளிகையில் ஒரு விருந்து அளித்தார். அதில் உலேமா (அல்லாமா என்பதன் பன்மை) என்ற மார்க்க வித்தகர் பலர் இருந்தனர். நவாபு அவர்களைச் சிறப்பிக்கும் வகையில், அவர்கள் உணவு கொள்ளு முன்னர் கை கழுவுவதற்காகக் குவளையில் நீர் மொண்டு ஊற்றிக் கொண்டிருந்தார்.

நவாபின் முன்வந்த லெப்பை பல் விளக்கத் தொடங்கினார். அவர் பல் துலக்கி முடியும் வரையிலும் நவாபு நீர்க் குவளையுடன் காத்து நின்று சுலைமான் லெப்பைக்குத் தண்ணீர் ஊற்றி வாய் கழுவச் செய்தார். இதைக் கண்ட மற்ற உலேமாக்கள் பொறாமையால் புகைந்து கருகினர். நவாபு உள்ளே சென்றதும் அவர்கள் சுலைமான் லெப்பை மீது பாய்ந்தனர்.

''நவாபு காத்திருந்த போது, மரியாதையின்றிப் பல்துலக்கினீரே! உமது மீன் தின்னும் புத்தியைக் காட்டிவிட்டீரே!'

சுலைமான் லெப்பை அவர்களிடம் மிக அமைதியாய்ச் சொன்னார்: ''(அல்லாவாகிய) அவனே நீங்கள் (மீன்களைப் பிடித்துச் சமைத்துப்) புசிக்கவும் (உங்களுக்குக்) கடலை வசப்படுத்தி அளித்துள்ளான்'' என்று திருமறையில் கூறியுள்ளானே! மீனைத் தின்பதால் அறிவு மழுங்கும் என்றால், இறைவன் ''நீங்கள் மீனைத் தின்று அறிவை மழுக்கிக் கொள்ளுங்கள் என்று பணிப்பானா அல்லது இறைவன் அறியாததை நீங்கள் அறிந்திருக்கின்றீர்களா?''

இதைக் கேட்டு அவர்கள் வாயடைத்துப் போயினர்.

விருந்து முடிந்த பின்னர் நவாபு நாம் மேலே கூறியிருந்த நபி மொழிக்கு உலேமாக்களிடம் விளக்கம் கேட்டார். அல்லாமாவான சுலைமான் லெப்பை அதற்கு அளித்த விளக்கம்:

''இறை நம்பிக்கையுள்ளவர்களுக்கு அல்லாவும் அவனுடைய ரசூலும், உலகில் பல கட்டுப்பாடுகளை விதித்துள்ளனர். ஆடல், பாடல், வேடிக்கை, கேளிக்கை, விபசாரம், சூதாடுதல், மதுவருந்துதல், பொய்யும் புறமும் பேசுதல், கோள்சொல்லுதல், கொலை செய்தல், ஆகியன அனைத்தும் கண்டிப்பாய்த் தடைசெய்யப்பட்டுள்ளன. மேலும் வணக்கங்கள் என்னென்ன வகையில் நிறைவேற்றப்பட வேண்டும்; எவ்வெக் கடமைகளைச் செய்ய வேண்டும் என்ற வரையறைகளும் ஏவல்களும் உள்ளன. சுருங்கக் கூறின் இக்கட்டுப்பாடுகளெல்லாம் சேர்ந்து, ஒருவர் தன் விருப்பப்படி நடக்கக் கூடிய சுதந்திரத்தைத் தராமல், (அவரைக்) கட்டுப்படுத்தி மட்டுப்படுத்தி வைத்திருப்பதால் நம்பிக்கை கொண்டவர்களுக்கு, இது சிறையிலிருப்பது போன்றதேயாகும்.

இறையுலகப் பூங்காவோ, ஒருவர் கட்டுப்பாடுகளின்றித் தன் விருப்பம்போல் நடக்க இடமளிக்கக் கூடியதாகும்.

''இறை மறுப்போருக்கு இஸ்லாம் இவ்வுலகில் கட்டுப்பாடுகளை விதிப்பதில்லை. எனவே அவர்கள் கட்டற்ற பறவைகளைப் போல் தம் விருப்பப்படி நடக்க முடிகின்றது. எனவே அவர்களுக்கு மறுமையில் நற்பேறு இலது. ஆதலால் அவர்களுக்கு இவ்வுலகம் பூங்காவாயிருக்கின்றது.''

அல்லாமா சுலைமான் லெப்பை அளித்த விளக்கத்தைக் கேட்டு மகிழ்ந்த நவாபு முகமதலி, ''தங்களுக்கு வேண்டியதைக் கேளுங்கள். அளிக்கக் ஆயத்தமாயிருக்கின்றேன்'' என்றார்.

''எனக்கென்று எதுவும் தனியுரிமையாய் வேண்டாம். இப்பையிலுள்ள மணிக் கற்களை விற்று எனக்கு வேண்டியதை நான் பெற்றுக் கொள்வேன். தாங்கள் விரும்பினால் முத்தியாலுப்பேட்டையிலுள்ள மிகச்சிறிய பள்ளிவாசலை நீங்கள் பெரியதாய்க் கட்டிக் கொடுத்தால் அங்கு வாழும் முஸ்லீம்களுக்குப் பெரிதும் பயன்படும்''.

அல்லாமா சுலைமான் லெப்பையின் வேண்டுகோளுக்கு கிணங்க ஆர்க்காட்டு நவாபு வாலாஜா முகமதலி ஹிஜிரி 1199 இல் அதாவது 1785 இல் அந்தப் பள்ளிவாசலைக் கட்டி முடித்து அதற்கென்று வக்ஃபு என்ற அறக்கட்டளையையும் நிறுவினார்.

மராட்டியர் பேட்டை

சென்னை முத்தியாலுப்பேட்டை 1676-1678 காலத்தில் ''மராட்டியர் பேட்டை'' என்று சிறப்புடன் அழைக்கப்பெற்றது. சத்திரபதி சிவாஜி (1627-1680) 1678 ஆம் ஆண்டு செஞ்சிக் கோட்டை, காஞ்சி, பரங்கிப் பேட்டை ஆகிய இடங்களைக் கைப்பற்றினார். அவர் முத்தியாலுப்பேட்டையில் இன்று தம்புச் செட்டித் தெருவிலுள்ள காளிகாம்பாள் கோயிலுக்கு வந்திருந்தார். சிவாஜி இக்கோயிலுக்கு வந்ததன் நினைவாய் இன்றும் அங்கு அவரது ஒரு பழைய படம் உள்ளது. இப்பகுதியில் மராட்டியர் வாழ்ந்திருந்தனர்.

வட சென்னையிலுள்ள தியாகராயர் கல்லூரி நிறுவனரில் ஒருவரும், அதன் முதல் முதல்வராயுமிருந்த புகழ்பெற்ற ஆங்கிலப் பேராசியரியர் காலஞ் சென்ற எம்.கே.சண்முகம் செட்டியர் (1908 -1959) முத்தியாலுப்பேட்டையைச் சேர்ந்தவர்.

4. போர்பந்தர் நாட்டரசு வரலாறு

போர்பந்தரை ஆண்டு வந்தவர்கள் இரசபுத்திர அரசு குடியினராவர். அக்குடி ஒரு காலத்தில் காசுமீரத்தை ஆண்டது என்று பழைய மரபுகள் பாடுகின்றன. இக்குடியினர் இரண்டாயிரமாண்டுகளாய்க் கத்தியவாடில் இருந்து வருகின்றனர் என்றும் சொல்லப்பட்டது. அவர்கள் முதலில் மோர்வியைக் கோநகராய்க் கொண்டு ஆண்டனர். அவர்கள் இறுதியாய் 1785 ஆம் ஆண்டு பேர்பந்தரில் குடியமர்ந்தமையால் அதன் வரலாற்றுக் கணக்காய் 1785 கொள்ளப்பட்டுள்ளது.

கலங்கள் கடலில் பாய்விரித்துச் சென்ற காலத்தில் போர்பந்தர் செழிப்பில் மிதந்தது. போர்பந்தர் மகாபாரதத்தில் கூறப்படும் சூதம்பரி என்று உள்ளூர் மரபு கற்பிக்கின்றது. கண்ணனின் ஆருயிர் நண்பரான சுதாமன் என்ற குசேலர் போர்பந்தர் ஊரினர் என்பது கதை. போர்பந்தர் பன்னெடுங் காலமாக ஆப்பிரிக்கத்துடனும் அரேபியத்துடனும் வாணிபம் செய்து வந்தது.

இந்தியத்தின் மேற்குக் கரையிலுள்ள இரு பெருந்துறைமுகப் பட்டினங்களான பம்பாயிலும் கராச்சியிலும் வாழ்ந்த செல்வர்களின் மாளிகைகளும் மனைகளும் ஒளி பிறங்கியதற்குப் போர்பந்தர் பெரிதும் துணை புரிந்திருக்கின்றது. பிரிட்டிசார் இவ்விரு பட்டினங்களின் முக்கிய வீதிகளில் வங்கிகளையும் வணிக நிறுவனங்களையும் கட்டினர். செல்வச் செழிப்பு மிக்க புற நகரங்களில் வாழ்ந்த பார்சிக் கோடீசுவரர்கள் கட்டிய பிரமிக்க வைக்கும் மாளிகைகளும் மேற்கூறிய கட்டடங்களைப் போன்று, கத்தியவாடு தீவக்குறையின் மேற்குத் தொங்கலிலுள்ள பர்தா குன்றுகளிலிருந்து வெட்டியெடுத்த பாலேட்டு நிறமான கற்களால் கட்டப்பெற்றனவேயாகும். இக்கற்களெல்லாம் போர்பந்தர்த் துறைமுகம் வழியே அப்பட்டினங்களுக்குக் கப்பலேறின.

எனினும் உலகெலாம் ஒளி பெறுவதற்கு வழிகாட்டிய காந்திமகான் இச்சிறு பட்டினத்தில் 1869 ஆம் ஆண்டு பிறந்தார் என்பதுதான் போர்பந்தருக்குப் பெருஞ்சிறப்பாகும்.

போர்பந்தர் துறைமுகம் இன்று நசித்துப் போய்விட்டது.

போர்பந்தரின் மன்னர்களான இரசபுத்திரர் இங்கு வந்த காலத்தில், கத்தியவாடு கிட்டத்தட்ட ஒரு தீவாக இருந்தது. ஆற்று வண்டலும் நில நடுக்கங்களும் கத்திய வாடைத் துணைக்கண்டத்துடன் இறுகப் பிணைத்து விட்டன. அது தீவாயிருந்த போது பலருக்குப் புகலிடமாய் விளங்கிற்று. மக்கள் அடிக்கடி அங்கு புதிதாய்ச் சென்றேறினர். அவர்கள் பொதுவாய்ச் சிந்தில் அல்லது வட இந்தியத்தில் நடந்த சண்டைகளுக்கு அசிக் கத்தியவாடில் புகலடைந்தனர்.

ஆதலால், அது அடிக்கடி மாறுகின்ற இயல்புடைய மோசமான இடமாயும் அங்கு புகலிடம் தேடி வந்தவர்களாலும் கொள்ளையராலும் இழி பெயர் பெற்ற பகுதியாயும் விளங்கிற்று.

எதிர்காலத்தில் போர் பந்தரை ஆளப்போகின்ற குடியினர் போர்பந்தரைச் சில வேளைகளில் தம் பிடிக்குள் கொண்டு வந்தனரெனினும் பல வேளைகளில் தம்மைத் துரத்தி வந்தவர்களிடமிருந்து தப்புவதற்காகப் பிடரியில் கால்பட ஓடவும் நேர்ந்தது. அவர்கள் இறுதியாய்ப் போர்பந்தருக்கு மேலேயிருந்த பர்தா மலையின் இடுக்கு ஒன்றினுள் இருந்த கும்லி என்ற இடத்தில் தங்க வேண்டிய கட்டாயம் ஏற்பட்டது. அங்குள்ள பன்னிரண்டாம் நூற்றாண்டுக் கோயில்களின் இடிபாடுகளை இன்றும் காணலாம்.

இக்குடியினரின் வரலாற்றைப் பட் என்ற அரசவைப் பாணர்கள் அந்நாளிலிருந்து கதைப் பாடல்களாய்ப் பாடிவைத்துள்ளனர். இப்பாடல்கள் இன்றும் மக்களிடையே செல்வாக்குப் பெற்று விளங்குகின்றன. ஹலமான், நகர்ச்சன் என்ற இரண்டு மன்னர்களைப் பற்றிய பாடல்கள் மக்களால் பெரிதும் விரும்பப்படுகின்றன. ஹலமானின் ஆட்சி பற்றிய பாடல்களில் அக, புறத்திணை வாழ்க்கைகளைச் சித்திரிக்கும் பாடல்கள் உள்ளன. அவை பத்தொன்பதாம் நூற்றாண்டில் ''ஹலமான் ஜேத்துவ'' என்ற பெயரில் குஜராத்தி நாடகமாய் எழுதப் பெற்றன. அந்நாடகம் இன்றும் நடிக்கப் பெறுகின்றது. அவை மிக அண்மையில் 1960 ஆம் ஆண்டு நூல் வடிவில் மீண்டும் வெளியிடப் பெற்றன.

நகர்ச்சனின் தலை வெட்டுண்ட பின்னரும் அவனது முண்டம் கடும் போர் புரிவதாய் மற்றொரு பாடல் விவரிக்கின்றது. அவன் அற்புதங்களை நிகழ்த்துபவனாயும் ''தாங்க என்ற இடத்திலுள்ள கோட்டையைத் தங்கமாய் மாற்றக் கூடிய'' இரசவாதியாயும் காட்டப்படுகின்றான்.

வட பாரதத்தில் முகலாயர் படையெடுப்பு உண்டாக்கிய கொந்தளிப்பினால், பதினாறாம் நூற்றாண்டில் கத்தியவாடு தீவக் குறைக்குள், புது அலையாய் ஏதிலியர் வந்து குவிந்தனர். (ஏதிலியர், ஏதுமில்லாத அகதியர்) அது போரும் கொள்ளையும் நிகழ்ந்த புதியதொரு கால கட்டமாயிருந்தது. போர்பந்தர் அரச குடியினர் கடலை நோக்கி நெட்டித் தள்ளப்பட்டனர்.

இங்ஙனம் இடம் பெயர்ந்து கொண்டே சென்ற அரச குடியினர், இறுதியாய் 1785 ஆம் ஆணடு போர்பந்தரில் குடியமர்ந்தனர்.

போர்பந்தர் அரசு தனக்கு அண்டையிலிருந்த பண்டோன் (*Banton*), மேங்கரோல் (*Mangrol*) ஆகிய இடங்களின் தலைவர்களுக்கும் கத்தியவாடின் தெற்கிலிருந்த ஜுனாகத்து நவாபிற்கும் இத்தீவக் குறைக்குள் எளிதில் நுழைந்து வந்த மராட்டியர் தலைவர்களுக்கும் கத்தியவாடுக் கரையோரமாய்த் திரிந்து வந்த கடற் கொள்ளையருக்கும் தன் பக்கத்திலுள்ள டையூ என்ற தீவில் அமர்ந்திருந்த போர்த்துக் கீசருக்கும் திறையோ, கப்பமோ, காணிக்கையோ, பரிசோ கொடுத்துதான் தனது சுதந்திரத்தைத் தூக்கிப் பிடிக்க வேண்டிய கட்டாயம் இருந்தது.

ஆதலால்தான் விதி விட்ட வழி ஆகட்டுமென்றும் ஏதோ நல்லது நடக்குமென்று எதிர்பார்த்தும், போர்பந்தர் மன்னர் 1807 ஆம் ஆண்டு கிழக்கிந்தியக் கம்பெனியின் மேலாண்மையை மனமுவந்து ஏற்றுக் கொண்டார்.

பெரும்பாலான அரச குடிகளிற் போலவே, போர் பந்தரிலும் தலைமை அமைச்சர் அல்லது திவான் என்று ஒருவர் இருந்தார். உத்தமச் சந்து காந்தி என்றவர் போர்பந்தரில் இப்பதவியை வகித்து வந்தார். அவர் காலத்திலிருந்து அப்பதவி குடிவழி வருவதானமையால், அவரின் இரண்டு மக்களான கரம் சந்திற்கும் துளசிதாசிற்கும் கிடைத்தது. கரம் சந்து பின்னர் அண்டையிலிருந்த பிற நாட்டரசுகளிலும் பணிபுரிந்தார். கரம் சந்தின் நான்காவது மகனுக்குப் பிறந்தவர்தான் மோகன்தாஸ் கரம் சந்து காந்தி என்றழைக்கப்பட்ட மகாத்மா காந்தி ஆவார்.

போர்பந்தர் பிதுங்கித் துருத்தியிருக்கும் கத்தியவாடு தீவக் குறையின் மேற்கே அரபுக் கடலின் கரையிலுள்ள. பம்பாயின் வடக்கே சுமார் 440 கிலோ மீட்டரிலும் ஆமதாபாதிலிருந்து தெற்கே தென்மேற்கில் சுமார் 141 கிலோ மீட்டரிலும்

வதோதராவிலிருந்து (பரோடா) தென் மேற்கில் சுமார் 141 கிலோ மீட்டரிலும் அமைந்துள்ளது. இப்பட்டினத்தில் இப்போது நெசவாலைகளும் சிமெண்டு ஆலையும் உள்ளன. இங்கு சுமார் 1546 இலட்சம் பேர் வாழ்கின்றனர்.

1785

வரலாற்றுப் புள்ளிகள்

1. இராமநாதபுரத்தில் சுவார்ஷ் உயர் நிலைப் பள்ளி

தமிழ்நாட்டில் கடந்த சுமார் நூற்றைம்பது ஆண்டுகளாய்க் காணப்படும் கல்விச் சாலைகளோ, பள்ளிக் கூடங்களோ பதினெட்டாம் நூற்றாண்டின் இந்தக் காலக்கட்டத்தில் தோன்றவில்லை. தரங்கம்பாடியை வந்தடைந்த டேனிய மிசனைச் சேர்ந்தவர்கள், அங்கு பள்ளிகளை அமைத்து டேனியம், போர்த்துக்கீசம், தமிழ் ஆகிய மொழிப் பள்ளிக் கூடங்களை நடத்திவந்தனர்.

இறந்து போன படைவீரர்களின் அநாதைப் பிள்ளைகளுக்கென்று திருச்சிராப்பள்ளியில் பள்ளிக்கூடம் திறக்கப்பட்டபோது, அங்கு பாடமொழி ஆங்கிலமாயிருந்தது. எனினும் அங்கு கிறித்தவராயினும் அவரல்லாதவராயினும் அவர்களுக்காக மட்டுமன்றி, இந்தியக் குழந்தைகளுக்கும் ஆங்கிலத்தில் கல்வி புகட்டுவது என்பது இந்தக் காலத்தில் புதிய கருத்தாகும்.

இந்தியக்குழந்தைகளுக்கு ஆங்கிலத்தில் கல்வி புகட்ட வேண்டும் என்ற கருத்தைத் தஞ்சையில் கம்பெனிப் பேராளராயிருந்தவரும் (*Resident*) சுவார்ஷ் பாதிரியாரின் நண்பருமான ஜான் சல்லிவன் கூறினார்.

சல்லிவன் 1784 ஆம் ஆண்டு ஒரு முறை இராமநாதபுரம் சென்றபோது, தன்னுடன் சுவார்ஷ் பாதிரியாரையும் அழைத்துச் சென்றார். மறவர் நாட்டின் மையத்திலமைந்த அங்கு நண்பரிருவரும் குழந்தைகளுக்குக் கல்வியளிப்பது குறித்துப் பேசினார்.

கிறித்தவக் கோட்பாடுகளையும் பழக்க வழக்கங்களையும் இளம்பிள்ளைகளுக்குத் தெரியப்படுத்தும் வகையில் அவர்களுக்குக் கல்வி புகட்டப்படுமாயின அவர்களிடமிருக்கும் பிடிவாதமான பழக்க வழக்கங்கள் மறையும். ஆசிரியர்கள் பக்தியுள்ள கிறித்தவராய் இருப்பரேல், கிறித்தவத் திருச் செய்திக் கோட்பாடுகளையும் கொள்கைகளையும் பிள்ளைகளுக்கும் அவர்தம் பெற்றோருக்கும் விளக்கிக் கூறுவர். அது நாட்டு மக்களுக்கும் ஐரோப்பியருக்குமிடையே தாராளமான உறவை உண்டாக்கும். பிள்ளைகளுக்கு ஆங்கில மொழியில் கற்பித்தால், ஏமாற்றுக்காரர்கள் திரித்துக் கூறுவதை அவர்கள் ஏற்கமாட்டார்கள் என்று சல்லிவன் கருத்துரைத்தார்.

ஆனால் இந்து நிலக்கிழார்கள் கிறித்தவ வழிகளில், கிறித்தவ ஆசிரியர்களைக் கொண்டு கற்பிக்கும் பள்ளிகளை நெடுங்காலம் நடத்துவதற்கு விடமாட்டார்கள் என்ற எண்ணம் அவ்விருவருக்கும் இருந்தது. எனினும் ஆங்கிலப் பள்ளியை நிறுவ வேண்டும் என்ற அவர்களின் எண்ணம் வித்தாயிருந்து மரமாய் வளர்ந்தது.

இத்தகைய புது வகைப் பள்ளி ஆங்கிலத்தில் கற்பிக்கும் பள்ளி இராமநாதபுரத்தில் அமைக்கப்பெற்றது. வில்லியம் வீட்லி என்றவர் அப்பள்ளிக்கு ஆசிரியராய் 1785 ஆம் ஆண்டு அனுப்பிவைக்கப்பட்டார். சுவார்ஷ் தன் கடைசிக் காலத்தில் அப்பள்ளிக்கென்று பெருந்தொகையைக் கொடுத்தார். இரண்டு நூற்றாண்டுகளான பின்னரும் அப்பள்ளி இன்றும் சிறப்பாய் நடந்து கிறித்தவத் தொண்டு புரிந்து வருகின்றது.

2. சென்னைக்குப் புது ஆளுநர்

சென்னை ஆளுநரான மக்காட்னி பிரபு 1785 சூன் 8 அன்று பதவியிலிருந்து விலகினார். அவர் கல்கத்தா சென்று அங்கிருந்து தாய்நாட்டிற்குக் கப்பலேறினார்.

அலெக்சாந்தர் டேவிட்சன் அன்றிலிருந்து 1786 ஏப்ரல் 6 வரை தற்காலிகக் கவர்னராயிருந்தார்.

3. அரசின் ஆதரவில் வார இதழ்

கிழக்கிந்தியக் கம்பெனியின் அச்சுக்காரரான ரிச்சர்டு ஜான்ஸ்டன் சென்னை அரசின் ஆதரவில் 1785 அக்டோபர் 12 அன்று The Madras Courier என்ற வார இதழை வெளிக் கொணர்ந்தார். இந்த இதழில் அரசின் குறிப்புகளும் அறிவிப்புகளும் வெளியிடப் பெற்றன. இது நான்கு பக்கங்களைக் கொண்டது. விலை ஒரு ரூபாய். இவ்விதழ் மாநிலத்தில் அஞ்சற் கட்டணமின்றிச் சுற்றுக்கு விடப்பட்டது.

பிற ஆங்கில இதழ்களில் வெளியானவற்றின் சுருக்கங்கள் இரண்டு பக்கங்களில் அடங்கின. ஆசிரியர் கடிதப் பகுதியும் இந்தியச் செய்திகளும் ஒரு பக்கத்தில் அச்சாயின. நான்காம் பக்கத்தில் கவிதையும் விளம்பரங்களும் அச்சிடப் பெற்றன.

இப்பத்திரிகைக்கென்று தீர்வையில்லாமல் புதிய அச்சுப் பொறிகளையும் பிற அச்சுப் பொருள்களையும் இங்கிலாந்திலிருந்து இறக்குவதற்கு இலண்டனிலிருந்து நெறியாளர் மன்றம் (Court of Directors) வழிவகை செய்ய வேண்டுமென்று சென்னை அரசு 1786 மார்ச்சில் பரிந்துரைத்தது.

இப்பத்திரிக்கைக்கு ஹியூ பாய்டு 1789 ஆம் ஆண்டு ஆசிரியராயிருந்தார். இவர் தான் புகழ்பெற்ற ''ஜூனியஸ் கடிதங்கள்'' எழுதியவர் என்று சொல்லப் பட்டாலும், அப்புனை பெயர் தாங்கியவர் இவரல்லர்.

4. ஆர்க்காட்டு நவாபு - கம்பெனி முதல் நிலை உடன்படிக்கை

ஆர்க்காட்டு நவாபான முகமதலி கிழக்கிந்தியக் கம்பெனியிடமும் ஐரோப்பியர் பலரிடமும் ஏராளமான தொகையைக் கடன் வாங்கி மீளமுடியாத கடனாளியானார். அதனால், அவர் தமிழ் நாட்டில் வரி தண்டும் உரிமையைக் கிழக்கிந்தியக் கம்பெனிக்கு மாற்றிக் கொடுத்திருந்தார். இது கம்பெனியார் அவருக்காக நடத்திய சண்டைகளில் ஏற்பட்ட செலவுகளுக்காக அளிக்கப்பட்ட உரிமையாகும். அதனால் வரி முழுவதையும் பிரிட்டிசார் தண்டி வந்தனர். நவாபு அந்த உரிமையை மீண்டும் பெறப் பெரும்பாடு பட்டார்.

பிரிட்டிசார் 1785 ஜூன் 28 அன்று நவாபுடன் முதல்நிலை உடன்படிக்கை ஒன்றைச் செய்து கொண்டு, தமக்கு முன்னர் மாற்றித் தந்திருந்த வரிதண்டும் உரிமையை நவாபிடமே கொடுத்துவிட்டனர்.

இதன்பிறகு இரண்டாண்டுகள் கழித்து 1787 ஆம் ஆண்டு இருவருக்குமிடையே பன்னோக்குள்ள முறையான ஓர் உடன்படிக்கை ஏற்பட்டது.

5. ஆந்திரத்தில் ஆங்கிலேயர் - பிரஞ்சுக்காரர் சண்டை

காக்கிநாடாவிலிருந்து வடக்கே வடகிழக்கில் சுமார் 18 கிலோ மீட்டரிலுள்ள கொண்டவரமு என்ற ஊரில் 1785 டிசம்பரில் ஆங்கிலேயருக்கும் பிரஞ்சுக்காரருக்கும் சண்டை நடந்தது. கொண்ட என்பது மலை; வரமு என்றால் ஊர். எனவே இதை மலையூர் என்று கொள்ளலாம். இவ்வூர் சென்னையிலிருந்து வடக்கே வடகிழக்கில் சுமார் 460 கிலோ மீட்டரில் உள்ளது. கடலிலிருந்து மேற்கில் சுமார் 10 கிலோமீட்டர்.

6. மலபாரிலிருந்து மிளகு ஏற்றுமதிக்குத் திப்பு தடை

வட கேரளமான மலபாரிலிருந்து குறு மிளகு, சந்தனம், ஏலக்காய் முதலியவற்றை ஏற்றுமதி செய்யலாகாது என்று திப்பு சுல்தான் (1750-1799) இந்த 1785 நவம்பர் மாதம் தடை விதித்தார். அது ஆங்கிலேயருக்கு எதிராய் மேற்கொள்ளப்பட்ட நடவடிக்கை என்பது உடனே தெளிவாகவில்லை. விலைகளை உயர்த்துவதற்காக அல்லது வணிகர்களிடமிருந்து பணம் "கறப்பதற்காக" இவ்வாறு தடை செய்யப்படுகின்றது என்றும் விரைவில் இத்தடை நீங்குமென்றும் தலைச்சேரியிலிருந்த கம்பெனித் தலைமை அலுவலரான ஜான் மீமாண் கருதினார்.

இந்நிலையில் ஜார்ஜ் ஸ்மிது என்ற தனிப்பட்ட ஆங்கில வணிகர் தன் கருத்து ஒன்றை மெய்ப்பிப்பதற்காக 1785 நவம்பரில் கல்கத்தாவிலிருந்து மலபாருக்குக் கப்பலேறினார்.

அதாவது மேற்குக் கரையிலிருந்து கப்பலில் ஏற்றப்படும் சரக்குகள் சீனத்தின் தென்கிழக்குத் துறைமுகமான காண்டனில் நல்ல விலைக்குப் போகும். அதிலிருந்து பேராதாயம் கிடைக்கும். ஆதலால் இந்தியத்திலிருந்து பணத்தை அனுப்பிச் சீனத்தில் கொள்முதல் செய்ய வேண்டியதில்லை. இந்தியப் பண்டங்களைக் காண்டனில் விற்றுக் கிடைக்கும் ஆதாயத்தைக் கொண்டே சீனச் சரக்குகளைக் கொள்முதல் செய்யமுடியும் என்ற தன் கருத்தை நிறுவுவதற்காக ஸ்மிது கல்கத்தாவிலிருந்து இவ்வாண்டு மலபாருக்குக் கப்பலேறினார்.

ஆனால் திப்பு சுல்தான் விதித்திருந்த ஏற்றுமதித் தடை கோழிக் கோட்டில் நடைமுறையிலிருந்ததை ஸ்மிது கண்டார். அவர் கல்கத்தாவிலிருந்து கொண்டு சென்றிருந்த சரக்குகளை அங்கு விற்க முடியும். ஆனால் கோழிக் கோட்டிலிருந்து மிளகு, ஏலக்காய், சந்தனம், மரத்தடிகள் அல்லது பலகைகளைச் சீனத்திற்கு ஏற்றிச் செல்ல முடியாது என்பதை ஸ்மிது கண்டார்.

பிரிட்டிசாரின் வாணிபத்தை ஒடுக்குவதற்காகவே திப்பு சுல்தான் இந்த ஏற்றுமதி தடையை விதித்தார் என்பது இப்போது தெளிவானது. ஆங்கிலேயரை மலபாரிலிருந்து விரட்டுவதற்காகவே திப்பு இத்தடையை விதித்தார்.

7. ஹேஸ்டிங்சு தாயகம் திரும்பினார்

இந்தியத்தின் முதல் தலைமை ஆளுநரான (Governor General) வாரன் ஹேஸ்டிங்சு தன் பதவிக் காலம் முடிந்து 1785 பிப்ரவரி 9 அன்று இங்கிலாந்திற்குக் கப்பலேறினார்.

அவரின் இடத்தில் தற்காலிக அளவில் சர்.ஜான் மக்ஃபர்சன் தலைமை ஆளுநராய் 1785 பிப்ரவரியில் பதவியேற்றார். அவர் 1786 வரையிலும் இப்பதவியிலிருந்தார்.

8. வங்கத்தில் அடிமைகள்

தண்டிக்கப்பட்ட கொள்ளைக்காரரின் குடும்பத்தினரை அடிமைகளாய் விற்கலாம் என்று கிழக்கிந்தியக் கம்பெனி 1772 இல் ஒரு சட்டம் நிறைவேற்றியது. (இ.ச.க.தொகுதி-8) இந்தியத்தில் அடிமைகள் நல்ல முறையில் நடத்தப்படுகின்றனர் என்ற வாதம் இச்சட்டத்திற்கு ஆதரவாய்க் கூறப்பட்டது. எனினும் அடிமை முறையை ஒழிக்க வேண்டும் என்று இந்தியத்தின் தலைமை ஆளுநரான வாரன் ஹேஸ்டிங்சு (1732-1818) 1774 இல் கூறினார்.

வங்கத்தின் உச்ச நீதிமன்ற நீதிபதியாய் வந்த கற்றறிந்த விற்பன்னரான வில்லியம் ஜோன்ஸ் குற்ற நடுவர் குழுவின் முன்னர் 1785 ஆம் ஆண்டு ஆற்றிய உரையில் வங்கத்தில் நிலவிய அடிமை முறை பற்றி விரித்துரைத்தார் :

''மிகச் சிறிய தொகையைக் கொடுத்து விலைக்கு வாங்கிய அல்லது கொடிய வறுமையில் சிக்கி உழலுகின்ற வாழ்க்கையிலிருந்து காப்பாற்றிய ஓர் ஆணையோ, பெண்ணையோ மக்கள் தொகை மிகுந்த இந்நகரில் மிக எளியதாய்க் காணமுடியும். பலரறிய விற்பதற்காக இத்தகைய குழந்தைகளை நிரப்பிக் கொண்டு ஆற்றில் வரும் படகுகளைக் கல்கத்தாவில் உங்களில் பலர் பார்த்திருக்கலாம் என்று கருதுகிறேன். அக்குழந்தைகளைப் பெற்றோரிடமிருந்து களவாடி அல்லது பஞ்ச காலத்தில் ஒரு படி அரிசி கொடுத்து விலைக்கு வாங்கி இங்கே கொண்டு வருகின்றனர் என்பதையும் நீங்கள் கட்டாயம் அறிந்திருக்க வேண்டும். (1789 காண்க.)

வங்கத்தில் உடன்கட்டை ஏறுவோர் மிகுதல்

வங்கத்தில் கணவன் இறந்ததும் அவனுடன் உடன்கட்டை ஏறும் பெண்களின் எண்ணிக்கை 1785 இல் 378 ஆகியது. இது 1818 இல் 839 ஆக உயர்ந்தது.

9. பிரிட்டிசார் மலேயத்தில் நிறுவிய ஜார்ஜ் டவுன்

இன்று வடமேற்கு மலேசியத்தின் பினாங்கு மாநிலத்தின் தலைநகரம் ஜார்ஜ் டவுன் ஆகும். அது பிரிட்டிசார் 1785 ஆம் ஆண்டு மலேயத்தில் நிறுவிய பழைய நகரமாகும். ஜார்ஜ் டவுன் மலேசியத் தலைநகரான கோலாலம்பூரிலிருந்து வடக்கே சுமார் 300 கிலோ மீட்டர்த் தொலைவில் மலேசியப் பெருநிலத்தைப் பார்க்கப் பினாங்குத் தீவில் அமைந்துள்ளது.

கிழக்கிந்தியக் கம்பெனியைச் சேர்ந்த காப்டன் ஃபிரான்சிஸ் லைட்டு என்றவர் பினாங்குத் துறைமுகத்தைக் காப்பதற்காக 1785 ஆம் ஆண்டு அமைத்த காரன்வாலிஸ் கோட்டையைச் சுற்றிலும் ஜார்ஜ் டவுன் விரிந்து வளர்ந்தது.

சீனக் கடலுக்கும் இந்துமாக்கடலுக்கும் இடையில் நடந்து வந்த வாணிபத்தில் டச்சுக்காரருக்கு இருந்து வந்த வலுவான பிடியை நொறுக்கும் நோக்கத்துடன் பிரிட்டிசார் இந்நகரத்தை அமைத்தனர்.

10. அமெரிக்கத்தில் பொருளியல் இடர்ப்பாடுகள்

டாலர் அமெரிக்க ஒன்றியத்தின் புதிய நாணயமானது நாட்டுப்புற ஜெர்மன்

மக்கள் (*Low German*) டேலர் (*Daler*) என்றும் ஜெர்மன் மொழியில் டேலர், தேலர் (*Taler, Thaler*) என்றும் வழங்கிய சொற்களிலிருந்து பிறந்த சொல்லே டாலர் ஆகும். இது தசாம்ச நாணயமாகும். நூறு சதங்களைக் கொண்டது ஒரு டாலர். (இன்று உலகில் ஆஸ்திரேலியம், பகாமாஸ் தீவுகள், பார்படோஸ், பிற கிழகக்கிந்தியத் தீவுகள், பெனலஸ், பெர்முடா, பிரிட்டீசு ஹோண்டுராஸ், கனடா, கேமன் தீவுகள், பிஜித் தீவுகள், குயானா, ஹாங்காங்கு, ஜமைக்கம், லைபீரியம், மலேசியம், சிங்கப்பூர், புருணை, நியூசிலாந்து, ரொடீசியம், தைவான் ஆகிய நாடுகளில் டாலர் என்னும் பெயருள்ள நாணயமே வழங்கி வருகின்றது)

தாமஸ் ஜெஃபர்சன் (*1743-1826*) உண்டாக்கிய பதின்மான நாணய முறையை அமெரிக்கப் பேரவை ஏற்றுக் கொண்டது. ஜெஃபர்சன், பெஞ்சமின் ஃபிராங்கிளினையடுத்துப் பிரான்சில் அமெரிக்கத் தூதுவரானார்.

ஆங்கிலப் பண்டத் தயாரிப்பாளர்கள் இக்காலக்கட்டத்தில் தம் பொருள்களை விலை குறைத்து விற்பதற்கு முன்வந்தனர். அதனால் அமெரிக்கத்தின் பொருளியல் இடர்ப்பாடுகள் மிகலாயின. அமெரிக்க ஒன்றியத்தைச் சேர்ந்த மாநிலங்கள் அயல் நாடுகளிலிருந்தும் பிற மாநிலங்களிலிருந்தும் பண்டங்கள் வராமலிருப்பதற்காகக் காப்பு வரித் தடைகளை எழுப்பியதால், உழவர்களால் புகையிலையையும், உபரியான உணவுப் பொருள்களையும் விற்பதற்கு இயலவில்லை. ஏனெனில் ஆங்கிலேயரின் செயலால் அவற்றை அயல்நாடுகளில் விற்பதற்கு இயலாமற் போயிற்று.

11. பிரான்சில் உருளைக் கிழங்கு அறிமுகம்

புது உலகம் என்ற அமெரிக்கம் நாகரிக உலகிற்கு அளித்த கொடைகள் பல. அவற்றுள் மக்களின் பசிப் பிணி போக்க உதவிய உருளைக் கிழங்கும் ஒன்றாகும்.

பிரஞ்சு வேளாண்மையியலாரும் பொருளியலாருமான ஆண்டயின்-அகஸ்டைன் பார்ஃபமெண்யே பிரபினால் (*Atoin-Augustin Parmentier*) உருளைக் கிழங்கு மக்கள் விரும்பும் உணவுப் பொருளானது. அவர் உருளைக் கிழங்கைச் சமைக்கும் பல்வேறு செய்முறைகளை உருவாக்கி அவற்றை மக்களிடையே செல்வாக்குப் பெறச் செய்தார். ஆதலால் அடிமட்டத்தில் தள்ளப்பட்டுக் கிடந்த உருளைக் கிழங்கு மேலையுலகில் எங்கும் பெருமதிப்பு வாய்ந்த அன்றாட உணவுப் பொருளானது. பிரான்சில் உருளைக் கிழங்கு பயிரிடுவதை ஊக்குவிக்குமாறு, அவர் பதினாறாம் லூயிடம் வலியுறுத்தி, அவரை அதற்கு இணங்கச் செய்தார்.

ஆண்டயின்

உருளைக் கிழங்கின் கதை

உருளைக் கிழங்கின் தாவரவியல் பெயர் *Solanum Tuberosum* என்பது,உருளைக் கிழங்குச் செடி தென்னமெரிக்கத்தின் ஆண்டீசு மலைப்பகுதியில் தோன்றியது.

உருளைக் கிழங்கு ஆண்டீசு மலையிலிருந்து அமெரிக்கங்களில் வாழ்ந்த சிவப்பிந்திய மக்களிடையே பரவியது. அதன் பெயர் ஹாயித்திய மொழிச் சொல்லான படாடா என்பதிலிருந்து தோன்றி, ஸ்பானியத்தில் பட்டட்டா (*Patata*) ஆகி, இறுதியில் ஆங்கிலத்தில் *Potato* ஆனது. இது சற்று உருண்டை வடிவானதாயிருந்ததால், கற்பனை நயமும் மொழியாக்கத் திறனும் கொண்டிருந்த பத்தொன்பதாம் நூற்றாண்டுத் தமிழர்கள் இதை உருளைக் கிழங்கு என்று அழைத்துவிட்டனர்.

பிரான்சிஸ்கோ பிசாரோ (*Francisco Pizarro: 1475-1541*) என்ற வெற்றி வீரருடன் அமெரிக்கம் சென்றிருந்த பாதிரிமார் *1534* ஆம் ஆண்டு உருளைக் கிழங்கை ஸ்பெயினிற்குக் கொண்டு சென்றனர். உருளைக் கிழங்கு ஆண்மையற்றவர்களுக்கு வீரியம் தருவது என்று ஸ்பெயினில் மக்கள் நம்பினர். அதனால் அங்கு கற்பனையை மிஞ்சும் அளவில் உருளைக்கிழங்கு விற்பனையானது. அங்கு சில இடங்களில் ஓர் இராத்தல் கிழங்கு ஓராயிரம் டாலருக்குக் கூட விற்கப்பட்டது.

சர் ஜான் ஹாக்கின்ஸ் (*Sir John Hawkins 1532-1595;* இவர் ஆங்கிலக் கப்பற்படைத் தலைவர்; அடிமை வணிகர்; ஆங்கிலக் கடற்படைக் கருவூலகராய் *1577* முதல் *1589* வரை இருந்தவர். ஸ்பானிய ஆர்மடா என்ற பெருங்கப்பற் தொகுதியைத் தோற்றகடித்த ஒரு கப்பல் தொகுதியின் தலைவராயிருந்தவர்.) அயர்லாந்திற்கு *1585* இல் உருளைக் கிழங்கைக் கொண்டு சென்றார். சர்.பிரான்சிஸ் டிரேக்கு (*1540-1595;* இவர் உலகை *1577-1580* ஆண்டுகளில் சுற்றி வந்த முதல் ஆங்கிலேயர். இவரும் *1588* இல் நடத்த ஸ்பானியக் கப்பற்படைப் போரில் ஒரு கப்பல் தொகுதிக்குத் தலைவராயிருந்து போரிட்டு ஸ்பானியரைத் தோறகச் செய்தவர்) உருளைக் கிழங்கை 1585 இல் இங்கிலாந்திற்குக் கொண்டு சென்றார்.

ஐரோப்பிய மக்கள் உருளைக் கிழங்கு நச்சுத் தன்மையுடையது என்று அஞ்சியதால் அது மிகுந்த தயக்கத்துடன் தான் உணவாக ஏற்கப்பட்டது. வேளாண்மை வளங்குன்றிய அயர்லந்து தான் உருளைக் கிழங்கு உணவுப்பொருள் என்பதை முதன் முதலில் கண்டுணர்ந்தது.

அயர்லந்திலிருந்து வட அமெரிக்கப் பெரு நிலத்திற்குக் குடியேறச் சென்ற பிரஸ்பைட்டிரியன் சமயப் பிரிவினரால் *1719* ஆம் ஆண்டு அங்கு உருளைக் கிழங்கு முதன் முதலில் பயிர் செய்யப்பட்டது. உருளைக் கிழங்கு இரவில் பூக்கும் புனிதமற்ற செடி என்றும், அது விவிலியத்தில் கூறப்படவில்லை யென்றும் அதை ஸ்காத்லந்தில் பயிர் செய்யலாகாது என்றும் *1728* இல் தடுத்து நிறுத்திவிட்டனர்.

12. நெசவு எந்திரங்களை இயக்க நீராவி விசை

துணி நெசவு எந்திரங்களை இயக்குவதற்கு முதன் முறையாக நீராவி விசை பிரிட்டனில் பயன்படுத்தப்பட்டது. நாட்டிங்காம்சயரிலுள்ள பேப்பிஸ்விக்கு என்ற இடத்தில் பூல்டன் வாட்டு எஞ்சின் ஒன்று ஒரு பருத்தி ஆலையில் நிறுவப்பட்டது. இது நீராவி விசையால் இயங்கியது.

13. பலூனில் ஆங்கிலக் கால்வாயைக் கடந்தவர்

ஜான் ஜெஃபரிஸ் என்ற மருத்துவர் அமெரிக்க மசாச்சூசட்சு மாநிலத்துப் பாஸ்டன் நகரில் பிறந்தவர். அவர் *1785* ஜனவரி *7* அன்று ஒரு பலூனில் ஏறி ஆங்கிலக் கால்வாயைக் கடந்தார். அவர் அமெரிக்கப் புரட்சியின் போது பிரிட்டனை ஆதரித்ததால் இங்கிலாந்து திரும்பிவிட்டார். அவர் டோவர் துறைமுகத்திலிருந்து வெப்பக் காற்று

அடைத்த பலூனில், பிரஞ்சு விமானியான பிரான்சிஸ் பிளஞ்சார்டு என்பவருடன் ஏறி ஆங்கிலக் கால்வாய் மீது பறந்து பிரான்சில் கினஸ் (Guines) என்ற இடத்திலிருந்த காட்டில் இறங்கினார்.

14. பூசி மரணம் (1718-1785)

மார்க்குவிஸ் தெ பூசி (1718-1785) என்ற பிரஞ்சுப் படைத்தலைவர் பற்றி இ.ச.க.தொகுதி-6 ஆகிய பக்கங்களில் சொல்லப்பட்டது. அவர் தூய்ப்பிளேயின் பேரவாக் கொண்ட பேரரசத் திட்டங்களை நிறைவேற்றுவதில் அவருடன் மிகவும் ஒத்துழைத்தார். அவர் தென் பாரதத்தில் 1737 முதல் 1760 வரை களம் பல கண்ட படைத் தலைவர். வந்தவாசியில் 1760 ஜனவரியில் நடந்த சண்டையில் அயர் கூட்டேயிடம் தோல்வி கண்டபிறகு, அவரது சிறப்பு மங்கிவிட்டது. பூசி வந்தவாசியில் ஆங்கிலேய ரிடம் சிறைப்பட்டார். அவர் அதன்பிறகு தாயகம் திரும்பிவிட்டார்.

இந்தியத்தில் பிரஞ்சுப் படைத்தளபதியாயிருந்த லாலி பிரபு (Count de Lally) மீது, பூசி தாயகம் திரும்பியதும் வழக்குத் தொடுத்தார். இந்த வழக்கு நெடுங்காலம் நீடித்தது. இந்தியத்தில் ஆங்கிலேயர்க்கும் பிரஞ்சுக்காரருக்கும் 1781 இல் மீண்டும் சண்டை மூண்டதால், பூசியைப் படைத்தளபதியாக்கி இங்கு அனுப்பினர். ஆனால் இதற்கிடையே இரு நாட்டினருக்கும் ஐரோப்பியத்தில் சமாதானம் ஏற்பட்டதும், திப்பு சுல்தானுக்கு அளிக்கப்பட்டு வந்த பிரஞ்சு உதவியைப் பூசி நிறுத்தினார்.

பூசி 1785 ஜனவரி மாதம் புதுச்சேரியில் இறந்தார்.

1786

அரசியல்
- புதிய தலைமை ஆளுநர் காரன்வாலிஸ்
- சென்னை ஆளுநர் சர். காம்பல்
- திப்பு சுல்தான் "பாதுஷா" என்று அறிவிப்பு
- வாரன் ஹேஸ்டிங்சு மீது குற்றச்சாட்டுகள்
- மாவட்ட ஆட்சித் தலைவர்கள்

அறிவியல்
- தாவரவியல் பூங்காக்கள்
- கல்கத்தா தாவரவியல் பூங்கா
- காரல் வில்லம் ஷீல்

தொழில்
- ஆணி செய்யும் எந்திரம்
- கதிரடிக்கும் எந்திரம்

நிதியியல்
- பம்பாயின் கடன்பட்ட நிலை
- பிரிட்டனில் நாட்டுக் கடன் தீர்க்கும் வாரியம்
- சென்னையில் வருவாய்த் துறை வாரியம்
- வரலாறு
- தாவரவியல் பூங்காக்கள்

மக்கள்
- ஆப்பிரிக்கர் இறுதிச் சடங்கில் அடிமைகள் பலி

பொது
- சென்னையில் தலைமை அஞ்சலகம்
- சென்னைச் செய்திகள்
- துப்புரவுப் பணிக்கு ஒப்பந்த முறை
- பறையர்க்கு வரியில்லை

இறப்பு
- மா ஃபிரடரிக்கு *(1712-1786)*
- காரல் வில்லம் ஷீல் *(1742-1786)*

1786

1. சென்னையில் தலைமை அஞ்சல் நிலையம்

இந்தியத்தில் *1688* ஆம் ஆண்டே அஞ்சற் பணி பம்பாயில் தொடங்கிவிட்டது என்பாருமுளர். ஆனால் அது *1787* ஆம் ஆண்டுதான் பம்பாயில் தொடங்கிற்று என்று மகாதேவ ராவ் எம். இனாம்தார் என்ற இந்திய அஞ்சல் வரலாற்றாசிரியர் தனது ''பம்பாய் ஜி.பி.ஓ.''என்ற ஆங்கில நூலில் குறிப்பிடுகின்றார்.

கல்கத்தாவில் ரெட் பியரன் என்றவரைத் தலைவராய்க் கொண்டு *1.4.1774* அன்று தலைமை அஞ்சலகம் நிறுவப்பட்டது. *(இ.ச.க.தொகுதி-8)*

பின்னர் *1.6.1786* அன்று சென்னையில் தலைமை அஞ்சலகம் *(Gerneral Post Office)* அமைந்தது. அதற்கு ஏ.எம்.காம்புல் அஞ்சல்துறைத் தலைவரானார். சென்னையில் தலைமை அஞ்சலகம் அமைந்த காலையில் சர் ஆர்ச்சிபால்டு காம்பல் ஆளுநராயிருந்தார். அவர் பம்பாயுடன் நிலவழியில் அஞ்சல் தொடர்பை உண்டாக்குவதற்குப் புதிய அஞ்சல் ஏற்பாடு ஒன்றை நிறைவேற்றிப் பம்பாயை அதில் சேர்க்க விரும்பினார்.

பம்பாயிலிருந்து மரக்கலங்களில் அனுப்பப்பட்ட கடிதங்கள் மேற்குக் கரையிலுள்ள அஞ்சங்கோவிற்குக் கொண்டு செல்லப்பட்டன. *(அஞ்சங்கோ : இ.ச.க.தொகுதி-3)* பின்னர் அவை அங்கிருந்து மீண்டும் கடல் வழியாய்ச் சென்னை வந்து சேர்வது வழக்கமாயிருந்தது. இந்த ஏற்பாடு மழை காலத்தில் மிகுந்த இன்னலைத் தந்தது. சென்னை ஆளுநர் இவற்றை எடுத்துக்காட்டி இந்த அஞ்சல் தொடர்பு பற்றிக் கம்பெனி நெறியாளர்க்கு எழுதினார்.

பம்பாய்க்குக் கடப்பை, பூனே வழியே நில வழியில் செல்வது மிகவும் சுருக்கமான தடமாயிருந்தது. எனினும் கோசிடு என்றழைக்கப்பட்ட அஞ்சலோடிகள் சென்ற வழியில் பெரும்பகுதி திப்பு சுல்தானின் ஆட்சிப் பரப்பில் இருந்தது. அது மிகுந்த இடரை உண்டாக்குவதாயிருந்தது.

எனவே இக்கடிதங்களை ஓங்கோல், ஐதராபாது வழியே எடுத்துச் சென்று பூனேயை அடையலாம் என்று சென்னை ஆளுநர் கருத்துக் கூறினார். பம்பாய்க்கு அனுப்பும் அஞ்சல் கட்டணமாய் ஒரு கடிதத்திற்கு அரை ரூபாய் முதல் இரண்டு ரூபாய் வரை வாங்கலாம் என்று அவர் எண்ணினார். அவர் *1786* அக்டோபர் *20* அன்று அரசிற்கு எழுதிய ஒரு கடிதத்தில் குறிப்பிட்டிருந்தார்.

''இது ஏற்கப்படுமாயின் பட்டமார் சாதியைச் சேர்ந்த இரண்டு அஞ்சலோடிகளைப் பதினைந்து நாளைக்கு ஒருமுறை புதன்கிழமைகளில் தலைமை அஞ்சலகத்திலிருந்து அனுப்பிவைக்கலாம் என்று நான் பரிந்துரைப்பேன். அவர்கள் கிளம்பும் போது அவர்களின் சம்பளத்தில் பாதியை அல்லது மூன்றிலொரு பங்கை அவர்களுக்கு முதலில் தரலாம்; அவர்கள் பம்பாயில் கடிதங்களைச் சேர்த்ததும் மீதித் தொகையைக் கொடுக்கலாம். இதற்கு *25, 30* நாள்கள் ஆகும். இதற்காகும் செலவை இரு மாநிலங்களும் சரி பாதியாய் ஏற்க வேண்டும். இதற்கு ஓராண்டில் சுமார் *1,300*

வராகன் செலவாகும்.'' (ஒரு வராகன் 3 ½ ரூபாய், எனவே 1,300 வராகன் = 4550 ரூபாயாகும்)

பம்பாயில் 1787 ஆம் ஆண்டு தலைமை அஞ்சலகம் அமைக்கப் பட்டது.மாதமிருமுறை சென்னையிலிருந்து பம்பாய்க்கும் அங்கிருந்து இங்குமாய் அஞ்சல் பணி நடக்கலாயிற்று.

அதன்பிறகு சென்னையிலிருந்து மச்சிலிப் பட்டினம் வழியாய்க் கல்கத்தாவிற்குத் கிழமை தோறும் கடிதங்களையனுப்பும் ஏற்பாடுகள் 1790 ஆம் ஆண்டு செய்யப்பட்டன.

பம்பாயிலிருந்து புதன் கிழமை தோறும் மாலை 3 மணிக்குக் கடிதங்கள் அனுப்பப் பெறும். மச்சிலிப்பட்டினத்திலிருந்து திங்கள்கிழமை தோறும் கடிதங்கள் அனுப்பப்பெறும். இப்பயணத்திற்குப் பன்னிரண்டு நாள்கள் ஆயிற்று.

மச்சிலிப் பட்டினத்திலிருந்து கல்கத்தாவை 14 நாள்களிலும் சென்னையை ஐந்து நாள்களிலும் கடிதங்கள் சென்றடைந்தன. பம்பாயிலிருந்து அனுப்பப் பெற்ற கடிதங்கள் 26 நாள்களில் கல்கத்தாவையும் 17 நாள்களில் சென்னையையும் அடைந்தன.

1786

2. கல்கத்தாவில் தாவரவியல் பூங்கா :

தாவரவியல் பூங்கா வரலாறு

பாரதத்தில் புத்தர் காலத்தில் (563 - 483 கி.மு.) மாந்தோப்புகள், மான் பூங்காக்கள், சிறப்புற்றிருந்தன என்று அறிகின்றோம். உத்தியான வனம் என்ற பூந்தோட்டங்கள் தொன்மங்களில் கூறப்படுகின்றன. முகலாயர் காலத்தில், கிட்டத்தட்ட ஐரோப்பியத்தில் பூங்காக்கள் தோன்றிய 16,17 ஆம் நூற்றாண்டுகளில், பல இடங்களில் முகல் தோட்டங்கள் (*Mughal Gardens*) அமைந்தன. ஆனால் இவையெல்லாம் முறையான தாவரவியல் ஆய்வு நோக்குடன் தொடர்புடையன என்று கொள்வதற்கியலாது. ஏனெனில் அவை மன மகிழ்ச்சிக்காக மன்னர்கள் அமைத்தனவாகும். எனினும் பண்டைக்காலத்தில் எண்ணற்ற தாவரங்கள் பற்றிய செய்திகளும் அவற்றின் மருத்துவப் பண்புகளும் நன்குணரப்பட்டிருந்தன.

சங்க இலக்கியத்தில் தாவரங்கள்

சங்க இலக்கியங்களில் (சு.250 கி.மு -250 கி.பி) 210 மரம், செடிகளின் பெயர்கள் கூறப்பட்டுள்ளன. அவை 150 தாவரங்களை மட்டுமே குறிப்பிடும். ஏனெனில் ஒரே தாவரத்திற்கு வெவ்வேறு புலவர்கள் வெவ்வேறு பெயரைக் கூறியுள்ளனர். இப்பெயர்களில் சில இக்காலத்தில் வழக்கொழிந்தன. சில பெயர்கள் திரிந்து மருவியுள்ளன. சில தாவரங்களைத் தேடியலைந்தும் கண்டுபிடிப்பதற்கு இயலவில்லை. சில தாவரங்ளுக்குப் பிற்கால நிகண்டுகளும் இலக்கியங்களும் அகர முதலிகளும் பல்வேறு பெயர்களைக் கூறுகின்றமையால், அவற்றின் உண்மையான பெயர்களைக் கண்டு தெளியப் பெரிய ஆய்வு நடத்த வேண்டி வந்தது என்பர். இன்னும் சில தாவரங்களின் பெயர்கள் ஐயப்பாடு உடையன. சிலவற்றின் பெயர்களை ஆராய முடியவில்லை. சங்கப் புலவர்கள் இத்தாவரங்களின் மலர்களையே பெரிதும் குறிப்பிடுகின்றனர். ஆயினும் இவற்றின் இயல்பு, தண்டு, இலை முதலியவற்றைத் தாவரவியல் நோக்கோடு கூறும் புலவரும் உள்ளனர்.

தாவரவியல் அறிவை இந்தியம், சீனம், கிரேக்கம் ஆகிய நாகரிக முதிர்ச்சியுற்ற நாடுகளும் பண்படாப் பிற ஆப்பிரிக்க, அமெரிக்கப் பெருநிலங்களும் பெற்றிருந்தன.

சீனம்

கிரேக்கரான தியோஃபிரேஸ்டசின் காலத்தில் (கி.மு.3 நூ) அல்லது அவருக்குப் பின்னர் தொகுக்கப் பெற்ற எர்ஹ் யா (*Erh Ya*) என்ற மாபெரும் சீன அகராதியில் *334* தாவரங்கள் குறிப்பிடப்பட்டுள்ளன. அவை அதில் மரம் அல்லது மூலிகைச் செடிகள் என்று வகைப் படுத்தப்பட்டுள்ளன.

சீனர் கி.பி.5-6 ஆம் நூற்றாண்டுகளில் மருத்துவ குணமுள்ள சுமார் 565 செடிகளை அறிந்திருந்தனர்.

தாவரவியல் தந்தை தியோ ஃபிரேஸ்டஸ்

ஃபிரேஸ்டஸ்

தியோ ஃபிரேஸ்டஸ் (*372- 287* கி.மு.) இன்று தாவரவியலின் தந்தை (*Father of Botany*) என்று போற்றப்படுகின்றார். அரிஸ்டாட்டில் (*384-322* கி.மு.) பிளாட்டோவின் கல்விக் கழகமான அகாதமியில் (*Academy*) பத்தாண்டுகளுக்கு மேலாய் ஆசானாயிருந்த காலத்தில், தியோ ஃபிரேஸ்டஸ் பதினாறு வயது இளைஞராய் லெஸ்போஸ் (*Lesbos*) என்ற தீவிலிருந்து வந்து அக்கழகத்தில் சேர்ந்தார். மிகுந்த அறிவுக் கூர்மையும் கடின உழைப்பும் நற்பண்புகளும் கொண்டிருந்த தியோஃபிரேஸ்டஸ் அரிஸ்டாட்டிலை மிகவும் கவர்ந்து விட்டார். அவர்கள் வாணாள் முழுமையிலும் நண்பர்களாயிருந்தனர்; இருவரும் சேர்ந்து ஆராய்ச்சிப் பணிகளில் பங்கெடுத்தனர். அரிஸ்டாட்டில் விலங்குகள் குறித்தும் தியோ ஃபிரேஸ்டஸ் தாவரங்கள் குறித்துமாகத் தம் ஆய்வுத் துறையைப் பிரித்துக் கொண்டு ஆராய்ச்சியில் ஈடுபட்டனர். தியோ ஃபிரேஸ்டஸ் விலங்குகளைக் குறித்து ஆறு நூல்களையும் அரிஸ்டாட்டில் தாவரங்கள் குறித்து இரண்டு நூல்களையும் எழுதினார் என்பர். அரிஸ்டாட்டில் தாவரங்களைப் பற்றி எழுதினாரிலர் என்றும் அவர் தன் நூல்களில் தாவரங்களைப் பற்றிக் கூறுவன பிற்காலத்தில் சேர்க்கப் பட்டவையாயிருத்தல் வேண்டும் என்றும் அல்லது தாவரவியில் பற்றித் தியோ ஃபிரேஸ்டஸ் எழுதியன அரிஸ்டாட்டிலின் நூலில் இடம் பெற்றிருந்தல் வேண்டும் என்றும் கூறுவர்.

எனினும் தியோ ஃபிரேஸ்டசே தாவரவியல் துறையைத் தோற்றுவித்தவர் என்று ஐயந்திரிபற நிறுவப்பட்டுவிட்டது. அவரது ''தாவரங்கள் பற்றி ஆய்வு'' (*Enquiry into plants*) என்ற நூலின் முதற்சொற்றொடரே ''தாவரவியல் ஓர் அறிவியல் துறையாய்விட்டது'' என்பதேயாகும்.

ஐரோப்பிய மறுமலர்ச்சி - தாவரவியல்

தியோ ஃபிரேஸ்டசுக்குச் சுமார் இரண்டாயிரம் ஆண்டுகளுக்குப் பிறகு ஐரோப்பிய மறுமலர்ச்சி எழுச்சியின் பயனாய்ப் பதினாறாம் நூற்றாண்டின் முதற் பாதியில் தாவரங்கள் பற்றிய அறிவியல் முறையான ஆய்வாகிய தாவரவியல் (*Botany*) மீது புதிய ஆர்வம் கிளர்ந்தது. அதுவே தாவரவியல் பூங்காக்களை (*Botanical Gardens*) அமைக்கும் அறிவியல் முனைப்பை உந்தித் தள்ளியது. இந்த ஆர்வப் பெருக்கின் காரணமாய் இன்று நாம் பயின்று வரும் தாவரவியல் ஓர் அறிவியல் துறையாய் மெய்யான மேம்பாடடையத் தொடங்கியது என்று கொள்ளலாம். செடியினங்கள் ஆராயப்படுதல் வேண்டும் என்று தோன்றிய புத்தாய்வுப் பணிகளுக்கு இத்தாலி மையமானது, தவிர்க்க முடியாத சூழ்நிலை அதற்குக் காரணமானது.

பதினைந்தாம் நூற்றாண்டில் ஸ்பானியரும் போர்த்துக்கீசரும் கடலோடிப் புதிய நிலங்களை உலகெங்கும் கண்டுபிடித்ததற்கு இத்தாலியர் அளித்த கைமுதலே பெரிதும் காரணமாயிருந்தது. இப்பயணங்களால் இத்தாலி பேராதாயம் பெற்றது. கடலோடிகள் பொன்னையும் பொருளையும் அங்கெல்லாமிருந்து அள்ளி வந்ததுடன், எக்காலத்திலுமில்லாதபடி ஆயிரக்கணக்கான அயல் திணைத் தாவரங்களையும் கொண்டு வந்தனர். இத்தாலிய வாணிப நகரங்கள் அத்தாவரங்களைப் பயிர் செய்து பயனுண்டாக்கியதுடன், தாவரவியல் ஆராய்ச்சிக்கும் வழி வகுத்தன.

ஐரோப்பியர் மனிதனைக் கூட விலைப் பொருளாக்கிய தொழிலொடு வேறு பல பொருள் வாணிபத்திலும் மண் கவர்வதிலும் மண்ணுலகின் இயற்கை வனங்கள் எவ்வுருவில் இருந்தாலும் அவற்றைப் பயன் கொள்வதிலும் எங்கெங்கு எவ்வாறெல்லாம் ஈடுபட்டனர் என்பதொடு அவர்களின் இம்முயற்சிகள் மனித இனத்தின் அறிவியல் வளர்ச்சிக்கு எங்ஙனம் துணை நின்றன என்பதையும் இச் செய்திகள் உணர்த்துகின்றன.

மேலும் புதிய கல்வி, புதிய மருத்துவம் ஆகியவற்றின் கோட்டை களாய் இத்தாலியப் பல்கலைக் கழகங்கள் திகழ்ந்தன. அவை தாவரவியல் மேம்பாடடைவதற்கு வேண்டிய சூழலை உண்டாக்கித்தரவே ஐரோப்பியம் முழுவதற்கும் இத்துறை பரவுவதற்கு வேண்டிய உந்துதல் ஏற்படலாயிற்று. செல்வச் செழிப்பும் அரசியல் ஆற்றலும் பெற்றிருந்த நகராட்சிகளின் கட்டுப்பாட்டில் இத்தாலியப் பல்கலைக் கழகங்கள் இருந்தமையால், கத்தோலிக்க மதபீடம் அவற்றில் தலையிட வழியில்லாமற் போனது.

தாவரவியல் மருத்துவத் துறையின் இணைப்பிரிவாயிருந்த நிலை மாறியது. அதனால் அது தனித் துறையாய் உருப்பெற்றது. இதன் விளைவாய் இத்தாலியப் பல்கலைக் கழகங்களில் இரண்டு முன்னேற்றங்கள் உண்டாயின. முதற்கண், இப்பல்கலைக் கழகங்களில் தாவரவியலுக்கென்று தனிப் பீடங்களை அமைத்து,அவற்றின் தலைவர்கள் இத்துறையை மேம்படுத்தி வளர்த்தனர்.

பதுவா பல்கலைக்கழகத்தில் (*Padua University*) 1533 ஆம் ஆண்டு தாவரவியலுக்கென்று முதல் பீடம் தனியாய் நிறுவப் பெற்றது. அன்று மணக்காரப் பண்ட வாணிபத்தில் மேலோங்கி நின்று பேராதயம் கண்டுவந்த வெனிசு நகரக்குடியரசின் ஆட்சிமன்றம் (*Senate*) அந்தப் பீடத்தை அமைத்தது மிகப் பொருத்தமாகும்.

தாவரவியல் பூங்காக்கள் தோற்றம்

பதுவா பல்கலைக்கழகத்தின் அடியொற்றிப் பிற பல்கலைக்கழகங்களும் தாவரவியலுக்கென்று தனிப் பீடங்களை அமைக்கலாயின. இப்பல்கலைக் கழகங்களில் முதல் தாவரவியல் பேராசிரியர்கள் அமைக்கப்பட்ட அதே நேரத்தில், தற்கால வடிவுமைப்புக் கோலத்தில் முதன் முதலாய்த் தாவரவியல் பூங்காக்களும் நிறுவப்பட்டன பல்கலைக் கழகங்கள் அல்லது பிற கல்வி நிறுவனங்களுடன் இணைந்த தாவரவியல் பூங்காக்கள் தோன்றின தாவரவியலைக் கற்பிக்கவும். ஆராய்ச்சிக்கென்று பலவகைத் தாவரங்களைப் பூங்காக்களில் திரட்டி வைக்கவுமான இரண்டு குறிக்கோள்களைக் கொண்டு இப்பூங்காக்கள் அமைக்கப் பெற்றன.

அங்கு முதலில் மருந்துப் பூண்டுகள், மூலிகைகள் ஆகியன மீது கூர்ந்த நோக்கம் கொள்ளப்பட்டதெனினும், தாவரங்களில் பொருளியல், அறிவியல் கூறுகள்மீது ஆர்வமும் அக்கறையும் காட்டும் போக்கே பொதுவாய் இருந்தது.

இத்தாலியத் தாவரவியல் பூங்காக்கள்

பைசா (*Pisa*), பதுவா (*Padua*), ஃபிளாரன்ஸ் (*Florence*) ஆகிய நகரங்களில் 1546 வாக்கில் பூங்காக்கள் தோன்றின. அடுத்த இருபதாண்டுக் காலத்தில் ஃபெரரா (*Ferrara*), சசாரி (*Sassari*), பொலோனா (*Bologna*), மேலும் பல இத்தாலிய நகரங்களுக்கெல்லாம் தாவரவியல் பூங்காக்கள் பரவி விட்டன. பின்னர் ஐரோப்பியக் கல்வி மையங்களில் தாவரவியல் பூங்காக்கள் தோன்றின. முதற் தாவரவியல் பூங்கா அமைந்தது பதுவாவிலா அல்லது பைசாவிலா என்பது குறித்துக் கருத்து வேறுபாடுகள் இருந்தன. எனினும் பைசாவில் தான் முதற் பூங்கா அமைந்ததென்று நிறுவப்பட்டு விட்டது. (இங்குதான் கி.பி.1174 ஆம் ஆண்டு கட்டத் தொடங்கப் பெற்ற சாய்ந்த கோபுரம் உள்ளது) இந்நகரங்கள் இரண்டும் 1543, 1545 ஆண்டுகளில் தாவரவியல் பூங்காக்களை அமைத்தன. அவற்றையடுத்து 1550 வாக்கில் ஃபிளாரன்ஸ், சசாரி, ஃபெராராவிலும் 1567 வாக்கில் பொலேனாவிலும் தாவரவியல் பூங்காக்கள் உண்டாயின.

ஐரோப்பிய நாடுகளில்

கி.பி.1800 ஆம் ஆண்டிற்கு முன்னர் ஐரோப்பிய நாடுகளில் அமைந்த தாவரவியல் பூங்காக்கள் :

லைப்சிகு (*Liepzig* - ஜெர்மனி) 1580; லெயிடன் (*Leiden* - நெதர்லாந்து) 1587; மாண்பிளியே (*Montpellier* - பிரான்ஸ்) 1593; ஹெயிடல்பர்கு (*Heidelberg* - ஜெர்மனி) 1593; ஜிசன் (*Gissen* - ஜெர்மனி) 1617; பாரிஸ் (பிரான்ஸ்) 1620; ஜெனா (*Jena* - ஜெர்மனி) 1629; ஆக்ஸ்ஃபோர்டு (இங்கிலாந்து) 1632; ஆம்ஸ்டர்டாம் (*Amsterdam* - நெதர்லாந்து) 1646; உப்பசலா (*Uppsala* - சுவீடன்) 1655; எடின்பரோ (ஸ்காத்லாந்து) 1670; செல்சீ (*Chelsea* - தென்மேற்கு இலண்டன்) 1673; நேப்பிள்ஸ் (*Naples* - இத்தாலி) 1682; செயிண் பீட்டர்ஸ்பர்கு (இரஷியம்) 1714; ஃபிலடெல்ஃபியம் (அமெரிக்கம்) 1728; கேயூ (*Kew* - இங்கிலாந்து) இ.ச.க.தொகுதி-6) 1760; மாஸ்கோ (இரஷியம்) 1795; இது முழுமையான பட்டியல் அன்று.

இவை தாவரவியல் ஆராய்ச்சியிலும் தாவரவியல் கற்பிப்பதிலும் முக்கியமான இரண்டு உறுப்புகளாய் விளங்கின.

கல்கத்தாவில்

இத்தகைய தாவரவியல் பூங்காக்களின் அடிப்படையில் 1786 ஆம் ஆண்டு கல்கத்தாவில் ஒரு பூங்கா அமைக்கப் பெற்றது. (ஆனால் தாவரவியல் - கற்பிக்கும் கல்வி கூடம் எதுவும் இப்போது தோன்றவில்லை) இது கல்கத்தா நகரின் நடுமையத்திலிருந்து சுமார் இருபது கிலோமீட்டருக்கு அப்பால் அமைந்துள்ளது. இதுவே இந்தியத்தின் பழமையான தாவரவியல் பூங்காவாகும். எனினும் இன்று சென்னை அருங்காட்சியகமும் கன்னிமாரா நூலகமும் அமைந்துள்ள வளாகத்தில் அயல் திணை மரங்களும் நாட்டு மரங்களும் பத்தொன்பதாம் நூற்றாண்டில் வளர்க்கப்பட்டிருந்தன.

கல்கத்தாத் தாவரவியல் பூங்கா இன்று 276 ஏக்கரில் விரிந்து பரந்துள்ளது. இவ்வழகிய பூங்காவில் மூவாயிரத்திற்குமதிகமான மரம், செடி, கொடி வகைகள் செழித்திருக்கின்றன. இங்கு இருநூறு ஆண்டுகளுக்கு மேல் பழமையான ஓர் ஆலமரம் அறுநூறுக்குமதிகமான விழுதுகளுடன் நிற்பதற்கு இணையான வேறு எந்த மரமும் இலது. இவ்விழுதுகள் 400 சதுர மீட்டர் பரப்பில் கால் விரித்து நிற்கின்றன.

3. பம்பாயின் கடன்பட்ட நிலை

ஆங்கிலேயர் இந்தியத்தில் அமைத்த முப்பெருங் குடியேற்றங்களில் பம்பாய் மிகவும் தாழ்ந்த நிலையிலிருந்து வந்தது. வங்கத்திலிருந்த ஆங்கிலேயர் அடைந்த பெருஞ் செல்வமோ, தமிழ் நாட்டிலிருந்த ஆங்கிலேயர் பெற்ற வெகுமதிகளோ, பம்பாயிலிருந்த ஆங்கிலேயர்க்குக் கிடைக்கவில்லை. அவர்கள் மிகவும் மந்தமான வாழ்க்கை நடத்தி வந்தனர்.

ஆதலால் இந்தப் பின்தங்கிய நிலையிலிருந்து முன்னேறிச் செல்லலாம் என்ற நோக்குடன் பம்பாய்க்காரர்கள் 1175 இல் மராட்டிய அரசியலில் தலையிட்டனர்.

பேஷ்வா பதவிக்குப் போட்டியிட்ட ரெகோபா என்ற இரகுநாத ராவிற்கு உதவினால், தமக்குக் குஜராத்தின் செல்வச் செழிப்பான பகுதிகள் கிடைக்கும் என்ற எண்ணத்தில் பம்பாய்க்காரர்கள் படை கொண்டு சென்றனர். வாரன் ஹேஸ்டிங்சும் அவர்களுக்குப் பெரு மகிழ்ச்சியோடு வங்கத்திலிருந்து படைகளை அனுப்பினார்.

அவர்களுக்குத் தொடக்கத்தில் வெற்றி கிடைத்தபோதிலும், பின்னர் அடுத்தடுத்துத் தோல்வியே வந்தது. இறுதியில் மராட்டியர்க்குக் கையூட்டுக் கொடுத்துத் தான் அவர்களிடமிருந்து தப்ப முடிந்தது.

அதுமட்டுமன்று, அவர்கள் தம் துறைமுகத்திலிருந்த தீவுகளையும், பிற ஆதாய வளங்களையும் மராட்டியருக்கு விட்டுத் தர நேர்ந்தது. அத்துடன் அவர்கள் தம் வசமிருந்த செழிப்புமிக்க பரூச்சு மாவட்டத்தையும் இழந்தனர்.

இவற்றுக்கெல்லாம் முத்தாய்ப்பு வைத்தது போல் இரண்டாம் மைசூர்ப் போரின் *(1780 - 1784)* இறுதியில் ஏற்பட்ட மங்களூர் உடன்படிக்கையால் ஆங்கிலேயர் அவமானப்பட்டனர்.

அமைதி நிலவிய காலத்தில் கூடப் பம்பாய்க் குடியேற்றம் வங்கத்திலிருந்து வந்த பெருந்தொகையைக் கொண்டுதான் காலந்தள்ள முடிந்தது. மேலும் மேற்சொன்ன போர்களின் விளைவாய்ப் பட்ட கடன், *1786* இல் இரண்டு கோடியே முப்பதாறு லட்சமாய் அதிகரித்துவிட்டது. இக்கடனுக்கு வட்டி செலுத்தப்படவில்லை. அதற்கடுத்த ஆண்டில் வரவிற்கும் செலவிற்குமிடையே சுமார் நாற்பது இலட்ச ரூபாய் துண்டு விழுந்தது.

1786

அரசின் ஒவ்வொரு துறையும் கடன்பட்டு நின்றது அரசு ஊழியர்களுக்கு ஊதியம் தரப்படவில்லை. பம்பாய் மாநிலம் இங்ஙனம் நலிந்திருந்தமையால், கம்பெனிக் கணக்கில் நடந்து வந்த வாணிபம் கிட்டத்தட்ட முடங்கிப் போய்விட்டது. மேலும் முதல் போடுவதற்கு வழியே இல்லாது போனது. மலபார் வணிகர்களுக்குப் பெருந்தொகை கடன் தர வேண்டியிருந்தது. திருவிதாங்கூர் மன்னருக்கு மிளகிற்குப் பணம் தரவேண்டும். அதனால் பணமில்லாமல் மேற்கொண்டு மிளகு தரமுடியாது என்று திருவிதாங்கூர்காரர் கூறிவிட்டனர்.

வேற்று நாட்டினர் பம்பாய்க்கு வடக்கேயுள்ள சூரத்தின் துணி வாணிபத்தைக் கைப்பற்றி வந்தனர்.

சீனத்திற்குச் சரக்குகளை ஏற்றிச் செல்வதற்காக *1785* ஆம் ஆண்டு இங்கிலாந்திலிருந்து மூன்று கப்பல்கள் பம்பாய்த் துறைமுகத்திற்கு வந்தன. அவற்றில் இரண்டு கப்பல்களில் ஏற்றுவதற்குச் சரக்கு எதுவுமில்லை. மூன்றாவது கப்பல் தனிப்பட்டவர்களுக்கு வாடகைக்கு விடப்பட்டது. அதில் வெறும் வெடியுப்பு மட்டுமே ஏற்றப்பட்டது.

4. பிரிட்டனின் நாட்டுக் கடன் தீர்க்கும் நிதி நிறுவனம் அமைப்பு

நாட்டுக் கடன் அல்லது தேசியக் கடன் *(National debt)* என்பது, ஓர் அரசு கடன் வாங்கியே தீரவேண்டும் என்ற கட்டாயத்தில் வாங்குகின்ற கடனைக் குறிக்கும். பெருஞ் செலவாகின்ற போர்களுக்காக இக்கடன் வாங்கப்படுவது வழக்கம். பிரிட்டனின் நாட்டுக் கடன் *1697* முதல் வருமாறு:

1697	*20,000,000*	பவுன்
1713	*50,000,000*	பவுன் (ஸ்பானிய அரசுரிமைச் போர் முடிந்ததும் வாங்கிய கடன்)
1748	*78,000,000*	பவுன் (ஆஸ்திரிய அரசுரிமைப் போர் முடிந்ததும் வாங்கிய கடன்)
1763	*1,38,000,000*	பவுன் (ஏழாண்டுப் போர் முடிந்ததும் வாங்கிய கடன்)
1784	*2,49,000,000*	பவுன் (அமெரிக்க விடுதலைப் போர் முடிந்ததும் வாங்கிய கடன்)

அரசு இங்ஙனம் தனக்குக் கடன் தந்த மக்களுக்கு ஆண்டுதோறும் வட்டி செலுத்த வேண்டும். அரசு தண்டும் வரியிலிருந்து இவ்வட்டி மக்களுக்குச் செலுத்தப்பட்டது. நாட்டுக் கடனை நிறுத்திவிட்டால் ஆண்டு தோறும் வட்டி தரவேண்டியதில்லை. வரி விதிப்பையும் குறைத்து விட முடியும்.

அரசு தன் செலவிற்கு வேண்டியதை விட ஒரு மில்லியன் பவுன் மிகுதியாய் வரி தண்டிவிட்டது என்பதைப் பிரிட்டீசுத் தலைமை அமைச்சரான இளைய பிட்டு கண்டார். அரசிற்கு இவ்வாறு மிகுதியாய் வருவாய் வந்து சேர்ந்ததற்குப் பல்வேறு பொருளியல் சீர்திருத்தங்களும் அயல் வாணிபப் பெருக்கமும் காரணங்களாகும். ஆகவே கடன் தீர்க்கும் நிதி ஆணையர் வாரியத்திற்கு ஆண்டு தொறும் ஒரு மில்லியன் பவுனை ஒதுக்கித்தரும் வகையில் தலைமை அமைச்சர் பிட்டு நாடாளுமன்றத்தில் ஒரு சட்டத்தை நிறைவேற்றச் செய்தார்.

அவ்வாரியம் இந்தப் பணத்தைக் கொண்டு கடந்த காலத்தில் அரசு மக்களிடமிருந்து கடன் வாங்கியபோது அளித்த கடன் பத்திரங்களை விலைக்கு வாங்க வேண்டும். வாரியம் அப்பத்திரங்களைத் தன்னிடம் வைத்துக் கொண்டு, வழக்கமான வழிகளில் அதற்குரிய வட்டியைப் பெற்று, அந்த வட்டிப் பணத்தை வைத்து மேற்கொண்டு கடன் பத்திரங்களை விலைக்கு வாங்க வேண்டும். இவ்வாறு இருபத்தெட்டு ஆண்டுகளுக்குள் நாட்டுக் கடன் முழுவதையும் இறுத்து விடலாம் என்றும் பிட்டு நம்பினார்.

நாட்டில் போரின்றி அமைதி நிலவி, அரசு தன் வருவாயில் செலவினம் போக மிஞ்சும் கூடுதல் பணத்தை ஒதுக்குவதைப் பொருத்தே இக்கொள்கையின் வெற்றி அமையும். ஆனால் துரதிருஷ்ட வசமாய்ப் பிரிட்டன் 1793 ஆம் ஆண்டு பிரான்சுடன் போரில் ஈடுபட்டது.

அதனால் அரசின் செலவினங்கள் மிகுந்தன. எனவே பணம் மிச்சப்பட்டு மிகவில்லை. மிகக்கூடுதலான வட்டி விகிதத்தில் கடன் வாங்க வேண்டுமென்ற நிலையிலும், கடன் தீர்க்கும் வாரியம் தொடர்ந்து பணிபுரிய வேண்டுமென்று பிட்டு ஆணையிட்டார். ஆதலால் நாட்டுக் கடன் சுமை குறைவதற்கு மாறாய்க் கூடுதலாகவே இருந்தது.

1786

வரலாற்றுப் புள்ளிகள்

1. புதிய தலைமை ஆளுநர் காரன்வாலிஸ்

வாரன் ஹேஸ்டிங்சு 1785 பிப்ரவரி 9 அன்று பதவி நீங்கித் தாயகம் திரும்பியதும், மக்ஃபர்சன் இடைக்காலத் தலைமை ஆளுநரானார். இவருக்குப் பின்னர் மார்க்குவிஸ் காரன்வாலிஸ் (1738 - 1805) 1786 செப்டம்பரில் தலைமை ஆளுநர் (*Governor General*) பொறுப்பை ஏற்றார்.

காரன்வாலிஸ் 1738 ஆம் ஆண்டு இலண்டன் கிராஸ்வனர் சதுக்கத்தில் பிறந்தார். இவர் அயர்லந்துக்காரர். இவர் ஐந்தாவது காரன்வாலிஸ் பிரபுவும் (*Lord*), முதல் ஏளுமான (*Earl*) சார்லஸ் காரன்வாலிசிற்கும் எலிசெபத்திற்கும் மகனாய்ப் பிறந்தார். இவர் இரண்டாவது காரன்வாலிஸ் ஏள், முதல் மார்க்குவிஸ் (*Marquis*) சார்லஸ் காரன்வாலிஸ் என்று அழைக்கப்பட்டார்.

சார்லஸ் பிரிட்டனில் கல்வி கற்றவர். பிரிட்டிஷ் படையின் முதலாம் காவற்படையில் (*Guard*) என்சைன் என்ற அடிநிலை அதிகாரியாய் 1756 இல் சேர்ந்தார். வடமேற்கு இத்தாலியின் தூரிஸ் நகரிலிருந்த இராணுவக் கல்லூரியில் பயிற்சி பெற்றார். பின்னர் 1759 ஆம் ஆண்டு நாடாளுமன்ற உறுப்பினரானார். அடுத்து 1762 இல் மேலவையான பிரபுக்கள் மன்றத்திலும் இடம் பெற்றார். அப்போது அவரின் தந்தையை அடுத்து, அவருடைய வாரிசாய் இரண்டாவது காரன்வாலிஸ் ஏள் என்ற உயர் பிரபுப் பட்டத்தைப் பெற்றார்.

இவருக்கும் கர்னல் ஜேம்ஸ் ஜோன்சின் மகள் ஜெமினாவிற்கும் 1768 இல் திருமணம் நடந்தது. இவர் முக்கியமான பல பதவிகளை வகித்த பின்னர் 1776 இல் மேஜர் ஜெனரலாக உயர்ந்தார்.

இவர் அமெரிக்கக் குடியேற்றங்கள் நடத்திய விடுதலைப் போரில் அவர்களுக்கு எதிராய்ப் படை நடத்திப் பல சிறப்புகளை அடைந்திருக்கின்றார். இப்போரில் 1781 ஆம் ஆண்டு யார்க்கு டவுனில் நடந்த சண்டையில் அமெரிக்கரிடம் தோற்றுப் போனார். இருப்பினும் பிரிட்டனின் தலைமை அமைச்சரான இளைய பிட்டிற்கு காரன்வாலிஸ் பிரபு மீதுமிகுந்த மரியாதை இருந்தது. அதனால் அவர் காரன்வாலிசைச் சைலேசியத்திற்கு மாஃபிரடரிக்கிடம் (1712 - 1786; ஆ.கா.1740 - 1786; தூது போகச்

செய்தார். அதற்கு சிறிது காலத்தின்பின் பிட்டு அவரை இந்தியத்தின் தலைமை ஆளுநராய்த் தேர்ந்தெடுத்து அனுப்பினார்.

காரன்வாலிஸ் பிரபு 1786 முதல் 1793 வரையிலும் பின்னர் 1805 ஆம் ஆண்டிலும் இந்தியத்தின் தலைமை ஆளுநராயிருந்தார். அவர் காலத்தில் இந்தியத்தில் பல சீர்திருத்தங்கள் கொண்டு வரப்பட்டன. இவர் பொது ஆட்சி நிர்வாகத்தை நீதி, நிர்வாகம் என்று இரண்டாய்ப் பிரித்தார். ஊழலையும் வேண்டியவர்களுக்கு முறை தவறிச் செய்யப்பட்ட சலுகைகளையும் ஒழித்து ஆட்சி நிர்வாகத்தைத் துப்புரவாக்க முயன்றார். அவர் இங்ஙனம் நேர்மையும் நாணயமும் வாய்ந்த அலுவலர்களை உருவாக்க முயன்ற ஆர்வத்தில், இந்தியர்களை உயர் பதவிகளில் அமர்த்தாமல் அவர்களை அவற்றிலிருந்து ஒதுக்கினார்.

''இந்தியத்தில் பிறந்த'' ஒவ்வொருவரும் கேடு கெட்ட ஊழல்காரர் என்று காரன்வாலிஸ் உறுதியாய் நம்பினார். இவருக்கு முன்னர் தலைமை ஆளுநராயிருந்த வாரன் ஹேஸ்டிங்சுக்கும் தனக்கும் இந்திய மேட்டுக் குடியினருக்கும் இடையில் இருந்து வந்த ஏற்றத் தாழ்வைப் போக்குவதற்கு அறிவார்ந்த அக்கறை காட்டவில்லை. அவர் நாட்டு நீதிபதிகளின் இடத்தில் ஆங்கில நீதிபதிகளை அமர்த்தினார். அவர் இந்துச் சட்டங்களையும் சமூக அமைப்பு முறையையும் நன்கறிந்தவர். வழிவழியாய் இருந்துவந்த அரசியல் தந்திர நெறிமுறைகளை ஹேஸ்டிங்சு கிட்டத்தட்டக் கைவிட்டுவிட்டார் என்பது வரலாற்றாசிரியர்களின் கணிப்பாகும்.

காரன்வாலிசோ இந்தியத்தின் பழமையான ஆளும் வர்க்கத்தினரை வலிந்து தனிமைப் படுத்தி விட்டார். இந்தியப் பண்பாட்டின் பிரதிநிதிகளும் வாரிசுகளுமான ஆளும் வர்க்கத்திற்குப் பின்னால் அடுத்தடுத்த தட்டுகளில் இந்திய அடி நிலை ஊழியரையும் எழுத்தரையும் வட்டிக் கடைக்காரர்களையும் நிறுத்தி வைத்து விட்டார்.

எனவே பிரிட்டீசுச் சமூகத்தைச் சேர்ந்த ஏனையோர் தம் மூத்த அதிகாரிகள் நடந்து கொள்ளும் முறையைப் பார்த்தும் தலைமை ஆளுநரின் போக்கைக் கருத்தில் கொண்டும் இந்திய சமுகத்தவரிடம் தொடர்பு கொள்ளாமல் ஒதுங்கி விட்டனர்.

ஆங்கிலேயர் இந்நாட்டில் சிறுபான்மையராயிருந்த பெரிய நிலக்கிழார்கள், அரசியல் தொடர்பும் ஈடுபாடும் கல்வியறிவும் பெற்றிருந்த சலுகை மிக்க சாதியார் ஆகியோரை எளிதில் ஒதுக்கித் தள்ளிவிட்டுத் தமக்கு இணங்கி வருவோரைக் கைக்கு எட்டாத் தொலைவில் வைத்துக் கொண்டு, அவர்களின் ஆதரவுடன் அல்லது வீரியமற்ற எதிர்ப்புடன் மிகப் பரந்த இந்து தேசத்தில் வாழ்ந்த மிகப் பலரான பாமர மக்களை வெகு எளிதில் அடிமைப்படுத்தி ஆள முடியும் என்பதை அறிந்து கொண்டனர். ஹேஸ்டிங்சும் காரன் வாலிசும் மிக நன்றாய் இதை உணர்ந்திருந்தனர் என்பது தான் இதற்குப் பொருளாகும்.

2. திப்பு சுல்தான் ''பாதுஷா'' ஆனார்

திப்பு சுல்தான் (1750 - 1799) இந்த 1786 ஆம் ஆண்டு, தன்னைப் ''பாதுஷா'' என்று பறை சாற்றி விட்டார். வெள்ளிக் கிழமையில் செய்யப்படும் ''குத்பா'' அறிவுரையின்போது, அதில் முகலாயப் பேரரசர் ஷா ஆலத்தின் (1760 - 1788) பெயரை எடுத்து விட்டுத் தன்பெயரை அதில் கூறுமாறு திப்பு சுல்தான் செய்தார். இதையடுத்து மராட்டியருடன் 1787 ஏப்ரலில் கையெழுத்தான உடன்படிக்கையில் மராட்டியர்

தன்னைப் பாதுஷா என்று குறிக்க வேண்டுமென்று அவர் விரும்பினார். ஆனால் நானா பதனவிஸ் ''திப்பு சுல்தான் பகதூர் கான்'' என்றே குறிக்கச் செய்தார்.

திப்பு சுல்தான் இதனால் ஏமாற்றமுற்றார். அதனால் கான்ஸ்டாண்டிநோபிளிலிருந்து ஆட்டோமான் பேரரசரான காலிஃபா தனக்குப் பாதுஷா பட்டத்தை உறுதி செய்ய வேண்டுமென்று கோரித் திப்பு சுல்தான் அவரிடம் 1787 இல் ஒரு தூதுக் குழுவை அனுப்பி வைத்தார். ஆனால் அவர்கள் திரும்பி வர நான்காண்டுகளாய் விட்டன. திப்பு சுல்தான் அப்போது மூன்றாவது மைசூர்ப் போரில் முனைந்திருந்தார்.

திப்பு தன் தாழ்ந்த பிறவியை எண்ணி மனம் நைந்தார் என்று தோன்றுகிறது. அவர் பெயரிலுள்ள சுல்தான் என்பது பட்டம் அன்று. பெயரின் ஒரு பகுதியேயாகும். திப்பு பிறந்தபோது அவரின் தந்தை ஐதரலி மைசூர்ப் படையில் ஒரு பியூனாகத்தானிருந்தார். (*Peon* என்றால் வில், வாள் அல்லது வேல் கொண்டு போரிடும் பயிற்சியில்லாத காலாள் படைவீரர் ஆவார்.)

3. சென்னை ஆளுநர் சர்.காம்பல்

மேஜர் ஜெனரல் சர்.ஆர்ச்சிபால்டு காம்பல் சென்னை ஆளுநராய் 1786 ஏப்ரல் 6 அன்று பொறுப்பேற்று 1789 பிப்ரவரி வரையிலும் பணிபுரிந்தார். அவர் அதே நேரத்தில் கம்பெனிப் படையின் தலைமைத் தளபதி பணியையும் செய்தார். அவர் தமிழ் நாட்டில் வரி தண்டுவது குறித்து ஆழ்ந்த அக்கறை செலுத்தினார்.

வருவாய்த்துறை வாரியம், கலக்டர்கள்

இவரது காலத்தில்தான் கிழக்கிந்தியக் கம்பெனி வருவாய்த்துறை வாரியத்தைச் செம்மைப் படுத்துவது என்ற திட்டப்படி சென்னை மாநிலத்தில் மாவட்டத் தலைமை அலுவலர்களாயிருந்தவர்களின் நிலை உறுதி செய்யப்பட்டது. ஏனெனில் இலண்டனிலிருந்து கம்பெனி ஆட்சி மன்ற நெறியாளர்களுக்குத் தம்முடைய மாவட்ட ஆட்சித்தலைவர்கள் (*Collector*) மீது எப்போதும் ஐயப்பாடு இருந்து வந்தது. வங்க மாநில ஆட்சிக் குழுவும் மாவட்டத் தலைவர்கள் குறித்து அங்ஙனமே கருதியது.

சிறப்பாய்த் தேர்ந்தெடுக்கப்பெற்ற தனி அலுவலர்கள் முக்கியமான சூழ்நிலைகளில் மாவட்டங்களில் சுற்றுப் பயணம் செய்யலாம். வேறு எவரும் மாவட்டங்களில் அவ்வாறு செல்லலாகாது. இந்நிலை சில ஆண்டுகள் நீடித்தது. ஆதலால் 1773 முதல் 1781 வரை மாவட்ட ஆட்சித்தலைவர் எவருமே மாவட்டங்களில் இல்லாதிருந்தனர்.

மாவட்ட உயரலுவலர்கள் 1781 ஆம் ஆண்டு மீண்டும் அமர்த்தப்பட்டன ரெனினும், அப்புதிய உயரலுவலர்களின் (கலக்டர்கள்) அதிகாரங்கள் வரம்பிற்குட் பட்டனவாயிருந்தன.

பிட்டின் 1784 ஆம் ஆண்டு இந்தியச் சட்டம் நிறைவேற்றப் பட்ட பிறகுதான் 1786 இல் மாவட்டத் தலைவர் பதவி மெய்யாகவே உருப்பெற்றது. ஓர் உயரலுவலர் அல்லது தலைவர் (கலக்டர்) தம் மாவட்டத்தில் வரியை நிர்ணயிப்பது, அதைத் தண்டுவது என்ற பொறுப்புகளைப் பெற்றார். அதனால் அப்பதவி கலக்டர்-தண்டுபவர் என்ற பெயரைப் பெற்றது. எனினும் குற்றம் புரிந்த ஒருவரைச் சிறையிலடைப்பது,

குற்றவாளியை வழக்கு மன்றத்தில் விசாரிப்பது போன்ற அதிகாரம் அவருக்கு இல்லாதிருந்தது. எனினும் அவருக்கு மாஜிஸ்திரேட்டு என்ற குற்ற நடுவர் அதிகாரம் இருந்தது.

அவர் பிற்காலத்தில் ரிவின்யூ தாவா என்று அறியப்பட்ட வழக்குகளைத் தீர்த்து வைக்கும் அதிகாரம் பெற்றார். எனினும் குற்றங்கள் தொடர்புடைய நீதி நிர்வாகம் இன்னும் முஸ்லிம் அலுவலர்களின் கைகளில் தான் இருந்தது. ஐரோப்பிய நீதியாட்சிக் கருத்துகளை இந்திய வழிமுறைகளொடு இணைப்பது என்று நாடாளுமன்றம் கொண்டிருந்த அருமையான நோக்கத்தை இது காட்டுகின்றது.

அரசு மாவட்ட உயரலுவலரின் அதிகாரத்தை திரும்பப் பெற்றது. மீண்டும் அளித்தது. அதன்பிறகு பழைய முறைக்கு மாறிக் கொண்டது ஆகியன பற்றிய செய்திகளை இங்கு குறிப்பிடுவதாயின், அதுவே ஒரு பெரிய புத்தகமாய்விடும்.

எனினும், குடியானவர்கள் மிக எளிதாய்ம் குறுக்கீடுகள் இல்லாமலும் நியாயம் பெறுவதற்கு இந்தப் புது ஏற்பாடு வகை செய்தது. இது பெரிய வரப்பிரசாதமென்று தற்கால எழுத்தாளர் ஒருவர் குறிப்பிடுவது மெத்தச் சரியாகும்.

மதுரை மாவட்ட முதல் கலக்டர்

மதுரை 1786 ஆம் ஆண்டு ஒரு தனிமாவட்டமாய் அமைந்ததும் ஜார்ஜ் பிராக்டர் இதன் மாவட்டத் தலைவர் ஆனார். மாவட்டத் தலைவர் அலுவலகம் முதலில் திருமலை நாயக்கன் மகாலிலும், பின்னர் 1916 இல் வேறு புதிய இடத்திற்கும் மாறியது.

4. சென்னைச் செய்திகள்: துப்புரவுப் பணிக்கு ஒப்பந்த முறை

சென்னையின் கறுப்பர் நகரத்து மக்கள் கண்ட மேனிக்கு வீடுகளைக் கட்டிக் கொண்டனர். அங்கு முறையான ஊர்த் துப்புரவு ஏற்பாடு எதுவும் இல்லாதி ருந்தது. அதனால் அங்கு நலக்கேடுகள் உண்டாயின. கிழக்கிந்தியக் கம்பெனி இது குறித்து ஆழ்ந்த அக்கறை செலுத்திற்று.

ஆதலால் கோட்டையிலும் கறுப்பர் பட்டணத்திலும் துப்புரவு வேலைகளைச் செய்வதற்காக மார்க்கவ முதலி என்றவருக்கு ஒப்பந்த அடிப்படையில் நலப்பணிகள் ஒப்படைக்கப்பட்டன. இந்த ஒப்பந்தம் மூன்றாண்டுக் காலம் நீடிக்கும் வகையில் செய்யப்பட்டிருந்தது. அதன்படி அவருக்கு 4,950 வராகன்கள் கிடைக்கும்.

அவர் இப்பணியில் 70 வண்டிகளையும் 120 எருதுகளையும் 80 எருமைகளையும் ஈடுபடுத்த வேண்டும். அவர் மாதம் ஐம்பது வராகன் ஊதியம் பெறும் தோட்டி *(Scavanger)* என்ற பதவி வகித்த ஓர் ஐரோப்பியரின் கீழ் வேலை செய்ய வேண்டும். அவருக்கு உதவியாளரும் இருப்பர்.

பறையருக்கு வரி இல்லை

கிழக்கிந்தியக் கம்பெனியின் ஆட்சி மன்றக் குழு நிறைவேற்றிய ஒரு முடிவின்படி, சில சாதியாருக்கு வரி விலக்குத் தரப்பட்டது.

பறைச் சேரியில் வாழும் பறையர்; பாளையக்காரரான பெத்து நாயக்கர்; அவரைச் சார்ந்த அடிநிலை ஊழியர்கள்; மூர்கள் எனப்பட்ட ஏழை முஸ்லிம்கள்; பியூன்கள்

என்ற கலப்பினத்தவரான கம்பெனி ஊழியர்கள்; கடைக்காரர்கள்; மசால்ஜி எனப்பட்டோர்; அலுவலக ஊழியர் முதலானோருக்கு வரி விலக்கப்பட்டது. அவர்களுக்கு நகர வரியிலிருந்தும் தோட்ட வரியிலிருந்தும் விலக்களித்தனர்.

5. வாரன் ஹேஸ்டிங்சு மீது ஊழல் குற்றச்சாட்டு

இந்தியத்தின் முதல் தலைமை ஆளுநராயிருந்து சென்ற ஆண்டில் (1785) தாயகம் திரும்பிய வாரன் ஹேஸ்டிங்சின் மீது, பிரிட்டிஷ் நாடாளுமன்றத்தில் 1786 ஏப்ரல் 4 அன்று குற்றங்கள் சாட்டப் பெற்றன. மேலும் பல குற்றச்சாட்டுகள் ஏப்ரல் 28, மே 5 ஆகிய நாள்களிலும் கூறப்பட்டன.

6. ஆப்பிரிக்கர் இறுதிச் சடங்கில் அடிமைகளைப் பலியிடுதல்

ஆப்பிரிக்கர் ஒருவரின் இறுதிச் சடங்கில் அடிமைகளை உயிர்ப் பலியிடும் வழக்கம் இருந்தது என்பதை அடிமை வணிகரான ஓர் ஆப்பிரிக்கரே தன் நினைவுக் குறிப்பில் எழுதி வைத்திருக்கின்றார். அவர் 1785 முதல் 1788 வரை நிகழ்ந்த செய்திகளை நாள் வரிசைப்படி எழுதி வைத்திருக்கின்றார். ஆப்பிரிக்கத்திலும் ஓர் ஆனந்த ரங்கப்பன் இருந்தார் என்பதை இதனால் அறிகின்றோம். அந்த ஆப்பிரிக்கரே அடிமைகளைப் பிடித்து விற்கும் ஓர் அடிமை வணிகர் என்பது குறிப்பிடத் தக்கது.

ஸ்காத்லந்திலுள்ள எடின்பரோ நகரின் ஜார்ஜ் தெருவிலிருக்கும் பிரஸ்பைட்டிரியன் சர்ச்சில் தடித்த பழம் புத்தகம் ஒன்று இருந்தது. அது கப்பல் தலைவர்களின் குறிப்பேடு (log book) போன்றது. அதில் காணப்பட்ட புதுமையான நாள் குறிப்புகள், பிட்ஜின் (pidgin) ஆங்கிலம் என்ற ஒரு வகைக் கலப்பு மொழியில் எழுதி வைக்கப்பெற்றிருந்தன. அதை ஆன்றோ டியூக்கு (Andro Duke) என்றவர் எழுதியிருந்தார். அவர் நாற்புறமும் நிலஞ் சூழ்ந்த நைஜர் என்ற மேற்காப்பிரிக்க நாட்டின் எஃபிக்கு என்ற நீகிரோவக் குலத்தவர். இக்குலம் இபைபியோ (Ibibio) என்ற குலத்தின் கிளையாகும்.

எஃபிக்குக் குலத்தாரில் பலர் பிட்ஜின் ஆங்கிலத்தில் எழுதவும் படிக்கவும் கணக்கு வைக்கவும் கற்றிருந்தனர். (வேறு பிற மொழிகளைப் பேசியவர்கள் வணிகத் தொடர்புகளுக்காக இரண்டு மூன்று மொழிகளைக் கலந்து பேசும் பேச்சிற்குப் பிட்ஜின் என்று பெயர். இதைப் பேசுகின்ற மக்களின் தாய்மொழி எதுவும் இதில் கலந்திராது. சீனர் business என்ற ஆங்கிலச் சொல்லைப் பிட்ஜின் என்று ஒலித்ததால், வணிகர் மொழியான இது, இப்பெயரைப் பெற்றிருக்கலாம். ஆங்கிலம் கலந்த பிட்ஜின், பிட்ஜின் ஆங்கிலமாகும்.)

எஃபிக்குகள் ஐரோப்பியருடன் வேடிக்கையாய்ப் பழகுவர். எனினும் அவர்கள் ஐரோப்பியரை அவ்வளவாக மதிப்பதில்லை. எஃபிக்குகளும் அவர்களின் வெள்ளை நண்பர்களும் கேளிக்கைகளில் பெரும் பொழுதைக் கழித்தனர். உண்பது, நாட்டு மதுவையோ, பிராந்தியையோ குடிப்பது, நாடகமாடுவது, நடனமாடுவது என்று அவர்கள் பொழுது போக்கினர்.

அக்குலத்தவரான ஆன்றோ டியூக்கு எழுதி வைத்த நாள் குறிப்பு, மேற்சொன்ன சர்ச்சின் மீது இரண்டாம் உலகப்போரில் (1939 - 1945) குண்டு விழுந்தது வரையிலும் பத்திரமாயிருந்தது. அங்கிருந்த இந்நாள் குறிப்பும் பிற ஆவணங்களும் விமானக்குண்டு வீச்சினால் அழிந்தன. எனினும் அதற்கு முன்னரே ஆன்றோ நாள் குறிப்பைப் படியெடுத்து ஆங்கில மொழியில் அருமையாய்த் தொகுத்துவிட்டனர்.

டியூக்கு டவுனைச் சேர்ந்த தலைமகனான டியூக்கு எஃபிராயிம் என்றவர் *1786* ஜூலையில் இறந்ததையும், அதையடுத்து அவரின் அடிமைகளுடைய தலைகளை வெட்டிக் கொன்றதையும் ஆன்றோ தன் நாள் குறிப்பில் பதிந்து வைத்திருக்கின்றார். ''நான் காலையில் சுமார் நாலு மணிக்கு எழுந்தேன். அப்போது பெரிய மழை பெய்து கொண்டிருந்தது. அதனால் நான் பேச்சுக் கச்சேரி நடக்கும் பொதுச் சாவடிக்குள் (*Palaver house*) சென்றேன். அங்கு பெரும்புள்ளிகளெல்லாம் கூடியிருந்தனர். நாங்கள் காலை ஐந்து மணிக்கு அடிமைகளின் தலைகளை வெட்டத் தொடங்கினோம். ஒரே நாளில் ஐம்பது தலைகள் வெட்டப்பட்டன.''

எஃபிக்குகள் தென்கிழக்கு நைஜீரியத்திலுள்ள கலபார் (*Calabar*) என்ற ஊரில் கூடும்போது, திருட்டுத் தனமாய்த் தம் குலத்தவரையே அடிமைகளாக்கினர். அவ்வடிமைகள் அவர்களின் வீட்டிற்கு என்று பிடிக்கப்பட்டனர். அவர்களை எஃபிக்குகள் ஐரோப்பியரிடம் விற்பதில்லை. அவர்கள் சண்டையில் பிடித்தவர்களையும் அடிமைகளாக ஆள்களைப் பிடிக்கச் சென்றபோது அகப்பட்டவர்களையும் ஐரோப்பியருக்கு அடிமைகளாய் விற்றனர். எஃபிக்குகள் இறந்த தலைவனின் ஈமச் சடங்கின் போதுதான் வெறி கொண்டேனரேயன்றிப் பொதுவாய்த் தம் அடிமைகளைப் பாசத்துடன் நன்றாக நடத்தினர்.

1786

7. ஆணி செய்யும் எந்திரம்

அமெரிக்கத்தின் வடகிழக்கிலுள்ள மசாச்சூசட்ஸ் மாநிலத்தின் பிரிட்ஜ்வாட்டர் என்ற ஊரினரான எசக்கியல் ரீடு, ஆணி செய்யும் எந்திரம் ஒன்றை *1786* இல் உருப்படுத்தினார். இவர் புதுவன ஆக்குபவர். அவர் இந்த எந்திரத்தின் மீது காப்புரிமைப் பட்டயமும் (*Patent*) பெற்றுவிட்டார். எனினும் இக்காலத்தே ஆணி விலை அதிகமாயிருந்ததால், மாடி வீடு கட்டியவர்கள் மர ஆப்புகளையே பயன்படுத்தினர்.

8. கதிரடிக்க ஆக்கமான எந்திரம்

ஸ்காத்லந்தைச் சேர்ந்த ஆலைப் பொறியாளரும் வேளாண்மைப் பொறியாளருமான ஆன்று மெயிக்கில் (*Andrew Meikle*) *1786* இல் வெற்றியாய் அமைந்த கதிரடிக்கும் பொறியைச் செய்தார். அவருக்கு இவ்வாண்டில் வயது *67*. இந்தப் பொறியில் உருள்கின்ற பீப்பாய்க்கும் உலோகத் தகட்டிற்குமிடையில் தானியம் கசக்கிப் பிரிக்கப்பட்டது. அடிப்படையான இந்தச் செயல் முறையைக் கொண்டே, இனிமேல் கதிரடிக்கும் பொறிகள் உருவாக்கப்படப் போகின்றன.

9. வேதியியல் முன்னோடி ஷீகல் மறைவு (1742 - 1786)

எட்டாம் பத்தான வேதிப் பத்தில் (*1771 - 1780*) காணப்படும் வேதியியல் முன்னோடியருள் சுவீடிய நாட்டவரான கால் வில்லம் ஷீகல் (*Karal Wllhelm Scheele : 1742 - 1786*) தனிச்சிறப்பு வாய்ந்தவர். நாற்பத்து நான்கு ஆண்டுக்கால வாழ்க்கையில் காலம் கடந்து நிற்கும் பணிகளைப் புரிந்தவர்.

அவர் தன் திறத்தால் மேலும் மேலும் உயர்வு பெறலானார். அவர் *1765* ஆம் ஆண்டு மால்மோ (*Malmo*) என்ற ஊரில் குடியேறினார். அங்கிருந்து *1768*ல் ஸ்டாக்ஹோம் சென்றார். இறுதியில் *1770* ஆம் ஆண்டு உப்பசலாவில் குடியமர்ந்து மருந்தாளுநர் பணியில் ஈடுபட்டு மருந்துக் கடை நடத்திவந்தார்.

அவர் உப்பசலாவில் ஜோகான் காஹன் (*Johann Gahn 1745 - 1818*) என்ற சுவீடிய வேதியியலாரைச் சந்தித்தார். காஹன் புகழ் பெற்ற மற்றொரு சுவீடிய வேதியியலரான டார்பன் பெர்குமனை (*Torbern Bergamn 1735 - 1784*) ஷீலுக்கு அறிமுகம் செய்து வைத்தார். பெர்குமன் ஷீலின் திறமைகளைக் கண்டு கொண்டு அவருடைய ஆராய்ச்சிகளை நூல்களாய் வெளியிட்டார்.

ஷீல் மருந்தகம் ஒன்றை நடத்துவதற்காக மாலரன் (*Malaren*) ஏரிக்கரை மீதுள்ள கோப்பிங்கு (*Koping*) என்ற சிறு நகரில் 1775 இல் குடியேறினார். அவரை ஜெர்மனியிலும் இங்கிலாந்திலுமிருந்த பல்கலைக்கழகங்கள் பணிபுரிய வருமாறு அப்போது அழைத்தன. இரண்டாம் ஃபிரடரிக்கு அவரைத் தன் அவையில் வேதியியலாராய்ப் பணி புரிய வருமாறு கூப்பிட்டார். ஷீல் இவ்வழைப்புகளை ஏற்கவில்லை. அவர் 1775 ஆம் ஆண்டில் சுவீடிய இராயல் அறிவியல் சங்க (*Swedish Royal Academy of Sciences*) உறுப்பினராய்த் தேர்ந்தெடுக்கப்பட்டார். மருந்தாளுநர் ஒருவரின் உதவியாளராய் வாழ்க்கையைத் தொடங்கிய ஷீலுக்கு இது மிகப் பெரிய சிறப்பாகும்.

ஷீல் 1742 டிசம்பர் 9 அன்று நடு ஐரோப்பியத்தின் வடக்கிலுள்ள பாமரீனியன் (*Pomerania*) என்ற பகுதியின் ஸ்டிரால்சண்டு (*Stralsund*) என்ற ஊரில் பிறந்தார். (இது ஹன்சியாட்டிக்கு லீகின் முக்கியமான நகரங்களுள் ஒன்றாயிருந்தது. ஹன் சியாட்டிக்கு லீகு: இ.ச.க. தொகுதி-7) ஷீல் பிறந்த காலத்தில் பாமரீனியன் பகுதி சுவீடனில் இருந்தது. இப் பகுதி பெரும் பாலான காலம் ஜெர்மனியில் இருந்து வந்தது. இன்று அது கிழக்கு ஜெர்மனியில் உள்ளது.

அவர் ஓர் ஏழைக் குடும்பத்தில் பதினோரு பிள்ளைகளில் ஏழாவதாய்ப் பிறந்தார். அவர் 1756 வரை சிறிதளவே கல்வியறிவு பெற்றிருந்தார். அவர் அவ்வாண்டு தன் பதினான்காவது வயதில் கோதன்பர்கு என்ற ஊரில் மருந்தாளுநர் (*Apothecary*) ஒருவரின் உதவியாளரானார். அவர் அங்கு படித்தும் உற்று நோக்கியும் சோதனைகள் செய்தும் அடிப்படை வேதியியலைக் கற்றார்.

ஷீல் மெலிந்த உடலினர். உடல் நலம் இல்லாதவர். அவர் நடுவயதை அடைந்ததும் மேலும் வலுக் குன்றினார். அவருக்கு வாத நோய்த் தொல்லை ஏற்பட்டது. அவர் பல வேதிப் பொருள்களை வைத்து ஆய்வு செய்தபோது பல நச்சு விளைவுகளுக்கு ஆளாகியிருக்கலாம். அவர் நெடுநேரம் கண்விழித்து உழைத்ததும் அவரின் உடல் நலத்தைக் கெடுத்திருக்கலாம். அவர் மரணப் படுக்கையில் மணம்

புரிந்தார். அவர் தன் 43 ஆவது வயதில் கோப்பிங்கு என்ற ஊரில் 1786 மே 21 அன்று இறந்தார்.

ஷீல் திட்டமிட்டுக் கொண்டு ஆராய்ச்சிகளில் ஈடுபட்டாரிலர். அவர் தன் ஆராய்ச்சியின்போது கண்ட பல்வேறு பொருள்களை வைத்து மனம் போன போக்கில் ஆராய்ச்சி செய்தார் என்றே தோன்றுகின்றது. அவரது அணுகு முறையில் வகை முறை (*system*) இல்லாது போயினும் அவர் வேதியியலுக்கு அளித்த பங்கு மிகப் பெரிது. (பதினெட்டாம் நூற்றாண்டு எட்டாம் பத்தான வேதிப் பத்தில் ஷீலின் கண்டுபிடிப்புகள் பற்றிய பல குறிப்புகளைக் காணலாம்.)

அவரின் முதல் கண்டுபிடிப்புகள் என்று கணக்கிட்டால் அது பெரிய பட்டியலாகி விடும். பெரிய கண்டுபிடிப்புகளை வகைப்படுத்திக் கூறிவிட முடியும். அவற்றுள்ளும் இருபத்தைந்திற்கு மேற்பட்ட தனிமங்களும், அமிலங்களும் அடங்குகின்றன. குறிப்பிடத்தக்கன ஆக்சிஜன், குளோரின், ஆர்சனிக்கு அமிலம், பென்சாயிக்கு அமிலம், ஆர்சைன், காலிக்கு அமிலம், தார்த்தாரிக்கு அமிலம், யூரிக்கு அமிலம், நைட்டிரஜன், லேக்டிக்கு அமிலம், ஹைடிரஜன் சல்ஃபைடு இன்னும் பல உள.

இவரைப் பதினெட்டாம் நூற்றாண்டின் மிகப் பெரிய வேதியியலார் எனலாம்.அவர் பிரான்சிலும் இங்கிலாந்திலும் ஒரே காலத்தில் நடந்து வந்த முன்னோடி ஆராய்ச்சியை முன்னதாக அறிந்திருந்தார் அல்லது அவரும் அதே ஆராய்ச்சியில் ஈடுபட்டிருந்தார்.

அவர் முதன்முறையாய்ப் பல தனிமங்களையும் சேர்மங்களையும் தனிப்படுத்தினார். அவரின் பல கண்டுபிடிப்புகளில் ஆக்சிஜனும் குளோரினும் அடங்கும். (இ.ச.க. தொகுதி-8) அவர் அவற்றைக் கண்டுபிடித்தது பற்றிய ஆராய்ச்சி அறிக்கைகளை வெளியிடத் தாமதித்ததால், வேறு வேதியியலார் அவற்றில் முந்துரிமை பெற்று விட்டனர். இவர் எந்தப் பல்கலைக் கழகத்திலும் பணிபுரிந்தவரல்லர். அவர் மருந்துக் கடை (*Apothecary*) நடத்திக் கொண்டே, தனியாய்த் தன் ஆராய்ச்சிகள் அனைத்தையும் செய்துவந்தார்.

10. பிரஷிய மன்னர் ஃபிரடரிக்கு இறந்தார் (1712 - 1786)

பிரஷிய மன்னரான இவரது பட்டத்துப் பெயர் இரண்டாம் ஃபிரடரிக்கு. இவர் முதலாம் ஃபிரடரிக்கு வில்லியத்தின் மகன். இவர் ஆஸ்திரிய அரசுரிமைப் போரில் (1740 - 1748) சைலேசியத்தைப் பெற்றார். ஏழாண்டுப் போரில் (1756-1763) தன் போர்த் தந்திர மேதைமையை வெளிப்படுத்திப் பிரஷியத்தை ஐரோப்பிய வல்லரசாக்கியவர். கலைகளின் புரவலர். வால்டயர் (1694 - 1778) மீது மிகுந்த மதிப்பு வைத்திருந்தவர். ரூசோவிற்குப் (1712-1778) புகலிடம் தந்தவர்.

மா ஃபிரடரிக்கு 1786 ஆம் ஆண்டு பாட்ஸ்டாம் (*Potsdam*) நகரில் தன் 72 ஆவது வயதில் ஆகஸ்டு 17 அன்று இறந்தார். இவர் 46 ஆண்டுகள் ஆட்சி புரிந்தார். இவரையடுத்து, இவரின் சகோதரர் மகன் இரண்டாம் ஃரடரிக்கு வில்லம் என்ற பெயரில் தன் 41 ஆம் வயதில் ஆட்சிக்கு வந்து 17 ஆண்டுகள் அரசிருந்தார்.

1787

அரசியல்

அமெரிக்க ஒன்றிய அரசியல் சட்டம்
அமெரிக்க மாநிலங்கள் ஒன்றியத்துடன் இணைதல்
மாவட்ட ஆட்சித்தலைவர்கள்
தஞ்சை மன்னர் அமரசிங்கன்
திப்புவின் ''நசராபாது''
காம்பே மக்கள் கம்பெனி அரசுடன் சேர விருப்பம்

அறிவியல்

அருமண்கள் கண்டுபிடிப்பு
டெலவேர் ஆற்றில் நீராவிப்படகு வெள்ளோட்டம்
முதல் ஹைடிரஜன் பலூன்

தொழில், வாணிபம், வேளாண்மை

குஜராதில் பருத்தியில் கலப்படம்
பிரிட்டனில் தொழில் வளர்ச்சி பெருக்கம்
மிளகு வாணிபமும் வாணிபத் தந்திரங்களும்

இராணுவம், போர்

காதரைன் - ஆட்டோமான் துருக்கர் போர்

வரலாறு

பரூச்சுப் பட்டினம்

மக்கள்

அடிமை முறைக்கு எதிர்ப்பு வலுத்தல்
அடிமை எழுதிய நினைவுக் குறிப்புகள்
அடிமை ஒழிப்பிற்குப் பன்னிருவர் குழு
வாரன் ஹேஸ்டிங்சின் மீது மேலும் குற்றச்சாட்டுகள்
பிரான்சில் தொழிலாளர் இழிநிலை
ஒசாக்காவில் உழவர் கிளர்ச்சி

பொது

பிரிட்டன் - இந்திய நிலவழி சீர்படுதல்
குஜராதில் கொள்ளையர் அட்டூழியம்
பம்பாயில் தலைமை அஞ்சலகம்
இந்தியர்க்குத் தீவாந்தரத் தண்டனை தொடக்கம்
லார்டுசில் முதல் கிரிக்கட்டு ஆட்டம்

பிறப்பு

சைமன் ஓம் (1787-1854)
லூயி டாகரி (புகைப்படக் கருவி) (1787-1851)
குணங்குடி மஸ்தான் (1787-1835)

இறப்பு

முகமது இபின் அப்துல் வகாபு
(வகாபி இயக்க நிறுவனர்) (1691-1787)

1787

1. அமெரிக்க ஒன்றியக் குடியரசின் அரசியல் சட்டம் : ஒன்றியத்துடன் மாநிலங்கள் இணைதல்

ஜார்ஜ் வாசிங்டனின் (1732 - 1799) தலைமையில் அமைந்த ஒரு குழு அமெரிக்க ஒன்றியத்தின் அரசியல் சட்டத்தை 1787 ஆம் ஆண்டில் வகுத்தளித்தது. இப்பணி ஃபிலடெல்ஃபிய நகரில் நடந்து முடிந்தது. வலுவான மைய அரசு வேண்டுமென்று கோரியவர்களுக்கும் தனியான மாநிலங்களுக்கு முழு உரிமை வேண்டும் என்று வலியுறுத்தியவர்களுக்குமிடையில் இருந்து வந்த கருத்து வேறுபாடுகளை வர்ஜீனியத்தைச் சேர்ந்த 36 வயதான ஜேம்ஸ் மேடிசன் தீர்த்து வைத்தார். (James Madison 1751 - 1836; அமெரிக்கத்தின் நான்காவது குடியரசுத் தலைவராய் 1809 முதல் 1817 வரை இருந்தவர். இவர் அமெரிக்க அரசியல் சட்டத்தையும், அதற்கு 1791 ஆம் ஆண்டு கொண்டுவரப்பட்ட முதல் பத்துத் திருத்தங்கள் அடங்கிய உரிமைகள் பற்றிய சட்ட முன்வரைவையும் (Bill of Rights) தொகுப்பதற்குத் துணை புரிந்தவர்.)

ஜார்ஜ் வாசிங்டன் தன்னை அமெரிக்க ஒன்றியத்தின் அரசராக்குவதற்காக நடந்த முயற்சிகளை முறியடித்தார். ஒன்றிய அரசிற்கும் மாநில அரசுகளுக்கும் ஆட்சிப் பொறுப்பில் ஏற்றத் தாழ்வுகள் இல்லாமல் அவை சமமாய் இருப்பதற்கு அரசியல் சட்டம் வகை செய்தது. அது ஒரு நாடாளுமன்றமாயிராமல், இரண்டு பேரவைகளைக் கொண்ட அரசியலமைப்பைப் புதிய அரசியல் சட்டம் நிறுவியது.

பேரவை உறுப்பினர்களும் தலைமை ஆட்சிப் பொறுப்பாளரும் வாணாள் முழுமையும் தம் பதவிகளில் நிலைத்திருக்கும்படி செய்யாது, அவர்களின் பதவிக் காலத்திற்குக் காலவரம்பை அரசியல் சட்டம் கட்டியது. அரசயில் கட்சிகளுக்கோ நிலையான போர்ப்படைக்கோ இந்த அரசியல் சட்டத்தில் வகை செய்யப்படவில்லை.

அமெரிக்கத்தின் பல்வேறு குடியேற்றங்கள் 1787 ஆம் ஆண்டில், அமெரிக்க ஒன்றியத்தின் உறுப்புகளான மாநிலங்களாய் ஒன்று சேர்ந்தன. அவை கீழே விவரிக்கப்படுகின்றன.

குடியேற்றங்கள் ஒருங்கிணைதல்

பெரிதும் ஆங்கிலேயரும் பிரஞ்சுக்காரரும் பதினேழாம் நூற்றாண்டில் வட அமெரிக்கப் பெருநிலத்தில் குடியேறினர். அவர்கள் அங்கு செவ்விந்திய மக்களின் வாழ்விடத்தைக் கவர்ந்து கொண்டனர். ஆங்கிலேயரின் கீழ் அமைந்த பதின்மூன்று குடியேற்றங்களும் ஒன்றுபட்டுப் பிரிட்டனுக்கு எதிராய் விடுதலைப்போர் நடத்தின. அவை 1776 ஜூன் 4 அன்று தம் விடுதலையை உலகறியச் சாற்றின. (இ.ச.க.தொகுதி-8) இன்று (1994) அமெரிக்கக் கூட்டாட்சிக் குடியரசில் ஐம்பது மாநிலங்கள் (States) உள்ளன. அவை ஒவ்வொன்றாய் அமெரிக்க ஒன்றியத்துடன் சேரலாயின.

நடுக் குடியேற்றங்கள்

டெலவேர், நியூ ஜெர்சி, பென்சில்வேனியம் ஆகிய மூன்றும் நடுக் குடியேற்றங்கள் என்று பெயர் பெற்றன. அவற்றிடையே பொதுவான பல கூறுகள்

இருந்தன. இப்பகுதி மண்வளஞ் செறிந்தது. இது நியூ இங்கிலாந்துப் பகுதியைப் போலல்லாது, அகன்று விரிந்த நிலப்பரப்பை உடையதாயும் இருந்தது. இங்கிருந்து தானியம் பேரளவில் ஏற்றுமதியானதால், நியூ ஜெர்சிக்கு ''ரொட்டிக் குடியேற்றம்'' என்ற பெயர் ஏற்பட்டது. இப்பகுதியில் அகன்று விரிந்த அமைதியான ஆறுகளும் ஓடைகளும் மலிந்திருந்தன. வியப்பூட்டுமளவில் தொழில்களும் செழித்திருந்தன.

அமெரிக்கத்தில் அமெரிக்கத் தன்மை வாய்ந்ததாய், இந்நடுக் குடியேற்றம் விளங்கிற்று. இதற்கெனத் தனிச் சிறப்புகள் பல இருந்தன. பொதுவாய்க் கூறுவதாயின் இங்கு பிற குடியேற்றங்களை விட மிகுதியான அளவில் பல இனத்தார் கலந்து வாழ்ந்திருந்தனர். இங்கு வேறெங்கும் காண முடியாத சமயப் பொறையும் ஜனநாயகக் கட்டுப்பாடும் இருந்தன.

பென்சில்வேனியம்

மெய்யுறுதியும் இறைப்பற்றும் மிக்க குவாக்கர் தம் எண்ணிக்கையிலும் மிகுந்த அளவில் மானுட நேயத்திற்கென்று தம் பங்கு பணியை அளித்துள்ளனர். குவாக்கர் என்ற நண்பர் சங்கம் பற்றி ஏற்கெனவே கூறியிருக்கின்றோம்.

வில்லியம் பென்

வில்லியம் பென் (*William Penn 1664 - 1718*) ஓர் ஆங்கிலக் குவாக்கர், குவாக்கர் (*Quaker*) என்ற ஆங்கிலச் சொல்லுக்கு நடுங்குபவர் என்ற பொருள். அவர்கள் இறையுணர்வில் ஆழ்ந்திருக்கும் போது நடுங்குவர் என்றதால், அவர்களுக்கு ''நடுங்கியர்'' என்ற பொருள்படும் குவாக்கர் என்ற பெயர் வந்தது. குவாக்கர் ஆழ்ந்த இறைப்பற்றுள்ள கிறித்தவராவர். அவர்களின் பேச்சு, பழக்க வழக்கம், நடையுடை பாவனை ஆகியன அவர்களின் ஆழ்ந்த இறைப்பற்றையும் ஆன்ம நேயத்தையும் வெளிப்படுத்தும், அவர்கள் சச்சரவுகளையும் போரையும் வெறுத்தனர். அதனால் அவர்கள் போர்ப் படைகளில் சேர்வதில்லை.

வில்லியம் பென் என்ற கட்டுடல் வாய்ந்த இளைஞர் 1660 ஆம் ஆண்டு குவாக்கர் கோட்பாட்டில் ஈடுபாடு கொண்டார். அவருக்கு அப்போது பதினாறு வயதுதான். அவரின் தந்தை இதை ஏற்காது மகனுக்குச் சரியான கசையடி தந்தார். அவர் படையில் சேர்ந்து அருஞ்செயல் பல புரிந்த பின்னர், அனைவராலும் வெறுக்கப்பட்ட குவாக்கர் சமயப் பிரிவில் சேர்ந்து மேலும் பல இன்னல்களுக்கு ஆளானார்.

அன்பு செய்வதை இலட்சியமாய்க் கொண்ட நண்பர்கள் குவாக்கர்கள், இங்கிலாந்தில் சமயப் பொறையற்றவர்களால் கொடுமைப்படுத்தப்பட்டனர். பென் ''கீழ்ப்படியாதவர்'', அடங்காப் பிடாரி

என்றெல்லாம் நீதிமன்றங்கள் அவருக்குப் பட்டங் கட்டின. குவாக்கரில் பல நூறு பேர் துன்புறுத்தப்பட்டனர். மேலும் பல்லாயிரவருக்குக் கசையடியும் அபராதமும் விதிக்கப் பெற்றன. அவர்கள் ''வீச்சம் பிடித்த சிறைக் கொட்டடிகளுக்குள்'' தள்ளப்பட்டனர்.

குவாக்கரில் சிலர் அமெரிக்கத்திற்கு குறிப்பாய் ரோடு ஐலண்டு, வட கரோலினம், நியூ ஜெர்சி ஆகிய இடங்களுக்கு இங்கிலாந்திலிருந்து தப்பியோடி வாழ்ந்தனர். ஆதலால் வில்லியம் பென்னின் எண்ணமும் புத்துலகின் மீது திரும்பியது. அவர் குவாக்கர் மக்களுக்கென்று ஒரு புகலிடத்தை நிறுவ வேண்டும் என்ற ஆர்வத்தில், அவர்களுக்கு முற்போக்கான கருத்துக்களையுடைய ஆட்சியமைப்பை அளிக்க வேண்டுமென்று எண்ணினார். அவர் இதற்கென்று பிரிட்டீசு மன்னரிடம் உரிமைப் பட்டயம் ஒன்றைப் பெற்று விட்டார்.

பிரிட்டீசு அரசர் காலஞ் சென்ற பென்னின் தந்தைக்குத் தர வேண்டிய கடனுக்காக, அமெரிக்கத்தில் வில்லியம் பென்னுக்குச் செழிப்பான பரந்த நிலப்பரப்புத் தரப்பட்டது. ''பென்னின் காட்டு நிலப்பகுதி'' என்ற பொருள்படும் வகையில், அரசர் அந் நிலப்பரப்பிற்கு பென்சில்வேனியம் (*Pennsylvania*) என்று பெயரிட்டார். இந்நிலப்பரப்பிற்குத் தன் பெயரை சூட்டிக் கொண்டதாய்க் குறை கூறுவோர் பழிப்பரே என்று அஞ்சி, அடக்கமே உருவான பென் அப்பெயரை நீக்கப் பன்முறை முயன்று தோற்றார்.

பென்சில்வேனியக் குடியேற்றம் முறைப்படி 1681 இல் தொடங்கப்பெற்றது. டெலவேர் ஆற்றின் கரை நெடுகிலும் ''உரிமையின்றி'' வாழ்ந்திருந்த டச்சு, சுவீடிய, ஆங்கில, வேல்சிய மக்கள் பென்னின் பணியை மிக எளிதாக்கினர்.

1787

ஃபிலடெல்ஃபியம்

''சோதர நேயம்'' என்னும் பொருளைத் தரும் கிரேக்கச் சொல்லான ஃபிலடெல்ஃபியம் என்ற பெயரைத் தாங்கிய நகரம், பெரும்பாலான குடியேற்ற நகரங்களை விட மிகக் கவனமான முறையில் திட்டமிட்டு நிறுவப் பெற்றது. அதனால் அங்கு அகன்ற அழகிய வீதிகள் அமைந்தன.

பென் நெடிய தொலைநோக்குடன் இந்தியர்களிடமிருந்து நிலங்களை விலைக்கு வாங்கினார். அவர் இந்தியர்களை மிகுந்த மனித நேயத்துடன் நடத்தினார். பென்சில்வேனியம் என்ற தனியுரிமைக் குடியேற்றம் எங்கும் காணாதவாறு பரந்த கொள்கையுடையதாய் விளங்கிற்று. அங்கு நிலக்கிழார்களால் தேர்ந்தெடுக்கப் பெற்ற சட்டப் பேரவை இருந்தது. அனைவர்க்கும் வழிபாட்டு உரிமை வழங்கப்பட்டிருந்தது. எனினும் இலண்டன் பென்னைப் பெரிதும் நெருக்கியதால், கத்தோலிக்கருக்கும் யூதருக்கும் இங்கு வாக்குரிமை மறுக்கப்பட்டது. அவர்களுக்குப் பதவிகளும் தரப்படவில்லை.

பென்சில்வேனியம் வட அமெரிக்கப் பெருநிலத்தின் வடகிழக்கில் அமைந்த மாநிலமாகும். இது அப்பலேச்சியன் மலைப்பகுதியில் உள்ளது. (அப்பலேச்சியன் மலைத் தொடர் : இம்மலைத் தொடர் கனடாவின் குவீபக்கில் தொடங்கி, அமெரிக்க ஒன்றியத்தின் நடு அலபாமா வரையில் நீண்டதாகும். இம்மலையிலுள்ள உயர்ந்த முடிக்கு மிச்சல் என்று பெயர். இதன் உயரம் 2,038 மீட்டர் - 6,684 அடி)

பென்சில்வேனியத்தின் வடக்கே அல்லிகெனி பீடபூமி உள்ளது. இம்மாநிலம் பொருள் ஆக்கத்தில் அமெரிக்க ஒன்றியத்திலேயே இரண்டாம் இடத்தைத் பெற்றுள்ளது. இம்மாநிலத்தின் பரப்பு 1,16,462 சதுர கிலோ மீட்டர் - 44,966 சதுர மைல்.

நியூ ஜெர்சி

பென்சில்வேனியத்தின் அருகே குவாக்கர் சிறு எண்ணிக்கையில் அமர்ந்திருந்த ஒரு குடியேற்றம் இருந்தது. பெர்க்கிளி, கார்டிரட்டு என்ற நிலக்கிழார் இருவரும் யார்க்கு பிரபிடம் வாங்கிய நிலப்பரப்பில் 1664 ஆம் ஆண்டு இந்த நியூ ஜெர்சி குடியேற்றம் அமைந்தது. நியூ இங்கிலாந்தைச் சேர்ந்தவர்களும் மண்ணின் செழுமை குறைந்ததால் இடருற்றவர்களும் இப்புதிய குடியேற்றத்திற்கு வந்து சேர்ந்தனர்.

மேற்சொன்ன இரு கிழாரில் ஒருவர் நியூ ஜெர்சியை 1674 ஆம் ஆண்டு குவாக்கர் கூட்டம் ஒன்றுக்கு விற்றார். அது பென்சில்வேனியம் அமைந்ததற்கு முன்னரே குவாக்கர்களின் புகலிடமாயிருந்தது. குவாக்கர் பின்னர் கிழக்கு நியூ ஜெர்சிகளையும் 1702 இல் இணைத்து, முடியரசிற்கு உரிமையான குடியேற்றமாக்கியதும், இங்கு குவாக்கர்களின் செல்வாக்கு நறுக்கப்பட்டது.

நியூ ஜெர்சி மாநிலம் அமெரிக்கத்தின் கிழக்கே அட்லாண்டிக்கின் டெலவேர் வளைகுடாவில் அமைந்துள்ளது. இதன் பெரும்பகுதி தாழ்வான நிலப்பரப்பாகும். இங்கு இன்று கன தொழில்கள் பல உள. இதன் பரப்பு 19,479 சதுர கிலோ மீட்டர் - 7,521 சதுர மைல்டெலவேர்

டெலவேர்

டெலவேரில் (Delaware) சுவீடிய நாட்டவர் 1638 இல் குடியேறினர். இக்குடியேற்றம் அவர்களுக்குரிய தனியுடைமையாயிருந்து, 1682 இல் பென்சில் வேனியத்துடன் இணைந்தது.

தாமஸ் வெஸ்டு (1577-1618) என்றவர் டெலவேர் பிரபு என்றழைக்கப்பட்டார். அவர் அமெரிக்கத்தில் பணிபுரிந்த ஆட்சி நிர்வாகி. அவர் 1610 ஆம் ஆண்டு வர்ஜீனியத்தின் முதல் ஆளுநரானார். அவரது பெயரை டெலவேர் குடியேற்றம் பெற்றது.

இம்மாநில அமெரிக்கத்தின் வடகிழக்கில் தெல்மர்வத்துத் தீவக் குறையில் உள்ளது. இதன் நிலப்பரப்பு பெரிதும் தட்டையாயும் தாழ்வாயும் இருக்கின்றது. இதன் வட கோடியில் குன்றுகள் உள. தென் தொங்கலில் சதுப்பு நிலச் சைப்பிரஸ் மரக்காடுகள் உண்டு. இதன் பரப்பு 5,328 சதுர கிலோ மீட்டர் - 2,057 சதுர மைல்.

இம்மாநிலத்தின் கேட்ஸ்கில் மலைகளில் டெலவேர் ஆறு தோன்றி, டெலவேர் வளைகுடாவில் அட்லாண்டிக்கில் கலக்கின்றது.

2. அடிமை முறைக்கு எதிர்ப்பு வலுத்தல்

மனிதனை மனிதன் அடிமைப்படுத்துவது விலங்குகளிடமும் காணப்படாத கொடிய செயல் என்பதை எடுத்துக்காட்டு முகத்தான் இந்திய சரித்திரக் களஞ்சிய வரிசையில் பல இடங்களில் அடிமை முறையையும் அடிமை வாணிபத்தையும் பற்றிய பலதரப்பட்ட செய்திகளைச் சொல்லி வருகின்றோம். கிட்டத்தட்ட மூன்று நூற்றாண்டுகளாய் மனித இனத்தின் நற்பண்பை மாசுபடுத்தும் செயலாய் விளங்கும் அடிமை முறை மனித இனத்தின் வரலாற்றில் பெரிய வடுவாய் அமைந்தது.

அடிமையின் நினைவுக் குறிப்புகள்

அடிமை வணிகராயிருந்த ஆப்பிரிக்கரான ஆன்றோ டியூக்கு எழுதி வைத்த நாள் குறிப்புகள் (1786) பற்றிய செய்தி முன்னர் கூறப்பட்டது. இங்கு விடுதலை பெற்ற ஓர் அடிமையின் நினைவுக் குறிப்புகள் பேசப்படுகின்றன.

இன்று மேற்காப்பிரிக்கத்தில் கானா குடியரசு (*Republic of Ghana*) என்று வழங்கும் மழைக் காடுகளில் ஃபண்டி (*Fantee*) என்ற குலத்தவர் வாழ்கின்றனர். இம்மக்கள் ஃபண்டி என்ற கிளை மொழியைப் பேசுகின்றனர். ஐரோப்பியர் இந்நாட்டிலிருந்து 1471 ஆம் ஆண்டிற்குப் பிறகு பொன்னையும் அடிமைகளையும் ஏற்றிச் சென்றனர். அதனால் இந்நாட்டின் பழம் பெயர் கோல்டு கோஸ்டு (*Gold Coast*= தங்கக் கடலோர நாடு) என்று ஆனது.

ஆட்டோபா குகோவானா (*Ottobah Cugoana*) என்ற சிறுவன் ஃபண்டி இனத்தவன். அவன் பெரியப்பன், சிற்றப்பன் மக்களுடன் அசைனி என்ற இடத்திற்கு வெளியேயிருந்த காட்டில் பழம் பறித்தும் பறவைகளை விரட்டியும் திரிந்தபோது, அடிமை பிடிப்பவர்களால் கவரப்பட்டனர். அவர்கள் மூன்று பிரிவுகளாய்ப் பிரிக்கப்பட்ட ஆப்பிரிக்கர் கூட்டத்துடன் சேர்த்து நன்னம்பிக்கை முனையிலிருந்த ஐரோப்பியக் கோட்டை ஒன்றில் அடைக்கப்பட்டனர். அங்கு குகோவானாவை ஒரு துப்பாக்கி, துண்டுத் துணி, சிறு ஈயக்கட்டி ஆகியவற்றுக்காக அடிமையாய் விற்று விட்டனர். அச்சிறுவனைப் பின்னர் நடு அமெரிக்கத்திலுள்ள கிரானடாவிற்குக் கொண்டு சென்றனர்.

(*Cosway* : இந்நகரம் நிகராகுவா நாட்டின் தென்மேற்கே நிகராகுவா ஏரிக்கரை மீதுள்ளது. கிரானடா இந்நாட்டின் வெகு பழமையான நகரம். அது பிரான்சிஸ்கோ பர்னாண்டஸ் தெ கார்டோபா என்ற ஸ்பானிய வெற்றி வீரரால் 1523 ஆம் ஆண்டு நிறுவப்பட்டது)

இச்சிறுவன் அடிமைக் கப்பலில் சென்றபோது, அவனுடனிருந்த அடிமைப் பையன்களெல்லாம் கூடிக் ''கப்பலுக்குத் தீ வைத்து விட்டு, அதில் எல்லாரும் செத்து மடிவது'' என்று முடிவெடுத்தனர். அதை ஆப்பிரிக்கப் பெண்ணொருத்தி காட்டிக் கொடுத்துவிட்டாள். அவள் கப்பல் கங்காணியர் சிலருக்கு முந்தி விரித்து வாழ்ந்தாள். நாற்றம் பிடித்த ஐரோப்பிய மாலுமியர் ஆப்பிரிக்கப் பெண்களைப் பிடித்து அவர்கள் மேல் ஏறிக்கிடப்பது வழக்கம். ''ஆண் அடிமைகள் விலங்குகள் போல் பூட்டிப் பட்டிகளில் அடைக்கப்பட்டிருந்தனர்'' என்று குகோவானா இந்நூலில் குறிப்பிடுகின்றார்.

குகோவானா கிரானடாவில் விடுதலை பெற்ற பின்னர் இங்கிலாந்திற்குக் கொண்டு செல்லப்பட்டார். அங்கு சிறு ஓவியங்களைத் தீட்டும் காஸ்வே (*Cosway*) என்றவரிடம் வேலை செய்தார். அந்தக் காலத்தில் குகோவானா இங்கிலாந்தின் அடிமை ஒழிப்பு இயக்கத்தில் தலையாய இடம் பெற்றிருந்தார். அவர் அடிமையாயிருந்த காலத்தில் பட்டுத் துன்புற்ற பயங்கரங்களைப் பற்றி ஒரு நூல் எழுதி 1787 இல் வெளியிட்டார். அவர் அந்நூலில் ஓரிடத்தில் கூறியிருந்தார்.

''என்னைக் கடத்தி சென்றவர் என் நாட்டவரே என்பதை நான் முதலில் ஒப்புக் கொண்டாக வேண்டும். இதற்காக அவர்கள் வெட்கப்பட வேண்டும். எனது நிறம் என்னைக் காட்டி கொடுத்தது. நான் நாடு கடந்து அடிமையானதற்கு அவர்களே முதற் காரணர். எனக்கு நினைவு தெரிந்தது வரையில் ஆப்பிரிக்கரில் சிலரும் அடிமைகளை வைத்திருந்தனர். அவர்கள் போரில் சிறைப்பட்டோ, கடனுக்காகவோ அடிமையான வர்கள். ஆனால், ஆப்பிரிக்கரிடமிருந்த அடிமைகள் நல்ல நிலையில் இருந்தனர். நல்ல

முறையில் நடத்தப்பட்டனர். ஆனால் ஆப்பிரிக்க மக்கள் ஆப்பிரிக்கத்தில் வறுமையில் உழல்வதும் அங்கு அடைகின்ற இன்னல்களும், அவர்கள் மேற்கிந்தியத் தீவுகளில் மனிதர் வாழத்தகாத பகுதிகளில் எதிர்கொள்கின்ற இன்னல்களையும் இடர்ப்பாடு களையும்விட அவ்வளவு மோசமானவையன்று என்று நான் உறுதியாய்க் கூறுவேன். மேற்கிந்தியத் தீவுகளிலுள்ள கல்மனம் படைத்த கங்காணியர் இறைவனின் சட்டத்தை மதிப்பதில்லை: தம்மையொத்த மனிதரின் வாழ்க்கை பற்றிக் கிஞ்சிற்றும் அக்கறை காட்டுவதில்லை''.

ஐரோப்பியரின் குடியேற்றங்களில் ஆப்பிரிக்க அடிமையர் விலங்குகளினும் இழிந்த நிலையில் உழன்ற இக்காலத்தில் பிரிட்டனில் வாழ்ந்த வில்பர்ஃபோர்ஸ் (1759-1833) போன்ற மானுட நேயர்கள் அடிமை முறையையும் அடிமை வாணிபத்தையும் எதிர்த்துக் குரலெழுப்பினர்.

அடிமை ஒழிப்பிற்குப் பன்னிருவர் குழு

அடிமை வாணிபத்தை அறவே ஒழிப்பதென்று உலகறியக் கங்கணம் கட்டிக் கொண்ட ஒரு குழு 1787 மே மாதம் இலண்டனில் அமைக்கப் பெற்றது. அதன் பன்னிரு உறுப்பினருள் மூவர் குவாக்கர் ஆவர். அம்மூவருள் ஒருவர் கிளர்க்கன்சன் என்ற பெயரினர். அவர் அடிமை ஒழிப்புப் பணிக்கு ஆற்றிய பங்கு வில்பர்ஃபோர்சின் உழைப்பைப் போன்று பெரிய விளம்பரம் பெறவில்லையெனினும் மெய்யாகவே கிளர்க்கன்சன் தான் அந்த இயக்கத்தின் உயிர் மூச்சாயிருந்தார்.

கிளர்க்கன்சன் பாதிரியாகும் எண்ணத்தைக் கைவிட்டு, ஆப்பிரிக்க இலட்சியத்திற்காகப் பாடுபடுவதென்று தன் வாழ்க்கையையே அதில் ஈடுபடுத்தியவர். அவர் வில்பர்ஃபோர்சை 1787 இல் தான் முதன் முதலாய்ச் சந்தித்தார். அப்போது வில்பர்ஃபோர்சை ''அடிமை வாணிபம் என் சிந்தனையில் வந்து அடிக்கடி என்னை உறுத்துகின்றது. (அதை ஒழிப்பது) என் உள்ளத்திற்குகந்தது'' என்று கிளர்க்கன்சனிடம் சொன்னார்.

பன்னாட்டு அடிமை வாணிபத்தை ஒழிப்பதற்காகக் கிளார்க்கன்சன் தன்னையொத்த எண்ணமுடைய மேலும் பதின்மருடன் சேர்ந்து 1787 இல், தம்மை அதற்கென்று அர்ப்பணிப்பது என்று ஒரு குழுவை அமைத்தனர். இக்குழு அடிமை வாணிப ஒழிப்பில் ஆக்கமான பணியைச் செய்தது. அதற்கு மக்களின் ஆதரவைத் திரட்டுவதற்காக அடிமை வாணிபம் பற்றிய புள்ளி விவரங்களையும் அதில் நேரடியாய் ஈடுபட்டவர்களின் வாக்கு மூலங்களையும் திரட்டி மக்களின் கவனத்திற்குக் கொண்டு வந்ததில் கிளர்க்கன்சனுக்கே முழுப் பங்கும் உண்டு.

அவர் அடிமை வணிகரின் கொலை வெறித் தாக்குதலிலிருந்து தப்பி அரிய செய்திகளையும் புள்ளி விவரங்களையும் திரட்டினார். மானுட நேயத்திற்காகப் பதினெட்டாம் நூற்றாண்டில் வால்டயர் (1694-1778) போன்ற சிலர் பாடுபட்டிருக்கின்றனரெனினும் உலகு தழுவிய அளவில் நடந்து வந்த மனிதப் பொல்லாங்கை ஒழிப்பதற்காக உயிரையும் மதியாது போராடியவர் என்ற சிறப்பைக் கிளார்க்கசனுக்குத் தர வேண்டும். அடிமை ஒழிப்பு வெற்றியில் வில்பர் ஃபோர்சிற்கே தனிச்சிறப்புத் தரப்படுகின்றது. ஆனால், மெய்யான சிறப்புக் கிளார்க்கன்சனையே சேர்தல் வேண்டும்.

1787

வரலாற்றுப் புள்ளிகள்

1. மாவட்டங்களில் ஆட்சித் தலைவர்கள்

புதிய தலைமை ஆளுநரான காரன்வாலிஸ் இந்த 1787 ஆம் ஆண்டு கொண்டு வந்த ஆட்சிச் சீர்திருத்தங்களின் ஆதார சுருதி சிக்கனமேயாகும். அவர் இவ்வாண்டு மாவட்டங்களின் எண்ணிக்கையை முப்பத்தைந்திலிருந்து இருபத்து மூன்றாய்க் குறைத்தார். ஒப்பந்த அடிப்படையில் கம்பெனியில் ஊழியராய்ப் பணிபுரிந்தவர்களை, அம்மாவட்டம் ஒவ்வொன்றிலும் ஆட்சித் தலைவராய் (Collector) அமர்த்தினார். வரி விதிப்பு, ஆட்சி நிர்வாகம், வரி தண்டுதல், பொதுவியல், குற்றவியல் நீதியாட்சி ஆகியன அனைத்தும் மாவட்ட ஆட்சித் தலைவரின் பொறுப்பில் விடப்பட்டன. எனினும் ஆட்சித் தலைவர் பல்வேறுபட்ட தன் பணிகளைப் பொருத்த வரையில் பல்வேறுபட்ட அலுவலரின் கீழ் கொண்ட வரப்பட்டார்.

ஆதலால் அவர் அமைத்த வருவாய்த் துறை நீதிமன்றத்தின் (மால் அதாலத்து) தீர்ப்பைக் குறித்து, கல்கத்தாவிலிருந்த வருவாய் வாரியத்திடம் உயர் மட்டத்தில் மேல் முதலீடு செய்யலாம். அவர் நிறுவிய பொதுவியல் நீதிமன்றத்திலிருந்து, அதன் மேல்மட்டமான சதர் திவான் அதாலத்திடம் மேல்முறையீடு செய்யலாம். அது 5,000 ரூபாய் மதிப்பு வரையிலுள்ள வழக்குகளில் முடிவு எடுக்கலாம். இதற்கு மேற்பட்ட மதிப்புள்ள வழக்காயின் இலண்டனிலுள்ள மன்னர் முறை மன்றத்திடம் மேல்முறையீடு செய்யலாம்.

இவற்றுடன் பதிவாளர் (Register) பதவி ஒன்றும் உண்டாக்கப்பட்டது. ஆட்சித் தலைவர் அவரிடம் இருநூறு ரூபாய் மதிப்புள்ள வழக்குகளை அனுப்பி வைக்கலாம். ஆனால் ஆட்சித் தலைவர் தன் நீதி அதிகார முறையில் மேற்கையொப்பம் செய்தால்தான் பதிவாளரின் தீர்ப்புச் செல்லும்.

2. தஞ்சை அரியணையில் அமரசிங்கன்

தஞ்சை மராட்டிய அரச குடியின் பதினோராவது மன்னராய், இரண்டாம் துளசாவையடுத்து அமரசிங்கன் 1787 முதல் 1798 வரை ஆட்சி செய்தார். இவருக்குப் பிறகு இரண்டாம் சரபோசி 1798 இல் பட்டமேற்று 1832 வரை அரசராயிருந்தார்.

3. பிரிட்டன் - இந்திய நிலவழி சீரானது

ஐரோப்பிய - இந்திய நிலவழித் தொடர்பு பற்றிய விரிந்த செய்திகள் இ.ச.க தொகுதி-8 ஆம் தொகுதியில் காணப்படும். இங்கிலாந்திற்கும் இந்தியத்திற்குமிடையே இருந்து வந்த நிலவழித் தொடர்பு 1787 இல் ஓரளவு சீரானது.

4. திப்பு மைசூரில் உண்டாக்கிய நசராபாது

திப்புவின் ஆணைப்படி மைசூர் நகரில் ஒரு பகுதியை இடித்துத் தள்ளிவிட்டு, அங்கு புது நகரம் ஒன்று உண்டாக்கப்பட்டது. திப்பு சுல்தான் அதற்கு நசராபாது என்று பெயரிட்டார்.

5. காம்பே மக்களுக்கு கம்பெனியின் ஆட்சி மீது ஆசை

குஜராதின் கத்தியவாடு தீவக்குறையின் தென்கிழக்கே காம்பே வளைகுடாவில் காம்பே நகரம் உள்ளது. அங்கு ஆங்கிலேயருக்கு 1612 ஆம் ஆண்டு முதலே பண்ட சாலை இருந்து வருகின்றது. இது பம்பாய்க்கு வடக்கிலும் ஆமதாபாதிற்குத் தெற்கிலும் பரோடாவிற்கு மேற்கிலும் அமைந்துள்ளது.

காம்பே நகரம் ஒரு காலத்தில் குஜராதின் மிகப்பெரிய பண்டசாலையாயிருந்தது. வாணிபம் செழித்து மிகுந்தது. ஆனால் கடல் ஊரிலிருந்து பின்வாங்கி வெகு தொலைவு சென்று விட்டது. காம்பேயின் சிறப்பைச் சூரத்து பெற்றுப் பெரிய வாணிப மையமானது. முகலாயர் ஆட்சி சரிந்ததும் ஏற்பட்ட குழப்பங்களும் அதன் வீழ்ச்சியை விரைவு படுத்தின. அக்கால கட்டத்தில் காம்பேயை ஆண்டு வந்த முகமது கான் என்ற நவாபின் கொடுங்கோன்மையும் சேர்ந்து காம்பேயை முற்றாகச் சீரழித்து விட்டது.

நவாபு கொடிய வரிகளை விதித்து மக்களைக் கசக்கிப் பிழிந்தனர். அநியாய வரியைச் செலுத்த முடியாத மக்களின் வீடுகளை நவாபு இடித்துத் தள்ளினார். சார்லஸ் மேலட்டு என்றவர் காம்பேயில் பிரிட்டிசுப் பேராளராய் (*Resident*) பல ஆண்டுகள் இருந்தார். காம்பே நவாபு கொடியவர், ஏமாற்றுக்காரர்: மக்களை அடக்கி ஒடுக்குபவர் என்பவற்றையெல்லாம் கம்பெனியின் மனத்தில் பதிய வைக்க மேலட்டு முயன்றார். காம்பே நவாபு மராட்டியர்க்குச் செலுத்த வேண்டிய சௌத்து என்ற தண்ட வரியான *40,000* ரூபாயை விலக்கிவிட்டுக் காம்பேயைக் கம்பெனிக்கு மாற்றிப் பெறுவதற்காக மேலட்டு அரும்பாடுபட்டார்.

காம்பேயைக் கம்பெனி பெறுவதால், அதற்குப் பொருளாதாயம் கிடைப்பதுடன் காம்பே நகரம் கொடுங்கோன்மையிலிருந்து விடுபட்டுக் கம்பெனி ஆட்சியில் பெரிய ஆறுதல் பெறும் என்று மேலட்டு கருதினார். இந்நகர மக்கள் கம்பெனியின் குடிமக்களாய் வாழ்வதற்கு எத்தனை ஆர்வத்தோடு விரும்புகின்றனர் என்பதைத் தான் அன்றாடம் காண்பதாயும் மேலட்டு கூறினார்.

காம்பேயிலிருந்த கம்பெனிப் பண்டசாலை துணிகளைக் கொள்முதல் செய்து அனுப்பி வைத்தது. கம்பெனி ஊழியரில் வெகு சிலர் மட்டுமே காம்பேக்கு அப்பால் *1784* இல் பயணம் செய்திருந்தனர். ஆனால் கச்சு வளைகுடாவிற்கும் காம்பே வளைகுடாவிற்கும் இடையிலமைந்திருக்கும் கத்தியவாடுத் தீவக்குறையிலுள்ள பகுதி காம்பே வளைகுடாவின் அருகே மேற்குப் பகுதியில் உள்ளது.

அப்பகுதியில் இக்கால கட்டத்தில் கடற்கொள்ளையர் மொய்த்திருந்தனர். அவர்கள் அங்கிருந்து கொண்டு வடக்கில் நடந்து வந்த வாணிபத்திற்குப் பெருந்தீங்கு செய்து வந்தனர். போர்பந்தர், பேமாட்டு, ஓகமண்டல் ஆகிய இடங்களைச் சேர்ந்த கொள்ளையர்கள் பாறைகள் நிறைந்த கடலிடுக்குகளில் இருந்து கொண்டு சூரத்திற்கும் பரூச்சிற்கும் பருத்தி கொண்டு சென்ற கப்பல்களைக் கொள்ளையடித்தனர்.

கத்தியவாடுப் பகுதி நேர்த்தியான பருத்தி விளையும் மண்வளம் பெற்றிருந்தது. ஆனால் மராட்டியர் படை வந்து கொள்ளையடித்துச் சென்றமையால் வேளாண்மை செய்தற்கியலவில்லை.

இப்பகுதியைச் சேர்ந்த ஆற்றல்வாய்ந்த பவநகர் மன்னர் பேஷ்வாவிற்கும் கெயிக்குவாடிற்கும் திறை செலுத்தி வந்தார். அவரது நாட்டில் பாதிப் பரப்பு, வளமான நல்ல கரிசலாயிருந்தது. பவநகரிலிருந்து சென்ற பருத்தி தான் பெரும் அளவில் சூரத்திலிருந்து அயல் நாடுகளுக்கு ஏற்றுமதியானது.

1787

6. குஜராதில் கொள்ளையர்

பரோடாவை ஆண்டு வந்த மராட்டியர் தலைவரான கெயிக்குவாடு ஆண்டுதோறும் படைகொண்டு சென்று மேற்குக் கரையிலிருந்த தன் ஆட்சிப் பரப்பில் வரி தண்டுவார். மக்கள் ஆயுதங்கள் கொண்டு அப்படையை எதிர்த்து நிற்பர். அவர் ஒரு முறை 20,000 பேரடங்கிய ஒரு படையைக் கத்தியவாடுப் பகுதிக்கு அனுப்பினார். அப்படை அங்கு மக்களுடன் போரிட்டது.

மராட்டியரால் அங்கு சட்டத்தையும் ஒழுங்கையும் நிலைநாட்ட முடியாது போனமையால், கொள்ளையரும் சட்ட விரோதியரும் பல்கினர். பீல், கிராசியர் என்ற கூட்டத்தாரின் கொள்ளைகளினால் பயிர்ச் செய்கையும் வாணிபமும் பெரிதும் பாழ்பட்டன.

கிராசியர் (*Girasia*) என்ற மக்கள் பதினேழு, பதினெட்டாம் நூற்றாண்டுகளில் கொள்ளையடித்துத் தம் வல்லாண்மையைப் பெருக்கிக் கொண்டனர். அப்போது நாட்டு மன்னர்களான சிற்றரசர்கள் அவர்களுக்கு நிலங்களைத் தந்து, அவர்கள் கொள்ளையடிப்பதை நிறுத்த முயன்றனர். அதனால் அவர்களுக்குப் பெரிய நிலப்பரப்பு உரிமையாயிருந்தது. சிலர் தம்மை நிலக்கிழார் என்று அழைத்துக் கொண்டு வல்லாண்மை செலுத்தவும் முயன்றனர்.

குஜராதில் இங்ஙனம் குழப்பம் மிகுந்து அமைதியற்றுப் போனமையால், கிராசியர் ஆள்களைத் திரட்டிக் கொண்டு நாட்டுப் புறங்கள் மீது பாய்ந்து கொள்ளையடித்தனர்; கொலை செய்தனர்; பொருள்களைச் சூறையாடினர்.கிராசியர்க்குள் குடும்ப உள்பகை வலுத்தமையாலும் நாட்டின் அமைதி சீரழிந்தது.

பீல், கோலி (*Bhell, Koli*) என்ற குலத்தாரும் நாட்டைக் கொள்ளையடிக்கலாயினர்.கோலி மக்கள் எப்போதேனும் ஒரு முறை வேளாண்மையில் ஈடுபடுவர்.பீல்களோ முரட்டுத்தனமான மலைவாழ் மக்கள். அவர்கள் முறையாயமைந்த எந்த அரசின் கீழும் வாழவில்லை; கிட்டத்தட்டக் காட்டுமிராண்டி நிலையிலேயே வாழ்ந்தனர் எனலாம். அவர்கள் கொள்ளையடித்தே வாழ்க்கை நடத்தினர். (இத்தகைய குலத்தினர் தமிழ் நாட்டிலும் இக்காலத்தில் நிலவினர்) கத்தியவாடியிலிருந்து எல்லை தாண்டி வந்த கத்தியர் என்ற் கொள்ளையரும் நாட்டை அலைக் கழித்தனர்.

டாக்டர் ஹோவ் என்றவர் பதினேழு குதிரை வீரர்களை அழைத்துக் கொண்டு பரூச்சிலிருந்து தெற்கே 1787 இல் சூரத்திற்குச் சென்றார். அவர் இரண்டு பேராய்ச் சேர்ந்து கொள்ளையடித்து வந்த ஒரு கொள்ளைக்காரரை வழியில் கண்டார். அவர் தன் பயணத்தைத் தொடர்ந்த போது கொள்ளையர் அவரிடம் கொள்ளையடித்தனர். அவர்கள் அத்துடன் விடாது அவரை விடாமல் துரத்திக் கொண்டே சென்றார்.

7.குஜராத்தில் பருத்தியில் கலப்படம்

குஜராதிலிருந்து ஏராளமான அளவில் சீனத்திற்குப் பருத்தி இக்கால கட்டத்தில் ஏற்றுமதியானது. கிழக்கிந்தியக் கம்பெனி, 1785 செப்டம்பரில் மராட்டியர் தலைவரான குவாலியர் சிந்தியாவுடன் ஓர் உடன்படிக்கை செய்து கொண்டது. கம்பெனி இதை நல்வாய்ப்பாய்க் கொண்டு பரூச்சிலிருந்து 1,600 பொதிப் பருத்தியைச் சீனத்திற்கு ஏற்றுவதென்று முடிவு செய்தது.

பரூச்சு

(இது பருக்கச்சி, பரிகாசா என்று பலவாறாய் அழைக்கப்பட்டு, இன்று பரூச்சு (Broach) என்று வழங்குகின்றது. இது நர்மதையாறு கத்தியவாடில் கடலில் கலக்குமிடத்திலுள்ளது. இது பண்டைப்பட்டினமாகும். பெரிய வாணிப மையமாய் விளங்கிற்றென்று மேற்கத்தி எழுத்தாளர் எழுதியுள்ளனர். பாலி இலக்கியங்களிலும் இப்பட்டினம் பேசப்படுகின்றது. மேற்கத்தி எழுத்தாளர் இதை பரிகாசா (Baryaza) என்றனர். பிளினியும் (23-79 கி.பி) பெரிப்புளூசின் ஆசிரியரும் (கி.பி 60) அலெக்சாந்திரியத் தாலமியும் (87-150) இப்பட்டினத்தை அறிந்திருந்தனர். அவர்கள் இதைத் தம் நூல்களில் பரிகாச என்ற பெயரிட்டுக் குறிப்பிடவும் செய்கின்றனர்.

வணிகர் வாணிபத்தின் பொருட்டு அடிக்கடி வந்த துறைமுகம் இது வென்று மகாநித்தச (Mahaniddasa) என்ற நூல் கூறும். சுமார் கி.மு.இரண்டாம் நூற்றாண்டினர் (சுமார் 160-140 கி.மு) என்று கருதப்படும் இந்தியக் கிரேக்க மன்னரான மினாந்தர் இயற்றிய மிலிந்த பண என்ற நூலும், இது ஒரு துறைமுகப் பட்டினம் என்றே கூறும்.

இப்பட்டினத்தில் மன்னர்கள் பாரூக்கச்சகர் (Bharukachchakas) என்று அட்லசாலினி (Atlasalini) என்ற நூல் கூறுகின்றது. இது பிரமனின் மனத்திலிருந்து பிறந்தார் என்று கூறப்படும் பிருகு முனிவரிடமிருந்து தோன்றியது என்று பிராமண மரபுகள் குறிப்பிடும்.

(இத்துறைமுகத்தினுள் மணல் படிந்ததால் கி.பி. மூன்றாம் நூற்றாண்டிற்குப் பிறகு முற்றிலும் வாணிபச் சிறப்பை இப்பட்டினம் இழந்தது. வணிகர்கள் இங்கிருந்து தொலைவிலிருந்த ரோமிற்கும் அலெக்சாந்திரியத்திற்கும் சென்றனர் என்று பிளினியும் பெரிப்புளூஸ் ஆசிரியரும் உரைக்கின்றனர். வணிகர்கள் இங்கிருந்து இலங்கை வழியாய்ச் சுவர்ணபுரிக்கும் சீனத்திற்கும் சென்றனர் என்று சாதகக் கதைகள் கூறும். சிங்களரின் முதல் மன்னரான விசயன் இங்கு மூன்று மாதம் தங்கியிருந்து இலங்கை சென்றார் என்று தீப வம்சம் கூறும்)

பருத்தியில் விதை, மண், இலை கலப்படம்

பரூச்சிலிருந்து சீனத்திற்கு அனுப்பிய பருத்தியில் விதை, மண், இலைகள் கலந்திருந்தன என்றும் ''மாண்புமிகு'' கம்பெனியர் அந்தப் பருத்தியை ஏற்க முடியாதென்றும், அந்தப் பருத்தியை ஆராய்வதற்காக 1787 மே மாதம் ஒரு குழு அமைக்கப்பட்டது. கம்பெனி கொள்முதல் செய்த பருத்தி மட்டும் இப்படி மோசமாயிருக்கவில்லை. தலையாய பஞ்சு வணிகர்களான மிகுவல் தெ லைமா இ சௌசா என்ற நிறுவனத்தினர் சார்பாக டேனியல் செட்டன், டேவிடு ஸ்காட்டு அன் கம்பெனி, ஜான் பர்பஸ் பாட்ரிக்கு, கிராஃபோர்டு புரூஸ், ஜான் ஸ்னோ மேலும் ஆறு பார்சி வணிகர் முதலானோர், தாம் வடக்கத்தித் துறைமுகங்களிலிருந்து சீனத்திற்கு அனுப்பிய பருத்தியிலும் கலப்படம் இருந்ததென்று கம்பெனியாரிடம் முறையிட்டனர்.

பரூச்சிலும் சூரத்திலும் இருந்த ஒப்பந்தக்காரர்கள், இந்தக் கலப்பட வேலையைப் பல காலம் செய்து வந்தனர். பவநகரிலும் கச்சிலும் இருந்து வந்த பருத்தியை விடப் பரூச்சிலும் ஜாம் நகரிலுமிருந்தும் வந்த பருத்தி மிகவும் மோசமாயிருந்தது.

பருத்தியுடன் ஒரு பொதிக்கு ஐந்து முதல் ஏழு சேர்வரை மண்ணையும் இலைகளையும் பல ஆண்டுகளாகவே கலந்து வந்தனர். ஆனால் 1786 இல் அந்த அளவு

இந்திய சரித்திரக் களஞ்சியம் | 251

சராசரியாய் 50-60 சேராக மிகுந்து விட்டது. மேற்கூறிய வணிகர்கள் இக்கலப்படம் பற்றிக் கம்பெனியிடம் முறையிட்டபோது, ஒவ்வொரு பொதியிலும் கால்வாசியிலிருந்து மூன்றிலொரு பங்குவரை கலப்படம் இருந்தது.

ஒவ்வொரு கண்டிப் பருத்தியிலும் 5-1/2 மணங்கு விதை இருந்தால் கூட, நான்கு இலட்ச ரூபாய் வரை இழப்பு ஏற்படும்.

இந்தியப் பருத்தி விலை மலிவாயும் தம் நாட்டுப் பருத்தியை விடத் தரம் உயர்ந்ததாயும் இருந்தமையால், சீனர் பருத்தி பயிரிட்ட நிலங்களில் நெல்லை விதைத்தனர். இந்தியப் பருத்தியில் இவ்விதம் கலப்படம் இருந்தால், சீனர் மீண்டும் பருத்தி பயிரிடுவதற்கு மாறிக் கொள்ளும் நிலை ஏற்பட்டது.

8. பம்பாயில் தலைமை அஞ்சலகம்

பம்பாயில் ஓர் அஞ்சல் நிலையம் 1688 ஆம் ஆண்டு திறக்கப்பட்டது என்று புகழ்பெற்ற எழுத்தாளரான முல்குராஜ் ஆனந்து தொகுத்து, இந்திய அஞ்சல் தந்தித் துறை 1954 ஆம் ஆண்டு வெளியிட்ட ''இந்திய அஞ்சலகத்தின் கதை'' என்ற நூலில் கூறப்பட்டுள்ளது. ஆனால் கிழக்கிந்தியக் கம்பெனியின் இயக்குநர் மன்றம் (Board of Directors) பம்பாயிலிருந்த ஆட்சி மன்றக் குழுவிற்கு (Council) 1688 டிசம்பர் 27 அன்று எழுதிய ஒரு கடிதத்தை அடிப்படையாய் வைத்து மேற்சொன்ன நூலில் அவ்வாறு எழுதப்பட்டிருக்கலாம் என்று இந்திய அஞ்சல் வரலாற்றாசிரியரான மகாதேவராவ் எம்.இனாம்தார் தனது ''பம்பாய் ஜி.பி.ஒ'' என்ற ஆங்கில நூலில் கூறுகின்றார்.

பம்பாய் அரசிதழ்களையும் கரும்பொருள் களஞ்சியங்களான கெசட்டீர் (Gazeteer) களையும் மேலும் பல அரசு ஆவணங்களையும் நுணுகி ஆராய்ந்ததில், 1787 ஆம் ஆண்டில்தான் பம்பாயில் தலைமை அஞ்சலகம் அமைந்தது என்பதும் பம்பாய் மாநில முழுமைக்கும் 1794 ஆம் ஆண்டுதான் தலைமை அஞ்சல் தலைவர் அமர்த்தப்பட்டார் என்பதும் 1909 ஆம் ஆண்டு வெளியிடப் பெற்ற பம்பாய் கருப்பொருள் களஞ்சியத்திலிருந்து தெரிகின்றன.

9. இந்தியத்தில் தீவாந்தரத் தண்டனை தொடக்கம்

இந்தியத்தில் குற்றம் புரிந்தவர்களுக்கு அளிக்கப்படும் தண்டனைகளுள் சிறையிலடைப்பதும் ஒன்றாயிருந்தது. வெகு தொன்மையான காலத்திலும் இந்த ஏற்பாடு இருந்து வந்திருக்கின்றது. ஆனால் குற்றவாளிகள் என்று தண்டிக்கப்பட்டவர்களைக் கண்காணாத் தீவுகளில் சிறை வைக்கும் முறை ஐரோப்பியர் இந்தியத்திற்கு வந்த பிறகுதான் தோன்றியது.

தண்டிக்கப்பட்டவர்களை அயல் நாடுகளுக்கு அனுப்பி, அங்கு அவர்களைச் சிறை வைக்கும் ஏற்பாடு பிரிட்டிசாருக்குப் புதிதன்று. இவ்வழக்கம் பிரிட்டிசு ஆட்சி இந்தியத்தில் தொடங்கிய காலத்தில் இருந்தது.

சுமத்திரா மேற்கு இந்தோனேசியத்திலுள்ள மலைப்பாங்கான தீவு: அது மலாய்த் தீவக் குறையிலிருந்து பிரிந்து மலாக்கா நீரிணையில் உள்ளது. இது பதினாறாம் நூற்றாண்டில் டச்சுக்காரரின் கைக்குச் சென்றது. அதுவும் அதனருகிலுள்ள பெங்கூலன் தீவும் பதினெட்டாம் நூற்றாண்டின் கடைசிக் காலத்தில் பிரிட்டிசாரிடம் இருந்தன.

பிரிட்டிசார் இந்தியச் சிறைஞர்களை 1787 ஆம் ஆண்டில் பெங்கூலன் தீவிற்கு

அனுப்பி வைத்தனர். சுமத்திரா 1825 இல் மீண்டும் டச்சுக்காரர் கைக்குப் போனதும், இந்தியத்திலிருந்து அங்கு அனுப்பப்பட்ட சிறைஞர்கள் சிங்கப்பூருக்கும் பினாங்கிற்கும் கொண்டு செல்லப்பட்டனர்.

இந்தியக் குற்றவாளிகளுக்காகப் பர்மாவின் அரக்கானிலும், தானசரீமிலும், ஆயுள் தண்டனை பெற்றவர்களை அமர்த்தும் குடியேற்றங்கள் உண்டாக்கப்பட்டன. பர்மிய மன்னர் அப்பகுதிகளை 1826 இப் பிரிட்டிசாருக்கு விட்டுக் கொடுத்தார்.

இவற்றுக்குப் பிறகு 1857 புரட்சியையடுத்து இந்தியர்கள் தீவு வாழ்க்கைத் தண்டனை பெற்று அந்தமானுக்கு அனுப்பப்பட்டனர் என்பதைப் பின்னர் காணலாம்.

10. வாரன் ஹேஸ்டிங்சு மீது மேலும் குற்றச்சாட்டுகள்

இந்தியத்தின் முதல் தலைமை ஆளுநரான வாரன் ஹேஸ்டிங்சு (1732-1818: பதவிக் காலம் 1774-1785) ஔது நவாபின் பேகங்களுடைய செல்வங்களைக் கவர்ந்தார் என்று ரிச்சர்டு பிரின்ஸ்லி டெரிடன் பிரிட்டிஷ் நாடாளுமன்றத்தில் 1787 பிப்ரவரி 2 அன்று குற்றச்சாட்டுகளை எழுப்பினார். ஹேஸ்டிங்சு மீது 1786 ஆம் ஆண்டிலும் குற்றங்கள் சாட்டப்பெற்றன.

வாரன் ஹேஸ்டிங்சு மேல் கூறப்பட்ட குற்றச் சாட்டுகளுக்கெல்லாம் பின்புலம் உண்டு. அவர் வங்கத்தின் பல பகுதிகளில் பணியாற்றியவர். வங்க அரசியல் நெளிவு சுளிவுகளை நன்கறிந்தவர். சிறிது காலம் சிறையிலும் இருந்தவர். கல்கத்தாவில் 1756 ஆம் ஆண்டில் நடந்த வருத்தந் தரத் தக்க ஒரு நிகழ்ச்சியைக் கல்கத்தா இருட்டறை என்று ஆங்கில வரலாற்றாசிரியர்கள் அளவு மீறிப் பெரிதாக்கிக் காட்டினர். (இ.ச.க.தொகுதி-6) மிகச் சிறிய ஓர் இருட்டறைக்குள் முதல் நாள் நெருக்கி அடைக்கப்பட்ட 146 பேரில் 22 பேர் தான் மறு நாள் காலையில் உயிருடன் வெளிவந்தனர். வாரன் ஹேஸ்டிங்சு அவர்களுள் ஒருவரான ஒரு பெண்ணை மணந்து கொண்டார். அப்பெண் ஏற்கெனவே மணமானவர். அவருக்கு முதல் திருமணத்தில் இரண்டும் பின்னர் ஹேஸ்டிங்சிற்கு இரண்டுமாய் நான்கு மக்கள் இருந்தனர்.

அப்பெண் மணமான இரண்டாண்டுகளுக்குப் பின் இறந்தார். அவருடன் ஒரு மகளும் இறந்து போனார். இதனால் ஹேஸ்டிங்சு மனக் கவலை மிகக் கொண்டார். ஆனால் எந்த வழியிலேனும் பணத்தை அள்ள வேண்டுமென்ற ஆசையை அந்த மனக் கவலை மட்டுப்படுத்திவிடவில்லை. மீர் ஜாஃபரின் அந்தப்புரத்தில் முன்னி பேகம் என்ற ஒரு பெண் இருந்தார். அவர் இதற்கு முன்னர் ஆக்ராவில் நடனக்காரியாயிருந்தவர். ஹேஸ்டிங்சு அவரிடமிருந்து பெருந்தொகையைக் கையூட்டாய்ப் பெற்றுவிட்டார்.

ஹேஸ்டிங்சு அலிப்பூரில் பெரிய மாளிகையைக் கட்டிக் கொண்டார். வாரணாசியிலிருந்து டன் கணக்கில் பளிங்குக் கற்களைக் கொண்டு வந்து அம்மாளிகையின் தரை, சுவர், படிக்கட்டுகள் இங்கெல்லாம் பதித்து அழகு படுத்தினார். இவற்றினாலெல்லாம் ஹேஸ்டிங்சிற்குப் பலர் எதிரிகளாயினர்.

சர்.பிலிப்பு பிரான்சிஸ் 1774 ஆம் ஆண்டு கல்கதத்தா ஆட்சிமன்றக் குழுவில் பணி புரிவதற்காக அனுப்பிவைக்கப்பட்டார். அவருக்கும் ஹேஸ்டிங்சிற்கும் தீராப் பகை இருந்தது. ஹேஸ்டிங்சிடம் பழி வாங்கும் குணம் உண்டு. மேடம் கிராண்டி என்ற பெண்ணுடன் பிரான்சிஸ் கள்ளத் தொடர்பு வைத்திருந்தார். அதனால் அவர் அப்பெண்ணின் கணவருக்கு 40,000 ரூபாய்த் தண்டமாய்த் தர நேர்ந்தது. ஹேஸ்டிங்சு இதைப் பலரறிய ஆட்சி மன்றக் கூட்டத்தில் சொல்லி இழிவு படுத்தினார்.

தலைமை ஆளுநரான தன்னை மேலிடத்தில் சிக்கவைக்கக் கூடிய ஆவணங்களை இராசா நந்த குமார் வழியாய்த் தலைமை அமைச்சர் நார்த்து பிரபிடமும் இப்போது பேரன் (*Baron*) என்ற பெரும் பிரபாய்விட்ட கிளைவிடமும் பிரான்சிஸ் அனுப்பச் செய்தார் என்ற ஐயம் ஹேஸ்டிங்சிற்கு இருந்தது. அதனால்தான் தனக்கு வேண்டிய உயர் நீதிபதி சர் எலிஜா இம்பேயையும் வெள்ளை ஜூரர்களையும் கைக்குள் போட்டுக்கொண்டு நந்தகுமாருக்குத் தூக்குத் தண்டனை வாங்கித் தந்தார். (இ.ச.க. தொகுதி-8)

பிரான்சிஸ் அதன் பிறகு ஹேஸ்டிங்சைச் சரியான இடத்தில் தாக்கத் தவறவில்லை. ஹேஸ்டிங்சிற்கும் வறிய நிலையிலிருந்த ஓவியரான இமோஃபு (*Baron von Imhoff*) பிரபின் மனைவியான மரியானுக்கும் கள்ளத் தொடர்பு இருந்து வந்ததைப் பிரான்சிஸ் ஊரறியச் செய்துவிட்டார். இமோஃபு பிரபு ஐரோப்பியம் திரும்பிய பிறகு, மரியானை அவரிடமிருந்து மணவிலக்குப் பெறச் செய்து, ஹேஸ்டிங்சு மணந்து கொண்டார்.

வாரன் ஹேஸ்டிங்சின் மீது எழுந்த குற்றச்சாட்டுகள் 1788 பிப்ரவரி தொட்டு நாடாளுமன்றத்தில் ஆராயப்பட்டன. இவ்விசாரணை 1795 ஏப்ரல் 22 அன்றே முடிவடைந்தது. அப்போது அவர் மீது சுமத்தப்பட்ட குற்றச்சாட்டுகள் அனைத்தும் தள்ளப்பட்டன. இவ்வழக்கு ஏழாண்டுகள் நீடித்தது. விசாரணை 145 நாள் நடந்தது. வாரன் ஹேஸ்டிங்சு இவ்வழக்கிற்காக 70,000 பவுன் செலவிட்டார். கிழக்கிந்தியக் கம்பெனி அவருக்கு ஒரு தொகையைக் கொடையாய்க் கொடுத்தது.

11. பிரிட்டனில் தொழில் வளர்ச்சி

பிரிட்டனின் பொருளியல், வாணிப, தொழில் வளர்ச்சிகள் பற்றிய செய்திகள் இந்தப் பத்தில் பல இடங்களில் சொல்லப்பட்டுள்ளன.

ஆங்கிலப் பருத்தித் துணி நெசவின் அளவு 1770 ஆம் ஆண்டில் இருந்ததைக் காட்டிலும் 1787 இல் பத்து மடங்கு மிகுந்தது. இரும்புப் பொருள்களின் ஆக்கம் நான்கு மடங்கு அதிகரித்தது. விசையால் இயங்கும் வெகுசில ஆலைகளை வைத்துக் கொண்டு குடிசைத் தொழில் இன்னும் நடைபெற்று வந்தது. பிரிட்டனின் தொழில் வளர்ச்சி முடுக்கம் பெறுவதை இவையனைத்தும் காட்டுகின்றன.

12. மிளகு வாணிபமும் தந்திரங்களும்

மாகி (*Mahe*) என்ற பிரஞ்சுத் திட்டு தலைச் சேரியின் தெற்கிலும் கோழிக்கோட்டிற்கு வடக்கிலும் அமைந்துள்ளது. (தலைச்சேரி : இ.ச.க.தொகுதி-8,கோழிக்கோடு இ.ச.க.தொகுதி-7) மேற்குக் கரையிலுள்ள மாகியின் வடக்கில் மாகி ஆறு ஓடுகின்றது. (மாகி பற்றிய செய்திகள் : இ.ச.க.தொகுதி-1,3,8)

பிரஞ்சுக்காரரான ஆன்று மெல்லந்தினின் வடகரை நாடு வாழியான போயனாரிடமிருந்து மாகியைப் பெற்று, அங்கு 1721 முதல் பண்டசாலை அமைத்துக்

கோட்டையும் கட்டியிருந்தார். அதனருகே தலைச்சேரியில் பண்டசாலை வைத்திருந்த ஆங்கிலேயர், வடகரைப் போயனாரைத் தம் வசப்படுத்திக் கொண்டு பிரஞ்சுக்காரரை மாகியிலிருந்து வெளியேற்றினர்.

அதனால் ஆத்திரமடைந்த பிரஞ்சுக்காரர்; புதுச்சேரியிலிருந்து மார்டைலான் கோண்டரின் என்றவரின் தலைமையில் ஆறு கப்பல்களைக் கொண்டு சென்று மாகியை 1725 இல் கைப்பற்றினர். மாகி அன்றிலிருந்து மேற்குக் கரையில் பிரஞ்சுக் காரரின் மிக முக்கியமான வாணிப மையமாயிருந்து வந்தது.

ஆங்கிலேயர் வளமான மலபார் வாணிபம் முழுமையையும் தம் வயப்படுத்துவதற்கு மைசூரின் திப்பு சுல்தான் இடையூறாய் இருந்து வந்தார். ஆங்கிலேயர் அவரைப் பல்வேறு சூழ்ச்சித் திறங்களால் வீழ்த்த முயன்றனர். மிளகு வாணிபத்தில் தமக்கு முன்னுரிமையும் ஏகபோகமும் வேண்டுமென்பதில் அவர்கள் வெகு முனைப்பாயிருந்தனர். பிரஞ்சுக்காரர் இவ்வேளையில் மாகியைச் சுங்கத் தீர்வை எதுவும் செலுத்த வேண்டாத கட்டற்ற வாணிபத் துறைமுகம் என்று 1787 இல் பறை சாற்றிவிட்டனர். தனிப்பட்ட வணிகர்கள் மிளகைப் பேரளவில் கொள்முதல் செய்யும் எண்ணத்துடன், அதற்குக் கூடுதல் விலை தர முன்வந்தனர். அதனால் மிளகு விலை கேரளமெங்கும் உச்சிக்கு ஏறி விட்டது.

மாகி தீர்வைகளற்ற தாராள வாணிபத் துறைமுகம் என்று பிரஞ்சுக்காரர்கள் அறிவித்து விட்டதனால், அது ஐரோப்பிய வணிகரின் வாணிபத் தளமாய்விட்டது. மாகியில் குறு மிளகிற்குக் கூடுதல் விலை கிடைத்தது. ஆதலால் அங்கு மிளகைக் கள்ளத்தனமாய்க் கடத்திச் சென்றனர். கோழிக்கோட்டு அரசரான சாமூதிரியே மிளகை மாகிக்குக் கடத்திச் சென்றார் என்று கம்பெனி அலுவலர் அவர் மீது குற்றஞ்சாட்டினர்.

நாடு வாழிகளான குறுநிலத் தலைவர்களும் கிட்டத்தட்ட முற்றிலும் மாப்பிள்ளைமாராயிருந்த மிளகு வணிகர்களும் மிளகு வாணிபத்தைத் தம் கைகளில் வைத்திருந்தனர். ஐரோப்பிய வணிகர்கள் மாகியில் வந்து இருந்து கொண்டு கிழக்கிந்தியக் கம்பெனியுடன் போட்டியிட்டதால் நாடு வாழிகளுக்கும் மலபார் வணிகர்களுக்கும் பெருத்த ஆதாயம் கிடைத்தது. எனவே மிளகு வாணிபத்தைக் கவர்ந்ததால், கம்பெனியைக் காட்டிலும் மாகி பெரிய ஆதாயம் கண்டது என்பது கண்கூடு.

ஆதலால் மாகிக்குப் பெரிய அளவில் மிளகை அனுப்பி வந்த கொச்சி, திருவிதாங்கூர் ஆகிய இரண்டு நாடுகளிடமிருந்து கொள்முதல் செய்வதென்று கம்பெனி ஆணையர்களான உயரலுவலர்கள் முடிவு செய்தனர். கம்பெனியின் உயரலுவலரான மேஜர் அலெக்சந்தர் டோ (*Dow*) 1792 ஜூலை 8 அன்று தெற்கு நோக்கிப் புறப்பட்டார். கொச்சி, திருவிதாங்கூர் மன்னர் இருவரும் தம் நாடுகளில் விளையும் மிளகைக் கம்பெனிக்கு முன்னுரிமை தந்து விலைக்குக் கொடுக்க வேண்டுமென்று அவர்களை இணங்கச் செய்வது என்பது மேஜர் டோவின் நோக்கமாயிருந்தது.

திருவிதாங்கூர் மன்னர் பெரிய அளவில் மாகிக்கு மிளகு அனுப்ப ஒப்பந்தம் செய்திருந்தார் என்பதை டோ 1792 ஜூலை 21 அன்று அறிந்தார். கொச்சி மன்னர் அங்கு ஏற்கெனவே 200 கண்டி மிளகை அனுப்பியிருந்தார். மாகிக்குச் செல்லும் மிளகை நிறுத்தி, அதை இங்கிலாந்திற்கு அனுப்பக் கூடுமாயின், அது ஆறு கப்பல்களில் கொள்ளும்; அக்கப்பல் ஒவ்வொன்றிலும் ஏற்றிய மிளகிலிருந்து 40,000 ஸ்டெர்லிங்கு ஆதாயம் கிடைக்கும் என்று டோ கணித்தார்.

கொச்சியில் 2,500-3,000 கண்டி மிளகு விளைந்தது என்பதும் அவரது கணிப்பாகும். ஆனால் கொச்சி அரசரும் அவரின் அமைச்சர்களும் 200 கண்டி மிளகு மட்டுமே தம் நாட்டில் விளைகின்றது என்று நடித்தனர். இது குறித்து டோவிடம் எவரேனும் தகவல் தந்தால், அவருக்கு மரண தண்டனை விதிக்கப்படும் என்றும் அவர்கள் எச்சரித்தனர்.

கிழக்கிந்தியக் கம்பெனி ஒரு கண்டி மிளகிற்கு 130 ரூபாய் மட்டுமே தந்தது. ஆனால் மாகியில் கண்டிக்கு 175 ரூபாய் வரை கிடைத்தது.

கண்டி விளக்கம்

கண்டி என்பது சம்ஸ்கிருதச் சொல். இதற்கு வகு, பிரி (*divide*) என்று பொருள். போர்த்துக்கீசர் இதைக் கண்டில் (*Candil*) என்று எழுதினர். இருபது மணங்கு = 1 கண்டி; 1 கண்டி = 500 இராத்தல். இந்த எடையை ஐரோப்பியரும் முஸ்லிம்களும் இக் காலத்தில் பயன்படுத்தினர். நாட்டு மக்கள் பெரிதும் பயன்படுத்துவதில்லை.

13. பிரான்சில் தொழிலாளர் இழிநிலை

பிரான்சில் தொழிலாளி வகுப்பினருக்கு மிகவும் மட்டமான கூலி தரப்பட்டது. வேலை நேரமோ 14 முதல் 16 மணி நேரம் நீடித்தது. தொழிலாளருக்கு ஓராண்டில் 250 நாள் வேலை கிடைத்தால், அது அவர்கள் செய்த அதிர்ஷ்டமாகும். மனிதரின் அடிப்படை உணவான ரொட்டியை வாங்குவதற்கு ஒருவரின் அடிப்படைச் சம்பளத்தில் 60 சதம் செலவானது.

14. ஒசாக்காவில் உழவர் கிளர்ச்சி

ஒசாக்கா நகரம் தென் ஜப்பானில் ஹோன்சூ தீவின் தென்கிழக்கிலுள்ளது. (இன்று இத்துறைமுகப்பட்டினம் ஜப்பானின் இரண்டாவது பெரிய நகரமாகும்.) நிலக் கிழார்களின் வல்லாண்மை ஓங்கியிருந்த காலத்தில் இது தலையாய வாணிபப் பட்டினமாய் விளங்கியது.

இங்கு ஜப்பானிய உழவர்களின் கிளர்ச்சி 1787 இல் உச்சத்தை எட்டியது. அரிசிக் கலவரங்கள் மூண்டன. அரிசிக் கிடங்குகள் மே 11 அன்று உடைத்துத் திறக்கப்பட்டன. மே 12 இல் நகரெங்கும் கலவரங்கள் பரவின. மே 18 வாக்கில் இக்கலவரங்கள் எடோவிற்கும் (இ.ச.க.தொகுதி- 8) மேலும் 30 நகரங்களுக்கும் பரவின. கலகக்காரர்கள் அரிசிக் கிடங்கிகளை மட்டுமன்றி சாராய (*Sake*) வடிசாலைகளையும் துணி, சாயம், மருந்து, எண்ணெய் முதலியன விற்கும் கடைகளுமாக எண்ணாயிரம் நிறுவனங்களையும் கிட்டத்தட்ட அரிசி வணிகர் அனைவரின் இல்லங்களையும் மே 20 அன்று தாக்கலாயினர்.

15. அருமண்கள் கண்டுபிடிப்பு

வேதியியல் வரலாறு 1774 ஆம் ஆண்டு தொடங்கியது என்பதை நாமறிவோம். அவ்வரலாற்றின் முன்னோடி நாயகர்களான லாவோசியே, ஷீல், பிரீஸ்டிலி, காவண்டிஷ் என்ற பலரை வேதிப் பத்தில் (இ.ச.க.தொகுதி-8) கண்டோம்.

அத்தகைய முன்னோடியருள் சுவீடிய வேதியியலரான சி.ஏ. அரணியஸ்

(Arrehenius) ஒருவராவார். அவர் 1787 இல் தற்செயலாய் அருமண்களைக் கண்டுபிடித்தார். ஆயினும் rare earths என்று ஆங்கிலத்தில் அழைக்கப்படும் இத்தனிமங்கள் ஒவ்வொன்றையும் பற்றிய விவரங்களைத் திரட்டுவதற்கு, அதன்பிறகு 160 ஆண்டுகளாயின.

லாந்தனைடுகள் என்று பொதுவாய் அழைக்கப் பெறும் பதினைந்து அருமண்களும், தனிமங்கள் பட்டியலில் 57 முதல் 71 வரை அணு எண்களைக் கொண்ட குழுவில் அடங்கும். இன்றைய தொழில் நுட்பத்தில் பயன்படுத்தப்படும் உலோகக் கலவைகளில் அருமண்கள் சேர்கின்றன. அவற்றின் பண்புகளும் யுரேனியம், பிற ஆக்சைடுகள் ஆகியவற்றின் பண்புகளும் வெகுவாய் ஒத்திருக்கின்றன. அணு உலைகளில் உண்டாகும் அணுக்கருப் பிளவு விளை பொருள்களில் அருமண்கள் கணிசமான அளவில் காணப்படுகின்றன. இவ்விரு காரணங்களினால் அவற்றின் வேதியியல் அணு அறிவியலாருக்கு மிக முக்கியமானவையாய்த் தோன்றுகின்றன.

வேதியியலார் தனிமங்களைக் கண்டுபிடிக்கும் ஆராய்ச்சிப் பணி இன்னும் தொடர்ந்து நடந்து கொண்டிருக்கின்றது. முதல் செயற்கைத் தனிமமான நெப்டியூனியம் (Neptunium × அணுஎண் 93) 1940 இல் கண்டுபிடிக்கப்பட்டது. பெயரிடப்படாத தனிமம் 109 என்பது 1982 இல் கண்டறியப்பட்டது. கடந்த நாற்பதாண்டுக் காலத்தில் புதிதாய் 17 தனிமங்கள் கண்டுபிடிக்கப்பட்டன. இப்போது தனிம வரிசைமுறைப் பட்டியலில் (Periodic Table) 109 தனிமங்கள் உள்ளன. புதிய தனிமங்களுக்கு 1994 ஆம் ஆண்டில் தற்காலிகப் பெயர்கள் இடப்பட்டுள்ளன.

16. லார்டுஸ் மைதானத்தில் முதல் கிரிக்கட்டு ஆட்டம்

வட இலண்டனில் இன்று (1994) மேரிலிபோன் கிரிக்கட்டுக் கிளப்பின் தலைமையகமாய் விளங்கும் லார்டுஸ் என்ற கிரிக்கட்டு மைதானத்தில் எசக்சிற்கும் மிடில்செக்சிற்கும் 1787 மே 31 அன்று நடந்த ஆட்டம் தான், அங்கு நடந்த முதல் கிரிக்கட்டு ஆட்டமாகும். அங்கு மேரிலிபோன் கிரிக்கட்டுக் கிளப்பு ஜூலை 30 அன்று இஸ்லிங்டன் குழுவிற்கு எதிராய் ஆடியது.

17. டெலவேர் ஆற்றில் நீராவிப்படகு வெள்ளோட்டம்

அமெரிக்க ஒன்றியத்தின் வட கிழக்கே கேட்ஸ்கில் மலைகளில் தோன்றித் தெற்கில் பாய்ந்து டெலவேர் வளைகுடாவில் அட்லாண்டிக்குக் கடலில் கலக்கும் ஆற்றின் பெயரும் டெலவேர் (Delaware) ஆகும். இதன் நீளம் 660 கிலோ மீட்டர் - 410 மைல். இந்த ஆற்றில் இவ்வாண்டு ஒரு நீராவிப் படகு வெள்ளோட்டம் விடப்பட்டது. அதை அமெரிக்கக் கண்டுபிடிப்பாளரான ஜான் ஃபிச்சு (John Fitch) என்றவர் செய்து டெலவேர் ஆற்றில் விட்டுப் பார்த்தார். இனிவரும் ஆண்டுகளில் மேலும் பல நீராவிப் படகுகள் கட்டப்படவிருக்கின்றன.

18. முதல் ஹைடிரஜன் பலூன்

ஹென்றி காவண்டிஷ் (1731-1810 : இ.ச.க.தொகுதி-8) என்ற பிரிட்டிஷ் வேதியியலார் 1766 ஆம் ஆண்டில் ஹைடிரஜன் என்ற நீர் வளியைப் பிரித்துக் காட்டினார். (இ.ச.க.தொகுதி-7) அதன்பிறகு ஹைடிரஜன் பல வழிகளில் பயன்படலாயிற்று.

ஜேக்கூ சார்லஸ் (*Jacques Charles*) என்ற பிரஞ்சு இயற்பியலார் ஹைடிரஜனை நிரப்பி வானில் ஏற்றிச் செலுத்தும் முதல் பலூனை 1787 இல் பறக்கச் செய்தார் (1783)

19. ஆட்டோமான்களுடன் காதரைன் மீண்டும் போர்

மா காதரைனின் (1729-1796; ஆ. கா. 1762-1796) பேரன்பிற்குரிய படைத் தலைவரான அலெக்சாந்தரோவிச்சு பொடம்கின் ஆட்டோமான் துருக்கரிடமிருந்து கிரிமியத்தை 1783 இல் கைப்பற்றி இரஷியத்துடன் சேர்த்து விட்டார். துருக்கர் கிரிமியத்திலிருந்து வெளியேற்றப்பட்டனர். மேனனைட்டுகள் (*Mennonite*) என்ற புராட்டஸ்டண்டுக் கிறித்தவப் பிரிவினருக்குப் பெரிய அளவில் நிலந் தருவதற்குக் காதரைன் முன் வந்தார்.

(மேனனைட்டுப் பிரிவினர் கைக்குழந்தைகளுக்குத் திருமுழுக்குச் செய்து பெயரிடுதல், கிறித்தவத் திருச்சபையின் அமைப்பு முறை,படைக்கப்படும் அப்பமும் தேறல் முழுமையும் ஏசுநாதரின் உடலாயும் குருதியாயும் மாறிவிடுகின்றன என்ற கோட்பாடு, படையிலும் அரசுப் பதவிகளிலும் அமர்வது, உறுதி மொழி எடுப்பது ஆகியவற்றில் எதையும் ஏற்பதில்லை.)

மேனனைட்டுகளுக்கு மத சுதந்திரம் அளிக்கவும், அவர்கள் போர்ப் படைகளில் சேராதிருக்கவும் வகை செய்வதாய் அரசியார் வாக்களித்தார். துருக்கர் 1784 இல் செய்த கான்ஸ்டாண்டிநோபிள் உடன்படிக்கைப்படி இரஷியம் கான்ஸ்டாண்டி நோபிளை இணைத்துக் கொண்டதை ஏற்று ஒப்பினர். இது காதரைன் 1783 இல் துருக்கர் மீது நடத்திய முதற் போராகும்.

அவர் அட்லாண்டிக்குக் கரையிலுள்ள ஜார்ஜியத்தையும் கவரும் உள்நோக்குடன் கிரிமியத் தத்தாரியருடன் சேர்ந்து ஆட்டோமான் பேரரசு மீது 1787 ஆம் ஆண்டு இரண்டாவது முறையாய்த் துருக்கர் மீது போர் தொடுத்தார்.

20. சைமன் ஓம் பிறப்பு (1787-1854)

ஜியோர்க்கு சைமன் ஓம் (*Georg Simon Ohm*) ஜெர்மன் இயற்பியலார். இவர் மின்னெதிர்ப்பு, மின்னியக்க விசை என்ற மின்னியல் கோட்பாடுகளை வரை செய்தவர். அவர் 1787 ஆம் ஆண்டு பிறந்தார். மின்னெதிர்ப்பு, மின்னியக்க விசை ஆகியவற்றுக்கும் ஓம் விதியிலுள்ள (*Ohm law*) மின்னோட்டத்திற்குமுள்ள தொடர்பை அவர் காட்டினார். (ஓம் விதி : $C=E/R$)

21. வகாபி இயக்க நிறுவனர் சாவு

முகமது நபிகள் (570-632 கி.பி.) மக்கத்திலிருந்து மதீனத்திற்குச் சென்ற கி.பி. 622 முதல் இஸ்லாத்தின் எழுச்சி தொடங்குகின்றது. நபிகளின் ஆதரவாளர்கள் கி.பி. 630 ஆம் ஆண்டு மக்கத்தைக் கைப்பற்றியதிலிருந்து இஸ்லாத்தின் வெற்றியுலா தொடங்குகின்றது. இஸ்லாம் வெறும் சமய நம்பிக்கையாய் மட்டும் இராது, வாழ்க்கை முழுமையையும் தழுவி நிற்கும் நன்னெறிகளும் சமூக அமைப்பும் அடங்கிய கட்டுக்கோப்பான வலிமை வாய்ந்த சமயமாகும். இஸ்லாம் மிகக் குறுகிய பதினோரு நூற்றாண்டுகளுக்குள் உலகெங்கிலும் பரவி ஏற்றமிக்க நிலையை எய்தியது.

அது பதினெட்டாம் நூற்றாண்டின் இறுதிவாக்கில் சோம்பித் துவண்டுவிட்டது போல் தோன்றிற்று. ஐரோப்பியர் பதினைந்தாம் நூற்றாண்டின் கடைசியிலிருந்து

அரபுகளின் வாணிபத் தனியுரிமைக்கு அறைகூவல் விடுக்கத் தொடங்கி விட்டனர். ஐரோப்பியர் கடல் கடந்து தம் மேலாண்மையை எங்கும் விரித்துச் சென்றதன் வரலாற்று ஓட்டம் காரணமாய், இஸ்லாமிய உலகம் விரைந்து சிதறலாயிற்று. ஐரோப்பிய நாட்டின் உணர்ச்சி (European Nationalism) என்ற ஆலைச் சக்கரத்தில் முஸ்லிம் உலகம் சிக்குண்டு துண்டானது.

இத்தகைய சூழ்நிலையில் நடு அரேபியத்திலுள்ள நஜது (Najd) என்ற இடத்தில் பதினெட்டாம் நூற்றாண்டின் இக்கால கட்டத்தில் வல்லாண்மை இயக்கம் ஒன்று எழும்பியது. இது இஸ்லாத்தைத் தூய்மைப் படுத்த வேண்டும் என்று கிளர்ந்த பெரும் போராட்டம் ஒன்றை முடுக்கி விட்டது. அதற்கு வகாபி இயக்கம் என்று பெயர் அதை முகமது இபின் அப்துல் வகாபு (1691-1787) என்றவர் தோற்றுவித்தார்.

வகாபிற்குச் சவூதி குடும்பத்தினர் ஆதரவு தந்தனர். வகாபைப் பின்பற்றிய வர்களுக்குச் சவூதியர் பாதுகாப்பு அளித்தனர். வகாபின் கொள்கைகளையும் பரப்பினர்.

நபிகளின் சமயத்தை மீண்டும் முழு அளவில் தூய்மையடையச் செய்வது; அதாவது புனிதர் வழிபாட்டை மறுப்பது; சூஃபியப் புனிதர்கள் இஸ்லாத்திற்குள் கொண்டுவந்த பிற கேடுகளைக் களைவது முதலியன வகாபின் கொள்கைகளாகும்.

திருக்குரானில் தனிமனிதன் ஒழுகுவதற்கென்று கூறப்பட்டுள்ள விதிமுறைகள் அனைத்தையும் வழுவாது கடைப்பிடிக்க வேண்டும் என்பதை அக்கொள்கைகள் வலியுறுத்தின. எடுத்துக்காட்டாக, மது அருந்துதலும் சமயத்தினால் தடுக்கப்பெற்ற பிற செயல்களைச் செய்தலும் வகாபினால் வன்மையான முறையில் கண்டிக்கப்பட்டன. இஸ்லாத்தில் ஏதேனுமொன்றைக் குறித்து ஐயப்பாடு தோன்றுமாயின், அவ்வாறு ஐயங் கொண்டோர் மீது வகாபியர் கடுமையான நடவடிக்கை எடுத்தனர்.

இஸ்லாம் தொடக்க நிலையில் எங்ஙனம் சிறு கூட்டமாயிருந்து வளர்ந்ததோ, அதைப் போன்று வகாபி இயக்கமும் கிட்டத்தட்ட அதே சிறு தொடக்கத்திலிருந்து அரேபியத்தில் எழுச்சி பெற்றது. வகாபு இந்த 1787 ஆம் ஆண்டு இறந்தபோது, அவரைப் பின்பற்றியோரின் கைகளில் அரோபியத்தின் பெரும்பகுதி இருந்தது. வகாபியர்க்கு நஜது எமீரின் ஆதரவு இருந்ததால், அரேபியத்தில் முதல் வகாபி அரசு தோன்றியது.

எனினும், அது துருக்க - எகிப்தியப் படை கொண்டு வெகு விரைவில் நசுக்கப்பட்டுவிட்டது. ஐரோப்பிய முறையில் பயிற்சி பெற்றப் படைக் கலன்கள் தாங்கிய துருக்க எகிப்தியப் படை, அரேபியப் பாலை வெளியின் பழங்காலத்துப் போர் வீரர்களான வகாபியருடன் பாலைப் பரப்பில் பொருதி, அவர்களை 1818 இல் படு தோல்வியடையச் செய்தனர்.

எனினும், வகாபியர் இருபதாம் நூற்றாண்டின் முற்பகுதி வரையிலும் இஸ்லாமிய உலகெங்கிலும் நிலவினர்.

அரசியல்

கேரளத்தில் திப்பு சுல்தான் அட்டூழியங்கள்
அமெரிக்க அரசியல் சட்டம் செயல்முறைக்கு வருதல்
அமெரிக்க ஒன்றியத்துடன் மாநிலங்கள் இணைதல்
கொண்டவீடு பிரிட்டிசார் வசமாதல்
கண்டமநாயக்கனூரைத் திப்புப் பிடித்தார்
பிரஞ்சு மன்னரிடம் மக்கள் குறைகள் பட்டியல்

அறிவியில்

செயல்படத்தக்க முதல் நீராவிப் படகு
கப்பல் எஞ்சினுக்குக் கொதிகலன்

மருத்துவம்

நீரிழிவு-கணையம் தொடர்பு முதலில் அறியப்படுதல்

கல்வி, கலை, இலக்கியம்

''இலண்டன் டைம்ஸ்'' வெளியீடு
நீகிரோ நடனமும் இசையும் பிறந்த கதை

தொழில், வாணிபம்

சென்னையில் பாரி நிறுவனத் தோற்றம்

வரலாறு

ஆஸ்திரிகர் வரலாறு
ஆஸ்திரேலியப் பண்டை வரலாறு

மக்கள்

ஆஸ்திரேலிய குடியேற்றம் தொடக்கம்
யூதரை இழிவுபடுத்துதல்
தாமஸ் பாரி

பொது

மேரிலிபோன் கிரிக்கட்டுக் கிளப்பு அமைப்பு

இறப்பு

தாமஸ் கெயின்பரோ (1727-1788)
பஃபன் (1707-1788)
ஸ்பானிய அரசர் (1716-1788)

1788

1. ஆஸ்திரேலியத்தில் ஐரோப்பியர் குடியேற்றம் முதல் ஆஸ்திரேலியர் யார்?

உலகில் இன்று வாழும் மனிதர் அனைவரின் முன்னோர் ஆப்பிரிக்கத்தில் படிமுறை வளர்ச்சிபெற்று உருவாகியிருக்கலாம் என்பது அறிஞர் கருத்தாகும். அங்கு வாழ்ந்த புரோட்டோ (தொன் முது) மனிதன் நான்கு மில்லியன் ஆண்டுகளுக்கு முன்னர் நிமிர்ந்து நடந்தான். தன்னையுணர்தல், முன்கூட்டித் திட்டமிடுதல், பேச்சு ஆகியவற்றோடு தொடர்புடைய மூளைப் பகுதிகள் இரண்டு மில்லியன் ஆண்டுகளுக்கு முன்னர் விரிவடையத் தொடங்கின. முதற் கருவிகள் செய்யப்பட்டன. நிமிர் மனிதன் (*homo erectus*) என்ற இம்மனிதக் குரங்கு வெப்பமண்டல ஆப்பிரிக்கத்தில் கூடி வாழத் தொடங்கிற்று. நிமிர் மனிதன் சிறுகச் சிறுக நம்மிலிருந்து சிறிதளவு வேறுபட்ட ஹோமோ சேப்பியன் (*homo sapien*) என்ற மதி மனிதனாய்ப் பரிணமித்தான். ஹோமோ சேப்பியன்களின் தொடக்க நிலை வடிவங்கள் சுமார் *2,50,000* ஆண்டுப் பழமையுடையன. தற்கால வடிவங்கள் *90,000* ஆண்டுப் பழமை உடையன . மனிதனின் தோற்றுவாய் - தொன்மை பற்றி இன்னும் அப்போதைக்கப்போது புதிய ஆய்வு முடிவுகள் கூறப்படுவதால், இக்கணக்குகள் யாவும் முடிந்த முடிவுகளன்று. முதல் ஆஸ்திரேலியர் தற்கால ஹோமோ சேப்பியன்களின் ஒரு கூட்டத்தினர் என்பது உறுதி.

மனிதன் ஏறத்தாழக் கடந்த இரண்டு இலட்சம் ஆண்டுகளாய் வெப்பப்படுத்தவும் வெளிச்சத்திற்காகவும் உணவு சமைக்கவும் காட்டு விலங்குகளிடமிருந்து தற்காத்துக் கொள்ளவும் தீயைப் பயன்படுத்தினான் என்பதைக் காட்டும் சான்றுகள். ஆசியம், ஆப்பிரிக்கம், ஐரோப்பியம் ஆகிய நிலப்பரப்புகளில் கிடைத்துள்ளன. அவர்கள் மெத்தக் கவனத்துடன் கற்களைத் தேர்ந்தெடுத்துக் கத்திகள், கொத்திகள், இறைச்சியையும் காய்கறிகளையும் இடிக்கும் குழவிக் கற்கள் ஆகியவற்றைச் செய்தனர். மர ஈட்டிகளையும் தோண்டு குச்சிகளையும் பிற கருவிகளையும் ஆக்கினர்.

கடந்த ஐம்பதாயிரம் ஆண்டுகளுக்குள் குகைச் சுவர்களில் உருவங்களைச் சமைக்கத் தொடங்கினர். மண் வண்ணங்களைக் கொண்டு அவற்றில் ஓவியம் தீட்டினர். இந்த உடல் வாழ்கின்ற உலகிற்கு அப்பால் ஆன்மா வாழும் இன்னோர் உலகம் தனியே உள்ளது என்ற நம்பிக்கை ஏற்பட்டதால், இறந்தவர்கள் பலவிதமான வழிகளில் புதைக்கப்பட்டனர். ஆஸ்திரேலியத்திற்கு வந்த இத்தொல்லாளர் இந்த மனிதப் பண்பாட்டில் ஒருவகையைத் தம்முடன் கொண்டு வந்தனர். இம்மக்களை ஆஸ்திரிகர் என்கின்றனர்.

ஆஸ்திரிகர் யார்?

ஏறத்தாழ *9,90,000* ஆண்டுகள் நீடித்த நான்காம் ஊழியின் முதற்கால் பகுதியில் (*Pleistocene*) பனியூழி (*Ice Age*) சுருங்கிக் கொண்டிருந்த காலக்கட்டத்தில், சுமார் *40,000* ஆண்டுகளுக்கு முன்னர் கடல் நீரின் மட்டம் இன்றைக்கு இருப்பதைவிட *150* மீட்டர் தாழ்வாயிருந்தது. அப்போது ஆஸ்திரேலியம், நியூ கினி, தாஸ்மேனியம் முதலியன ஒரே நிலப் பரப்பாயிருந்தன. ஆசியத்தின் நிலப்பரப்பு ஜாவா, சுமத்திரா, போர்னியோ வரை நீண்டிருந்தது. இத்தகைய சூழலில் மக்கள் சிறு வள்ளங்களில் (*Caneo*) ஏறி நிலப்பரப்புக்

கண்ணிலிருந்து மறையாமலே அவற்றிடையே சென்று ஒரு தீவிலிருந்து மற்றொரு தீவிற்குத் தாவித் தென்கிழக்காசியத்திலிருந்து புறப்பட்டு ஆஸ்திரேலியத்தில் குடியேறியிருக்க முடியும். எனவே இந்தத் தென்னிலப் பெரும் பரப்பின் மேற்குக் கரையில் எங்கோ ஓரிடத்தில் பன்னெடுங்காலமாய் நீருள் மூழ்கிக் கிடந்த ஆஸ்திரேலியத்தையும் நியூ கினியையும் இணைத்த நிலப் பாலத்தின் வழியே மனிதன் முதன் முதலாய் ஆஸ்திரேலியத்தில் அடியெடுத்து வைத்திருக்க முடியும். ஆஸ்திரேலியப் பழங்குடியினர் 40,000 ஆண்டுகளுக்கு முன்னர் இந்தியத்திலிருந்து பெயர்ந்து சென்ற ஆஸ்திரிகர் என்ற கருத்தும் உளது.

நடுத்தர உடலமைப்பும் நீண்ட மண்டையோடும் உள்ள ஓரினம் கி.மு.6000-5000 ஆண்டுகளுக்கு இடைப்பட்ட காலத்திற்கு முன்னர் இந்தியத்தை அடைந்தது என்றும் அது ஆஸ்திரிகர் இனம் என்றும் கூறுவர். இந்த இனம் திராவிடர்க்கும் ஆரியர்க்கும் முன்னர் இந்தியத்தில் குடியமர்ந்தது என்பர்.

ஆனால் 40,000 ஆண்டுகளுக்கு முன்னர் ஆஸ்திரேலியத்திற்குப் பெயர்ந்து சென்ற மக்கள் இந்தியத்திலிருந்து போயினர் என்றும் சொல்லப்படுகின்றது. இவை முரண்படுகின்ற செய்திகள் என்பதும் கருத்திற் கொள்ளத்தக்கது என்பதும் தெள்ளிதின் விளங்கும். இது தொடர்பாய் ஆஸ்திரிகர் பற்றிய சில செய்திகளை அறிந்து கொள்வோம்.

இந்தியத்தை மேற்சொன்ன காலத்தில் எட்டிய ஆஸ்திரிகர் கிழக்கு நடுநிலக் கடல் தாயகத்திலிருந்து சென்றனர் என்பர். இவ்வின மக்களுக்கும் ஆஸ்திரேலியத் தொல் குடியினருக்கும் தோற்றங்களில் ஒற்றுமையிருப்பதால், அவர்களும் ஆஸ்திரிகர் என்றழைக்கப்படுகின்றனர்.

திராவிடர்க்கும் ஆஸ்திரேலியப் பழங்குடியினருக்கும் ஒட்டுறவு உண்டு என்ற கருத்து ஆராய்ச்சியாளரிடையே உண்டு. ஆஸ்திரேலிய ஆராய்ச்சியாளரான ஜே.பி.பி.ரிச்சர்டு ஆஸ்திரேலிய மொழிகளும் தமிழும் உறவுடையன என்று 1847 வாக்கில் கூறினார். ஆஸ்திரேலிய, திராவிட மொழிகளின் கட்டமைப்புகள் ஒரே தன்மையன என்று இன்னோர் ஆஸ்திரேலிய ஆராய்ச்சியாளரான வில்லியம் பிளேக்கு நூறாண்டுகளுக்கு முன்னர் கூறினார். சுவீடனைச் சேர்ந்த என்.எம்.ஹோமர் 1969ம் ஆண்டில் ''ஆஸ்திரேலிய மொழிகளின் வரலாறும் கட்டமைப்பும்'' என்ற தலைப்பில் ஓர் ஆராய்ச்சிக் கட்டுரை எழுதியிருந்தார். திராவிட ஆஸ்திரேலிய மொழிகளின் இலக்கணமும் ஒலியியலும் ஒத்திருக்கின்றன என்று அக்கட்டுரையில் காட்டப் பட்டுள்ளது. எனினும் இவ்விருமொழிகளும் ஒட்டுறவுடையன என்பதை வலியுறுத்துவதற்குப் போதிய சான்றுகள் இதுவரை காட்டப்படவில்லை. ஆஸ்திரேலி யரும் திராவிடரும் உறவுடையோர் என்பதை நிறுவவோ, மறுக்கவோ கூடிய செய்திகளை மொழி ஆராய்ச்சியும் மானுடவியல் ஆராய்ச்சியும் தரவில்லை. தற்செயல் பொருத்தங்கள் மேலோட்டமானவை என்பது தெளிவு. (இ.ச.க.தொகுதி-2)

(நீகிரிட்டோக்களுக்குப் பிறகு (*Negrito*: தென் கிழக்காசியம், மெலனீசியம் ஆகிய பகுதிகளில் வாழும் குள்ளமான பல்வேறு மக்களுக்கு இப்பெயர். இவர்கள் மனிதப் பேரினத்தில் ஒன்றான நீகிராய்டு என்ற இனத்தைச் சேர்ந்தவராவர்) வருகின்ற ஆஸ்திரிகர் தொல் பழங்கற்காலத்துப் பண்பாட்டைக் கொண்டவராவர். அவர்கள் மேற்கத்தி இடப் பெயர்ச்சி வழிகளில் இந்தியத்திற்கு வந்தனர். அவர்கள் இங்கு பிற இனத்தாருடன் கலந்துவிட்டனரெனினும், மைய, மேற்கு, தெற்கு இந்தியப் பகுதிகளின்

பழங்குடி மக்களிடையே அவர்களின் பண்பாடுகள் இன்னும் எஞ்சிநிற்கின்றன என்பதுடன் இங்கு நிறுத்திக் கொள்வோம்.)

ஐரோப்பியர் வருகை (1400-1788)

உலகின் சிறிய கண்டமாயும் பெரிய தீவாயும் இந்துமாக் கடலுக்கும் அட்லாண்டிக்குக் கடலுக்கும் இடையில் உருப் பெற்றுவிட்ட ஒரு பெருநிலப் பரப்புப் பூமிப் பந்தின் தெற்கில் உள்ளது என்பது பல்லாயிரமாண்டுகள் மனிதனுக்குத் தெரியாமற் போய்விட்டது. எனினும் காலப்பரப்பும் விரி தொலைவும் அதை முற்றிலும் மனித நினைவிலிருந்து அழித்து விடவில்லை என்பது போல், அறிவிற் சிறந்த மனிதரில் சிலர் ''அறியப்படாதிருக்கின்ற ஒரு தென்னிலம்'' (*Terra Australis Incognito*) தென் கடலில் உள்ளது என்று கற்பித்துக் கொண்டனர். அந்தக் கற்பனை தாலமி (கி.பி 87-150) காலந்தொட்டுச் சுமார் ஆயிரத்து நானூறு ஆண்டுகளுக்கு மேல் மனிதரின் நெஞ்சத்தில் ஒட்டிக் கொண்டிருந்தது. ஆஸ்திரிகருக்குப் பிறகு வேறு எந்த மனிதரும் அந்தத் தென்னிலத்தைப் பன்னெடுங் காலமாய் அடைந்தாரிலர். மனிதன் அந்தக் காலத் திரையை இன்றைக்குச் சுமார் ஐநூறு ஆண்டுகளுக்கு முன்னர் விலக்க முயன்று வெற்றியும் கண்டான்.

போர்த்துக்கீசர்

ஐரோப்பியர் ஆசியத்துடன் நடத்திவந்த வாணிபம் முழுமைக்கும் தானே மேலாண்மையாய் விளங்க வேண்டுமென்று போர்ச்சுக்கல் அவாவியது. அதன் அரசப் பேராளர்கள் (*Viceroys*) ஆப்பிரிக்கம், அரேபியம், இந்தியம் ஆகிய நிலப் பரப்புகள் நெடுகிலும் நிலவிய நாட்டு மன்னர்களுடன் கூட்டுச் சேர்வதை நாடினர். அங்கெல்லாம் கோட்டைகளைக் கட்டிக் கொண்டனர். எங்கெல்லாம் மணக்காரப் பண்டங்கள் கிடைக்குமென்பதை முஸ்லீம் வணிகர்களின் வாயிலாய் அறிந்து கொண்டு, கிழக்கு நோக்கி மரக்கலங்களை அனுப்பினர். அவர்கள் 1506 இல் இலங்கை 1511 இல் மலாக்கா, பண்டா தீவுகள், அம்பாயினா, மொலுக்கஸ் ஆகியவற்றையும் அடைந்தனர். அவர்கள் 1520 ஆம் ஆண்டுகளில் இன்றைய இந்தோனேசியத்தின் இத்தீவுகளில் வாணிப நிலைகளை நிறுவி அவற்றை வட தைமோ (*Timor*: இது மலேசியத் தீவுக் கூட்டத்தைச் சேர்ந்த இந்தோனேசியத் தீவு, சிறு சுண்டாத் தீவுக் கூட்டத்தில் பெரியதும் கிழக்கே தள்ளியிருப்பதுமாகும். இதன் கிழக்குப் பகுதியும் வடமேற்குக் கரையிலுள்ள ஒரு திட்டும் 1975 வரையிலும் போர்த்துக்கீசத் தைமோ மாநிலமாயிருந்தது. அந்த ஆண்டு அங்கு கிளர்ச்சி ஏற்பட்டதால் அதை இந்தோனேசியம் 1976 இல் தன்னுடன் இணைத்துக் கொண்டது) வழியே அடைவதற்குக் கடல்வழி ஒன்றையும் கண்டனர். அவர்கள் 1514 இல் தென் சீனத்தையும் 1543 இல் ஜப்பானையும் எட்டிவிட்டனர்.

அதனால் அவர்கள் ஆஸ்திரேலியத்தை அடைந்திருக்கக் கூடுமோ? முஸ்லீம் வணிகர்களும் கடல்வழி காட்டியரான மலாய்களும் அளித்த செய்திகளை வைத்து ஆஸ்திரேலியம் இருப்பதைப் போர்த்துக்கீசர் அறிந்திருக்கலாம். அவர்கள் தைமோ தீவைத் தாண்டி மணக்காரத் தீவுகளுக்குச் சென்ற தடத்திலிருந்து சில நூறு கிலோ மீட்டர்த் தொலைவில் தான் ஆஸ்திரேலியம் இருந்தது. அவர்கள் அப்பக்கம் என்ன இருக்கின்றது என்று ஆவல் கொண்டால், இந்தத் தொலைவை வெகு எளிதில் தாண்டிவிடலாம். இதை வைத்துப் பார்க்கும்போது போர்த்துக்கீசர் ஆஸ்திரேலியத்தைக் கண்டிருக்கலாம் என்றே தோன்றுகிறது.

அவர்கள் ஆஸ்திரேலியத்தைக் கண்டுபிடித்ததற்கு நேரடியான சான்றுகள் இல. ஆனால் வட பிரான்சில் ஆங்கிலக் கால்வாய் மீதுள்ள தியப்பு (*Dieppe*) துறைமுகத்தில் நிலவி வந்த நிலப்படம் வரைவோர் குழு ஒன்று 1530 தொடங்கி 1560 வரையிலுள்ள காலத்தைச் சேர்ந்த முக்கியமான பன்னிரு நிலப்படங்களை வரைந்திருந்தது. அந்நிலப்படங்கள் நமக்குக் கிடைத்துள்ளன. போர்த்துக்கீசர் இப்பெரு நிலத்திற்கு வந்திருந்ததற்குச் சிறந்த சான்றுகளாய் இந்நிலப்படங்கள் உள்ளன. அவை மறைந்துபோன நிலப் படங்களிலிருந்து வரையப்பட்டிருந்தன. அவற்றில் மறை வடக்கமாய் *Java la Grande* என்றழைக்கப்பட்ட ஓர் இடம் காட்டப்பட்டுள்ளது. அது ஆஸ்திரேலியத்தின் சரியான அளவிலும் கிட்டத்தட்ட அது அமைந்துள்ள இடத்திலும் காட்டப்பட்டுள்ளது. அந்நிலப்படங்களில் *Java la Grande* காட்டப்பட்டுள்ள பல்வேறு சூழல்களை வைத்துப் பார்க்கும்போது, அது மெய்யாகக் கண்டுபிடிக்கப்பட்டது என்பது தெரிகின்றது. ஆனால், போர்த்துக்கீசரில் எவர் அப்பயணத்தை அல்லது பயணங்களைச் செய்தார், அவர்கள் அங்கு எப்போது கலமூர்ந்து சென்றனர் என்பன இன்னும் தெரிந்தில. போர்த்துக்கீசர் உலகப் பெருங்கடல்களில் கண்டுபிடித்த பல இடங்களை மற்றவர்களுக்குத் தெரியாமல் மறைவடக்கமாய் வைத்துக் கொள்வதுண்டு.

1788

''ஆஸ்திரேலிய நிலம்'' - *Terra Australis*

உலகம் கோள வடிவானது என்பதை அறிந்து கொண்ட தாலமியும் பண்டைக் கிரேக்க ரோமானிய நில நூலாரும் கூறியவற்றை ஆதாரமாய்க் கொண்டு மூன்று மாக் கடல்களின் தென் திசைவரையிலும் நீளக் கூடியதும் பரந்து விரிந்ததுமான தென்னிலம் ஒன்று உள்ளது என்றும் அங்கு கற்பனையை யெல்லாம் மிஞ்சுகின்ற அளவில் செல்வம் குவிந்துள்ளது என்றும் ஐரோப்பியர் நம்பி வந்தனர். இந்நம்பிக்கை மறுமலர்ச்சிக் காலத்தில் (15 நூ) புத்துயிர் பெற்றது. போர்த்துக்கீசர், ஸ்பானியர், டச்சுக்காரர் முதலானோர் அப்பெரும் பொருளைத் தேடிப் பதினாறு, பதினேழாம் நூற்றாண்டுகளில் அறியாக் கடல்களில் கலமூர்ந்தனர்.

பதினெட்டாம் நூற்றாண்டின் பிற்பாதியில் நிலவியலில் உறுதியாய் அறியப்படாதிருந்த இடங்களில் ஒன்றின் இடத்தை ''ஆஸ்திராலிய நிலம் (*Terra Australis*) பிடித்துக் கொண்டது. போர்த்துக்கீசப் புத்திடக் கண்டுபிடிப்புகளால் டெரா ஆஸ்திராலிஸ் பற்றிய பழங்கருத்துகள் மாற்றம் பெற்று வந்த வேளையிலும், அப்படி ஒரு தென்னிலம் இருக்கின்றது என்ற நம்பிக்கை தொடர்ந்து நீடித்தது. இந் நம்பிக்கையே ஆஸ்திரேலியத்தைக் கண்டுபிடிப்பதற்கு உந்துதலாயிருந்தது.

டச்சுக்காரர் கண்டுபிடித்தல்

தென்னிலம் அல்லது தென்கண்டம் அல்லது டெரா ஆஸ்திராலிஸ் பற்றிய நம்பத் தகுந்த முதல் செய்தியை டச்சு மாலுமியரும் வணிகர்களும் கூறினர். அது எந்தப் பரபரப்பையும் உண்டாக்கவில்லை. டச்சு மாநில ஆட்சிக்குழு (*Governing Body of the Dutch) Provinces* கீழையுலகின் செல்வத்தில் தனக்கும் பங்கு வேண்டுமென்று அவாவி, டச்சுக் கிழக்கிந்தியக் கம்பெனி ஆப்பிரிக்கத்தின் நன்னம்பிக்கை முனைக்கும் அட்லாண்டிக்கையும் பசிபிக்கையும் இணைக்கின்ற மகல்லன் நீரிணைக்கும் இடையிலுள்ள பரந்த நிலப்பரப்பில் வாணிபம் செய்யும் ஏகபோக உரிமையை 1602 இல் அளித்தது. உடனே டச்சுக் கிழக்கிந்தியக் கம்பெனி சந்தைகளைத் தேடிக் கடலில் அலைந்தது.

ஜாவா தீவின் பாண்டம் என்ற இடத்திலிருந்த டச்சு உயரலுவலர், பெரும் நிலப்பரப்பான நோவா கினியையும் (*Nova Guinea*) கிழக்கிலும் தெற்கிலும் அறியப்படாதிருக்கின்ற நிலப்பரப்புகளையும் கண்டுபிடிப்பதற்காக 1605 ஆம் ஆண்டு துய்ப்கன் (*Duyfken*) என்ற கப்பலை அனுப்பினார். இந்தக் கலம் ஆஸ்திரேலியத்தின் மேற்குக் கரைப் பகுதியான யார்க்கு முனைக்கு (*Cope York*) 320 கிலோ மீட்டர் கீழே சென்று இறங்கியது. அக்கப்பலின் தலைவர் அதன்பிறகு நியூ கினியை நோக்கி வடக்கே சென்றார். அப்போது அவர் இரு நிலங்களையும் பிரித்த நீரிணையைக் கண்டு பிடிக்கவில்லை. பின்னர் 1623 இல் இன்னொரு டச்சுக் கப்பல் இப்பகுதிக்கு அனுப்பப்பட்டது.

டச்சுக்காரர் இதனிடையே தற்செயலாய் ஆஸ்திரேலியத்தின் மேற்கு, தெற்குக் கரையோரங்களைக் கண்டு பிடித்தனர். டச்சுக் கிழக்கிந்தியக் கம்பெனி தன் கப்பல் தலைவர்களுக்குப் பிறப்பித்த ஆணை காரணமாய் அவர்கள் வெகு விரைவிலேயே ஆஸ்திரேலியத்தைக் கண்டுபிடிக்க நேர்ந்தது. கம்பெனிக் கப்பல்கள் பண்ட சாலைகளை அடையக் கூடிய நிரந்தரமான குறிப்பிட்ட ஒரு வழியைப் பயன்படுத்த வேண்டும் என்று அவற்றுக்கு ஆணையிடப்பட்டது. ஆஸ்திரேலியம் பற்றிய கடல் அனுபவம் 1615 வாக்கில் நிரம்பக் கிடைத்துவிட்டது.

டச்சுக்காரர் நன்னம்பிக்கை முனையிலிருந்து நேரே கிழக்காகச் சுமார் 5,300 கிலோ மீட்டர் சென்று ஜாவாவிற்கும் சுமத்திராவிற்கும் இடையிலுள்ள சுண்டா நீரிணையை அடைந்து, அங்கிருந்து வடக்கே திரும்பி படேவியத்தை அடைந்தனர். டிர்க்கு ஹாட்டோகு (*Dirck Hartog*) என்ற கப்பல் தலைவர் ஆஸ்திரேலியத்தின் மேற்கிலுள்ள சுறா வளைகுடாவை (*Shark Bay*) அடைந்தார். இப்போது அவர் பெயரால் வழங்கும் தீவில் (*Hartog Island*) பெயர் பெற்ற தகரப் பெயர்ப் பலகையை அடையாளத்திற்காக விட்டுச் சென்றார். பிறகு வரிசையாய் 1618, 1622, 1629 ஆம் ஆண்டுகளில் டச்சுக் கப்பல் தலைவர்கள் ஆஸ்திரேலியத்தை அடைந்தனர். ஏபல் ஜான்ஸ்சூன் டாஸ்மான் (1603-1659) என்ற டச்சுக் கடலோடி 1642-1643 ஆண்டுகளில் தாஸ்மானியம், நியூசிலாந்து, டோங்கோ தீவுகள், பிஜித் தீவுகள் ஆகியவற்றைக் கண்டுபிடித்தார். டச்சுக்காரர் கடலியல் துறைக்கு மிகவும் அருமையான பல நூல்களையும் அளித்துள்ளனர்.

இத்தகைய கண்டுபிடிப்புகளால் தென்னிலத்தின் பரப்பளவையும் அதன் பொருளியல் வளங்களையும் குறித்து ஐயப்பாடுகள் எழுந்தன. அதனால் அடுத்தடுத்து 1644 வரையிலும் வரிசையாய்த் தேட்டப் பயணங்கள் மேற்கொள்ளப்பட்டன.

இப்பயணங்களினால் இந்தோனிசியத்தின் தென்கிழக்கிலுள்ள உலகின் நிலவியல் அமைப்புப் பற்றிய நம்பத்தகுந்த அறிவை ஐரோப்பியர் பெற்றனர். அதன் கிழக்கத்திக் கரையோரம் அறியப்படாமலிருந்த போதிலும், டச்சுக்காரர் ''நியூ ஆலந்து (*New Holland*) என்று பெயர் சூட்டிவிட்ட நிலப்பரப்பைத் துல்லியமாய் அறிந்துகொள்வதற்கு வேண்டிய முதற் கட்டப் பணியைச் செய்துவிட்டனர்.

பசிபிக்கில் பிரிட்டிசார்

பிரிட்டனின் சிறைகளில் 1760 ஆம் ஆண்டுகளின் நடுப்பகுதியில் பசிபிக்குத் தேட்டப் பயணங்களில் ஈடுபட்டனர். எனினும், அவர்கள் பதினாறாம் நூற்றாண்டிலிருந்தே ''ஆஸ்திரேலிய நிலத்தைக்'' கண்டுபிடிப்பதில் முனைப்புக் காட்டி வந்தனர்.

பசிபிக்கிலிருந்து வடமேற்கு வழி ஒன்றைக் கண்டுபிடிக்க வேண்டுமென்று வில்லியம் டேம்பியர் (1652-1715) 1697 ஆம் ஆண்டு பரிந்துரைத்தார். பிரிட்டீசுக் கப்பற்படைத் தலைமை (Admiralty) ''ஆஸ்திராலிஸ் நிலம்'' குறித்து மிகுந்த கவனம் செலுத்த வேண்டுமென்றும் டேம்பியர் கூறினார்.

பசிபிக்குப் பகுதி வாணிபம் குறித்துப் பதினெட்டாம் நூற்றாண்டின் தொடக்கக் காலத்தில் பிரிட்டிசார் ஆர்வங் கொண்டு 1711 இல் தென்கடல் கம்பெனியை அமைத்தனர். அது பசிபிக்குப் பகுதியில் வாணிபம் புரியவும் குடியேற்றம் அமைக்கவும் பெரிய அளவில் திட்டமிட்டது.

பிரிட்டன் பசிபிக்குப் பகுதியில் வாணிபம் செய்வதை ஸ்பெயின் எதிர்த்ததாலும் ஏழாண்டுப் போரில் பிரிட்டன் ஈடுபட்டிருந்ததாலும் 1764 வரை பசிபிக்கைப் பற்றி எந்நடவடிக்கையும் எடுக்கப்படவில்லை. பிரிட்டனின் கப்பற்படைத் தலைமை நெடும் பயணம் ஒன்றுக்காக 1764 இல் டால்பின் (Dolphin) என்ற கப்பலை ஆயத்தம் செய்தது. அக்கப்பல் 1764 ஜனவரியில் புறப்பட்டது. அதன் தலைவர் கடலில் வெகு தொலைவு சுற்றிவிட்டு ஆஸ்திரேலியத்தைக் காணாமல் படேவியம் வழியே ஓராண்டிற்குப் பிறகு தாயகம் திரும்பினார்.

பிரிட்டனும் பிரான்சும் பாக்லந்துத் தீவுகள் மீது அக்கறை காட்டியதை ஸ்பெயின் கடுமையாய் எதிர்த்தது. (Falkland Islands) தென் அட்லாண்டிக்கில் நூற்றுக்கு மேற்பட்ட தீவுகளைக் கொண்ட ஒரு கூட்டம்) அத்தீவுகள் பசிபிக்கில் போக்குவரவைக் கட்டுப்படுத்துவதற்காகத் தனக்குரியவை என்று ஸ்பெயின் உரிமை கொண்டாடியது. ஸ்பெயின் தன் உரிமையை நிலைநாட்டிவிடலாம் என்று பிரிட்டன் அஞ்சி ஆஸ்திரேலிய நிலத்தை விரைந்து கண்டுபிடித்து விடவேண்டுமென்று துடித்தது.

பிரிட்டனின் கப்பற்படைத் தலைமை 1766 இல் டால்பின், சுவாலோ (Swallow) என்ற இரண்டு மரக் கலங்களை மற்றொரு தேட்டப் பயணத்திற்காக ஆயத்தப்படுத்தியது.

கேப்டன் குக்கு

பிரிட்டனின் தேட்ட முயற்சிக்குக் கேப்டன் குக்கு (1728-1779) முத்தாய்ப்பு வைத்து விட்டார். அவர் 1768-1770 ஆண்டுகளில் ஆஸ்திரேலியத்தின் கீழக்கரையை ஆராய்ந்ததும் அவருடன் பணி செய்த பேங்கு (Bank) ஆஸ்திரேலியத்தை ஆராய்ந்ததும் மிகவும் முக்கியமானவை. எனினும் தென்னிலம் பற்றிய புதிர் விடுபடவில்லை. குக்கிற்கே தன் கண்டுபிடிப்பின் முக்கியத்துவம் தெரியவில்லை. அவர் இதன் பிறகு மேற்கொண்ட பயணங்களில் முற்றிலும் ஆஸ்திரேலியத்தைக் கைவிட்டுக் தென் பசிபிக்கு முழுமையிலும் தென்னிலத்தைத் தேடித் திரிந்தார். அவர் இக்காலத்தில் பசிபிக்கிலும் அட்லாண்டிக்கிலும் சுற்றி வந்தார்.

கேப்டன் குக்கு தாகித்திக்கு அறிவியல் தேட்டப் பயணம் சென்றுவிட்டு, நியூசிலாந்தை வலம் வந்த பின்னர், பாட்டனி பே (Botany Bay-இதற்குத் தாவரவியல் குடா என்று பொருள். இங்கு ஏராளமாயும் செழித்தும் புதியனவான செடியினங்கள் நிறைந்திருந்தமையால் பின்னர் இப்பெயர் பெற்றது) என்ற இடத்தில் கரையிறங்கினார். அவர் அதன் கரையோரம் முழுவதையும் அளவாய்வு செய்து அந்தப் பகுதிக்கு நியூ சௌத்து வேல்ஸ் என்று பெயர் வைத்தார்.

எனினும் இதற்குப் பல ஆண்டுகளுக்குப் பிறகு எவரும் ஆஸ்திரேலியத்தைப்

பற்றிக் கவலை கொள்ளவில்லை. பிரிட்டன் அமெரிக்க விடுதலைப் போர் முடிந்த பிறகு, இங்கிலாந்து மன்னர் மீது மாறாத பற்றுக் கொண்டிருந்த அமெரிக்கக் குடியேறியரை ஆஸ்திரேலியத்திற்கு அனுப்பி அங்கு நிலை பெறச் செய்யலாம் என்று எண்ணியது. அதற்கு ஏற்ற வகையில் இப்புதிய நாட்டை மேம்படுத்துவதற்குத் தண்டனை பெற்ற குற்றவாளிகளை அங்கு குடியேற்றலாம் என்றும் பிரிட்டிசார் கருதினார். ஆனால் இந்தத் திட்டம் காலத்தில் உருப்பெறாத தால், அமெரிக்கத்தில் காத்திருந்த அரச பற்றாளர் கனடாவில் குடியேறி விட்டனர். இப்போது ஆஸ்திரேலியம் செல்வதற்கு ஆளே இல்லாமற் போயினர்.

சிறைஞர் குடியேற்றம்

பிரிட்டனின் சிறைகளில் இக்கால கட்டத்தில் குற்றவாளிகள் நிரம்பி விட்டனர். (பிரிட்டனின் சிறைச் சாலைகள்: இ.ச.க. தொகுதி-8) அமெரிக்கப் புரட்சிக்கு முன்னர் சிறைஞரை அமெரிக்கக் குடியேற்றங் களுக்குக் கப்பலேற்றி வந்தனர். இப்போது ஆஸ்திரேலியத்தில் புதிதாய்க் குற்றவாளிகள் குடியேற்றத்தை அமைத்துச் சிறைஞர்களைக் கப்பலேற்றுவது என்று முடிவு செய்தனர்.

பிரிட்டனிலிருந்து 1788 ஆம் ஆண்டு 11 கப்பல்கள் மொத்தம் சுமார் ஆயிரம் குடியேறிகளை ஏற்றிக் கொண்டு ஆஸ்திரேலியத்திற்குப் புறப்பட்டது. அவர்களுள் 736 பேர் தண்டிக்கப் பெற்ற குற்றவாளிகள். ஏனையோர் விருப்பப்பட்டு அங்கு குடியேறச் சென்றவர்கள். ஆஸ்திரேலியம் இங்ஙனம் இந்த ஆண்டில் குற்றவாளிகளின் முதற் குடியேற்றமானது. இக்கப்பல்கள் 1788 ஜனவரி 18 அன்று பாட்டனி வளைகுடாவில் இறங்கின.

ஆனால் அந்த இடம் குடியேற்றத்திற்குத் தகுந்தது அன்று என்று ஆளுநர் ஆர்தர் பிலிப்பு முடிவு செய்துவிட்டார். அவர்கள் அங்கு வந்திறங்கிய சில நாள்களுக்குள், எதிர்காலத்தில் சிட்னி பட்டினமாகவிருந்த இடத்திற்கு வடக்கே சில மைல் தொலைவிலமைந்த ஜாக்சன் துறைமுகம் என்ற அருமையான இடத்திற்கு மாறிவிட்டனர். பிலிப்பு அங்கு நியூ சௌத்து வேல்ஸ் குடியேற்றத்தை நிறுவினார். இங்கு வந்திறங்கிய முன்னோடிக் குடியேறிகள் அடி நாள்களில் எண்ணற்ற இன்னல் களுக்கும் நலக்கேடுகளுக்கும் ஆளாயினர்.

ஆங்கிலேயர் நல்ல வேளையில் ஆஸ்திரேலியத்தில் கால் வைத்தனர். ஏனெனில் பிரஞ்சுக்காரரும் அதன் மேல் கண் வைத்திருந்தனர். ஆங்கிலேயர் பாட்டனி வளைகுடாவில் வந்திறங்கிய எட்டு நாளைக்குப் பிறகு, அதே வளைகுடாவில் லா பெரூஸ் (*La Perouse*) வந்து இறங்கினார். ஆனால் ஆங்கிலேயர் அவரைவிட எட்டு

நாள்கள் முந்திக் கொண்டு குடியேறி விட்டனர். பிரஞ்சுக்காரர் இதன் பின்னர் ஆப்பிரிக்கத்தில் ஒரு தென் பிரான்சை உருவாக்கத் தவறியது போலவே, பதினெட்டாம் நூற்றாண்டின் இறுதியில் ஆஸ்திரேலியத்தில் தமக்கென்று ஓரிடத்தை உண்டாக்கவும் இயலாது போயிற்று.

''நமது உலகக் கோளத்தின் தென்பகுதி முழுமையும் இன்னும் அறியப் படாமலிருக்கின்றது'' என்று சி.தெ.பிராசஸ் (*C.De Brosses*) தனது ''ஆஸ்திராலிஸ் நிலத்தைத் தேடிச் சென்ற கடலோட்டங்களின் வரலாறு'' என்ற பிரஞ்சு மொழி நூலில் 1757 ஆம் ஆண்டில் கூறிவிட்டு, மேலும் எழுதினார்: ''ஓர் அரசர், மா பெரியதும் வெகு மேன்மையானதும் பெரும் பயன்தரத்தக்கதும் அவரது பெயரை என்றென்றும் சிறப்புடையதாக்கி வைக்கக்கூடியதுமான துணிச்சல் மிக்க முயற்சி ஒன்றை மேற்கொள்வதாயின், அது தென்னிலங்களைக் கண்டுபிடிக்கச் செய்வதேயாகும்''.

இந்தச் தனிச் சிறப்புப் பிரிட்டிசு முடி மன்னருக்குத்தான் கிடைத்தது.

2. பாரி நிறுவனம் அமைந்தது

1788

தாமஸ் பாரி (1768-1824) என்ற இருபது வயதான வேல்சிய இளைஞர் தன் மைத்துனரின் கருத்துரையால் தூண்டப் பெற்றும் அருஞ்செயல் புரிய வேண்டுமென்ற வேகத்தால் உந்தப்பட்டும் 1788 ஜூலை 17 அன்று சோழ மண்டலக் கரையிலுள்ள சென்னைக்குப் பாய்மரக் கப்பலில் வந்து இறங்கினார்.

வேல்ஸ்

பாரி பிறந்த வேல்ஸ் பிரிட்டனின் மேற்குப் பகுதியிலுள்ளது. ஆங்கிலேயர் அதை 1282 ஆம் ஆண்டு வெற்றி கொண்டனர். வேல்ஸ் பின்னர் இங்கிலாந்தின் நாடாளுமன்ற ஒன்றியத்துடன் 1536 ஆம் ஆண்டு சேர்ந்து கொண்டது. எனினும் வேல்சியர் சிலர் இன்றும் தம் பண்பாட்டையும் மொழியையும் தனித் தன்மை வாய்ந்தது என்று கொண்டாடி வருகின்றனர். அவர்கள் பேசும் மொழி வெல்ஷ் (*Welsh*) எனப்படும். அது இந்திய-ஐரோப்பிய மொழிக் குடும்பத்தின் தென் கெல்டிக்குக் கிளையிலடங்கியது. வேல்சிய மக்களில் கால்வாசிப் பேர் இம்மொழியை இப்போது பேசுகின்றனர். பிரிட்டிஷ் அரசர் அரசியின் மூத்த மகன் பொதுவாய் வேல்ஸ் இளவரசர் என்று அழைக்கப்படுவது வழக்கமாய் இருக்கின்றது. வேல்சில் சதுப்பு நிலங்களும் மலைப்பாங்கான நிலப்பரப்பும் உள்ளன. இந்நாடு பெரிதும் வேளாண்மையை நம்பியிருப்பது. அதன் தென் பகுதியில் தொழிற்சாலைகளும் நிலக்கரிச் சுரங்கங்களும் உள்ளன. வேல்சின் தலைநகரம் காட்ரிபு.

அன்று சென்னை

பாரி இங்கிலாந்தில் பாய்மரக் கப்பலேறி நெடிய பயணம் மேற்கொண்டு சென்னைக்கு வந்து சேர்ந்த இக்காலத்தில் இங்கு துறைமுகமோ, பெரிய நகரமோ இருந்தில. ஜார்ஜ் கோட்டை இருந்தது. அதன் உள்ளே ஐரோப்பியரும் புறத்தே நாட்டு மக்களும் வாழ்ந்திருந்தனர். கப்பல் வந்தால் கோட்டைக்குச் சற்றுத் தொலைவில் கடலில் நங்கூரம் பாய்ச்சி நிற்கும். கடலில் அலை வீச்சு மிகுந்திருக்கும். அதனால் கரையிலிருந்து கப்பலையடைந்து, அதிலிருந்து பயணியரையும் பண்டங்களையும் கரைக்குக் கொண்டு வருவர். அதற்கு ஏற்ற வகையில் மச்சிலிப்பட்டினத்தில் கட்டப் பெற்ற மசூலா என்ற

1788

பெரிய தோணிகளைப் பயன்படுத்தினர். கட்டுமரங்களையும் இதில் ஈடுபடுத்துவதுண்டு.

துபாஷ்

இங்ஙனம் மேனாடுகளிலிருந்து வருகின்றவர்களின் உதவிக்கென்று துபாஷ் என்ற மொழிபெயர்ப்பாளர் பலர் கரையில் காத்திருப்பர். அவர்கள் பயணியரை அணுகித் தம் ஊழியத்தை அளிக்க முன்செல்வர். இம் மொழிபெயர்ப்பாளர்கள் ஐரோப்பியருக்குத் தரகராயும் இருந்து அவர்களுக்கு வேண்டிய பிற உதவிகளையும் செய்தனர். அவர்களுக்கு ஆங்கிலேயரால் நல்ல வருவாய் கிடைக்கும். தனிமுறை வணிகரான ஐரோப்பியர் ஒவ்வொருரிடமும் ஒரு துபாஷ் இருப்பார். துவிபாஷ் = இரு மொழி பேசுபவர் என்பது துபாஷ் என்று மருவிற்று. இவர்களில் பலர் பெருஞ்செல்வராயினர். அத்தகையோரில் பச்சையப்ப முதலியும் *(1754-1794)* ஒருவர்.

தாமஸ் பாரி *1788* இல் சென்னை வந்ததும் கிழக்கிந்தியக் கம்பெனியில் தன்னைத் தனிமுறை வணிகர் என்று பதிந்து கொண்டார். பதிவு செய்து கொண்ட தனி வணிகர்களைக் கிழக்கிந்தியக் கம்பெனியின் விதிமுறைகள் கட்டுப்படுத்துவதில்லை. கம்பெனியின் இந்த ஏற்பாட்டினால் பிரிட்டிஷ் குடிமக்களாகிய தனி வணிகர்களின் ஊக்கத்தினாலும் முனைப்பினாலும் பிரிட்டனில் செல்வம் பொழியலானது.

அவதானம் பாப்பய்யர்

அவதானம் பாப்பய்யர் என்றவர் பாரியின் துபாஷாக அமைந்தார். அவர் பெயரால் இன்றும் சென்னை புரசைவாக்கத்தில் அவதானம் பாப்பய்யர் தெரு என்றொரு தெரு உள்ளது. பின்னர் பாரி நிறுவனத்திற்கென்று எம்.வெங்கடசாமி நாயுடு என்பவரும் துபாஷ் ஆனார்.

பாரி சென்னையில் வாழ்ந்து கொண்டு பல வகையான வணிக முயற்சிகளில் ஈடுபட்டார். அவற்றுள் துணி வணிகம் மிகவும் குறிப்பிடத்தக்கது. நாம் முன்னர் குறிப்பிட்ட பாரியின் மைத்துனர்க்குச் சென்னையுடன் வணிகத் தொடர்பு இருந்தமையால் தான், பாரி சென்னையைத் தேர்ந்தெடுத்து இங்கு தொழில் செய்ய வந்தார். கிழக்கிந்தியக் கம்பெனியால் பாரிக்குப் பல தொல்லைகள் ஏற்பட்ட போதிலும், அவர் அனைத்தையும் பொறுத்துக் கொண்டு சென்னையில் இருந்து விட்டார்.

பாரியும் முகமதலியும்

ஆர்க்காட்டு நவாபு முகமதலி பெருஞ்செலவாளி. கண்ட பக்கமெல்லாம் கைநீட்டிக் கடன் வாங்குபவர். (இதுபற்றி இ.ச.க.தொகுதி-8 ல் காணலாம்) அவர் கையெழுத்திட்டுக் கொடுத்த கடன் பத்திரங்களுக்கு கணக்கே கிடையாது. இப்பத்திரங்களை வைத்தே சென்னையில் இக்காலத்தில் ஒரு வியாபாரம் நடந்தது. நவாபு கண்ட மேனிக்குக் கடன் வாங்கிக் கை வலியாமல் கையெழுத்துப் போட்டு வந்ததைக் கண்ட சிலர், பொய்யான கடன் பத்திரங்களை எழுதி அவற்றையும் விற்கலாயினர். இந்தப் பத்திர வியாபாரத்தில் ஈடுபடாத ஐரோப்பியரே இல்லை என்பர். இத்தொழிலில் தாமஸ் பாரியும் இறங்கினார். நெறிகெட்ட இந்தக் கள்ள வாணிபத்தில் ஈடுபட்ட ஆங்கிலேயரில் பலர் கோடீசுவரர் ஆயினர்.

பாரியின் கூட்டாளிகள்

பாரி முதலில் சென்னையில் தனியாகவே வணிகம் செய்தார். அவர் 1791 ஆம் ஆண்டு கிழக்கிந்தியக் கம்பெனி ஊழியரான சேஸ் என்றவரைக் கூட்டாளியாய்ச் சேர்த்துக் கொண்டு சேஸ் அண்டு பாரி என்ற நிறுவனத்தை அமைத்தார். இந்நிறுவனம் பலவகையான வணிகங்களில் இறங்கிற்று. மது, பரிசுச் சீட்டு விற்பனை, இலண்டனுக்குச் செல்லப் பயணச்சீட்டுகள் விற்பது, புத்தகம், துணிமணி வியாபாரம் ஆகியவற்றுடன், வட்டிக்குப் பணம் தருவது, வாங்குவதுமான வட்டித் தொழிலையும் செய்தது. இவற்றுக்கெல்லாம் பிறகு தான் அந்நிறுவனம் சர்க்கரை வாணிபத்தில் இறங்கியது.

பாரி இருபத்தைந்து வயதிற்குள் பெருஞ்செல்வம் சேர்த்துவிட்டார். ஈட்டிய பொருளுடன் தாயகம் திரும்பும் எண்ணம் பாரிக்குப் பன்முறை ஏற்பட்டதுண்டு. ஆனால் சென்னை அவரைப் பற்றிப் பிடித்துக் கொண்டது. அதற்குப் பல காரணங்கள் இருந்தன, என்று தற்கால எழுத்தாளர் ஒருவர் மிக அழகாய்க் கூறுவார்; ஓங்கி வளர்ந்த சென்னை வாணிபம்; நகத்தில் அழுக்குப் படாமல் பெரும் பொருளை ஆக்கும் எளிய வழிகள்; மாலை, இரவு வேளைகளில் பொழுதை இன்பமாய்க் கழிப்பதற்குப் பல விதமான வழி வகைகள்; ஆடிப்பாடும் அழகான தென்னிந்தியப் பெண்கள். இவையெல்லாம் இங்கிருக்கத் தனிக் கட்டையான பாரி சென்னையைவிட்டு ஏன் செல்ல வேண்டும்?

திருமணம்

தாமஸ் பாரி 1794 ஆம் ஆண்டு மேரி பியர்ஸ் என்ற பெண்மணியை மணந்தார். அவர்களுக்கு ஆணும் பெண்ணுமாய் மக்கள் இருவர் பிறந்தனர். எனினும் அவர்களின் இல்வாழ்க்கையில் இனிமை இல்லாது போனது. மேரி அடிக்கடி நோய்வாய்ப்பட்டார்.

ஆனால் பாரி அது பற்றிக் கவலை கொண்டாரிலர். மேரி ஆன் கார் என்ற பெண் பாரியின் தனிமைத் துன்பத்தைப் போக்குவது எப்படி என்பதைக் கற்றிருந்தார். பாரி பின்னர் இப்பெண்ணுக்கும் இவருக்குப் பிறக்கும் பிள்ளைகளுக்கும் மாதம் எழுபது ரூபாய் கிடைப்பதற்குத் தன் உயிலில் வகை செய்திருந்தார்.

அக்காலத்தில் ஒருவர் மனைவியிருக்கக் காமக்கிழத்தியொடு வாழ்வது ஏற்கத்தக்கது என்ற நிலை சென்னையில் இருந்தது.

பாரி வசதி வந்ததும் சாந்தோம் பகுதியில் கடற்கரையருகில் தனக்கென்று ஒரு பங்களாவை வாங்கி அதில் குடியேறினார். அதன் பெயர் பாரிஸ் காசில் *(Parry's Castle.)*

பாரி 1796 இல் ஆர்க்காட்டு நவாபான உத்துத்-உல்-உமராவிடம் (1795-1801) பணி செய்யலானார். அவருக்கு ஆண்டுச் சம்பளம் ஆயிரம் பவுன். இத்தொகை விரைவிலேயே இரண்டு மடங்காய் உயர்த்தப்பட்டது. இந்நவாபு தமக்கு எதிராய்ச் சதி செய்கின்றார் என்று பிரிட்டிசார் கருதினர். எனவே, அவர் மீது அவர்களுக்கு வெறுப்பு இருந்தது. அதனால் அவரின் ஊழியரான பாரி பல தொல்லைகளுக்குள்ளானார். இப்போது பாரியுடன் நவாபிடம் பணிபுரிந்த மற்றோர் ஆங்கிலேயர் ஜான் பின்னி ஆவார். இவர் தான் பின்னி ஆலை என்று இன்றும் நிலவும் நெசவாலை நிறுவனத்தை உண்டாக்கியவர்.

ஜான் பின்னி

பின்னி வாழ்ந்த பங்களா மௌண்ட் ரோடுப் பகுதியில் இருந்தது. அதுவே இன்றைய ஐந்து நட்சத்திர ஓட்டலான கன்னிமாரா ஆனது. அங்கு பின்னி பங்களா இருந்ததால், இந்த ஓட்டல் இருக்கும் சாலைக்கு இன்றும் பின்னி சாலை என்றே பெயர்.

மீண்டும் வாணிபம்

உத்துத்-உல்-உமராவோடு வாலாசா குடிக்கு இருந்து வந்த அரசுரிமை பறிக்கப்பட்டுவிட்டது. கர்நாடகம் என்ற தமிழ்நாடு கம்பெனியின் ஆட்சிப் பரப்புடன் சேர்க்கப்பட்டுவிட்டது. அதனால் பாரி மீண்டும் முழுநேர வணிகரானார். அவர் தன் வணிக நிறுவனத்தை அமைப்பதற்குத் தகுந்த இடத்தைத் தேடினார். அவர் கடற்கரையருகே ஓர் இடத்தை வாங்கி அங்கு அமர்ந்தார். அதுவே வரலாற்றுப் புகழ் மிக்க இன்றைய பாரி முனையாகும்.

பாரி தன் வணிகத்தைப் பெருக்கவும் வசதிகளை விரிக்கவும் பல தொழில்களைத் தேடித் திரிந்தார். ஆதாயந் தரத் தக்க தொழில் எதுவாயினும், அதில் துணிந்து இறங்கினார். தோல், துணி வாணிபம் செய்தார். பத்தாயிரம் ஏக்கர் நிலத்தைக் குத்தகைக்கு எடுத்து அதில் அவுரி பயிரிடத் திட்டமிட்டார். ஆனால் கிழக்கிந்தியக் கம்பெனி, அவருக்கு அச்சலுகையைத் தர மறுத்தது. அவர் விடாது முயன்று அவுரி வணிகரானார். கடலூரில் அவுரி வாணிபம் தொடங்கப் பெற்றது.

பாரியுடன் வாணிபக் கூட்டாளிகளாய்ச் சிலர் பதினெட்டாம் நூற்றாண்டில் இருந்தனர். அவர்களுள் பியூ *(Pugh)* என்று ஒருவர் இருந்தார். அடையாற்றில் புட்டப்பர்த்திச் சாயி பாபா கோயில் இருக்கும் இடத்தில் ஒரு சாலைக்கு இவர் பெயர் வைக்கப்பட்டிருந்தது. இதைத் தமிழில் பக்ஸ் சாலை என்று மாற்றிவிட்டனர். பிரிதாட்டு என்ற மற்றொரு கூட்டாளியின் பெயரிலும் வேப்பேரியில் ஒரு சாலை உள்ளது.

இவ்விருவரும் பல காரணங்களுக்காகப் பாரியை விட்டுப் பிரிந்தனர். பாரி நிறுவனம் தன் காலத்திற்குப் பிறகும் தொடர்ந்து நடக்க வேண்டுமென்று பாரி விரும்பினார். அதற்காக நல்ல கூட்டாளி ஒருவரைத் தேடினார். அவர் சென்னையில் பணி புரிந்துவந்து ஜான் டேர் என்றவரை விரைவில் தன் கூட்டாளியாக்கிக் கொண்டார். இந்தக் கூட்டு நிலைத்தது. சென்னைப் பாரி முனையிலுள்ள புகழ் பெற்ற பாரி நிறுவனக் கட்டடத்தின் பெயர் டேர் ஹவுஸ்.

நெல்லிக்குப்பம் சர்க்கரை ஆலை

பாரி விடா முயற்சி கொண்டு தென்னார்க்காட்டு நெல்லிக்குப்பத்தில் சர்க்கரை ஆலை தொடங்குவதற்கு வேண்டிய அடிப்படை அமைத்தார். ஆனால் ஆலை அவர் இறந்த பின்னர் நிறுவப்பட்டது. அது பின்னாளில் பாரியின் புகழை இந்திய மெங்கும் பரப்பிற்று. இந்தியத்தில் பாரி மிட்டாயின் சுவையை அறியாதவர் இருக்கமுடியாது. இன்றும் நடந்துவரும் பாரி நிறுவனத்தின் நெல்லிக்குப்பத்துச் சர்க்கரை ஆலையையே அந்தப் பெருமை சேரும்.

பாரி வாணிபக் கவலைகளாலும் தட்ப வெப்ப நிலையினால் உண்டான உடற்கோளாறுகளாலும் உடல் நலம் குன்றினார். அதனால் தொழில் முழுவதையும் விற்று விட்டுத் தாயகம் திரும்பத் திட்டமிட்டார். இறுதியில் அந்த எண்ணத்தைக் கைவிட்டார்.

முடிவு

பாரி தொழில் தொடர்பாக *1824* ஆம் ஆண்டு தன் மகனுடன் தென்னார்க்காட்டு மாவட்டத்திற்குச் சென்றார். அங்கு வெள்ளாற்றின் கரையில் வாந்திபேதி கண்டு தந்தையும் மகனும் ஒரே நாளில் இறந்தனர். பாரியின் உடல் கடலூரிலுள்ள கிறைஸ்டுச் சர்ச்சுக் கல்லறைத் தோட்டத்தில் அடக்கம் செய்யப்பட்டது.

3. கோளத்தில் திப்பு சுல்தானின் அட்டூழியங்கள்

திப்பு சுல்தான் *(1750-1799)* தன் கழுகுக் கண்களால் திருவிதாங்கூரில் நடந்தவற்றையெல்லாம் கவனித்துக் கொண்டிருந்தார். திருவிதாங்கூர் மன்னர் இராம வர்மனின் செழிப்பும் செல்வாக்கும் அவருக்குப் பொறுக்கவில்லை.

அவர் *1788* மார்ச்சில் வட கேரளமான மலபாரினுள் புகுந்து ஊர்களைக் கொள்ளையடித்தார்; தீயிட்டார். அவர் பொன்னாணிக்கும் கண்ணனூருக்கும் இடைப்பட்ட பகுதியில் இராணுவச் சட்டத்தை அறிவித்தார்.

அவர் இந்துக்களில் எல்லாச் சாதிகளைச் சேர்ந்த ஆடவரையும் பெண்டிரையும் இஸ்லாத்திற்கு மாறச் செய்தார். நபியை ஏற்றுக் கொள்ளாதவர்களின் உயிருக்குத் தீங்கு நேர்ந்தது.

திப்பு சுல்தான் தன் படைத்தலைவரான அப்துல் காதருக்கு *1788* மார்ச்சு *22* அன்று எழுதிய கடிதத்தைக் கே.எம்.பணிக்கர் *(1894-1963)* ''பாஷா போதினி'' என்ற மலையாள இதழில் *1923* ஆகஸ்டில் வெளியிட்டார். அவர் திப்பு சுல்தானின் பல கடிதங்களை இலண்டனிலிருக்கும் இந்தியத் துறை நூலகத்தில் *(India Office Library)* கண்டு மேற்சொன்ன இதழில் எழுதியிருந்தார் :

பன்னிரண்டாயிரத்திற்குமதிகமான இந்துக்கள் இஸ்லாத்தினால் பெருமைப்

படுத்தப்பட்டனர். அவர்களுள் நம்பூதிரிமார் பலரும் உளர். இந்தச் சாதனையை இந்துக்களிடையே விரித்துப் பரப்ப வேண்டும். உள்ளூர் இந்துக்களை உம் முன்னர் கொண்டு வரச் செய்து, அவர்களை நீர் இஸ்லாத்தில் சேர்க்க வேண்டும். ஒரு நம்பூதிரியைக் கூட விடலாகாது. அவர்களுக்காக அனுப்பும் உடு துணிகள் வந்து சேரும் வரை அவர்களை அடைத்து வைத்திருக்க வேண்டும்.

திப்பு சுல்தான் கோழிக்கோட்டிலிருந்த படைத் தலைவருக்கு 1788 டிசம்பர் 14 அன்று எழுதிய கடிதம் :

''நாம் மீர் உசேன் அலி என்பவருடன் எம்மைப் பின்பற்றுவோர் இருவரை உம்மிடம் அனுப்பியிருக்கின்றோம். நீர் அவர்களோடு சேர்ந்து இந்துக்களனைவரையும் பிடித்துக் கொல்ல வேண்டும். இருபது வயதிற்குக் கீழ்ப்பட்டவர்களைச் சிறையிலடைத்து வைக்கவும். ஏனையோரில் ஐயாயிரம் பேரை மரங்களில் கட்டித் தொங்க விடவேண்டும். இவை எம் ஆணைகளாகும்''.

ஷைக்கு குதுபு என்றவருக்கு 1788 டிசம்பர் 21 அன்று திப்பு சுல்தான் இப்படி எழுதினார்:-

''நாயரில் 242 பேர் உம்மிடம் சிறைஞராய் அனுப்பப்படுகின்றனர். அவர்களைச் சமூக, குடும்ப, அந்தஸ்துகளுக்கு ஏற்பப் பிரித்துக் கொள்க. அவர்களை இஸ்லாத்தில் சேர்த்துப் பெருமைப் படுத்திய பிறகு, ஆடவர்க்கும் பெண்டிர்க்கும் போதிய அளவில் துணிகளை வழங்குக''.

அவர் சையது அப்துல் துலாய்க்கு 1790 ஜனவரி 18 இல் எழுதிய கடிதம் :

''முகமது நபிகள், அல்லா ஆகியோரின் அருளால் கோழிக்கோட்டிலுள்ள இந்துக்கள் அனைவரும் கிட்டத்தட்ட இஸ்லாத்திற்கு மாற்றப்பட்டு விட்டனர். கொச்சி நாட்டின் எல்லையில் மட்டும் இன்னும் சிலர் மாற்றப்படவில்லை. அவர்களையும் விரைவில் மாற்றுவதென்று நாம் உறுதி பூண்டுள்ளோம். நாம் அந்தக் குறிக்கோளை எய்த, இதை ஒரு ஜிகாத்தாகக் கருதுகின்றோம்''. (ஜிகாத்து என்பது புறச் சமயியர்க்கு எதிரான புனிதப் போர் என்று பொருள்படும்.)

பதுருஸ் சமன் கானுக்கு 1790 ஜனவரி 19 அன்று எழுதப் பெற்றது:

''நாம் அண்மையில் மலபாரில் பெரு வெற்றியடைந்தோம் என்பது உமக்குத் தெரியுமா? அங்கு நான்கு இலட்சத்திற்குமதிகமானவர்கள் இஸ்லாத்திற்கு மாற்றப்பட்டனர். நாம் இப்போது காக்கப்பட்ட ''இராமன் நாயருக்கு'' (திருவிதாங்கூர் மன்னர் இராம வர்மனுக்கு) எதிராய்ப் படைகொண்டு செல்ல உறுதி பூண்டுள்ளோம். அவரும் அவரின் குடிமக்களும் காலப் போக்கில் விரைவிலேயே இஸ்லாம் தழுவி விடுவர் என்ற நோக்கத்தில் சீரங்கப்பட்டணம் திரும்புவது என்ற எண்ணத்தை இப்போது கைவிட்டுவிட்டோம்''.

திப்பு சுல்தான் இஸ்லாத்தின் பெயரால் மலபாரில் நடத்திய பொல்லாங்குகளையெல்லாம் கண்ணால் கண்ட ஃபிரா பார்த்தலோமக்கோ (*Fra Bartolomaco*) என்ற நாடோடியும் வரலாற்றாசிரியருமான போர்த்துக்கீசர் இங்ஙனம் எழுதுகின்றார் :

''(திப்பு சுல்தானின்) முதல் படையில் 30,000 காட்டுமிராண்டிகள் பிரஞ்சுத் தானைத் தலைவர் பூசியின் தலைமையில் களப் பீரங்கிகளுடன் பின் தொடர்ந்து சென்றனர். அவர்கள் வீதியில் கண்டவர்களையெல்லாம் கொன்றனர். திப்பு ஒரு யானை

மேல் ஏறி வந்தார். அவரைப் பின் தொடர்ந்து மேலும் 30,000 பேரடங்கிய படை சென்றது. கோழிக் கோட்டில் பெரும்பாலான ஆடவரும் பெண்டிரும் தூக்கிலிட்டுக் கொல்லப்பட்டனர். முதலில் தாய்மாரின் கழுத்தில் குழந்தைகளைக் கட்டி அவர்களைத் தூக்கிலிட்டுக் கொன்றனர். அந்தக் காட்டுமிராண்டித் திப்பு ஏதுமறியாக் கிறித்தவர்களையும் இந்துக்களையும் யானைகளின் கால்களில் கட்டி, அவற்றைச் சுற்றி வரச் செய்தார். அவர்கள் இழுபட்டும் அடிபட்டும் துண்டு துண்டாக்கப்பட்டனர். கோயில்களும் சர்ச்சுகளும் அழிக்கப்பட்டன. இஸ்லாம் தழுவ மறுத்த கிறித்தவர்களை அந்த இடத்திலேயே கொன்றனர். மேற்சொன்ன அட்டூழியங்களைப் பற்றிய துயரம் நிறைந்த செய்திகள், திப்புவின் படையினரிடமிருந்து தப்பி, வரப்புழை என்ற இடத்திலுள்ள கார்மைக்கேல் கிறித்தவ மிசனை அடைந்தவர்களின் வாய் மொழியால் கேட்டறிந்தவையாகும். பலர் வரப்புழை ஆற்றைத் தோணிகளில் கடக்க நானே உதவினேன்''. இச்செய்திகள் ஃபிரா பார்த்தலோமக்கோ எழுதிய *Voyage to East Indies* (பக். 141-142) என்ற நூலில் காணப்படுகின்றன.

மலபாரில் இத்தகைய பொல்லாங்குகள் நிகழ்ந்தமையால் நம்பூதிரிப் பிராமணர், நாயர் ஆகிய மேல் சாதிக் காரர்களெல்லாம் தெற்கே ஓடினர். ஆனால் அவர்களுக்குப் புகலிடம் ஏது? கொச்சி மன்னரிடம் தஞ்ச மடைய முடியாது. ஏனெனில் அவர் திப்பு சுல்தானுக்கு அடங்கிய மன்னர்.

ஆதலால் கோழிக்கோட்டுச் சாமூதிரி உள்பட மலபார் இந்துக்களில் ஒரு பகுதியினர் திருவிதாங்கூர் மன்னரின் பாதுகாப்பை நாடி வேணாட்டிற்கு ஓடினர். திப்புவின் கட்டாய மதமாற்றத்திற்கு அஞ்சி வேணாட்டில் தஞ்சமடைந்த நாடு வாழிகளும் தலைவர்களும்:-

நாடுவாழிகள் என்ற குறுநில மன்னர்கள் : கோழிக்கோட்டு மன்னரான சாமூதிரி; சிறக்கல் மன்னர்; குறும்ப நாட்டு மன்னர்; வெட்டத்த நாட்டு மன்னர்; பேய்ப்பூர் மன்னர்; பாலக்காட்டு மன்னர்.

தலைவர்கள் - கூலிப்பாறை; கோரிங் கோட்டை; காவக்காடு; எட்டாத்தரை; மண்ணூர் முதலிய ஊரினர்.

வேணாட்டு மன்னர் இராம வர்மன் இவர்களுக்குத் தயக்கமின்றிப் பாதுகாப்புத் தந்தார். பல குடும்பங்கள் மலபாரிலிருந்து திருவிதாங்கூர் நாட்டில் குடியேறின.

இது திப்பு சுல்தானுக்கு மிகுந்த மன வருத்தத்தைக் கொடுத்தது. எனவே திருவிதாங்கூருக்கு ஓடிப் போனவரனைவரையும், தன் நாட்டைக் கைவிட்டு ஓடிப் போனவர்களென்றும் அவர்களை இராம வர்மன் தன்னிடம் திருப்பியனுப்ப வேண்டுமென்றும் திப்பு சுல்தான் அவருக்கு எழுதினார்.

வட மாநிலத்திலிருந்து தெற்கில் ஓடி வந்தவர்கள் தம் நாட்டிற்குத் திரும்பிச் செல்ல விரும்பினால், அவர்களை அனுப்பி வைப்பதாய் இராம வர்மன் மிகுந்த கனிவுடனும் கேண்மையுடனும் திப்பு சுல்தானுக்கு மறுமொழி எழுதினார். ஏனெனில் தஞ்சமென்று வந்தவர்களைக் கட்டாயமாய் வெளியேற்றுவது சட்ட விரோதம் என்பதை வேணாட்டு மன்னர் எடுத்துக் காட்டினார். திப்பு சுல்தானுக்கு இம் மறுமொழி மேலும் வெறுப்பூட்டியது என்பதில் ஐயமின்று.

கம்பெனியின் பக்கம் திருவிதாங்கூர்

வேணாட்டு மன்னர் திப்பு சுல்தானின் அச்சுறுத்தலை எதிர்த்து நிற்பதற்காகக் கிழக்கிந்தியக் கம்பெனியின் உதவியை நாடினார். கம்பெனி பாளையங் கோட்டையிலிருந்த பானர்மனைத் திருவிதாங்கூருக்கு அனுப்பி இராம வர்மனுக்குத் தக்க ஆலோசனை வழங்குமாறு செய்தது. வேணாட்டுப் படையினருக்கு உதவியாய் ஆங்கிலப் படையலுவலர் இருந்து, அவர்களை நடத்திச் சென்றால், அது நன்மை பயக்குமென்று இராம வர்மன் கருதி, நான்கு படையலுவலரையும், சர்ஜன் என்ற மருத்துவர் பன்னிருவரையும் அனுப்பி வைக்குமாறு கம்பெனிக்கு எழுதினார்.

அதற்குச் சென்னை ஆளுநரான ஆர்ச்சிபால்டு காம்பல் மன்னருக்கு எழுதிய கடிதத்தில், படையலுவலர்களை அனுப்புவதில் சிக்கல்கள் உள்ளன என்றும் அதற்கு மாற்றாய்ப் படை வீரர்களை அனுப்பினால் அது இருவருக்கும் பயன்படும் என்றும் குறிப்பிட்டார். மன்னரும் அதை ஏற்றார். அதற்கிணங்கக் காப்டன் நாக்ஸ் என்றவர் திருவிதாங்கூரின் வட எல்லையிலுள்ள ஆயக் கோட்டையில் 1788 ஆம் ஆண்டு ஒரு படையுடன் நிறுத்தி வைக்கப்பட்டார்.

கம்பெனி அதே நேரத்தில் ஜார்ஜ் பௌனி என்று பொது அலுவலர் ஒருவரைத் திருவிதாங்கூருக்கு அனுப்பியது. அவரை வேணாட்டு அரசவைக்குப் பிரிட்டிசார் தம் பிரதிநிதியாய் அனுப்பி வைத்த முதல் பேராள் (Resident) என்று கொள்ளலாம்.

இதுவரை வேணாட்டரசில் தளவாய் என்று அழைக்கப்பட்டு வந்த தலைமை அமைச்சர் பதவி, இப்போது திவான் என்று பெயர் பெற்றது. முதல் திவானாய்க் கேசவ பிள்ளை பொறுப்பேற்றார்.

1788

4. அமெரிக்க ஒன்றியத்தில் மேலும் மாநிலங்கள் இணைதல்
அமெரிக்க ஒன்றிய அரசியல் சட்டம் செயல்பட்டது

அமெரிக்க ஒன்றிய அரசியல் சட்டத்தை ஏற்று ஒப்பிய ஒன்பதாவது மாநிலம் நியூ ஹாம்சயர் ஆகும். அது 57-47 வாக்குப் பெரும்பான்மையில் அரசியல் சட்டத்தை ஏற்றுவிட்டது. அதனால் அச்சட்டம் 1788 ஜூன் 21 முதல் செயல் முறைக்கு வந்துவிட்டது. அமெரிக்க ஒன்றியத்தில் உறுப்பு மாநிலங்களாவது என்று ஜார்ஜியம் கனக்டிக்கட்டு, மசாச்சூசட்சு, மேரிலந்து, தென் கரோலினம் ஆகிய மாநிலங்கள் 1788 ஆம் ஆண்டின் தொடக்கத்திலும் வர்ஜீனியம் ஜூன் 25 அன்றும் நியூ யார்க்கு ஜூலை 26 அன்றும் அரசியல் சட்டத்தை ஏற்று ஒப்பின. நியூயார்க்கில் அதற்கு ஆதரவாய் 30 வாக்குகளும் எதிராய் 27 வாக்குகளும் கிடைத்தன.

கனக்டிக்கட்டு

இது வட அமெரிக்கத்தில் முதலில் அமைந்த பதின்மூன்று குடியேற்றங்களுள் ஐந்தாவதாகும். இங்கு 1635 ஆம் ஆண்டு குடியேற்றம் நிறுவப்பட்டது. இங்கு மசாச்சூசட்சைச் சேர்ந்த மக்கள் குடியேற்றத்திற்குப் பிரிட்டிஷ் மணிமுடியின் குடியேற்ற உரிமைப் பட்டயத்தைப் பெற்றனர்.

இது அமெரிக்கத்தின் வட கிழக்கிலுள்ள நியூ இங்கிலாந்துப் பகுதியில் இருக்கின்றது. இதன் தலைநகரம் ஹாட்ஃபோர்டு. இம்மாநிலத்தின் பரப்பளவு 12,973 சதுர கிலோ மீட்டர் - 5,000 சதுர மைல்.

ஜார்ஜியம்

ஜார்ஜியம் பதின்மூன்றாவதாய் அமைந்த கடைசிக் குடியேற்றமாகும். இங்கு ஆங்கிலப் படைத்தலைவரும் குடியேற்ற ஆட்சி நிர்வாகியுமான ஜேம்ஸ் எட்வர்டு ஊகிள்தோர்ப்பு (1696-1785) என்றவரும் பிறரும் சேர்ந்து 1732 இல் இதற்குப் பிரிட்டிஷ் மணிமுடியின் குடியேற்ற உரிமைப் பட்டயத்தைப் பெற்றனர். அதன்பிறகு அங்கு 1733 இல் குடியேற்றம் அமைத்தனர். பின்னர் இது 1752 ஆம் ஆண்டு பிரிட்டிஷ் மணிமுடியின் தனியுரிமைப் பகுதியானது.

அமெரிக்கத்தின் தென்கிழக்கே அட்லாண்டிக்குக் கரையோரமாய் அமைந்திருக்கும் ஜார்ஜிய மாநிலத்தில் சமவெளியுடன் கூடிய காடுகளும் சதுப்பு நிலப் பகுதிகளும் கம்பர்லந்துச் சமவெளியும் வடமேற்கில் அப்பலேச்சியன் மலையும் உள்ளன. இதன் தலைநகரம் அட்லாண்டா பரப்பளவு. 1,52,489 சதுர கிலோ மீட்டர் 58,876 சதுர மைல்.

மேரிலந்து

சர் ஜார்ஜ் கால்பட்டு என்ற பால்டிமோர் பிரபு (1580-1632) ஆங்கில அரசியல்காரர்; அவரே மேரிலந்துக் குடியேற்றத்தை நிறுவினார். இது தனிப்பட்டவருக்கு உரிமையானது என்ற பட்டயத்தை 1632 ஆம் ஆண்டு பெற்றிருந்தது. இது கத்தோலிக்கர் மலிந்த குடியேற்றம்.

இதுவும் ஜார்ஜியம் போன்று அட்லாண்டிக்கின் கரையிலமைந்த தென்கிழக்கு மாநிலமாகும். இது சீசப்பேக்கு வளைகுடாவினால் சம பங்கில்லாத இரு பகுதிகளாய்ப் பிரிக்கப்பட்டுள்ளது. இதன் வடகிழக்கில் அல்லிகேனி மலைகள் இருக்கின்றன. இது பெரிதும் தாழ்வான நிலப்பரப்பு. இதன் தலைநகரம் அன்னப்போலிஸ் பரப்பளவு 31,864 சதுர கிலோ மீட்டர் 12,303 சதுர மைல்.

மசாச்சூசட்சு

இது பியூரிட்டன்கள் என்ற கிறித்தவக் கடுந்தூய்மைக் கோட்பாட்டாளரால் 1628 வாக்கில் நிறுவப்பட்டது. இதற்கு மணிமுடியின் குடியேற்ற உரிமைப் பட்டயம் 1632 இல் கிடைத்தது.

இது வடகிழக்கே அட்லாண்டிக்குக் கரையில் அமைந்தது. இதன் கரையோரச் சமவெளி மேற்கிலுள்ள மலைகளை நோக்கி உயர்ந்துள்ளது. தலைநகரம் பாஸ்டன். பரப்பளவு 20,269 சதுர கிலோ மீட்டர்- 7,826 சதுர மைல்.

நியூ ஹாம்சயர்

இது ஜான் மேசனும் பிறரும் 1623 இல் குடியேற்றம் அமைத்து 1679 ஆம் ஆண்டு மணி முடியிடமிருந்து குடியேற்ற உரிமைப் பட்டயம் பெற்ற இடமாகும்.

நியூ ஹாம்சயர் வட அமெரிக்கத்தின் வடகிழக்கிலுள்ள மலைப் பாங்கான பகுதியாகும். இம் மாநிலத்தின் தலைநகர் கங்கார்டு. பரப்பளவு 23,379 சதுர கிலோ மீட்டர் - 9,027 சதுர மைல்.

நியூயார்க்கு

டச்சுக்காரர் இங்கு 1613 ஆம் ஆண்டு முதலில் குடியேறினர். இங்கு யார்க்கு பிரபு

1664 இல் பிரிட்டிஷ் குடியேற்றத்தை நிறுவினார். மணி முடி அதே ஆண்டில் குடியேற்ற உரிமைப் பட்டயத்தை நியூயார்க்கிற்கு அளித்தது.

வட கிழக்கிலுள்ள இம் மாநிலத்தின் பெரும்பகுதி சமவெளியாகும். இதன் நடுவில் ஃபிங்கர் ஏரிகள் உள்ளன. இதன் தலைநகரம் ஆல்பனி. பரப்பளவு 1,23,882 சதுர கிலோ மீட்டர் - 47,831 சதுர மைல்.

தென் கரோலினம்

எட்டுப் பெருங்குடி மக்கள் சேர்ந்து 1670 இல் தென் கரோலினத்தில் குடியேற்றம் அமைத்தனர். இதற்கு 1633 ஆம் ஆண்டு பிரிட்டிஷ் மணிமுடி குடியேற்ற உரிமைப் பட்டயத்தை வழங்கிற்று.

இது அமெரிக்கத்தின் தென்கிழக்கே அட்லாண்டிக்குக் கரையிலமைந்தது. இது பெரிதும் தாழ்வான சமவெளியைக் கொண்ட மாநிலம். இதன் வடகிழக்கில் புளூரிட்ஜு மலைத் தொடருள்ளது. இது அமெரிக்கத்தின் மிகப்பெரிய நெசவுத் தொழில் மையம். இதன் தலைநகரம் கொலம்பியா. பரப்பளவு 78,282 சதுர கிலோ மீட்டர் - 30,225 சதுர மைல்.

வர்ஜீனியம்

இலண்டன் கம்பெனி என்ற நிறுவனம் 1607 ஆம் ஆண்டு அமெரிக்கம் என்ற புது உலகில் முதன் முதலில் நிறுவிய குடியேற்றமாகும். இதற்கென்று 1606, 1609, 1612 ஆகிய ஆண்டுகளில் மணிமுடியின் குடியேற்ற உரிமைப் பட்டயம் கிடைத்தது.

இதுவும் அமெரிக்கத்தின் அட்லாண்டிக்குக் கரையிலமைந்த மாநிலமே. இது ஆங்கிலேயர் வட அமெரிக்கத்தில் முதன்முறையாய் நிலையாய்க் குடியமர்ந்த இடமாகும். பெரிதும் தாழ்வான நிலப்பரப்பு. இது புளூரிட்ஜு மலைத் தொடர்வரை செல்கின்றது. இதன் தலைநகரம் ரிச்மாண்டு. பரப்பளவு 1,03,030 சதுர கிலோ மீட்டர் - 39,780 சதுர மைல்.

1788

வரலாற்றுப் புள்ளிகள்

1. கொண்ட வீடு பிரிட்டிசார் வசம்

மலை மேலமைந்த ஊர் என்பதையே கொண்ட பள்ளி, கொண்ட வீடு என்ற இரண்டும் குறிக்கும். இவை கொண்ட வீட்டு ரெட்டிமாரின் ஆளுகையிலிருந்த இடங்களாகும். (கொண்ட பள்ளி: இ.ச.க.தொகுதி-7) கொண்ட வீட்டைச் சம்ஸ்கிருதத்தில் குண்டினபுரம் என்றனர். இவ்வூர் குண்டூரிலிருந்து மேற்கில் எட்டு கிலோ மீட்டரில் உள்ளது.

இவ்வூர் அமைந்துள்ள மலைமீது இரண்டு கோட்டைகளும் அடிவாரத்தில் மற்றொரு கோட்டையும் இக்காலத்தில் இருந்தன. அடிவாரத்திலிருந்த கோட்டையை விசயநகர மன்னரான கிருஷ்ண தேவராயர் (1509-1529) கட்டினார் என்பர்.

விசயநகர வீழ்ச்சிக்குப் பிறகு கோல்கொண்டச் சுல்தான் கொண்ட வீட்டைப் பிடித்துக் கொண்டார். அவர்கள் அதன் பிறகு தம் தானைத் தலைவர் மூர்த்தசா கானின் பெயரால் கொண்ட வீட்டை மூர்த்தசா நகர் என்று அழைத்தனர். கொண்டவீட்டுக் கோட்டை 1752 வரை முஸ்லிம் ஆட்சியில் இருந்தது. ஐதராபாது நிசாம் அதை 1752 இல் பிரஞ்சுக்காரர்களுக்கு விட்டுக் கொடுத்தார். பிரஞ்சுத் தானைத் தலைவர் பூசி (1718-1785) 1758 ஆம் ஆண்டு கோட்டைக்குள்ளிருந்த காவற்படையைப் பட்டினி போட்டு வருத்திய பிறகுதான், அதைப் பிடிக்க முடிந்தது.

கொண்ட வீட்டுக் கோட்டைக் காவல் தலைவர் தன் இருப்பிடத்தைக் குண்டூருக்கு மாற்றிக் கொண்டு கோட்டையைக் காவற்படையிடம் விட்டுச் சென்றார். இந்தக் கோட்டை இறுதியாய் 1788 இல் பிரிட்டிசார் வசமாயிற்று.

இவ்வூரின் கிழக்கே சுமார் 4 கிலோ மீட்டரில் உள்ள குன்றின் உச்சியில் திருமாலின் அடி பதிந்த சிறு மண்டபம் உள்ளது. முஸ்லிம்கள் அதை ஆதாமின் காலடி என்கின்றனர்.

கொண்ட வீட்டு ரெட்டிமார்கள் 1564 ஆம் ஆண்டு கட்டுவித்த மிகப்பெரிய திருமால் கோயில் ஊரின் கிழக்கே இடிபாடடைந்து கிடக்கின்றது.

வடக்கில் இராமலிங்கசாமி கோயில் அமைந்துள்ளது. அது 1666 ஆம் ஆண்டு கட்டப்பட்டது என்பது அங்குள்ள கல்வெட்டிலிருந்து தெரிகின்றது.

முஸ்லிம்கள் கொண்ட வீட்டில் அத்தர் எடுத்து ஐதராபாத்திற்கு விற்பனைக்கு அனுப்பி வந்தனர்.

2. கண்டம நாயக்கனூரைத் திப்பு பிடித்தார்

கண்டமநாயக்கனூர் மதுரை மாவட்டத்துப் பெரியகுளம் வட்டத்திலுள்ளது. அது இக்காலத்தில் சிறு பாளையமாயிருந்தது. பின்னர் கம்பெனி ஆட்சி ஏற்பட்டதும் அது சமீனாகியது. கண்ட என்ற சமஸ்கிருதச் சொல்லுக்குத் தலைவன் என்று பொருள். இது தலைவனான நாயகன் - நாயக்கனின் ஊர் என்று பொருள்படும்.

திப்பு இக்காலத்தில் கைப்பற்றிய இருபத்து நான்கு பாளையங்களில் கண்டம நாயக்கனூரும் ஒன்றாகும்.

3. பிரான்சில் கோதுமை விலை மிக ஏற்றம்

பிரான்சில் வறட்சியினால் விளைச்சல் குன்றியதும் கோதுமை விலை விண்ணை முட்டியது. தானியம் விளைவிப்போர் தங்கு தடையின்றித் தவச தானியங்களை விற்றுக் கொள்ளலாம் என்று சென்ற ஆண்டு அரசாணை பிறப்பிக்கப்பட்டதால், தானிய இருப்புக் கரைந்து போனது. மீண்டும் நிதியமைச்சராக்கப் பட்ட ஜெக்கு நெக்கர் (Jacques Necker 1732-1804); சுவிட்சர்லாந்தில் பிறந்தவர். பிரஞ்சு நிதியமைச்சராயிருந்த காலம் 1777-1781; 1788-1790) தானிய ஏற்றுமதியைத் தடுத்துவிட்டார். அவர் இப்போது தலைமைச் செயலாளராயும் கிட்டத்தட்டத் தலைமை அமைச்சராயும் ஆக்கப்பட்டுவிட்டார்.

தானியத்தையும் மாவையும் பேரளவில் ஏற்றிக் கொண்டு சாரிசாரியாக வண்டிகள் சென்றதைக் கண்ட மக்களுக்கு ஏற்பட்ட ஐயப்பாடுகளை நீக்குவதற்காகத் தானியம் முழுவதையும் பகிரங்கமாய் மக்களுக்கு விற்க வேண்டும் என்றும் நிதியமைச்சர் நெக்கர்

ஆணையிட்டார். உலகில் முதன்முதலில் தோன்றிய பெருங்குமுறலான பிரக்கப் புரட்சி வெடிக்கப் போவதன் அறிகுறிகளாய் இச்செய்திகளெல்லாம் அமைகின்றன.

4. பிரஞ்சு மன்னரிடம் மக்களின் குறைகள் பட்டியல்

பிரஞ்சு நாடு இந்நூற்றாண்டில் இதுவரை கண்டிராத பெருங்குழப்பத்தில் சிக்கித் தவித்திருக்கையில், பாரிஸ் நாடாளுமன்றம் பதினாறாம் லூயியிடம் *(1754-1793; ஆ.கா. 1774-1792)* மக்களின் குறைகள் அடங்கிய ஒரு பட்டியலை அளித்தது. மன்னர் இந்நிலையில் ஜேக்கு நெக்கரை மீண்டும் நிதியமைச்சராக்கினார். நெக்கர் நாட்டின் வருவாயைப் பெருக்கும் *(Fiscal)* சீர்திருத்தத்தை கொண்டு வர முயன்றார். (மேலேயும் காண்க)

5. இலண்டன் ''டைம்ஸ்'' வெளியீடு

இலண்டன் டைம்ஸ் *(London Times)* நாளிதழ் *1788* ஜனவரி முதல் நாளிலிருந்து வெளிவரத் தொடங்கியது.

ஜான் வால்டர் என்ற நிலக்கரி வணிகர் இருபத்தேழு ஆண்டுகள் அத்தொழிலில் இருந்த பின்னர் கப்பல்களை இழந்து மிகவும் நொடித்துப் போனார். அவர் *1782* ஆம் ஆண்டில் நூல்கள் வெளியிடும் தொழிலில் புதிதாய் ஈடுபட்டார். அதற்கு மூன்றாண்டுகளுக்குப் பிறகு *1785* இல் *Daily Universal Register* எனற பெயரில் ஒரு செய்தி இதழை வெளியிடலாயினர். அவர் இந்தப் பெயரை மாற்றி இவ்வாண்டு முதல் ''இலண்டன் டைம்ஸ்'' என்ற நாளிதழை வெளியிடலானார். அவருக்கு இப்போது வயது *49*.

6. யூதர்களை இழிவு படுத்தும் செயல்

ஆஸ்திரிய யூதர்கள் இதுவரையிலும் விவிலியத்திலுள்ள மூதாதை வழிப் பெயர்களையே தமக்கு வைத்துக் கொண்டனர். அவர்கள் இனிமேல் தம்மை யூதர் என்று இனங்காட்டும் பெயர்களையே வைத்துக் கொள்ள வேண்டும் என்று ஆஸ்திரிய மன்னரான இரண்டாம் ஜோசஃபு ஆணை பிறப்பித்தார். சிலர் அதன்படி பெயர்களை மாற்றி வைப்பதற்கு மறுத்தனர். அப்போது பேரரசரின் அலுவலர் அவர்களுக்கு வேறு பெயர்களை வைத்தனர்.

7. செயல்படத்தக்க முதல் நீராவிப் படகு

ஸ்காத்லந்தியப் பொறியரான வில்லியம் சைமிங்டன் *(William Symington)* நீரில் நன்கு செயல்படக் கூடிய முதல் நீராவிப் படகை *1788* இல் கட்டினார். அவர் துடுப்பு வலிக்கும் ஒரு படகில் நீராவி எஞ்சினைப் பொருத்தி அப்படகை நீரில் இயங்கச் செய்தார்.

8. கப்பல் எஞ்சின்களுக்குக் கொதிகலன்

கப்பல் எஞ்சின்களுடன் பொருத்தத்தக்க பல குழாய்களை உடைய நீராவிக் கொதிகலனை அமெரிக்கத்தின் நியூ ஜெர்சியை சேர்ந்த ஜான் ஸ்டீவன்ஸ் என்ற வழக்கறிஞர் உண்டாக்கினார். அவர் புதியன கண்டுபிடிப்பதில் முனைந்து ஈடுபட்டவராவார்.

9. நீரிழிவு - கணையத் தொடர்பு முதலில் அறியப்படுதல்

ஆங்கிலேய மருத்துவரான தாமஸ் கௌலி நீரிழிவினால் இறந்த ஒரு நோயாளியின் உடலை அறுத்து ஆராய்ந்தபோது, அவரின் கண்ணயத்தில் இயல்பு மீறிய தன்மைகள் இருக்கக் கண்டார். கௌலி நீரிழிவைச் சிறுநீரக நோய் என்று கருதினார். எனினும் அவர் மேற்கொண்டு ஆய்வில் கண்டதைப் புறக்கணித்துவிட்டார். எனினும் நீரிழிவு நோய்க்கும் கணையத்திற்கும் தொடர்பு உண்டென்பது இப்போதுதான் முதன் முதலில் அறியப்பட்டது. *(1783 புள்ளிகள்)*

10. மேரிலிபோன் கிரிக்கெட்டுக் கிளப்பு அமைப்பு

இங்கிலாந்தின் புகழ் பெற்ற இந்தக் கிரிக்கெட்டுச் சங்கம் *(MCC) 1788* இல் நிறுவப்பட்டது. *(1787)* பதினாறாம் நூற்றாண்டிலிருந்து ஆடப்பட்டு வரும் கிரிக்கெட்டு ஆட்டத்திற்கு இந்த அமைப்பு விதிமுறைகளை வகுத்தது. இது M.C.C என்ற மூன்றெழுத்துகளால் சுருக்கமாய் அழைக்கப்படுகின்றது.

11. நீகிரோ இசையும் ஆட்டமும் எவ்வாறு பிறந்தன?

இந்தக் காலத்தில் ஆப்பிரிக்க அடிமைகளைப் பாய்மரக் கப்பல்களில் ஏற்றிக் கொண்டு புத்துலகம் நோக்கி அட்லாண்டிக்குக் கடலில் செல்வார்கள். அவற்றுக்கு அடிமைக் கப்பல்கள் என்று பெயர். இத்தகைய அடிமை வாணிபப் பயணங்களை வயிற்றைக் குமட்டும் படுமோசமானவை என்று அத்தொழிலில் ஈடுபட்டவர்களே கூறியிருக்கின்றனர். இத்தகைய சூழ்நிலையில் தான் நீகிரோ இசையும் ஆட்டமும் உருப்பெற்றன என்பர்.

அயர்லந்தில் பிறந்து அமெரிக்கத்தில் குடியேறிய ரிச்சர்டு டிரேக்கு என்றவர் மேற்கிந்தியத் தீவுகளின் கிழக்கே விண்வேர்டு கரைமீதுள்ள ரியோ பாசோ *(Rio Basso)* என்ற இடத்தில் அடிமைகளை ஏற்றிக் கொண்டு, வட அமெரிக்கத்தின் ஃபுளோரிடத்திலுள்ள பென்சக்கோ வளைகுடாவிற்குச் சென்ற அடிமைக் கப்பலில் வேலை செய்தார். அவர் அப்பயணத்தைப் பற்றி எழுதியுள்ள நூலில் :-

''பாதிக்கு மேற்பட்ட (அடிமைக்) கூட்டத்தாரை உடற்பயிற்சிக்காகக் கப்பலின் மேல்தட்டிற்கு இன்று கொண்டு சென்றோம். அவர்கள் அங்கு கங்காணியின் சாட்டையடிக்கு ஏற்ப ஆடிப் பாடினார். அவர்கள் மகிழ்ச்சியால் இப்படித் துள்ளியாடவில்லை... சென்ற செவ்வாய்க் கிழமையன்று (அடிமைகளிடையே) அம்மை விளையாடியது. நாங்கள் அறுபது பிணங்களை அடைப்புப் பட்டியிலிருந்து வெளியே இழுத்தெறிந்தோம்... கறுப்பர்கள் இப் பிணங்களை வெளியே எடுப்பதற்கு உதவ வேண்டுமென்பதற்காக அவர்களுக்கு ரம்மை ஊற்றித் தூண்டினோம்... நான் அன்று கண்ட காட்சியை இனி எக்காலத்திலும் காண்பதற்கு விரும்பேன். இது அச்சந்தரக் கூடிய பயங்கரமான வாணிபமாகும்... கறுப்பரில் சிலர் முற்றிய கிறுக்கர்களாகிக் காட்டு விலங்குகளைப் போல் கூச்சலிட்டனர்.''

கறுப்பர்கள் கப்பலின் மேல்தளத்திற்கு வந்து கட்டாயமாய் ஆடிப்பாட வேண்டுமென்று செய்யப்பட்டதற்குக் காரணம் இருந்தது. அது அவர்களின் உடல் நலத்திற்கு இன்றியமையாதது என்று கருதப்பட்டது. அலெக்சாந்தர் ஃபால்கன்பிரிட்ஜ் *(Alexander Falconbridge) 1788* இல் எழுதிய ''அடிமை வாணிபம் பற்றிய விவரங்கள்'' *(An Account of the slave Trade)* என்ற நூல் இலண்டனில் வெளிவந்தது. அதில் இச்செய்தி காணப்படுகின்றது:

''அவர்கள் (அடிமைகள்) (ஆடிப்பாடத்) தயங்குவார்களாயின் அல்லது விரைந்தியங்கி ஆடாவிடில் கசையால் அடிக்கப்பட்டனர். அவர்களோடு கையில் கசையுடன் ஒருவன் எப்போதும் இருப்பான். அவர்களின் இசைக் கருவியில் ஒரு கொட்டு இருக்கும். இத்தகைய வேளைகளில் அது கொட்டப்படும்.இரங்கத் தக்க இப்பேதையரைப் பாடுமாறும் அடிக்கடி கட்டாயப்படுத்தினர். அவர்கள் அங்ஙனம் பாடுகையில் வெளிப்படும் பாட்டு, தம் தாயகத்திலிருந்து கடல் கடந்து போவது குறித்த வருத்தம் தோய்ந்த புலம்பலாய்த்தான் பொதுவாய் இருந்தது.''

நீகிரோவரின் தாள லயங்கள், ஆட்டங்கள் இப்படித்தான் தோன்றி, இன்று உலகையே வென்றோங்கி நிற்கின்றன.

12. ஸ்பானிய மன்னர் மரணம்

ஸ்பெயினின் மூன்றாம் கார்லோஸ் மன்னர் *(1716-1788; ஆ.கா.1759-1788)* இருபத்தொன்பது ஆண்டுக் கால ஆட்சிக்குப் பிறகு *72* ஆவது வயதில் *1788* டிசம்பர் *14* அன்று இறந்தார். அவர் தன் ஆட்சிக்காலத்தில் வாணிபத்தையும் தொழிலையும் ஊக்குவித்தார். சட்டத்தை மீறியவர்களை ஒடுக்கினார். நாட்டில் சாலைகளும் கால்வாய்களும் அமைத்தார். இவருக்குப் பிறகு இவரின் முதல் மகன் ஆட்சிக்கு வரவில்லை. ஏனெனில் அவர் வலிப்பு நோயினால் வருந்தினார். ஆதலால் சோம்பேறியான அவரது நாற்பது வயது மகன் ஐந்தாம் கார்லோஸ் என்ற பெயரில் அரியணை ஏறி *1808* வரை ஆட்சி புரிந்தார்.

1789

அரசியல்

பிரஞ்சுப் புரட்சி
புதுக்கோட்டை - புது மன்னர்
சிவகங்கைச் சீமை மீது போர்
திப்பு வேணாட்டுப் போரில் காயமடைதல்
நாகர் நாட்டில் பிரிட்டிசார்

அறிவியல்

அந்தமானில் விரிந்த அளவாய்வு
லீனியன் இடுகுறிப் பெயர் முறையில் சீர்திருத்தம்
யுரேனியம் கண்டுபிடிப்பு

மருத்துவம்

"கொக்கிப் புழு" பெயர் வந்த விதம்

கலை, கல்வி, இலக்கியம்

18 ஆம் நூற்றாண்டு ஔவையார்?
காமசூத்திர விருத்தியுரை
முத்துப் பழனியின் "இராதிகா சந்த்வனம்"
வங்க ஆசியவியல் சங்க வெளியீடு ரிசர்ச்சஸ்ந
பம்பாயின் முதல் செய்தியிதழ்

தொழில், வாணிபம், வேளாண்மை

சீனத்திற்கு ஏற்றிய இந்தியப் பருத்தி

இராணுவம், போர்

சிவகங்கைச் சீமை மீது போர்
திப்பு வேணாட்டில் தோல்வி
திருவிதாங்கூர் அரண்

மக்கள்

அடிமை வாணிபத்தை ஒழிக்கக் காரன்வாலிஸ் முயற்சி
ஜமைக்கத்தில் 2,11,000 அடிமைகள்

பொது

ஆரணி
திருவல்லிக்கேணிப் பள்ளிவாசல்
பௌண்டிக் கப்பலில் கலகம்
புகையிலைக்கு முதல் விளம்பரம்

1789

1. மானுடத் தளையறுக்க வந்த மாபெரும் பிரஞ்சுப் புரட்சி

மறுமலர்ச்சி - அறிவெழுச்சி - புரட்சி

ஐரோப்பியர் ஏறத்தாழ ஆயிரத்து ஐநூறு ஆண்டுகளுக்குப் பிறகு தம் முன்னைப் பழம் பேரறிவாளர் விட்டுச் சென்ற அறிவுச் செல்வங்களுக்கு வாரிசுகள் என்பதைக் கண்டு தேர்ந்து, அவற்றைப் பயன் கொண்டு புதுமலர்ச்சி தோன்றச் செய்த பதினான்காம் நூற்றாண்டிலிருந்து, மனித வாழ்க்கையின் அனைத்துத் துறைகளிலும் மெய்யான மறுமலர்ச்சி விரைந்து பரவலாயிற்று. அது சுமார் நான்கு நூற்றாண்டுகளுக்குள் மனிதனின் சிந்தனையில் புது அறிவெழுச்சியைப் பொங்கச் செய்தது. வரலாற்று வசதிக்கேற்ப முன்னையதை மறுமலர்ச்சி *(Renaissance)* என்றும் பின்னையதை அறிவெழுச்சி *(Enlightenment)* என்றும் பெயர் வைத்து அழைக்கின்றோம்.

மறுமலர்ச்சிக்கும் அறிவெழுச்சிக்கும் ஊடகமான தொடர்பு இருந்ததைப் போன்றே, அறிவெழுச்சி இயக்கத்திற்கும் பிரஞ்சுப் புரட்சிக்கும் தொடர்பு உண்டு என்பது வரலாற்று உண்மையாகும்.

நிலவுடைமைப் பிரபுக்களான மேட்டுக் குடியினரின் *(Feudal aristocarcy)* வல்லமையையும் நிலப்பிரபுத்துவ முறையின் எச்சங்களையும் துடைத்தெடுக்க வேண்டும் என்பதற்காகப் பூர்சுவாக்கள் என்ற நடுத்தர வகுப்பினர் எடுத்துக் கொண்ட முயற்சிகளே அறிவெழுச்சி இயக்கத்தின் வேர்களாய் ஐரோப்பிய நாடுகள் பலவற்றில் ஊன்றி முளைத்தன. இங்கிலாந்தின் மெய்யியலாரான ஜான் லாக்கு **(1632-1704)**, பிரஞ்சு

அரசியல் மெய்யியலாரான மாண்டெஸ்கு பிரபு (1689-1755), பிரஞ்சுச் சிந்தனையாளரான வால்டயர் (1697-1778), ரூசோ (1712-1778) போன்ற ஐரோப்பிய அரசியல், பொருளியல், மெய்யியலார் விதைத்த கருத்துகளிலிருந்து அறிவெழுச்சி இயக்கம் அகத் தூண்டுதல் பெற்றது. ஐரோப்பியம் இரண்டு நூற்றாண்டுகளாகவே பெரும் புரட்சியை நோக்கிச் சென்று கொண்டே வந்ததை இவர்களின் சிந்தனைகள் முடுக்கிவிட்டன. பிரஞ்சு நாட்டில்தான் அறிவெழுச்சி இயக்கத்தைப் பேணி வளர்த்த அறிவியலார் கூட்டம் இருந்தது. அதனால் பிரஞ்சுப் புரட்சிக்கு சித்தாந்த அடிப்படையில் நாட்டை ஆயத்தப் படுத்திய இயக்கமாய் அது முதிர்ந்தது. பிரஞ்சு மெய்யியலார் (Philosophe) அறியாமையையும் சீர்திருத்த எதிர்ப்பையும் கண் மூடித்தனமான அதிகாரத்தையும் - பகுத்தறிவு, அறிவியல், சமூக முன்னேற்றம் ஆகியவற்றின் பெயரால் தாக்கலாயினர்.

மனித இனம் முதன் முதலாய்க் கண்ட இம்மாபெரும் புரட்சி எத்தனை கொடியதாய், குருதி கொட்டியதாய், பயங்கரமானதாய் இருந்ததோ, அதனோடு ஓரளவில் ஒப்பிடக் கூடிய கொடுமைகளும் பஞ்சங்களும் சாவுகளும் இப்புரட்சிக்கு முன்னர் பதினெட்டாம் நூற்றாண்டின் தொடக்கத்திலிருந்தே பிரஞ்சு நாட்டில் நடந்து வந்தன.

1789

நெடிது நீடித்த இன்னல்கள்

''பிரஞ்சு மக்களில் மூன்றிலொரு பங்கிற்கும் அதிகமானவர்கள் ஆறு மில்லியன் பேர் பட்டினியாலும் வறுமையாலும் 1715 இல் செத்தொழிந்தனர் என்பது என் கணிப்பாகும்'' என்று பிரஞ்சு வரலாற்றாசிரியரான ஹிப்போலைட்டு அடால்ஃபி டெயின் (Hippolye Adolphe Taine : 1828-1893) கூறினார்.

பிரஞ்சுச் சோஷலிசத்தின் தந்தை என்று பொதுவாய் மதிக்கப்படுபவரும் சமுக-மெய்யியலாருமான செயிண் சைமன் (1760-1825) கூறினார்: வடகிழக்குப் பிரான்சில் ரைன் ஆற்றின் கரை மீதுள்ள ஸ்டிராஸ்பர்கிலும் வடக்கிலுள்ள சாண்டிலியலும் மக்கள் செழித்திருக்க, வடமாநிலமான நார்மண்டி மக்கள் 1725 ஆம் ஆண்டு வயல்களில் புல்லைத் தின்று வாழ்ந்தனர் எனலாம். ''ஐரோப்பிய நாடுகளின் முதல் மன்னர் என்று போற்றப்படும்.'' பிரஞ்சு மன்னர் நாடெங்கும் இரங்கத்தக்க இரவலர்களாய்ப் போய்விட்ட மக்களைத்தான் ஆள்கின்றார்; அவர் அரை குறையாய் உயிர் ஊசலாடிக் கொண்டிருந்த சாம்பிணங்களுக்கு நாட்டையே பெரிய மருத்துவ மனையாக்கிக் கொண்டு, முணு முணுக்கக் கூட முடியாத நிலையிலிருந்த அந்த அப்பாவி மக்களிடமிருந்த அனைத்தையும் கவர்ந்து கொண்ட மாமன்னராயிருந்தார்'' என்று அவர் ஏளனமாய் எழுதி வைத்திருக்கின்றார்.

மக்கள் தொகை

பிரான்சில் அடக்குமுறையும் வறுமையும் 1672 ஆம் ஆண்டுவாக்கிலேயே தொடங்கிவிட்டன. பதினேழாம் நூற்றாண்டின் இறுதியில் (1698) மாநில மாவட்ட அலுவலர்கள் (Intendants) கிழக்குப் பிரான்சிலிருந்த பர்கண்டிக் கோமகனுக்கு அனுப்பிய அறிக்கைகளிலிருந்து, பல மாவட்டங்களும் மாநிலங்களும் தம் மக்களில் ஆறிலொரு, ஐந்திலொரு, கால்வாசி, முக்கால்வாசி மக்களை இழந்து விட்டன என்று அறிகின்றோம்.

மாநில-மாவட்ட அலுவலர்களின் அறிக்கைகளின்படி 1698 இல் பிரான்சின் மக்கள் தொகை 1,99,94,146 என்று தெரிகின்றது. அது 1689 ஆம் ஆண்டிலிருந்து 1715

வரையிலும் குறைந்து வருகின்றது. அரச காவல் *(Regency)* ஆட்சியில் *(1715-1723) 16* அல்லது *17* மில்லியன் மக்கள் இருந்தனர். இக்காலக்கட்டத்திற்குப் பிறகு நாற்பதாண்டுக் காலம் மக்கள் தொகை குறையவேயில்லை. ஆனால் பிரஞ்சுப் புரட்சி தோன்றிய *1789* ஆம் ஆண்டில், பிரான்ஸ் மக்கள் தொகை பெருகிய நாடாயும், ஒன்றுபட்டு நின்ற வலிமை வாய்ந்த தேசமாயும் விளங்கிற்று. எனினும் பிரான்சில் *1705* ஆம் ஆண்டு ஏற்பட்ட கொடிய பஞ்சம் அந்நாட்டைப் பல ஆண்டுகள் இன்னலுக்குள்ளாக்கியது. *(இ.ச.க.தொகுதி-1)*

கிளர்ச்சிகள்

பிரஞ்சு மாநிலங்களில் ரூஃபெக்கு *(Ruffec)* வடமேற்குப் பிரான்சிலுள்ள கான் *(Caen)* சினோன் *(Chinon)* என்ற இடங்களில் மூன்று கிளர்ச்சிகள் மூண்டன. ரொட்டிகளைக் கொண்டு சென்ற பெண்கள் நெடுஞ்சாலைகளில் தாக்கப்பட்டனர்.

ஆர்லியன்சுக் கோமகன் ஒரு நாள் ஒரு ரொட்டித் துண்டை எடுத்துச் சென்று மன்னரின் மேசையில் வைத்து, ''மன்னவரே, இந்த ரொட்டியைத் தான் உம் மக்கள் உண்ணுகின்றனர்'' என்று *1739* ஆம் ஆண்டு கூறினார். ''என் கோட்டமான டூரனில் *(Touraine :* நடுப் பிரான்சின் வடக்கிலிருந்த பழைய மாநிலம்) மக்கள் ஓராண்டிற்கு மேலாய் இலை தழைகளைத் தின்னுகின்றனர்'' என்றும் கோமகன் மன்னரிடம் கூறினாராம்.

பாரிசின் அருகே வெர்செயில்சில் மிகப் பெரியதாய்க் கட்டப்பட்டுள்ள பிரஞ்சு மன்னர்களின் அரண்மனையில் வறுமை குறித்து முன்னைவிட இப்போது அதிகமாய்ப் பேசினார். பிரஞ்சு மன்னர் பதினாறாம் லூயி வடமேற்குப் பிரான்சிலுள்ள ஷாட்ரி *(Chartres)* என்ற இடத்தின் ஆயரைப் பார்த்து (பிஷப்பு), அவர் பகுதியில் வாழும் மக்களின் நிலை பற்றி வினவினார். ''வறுமையும் சாவும் மிகக் கொடுமையாய் இருப்பதால் மக்கள் ஆடு மாடுகளைப்போல் புல்லைத் தின்றும் ஈக்களைப்போல் செத்து மடிந்தும் வருகின்றனர்'' என்று ஆயர் மறுமொழி பகன்றார்.

நடுப் பிரான்சின் தெற்கிலுள்ள கிளார்மோஃபெரா *(Clermont-Ferroad)* என்ற இடத்தின் ஆயர், பிரஞ்சுக் கார்டினலும் (கார்டினல் போப்பிற்கு அடுத்த நிலையிலிருப்பவர். கார்டினல்கள் அடங்கிய புனிதக் குழுமம் போப்பைத் தேர்ந்தெடுக்கும். கார்டினல்கள் போப்பிற்கு அமைச்சர் போல்வர்.) அரசியல் தந்திரியும் பதினைந்தாம் லூயியின் தலைமை ஆலோசகருமான ஆந்திரே ஹெர்க்கூல் தெஃப்ளூரி *(Andre Herclue de Fleury 1653-1743;* இவர் *1726* முதல் *1743* வரை பிரான்சின் முடிசூடா மன்னர் போலிருந்தார்.) என்பவருக்கு *1740* இல் இவ்வாறு எழுதினார் :

''நாட்டுப்புறங்களில் வாழும் மக்கள் கட்டிலோ, இருக்கைகளோ இல்லாமல் அஞ்சத்தக்க கொடிய வறுமையில் உழலுகின்றனர். அவர்களில் பெரும்பாலருக்கு, அவர்களின் ஒரே உணவான பார்லி, ஓட்டு போன்ற தானியங்களில் செய்த ரொட்டிகள் ஆண்டில் பாதிநாள் கூடக் கிடைப்பதில்லை. கிடைத்தவற்றையும் உண்ணுகின்ற தம் மக்களின் வாயிலிருந்து பறித்து வரியாய்ச் செலுத்த வேண்டிய கட்டாயமும் வந்துவிடும். நான் ஆண்டு தோறும் அங்கு செல்கையில் இந்தத் துயரக் காட்சியைக் கண்டு மனம் நோகின்றேன். நம் அயல் குடியேற்றங்களிலுள்ள நீகிரோவர்கள் இவ்வகையில் மிகவும் கொடுத்து வைத்தவர்கள். அவர்களுக்கு வேலை இருக்கின்றது; உணவும் உடு துணியும் தரப்படுகின்றன. அதே நேரத்தில் நமது முடியரசில் கடினமாய்ப்

பாடுபடும் உழவர்களோ தமக்கும் தம் பெண்டு பிள்ளைகளுக்கும் உணவிற்காகவும் தீர்வைகள் செலுத்தவும் உழைக்க வேண்டியிருக்கின்றது''.

தானிய ஏற்றுமதிக்கு எதிர்ப்பு

மக்கள் 1740 இல் தானிய ஏற்றுமதியை எதிர்த்துக் கிளர்ந்தனர். ''வறுமை மணிக்கு மணி மிக மோசமாகி வருகின்றது. பயிர்களுக்குச் சிறு ஊறு விளைந்ததால் கடந்த மூன்றாண்டுகளாய் இந்நிலை நிலவுகின்றது. குறிப்பாய் பிளாண்டர்ஸ் (*Flanders*) மிகவும் இன்னலுறுகின்றது. அறுவடை நடந்து முடிந்த பிறகுதான் உயிர் வாழ முடியும்; அதற்கு இன்னும் இரண்டு மாதங்களாகும். வசதியிருக்கிற மாநிலங்களால், இல்லாதவற்றுக்கு உதவ முடிவதில்லை. ஒவ்வொரு நகரிலுமுள்ள பூர்சுவாவினால் (நடுத்தர வகுப்பினர்) ஓரிருவருக்கு உணவளிக்க முடிகின்றது. அவர்களுக்கு வாரத்தில் 14 இராத்தல் ரொட்டி தருகின்றார். நாலாயிரம் பேர்வாழ்கின்ற ஷாட்டரால் (*Chatellerault*) என்ற சிறு ஊரில் ஏழை மக்களில் ஆயிரத்தில் எண்ணூறு பேர் குளிர்க்காலத்தில் இரங்கத்தக்க நிலைக்கு ஆளாகின்றனர். இரந்துண்ணாமல் வாழ முடிந்தவர்களை விட ஏழையாகிப் போனவர்களின் எண்ணிக்கை மிகுந்தது. அவர்கள் செலுத்த வேண்டிய வரிகள் அவர்களிடமிருந்து கடுமையாய்க் கசக்கி வாங்கப்பட்டன. ஏழைகளின் துணிகளைப் பறித்துச் சென்றனர். அவர்களிடம் கடைசியாய் எஞ்சிய சிறிதளவு மா, கதவுத் தாழ்ப்பாள்கள் போன்றனவும் பறிக்கப்பட்டன'', என்று 1740 இல் ஒருவர் எழுதினார்.

1789

ரொட்டி, ரொட்டி

பாரிசில் கெட்டுப் போன மாவில் செய்த ரொட்டிகளைத்தவிர வேறு ரொட்டிகள் இல்லை. இந்த மாவை ரொட்டியாய்ச் சுட்டால், அது தீய்ந்து போகின்றது. பெல்லிவில் என்ற இடத்திலிருந்த மாவாலைகள் கெட்டுப்போன மாவை இராப் பகலாய்த் திரும்பத் திரும்ப அரைத்தன. மக்கள் கிளர்வதற்கு ஆயத்தமாயினர். ரொட்டிவிலை ஒரு நாளைக்கு ஒரு சோல் என்று அன்றாடம் விலை ஏறிற்று. (*Sol* என்பது இக்காலத்தில் புழங்கி வந்த செப்புக் காசு). கலகம் மூண்டு மக்கள் காவலர்களை மடக்கினர். மக்களில் பலர் தப்பிப் பாரிசிற்குச் சென்று குவிந்தனர். காவலர்களை அழைத்து ஏழைப்பட்ட இம்மக்களைத் துப்பாக்கி ஈட்டியும் வாளும் கொண்டு தாக்கச் செய்தனர். சுமார் ஐம்பது பேர் வெட்டிச் சாய்க்கப்பட்டனர். இது 1750 ஆம் ஆண்டு தோன்றிய பஞ்சத்தைப் பற்றிய செய்தியாகும். (இ.ச.க. தொகுதி-5)

பஞ்சமோ, பஞ்சம்

பிரான்சில் பஞ்சம் அடுத்தடுத்துப் பல ஆண்டுகளாக வந்து கொண்டிருக்கின்றது. பதினைந்தாம் லூயி மன்னர் பஞ்சத்தைத் தடுப்பதற்கென்று எடுத்த கண்மூடித்தனமான நடவடிக்கையின் காரணமாய்ப் பஞ்சமே வந்துவிட்டது. (இ.ச.க. தொகுதி-6)

இதற்குப் பத்தாண்டுகளுக்குப் பிறகு இக்கொடுமை இன்னும் பெரிதானது. பாரிசைச் சுற்றிப் பத்து லீகுத் தொலைவிற்கு வறுமையும் மக்களின் குறைகளும் மிகுந்து கொண்டே சென்றன. (1 லீகு = சுமார் 3 மைல் = சுமார் 5 கிலோ மீட்டர்)

இரவலர் பெருகினர்

பாரிஸ் நகரத் தெருக்களில் பிச்சைக்காரர் மொய்த்துக் கிடந்தனர். அவர்கள்

நாட்டுப்புறங்களிலிருந்து வந்தனர் என்று சொன்னார்கள். அவர்கள் அங்கு கொடுமைகளைத் தாங்க முடியாமல் நகரங்களில் புகலடைந்தனர். நகர மாந்தரின் நிலையோ நாட்டுப்புற மக்களின் நிலையைவிட மேலாக இருக்கவில்லை. வட பிரான்சில் சீன் ஆற்றின் கரையிலுள்ள ரவா (Rouen) நகரில் பன்னிரண்டாயிரத்திற்கும் அதிகமான வேலைக்காரர்கள் பிச்சையெடுத்துத் திரிந்தனர். நடுப் பிரான்சின் மேற்குப் பகுதியில் லோயர் ஆற்றின் கரையிலுள்ள டூர் (Tours) நகரிலும் கிட்டத்தட்ட அத்தனை பேர் இரந்து திரிந்தனர். இத்தொழிலாளரில் இருபதாயிரத்திற்கு மேற்பட்டோர் மூன்றாண்டுகளில் பிரஞ்சு முடியரசை விட்டு நீங்கி ஸ்பெயின், ஜெர்மனி ஆகிய நாடுகளுக்குச் சென்றனர். நடுப் பிரான்சின் தென் கிழக்கிலுள்ள லயன் நகரிலிருந்து பட்டு நெசவுத் தொழிலாளரில் 20,000 பேர் நாட்டைவிட்டு வெளியேறிவிடக் கூடும் என்றஞ்சி அவர்களைக் கண்காணித்து வர நேர்ந்தது. இதுவும் 1750 ஆம் ஆண்டு நிலையாகும்.

நூறாண்டுக் கொடுமை - கிளர்ச்சிகள்

நார்மண்டி என்ற வட மாநிலத்தில் மட்டும் 1725, 1737, 1739, 1752, 1764, 1765, 1767, 1768 ஆகிய ஆண்டுகளில் கிளர்ச்சிகள் நடந்த வண்ணம் இருந்தன. அத்தனையும் ரொட்டிக்காக நடந்த போராட்டங்களேயாகும்.

சிற்றூர்கள் முழுமையிலும் வாழ்வதற்கு வேண்டிய இன்றியமையாதன இல்லாததால் வன்செயல்களில் அவை இறங்கின. பற்றாக்குறை தொடர்ந்து இருந்து வந்தமையால் 1774 இல் பெரிய பஞ்சம் வந்து கொடிய கலவரங்கள் நடந்தன. (இ.ச.க. தொகுதி-8)

கடைசி வரையிலும் அதற்குப் பின்னர் 1770 ஆம் ஆண்டிலும் வடக்குப் பிரான்சிலுள்ள ரீம்ஸ் (Rheims), 1775 இல் கிழக்குப் பிரான்சிலுள்ள தியோன் (Dijon) நடு பிரான்சின் வடக்கிலுள்ள வெர்செய், செயிண் ஜெர்மன், போண்டோய், பாரிஸ் ஆகிய இடங்களிலும், 1785 இல் எக்ஸ் (Aix) மாநிலத்திலும் 1778, 1779 ஆண்டுகளில் பாரிசிலும் இவ்வாறாய்ப் பிரஞ்சு நாடு முழுமையிலும் இத்தகைய குமுறல்கள் வெடித்துக் கொண்டேயிருந்தன. பதினாறாம் லூயியின் கீழிருந்த அரசு வலுவற்றுப்போனது. மாநில, மாவட்ட அலுவலர்கள் மக்களிடம் ஈவிரக்கத்துடன் நடந்து கொண்டனர். ஆட்சியாளரும் அவ்வளவு கடுமையாய் நடந்து கொள்ளவில்லை.

இவ்வாறாகச் சுமார் நூற்றாண்டுக் காலம் பிரஞ்சு நாட்டின் பல பகுதிகளில் வாழ்ந்த ஏழை மக்கள் ஆற்றொணா இன்னல்களுடன் வாய்க்கும் கைக்குமாய் வாழ்க்கை நடத்தினர். துன்பம் பொறாது கிளர்ந்தனர்; மக்கள் இனி என்ன செய்வது என்ற கையறுநிலை ஏற்பட்டது.

மக்களின் அறிவுத் திறன்

தலைநகருக்கும் மாநிலங்களுக்குமிடையே தொலைவு நாள்தோறும் விரிந்து கொண்டே சென்றது. நாட்டுப் புறத்து மக்கள் வறுமையில் வாடிய வெறும் அடிமைகளாய், தார்க்குச்சி கொண்டு குத்தியதும் நகர்ந்து செல்லும் இழுவை விலங்குகளாய், எதைப் பற்றியும் அக்கறை கொள்ளாமல், எது குறித்தும் மன உளைவு இல்லாமல் வாழ்ந்து வந்தனர். வேளாவேளைக்கு உண்டு உறங்க வகை செய்தால் போதும். அவர்கள் எதைப் பற்றியும் குறை சொல்வதில்லை. குறை சொல்ல

வேண்டுமென்ற எண்ணமும் அவர்களுக்குத் தோன்றவில்லை. அவர்களின் மனமும் அவர்கள் செய்து வந்த வேளாண்மை போலவே, பல நூறு ஆண்டுகளுக்கு முற்பட்ட பிற்போக்கு நிலையிலேயே இருந்தது.

தென் பிரான்சின் துலூஸ் நகரில் ஒரு திருடனைக் கண்டுபிடிக்கவும் மனிதன் அல்லது விலங்குகளின் நோயைப் போக்கவும் மக்கள் மந்திரவாதியின் உதவியை நாடினர். நாட்டுப்புற மக்கள் பேய் பிசாசுகளை நம்பினர். புரட்சி வெடித்த நேரத்தில் தொற்று நோய் ஒன்று பரவியது. அதை ஒரு சூனியக்காரன் செய்தான் என்று இருநூறு பேர் கூடி அவனது வீட்டை இடித்துத் தகர்த்தனர். அவர்களின் சமய நம்பிக்கையும் இப்படித் தானிருந்தது. பாதிரிமார்கள் அவர்களுடன் கூடிக் குடித்துக் கொண்டே, அவர்களுக்குப் பாவ மன்னிப்புச் சீட்டுகளை விற்றனர்.

"மக்கள் கூட்டத்திற்கு மதம் என்று ஒன்று இல்லை. பாதிரிமார்கள் கூறியதே அவர்களுக்கு மதமாய் இருந்தது. அவர்களுக்கு மேலேயிருந்தவர்கள் கூறிய சட்டத்தையன்றி, அவர்களுக்கு வேறு சட்டம் தெரியாது. அங்கு தந்நலம் இருந்தது; ஒழுக்கமில்லை. குடிபோதை ஏறிய சிற்றூர்க் குருமார்களின் தலைமையில் இப்பிறவிகள் இப்போது விடுதலையை நோக்கிச் செல்கின்றனர்." ஒரு மாநிலத்தின் ஆளுநர் 1789 ஆம் ஆண்டு நாட்டிலிருந்த நிலையை இவ்வாறு கூறினார்.

மூன்று காரணங்கள்

பிரான்சில் 1789 ஆம் ஆண்டு தோன்றிய நெருக்கடிகளுக்கு அரசியல், பொருளியல், கருத்தியல் என்று மூன்று காரணங்கள் உள்ளன.

சலுகை பெற்ற வகுப்பினருக்கும் நாட்டில் பெரிய சீர்திருத்தம் வேண்டும் என்பதில் உறுதியாயிருந்த அரச அமைச்சர்களுக்குமிடையில் இருந்து வந்த மோதல் 1789 ஆம் ஆண்டு உச்ச நிலையை அடைந்தது. இது அரசியல் காரணம்.

உயர் குடியினருக்கும் சமய பீடத்து மேலோருக்கும் முக்கியமான வரிகளிலிருந்து விலக்களிக்கப்பட்டதால், நடுத்தர வகுப்பினரும் உழவரும் பாதிக்கப்பட்டனர். அரசு வகையற்ற பொருளியல் நெருக்கடியில் சிக்கிக் கொண்டது. உயர் குடியினருக்கு அளிக்கப்பட இச்சலுகைகளை எந்த அமைச்சராலும் உடைப்பதற்கு இயலவில்லை. பிரஞ்சு அரசு 1789 ஆம் ஆண்டில் மிகவும் நொடித்துப் போய் விட்டது. இது பொருளியல் காரணமாகும்.

அரசின் கோரிக்கைகளை எதிர்த்து நின்றதில் உரம் மிகுந்திருந்த மாமன்றப் பேரவை (States General) 1661 ஆம் ஆண்டு முடக்கப்பட்டுவிட்டது. ஆனால் பதினாறாம் லூயி 128 ஆண்டுகளுக்குப் பிறகு அதற்குப் புத்துயிர் தந்தார். இப்பேரவை கூடியதும் முன் காலத்தில் போன்றே உயர் குடிப் பிரபுக்கள், சமய மேலோர், "மூன்றாம் கூட்டம்" (Third Estate) என்ற நடுத்தர வகுப்பினர் ஆகிய மூன்று சாரரும் தனித்தனியே மாமன்றில் கூடி, மன்னரின் பேச்சிற்கு மறு பேச்சுப் பேசாமல் வரிகளை விதித்து நாட்டின் பொருளியல் இக்கட்டுகளைப் போக்கி விடுவர் என்று மன்னர் எதிர்பார்த்தார். ஆனால் மன்னர் எதிர்பார்த்தற்கு மாறான எதிர் விளைவுகளே ஏற்பட்டன.

பிரான்சில் 1789 ஆம் ஆண்டிற்கு முற்பட்ட ஐம்பதாண்டுக் காலத்தில் ஆஸ்திரிய வாரிசுரிமைப் போர் (1740-1748), ஏழாண்டுப் போர் (1756-1763) ஆகியவற்றில் பிரான்ஸ் தோற்றது; கனடாவில் நடந்த போரிலும் தோல்வி கண்டது; இந்தியத்திலும்

பிரிட்டிசாரிடம் தோல்வியுற்றுத் தன் திட்டுகளை இழந்தது. மேலும் மிக மோசமான நிதி நிர்வாகம், அமெரிக்கப் போரில் ஏற்பட்ட செலவுகள், அரசின் மட்டுமீறிய ஆடம்பரச் செலவுகள் ஆகியவற்றினால் நிதிப் பற்றாக்குறை ஏற்பட்டது. மன்னர் எண்ணியது போல் மூன்று கூட்டத்தாரும் தனித்தனியே கூடுவதை ஏற்காமல் தனியொரு தேசிய மாமன்றமாய் அனைவரும் ஒன்று கூடித்தான் பேச வேண்டுமென்று சொல்லிவிட்டனர். இம்மாமன்றத்தில் ''மூன்றாம் கூட்டமான'' நடுத்தர வகுப்பினரே மிகுந்திருந்தனர். அவர்கள் புதுமொழியில் பேசினர். அரசரின் அதிகார வரம்பைக் கட்டுப்படுத்தியே தீர்வது என்று அவர்கள் உறுதி பூண்டனர். இது கருத்தியல் காரணமாகும்.

இம்மாமன்றம் பாரிசிலிருந்து ஏறத்தாழப் பதினாறு கிலோ மீட்டரிலிருந்த வெர்சேயில் கூடிற்று. இப்பேரவை மன்றத்தில் 285 பிரபுக்களும் 308 குருமார்களும் (இவர்களுள் மூன்றிலொரு பகுதியினர் மாதா கோயில்களில் பணியாற்றிய பாதிரிமார்) மூன்றாம் கூட்டம் என்ற பொதுமக்களின் பேராளர் 621 பேரும் ஆக 1,214 பேர் அடங்கியிருந்தனர். (பிரபுக்கள் முதல் கூட்டம் (*First Estate*) குருமார் இரண்டாவது கூட்டம் (*Second Estate*) வரி செலுத்துவோரும் இருபத்தைந்தும் அதற்கு மேற்பட்ட வயதும் வந்து பதிவேடுகளில் பதிந்து கொண்டவர்களுமான தேர்ந்தெடுக்கப்பட்ட மக்கள் பிரதிநிதிகள் மூன்றாவது கூட்டம் (*Third Estate*).

இவர்களனைவரும் மாமன்றப் பேரவை உறுப்பினர் (*deputy*) என்றழைக்கப் பட்டனர். இவர்கள் சட்டம் செய்யும் மாமன்ற உறுப்பினர்களைப் போன்று நடவாமல், தம் குறைகளைப் பட்டியலிட்டு அரசரிடம் முறையிடும் விண்ணப்பக்காரர்களாகவே நடந்து கொண்டனர்.

1789

இம்மன்றத்தின் உறுப்பினர் ஒவ்வொருவரும் தன் தொகுதியிலுள்ள குறைகளின் பட்டியலான முறையீட்டு விண்ணப்பத்துடன் வந்தனர். அப்பட்டியல்களில் ஏராளமான பொருள்கள் அடங்கியிருந்தன. நாட்டில் ஏற்கெனவே நிலவி வந்த புரட்சிக்காரரும் ஜனநாயகக் கோட்பாட்டாளரும் ஒரே சீராய் இயங்குவதென்று மேற்கொண்ட முயற்சிகளை அவை தெளிவாய்க் காட்டின.

அவற்றில் முடியாட்சியின் மீதோ, அரச குடும்பத்தினர் மீதோ மனக்குறை எதுவும் காட்டப்படாவிடினும், சிறைச் சாலைகளையும் மருத்துவ மனைகளையும் சீர்படுத்துவதற்காகவும், பொருளியல், குருமார், அரசியல் ஆகியன சார்ந்த விஷயங்களில் சீர்திருத்தம் ஏற்படுத்தவும் ''அரசியல் சட்டம்'' வேண்டும் என்றும் பொதுவாய்க் கோரப்பட்டிருந்தது.

இவ்விண்ணப்பங்களின் எண்ணிக்கை 5,000, 6,000 இருக்கும். இவையனைத்தும் மக்களின் குறைகளைக் கூறிய வெறும் பட்டியல்களேயாகும். அவை பிரான்சில் நிலவிய சூழல் பற்றிய ஒரு தரப்புக் கருத்துகள் என்பதை நினைவிற் கொள்ள வேண்டும். இவை முற்றிலுமாய் அல்லாவிடினும், அரசியல் சட்டத்தை வகுப்பதற்கு ஓரளவு வேண்டிய பொருள்களாய் எடுத்துக் கொள்ளப்பட்டன.

இவ்வுறுப்பினரில் ஒருவரை மற்றவர் அறியமாட்டார். பாராளுமன்ற விதிமுறைகள் அவர்களுக்குத் தெரியாது. தம் அதிகார வரம்பு என்னவென்பதைப் பட்டறிந்து தான் தெரிந்து கொள்ள வேண்டியவர்களாயிருந்தனர். அவர்களுக்குத் தம் தலைவர் எவர் என்பதும் தெரியாது. அவர்களுக்குப் பாராளுமன்ற அனுபவமும் கிடையாது. அங்கு நீண்ட விவாதங்கள் நடந்தன; செயல்கள் வேண்டிய மக்களுக்கு இந்த

''பேச்சுக் கச்சேரி'' அலுப்பூட்டியது. அதனால் 1789 ஜூலையில் பாரிஸ் நகரத்து மக்கள் கூட்டம் திரண்டு எழுந்தது.

பாஸ்டிலி வீழ்ந்தது

பதினாறாம் லூயி மன்னரை 1789 ஜூலை 14-15 இரவில் உறக்கத்திலிருந்து எழுப்பிப் புரட்சிக்காரர்கள் பாஸ்டிலிச் சிறையைக் கைப்பற்றி விட்டனர் என்று சொல்ல வேண்டி வந்தது. ''கிளர்ச்சியா, அது?'' என்று மன்னர் வியப்புடன் வினவினார். ''ஐயனே! அது புரட்சி'' என்று அவரை எழுப்பிய கோமகன் கூறினார்.

இந்நிகழ்ச்சி அவர்கள் பேசிக் கொண்டதை விட மிகவும் கடுமையானது. அதனால் மன்னரின் கையிலிருந்த ஆட்சியதிகாரம் நழுவி விழுந்து, மாமன்றப் பேரவையின் கைகளை அடைந்து விட்டது. ஆட்சியதிகாரம் தரையிலே போடப்பட்டு விட்டது. கட்டுத்தளையற்ற மக்கள் கும்பல்கள், வன்செயல் வெறியும் மட்டு மீறிய உணர்ச்சி வேகமும் கொண்ட கூட்டங்கள் ''சுதந்திரம், சமத்துவம், சகோதரத்துவம்'' என்று முழங்கியவாறு, ஆட்சியதிகாரத்தை ஏதோ ஓர் ஆயுதம் போல் கையில் எடுத்துக் கொண்டு தெருவிலே வீசிவிட்டன. அப்போது மெய்யாகவே ஆட்சி எதுவுமில்லாது போனது. குழப்பமும் ஒழுங்கின்மையுமே அரசோச்சின. செயற்கையாய்ச் செய்யப் பெற்ற மானுட சமுதாயக் கட்டமைப்புத் தகர்ந்தது; எல்லாமே இயற்கைச் சூழலுக்குத் திரும்பிவிட்டன. அது ஆட்சியை, ஒழுங்கை, சட்டத்தைப் புரட்டிப் புரளச் செய்த புரட்சியானது. அது சமுதாயக் கட்டமைப்பைக் கலைத்துவிட்ட செயலாகும் என்று பிரஞ்சு வரலாற்றாசிரியர் ஒருவர் கூறுகின்றார்.

உயர்குடிப் பிரபுக்களும் சமய மேலோரும் - முதலாவது, இரண்டாவது தட்டுகளிலிருந்து கூட்டத்தார் - ஒன்று கூடிச் சதி செய்து தானிய தவசம் அனைத்தையும் அயல் நாடுகளுக்குக் கப்பலேற்றுகின்றனர் என்ற வதந்தி பரவியது.

புரட்சி தொடக்கம்

இந்நிலையில் பாரிஸ் நகர டென்னிஸ் ஆட்டக்களம் ஒன்றில் மாமன்றப் பேரவை உறுப்பினர்கள் ஜூலை 20 அன்று எடுத்துக் கொண்ட உறுதி மொழியைத் தொடர்ந்து பிரஞ்சுப் புரட்சி தொடங்கிவிட்டது. பிரஞ்சு மாமன்றப் பேரவை ஆட்சியதிகாரத்தைக் கையில் எடுத்துக் கொண்டது. அது மனித உரிமைகள் பற்றிய அறிவிப்பை மாமன்றப் பேரவையில் சாற்றியது.

''மனிதனுக்கு வரையறைக்குள் அடங்காத உரிமைகள் உள்ளன. அவ்வுரிமைகள் விடுதலை, சொத்துரிமை, தனி மனிதப் பாதுகாப்பு, அடக்கு முறையை எதிர்த்து நிற்றல் ஆகியனவாகும் ...''

''சட்டத்தில் விதிக்கப்பட்டுள்ளவாறும் அதன் விதிமுறைகளின் படியும் மட்டுமேயன்றி, வேறு வழிகளில் எவர்மீதும் குற்றஞ்சாட்டவோ, அவரைச் சிறைப்படுத்தவோ, சிறையிலடைக்கவோ கூடாது.....''

''குற்றம் மெய்பிக்கப்படும் வரையில் ஒவ்வொருவரும் குற்றமற்றவரே...''

''எண்ணத்தையும் கருத்துகளையும் வெளியிடும் சுதந்திரம் மனித இனத்தின் மிக அரிய உரிமைகளுள் ஒன்றாகும்; எனவே ஒவ்வொரு குடிமகனும் கட்டுதளையின்றித் தாராளமாய்ப் பேசலாம், எழுதலாம், எழுதியதை அச்சிடலாம்...''

''சொத்துரிமை என்பது புனிதமானதும் மீற முடியாததுமான உரிமையாதலால், சட்ட இசைவு இல்லாமலும் பொது நலன்களைக் கருதி நியாயமான இழப்பீடு தராமலும் எவரின் சொத்தையும் கவரலாகாது''.

ஐரோப்பியத்தில் விழிப்பும் அறிவுத் தெளிவும் கொண்டிருந்த பிரஞ்சு மக்களைக் கிட்டத்தட்ட நூறாண்டுகளுக்கு மேலாய் வருத்தி வந்த உறுபசியும் ஓவாப் பிணியும் கொடுங்கோன்மையும் சேர்ந்து மனிதன் இதுவரை கண்டிராத நாடு தழுவிய பெருங்கிளர்ச்சியாய் எழச் செய்த பிரஞ்சுப் புரட்சி எவ்வாறு சூறாவளியாய் உருவானது என்பது மேற்சொன்னவற்றால் புலனாகும். இப்புரட்சி உலகிற்கு அளித்த தாரக மந்திரம் ''சுதந்திரம், சமத்துவம், சகோதரத்துவம்.''

பிரஞ்சுக் குடியேற்றங்களில் அடிமை ஒழிப்பு

பிரஞ்சுப் புரட்சி அரசு அடிமை முறையையும் அடிமை வாணிபத்தையும் இவ்வாண்டு ஒழிக்க முனைந்தது அருஞ்செயலாகும். அது பிரான்சின் அயல் குடியேற்றங்களில் அடிமை முறையை ஒழிப்பதற்கு ஆணைகள் பிறப்பித்தது.

கரீபியக் கடலிலுள்ள சாந்த டோமிங்கோ தீவைச் சேர்ந்த பிரஞ்சுத் தோட்ட முதலாளிகள் பாரிசிலுள்ள மாமன்றப் பேரவை தம் விவகாரங்களில் தலையிடலாகாது என்று கோரினர். ஆனால் புரட்சி அரசு அதை ஏற்கவில்லை. அத்தீவுகளில் 4,80,000 அடிமைகள் இருந்தனர். இன்று இஸ்பானியோலா என்று வழங்கும் டோமிங்கோ அமெரிக்கங்களில் அமைந்த தொன்மையான ஐரோப்பியக் குடியேற்றமாகும்.

ஐரோப்பியர் அங்கு *1496* முதல் தொடர்ந்து குடியேறினர். இன்று சாந்த டோமிங்கோ டொமினிக்கன் குடியரசின் தலைநகராய் உள்ளது.

அத்தீவுகள் பதினெட்டாம் நூற்றாண்டில் மிகவும் பெருமைப் படத்தக்க நிலையில் இருந்தன. எனினும் அடிமைகளை வைத்துக் கொண்டிருந்த தனி நலக் கூட்டங்களான தோட்ட முதலாளிகளின் நெருக்குதலுக்குப் பாரிசில் இருந்த அரசு பணிந்து விடவில்லை.

2. பதினெட்டாம் நூற்றாண்டில் ஓர் ஔவையார்?

ஔவையாரைப் போன்று இலக்கியத்திலும் புனை கதைகளிலும் ஏறத்தாழ இரண்டாயிரம் ஆண்டுகளாய்ப் பரவிப் பலராய்ப் பல்வேறு வடிவு காட்டி வருகின்ற புலவர் வேறு எவரும் இலர் என்றே தோன்றுகின்றது. இந்தப் பதினெட்டாம் நூற்றாண்டிலும் ஓர் ஔவை இருந்தார் என்று அறிகின்றோம். பொதுவாய், ஔவையார் என்ற பெயரில் எழுவர் வாழ்ந்தனர் என்பது அறிஞர் கருத்தாகும். சங்ககால ஔவையாரின் ஆளுமையின் ஒளியே, பிற்காலப் புலவர் ஔவையார் எனப் பெயர் கொள்ளக் காரணமாயிருந்தது எனலாம்.

சிறியிலை நெல்லி தீங்கனி குறியாது
ஆதல் நின்னகத்து அடக்கிச்
சாதல் நீங்க எமக்கு ஈந்தனையே

என்ற ஔவையாரின் புறப்பாடலில் நெல்லிக் கனி கூறப்படுவதால், அவர் நீண்ட காலம் உயிர் வாழ்ந்தார் என்றும் பல்வேறு காலத்துப் பாடல்களை அவர் இயற்றினாரென்றும் தவறான கருத்துத் தோன்றிவிட்டது. ஆளுமையால் மேன்மையுற்றவர்கள் என்று கருதப்படுபவர்களுக்கு, நீடிய ஆயுளோ, இறவா வரமோ தருகின்ற மரபு உண்டு. திருமூலர் எண்ணாயிரமாண்டுகளாய் இன்னும் உயிர் வாழ்கின்றார் என்று சிலர் இன்றும் நம்புவதை நினைவிற் கொள்ளலாம்.

கடைச் சங்க காலத்தில் வாழ்ந்தவரை முதல் ஔவை என்கின்றனர். அவர் *59* பாடல்களைப் பாடியுள்ளார். அவற்றுள் அவர் அதியமான் நெடுமானஞ்சி என்ற சிற்றரசரைப் பற்றிப் பாடிய பாடல்கள் *33* ஆகும். அப்பாடல்களால், அவர் அதியமானின் அவைப் புலவராய் வாழ்ந்திருக்கலாம் என்பர்.

சங்க கால ஔவைக்குப் பிற்பட்டவர் இடைக்கால ஔவை ஆவார். அவரின் தனிப்பாடல்களே அதற்குச் சான்றாகின்றன. அபிதான சிந்தாமணி ஔவை பற்றி எட்டுப் பக்கங்களுக்கு மேல் விவரித்துப் பல கதைகளைக் கூறுகின்றது. கூழுக்குப் பாடி என்றும் மக்கள் குறைதீர்த்த பாட்டி என்றும் போற்றப்படும் ஔவையின் பல தோற்றங்களை அக்கட்டுரை காட்டுகின்றது. ஔவை மக்களின் வாழ்வில் எவ்வாறு ஒன்றி ஈடுபட்டிருந்தார் என்பதை இச் செய்திகள் உணர்த்துகின்றன.

இந்த இடைக்கால ஔவையார் கம்பரும் *(10 நூ.)* புகழேந்தியும் *(13 நூ.)* சயங்கொண்டாரும் *(11நூ.)* வாழ்ந்த காலத்தில் நிலவியிருத்தல் வேண்டும் என்று அறிஞர் கருதுவர். ஆதலால் அவர் *10-13* ஆம் நூற்றாண்டுக் காலத்தில் ஏதேனுமொரு கட்டத்தில் வாழ்ந்திருக்காலம் என்று கருதுவர். அவர் இக்காலத்தில் ஆத்தி சூடி, கொன்றை வேந்தன், வாக்குண்டாம், நல்வழி போன்ற பாடல்களைப் பாடினார்.

பதினான்காம் நூற்றாண்டில் சமயப் புலவராய் ஓர் ஔவையார் விளங்கியிருத்தல் கூடும். விநாயகர் அகவல், ஞானக் குறள், வேழமுகம் ஆகிய சமய நூல்கள் இதைப்

புலப்படுத்துகின்றன. தமிழகத்தில் பிள்ளையார் வழிபாடு வேரூன்றிய காலத்தில் விநாயகரகவல் இயற்றப் பெற்றது. வள்ளலார் சரித்திரம் என்னும் தொகை நூலைச் செய்த சிவஞான வள்ளலின் தொகுப்பில் விநாயகர் அகவல் வரிகள் மேற்கோளாய்க் காட்டப்பட்டுள்ளன.

சிவஞான வள்ளலின் காலம் *1475-1500* கி.பி. என்று அறிஞர் மு.அருணாசலம் குறிப்பிட்டு, இதற்கு முற்பட்ட *14* ஆம் நூற்றாண்டுக் காலம் அகவல் காலம் என்று நிலை நாட்டுவார்.ஆதலால் இந்த ஔவையின் காலம் *14*ஆம் நூற்றாண்டென்று கொள்கின்றனர்.பதினாறு, பதினேழு அல்லது பதினெட்டாம் நூற்றாண்டுகளில் இரண்டு ஔவையாரைக் குறிப்பிடுகின்றனர். ஒருவர் பதினாறாம் நூற்றாண்டினர். இவர் அசதி என்னும் இராயன் மீது பாடல் இயற்றியதாயும் அதுவே ''அசதிக் கோவை'' என்றும் கூறுகின்றனர்.

இன்னோர் ஔவை பதினேழு அல்லது பதினெட்டாம் நூற்றாண்டைச் சேர்ந்தவர் என்கின்றனர். இவர் பந்தன் என்ற வணிகனைச் சிறப்பிக்கும் வகையில் ''பந்தனந்தாதி'' என்ற நூலைச் செய்தார். இந்த ஔவையார் பந்தன் என்ற வணிகனிடம் அமிழ்தினு மினிமையான நெல்லிக் கனி பெற்றார் என்று அபிதான சிந்தாமணி கூறும். இவையனைத்தும் ஊகக் கருத்துகளேயாகும் என்பதைக் கவனத்திற் கொள்ள வேண்டும்.

ஔவை என்றால் பாட்டி என்றும் தாய் என்றும் பொருள் கூறுவாருளர்.

அவ்வை என்ற சொல் சமணப் பெண் துறவியான குரத்தியரைக் குறிக்கும் என்ற கருத்தும் உண்டு.

ஔவை பற்றி அறிந்து கொள்ளத் தக்க மேலும் சில செய்திகள்.

பாரி மகளிரான அங்கவை, சங்கவையரை அழைத்துச் செல்லும் தோற்றத்துடன் கூடிய ஔவையார் சிலையைச் சென்னை ஆசியவியல் ஆய்வு நிறுவனத்தைச் சேர்ந்த ஆய்வாளர் தென்னார்க்காட்டு மாவட்டத்தின் கூட்டேரிப்பட்டு அருகிலுள்ள ஆல என்னும் சிற்றூரின் எல்லையிலமைந்த செல்லியம்மன் கோயில் வளாகத்தில் கண்டுபிடித்தனர். இவ்வூரினருகே ஔவையார்குப்பம் என்ற ஊரும் பந்தன் என்ற தலைவனின் பெயரால் பந்தமங்கலம் என்ற ஊரும் உள்ளன. அத்தலைவன் மீது ஔவை பாடியதாய்க் கூறப்படும் பந்தனந்தாதி என்ற நூலும் கிடைத்துள்ளது.

இன்னுமொரு சுவையான செய்தி ஆராய்ச்சியாளர் ஐராவதம் மகாதேவன் தினமணியின் தமிழ்மணி இதழில் *(12-10-1991)* எழுதிய ஒரு கடிதத்தில் காணப்படுகின்றது.

''பகவத் கீதைக்கும் திருக்குறளுக்கும் சமமாக வைத்தெண்ணப்படும் 'தம்மபதம்' என்ற பாலி மொழிப் பௌத்த நூலிலிருந்து ஒரு சுலோகம் ஔவையாரால் மொழி பெயர்க்கப்பட்டு, அப்பாடல் புறநானூற்றில் தொகுக்கப்பட்டுள்ளது. மூலத்தையும் மொழிபெயர்ப்பையும் கீழே தந்திருக்கிறேன்.

காமே வா யதி வாரஞ்ஞே
நிந்நே வா யதி வா தலே
யத்தார ஹந்தோ விஹரந்தி
தம் பூமிம் ராமணோய்யகம்

(தம்பதம் : VII. 9)

நாடா கொன்றோ காடா கொன்றோ
அவலா கொன்றோ மிசையா கொன்றோ
எவ்வழி நல்லவர் ஆடவர்
அவ்வழி நல்லை வாழிய நிலனே

(புறம் 187)

''இத்தகவலை எனக்கு அளித்தவர் பன்மொழிப் புலவர் மு.கு.ஜகந்நாதராஜா, தம்மபதம் என்ற பௌத்தர்களின் அறநூல் சங்க காலத்தில் தமிழில் ஓதப்பட்டு வந்தது என்றும் ஔவை ஓரளவு பாலி மொழியும் கற்றுணர்ந்த பெரும் புலவர் என்றும் இப்பாடல் நமக்கு உணர்த்துகின்றது.''

மேலும், நாஞ்சில் நாட்டின் தாழக்குடி, முப்பந்தல், அழகிய பாண்டியபுரம் போன்ற இடங்களில் ஔவையாரம்மன் கோயில்கள் உள்ளன. முப்பந்தல் என்னுமிடத்தில் ஔவை மூவரசர்களையும் கூட்டுவித்துச் சந்து செய்ததாக ஒரு மரபு உண்டு. நாஞ்சில் நாட்டுப் பெண்கள் செவ்வாய்க்கிழமைகளில் இரவில் கூழும் கொழுக்கட்டையும் செய்து ஔவையாரம்மனை வழிபடும் வழக்கம் இன்றும் உள்ளது. இவற்றால் ஔவையார் இப்பகுதியில் வாழ்ந்திருக்கக் கூடும் என்று தற்கால எழுத்தாளர் ஒருவர் கருதுகின்றார்.

ஆனால் நாஞ்சில் நாட்டு ஔவையாரம்மன் கோயில்கள் சமண சமயத்தில் மாயங்கள் செய்யும் பெண் தெய்வமான இயக்கியர் கோயில்கள் என்று இன்னோர் எழுத்தாளர் ஏற்கத் தக்க விதமாய்க் கூறுகின்றார்.

1789

3. காம சூத்திர உரை : ''சூத்திர விருத்தி''

காம சூத்திர நூலாசிரியரின் பெயர் மல்ல நாகன். அவர் வாத்சியாயனர் என்றே பொதுவாய் அறியப்படுகின்றார். காம சூத்திரம் கி.பி. முதல் நூற்றாண்டிற்கும் நான்காம் நூற்றாண்டிற்கும் இடைப்பட்ட காலத்தில் எழுதப் பெற்றது என்பது கே.எம்.பணிக்கரின் *(1894-1963)* கருத்தாகும்.

சூத்திரப் பாக்கள்

இந்நூல் சூத்திரப் பாக்களால் ஆக்கப் பெற்றது என்பதை அதன் நூற் பெயரே காட்டுகின்றது. சமஸ்கிருத மொழியின் பண்டை இலக்கியச் சிந்தனைகள், கற்பனை இலக்கியத்திலிருந்து தனித் தன்மையதான சூத்திரப் பாவினத்தில் அமைந்தன. மாணாக்கர் நூலை மனப்பாடம் செய்யும் வகையில், சொற்செட்டோடு உணர்ச்சிகளை மணிச்சுருக்கமாய் அழுத்தி வெளிப்படுத்துவதற்காக இந்தச் சூத்திரப் பனுவல் முறை கையாளப் பட்டது. எழுதும் வழக்கம் பரவலாய் இல்லாத காலத்தில் சூத்திரப் பனுவல் வடிவம் உருவாக்கப்பட்டது என்பது தெளிவு. ஏனெனில் இது ஒரு வகையான சுருக்கெழுத்தைப் போன்றிருந்தது.

மிக நுட்பமான கோட்பாடுகளைக் கூட வெகு எளிதில் நினைவில் பதித்துக் கொள்ளத்தக்க குறியீடுகளைப் பயன்படுத்தி நன்கு சுருக்கியுரைக்கின்ற நுண்மையான முறையும் உருவாக்கப்பட்டது. பெரும் புகழ் வாய்ந்த இந்திய மெய்யியல், இலக்கணம், அளவையியல் *(Logic)* ஆகிய துறைகள் சூத்திரப் பனுவல்களில் யாக்கப்பட்டன. அத்துவிதக் கோட்பாட்டிற்கு அடிப்படையாய் விளங்கும் பிரம்ம சூத்திரம், யோகம் வளர்ந்தோங்கும் பதஞ்சலி சூத்திரம், பண்டை இலக்கணம், பாணினியின் (சு.*8* நூ.

கி.மு.) இலக்கண நூல் முதலியன சூத்திரப் பனுவல்களாகவே எழுதப் பெற்றன.

இப்பாவினத்தில் எழுதப் பெற்ற நூல்களுக்கு விரிந்த விளக்கவுரைகளைச் செய்யும் முறை உள்ளது என்பது தெளிவு. மூல நூலைப் போலவே, அதற்கென்று எழுந்த உரையும் (உரைக்கு வியாக்கியானம் அல்லது பாஷ்யம் என்று பெயர்.) முக்கியமானதாகும். ஆதலால் பதஞ்சலி (2 நூ.கி.மு.) யாத்த மகா பாஷ்யம் அல்லது பேருரையைக் கொண்டுதான், பொது நிலை மாணாக்கர் ஒருவரால் பாணினியின் சமஸ்கிருத இலக்கண நூலை விளங்கிக் கொள்ள முடிகின்றது. சம்ஸ்கிருத மொழியிலுள்ள விரிந்த இலக்கண நூல்களுள் பெரும்பாலான வை, மகா பாஷ்யத்தை அடியொற்றிப் பாணினியின் இலக்கண நூலுக்கு மேலும் உரை சொல்பவையாக அமைந்துள்ளன. அதே முறையில் இந்திய மெய்யியல் துறை நூல்களனைத்தும் சூத்திரங்களால் அமைத்த மூல நூல்களுக்கு விளக்கம் தரும் உரை நூல்களாகவே அமைந்துள்ளன.

கௌடில்யரின் (கி.மு.4 நூ.) ஆட்சியியல் நூலான அர்த்த சாஸ்திரத்தை முன் மாதிரியாய் வைத்து, வாத்சியாயனர் காம சூத்திரம் எழுதினார். வாத்சியாயனர் காலத்தில் பொருளியல் - அரசியல் கூறும் அர்த்த சாஸ்திரம், அத்துறையில் தனித்த தகுதி வாய்ந்த நூலாய் விளங்கிற்று என்பதையும் வாத்சியாயனர் அதை முன்மாதிரியாய் வைத்துத் தான் காம சூத்திரத்தை எழுதினார் என்பதையும் அறிஞர் கூறுவர்.

வாத்சியாயனர் சூத்திரப் பனுவல்களால் தன் நூலை மறைவடக்கமாய் எழுதிவிட்டதால், அதன் உள்பொருளை விளக்கும் பணியை உரைகாரர்களுக்கு விட்டுவிட்டார். காமசூத்திரம் குறைந்தது கி.பி. நான்காம் நூற்றாண்டு வாக்கில் இத்துறையில் அதிகாரம் பெற்ற நூலென்ற நிலையை எய்தியிருந்தமையால், அதற்குப் பல உரைகள் எழுந்திருத்தல் கூடும். ஆனால் பழைய உரை (பாஷ்யம்) எதுவும் நமக்குக் கிடைத்திலது. பெரிதும் ஏற்கத் தக்கதென்று கொள்ளக் கூடிய ஜெய மங்களரின் சூத்திர பாஷ்யம் அல்லது சூத்திர உரை அறியப்பட்டுள்ளது. இந்த உரை நூல் பதினான்காம் நூற்றாண்டிற்கு முற்பட்டதாயிருக்கவியலாது.

வாத்சியாயனரின் ''காமம் குறித்த நன்னெறிகள்'' என்ற காம சூத்திரத்திற்கு இரண்டு உரைகள் மட்டுமே நமக்குக் கிடைத்துள்ளன. ஒன்றின் பெயர் ''ஜெய மங்கள'' அல்லது ''சூத்திர பாஷியம்''; மற்றொன்று ''சூத்திர விருத்தி.''

''ஜெய மங்கள'' பத்தாம் நூற்றாண்டிற்கும் பதின்மூன்றாம் நூற்றாண்டிற்கும் இடைப்பட்டது என்று காலம் கணிக்கின்றனர். ஏனெனில் சுமார் பத்தாம் நூற்றாண்டு

வாக்கில் எழுதப் பெற்ற ''காவியப் பிரகாச'' என்ற நூலில் கூறப்பட்டுள்ள அறுபத்து நான்கு கலைகள், இந்த உரை நூலில் எடுத்துரைக்கப்படுகின்றன. ''ஜெய மங்கள'' என்ற உரைநூல் சாளுக்கிய மன்னரான விசால தேவனின் நூலகத்திலிருந்த ஏட்டிலிருந்து படியெடுக்கப்பட்ட தென்பர். இதை அந்தப் படியின் இறுதியிலுள்ள இக்குறிப்பிலிருந்து அறிய முடிகின்றது.

''இரண்டாவது அருச்சுனன், சாளுக்கியர் குடியின் மாணிக்கம் ஆகிய மாவீரரான மன்னர் மன்னன் விசால தேவனின் நூலகத்திலிருந்து பெறப்பட்ட வாத்சியாயன காம சூத்திர நூலிலிருந்து படியெடுக்கப் பெற்ற காமக் கலை நூலின் உரை இத்துடன் முற்றுப் பெறும்.''

இம் மன்னர் 1244 முதல் 1262 வரை குஜராத்தில் ஆட்சி புரிந்தார் என்பது இப்போது நன்கறியப்பட்டுள்ளது. அவர் விசால நகர் என்ற பட்டணத்தை நிறுவியவர். ஆதலால் இவ்வுரை நூலின் காலம் பத்தாம் நூற்றாண்டிற்கு முற்பட்டதுமன்று: பதின்மூன்றாம் நூற்றாண்டிற்குப் பிற்பட்டதுமன்று. இவ்வுரையை எழுதியவர் யசோதர் என்று கருதப்படுகின்றார்.

சிறந்த அறிவும் ஆற்றலும் கொண்டிருந்த ஒருத்தியுடன் கூடிப் பிரிந்த போது உண்டான பிரிவாற்றாமையால், இந்த உரை செய்யப்பட்டது என்று உரையாசிரியர் ஒவ்வோர் அத்தியாயத்தின் ஈற்றிலும் குறிக்கின்றார். அவர் தன்னை விட்டுப் பிரிந்த தலைவியின் பெயரை (யசோதா) இந்த உரைக்குச் சூட்டினார் அல்லது அவளது பெயரின் பொருளுடன் அதற்குத் தொடர்புள்ளது என்று கருதுவர்.

சுமார் 1789 வாக்கில் எழுதப் பெற்ற மற்றோர் உரை சூத்திர விருத்தியாகும். இந்த உரை மேற்கூறிய யசோதரின் உரை போன்று சிறந்தது என்று கொள்ள முடியாது. இந்தச் சூத்திர விருத்தியை நரசிங்க சாஸ்திரி என்றவர் எழுதினார். இவர் பாஸ்கரரின் வழிவந்த சர்வேசுவர சாஸ்திரியின் மாணாக்கர். உரையாசிரியரும் பாஸ்கரரின் வழி வந்தவர். ஆதலால் இவ்வுரை நூலின் ஒவ்வொரு பாகத்தின் இறுதியிலும், அவர் தன்னைப் பாஸ்கர நரசிங்க சாஸ்திரி என்றழைத்துக் கொள்கின்றனர்.

வாரணாசியில் வாழ்ந்திருந்தபோது, விரிஜ லாலா என்ற கற்றறிவாளரால் தூண்டப் பெற்று, இவ்வுரை செய்ததாய், நரசிங்க சாஸ்திரி கூறுகின்றார். இவ்வுரையின் சிறப்பின்மை கருதி, இதைப் பற்றி மிகுத்துச் சொல்வதற்கு எதுவுமிலது. உரையாசிரியர் பல இடங்களில் மூல நூலாசிரியர் கூறியதன் பொருளை விளங்கிக் கொள்ளவேயில்லை என்று தோன்றுகின்றது. அவர்தன் உரைக்கு இசைய வேண்டுமென்பதற்காக மூலபாடத்தையே பல இடங்களில் திரித்து எழுதியுள்ளார்.

4. முத்துப் பழனியின் ''இராதிகா சந்த்வனம்''

இன்றும் கருத்து வேறுபாட்டிற்குரியவராய்த் தெலுங்கு இலக்கிய உலகிலிருந்து ஒதுக்கி வைக்கப்பட்டிருக்கும் தெலுங்கு மொழிப் புலவரான முத்துப்பழனி (1730-1790) பற்றிய செய்திகளைக் கூறுமிடத்துச் சமஸ்கிருதத்தில் இலக்கியம் செய்தவர்களும் விசயநகர அரச குடியினருமான ஐந்து பெண்பாற் புலவர்களையும் எளிய குடியில் பிறந்து எளிய மொழி நடையில் அபிநவ இராமாப்யுதயம் என்ற பெயரில் தெலுங்கில் இராமாயணத்தை யாத்த ஒரு பெண்மணியையும் அவர்கள் ஆந்திரத்துப் பெண்கள் என்பதால், இங்கு குறிப்பிடுகின்றோம்.

இரண்டாம் கம்பனின் தேவியான கங்கா தேவி (1360) தன் கணவரின் மதுரை வெற்றியை ''மதுரா விஜயம்'' என்ற சம்ஸ்கிருதக் காவியமாய்ப் பாடினார். (இ.ச.க.தொகுதி-4)

விசயநகர அரசரான புக்க ராயரின் தேவியான ஹொன்னம்ம (பொன்னம்ம) கற்றறிந்த புலவர் என்று 1378 ஆம் கல்வெட்டு ஒன்று கூறுகின்றது. இவர் காமக் கலையிலும் வேத ஞானத்திலும் சிறந்திருந்தார்.

கிருஷ்ணதேவராயரின் (1509-1529) தலைமைத் தேவியான ஜகன்மோகினி அல்லது துக்காள் சமஸ்கிருத விற்பன்னர். இவரைக் கணவர் புறக்கணிக்கவே, இவர் அவரைப் பிரிந்து தனித்து வாழ்ந்தார். அப்போது மனம் நொந்து பாடிய சமஸ்கிருத இலக்கியத்திற்குத் ''துக்க பஞ்சகம்'' என்று பெயர். ஜகன் மோகினியொடு கிருஷ்ணதேவ ராயரின் பிற மனைவியரான சின்ன தேவி, திருமல தேவி ஆகியோரும் புலவராயிருந்தனர். கிருஷ்ணதேவ ராயரே ஆண்டாள் சரிதத்தை ஆமுக்தமாலியம் என்ற காவியமாய்ப் பாடினார்.

திருமலாம்ப என்ற இப்புலவர் அச்சுதராயரின் (1530-1542) தேவி என்று கூறுவர். இவர் பாடிய வரதாம்பிக பரிணயம் சிறந்த சமஸ்கிருத நூலாகும்.

அதுகுரி மொல்ல

அபிராம காமாட்சி என்றும் அதுகுரி மொல்ல என்றும் அறியப்படும் இப் புலவர் எளிய குடியில் பிறந்த குயப் பெண்ணாவார். இவர் தெலுங்கு இலக்கியத்திற்குக் கால்கோளிட்ட முதற் பெண்மணி. அவர் வட நெல்லூரிலிருந்து சில கல் தொலைவிலிருக்கும் கோபவரமு (தற்காலத்துப் படுகுபடு) என்ற ஊரில் கேசவ செட்டி என்ற குயவரின் மகளாய்ப் பிறந்தார் என்பர். சிறு வயதில் தாயை இழந்ததால் தன் தந்தையால், ஆணுக்குரிய சுதந்திரத்துடன் வளர்க்கப்பட்டார் என்று தெரிகின்றது.

தெனாலி இராமகிருஷ்ண தன் அடுத்த ஊர்க்காரர்களைப் பழிக்க வேண்டுமென்பதற்காக ஓர் அறைகூவல் விடுத்தாராம். அதுகுரி மொல்ல தன் ஊரின் பெயரைக் காப்பதற்காக அந்த அறைகூவலை ஏற்று, ஐந்தே நாளில் இராமாயணத்தைத் தெலுங்கில் பாடி முடிப்பேன் என்று சூளுரைத்தார். தெனாலி இராமன் இதைக் கேட்டு ஏளனம் செய்தார். தாழ்ந்த சாதியைச் சேர்ந்த ஒருத்தி இப்படி வீண் பெருமை பேசலாமா? ஆனால் அந்தப் பிராமணர் கலங்கவும், உலகம் வியக்கவும், மொல்ல ஊர்க் கோயிலில் அமர்ந்து ஐந்தே நாளில் இராமாயணத்தைப் பாடி முடித்தார். இவரே தெலுங்கில் காவியம் பாடிய முதற் பெண் புலவர் என்ற சிறப்பையும் பெற்றார். ஆனால் இவரைப் பற்றிய வரலாறு வேறு எதுவும் தெரிந்திலது.

அதுகுரி மொல்ல ஒரு புரட்சிக்காரி என்று செவி வழிச் செய்திகள் கூறுகின்றன. அவர் திருமணம் செய்து கொள்ளவில்லை என்று கருத இடமுண்டு. அவர் அதுகுரி மொல்ல என்ற தன் தந்தை வழிப் பெயரைத் தனக்கு வைத்துக் கொண்டார். மொல்ல இராமாயணம் என்ற மக்களால் வழங்கப் பெறும் இந்நூல் 138 பாடல்களைக் கொண்ட ஆறு காண்டங்களாய் அமைந்துள்ளது. இந்நூல் அக்காலத்து மொழி நடையிலிருந்து விலகிப் பேச்சு வழக்குத் தெலுங்கில் இயற்றப்பட்டுள்ளது. தாள்லபாகம் அன்னமாச்சாரியாரின் (1424-1503) மனைவி திம்மக்காள் என்பவர், சுபத்திரை கலியாணம் என்ற நூலை எழுதினார் என்பதும் குறிப்பிடத்தக்கது. தெலுங்கு இலக்கியத்தில் பெண்களின் பங்கு பற்றி இவற்றால் அறியலாம்.

தெலுங்கு இலக்கியப் பொற்காலம்

தஞ்சைத் தரணியில் 1549 ஆம் ஆண்டு சேவப்ப நாயக்கனுடன் (1549-1572) தொடங்கிய நாயக்கர் குடியின் ஆட்சி 1673 ஆம் ஆண்டில் விசய ராகவ நாயக்கனுடன் முடிவடைந்தது. அடுத்து அங்கு 1674 ஆம் ஆண்டில் மராட்டியப் பான்ஸ்லே குடியின் ஆட்சி ஏகோசியுடன் (1674-1686) தொடங்கி 1855 வரை நிலவிற்று. இவ்விரு குடியினரின் ஆட்சியும் 306 ஆண்டுகள் நடைபெற்றது. இந்தக் காலக்கட்டத்தைத் தெலுங்கு இலக்கியத்தின் பொற்காலம் என்று பூரிக்கின்றனர். இசைத் துறையில் தெலுங்கு மொழி ஏற்றம் பெற்றுச் சிறந்ததும் இக்காலத்திலேயாம். பதினைந்து, பதினாறாம் நூற்றாண்டுகளில் ஆந்திர தேசத்தில் தாள்லபாகம் அன்னமாச் சாரியாரிலிருந்து (1424-1503) தொடங்கித் திருவாரூர் மூவரென்னும் தியாகய்யர், முத்துச்சாமி தீட்சிதர், சியாமா சாஸ்திரிகள் வாழ்ந்த பதினெட்டாம் நூற்றாண்டின் பிற்பாதியில் தனிப் பெருஞ் சிறப்பிற்குரியதாய்த் தஞ்சைத் தரணியில் முதிர்ந்தது என்பதும் தெலுங்கு மொழியின் பொற்காலத்திற்குப் பெருமை சேர்க்கின்றது.

தெலுங்கு மொழியில் பதினாறாம் நூற்றாண்டின் பிற்பாதியிலேயே தஞ்சைத் தரணியில் நாடகங்கள் எழுதப்படலாயின. தஞ்சை நாயக்கர்கள் நடன நாடகங்களின் புரவலராயிருந்தனர். அவர்களும் நாடகங்கள் எழுதினர். இக்குடியின் இரண்டாவது அரசரான அச்சுதப்ப நாயக்கன் (1572-1614) பாகவத மேள நாடகங்களைப் பரப்புவதற்காக ஆந்திரத்திலிருந்து வந்திருந்த பிராமணர்களுக்கு மெலட்டூர் என்ற ஊரை இறையிலியாய்க் கொடுத்தார்.

இரகுநாத நாயக்கன் காலத்தில் (1614-1635) புகழ்வாய்ந்த இசைப் புலவரான வேங்கடமகியின் மகனான கோவிந்த தீட்சிதர் ''சங்கீத சுத்த'' என்ற நாடகத்தை எழுதினார். கோவிந்த தீட்சிதர் இரகுநாத நாயக்கனுக்கும் அவரின் தந்தை அச்சுதப்ப நாயக்கனுக்கும் அமைச்சராயிருந்தவர்.

1789

தஞ்சை நாயக்கர்

இரகுநாத நாயக்கன் இரண்டாம் கிருஷ்ண தேவராயர் என்று போற்றப்பட்டார். அவர் தன் தந்தையின் வாழ்க்கை வரலாற்றை ''அச்சுதாப்யுதமு'' என்ற பெயரில் எழுதினார். அவரின் அவையில் இராமபத்திராம்பா, மதுர வாணி என்ற தேவரடியார் இருவர் இருந்தனர். அவர்கள் தமிழ், தெலுங்கு, சமஸ்கிருதம் ஆகிய மும்மொழிகளிலும் புலமை பெற்றிருந்தனர். இவர்களைப் போன்ற தேவரடியார் பலர் தஞ்சை நாயக்கரவையில் மேன்மை பெற்றிருந்தனர். இராமபத்திராம்பா இரகுநாத நாயக்கன் காலத்து அரசியல் நிகழ்ச்சிகளையும், போர்களையும் பற்றிய வரலாற்றை எழுதினார். இசையிலும் நடனத்திலும் தேர்ந்த பலர் இம் மன்னரின் அவையில் இருந்தனர்.

மராட்டியர்

நாயக்கரையடுத்துத் தஞ்சையில் ஆட்சி புரிந்த மராட்டியரும், ஏகோசியின் காலத்திலிருந்து கலைகளைப் புரந்தும் நூல்கள் இயற்றியும் வந்தனர். தஞ்சை மாவட்டக் கோயில்களில் இறைவன் உலா வருங்கால், இசையுடன் நடனமும் நடைபெறும். அதற்குப் பல்லகி சேவை என்று பெயர். தஞ்சை மராட்டியர் குடியின் முதல்வாரன ஏகோசி இதற்கு இலக்கிய நடையும் இசை மேன்மையும் உண்டாக்கும் வகையில் ''பல்லகி சேவா பிரபந்தம்'' ஏன்ற சம்ஸ்கிருத நூலைச் செய்தார்: சம்ஸ்கிருதத்திலும் நாடகங்கள் எழுதினார்.

1789

ஏகோசியையடுத்து ஆட்சிக்கு வந்த முதலாம் சரபோசி *(1712-1728)*, முதலாம் துளசா *(1728-1736)*, இரண்டாம் ஏகோசி *(1736-1739)*, பிரதாப சிங்கன் *(1739-1763)*, இரண்டாம் துளசா *(1763-1787)*, அமர சிங்கன் *(1787-1798)*, இரண்டாம் சரபோசி *(1798-1832)*, கடைசி அரசரான இரண்டாம் சிவாசி *(1832-1855)* என்ற இக்குடி மன்னரனைவரும் கலை, இலக்கிய ஈடுபாடு கொண்டிருந்ததுடன், தெலுங்கிலும் சமஸ்கிருதத்திலும் பல நூல்களை எழுதினர்.

நாம் இனி இங்கு பேசப்போகும் முத்துப் பழனியை ஆதரித்த பிரதாபசிங்கன், பிரமோத சந்திரோதய நாடகம், முத்திரா்ராட்சச நாடகம், பிரதாபராம குறவஞ்சி, கிருஷ்ண ஜனன நாடகம், மிருத்திரவிந்த பரிணயம், ஆகுல சரித்திர நாடகம், உஷா கலியாணம், மாயாவதி பரிணயம், யயாதி சரித்திரம் என்று பல நாடகங்களை எழுதினார். இம்மன்னர்களால் ஆதரிக்கப் பெற்ற புலவோரும், இசை நடனக் கலைஞர்களும் அருந்திறன் வாய்ந்தவர்களாயிருந்தனர். தெலுங்குப் புலவரும் கலைஞரும் தனிச் செல்வாக்குப் பெற்றிருந்தனர். அவர்களுள் தேவரடியார் குலத்தைச் சேர்ந்தவர்களும் இருந்தனர். தெலுங்கு மொழி மேன்மை பெற்றது. அதனால் இக்காலத்தைத் தெலுங்கு இலக்கியத்தின் பொற்காலம் என்றனர்.

தேவரடியார்

தேவரடியார் என்ற சமூக அமைப்புச் சோழர் காலத்தில் (9-13 நூ.) மிகமேன்மையான நிலையில் இருந்தது.இந்தச் சமூகத்தைக் குறித்து அயல் நாடுகளிலிருந்து வந்த விற்பன்னரான அல் பிரூணி *(973-1038)* முதல் ஆபே துபாய் *(1770-1848)* வரையிலும் பலர் எழுதி வைத்துள்ளனர். சோழர் குடியின் அரச குமாரியே இறைத் தொண்டிற்கென்றே தளிப் பெண்டாயினார். இரண்டாம் சேரப் பேரரசை நிறுவிய குலசேகரர் என்ற குலசேகராழ்வார் *(800-820)* தம் மகளைச் சீரங்கம் கோயிலுக்குப் பொட்டுக் கட்டித் தளிப் பெண்டாக்கினார். இறைத் தொண்டிற்கென்று உயர்குடிப் பெண்டிர் தம் வாழ்க்கையையளித்து மெய்யான கோயிற் பெண்டிராய் விளங்கினர். எனினும் இந்நிறுவனத்தில் காலப் போக்கில் பல்வேறு வளர்சிதை மாற்றங்கள் தோன்றின.

தேவரடியார்க்குத் தஞ்சைத் தரணியில் நாயக்கராட்சியிலும் மராட்டியர் காலத்திலும் உயர் சிறப்பு இருந்து வந்தது. அவர்கள் அங்ஙனம் சிறப்புற்றிருந்ததற்குப் பல கூறுகள் காரணமாயிருந்தன. பொது மகளிரான இப்பெண்டிர் பல மொழிகளை, குறிப்பாய்ச் சமஸ்கிருதத்தைக் கற்று, அவற்றில் புலமை பெறவும், இலக்கியம் படைக்கவும்,இசை,நடனம் போன்ற கலைகளில் ஈடுபடவும் அவர்களுக்கு வாய்ப்புகளும் வசதிகளும் இருந்தன. அவர்கள் கோயிற் பணி செய்யும் அடியாராயும் மன்னர்களுக்கும் சமயச் சான்றோர்க்கும் காதற் பெண்டிராயும் இருந்தமையால்,அக்கால அறிவு வாழ்க்கையில் எவ்விதக் கட்டுப்பாடுமின்றி ஆடவருக்கு இணையாய் உயர்வு பெற்றிருந்தனர். குலப் பெண்டிர்க்குக் கிடைக்காத மதிப்பும் மேன்மையும் தேவரடியார்க்கு இருந்தது. கற்றோர் கூடும் மன்றங்களிலும் அவர்கள் ஆடவர்க்குச் சரியான இடம் பெற்றிருந்தனர்.

முத்துப் பழனி

முத்துப் பழனி *(1730-1790)* பிரதாப சிங்கனின் அரசவைப் பெண்டிராய் விளங்கிய

தேவதாசியாவார். அவர் வழிவழியாய்க் கலையிலும், செல்வத்திலும் சிறந்திருந்த தேவரடியார் குடியில் தோன்றியவர். அவரின் பாட்டியும், சித்தியும் புகழ் பெற்றிருந்தனர். முத்துப் பழனி பெருஞ் செல்வம் படைத்தவராயும் ஏராளமான உடைமைகளுக்கு உரியவராயும் இருந்தார். அவர் ஆடவருடன் சுதந்திரமாயும் சரிசமமாயும் உறவாடினார். அவரின் பாடல்களில் பளிச்சென்று தெறித்து வரும் புலமைச் செருக்கையும் தற்பெருமையையும் நோக்குகையில் அவர் தன் காலத்து இலக்கிய உலகில் அழகும் செல்வமும் புலமையும் மிக்கவராயும் கொடைத் திறனுள்ளவராயும் இருந்தார் என்பதை அறிகின்றோம்.

எவளுண்டு எனக்கிணை?

புலவோர்க்குப் பொன் பொருளீந்தவள்
எனையன்றி என்குலத்தில் எவளுண்டு!
நலமிகு காவியத்தை நாவலர்கள் எனையன்றி
என்குலத்தார் எவர்க்கேனும் படைத்த துண்டோ!
கலையெலாம் பயின்றோங்கி நின்றாள்
எனையன்றி என் குலத்தில் எவளுளாள்!
முத்துப்பழனியே உனக் கிணையாய்
எவரேயுளார் உன் குலத்தில்!

முத்துப்பழனி தன் அழகு, செல்வம், செல்வாக்கு, புலமை, ஈகை ஆகியவற்றின் மேல் கொண்டிருந்த பெருமையை அழுத்திக் கூறுகையிலேயே, தன் குலச் சிறப்பையும் சொல்லாமல் சொல்கின்றார்.

புலவர் தம் நூல்களை மானுடப் பெண்டிர்க்குப் படைக்கும் வழக்கம் அன்றிலது. ஆனால் முத்துப் பழனிக்குப் புலவோர் பலர் தம் நூல்களைச் சமர்ப்பித்தனர் என்பதும் அவர்களுக்கு முத்துப் பழனி பொன்னையும் பொருளையும் வழங்கினார் என்பதும் அக்கால இலக்கிய வாழ்க்கையைத் தெளிவாய்க் காட்டுகின்றன. அவர் தனது "இராதிகா சந்த்வனம்" என்ற நூலின் பாயிரத்தில் தன் அழகையும் கல்வியறிவையும் பாடுகின்றார்.

அவையடக்கம் இல்லை

முழுநிலவு போல் ஒளிரும் எழில் வதனம் – அம்
முகத்திற்கு இணையான பேச்சழகி
கவினுறு அச்சொல்லொப்பப் பரிவுநிறை கண்கள் – அவ்
விழிப்பார்வை நிகர் பெருந்தகைமைப் பேரான்மா
முத்துப்பழனி! புவியாளும் மன்னருனைப் புகழ்ந் தேத்தும் போதினிலே
இவையாவும் நீ பூணும் அணிகலனே!

இப்பாடல் மிகுந்த தன்னம்பிக்கையுடன், ஆடவர் ஆதிக்கம் மேலோங்கியிருந்த காலக்கட்டத்தில் நேருக்கு நேர் மிகுந்த அழுத்தத்துடன், பெண்மை நயத்துடன் வெளிப்படுகின்றது. காள மேகத்திடம் (15 நூ.) காணப்பட்ட புலமைச் செருக்கு நினைவிற்கு வருகின்றது. முத்துப் பழனியின் பாடலில் தயக்கமோ, புலவர்கள் தம் நூற்பாயிரங்களில் இயல்பாய் வெளிப்படுத்தும் அவையடக்கமோ இல்லை.

சிருங்காரரசப் பிரபந்தம்

முத்துப் பழனியின் தெலுங்குக் காவியமான ''இராதிகா சந்த்வனம்'' சிருங்காரரசப் பிரபந்த வகையைச் சேர்ந்தது. சிருங்காரம் என்பது காதலையும் காமத்தையும் வெளிப்படுத்தும் உணர்ச்சி ரசம் என்பது சாறு அல்லது சாரம் என்று பொருள்படும் நன்கு அமைத்து யாத்த ஓர் இலக்கியம் அடிப்படை உணர்ச்சிகளான களிப்பு, சினம் அல்லது கலவியின்பம் ஆகியவற்றை எடுத்துக் கொண்ட பொருளுக்கிணங்கத் தகுந்த அளவில் வெளிப்படுத்தப்படுத்தல் வேண்டும் என்பது பண்டை அழகுணர்ச்சிக் கோட்பாடாகும்.

தஞ்சாவூர்க் காலத்துடன் தொடர்புடைய தெலுங்கு இலக்கிய வரலாற்றில் இத்தகைய பிரபந்த வகையைக் காணமுடிகின்றது. இவ்வகையில் எழுதப் பெறும் காவிய இயல்புடைய பாடல்கள், பெரிதும் தெய்வக் காதலரான கண்ணன் இராதை காதல் விளையாட்டுகளை மாற்றியமைத்துப் பாடும் கவிதையமைப்பும் கதைக்கருத்தும் சூழலும் உலக நோக்கும் அடங்கியனவாயிருக்கும். இதில் தலையாய இடம் பெறுவது சிருங்காரரசம் அல்லது காமச் சுவையே.

இத்தகைய பாடல்களில் முத்துப் பழனியின் காவியம் அமைப்பிலும் மொழி நடையிலும் வெகு நுட்பமாய் அமைந்தது என்று திறனாய்வாளர் கருதுவர். குரலின் உணர்வுகளும் அழுத்தங்களும் மிக அரிய முறையில் இதில் வெளிப்படுத்தப்படுகின்றன.

தலைவியே வலிந்திழுத்தல்

சிருங்காரரச இலக்கியங்களில் தலைவனே காதல் முனைப்புடையவனாயிருப்பான். தலைவியே காதலனால் காதலிக்கப்படுவாள். தலைவனான கண்ணன் நயந்து கொஞ்சி அவளைக் கூடுவான். கண்ணனை எண்ணி ஏங்குபவளாகவே இராதை பாடப்படுவது இவ்விலக்கிய மரபு. கண்ணனின் இன்பம் ஒன்றே இத்தகைய பாடல்களின் கருமையமாய் அமையும். ''இராதிகா சந்த்வனம்'' (இராதிகை ஆற்றுப் பாடல்) இம் மரபிலிருந்து மாறுபட்டது. இதில் இராதையே துணிந்து நான்கையும் விடுத்துக் கண்ணனை நாடி முதலில் நெருங்குகின்றாள். இங்கே இராதையின் மனநிறைவு அல்லது காதலின்பமே பாடலாய்ச் சுழன்று வருகின்றது.

ஒரு பெதும்பை (11 வயதுப் பெண்) பருவமடைவதையும் அவள் முதலில் புணர்ச்சியின்பத்தை உணர்வதையும் முத்துப் பழனி இக்காவியத்தில் வரும் ஒரு பகுதியில், எதனுடனும் ஒப்புவமை கூறமுடியாத உணர்ச்சிப் பெருக்குடன் முதலில் பாடுகின்றார்.

(பெண்ணின் பல்வேறு பருவங்கள் - பேதை 7 வயது: பெதும்பை 11: மங்கை 13: மடந்தை 19: அரிவை 25: தெரிவை 26-30: பேரிளம் பெண் 40)

இன்னொரு பகுதியில் முதிர்ந்த மடந்தையான இராதிகா காட்டப்படுகின்றாள். அவள் தன் சித்தி மகள் இளதேவிக்குக் காதற்கலையைச் சொல்லித் தருகின்றாள்: அதிலிருந்து பெறுகின்ற இன்ப சுகங்களையும் கற்பிக்கின்றாள். இளதேவி தன் நாட்டத்தை எங்ஙனம் வெளிப்படுத்துவது என்பது குறித்தும் தனக்கு இன்பம் தருவது எது என்பதையும் அதன் மதிப்பு என்னவென்பதையும் உணர்ந்து கொள்வதற்கும் இராதிகா கற்பிக்கின்றாள்.

மிகவும் துணுக்குறச் செய்வனவும் புதுமையானவையுமான பாடல்கள், இக்காப்பியத்தின் பெயர் பிறக்கக்காரணமான (இராதிகா சந்த்வனம் = இராதிகா ஆற்றுப்பாடல்: இராதிகாவை ஆற்றுப்படுத்துதல்) பகுதியில் அமைந்துள்ளன.

இளதேவியும் கண்ணனும் கூடுவதை இராதிகா தூண்டிவிட்டாளெனினும்: அவள் கண்ணன்மீது மையல் கொண்டு, அவன் பிரிவைப் பொறாது துடிதுடிக்கின்றாள். அவள் ஆற்றாமையால் கண்ணன் மீது வசை பாடுகின்றாள். அவன் தன்னைப் புறக்கணிப்பதாய்க் குற்றஞ்சாட்டிப் புலம்புகின்றாள். கண்ணன் தன்னுடன் தொடர்ந்து உறவாட வேண்டுமென்று வற்புறுத்துகின்றாள். கண்ணன் அவளுக்கு இரங்கிக் கனிமொழி பேசி அவளை அன்புடன் ஆரத் தழுவுகின்றான்.

இன்பம் துய்ப்பதில் சமத்துவம்

கலவியின்பம் துய்ப்பதில் இருபாலர்க்குமிடையே ஒத்திசைவு இலது என்பது இன்றைக்கும் ஒப்புக் கொள்ளப்படுகின்றது. அதில் இருபாலருக்கும் சமமான பங்கு இருக்க வேண்டுமென்றும் ஒரு பாலர்க்கு (அதாவது ஆடவர்க்கே) முதன்மை இருப்பது சரியன்று என்றும், இக்காவியம் எடுத்துக்காட்டுகின்றது. பெண்ணுக்கும் கலவியின்பம் வேண்டுமென்று உரத்துப் பாடுகின்றது. இவ்வகையில் இந்நூல் ஆண் - பெண் சமத்துவம் பேசப்படும் பெண்ணியம் ஓங்கிவரும் இந்நாளில் கூடப் புரட்சித் தன்மையுடையது என்று தற்கால எழுத்தாளர் ஒருவர் கூறுகின்றார்.

1789

காதற் பாடம்

''இராதிகா சந்த்வனம்'' என்ற இக்காவியத்தில், கிருஷ்ணனுக்கு அத்தை முறையான இராதை என்ற மடந்தை, இளதேவி என்ற பெண்ணைப் பேதைப் பருவத்திலிருந்து வளர்த்து, அவளைக் கண்ணனுக்கு மணம் முடித்துத் தரும் கதை கூறப்படுகின்றது.

இளதேவி பூப் பெய்துவதையும் அவள் கண்ணனை மணப்பதையும் இந்நூல் வெகு விரிவாய்ப் பாடுகின்றது. கண்ணனின் காதல் விளையாட்டுகளுக்கு இயைந்து செல்வது எவ்வாறு என்று இளதேவிக்கும் கண்ணன் தன் இளமனைவியை எத்தனை மென்மையாய்க் கூடி முயங்க வேண்டுமென்றும் இராதை இருவரையும் ஆற்றுப் படுத்துவதும் வழிகாட்டுவதும் இக்காவியமாகும். இராதை தன் இச்சையையும் ஏக்கத்தையும் விடுத்துத் தன் மடந்தைப் பருவத்தில் காம நோயினால் வருந்துவதையும் இப்பாடல்கள் படம் பிடித்துக் காட்டுகின்றன.

இராதையின் காதல்

இராதை கண்ணன் மீது உள்ளூரக் காதல் கொண்டு உருகுகின்றாள். அதனால் அவள் அவனது பிரிவைப் பொறாது, தன்னைக் கைவிட்ட கண்ணன்மீது ஒரு கட்டத்தில் உணர்ச்சி மிகக் கொண்டு சீறுகின்றாள். கண்ணன் அவளை ஆற்றுகின்றான்: அன்புடன் அணைத்து அவள் மனத்தைத் தேற்றுகின்றான். கண்ணன் இராதையை ஆற்றும் இப்பகுதிதான், இக்காவியத்தின் பெயரானது.

மரபு மீறிய பகுதி

இக்காவியத்தின் மரபு மீறிய மூன்றாம் பகுதியில், தனக்கு விருப்பமில்லாத நிலையில், தன்னைக் கூடி முயங்க வேண்டுமென்று இராதிகா வற்புறுத்துவதைக்

கண்ணன் பழிக்கின்றான். ஒரு தலைவி தலைவனை வற்புறுத்திக் காதல் முயக்கத்திற்கு வலிந்து இழுப்பதை எந்தத் தெலுங்குப் புலவரும் முத்துப் பழனி போல் இவ்வாறு எழுதியதில்லை.

முத்துப் பழனி இக்காவியத்தின் இன்னொரு பகுதியில் ஆடவரைப் பற்றி - ஆடவர் முரணியர்: பொறுமையற்றோர்: நம்புதற்கியலாதவர் என்றெல்லாம் கூறுகின்றார். ஒரு புலவர் இராதை - கிருஷ்ணன் என்ற தொன்மக் கதையை எடுத்துக் கொண்டு, அதன் வழியே தன் அன்றாட வாழ்க்கையில் நேருக்கு நேர் கண்ட பட்டறிவைப் பாடல்களாய் வெளிப்படுத்துகின்றார் என்ற எண்ணமே இந்நூலைப் படித்ததும் உண்டாகின்றது என்பர். அதனால் தான் தற்காலத் தெலுங்கு இலக்கிய முன்னோடியும் சமூக சீர்திருத்தக்காரருமான கந்துகுரி வீரேசலிங்கம் (1848-1919) இந்நூற்றாண்டின் தொடக்கத்தில் முத்துப்பழனியைப் பற்றி இவ்வாறு கூறினார்:

''இசையிலும் பண்டை இலக்கியங்களிலும் நாட்டியத்திலும் தேர்ந்தவர் என்று பெருமை பாராட்டுபவர்'' என்றும், ''முத்துப் பழனி ஒரு வேசை'' என்றும் இந்நூலாசிரியரைப் பழித்தார். எனினும் ''இப்பெண்ணின் பாடல்களில் மென்மையும் எளிமையும் உள்ளன என்பதிலும் அவர் சமஸ்கிருத, தெலுங்கு இலக்கியங்களில் தேர்ந்த புலமை உடையவர் என்பதிலும் ஐயமின்று'' என்றும் வீரேசலிங்கம் பாராட்டினார்.

எதன் தாக்கம்?

1789

பதினெட்டாம் நூற்றாண்டிற்கு முன்னரே தோன்றி, இக்கால கட்டத்திலும் செழித்திருந்த தமிழ்ச் சிற்றிலக்கிய வகைகளின் தாக்கத்தினால் அல்லது சமஸ்கிருதத்தில் ஏற்கனவே பல நூற்றாண்டுகளாய் நிலவி வருகின்ற சிருங்காரரசப் பிரபந்தங்களையும் பிற நூல்களையும் அடியொற்றித் தெலுங்கிலும் இக்கால கட்டத்தில் காம நூல்கள் பாடப் பெற்றன. அவற்றுள் இரண்டு நூல்களைப் பற்றி நமக்குத் தெரிய வந்துள்ளது. ஒன்று, பதினெட்டாம் நூற்றாண்டின் தொடக்கத்தில் வாழ்ந்த வேங்கடப்ப கிருஷ்ணப்ப நாயுடு சமூகம் (1704-1731) என்ற புலவர் பாடிய ''அகல்யா சங்கிரந்தனமு'' என்ற நூலாகும். இது இந்திரன் அகலிகையைக் கள்ளத்தனமாய்க் கற்பழித்த கதையை விவரிக்கும் பாடலாகும். இதிலுள்ள பல பாடல்கள் சிற்றின்பச் சுவையையே பாடுகின்றன.

இன்னொன்று முத்துப் பழனி என்ற தஞ்சைத் தேவரடியார் இக்கால கட்டத்தில் (ஆண்டு தெரிந்திலது) பாடிய ''இராதிகா சந்த்வனம்'' என்ற காவியமாகும். இதில் 580 பாடல்கள் உள. அவை நான்கு பகுதிகளாய்ப் பிரிக்கப்பட்டுள்ளன. இந்நூல் ஏட்டு வடிவிலேயே சுமார் 130 ஆண்டுகள் இருந்து வந்தது. இது 1837 ஆம் ஆண்டு முதலில் அச்சேறியது. இதன் இரண்டாம் பதிப்பு 1907 இல் அச்சானது. இப்பதிப்புகள் இரண்டும் ஓசை எதையும் உண்டாக்காத ஊமைப் பதிப்புகளாகும்.

ஆனால் ''அச்சான பதிப்புகளை ஏட்டுச் சுவடிகளுடன் ஒப்பு நோக்கிச் சரியான பாடம்'' என்று 1911 ஆம் ஆண்டில் முத்துப் பழனியின் குலத்தைச் சேர்ந்த பெங்களூர் நாகரத்தினம்ம இதை வெளியிட்ட போதுதான், அன்றைய தெலுங்கு இலக்கிய உலகில் பெரும் புயல் எழுந்தது.

அன்றைய அரசு இந்நூலை 1927 ஆம் ஆண்டு தடை செய்து விட்டது. இது குறித்து இந்நூலை அச்சிட்டு வெளியிட்ட சென்னைப் பதிப்பாளர் அரசிடம் முறையிட்டும் பயனில்லாது போயிற்று. (சுப்பிரதீபக் கவிராயர் கிட்டத்தட்ட முத்துப் பழனி காலத்தில் வாழ்ந்த தமிழ்ப் புலவர். அவர் இயற்றிய ''நாகம கூளப்ப நாயக்கன் விறலி விடுதூது'' என்ற காம நூலையும் அரசு இக்கால கட்டத்தில் தடை செய்தது.)

1789

இராதிகா சந்த்வனத்திற்கு விதிக்கப்பட்ட தடை அதற்கு இருபதாண்டுகளுக்குப் பிறகு சென்னை மாநிலத்தின் முதலமைச்சரான தங்கட்டூரி பிரகாசம் (1872-1957) 1947 ஆம் ஆண்டு நீக்கினார். எனினும் தற்காலத் தெலுங்கு இலக்கிய வரலாறு ஒவ்வொன்றிலும் முத்துப் பழனியின் நூல் விடாப் பிடியாய் ஒதுக்கித் தள்ளப்பட்டே வருகின்றது. அவரது நூல் ஆபாசமானது என்றும் படிப்பதற்கு அருகதையற்றது என்றும் இன்றும் கூறுவோர் உளர்.

''இக்காவியப் பாடல்கள் ஒன்பது சுவைகள் (ரசங்கள்) முழுமையையும் கொண்டு நன்கு புனையப் பட்ட நூல்களாகும். நாம் பெண்ணைப் பற்றிக் கொண்டுள்ள இன்றைய கருத்தை வைத்து அவற்றை நோக்குவோமாயின், அவை இழிந்தனவாயும் நயமற்றவையாயும் தோன்றுதல் கூடும். அது நமது பண்பாட்டிலுள்ள குறையேயன்றிக் காவியத்திலோ, புலவரிடத்திலோ உள்ள குறையன்று'' என்று எண்டமுரி சத்திய நாராயண என்பவர் மட்டும் விதிவிலக்காய் நடுநிலையான கருத்தைக் கூறியிருக்கின்றார்.

பெண்ணினத்தின் மீது பரிவு கொண்ட தெலுங்கு இலக்கிய ஆராய்ச்சியாளர் கூட முத்துப் பழனியின் காவியத்தை ஒதுக்கியே வைக்கின்றார். ''இராதிகா சந்த்வனத்திற்கு'' இப்போது அரசியல் தடை இலது. ஆனால் அதை எண்ணத்திலேயே இல்லாதவாறு தடை செய்து விட்டனர்.

இக்காவியத்தில் வரும் சில பாடல்களை *B.V.L.*நாராயணராவ் தெலுங்கிலிருந்து ஆங்கிலத்தில் மொழி பெயர்த்தார். *(அவற்றின் தமிழ் வடிவம் : களஞ்சிய ஆசிரியர் ப.சிவனடி.)*

உதட்டோடு உறவாடு

நானுனியை உதடுகளில் மேயவிடு
கவ்விக் கடித்து அவளைக்
கிலி கொள்ளச் செய்திடாதே!
நாணுகின்ற கன்னமதில் முத்தம் வை.
கூரிய நகங்கொண்டு
புண்படக் கீறிடாதே!
மெல்லெனப் பைய முயங்கு
அஞ்சியவள் நடுங்கும் வண்ணம்
விரைந்தோடிப் பாயாதே!
இவையெலாம் உனக்குரைக்கும் நானோர் பேதை!
நீயவளைக் கூடிக் காதற் போர்
தொடுக்கையிலே, தேனே!
''இது செய், அது செய்யற்க''
என்னுமென்றன் மொழிகளுன்றன்
நினைவிலா வந்து நிற்கும்?

இராதே! முத்தமிடாதே!

முத்தாதே என்பேனாயின்
முழுக் கன்னம்தடவி என்றன்
உதடுமேல் உதடமுத்தி முத்திடுவாள்!

தொடாதே என்பேனாயின்
வன்முலையால் குத்தி என்னை
வாரியணைத் திடுவாள்
அருகினிலே நெருங்குவது அழகன்று என்பேனாயின்
உரத்து வசை பாடி என்னை
ஊமையாய்ச் செய்திடுவாள்
பஞ்சணையில் பாவைக்கு இடமிலது என்பேனாயின்
பறந்து தாவிக் காமுற்றுப்
பாய்ந்து முயங்கிடுவாள்
உண்மையுணர் இயல்பினாள் தன்
இதழ்குடிக்க இசைந்து என்றன்
மேனி தடவிக் கொஞ்சிமீண்டு மீண்டும் கலந்திடுவாள்
இவளைப் பிரிந்திருத்தல் என்னால் கூடுமோ?

முத்துப் பழனி ஆண்டாள் திருப்பாவையைத் தெலுங்கில் மொழி பெயர்த்தார் என்பாரும், அது சீனிவாசாச்சாரியின் மொழிபெயர்ப்பு என்பாரும் ஆக இருவேறு கருத்துடையார் உளர்.

சமுதாய மாறுதல்

பதினெட்டாம் நூற்றாண்டின் அரசியல் மாறுதல்களால் பாரத தேசத்தின் சமூக பண்பாட்டுக் கோலங்கள் மாறத் தொடங்குகின்றன. தஞ்சை மராட்டிய அரசின் வருவாய் முழுமையும் 1799 வாக்கில் பிரிட்டிசாரின் கைக்குப் போய்விட்டது. தஞ்சை மராட்டியரின் ஆட்சி தஞ்சை நகரொடு சுருங்கி விட்டது.

இம்மாற்றத்தினால் கலைஞரும் கைவினைஞரும் மட்டுமன்றிப் புலவோரும் இசை, நடனக் கலைஞர்களும் மேலும் பல கலைவாணர்களும் வறுமையில் உழல நேர்ந்தது. இவர்களனைவரும் வாழ்வதற்கு அரசவையையே நம்பியிருந்தனர். ஏராளமான பெண் கலைஞர்கள், குறிப்பாய், பாடகியரும் நாட்டியக்காரிகளும் முத்துப் பழனியைப்போன்ற அரசவைக் கலைஞர்களும் வறுமையில் தள்ளப்பட்டனர். இவர்களெல்லாம் அடிநிலை வேசைத் தொழிலை மேற்கொண்டு இழிநிலை எய்தலாயினர். முத்துப் பழனி போன்றவர்களை இழிவுபடுத்தக்கூடிய சித்தாந்த மாறுதல்களும் இக்காலத்தில் ஏற்பட்டன.

இம்மாறுதல்களே தேவதாசி நிறுவனம் இருபதாம் நூற்றாண்டின் இடைப் பகுதியில் ஒழிக்கப்பட்டதற்கு வழி வகுத்தன.

5. அந்தமானில் விரிந்த அளவாய்வு

கிழக்கிந்தியக் கம்பெனி பதினெட்டாம் நூற்றாண்டின் நடுவில் வலுவாய்க் காலூன்றியதும் கிழக்கே வங்கக் கடலில் பாதுகாப்பான துறைமுகங்களுக்கு இடங்களைத் தேடிற்று. ஜான் ரிச்சி என்ற ஆங்கிலேயர் 1777 ஆம் ஆண்டு இது குறித்துத் தலைமை ஆளுநரான வாரன் ஹேஸ்டிங்சிற்கும் வில்லியம் கோட்டை ஆட்சிமன்றக் குழுவிற்கும் எழுதினார். அவர் அந்தமான் தீவுகளின் மேற்குப் பாகத்தை மேம்போக்காக ஆராய்ந்து விட்டு "இத்தீவுகளை எந்நோக்கில் பார்த்தாலும், அவற்றைப் பற்றிய முழு அறிவு (நமக்கு) மிகவும் பயன்தருவதாகவே இருக்குமென்று தோன்றுகின்றது" என்று அவர்

குறிப்பிட்டிருந்தார். (இந்தச் செய்தி இலண்டனிலுள்ள இந்தியத்துறை அலுவலகத்திலுள்ள [India Office, London] 1777 ஆம் ஆண்டு ஆவணங்களின் 77 ஆம் தொகுதியில் காணப்படுகின்றது.)

கல்கத்தாவிலிருந்த வில்லியம் கோட்டை உயர் ஆட்சி மன்றம் ரிச்சியின் கடிதத்தை ஆராய்ந்த பிறகு, அந்தமான் அளவாய்வுப் பணியைத் தற்போது கிடப்பில் போடலாம் என்று முடிவெடுத்தது.

கேப்டன் தாமஸ் ஃபாரஸ்டு (*Captain Thomas Forrest*) இத்தீவுகளை 1783 ஆம் ஆண்டு கம்பெனியின் கவனத்திற்கு கொண்டு வந்தார். அவர் அந்தமான் தீவுகளின் மக்களுடன் தொடர்பு கொள்வதற்காக, ஒரு கப்பலைத் தனக்கு வாடகைக்குத் தருமாறு கம்பெனியிடம் வேண்டினார். அந்தமான் தீவுகளின் மக்கள் அந்தக் காலத்தில் நம்பப்பட்டு வந்ததைப் போன்று (இ.ச.க.தொகுதி-6 காண்க.) அயலார்மீது பகைமை பாராட்டுவதில்லை என்பதை ஃபாரஸ்டுதான் முதன்முதலில் எடுத்துக் காட்டினார்.

அந்தமான் தீவுகளைச் சுற்றிவந்து அளவாய்வு (*Survey*) செய்யவேண்டியதன் இன்றியமையாமையைக் கேப்டன் புக்கனன் (*Captain Buchanan*) 1788 இல் மீண்டும் தலைமை ஆளுநரின் கவனத்திற்குக் கொண்டுவந்தார். அவர் பெரிய அந்தமான் தீவுக் கூட்டத்தின் கரையோரப் பகுதிகளைச் சில இடங்களில் காணும் வாய்ப்பைப் பெற்றிருந்தார். வில்லியம் கோட்டையிலிருந்த ஆட்சி மன்றத்தினர் இம்முறை அந்தமானைக் குறித்து ஆழ்ந்த அக்கறை காட்டினார்.

இந்தியக் கப்பற்படையைச் சேர்ந்த லெப்டினண் ஆர்ச்சிபால்டு பிளேர் (*Archibald Blair*) அந்தமான் தீவுகளை அளவாய்வு செய்யுமாறு 1788 டிசம்பர் 19 அன்று பணிக்கப்பட்டார். அவர் இந்த அளவாய்வின்போது மேற்கொள்ள வேண்டிய பணிகள் மேற்குறித்த தேதிக் கடிதத்தில் விளக்கியுரைக்கப்பட்டிருந்தன:-

பருவநிலை மோசமடையுங் காலங்களில் பத்திரமாய் ஒதுங்குவதற்குக் கரையோரத்தில் துறைகள் உள்ள இடங்களைக் கண்டறிய வேண்டும். அங்கு சிறு தரைப்படையை இருத்தி, அதன் உதவியால் உயர் தரமிக்க கப்பற்படைக் கலன்களை வைத்துக்கொள்வதற்கு வேண்டிய கோட்டைகளை அமைக்கும் தகுதி அங்குள்ளதா என்பதை அறிய வேண்டும்.

பிளேர் அந்தமானில் மேற்கொள்ளுமாறு பணிக்கப்பட்ட தேட்ட ஆய்வில், அண்டைப் பகுதிகளின் உயரங்கள், தரை மேற்பரப்பின் தன்மைகள், தரையில் காணப்படும் மாறுதல்களின் விரிவெல்லை, மண்ணின் தரம், அதை வேளாண்மைக்குப் பயன்படுத்தும் தகுதி ஆகியன பற்றிக் கவனஞ் செலுத்த வேண்டுமென்றும் கேட்கப்பட்டது.

மேலும் இயற்கையாய் விளையக் கூடிய பண்டங்கள். காய்கறி விளைச்சல், காற்று, நீரோட்டம் ஆகியவற்றின் நிலை, கடலின் வேலி ஏற்றம் - இறக்கம், சுற்றுச் சூழலில் ஏற்படும் மாறுதல்கள், புயல் வீச்சினால் உண்டாகும் தட்ப வெப்பநிலை, மீன், மரம், நீர், களிமண், சுண்ணாம்பு, கல் முதலியன கிடைக்கக் கூடிய வாய்ப்புகள் முதலியவற்றையும் ஆராயுமாறு பிளேர் பணிக்கப்பட்டார். அந்தமானில் எந்த அளவில் மரமும் கடல் சிப்பிகளும் கிடைக்குமென்ற வாணிப நல்வாய்ப்புகளை ஆராயுமாறும் அவரிடம் கூறப்பட்டது.

இத்தீவுகளின் புறத்தே கிடைக்காத வித்துகள், அவற்றைத் தரும் மரங்களின் பழங்கள், இவற்றின் மாதிரிகளையும் கொண்டு வரவேண்டும். உலகின் வேறெந்தப் பகுதியிலும் இல்லா விலங்குகள், பறவைகள், மீன்கள் முதலியன காணப்பட்டால், அவற்றைத் துல்லியமாய்க் காட்டும் படங்களை வரைந்து கொண்டு வர வேண்டும்.

இத் தீவுகளிலிருந்து தகரம் அல்லது வேறு தனிமங்களை எடுக்கக் கூடிய வாய்ப்புகளையும் ஆய்ந்து வருமாறு பிளேர் கேட்கப்பட்டிருந்தார். இத்தீவில் கந்தகம் பேரளவில் கிடைக்குமென்று நம்பினர். அதையும் ஆராய்ந்து வருமாறு பிளேரிடம் சொல்லப்பட்டது.

பிளேரின் ஆய்வுப் பணிகள் யாவை என்பதை நன்கு திட்டமிட்டுப் பல்வேறு துறைகளின் தொடர்புள்ளவற்றை ஆராய்ந்து வருமாறு அவர் கேட்கப் பட்டதை நோக்கும்போது, ஐரோப்பியர் இக்கால கட்டத்தில் உலகியல் நோக்கில் எத்தனை ஆழமான ஈடுபாடு கொண்டிருந்தனர் என்பது தெளிவாய்ப் புலனாகின்றது.

பிளேர் அந்தமான் தீவுகளில் மிக விரிந்த ஆய்வை மேற்கொண்டார். அவர் அங்கு தன் பணியை முடித்த பிறகு, தன் ஆய்வறிக்கையைத் தலைமை ஆளுநரான காரன்வாலிஸ் பிரபிற்கு 1789 ஜூன் 9 அன்று அனுப்பினார்.

அவ்வறிக்கை மிகவும் அருமையானது. பிளேர் 1788 டிசம்பர் 20 அன்று கல்கத்தாவை விட்டுப் பாய்மரக் கப்பலில் நீங்கிய நாளிலிருந்து, மீண்டும் அந்நகருக்குத் திரும்பியது வரையிலும் நடந்த நிகழ்ச்சிகளைக் கதைபோல் தன் அறிக்கையில் விவரித்திருந்தார்.

பிளேரின் அறிக்கையைக் கல்கத்தா உயர்மட்ட ஆட்சி மன்றக் குழு ஆராய்ந்த பின்னர், அந்தமானில் ஒரு குடியேற்றத்தை அமைப்பதென்று 1789 ஜூன் 12 அன்று முடிவெடுக்கப்பட்டது. பிளேர் அந்தமானுக்கு 1789 செப்டம்பரில் மீண்டும் கப்பலேறினார். அவர் இப்போது தன்னுடன் கைவினைஞரையும் தொழிலாளரையும் சில போர் வீரர்களையும் அழைத்துச் சென்றார். அவர் காரன்வாலிஸ் துறைமுகத்தில் குடியேற்றம் அமைக்குமாறு கேட்கப்பட்டிருந்தார். தலைமை ஆளுநரான காரன்வாலிசின் பெயரை முதலில் பெற்ற இத்துறைமுகம் பிளேரின் பெயரால் பிளேர் துறைமுகம் *(Port Blair)* என்று இன்று வழங்குகின்றது.

இதற்கு முன்னர் பிரஞ்சுக்காரர், டேனியர் ஆகியோர் அந்தமானில் குடியேற்றம் அமைக்க முயன்று தோற்றனர். (இ.ச.க.தொகுதி-6) ஆனால் பிளேர் அமைத்த குடியேற்றம், நல்வாழ்க்கைக்கு உகந்ததாயும் அரசியல் வெற்றியாயும் அமைந்தது என்று தோன்றுகின்றது. ஏனெனில் அவர் அமைத்த இக்குடியேற்றத்தில் நோய் வாய்ப்பட்டவர்கள், செத்தவர்கள் ஆகியோரின் எண்ணிக்கை குறைவாயிருந்தது. இக்குடியேற்றம் தன்னிறைவோடு வாழ்வதற்கு வேண்டிய ஏற்பாடுகளைப் பிளேர் செய்திருந்தார்.

1789

6. சீனத்திற்கு இந்தியப் பருத்தி

பருத்தி, அதன் தோற்றுவாய், இந்தியத்தில் அதன் தொன்மை, அது உலகில் பரவியமை ஆகியன பற்றி இக்களஞ்சிய வரிசையின் நான்காம் தொகுதி தொட்டுக் காட்டியது. இந்தியத்திலிருந்து சென்ற மணக்காரப் பண்டங்களுக்கு இணையான மதிப்பும் செல்வ வளமும் பருத்தியிலிருந்தும் ஐரோப்பியர்க்குக் கிடைத்தன என்பதும் பல இடங்களில் சொல்லப்பட்டுள்ளது. இந்தப் பத்திலும் பருத்தி பற்றிய இன்றியமையாச் செய்திகளைப் படிப்பாளிகள் ஆங்காங்கே காணலாம். *(1790 கட்டுரை)*

குஜராத்தில் விளைந்து வங்கத்திற்குக் கப்பலில் சென்ற பருத்தி, 1789 ஆம் ஆண்டில் அங்கு போவது நின்றது. அது இவ்வாண்டிலிருந்து முற்றிலும் சீனத்திற்குக் கப்பலேறியது. பிரிட்டனின் தலைமை அமைச்சர் பிட்டு 1784 ஆம் ஆண்டு கொண்டு வந்த பரிமாற்றச் சட்டம் வாணிபத்தைப் பெருக்குவதற்குப் பெரிதும் உதவிற்று. கிழக்கிந்தியக் கம்பெனி பெரிய அளவில் தேயிலையைக் கொள்முதல் செய்யவும் இச் சட்டம் வகை செய்தது. பேராதாயம் தரக்கூடிய பண்டங்களை ஐரோப்பியத்திலிருந்து சீனத்திற்கு ஏற்றி, அவற்றுக்கு மாற்றாய் அங்கு தேயிலையைக் கொள்முதல் செய்வதை ஈடுகட்ட முடியாத நிலைமை இருந்தது. ஆதலால் சீனத்திற்கு இந்தியப் பருத்தியைப் பெரிய அளவில் அனுப்பி அதைப் பிரிட்டிசார் சரிக்கட்டலாயினர். சீனரும் இந்தியப் பருத்தியை மிகுதியான அளவில் விரும்பி வாங்கினர்.

ஆனால் சீன ஏற்றுமதிக்கு வேண்டிய மரக்கலங்களைக் கட்டியதிலும் அதற்கு முதல் போட்டதிலும் கிழக்கிந்தியக் கம்பெனிக்கு எந்தப் பங்கும் இல்லை. பம்பாயைத் தலைமையகமாய்க் கொண்டு செயல்பட்ட முகவர் நிறுவனங்கள் *(Agency Companies)* இந்த வாணிபத்திற்குக் கடைகாலிட்டு, அதற்கு வேண்டிய கை முதலையும் இட்டன.

பம்பாயைச் சேர்ந்த தனிப்பட்ட நிறுவனங்களுக்கு உரிமையான பாய்மரக் கப்பல்கள் 1787 வாக்கில் 60,000 பொதி பருத்தியை ஏற்றிச் சென்று காண்டன் துறைமுகத்தில் இறக்கின. (ஒரு பொதி என்பது சுமார் 500 இராத்தல்.) அக்கலங்கள் 11,25,000 பவுன் ஸ்டெர்லிங்கு மதிப்புள்ள தனியார் சரக்குகளை அங்கு ஏற்றிச் சென்றன என்று கணிக்கின்றனர்.

பார்சி வணிகர்கள் இக்கால கட்டத்தில் - 1780 ஆம் ஆண்டுகளில் - பேரெண்ணிக்கையில் பம்பாயில் குடியேறினர். அதனால் சூரத்திலிருந்த வாணிப மையம் பம்பாய்க்கு மாறிவிட்டது. அங்கு முதலீட்டுத் தொகையும் சென்று விட்டமையால், பம்பாயின் இரண்டாங்கட்ட வளர்ச்சி இப்போது தொடங்கியது. அது சீன வாணிபத்திற்கென்று மிகப் பெரிய பாய்மரக் கப்பல்கள்கட்டப் பெற்ற காலமாகும். பம்பாயின் வாணிபம் பெரிதும் செங்கடல் பகுதியுடனும் பிற இந்தியத் துறைமுகங்களுடனும் நடந்து கொண்டிருந்த காலையில், கரையோரமாய் இயங்கி வந்த சிறு மரக்கலங்கள் போதியனவாயிருந்தன. ஆனால் சீனத்தில் பருத்திக்குச் சந்தை வாய்ப்புகள் உண்டானமையால், பருத்த பண்டங்களை ஏற்றிக் கொண்டு நெடுந் தொலைவு கடலோடத்தக்க பெரிய பாய்மரக் கப்பல்கள் வேண்டியிருந்தன.

இவ்வாணிபத்தில் பேராதாயம் பெற வேண்டுமாயின், அது பிறர் கைக்குப் போகாமலிருக்க வேண்டுமாயின், வணிகர்கள் தமக்கென்று பெரிய மரக்கலங்களைக் கட்டிக் கொள்ள வேண்டும். அவ்வணிக நிறுவனங்கள் பார்சிகளின் கை முதலை வைத்துக் கொண்டு 1770 ஆம் ஆண்டுகளில் பையப் பையக் கப்பல்களைக் கட்டலாயின. அந்தப் பணி 1780 ஆம் ஆண்டுகளில் வெகு வேகமாய் முடுக்கி விடப்பட்டது.

சீனத்திற்கு ஓராண்டில் 3,00,000 பொதியாகச் சென்று கொண்டிருந்த பருத்தி ஏற்றுமதியின் அளவு, 1784 தொட்டு 1787 வரை மூன்றாண்டுகளுக்குள் 21,60,217 பொதியாய் அதிகரித்தது. குஜராத்திலிருந்து 1775-1800 ஆண்டுகளுக்கிடைப்பட்ட காலத்தில் சென்ற பருத்தியின் அளவு, இந்தியத்திலிருந்து இக்காலத்தில் சென்ற மொத்தப் பண்டங்களின் அளவில் சரிபாதியாகும். இக் காலத்தில் காண்டனுக்குப் பண்டங்கள் ஏற்றிச் சென்ற ஒவ்வொரு பத்துக் கப்பலிலும், ஆறு கப்பல்கள் பம்பாயிலிருந்து சென்றன. சென்னையிலிருந்து இரண்டும் வங்கத்திலிருந்து இரண்டுமாக (மேற் சொன்ன பத்துக் கப்பல்களில் இரண்டிரண்டு நான்காகக்) காண்டனுக்குச் சென்றன. ஆதலால் குஜராது கிழக்கிந்தியக் கம்பெனிக்கும் தனிப்பட்ட பம்பாய் வணிகர்களுக்கும் மிக முக்கியமான இடமாயிற்று.

1789

வரலாற்றுப் புள்ளிகள்

1. சிவகங்கைச் சீமை மீது போர்

கிழக்கிந்தியக் கம்பெனி சிறுகச் சிறுக ஆர்க்காட்டு நவாபின் உரிமை நலன்களைத் தன் வசமாக்கிக் கொண்டே வந்தது. கம்பெனி 1785 இல் கர்நாடகத்தின் - தமிழ்நாட்டின் ஆட்சிப் பொறுப்பை ஆர்க்காட்டு நவாபிடம் ஒப்படைத்ததும், முகமதலி தன் கீழிருந்த சிற்றரசான சிவகங்கைச் சீமையைத் தன் ஆட்சிப் பரப்பினுள் இணைத்துக் கொள்ள விரும்பினார்.

அவர் மறவர் நாடுகளிடமிருந்து வரிப்பணத்தைக் கசக்கி வாங்கினார். கப்பத் தொகையை உயர்த்தினார். இவற்றுக்கெல்லாம் பெரிய மறவர் நாடான இராமநாதபுரம் பணிந்தது. ஆனால் சின்ன மறவர் நாடான சிவகங்கை எதிர்த்தது.

ஆதலால் மருதிருவர் கப்பம் செலுத்த மறுக்கின்றனர்; தம் ஆட்சிப் பகுதியை அவர்கள் சரிவர ஆளவில்லை; அவர்கள் இராமநாதபுரத்தில் கொள்ளையடித்தனர் என்றெல்லாம் முகமதலி உடனே பல காரணங்களைக் கூறிச் சிவகங்கைச் சீமையைத் தாக்குவதற்குக் கம்பெனியின் உதவியை எப்போதும்போல் கோரினார். ஆனால் சென்னை ஆளுநரான ஆர்ச்சிபால்டு கேம்பல் முகமதலியின் இவ்வேண்டுகோளுக்கு இணங்கவில்லை. எனினும் முகமதலி பல சூழ்ச்சிகளைச் செய்து ஆங்கிலேயரின் உதவியைப் பெறுவதற்கு முயன்றார்.

நவாபிற்குச் சாதகமான சூழ்நிலை உருவானது. ஆட்சி நிர்வாகத்தை யார் நடத்துவது என்பது குறித்துச் சிவகங்கை அரசியான வேலாச்சிக்கும் மருதிருவருக்கு மிடையே பூசல் ஏற்பட்டது. முகமதலி இந்நேரம் பார்த்து, மருதிருவர்க்கு எதிராய் உதவி செய்வதாய் வேலாச்சியுடன் ஓர் ஒப்பந்தம் செய்துகொண்டார். அதனால் அரசி வேலாச்சிக்கும் மருதிருவருக்குமிடையிலிருந்த பூசல் மேலும் புகையலாயிற்று. அதனால் அரசி சிவகங்கைக் கோட்டைக்குள் சென்று பாதுகாப்பாய் இருக்க நேர்ந்தது.

(சிவகங்கை மன்னர் சசிவர்ணத் தேவருக்கும் அரசி வேலுநாச்சிக்கும் பிறந்த மகள் வேலாச்சி ஆவார். வேலுநாச்சியை மறுமணம் புரிந்த பெரிய மருது, தன் மனைவியாய்விட்ட அவரிடமிருந்து சமீனுக்குரிய உரிமைச் சாசனத்தைப் பெற்றுவிட்டதாய் உரிமை கொண்டாடினார். (இ.ச.க.தொகுதி-8) அதனால் சிவகங்கை இளவரசியான வேலாச்சிக்கும் பெரிய மருதிற்கும் பூசல் ஏற்பட்டது.)

முகமதலி உடனே வேலாச்சிக்கு உதவியாய் ஒரு படையை அனுப்பினார். மருதிருவர் 12,000 வீரர்களுடன் கோட்டையைச் சூழ்ந்து கொண்டனர். சிவகங்கையையும் அதைச் சுற்றியிருந்த நவாபின் ஆட்சிப் பகுதிகளையும் கொள்ளையடித்தனர். முகமதலியினால் மருதிருவரை எதிர்த்து நிற்பதற்கு இயலவில்லை. ஆதலால் அவர் 1789 மார்ச்சு 10 அன்று கம்பெனியின் ஆட்சி மன்றக் குழுவிடம் உதவி கோரி முறையிட்டார்.

கர்னல் ஜேம்ஸ் ஸடுவட்டின் தலைமையில் ஒரு படை நவாபின் உதவிக்காக அனுப்பப்பட்டது. புதுக்கோட்டைத் தொண்டைமானும் 3,000 பேரடங்கிய ஒரு படையை உதவிக்கு அனுப்பினார்.

இரு படைகளும் திருப்பத்தூரில் ஒன்று கூடி 1789 மே 8 அன்று சிவகங்கையை அடைந்தன. இவற்றுடன் நவாபின் படைகளும் சேரவே ஸ்டூவட்டு 13 ஆம் நாளன்று கள்ளங்குடியைத் தாக்கினார். அடர்ந்த காடுகள் சூழ்ந்த இவ்வூரைச் சுற்றி மண்கோட்டை எழுப்பப்பட்டிருந்தது.

அதை மருந்துத் துப்பாக்கி ஏந்திய பெரிய மறவர் படை ஒன்று காத்து நின்றது. அவர்கள் வீரத்துடன் எதிர்த்து நின்றபோதிலும் கள்ளங்குடி 14 ஆம் நாளன்று விழுந்தது. மருதிருவர் அதன் பிறகு காட்டுக்குள்ளிருந்த காளையார் கோயில் கோட்டைக்குச் சென்று விட்டனர்.

ஸ்டூவட்டுக்கு மதுரை, தஞ்சாவூர், திருச்சிராப்பள்ளி ஆகிய இடங்களிலிருந்து உதவிக்குப் படைகள் வந்ததும், அவர் காடுகளுக்குள்ளிருந்த மருதிருவரின் வலுவான படை நிலைகளைத் தாக்கினார். கள்ளங் குடியிலிருந்து சுமார் 5 கிலோ மீட்டரிலிருந்த இராம மண்டலம் என்ற இடத்தில் சதுரமாய்க் கட்டப்பட்டிருந்த கோட்டையை அவர் கைப்பற்றினார்.

மருதிருவர் தம் படையினருக்குப் பயிற்சியளிக்கத் தூ பிரி என்ற பிரஞ்சுக்காரரைக் கூலிக்கு அமர்த்தியிருந்தனர். கம்பெனிப் படைத் தலைவரான ஸ்டூவட்டு, அந்தப் பிரஞ்சுக்காரரைத் தம் பக்கம் சேர்த்துக் கொண்டார். அந்தப் பிரஞ்சுக்காரர் வழியாக மருதிருவருக்கு எதிரான போரை ஸ்டூவட்டு நடத்தினார். கம்பெனிப் படை காளையார் கோயிலை அடைந்தது. சிறிது நேரம் நடந்த பீரங்கித் தாக்குதலுக்குப் பிறகு காளையார் கோயிலைப் பிடித்து விட்டனர்.

மருதிருவர் அங்கிருந்து பிரான்மலையை அடைந்தனர். அங்கும் எதிரிகள் வரவே, திப்பு சுல்தானின் ஆட்சிப் பகுதிக்குள் ஓடிவிட்டனர்.

சிவகங்கைச் சீமை இப்போது நவாபு படைகளின் கையில் சிக்கிக் கொண்டது. அவர்கள் நாட்டைச் செப்பனிட்டனர். அங்கு அமைதி ஏற்பட்டதும் கம்பெனிப் படை திரும்பியது. ஆனால், முகமதலி தன் விருப்பப்படி சிவகங்கைச் சீமையைக் கைப்பற்றி நெடுநாள் மகிழ்ந்திருக்க முடியவில்லை. ஏனெனில் மருதிருவர் 1789 நவம்பரில் பெரும் படையுடன் சிவகங்கைச் சீமைக்கு திரும்பி வந்து, நவாபின் படையை விரட்டியடித்தனர். இதில் சிவகங்கை நாட்டு மக்களும் கலந்து கொண்டு அயலாரைத் துரத்தினர்.

இதைக் கண்ட கம்பெனிக்கு, மருதிருவர் திப்பு சுல்தானுடன் கூட்டுச் சேர்ந்து விடலாம் என்ற அச்சம் ஏற்பட்டது. எனவே, முகமதலி மருதிருவரிடம் இணங்கிப் போக வேண்டும் என்று முகமதலியிடம் கூறினர். முகமதலி அதற்கிணங்க

மருதிருவருடன் அமைதி கொண்டுவிட்டார். நவாபு கப்பத் தொகையை மூன்று மடங்கு உயர்த்தினார். மருதிருவர் தொடர்ந்து சிவகங்கைச் சீமையின் அமைச்சர்களாய் இருந்து வந்தனர்.

வேலாச்சியை மணந்திருந்த வெங்கம் பெரிய உடையார் சிவகங்கைச் சீமையின் மன்னரானார்.

2. புதுக்கோட்டையின் புதிய மன்னர்

இராய இரகுநாதத் தொண்டைமானின் சிறிய தந்தையாகிய திருமலைத் தொண்டைமானுடைய மூத்த மகனான விசய ரகுநாதத் தொண்டைமான் *1789* ஆம் ஆண்டு முப்பத்தொன்பதாவது வயதில் ஆட்சிக்கு வந்து, *1807* வரை அரசிருந்தார். திப்பு சுல்தான் *1790* ஆம் ஆண்டு திருச்சிராப்பள்ளியைத் தாக்கப் படை கொண்டு வந்தபோது, இம்மன்னர் ஆங்கிலேயருக்குத் துணை நின்றார்.

ஆர்க்காட்டு நவாபான முகமதலி இவருக்கு ''இராசா பகதூர்'' என்ற பட்டத்தை *1795* இல் சூட்டினார். அதனால் இம்மன்னர் *1,500* பேரடங்கிய குதிரைப் படையும் கொடியும் முரசும் முடியும் பட்டத்து யானையும் வைத்துக் கொள்ளும் உரிமையுடையவரானார். இவர் மூன்று திருமணம் செய்து கொண்டார்.

3. திப்பு வேணாட்டுப் போரில் காயமடைந்தார்.

1789

வேணாட்டு மன்னர் இராம வர்மன் மலபாரின் மேல் சாதிக்காரர்களுக்கு கோழிக்கோட்டுச் சாமூதிரிக்கும் நாடு வாழிகள் சிலருக்கும் திருவிதாங்கூரில் புகலிடம் தந்தார் என்றும் மதம் மாறுவதற்கு அஞ்சி அம்மக்களைத் திருப்பியனுப்ப மறுத்தார் என்றும் திப்பு சுல்தான் பல காரணங்களைக் காட்டி *1789* டிசம்பர் *28* அன்று *15* ஆயிரம் பேரடங்கிய படை கொண்டு திருவிதாங்கூரைத் தாக்கினார். திப்பு சுல்தானின் மைசூர்ப் படை இதுவரை வட கேரளமான மலபாரைப் பன்முறை தாக்கியுள்ளது; ஆனால் இப்போது தென் கேரளத்தைத் தாக்குகின்றது.

மைசூர்ப் படையின் தாக்குதலைப் ''பரவூர்ப் பட்டாளம்'' என்ற வேணாட்டுப் படை அருந்திறலுடன் எதிர்த்து நின்றது. இந்தப் போர் சுமார் *25* ஆண்டுகளாக எழுப்பப் பெற்று வந்த ''திருவிதாங்கூர் அரண்'' என்ற கழியரண் முன்னால் நடந்தது. *(திருவிதாங்கூர் அரண் : இ.ச.க.தொகுதி-7)*

திப்பு சுல்தானின் படையில் பொறுக்கியெடுத்த காலாள் படையினர் *14,000* பேரும் முன்னணிப் படையினர் *500* பேரும் இருந்தனர். அவர்கள் திருவிதாங்கூர்ப் படையின் முன்னர் பெருமிதமாய் அணிவகுத்துச் சென்றனர். அரணில் ஓரிடத்தில் காவல் இல்லாதிருந்தது. அங்கிருந்த அகழியின் ஒரு பகுதி மீது பாலம் அமைக்குமாறு மைசூர்ப் படைக்குக் கட்டளையிடப்பட்டது. அவர்கள் ஒரே இரவிற்குள் அங்கு பாலம் போட்டு விட்டனர். விடிவதற்குள் அரணைக் கிழித்து வழியுண்டாக்கி விட வேண்டுமென்று திப்பு கட்டளையிட்டிருந்தார்.

மறுநாள் (டிசம்பர் *29*) விடிந்ததும் கோட்டைக்குள் நுழைய வழி வைத்து விட்டனர். கோட்டைச் சுவரில் பெரும்பகுதி திப்பு வசமாயிற்று. கோட்டைச் சுவர் மீதிருந்த மலையாளப் படையினர் பின்வாங்கினர். ஏனெனில் மைசூர்ப் படை அரணின் திறப்பை அடைவதற்கு வேகமாய் முன்னேறி வந்தது.திருவிதாங்கூர்க் காவல் படை அவர்களை எதிர்த்தது. முன்னணியில் சென்று கொண்டிருந்த தன் படைக்குப் பக்கபலம்

வேண்டுமென்று திப்பு நினைத்தார். அந்த அவசரத்தில் அவர் பிறப்பித்த கட்டளை தவறாய்ப் புரிந்து கொள்ளப்பட்டுத் தவறான முறையில் நிறைவேற்றப்பட்டது.

இந்தக் குழப்ப நேரத்தில் அரணின் ஒரு மூலையில் நின்று கொண்டிருந்த மலையாளப் படையினரில் இருபது பேர் பெருங் கூட்டமாய்த் திரண்டு மைசூர்ப் படையைப் பக்க வாட்டில் தாக்கி, அதன் தலைவரைக் கொன்றனர். அதனால் மைசூர்ப் படையினர் பெருங்குழப்பத்தில் சிக்கவே அவ்வீரர்கள் புறமுதுகிட்டோடினர். அவர்களுக்குதவ முன் சென்ற படை முன்னேற வழியின்றி எல்லாரும் சிதறி ஓடலாயினர்.

இதனால் களமெங்கும் குழப்பம் ஏற்பட்டுப் பின் வாங்கியவர்கள் எல்லாம் அகழிக்குள் வீழ்ந்தனர். அவர்கள் கொல்லப்பட்டனர். அதில் மிதந்த பிணங்களை மிதித்துக் கொண்டு பின்னால் வந்தவர்கள் அகழியைக் கடந்தனர்.

கிலி கொண்ட இந்த ஓட்ட சாட்டத்தினால் திப்பு சுல்தானின் சிவிகை - பல்லக்குக் கீழே பள்ளத்தில் சாய்ந்துவிட்டது பல்லக்குத் தூக்கிகள் குதிரைகளால் மிதிபட்டுச் செத்தனர். திப்பு சுல்தானும் அவ்வாறு மிதிபடு முன்னர், உயிர் காக்கும் மெய்காவலர் வந்து அவரைக் காப்பாற்றினர். திப்புவிற்குப் பல காயங்கள் ஏற்பட்டன. திப்பு சுல்தானுக்கு இதனால் ஏற்பட்ட கால் ஊனம் அவர் வாழ்க்கை முழுவதிலும் இருந்தது. திப்பு சுல்தானின் முத்திரைகள், மோதிரங்கள், நகைகள், உடைவாள், வெற்றிச் சின்னங்கள் முதலியன திருவிதாங்கூர்ப் படையிடம் சிக்கின.

திப்பு சுல்தான் இப்போரில் இரண்டாயிரம் பேரை இழந்தார். அவரின் படையலுவலரும் படை வீரரும் பலர் சிறைப்பட்டனர். அவர்களுள் ஐவர் ஐரோப்பியர்; ஒருவர் மராட்டியர். திப்பு சுல்தான் அவமானத்தோடும் மிகுந்த வெறுப்போடும் பின் வாங்கினார்.

1789

திருவனந்தபுரத்தின் முதல் திவானான கேசவப் பிள்ளை திப்புவின் வாள், கேடயம் மேலும் பல பொருள்களை வெற்றிச் சின்னங்களாய் எடுத்துக் கொண்டு திருவனந்தபுரம் திரும்பினார். பின்னர் ஆர்க்காட்டு நவாபு முகமதலியின் வேண்டுகோளுக்கிணங்கத் திப்புவின் வாள், கேடயம், குத்துவாள், இடுப்புப்பட்டி, பல்லக்கு ஆகியன அவருக்கு அனுப்பி வைக்கப்பட்டன.

திப்பு சுல்தான் திருவிதாங்கூர் அரணை மீண்டும் தாக்கலாம் என்று எதிர்பார்த்தனர். அவர் *1790* ஆம் ஆண்டு ஏப்ரலில் பெரும் படையுடன் பெருத்த அரணைத் தாக்கினார். அவர் அரணின் ஒரு பகுதியைப் பெருத்த ஆள் இழப்பிற்குப் பிறகு கிழித்தார். எனினும் இதுவும் அவரது தோல்வியில் தான் முடிந்தது.

திப்பு சுல்தான் அதன்பிறகு திருவிதாங்கூர்ப் பக்கமோ, மலபார்ப் பக்கமோ எட்டிப் பார்க்கவேயில்லை.

4. மராட்டிய ஜாகிர்தாருக்கு மீண்டும் ஆரணி

வடாஜி பௌஷ்கர் பந்து என்ற மராட்டிப் பிராமணர் மராட்டியர் தலைவரான ஷாஜி பான்ஸ்லேயுடன் *(1594-1664)* பதினேழாம் நூற்றாண்டின் தொடக்கத்தில் தெற்கே வந்தார். ஷாஜி அப்பிராமணரின் சேவையை மெச்சி *180* மைல் பரப்புள்ள ஆரணிப் பகுதியை ஜாகிராய் அளித்தார். பிராமணரும் அவர் வழிவந்தோரும் தமிழ் பேசும் மக்களைக் கொண்ட ஆரணிப் பகுதியை வெகு சில இடையூறுகள் இருந்த போதிலும், தொடர்ந்து தம் கையில் வைத்துக் கொண்டனர். அவர்கள் ஆண்டு தோறும் நசர்ப் பணம்

என்ற ஒரு வகையான கப்பத்தைச் செலுத்தியும், வேறு சில கட்டுப்பாடுகளுக்கு உள்பட்டும் ஆரணி ஜாகிரை ஆண்டு வந்தனர்.

கர்நாடக நவாபு வாலாசா முகமதலி (1749-1795) 1761 ஆம் ஆண்டு ஆரணி ஜாகிர்தாரை நீக்கிவிட்டு, ஆரணியைப் பறித்துக் கொண்டார். பின்னர் அதை 1761 இல் திருப்பிக் கொடுத்து விட்டார். எனினும் நவாபு அதை மீண்டும் 1771 இல் கவர்ந்து கொண்டு, 1789 வரை வைத்திருந்தார். அவர் 1789 இல் சீனிவாச ராவ் என்றவரை மீண்டும் ஜாகிர்தாராக்கினார்.

ஆரணி

ஆரணி என்பது மங்கலச் சொல்லில் ஒன்று. வேதம் என்றும் அது பொருள்படும். அதனால் வேதியரை ஆரணவாணர் என்றனர். சிவன், மால், பிரமன் மூவரும் ஆரணர் என்றே அழைக்கப்பட்டனர். ஆரணி என்னுஞ் சொல் காளியைக் குறிக்கும் பெண்பாற் பெயராகும்.

ஆரணி பதினெட்டாம் நூற்றாண்டு வரலாற்றில் குறிப்பிடத்தக்க ஊராகும். அது இந்திய வரலாற்றில் இடம் பெற்று விட்ட மனிதர்களையும் போர்க்களங்களையும் கண்டிருக்கின்றது. ஆரணி இன்றும் வடார்க்காட்டு அம்பேத்கர் மாவட்டத்தில் சிறப்பு வாய்ந்த தொழில் நகராகவே விளங்கி வருகின்றது.

ஆரணி சித்தூரிலிருந்து தெற்கே தென்கிழக்கில் சுமார் 84 கிலோ மீட்டர். சென்னையிலிருந்து மேற்கே தென்மேற்கில் சுமார் 118 கிலோ மீட்டர். இராணிப் பேட்டையிலிருந்து தெற்கே தென் மேற்கில் சுமார் 59 கிலோ மீட்டர். வேலூரிலிருந்து தெற்கே தென் கிழக்கில் சுமார் 32 கிலோ மீட்டர். இது செய்யாற்றின் வலக் கரையிலுள்ளது.

இராபட்டு கிளைவு 1751 இல் ஆரணியைத் தாக்கினார். அயர் கூட்டே ஆரணிக் கோட்டைக்கு வெளியே பிரஞ்சுத் தானைத் தலைவர் லாலியையும் ஐதரலியையும் 1782இல் தோற்கடித்தார். கூட்டே அப்போது ஆரணிக் கோட்டைக்குள் சேர்த்து வைக்கப்பட்டிருந்த படைக்கலன்களையும் பிற தளவாடங்களையும் கைப்பற்றினார்.

ஆரணி பட்டு நெசவிற்குப் பல காலமாய்ப் பெயர் பெற்ற ஊராகும்.

5. திருவல்லிக்கேணிப் பள்ளிவாசல்

திருவல்லிக்கேணி நெடுஞ்சாலையிலுள்ள பெரிய பள்ளிவாசலை 1788 இல் கட்டத் தொடங்கினர். கட்டடப்பணி 1789 இல் முற்றுப் பெற்றது.

ஆர்க்காட்டு நவாபு முகமதலியின் நேர்முக அமைச்சராயும் அவைப் புலவராயுமிருந்த மக்கன்லால் கிராத்து என்ற இந்து பாடிய இரண்டு பாடல்கள் இப்பள்ளி வாசலில் கல்லில் பொறித்து வைக்கப்பட்டுள்ளன. அவை இக்காலத்தில் ஆட்சி மொழி என்ற நிலையை இந்நாட்டில் பெற்றிருந்த பாரசிகனில் பொறிக்கப்பட்டுள்ளன.

6. வங்க ஆசியவியல் சங்க ''ரிசர்ச்சஸ்'' வெளியீடு

வங்க ஆசியவியல் சங்க நிறுவனருள் ஒருவரும், அதன் முதற் தலைவருமான வில்லியம் ஜோன்ஸ் சங்கத்தின் ஆராய்ச்சிப் பணிகளை நூல் வடிவில் வெளியிட வேண்டுமென்று 1787 ஜூலை 6 அன்று நடந்த சங்கக் கூட்டத்தில் கேட்டுக் கொண்டார்.

அதைக் கம்பெனி அச்சகத்தின் மேலாளர் அச்சிட்டு வெளியிட வேண்டுமென்றும் ஜோன்ஸ் விரும்பினார். ஆனால் அவ்வேலை தாமதப்பட்டுக் கொண்டே வந்தது. ஏனெனில் 1784, 1785 ஆகிய ஆண்டுகளில் சங்கத்திடம் அளிக்கப்பட்ட கட்டுரைகள் ஒரு தொகுதியாக்குவதற்குப் போதிய எண்ணிக்கையில் இல்லாதிருந்தன. இதற்கிடையே வங்க ஆசியவியல் சங்க நிறுவன உறுப்பினருள் ஒருவரான ஃபிரான்சிஸ் கிளாடுவின் ''ஏசியாட்டிக்கு மிசலனி'' (Asiatic Miscellany = ஆசியவியல் கதம்பம்) என்ற முதல் தொகுதியை 1785 ஆம் ஆண்டு கல்கத்தாவில் வெளியிட்டார்.

அத்தொகுதியில் ஜோன்ஸ் எழுதிய பல கட்டுரைகளும் அவர் காமதேவன், நாராயணன், சரசுவதி, கங்கை, இந்திரன், சூரியன் போன்ற கடவுளர் மீது இயற்றிய பாடல்களும் அரபுப் பாடல்களின் மொழி பெயர்ப்பும் ''பெற்றோர் மடியில்'' என்ற புகழ் பெற்ற பாடலும் இடம் பெற்றிருந்தன. அது ஆசியவியல் சங்கத்தின் வெளியீடாகவே கொள்ளப்பட்டது. எனினும் அது சங்கத்தின் வெளியீடாகாது. அது தனிப்பட்ட மேன் மகன் ஒருவர் எடுத்துக் கொண்ட நன் முயற்சி என்று ஜோன்ஸ் 1787 செப்டம்பர் 11 அன்று கூறிவிட்டார்.

வங்க ஆசியவியல் சங்கத்தின் ஆராய்ச்சிப் பணிகள் அடங்கிய முதல் தொகுதி ''ஆராய்ச்சி'' (Researches) என்ற பெயரில் சங்கத்தினால் 1789 ஆம் ஆண்டின் தொடக்கத்தில் வெளியிடப் பெற்றது. இத் தொகுதி வெளி வந்ததுமே, அது ஐரோப்பியத்தில் மிகுந்த வரவேற்பைப் பெற்றது. அங்கு அதைக் களவாடி 1789 இல் ஒரு பதிப்பு வெளியிடப்பட்டது. இத்தொகுதி 1805 ஆம் ஆண்டு பிரஞ்சு மொழியிலும் வெளிவந்தது.

1789

7. பம்பாயின் முதல் செய்தியிதழ்

பம்பாயில் முதல் செய்தியிதழ் 1789 ஆம் ஆண்டில் வெளிவந்தது. ''பாம்பே ஹெரால்டு'' என்ற அவ்விதழின் ஆசிரியர் பெயர் தெரியவில்லை. (இ.ச.க.தொகுதி- 8)

பம்பாய் மேயர் முறை மன்றத்தின் ஆல்டர்மென் லூக்கு ஆஷ் பர்னர் 1790 ஆம் ஆண்டில் ''பாம்பே கூரியர்'' என்ற இதழைத் தொடங்கினார். (இன்றைய ''டைம்ஸ் ஆஃப் இந்தியா'' என்ற நாளிதழ் பாம்பே கூரியரிலிருந்து பிறந்தது.) இப்பத்திரிக்கையில் குஜராத்தி மொழி விளம்பரங்கள் வெளிவந்தன.

''பாம்பே கெசட்டு'' 1791 இல் வெளியானது. இதன் ஆசிரியர் பெயர் தெரிந்திலது. இதற்கடுத்த ஆண்டில் (1792) ''பாம்பே ஹெரால்டு'', ''பாம்பே கெசட்டு'' என்ற இரண்டும் இணைந்தன.

இக்காலகட்டத்தில் சென்னை, கல்கத்தா, பம்பாய் ஆகிய மூன்று பட்டினங்களிலும் வெளியான செய்தி இதழ்கள் அனைத்தும் ஆங்கில மொழியில், ஆங்கிலேயரால், ஆங்கிலேயர் தொடர்புடைய செய்திகளுக்கும் அரசின் ஆணைகளுக்கும் பிற செய்திகளுக்கும் இடம் தந்து வந்தன. நாட்டு மக்கள் பற்றிய செய்திகள் அவற்றில் காணப்படுவதில்லை. நாட்டுமொழிப் பத்திரிகைகளும் இந் நூற்றாண்டில் வெளிவந்தில.

8. அடிமை வாணிபம் : ஒழிக்கக் காரன்வாலிஸ் முயற்சி

பிரிட்டனின் ஆளுகையில் இல்லாத பகுதிகளுக்கும் அயல் நாடுகளுக்கும் இந்தியத்திலிருந்து அடிமைகளை விற்கலாகாது என்று தலைமை ஆளுநரான காரன்வாலிஸ் பிரபு 1789 ஆம் ஆண்டு ஆணை பிறப்பித்து அடிமை வாணிபத்தை நிறுத்துவதற்கு முயன்றார்.

வங்கத்தில் அடிமை வாணிபம் எவ்வாறு நடந்தது என்பதைச் சர் வில்லியம் ஜோன்ஸ் எடுத்துக் கூறிய செய்திகள் (*1785 : புள்ளிகள்*) முன்னர் சொல்லப்பட்டிருந்தன. இங்கு தென்னிந்தியத்தில், குறிப்பாய் வடகேரளத்தில் இருந்து வந்த நிலைமை கூறப்படுகின்றது.

அங்கு அடிமைகளாயும் தொழும்பர்களாயும் சில சாதியினர் இருந்தனர். சில அரசர்கள் தம் எதிரிகளை வென்று அவர்களைப் பெண்டு பிள்ளைகளொடு அடிமைகளாய் விற்கும் வழக்கமும் கேரளத்தில் இருந்தது. மார்த்தாண்டவர்மன் தனக்கு எதிரிகளாய் இருந்த எட்டு வீட்டுப் பிள்ளைமாரை வென்று, அவர்களின் பெண்டு பிள்ளைகளை 1729 வாக்கில் மீனவர்க்கு அடிமைகளாய் விற்றார். (இ.ச.க.தொகுதி-3) இந்த அடிமைச் சாதியினர் தொழும்பராயிருந்து உழவு வேலைகளைச் செய்தனர். அவர்கள் மேல் சாதியினரால் விலங்குத்தனமாய் நடத்தப்பட்டனர்.

இது மட்டுமல்லாது மலபாருக்கும் இந்துமாக் கடலில் மடகாஸ்கரின் கிழக்கேயுள்ள மோரீசுத் தீவிற்குமிடையே பலகாலமாய் அடிமை வாணிபம் நடந்து வந்தது. காரன்வாலிஸ் பிரபு இந்த வாணிபத்தை நிறுத்துவதற்குத்தான் இவ்வாண்டு முயன்றார்.

ஆனால் அடிமை வணிகர்கள் சட்டத்தின் பிடியில் சிக்காது பல ஆண்டுகளாய் இத்தொழிலைச் செய்து வந்தனர். இதே வாணிபம், அடிமை வாணிபம் ஒழிந்த பிறகு வேறு பெயரில் பத்தொன்பதாம் நூற்றாண்டின் முதற் பகுதி முழுமையிலும் நடந்து வந்தது என்பது குறிப்பிடத்தக்கது. பிரிட்டன் அடிமைகள் விடுதலை பெறும் வகையில் 1833 ஆம் ஆண்டு சட்டடமியற்றியதற்கு முன்னரே ஒப்பந்தக் கூலிகள் என்ற பெயரில் மோரீசுத் தீவில் இந்தியர்களை இறக்கி வந்தது. அங்கு 25,000 பேர் இந்தியத்திலிருந்து 1838 ஆம் ஆண்டு வாக்கில் ஒப்பந்தக் கூலிகளாய்க் கொண்டு செல்லப்பட்டனர்.

9. ஜமைக்கத்தில் 2,11,000 அடிமைகள்

ஜமைக்கம் (*Jamaica*) என்பது கரீபியன் கடலிலுள்ளமேற்கிந்தியத் தீவுக் கூட்டத்தைச் சேர்ந்தது. ஸ்பானியர் இங்கு 1494 இல் குடியேற்றம் அமைத்தனர். இங்கு முதலில் வாழ்ந்திருந்த ஆரவாக்க இந்தியர்கள், ''மரங்களும் நீரும் மலிந்த மண்'' என்ற பொருளில் இதைச் செய்மக்க (*Xaymaca*) என்று அழைத்தனர். இது திரிந்து ஜமைக்க ஆனது. இது 1655 வரையிலும் ஸ்பானியர் கையில் இருந்தது. பிரிட்டிசார் அவ்வாண்டில் இதைக் கைப்பற்றி, அங்கு ஏராளமான அடிமைகளைக் கொண்டு சென்றனர். (இத்தீவு 1962 ஆம் ஆண்டு பிரிட்டிசாரிடமிருந்து விடுதலை பெற்றது. ''காண்பதற்கு இனிய அழகுத் தீவு'' என்று இதைச் சிறப்பித்துக் கூறுவர்.)

ஜமைக்கத்தில் இதற்கு நூறாண்டுகளுக்கு முன்னர் (1689) நாற்பதாயிரமாயிருந்த அடிமைகளின் எண்ணிக்கை இந்த 1789 இல் 2,11,000 ஆக உயர்ந்தது. மேற்கிந்தியத் தீவுகளில் இந்த அடிமைகளில் மூன்றிலொரு பங்கினர் அங்கு கால் வைத்த சில மாதங்களுக்குள் இறந்தனர் என்றும் அவர்களுள் பலர் தற்கொலை செய்து கொண்டனர் என்றும் வில்லியம் வில்பர்ஃபோர்ஸ் (1759-1833) பிரிட்டனின் நாடாளுமன்றத்தில் கூறினார்.

10. நாகர் நாட்டில் பிரிட்டிசார்

இந்தியத்தின் வடகிழக்கு மலைப் பகுதியில் ஏறத்தாழ 26 குலங்களைச் சேர்ந்த

நாகர் வாழ்கின்றனர். அவர்களுள் அங்கமி, ஆவோ, சக்சேசாங்கு, சேமா, கோனியாங்கு, லோத்த, சங்சத்தம் முதலியோர் தலையாய குலத்தாராவர்.

ஒவ்வொரு குலமும் தனக்கேயுரிய கிளை மொழியைக் கொண்டுள்ளது. அந்த ஒரு குலத்தினரும் தாம் வாழ்கின்ற கேல் அல்லது மலைத் தொடர்களைப் பொருத்து வேறுபட்ட கிளை மொழியைப் பேசுகின்றனர். அங்கு இந்திய - ஐரோப்பிய மொழிக் குடும்பத்தைச் சேர்ந்ததும் வங்க மொழியுடன் நெருங்கிய உறவுடையதுமான அசாமி மொழி பேசப்படுகின்றது. மலைக் குலத்தாரின் கிளை மொழிகளும் அசாமியும் கலந்த நாகமி என்றொரு பொது மொழியும் உண்டு. இதைப் பெரும்பாலான மக்கள் விளங்கிக் கொள்வர்.

நாகர் அசாமின் அகோம மன்னர்களின் மேலாண்மையை ஏற்றுக் கொண்ட போதிலும், பிற மலைக் குலத்தினர் போன்று, அவர்களும் தம் ஆட்சியைத் தாமே நடத்திக் கொள்வதற்கு அனுமதிக்கப்பட்டனர். ஆனால் நாகர் சமவெளிகளில் இறங்கிக் கொள்ளையடித்தால், அமோக மன்னர் நடவடிக்கை எடுப்பர்.

நாகரும் மலைவாழ் மக்களில் பிறரைப் போன்று அகோம மன்னர்கள் படையெடுத்துச் சென்ற காலங்களில் அவர்களுக்குப் படைகளை அனுப்பி உதவினர்.

நாகர் ஐரோப்பியர் வருகைக்கு முன்னரே, தன்னாட்சி செய்து வந்த மக்களாயிருந்தனர். பிரிட்டிசார் 1789 ஆம் ஆண்டு அசாமில் புகுந்தனர். அவர்கள் இக்காலம் முதல் நாகரை வெல்லத் தொடங்குகின்றனர்.

11. வட கரோலினம் அமெரிக்க ஒன்றியத்தில் இணைதல்

வட அமெரிக்கத்தின் தென்கிழக்கில் அட்லாண்டிக்குக் கரையில் அமைந்துள்ள வட கரோலினம், 1789 இல் அமெரிக்க ஒன்றியக் குடியரசில் சேர்ந்தது. இது கரையோரச் சமவெளியையுடைய நிலப்பரப்பு மேற்கிலுள்ள பைடுமாண் சமவெளியையும் அப்பலேச்சியன் மலைத் தொடரையும் நோக்கி நிலப்பரப்பு விரிந்து செல்கின்றது. இது அமெரிக்கத்தில் முதலில் அமைந்த பதின்மூன்று குடியேற்றங்களுள் ஒன்றாகும். வர்ஜீனியத்தின் தெற்கிலுள்ளது. இதன் தலைநகரம் ராலே. இம்மாநிலத்தின் பெரிய நகரம் சார்லோட்டி, பரப்பளவு 1,26,387 சதுர கிலோ மீட்டர் - 49,798 சதுர மைல்.

12. ''பௌண்டி'' கப்பலில் கலகம்

மேற்கிந்தியத் தீவுகளுக்கு ஈரப் பலா (*Bread-fruit*) மரத்தின் கன்றுகளுடன் புறப்பட்ட ''பௌண்டி'' (*H.M.S.Bounty*) என்ற கப்பலின் மாலுமியர் 1789 ஏப்ரல் 28 அன்று கலகம் செய்தனர். ஈரப் பலாக் கன்றுகளுக்குத் தாராளமாய்த் தண்ணீர் ஊற்றப்பட்டதை மாலுமியர் எதிர்த்தனர். (ஈரப் பலா : இ.ச.க. தொகுதி-8)

இக் கலகக்காரர்கள் கப்பலைக் கைப்பற்றிக் கொண்டனர். அவர்களுக்குக் கப்பலின் துணைத் தலைவரான ஃபிளச்சர் கிறிஸ்தியன் தலைமை ஏற்றிருந்தார். அவர்கள் கப்பல் தலைவர் பிளை (*Bligh*) என்பவரைப் பதினெட்டுப் பேருடன் 22 அடி நீளப் படகில் ஏற்றித் தோஃபு (*Tofau*) என்ற தீவினருகில் கடலில் விட்ட பின்னர் ''பௌண்டி'' கப்பலில் தாகித்திக்குத் திரும்பினார். அவர்கள் அத்தீவிலிருந்த பெண்களை மணந்துகொண்டு, ஆளில்லாத பிட்கெயிரன் (*Pitcairn*) என்ற சிறு தீவில் குடியேறினர். அதன் பரப்பு 1.75 சதுர மைல். கலகக் காரரில் ஒன்பதின்மரும் தாகித்தியரில் அறுவரும் பெண்கள் பதின்மூவரும் யாரும் கண்டுபிடிக்காமல் 1808 வரை அத்தீவில் வாழ்ந்திருந்தனர்.

கப்பல் தலைவர் பிளை நீள் படகில் 45 நாள் சுமார் 5,400 கிலோ மீட்டர் சுற்றித் திரிந்து விட்டுத் தைமோ (*Timor*) என்ற இந்தோனேசியத் தீவை அடைந்தார். அவர் தன்னுடன் வந்த பதினெட்டுப் பேரில் எழுவரை இப்பயணத்தில் இழந்தார்.

13. லீனியன் இடுகுறிப் பெயரிடு முறையில் சீர்திருத்தம்

இப்பதினெட்டாம் நூற்றாண்டின் தலையாய அறிவியலார் வரிசையில் தனியிடம் பெற்றுள்ள சுவிடிய நாட்டவரான லீனியஸ் கரோலஸ் (1707-1778) என்ற தாவரவியலார் அறிவியல் உலகிற்கு அளித்த அருங்கொடை ''இடுகுறி இரட்டைப் பெயர்ப் பட்டியல்'' (*Binomial Nomenclature*) ஆகும். அவர் உயிரினங்களுக்குப் பெயரிடும் இம்முறையை 1737 ஆம் ஆண்டில் வகுத்தளித்தார். (இ.ச.க.தொகுதி-4) வரலாற்றுச் சிறப்பு வாய்ந்த இந்தப் பெயரிடு முறை சுமார் 52 ஆண்டுகளுக்குப் பிறகு சீர்திருத்தம் செய்யப் பெறுகின்றது.

பதின்மூன்றாம் லூயி (1601-1643; ஆ.கா. 1610-1643) பதினேழாம் நூற்றாண்டில் தாவரவியல் ஆய்விற்கென்று அமைத்த பூங்கா ஜார்தின் து ரோய் (*Jardin du Roi*) ஆகும். அது பதினெட்டாம் நூற்றாண்டு நெடுகிலும் பிரஞ்சு உயிரியல் ஆய்வில் தலையாய பங்கு வகித்தது. இம்மன்னருக்குப் பிறகு வந்த அரசர்கள் இப்பூங்காவிற்குத் தொடர்ந்து பொருளுதவி செய்து வந்தனர். உயிரியல் ஆய்விற்கென்று ஐரோப்பியத்தில் அமைந்த முதல் அமைப்பு இதுவேயாகும். மேலும் இப்பூங்கா மட்டுமே நூற்றைம்பது ஆண்டுகளுக்கு மேலாய் ஐரோப்பியத்தில் தேசிய உயிரியல் ஆராய்ச்சிக் கழகமாய் இருந்து வந்தது. இப்பூங்கா 1793 ஆம் ஆண்டில் இயற்கை வரலாற்று அருங்காட்சியகம் (*Museum historie Naturelle*) ஆனது. அங்கு ஊதியம் பெற்று நிலையாய் ஆராய்ச்சிப் பணிபுரிந்த ஊழியர் இருந்தனர். அவர்கள் அன்றாடம் தம் நேரம் முழுவதையும் அல்லது பகுதி நேரத்தை ஆராய்ச்சியிலும் கற்பிப்பதிலும் கழித்தனர். அவர்களுக்கு அங்கு உதவியாளர் இருந்தனர். ஆராய்ச்சிக் கூடங்கள் இருந்தன. உயிருள்ளனவும் செத்த பின் காத்து வைக்கப்பட்டனவுமான விலங்குகள், தாவரங்கள் ஆகியவற்றின் மாதிரிகள் இருந்தன. அங்கு அருங்காட்சியகமும் உண்டு. அங்கிருந்த கண்ணாடி வீடுகளையும் விரிவுரைக் கூடங்களையும் ஏனைய பிற வசதிகளையும் போன்று வேறெங்கும் காண முடியாது.

காலம் செல்லச் செல்ல அங்கு கற்றுத் தரப்பட்ட தாவரவியல் உயிரியல் துறைகளுடன், வேதியியல், கனிமவியல், மண்ணியல், மனித உடற்கூறு, தோட்டக் கலை ஆகியனவும் சேர்த்துக் கற்பிக்கப்பட்டன. ஜார்டின் பூங்காவும் அங்கு பணியாற்றிய அறிவியலார் கூட்டமும், அத்தனை வசதியில்லாத சூழலில் நெடுநேரம் பணிசெய்து இயற்கை அறிவியல் துறையில் பிரான்சிற்குத் தனிச் சிறப்பைப் பெற்றுத் தந்தனர்.

இத்தகைய சிறப்பு வாய்ந்த அறிவியல் பூங்காவில் பணிபுரிந்த ஒரு குடும்பத்தைச் சேர்ந்த அண்டாயின் - லாரண் தெ ஜூசியூ (*Antoin Laurant de Jussieu 1748 - 1836*) என்ற அறிவியலார், லீனியஸ் வகுத்த பெயரிடு முறையை இவ்வாண்டில் சீர்திருத்தம் செய்தார். இத்துறையில் லீனியஸ் செய்த முன்னோடிப் பணி குறித்து, வேறு பலரும் இக்காலத்தில் ஆழ்ந்த கருத்துச் செலுத்தி ஆராய்ந்துவந்தனர். அண்டாயின் - லாரண் அவற்றையெல்லாம் கணக்கில் எடுத்துக் கொண்டு அவற்றைத் தான் வகுத்த சீர்திருத்த முறையில் சேர்த்துக் கொண்டு, 1789 ஆம் ஆண்டில் *Genera Plantarum* (தாவர இனவகை) என்ற நூலில் வெளியிட்டார். தாவரங்களை வகைப்படுத்தும் தற்கால முறை இதிலிருந்துதான் தொடங்குகின்றது.

14 யுரேனியம் கண்டுபிடிப்பு

தமிழில் விண்மம் என்றழைக்கப்படும் யுரேனியம் 1789 இல் கண்டுபிடிக்கப் பட்டது. யூரனஸ் என்ற கோள் 1781 இல் கண்டுபிடிக்கப்பட்ட சிறிது காலத்தின் பின் இந்தத் தனிமம் கண்டறியப்பட்டதால் இதற்கு யுரேனியம் என்று பெயரிட்டனர். அது முதலில் கண்டுபிடிக்கப்பட்ட போது, மங்கலான பயனற்ற உலோகம் என்று நினைத்தனர். ஆனால் அது இப்போது போருக்கும் அமைதிக்கும் அணு சக்தியை அளிக்க வல்ல அரும்பொருளெனப் போற்றப்படுகின்றது.

யுரேனியம் வேதியியல் விளைவு தரும் ஒளிக் கதிர்களையுடைய தனிம வகையைச் சேர்ந்த (*actinate series*) கதிர்வீச்சுள்ள வெண்மையான தனிமம் ஆகும். இது பிச்சுபிளண்டு (*pitch blende*), கார்னோடைட்டு (*Carnotite*), ஆட்டுனைட்டு (*autunite*) உள்பட பல்வேறு கனிமங்களிலிருந்து கிடைக்கின்றது. யுரேனியம் 235 என்ற கதிர்வீச்சு ஐசோடாப்பைப் பிளந்து அணு விசை பெறுவதற்கு உதவும் தனிமமாய் யுரேனியம் உள்ளது. இதன் வேதிக்குறி *U*. அணு எண் 92. அணு எடை 238.03.

15. ''கொக்கிப் புழு'' பெயர் பெறுதல்

ஜெர்மன் விலங்கியலாரான ஃபுரோலிச்சு (*Froclich*) ஒரு நரியின் குடலில் மயிர் போன்ற ஒரு புழுவைக் கண்டுபிடித்துத் தன் ஆய்வறிக்கையில் அதற்குக் ''கொக்கிப் புழு'' (*Laakenwarm*) என்று பெயரிட்டார். அப்புழுவின் வாலில் கொக்கிபோன்ற ஓர் அமைப்பு இருந்ததைக் கண்டு வியந்தார். அவர் இதைப் புதிய இனம் என்று சேர்த்து அதற்கு அன்சினாரியா (*Uncinaria* = கொக்கியுடையது) என்று பெயரிட்டார்.

16. புகையிலைக்கு முதல் விளம்பரம்

புகையிலை பற்றிய செய்திகள் எட்டாம் தொகுதியில் சொல்லப்பட்டிருந்தன.

புகை பிடிப்பது உடலுக்குத் தீங்கு தருவது; புகையாதவர் புகைப்பவர் அருகிலிருந்தாலும் அவருக்கும் தீங்கு நேரும்; புகையிலையை எந்த முறையில் பயன்படுத்தினாலும், அது புற்றுநோயை உண்டாக்கும் என்றெல்லாம் இன்று இந்த இலைக்கு எங்கும் எதிர்ப்புக் கிளம்பியது. ரீடர்ஸ் டைஜஸ்டு என்ற ஆங்கில மாத இதழ் சிகரட்டு விளம்பரங்களை வெளியிடுவதில்லை என்ற கொள்கையை விடாப்பிடியாய் வைத்துக் கொண்டிருக்கின்றது. புகையிலைப் பொருளான சிகரட்டு விளம்பரத்திற்குக் கோடிக் கணக்கில் பல வழிகளில் உலகெங்கும் பணம் செலவிடப் படுகின்றது.

நாமறிந்த வரையில் புகையிலையை முதலில் 1789 ஆம் ஆண்டில் தான் அமெரிக்கத்தில் விளம்பரம் செய்தனர். ஒரு சிவப்பிந்தியர் ''பெஸ்டு வர்ஜீனியம்'' என்று எழுதப் பெற்ற பெரிய மிடா மீது சாய்ந்து கொண்டு புகைப்பிடிப்பதைக் காட்டும் விளம்பரம் இந்த ஆண்டு தோன்றியது. வர்ஜீனியம் என்பது தரமான புகையிலைக்குப் பெயர் போன அமெரிக்க மாநிலமாகும்.

1790

அரசியல்

மூன்றாம் மைசூர்ப் போர் தொடக்கம்
மலபாரின் சீரழிவு
தென் பாண்டிச் சீமை கம்பெனியின் பிடியில்
கட்டபொம்மன் முடி சூடுதல்
சென்னையில் புது ஆளுநர்
வினுகொண்டவில் கம்பெனிக் காவற்படை
அமெரிக்க ஒன்றியத்துடன் ரோடு ஐலண்டு இணைதல்
பிரஞ்சுப் புரட்சிக்கு எட்மண் பர்க்கு எதிர்ப்பு

அறிவியல்

பதின்மானக் கூறு முறை பிரான்சில் நடைமுறை
எண்குறி இலக்கங்கள்
பூச்சியம்
மடக்கை

சட்டம், நீதியாட்சி

காரன்வாலிசின் நீதித்துறைச் சீர்திருத்தங்கள்
தொழில், வாணிபம், வேளாண்மை
சென்னையில் பருத்தி விளைச்சல் பெருக முயற்சி
அர்ச்சண்டினத்திலிருந்து தோல், இறைச்சி ஏற்றுமதி

இராணுவம், போர்

மூன்றாம் மைசூர்ப் போர்

வரலாறு

வடகரை - பட கர, மேற்கரை - மெர்க்காரா
குதிரை முக மலை
கடத்த நாடு
கன்னட மொழியில் வரலாற்று நூல்கள்
ஐதர் நாமா - ஐதரலி வாழ்க்கை வரலாறு

மக்கள்

அமெரிக்கத்தில் குடியேறிய முதல் சென்னைக்காரர்?
மயிலையில் சாதிக் கலவரம்
அமெரிக்கத்தில் மக்கள் தொகை

பொது

டனாய்க்கன் கோட்டை, கசலட்டிக் கணவாய்
ஈரோடு, தாராபுரம், பாரா மகால், கண்ணனூர்
அயிக்கோட்டை - புனித தாமஸ் இறங்கிய இடமா?

பிறப்பு

எவரெஸ்டு *(1790-1866)*

இறப்பு

பெஞ்சமின் ஃபிராங்கிளின் *(1706-1790)*

1790

1. மூன்றாம் மைசூர்ப் போர்

ஒரு தந்தையும் மகனும் முப்பதாண்டுக் காலப் பரப்பில், ஒன்பதாண்டுக் காலம் தென் பாரதத்தின் பல களங்களில் உள்நாட்டினருடனும் ஐரோப்பியருடனும் நடத்திய போர்களுக்கு வரலாறு சூட்டிய பெயர் மைசூர்ப் போர்கள் ஆகும். இப்போர்களின் வரிசையில் இரண்டாவதில் தந்தை இடையில் இறந்தாரெனினும், மகன் தொடர்ந்து போர்வினை மேற்கொண்டு, முதற் போரில் போலவே இப் போரிலும் இருதரப்பும் சந்து செய்து கொண்டன என்பதை நாமறிவோம். இப்போது இந்த 1790 இல் தொடங்கியிருப்பது மூன்றாவது மைசூர்ப் போர் ஆகும்.

தோற்றுவாய்

திப்பு சுல்தான் பெருவீரத்தோடு போரிட்டுப் பிரிட்டிசாரைத் தோற்கடித்த இளமைத் துடிப்பில் இருந்தார். மராட்டியரின் வல்லாண்மையை அழித்த பிறகு, பிரஞ்சுக்காரரின் உதவி கொண்டு, பிரிட்டிசாரை இந்தியத்தை விட்டே விரட்டியடிப்பது என்று உறுதி பூண்டார்.

அவர் 1785 தொடக்கத்தில் நற்குண்டு என்ற இடத்தில் வென்றார். பின்னர் கித்தூரையும் பிடித்தார். மராட்டியர் இங்கு தலையிட்டும் கூட, அவரைத் தடுக்க முடியாமற் போனது. நானா பதனவிஸ் அப்போது இடைக்காலத் தலைமை ஆளுநராயிருந்த மக்ஃபேர்சனிடம் திப்பு சுல்தானை எதிர்க்க உதவி கேட்டும் கிடைக்கவில்லை. எனவே அவர் போர்த்துக்கீசரின் உதவியை நாடினார். இது பிரிட்டிசாரைத் திடுக்கிட வைத்தது. மராட்டியர் தம் அண்டையிலுள்ள பிரிட்டிஷ் பேராளர் (*Resident*) வழியாய்த் தம்மிடம் நேரடியாய் முறையிட்டும் என்று கம்பெனியார் பூனாவிற்கு வேண்டுகோள் விடுத்தனர்.

ஐதராபாது நிசாமும் திப்பு சுல்தானை எதிர்ப்பதில் மராட்டியரை ஆதரித்தார். அதனால் அவர்கள் திப்பு சுல்தானை வலுக் கட்டாயப்படுத்தி 1787 இல் அவருடன் ஓர் உடன்படிக்கை செய்தனர். அந்த உடன்படிக்கைப்படி மராட்டியர் திப்புவிடம் இழந்த நிலப்பகுதிகளையெல்லாம் மீண்டும் பெற்றனர். திப்புவின் ஆசைக்கு இத்துடன் அணை கட்டப்பட்டுவிட்டது.

பிரிட்டிசார் எல்.டபிள்யூ மேலட்டு என்றவரைப் பூனாவில் தம் பேராளராய் அமர்த்தி, அங்கு படைகளையும் அனுப்பினர். இதைக் கண்ட திப்பு, பிரிட்டிசார் தனக்கு எதிராய் மராட்டியருடன் சேர்கின்றனர் என்று நினைத்துவிட்டார். அதனால் திப்பு இறங்கி வந்து, மராட்டியர் கூறிய நிபந்தனைப் படி, அவர்களுடன் சந்து செய்து கொண்டார். ஆனால் திப்பு சுல்தானின் இளமையும் ஆசையும் அவரைச் சும்மாயிருப்பதற்கு விடவில்லை.

ஆட்டோமான் காலிஃபாவிற்குத் தூது

துருக்கியின் ஆட்சிப் பகுதியில் பண்டசாலைகளை நிறுவும் எண்ணத்துடனும்

ஆட்டோமான் காலிஃபா தன்னை மைசூரின் பாதுஷா என்று ஏற்று ஒப்ப வேண்டும் என்ற நோக்கத்துடன் திப்பு சுல்தான் 1786 ஆம் ஆண்டு குலாம் அலிகான் தலைமையில் கான்ஸ்டாண்டிநோபிளுக்கு ஒரு தூதுக் குழுவை அனுப்பினார். ஏனெனில் முகலாய அரசர் திப்பு சுல்தானை நாடுகளைக் கவர்பவர் என்று கருதி, அவருக்கு முறையான ஆட்சி மேலாண்மையைத் தர மறுத்துவிட்டார். பிரிட்டிசாரை எதிர்த்துப் போரிடத் தனக்குப் படையுதவியும் வேண்டுமென்று திப்பு சுல்தான் காலிஃபாவிடமிருந்து எதிர்பார்த்தார்.

பிரான்சிற்குத் தூதுக் குழு

இதே தூதுக் குழு கான்ஸ்டாண்டிநோபிளில் பணி முடித்து விட்டு, மேற்சொன்ன நோக்கங்களுக்காகப் பிரான்சின் உதவியையும் நாடிப் பாரிஸ் செல்லும். திப்பு சுல்தான் இத்துடன் பிரான்சிற்கு முறையாகவே, 1787 இல் ஒரு தூதுக்குழுவையும் அனுப்பினார். ஆனால் போர்த் தந்திர நோக்கில் பார்த்தால் இவ்விரு தூதுக் குழுக்களும் தோல்வி கண்டன எனலாம். ஏனெனில் துருக்கிச் சுல்தான் அப்போது இரஷியத்துடனும் ஆஸ்திரியத்துடனும் போரிட்டுக் கொண்டிருந்தார். அவருக்குப் இப்போரில் பிரிட்டிசாரின் உதவி வேண்டியிருந்தது.

பிரான்சோ, இனிமேல் பிரிட்டனுடன் போர் செய்வதில்லை என்று ஏற்கனவே உறுதி கூறிவிட்டது. பதினாறாம் லூயிக்கு உள்நாட்டுத் தொல்லையே பொறுக்க முடியாததாயிருந்தது. அவை வெகு விரைவில் புரட்சியாய் வெடிக்கவிருந்தன.

வேணாட்டுத் தாக்குதல்

இதற்கிடையே திப்பு மேற்குக் கரைப் பகுதியைத் தன் வசப்படுத்த ஆவல் கொண்டார். அதற்காகவே அவர் 1789 டிசம்பர் 29 அன்று திருவிதாங்கூரைத் தாக்கினார். திருவிதாங்கூர் தன் ஆட்சியில் அடங்கிய கொச்சி மன்னருக்கு உரிமையான செயக்கோட்டை, கிராங்கனூர் ஆகிய பகுதிகளை விலைக்கு வாங்கியது என்று அவை சட்டப்படி தனக்குச் சேர வேண்டும் என்றும் திப்பு உரிமை கொண்டாடினார். இதைத் திருவிதாங்கூர் மன்னர் இராமவர்மன் ஏற்கவில்லை.

அப்போது சென்னையின் ஆளுநராயிருந்த ஹாலந்து திப்புவிடமிருந்து கையூட்டுப் பெற்றார் என்று கூறப்படுகின்றது. அதனால் இராம வர்மன் உதவி கேட்டு விடுத்த வேண்டுகோளுக்கு ஆளுநர் ஹாலந்து செவி சாய்க்கவில்லை.

பிரிட்டிசாரின் பாதுகாப்பிலிருந்து திருவிதாங்கூரில் திப்பு தன் விருப்பப்படி நடக்கலானார். அவர் மக்களைக் கொன்றும் ஊர்களைத் தீயிட்டுக் கொளுத்தியும் நாட்டை அலைக் கழித்தார்.

காரன்வாலிஸ் பிரபு இந்நேரம் வங்கத்தில் தலைமை ஆளுநரானார். ஹாலந்து செய்தது நேசரைக் காட்டிக்கொடுத்த இழி செயலென்று காரன்வாலிஸ் கண்டித்தார். இதுவே மூன்றாம் மைசூர்ப் போர் மூள்வதற்குக் காரணமாயிற்று. மராட்டியரும் நிசாமும் ஏற்கெனவே திப்புவிடமிருந்து வழக்கம் போல் தனிப்பட்டுப் போயினர். காரன்வாலிஸ் இவ்விருவருடனும் சேர்ந்து திப்பு சுல்தானுக்கு எதிராய் முக்கூட்டு ஒப்பந்தம் செய்தார்.

முதற் கட்டப் போர்

ஜெனரல் மெடோஸ் சென்னைக்குப் புது ஆளுநராய் வந்திருந்தார். இவர் ஜெனரல் கெல்லியை அனுப்பிப் பாரா மகால் என்ற சேலம், தருமபுரிப் பகுதிகளைத் தாக்கச் செய்துவிட்டுத் தான் மேற்கு நோக்கிக் கோயமுத்தூர், அதன்பிறகு கசலட்டிக் கணவாய் வழியே பெங்களூரை அடைவதென்று முதற்கட்டப் போர்த்திட்டம் வகுக்கப் பெற்றது.

அதன்படி ஜெனரல் மெடோஸ் திருச்சிராப்பள்ளியிலிருந்து முன்னேறி 1790 ஜூன் 5 அன்று கரூரையும் ஜூலை 5 அன்று அரவக் குறிச்சியையும் ஜூலை 10 அன்று தாராபுரத்தையும் ஜூலை 22 அன்று கோயமுத்தூரையும் பிடித்தார். இதுவே மூன்றாம் மைசூர்ப் போரின் தொடக்கமாகும். அவர் அதன் பிறகு கசலட்டிக் கணவாய் வழியே பெங்களூர் செல்லவிருந்தார்.

(முன்னர் 1767-1769 காலத்தில் நடந்த முதல் மைசூர்ப் போரில் காவேரிப் பட்டணம், சேலம், ஆத்தூர், நாமக்கல், சத்தியமங்கலம், கோயமுத்தூர், வேங்கடகிரி, கிருஷ்ணகிரி என்ற இடங்கள் தொடர்பு கொண்ட செய்திகளை இ.ச.க.தொகுதி-7இல் காணலாம். மூன்றாம் மைசூர்ப் போருடனும் இவ்விடங்கள் தொடர்புடையனவாகும்.)

திப்பு சுல்தான் இப்போது திடீரென்று சத்தியமங்கலத்தில் (இ.ச.க.தொகுதி-7) தோன்றிப் பிரிட்டிசாருக்குப் பெருஞ் சேதத்தை உண்டாக்கிவிட்டார். இந்தப் போரில் சத்திய மங்கலமும் டனாய்க்கன் கோட்டையும் முக்கியமான இடம் பெற்றுள்ளன. மூன்றாம் மைசூர்ப் போரில் பிரிட்டிசார் முதலில் பின் வாங்கிய இடம் இதுவேயாகும்.

டனாய்க்கன் கோட்டை

தன நாயக்கன் கோட்டையே டனாய்க்கன் கோட்டை என்று திரிந்தது. இது சத்திய மங்கலம் வட்டத்தில் இருந்தது. பத்தொன்பதாம் நூற்றாண்டில் இது ஒரு வட்டத்தின் பெயராயிருந்தது. இக் கோட்டை இப்போது இலது. நீருள் மூழ்கிவிட்டது.

கசலட்டிக் கணவாய்

இந்துஸ்தானியில் கசர் என்பது வழியையும் கன்னடத்தில் ஹட்டி என்பது பட்டி அல்லது சிற்றூரையும் குறிப்பன. கசலட்டி என்பது இரு மொழி சேர்ந்த ஒட்டுப் பெயராகும்.

கசலட்டி கோயமுத்தூரின் வடக்கே சுமார் 61 கிலோ மீட்டரிலும் சத்தியமங்கலத்தின் மேற்கே சுமார் 27 கிலோ மீட்டரிலும் உள்ளது. இது ஒரு கணவாய். (கணவாய் என்பது இருமலைகளுக்கு இடையில் இயற்கையாய் அமைந்த வழி) மைசூர்ச் சமவெளிக்குச் செல்லும் நடைப் பயணியரும் பொதி விலங்குகளும் இக் கணவாய் வழியே செல்வது வழக்கம். முன்னர் இது கோயமுத்தூரிலிருந்து மைசூர் நாட்டிற்குள் செல்லும் தலையாய கணவாயாயிருந்தது. ஒரு பாதை சத்தியமங்கலத்திலிருந்தும் இன்னொன்று கோயமுத்தூரிலிருந்தும் டனாய்க்கன் கோட்டை வழியே மலைத் தொடருடன் அடிவாரத்தை அடைகின்றன.

(திப்பு சுல்தான் கசலட்டிக் கணவாய் வழியைப் பயன்படுத்துவது வழக்கம். பத்தொன்பதாம் நூற்றாண்டின் இறுதியில் இப்பாதை அவ்வளவாகப் பயன்படுத்தப் படவில்லை. பெரிதும் வடக்கத்தி வழிகளே விரும்பப்பட்டன. இக்கணவாயின் உயர்

பகுதி கடல் மட்டத்திலிருந்து சுமார் 2,000 அடி உயரத்திலுள்ளது. அது மைசூர் எல்லைக்குச் சுமார் 27 கிலோ மீட்டர்த் தொலைவிலுள்ளது. இக்கணவாய் செல்லும் சமவெளியில் ஓர் இடுக்கு உள்ளது. அதன் கீழே மோயாறு பாய்கின்றது.)

திப்பு சுல்தான் சத்தியமங்கலக் கோட்டைக்கும் டனாய்க்கன் கோட்டைக்கும் இடையிலுள்ள பகுதிகளில் போர் வீரர் பலரை நிறுத்தியிருந்தார். பிரிட்டிசுப் படையை அப்பகுதிக்குள் திப்பு இவ்வாண்டு பின்வாங்கச் செய்தது குறிப்பிடத் தக்கதாகும்.

கோயமுத்தூரை நோக்கித் திப்பு

திப்பு சுல்தான் கோயமுத்தூரைப் பிடிப்பதற்காகத் தெற்கே புறப்பட்டார். அவர் ஈரோட்டையும் தாராபுரத்தையும் மேலும் பல இடங்களையும் பிடித்தார்.

ஈரோடு

இரண்டு ஓடைகளைக் குறிக்கும் ஈரோடை என்ற சொல் ஈரோடு என்று மருவி வழங்குகின்றது. இது பவானி ஆற்றுக்கும் காவேரி ஆற்றுக்கும் நடுவில் அமைந்தது. ஐதரலி காலத்தில் ஈரோட்டில் 3,000 வீடுகள் இருந்தன. 15,000 பேர் வாழ்ந்தனர். எனினும் மராட்டியர், மைசூரார், பிரிட்டிசார் முதலானோர் அடுத்தடுத்துப் படை கொண்டு வந்தமையால், ஈரோடு பாழ்பட்டுப் போனது. அங்கு கிட்டத்தட்ட மக்கள் நடமாட்டமே இல்லாது போயிற்று.

ஈரோடு 1667 வரை மதுரை நாயக்கராட்சியில் இருந்து வந்தது. அந்த ஆண்டில் தொட்டதேவராயன் (1659-1672) என்ற மைசூர் மன்னர் ஈரோட்டைப் பிடித்து விட்டார். பிரிட்டிசார் 1768 இல் ஈரோட்டைக் கைப்பற்றியதும், உடனே அதை இழந்தனர். அவர்கள் இறுதியாய் அவ்வூரை 1790 இல் பிடித்தனர். அமைதி உடன்படிக்கை ஏற்பட்டதும், மக்கள் மீண்டும் ஈரோட்டில் வந்து குடியேறினர். ஏனெனில் அங்கு பல சாதகங்கள் இருந்தன. அவ்வூர் நல்ல செழிப்புடையதாயும் விளங்கிற்று. அங்கு ஒரே ஆண்டில் 400 வீடுகள் தோன்றின. ஈரோடு கோயமுத்தூரிலிருந்து கிழக்கே வடகிழக்கில் சுமார் 91 கிலோ மீட்டர்; சென்னையிலிருந்து தென்மேற்கில் சுமார் 340 கிலோ மீட்டர்; பொள்ளாச்சியிலிருந்து வடகிழக்கில் சுமார் 100 கிலோ மீட்டர்; உதக மண்டலத்திலிருந்து கிழக்கில் சுமார் 110 கிலோ மீட்டர்.

தாராபுரம்

தா(ை)ர என்ற சம்ஸ்கிருதச் சொல் நீரொழுக்கை, நீரோட்டத்தைக் குறிக்கும். இதை நீரோடையூர் எனலாம். இது அமராவதி ஆற்றின் தென் கரையில் மிகவும் அழகு வாய்ந்த சமவெளியில் அமைந்துள்ளது. அச்சமவெளி தெற்கில் பழனிமலை வரை சுமார் 24 கிலோ மீட்டர் நீண்டிருக்கின்றது. அமராவதி ஆற்றிலிருந்து ஓடிவரும் ஒரு கால்வாய் (நீரோடை அல்லது தாரை) ஊரை இரண்டாய்ப் பிரிக்கின்றது.

தாராபுரத்தை மைசூரார் மதுரை நாயக்கரிடமிருந்து 1667 ஆம் ஆண்டிலும் பின்னர் 1746 ஆம் ஆண்டிலுமாக இரு முறை பிடித்தனர். ஐதரலியும் திப்பு சுல்தானும் நடத்திய போர்களில் தாராபுரம் போர்த் தந்திர முக்கியத்துவம் வாய்ந்த இடத்தில் அமைந்திருந்தது. கர்னல் உடு அதை 1768 இல் கைப்பற்ற, ஐதரலி அடுத்த ஆண்டில் பிடித்துக் கொண்டார். பிரிட்டிசார் தாராபுரத்தை மீண்டும் 1783 இல் கவர்ந்தனர்.

இரண்டாம் மைசூர்ப் போரின் முடிவில் ஏற்பட்ட மங்களூர் உடன்படிக்கையின்படி, தாராபுரம் பிரிட்டிசாருக்குக் கிடைத்தது. அதை ஜெனரல் மொடோஸ் மூன்றாம் மைசூர்ப் போரில் இறுதியாய்க் கைப்பற்றி விட்டார்.

தாராபுரத்திலிருந்த கோட்டை 1796 இல் இடித்துத் தள்ளப்பட்டது. அப்போது ஊரே கிட்டத்தட்ட மறைந்துவிட்டது. எனினும் 1799 ஆம் ஆண்டிற்குப் பிறகு மீண்டும் கட்டப் பெற்றது. தாராபுரத்தில் சில ஆண்டுக் காலம் மாவட்ட நீதிமன்றம் இருந்தது. பின்னர் அது 1828 இல் கோயமுத்தூருக்கு மாற்றப்பட்டது. இங்கு தொன்மையான சிவன் கோயில் ஒன்றும், அங்கு பல கல்வெட்டுகளும் உள.

பாரா மகாலை நோக்கிப் பிரிட்டிசார்

கம்பெனிப் படையின் தலைவரான கெல்லி, பாரா மகாலை (பாரா மகால் : இ.ச.க.தொகுதி-6) நோக்கிச் சென்று கொண்டிருந்த போது, வழியில் இறந்து போனதால், அவரால் எதையும் சாதிக்க முடியாது போயிற்று. அதன்பிறகு மாக்ஸ்வல் தலைமை ஏற்றுக் கிருஷ்ணகிரிக் கோட்டையை முற்றுகையிட்டார். கிருஷ்ணகிரி இப்போது பாரா மகால் என்ற சேலம்; தருமபுரிப் பகுதியின் தலை நகரமாயிருந்தது.

ஜெனரல் மெடோஸ் இதற்குச் சிறிது காலத்திற்குப் பிறகு மாக்ஸ்வலைச் சந்தித்து, அவருடன் சேர்ந்து கொண்டார். இங்ஙனம் ஒன்று சேர்ந்த பிரிட்டீசுப் படை, தன் படையை விட வலிமையானது என்பதைத் திப்பு உணர்ந்து திருவண்ணாமலை (இ.ச.க.தொகுதி-6) பெருமாள் கோயில் இரண்டையும் நோக்கிச் சென்றார். அவையிரண்டும் திப்புவிடம் பணிந்தன. அவர் அதன்பிறகு பிரஞ்சு உதவியை நாடிப் புதுச்சேரிக்குப் போனார். அதனால் அவருக்குப் பலன் ஏதும் அங்கு விளையவில்லை.

1790

மலபாரின் இரங்கத்தக்க நிலை

இவ்வேளையில் மேற்குக் கரையில் திப்புவிற்கு மிகப்பெரிய துரதிருஷ்டம் காத்திருந்தது. அங்கு பம்பாய் மாநிலத்து ஜெனரல் அபர்கோம்பியும், ஜெனரல் ஹாட்லியும் ஒவ்வோர் இடமாய்ப் பிடித்துக் கொண்டே சென்று, 1790 ஆம் ஆண்டில் மலபார் முழுவதையும் தம் வசப்படுத்தி விட்டனர்.

கண்ணனூர்

ஆங்கிலேயர் அடுத்த நடவடிக்கையாய்க் கண்ணனூர்க் கோட்டையைப் பிடிக்க விரும்பினார். அதைப் பிடித்து விட்டால், மைசூர்ப் படைகளை மலபாரிலிருந்து விரட்டி விடலாம் என்பது அவர்களின் திட்டமாகும்.

கண்ணனூர் அலி இராஜா என்ற குடியினரால் 1545 ஆம் ஆண்டு முதல் ஆளப்பட்டு வந்தது. இக்காலக் கட்டத்தில் அங்கு ஜுனுமாபே ஆதிராஜா அலி பீபி என்ற பெண்மணி 1777 முதல் ஆட்சியிலிருந்து வருகின்றார். இந்த அரசு குடியைப் பற்றிய சில கதைகள் சுவையானவையாகும்.

மாப்பிள்ளைமார்

மலபார்க் கரைக்கு வாணிபத்தின் பொருட்டு அடிக்கடி வந்த அரபுகள் நாட்டுப் பெண்களை மனைவியராக அல்லது காமக் கிழத்தியராக வைத்துக் கொண்டனர். இத் தொடர்பில் பிறந்தவர்களே முதல் மாப்பிள்ளைமாராவர். முதலில் தாழ்ந்த

சாதியினரினடையே மதமாற்றம் நிகழ்ந்தது. இப்பணியைக் கேரளத்திற்குக் கி.பி.643 ஆம் ஆண்டு வந்திருந்த மாலிக்கு இபின் தினார் தொடங்கினார்.

தம் சமயத்தில் பிராமணர் சேர்ந்தனர், என்று கிறித்தவரைப் போன்று முஸ்லிம்கள் பொதுவாய் உரிமை கொண்டாடவில்லை. எனினும் இன்னாரென்று இனங்காண முடியாத சேரமான் பெருமாள், இஸ்லாந் தழுவி மக்கம் சென்று அங்கு காலமானார் என்று கேரளத்து முஸ்லிம்கள் கூறிவருகின்றனர்.

கண்ணனூரின் அருகிலுள்ள அரக்கல் என்ற இடத்தைச் சேர்ந்த ஓர் இந்து அரசகுடும்பம் மெய்யாகவே மதம் மாறியதை வைத்துச் சேரமான் பெருமாள் கதை தோன்றியிருக்கலாம். அரக்கல் குடியைச் சேர்ந்தவர்கள் அலி அரசர் என்றழைக்கப் படுகின்றனர். கேரளத்திலிருந்த முஸ்லிம் அரசகுடி இது ஒன்றேயாகும்.

அவர்கள் எவ்வாறு இஸ்லாந் தழுவினர் என்பது குறித்து ஒன்றுக்கொன்று முரணான கதைகள் வழங்குகின்றன. கண்ணனூரின் கோலாத்திரி மன்னருடையை மகள் ஒருத்தி தாழ்ந்த சாதியைச் சேர்ந்த ஒரு நாயரை மணந்தாள் என்றும் அவர்கள் தம்மைச் சாதியிலிருந்து விலக்கி விடலாமென்று அஞ்சி இஸ்லாந் தழுவினர் என்றும் ஒரு கதை கூறுகின்றது. கோலாத்திரி மன்னர் அதன் பிறகு தன் மகளுக்கென்று ஒரு சிற்றரசைத் தந்தார் என்றும் அதை அவளின் சந்ததியினர் ஆண்டு வருகின்றனர் என்றும் அதே கதையிலிருந்து அறிகின்றோம். *(கோலாத்திரி நாடு : இ.ச.க. தொகுதி-7)*

ஐரோப்பியர் வட கேரளத்திற்கு முதலில் வந்த போது அலி அரசர்கள் கண்ணனூரில் சிற்றரசராயிருந்தனர். அவர்களின் ஆட்சிப் பரப்பு இலட்சத் தீவுகள் வரை விரிந்திருந்தது. அவர்களிடையே மருமக்கள் தாய சமுக அமைப்பு முறை இருந்துவந்ததை வைத்து, அவர்களின் தோற்றுவாய் நாயர்குடி என்று கருதுவர்.

1790

ஜூனுமாபே ஆதிராசா பீபி

மலபாரின் குறிப்பிடத் தக்க பண்ட சாலையான கண்ணனூரை இப்போது ஆண்டுவந்த ஜூனுமாபே ஆதிராசா பீபி இக்குடியில் பதினான்காமவராவார். திப்பு மலபாரை 1766 இல் வென்றது வரை, கண்ணனூர் சிரக்கல் மன்னரிடமே இருந்தது. திப்பு 1782 இல் ஆட்சிக்கு வந்ததிலிருந்து பீபியுடன் இணக்கமான உறவு கொண்டிருந்தார். திப்பு மலபாரில் தன் செல்வாக்கை வலுப்படுத்துவதற்காகப் பீபியின் மகளைத் தன் மகன் அப்துல் காலிக்கிற்குப் பெண் கொண்டார். அவர் சிரக்கல் மன்னரின் நிலப்பரப்பில் ஒரு பகுதியைப் பீபிக்குக் கொடுத்தார். *(திப்பு 1780 இல் சிரக்கல்லை அழித்த செய்தி இ.ச.க.தொகுதி-8 ல் காண்க.)*

கண்ணனூர் ஊர் வரலாறு

இதைக் கண்ணனாகிய திருமாலின் ஊர் என்பர். கண்ணு + ஊர் என்பது மலையாளத்தில் அழகிய ஊர் என்று பொருள்படும். வடமொழியில் வேலாபுரி = கடற்கையூர் என்பர். கண்ணனூர் மிகப் பழமை வாய்ந்தது. மக்கள் தொகை மிகுந்த துறைமுகப் பட்டினம்.

போர்த்துக்கீசர்

போர்த்துக்கீசரான கபரால் 1501 இல் கண்ணனூரில் வந்து இறங்கினார். அவருக்கு அங்கு நல்ல வரவேற்பு இருந்தது. அவர் கண்ணனூரில் போர்த்துக்கீசர் குடியேற்றத்தை

நிறுவினார். பின்னர் வாஸ்கோடகாமா 1505 இல் இங்கு ஒரு பண்டசாலையை அமைத்தார். குடாவின் வடக்கேயுள்ள ஒரு குன்றின்மீது புனித ஆஞ்சலோ என்றொரு கோட்டையும் தென்கிழக்கில் ஒரு மாடி வீட்டையும் அவர் கட்டினார்.

டச்சுக்காரர்

டச்சுக்காரரும் கண்ணனூரில் ஒரு குடியேற்றத்தை அமைத்து, அதன் பாதுகாப்பிற்காக அங்கு ஒரு கோட்டையையும் கட்டினர். மைசூர்ப் படை அதை 1776 இல் கைப்பற்றியது வரை டச்சுக்காரர் அக்கோட்டையில் இருந்தனர்.

பிரிட்டிசார்

பிரிட்டிசார் கண்ணனூரை 1784 இல் கைப்பற்றினார். பீபி அப்போது பிரிட்டிசாருக்குக் கப்பம் கட்டி, அவர்களுக்கு அடங்கி ஆட்சி புரிந்தார். (பக்கம் 201) இரண்டாம் மைசூர்ப் போரின் முடிவில் ஏற்பட்ட மங்களூர் உடன்படிக்கைப்படி கண்ணனூரை அதன் ஆட்சியாளரான அலிராசா குடும்பத்திற்குக் கொடுத்துவிட்டனர்.

ஆங்கிலேயர் மீண்டும் கண்ணனூரைப் பிடித்து மலபாரிலிருந்து மைசூர்ப் படைகளை விரட்ட விரும்பினார். மேலும், அரபு நாடுகளுடன் நடந்து வந்த வாணிபத்தையும் தம் கட்டுக்குள் கொண்டு வந்து விடலாம்,கண்ணனூரின் உதவியைப் பெற்று மைசூரையும் வெற்றி கொள்ளலாம் என்று பிரிட்டிசார் கணித்தனர்.

அவர்களின் எண்ணப்படி கண்ணனூர்ப் பீபி பிரிட்டிசாருடன் ஓர் உடன்பாட்டிற்கு வந்தார். அவர் அந்த உடன்பாட்டில் திப்பு சுல்தானுக்கு எதிராய் உதவி அளிக்கவும், பிரிட்டீசுப் படைகள் போர்க் காலத்தில் கண்ணனூரில் வந்து தண்டு இறங்கவும் கம்பெனிக்கு வாணிபச் சலுகைகள் பலவற்றை அளிக்கவும் ஒப்பினார்.

போர் முடிந்ததும் பீபியைக் கம்பெனியின் நட்பிற்குரியவராய் ஏற்றுக் கொள்வதற்குப் பிரிட்டிசார் இவ்வுடன்படிக்கையில் விருப்பம் தெரிவித்தனர். இது குறித்த முதல்நிலை ஏற்பாடுகள் முடிந்ததும் பீபி, 1790 ஆகஸ்டு 8 அன்று கம்பெனியுடன் உடன்படிக்கையில் கையெழுத்திட்டார்.

திப்புவின் எதிர்த் தாக்குதல்

ஜெனரல் மெடோஸ் மைசூரைக் காப்பாற்ற மேற்கொண்ட முயற்சியைத் திப்புசுல்தான் 1790 செப்டம்பரில் குலைத்தார். அவரால் கோயமுத்தூரைத் திரும்பப் பிடிக்க முடியாமற் போயினும், 1790 அக்டோபர் 18 அன்று தாராபுரத்தைத் திரும்பப் பெற்று விட்டார்.

இவ்வெற்றிகளைக் கண்ட கண்ணனூர்ப் பீபி, இனிமேல் திப்பு வெற்றி பெற்று விடுவார் என்று உறுதியாய் நம்பினார். எனவே அவர் 1790 இல் பிரிட்டிசாருடன் செய்து கொண்ட உடன்படிக்கைப் படி நடந்து கொள்வதற்கு மறுத்து விட்டார். அவர் உடனே திப்பு சுல்தானுடன் உடன்படிக்கை செய்து கொண்டு மைசூர்ப் படைகளைக் கண்ணனூருக்குள் நுழைய விட்டார்.

திப்பு பீபியுடன் செய்துகொண்ட கூட்டை வலுப்படுத்திய பிறகு, பிரிட்டிசாரின் கவனத்தை மைசூரிலிருந்து திருப்புவதற்காக, 1790 இல் தமிழ் நாட்டின் மீது படையெடுத்தார்.

பீபி தம்முடன் 1790 ஆகஸ்டில் செய்து கொண்ட உடன்படிக்கையை மீறியது ஆங்கிலேயருக்கு எரிச்சலூட்டியது. ஆதலால் இராபட்டு டெயிலர் 1790 செப்டம்பர் 17 அன்று கண்ணனூரைத் தாக்கினார். ஆனால் அவர் இந்தச் சண்டையில் தோற்றுப் போனார்.

காரன்வாலிஸ் பிரபு அதன் பிறகு ஜெனரல் அபர்கோம்பியை மலபாருக்கு அனுப்பினார். அபர்கோம்பி தக்க ஏற்பாடுகளைச் செய்து கொண்டு 1790 டிசம்பர் 14 அன்று கண்ணனூரைத் தாக்கலானார். அவர் அப்போது கண்ணனூரின் மிக முக்கியமான இரண்டு நிலைகளான அவனி, கார்த்தி என்ற இடங்களைக் கைப்பற்றினார். பீபியும் பிரிட்டீசுப் படைகளை வலுவாய் எதிர்த்து நின்ற பிறகு, அவர்களுடன் இணக்கம் பேச ஒப்பினார்.

அவர் ஆங்கிலேயரின் பாசறைக்குத் தன் அமைச்சர்களையும் மகன் அப்துல் காதரையும் அனுப்பி வைத்துப் பிரிட்டிசாரிடம் சரணடைவதற்கு ஒப்பினார். அபர்கோம்பி வெற்றிவீரராய்க் கண்ணனூருக்குள் நுழைந்து, அங்கிருந்த மைசூர்ப் படை வீரர் 5,000 பேரின் படைக்கலன்களைப் பறித்தார். பீபிக்குப் பாதுகாப்புத் தருவதாயும் அவர் தொடர்ந்து ஆட்சி புரிவதற்கு இசைவதாயும் வாக்களித்தார்.

அதன்பிறகு அபர்கோம்பியும் மற்றொரு படைத்தலைவரான ஓய்ஸ்மெனும் கண்ணனூர் நகரையும் கோட்டையையும் முறைப்படி 1790 டிசம்பர் 17 அன்று கைக்கொண்டனர். படைத் தளவாடங்கள், பாத்திர பண்டங்கள், தவச தானியங்கள், பிற பொருள்கள் அனைத்தும் டிசம்பர் 18 அன்று கம்பெனியிடம் ஒப்புக் கொடுக்கப்பட்டன.

கண்ணனூர் பிடிபட்ட சிறிது காலத்தின் பின்னர் அதன் வடக்கே சுமார் எட்டுக் கிலோ மீட்டர் தொலைவிலுள்ள மாப்பிள்ளைமார் குடியேற்றமும் பிரிட்டிசாரிடம் பணிந்தது.

மலபாரின் சீரழிவு

மலபார் அரசியலிலும் பொருளியலிலும் இக்காலத்தில் சிதறுண்டு போய்க் கிடந்தது. அது இக்காலத்திலிருந்து சுமார் இருநூறாண்டுக் காலம் மிகவும் ஏழ்மையடைந்தும் கேரளத்திலேயே அமைதியிழந்தும் போனது.

இங்கு வாழும் மக்கள் சங்க காலந் தொட்டுச் சுமார் இரண்டாயிரம் ஆண்டுகளாய் மணக்காரப்பண்ட வாணிபத்தில் குவித்து வைத்திருந்த செல்வத்தையெல்லாம் ஐதரலியும் திப்பு சுல்தானும் அவர்களின் போர்ப்படை, பொது நிலை அலுவலர்களும் கசக்கிப் பிழிந்து அள்ளிக் கொண்டு போய் விட்டனர்.

மலபாரில் வாழ்ந்த ஏராளமான இந்துக்கள் திருவிதாங்கூருக்கு ஓடிப் போயினர். அல்லது மலைகளுக்குள் ஓடி ஒளிந்து கொண்டனர். பெரும்பாலான விளை நிலங்கள் தரிசாயின. பல இடங்களில் மிளகுத் தோட்டங்கள் அழிக்கப்பட்டன.

மாப்பிள்ளைமார் சலுகை பெற்றிருந்த போதிலும் செழித்திருக்கவில்லை. திப்பு மிளகு வாணிபத்தில் ஏகபோகம் செலுத்தியமையால், மிளகு வணிகராயும் கப்பல் கட்டுவோராயும் கடலோடுவோராயும் இருந்த மாப்பிள்ளைமார் நசித்து விட்டனர்.

பிரிட்டிசார் இம்முதற் கட்டப் போரில் முழு வெற்றி காணவில்லை. அதனால் காரன்வாலிஸ் தானே படைக்குத் தலைமை தாங்குவதற்காகச் சென்னைக்கு வந்துவிட்டார். பிரிட்டிசாரின் படை அப்போது வேலூரிலிருந்தது. அங்கிருந்து பெங்களூர் மீது படையெடுப்பதென்று முடிவானது. இனி இரண்டாம் கட்டப் போர் தொடங்குகின்றது.

இரண்டாம் கட்டப் போர்

வேலூரிலிருந்து கிளம்பிய பிரிட்டிசாரைத் திப்பு சுல்தான் வழியிலேயே மடக்கி விட முயன்றார். ஆனால் காரன்வாலிஸ் ஆம்பூரைத் தாக்கப் போவதாய்ப் போக்குக்காட்டிவிட்டு, முதலில் வடக்கு நோக்கியும் பின்னர் கிழக்கு நோக்கியும் சென்று முகிலிக் கணவாயை அடைந்தார். அங்கிருந்து கோலார், ஓசக்கோடு வழியாய்ப் பெங்களூர்க் கோட்டையை அடைந்து விட்டார். இக் கோட்டை கெம்பக் கவுடரால் கட்டப் பெற்றது. (இ.ச.க.தொகுதி-3) இது மைசூர் நாட்டிலேயே வலிமை மிக்க இரண்டாவது கோட்டையாயிருந்தது.

பிரிட்டீசுப் படை 1791 மார்ச் 20 அன்று பெங்களூரை முற்றுகையிட்டது. இப்போரில் பிரிட்டீசுப் படையில் சுமார் 500 பேர் கொல்லப்பட்டனர். காயமடைந்தனர். திப்பு சுல்தான் ஆயிரத்திற்கும் அதிகமானவர்களை இழந்தார். காரன்வாலிஸ் பெங்களூர்க் கோட்டையைப் பிடித்து, அங்கு பழுது பார்த்துச் செப்பனிட வேண்டிய வேலைகளை முடித்துவிட்டு மைசூரின் தலைநகரான சீரங்கப்பட்டணத்தை நோக்கிப் புறப்பட்டார். திப்பு சுல்தான் அங்கு ஏற்கனவே பலத்த பாதுகாப்பு ஏற்பாடுகளைச் செய்து விட்டார்.

நிசாமின் படையும் சேர்ந்து கொள்ளுதல்

காரன்வாலிஸ் சீரங்கப்பட்டணத்தை நோக்கிச் சென்ற வழியில் நிசாமின் குதிரைப் படையினரில் 10,000 பேர் வந்து அவருடன் சேர்ந்து கொண்டனர். எனினும் காரன்வாலிசினால் சீரங்கப்பட்டணத்தை வீழ்த்த முடியவில்லை. ஆதலால் அவர் பெங்களூருக்குத் திரும்பினார்.

மராட்டியர் ஐதரலியிடம் துங்கபத்திரைக்கும் கிருஷ்ணைக்குமிடையில் இழந்து விட்ட பகுதிகளைத் திரும்பக் கைப்பற்றும் நோக்கத்துடன் போரில் ஈடுபட்டனர். இரகோபா என்ற இரகு நாதராவ் இதனிடையே பரசுராம் பாவு தலைமையில் 10,000 காலாள் படையினரையும், 10,000 குதிரைப் படையினரையும் அனுப்பினார். அப்படை 1790 செப்டம்பரில் தார்வாடை முற்றுகையிட்டது. இரகோபா தனக்குப் பிரிட்டிசார் பேஷ்வா பதவியைப் பெற்றுத் தருவர் என்ற ஆசையில் அவர்களுடன் சேர்ந்து கொண்டிருந்தார்.

பம்பாயிலிருந்த பிரிட்டிசாரும் மராட்டியருக்கு உதவியாய் ஒரு படையை அனுப்பினர். எனினும் அவர்களால் 1791 மார்ச்சு 30 அன்றுதான் தார்வாடு கோட்டையைப் பணிய வைக்க முடிந்தது. மராட்டியர் படை அதன் பிறகு செர்க்குளி என்ற இடத்தில் காரன்வாலிசுடன் சேர்ந்து கொண்டது.

நிசாமின் படை 1791 ஏப்ரலில் கொப்பல் என்ற இடத்தைப் பிடித்து விட்டுக் கடப்பையைப் பிடிக்க ஒரு பகுதியை அனுப்பி விட்டு, மற்றொரு பகுதி காரன்வாலிசுடன் சேர்ந்து கொண்டது. இவையனைத்தும் காரன்வாலிஸ் சீரங்கப்பட்டணத்தை முற்றுகையிட்டதற்கு முன்னர் நடந்தன.

காரன்வாலிஸ் பெங்களூர் திரும்பு முன்னர், திப்பு அவரிடம் ஒரு தூதுவரை அனுப்பிச் சந்து செய்து கொள்ள முயன்றார். ஏதோ சில காரணங்களால் சமாதானப் பேச்சு நடக்கவில்லை.

காரன்வாலிஸ் பெங்களூர் திரும்பி, மைசூர் நாட்டின் வடமேற்குப் பகுதிகளைக் கைப்பற்ற மராட்டியரையும் வடகிழக்குப் பகுதியைப் பிடிக்குமாறு நிசாமின் படையினரையும் அனுப்பினார்.

காரன்வாலிஸ் இந்நேரத்தில் பாரா மகாலின் கோட்டைகளையெல்லாம் கைப்பற்றினார். (இக்கோட்டைகள் பற்றி இ.ச.க.தொகுதி-7 காண்க.) அவற்றுள் முக்கியமான நந்தி துர்க்கக் கோட்டை 1791 அக்டோபர் 19 அன்று வீழ்ந்தது. ஆனால் கர்னல் மாக்ஸ்வெலால் கிருஷ்ணகிரியையும் கோயமுத்தூரையும் பிடிக்க முடியவில்லை. அவர் மைசூர்ப் படையிடம் அடி பணிந்தார்.

இதற்கிடையே சீரங்கப்பட்டணத்தைத் தாக்கும் ஏற்பாடுகள் நடந்து கொண்டிருந்தன. காரன்வாலிஸ் மராட்டிய, நிசாமியப் படையினரின் துணையுடன் 1792 பிப்ரவரி 5 அன்று சீரங்கப்பட்டணத்தை நோக்கிக் கிளம்பினார்.

திப்பு சுல்தான் இந்நேரம் அமைதி பற்றிப் பேசுவதற்கு ஒரு தூதுவரை அனுப்பினார். அதனையடுத்து அமைதி உடன்படிக்கை கையெழுத்தானது.

இவ்வுடன்படிக்கை 1792 மார்ச்சு 18 அன்று சீரங்கப்பட்டணத்தில் கையெழுத்தானது. அதிற் கண்ட முக்கியமான சில கூறுகள் :

1. திப்பு தன் ஆட்சிப் பரப்பில் கிட்டத்தட்டப் பாதியை விட்டுக் கொடுக்க ஒப்பினார். அது முக்கூட்டு நேசரிடையே (பிரிட்டிசார், மராட்டியர், நிசாம்) பகிர்ந்து கொள்ளப்படும்.

2. ஐதரலி காலத்திலிருந்து பிடிபட்ட போர்க் கைதிகளைத் திப்பு சுல்தான் விடுவிக்க வேண்டும்.

3. திப்பு சுல்தான் மூன்று மில்லியன் ரூபாய் இழப்பீடு தரவேண்டும்.

4. திப்பு சுல்தான் தன் ஆண் மக்களான மொயிஸ்-உத்-தீன், அப்துல் காலிக்கு என்ற இருவரையும் பிணையமாய் ஒப்படைக்க வேண்டும்.

இந்த உடன்படிக்கையால் கண்ணனூர் உள்பட மலபார்க்கரை முழுவதும் பிரிட்டிசாரைச் சேர்ந்து விட்டது.

மைசூர் இனி எக்காலத்திலும் எழலாகாது என்ற வல்லாள நோக்கத்துடன் சீரங்கப்பட்டண உடன்படிக்கை செய்து கொள்ளப்பட்டது. இதனால் மைசூரின் பெருஞ் சிறப்பெல்லாம் சீரழிந்தது.

2. சென்னையில் பருத்தி விளைச்சல் பெருகக் கம்பெனி ஆர்வம்

ஐரோப்பியரின் வாணிபச் செழிப்பிற்கு அடிகோலிய வழிவழியான வேளாண்மைப் பண்டங்களான மணக்காரச் சரக்குகளோடு, மிக அண்மைக் காலத்தில்தான், சுமார் பதினேழாம் நூற்றாண்டு வாக்கில்தான் இந்தியப் பருத்தியும் சேர்ந்து கொண்டது. ஐரோப்பியர் (பிரஞ்சுக்காரர், டச்சுக்காரர், ஆங்கிலேயர் முதலானோர்) பருத்தித் துணிகளை இந்தியத்தில் வாங்கித் தம் நாடுகளிலும் அயல் நாடுகளிலும் விற்கத் தொடங்கினர். பதினெட்டாம் நூற்றாண்டின் தொடக்கத்தில் பருத்தித் துணி வாணிபம் இந்தியத்தில் மிகுந்த ஏற்றம் பெற்றிருந்தது. (இ.ச.க.தொகுதி-3) பின்னர் இதே நூற்றாண்டில் முடுக்கம் பெற்ற தொழிற் புரட்சியின் பயனாய்ப் (இ.ச.க.தொகுதி- 4) பருத்தியை இந்தியத்தில் கொள்முதல் செய்யலாயினர். அதே நேரத்தில் இந்தியப் பருத்தி சீனத்தில் விரும்பப்பட்டதால், கிழக்கிந்தியக் கம்பெனி இந்தியப் பருத்தியைச் சீனத்திற்கு ஏற்றி வாணிப ஆதாயமும் அடைந்தது.

கிழக்கிந்தியக் கம்பெனி அடி நாளிலிருந்தே பருத்தி விளைச்சலில் மிகுந்த அக்கறை காட்டி வருகின்றது. இந்தியத்தில் துணிகள் நெய்யப்படுவதை மட்டுப்படுத்துவதையும் அது நோக்கமாய்க் கொண்டிருந்தது. இந்தியத்தில் பருத்தி விளைச்சல் பெருகுவது, கம்பெனிக்குப் பலவகைகளில் ஆதாயம் தந்தது.

கம்பெனியின் ஆளுகையிலுள்ள பகுதிகளில் பருத்தி விளைச்சலைப் பெருக்குவதால், துணி விலையைக் குறைவாய் வைத்திருக்க அது உதவியது. பிற நாடுகளிலிருந்து மூலப் பொருள்களை வாங்குவதற்குத் தங்கத்தைச் செலவிடாது. அவற்றுக்குப் பருத்தியை ஏற்றி ஈடு செய்து கொள்ளவும் முடிந்தது. ஆதலால் பருத்திக்கும் பருத்தி நூலுக்கும் நடமாட்டத் தீர்வைகளனைத்தையும் குறைக்க வேண்டுமென்று தன் அலுவலர்களனைவருக்கும் கம்பெனி கட்டளை பிறப்பித்தது.

நெல்லைச் சீமையில் பருத்தி

டாக்டர் ஆண்டர்சன் என்றவர் *1790* வாக்கிலேயே மால்டா, மோரீசு ஆகிய இடங்களிலிருந்து கொண்டு வந்த பருத்தி வித்துகளை மாநிலமெங்கிலும் உழவர்களுக்கு வழங்கும் பணியில் ஈடுபட்டிருந்தார். அவரது முயற்சியின் பயனாய்ப் ''பூர்பான் பருத்தி'' என்ற புதுவகைப் பருத்தி அறிமுகமாயிற்று. இந்தப் பருத்தி, குறிப்பாய்த் திருநெல்வேலி மாவட்டத்தில் நாட்டு ரகம் போலாய்விட்டது. இந்த ரகம் சேலத்திலும் கோயமுத்தூரிலும் அவ்வாறே இடம்பெற்றது. ஹியூகஸ் என்றவர் ஆண்டர்சனுக்கு இதில் மிகவும் உதவினார். வணிகரான ஹியூகஸ் திருநெல்வேலியில் குடியேறிப் பூர்பான் பருத்தியை விளைவித்து வந்தார். ஹியூகஸ் மேலும் பருத்தி பயிரிடுவதற்காக அவருக்கு *1814* ஆம் ஆண்டு நெல்லைச் சீமையில் மேற்கொண்டு நிலம் தரப்பட்டது.

கோவைப் பகுதியில்

ஹியூகஸ் நெல்லையில் கண்ட வெற்றிகளின் அடிப்படையில், கோயமுத்தூரிலிருந்த கம்பெனியின் வாணிபப் பேராளான ஐ.எம்.ஹீத்து என்றவரும் தன் மாவட்டத்தில் இந்த ரகப் பருத்தியை விளைவித்துப் பார்த்தார். ஹீத்து பருத்திக் காடெங்கும் சென்று, இந்த ரகப் பருத்தியைப் பயிர் செய்யும் முறையை உழவர்களுக்கு நேரில் விளக்கியுரைத்தார்.

மலபாரில்

மர்டோக்கு பிரகன் இந்த ரகப்பருத்தியை மலபாரில் அறிமுகம் செய்ய முயன்றார். அவர் அங்கு விளைந்த பருத்தியின் மாதிரியை இலண்டனிலிருந்த கம்பெனி நெறியாளர் மன்றத்திற்கு (Board of Directors) அனுப்பியதில், அது சிறந்த ரகம் என்பது ஒப்புக் கொள்ளப்பட்டது. மர்டோக்கு அதன்பிறகு பூர்பான் பருத்தியை மிகுந்த வெற்றியோடு விளைவிக்கலானார்.

இப்போது ஹியூகஸ், மர்டோக்கு, ஹீத்து ஆகிய மூவரும் இவ்வகைப் பருத்தி விளைச்சலில் நடத்திய ஆய்வுகளினால் பிரிட்டீசு வாணிப அமைச்சகம் ஊக்கம் கொண்டு நூறு ஏக்கர் பரப்பில் ஆய்வுப் பண்ணை ஒன்றை அமைக்கும் திட்டத்தைக் கூறியது.

இத்திட்டப்படி திருநெல்வேலியிலும் கோயமுத்தூரிலும் பருத்திப் பண்ணைகளை அமைப்பதற்குச் சென்னை அரசு ஒப்பியது. அதற்கென்று நானூறு ஏக்கர் பரப்புள்ள நிலத்தை ஒதுக்கியது. அதை அந்தந்த மாவட்டத்தின் வாணிபப் பேராளர்களின் பொறுப்பில் விட்டனர். இப்பண்ணைகள் சிறப்பாய் நடந்தன என்றே தோன்றுகின்றது.

பிரிட்டனின் லங்காசயரில் பருத்தித் தொழில் காலூன்றிக் கொண்டிருந்த நேரத்தில் (1775-1783), பிரிட்டன் அமெரிக்கக் குடியேற்றங்களை இழக்க நேர்ந்ததால், பிரிட்டனின் தொழில் ஆக்கத்தினர் பருத்தி போன்ற மூலப் பொருள்களுக்கு இந்தியத்தின் பக்கம் திரும்பினர். அவர்கள் இந்தியப் பருத்தியின் விளைச்சல் அளவையும் தரத்தையும் பெருக்குமாறு கம்பெனியை நெருக்கினர்.

சீனத்திலிருந்தும் இந்தியப் பருத்திக்கு மிகுந்த கிராக்கி இருந்தது. ஆதலால் மிஞ்சும் பருத்தி எவ்வளவு இருந்தாலும் அவ்வளவையும் சீனத்திற்கு அனுப்ப வேண்டுமென்று 1811 இல் கேட்கப்பட்டது.

பருத்தியை அரைப்பதற்கு (Ginning) அமெரிக்கம் பயன்படுத்தி வரும் வாள் அரைவை முறையைப் பரப்புவதற்காக மெட்காஃபு என்ற அமெரிக்கர் நெல்லைச் சீமைக்கும் ஆந்திரப் பகுதிக்கும் அனுப்பி வைக்கப்பட்டார். ஆனால் இந்த அரைவையிலிருந்து மட்டமான பருத்திதான் கிடைத்தது. இப்பகுதியில் உழவர்கள் இது குறித்து ஆர்வம் காட்டாததாலும், இது கைவிடப்பட்டது.

அமெரிக்கத்திலிருந்து ''மேனார்டு ஜார்ஜியன்'', ''கடல்தீவு ஜார்ஜியன்'' என்ற புதுவகைப் பருத்திகள் சென்னை மாநிலத்தில் அறிமுகம் செய்யப்பட்டன. அவற்றை எவ்வாறு பயிர் செய்வது என்று விரிவான விளக்கங்களும் தரப்பட்டன.

அவற்றின் வித்துகள் திருநெல்வேலி, கோயமுத்தூர், சேலம், தென்னார்க்காடு ஆகிய மாவட்டங்களில் உழவர்களுக்கு வழங்கப்பட்டன. துரதிருஷ்டவசமாய்

அவற்றின் பலன்கள் குறிப்பிடத் தக்கனவாயில்லை. அமெரிக்கத்திலிருந்து பருத்தி வேளாண்மை வல்லுநர் மூவர் தமிழ்நாட்டிற்கு வந்திருந்தனர்.

3. பதின்மான முறை : பிரஞ்சு அரசியலமைப்பு மன்றம் ஏற்றது

பதின்மானக் கூறு என்று தமிழில் கூறப் பெறும் தசாம்ச முறையைப் (*Decimal System*) பிரஞ்சு அரசியலமைப்பு மன்றம் 1790 ஆம் ஆண்டு சட்டம் நிறைவேற்றி ஏற்றமையால், அது பிரான்சில் இவ்வாண்டு முதல் நடைமுறைக்கு வந்தது. எனினும் இக்கணித முறை பல ஆண்டுகளுக்கு முற்பட்ட தொன்மை வாய்ந்ததாகும்.

1790

எண்குறி இலக்கங்கள் (*Numerals*)

எண்குறி இலக்கங்கள் மனிதனின் மாபெரும் கண்டுபிடிப்புகளுள் ஒன்றாகும். ஆனால் நமக்குத் தோன்றுவதைப் போன்று எண்குறி இலக்க முறை அத்தனை எளிமையானதன்று. அதில் மூன்று தன்மைத்தான கருத்துகள் அடங்கியுள்ளன. மிகத் தெளிவாய்த் தெரிவதும் முக்கியத்துவம் குறைந்ததுமான முதற்கருத்தை முதலில் எடுத்துக் கொள்வோம் :

எந்த எண்ணாயினும் அதை எழுதுவதற்கு நாம் பத்து எண் குறிகளை மட்டுமே பயன்படுத்துகின்றோம். அதாவது நமது எண்குறி இலக்க முறை பதின்மானக் கூறை (*Decimal*) உடையது. அதிலுள்ள அழகு என்னவெனில், எண்குறிகளின் எண்ணிக்கை சிறியதாயிருப்பதாகும். எண்குறிகளின் எண்ணிக்கை அதைவிடச் சிறியதாய் எட்டு என்று இருந்தாலே, அது நமக்குப் பயன்படும் என்று கருதி அவ்வாறு அமைத்திருக்கலாம். அல்லது இன்னும் சற்று மிகையாய்ப் பன்னிரண்டு என்று கொண்டாலும் அதுவும் பயன்பட்டிருக்கக் கூடும்.

பத்து ஏன்?

அவ்வாறிருக்க, நாம் ஏன் பத்து எண்குறிகளைத் தேர்ந்தெடுத்தோம். நம் முன்னோர் கணக்குகளைத் தம் கைவிரல் அல்லது கால் விரல்களை வைத்துப் போட்டனர். அவர்களும் நம்மைப் போலவே கைகளில் பத்தும் கால்களில் பத்துமாக விரல்களையுடையவர்களாயிருந்தனர். ஆதலால் பத்து என்பது அவர்களின் எண்மானத்திற்கு இயற்கையான அடிப்படையாய் அமைந்தது.

வேறு சில மக்கள் பிற எண்மான முறைகளை உண்டாக்கினர் என்பது மெய்யே. பாபிலோனியர் அறுபதையும் பண்டை அமெரிக்க மக்களான மாயர் இருபதையும் தம் எண்மானமாய் அமைத்தனர். எனினும் பதின்மான எண்குறி இலக்க முறையே என்று உலகெங்கும் அடிப்படையாய் அமைந்துள்ளது.

இரண்டாவது கருத்து

இரண்டாவது கருத்து யாதெனின், நாம் இப்போது கைக்கொண்டு வரும் இட மதிப்புக் கொள்கை (*Principle of local value*) ஆகும். மாபெரும் எண்குறி இலக்கக் கண்டு பிடிப்பில், இது இதயம் போன்று அமைந்துள்ளது. எடுத்துக்காட்டாக, நாம் 324 என்று எழுதும் போது, நான்கு ஒன்றுகளும் இரண்டு பத்துகளும் மூன்று நூறுகளும் அடங்கிய ஒரு தொகையை அது சுட்டுகின்றது என்ற பொருளில் அவ்வாறு குறிக்கின்றோம். 3

என்பது நூறுகளைக் குறிக்கின்றது என்பதை நாம் உடனே அறிவோம். ஏனெனில் அது இடப்புறத்திலிருந்து மூன்றாவது இடத்தில் (ஸ்தானத்தில் - இலக்கத்தில்) எழுதப்படுகின்றது. அதுவே ஏழாவது இடத்தில் எழுதப்படுமாயின் 3 மில்லியனாய் விடும்.

மூன்றாவது கருத்து

மூன்றாவது கருத்து இரண்டாவது கருத்தை விரித்துரைப்பதாகும் என்று கொள்ளலாம். குறிப்பிட்ட ஒரு படிமுறையில் இடங்கள் (இலக்கங்கள்) அமையாவிடில் என்ன செய்வது? எடுத்துக்காட்டாக, மூன்று மில்லியன் நானூறு என்பதை எண்குறி இலக்கத்தால் எப்படி எழுவது? இந்தச் சிக்கலை ஒரு மேதை தீர்த்து வைத்தார்.

பூச்சியம்

யாரோ ஊர் பேர்தெரியாத ஒரு மேதைக்கு (அல்லது பல மேதைகளுக்குச்) சிறப்புக் குறியீடு ஒன்றை, அதாவது எந்த எண்ணையும் குறிக்காத பூச்சியத்தை உண்டாக்கும் எண்ணம் தோன்றியது. எனினும் அதைக் குறிப்பிட்ட ஒரு படி முறையில் வருகின்ற இலக்கத்தில் விடுபட்டதைச் சுட்டுவதற்கு மட்டுமே பயன்படுத்த வேண்டும். எனவே நாம் 3,000,000 என்று எழுதினால், அது ஐயத்திற்கிடமின்றித் தவறில்லாமல் புரிந்து கொள்ளப்படும். இப்புதிய குறியீட்டிற்கு மெத்தக் கவனத்துடன் விளக்கம் தரப்பட்டதால் அதைப் பழைய 1,2,3,4,5,6,7,8,9 என்ற எண் குறிகளைப் போலவே இடரின்றித் துல்லியமாய்ப் பயன்படுத்த முடிந்தது.

1790

மாயரும் பூச்சியத்தை அறிந்திருந்தனர்

மாயரும் பூச்சியத்தைப் பயன்படுத்தும் வழியை அறிந்திருந்தனர் என்று தோன்றுகின்றது. ஆனால் அவர்கள் பதின்மானக் கூறு முறையை எண்ணிப் பார்க்கவில்லை. அவ்வாறாயின் மேற்சொன்ன மூன்று கருத்துகளும் எப்போது தோன்றின?

இக்கருத்துகள் இந்தியத்தில் சுமார் கி.பி. ஐந்து அல்லது ஆறாம் நூற்றாண்டில் - அதற்கு முன்னர் இல்லாதிருக்கலாம் - தோன்றியிருத்தல் வேண்டும். பதின்மானக் கூறுமுறை மேற்குச் சிரியத்தில் சுமார் கி.பி.662 ஆம் ஆண்டில் அறியப்பட்டிருந்தது.

பாரதமே தோற்றுவாய்

ஆர்வப் பெருக்கால் அல்லது ஏதோ ஓர் ஆதாரத்தைக் கொண்டு பதின்மான எண் கூறு தமிழகம் உலகிற்கு அளித்த நன்கொடை என்று தமிழறிஞர் ஒருவர் கூறினார். எனினும் அது பாரதத்தில் தான் உருவானது என்பதற்கு வரலாற்றுச் சான்றுகள் உள.

சுமார் கி.பி.3-4 ஆம் நூற்றாண்டைச் சேர்ந்த ‘‘பக்சாலி (Bakshali) சுவடிகள்’’ பெசாவருக்கு அருகில் கண்டு பிடிக்கப்பட்டன. அவை இப்போது ஆக்ஸ்ஃபோர்டுப் பல்கலைக் கழகத்தின் பாடுலியன் நூலகத்தில் உள்ளன. (Bodleian Library : இது Sir Thomas Bodley (1545-1613) என்ற ஆங்கில விற்பன்னரால் 1602 ஆம் ஆண்டு நிறுவப்பட்டது. இது ஆக்ஸ்ஃபோர்டுப் பல்கலைக்கழகத்தின் தலைமை நூலகமாகும்.) பதின்மான எண் கூறின் தொன்மையையும் அது இந்தியத்திலிருந்தே சென்றது என்பதையும் இச்சுவடிகள் உறுதி செய்கின்றன.

இந்து, ஈரானிய, கிரேக்க அறிவுச் செல்வங்களைக் கிறித்துவ உலகிற்கு அறிமுகம் செய்த அரபுகள், இப்புதிய எண்குறி இலக்கங்களை மேலை நாட்டினருக்கு அளித்தனர்.எனினும் மேற்குலகம் அதைப் புரிந்து கொள்வதற்குப் பலகாலம் ஆனது.நாமறிந்த வரை அரபு எண் குறிகள் என்று தவறாய் அழைக்கப்பட்டு வரும் இந்து எண்குறி இலக்கங்களில் அச்சிட்ட தொன்மையான ஒரு காசு சிசிலியில் ரோஜர் ஆட்சியின் நினைவாய்க் கி.பி.*1138* இல் வெளியானது.

ஐரோப்பியத்தில்

பதினைந்து, பதினாறாம் நூற்றாண்டுகளின் வியக்கத் தக்க மறுமலர்ச்சி இயக்கக் காலத்தில் கோணவியலும் *(Trigonometry)* குறிக் கணக்கியலும் *(Algebra)* மலர்ந்தன.

ரிஜியோ மாண்டனஸ் *(1436-1476)* போன்ற ஜெர்மானியர் கோணவியலுக்குப் புத்துயிர் தந்தனர். அதன்பிறகு ஜார்ஜியஸ் ரேட்டிக்கஸ் *(Georgius Raticus)*, பார்த்தலோமியஸ் பித்திக்கஸ் *(Bartholomaus Piticus)* போன்றோர் அதை வளர்த்தனர். முடத் தைமூரின் *(1336-1405)* பேரனான உலூக பேகு *(1447-1449)* கோணவியல் வாய்ப்பாட்டை வகுத்தார்.

சிப்பியோன் தெல் ஃபெரோ *(Scipione del Ferro)*, நிக்கோலோ தார்த்தகிளிய *(Nicolo Tartaglia)*, ஜெரோனிமோ கார்டானா *(Geronimo Gardano 1501-1576)* லோடனிக்கா ஃபெரார் *(Lodonica Ferrari)* போன்ற இத்தாலியர் குறிக்கணக்கியலை வளர்த்தனர்.

கணிதக் குறியூடுகள் சிறுகச் சிறுகப் புகுத்தப் பட்டமையால், இன்று நாம் எழுதுவது போன்ற சமன்பாடுகளை எழுத முடிந்தது. சமன்பாட்டுத் தோற்றங்கள் உருவாயின.

மறுமலர்ச்சிக் காலக் கணிதத்தில் இத்தாலியரான ரஃபேல் பொம்பெல்லி *(Raffaele Bombelli :* செழித்திருந்த காலம் *1572)*, பிரஞ்சுக்காரரான ஃபிரான்சுவா வியட்டு *(Francois Viete : 1540-1603;* இவர் பிரஞ்சு அரசவை முறை மன்றத்து வழக்குறைஞர்), ஃபிளமியரான சிமோன் ஸ்டீவின் *(Simon Stevin 1548-1620)* போன்றவர்கள் உச்சத்தைத் தொட்டனர்.

ஸ்டீவினும் பதின்மானக் கூறு முறையும்

சிமோன் ஸ்டீவின் *1585* ஆம் ஆண்டில் டச்சு, பிரஞ்சு மொழிகள் இரண்டிலும் *The Tithe* (பதின்மை) என்ற பெயரில் சிறு நூலை எழுதி வெளியிட்டார். அதில் அவர் பதின்மானப் பின்னங்கள் பற்றிய முறையான விளக்கத்தை முதன்முறையாய் அளித்திருந்தார். அத்தகைய பின்னங்கள் பற்றி முதலில் சிந்தித்தவர் அவரல்லரெனினும், அவர் அதை ஆழமாய்ப் புரிந்து கொண்டு அருந்திறனுடன் விளக்கி உரைத்திருந்தமையால், பதின்மானப் பின்ன முறையைக் கண்டுபிடித்தவர் அவரே என்றால் அது தவறாகாது.

சிமோன் ஸ்டீவன் வடமேற்குப் பெலிஜியத்திலுள்ள மேற்கு ஃபிளாண்டர்சின் தலைநகரான புரூஸ் என்ற ஊரில் பிறந்தவர். கணித மேதையான அவரை வடகடல் மீதுள்ள தாழ்நில நாடுகளைச் சேர்ந்த நாசூ *(Nassau)* இளவரசர் மாரைஸ் *1593* ஆம் ஆண்டு தன் ஊழியத்தில் சேர்த்துக் கொண்டார். இளவரசர் மாரைஸ் ஸ்டீவினிடம் கணிதத்தில் தோன்றும் ஐயப்பாடுகளைத் தீர்த்துக் கொள்வது வழக்கம். அவர்

இளவரசரிடம் தலைமை நீரியலாராயும் படையினர்க்கு வேண்டிய துணிமணி, தங்குமிட வசதிகளைச் செய்து தரும் தலைமை அலுவலராயும் பணிபுரிந்தார்.

ஸ்டீவின் பதினேழாம் நூற்றாண்டின் மாமனிதருள் ஒருவராய் விளங்கினார் எனினும் அவரது அருந்திறனுக்கேற்ற முழுச் சிறப்பும் அப்போது கிடைத்திலது. அவர் பல கண்டுபிடிப்புகளையும் புதுக் கருவிகளையும் ஆக்கினார் என்றும் கூறப்படுகின்றது. ஆர்க்கிமிடிசிற்கும் *(287-212 கி.மு.)* கலீலியோவிற்கும் *(1564-1642)* இடைப்பட்ட பதினேழு நூற்றாண்டுக் கால இடைவெளியில் இவரைப் போன்ற பெரும் பெயர் பெற்ற எவரையும் எந்திரவியல் வரலாற்றாசிரியரால் எடுத்துரைக்கவியலாது.

மடக்கை (*Logarithm*)

இதற்குச் சிறிது காலத்திற்குப் பிறகு பதின்மானப் பின்னத்திற்கு இணையான முக்கியத்துவம் வாய்ந்த மடக்கை என்ற புதுமுறை கண்டுபிடிக்கப்பட்டது. இம்முறை அதன் பிறகு நன்கு வலுப்படுத்தப் பெறாதிருந்தால், பதின்மானப் பின்ன முறை பரவுவது தாமதப்பட்டிருக்கலாம். பதின்மானக் கூறு முறை, கணக்கிடும் வேலையை விரைந்து செய்வதற்கு மடக்கையும் துணையாயிருந்தது. மடக்கை முறை கண்டு பிடிக்கப்பட்டதால் வானியலாரின் ஆயுள் இரட்டித்தது என்று மிகச் சரியாய்ச் சொல்லப்பட்டது. கணக்குப் போடும் வேலை எளிதாயும், விரைந்தும் நடக்க அது உதவிற்று.

மடக்கைகளைப் பதினேழாம் நூற்றாண்டின் தொடக்கத்தில் ஸ்காத்துலாந்தின் மெர்ச்சிஸ்டன் *(Merchiston)* என்ற இடத்தைச் சேர்ந்த பெருநிலக் கிழாரான ஜான் நேப்பியர் *(1550-1617) 1614, 1619* ஆகிய ஆண்டுகளில் அறிமுகப்படுத்தினார். அவர் பதின்மானப் பின்னங்களைக் குறிக்கும் எளிய முறைகளை எடுத்துக் காட்டினார். நாம் இன்றும் அதே முறையைப் பயன்படுத்துகின்றோம்.

பதின்மானமுறை நடைமுறைக்கு வருதல்

ஸ்டீவினின் எளிமையழகும் ஆழமும் வாய்ந்த இந்த மாபெரும் நோக்குப் பதினெட்டாம் நூற்றாண்டின் இறுதியில்தான் நடைமுறைக்கு வந்தது. அப்போது தசாம்ச முறை என்ற பதின்மான முறை பிரஞ்சுப் புரட்சிக்குப் பிறகு பிரான்சில் நடைமுறைக்கு வந்தது என்பது முதலில் சொல்லப்பட்டது.

பதின்மான முறை இதன்பிறகு பத்தொன்பதாம் நூற்றாண்டில் ஆங்கில - சாக்சன் நாடுகளைத் தவிர உலகெங்கிலும் பல நாடுகளில் பரவிற்று. அதற்கு இந்த இருபதாம் நூற்றாண்டின் பாதிப் பகுதி வரையிலும் எதிர்ப்பு இருந்தது.

ரோமானிய எண்ணெழுத்துகள் இந்திய எண்குறி இலக்கங்களைக் காட்டிலும் தெளிவானவை என்று கல்வியிற் சிறந்த மேலோரும் பேராசிரியரும் வாதிட்டு வந்தனர். *348* என்று எழுதுவதைவிட *CCC XL VIII* என்று எழுதுவது எத்தனை எளிமையானது? இவர்களைப் போன்ற கற்றறிந்த மேலோர் பலர் ஆங்கிலேயரிடையிலும் அமெரிக்கரிலும் இன்னும் இருந்து வருகின்றனர்.

கணிதத்தின் அறிமுகமும் அடக்கமும்

நிலப்பரப்பில் புதிதாய்க் கண்டுபிடித்த இடங்கள் முதலானவற்றுடன் ஒப்பிடுகையில், கணிதக் கண்டுபிடிப்புகள் தெள்ளிதின் தெரியாவிடினும், அவை மிகுந்த

ஆழமுடையனவாகும். அமெரிக்க நிலப்பரப்பை வெற்றி கொண்டுவந்த படைவீரர்கள் உலகியல் பற்றுடையோராயும் பேராசை கொண்டவர்களாயும் இருந்தனர். ஆனால் கணித வல்லுநர்களோ இவர்களுக்கெல்லாம் நேர்மாறானவர் களாயிருந்தனர். கணிதவியலார் கண்ட வெற்றிகள் ஆன்மிகமானவை; தூய பகுத்தறிவு கொண்டு கண்ட வெற்றிகள்; அவற்றின் வீச்சும் பரப்பும் பேரண்டமனைத்தையும் உள்ளடக்கிய வையாகும்.

4. அமெரிக்கத்தில் குடியேறிய முதல் சென்னைக்காரர்?

அமெரிக்க ஒன்றியத்தின் வடகிழக்கு மசாச்சூசட்ஸ் மாநிலத்தில் அட்லாண்டிக்குக் கரை மீது சேலம் என்ற நகரம் உள்ளது. இது எருசேலம் என்பதன் சுருக்கமாகும். இந்நகரின் தெருக்களில் 1790 டிசம்பர் 29 அன்று காணப்பட்ட ''சென்னையிலிருந்து வந்த கறுப்பு மனிதர்'' தான் அமெரிக்கத்தில் குடியேறிய முதல் இந்தியர் என்பதைக் காட்டும் சான்றுகள் உள்ளன என்று கூறப்படுகின்றது. இந்தியத்திலிருந்து அமெரிக்கம் சென்று அங்கு முதலில் குடியேறியவர்கள் பற்றி ஆராயும் ஜான் வைக்கிளிஃபு (*John Wycliffe*), தபன் முகர்ஜி என்ற இருவரும் இதைக் கூறினர். அவர்கள் பழைய ஆவணங்கள், தனிப்பட்டவர்களின் நாள் குறிப்புகள் ஆகியவற்றை நுணுகி ஆராய்ந்து இங்ஙனம் உரைத்தனர்.

மேற்சொன்னவருக்குச் சிறிது காலத்திற்குப் பிறகு வேறு இந்தியர்களும் அமெரிக்கம் வந்திருக்கக் கூடும் என்பதை அவர்கள் ஒப்புக் கொள்கின்றனர். எனினும் அக்குடியேறிகள் பற்றிய ஆவணங்கள் தெளிவாக இல்லை என்பது அவர்களின் கருத்தாகும்.

வைக்கிளிஃபும் முகர்ஜியும் தம் ஆராய்ச்சி முடிவுகளை அரசியல் அறிவு பரப்பும் இந்திய அமெரிக்க மன்றத்தின் (*Forum*) கூட்டத்தில் தெரிவித்தனர்.

ரெவரண்டு வில்லியம் பெண்லி என்ற கிழக்குச் சர்ச்சுப் பாதிரியர்தான் சென்னையிலிருந்து சென்ற அம்மனிதரைத் தெருவில் முதன் முதலில் சந்தித்தார் என்று ஆராய்ச்சியாளர் இருவரும் தம் உரையில் குறிப்பிட்டனர். பாதிரியார் இச்செய்தியை 1790 டிசம்பர் 29 ஆம் தேதியிட்ட தன் நாள் குறிப்பில் எழுதி வைத்திருக்கின்றார்:

''சென்னையிலிருந்து வந்திருந்த இந்தியரை முதன் முதலாய்க் காணும் இன்பம் எனக்குக் கிடைத்தது'' என்று பாதிரியார் எழுதி வைத்திருக்கின்றார். ''அவரின் தோற்றமும் சாயலும் அமெரிக்க இந்தியரிலிருந்து வேறுபட்டிருந்தன'' என்று அம்மனிதரைப் பாதிரியார் விவரிக்கின்றார். அவர் மிகவும் கறுப்பாயிருந்தார். மென்மையான முகத் தோற்றம், நீண்டு கறுத்த முடி, உயரமாயும் கட்டுடலுடனும் இருந்தார்'' என்றும்,

அவர் தன்னையொத்த இந்தியர்களை விடக் கறுப்பானவர் என்று சொல்லப்படுகின்றது. அமெரிக்க இந்தியரை விடக் கறுப்பாயிருந்தார். அவரின் திறன்களை மதிப்பிடும் வாய்ப்பு எனக்குக் கிட்டவில்லை. எனினும் அவரது முகத்தோற்றம் உணர்ச்சிகளை வெளியிடுவதாய் இல்லை. அவர் கேப்டன் ஜில்பட்டு (*Gilbaut*) என்றவருடன் சேலத்திற்கு வந்திருந்தார். இதற்கு முன்னர் அவர் ஐரோப்பியத்திற்கும் சென்றிருந்தார்'' என்றும் எழுதியிருக்கின்றார்.

அமெரிக்கத்திலுள்ள ''அமெரிக்கத் தொல்பொருள் ஆய்வாளர் சங்கம்'' (*The American Antiquarian Society*) சேலத்தின் ஓர்ச்செஸ்டரில் அமைந்துள்ள எசக்ஸ் கழகம் (*Essex*

1790

Institute) என்ற இரண்டு அமைப்புகள் முதலிற் கூறிய ஆராய்ச்சியாளர் இருவரின் கண்டுபிடிப்பு மெய்யானது என்று கூறியுள்ளன. எனினும், இதற்கு முன்னர் அமெரிக்கத்தை அடைந்த இந்தியர் பற்றிய ஆவணச் சான்றுகளைத் தம்மால் கண்டுபிடிப்பதற்கு இயலவில்லை என்றும் அவ்வமைப்புகள் கூறின. இருப்பினும் சென்னையிலிருந்து (அமெரிக்கச்) சேலத்திற்குச் சென்றதாய்க் கூறப்படும் இம்மனிதருக்கு முன்னர், அங்கு பிறரும் சென்றிருத்தல் கூடும்.

மசாச்சூசட்சின் காடு *(Cod)* முனைப்பகுதியிலிருந்த மாஷ்பீ *(Mashpee)* என்ற அமெரிக்க இந்தியர் குடியிருப்பில், அம்மக்களொடு பம்பாயிலிருந்து சென்றிருந்த மற்றோர் இந்தியர் *1784* இல் காணப்பட்டதாய் பாஸ்டன் நகரினரான பிரான்சிஸ் ஜி.ஹாக்கின்ஸ் என்பவர் மேற்சொன்ன ஆராய்ச்சியாளர் இருவரிடமும் கூறினார்.

பாஸ்டனின் காங்கிரிகேசனல் திருச்சபையைச் சேர்ந்த ரெவரண்டு கில்டன் ஹௌலி *1787* ஜூலை *18* அன்று தன் குறிப்பில் இங்ஙனம் எழுதி வைத்திருக்கின்றார்.

''கடந்த காலத்திலும் கடுந்துன்பம் நிறைந்த இந்நிகழ்காலத்திலும், இந்த மாஷ்பீ பகுதியில் பலவேறாயும் பல கலப்பாயும் போய்விட்ட இரங்கத்தக்க நாட்டு மக்களும் அவர்களுடன் தொடர்புடையவர்களும் புகலடைந்து கிடக்கின்றனர். எடுத்துக்காட்டாக, பம்பாயைச் சேர்ந்த கிழக்கிந்தியர் ஒருவர், நமது குடும்பங்களில் ஒன்றில் பெண்ணெடுத்திருக்கின்றார்''.

பெரும்பாலான குடியேறிகள் கடலோடியரான அமெரிக்கரால் இந்தியத் துறைமுகப் பட்டினங்களிலிருந்து கொண்டு வரப்பட்டனர். அல்லது அக்கடலோடியர் பிரிட்டனிலிருந்து தம் முதலாளிகளுக்காக அவர்களை வளைத்துப் பிடித்துச் சென்றனர். இந்திய, அமெரிக்க மன்றம் *(The Indian American Forum)* இது குறித்து மேலும் ஆராய்ச்சி செய்வதை ஊக்குவிக்கின்றது.

அமெரிக்க நகரான சேலத்தில் இவ்வாண்டு காணப்பட்ட அந்த மனிதர் சென்னையிலிருந்து அங்கு சென்றாரா என்பது உறுதியாய்த் தெரியவில்லை. ''வந்திருக்கலாம்'' என்று முகர்ஜி கூறினார். ஏனெனில் அம்மனிதர் வந்து சேர்ந்த பாய்மரக் கப்பல் தலைவர் மலபார்க் கரைக்கும் கல்கத்தாவிற்கும் கப்பலோட்டியவர்.

கறுப்பு நிற இந்தியர்களைப் பொருத்தமட்டில், அடிமைத் தனத்திற்கும் ஒப்பந்தக் கூலி முறைக்கும் அவ்வளவு வேறுபாடு இல்லை என்பது ஆராய்ச்சியாளர் கருத்தாகும். இந்தியத்திலிருந்தும் ஐரோப்பியத்திலிருந்தும் அமெரிக்கத்திற்குக் கொண்டு செல்லப்பட்ட ஒப்பந்தக் கூலிகளைப் போலவே, இந்தியக் கூலிகளும் அமெரிக்க மக்களுடன் ஒன்றிக் கலந்து விட்டனர்.

கறுப்பு நிற இந்தியர்கள் கறுப்புப் பெண்களையே மணந்திருக்கலாம் என்பது எல்லா வழிகளிலும் நடந்திருக்கக் கூடியதே என்று ஆராய்ச்சியாளரின் அறிக்கை கூறுகின்றது.

(ஆப்பிரிக்கத்திலிருந்து அடிமைகளாய்க் கொண்டு செல்லப்பட்ட ஆப்பிரிக்கரும் அமெரிக்கப் பெருநிலத்தின் மக்களான (சிவப்பு) இந்தியரும் வெள்ளை நிறத்தவரால் அடிமைகளாயும் தாழ்ந்தவர்களாயும் நடத்தப்பட்டனர். அழுத்தப்பட்டும் சுரண்டப்பட்டும் வந்த இம்மக்களிடையே தாராளமான இனக்கலப்பு ஏற்பட்டது என்பதை ஆராய்ச்சியாளர் நிறுவியுள்ளனர்.)

இந்தியர் குடியேற்றம் குறைதல்

அமெரிக்கத்தில் பதினெட்டாம் நூற்றாண்டின் கடைசிக் காலத்தில் ஒப்பந்தக் கூலி முறை நிறுத்தப்பட்டாலும் அடிமை வாணிபம் வன்மையாய் எதிர்க்கப்பட்டதாலும் இந்தியர் அந்நாட்டில் குடியேறுவது அருகிப் போனது.

பார்சிகள் குடியேற முயற்சி

அமெரிக்கத்தில் உள்நாட்டுப் போர் நடந்த காலத்தில் *(1861-1865)* பம்பாயைச் சேர்ந்த பார்சிகள் அமெரிக்கக் குடியரசுத் தலைவர் ஆபிரகாம் லிங்கனுக்குக் *(1809-1865; பதினைந்தாவது குடியரசுத் தலைவர்.)* கடிதம் எழுதி, அமெரிக்கத்தில் குடியேறுவதற்கு இசைவுதர வேண்டினர். அவர்கள் அதற்கு மாற்றாக உள்நாட்டுப் போருக்கு ஆதரவு தரும் வகையில் உதவியளிக்க விரும்புவதாயும் முன்வந்தனர். ஆனால் இந்த வேண்டுகோள் ஏற்கப்படவில்லை.

சுவாமி விவேகானந்தர் *(1863-1902)* உலகச் சமயங்கள் பேரவையில் கலந்து கொள்வதற்காக 1893 ஆம் ஆண்டு சிக்காகோ பட்டினம் சென்ற பிறகுதான் அமெரிக்கரின் கவனம் பாரதத்தின் பக்கம் திரும்பியது. விவேகானந்தருக்கு முன்னர் பிரம்ம சமாஜத்தைச் சேர்ந்த சந்திர மசும்தார் அமெரிக்கம் சென்றிருந்தார் என்பது பலரறியாத செய்தியாகும்.

திருவாரூர் முத்துச்சாமி பிள்ளை

உலகம் சுற்றிய தமிழரான காலஞ் சென்ற ஏ.கே. செட்டியார் 1950 ஆம் ஆண்டுகளில் மேற்சொன்ன சிக்காகோ துறைமுகப்பட்டினத்தில் திருவாரூர் முத்துச்சாமி பிள்ளை என்ற முதியவரைச் சந்தித்த செய்தியை ஒரு கட்டுரையில் எழுதியிருந்தார். முத்துச்சாமி பிள்ளை ஒப்பந்தக் கூலியாய்ச் சென்று பின்னர் அமெரிக்கக் குடிமகனாகி அமெரிக்கப் பெண்ணை மணந்திருந்தார். அவருக்குப் பெண்மக்கள் இருந்தனர். அவர் அங்கு பல கடைகளுக்கு உரிமையாளராயிருந்தார்.

முத்துச்சாமி பிள்ளை ஏ.கே.செட்டியாரிடம் தமிழ்நாட்டுப் பாட்டி கதைகளைக் கூறுமாறு தாய்நாட்டு ஏக்கத்தில் வேண்டினார். செட்டியார் கூறிய கதைகளைக்கேட்டு உணர்ச்சி வயப்பட்டு அவரது மடியில் தலை வைத்துக் குழந்தை போல் அழுததைச் செட்டியாரவர்கள் உயிர்க்களையுடன் எழுதியிருக்கின்றார். அவர் திருவாரூர்க்காரர் என்பது அவரது பெயரிலிருந்து தெரிகின்றது.

அமெரிக்கத்தில் பண்டு குடியேறிய இந்தியர்கள் பற்றி ஆராய்ச்சி நடத்துவது வரலாற்றுக்குப் பயன்படும் என்பது தெளிவு.

1790

வரலாற்றுப் புள்ளிகள்

1. தென்பாண்டிச் சீமை முற்றிலும் கம்பெனி கையில்

தென்பாண்டிச் சீமை எனப்படும் மதுரை, திருநெல்வேலிப் பகுதிகளில் வரி

தண்டும் பொறுப்பைக் கிழக்கிந்தியக் கம்பெனி 1781 முதல் தனது மேற்பார்வையில் வைத்திருந்தது.

இந்த 1790 முதல் அப்பணியைக் கம்பெனியே நேரடியாய் மேற்கொள்ளப் போவதாய்ப் புதிதாய் அமைக்கப் பெற்ற வருவாய்த் துறை வாரியம் அறிவித்தது. அது தென்பாண்டிச் சீமையின் ஒவ்வொரு மாவட்டத்திலும் வரி தண்டுவதற்கென்று தண்டல் தலைவர் (Collector) என்ற மாவட்ட ஆட்சித் தலைவரை அமர்த்தியது.

2. கட்டபொம்மன் முடி சூடினார்

கட்டபொம்மன் 1790 பிப்ரவரி 2 அன்று பாஞ்சாலங்குறிச்சியின் அரசராய் முடி சூடிக் கொண்டார்.

3. சென்னைக்குப் புது ஆளுநர்

இடைக்கால ஆளுநர் பொறுப்பேற்ற எட்வர்டு ஹாலந்து என்றவரின் பதவி 1789 பிப்ரவரி 13 அன்று முடிந்ததும், மேஜர் ஜெனரல் சர் வில்லியம்ஸ் சென்னை ஆளுநர் பதவியை ஏற்றார். ஹாலந்து ஆளுநராயிருந்த காலத்தில் திப்பு சுல்தானிடம் கையூட்டுப் பெற்று அவருக்கு ஆதரவாயிருந்து, திருவிதாங்கூரின் உதவிக்கு படையனுப்பத் தவறினார்.

4. மயிலையில் சாதிக் கலவரம்

சென்னையில் கறுப்பர் பட்டணத்தில் (கோட்டையின் புறத்தே இருந்த பகுதியில்) வலங்கை, இடங்கை என்ற சாதிப்பிரிவினரிடையே அடிக்கடி கலவரங்கள் நடந்து வந்ததைப் போன்று, அதன் தெற்கே கடற்கரை யோரத்திலிருந்த மயிலையிலும் இச்சச்சரவுகள் மீண்டும் மீண்டும் நிகழ்ந்தன.

வலங்கைப் பிரிவினர் ஐந்து வண்ணக் கொடிகளைத் தூக்குவது என்றும் இடங்கையர் வெள்ளைக் கொடியைத்தான் தூக்க வேண்டுமென்றும் வகை செய்து விட்டதால், மயிலையில் 1790 ஆம் ஆண்டு பெரிய கலவரம் மூண்டது.

வலங்கை, இடங்கை என்ற இருபெரும் சாதித் தொகுப்புகளில், சூத்திரர் என்று ஒதுக்கப்பட்ட சாதியினரே இருந்தனர். மதுரை நாயக்கர் ஆட்சிக்குப் பிறகு நிலை பெற்றுவிட்ட இவ்விரு பிரிவுகளுக்குமிடையே அடிக்கடி மோதல்கள் நிகழ்ந்துவந்தன.

மயிலையில் இவ்வாண்டு நடந்த கலவரத்தில், இரு தரப்பினருக்கும் பெருஞ் சேதம் ஏற்பட்டது.

சென்னைக் கோட்டையிலிருந்த ஆளுநர் இதில் தலையிட்டு, யாராயிருந்தாலும் ஜார்ஜின் கொடியைத் தவிர, அதாவது பிரிட்டீசுக் கொடியையன்றி, வேறு எந்தக் கொடியையும் தூக்கலாகாது என்று ஆணை பிறப்பித்தார். இத்தடையை மீறுபவர் எவராயினும் அவருக்குத் தகுந்த தண்டனை கிடைக்கும். இந்த அச்சுறுத்தலால் கலவரம் நின்றது. ஆனால் பூசல் உள்ளுக்குள் குமைந்து கொண்டேயிருந்தது.

5. காரன்வாலிஸ் நீதித்துறைச் சீர்திருத்தங்கள்

இந்தியத்தின் தலைமை ஆளுநரான காரன்வாலிஸ் பிரபு நீதித்துறைச் செயல் முறைகளில், மூன்று காலக்கட்டங்களில் சீர்திருத்தங்களைக் கொண்டுவந்தார். அவற்றில்

1787 ஆம் ஆண்டு செய்திருந்த சீர்திருத்தங்களையடுத்து 1790 இல் குற்றவியல் பிரிவு பற்றிய சீர்திருத்தத்தைக் கொண்டுவந்தார்.

வாரன் ஹேஸ்டிங்சின் காலத்தில் சதர் நிசாமத்து அதாலத்து என்ற குற்றவியல் நீதிமன்றம் பெரும்பான்மையினரின் எதிர்ப்பினால் மூர்சிதாபாதிற்கு மாற்றப்பெற்றது. அது இப்போது மீண்டும் கல்கத்தாவிற்குக் கொண்டுவரப்பட்டது. அந் நீதிமன்றம் வாரத்தில் ஒரு முறை கூட வேண்டும் என்றும் அதன்செயல்முறைகளனைத்தும் எழுத்தில் பதிந்து வைக்கப்பட வேண்டும் என்றும் விதி செய்யப்பட்டது. நவாபிற்கு நீதித்துறையில் இருந்துவந்த கொஞ்ச நஞ்ச அதிகாரமும் இதனால் பறிக்கப்பட்டது.

இந்நீதிமன்றம் கம்பெனியின் தலைமையகமான கல்கத்தாவில் அமைக்கப் பட்டதும் குற்றவியல் நீதிமுறையில் ஆங்கிலேயரின் மேலாண்மை வலுவாய்க் காலூன்றியது. இம்மன்றம் கருணை கோரி வருகின்ற வழக்குகளைத் தலைமை ஆளுநரின் ஆட்சிக் குழுவிற்குப் (Councill) பரிந்துரைக்கலாம். ''இக்குழுவிற்குத் தலைமைக் காசியும் (நீதிபதி) இரண்டு மௌல்வியரும் (முஸ்லிம் சான்றோர்) உதவியாயிருப்பர்.

இச் சீர்திருத்தங்களோடு, வங்கத்துடன் மூன்று மாநிலங்களாய்ச் சேர்ந்திருந்த பிகாரும் ஒரிசமும் நான்கு பகுதிகளாய்ப் (Division) பிரிக்கப்பட்டன. அவை ஒவ்வொன்றும் உலா நடுவர் (Circuit Court) நீதிமன்றத்தின் கீழ்க்கொண்டு வரப்பட்டன. அந்நீதிமன்றம் ஒவ்வொன்றும் கம்பெனியுடன் ஒப்பந்தம் செய்துகொண்ட இரண்டு ஊழியர்களால் நடத்தப் பெற்றது.

உலா நடுவர் நீதிமன்றங்களின் முடிவுகளைக் குற்றவியல் நடுவர்கள் (Magistrates) செயல்படுத்த வேண்டும். ஆனால் அவை வழங்கும் மரண தண்டனைகள், நிரந்தரச் சிறைத் தண்டனைகள் முதலியன சதர் நிசாமத்து அதாலத்து என்ற குற்றவியல் நீதிமன்றம் உறுதி செய்வதைப் பொருத்து அமையும்.

மாவட்ட ஆட்சித் தலைவர் (Collector) குற்றவியல் நடுவர் (Magistrate) ஆக்கப்பட்டார். அவர் திருட்டு, கொள்ளை, கொலை முதலிய வழக்குகளை ஆராயலாம். சில்லறை வழக்குகளில் ஒருவரைத் தண்டிக்கலாம். அல்லது அவரை விடுதலை செய்யலாம். ஆனால் கடுமையான குற்றங்களாயின், அவர் குற்றவாளியை ஃபௌதரி என்ற பிணையச் சிறையில் வைக்க வேண்டும். அக்குற்றவாளி உலா நடுவர் நீதிமன்றம் கூடும் வரை, மாவட்டத் தலைநகரில் சிறை வைக்கப்பட்டிருந்தார். அந்நீதிமன்றம் கூடியவுடன் அவரை அங்கு விசாரணைக்குக் கொண்டு செல்ல வேண்டும். கொலை போன்ற கடுங்குற்றத் தொடர்புடையவர்களைத் தவிர, பிறவற்றுடன் தொடர்புடையவர்களை உலா நடுவர் மன்றம் கூடும் வரை பொறுப்பில் விடுதலை செய்யலாம்.

காரன்வாலிஸ் நீதிமன்றத் துறை அலுவலர்களின் ஊதியத்தைத் தாராளமாய் உயர்த்தினார். அவர்கள் கையூட்டு மீது நாட்டங் கொள்வதை தடுப்பதற்கும் சட்டத்திற்குப் புறம்பான வழியில் பணம் பறிப்பதை ஒடுக்குவதற்கும் திறமையும் நற்குணமும் வாய்ந்தவர்களை நீதித்துறைக்கு வருமாறு கவர்வதற்கும், இந்த ஊதிய உயர்வு பெருந்துணையாயிருந்தது.

6. வினுகொண்டவில் கம்பெனிக் காவற்படை

வினுகொண்ட ஆந்திர வரலாற்றில் இடம் பெற்ற ஊராகும். வினு - வானம்+

கொண்ட - மலை. இதை வானமலை என்று கொள்ளலாம். இது ஒரு யாத்திரைத் தலமுமாகும். இது கிருஷ்ணை மாவட்டத்தில், வினு கொண்ட வட்டத்தில், பெல்லாரி-கிருஷ்ணை இருப்புப் பாதையில் உள்ளது.

மச்சிலிப்பட்டினத்திலிருந்து மேற்கில் சுமார் *147* கிலோ மீட்டரிலும் விசயவாடவிலிருந்து மேற்கே தென் மேற்கில் சுமார் *90* கிலோ மீட்டரிலும் சென்னையிலிருந்து வடக்கில் சுமார் *328* கிலோ மீட்டரிலும் உள்ள வினு கொண்டவில் மலைக் கோட்டை ஒன்றுள்ளது. இக் கோட்டையைச் சௌகி கண்ணம்ம நாயுடு கட்டினார். அவர் வீரப் பிரதாப புருசோத்தம கசபதியின் கீழ் ஆளுநராயிருந்த காலத்தில் *(1462-1496)* இக்கோட்டை கட்டப்பட்டது. அவரே இங்கு கோயில்களைக் கட்டிச் சிற்பங்களையும் செதுக்கச் செய்தார் என்பர். இங்குள்ள குன்று அவிந்து போன எரிமலையாம்.

கிருஷ்ண தேவராயர் *(1509-1529)* கிழக்குக் கரை நெடுகிலும் வெற்றிப் படை கொண்டு சென்றபோது இக் கோட்டையைப் பிடித்தார். இது சிறிது காலம் நரசராவுப் பேட்டைச் சமீந்தாரான குண்டராவின் ஆளுகையிலிருந்தது.

ஆங்கிலேயர் மச்சிலிப்பட்டினத்தைப் பிடித்ததும் வினு கொண்டக் கோட்டை தமக்கு மிகுந்த வலிமையாய் அமையுமென்று கருதி அதைப் பிடித்தனர். பதினெட்டாம் நூற்றாண்டின் இறுதிவாக்கில், அப்பகுதியைச் சேர்ந்த குறுநில மன்னர்களுக்கிடையில் சச்சரவுகள் மூண்டபோது, இக்கோட்டை அவர்களுக்கு நல்ல புகலிடமானது.

கிழக்கிந்தியக் கம்பெனி சுமார் *1790* வாக்கில் இக்கோட்டையில் ஒரு காவல் படையை நிறுத்தியது. அது ஐதராபாதிற்கு அனுப்பப்படும் தளவாடங்களுக்குப் பெரிய கிடங்காயும் எளிதில் அடையக் கூடிய மோட்டுப் பள்ளித் துறைமுகத்தின் அருகிலுள்ள இடமாயும் இருந்ததால், அது மிகவும் வசதியான இடம் என்று கருதப்பட்டது.

இங்கிருந்த தளவாடக் கிடங்கு பின்னர் *1808* இல் மச்சிலிப்பட்டினத்திற்கு மாற்றப்பட்டது. கோட்டைச் சுவர்கள் இடிக்கப்பட்டன.

கொள்ளைக்காரப் பிண்டாரியர் *1816* இல் இந்நாட்டை அழிதுன்பத்திற் குள்ளாக்கியபோது, ஊர்மக்கள் மலைமேல் ஏறி ஒளிந்து கொண்டனர்.

இங்குள்ள வெகு பழமையான கோட்டை மலைக்கு மேற்கேயுள்ளது. இதை விசுவாம்பர தேவ கசபதி என்றவர் கட்டினார். அல்லது ஒக்கிட்டுச் செப்பனிட்டார். அதைக் கொண்ட வீட்டுப் பொலிய வைம ரெட்டி மீண்டும் பழுது பார்த்தார். மலைக்குக் கீழே மற்றொரு கோட்டை உண்டு. பிறகு சுமார் *1643* வாக்கில் கட்டப்பட்ட மற்றொரு கோட்டை ஊரைச் சுற்றியமைந்திருந்தது.

இங்கு இரகுநாதசாமி கோயில் உள்ளது. நரசிம்மருக்கும் கோதண்டராம சாமிக்கும் இங்கு கோயில்கள் உண்டு. மலையிலுள்ள இராமலிங்கர் கோயில் நினைவிற் கெட்டாத காலத்துப் பழமையுடையதென்பர்.

7. படகர என்ற வடகரை வரலாறு

கர்நாடகத்தின் தென்பகுதியான தென் கன்னடத்திற்கும் மைசூர்ப் பகுதிக்கும் எல்லையாயிருக்கும் மலைத் தொடரிலுள்ள முகடுகளில் ஒன்றுக்கு குதிரை முகம் என்று பெயர். இது பண்டைத் தமிழகத்தின் கொண்கான நாடு என்ற இன்றைய கொங்கணத்தின் தெற்கிலுள்ளது. இம் மலைமுடி குதிரை முகம் போல் காட்சியளிப்பதால், இப்பெயரைப் பெற்றது. இம்மலை சங்க இலக்கியத்தில் *(புறம் 168)* ஊராக் குதிரை

1790

இந்திய சரித்திரக் களஞ்சியம் | 341

என்று அழைக்கப்படுகின்றது. இதைச் சம்ஸ்கிருதத்தில் சஞ்ச பருவதம் என்று மொழி பெயர்த்துக் கூறினும், தென் கன்னட மாவட்டத்திலுள்ள உப்பினங்காடி வட்டத்தில், இது குதிரை மூக்கு மலை என்றே இன்றும் வழங்கி வருகின்றது.

இந்தக் குதிரை மலைமீது பெய்கின்ற மலை நீரின் ஒரு பகுதி வடக்கே சென்று கிருஷ்ணை ஆற்றில் கலக்கின்றது. அகநானூற்றுப் பாடல் (253) இதை அயிரியாறு என்று சுட்டுகின்றது. இன்னொரு பகுதி தெற்கே பாய்ந்து காவிரியை அடைகின்றது. காவிரியின் நீர் வளத்திற்குக் குதிரை மலையே நிலைக் களனாகும்.

இம்மலைப் பகுதியின் மேற்கரை என்ற தமிழ்ப் பெயர் மெர்க்காரா எனவும் வடகரை என்ற தமிழ்ப் பெயர் படகர என்றும் திரிந்து வழங்குகின்றன என்ற உண்மையைப் புலவர் குழந்தை (1906-1973) விளக்குவார். மேற் கரையில் (அதாவது மெர்க்காராவில்) பெய்யும் மழை நீர்தான் காவிரிக்கு வருகின்றது. இம்மலை நாடு மிக்க வளஞ் செறிந்தது.

மலையாளத்தில் வடகர என்று வழங்கும் பகுதியில் அமைந்துள்ள படகர என்ற ஊர், பதினெட்டாம் நூற்றாண்டு வரலாற்றுடன் தொடர்புடையது. இது மலபார்க் கரையில் கோழிக் கோட்டுக் காயலின் வட கோடியில் அமைந்துள்ளது. கோழிக் கோட்டிலிருந்து கண்ணனூர் செல்லும் வழியில் இருக்கின்றது. இங்கு வாழும் மக்கள் கிட்டத்தட்ட அனைவருமே மாப்பிள்ளைமாராவர்.

இங்குள்ள கோட்டையைச் சிரக்கல் நாடுவழி கட்டியிருந்தார். (சிரக்கல் : இ.ச.க. தொகுதி-8) அதைக் கடத்த நாட்டு நாடுவாழி 1564 இல் கைப்பற்றினார்.

(கடத்த நாடு என்பது கேரளத்தில் நிலவிய ஒரு சிற்றரசு. இது வெகுதொன்மை வாய்ந்த நாடாகும். பிளினி இதனைக் கொட்ட நாட என்றார். பெரிப்புளூசு ஆசிரியர் இதை மிளகு விளையும் நாடு என்னும் பொருள்பட அழைக்கின்றார். வெகு பழமையான நாடுவாழிகளின் ஒரு குடி, கடத்த நாடு என்ற பெயரையும் பெற்றது. கட+ நாடு - க்டத்து நாடு, கடந்து செல்லும் நாடு. மலையாளத்தில் இதைக் கடத்து நாடு என்பர். கடத்த நாடு கடற்கரையிலிருந்து மேற்கு மலைச் சரிவு வரையில் விரிந்திருந்தது.

கடத்து நாட்டு மன்னர் தலையாய நாயர் குடி ஒன்றைச் சேர்ந்தவர். அக்குடியின் மன்னர் ஒருவர் இந் நிலப்பரப்பைச் சிரக்கல் மன்னரிடமிருந்து 1564 இல் பறித்தார். திப்பு சுல்தானின் தாக்குதலால் கடத்த நாட்டு மன்னர் குடியின் ஆட்சி இடையறுந்தது. திப்பு 1782 ஆம் ஆண்டு பிரிட்டிசாரால் வெளியேற்றப்பட்டதும் கடத்த நாட்டுக் குடியைச் சேர்ந்த நாயர் ஒருவருக்கு 1790 ஆம் ஆண்டு மீண்டும் உரிமை கிடைத்தது. இக்குடியினர் குட்டிப்புரம் என்ற ஊரில் பத்தொன்பதாம் நூற்றாண்டின் இறுதிவரை வாழ்ந்திருந்தனர். படகர மன்னர் குட்டிப்புரத்திலிருந்த கோட்டையைப் பிராமணருக்கு உண்டியளிக்கும் ஊட்டுப்புரையாக்கினார். அது பின்னர் படகரவிலுள்ள பந்துவந்தலைக் கோயிலுக்கு மாற்றித் தரப்பட்டது.

8. புனித தோமையர் கரையிறங்கியது அயிக்கோட்டையா?

அயிக்கோட்டை மூன்றாம் மைசூர்ப் போருடன் (1790-1792) தொடர்புடையது என்பதும் ஏசுநாதரின் பன்னிரு திருத்தொண்டருள் ஒருவரான தாமஸ் என்ற தோமையர் கப்பலில் வந்து கரையிறங்கிய இடம் என்று கருதப்படுவதும் இவ்வூரின் சிறப்புகளாகும். இது அயிக்கோட்ட, அழிக் கோட்ட என்றெல்லாம் அழைக்கப்படுகின்றது.

அழி என்ற மலையாளச் சொல்லுக்கு ஆற்று முகம் என்று பொருள்; கோட்ட என்பது கோட்டையைக் குறிக்கும். அதாவது இதை ஆற்று முகக்கோட்டை எனலாம். இவ்வூர் பெரியாற்றின் வட கரை மீது அமைந்துள்ளது. முன்னர் கொச்சி நாட்டரசில் அடங்கியிருந்தது.

புனித தோமையர் (St.Thomas) இவ்வூரில் வந்து தான் கரையிறங்கினார் என்பது வழி வழியாக நிலவி வரும் மரபாகும். இவ்வூர் பதினெட்டாம் நூற்றாண்டின் பிற்பகுதியில் டச்சுக்காரர் வசமிருந்தது. மூன்றாம் மைசூர்ப் போரின்போது பிரிட்டிசாரின் படை இங்கு 1790 இல் வந்து இறங்கியிருந்தது.

சாலக்குடி ஆற்றுமுகமும் ஆலவாய் ஆற்றின் ஒரு கிளையும் அயிக்கோட்டை என்று அழைக்கப்பட்டன. இந்த ஆற்றில் ஆண்டு முழுவதும் படகுகள் செல்லலாம்.

அயிக் கோட்டை கிராங்கனூரிலிருந்து தென்மேற்கில் சுமார் 4 கிலோ மீட்டர். கடலிலிருந்து சுமார் ஒன்றரைக் கிலோ மீட்டர்.

9. கன்னடத்தில் வரலாற்று நூல்கள் :

சனுபோக வேங்கடரமண என்றவர் 1790 வாக்கில் எழுதிய "மைசூரு இராஜரா சரித்திரரே" என்ற நூல்தான் கன்னட மொழியில் எழுதப் பெற்ற தொடக்க கால வரலாற்று நூலாகும். அது பழைய நூல்களை ஆராய்ந்து உரைநடையில் எழுதப் பெற்றது.

அதில் ஐதரலி காலத்திலிருந்து, சாமராஜ உடையார் காலம் வரையிலும், அதாவது 1776 முதல் 1790 வரையிலும் உள்ள மைசூர் நாட்டு வரலாறு கூறப்படுகின்றது. தேவச்சந்திர என்றவர் "இரஜாவளி" என்ற நூலை 1838 இல் எழுதித் தன் புரவலரான மூன்றாம் கிருஷ்ணராசரிடம் (1803-1868) 1814 இல் அளித்தார். இதில் ஆளுங்குடியின் சுருக்க வரலாறு கூறப்படுகின்றது.

மைசூரை 1761 முதல் 1783 வரை ஆண்டிருந்த ஐதரலியின் வாழ்க்கையையும் வெற்றிகளையும் கூறுகின்ற ஐதர் நாமா இன்னொரு வரலாற்று நூலாகும். அதைச் சிறுதர அரசு அலுவலரான கச்சேரிக் கிருஷ்ணய்யர் எழுதினார். அவர் பின்னர் மூன்றாம் கிருஷ்ணராசரின் ஆட்சியில் பக்சி என்ற பதவியைப் பெற்றார். இந்நூல் ஐதர் இறந்த இரண்டாண்டுகளுக்குப் பிறகு எழுதப் பெற்றது. இதன் ஆசிரியர் கூறுவதைப் போன்று, சீரங்கப் பட்டணத்திலிருந்து ஆட்சி செய்த ஐதரலி கான் பகதூரின் "தர்பார்" பற்றிய செய்திகளின் நிகழ்ச்சித் தொகுப்பே (Chronicle) இந்நூலாகும்.

இந்நூல் வரலாற்று நிகழ்ச்சிகளை உறுதிப்படுத்துவதாய் அமைந்திருப்பது இதன் தலையாய சிறப்பு ஆகும். அவர் ஆங்காங்கே புதுச் செய்திகளையும் கூறுகின்றார். அரசவையைச் சேர்ந்த வரலாற்றுப் பதிவாளர் ஒருவரிடம் எதிர்பார்க்க முடியாத தளையற்ற போக்கும் மனந்திறந்து கூறுகின்ற பாங்கும் இதில் காணப்படுகின்றன. இந்நூலாசிரியர் ஐதரலி மீது பெரு மதிப்பு வைத்து எழுதுகின்றார். ஐதரலி அரசியல் சூழ்ச்சியாலும் போர்த் திறத்தினாலும் மைசூரின் தன்னாட்சியுரிமையைக் காப்பாற்றிய விதத்தையும் தென்னாட்டிலேயே மைசூரை வலிமை வாய்ந்த அரசுகளில் ஒன்றாய் உயர்த்தியதையும் ஆசிரியர் வியந்துரைக்கின்றார். அவர் தன் நூலின் நாயகனின் குற்றங்குறைகளையும் மடமையையும் எடுத்துரைப்பதற்குத் தயங்கவில்லை.

தென்னிந்தியத்தில் ஆசிரியரின் காலத்தில் நடந்த பல நிகழ்ச்சிகளையும், இந்நூல் துல்லியமாய்க் கூறுகின்றது. ஐதரலியின் வரலாற்றைப் பற்றிய நேரடியான செய்திகளைத்

தரும் நூல் என்று இதைக் கொள்ளலாம். மூன்றாம் கிருஷ்ணராச உடையாரின் ஆட்சிக் காலம் பற்றிய நம்பத்தகுந்த செய்திகளையும் இந்நூல் கூறுகின்றது என்பர்.

10. அமெரிக்க ஒன்றியத்தில் ரோடு ஐலண்டு இணைதல்

அட்லாண்டிக்குக் கரையிலுள்ள வடகிழக்குக் குடியேற்றமான ரோடு ஐலண்டு *1790* ஆம் ஆண்டு அமெரிக்க ஒன்றியக் குடியரசில் இணைந்தது. இது அமெரிக்கத்தின் மிகச் சிறிய மாநிலமாகும். இது பெரிதும் தாழ்ந்த நிலப்பரப்பையுடையது. மேடு பள்ளமாயும் கிழக்குக் கரையோரம் சீரான அமைப்பின்றியும் வடமேற்கில் மேடாயும் உள்ளது. இதன் தலைநகரம் புராவிடன்ஸ். பரப்பளவு *2,717* சதுர கிலோ மீட்டர் - *1,049* சதுர மைல்.

11. அமெரிக்க ஒன்றிய மக்கள் தொகை 39,29,000

அமெரிக்க ஒன்றியக் குடியரசின் மக்கள் தொகை *1790* இல் *39,29,000* ஆனது. இதில் *95* சத்த்தினர் நாட்டுப் புறங்களில் வாழ்ந்தனர். மக்கள் அடர்த்தி சதுர மைலுக்கு *4-5* ஆகவிருந்தது.

12. தோல் ஏற்றுமதியும் கன்று காலிகள் அழிவும்

ஆங்கிலத்தில் இண்டீஸ் *(Indies)* என்று சுட்டப்பெறும் பகுதி மேற்கிந்தியம், கிழக்கிந்தியம் *(West Indies, East Indies)* எனப்படும். இவற்றுள் கிழக்கிந்தியம் என்பது, பிலிப்பைன்களை உள்ளடக்கிய அல்லது நீக்கிய மலாய்த் தீவுக் கூட்டத்தை, பொதுவாய்த் தென் கிழக்காசியத்தைக் குறிக்கும். மேற்கிந்தியம் என்பது வட அமெரிக்கத்தின் புளோரிடத் தீவக்குறையிலிருந்து தென்னமெரிக்க வெனிசுவேலம் வரை நீள்கின்ற *2,400* கிலோ மீட்டருக்கும் அதிகமான தொலைவுள்ள பகுதியில் தென்னமெரிக்கத்திற்கு அப்பால் அமைந்திருக்கும் தீவுக் கூட்டத்தைச் சுட்டும். கரீபியக் கடல் இப்பகுதியை அட்லாண்டிக்கிலிருந்து பிரிக்கின்றது. இதில் பேரண்டைல்ஸ் *(Greater Antiles)* சிற்றண்டைல்ஸ் *(Lesser Antiles)* பகாமாஸ் ஆகிய தீவுகள் அடங்கியுள்ளன. இவற்றுள் பெரிய தீவு கியூபம் ஆகும். மேற்கிந்தியத் தீவுகளின் மொத்தப் பரப்பு *2,35,000* சதுர கிலோ மீட்டர் - *91,000* சதுர மைல்.

மேற்கிந்தியத் தீவுகள் என்ற இப்பரப்பில் பதினெட்டாம் நூற்றாண்டின் பிற்பாதியில் வாணிபம் செழித்து மிக வளர்ந்தது. அதில் ரியே டி லா பிளாட்டு *(Rio de la Plata)* என்ற ஆற்றின் கழிமுகத்திலிருந்து நடந்து வந்த தோல் வாணிபம் குறிப்பிடத்தக்கதாகும். இந்தக் கழிமுகம் தென்னமெரிக்கத்தின் தென்கிழக்குக் கரையில் அர்ச்சண்டினத்திற்கும் உருகுவேக்கும் இடையே, உருகுவே, பரானா என்ற ஆறுகளால் உண்டாக்கப்பட்ட நிலப்பகுதியில் அமைந்துள்ளது.

ஐரோப்பியத்தில் வளர் நிலையிலிருந்த தொழிற்புரட்சியின் காரணமாய்த் தோல் பெரிய அளவில் வேண்டப்பட்டது. தோலாலான காலணிகள் *(Shoes, boots)* குதிரைச் சேணங்கள் போன்ற குதிரையேற்றப் பொருள்களைச் செய்வதற்காக மட்டுமன்றி, எந்திரங்களுக்கு வேண்டிய இயங்கு உறுப்புகள், உலைக் களத் துருத்திகள், வில்கள், கோச்சுகள் மேலும் பல பணிகளுக்காகவும் தோல் கூடுதலான அளவில் வேண்டியிருந்தது.

தென்னமெரிக்கத்தில் இன்று அர்ச்சண்டினம் என்று வழங்கும் நீண்ட

1790

நிலப்பரப்பில் எங்கும் விரிந்திருந்த பம்பா (*pampas*) என்ற புல்வெளிகளில் தாமாக மேய்ந்து திரிந்த கன்று காலிகள் ஏராளமாய்க் காணப்பட்டன. அவை மேற்கிலுள்ள ஆண்டீஸ் மலை வரையிலும் கணக்கு வழக்கின்றித் திரிந்தன.

ஸ்பானிய அரசிடம் ''பதிவு செய்த கப்பல்கள்'' போனஸ் அயர்ஸ் துறைமுகத்தைப் பயன்படுத்தலாம் என்று 1735 இல் இசைவு தரப்பட்டது. இதற்கு முன்னர் ஸ்பானிய அரசின் கப்பல்கள் மட்டுமே அத்துறைமுகத்தைப் பயன்படுத்தி வந்தன. ஸ்பெயினிடம் அந்த இசைவைப் பெறாமலே, சட்டத்திற்குப் புறம்பாகவே, பல கப்பல்கள் அத்துறை முகத்திற்கு வந்து சென்றன. (போனஸ் அயர்ஸ் ஸ்பானிய மொழியில் *buenos aires* என்று அழைக்கப்படுகின்றது. இது நாம் மேலே கூறிய பிளாட்டுக் கழிமுகத்தில் உள்ளது. இப்பட்டினம் 1880 இல் அர்ச்சண்டினத்தின் தலைநகரானது. இங்கு 1881 இல் பல்கலைக்கழகம் அமைந்தது.) போனஸ் அயர்ஸ் இக்கால கட்டத்தில் உலகிற்குப் பெரிய அளவில் தோல் அளித்து வந்த இடங்களில் ஒன்றாய் இருந்தது.

அர்ச்சண்டினத்தில் 1770 வரையிலும் வரை முறையின்றிக் காட்டு விலங்குகள் கொல்லப்பட்டன. அப்போது கண்ட மேனிக்கு ஆவினங்கள் கொல்லப்பட்டதால், அவ்வாண்டு வாக்கில் அவற்றின் எண்ணிக்கை மிகக் குறைந்து விட்டது. முந்தியவன் கைப்பணியாரம் என்று போட்டிபோட்டுக் கொண்டு வரம்பின்றி வேட்டையாடப் பட்டதால், தோல் ஏற்றுமதித் தொழிலில் அப்போது மாறுதல் ஏற்பட்டது. கால்நடைகளைத் திட்டமிட்டு மேய்ப்பதற்கென்று *estencias* என்ற மிகப் பெரிய கால்நடைப் பண்ணைகள் அமைக்கப்பட்டன.

போனஸ் அயர்சிலிருந்து 1770 ஆம் ஆண்டுகளில் ஆண்டுதோறும் சராசரியாய் 1,50,000 மாட்டுத் தோல்கள் ஏற்றுமதியாயின. அது 1790 வாக்கில் ஒரு மில்லியனாய் உயர்ந்தது. அதே நேரத்தில் கால்நடைத் தொழிலைப் பதினாறாம் நூற்றாண்டிலிருந்து பெரிய இடையூறுக்குள்ளாக்கி வந்த ஒரு சிக்கலுக்கு, அதாவது வெட்டப்பட்ட கால்நடைகளின் இறைச்சியை என்ன செய்வது என்ற சிக்கலுக்குத் தீர்வும் காணப்பட்டது. கால்நடைப் பண்ணைகளுக்கு அருகிலிருந்த நகரங்களில் சிறு அளவில் மாட்டிறைச்சி உண்ணப்பட்டது. அவைபோக எஞ்சிய இறைச்சியைக் கெட்டழிந்து போகும்படி விட்டு விட்டனர்.

எனினும் பதினெட்டாம் நூற்றாண்டில் கப்பல் போக்குவரவு சிறுகச் சிறுக மிகலாயிற்று. பல நாடுகளில் நிலையான கப்பற்படைகள் அமைக்கப்பட்டு விட்டதால், உப்பிலிட்ட இறைச்சிக்குக் கிராக்கி மிகுந்துவிட்டது.

இறைச்சியை உப்புக் கண்டம் போடும் *Saladeros* என்ற பெரிய அளவிலான முதற் தொழிற்சாலை சுமார் 1776 வாக்கில் போனஸ் அயர்சில் அமைந்தது. அத்தகைய உப்புக் கண்டத் தொழிற்சாலைகளை ஸ்பெயினிலிருந்து இங்கு வந்து குடியேறியவர்களே பெரிதும் நடத்தி வந்தனர். அவர்கள் இத்தொழிலுக்கு வேண்டிய இடு முதலையும் தொழில் நுட்பத்தையும் அளித்தனர்.

போனஸ் அயர்சின் அருகே சாலினாஸ் கிராண்டீ (*Salinas Grandees*) என்ற உப்புச் சுரங்கங்கள் கண்டுபிடிக்கப்பட்டதால், அவர்களின் வேலை வெகு எளிதானது. ஏனெனில் சேறும் சகதியுமான வடிநிலப் பகுதியில் உப்பளங்கள் போட்டுக் கடல்நீரை ஆவியாக்கி உப்பெடுப்பது நடவாது; தொலைவிலிருந்து உப்பைக் கப்பலில் கொண்டு வருவதற்கும் செலவாகும். ஆதலால் பட்டினத்தின் அருகிலேயே உப்புச் சுரங்கம்

இருந்தது, அவர்களுக்கு வசதியாய் அமைந்தது. இறைச்சி உப்புக் கண்டத் தொழிலை அரசும் ஊக்குவித்தது.

கியூபத்தின் ஹவானாவிலிருந்த காவல் படையினருக்கும் அடிமைகளுக்கும் ஏராளமான அளவில் கரீபியப் பகுதிக்கு, குறிப்பாய்க் கியூபத்திற்கு உப்புக் கண்டம் அனுப்பப்பட்டது. ஐரோப்பியர் உவர் நீரிலிட்டுப் பீப்பாயிலடைத்த இறைச்சியை மிகவும் விரும்பினர். இத்தகைய இறைச்சியில் பெரும்பகுதி ஸ்பெயினுக்குச் சென்றது. எனினும் இதைவிட மிகுந்த அளவில் ஆங்கில வணிகர்களுக்கும், ஏனைய அயல் வணிகர்களுக்கும் விற்கப்பட்டது.

13. பிரஞ்சுப் புரட்சிக்குப் பர்க்கு எதிர்ப்பு

பிரிட்டிஷ் அரசியல்காரரும் நாடாளுமன்றத்தில் பழுத்த அனுபவம் வாய்ந்தவரும் சிறந்த பேச்சாளியுமான எட்மண் பர்க்கு (1729-1797) பிரஞ்சுப் புரட்சியை வன்மையாய்க் கண்டித்து வருகின்றார். அவர் அப்புரட்சியைப் பற்றி 1790 நவம்பரில் ''பிரான்சில் நடைபெறும் புரட்சி பற்றிய சிந்தனைகள்'' என்ற தலைப்பில் ஒரு நூலை வெளியிட்டார். அதில் பிரஞ்சுப் புரட்சியையும் அதன் ஆதரவாளர்களையும் பர்க்கு கடுமையாய்த் தாக்கியிருந்தார்.

14. பெஞ்சமின் ஃபிராங்கிளின் மறைவு (1706-1790)

அறிவியலார், அரசியலார், எழுத்தாளர் என்று பல சிறப்புகளைப் பெற்றவரும் விடுதலை பெற்ற அமெரிக்க ஒன்றியத்தின் முதல் தூதுவராய்ப் பிரான்சிற்குச் சென்றவரும் அமெரிக்க விடுதலை அறிக்கையைத் தொகுப்பதில் ஜெஃபர்சனுக்கு உதவியாயிருந்தவருமான பெஞ்சமின் ஃபிராங்கிளின் 1790 ஆம் ஆண்டு இறந்தார். இவர் வால்டயருடனும் பிற பிரஞ்சு மெய்யியலாருடனும் பழகும் வாய்ப்பைப் பெற்றவர். இடி தாங்கியையும் பயனுள்ள வேறுசில கருவிகளையும் கண்டுபிடித்தவர். இவரைப் பற்றி இ.ச.க.தொகுதி-1,5 : இன்னும் பல இடங்களில் காணலாம்.

இந்திய சரித்திரக் களஞ்சியம்

1791-1800

பத்தாம் தொகுதி

இந்திய சரித்திரக் களஞ்சியம்

பத்தாம் தொகுதி
பதினெட்டாம் நூற்றாண்டு
பெண்ணியப் பத்து

1791 - 1800

முதல் பதிப்பின் முன்னுரை

உலக மாந்தரின் மண்ணுலக வாழ்க்கையுடன் மலையுச்சியில் உலவிய தெய்வங்கள் விளையாடி வந்தன. மானுட வாழ்க்கைக்கு இன்றியமையாத வற்றையெல்லாம் மறைத்து வைத்துக் கொண்டன. விண்ணவர் கோனான யூரனசிற்கும் மண்மாதாவான கையாவிற்கும் பிறந்த தெய்வமகனான புரமீத்தியஸ் மானுடர்பால் அன்பு கொண்டவன். அவன் விண்ணுலகிலிருந்து தீயை எடுத்து மண்ணுலக மாந்தர்க்கு ஈந்துவிட்டான். தெய்வங்களுக்கும் மானுடர்க்கும் தந்தை என்று போற்றப்பட்ட பேராற்றல் வாய்ந்த முதற் கடவுளான சீயஸ் இதை அறிந்ததும், புரமீத்தியஸ் செய்த இக்குற்றத்திற்காக அவனுக்குக் கடுந்தண்டனை விதித்தார்.

புரமீத்தியஸ் ஒரு பாறையில் சங்கிலியால் பிணைக்கப்பட்டான். பகல் வேளையில் அங்கு ஒரு கழுகு வந்து அவனது ஈரலைக் கொத்தித் தின்னும். இரவானதும் ஈரல் மீண்டும் வளர்ந்து விடிந்ததும் கழுகிற்குப் பழையபடி இரையாகும். சீயசிற்கு ஹெர்க்குலிஸ் என்று ஒரு மகன் இருந்தான். அவன் பேருருவும் பெரு வலியும் மிக்கவன். அவன் புரமீத்தியசை இக் கொடிய தண்டனையிலிருந்து மீட்டான் என்பது கிரேக்கத் தொன்மக் கதை. மானுடர்க்கு உதவிய புரமீத்தியசை முன்னறிவு வித்தகன் என்பர்.

விடுதலை தமக்கு மட்டுமே தனியுரிமையென்று வைத்துக் கொண்டு பெண்ணினத்தை அடிமைத்தனத்தில் அழுந்தி உழலச் செய்த சர்வ வல்லமையுள்ள சமூகத்திடமிருந்து விடுதலையுணர்வு என்ற தீப்பொறியைப் பறித்து வந்து பெண்ணினத்திற்கு அளித்தமைக்காக அல்லல் பல ஏற்றவர் மேரி உல்லஸ்டன் கிராஃப்டு. அவரை மானுடர்க்கு வெளிச்சமும் வெம்மையும் தந்த முன்னறிவு வித்தகனான புரமீத்தியசுடன் ஒப்பிடும் வகையில் ஷெல்லியின் மேற்குறித்த பாடல் வரிகள் அமைந்துள்ளன. மேரி பதினெட்டாம் நூற்றாண்டின் இறுதி வாக்கில் கொணர்ந்து அளித்த சிறு நெருப்புப் பல தலைமுறைகளாய்க் கனன்று இன்று உலகெங்கிலும் பெண்ணியம் என்ற பெரு நெருப்பாய்ச் சுடர்கள் நடமிட ஒளிர்கின்றது. காய்கின்றது. மேரி 1792 ஆம் ஆண்டில் வித்தூன்றிய பெண்ணிய இயக்கம் ஐரோப்பியத்தில்

மட்டுமின்றி, பத்தொன்பதாம் நூற்றாண்டு இந்தியத்திலும் இருபதாம் நூற்றாண்டுச் சீனத்திலும் மேற்கொள்ளப்பட்ட பெண் விடுதலைப் பணிகளுக்கெல்லாம் செயலூக்கியாய் அமைந்ததென்றால் அது மிகையாகாது.

மேரிக்கு முன்னர் பிரஞ்சுச் சிந்தனையாளரும் மெய்யியலாரும் புரட்சிக்கு முன்னரும் புரட்சியின் போதும் பெண்ணினத்தின்பால் பரிவு கொண்டு பெண்ணியம் பேசினரெனினும், பிரிட்டனில் முதற்குரல் எழுப்பிய அன்னை மேரி உல்ஸ்டன் கிராஃப்டேயாவார்.

மேரியின் வாழ்வும் பணியும் அவரைப் புரமீத்தியசுடன் மட்டுமல்லாது, அன்பினால் என்பும் உரியர் பிறர்க்கு என்று வாழ்ந்த ஆன்ம நேய அடியார் சிலருடனும் ஒப்பிடுவனாய் அமைந்துள்ளன. மேரியின் தந்தை உல்ஸ்டன்கிராஃப்டு தன் தந்தை விட்டுச் சென்ற பத்தாயிரம் பவுனை ஊதாரித்தனமாய்ச் செலவிட்டபடி குடும்பத்தை இழுத்துக் கொண்டு நிலையில்லாது ஊர் ஊராய்த் திரிந்தார். தன் குடும்பத்தினர்க்கு ஆணினத்தின் மீதே வெறுப்பை உண்டாக்குவதற்கென்றே பிறந்தவர் போல் அவர் வாழ்ந்தார். மேரி அவரின் ஆறு மக்களில் மூத்தவர். தான் வைத்ததே சட்டம் என்று குடும்பம் நடத்திய தந்தையால் மேரியை அடக்கி வாய் பேசாமலிருக்கச் செய்ய முடிந்ததேயொழிய, அடி பணிய வைத்துவிட முடியாது என்பதைப் பிஞ்சு வயதிலேயே தன் தந்தை உணரும்படி செய்துவிட்டார். தந்தை தாயை அடித்துத் துன்புறுத்த முயன்றபோதெல்லாம் மேரி குறுக்கே புகுந்து தடுப்பார். சில வேளைகளில் தந்தையின் வன்செயல்களைத் தடுப்பதற்காகப் பெற்றோரின் கதவருகே மேரி இரவெல்லாம் விழித்திருந்ததுண்டு. தன்னை இங்ஙனம் காத்து நின்ற மகள் மீது அந்தத் தாய்க்கு அன்பு இருந்ததில்லை. அவருக்கு விருப்பமான பிள்ளை அவரின் மூத்த மகன் தான். இந்தத் தாய் மகள் மேரியிடம் முதலில் மிகக் கடுமையாய் நடந்து கொண்டார். அவர் தன் கணவன் தனக்குச் செய்த கொடுமையை மகளுக்குச் செய்தார். ஆனால் மேரி பெரியவளானதும், அவரின் தாய் சட்டை செய்யாது அவரைப் புறக்கணித்து விட்டார். ஒரு மகள் ஏங்குகின்ற அன்பையும் பாசத்தையும் அந்தத் தாய் மேரிக்குத் தந்ததில்லை.

மேரியின் குடும்பம் ஊர் ஊராய்த் திரிந்ததால் அவருக்கு முறையான கல்வி கிடைத்திலது. பெண் 'கற்றுத் தேர்வதை' அவரின் தந்தை கடுமையாய் எதிர்த்தார். ஆனால் மேரியின் ஆர்வ முனைப்பும் சிந்தனை வேகமும் அவரைக் கல்வியின்பால் உள்ளூர ஈர்த்துச் சென்றன. அவர் தன் கைக்குக் கிடைத்த நூல்களையெல்லாம் படித்தார். அங்ஙனம் கற்றறிந்ததைத் தன் கண்முன்னே விரிந்த உலகுடன் ஒப்பு நோக்கினார். அவர் மாபெரும் மங்கையர் திலகங்களையும் மாமனிதரையும் போன்று மனித இனத்தின் மேல் பரிவு மிகக்கொண்டார்.

தந்தை தனக்குத் தீங்கு செய்த நாயைக் கயிற்றில் கட்டித் தொங்கவிட்டார். மனைவி நோய்வாய்ப்பட்டிருந்த நேரத்தில் தன் இச்சையைத் தீர்க்க முடியாத போது அவரைக் கொடுமைப்படுத்தினார். மேரி தன் வீட்டினுள் நடந்த இக்கொடுமைகளைப் பார்த்ததும் இவை போன்ற அநீதிகள் வெளியிலும் நிகழ்கின்றன என்பதைக் கண்டு கொண்டார். இரவலர் இரக்கமின்றிச் செல்வர் வீட்டு வாயிலிலிருந்து விரட்டப்படுவதைக் கண்ட மேரி மனக் கசப்பினால் துடிதுடித்தார். ஏழைப் பெண்டிரும் அவர்தம் குழந்தைகளும் படுகின்ற இன்னல்களைக் கேள்வியுற்றதும் அவரால் அவற்றை மறக்க முடியவில்லை.

அவர் தனக்கு நெருக்கமானவர்களின் துன்பங்களைத் தீர்க்கும் ஆக்கமான வேலைகளில் உடனுக்குடன் ஈடுபட்டார். பட்டினி கிடந்த குடும்பங்களுக்குத் தனது

உணவைத் தந்தார். தன்னைப் புறக்கணித்த தாயின் மீது பயன் கருதாத பரிவைக் காட்டினார். அவர் தன்னைச் சுற்றிலும் கொடுஞ் செயல்கள் நடக்கக் கண்டார். தனக்கு மானுடர்பால் தோன்றும் இரக்க உணர்வுகள் தன்னினும் பெரிய ஒன்றைப் பற்றித் தன்னைச் சிந்திக்கச் செய்வதாய் மேரி உணர்ந்தார். அவர் சிறுமியாய் இருந்த காலத்தில் துன்பங்களைத் தீர்க்க வானுலகிலிருந்து தேவதையர் வந்திறங்க வேண்டுமென்று ஏங்குவதுண்டு. அப்போது அவர் காட்டினுள் இருந்தவாறு கண்ணுக்குத் தெரியாத நண்பர்களான தேவதையருடன் ஆடினார். பாடினார், உரையாடினார். அவர் மேலும் பெரியவளான போது தன்னைச் சுற்றி வாழ்ந்த மானுடரிடையே காணவியலாத அன்பையும் நீதி நேர்மையையும் அருள வேண்டுமென்று மனமார இறைவனிடம் இறைஞ்சினார்.

மனிதரின் துன்பங்களைக் கண்டு இரக்கமும் பரிவும் கொண்டு அவற்றையெல்லாம் தன் தோள் மீது சுமக்கக்கூடிய 'மீட்பர்' ஒருவரைப் பற்றி மேரி எண்ணுவதுண்டு. அப்போது மேரிக்குப் பெரும் பேரின்பமும் நன்றியுணர்வும் உண்டாகும். அவர் இறையைக் கண்டார். பெண்ணின் பெருமைக்கு மெய்ச்சான்றாய் விளங்கினார். அவர் தன் காலத்தில் வாழ்ந்த முற்போக்குச் சிந்தனையாளருடனும் அறிவாளியருடனும் பழகும் வாய்ப்பைப் பெற்றிருந்ததோடு அவர்களுள் ஒருவரான வில்லியம் காடுவின் என்ற மெய்யியல் பொருளியலாரை வாழ்க்கைத் துணையாயும் ஏற்றிருந்தார். மேரியின் வாழ்க்கை வரலாற்றைக் காடுவின் நூல் வாயிலாய் அறிகின்றோம். வேறு சிலரும் மேரியின் வாழ்க்கை பற்றி எழுதி வைத்துள்ளனர். இந்திய சரித்திரக் களஞ்சியத்தின் இந்தப் பத்தாம் தொகுதிக்கு மேரி உல்ஸ்டன்கிராஃப்டின் நினைவாய்ப் பெண்ணியப் பத்தென்று பெயரிட்டிருப்பது சாலப் பொருந்தும்.

எழுதிவைக்கப் பெற்ற ஐயாயிரமாண்டுக் கால மானுட வரலாற்றில் நூறு ஆண்டு என்பது மிகவும் நுண்ணியதாகும். எனினும் பதினெட்டாம் நூற்றாண்டு காரம் மிகுந்த நுண்ணிய துளி என்பதை அதன் நீண்ட நிரலைத் தடவிப் பார்க்கும்போது நன்கு புலப்படும்.

தமிழகத்தில் கிட்டத்தட்ட 159 ஆண்டுகள் மங்கம்மாள் காலம் வரை நிலவி வந்தபின் (1706 ஆம் ஆண்டிற்குப் பிறகு) மதுரை நாயக்கராட்சி மங்கத் தொடங்கி, அதற்கு முப்பதாண்டுக்குள் முடிந்து போனதும் இந்நூற்றாண்டிலேயேயாம். விசுவநாத நாயக்கனும் அரியநாத முதலியும் பதினாறாம் நூற்றாண்டின் நடுவில் பிரித்தாளும் சூழ்ச்சியாய் உருவாக்கிய 72 பாளையங்கள் ஒன்றரை நூற்றாண்டிற்குள் பலவாய்ப் பல்கி நிலப் பிரபுத்துவக் கொடுங்கோன்மையும் வகுப்பு பேதக் கொடுமைகளும் மேலோங்கி நாடு வலுவிழந்து போனதும் இக்காலத்தேயாம்.

ஐரோப்பியர் மேற்கு, கிழக்கு கரையோரங்களில் ஓசைப்படாது காலூன்றி வந்த வேளையில், முகலாய ஆட்சியின் முடிவில் கிட்டத்தட்ட அதே காலத்தில் (ஔரங்கசிபு 1707 இல் இறந்த பின்னர்) சரியத் தொடங்குகின்றது. அதன் பிறகு இந்து தேசத்தில் எங்கெங்கு காணினும் காளான்கள் போன்ற சின்னச் சின்ன அரசுகள் முளைத்துக் குழப்பமான அரசியல் சூழல் உருவானது. முகலாயர் நசிவில் மராட்டியர் ஆட்சி மலர்வதை இக்காலம் கண்டதெனினும் மராட்டிய வல்லாண்மையின் உச்சம் பானிப்பத்துப் போருக்குப் பிறகு குன்றவும், மராட்டியர் தலைவர்களிடையே உள் பூசல்களும் அரசியல் சழக்குகளும் தோன்றின.

வங்கம் பிளாசி வெற்றிக்குப் பிறகு கம்பெனிக்கு உரிமையான பெரு நிலமாயிற்று.

முகலாயப் பேரரசர் பிரிட்டீசாருக்குப் பிகார், ஒரிசம், வங்கம் ஆகியன அடங்கிய பரந்த நிலப்பரப்பை உரிமையாக்கி விட்டு அவர்களுக்கு அடங்கிய கைப்பாவையாகிப் போனார். வங்க, ஔது நவாபுகளின் முனைப்பெல்லாம் பிரிட்டீசு வல்லாண்மையின் முன்னர் தாழ்ந்து போகத் தான் முடிந்தது.

குரு கோவிந்தரின் உயிர்த் தியாகம் இந்நூற்றாண்டின் தொடக்கத்தில் பாஞ்சாலத்துச் சீக்கியரிடையே ஒற்றுமையுணர்வைத் தூண்டியிருக்க வேண்டும். ஆனால் அவர்கள் தமக்குள் பிளவுண்டு கிடந்தனர். இந்நிலையை இரஞ்சித்து சிங்கு இந்நூற்றாண்டின் இறுதியில் மாற்றி வலிமை மிக்க சீக்கியர் அரசைத் தோற்றுவிக்கக் காண்கிறோம்.

தெற்கில் அரசகுடிப் பிறவாத ஐதரலி கானும் அவர் மகன் திப்பு சுல்தானும் களப்பிரருக்குப் பிறகு மைசூர் நாட்டைத் தென்னகம் தழுவியதாய் விரித்தனர். கெம்பக் கவுடரும் சிக்க தேவராயரும் கண்ட கனவுகளையெல்லாம் நனவாக்கினர். அதற்காகத் தந்தையும் மகனும் தம் வாணாளில் கடைசி வரையிலும் போர்க் களங்களிலேயே கழித்தனர். ஐரோப்பியத்தில் நெப்போலியனும் இந்தியத்தில் திப்பு சுல்தானும் பிரிட்டீசாரின் பேரரசிற்குப் பெருந் தடையாயிருந்தனர். பிரிட்டீஸ் மணிமுடியின் பேராளராய் வந்திருந்த காரன்வாலிசும் வெல்லஸ்லியும் வாழ்வா சாவா என்று கங்கணம் கட்டிக் கொண்டு சிங்கத்தின் குகைக்கே செல்வது போல் மைசூர் நாட்டிற்குள்ளேயே போரைக் கூட்டிச் சென்று இந்திய விடுதலை வேட்கையை அவிழ்த்துவிட்டனர். பேதமில்லாத உத்தர பூமியான போர்க் களத்தில் வெல்ல வந்தோரும் வெல்லப்படப் போவோரும் மாய்ந்து கிடந்த சமர்க்களத்தில் பிணத்தோடு பிணமாய் வீழ்ந்துபட்ட திப்பு சுல்தான் உயிர் விட்ட அந்தக் கணமே இந்தியம் முழுமைக்கும் பிரிட்டீசு ஏகாதிபத்திய ஏற்றம் விடிந்து விட்டது.

இதே வேளையில் தென் தமிழ்நாட்டில் இண்டஞ் செடிகளாய் விளங்கி வந்த பாளையக்காரர்கள் பிரிட்டீசாரால் இரக்கமின்றி ஒழிக்கப்பட்டனர். தமிழ்நாடு அரை இருளிலிருந்து மையிருளுக்குள் மாட்டிக் கொள்கின்றது.

வட கோளமான மலபாரைக் கம்பெனி சிறுகச் சிறுகக் கவர்ந்து தனதாக்கிக் கொண்டது. தென் பாரதத்தில் தன்னாட்சி என்று வெறும் பெயர் சொல்லத் தக்கதாய் வேணாடு மட்டுமே எஞ்சி நின்றது. அதுவும் பிரிட்டீசாரின் மேலாண்மையை வாய் பேசாமல் ஏற்றுக் கொண்டு விட்டது. அங்கு தன் முனைப்புக் கொண்டிருந்த தளவாய் வேலுத் தம்பி இன்னுஞ் சில ஆண்டுகளுக்குள் ஏகாதிபத்தியத் தேர்க் காலில் சிக்குண்டு நசுங்கப் போகின்றார்.

அமெரிக்கக் குடியேற்றங்களையும் அவற்றின் செல்வ வளங்களையும் இழந்தாலும் அவை பிரிட்டனின் ஏற்றத்திற்குத் தங்கு தடையாய் இருக்கவில்லை. நெப்போலியன் மட்டுமே அதற்கு இப்போது அறைகூவல் விடுத்துக் கொண்டிருக்கின்றார். அவரது விதியும் வெகு விரைவில் அட்லாண்டிக்கின் தென் கிழக்கே ஒரு தீவில் முடியப் போகின்றது. வல்லாண்மைச் சகடம் அழுந்தியும் விரைந்தும் எங்கும் உருள்வதை இவையெல்லாம் காட்டுகின்றன. வல்லரசுகளும் பேரரசுகளும் எழுவதும் விழுவதும் சகடச் சுழற்சி போன்றது. அறிவியல் அச்சு கூடத்திற்கு அச்சாகத் தொடங்கியது இக்காலத்திலேயாம்.

ஐரோப்பிய அறிவியலின் தோற்றுவாயாகிய கிரேக்க அறிவியலறிவில் பெரும்பகுதி கிழக்கத்தி மூலங்களிலிருந்து ஏதோ ஒரு காலக்கட்டத்தில் பெறப்பட்டது

என்பது அறிஞர்களின் கருத்தாகும். ஆசிய மைனரின் கரையோரமாய் வாழ்ந்திருந்த அயோனியக் கிரேக்கரில் சிலர் கி.மு.மூன்றாம் நூற்றாண்டு வாக்கில் இயற்கை பற்றியும் தம்மைச் சூழ்ந்திருந்த உலகின் தோற்றுவாய் குறித்தும் அறிவினடிப்படையில் கவனம் செலுத்தத் தொடங்கினர். நாம் இன்று அறிந்துள்ள அறிவியல் (*Science*) என்ற கருத்துப் படிவத்தை உண்டாக்கியதில் கிரேக்கரின் பங்கு பணி பெரிதாகும். எகிப்தியரும் பண்டைப் பாபிலோனியரும் கை மேல் பலன் காணக்கூடிய வகையில் பருப்பொருளான உலகு பற்றிய உண்மைகளை மட்டும் ஆராய்ந்து அவற்றை எழுதிப் பதிந்து வைத்தனர்.

கிரேக்கரோ அறிவியலின் தலையாய உள்கோளை அறிந்து கொள்வதிலும் பேரண்டத்தின் செயல்பாடுகள் முழுமையையும் உள்ளத்தால் உன்னி உருவகித்துப் பேராவலைத் தூண்டுவதிலும் அறிவியல் பணியை ஈடுபடுத்தினர். அவர்கள் நடைமுறைக்குகந்த வகையில் அறிவியலைப் பயன்படுத்துவதை வெறுத்தனர். பொருள்கள் பற்றிய அறிவையும் உலகின் ஒத்திசைந்த அமைப்பையும் விளங்குவதற்குத் துணை புரியும் கருவியாய் அறிவியலைப் பயன் கொள்ளவே விரும்பினர். அறிவியலை இங்ஙனம் அணுகும் போக்கு பதினைந்தாம் நூற்றாண்டிற்குப் பிறகு ஐரோப்பியத்தில் மாறலாயிற்று.

பதினைந்தாம் நூற்றாண்டில் அச்சுக் கலை உருப்பெற்றதும் கடலோடி ஹென்றி மன்னரால் தொடங்கி வைக்கப்பெற்ற நிலவியல் கண்டுபிடிப்புகளும் பதினாறாம் நூற்றாண்டு வரையிலும் நீடித்துப் பல்வேறு திக்குகளில் மானுடரின் பட்டறிவைக் கணித்துக் கூற முடியாத அளவிற்குப் பெருகச் செய்து விட்டன. அறிவுச் செல்வம் தொடர்ந்து பெருகுவதற்கு வெகு நிச்சயமான ஒரு நிலையை அச்சுக்கலை தோற்றுவித்தது. இவற்றோடு ஐரோப்பியமெங்கும் நாற்றிசையிலும் பல்கலைக் கழகங்கள் நிறுவப்பட்டன.

பதின்மூன்றாம் நூற்றாண்டு முதலே இக்கழகங்கள் தோன்றி வந்தனவெனினும், இப்போது அவற்றின் இன்றியமையாமை நன்கு உணரப்பட்டது. இவை அறிவியலின் முன்னேற்றத்தை நெறிப்படுத்தவும் ஆய்வுகளை ஏடுகளில் எழுதிவைக்கவும் வழி வகைகளை அமைத்துத் தந்தன. பதினேழாம் நூற்றாண்டில் ரோம், ஃபிளாரன்ஸ், இலண்டன், பாரிஸ் நகரங்களில் அறிவியல் கழகங்கள் அமைந்தன. அக்கால கட்டத்தில் வாழ்ந்த அறிவியலாரில் கிட்டத்தட்ட அனைவரும் இக்கழகங்களில் ஏதேனுமொன்றில் ஆராய்ச்சி மாணவராய் இருந்தனர் எனலாம். இக்கழகங்கள் வெளியிட்ட நூல்களை ஆதாரமாய்க் கொண்டு அறிவியல் எண்ணற்ற துறைகளில் முன்சென்று வளர்ந்ததை வரலாறு நன்கறியும்.

பதினேழு, பதினெட்டாம் நூற்றாண்டுகளில் அறிவியலில் புதிய தெளிவுகளைத் தோற்றுவித்த பலர் வாழ்ந்தனர். அவர்களின் எண்ணிக்கை இத்தனை என்று கணித்துக் கூறுதற்கியலாது. அவர்கள் ஐரோப்பியமெங்கும் விரவிப் பரந்திருந்தனர் என்பது முன்னை விட இக்காலத்தில் தான் மிகத் தெளிவாகியது என்பதை இந்திய சரித்திரக் களஞ்சியத்தின் பல பக்கங்களில் பரக்கக் காணலாம்.

எனினும் கிரேக்கரின் பயன் நோக்கா அறிவியல் சிந்தனைப் போக்கு வெகுவாய் மாறிவிட்டது. மனிதன் அனைத்தையும் அடிப்படுத்தியதைப் போன்று அறிவியலையும் தனக்கு ஏவல் பணியாளாக்கத் தொடங்கியது இக்காலத்திலேயாம். ஐரோப்பியரின் சிந்தனைப் போக்கு அறிவதில் மெய்யின்பம் கண்ட கிரேக்க மெய்யியலாரின்

வழியிலிருந்து கால மாறுதலையொட்டிப் புதிய திக்கில் புகத் தொடங்குகின்றது. அறிவியல் அடியொற்றித் தோன்றிய தொழிற் புரட்சியின் பின் விளைவுகளான மாசும் பிற தொழில் வளர்ச்சிக் கேடுகளும் உயிரின வாழ்க்கைச் சூழலை இடருக்குள்ளாக்குவது உணரப்படாத நிலையில் அறிவியல் பதினெட்டாம் நூற்றாண்டில் விரைந்து நடைபோடத் தொடங்குகின்றது.

மக்கள் தொகைப் பெருக்கம் உயிரின வாழ்க்கைக்குப் பெரிய அறைகூவலாகப் போகின்றது என்ற பேருண்மை பதினெட்டாம் நூற்றாண்டின் பிற்பாதியில் தான் உணரப்பட்டது என்பது கவனத்திற் கொள்ளத்தக்கதாகும். உலகெங்கிலும் மக்கள் தொகை பெருகிவரும் செய்திகளைப் பதினெட்டாம் நூற்றாண்டு முழுமையிலும் காண முடியும்.

பதினைந்தாம் நூற்றாண்டின் இறுதி வாக்கில் இத்தாலிய வாணிக நகரப் பெரு மக்களின் கை முதலைக் கொண்டு ஸ்பானியரும் போர்த்துக்கீசியரும் தொடங்கிய கடலோட்டம் ஐரோப்பியச் சமய, அரசியல், பண்பாடுகளை உலகக் கரைகளெங்கும் இறக்கிப் பரப்பிய இரண்டரை நூற்றாண்டுக் காலத்திற்குள் மானுட வாழ்க்கையின், பண்பாட்டின், அரசியல் கோலங்கள் புதிய வடிவு கொண்டுவிட்டதை நாலரை நூற்றாண்டிற்குப் பிறகு நாம் இன்று காண்கின்றோம்.

இந்த நெடிய ஒரு நூற்றாண்டுப் பயணத்தில் நாம் காலத்தின் முன்னும் பின்னும் ஏகியவாறே அடுத்த நூற்றாண்டிற்குள் நுழையவிருக்கின்றோம். ஆசிரியரின் எட்டாண்டுக் கால முயற்சியில் அவருக்குத் தோன்றாத் துணையாயிருந்து உதவி வருபவர் டாக்டர் நல்லி குப்புசாமி செட்டியார் ஆவார். இந்நூல் வரிசை வெளிவரத் தொடங்கிய காலத்திலிருந்து ஆசிரியரைக் கண்டவிடத்தும் நண்பர் பிறரிடத்தும் மெய்யான ஆர்வத்தோடு அவர் ஊக்குவித்து வந்திருக்கின்றார். அவரின் பயன் கருதா உதவிகளுக்கெல்லாம் நன்றி கூறி நாலுவரி எழுதுவது இந்நூலாசிரியரின் நெஞ்சில் தேங்கியிருக்கும் அன்பு முழுவதையும் எங்ஙனம் வெளியிட்டுவிட முடியும். *Prometheus Unbound* என்ற கவிதை நாடகப் பாடலின் கடைசி வரிகளைப் பேராசிரியர் எம்.எஸ்.நாடார் மொழிபெயர்த்து உதவினார். அவர் பிறவிக் கவிஞர்.

கனரா வங்கி எழும்பூர்க் கிளையின் உச்ச மேலாளராயிருக்கும் ஆர். வைத்தியநாதன் இலக்கிய ஈடுபாடுடையவராதலால் இந்நூல் வரிசைமீது ஆழ்ந்த ஆர்வம் காட்டி ஆசிரியரை ஊக்குவித்து வருகின்றார். அவருக்கும் இக்கிளையின் முதுநிலை மேலாளரான பி.கே.நடராஜனுக்கும் ஆசிரியரின் மனமார்ந்த நன்றி.

எழும்பூர்,
ஆகஸ்டு 20, 1995

ப.சிவனடி

பொருளடக்கம்

1791

1. பதினெட்டாம் நூற்றாண்டுத் தமிழ் நூல்கள் 373
குரு பரம்பரை வரலாறு -373
இலக்கண விளக்கம் -373
குளத்துராயன் கப்பற் பாட்டு -373
கல்லிடைக்குறிச்சி -374
வணிகச் சீமான்கள் -374
கப்பற் பாட்டின் காலம் -375
குளத்தூர் ஐயன் -375
அறப்பளீசுர சதகம் -375
அம்பலவாணக் கவிராயர் -375
அகோர முனிவர் -376

2. இந்தியமும் வைரங்களும் 376
இந்திய வைரங்கள் பற்றித் தாலமி -376
நன்னனும் வைரமும் -376
இந்தியத்தில் வைரம் கிடைத்த இடங்கள் -377
கோல்கொண்ட வைரம் -377
கொல்லூர் வைரச் சுரங்கங்கள் -378
ஈரானிய வைரச் சேகரங்களில் இந்திய வைரங்கள் -378
அறிவியல் நோக்கில் வைரங்கள் -378
மணிக் கல்லியல் புதுத் துறை -378
வைரம் கிடைக்கும் நாடுகள் -378
செயற்கை வைரம் -378
சி.வி.இராமனும் வைரமும் -379

3. மூன்றாம் மைசூர்ப் போரும் திப்பு சுல்தானின் விடுதலை வேட்கையும் 380
மைசூர்ப் போர் என்றதேன்? -380
இந்திய வல்லாளர் பிரிட்டீசாருடன் சேர்ந்தது ஏன்? -380
திப்பு சுல்தானை ஒழிக்கக் காரன்வாலிஸ் கங்கணம் -381
பிரிட்டீசு, மராட்டிய, நிசாமியப் படைகள் திரளுதல் -381
நந்திமலைக் கோட்டை தகர்ந்தது -381
நந்திமலை -381
கம்பெனிப் படையில் முஸ்லீம்கள் -382
முஸ்லீம் படை வீரரின் குன்றாத விசுவாசம் -382
திப்புவிடம் இறுதி வரை பணியாத இபுராகிம் -383
திப்பு சுல்தான் வாணப் படை -384
இந்திய வரலாற்றில் வாணம் -384
திப்பு சுல்தானுக்குச் சிருங்கேரிப் பீடாதிபதி ஆதரவு -385
திப்பு வெற்றிக்குப் பிராமணர் வழிபாடும் வேள்வியும் -386

4. ஆங்கிலேயர் கண்பட்ட கொச்சி — 387

    கொச்சியைக் கவர ஆங்கிலேயர் பேராவல் -387
    கொச்சித் துறைமுகத்தின் நல் வாய்ப்புகள் -387
    கொச்சி பற்றிய வரலாற்றுச் செய்திகள் -388
    கொச்சியும் ஆங்கிலேயரும் -388
    கொச்சியும் டச்சுக்காரரும் -389
    கொச்சி இன்று -389

வரலாற்றுப் புள்ளிகள்

1. தென்னிந்தியத் தொல்லியல் ஆய்வு தொடக்கம் -390

    கற்பொறிப்புகள் -390
    நடுகற்கள் -391
    கோயில்களில் கல்வெட்டுகள் பொறித்தது ஏன்? -391
    கயைக் கல்வெட்டைப் படித்த வில்கின்ஸ் -391
    ஏகாம்பரநாதர் கோயில் செப்பேடு -392

2. ஃபப்ரீசியஸ் தமிழ்ப் பணி — 392

    கிறித்தவத் தொட்டில் தரங்கம்பாடி -392
    சீகன்பால்கின் விவிலிய மொழிபெயர்ப்பு -392
    சூல்ஸ் பாதிரியார் -392
    தமிழகத்தில் ஃபப்ரீசியஸ் -392
    முதல் தமிழ் ஆங்கில தமிழ் அகராதி -393
    ஃபப்ரீசியசின் பன்மொழிப் புலமை -393
    சென்னையில் அடக்கமான ஃபப்ரீசியஸ் -394

3. பிரஞ்சுச் செய்திகள் — 394

    (அ) பிரஞ்சு மன்னர் தப்பி ஓட்டம் -395
    (ஆ) புரட்சிக்கு எதிர்ப்பும் ஆதரவும் -395
    (இ) மேற்கிந்தியத் தீவுகளில் கறுப்பருக்கு வாக்குரிமை -395
    (ஈ) பிரான்சில் பஞ்சம் -395

4. கனடா சட்டப்படி பிரிட்டனைச் சேர்ந்தது -396

5. தாமஸ் பெயின் "மனித உரிமைகள்" -397

6. ஜான் வெஸ்லி - திருமறை பரப்புச் சங்கம் -397

    வெஸ்லி மூட நம்பிக்கைகளை ஆதரித்தல் -398

7. வெர்மாண் அமெரிக்க ஒன்றியத்துடன் இணைதல் -398

8. "அப்சர்வர்" பத்திரிகை தொடக்கம் -398

9. ஜான்சன் வாழ்க்கை வரலாற்று நூல் -398

10. டைட்டானியம் கண்டுபிடிப்பு -399

1792

1. பெண்ணிய இயக்க முன்னோடி — 401

    பெண்ணின் கதையே மானுட வரலாறு -401

    பிரிட்டனில் பெண்கள் பட்டபாடு -401
    மேரி உல்ஸ்டன்கிராஃப்டு -405
    ஃஉல்ஸ்டன்கிராபைடை மணந்த வில்லியம் காடுவின் -406
    ஷெல்லி, மேரி ஷெல்லி -406
    ஃபிராங்கன்ஸ்டீன் -406

2. கீத கோவிந்தம் - ஆங்கில மொழிபெயர்ப்பு — 407

    மொழிபெயர்ப்பாளர் வில்லியம் ஜோன்ஸ் -407
    ஓவியத்தில் கீத கோவிந்தம் -407
    கீத கோவிந்தத்தில் காம சூத்திரத் தாக்கம் -408
    கீத கோவிந்தத்தில் மூன்று பாடல்கள் -408
    கீத கோவிந்தம் காமச்சுவை மலிந்த நூலா? -410
    கீத கோவிந்தம் பாடிய ஜெய தேவர் -410
    கீத கோவிந்தம் இசை நாடகம் -411
    ஊடலில் தொடக்கம் -411
    சந்தக் கவி நயம் -412
    திருக்கண்ணபுரமும் கீத கோவிந்தமும் -412

3. வட கேரளத்தில் அரசியல், சமுதாய நிலை — 412

    மலபார் கம்பெனி வசமாதல் -412
    மாப்பிள்ளைமார் மீது சாமூதிரி தாக்கு -413
    நாயர்கள், மாப்பிள்ளைமார் மோதல் -413
    கேரளத்தில் சமுதாய மாறுதல்கள் -413
    ஐரோப்பியர் தொடர்பால் சமூகக் கட்டமைப்பில் மாறுதல் -414

4. தமிழகத்தில் இருதலை மணியம் — 415

    ஆர்க்காட்டு நவாபு கம்பெனியின் கைப்பாவை ஆனார் -415
    நவாபு தமிழகத்தைக் கம்பெனிக்கு அடகு வைத்தல் -415
    கம்பெனி - நவாபு இருதலை மணியம் -415
    கம்பெனிப் பாளையக்காரர் மனக் கசப்பு -416
    கம்பெனிப் படை சிவகிரியைத் தாக்குதல் -416
    கட்டபொம்மன் கப்பம் கட்ட இசைதல் -417

வரலாற்றுப் புள்ளிகள்

1. மூன்றாம் மைசூர்ப் போர் முடிந்தது -417

    முக்கூட்டணி சேர்ந்து தாக்குதல் -418
    திப்பு சுல்தான் அமைதி பேச இறங்கி வருதல் -418
    மூன்று கோடி முப்பது இலட்சம் தரத் திப்பு இசைதல் -418

பிணையமாய் இரண்டு மக்கள் ஒப்புக் கொடுத்தல் -418
சீரங்கப்பட்டண உடன்படிக்கை கையெழுத்தாதல் -418

2. சந்திரகிரிக் கோட்டை -419

ஜார்ஜ் கோட்டை நிலம் சந்திரகிரிக் கோட்டையிலிருந்து அளிக்கப்பட்டது -420

3. பரங்குன்றக் கோயிலுக்காக உயிர்ப் பலியானவர் -421

தொன்மத்தில் பரங்குன்றம் -421
மேரு மலையின் ஒரு துண்டு பரங்குன்று -421
முருகன் தேவயானையை மணந்த இடம் -421
சரவணப் பொய்கை -422
கோயில் அமைப்பும் கருவறையும் -422
சமணப் பள்ளி -423
உயிர்ப் பலி -423

4. சென்னையின் புது ஆளுநர் -424

5. சென்னை நகரில் பல்லக்குகள் -424

6. கிறித்தவம் தழுவிய கூழங்கைத் தம்பிரான் -425

நன்னூலுக்கு உரை எழுதியவர் -425

7. வாராணசியில் சமஸ்கிருதக் கல்லூரி -425

8. இரசபுத்திர வீரனின் மான உணர்ச்சி -426

9. சீனம் திபேத்திய எல்லையை அடைத்தது -426

கூர்க்கர் திபேத்தைப் பிடித்தல் -426
சீனர் கூர்க்கரை விரட்டியடித்தல் -427
சீனர் இந்திய எல்லையையும் அடைத்தல் -427

10. பிரான்சு போரில் இறங்கியதேன்? -427

பிரஞ்சு அரசியல் கட்சிகள் -427

11. பிரஞ்சு நாட்டுப் பாடல் "லா மாசலைஸ்" -428

பாரதியார் மொழிபெயர்ப்பு -428

12. புதிய புனித ரோமன் பேரரசர் -429

13. நியூயார்க்கில் பங்குச் சந்தை -429

14. கெண்டக்கி அமெரிக்க ஒன்றியத்தில் இணைதல் -429

15. அமெரிக்கத்தில் முதல் நாணயச் சாலை -429

16. அடிமை வாணிபம் - டென்மார்க்கு கைவிடுதல் -430

17. சுவீடிய மன்னர் கொலை -430

18. ரொட்டி சுடுவதில் புரட்சி *-430*

19. போரை நிறுத்திய வயிற்றுப் போக்கு *-431*

20. எகிப்தில் பிளேக்கு *-431*

1793

1. ஆபே துபாய் இந்தியம் அடைந்தார் *433*

ஐரோப்பியர் இந்திய மேன்மையை அறியாமை *-433*
ஆபே துபாயும் டீ நொபிலியும் *-434*
சமூகவியல் ஆய்வு முன்னோடி ஆபே துபாய் *-434*
இந்தியத்தில் பெண்கள் நிலை *-435*
சாதிப் பாகுபாடு *-436*
மைசூர் நாட்டில் அம்மை குத்தும் பணியில் ஆபே துபாய் *-437*

2. நிலக்கிழார் அமைப்பு முறை தோற்றம் *438*

பிரிட்டீசாரின் நெடிய முன்னோக்கு *-438*
நில அளவாய்வுத் துறை அமைத்ததன் முன்னோக்கு *-438*
வங்க ஒழுங்கு முறை விதிகள் *-438*
நிலக்கிழார் முறை தோற்றம் *-439*
நிலவுடைமை உரிமைக்கு நிலையான தீர்வு *-439*
இரயத்துவாரி முறை *-443*
நிலக்கிழார் முறை பற்றி இராமமோகனார் *-443*
நிலக்கிழார் முறை பற்றி காரல் மார்க்ஸ் *-444*
ஜான் ஸ்டூவட்டு மில்ஸ் கருத்து *-444*
பின் விளைவுகள் *-444*
இந்தியத்தின் பெரும் நிலக்கிழார் தார்பங்கா ஆண்டை *-445*

3. கோதுமையும் ஒடசாவும் *447*

மா காதரைன் உருவாக்கிய ஒடசா பட்டினம் *-447*
பன்னாட்டினர் கூடிய பட்டினம் *-448*
இத்தாலிய மொழி வழங்கிய பட்டினம் *-448*
ரொட்டிப் புரட்சி *-449*
கோதுமையின் கதை *-449*
கோதுமையும் தாய்த் தெய்வமும் *-449*
கோதுமை உலகெங்கும் பரவுதல் *-450*
கிரேக்கரும் கோதுமையும் *-450*
கிரேக்கரின் தானிய வாணிபம் *-450*
தானியத்தில் கள்ள வணிகர் *-451*
ரொட்டியின் கதை *-452*
எகிப்தில் ரொட்டி *-453*
கிரேக்கத்தில் ரொட்டி *-453*
ரோமில் ரொட்டி *-453*
வரலாற்று இடைக் காலத்தில் ரொட்டி *-454*

இங்கிலாந்தில் ரொட்டி -454
பல நாடுகளில் ரொட்டிக்கு வழங்கும் பெயர்கள் -454

வரலாற்றுப் புள்ளிகள்

1. முப்பெருஞ் சட்டங்கள் -455
   ஒழுங்கு முறைச் சட்டம் 1773 -455
   இந்தியச் சட்டம் 1784 -455
   இந்தியச் சட்டம் 1793 -456

2. காரன் வாலிசிற்குப் பாந்தியனில் விருந்து -456
   பாந்தியன் கட்டடம் -457

3. புதிய தலைமை ஆளுநர் சர் ஜான் ஷோர் -457
   வங்க ஆசியவியல் சங்கத் தலைவர் ஷோர் -458
   கம்பெனிப் பணிகளில் ஊழல் ஒழிதல் -459

4. மிளகு அரசியல் கம்பெனி மலபாரை இறுக்குதல் -460
   மாகி வீழ்ச்சி -460
   மிளகிற்கு மாற்றாய்ப் படைக் கலன்கள் -460

5. மலபாரில் நீதி மன்றங்கள் -461

6. இந்தியத்தில் சமயப் பரப்பியர் -461

7. திப்பு சுல்தானின் கடற்படை -461

8. சமஸ்கிருதத்தில் கடிதத் தொடர்பு -463

9. ஆட்சியிலிக் கோட்பாடு தோற்றம் -463
   வில்லியம் காடுவின், புருதோன் -464
   பகுனின், குரோப்போட்கின் -464

10. பிரான்சிற்கு எதிராய்ப் பிரிட்டனின் முதற் கூட்டணி -464

11. பிரஞ்சுச் செய்திகள்   465
    (அ) பிரஞ்சுக் குடியரசு பிரிட்டன் மீது போர் -465
    (ஆ) லூவர் மியூசியம் -466
    (இ) புரட்சிக் காலண்டரும் மெய்யறிவு வழிபாடும் -467
       புரட்சி மாதங்கள் -467
    (ஈ) நெப்போலியன் ஏற்றம் -467
    (உ) பதினாறாம் லூயி தலை வெட்டிக் கொலை -469
       தலைவெட்டி ஜில்லட்டின் -469
       பதினாறாம் லூயி -470
    (ஊ) புரட்சிக்கார் மரா கொலை -470

12. பருத்தி அரைவை ஆலை -471

13. பீட்டுக் கிழங்கிலிருந்து சர்க்கரை -471

14. ஆங்கிலத்தில் டேசிட்டஸ் எழுதிய ‘வரலாறுகள்’ -472

15. போலந்து மீண்டும் பங்கு போடப்படுதல் -472

16. ஜப்பானில் புதிய ஷோகன் -473

17. டொரண்டோ நகரத் தோற்றம் -473

18. ஃபிலடெல்ஃபியத்தில் மஞ்சள் காய்ச்சல் -473

1794

1. ஆப்பிரிக்கத்தில் தேட்டப் பயணங்கள் 476

மனிதர் தோன்றிய மண் -476
ஆப்பிரிக்கப் பெருநிலம் -476
ஐரோப்பியர் தேட்டம் -477
பிரிட்டனில் ஆப்பிரிக்கச் சங்கம் -478
நைஜர் ஆறு -478
ஆப்பிரிக்கத்தில் தேட்டப் பயணங்கள் -478
சாம்பசி, சிம்பாபவே -478
ஆப்பிரிக்கம் பற்றி ஐரோப்பியர் கருத்துகள் -479
திம்பக்குடு -479
லியோ ஆப்பிரிக்கானஸ் -479
சோங்கைப் பேரரசு (-479
ஐரோப்பியத்தில் ஆப்பிரிக்கர் -480

2. சாரநாதம் வெளிப்படுதல் 480

பௌத்தர்க்குப் புனிதமான ஐந்து இடங்கள் -480
பௌத்தச் சின்னங்கள் 2300 ஆண்டுகள் மறைந்திருந்தமை -480
புத்தர் துறவும் ஞான மெய்துவதும் -481
போதி மரத்தடியில் புத்தர் -482
புத்தர் சீடரைத் தேடிச் செல்லுதல் -482
புத்தரின் முதல் அருளுரை -483
சாரநாதம், சாரநாதர் கோயில் -483
சாரநாதக் கட்டுமானங்கள் -484
முகலாயரும் சாரநாதமும் -484

3. சூரத்துத் துணிகள் அயல் நாடுகளில் விரும்பப்படுதல் 485

சூரத்தும் போர்த்துக்கீசரும் -485
சூரத்தில் சிவாஜி நடத்திய கொள்ளைகள் -485
சூரத்தின் தாழ்ச்சி -486
சூரத்திலிருந்து துணி ஏற்றுமதி -486

4. காசி பிரிட்டீசார் வசமாதல் 486

5. ஐரோப்பியர் அரசியல் உறவுக்குச் சீனக் கபாடம் திறக்க மறுப்பு 489

சியன் லுங்குப் பேரரசர் -489
மக்காட்னிப் பிரபு -490
பிரிட்டீசுத் தூதுக் குழுவில் அறிவியலார், விற்பன்னர் -491
சீனம் கபாடம் அடைத்தது சரியா? -494
ஆர்னால்டு டாயின்பீ கருத்து -494

வரலாற்றுப் புள்ளிகள்

1. பச்சையப்ப முதலியார் (1754-1794) -494

    பச்சையப்பன் வரலாறு -494
    பச்சையப்பன் துபாஷியாகப் பெரும் பொருளீட்டுதல் -496
    பச்சையப்பனும் சிந்தாதிரிப் பேட்டையும் -497
    பச்சையப்பனின் உடைமைகள் தில்லைத் தீட்சிதரிடம் -497
    பச்சையப்பன் உடைமைகள் பல்கிப் பெருகுதல் -497
    நார்தனால் பச்சையப்பன் அறக்கட்டளை தோன்றுதல் -497

2. சென்னையில் புது ஆளுநர் ஹோபாட்டு -497

3. திப்பு சுல்தான் மக்களை மீட்டல் -498

4. சென்னையில் மன நல மருத்துவமனை -498

5. சென்னையில் அர்மீனிய இதழ் -499

6. கடற் கொள்ளையர் கோலி -499

7. பாரசிகத்தில் கசர் அரச குடி தோற்றம் -499

8. பிரிட்டனில் அரசியல் அடக்குமுறை -500

9. பிரெஞ்சுச் செய்திகள் -501

    (அ) பாரிசில் உலகின் முதல் தொழில்நுட்பக் கல்லூரி -501
    (ஆ) பிரான்சில் முதல் தந்தித் தொடர்பு -501
    (இ) லாவோசியே தலைவெட்டிக் கொலை -502
    (ஈ) பாரிசில் தலைகள் உருளுகின்றன -502
        டாண்டன், ரோபஸ்பியர் தலைகள் வெட்டப்பட்டன -502
    (உ) பிரெஞ்சுப் படையில் பலூன் -503
    பலூன் வரலாறு -503
    ரோஜர் பேக்கனும் பலூன் ஆராய்ச்சியும் -503
    மாண்கோல்ஃபியே சகோதரர்கள் -504
    உலகின் பல இடங்களில் பலூன் ஆர்வம் -504

10. தாமஸ் பெயினின் "பகுத்தறிவுக் காலம்" -505

11. அமெரிக்கத்தில் முதல் காப்பீட்டுக் கழகம் -505

12. அமெரிக்கர் அடிமை வாணிபம் செய்யத்தடை -505

13. இந்தோனேசியத்தில் சீனா குடியேற்றம் -505

14. ரிக்ஷாவின் கதை -506

15. பென்சிலின் வரலாறு -506

இந்தியத்தில் பென்சில் -508

16. சுற்றிச் சுழன்றாடும் புது நடனம் வால்ஸ் -509
வியன்னாவும் இசை வித்தகர்களும் -509

17. சொறி, கரப்பான் தடுப்பில் வெற்றி -510

18. எட்வர்டு கிப்பன் மறைவு -511

1795

1. கிரேக்க ஆதி கவி ஹோமர் 516

ஹோமர் என்று ஒருவர் இருந்தாரா? -516
ஹோமர் காலம் -516
ஹோமர் மீது ஏழு ஊரார் உரிமை -517
ஹோமர் குருடரா? -517
இலியது, ஒடிசி பற்றி அறிஞர் கருத்துகள் -517
ஹோமரின் ஒருமை -519
இலியது, ஒடிசி ஹோமரே இயற்றியவை -519
காப்பியங்களின் மூலபாடங்கள் -520
ஒடிசி கூறுவன மெய் நிகழ்ச்சிகளா? -520
எரட்டோஸ்தனிசின் ஐயம் -520
ஸ்திராபோ கருத்து -521

2. தொல்லுயிர்களை உலகறியச் செய்த பிரஞ்சு அறிவியலார் குவியர் 521

பாரிசில் மா யானைகளா? -521
பாரிசை வியப்பிலாழ்த்திய கண்டுபிடிப்புகள் -522
குவியருக்குப் பல்சாக்கு பாராட்டு -522
குவியரும் இரு பெயர் முறையும் -524
குவியரின் உயிரியல் ஆய்வு -524
குவியரின் பெருந் தலையும் பெரிய மூளையும் -525
தொல்லுயிரியல் ஆய்வில் குவியரின் முன்னோடிப் பணி -527
புது நோக்கும் புது விளக்கமும் -527
உயிர்கள் ஏன் மறைந்தொழிந்தன? -528
குவியரின் வாழ்க்கை வரலாறு -528

3. இராமநாதபுரம் உள் பகையால் கம்பெனி வசமாதல் -529

முத்துராமலிங்க சேதுபதி திருச்சியில் சிறை -530

4. இலங்கையில் ஐரோப்பியர் - சிறு வரலாறு 531

இலங்கையில் அயலார் ஆதிக்கம் -532
போர்த்துக்கீசர் ஆட்சி -532
போர்த்துக்கீச ஆட்சியின் நன்மை, தீமைகள் -535

டச்சுக்காரர் ஆட்சி -535
கண்டி மன்னர் இராசசிங்கன் -535
டச்சுக்காரர் இலங்கையில் காப்பியை அறிமுகம் செய்தல் -537
பிரிட்டன் கைக்கு இலங்கை வருதல் -537

வரலாற்றுப் புள்ளிகள்

1. மறைந்த தமிழ் நூல்கள் -538

    காரைக் குறவஞ்சி -538
    குருச்சேத்திர நாடகம் -538
    சோம கேசரி நாடகம் -539

2. போடிநாயக்கனூர் -539

3. சென்னையில் பத்திரிக்கைத் தணிக்கை -540

    "தி இந்திய ஹொரால்டு" -540

4. திருவிதாங்கூர் - கம்பெனி உடன்படிக்கை -540

5. மைசூருக்கு இனிப் பொம்மை அரசர் இல்லை - திப்பு சுல்தான் -540

6. இந்தியத்தில் அஞ்சல் பணி நடந்த விதம் -541

7. காங்கரா ஓவியங்கள் -541

    பாகவத புராணத்தின் தாக்கம் -541
    காங்கரா ஓவியமும் ஆனந்த குமாரசாமியும் -542

8. பேஷ்வா மாதவ ராவ் தற்கொலை -542

9. பிரிட்டிசுச் செய்திகள் -544

    (அ) ஆட்சி எதிர்ப்புத் தடைச் சட்டம் -545
    (ஆ) கால்நடைகளின் எடை இரட்டிப்பு -545
    (இ) இங்கிலாந்தில் சாலைகள் -545

10. மண்ணியல் ஆய்வு முன்னோடி ஹட்டன் -545

11. பாரிசில் ரொட்டிக் கலவரங்கள் -547

12. பண்டங்கள் கெடாமல் பாதுகாக்கும் முறை -547

1796

1. நெல்லைச் சீமையில் கிறித்தவம் - முதல் நாடார்க் கிறித்தவர்   549

    தமிழகத்தில் புறச் சமயத்தவர் - பண்டைக் காலந்தொட்டு -549
    தமிழகத்தில் கத்தோலிக்கர் -549
    தமிழகத்தில் புராட்டஸ்டண்டுகள் -549
    லுத்தரன்கள் மையம் தஞ்சை -550
    நெல்லைச் சீமையில் கிறித்தவர் -550
    முதல் நாடார்க் கிறித்தவர் சுந்தரானந்தன் தாவீது -551

சுந்தரானந்தனும் மகராசனும் -551
நாடார்க் கிறித்தவரின் முதலூர் -551

2. அமராவதிச் சிற்பங்கள் வெளிப்பட்டன											552

ஆந்திரத்தில் பௌத்தம் -554
நாகார்ச்சுன கொண்ட, பட்டிப்புரோலு -554
அமராவதியில் 'விளக்குக் குன்று' -554
அமராவதித் தூபியும் அதன் அமைப்பும் -554

வரலாற்றுப் புள்ளிகள்

1. கீழை மொழி விற்பன்னர் எல்லீசு வருகை -556
தேம்பாவணியும் எல்லீசும் -556

2. திருச்சிராப்பள்ளிப் பாளையங்களை ஆர்க்காட்டு நவாபு இணைத்தார் -557

3. கேரளத்துச் செய்திகள் -558

   (அ) டச்சுக்காரர் கேரளத்திலிருந்து வெளியேற்றம்
   டச்சுக்காரரும் கொச்சியும் -558
   சமுதாய மாற்றத்தில் டச்சுக்காரர் பங்கு -559
   (ஆ) வடகேரளத்தில் கம்பெனி நேரடி வரி தண்டுதல் -560
   (இ) கண்ணனூர் அரிசி உரிமை இழத்தல் -561

4. திப்பு சுல்தான் மீண்டும் ஏற்றங் கொள்ள முயற்சி -561

5. பிரிட்டீசு வலையில் ஐதராபாது நிசாம் -562

6. இந்தியத்தில் கம்பெனிப் படைபலப் பெருக்கம் -563

7. அந்தமான் குடியேற்றம் கைவிடப்படுதல் -564

8. சீனப் பேரரசர் சியன் லுங்கு முடி துறந்தார் -565

9. பிரஞ்சுச் செய்திகள் -565

   (அ) நெப்போலியன் திருமணம் -565
   (ஆ) பிரான்சில் மீண்டும் எழுத்துச் சுதந்திரம் -566
   (இ) கூலிப் படைத் தலைவர் தெ போயினி -566

10. அமெரிக்கச் செய்திகள் -568

    (அ) ஒன்றியத்துடன் டென்னசி இணைதல் -568
    (ஆ) ஏழைகளுக்குப் பாஸ்டனில் மருந்தகம் -568

11. அம்மை குத்துதல் ஜென்னரின் முன்னோடிப் பணி -568

1797

1. தென்னாட்டில் கரும்பு விளைச்சலைப் பெருக்கக் கம்பெனி முனைப்பு			570

சேரர் தமிழகத்திற்குக் கொண்டு வந்த கரும்பு -570
கரும்பின் கதை -570

இந்தியத்திலிருந்து பாரசிகம் சென்ற கரும்பு -571
கொலம்பஸ் அமெரிக்கம் கொண்டு போனார் -571
கம்பெனியின் கரும்பு ஆராய்ச்சி -572

வரலாற்றுப் புள்ளிகள்

1. தஞ்சைப் பெரிய கோயிலில் வெள்ளையர் ஏறியதால் தூய்மைச் சடங்கு -573

2. வரி நிலுவைக்காகக் கம்பெனி மாயவரம்,
   மன்னார்குடியை இணைத்தல் -573
   மாயவரம், மயிலாடுதுறை, மன்னார்குடி -573

3. திப்பு சுல்தானை எதிர்க்கப் படைபலப் பெருக்கம் -574

5. மேயர் முறை மன்றம் ரெக்கார்டர் முறை மன்றமானது -575

6. பிரிட்டீசுச் செய்திகள் -575

   (அ) வங்கி நெருக்கடி -575
   (ஆ) கடற் படையினரின் கிளர்ச்சி -575
   (இ) முதல் செப்புக் காசுகள், ஒரு பவுன் நோட்டு -575
   (ஈ) பிரிட்டானியக் கலைக் களஞ்சியம் மூன்றாம் பதிப்பு -576
   (உ) ஸ்பானியக் கடற்படை பிரிட்டனிடம் தோல்வி -576

7. பிரஞ்சுச் செய்திகள் -576

   (அ) டா வின்சி நூல்கள் - நெப்போலியன் அச்சிடச் செய்தல் -576
   (ஆ) நெப்போலியனின் இத்தாலி வெற்றிகள் -577

8. ஜான் ஆடம்ஸ் அமெரிக்க ஆட்சித் தலைவரானார் -577

9. பாரசிகத்தில் ஆகா முகமது கொலை -577

10. கிபூத்தில் சிகரட்டுகள் -578

11. உலக மணக்காரப் பண்ட வாணிபத்தில் அமெரிக்கர் -578

12. குரோமியம் தனிப்படுத்தப்படுதல் -578

13. பிச்சுப்பிளண்டிலிருந்து யுரேனியம் ஆக்சைடு -578

14. வான் குடையிலிருந்து முதலில் குதித்தவர் -578

1798

1. அபிராமி பட்டர்   580

   திருக்கடவூர் -580
   இலக்கிய நாயனார் காரி நாயனார் -580
   அட்ட வீரட்டானம் -580
   வாம சமயம் -581
   திதிகள் -582
   அபிராமி அந்தாதி -582

2. அழிகொள்ளையர் பிண்டாரியர் — 583

    பிண்டாரியர் யார்? -583
    பிண்டாரியா? பிந்தாரியா? -583
    பிண்டாரியர் தோற்றுவாய் -584
    சிந்தியா, ஹோல்கர் ஆதரவு -585
    பிண்டாரியர் எண்ணிக்கை பெருகுதல் -586
    நாடெங்கும் கொள்ளைக் கும்பல் -586
    பிண்டாரிப் பெண்டிர் -587
    பிண்டாரி ஒற்றரும் கொள்ளையடிக்கும் காலமும் -587
    கொடியேற்றம் -587
    பிண்டாரியாகும் தகுதி -588
    பிண்டாரிக் கூலிப்படை ஊதியம் -588
    பிண்டாரி உடை -589
    பிண்டாரி ஆயுதங்கள் -589
    பிண்டாரியின் அடிமைகள் -589
    பிண்டாரியர் கொடிகள் -589
    பிண்டாரியரும் குதிரைகளும் -590
    மனைவியருடன் கொள்ளைக்குப் போதல் -590
    சித்திரவதை முறைகள் -591
    பெண்களுக்கு இழைத்த கொடுமைகள் -591

3. மால்தசின் மக்கள் தொகைப் பெருக்கக் கொள்கை — 592

    மால்தஸ் எழுதிய சிறு கட்டுரை -592
    மால்தசின் மக்கள் தொகைப் பெருக்கக் கொள்கை -592
    டேவிடு ரெக்கார்டோ, மார்க்ஸ், டார்வின் -594
    மால்தசின் வாழ்க்கை வரலாறு -594

4. சென்னை நகரின் சில பகுதிகள் — 595

    பெரிய மேடு -595
    மார்சல் சாலை, ருக்குமணி இலட்சுமிபதி சாலை -595
    மாண்டியத்து சாலை -595
    ஹால்ஸ் சாலை, ஹாரிஸ் சாலை (ஆதித்தனார் சாலை) -595
    லாங்ஸ் தோட்டச் சாலை -596
    கமாண்டரின் சீஃபு சாலை -596
    பாந்தியன் சாலை -596
    கோமளீசுவரன் பேட்டை -596
    புதுப்பேட்டை -596
    நன்னீரோடிய கூவம் -597
    சிந்தாதிரிப் பேட்டை -597

வரலாற்றுப் புள்ளிகள்

1. புதிய தலைமை ஆளுநர் ரிச்சர்டு வெல்லஸ்லி -597

பேரரசப் பெருந் தச்சர் -598
வெல்லஸ்லியின் இன அகந்தையும் -599
வெல்லஸ்லியின் பத்திரிகைத் தணிக்கை -599

2. தமிழகச் செய்திகள் 601

   (அ) தஞ்சை நகருடன் மராட்டியர் அரசு சுருங்குதல் -601
   (ஆ) சுவார்ஷ் பாதிரியார் இறப்பு -601
   (இ) கர்நாடக வங்கி அமைப்பு -602
   (ஈ) நாணயச் சீர்திருத்தம் ஆராயக் குழு -602
   (உ) புதிய சென்னை ஆளுநர்கள் - ஹாரிஸ், கிளைவு பிரபுகள் -602
   (ஊ) தமிழகத்தில் சாதிக்காய் அறிமுகம் -602
   சாதிக்காய் -603

3. வேணாட்டுச் செய்திகள் -604

   (அ) வேணாட்டில் புதிய மன்னர் -604
   (ஆ) திப்பு சுல்தானின் பிராமண ஒற்றர்கள் -604
   (இ) புதிய மன்னர் பலராம வர்மன் -605

4. வட இந்தியச் செய்திகள் -605

   (அ) ஜார்ஜ் தாமசிடம் சீக்கியர் தோல்வி -605
   (ஆ) ஐரோப்பியரை மகிழ்வித்த இந்திய நடனக்காரிகள் -606
   தேவதாசியர் -606
   வட இந்தியத்தில் நடனக்காரிகள் -606
   ஆட்டங்களுக்குக் கல்கத்தாவில் எதிர்ப்பு -608
   ஆட்டங்களின் செல்வாக்கு மங்குதல் -608

5. பிரிட்டீசுச் செய்திகள் -609

   (அ) பிரான்சிற்கு எதிராய் இரண்டாவது கூட்டணி -609
   (ஆ) பிரிட்டனின் நிதித் திட்ட வரைவு -609
   (இ) அயர்லாந்தில் புரட்சி -609
   (ஈ) கோதுமை விலையேற்றம் -610

6. பிரஞ்சுச் செய்திகள் -610தி

   (அ) பேரரச விரிவு பிரஞ்சு அறிஞர் எதிர்ப்பு -610
   இந்து ஆன்மிக வளமையின் சிறப்பு -610
   ஆங்குவடில் துப்பரோன் -610
   (ஆ) நெப்போலியன் வெற்றிகள் -611
   நைல் ஆற்றுப் போரும் கசாபியாங்கவும் -612

7. அச்சுக் கலை -612

   (அ) தாள் செய்வதில் புதிய முன்னேற்றம் -612
   (ஆ) கல்லச்சு முறை கண்டுபிடிப்பு -612

8. அரசியலில் 'இடம்', 'நடு', 'வலம்' பிரிவுகள் தோற்றம் -613

9. அயல் நாடுகளுக்கு அஞ்சல் அனுப்ப வசதி -613

10. ஓமியோபதி மருத்துவ முறை தோற்றம் -613

1799

1. இந்திய விடுதலைச் சுடரை அவித்த நான்காவது மைசூர்ப் போர்   616

    மைசூர்ப் போர் என்றதேன்? -616
    ஜெனரல் ஜார்ஜ் ஹாரிஸ் -617
    சீரங்கப்பட்டணம் -618
    கோட்டை -618
    கோயில்கள் -619
    கோட்டையில் பிளவு -620
    திப்பு சுல்தான் வாணப் படை -620
    கோட்டை மதிலை பிரிட்டீசுப் படை நெருங்கியது -621
    களத்தில் திப்பு சுல்தான் -621
    திப்பு சுல்தான் சுடப்பட்டார் -622
    இந்திய விடுதலையுணர்வு அவிந்தது -622
    திப்பு சுல்தான் -623
    கற்றறிவாளர் -623
    நூலகம் -623
    சமயப் பொறை -624
    மனைவியர் -625
    மக்கள் -625
    காமக் கிழத்தியர் -625
    திப்பு சுல்தானும் புலியும் -626
    மைசூர் அரியணையில் பழைய அரசகுடி -627
    பூரணய்ய -627

2. பாளையக்காரர் போர் - கட்டபொம்மனுக்குத் தூக்கு   628

    இந்திய வரலாற்றின் புதிய ஏடு 1799 இல் -628
    தென்பாண்டிச் சீமை 1799 இல் -628
    கொடுமைகள் மிகுதல் -629
    கட்டபொம்மன் எழுச்சி -630
    ஜாக்சனின் ஆணவம் -631
    கட்டபொம்மன் வரி செலுத்த மறுப்பு -633
    மேஜர் பானர்மன் -633
    கட்டபொம்மனுக்கு இறுதி எச்சரிக்கை -633
    பாஞ்சாலங்குறிச்சிக் கோட்டை -633
    கோட்டையில் விரிசல் -634
    புரட்சிக்காரருக்குத் தூக்கு -634
    கட்டபொம்மனுக்கு மரண தண்டனை -635
    பாளையக்காரர் அணியின் வீழ்ச்சி -635
    நாகலாபுரம், ஏழாயிரம் பண்ணை, எட்டயபுரம் -636

கம்பளத்தார் -637
விடுதலையுணர்விற்குப் பானர்மன் பூட்டிய விலங்கு -638
கம்பெனி நாட்டுக் காவல் உரிமையைப் பெற்றது -638
"காவல்" என்பது என்ன? -638

3. கேரளத்தில் முதல் காப்பித் தோட்டம்   639

காப்பியின் எத்தியோப்பியத் தாயகம் -640
மோக்க காப்பி ஏறிய ஆப்பிரிக்கத் துறைமுகம் -640
அரேபியத்தில் காப்பிக் கடைகள் -640
ஐரோப்பியத்தில் காப்பி -641
இந்தியத்திற்குக் காப்பி வந்தது -642
ஐரோப்பியரின் காப்பி பயிரிடும் முயற்சி -642

4. பாஞ்சாலத்தில் இரஞ்சித்து சிங்கு அரியணை ஏறினார்   643

குருநானக்கின் புதிய சமயம் -643
இந்துவும் அல்ல - முசல்மானும் அல்ல -643
சீக்கியர் எழுச்சி -644
இரஞ்சித்து சிங்கின் குடும்பம் -644
இரஞ்சித்து சிங்கு -644
அரியணை ஏறுதல் -645
இரஞ்சித்து கதைகள் -645

5. திசுக்கள் - முன்னோடி ஆய்வு   647

மனித உறுப்புகள் பொறிகளா? -647
உடற்கூறு பற்றிய அறியாமை -647
மாரி ஃபிரான்சுவா சேவியர் பிசாட்டு -648
நுண் உள்ளமைவியல் துறை -650
திசு என்பது என்ன? -650
பிசாட்டு நுண்ணோக்கி தொடாமை -651
அறிவியல் உலகின் வறட்டுக் கோட்பாடுகள் -651
உடல் நூலையே புதுப்பித்து எழுதிய பிசாட்டு -653

வரலாற்றுப் புள்ளிகள்

1. வேணாட்டில் வேலுத் தம்பி எழுச்சி -653

2. மங்களூர் பிரிட்டீசார் வசமானது -656

3. சூரத்தைக் கம்பெனி இணைத்துக் கொண்டது -657

4. பிரிட்டீசுச் செய்திகள் -658

   (அ) பிரிட்டனில் வருமான வரி -658
   (ஆ) பிரிட்டனில் அரசியல் சங்கங்களுக்குத் தடை -659

5. பிரஞ்சுச் செய்திகள் -659

   (அ) நெப்போலியன் ஏற்றம் -659

  (ஆ) நெப்போலியன் சிரியப் படையெடுப்பு -659

  (இ) ரொசட்டக் கல்வெட்டு கண்டுபிடிப்பு -659

  (ஈ) பதின்மான முறையில் மீட்டர், கிலோ கிராம் மதிப்பு வரையறுப்பு -659

6. ஹம்போலின் அறிவியற் பயணம் -661

7. நைட்டிரசக் காடி ஆக்கப்படுதல் -661

8. காஸ் விளக்கு முன்னோடி -661

9. அமெரிக்கத்தில் முதலில் அம்மை குத்துதல் -662

10. ஜார்ஜ் வாசிங்டன் மறைவு (1732 - 1799) -663

1800

1. தமிழ் இலக்கிய உலகம்

  வேதாந்தம் -664

  ஞானவாசிட்டம் -664

  ஞானவாசிட்டத்தில் வரும் ஒரு கதை -665

  தமிழ்ப் புராணங்கள் -665

  சங்க காலம் -666

  சம்ஸ்கிருதப் புராணங்கள் -666

  தமிழில் சம்ஸ்கிருதப் புராணங்கள் -666

  சமணர் புராணங்கள் -666

  மறைந்த தமிழ்ப் புராணங்கள் -666

  வாழ்க்கை வரலாற்றுப் புராணம் - பெரிய புராணம் -667

  தழுவல் புராணங்கள் -667

  பதினெட்டாம் நூற்றாண்டுத் தமிழ்ப் புராணங்கள் -667

  காம இலக்கியம் மலிதல் -668

வரலாற்றுப் புள்ளிகள்

1. சென்னைச் செய்திகள் -669

  (அ) பூவிருந்தவல்லி நல வாழ்விடம் -669

  (ஆ) சென்னை அரசின் முதல் தலைமைச் செயலாளர் -669

  (இ) சென்னை நகரச் சீர்பாகப் பின்னி -669

2. மைசூர் நாட்டில் கொள்ளையர் அட்டூழியம் -670

3. பெல்லாரி நிசாமின் உடைமையானது -670

4. கம்பெனிப் படையில் சாதி -671

  ஆங்கிலேயர் சாதிப் பித்து -671

  சென்னைப் படையும் சாதியும் -672

  வங்கப் படையில் பிராமணர் -672

  தீட்டுக்கு அஞ்சிக் களத்தில் நீரருந்தாது உயிர் விட்ட பிராமணர் -673

5. கேரளச் செய்திகள் -673

- (அ) வேணாட்டில் முதல் பிரிட்டீசுப் பேராளர் -673
- (ஆ) மிளகு வாணிபம் படுத்தது -673
- மலபாரில் அரசியல் குழப்பங்கள் -675
- (இ) பிரிட்டீசாரை எதிர்த்துக் கேரள வர்மன் புரட்சி -675
- நம்பூதிரிமார் மீண்டும் மலபாரை அடைதல் -676

6. வில்லியம் கோட்டைக் கல்லூரி -676

7. நானாபதனவிஸ் இறப்பு -677

8. உலக நகரங்கள் -677
    - (அ) பதினெட்டில் ஐரோப்பிய நகரங்கள் -677
      இலண்டன், பாரிஸ், நேப்பிள்ஸ், லிஸ்பன் கான்ஸ்டாண்டி நோபிள், மாஸ்கோ, செயிண் பீட்டர்ஸ்பர்க்கு, வியன்னா, ஆம்ஸ்டர்டாம், பெர்லின் ரோம், மாட்ரிடு, டப்ளின் -678
    - (ஆ) கராச்சிப்பட்டினத் தோற்றம் -679
    - (இ) வாசிங்டன் நகரம் - மக்கள் தொகை -679

9. ஐரோப்பியத்தில் கப்பல் கட்டுந் தொழில் -680

10. நெப்போலியனின் பொருளியல் நடவடிக்கைகள் -680

    வருமான வரி விதித்தல் -680

11. பிரிட்டீசுச் செய்திகள் -680
    - (அ) அயர்லாந்தைப் பிரிட்டனுடன் இணைக்கும் சட்டம் -680
    - (ஆ) இராயல் அறுவை மருத்துவக் கல்லூரி -681
    - (இ) அகச் சிவப்புக் கதிர்கள் கண்டுபிடிப்பு -681
    - (ஈ) தேயிலை நுகர்வு மிகுதல் -681

12. அமெரிக்கச் செய்திகள் -681
    - (அ) தாமஸ் ஜெஃப்பர்சன் ஆட்சித் தலைவரானார் -681
    - பிரான்சில் ஜெஃப்பர்சன் -682
    - மக்களாட்சிக் கட்சி -683
    - லூசியானாக் கொள்முதல் -683
    - மீண்டும் ஆட்சித் தலைவராதல் -683
    - (ஆ) உலகின் முதல் தொங்கு பாலம் -684
    - (இ) அமெரிக்கக் காங்கிரசு நூலகம் -684

1791

பெண்ணியப் பத்து

(1791 - 1800)

அறிவொளி இயக்க அடியொற்றி மானுட வாழ்க்கைக் கூறுகள் அனைத்தும் துலங்கத் தொடங்கின. ஆன்மை நேயம் வேண்டித் தோன்றிய பிரஞ்சுப் புரட்சிக்கு வித்திட்ட அறிவாளியரும் அந்நாட்டு எழுத்தாளரும் பிறரும் பெண்ணுக்கு விடுதலை தர விழைந்தனர். ஆனால் பெண்ணைச் சட்டத்தாலும் சமூக மரபுகளாலும் அடிமைப்படுத்தி வைத்திருந்த பிரிட்டனில் பெண்ணிய இயக்கத்திற்கு வித்திட்டவர் ஒரு பெண்ணேயாவார். அன்பிலும் அறிவிலும் தோய்ந்திருந்த மேரி உல்ஸ்டன்கிராஃப்டு இந்தக் காலத்தில் அறத்தை எடுத்து இயம்பினார். தற்காலப் பெண்ணிய இயக்கத்தின் முன்னோடி அவரேயாவார். அவரின் நினைவாய் இதைப் பெண்ணியப் பத்து என்றோம்.

ப.சிவனடி

1791

1. பதினெட்டாம் நூற்றாண்டுத் தமிழ் நூல்கள்

உலகின் மேன்மையான மானுடச் சிந்தனைகளுடன் வைத்து உயர்வாக எண்ணத்தக்க இலக்கிய, இலக்கண, கலை மரபுகளைக் கொண்ட தமிழ் மொழியில் அத்தகைய வெளிப்பாடு எதுவும் பதினெட்டாம் நூற்றாண்டில் படைக்கப்படவில்லை. எனினும் இங்கு ஞானச்சுடர் மங்கலாகவேனும், ஆங்காங்கே இக்காலத்தில் சிமிட்டிக் கொண்டு இருந்தது.

இந்தக் காலத்தில் எழுதப்பெற்ற பல வகைப்பட்ட சிலநூல்கள் பற்றிய செய்திகள் இங்கு தரப்படுகின்றன.

குருபரம்பரை வரலாறு

வைணவம் சார்ந்த குருபரம்பரை நூல்கள் பலவுள. இராமானுசர் *(1028-1137)* காலத்தவரான கருட வாகன பண்டிதர் திவ்விய சூரி சரிதம் என்ற குருபரம்பரை நூலைச் சம்ஸ்கிருதத்தில் இயற்றினார். பின்னர் பல்வேறு குருபரம்பரை நூல்கள் எழுந்தன. அவை கோயிலொழுகு, கலியன் அருள்பாடு, பழந்தை விளக்கம் முதலியனவாகும். இவற்றுள் கோயிலொழுகு குறிப்பிடத்தக்க நூலாகும்.

வைணவத்திற்கு மக்களிடத்தில் பரந்த அடித்தளத்தை உருவாக்க விழைந்த இராமானுசர் வகுத்த ''உடையவர் திட்டம்'' என்பதை விளக்கிக் கூறுவதற்காக எழுந்த நூல் கோயிலொழுகு ஆகும். திருவரங்கத்திலுள்ள அரங்கநாதர் திருக்கோயில் திருப்பணிகளில் பல்வேறு சாதியினரும் பங்கேற்பதற்கு இராமானுசரின் ''உடையவர் திட்டம்'' வழி வகுத்தது. இன்னின்னாருக்கு இன்ன கடமை, மதிப்பு உண்டு என்பதைச் சிக்கலான பணிப் பகிர்வு ஒன்றின் அடிப்படையிலும் ஒருவரை மற்றவர் சார்ந்து நிற்கும் வகையிலும் இத்திட்டம் வகுக்கப்பெற்றிருந்தது. இராமானுசர் இத்திட்டத்தின் வழியாய்ப் பல்வேறு சாதியினரையும் வைணவத்தின்பால் ஈர்க்க முயன்றார்.

இந்தப் பதினெட்டாம் நூற்றாண்டில் அழகிய நம்பி என்ற வைணவ ஆசாரியார் ஒருவர், வைணவ வரலாறு கூறும் ''குருபரம்பரை வரலாறு'' என்ற நூலை எழுதினார்.

இலக்கண விளக்கம்

இது திருவாரூர் வைத்தியநாத தேசிகர் இயற்றியது என்ற செய்தி சிவஞான முனிவர் தொடர்பான கட்டுரையில் *(இ.ச.க.தொகுதி-9)* சொல்லப்பட்டிருந்தது. இதில் பிற்காலத்தில் தனியாய்ச் செய்யப்பெற்ற பாட்டியலும் இடம் பெற்றுள்ளது. இந்நூல் பதினேழு அல்லது பதினெட்டாம் நூற்றாண்டில் எழுதப்பட்டதாகலாம்.

குளத்துராயன் கப்பற் பாட்டு

பணம் வெகு எளிதாய்ச் சாதித் தடைகளைத் தாண்டிவிடும். வருண வரம்பென்னும் முள்வேலி பன்னெடுங்காலத்திற்கு முன்னரே அடிக்கடி தாண்டப்பட்டு

வந்திருக்கின்றது என்பதற்கு மனுவின் நூலிலேயே சான்றுகள் உள. பதினெட்டாம் நூற்றாண்டின் பிற்பகுதியில் எழுந்த ''குளத்துராயன் கப்பற் பாட்டு'' என்ற பாட்டு நூலும் இதையே தெளிவாய்க் காட்டுகின்றது. பிராமணர் வணிகம் புரிந்து, வைசியர் தொழிலை மேற்கொண்டதை இதிற் காண்கின்றோம்.

பிராமண வணிகர் மணக்காரப் பண்டங்களையும் மிளகையும் விளைவித்த வர்களுக்கும் நெசவாளியருக்கும் முன் பணம் கொடுத்தனர். அவர்களிடமிருந்து சரக்குகளையும் துணியையும் வாங்கி ஐரோப்பியருக்கு விற்றனர்.

திருநெல்வேலி மாவட்டத்திலுள்ள கல்லிடைக் குறிச்சியைச் சேர்ந்த பிராமணர் நெல், துணி வாணிபம் செய்தனர். அவர்கள் கல்லிடைச் குறிச்சியைப் பிறப்பிடமாய்க் கொண்டவராவர். மணிமுத்தாறு பாயும் அம்பாசமுத்திர வட்டத்தின் வளமான நிலங்கள் பெரும்பாலும் இவர்களுக்கு உரிமையானவையாகும். பணம் கொடுக்கல் வாங்கலில் அவர்கள் திறமையானவர்கள்.

கேரளத்தின் ஆலப்புழை மாவட்டத்துக் குட்டநாட்டுப் பகுதியிலுள்ள மான் கொம்பு முதலிய சிற்றூர்களில் அவர்கள் மிகுந்த செல்வாக்குப் பெற்றிருந்தனர். அண்மைக் காலத்தில் *(1960 ஆம் ஆண்டுகளுக்கு பிறகு)* தேயிலைத் தோட்டங்கள் பயிரிட்டும் வெளி மாநிலங்களில் அரசு அலுவல் பார்த்தும் வருகின்றனர். சிறந்த கல்வியாளரும், வேத விற்பன்னர்களும் சம்ஸ்கிருதப் பண்பாட்டில் தேர்ச்சி பெற்று வேள்விகள், ஹோமம் செய்யும் ஆற்றல் பெற்றவர்களும் இங்குள்ளனர்.

கல்லிடைக் குறிச்சி

இவ்வூர் பொருநையின் தென் கரையில் அம்பாசமுத்திரத்திற்கு எதிரில் அமைந்துள்ளது. இந்நகரைச் சூழ்ந்துள்ள நெல் வயல்களும் கன்னடியன் கால்வாயும் கண்ணுக்கினிய காட்சிகளாகும்.

கல்லிடைக் குறிச்சி கைத்தறி நெசவில் நெடுங்காலமாய்ப் புகழ் பெற்றது.

பதினைந்தாம் நூற்றாண்டில் வேணாட்டு அரசரான கோதை ஆதித்தவர்மன் கல்லிடைக் குறிச்சியில் வாழ்ந்தார் என்று கூறுவார். இங்கு சிவன் கோயில்களும் வேத பாடசாலையும் உண்டு.

புகழ் பெற்ற வரலாற்றாசிரியரான கல்லிடைக் குறிச்சி அய்யா நீலகண்ட சாஸ்திரி *(1892-1975; கே.ஏ.நீலகண்ட சாஸ்திரி)* இவ்வூரினர் என்பது குறிப்பிடத்தக்கது.

வணிகச் சீமான்கள்

இத்தகைய பிராமண வணிகச் சீமான்களிடம் தோணிகளும, கப்பல்களும் சொந்தமாய் இருந்தன. அவை சரக்கேற்றிச் செல்லவும் துறைமுகத்திற்கப்பால் கடலில் நங்கூரம் பாய்ச்சி நிற்கும் ஐரோப்பியக் கப்பல்களுக்குச் சரக்குகளைக் கொண்டு சேர்க்கவும் பயன்பட்டன. படகு கட்டும் தொழிலும் பக்கத் துணையாய் நடத்தப் பெற்றது. படகு கட்டவும் பாய் விரிக்கவும் நல்ல நாள் பார்க்கும் சோதிடக் குறிப்புகள் எழுதி வைக்கப்பட்டிருந்தன.

இவ்வணிகப் பெருமக்கள் செல்வச் செழிப்புள்ளவர்களாயுமிருந்தனர். அவர்கள் தம்மையும் தம் செயல்களையும் புகழ்ந்து பாடும் கவிராயர்களுக்குக் கொடை

கொடுத்தனர். அவ்வாறு பாடப்பெற்ற ஒரு பாடலுக்குக் "குளத்துராயன் கப்பற் பாட்டு" என்று பெயர்.

"இது பனையோலையில் எழுதப் பெற்ற ஏட்டுச் சுவடியாக உள்ளது. இப்பாடல் தென்மேற்கு, கிழக்குக் கரைகளில் வாணிபம் செய்து வந்த குளத்தூர் மணிகண்ட ஐயரைப் புகழ்ந்து பாடுகின்றது. அவர் பதினெட்டாம் நூற்றாண்டின் பிற்பகுதியில் கொல்லம், திருவனந்தபுரம் ஆகிய ஊர்களுக்கிடையே கப்பல் விட்டார். இந்த ஏட்டுச் சுவடி என்னிடம் உள்ளது. இன்னும் அச்சேறவில்லை" என்று வரலாற்றாசிரியர் ஆர்.திருமலை கூறியுள்ளார்.

காலம்

பதினெட்டாம் நூற்றாண்டின் வாணிபக் கோலமும் கரையோரக் கப்பல் போக்குவரவும் எவ்வாறு இருந்தன என்பதை அறிவதற்கு இந்தக் "கப்பற்பாட்டு" உதவுகின்றது. சென்னை ஜார்ஜ் கோட்டையைச் சேர்ந்த மெடோஸ் (Meadows 1790-1792) ஜெனரல் ஹாரிஸ் (General Harris 1798-1799) ஆகிய ஆளுநர்களை இந்நூல் குறிப்பிட்டுக் கூறுவதால், இதன் காலத்தை நம்மால் அறிந்து கொள்ளமுடிகின்றது.

குளத்தூர் ஐயன்

குளத்தூர் ஐயன் என்றவருக்கு உரிமையான கப்பல் தென்மேற்குப் பருவக் காற்று வீசத் தொடங்கியதும் மேற்குக் கரையோரமாய் வடக்கில் ஒரிசம், வங்கம் வரை செல்கின்றது. இப்பாட்டில் குறிக்கப்பெறும் முக்கியமான துறைமுகப்பட்டினங்கள்: திருவனந்தபுரம், கன்னியாகுமரி, சென்னை (இப்பாடல் சென்னையைச் சொர்ணபுரி என்கிறது), புதுச்சேரி, கடலூர், அதிராம்பட்டினம், மச்சிலிப்பட்டினம்.

அறப்பளீசுர சதகம்

கொல்லிமலைச் சாரலிலுள்ள சதுர கிரியாகிய திருத்தலத்தில் அறப்பள்ளி என்ற கோயிலின் ஈசன்மீது பாடப்பெற்ற நூறு பாடல்களைக் கொண்ட பிரபந்தம் என்னும் சிற்றிலக்கியத்திற்கு அறப்பளீசுர சதகம் என்று பெயர். அறப்பள்ளி + ஈசுவரன் + சதகம் என்பன மருவி இப்பெயரானது. இதைப் பதினெட்டாம் நூற்றாண்டில் வாழ்ந்த அம்பலவாணக் கவிராயர் இயற்றினார். அவர் சீகாழியைச் சேர்ந்தவர் (சீகாழி : இ.ச.க.தொகுதி-8) இவர் இராமநாடகக் கீர்த்தனை எழுதிய அருணாசலக் கவிராயரின் மூத்த மகனாவார்.

இவர் புலமையும் உலகியலறிவும் இறைப்பற்றும் உடையவர். இச்சதகத்தின் (சதகம் என்பது நூறு பாடல்களைக் கொண்ட பிரபந்தம். சதம் = நூறு) ஒவ்வொரு பாடலின் ஈற்றிலும் "அனுதினமும் மனத்தில் நினைதரு சதுரகிரி வளர் அறப்பளீசுர தேவனே" என்று குறிப்பிடுகின்றார்.

மக்கள் நல்லன தீயன உணர்ந்து முறையாய் அறநெறிகளையும் நற்பண்புகளையும் பழக்க வழக்கங்களையும் ஒழுக்கப்பாடுகளையும் கொண்டு ஒழுகி வந்தால், அது தெய்வநல மாட்சிக்குரியது என்பது இந்நூலாசிரியரின் கருத்தாகும். எனவே அவர் பாடியுள்ள இச்சகத்தில் உயர்குடிப் பிறப்பு, இல்லாள் சிறப்பு, நன் மக்கள் பிறப்பு, உடன் பிறப்பு, நல்லாசிரியரியல், நன் மாணாக்கரியல், பொருள் செயல்வகை என்னும்

இந்திய சரித்திரக் களஞ்சியம் | 375

பொருளமைப்பில் தொடங்கித் திருமகள் இருப்பிடம், கற்பின் மேன்மை, நற்சார்பு முதலியவற்றையும் நால் வருணத்தார் இயல்புகளையும் முப்பத்திரண்டு அறங்களையும் தொன்மங்களையும் திருமாலின் அவதாரங்களையும் சிவநாதரின் பெருமையையும் விவரிக்கின்றார்.

சகுன பலன், முழுக்குநாள், கோடி உடுத்தும் நாள், மனைகால், கோள் கொள்வதற்குரிய திங்கள், மாணிக்க இலக்கணம், மழைநாள் குறிப்பு, வறுமைக் கொடுமை முதலிய செய்திகளும் இந்நூலில் சொல்லப்படுகின்றன.

இந்நூல் சம்ஸ்கிருதச் செல்வாக்கு மேலோங்கியிருந்த காலத்தில் எழுந்தமையால் இதில் அம்மொழிச் சொற்கள் மிகுத்து வரக் காண்கிறோம். இலக்கிய வழக்குச் சொற்களும் கொச்சையான பேச்சு வழக்குகளும் இதில் இடம்பெற்றுள்ளன. இந்நூலாசிரியர் திருக்குறளையும் தொட்டுக் காட்டுகின்றார்

புராணங்கள் : அகோர முனிவர்

1791

பதினெட்டாம் நூற்றாண்டில் வாழ்ந்த இப்புராணங்களின் ஆசிரியர் அகோர முனிவர் என்றும் அகோர சிவத்தியாகராச பண்டாரம் என்றும் அழைக்கப்பட்டார். இவர் திருவாரூர் ஆன்மீக நாத தேசிகரிடம் தமிழ் கற்றவர். தேசிகரின் மைந்தரான இலக்கண விளக்கம் வைத்தியநாத தேசிகருக்கு அகோர முனிவர் ஆசிரியர்.

அகோர முனிவர் கும்பகோணப் புராணம்; திருக்கானப் பேர் புராணம், குலதாரணிப் புராணம், முதலிய தொன்மங்களை இயற்றினார். இவர் எழுதிய அந்தாதிக் கலம்பகம் என்ற நூலும் வேறு சில நூல்களும் மறைந்து போயின.

2. இந்தியமும் வைரங்களும்

இந்தியத்தில் இரண்டாயிரம் ஆண்டுகளுக்கு முன்னரே மண்ணிலிருந்து மாணிக்கங்கள்-வைரங்கள் கண்டெடுக்கப்பட்டுவிட்டன. பொன்னும் மணியும் என்ற தொடரில் மணி என்ற வைரமே தங்கத்தினும் மேலான மதிப்புடையதாய் விளங்குகின்றது. அலெக்சாந்திரியக் கிரேக்கரான தாலமியின் (*Ptolemy : 87-150* கி.பி.) நிலநூல், ரோம்ன் எழுத்தாளரான பிளினியின் (*Pliny: 23-79* கி.பி.) காலத்திற்கு அறுபதாண்டுகளுக்குப் பிறகு எழுதப்பட்டது என்பர். தலாமி அந்நூலில் இந்தியத்தில் வைரம் கிடைத்ததைக் கூறுகின்றார்.

நன்னனும் வைரமும்

நன்னன் கடைச் சங்க காலத்தில் (250 கி.மு.-250 கி.பி.) கொன்காண நாட்டை ஆண்டு வந்த குறு நிலமன்னர். (நன்னன் : இ.ச.க. தொகுதி-7). அவர் புன்னாடு என்ற நாட்டை வென்றதாய் அகநானூற்றின் 391 ஆம் பாடல் பாடுகின்றது. புன்னாட்டில் விலைமிகுந்த நீலக்கற்கள் கிடைத்தன. தாலமி புன்னாட்டைப் பவுந்நாடு என்று தன் நிலநூலில் குறிப்பிடுகின்றார். புன்னாடு என்பது குடகு நாட்டிலுள்ள மேர்க்கரச் செப்புப் பட்டயத்தில் புன்னாடு 10000 என்று காணப்படுகின்றது. (மேர்க்கர = மேற்குக் கரை : இ.ச.க.தொகுதி-9) இன்னொரு செப்புப் பட்டயம் அதைப் புன்னாடு 6000 என்கின்றது.

சமணர் வடநாட்டிலிருந்து கி.மு. நான்காம் நூற்றாண்டில் பத்திரபாகு என்ற முனிவருடன் தென்னாட்டை அடைந்தபோது சிரவண பௌ குளவிலிருந்து புன்னாடு சென்றனர் என்று ஒரு கல் பொறிப்பிலிருந்து அறிகின்றோம். (பத்திரபாகு, சிரவண வெள்ளைக் குளம் : இ.ச.க.தொகுதி-9) இன்னொரு செப்புப் பட்டயம் அதைப் புன்னாடு 6000 என்கின்றது.

சமணர் வடநாட்டிலிருந்து கி.மு. நான்காம் நூற்றாண்டில் பத்திரபாகு என்ற முனிவருடன் தென்னாட்டை அடைந்தபோது, சிரவண பௌ குளவிலிருந்து புன்னாடு சென்றனர் என்று ஒரு கல் பொறிப்பிலிருந்து அறிகின்றோம். (பத்திரபாகு, சிரவண வெள்ளைக் குளம்: இ.ச.க.தொகுதி-9) புன்னாடு எருமை நாட்டின் (மைசூரின் பழம்பெயர்) தென்மேற்கிலும் குடகு நாட்டை ஒட்டியும் இருந்தது என்று அறிஞர் கருதுவர். நன்னன் இங்கு கிடைத்த நீலக்கற்களை மேல்நாடுகளுக்கு விற்றுப் பொன் பெற்றான் என்று தெரிகின்றது.

சோழ மண்டலத்திலும் மச்சிலிப்`பட்டினத்திலும் காவிரி ஆற்றிலும் வைரம் கிடைத்தது என்று கூறுவர். தாலமி வைரம் கிடைக்கும் இடங்கள் என்று சம்பல்பூரையும் புந்தேல்கண்டிலுள்ள பன்னாவையும் குறிப்பிட்டுள்ளதாய் ஜேம்ஸ் ரென்னல் (1742-1830 ; இ.ச.க.தொகுதி-9) கருதினார். பெண்ணாற்றங்கரையில் வைரச் சுரங்கங்கள் இருந்தன என்று பிரஞ்சு வைர வணிகரான டேவர்னியரும் (1605-1689) ஆங்கில நிலநூலாரான ரென்னலும் கூறினர்.

கோல்கொண்ட வைரம்

இந்தியத்தில் வைரத்திற்கு உலகப்பெயர் பெற்ற கோல்கொண்டப் பகுதியில் 1347 முதல் 1687 வரை ''மங்கல'' என்ற கோட்டையூரில் கோல்கொண்டச் சுல்தான் குடி அரசோச்சியது. (இ.ச.க.தொகுதி-3) இன்று ஆந்திரத்தின் தலைநகராயிருந்து வரும் ஐதராபாதின் வடமேற்கில் சில கிலோமீட்டர்த் தொலைவில் இந்நகரம் இருந்தது. இன்று அந்நகரம் இடிபாடடைந்து கிடக்கின்றது. அன்று இந்நகரில் சுரங்கப் பணி எதுவும் நடைபெறவில்லையெனினும் அதனருகே கோதாவரி, பெண்ணை என்ற ஈராறுகளை எல்லையாய்க் கொண்ட ஒரு பகுதியில் ஆங்காங்கே தோண்டப் பெற்ற இடங்களிலிருந்து (*alluvial workings*) கிடைத்த வைரங்களை விற்பனை செய்யும் பேரங்காடியாய்க் கோல்கொண்ட நகரம் விளங்கியது.

அங்குதான் கொல்லூர் வைரச் சுரங்கங்கள் இருந்தன. பதினெட்டாம் நூற்றாண்டின் முற்பகுதி வரையிலும் உலகிற்குக் கிடைத்து வந்த பெரும்பாலான வைரங்கள் கொல்லூரில்தான் தோண்டி எடுக்கப்பட்டன. அது உலகின் வெகுநேர்த்தியான வைரங்களை அளித்துப் புகழ்பெற்றது. அங்கு கோகினூர் வைரமும் (இ.ச.க.தொகுதி-3), பிட்டு வைரம் என்ற ரீஜண் வைரமும் (இ.ச.க.தொகுதி-7) கிடைத்தன. மேலும் தரியா-இ-நூர் (கடலொளி), நூர் -உல்-அயின் (கண்ணொளி) போன்ற ஈரானிய வைரச் சேகரத்து வைரங்களும் கொல்லூரில் கிடைத்தனவேயாகும்.

அறிவியல் நோக்கில் வைரம்

அணுக்கள் ஒழுங்காக அமைக்கப்பட்ட படிகங்களை (*crystals*) இயற்கைக் கற்கள் என்கின்றோம். இவ்வாறு இயற்கையாய்க் கிடைக்கும் நகைக் கற்களில் சில வருமாறு: வைரம் (*diamond*),மாணிக்கம் (*ruby*), நீலக்கல் (*sapphire*), பச்சைக்கல் (*emerald*), மரகதம்

(*emerald*), புஷ்பராகம் (*topaz*), நிறம் மாறும் கல் (*opal*) என்று பலவகையினவாம். இவற்றை ஆராய்வதற்கென்று இப்போது மாணிக்கவியல் (*gemmology*) என்ற தனித்துறை புதிதாய்த் தோன்றியுள்ளது.

இப்புதிய துறை அறிவியலின் பல்வேறு துறைகளையும் உள்ளடக்கியதா இருப்பதால், ஆராய்வதற்கு மிகுந்த ஆர்வம் அளிப்பதாய் உள்ளது. மணிக்கற்களில் 90 சதம் கனிம உலகைச் சேர்ந்ததாயிருப்பதால், அவை பற்றி விளங்கிக் கொள்வதற்குக் கனிமவியலும் மண்ணியலும் (*minerology and geology*) ஐயந்திரிபற அறிந்திருத்தல் வேண்டும்.

மணிக்கற்களை வகைப்படுத்துவதற்கு நாம் கையாளும் வழிமுறைகள் ஐசக்கு நியூட்டன் காலத்திலிருந்து (*1642-1727;இ.ச.க.தொகுதி-3*) சர்.சி.வி.இராமன் காலம் வரையிலும் (*1888-1970*) அதன் பின்னரும் இன்றும் தொடர்ந்து வருகின்றமையால் மணிக்கல்லியல் ஆய்விற்கு இயற்பியலின் துணையும் வேண்டும்.

முத்து, தந்தம், பவள்ம் என்று விலங்கினங்களிடமிருந்து பெறப்படுவன; ஆம்பர், நிமிளை (*amber, jet*) என்று செடியினங்களிடமிருந்து பெறுவன என்று மணிக்கற்கள் அல்லது நகைக் கற்களின் வகைகள் இருப்பதால், இத்துறையில் விலங்கியலார், உயிரியலார், செடியியலார் முதலானோரின் ஆய்வும் வேண்டப்படுகின்றது. எனவே, மணிக்கல் பற்றிய ஆய்வின் ஆழமும் விரிவும் இதனால் புலப்படும்.

வைரம் கிடைக்கும் நாடுகள்

பிரேசிலின் வைர வெளிகள் 1725 இல் கண்டுபிடிக்கப்பட்ட பிறகு, தென்னாப்பிரிக்கத்தில் 1866 இல் வைரம் அகப்பட்டது. இன்று ஆப்பிரிக்கமும் இரஷியமும் பெரிய அளவில் வைரங்களைத் தோண்டியெடுக்கும் தலையாய நாடுகளாய் விளங்குகின்றன.

உலகின் பல நாடுகளில் அரச குடியினருக்கு உரிமையான பல நகைகளிலும் மணிமுடிகளிலும் செங்கோல்களிலும் அரியணைகளிலும் இந்தியத்திலிருந்து கொண்டு செல்லப்பட்ட வைரங்களே பெரிதும் பதிக்கப்பட்டுள்ளன. ஈரானிய வைரச் சேகரங்களிலும் இந்திய வைரங்கள் அடங்கியுள்ளன.

செயற்கை வைரம்

படிகம் (*crystal*) பற்றிய ஆய்வாளருக்குப் படிகவியலார் என்று பெயர். வைரம் என்று பொதுவாய்க் குறிப்பிடப்படும் மணிக்கற்கள் அல்லது நகைக்கற்கள் என்பன, சில கனிமச் சேர்மானங்களின் ஒற்றைப் படிகமே (*Single crystal*) ஆகும். இந்த ஒற்றைப் படிகத்தை அறிவியல் முறையில் ஆய்வது பெரும் பயன்தரும். ஏனெனில் அவை பல தொழில்நுட்பக்கருவிகளில் பொருத்தப்படுகின்றன. மேலும், அவை ஒழுங்காய் அமைந்த திண்மங்களாயிருப்பதால், அவற்றின் பண்புகளைக் கண்டறிவது எளிதாயிருக்கின்றது. இதன் காரணமாய் ஆய்வகங்களில் கட்டுப்பாடான சூழல்களில் செயற்கை வைரங்களை உண்டாக்குவதற்கு முடிந்தது.

செயற்கை வைரங்கள் இயற்கைக் கற்களைப் போன்ற இயற்பியல், வேதியியல், ஒளியியல் பண்புகளைப் பெற்றனவாய்ச் செயற்கையாய் உண்டாக்கப்பட்ட படிகங்களேயாகும். செயற்கை வைரங்களை உண்டாக்கும் முயற்சி 1902 வாக்கில் பாரிசில் மேற்கொள்ளப்பட்டது. எனினும் அமெரிக்கத்திலுள்ள ஜெனரல் எலக்டிரிக்கு

நிறுவனத்தைச் (General Electric Company) சேர்ந்த ஆய்வுப் புதுப் புனைவுத் துறையினர்தாம் முதன்முதலில் 1955 ஆம் ஆண்டு பயன்தரத்தக்க செயற்கை வைரத்தைச் செய்தனர்.

அந்நிறுவனத்தின் அறிவியல் ஆய்வாளர்கள் கிராஃபைட்டை வைரமாக்கி வைரத்தின் தனிப் படிகத்தை உண்டாக்குவதில் வெற்றிகண்டனர். (graphite : இதைத் தமிழில் கரியகம் எனலாம். இது கரியின் புறவேற்றுரு; அறுகோண வடிவான படிகம்; மின்சாரத்தையும் வெப்பத்தையும் எளிதாகக் கடத்தக்கூடியது; ஓர் உயவிடு பொருள்).

மேற்சொன்ன ஆய்வாளர்கள் ஒரு சிறுகூட்டினுள் 100,000 வளிமண்டல அழுத்தத்தில் 2500 செண்டிகிரேடு வெப்பத்தில் உருகிய நிலையில் நிக்கல் போன்ற உலோக வினையூக்கியின் உதவியுடன் இம்மாற்றத்தை நிகழ்த்தினர். இவ்வாறு பெறப்பட்ட கற்கள் மிகச் சிறியனவாயிருந்தன.

அவை 1.2 மில்லி மீட்டர் நீளமாயும் காரட்டில் ஆயிரத்தில் ஒரு பங்கு எடையுடையனவாயும் காணப்பட்டன. (1 காரட்டு = 200 மில்லிகிராம்) இத்தகைய செயற்கைக் கற்கள் ஜொலிப்பதில்லை. எனவே அவை அணிகலன்கள் செய்வதற்குப் பயன்படுவதில்லை. எனினும் தொழில்துறையில் அவை பெருமளவு பயன்படும். இன்று உலகம் முழுமையிலும் 15 மில்லியன் காரட்டு அளவிற்குச் செயற்கை வைரம் செய்யப்படுகின்றது.

சி.வி.இராமனும் வைரமும்

சர்.சி.வி.இராமன் (1888-1970) வைரங்கள் பற்றி என்ன கருத்துக் கொண்டிருந்தார் என்பது வைரம் தொடர்பாக நாம் அறிந்து கொள்ள வேண்டிய செய்தியாகும். இராமனுக்கு 1930 ஆம் ஆண்டு இயற்பியலுக்காகக் கிடைத்த பெருந் தொகையான நொபேல் (Nobel: தமிழ் வழக்கு நோபல்) பரிசைக் கொண்டு, அவர் விலைமதிப்பு மிக்க வைரக் கற்களை ஆராய்ச்சி நோக்குடன் வாங்கினார்.

இராமனின் நெருக்கமான நண்பர் ஒருவர் தன் மனைவியுடன் பெங்களூரிலுள்ள இராமன் ஆராய்ச்சிக் கூடத்திற்கு ஒருமுறை சென்றிருந்தார். இராமன் அவர்களை ஓர் அறைக்குள் அழைத்துச் சென்றார். அந்த அறை வேண்டும்போது இருட்டாக்கிக் கொள்ளத்தக்க அமைப்புடையது.

இராமன் தன் செயலாளரின் மனைவியுடைய வைரக் கம்மல்களை வாங்கிவரச் செய்தார். அவர் அந்த அறையை நன்கு இருளச் செய்த பின்னர், கம்மலில் பதித்த வைரத்தின் மீது மெல்லிய ஒளிக் கற்றையைப் பாய்ச்சினார். வைரத்தின்மேல் புற ஊதாக் கதிர்களின் ஒளிபட்டதும் வைரத்திலிருந்து புறப்பட்ட மிக்கொளி அதைக் கண்டவர்களின் பார்வையை மழுக்கிவிட்டது.

இராமன்

''பெண்களே, நீங்கள் இப்படித்தான், வைரத்தின் ஒளியழகை நுகரவேண்டும்'', இராமன் அப்போது களி பொங்க வியந்து கூறினாராம். இராமன் தன்னிடமிருந்த நீலமணிக் கல்லின்மீது கண்ணுக்குப் புலப்படாத புற ஊதா ஒளிக்கற்றையைச் செலுத்தி அதன் ஒளியில் செய்தித்தாள்களைப் படிப்பார் என்றும் கூறுவர்.

இராமன் வைரக்கல்லின் ஒளிச் சிறப்பிற்காகவோ, அதன் அரிய மதிப்பிற்காகவோ அதன் மீது ஆர்வம் காட்டவில்லை. அதன் அகக் கட்டமைப்பு மர்மத்தை விடுவிப்பதில்தான் அவர் நாட்டங் கொண்டிருந்தார். இக்கற்கள் இதில் இயல்பு மீறிய எடுத்துக்காட்டுகளாய் உள்ளன என்பதை அவர் உணர்ந்திருந்தார்.

3. மூன்றாம் மைசூர்ப் போரும் திப்பு சுல்தானின் விடுதலை வேட்கையும்

ஐரோப்பிய வரலாற்றாசிரியர்கள் அண்மைக்கால இந்திய வரலாற்றில் நடந்த போர்களுக்குத் தம் வசதிபோல் அப்போர்கள் நடந்த இடத்தின் பெயர்களைச் சூட்டிவிட்டனர். அடையாற்றின் அருகே நடந்தது அடையாற்றுச் சண்டை; பரங்கிமலையில் நிகழ்ந்தது பரங்கிமலைச் சண்டை; ஆம்பூரில் மோதிக்கொண்டது ஆம்பூர்ச் சண்டை; வந்தவாசியில் நடைபெற்றது வந்தவாசிச் சண்டை; பிளாசி வயல்களில் கொட்டும் மழையில் பொருதியது பிளாசிப் போர் என்று போர் நடந்த இடங்களின் பெயர்களை அவை பெற்றிருக்கின்றன. ஆனால் ஒன்று தொட்டு நான்கு வரை எண்ணிட்டுவிட்ட தென்னகம் தழுவிய போர்கள் மட்டும் ஏன் மைசூர்ப் போர்கள் என்று பெயர் பெற்றன?

மைசூர்ப் போர் என்றதேன்?

''மைசூர்ப்'' போர்கள் குறிப்பிட்ட காலத்தில் குறிப்பிட்ட களத்தில் நிகழவில்லை. தமிழகம், மைசூர்நாடு, கேரளம், ஆந்திரப் பகுதி என்று இப்போர்கள் பல காலங்களில் பல்வேறு களங்களில் நடந்தன. கிட்டத்தட்டத் தென்பாரதம் முழுமையுமே இப்போர்களால் தீண்டப்பட்டன எனலாம். இவை மைசூர் நாட்டின் தலைவர்களான ஐதரலிகான் *(1722-1782)*, அவர் மகன் திப்பு சுல்தான் *(1753-1799)* ஆகிய இருவரும் சேர்ந்து அல்லது தனியாய் 1767 தொடங்கி 1799 வரை விட்டுவிட்டுப் பல்வேறு காலங்களில் பொதுவாய்ப் பிரிட்டிசாரை எதிர்த்து நடத்திய நான்கு போர்களையே சுட்டும்.

இப்போர்களில் பிரஞ்சுக்காரர் மட்டுமே, மைசூர்த் தலைவர்களுக்கு உதவியாயிருந்தனர். அதுவும் ஐரோப்பிய அரசியல் நிலையைப் பொருத்தே இருந்தது. மராட்டியரும் ஐதராபாது நிசாமும் மைசூர்த் தலைவர்களுக்கு எப்போதேனும் துணை நின்றனரெனினும், அவர்கள் நாட்டுணர்வால் ஒன்று சேர்ந்து அயலாரான பிரிட்டிசாரை எதிர்க்க வேண்டும் என்ற மனப்பக்குவம் கொண்டு அன்று. அவர்கள் தத்தம் நலன்களைக் காப்பதில் மட்டுமே குறியாய் இருந்தமையால் உள் பகையுற்று மிகப் பெரிய வல்லாளராய் எழுந்துவிட்ட மைசூர்த் தலைவர்கள் மீது உள்ளூரவும் வெளிப் படையாயும் வெறுப்பும் பொறாமையுமே கொண்டிருந்தனர்.

ஐரோப்பியரின் விசைப் பொறி போன்ற திறமை மிக்க படையமைப்பையும் கட்டுக் குலையாத மன உறுதியையும் குறிதவறாத அரசியல் தந்திரத்தையும் கண்டு, அவர்களின் ஆதரவில் அல்லது தயவில் தம் மேலாண்மையை எப்படியேனும் கட்டிக்காத்துக் கொள்ள வேண்டும் என்று மராட்டியரும் நிசாமும் பிரிட்டிசாருடன் கூட்டுச் சேர்ந்து கொண்டனர்.

எனவே மைசூர் நாட்டை எப்படியாவது ஒழித்துவிட வேண்டும் என்ற தனிநல நாட்டம் காரணமாய் வெவ்வேறு நோக்கில், குறிக்கோளில் பிரிட்டிசார் மராட்டியரையும் நிசாமையும், சேர்த்துக் கொண்டு நடத்திய இப்போர்களுக்கு மைசூரே அவர்களின் தனி இலக்காகியது. அதனால் அவை மைசூர்ப் போர்களாயின் போலும்.

திப்பு சுல்தானை ஒழிக்க

பிரஞ்சுக்காரரின் ஆதரவாளரான திப்பு சுல்தானை ஒழித்துக் கட்டிவிட்டுத்தான் துயில்வது என்று கங்கணம் கட்டிக் கொண்டவர் போல் தலைமை ஆளுநரான காரன்வாலிஸ் பிரபுவே கல்கத்தாவிலிருந்து பெயர்ந்து களத்தில் இறங்கிய இப்போரின் தொடக்கம் பற்றிய செய்திகள் ஒன்பதாம் தொகுதியில் சொல்லப்பட்டன. இங்கு இவ்வாண்டு நடந்த முக்கியமான போர் நிகழ்ச்சிகள் இடம் பெறுகின்றன.

பிரிட்டிசார், மராட்டியர், நிசாம் படைகள் திரண்டன

திப்பு சுல்தானை எதிர்த்துப் போர் புரிவதற்காக மராட்டியர் படைத்தலைவரான ஹரி பந்து பூனாவிலிருந்து 1791 ஜனவரியில் படையுடன் தெற்கு நோக்கிப் புறப்பட்டார். போலா ஜங்கின் தலைமையில் வந்த நிசாமின் படை காரன்வாலிசுடன் ஏப்ரலில் சேர்ந்து கொண்டது. முக்கூட்டுப் படைகளையும் சேர்த்துத் திப்பு சுல்தானைத் தாக்குவதற்குப் பிரிட்டீசார் போரியல் தந்திரங்களைப் பயன்படுத்தினர்.

அதே நேரத்தில் காப்டன் ரீடின் தலைமையிலிருந்த கம்பெனி ஒற்றர்படை மைசூர் நாடெங்கும் வேவு பார்த்தது. பிரிட்டீசார் மைசூர் நாட்டைத் தாக்குவதற்கு வசதியாய்த் திப்பு சுல்தானின் படைபலம் பற்றியும் போரில் பயன்படக் கூடிய வேறு பல தகவல்களையும் திரட்டித் தந்ததில் ஒற்றர் படையின் பங்கு மிகப்பெரியதாயிருந்தது. அப்படையிலிருந்த திறமையான ஒற்றர்கள் சீரங்கப்பட்டணத்துக் கோட்டையின் வரைபடங்களை அளித்தனர். நில, அமைப்புப் பற்றிய படங்களையும் தொகுத்துத் தந்தனர்.

நந்திமலைக் கோட்டை தகர்ந்தது

விலங்குகளைப் போன்ற தோற்றமுடைய மலைகள் அவ்விலங்குகளின் பெயர்களைப் பெற்று விளங்குவதை அறிவோம். தென் கன்னடத்திலுள்ள மலைத் தொடர்களில் இருக்கும் குதிரை முக மலை பற்றி முன்னர் கூறினோம். (இ.ச.க.தொகுதி-9) இதைப் போன்று பசுப்போல் காட்சிதரும் பசுமலை, பன்றிபோல் காணும் பன்றிமலை, ஆனைபோல் தோன்றும் ஆனைமலை என்று பெயர் பெற்றிருக்கும் மலைகள் பலவுள. ஒரு காளை படுத்திருப்பதுபோல் தோற்றந்தரும் மலையைக்கண்டு, அதைச் சிவனாரின் ஊர்தியான நந்தி என்று கொண்டு, அதை நந்தி துருக்கம் ஸ்ரீ நந்தி மலை என்று அழைத்துவிட்டனர்.

கர்நாடக மாநிலத்திலுள்ள நந்தி மலையில் பாலாறு தோன்றுகின்றது. இம்மலைமேல் நின்று கொண்டு சுற்றுச் சூழலைப் பார்க்கையில் அதன் வடகிழக்கில் சிக்கபல்லாப்பூர் தெரியும்; மேற்கே நோக்கினால் சிவகங்கைப் பகுதியைக் காணலாம்; தென்மேற்கில் பரமகிரியும் வடக்கில் தந்தகிரி, சன்னகிரிக் காட்சிகளும் புலப்படும். (கிரி என்பது மலை என்று பொருள்படும்) தெற்கில் பெங்களூர் செல்லும் நிலப்பரப்புத் தெரியும்.

சமணத் துறவியரும் நந்தி என்றே அழைக்கப்பட்டனர். தமிழிலக்கிய வரலாற்றில் சமண நந்தியர் - முனிவர் பலர் இருந்தனர். இத்தகைய நந்தியர் பலர் இம்மலையில் வாழ்ந்திருந்ததும் நந்திகிரி என்ற இந்த நந்தி மலையாகும். இம்மலை இன்று நந்திதுருக்கம் என்றழைக்கப்படுகின்றது. இப்பகுதி சுங்கர்குடி வேந்தர்களின் (சு.350 – 1024 கி.பி.) கோநகராகிய குவளால புரத்தைச் சார்ந்தது என்பது குறிப்பிடத்தக்கது (குவளாலபுரம் - கோலார்)

நந்திமலை முழுவதும் கருங்கல்லால் ஆனது. சென்னைக் கடல்மட்டத்திலிருந்து 4,851 அடி உயரமானது. தரையிலிருந்து 1,300 அடி உயரம்.

திப்பு சுல்தான் கோடைகாலத்தில் தங்குவதற்காக இம்மலைமேல் ஒரு மாளிகை கட்டியிருந்தார். அம்மாளிகையை ஒட்டிய கோட்டை மூன்றாம் மைசூர்ப் போரின் போது பிரிட்டீசாரால் 1791 அக்டோபர் 10 அன்று அழிக்கப்பட்டது.

கம்பெனிப் படையில் முஸ்லிம்கள்

உலகெங்கிலும் போரியல் வரலாறுகளில் வீரத்தை விலை கூறிய போர்ப்படை வீரர்கள் போரைத் தொழிலாய்க் கொண்டு வாழ்ந்தனர். போர்த் தொழிலுக்கு இன அல்லது எல்லை வரம்புகளுக்குள்பட்ட பற்று இருப்பதில்லை என்பதற்குப் பல சான்றுகளைக் கூறமுடியும். இதுபற்றி இந்திய சரித்திரக் களஞ்சியத்தின் 8 ஆம் தொகுதியில் விவரித்திருந்தோம்.

முகலாயர் படைகளில் இரசபுத்திரர் போன்ற இந்துப் படைத்தலைவர்களும் இந்துப் படைவீரரும் இருந்தனர். விசயநகரத்துப் படைகளில் முஸ்லிம்கள் போர்த்தொழில் செய்தனர். பான்ஸ்லேயான ஷாஜியும் பிற மராட்டியரும் தக்காணத்துச் சுல்தான்களின் படைத் தலைவர்களாயிருந்தனர். இந்து மராட்டியர் படைகளில் முஸ்லிம் படைவீரர் இருந்தனர். அவர்களுக்குத் தொழில் போர். எனவே அவர்களைக் கூலிப்படையினர் என்று வகை செய்வது பொருந்தும்.

ஆதலால் பிரிட்டிசார் திப்பு சுல்தானை எதிர்த்து இக்காலக்கட்டடங்களில் நடத்திய போர்களில், கம்பெனியின் படைகளில் முஸ்லிம் படைவீரர்கள் மாறாப் பற்றுடன் பணிசெய்தனர் என்பது புதுமையான செய்தியன்று, ''நமக்குத் தொழில் போர்'' என்பது அவர்களின் குறிக்கோளாயிருந்தது.

கிழக்கிந்தியக் கம்பெனியின் நாட்டார் படைகளில் பெரிதும் முஸ்லிம்களும் மேல்சாதிக்காரர்களும் இருந்தனர். ஆர்க்காட்டு நவாபு முகமதலி கம்பெனிக்காகத் திரட்டித் தந்த குதிரைப்படையில் முஸ்லிம்கள் பணிசெய்தனர். இப்படையினர், நவாபின் ஊழியத்தில் இருந்த காலத்தில் அவர்களுக்கு ஊதியம் ஒழுங்காய்க் கிடைத்ததில்லை. அரசவையில் நடந்த சூழ்ச்சிகள் இப்படைவீரர்களை மிகவும் பாதித்தன. ஆனால் அவர்கள் கம்பெனியிடம் ஊழியம் செய்ய வந்த பின்னர் அவர்களுக்கு எல்லா வகைகளிலும் வசதிகள் கிடைத்தன. அதனால் அவர்கள் கம்பெனிக்காக முஸ்லிம் மன்னர்களை எதிர்த்துப் போராடினாலும், கம்பெனி மீது மாறாத பற்றுவைத்திருந்தனர்.

கட்டுப்பாடு உயிரினும் பெரிது

சிக்கந்தர் பேகு கம்பெனியின் நாட்டார் குதிரைப்படையில் காலகாலமாய்ச் சுபேதாராய் இருந்து வந்தார். அவர் தன் படையின் பக்கவாட்டில் சற்று தள்ளிக் குதிரைமீது வந்து கொண்டிருந்தார். திப்பு சுல்தானின் குதிரைப்படையைச் சேர்ந்த இரண்டு, மூன்று பேர், ஒரு புதர் மறைவிலிருந்து திடீரென்று சிக்கந்தர் மீது பாய்ந்தனர். ஆனால் அவர்கள் அவரைத் தாக்கு முன்னர் அவரின் படையைச் சேர்ந்த அவில்தாரான அவருடைய மகன் தந்தையைத் தாக்க வந்தவர்கள் மீது பாய்ந்து அவர்களை வெட்டிச் சாய்த்துத் தந்தையின் உயிரைக் காத்தார். அந்நேரத்தில் எதிரிப் படையினரில் மற்றையோர் அங்கிருந்து ஓடிவிட்டனர்.

ஆனால், தன் மகன் படையின் கட்டுப்பாட்டை மீறிப் படையணியிலிருந்து விலகி வந்து தன்னைக் காப்பாற்றியது சிக்கந்தருக்குச் சினமூட்டியது. ஆதலால் அவர் தன் மகனைக் காவலில் வைக்கச் சொன்னார். தன் மகன் மேலாளர் இசைவின்றிப் படையணியை விட்டு விலகியது படைக்கட்டுப்பாட்டை மீறிய குற்றமென்றும் அதற்காக அவரைக் கடுமையாய்த் தண்டிக்க வேண்டுமென்றும் வற்புறுத்தினார்.

அப்படைக்குத் தலைமை ஏற்றிருந்த கர்னல் ஃபிளாய்டு பெரும்பாடுபட்டுத் தான் சிக்கந்தர் பேகை ஆற்றுப்படுத்தி, அவர் மகனை மன்னிக்குமாறு செய்யமுடிந்தது.

இறுதிவரை பணியாத இபுராகிம்

தஞ்சாவூர்க் குதிரைப் படையைச் சேர்ந்த சையது இபுராகிமின் கதை மேற்சொன்னதை விடச் சிறப்புடையதாகும். அவர் தஞ்சைக் குதிரைப் படைக்குத் தலைவராயிருந்தார். இந்த *1781* இல் திப்பு சுல்தானிடம் சிறைப்பட்டார். சையது இபுராகிமின் குணம் திப்பு சுல்தானுக்கு நன்கு தெரியும். இபுராகிமை மைசூர் அரசில் மிக உயர்ந்த பதவியையும் மேலான நிலையையும் பெற வருமாறு திப்பு சுல்தான் அழைத்தார். ஆனால் இபுராகிம் இதை ஏற்பதற்கு விடாது மறுத்து வந்தார். அதனால் அவர் மிகக் கொடுமைப்படுத்தப்பட்டார். அவரது உயிருக்கே தீங்கு நேரவிருந்த வேளையில், இபுராகிம் முஸ்லிமாயும் நாட்டாராயும் இருப்பதை எண்ணிப் பார்த்துச் சுல்தானின் விருப்பப்படி மைசூர் அரசில் உயர் பதவியை ஏற்பதுதான் நல்லது என்று

1791

அவருடன் சிறையிலிருந்த பிரிட்டீசுப் படை அலுவலரில் பலர் அவருக்கு நல்லெண்ணத்துடன் அறிவுரை கூறினர்.

ஆனால் இபுராகிம் அதற்கு இணங்க மறுத்து விட்டார். திப்பு சுல்தான் இபுராகிமிற்கு ஒவ்வொரு முறையும் ஆசை காட்டிய போதும், அது தன் மீது வீசப் பெற்ற இழுக்குத் தரும் சொல்லம்புகள் என்றே அவர் கருதினார். அவர் இவ்வாறு குன்றா உறுதியுடன் இருந்தமையால், திப்பு சுல்தான் 1784 இல் ஆங்கிலேயர்களையெல்லாம் விடுதலை செய்துவிட்டு, இபுராகிமை மட்டும் மலைக் கோட்டையின் நிலவறைச் சிறையில் அடைத்து விட்டார். அங்கு இபுராகிமின் உயிரும் வாங்கப்பட்டது.

இபுராகிமின் தங்கை தன் அண்ணனுடன் சிறையில் இருக்க வேண்டுமென்பதற்காகத் தமிழ்நாட்டிலிருந்து சீரங்கப்பட்டணம் சென்றார். அந்நகரம் முற்றுகையிடப்பட்டபோது, அப்பெண் காயமடைந்தார். ஆனால் உயிருக்குத் தீங்கு நேராமல் பிழைத்துக் கொண்டார். அவருக்கு ஜார்ஜ் கோட்டையின் கம்பெனி அரசு மாதம் 52½ வராகன் (அல்லது ஆண்டிற்குச் சுமார் 250 பவுன்) உதவித் தொகை அளித்தது. இத்தொகை நாட்டார் படைத் தலைவர் ஒருவருக்குக் கிடைக்கும் முழு ஊதியத்திற்குச் சமமாகும். (இதன் மதிப்புச் சுமார் 2500 ரூபாய் எனலாம்)

சையது இபுராகிம் இறந்த இடத்தில் ஒரு கல்லறை கட்டப்பட்டது. ஒரு பக்கிரி அந்தக் கல்லறையில் எப்போதும் இருந்து வருவதற்கும் அங்கு இரண்டு விளக்குகள் எப்போதும் எரிவதற்கும் அரசு மானியமும் வழங்கியது.

திப்பு சுல்தான் வாணப் படை

சீனம் வரலாற்று இடைக்காலத்தில் சுமார் பன்னிரண்டாம் நூற்றாண்டு வாக்கிலேயே வெடி மருந்தைக் கண்டுபிடித்து விட்டது. சீனத்தில் யுவான் அரசகுடி என்ற மங்கோலியர் ஆட்சிக் காலத்தில் (1276-1368) அச்சுக் கலையொடு வெடிமருந்தும் சீனத்திலிருந்து மேலையுலகை அடைந்தது.

வாணங்கள் என்ற ராக்கெட்டுகளும் (*Rocket*) சீனத்திலிருந்து கிளம்பினவேயாம். அங்கு கிறித்தவ அப்தத்தின் பதினோராம் நூற்றாண்டு வாக்கில் வாணங்கள் ஏவப்பட்டன என்று அறிகின்றோம். (அங்கு எறிபடையான பீரங்கியும் கிட்டத்தட்ட இதே காலத்தில் தோன்றிவிட்டது என்பது அண்மையில் பௌத்தக் குகை ஒன்றிலிருந்து கிடைத்த சான்றுகளிலிருந்து தெரிகின்றது.) சீனர் வாணங்களை ஏவி மங்கோலியரின் குதிரைப் படையை 1237 ஆம் ஆண்டு புறமுதுகிடச் செய்தனர்; அவர்கள் அதை ''நெருப்பு அம்பு'' என்று அழைத்தனர்.

வாணம் செய்வது பற்றிய அறிவு அன்றைய உலகறிந்த நாடுகளில் பரவிக் கொண்டிருந்த காலையில், ஐரோப்பியத்தில் பதினான்காம் நூற்றாண்டு வாக்கில் துப்பாக்கிகள், பீரங்கிகள் போன்ற கையடக்க எறிபடைகளும் அவற்றைச் சுடுந்திறனும் மிகவே, வாணங்கள் வழக்கொழியத் தொடங்கின. (பீரங்கி, வெடிமருந்து: இ.ச.க.தொகுதி-5) எனினும் வாணங்களைப் போர்க்களத்தில் பயன்படுத்துவது இந்தியத்தில் மிகுந்தது. இதைப் பற்றிப் பல்வேறு எழுத்தாளர் எழுதி வைத்துள்ளனர்.

இந்தியத்தில் வாணங்களின் வரலாற்றில் ஐதரலி கானின் பெயரும் அவர் மகன் திப்புசுல்தானின் பெயரும் தலையாய இடம் பெறுகின்றன. ஐதரலியின் படையில் சுமார் 1200 பேர் இரும்பு வாணங்களைக் களத்திற்கு எடுத்துச் சென்றனர். திப்பு சுல்தானின் படையில் வாணம் ஏவுவோரில் ஐயாயிரவர் இருந்தனர் என்ற செய்திகளைக் கூர்லண்டு கேன்பை என்றவர் 1963 ஆம் ஆண்டு எழுதிய ''ஏவுகணை, விண்வெளி வரலாறு'' என்ற நூலில் காண்கிறோம்.

இந்திய வாணங்களைப் பற்றிய இரண்டு நிகழ்ச்சிகள் நமக்குத் தெரிய வருகின்றன. நாராயண ராவ் பக்சி என்றவரின் உடலில் வாணங்களைக் கட்டி ஏவியதில், அவர் உடலெல்லாம் சின்னாபின்னப்பட்டுச் சற்றுத் தொலைவில் போய்விழுந்தார் என்பது ஒரு செய்தியாகும்.

ஔது நவாபின் அவையில் ஐதராபாது நிசாமின் செய்தியாளராயிருந்த ஒருவர் 1798 டிசம்பர் 29 அன்று நிசாமிற்கு எழுதிய பாரசிக மொழிக் கடிதத்தில் இரண்டாவது நிகழ்ச்சி பற்றிய செய்தி காணப்படுகின்றது: ''நவாபு சாதத்து அலிகான் (1798-1814) ஒரு புலிக்கும் காட்டெருமைக்கும் நடக்கவிருந்த சண்டையைக் காண்பதற்காக அரண்மனையின் தோரணவாயிலுக்கு வந்திருந்தார். அச்சண்டையின்போது கடுஞ்சீற்ற முற்ற புலி தோரணவாயிலருகே பாய்ந்து வந்து, அங்கு நட்டிருந்த மேற்கட்டியின் கால்களைக் கீழே தள்ளிவிட்டது. உடனே பெருங்குழப்பம் ஏற்பட்டது. ஆனால் சாதத்து அலிகானின் மெய்காவலர் அப்போது மிகுந்த துணிச்சலுடன் நடந்து கொண்டார். அவர் உடனே வாளை உருவிக் கொண்டு புலியை நோக்கிப் பாய்ந்தபோது, அதன் வாயில் வாணத்தைச் செலுத்திப் பொசுக்கிவிட்டார். அதன் பிறகு தான் மேற்கட்டித் திரைக்குக் கீழே சிக்கியிருந்த சாதத்து அலிகான் உள்பட அனைவரும் அமைதியாய் மூச்சுவிடலாயினர். நவாபு இவ்விதமாய்க் காப்பாற்றப்பட்டதற்கு நன்றி செலுத்தும் வகையில் ஏழைகளுக்குக் கொடை கொடுக்கப்பட்டது.''

திப்பு இத்தகைய எறிபடையான வாணத்தைச் செலுத்துவதில் நன்கு பயிற்சி பெற்ற வாணப்படையை வைத்திருந்தார். அவர் இனி 1799 இல் வரவிருக்கும் நான்காம் மைசூர்ப் போரிலும் வாணத்தை ஆக்கமான முறையில் பயன்படுத்தியுள்ளார்.

திப்பு சுல்தானுக்குச் சிருங்கேரிப் பீடாதிபதி, பிராமணர் ஆதரவு

மராட்டியர் படைத் தலைவரான பரசுராம பகு (1739-1799) 1799 அக்டோபரில்

கர்நாடகத்தின் பேடனூரைத் தாக்கினார். மராட்டியர் நானா சாகேபு என்ற பேஷ்வா பாலாஜி பாஜி ராவ் (1740-1761; இ.ச.க.தொகுதி-7) காலத்திலிருந்து பேடனூரைப் பிடிப்பதற்காக வீரத்தோடு சண்டையிட்டு வந்திருக்கின்றனர். இரகுநாத ராவ் பட்டவர்த்தனன் என்ற மராட்டியர் படைத் தளபதி திப்பு சுல்தானைப் பழிவாங்க வேண்டுமென்ற வேகத்தில் சிருங்கேரி சாரதா பீடத்தை வேண்டுமென்றே தாக்கி அழித்தார். மைசூர் நாட்டிலிருந்த இந்து சமய மேலோர் திப்பு சுல்தானுக்குப் பல வழிகளில் துணை நின்றனர் என்பது இதற்குக் காரணமாகலாம். ஆயினும் இந்த அடாப் பழிச்செயலுக்காக மராட்டியர் பெரிதும் மனத் துயருற்றார். இக்கொடும் பழி பற்றிய நினைவுகள் அவர்களின் மனத்தில் நெடுங்காலம் இருந்தது என்று கோவிந்த சகராம் சர்தேசாய் எழுதுகின்றார்.

ஆனால், திப்பு சுல்தான் மராட்டியரின் இந்தத் தீச்செயலைச் சாக்காக வைத்து, இந்து சமய மேலோரின் ஆதரவை மேலும் பெறுவதற்காகப் பெரும் பொருள் செலவிட்டார். அவருக்கு இது மிகவும் நெருக்கடியான நேரம். காரன்வாலிஸ் இத்தனை பெரிய அடியைத் தருவார் என்று திப்பு சுல்தான் எதிர்பார்க்கவில்லை. காரன்வாலிஸ் களத்தில் இறங்கி 1791 மார்ச்சு 21 அன்று பெங்களூரைப் பிடித்துவிட்டார். மராட்டியர் படைத்தலைவர் பரசுராம பகுதார்வாடை வென்றார். திப்பு சுல்தான் ஏப்ரல் 14 அன்று அரிசிக் கரையில் தோல்வியடைந்தார். திப்பு சுல்தான் இப்பின்னடைவு களையெல்லாம் எதிர்பார்க்கவில்லை. அவரைச் சுற்றி இன்னும் பல இக்கட்டுகள் சூழ்ந்திருந்தன.

ஆதலால் அவர் தன் அமைச்சர் பூரணய்யாவைக் காரன்வாலிசிடம் அனுப்பி அமைதியை நாடினார். காரன்வாலிஸ் மேலும் தாக்குவதை நிறுத்தினால், தன்னிடம் சிறைப்பட்டிருக்கும் நூற்றுக் கணக்கான ஆங்கிலப் படையலுவலரை விடுவிப்பதாய்த் திப்பு சுல்தான் வாக்களித்தார்.

திப்பு சுல்தான் இக்கட்டான இந்நேரத்தில் காஞ்சிபுரத்திலுள்ள இந்துக் கோயிலுக்குச் சென்றார். அங்கு தந்தை ஐதரலிகான் கட்டத் தொடங்கி இடையில் நின்றிருந்த கோபுரத்தைத் திப்பு சுல்தான் தன் செலவில் கட்டி முடிக்குமாறு கட்டளையிட்டார். அவரே கோயில் தேர்த் திருவிழாவில் ஊர்வலத்தில் முன்னே சென்றார். அப்போது வாணவேடிக்கைகளும் நடந்தன. அவர் இந்து சமயத்தின் பால் தனக்கிருந்த மெய்யார்வத்தை இப்படிக் காட்டினார்.

திப்பு சுல்தான் ஏராளமான பிராமணர்களைக் கொண்டு தன் வெற்றிக்காக இந்து சமய வழிபாடுகளையும் பூசைகளையும் நடத்தச் செய்தார். அவர் சில பிராமணர்களை அமர்த்தி அவர்களை நீரினுள் பலநாள் நின்று செய்யும் சிறப்பு வழிபாடுகளை நடத்தினார். அவர் போரில் வெற்றி பெறுவதற்காகப் பிராமணர்கள் வேள்வி நடத்தினர். அதை மேற்பார்வையிடுவதற்காகச் சிருங்கேரி மடாதிபதியைக் காஞ்சிபுரத்திற்குத் திப்புசுல்தான் அழைத்திருந்தார். இந்துக் கோயில்களில் நிறுவுவதற்காகத் தங்கப் படிமங்களைச் செய்வதற்குப் பெருந்தொகை செலவிட்டார். நாற்பதாயிரம் பிராமணர்களுக்குப் பணமாகவும் பண்டங்களாகவும் தட்சிணைகள் அளிக்கப்பட்டன. ஒரு சத்திரிய மன்னனுக்குச் செய்யப்படுவது போல் வேள்விகளும் பூசைகளும் வழிபாடுகளும் திப்பு சுல்தானுக்காக நடந்தன.

இந்து மராட்டியப் பட்டவர்த்தனன் சிருங்கேரிச் சங்கர மடத்தைப் பாழ் செய்தார். முஸ்லிமான திப்பு சுல்தானோ இந்து சமயத்தின்மீது எத்தனை அக்கறை கொண்டிருக்கின்றார் என்பதைக் காட்டுவதற்காக, அவரின் பிராமண அமைச்சர்களும் பிறரும் இத்தனை பெரிய ஏற்பாடுகளைக் காஞ்சியில் செய்தனர்.

திப்பு சுல்தான் எப்பாடுபட்டாகிலும் போரொழிந்து அமைதி ஏற்பட வேண்டுமென்றும் இந்த இக்கட்டிலிருந்து தப்பிக்க வேண்டுமென்றும் இவ்வாறாகப் பல வழிகளில் முயன்றார். அவர் பிரஞ்சுக்காரரிடமும் உதவி கோரினார்.

2. ஆங்கிலேயர் கண்பட்ட கொச்சி

கொச்சித் துறைமுகம் நாட்டின் தென்கோடியிலிருந்து வடக்கே கிட்டத்தட்ட சுமார் *230* கிலோ மீட்டர் - *143* மைல் தொலைவிலுள்ளது. போர்த்துக்கீசர் முதன்முதலில் இங்கு *1500* ஆம் ஆண்டு வந்து ஐரோப்பியர் குடியேற்றத்தை நிறுவினர். இந்தியத்திற்குக் கடல்வழியைக் கண்டுபிடித்த போர்த்துக்கீசக் கடலோடியான வாஸ்கோடகாமா *(1469-1524)* தன் ஐம்பத்தைந்தாவது வயதில் *1524* ஆம் ஆண்டு கொச்சியில் இறந்து, இப்பட்டினத்திலேயே அடக்கமாகியுள்ளார். *(கொச்சி : இ.ச.க.தொகுதி-7).*

பதினெட்டாம் நூற்றாண்டின் இறுதியில் ஆங்கிலேயர் திப்பு சுல்தானின் *(1753-1799)* ஓங்கிய வலிமையை ஒடுக்கித் தம் அரசியல், வாணிபச் செல்வாக்குகளையும் மேலாண்மையையும் ஊன்றுவதற்காக நடத்திய பல்வேறு சூழ்ச்சிகளில், அவர்கள் கொச்சியைக் கைப்பற்றுவதற்கு எடுத்த முயற்சியும் ஒன்றாகும். அவர்கள் இத் துறைமுகப்பட்டினத்தின்மீது கண்வைத்துக் கொண்டே இருந்தனர்.

அவர்கள் மேற்குக் கரையில் தம் வல்லாண்மைப் பரப்பை விரித்து, அங்கு குறுமிளகு, சந்தனம், ஏலக்காய் போன்ற மணப் பொருள்களின் வாணிபத்தில் தனி முதன்மையும் ஏகபோகமும் செலுத்த விரும்பினர். மேற்குக் கரையோரப் பகுதி இக்கால கட்டத்தில் கம்பெனியின் பம்பாய் மாநில ஆட்சி வரம்பினுள் அடங்கியதாய்ப் பாவித்து வரப்பட்டது.

கம்பெனியின் இராணுவ அமைப்பைச் சேர்ந்த கேப்டன் ஜான் டெயிலர் கம்பெனியிடமிருந்து தனக்குச் சேர வேண்டிய சில உரிமைகள் குறித்துக் கம்பெனி ஆட்சியாளருடன் பேசுவதற்காக இலண்டன் சென்றிருந்த நேரத்தில், இந்தியத் தலைமை ஆளுநரான காரன்வாலிசிற்கு *(1738-1805;* பதவிக்காலம் *1786-1793)* மலபார்க்கரையோரம் பற்றி ஒரு கடிதம் எழுதியிருந்தார்.

திப்பு சுல்தான் பிரஞ்சுக்காரருடன் கொண்டுள்ள உறவைத் துண்டிப்பதற்காக மலபாரைக் கம்பெனி கவர்வது விரும்பத் தக்கது என்று டெயிலர் மேற்சொன்ன கடிதத்தில் குறிக்கவில்லை. ஆனால் சீனத்துடன் வாணிபம் நடத்துவது பற்றித்தான் அதில் பலபட எழுதப்பட்டிருந்தது. கொச்சியில் அருமையான ஆறும் வசதியான கப்பல் துறையும் இருப்பதால், அது சிறந்த துறைமுகமாய் விளங்கும்; திப்பு சுல்தான் போரில் ஈடுகொடுத்து நின்று வெற்றி பெற்றாலும் கூட அவரைத் தாக்குவதற்குக் கொச்சி அருமையான தளமாய் விளங்கும் என்றெல்லாம் கேப்டன் டெயிலர், காரன்வாலிசிற்குக் கருத்துக் கூறியிருந்தார்.

கொச்சி கப்பல் கட்டும் துறையாய் விளங்குவதற்கு ஏற்ற பல கூறுகள் உள்ளன என்பதை எடுத்துக்காட்டவும் டெயிலர் தவறவில்லை. கொச்சி மிகவும் நேர்த்தியான தேக்கு மரங்கள் செறிந்த இடத்திற்கு அருகில் அமைந்ததையும் அவர் சுட்டிக்காட்டினார்.

கேப்டன் டெயிலர் பம்பாய் ஆளுநரான துண்டாஸ் *(Dundas)* என்றவருக்கும் *1791* நவம்பரில் கடிதம் எழுதியிருந்தார். திப்பு சுல்தான் மைசூர்ப் போருக்கு முன்னர் கம்பெனியின் வாணிபத்தில் எவ்வாறெல்லாம் தலையிட்டார் என்பதைக் கேப்டன்

டெயிலர் விவரித்து விட்டுத் திப்பு சுல்தான் மலபாரை ஆள்வதற்கு இருக்கின்ற உரிமையைவிடக் கம்பெனிக்கு அங்கு பண்டசாலைகளை அமைத்து வாணிகம் புரியக் கூடுதலான உரிமை உண்டென்றும் துண்டாசிற்கு எழுதுகின்றார்.

வட கேரளமான மலபாரில் விளைகின்ற குறுமிளகு, சந்தனம், கருவாப்பட்டை, அரிசி, கயிறு முதலிய பொருள்களைப் பற்றி டெய்லர் விவரிக்கின்றார். மலைகளில் விளைந்து யானைகளால் கரையோரங்களுக்கு இழுத்து வரப்படும் தேக்கு மரத்தடிகளைப் பற்றியும் அவர் பேசுகின்றார். ''சீனச் சந்தைக்கு வேண்டிய பண்டங்களையும் வடபாலில் விளையும் பருத்தியையும் கொண்டு, கம்பெனி (சீனத்தில்) தேயிலைக் கொள்முதலுக்கு வைக்கும் கைமுதலில் பாதியைச் (சீனவாணிபத்திலேயே) பெற்றுவிடமுடியும். மலபார் மக்கள் ஐரோப்பியப் பண்டங்கள் சிலவற்றைப் பெருவிருப்புடன் வாங்கிக் கொண்டு, அவற்றுக்கு மாற்றாய் மிளகு, சந்தனம், ஏலக்காய் முதலியவற்றைப் பெரிய அளவில் அளிப்பர்'', என்றெல்லாம் டெயிலர் 1791 நவம்பர் 21 ஆம் நாள் கடிதத்தில் குறிப்பிடுகின்றார். கம்பெனி சீனத்திற்கு ஏற்றும் மிளகில் 60 சத அளவிற்கு ஆதாயம் கிடைக்குமென்றும் டெயிலர் அடித்துக் கூறுகின்றார்.

1791

கொச்சி - மேலும் சில செய்திகள்

கொச்சி என்ற மலையாளச் சொல்லுக்குச் சிறியது என்று பொருள். கொச்சி என்றால் சிறிய இடம் என்பது இதனால் பெறப்படும். போர்த்துக்கீசர் கொச்சியுடன் இன் விகுதி சேர்த்துக் கொச்சின் (*Cochin*) என்று அழைத்தனர். அண்மைக் காலம் வரையில் கொச்சின் என்றே பெயர் பெற்றிருந்த இப்பட்டினம் இப்போது கொச்சி (*Kochi*) என்றே வழங்குகின்றது. (வியத்துனாமில் மேகோங்கு ஆற்று வடிநிலப் பகுதி பிரஞ்சு ஆட்சிக் காலத்தில் ''கொச்சின் சீனம்'' என்று அழைக்கப்பட்டது.) கொச்சி முன்னர் வேணாடு போல் தனி நாடாய் இருந்தது.

கொச்சித் துறைமுகம் கப்பல்களின் பாதுகாப்பைப் பொருத்தவரையில் உலகிலேயே மிகச் சிறந்தது என்று போர்த்துக்கீசர் கண்டனர். கொச்சி மன்னர் முதலாம் உன்னி இராமகோயில் (சு.1500-1503 - இவர் பெரும் படப்புச் சொரூபம் என்ற கொச்சி அரச குடியின் முதல்வர்) போர்த்துக்கீசருக்குப் பல வழிகளில் உதவினார். போர்த்துக்கீசர் மிளகு கொள்முதல் செய்வதற்குப் பணம் கொடுத்து உதவினார்.

கொச்சியில் செட்டிமார் பலர் வாணிபம் செய்து கொண்டிருந்தனர். கொச்சியில் கப்பல்கள் கட்டவும் செப்பனிடவும் பட்டன. அது பதினாறாம் நூற்றாண்டில் மிக முக்கியமான கப்பல் கட்டுந் துறையாயிருந்தது. கொச்சியிலிருந்து ஏற்றுமதியான சரக்குகள் போர்த்துக்கீசத் தலைநகரமான லிஸ்பனைச் சேர்ந்தன. அவை அங்கிருந்து ஃபிளாண்டர்ஸ், ஜெர்மனி, இத்தாலி முதலிய பல்வேறு ஐரோப்பிய நாடுகளின் துறைமுகங்களை அடைந்தன. இந்த வாணிபத்தில் ஹன்சியாட்டிக்கு லீகு (இ.ச.க.தொகுதி-7) என்ற பெரிய வாணிப அமைப்பிற்கும் தொடர்பு இருந்தது.

கொச்சியில் 1553 ஆம் ஆண்டு சாந்த குருசு சர்ச்சு கட்டப் பெற்றது. ஏசு சபையினர் முதன் முதலில் இந்தியத்தில் அச்சிட்ட முதல் தமிழ் நூல் கொச்சியில்தான் வெளியிடப்பட்டது.

கொச்சியும் ஆங்கிலேயரும்

கொச்சியில் பண்டசாலை அமைக்கலாம் என்று கொச்சி மன்னர் இசைந்து உறுதி

கொடுத்ததால், கோழிக்கோட்டுச் சாமூதிரி *1616* இல் கொச்சியைத் தாக்கியபோது, ஆங்கிலேயர் கீலின் என்றவரின் தலைமையில் ஒரு படையைக் கொச்சிக்கு அனுப்பியுதவினர். ஆனால் இந்த உறவு முறிந்து போகவே, ஆங்கிலேயர் அதற்குச் சில ஆண்டுகளுக்குப் பிறகு போர்த்துக்கீசரின் ஒப்புதலுடன் கொச்சியில் ஒரு பண்டசாலையை மீண்டும் நிறுவினர்.

கொச்சியும் டச்சுக்காரரும்

டச்சுக்காரர் கொச்சிப்பட்டினத்தையும் அதன் வாணிபத்தையும் பேரளவில் செழிக்கச் செய்தனர். ஐரோப்பிய மாதிரியில் அங்கு பல கட்டடங்களையும் துறைமுக மேடைகளையும் கட்டினர்.

அட்ரியன் வான் மோயன்ஸ் என்ற டச்சுக்காரர் கொச்சிக் கோட்டையை முற்றிலும் மாற்றியமைத்து ஆழமான அகழிகளையும் வெட்டினார். ஏழு கொத்தளங்களைப் புதிதாய்க் கோட்டையுடன் சேர்த்தார். டச்சுக்காரர் இங்கு ஆட்சி நிர்வாகத்திலும் நீதி செலுத்துவதிலும் பல பணிகளை ஆற்றினர். அவர்கள் **1796** ஆம் ஆண்டு காவல் துறை, வழக்குரை மன்றங்கள், ஏதிலியர், சிறுவர் காப்பு நிறுவனங்கள், தொழுநோயர் மருத்துவமனை போன்ற பொதுநலப் பணிகளையும் தொடங்கி வைத்தனர்.

கொச்சி இன்று

கொச்சியிலிருந்து இன்று குறுமிளகு, கொப்பரை, ரப்பர், தேயிலை, முந்திரிப் பருப்பு முதலிய பொருள்கள் ஏற்றுமதியாகின்றன. இங்கு பெரிய கப்பல்கட்டும்

துறையும், கப்பற்படை அமைப்புகளும், எண்ணெய்த் தூய்மி ஆலையும், அதையொட்டிய தொழில்களும் இன்று உள்ளன. இது பம்பாய்க்குத் தென்மேற்கில் 405 கிலோ மீட்டர். கோழிக்கோட்டுக்குத் தென்கிழக்கில் 54 கிலோ மீட்டர். சென்னையிலிருந்து தென்மேற்கில் 216 கிலோமீட்டர்.

1791

வரலாற்றுப் புள்ளிகள்

1. தென்னிந்தியத் தொல்லெழுத்தாய்வு தொடக்கம்

கல்லில் செய்திகளைப் பொறிக்கும் முறையை அசோகர் (273-232 கி.மு.) பாரசிகத்து அக்கிமினிடு குடியின் கடைசி மன்னரான மூன்றாம் டேரியசிடமிருந்து (ஆ.கா. 336-330 கி.மு.) கற்றார் என்பர். அசோகர் காலத்திலிருந்து கற்பொறிப்புகள் இந்தியத்தில் ஆங்காங்கே தோன்றின. எனினும் தொன்மையான பல கல்பொறிப்புகளும் அசோகரின் புகழ்பெற்ற பொறிப்புகளும் பத்தொன்பதாம் நூற்றாண்டிற்குப் பிறகுதான் படித்தறியப்பட்டன. அதன்பிறகுதான் இந்திய வரலாற்றைத் தொகுத்து எழுதுவதற்கு வேண்டிய மெய்ச்சான்றுகள் என்ற இடத்தைக் கல்வெட்டுகள் பெறலாயின. அதன் தொடக்கம், இந்தக் காலக்கட்டத்தில் - பதினெட்டாம் நூற்றாண்டின் இறுதிப் பகுதியில் அமைகின்றது.

தமிழகத்தைப் பொருத்தவரையில், போரில் வீரங்காட்டி இறந்தவர்களுக்கு அவர் உயிர்நீத்த இடங்களில் அல்லது வேறிடங்களில் நடுகல் அமைத்து விழா எடுப்பது வழக்கமாயிருந்தது. இத்தகைய நடுகல்லின் மேல் இறந்துபட்ட வீரரின் பெயரும் பெருமையும் பொறித்தனர் என்பதைச் சங்க நூல்கள் பாடுகின்றன. அவ்வழக்கம் கடைச் சங்க காலத்தின் (சு.250 கி.மு. - சு. 250 கி.பி.) பின்னும் தொடர்ந்தது.

பின்னர் கி.பி. ஏழாம் நூற்றாண்டு முதல் ஒன்பதாம் நூற்றாண்டின் பிற்பகுதி வரையிலும் தொண்டை நாட்டில் ஆட்சி புரிந்த பல்லவர்கள் கருங்கற் கோயில் களை முதன்முதலில் எழுப்பினர். (தமிழ்நாட்டுக் கோயிற் கட்டடக் கலை : இ.ச.க.தொகுதி-9) பல்லவர்க்குப் பின்னர் ஏறக்குறைய நானூற்று முப்பது ஆண்டுகளுக்கு மேல் (846-1279 கி.பி.) ஆட்சி புரிந்த சோழரும் ஆங்காங்கே

கற்றளிகள் என்ற கற்கோயில்களை எடுத்தனர். பாண்டியரும் அங்ஙனமே கற்கோயில்களைக் கட்டினர்.

இவ்வேந்தர்கள் தாம் எழுப்பிய கோயில்களில் நாள் வழிபாடும் திங்கள் விழாக்களும் ஆண்டு விழாக்களும் இடையூறின்றி நடைபெறும் பொருட்டு அவற்றுக்கு நிவந்தம் என்ற கட்டளைகளாகப் பொன்னும் நிலமும் வழங்கினர். மன்னர்களைப் போலவே பிற அன்பர்களும் கோயில்களுக்குப் பல கொடைகளை அளித்தனர். அவர்களனைவரும் இவ்வாறு அளித்த கொடைகளைச் செப்பேடுகளில் வரைந்து அவ்வக்கோயில்களுக்கு அளித்ததுடன், அந்தந்தக் கோயில் சுவர்களில் கல்லில் பொறித்தும் வைத்தனர். அவர்கள் கோயிற் பணிகளுக்காகத் தாம் அளித்த கொடைகளின்படி பணிகள் இடையிலறுந்து போகாமல் எக்காலத்திலும் நடைபெறுதல் வேண்டும் என்ற ஆர்வமும் அவை கோயில்களுக்குரிய ஆதாரமாகவும் அமைதல் வேண்டும் என்ற எண்ணமுமே இதற்குக் காரணங்களாகும்.

கோயில்களுக்கு அளிக்கப்படும் நிவந்தங்களைப் பலரும் உணர்ந்து அங்கு நடைபெறவேண்டியன அனைத்தும் தவறாமல் நாள்தோறும் நிறைவேறி வருகின்றனவா என்று ஆராய்வதற்குப் பயன்படுமாறு எல்லாரும் பார்க்கக் கூடிய புறச் சுவர்களின் மேல் கல்லில் எழுத்துகள் பொறிக்கப்பட்டன. அவ்வக் காலத்துச் செய்திகளை வரலாற்றுக்கு அளிக்கும் ஆதாரங்களாக அமையும் இப்பொறிப்புகளைக் கல்வெட்டு என்கின்றோம்.

ஸ்ரீமத் பகவத் கீதையை ஆங்கிலத்தில் மொழிபெயர்த்த சார்லஸ் வில்கின்ஸ் *(1749-1836)* கயைக்கருகில் கண்ட கல்வெட்டுகளைப் படிக்க முயன்று வெற்றிகண்டதை இந்தியக் கல்லெழுத்தியல் ஆய்வின் தொடக்கம் *(1781)* என்று முன்னர் (இ.ச.க.தொகுதி-9) சொல்லப்பட்டது. தமிழகத்தில் தொல்லெழுத்தைப் படித்தறியும் பணி *1791* ஆம் ஆண்டு தொடங்குகின்றது.

1791

அலெக்சாந்தர் மக்ளியோடு *(Alexander Macleod)* என்றவர் காஞ்சிபுரத்து ஏகாம்பர நாதர் கோயிலில் காத்து வைக்கப்பட்டிருந்த ஒரு செப்பேட்டிற்குப் படியெடுத்து, அதைக் கல்கத்தாவிலுள்ள வங்க ஆசியவியல் சங்கத்தின் தலைவரான வில்லியம் ஜோன்சிற்கு *(1746-1794) 1798* ஏப்ரல் *7* அன்று அனுப்பினார். மக்ளியோடினால் அந்தச் செப்பேட்டைப் படிக்க முடியவில்லை. எனினும் சென்னையிலிருந்த பண்டிதர்கள், அது ''நிலப்பிரிவினை பற்றிய விவரம் அடங்கியது'' என்று அவரிடம் சொல்லிவிட்டனர்.

வில்லியம் ஜோன்ஸ் கல்கத்தாவிலிருந்த பண்டிதர்களின் துணை கொண்டு அந்தச் செப்பேட்டைப் படித்து, ஆங்கிலத்தில் மொழி பெயர்த்து *Asiatic Researches* என்ற இதழின் மூன்றாவது மலரில் *1739* ஆம் ஆண்டு வெளியிட்டார். அது *"A Royan grant of land in Carnata, Communicated by Alexander Macleod Esqr., Translated from the Sanscrit by the President''* (ஓர் இராயர் (அரசர்) கர்நாடகத்தில் (தமிழகத்தில்) அளித்த நிலக்கொடைத் தொடர்பானது. அலெக்சாந்தர் மக்ளியோடினால் அனுப்பிவைக்கப்பெற்றுச் (சங்கத்) தலைவரால் சம்ஸ்கிருதத்திலிருந்து மொழி பெயர்க்கப்பட்டது) என்ற நீண்ட தலைப்பில் வெளிவந்தது. அது கிருஷ்ண தேவராயர் *(ஆ.கா.1509-1529)* சக.*1448* -கி.பி. *1526* இல் கற்றறிந்த வேதியர் ஒருவருக்கு அளித்த நிலக்கொடையைக் குறிக்கும் செப்பேடாகும்.

தென்னிந்தியக் கல்வெட்டுக் குறித்த தற்காலக் கீழையியல் அல்லது இந்தியவியல் ஆய்வின் தொடக்கம் இதுவாகும். எனினும் பெரிய அளவில் பொறிப்புகளை முறையாய்ச் சேகரிக்கும் பெரும்பணி தொடங்கக் குறைந்தது, ஒரு நூற்றாண்டிற்கு

மேலானது. தென்னிந்தியத்தின் முஸ்லிமல்லாத அரச குடிகள் பற்றிய வரலாற்று ஆய்விற்கு இப்பொறிப்புகளையும் செப்பேடுகளையும் பெறுவதில் கல்வெட்டுகளே மூலச்சான்றுகளாய் உள்ளன.

2. ஃபப்ரீசியஸ் தமிழ்ப் பணி

பல்வேறு நாட்டினரும் பல்வேறு சமயத்தவரும் பல்வேறு மொழியினரும் வெகு தொன்மையான ஒரு மக்களினத்தின் பொறையுடமை கண்டு, அவர்களைத் தாம் மெய்யானவை என்று உளமார நம்பும் சமயங்களைத் தழுவச் செய்வதற்காகவோ, அம்மக்களின் மொழிச் சிறப்புக் கருதியோ தத்தம் சமய நூல்களை அம்மொழியில் எழுதியதுடன், அம்மொழிக்கு அடிப்படையான ஆக்கம் சேர்க்கும் பல பணிகளிலும், ஏறத்தாழ இரண்டாயிரம் ஆண்டுகளுக்கு மேலாய் ஈடுபட்டு வருகின்றனர் என்பதைத் தமிழ் மொழி வரலாறு காட்டும். ''யாதும் ஊரே யாவரும் கேளிர்'' என்ற சங்கச் சான்றோரின் மெய்ம் மொழிக்கு அரண் செய்யும் வகையில் இந்த உண்மை அமைந்துள்ளது.

அண்மைக்கால வரலாற்றில் சமயத் தொண்டரும் பிறருமான ஐரோப்பிய விற்பன்னர்கள் பழம்பெரும் பாரதம் ''ஆன்ம தரிசனம்'' காண்பதற்குப் பெருந்துணை புரிந்துள்ளனர். அவர்களனைவரும் ஐரோப்பியத்தின் பல நூற்றாண்டுப் பழமையான பல்வேறு பல்கலைக் கழகங்களில் கற்றுத் தேர்ந்தவர்கள். அவர்கள் இந்திய மொழிகளுக்கு ஆற்றி வந்த பணிகள் இக் களஞ்சியத்தின் பல ஏடுகளில் சொல்லப்பட்டுள்ளன.

கிறித்தவத் தொட்டில் தரங்கம்பாடி

இந்தியத்தில் சீர்திருத்தக் கிறித்தவத்தின் தொட்டிலாய் விளங்கிய தரங்கம்பாடியில் இந்நூற்றாண்டுத் தொடக்கத்திலிருந்து ஜெர்மன் நாட்டினரான பாதிரிமார் செய்து வந்த தமிழ்ப் பணிகளில், தலையாயூ தொண்டு புரிந்தவர் என்ற சிறப்புப் பெறுபவர் சீகன்பால்கு *(1683-1716)* ஆவார். இவரைப் பற்றி முன்னர் (இ.ச.க. 2,3 தொகுதிகளில்) சொல்லப்பட்டிருக்கின்றது.

பார்த்தலோமிய சீகன்பால்கு விவிலியத்தைத் தமிழில் மொழி பெயர்க்கும் பணியில் முதலில் ஈடுபட்டார். அவருடன் சூல்சு *(Schulz)* பாதிரியாரும் இம்முயற்சியில் கலந்து கொண்டார். சூல்சு மேற்கொண்ட இப்பணி 1727 ஆம் ஆண்டு முற்றுப் பெற்றதும் தரங்கம்பாடியை விட்டுச் சென்னை சென்று அங்கு பதினைந்தாண்டுகள் சமயப் பணி செய்தார். அதன்பிறகு 1742 ஆம் ஆண்டு ஜெர்மனிக்குச் சென்றுவிட்டார். அவர் தாயகத்தில் மேலும் பதினெட்டாண்டுகள் பணியாற்றிய பின்னர் 1760 இல் இறந்தார்.

சூல்சு பாதிரியார் தரங்கம்பாடியில் இருந்த காலத்தில் ஜான் ஃபிலிப்பு ஃபப்ரீசியஸ் *(John Phillip Fubricius 1711 - 1791)* என்ற டேனிய நாட்டுப் பாதிரியார் 1740 ஆம் ஆண்டு தரங்கம்பாடிக்கு வந்தார். சூல்சு பாதிரியார் 1742 இல் தாயகம் திரும்பியதும், சென்னையில் அவரின் இடத்தில் பணி செய்வதற்காக ஃபப்ரீசியஸ் அங்கு சென்றார். அவர் திருமணம் செய்யாமலும் தாயகம் திரும்பாமலும் ஐம்பதாண்டுகள் தமிழகத்தில் பணிபுரிந்தார்.

பிரஞ்சுப் படை 1746 இல் (இ.ச.க.தொகுதி-5) சென்னைக் கோட்டையைப் பிடித்ததும், ஃபப்ரீசியஸ் பழவேற்காட்டிற்குச் சென்றார். அவர் சென்னையில் அப்போது நடத்திவந்த பள்ளிக்கூடத்தையும் மடத்தின் கட்டடங்களையும் பிரஞ்சுப் பாதிரிமார் கைப்பற்றிக் கொண்டனர். ஃபப்ரீசியஸ் தன்னிடம் பயின்ற மாணவர்களையும் பழவேற்காட்டிற்குக் கூட்டிச் சென்றுவிட்டார்.

பிரஞ்சுக்காரர் 1749 ஆம் ஆண்டு சென்னையிலிருந்து வெளியேறியதும் (இ.ச.க.தொகுதி-5) சென்னை ஆளுநரான பாஸ்கவன் ஃபப்ரீசியசை மீண்டும் சென்னைக்கு அழைத்து வேப்பேரியில் கோயில் கட்டித் தந்தார்; பள்ளியை நடத்துவதற்கு வேண்டிய உதவிகளையும் கொடுத்தார். ஃபப்ரீசியஸ் பாதிரியாரே இராபட்டு கிளைவின் (1725-1774) திருமணத்தை 1753 ஆம் ஆண்டு ஜார்ஜ் கோட்டையிலுள்ள சர்ச்சில் நடத்தி வைத்தார்.

பிரஞ்சுப் படை மீண்டும் லாலி பிரபின் தலைமையில் 1758 ஆம் ஆண்டு சென்னையை முற்றுகையிட்டது. (இ.ச.க. தொகுதி-6) இம் முற்றுகை 67 நாள் நடந்தது. அப்போது பிரஞ்சுப் படை ஃபப்ரீசியசின் இடங்களைச் சூறையாடியது. அவர் உயிர் தப்ப எண்ணி லாலியின் உதவியை நாடினார். ஃபப்ரீசியஸ் அவர் உதவியால் ஆள் துணையுடன் மீண்டும் பழவேற்காடு சென்றார்.

திப்பு சுல்தான் முதல் மைசூர்ப் போரின் போது (1767 - 1769) ஐயாயிரம் குதிரை வீரர்களுடன் 1767 இல் (இ.ச.க.தொகுதி-7) சென்னையை நோக்கி வந்தபோது ஃபப்ரீசியஸ் நகரமக்களுடன் ஜார்ஜ் கோட்டைக்குள் அடைக்கலம் புகுந்தார். ஐதரலி இரண்டாம் மைசூர்ப் போரின் போது (1780-1784) 1780 இல் நாட்டைக் கொள்ளையிட்டுச் சென்னையைச் சுற்றியிருந்த ஊர்களைத் தீயிட்டுக் கொளுத்தியபோது ஃபப்ரீசியஸ் மீண்டும் ஜார்ஜ் கோட்டைக்குள் புகலடைந்தார்.

அவர் இத்தனை அரசியல் குழப்பங்களுக்கும் பல்வேறு இன்னல்களுக்கும் நடுவே தன் பணிகளைத் தொடர்ந்து நடத்திக் கொண்டு இருந்தார்.

முதல் தமிழ் - ஆங்கில - தமிழ் அகராதி (1779)

ஆங்கிலேயர் தமிழை அறிந்து கொள்வதற்குத் துணையாய் ஃபப்ரீசியஸ் தன் நண்பர் பிரித்தோட்டு என்றவருடன் சேர்ந்து 1779 இல் முதல் தமிழ் - ஆங்கில - தமிழ் அகராதியைத் தொகுத்து வெளியிட்டார். பின்னர் அவர் இப்பணிக்குத் தனக்கு முந்தியோர் அனைவரின் பணிகள் முழுவதையும் பயன்படுத்தி 1789 இல் ஆங்கில - தமிழ் அகராதி ஒன்றையும் தொகுத்து வெளியிட்டார். ஃபப்ரீசியஸ் பல ஆண்டுகளாய் அகராதி தொகுக்கும் பணியில் ஈடுபட்டிருந்தார்.

சீகன்பால்கு தமிழ்ச் சொற்களையும் அவற்றுக்குப் பொருத்தமான ஜெர்மன் சொற்களையும் தொகுத்து இப்பணியை முதலில் தொடங்கியிருந்தார். ஃபப்ரீசியஸ் இப்பணியில் அவருக்கும் மேலே ஒரு படி ஏறினார். அவர் இத்துடன் 63 பக்கங்களில் தமிழ் இலக்கணத்தை ஆங்கிலத்தில் சிறு நூலாக எழுதி 1778 இல் வெளியிட்டார். இந்நூல் அதற்குப் பதினாறு ஆண்டுகள் கழித்து மற்றொரு பதிப்பாய் வெளிவந்தது.

பன்மொழிப் புலமை

அவர் ஜெர்மன், டச்சு, போர்த்துக்கீசம், ஆங்கிலம், தமிழ் ஆகிய ஐம்மொழிகளில் புலமை பெற்றிருந்தார். அத்துடன் அவர் அம்மொழிகளைத் தம் மாணவர்க்கும்

கற்றுத்தந்தார். அவர் தமிழில் பல ஞானப்பாட்டுகளைப் பாடியிருக்கின்றார். அவர் மொழிபெயர்த்த வேதப் பாடல்களில் சில, தமிழ்மொழி உள்ள மட்டும் தமிழ்க் கிறித்தவர்களால் பாடப்பட்டு வரும் என்று ஒருவர் வியந்து ஃபப்ரீசியசைப் பாராட்டுகின்றார்.

ஃபப்ரீசியஸ் 1754 இல் தரங்கம்பாடி சென்றிருந்தபோது சீகன்பால்கும் சூல்சும் ஆக்கி வைத்திருந்த விவிலியத்தின் தமிழ்மொழிபெயர்ப்பைத் திருத்தி வெளியிடும் பொறுப்பைச் சுவார்ஷ் பாதிரியார் (1726-1798) ஃபப்ரீசியசிடம் ஒப்படைத்தார். அவர் அதற்கிணங்கப் புதிய ஏற்பாட்டின் 27 ஆகமங்களைத் திருத்தம் செய்து 1773 ஆம் ஆண்டு வெளியிட்டார். அவர் பழைய ஏற்பாட்டையும் திருத்தம் செய்து 1778, 1782, 1791 ஆம் ஆண்டுகளில் வெளியிட்டார். அவர் திருத்தம் செய்த நான்காம் பகுதி, அவர் மறைவிற்குப் பிறகு 1796 இல் வெளிவந்தது.

தென்னிந்தியத்திலுள்ள லுத்தரன் கோயில்களில் கடந்த சுமார் நூற்றைம்பது ஆண்டுகளாய் ஃபப்ரீசியஸ் பதிப்பித்த தமிழ் விவிலியம் தான் வழக்கில் இருந்து வந்தது. இன்றுங்கூட லுத்தரன் சபையினரில் பலர் ஃபப்ரீசியஸ் பதிப்பே மிகச்சிறந்தது என்கின்றனர்.

ஃபப்ரீசியஸ் மேற்சொன்னவாறு பன்முறை படைத் தாக்குதல்களுக்கு ஆளாகி இன்னலுற்றதுடன் ஓய்வு காலத்தில் வேறு பல வகைகளிலும் துன்புற நேர்ந்தது. அவரிடம் மடத்தின் பொறுப்பு இருந்தது. அவர் பொம்ம நரசன் என்றவருக்கும் ஆர்க்காட்டு நவாபு முகமதலியின் மருமகன் காயோத்திக் கானுக்கும் கடன் கொடுத்திருந்தார். அவர்களிடமிருந்து குறித்த காலத்தில் பணம் திரும்பி வரவில்லை. அதனால் பலரிடம் கடன் வாங்கித் திருப்பிக் கொடுக்க இயலாத நிலை ஏற்பட்டது. அதனால் அவர் ஓராண்டு சிறையிலடைக்கப்பட்டார். அவர் சிறையிலிருந்து விடுதலையானதும் 1791 ஜனவரி 24 அன்று வேப்பேரியில் இறந்தார். அவரது உடல் வேப்பேரியிலுள்ள தூய மத்தியாஸ் கோயில் கல்லறையில் அடக்கம் செய்யப்பட்டது. அவர் பெயரால் புரசைவாக்கத்தில் ஒரு மேல்நிலைப் பள்ளி இன்றும் நடந்து வருகின்றது.

3. பிரஞ்சுச் செய்திகள்

உலகின் முதல் பெருங்கிளர்ச்சியான பிரஞ்சுப் புரட்சியின் (1789-1799) பின்புலம் பற்றிய செய்திகள் ஒன்பதாம் தொகுதியில் கூறப்பட்டன. இங்கு அப்புரட்சி பற்றி மேலும் சில முக்கிய நிகழ்ச்சிகள் காணப்படும்.

இந்த 1791 ஆம் ஆண்டு ஜூலையில் உண்டான புதிய அரசியல் சூழல் என்றென்றும் நிலைத்திருக்கும் என்று பூர்சுவாக்களான நடுத்தர வகுப்பினர் ஏற்றுக் கொண்டுவிட்டனர் என்று தான் தோன்றியது. இருப்பினும் உழவர்கள் ஆகஸ்டில் வரிசையாய்ப் பல கலவரங்களில் தொடர்ந்து ஈடுபட்டு நிலப்பிரபுத்துவ, பண்ணை அமைப்புகளில் தலையாய உரிமைகளை அழிக்க விரைந்தனர். பாரிஸ் நகர் கைவினைஞரும் உழைப்பாளிகளும் சேர்ந்து புரட்சியை விரை வேகத்துடன் உந்தித் தள்ளிக் கொடிய வன்செயல் சூழலை 1791 – 1794 காலகட்டத்தில் தோற்றுவித்து விட்டனர். நாட்டின் பேரவை மன்றத்தில் (National Convention) விரிவகல்வான மாறுதல்களைக் கொண்டுவருவதற்கு அவர்களின் வன்செயல்கள் அடித்தளமாக அமைந்தன.

(அ) பிரஞ்சு மன்னர் ஓட்டம்

பிரஞ்சு மன்னர் பதினாறாம் லூயி (1754 –1793; ஆ.கா.1774-1792) முடியரசு ஆதரவாளர்களின் உதவியைப் பெறுவதற்காகப் புரட்சி அரசு அறியாமல், தன் குடும்பத்தாருடன் வடகிழக்கு எல்லையை நோக்கி 1791 இல் ஓடினார். ஆனால் அவர் தன்னைச் சரியான முறையில் மறைத்துக் கொள்ளாததால், அவரை 1791 ஜூன் 22 அன்று அடையாளங் கண்டு கொண்டனர். அவர் பிரான்சின் கிழக்கிலுள்ள லாரைன் (Lorranine) என்ற பகுதியிலுள்ள செயிண் மினிஹூல் (Menehould) என்ற இடத்தில் பிடிபட்டு விட்டார். மன்னரையும் அவரின் குடும்பத்தாரையும் அங்கிருந்து பாரிசிற்குக் கொண்டு சென்றனர்.

(ஆ) புரட்சிக்கு எதிர்ப்பும் ஆதரவும்

பிரிட்டனின் பழுத்த நாடாளுமன்ற உறுப்பினரும் விக் கட்சியின் தேர்ந்த அரசியல்காரருமான எட்மண் பர்க்கு (1729 – 1797) பிரஞ்சுப் புரட்சியைக் கண்டித்து எழுதியிருந்தார்.

இங்கிலாந்தில் பிறந்து அமெரிக்கத்தில் குடியேறிய எழுத்தாளர் தாமஸ் பெயின் (1737 - 1809) தன் அரசியல் கருத்துகளைத் துண்டு வெளியீடுகளாய் வெளியிட்டு வந்தார். அவர் 1791 – 1792 ஆம் ஆண்டில் பிரஞ்சுப் புரட்சியை நியாயப்படுத்தி ''மனிதனின் உரிமைகள்'' (The Rights of Man) என்ற நூலை எழுதியிருந்தார். பெயின் இந்நூலில் பர்க்கின் கருத்துக்கு மறுப்புக் கூறியிருந்தார்.

1791

(இ) மேற்கிந்தியத் தீவுகளில் கறுப்பருக்கு வாக்குரிமை

பிரஞ்சுப் புரட்சியையடுத்துப் பிரஞ்சு மேற்கிந்தியத் தீவுகளில் விடுதலை பெற்ற அடிமைப் பெற்றோருக்குப் பிறந்த கறுப்பருக்கு வாக்குரிமையும் பிரஞ்சு குடிமக்களுக்கு அளிக்கப்பட்ட உரிமைகள் அனைத்தும் இவ்வாண்டு வழங்கப்பட்டன.

(பிரஞ்சு மேற்கிந்தியத் தீவுகள் இன்றும் பிரஞ்சு நாட்டினரால் ஆளப்பட்டு வரும் சிற்றண்டைல்ஸ் (Lesser Antrles) என்ற தீவுக் கூட்டங்களைக் குறிக்கும். இதன் பரப்பளவு 2792 சதுர கிலோமீட்டர் 1077 சதுர மைல். மேற்கிந்தியத் தீவுக் கூட்டத்திலுள்ள சிற்றண்டைல்ஸ் தொகுதியில் லீவர்டு தீவுக் கூட்டங்கள், விண்வர்டு தீவுக் கூட்டங்கள் பார்படோஸ், நெதர்லாந்து ஆண்டைல்ஸ் உள்பட பல தீவுகள் உள்ளன. இவற்றுக்குக் கரீபிகள் (Caribees) என்ற பெயரும் உண்டு.)

ஆனால் கரீபியப் பகுதியில் செயிண் டொமினிக்குத் தீவில் குடியேறியிருந்த வெள்ளையர்கள் பிரஞ்சுப் பேரவை மன்றத்தின் இவ்வாணையை ஏற்க மறுத்தனர். ஆனால் இக்குடியேற்றங்களில் வாழ்ந்த 4,80,000 கறுப்பரும் 24,000 கலப்பினத்தவரும் அமைதியிழந்ததால், வெள்ளையர்கள் அவர்களிடமிருந்து பிரிந்து செல்வதென்று முடிவெடுத்தனர்.

இதனால் ஏற்பட்ட கிளர்ச்சியில், வெகு சில மாதங்களுக்குள் சுமார் 2000 வெள்ளையரும் 10000 கறுப்பரும் கலப்பினத்தவரும் உயிரிழந்தனர். எழுபதாயிரம் டன் சர்க்கரை எடுக்கப்பட்டபிறகு, சில கரும்புத் தோட்டங்களைத் தீயிட்டுக் கொளுத்தினர்.

(ஈ) பிரான்சில் பஞ்சம்

பிரான்சில் இக்காலத்தில் புரட்சித் தீ கொளுந்து விட்டெரிந்து கொண்டிருந்தது.

அகத்தீயும் அடிவயிற்றில் குமைந்து அகப்பை நோயான பஞ்சமும் தலை விரித்தாடிற்று. புரட்சியாளர் கையிலிருந்த மாமன்றப் பேரவையினால் இத்தீயை அணைப்பதற்கு இயலவில்லை.

4. கனடா சட்டப்படி பிரிட்டனைச் சேர்ந்தது

இன்று உலகின் மிகப்பெரிய நாடாயும் புதிதாய் வலுப்பெற்றுவரும் வல்லரசாயும் வட அமெரிக்கத்தில் திகழும் கனடா வளங்கள் பல நிறைந்ததாகும். ஏழாண்டுப் போரின் (1756-1763) முடிவில் பிரிட்டன் பிரான்சுடன் செய்து கொண்ட அமைதி உடன்படிக்கைப்படி கனடியப் பிரஞ்சுக் குடியேற்றங்களனைத்தும் பிரிட்டனைச் சேர்ந்து விட்டன. கிழக்குக் கனடாவின் பெரிய மாநிலமாய் இன்று விளங்கும் கியூபக்கு 1774 ஆம் ஆண்டில் சட்டப்படி பிரிட்டனுக்கு உரிமையானது. (இ.ச.க.தொகுதி-7,8)

1791

அமெரிக்க விடுதலைப் போருக்குப் பிறகு (1775–1781; இ.ச.க.தொகுதி-8) பிரிட்டனுக்கும் புதிய அமெரிக்க ஒன்றியக் குடியரசிற்கும் இடையில் 1783 ஆம் ஆண்டு அமைதி உடன்படிக்கை ஏற்பட்டது. அப்போது அமெரிக்கத்தில் வாழ்ந்து வந்தவர்களில் 40,000 பேர் விடுதலை பெற்ற அமெரிக்கக் குடியேற்றங்களை விட்டு வெளியேறிக் கனடாவில் பிரிட்டீசுக் கொடியின் கீழ்ப் புதிய வாழ்க்கையைத் தொடங்கினர். அவர்களுக்கு ''ஒன்றுபட்ட பேரரசப் பற்றாளர்'' (United Empire Loyalist) என்று பெயர் ஏற்பட்டது.

இப்புதிய குடியேறியரில் பலர் கிழக்குக் கனடாவின் செயிண் லாரன்சு வளைகுடாவிற்கும் ஃபண்டி வளைகுடாவிற்கும் இடையிலுள்ள நோவா ஸ்கோசியத் தீவக் குறையின் (Nova Scotia) பல பகுதிகளில் அமர்ந்தனர். பிரஞ்சுக்காரர் இந்தப் பகுதியில் தான் பதினாறாம் நூற்றாண்டின் தொடக்கத்தில் குடியேறினர். பேரரசப் பற்றாளரில் இன்னுஞ் சிலர் செயிண் லாரன்சு ஆற்றின் மேற்பகுதியிலும் ஒண்டாரியோ ஏரியருகிலும் குடியேறினர்.

இங்கு புதிதாய்க் குடியேறியவர்களுக்கும் ஏற்கனவே அங்குநிலை பெற்றிருந்த பிரஞ்சுக் கனடியருக்குமிடையே அடிக்கடி மோதல் ஏற்பட்டது. அதன் விளைவாய்ப் பிரிட்டீசு நாடாளுமன்றத்தில் தலைமை அமைச்சரான இளைய பிட்டு (1759-1806; பதவிக்காலம் : 1783-1801; 1804-1806) 1791 ஆம் ஆண்டில் கனடாச் சட்டத்தை (Canada Act of 1791) நிறைவேற்றினார்.

இந்தச் சட்டப்படி கியூபக்கு (Quebec) மாநிலம், கீழக்கனடா, மேலக்கனடா என்று இருபகுதிகளாய்ப் பிரிக்கப்பட்டது. இன்று கியூபக்கு என்று வழங்கும் கீழ்க்கனடா பிரஞ்சுக்காரர் மேலோங்கி நிற்கும் பகுதி என்றும் இன்று ஒண்டாரியோ (Ontario) என்று அழைக்கப்படும் மேலக் கனடா பிரிட்டிசார் மேலோங்கிய பகுதி என்றும் ஏற்று ஒப்பப்பட்டன.

அச்சட்டத்தில் கூறப்பட்டிருந்ததாவது: ''கியூபக்கு மாநிலத்தைக் கீழக்கனடா, மேலக்கனடா என்று இரண்டு மாநிலங்களாய்ப் பிரிப்பதில் மேன்மை தங்கிய மன்னர் மகிழ்ச்சியடைகின்றார். மேற்சொன்ன மாநிலங்கள் இரண்டிற்கும் ஒவ்வொன்றிலும் ஒரு சட்ட மேலவையும், சட்டப் பேரவையும் இருக்க வேண்டும்; ஒவ்வொரு மாநிலத்திலும் மேன்மை தங்கிய மன்னர், அவரின் வழிவந்தோர்... முதலானோர்க்குச் சட்ட மேலவையும் சட்டப் பேரவையும் நிறைவேற்றும் சட்டங்கள் குறித்துக் கருத்துக் கூறவும், அவற்றுக்கு ஒப்புதலளிக்கவும் மேலாண்மை இருக்கும்''.

மேல (அல்லது) ஆங்கிலக் கனடாவிலும் கீழ (அல்லது) பிரஞ்சுக் கனடாவிலும் **1791** ஆம் ஆண்டுச் சட்டத்தை நடைமுறைப் படுத்துவது குறித்து மக்களுக்கு மிகுந்த மனக் குறை இருந்து வந்தது. இலண்டனிலிருந்து கனடாவிற்கென்று அமர்த்தப்படும் ஆளுநரையும், அவர் நாட்டுச் சட்டப் பேரவைகளை மீறிச் செயல்படுவதையும் ஆங்கிலக் குடியேறிகள் வெறுத்தனர். ஆங்கில மொழிபேசும் புராட்டஸ்டண்டுக் கிறித்தவரான ஆளுநர், பிரஞ்சு மக்களின் உரிமை இவையென்று கூறுகின்ற மேலாண்மை பெற்றிருந்த நிலையைப் பிரஞ்சுக்காரர் வெறுத்தனர். இந்நிலை பத்தொன்பதாம் நூற்றாண்டு வரை நீடித்திருந்தது.

ஐரோப்பிய வல்லரசான பிரிட்டன் அயல் நிலப்பரப்பு ஒன்றைக் கையகப் படுத்துகையில், அதற்கெனப் பல வழிமுறைகள் கைக் கொள்ளப்பட்ட போதிலும், அதைக் கவர்ந்த பிறகு, அது சட்ட இசைவு பெற்றதாயிருக்க வேண்டுமென்பதில் எப்போதுமே ஆழ்ந்த அக்கறை செலுத்தி வந்திருக்கின்றது.

5. தாமஸ் பெயினின் ''மனித உரிமைகள்''

தாமஸ் பெயின் (*Thomas Paine: 1737-1809*) பற்றி இக்களஞ்சிய வரிசையில் (*இ.ச.க.தொகுதி-8*) ஏற்கனவே சொல்லப்பட்டுள்ளது. அமெரிக்க அரசியல் சிந்தனையாளரும் புரட்சியாளருமான பெயின், இவ்வாண்டில் ''மனித உரிமைகள்'' என்ற நூலின் முதற் தொகுதியை இவ்வாண்டு மார்ச்சு மாதம் வெளியிட்டார். இதன் இரண்டாம் தொகுதி **1792** பிப்ரவரியில் வந்தது.

6. ஜான் வெஸ்லி : திருமுறைப் பரப்புச் சபை

இங்கிலாந்துத் திருச்சபையுடன் (*Church of England*) கருத்து வேறுபாடுற்று, அதிலிருந்து பிரிந்து திருமுறை பரப்புச்சபை (*Methodost Church*) என்ற கிறித்துவ அமைப்பைத் தோற்றுவித்த ஜான் வெஸ்லி (*John Wesley : 1703 - 1791*) **1791** ஆம் ஆண்டு இறந்தார். அவர் தன் தம்பி சார்லஸ் வெஸ்லி (*1707 - 1788*) ஜார்ஜ் ஒயிட்ஃபீல்டு (*George White Field: 1714-1770*) ஆகிய இருவருடனும் சேர்ந்து ஆக்ஸ்ஃபோர்டில் இதை அமைத்தார். அதற்குப் ''புனிதச் சங்கம்'' (*Holy Club*) என்று பெயரிட்டனர். இச்சபையினர் குறிப்பிட்ட ''முறைமையில்'' (*Method*) வழிபாடு நடத்தினமையால் இப்பெயரைப் பெற்றனர்.

ஜான் வெஸ்லி

திருமறை பரப்புச் சபை அமைக்கப்பட்ட பின்னர், அக்கோட்பாடுகளைப் பரப்புவதற்காகப் பிரிட்டனிலும் அமெரிக்கத்தின் ஜார்ஜிய மாநிலத்திலும் சுற்றுப் பயணம் செய்தனர். அப்போது பெரிய பொதுக் கூட்டங்கள், பெரும்பாலும் திறந்தவெளிகளில் நடத்தப் பெற்றன. இக்காலத்தில் பல இடங்களில் நடப்பது போன்று பொது நிலைக் கிறித்தவர்கள் அக்கூட்டங்களில் சமயச் சொற் பொழிவுகள் செய்தனர். பாடல்கள் பாடினர். இந்த

இயக்கம் பின்னர் பல கூட்டங்களாய்ப் பிரிந்தது. அவற்றுள் ஒன்றுபட்ட மெதாடிஸ்டுச் சர்ச்சு, முதல் நிலை மெதாடிஸ்டுச் சர்ச்சு, வெஸ்லியன் மெதாடிஸ்டுகள் போன்ற கூட்டங்கள் 1932 ஆம் ஆண்டு ஒன்றுபட்டன.

ஜான் வெஸ்லி பிரிட்டனில் பல மூட நம்பிக்கைகள் மறைந்து கொண்டிருந்த காலத்தில் வாழ்ந்திருந்தார்.

கண்டமாலை என்பது ஊநீர் நாளச் சுரப்பிகளில் (*Lymphatic glands*) உண்டாகும் ஒருவகை உருக்கி நோய். இதற்கு ஆங்கிலத்தில் *Scrofula* என்று பெயர். இங்கிலாந்தில் இதற்கு ''அரசர் பழி'' (*King's evil*) என்று பெயர். ஆதலால் மன்னர் இந்நோய் வந்தவரைத் தொட்டால், அவர் குணமாய் விடுவார் என்று மக்கள் நம்பினர். ஆரஞ்சு வில்லியம் என்ற மூன்றாம் ஜார்ஜ் மன்னர் (1650-1702; ஆ.கா.1689-1702) இந்த மூட நம்பிக்கைக்கு முற்றுப்புள்ளி வைத்தார். இங்கிலாந்தின் உயர்மட்ட மக்களிடையே இருந்து வந்த பல மூட நம்பிக்கைகள் இக்காலத்தில் வெறுத்து ஒதுக்கப்பட்டன.

இரண்டாம் ஜார்ஜ் காலத்தில் (1683-1760; ஆ.கா. 1727-1760) சூனியக்காரர் என்று பழி சுமத்தப்பட்ட கிழவர்களையும் கிழவிகளையும் கொடுமைப்படுத்தும் வழக்கம் சட்டத்தால் ஒழிக்கப்பட்டது. இத்தகைய மூட நம்பிக்கைகள் காலத்திற்கு ஒவ்வாதன என்று மக்களால் வெறுத்தொதுக்கப்பட்ட இக்காலத்தில், திருமறையில் கூறியுள்ளபடி சூனியக்காரிகளைக் கொல்ல வேண்டுமென்று ஜான் வெஸ்லி போன்ற சமயத் தலைவர்கள் கூறி வந்தனர்.

7. வெர்மாண் அமெரிக்க ஒன்றியத்துடன் இணைதல்

வெர்மாண் என்ற வடகிழக்கு மாநிலம் இந்த 1791 மார்ச்சில் அமெரிக்க ஒன்றியத்துடன் இணைந்தது. இதன் குறுக்கே வடக்கிலிருந்து தென்பாகம் வரையிலும் பச்சை (*Green*) மலைகள் நீண்டுள்ளன. கிழக்கில் கனக்டிக்கட்டு ஆறு ஓடுகின்றது. வடமேற்கில் சேம்பலின் ஏரி உள்ளது. இதன் தலைநகரம் மாண்பிளியே. பரப்பளவு 2400 சதுர கிலோ மீட்டர் - 9267 சதுர மைல். இது அமெரிக்க ஒன்றியத்துடன் இணைந்த 14 ஆவது மாநிலமாகும்.

8. ''அப்சர்வர்'' பத்திரிகை தொடக்கம்

இலண்டனில் அப்சர்வர் (*Observer*) என்ற கிழமையிதழ் 1791 டிசம்பர் 5 முதல் வெளிவரத் தொடங்குகின்றது. இம்முதல் இதழில் டாக்டர் ஜான்சனின் (1709-1784) கருத்துகள் இடம் பெற்றிருந்தன. இவ்விதழ் விருப்பு வெறுப்பின்றி நடுநிலையாய் எக்கட்சிச் சார்புமின்றி வெளிவரும் என்ற உறுதி மொழியுடன் தோன்றியது. இப்பத்திரிகை பரபரப்பூட்டும் வழக்குகள் பற்றிய செய்திகளை அச்சிட்டு ஏராளமான படிப்பாளிகளைக் கவர்ந்தது.

9. ஜான்சன் வாழ்க்கை வரலாற்று நூல்

ஆங்கில அகரமுதலி தொகுத்தவரும் எழுத்தாளரும் சுவையாய் உரையாடு பவருமான டாக்டர் ஜான்சனின் வாழ்க்கை வரலாற்றை அவரின் நண்பரும் ஆர்வலருமான ஜேம்ஸ் பாஸ்வல் (*James Boswel* : 1740-1795) எழுதினார். ''சாமுவல் ஜான்சனின் வாழ்க்கை வரலாறு'' (*The life of Samuel Johnson*) என்ற அந்நூல் 1791 இல்

வெளியானது. இந்நூலில் டாக்டர் ஜான்சனின் புகழ்பெற்ற மொழிகளிற் பல இடம்பெற்றன. ''நாட்டுப் பற்று என்பது போக்கிரிகளின் கடைசிப் புகலிடம்'' என்பதும் அவற்றுள் ஒன்றாகும்.

10. டைட்டானியம் கண்டுபிடிப்பு

அடித்து நீட்டத் தக்க வலுவான, சாம்பல் நிற உலோகத் தனிமத்திற்கு டைட்டானியம் (*titanium*) என்று பெயர். இது அரிப்பை எதிர்க்கவல்லது, இது ருட்டைல் (*rutile*) இல்மனைட்டு (*ilmenite*) கனிமங்களிலிருந்து கிடைப்பது. இது கனமில்லாத வலுவான கலப்புலோகங்களைச் செய்வதற்கும் சிறப்பாய்க் கப்பல், விமான உறுப்புகளைச் செய்வதற்கும் பயன்படுகின்றது. இதன் குறி *Ti;* அணு எண் *22;* அணு எடை *4790;* இணைவாற்றல் அலகு (*Valency*) *2.3* அல்லது *4* ;ஒப்படர்த்தி *4.54;* உருகு நிலை 1675^0C; கொதி நிலை 3620^0C.

வில்லியம் கிரிகோர் என்ற வேதியியல் கனிமவியலரான ஆங்கிலப் பாதிரியார் இல்மனைட்டு என்ற கறுப்பு நிறக் கனிமத்திலிருந்து இதை எடுத்தார். (இல்மனைட்டில் வலுக்குன்றிய காந்தம் இருக்கும். இது இரஷியத்தின் தென் உரல் (*Urals*) மலைத் தொடரான இல்மனிலிருந்து (*llmen*) எடுக்கப்பட்டதால் இப்பெயர் பெற்றது.) இல்மனைட்டிற்கு மனக்கனைட்டு (*manaccanite*) என்ற பெயரும் உண்டு. ஏனெனில் கிரிகோர் முதன் முதலாய்ப் பிரிட்டனின் காரன்வாலிலுள்ள மனக்கன் (*Manaccan*) என்ற இடத்தில் இதைக் கண்டுபிடித்தார்.

1792

அரசியல்

வட கேரள அரசியல், சமுதாய நிலை
தமிழகத்தில் இருதலை மணியம் -பாளையக்காரர் குமுறல்
மூன்றாம் மைசூர்ப் போர் முடிவு (1789 - 1792)
சென்னை – புது ஆளுநர்
நேபாள, இந்திய எல்லைகள் - சீனம் மூடியது
பிரான்சில் அரசியல் கட்சிகள்
புதிய புனித ரோமன் பேரரசர்
கெண்டக்கி அமெரிக்க ஒன்றியத்துடன் இணைதல்

மருத்துவம், நோய்

போரை நிறுத்திய வயிற்றுப் போக்கு
பாஸ்டன் நகரில் அம்மை, எகிப்தில் பிளேக்கு

சமயம்

திருப்பரங்குன்றக் கோயில் வரலாறு

கல்வி, கலை, இலக்கியம்

கீத கோவிந்தம் ஆங்கிலத்தில்
வாரணாசியில் சம்ஸ்கிருதக் கல்லூரி

பொருளியல், நிதியியல்

நியூயார்க்குப் பங்குச் சந்தை தோற்றம்
அமெரிக்கத்தில் நாணயச் சாலை

இராணுவம், போர்

மூன்றாம் மைசூர்ப் போர் முடிவு (1789-1792)
சந்திரகிரிக் கோட்டை

மக்கள்

பெண்ணிய இயக்க முன்னோடி – உல்ஸ்டன்கிராஃப்டு
கிறித்தவம் தழுவிய தமிழ்ப் புலவர்
சுவீடிய மன்னர் கொலை
இரசபுத்திர வீரனின் மான உணர்வு

பொது

சென்னையில் பல்லக்குகள், பிரஞ்சு நாட்டுப் பாடல்
அடிமை வாணிபம் - டென்மார்க்கு கைவிடல்
ரொட்டி சுடப் பொட்டாசியம் - கார்பனேட்டு

பிறப்பு

குணங்குடி மஸ்தான் (1792-1838)

இறப்பு

ரெயினால்ஸ் (1723-1792)

1792

1. பெண்ணிய இயக்க முன்னோடி

இங்கிலாந்தில் முதலாம் எலிசபெத்து *(1533-1603; ஆ.கா.1558-1603)* ஆன் *(1665-1714; ஆ.கா. 1702-1714)* ஆகிய அரசியரின் ஆட்சிக் காலங்கள் வெகு சிறப்பானவையாயிருந்த போதிலும் பெண்களின் நிலை இக்காலப் பரப்பில் சிறப்பித்துக் கூறும்படி அந்த நாட்டில் இருந்திலது.

பெண்ணின் கதையே மானுட வரலாறு

''மனித இனத்தின் கதை என்பதே பெண்ணின் வரலாறுதான்''. உலகில் வேளாண்மையைப் பண்டு தொடங்கி வைத்தவளே பெண்தான் - என்றெல்லாம் பெண்ணிய இயக்கத்தவர் இன்று முழங்கி வருகின்றனரெனினும், இருபதாம் நூற்றாண்டின் தொடக்கம் வரையிலும் பெண்ணுக்குரிய இடத்தை மேலைச் சமுதாயம் தரவில்லை.

இராபட்டு வால்போல் *(1676-1745)* பிரிட்டனின் முதல் தலைமை அமைச்சர். அவரைப் போன்று இருபத்தோராண்டுகள் (1721 முதல் 1742 வரை) நீண்ட காலம் வேறு எவரும் இந்த உயர் பதவியில் இருந்திலர். அவர் பெருஞ் சீருஞ்சிறப்புமாய் வாழ்ந்தவர். அவர் உணவிற்காகவும் மதுவிற்காகவும் மட்டுமீறிய அளவில் செலவிட்டார். அவருடைய வீட்டில் ''ஒயிட்டு லிஸ்பன்'' என்ற விலை கூடிய மது வகையில் ஆயிரத்திற்குமதிகமான புட்டிகள் 1733 ஆம் ஆண்டில் அருந்தப்பட்டன. அவரது மாளிகையின் நிலவறையிலிருந்த பல்வேறு உயர் மதுவகைகளில் மேற்சொன்ன வகையும் ஒன்றாகும்.

மது அவரது மாளிகையில் இப்படி வாயில் ஊற்றிக் கொட்டப்பட்டது போல், உணவும் மிகுந்த அளவில் தின்று தீர்க்கப்பட்டது. வாரந் தோறும் பீப்பாய் பீப்பாயாக ஆயிஸ்டர் *(Oyster)* என்ற சுவைமிகு சிப்பிமீன் வந்து இறங்கியது. ஒரே நேரத்தில் பலவிதமான கொட்டைப் பருப்புகளுடன் 100 இராத்தல் சாக்கலேட்டு வாங்கப்பட்டது. ஏனெனில் வால்போலுக்கு மிக விருப்பமான சாக்கலேட்டுகளைச் சமையற்காரர் செய்து கொண்டே இருக்க வேண்டும்.

இவற்றொடு கிழக்கு இங்கிலாந்துக் கோட்டமான நார் ஃபோக்கிலுள்ள ஹூட்டன் ஹால் என்ற அவரது மிகப்பெரிய மாளிகையிலிருந்து, வால்போலின் தாயாரும் மனைவியும் பெரும் வேலைக்காரப் படையுடன் சேர்ந்து கொண்டு பலவகை உணவுப் பண்டங்களை ஆக்குவதிலும் ஈடுபட்டு அவற்றைச் சிப்பங் கட்டிக் கப்பல்கள், கோச்சு வண்டிகள், பெரிய வேகன் வண்டிகள் ஆகியவற்றில் இலண்டனுக்கு அனுப்பிக் கொண்டேயிருந்தனர்.

பிரிட்டனில் இக்காலத்தில் வாழ்ந்திருந்த மேட்டுக்குடிப் பிரபுக்களும் வால்போலைப் போலத்தான் இப்படி வாழ்ந்தனர். மேலும் வணிகர், வழக்குரைஞர், மருத்துவர், தொழில் வினைஞர் போன்ற வசதி படைத்தவர்களின் சமையலறை களிலும், சமையல் வேலைக்கென்றே தம் வாழ்வை அர்ப்பணித்துக் கொண்ட

தற்காலத்துப் பெண்டிரே அஞ்சி நடுங்கிப்போகும் விதத்தில் ஆண்டு முழுவதும் அடுப்படி வேலைகள் நடந்து கொண்டேயிருந்தன.

மனைவியரும் பெண்மக்களும் அங்கு நடந்த அத்தனை வேலைகளையும் செய்தனர்; செய்முறை மிக மெதுவாய்த்தான் இருந்தது; அவர்கள் வேலைக்காரர் பலரின் உதவியுடன் இவ்வேலைகளையெல்லாம் செய்தனர். எனினும் அது முதுகு முறிந்துவிடக் கூடிய கடினமான வேலையேயாகும். பியர், கார்டியர் என்ற கிளர்ச்சியூட்டும் மது, லெமனேடு, மூலிகை வடிநீர், பழத் தேறல் போன்ற அனைத்தையும் பெண்கள் வீட்டிலேயே செய்தாக வேண்டும்.

பன்றிக் கறியிலிருந்து காளான் வரையிலும் பதப்படுத்திக் காத்து வைக்க வேண்டிய பல பண்டங்களைப் பல நாள் கெடாமல் பதனம் செய்தாக வேண்டும். அன்று மிக்சி என்ற சமையலறைக் கருவியோ, நறுக்கும் கருவியோ, சாறு பிழியும் பொறியோ எவராலும் எண்ணிக்கூட பார்க்கப்பட்டதில்லை. பெண்கள் பொறுமை யொடும் முடிவேயில்லாமலும் கட்டை, கரி, நிலக்கரி இவற்றை வைத்து அன்றாடம் அடுப்பில் வேலை செய்தாக வேண்டும். அவர்கள் இவ்வேலைகளில் வெந்து போயினர்; காய்ந்து சருகாயினர்.

பெண்கள் வெறும் உண்வை மட்டும் ஆக்கிக் கொட்ட வேண்டியிருக்கவில்லை. வால்போல் சிறுவனாயிருந்த காலத்திலிருந்து அவரது சட்டை, இரவு உடுப்பு, கழுத்துப்பட்டி அனைத்தும் வீட்டில் அல்லது பத்து மைலுக்கு அப்பாலிருந்த ஒரு பெண்மணியால் கையால் தைக்கப்பெற்றன. இப்பெண்மணி தையல் வேலையில் பெரும்புகழ் பெற்றிருந்தார். வால்போலின் சகோதரிகள் அணிந்த பாவாடைகளும் பிற உடுப்புகளும் எல்லாரையும் போலவே, அவர்களால் அல்லது அவர்களின் தாயால் கையால் தைக்கப்பட்டன. வீட்டில் பயன்படுத்தும் பிற துணிகளையும் இத் தையலரே தம் கையால் தைத்தனர். கெசக் கணக்கில் துணிகளை வாங்கித் தலையணையுறை, படுக்கை விரிப்பு, தொங்கு திரை இன்னும் பிற துணி வகைகளையும் பெண்களே தைத்தனர்.

இவற்றைவிட மட்டமான குற்றேவல்களும் இருந்தன. இலண்டன் மாநகரத் தெருக்களும், நாட்டுப்புறத்துச் சாலைகளும் மோசமான பருவ காலங்களில் அருவருக்கத்தக்க சேறு, சாணம், ஊத்தைத் தண்ணீர் ஆகியன கலந்த கலவையாய்க் கிடக்கும். வீடுகள் தூய்மையாயிருக்க வேண்டுமாயின் குனிந்து மண்டிபோட்டுக் கொண்டு தரையைத் தேய்த்துக்கழுவியாக வேண்டும். வீட்டுத் தலைவி பின்னிரவில் இரண்டு மணிக்கு வேலைக்காரியுடன் எழுந்து, முதலில் துணி துவைத்து விட்டுப் பின்னர் செப்புக்கலங்களில் வெந்நீரை நிரப்பிக் கொண்டு வீட்டைக் கழுவித் தூய்மைப் படுத்தவேண்டும். இந்த வேலை முடிய விடிந்து வெகுநேரமாய் விடும்.

பதினெட்டு, பத்தொன்பதாம் நூற்றாண்டுகளில் அளவான வீடுகளில் கூட இத்தகைய குற்றேவல்கள் எத்தகையனவாயிருக்கும் என்று எண்ணத் தொடங்குவதே கடினமாகும்: கிணறுகளிலிருந்து நீர் மொண்டு வர வேண்டும்; மெழுகு திரிகளின் கரிந்த திரிகளை கத்தரித்துச் சரி செய்ய வேண்டும்; விளக்குகளில் எண்ணெய் போட்டுத் திரியைச் சரி செய்ய வேண்டும்; மண்ணாலான கஃசுகளையும் மலசல ஏனங்களையும் எடுத்துத் தூய்மையாக்க வேண்டும்; ஒவ்வோர் அறையிலுமிருந்த கணப்பு அடுப்புகளுக்கு; மாடிப்படிகளில் ஏறியும் இறங்கியும் விறகுக் கட்டைகளைச் சுமந்து செல்லும் கடின வேலையும் உண்டு.

சாதாரண நிலையிலுள்ளவர்கள் ஒரே வேலைக்காரியை வைத்துத் தான் காலந்தள்ள வேண்டும். அவளும் 15-16 வயதுள்ளவளாயிருப்பாள். மேலுயர் நிலையிலுள்ளோரின் வீடுகளைத் தவிர ஏனைய இல்லங்களில் பெண்கள்தாம் அடிமை போல் எல்லா வேலைகளையும் செய்து வந்தனர் எனலாம். இதனாலும் பிள்ளைப் பேற்றினாலும் பெண்கள் மேலும் அடிமைப்படுத்தப்பட்டனர்.

பெற்ற பிள்ளைகள் கூடப் பெண்ணுக்கு மெய்யாகவே சுமைகளாயிருக்கக் கூடும். பதினெட்டு, பத்தொன்பதாம் நூற்றாண்டு ஐரோப்பியத்தில் ஒருத்தி பிள்ளைபெறும் கால அளவிற்குள் இருபது குழந்தைகள் வரை ஈன்ற நடுத்தர வகுப்புப் பெண்களை இதற்கு எடுத்துக்காட்டுகளாய்க் கொள்ளலாம். அடிக்கடி பிள்ளை பெறுவதுடன், வீட்டுவேலைகளும் சேர்ந்து கொண்டதை எண்ணிப்பார்க்கும்போது மேலும் அச்சமுண்டாகின்றது.

பெண்களின் வாழ்க்கையில் இத்தகைய இடுக்கண்கள் நிறைந்திருந்தமையால், அவர்கள் மனத்தை வளப்படுத்துவதற்கு நேரமில்லாமற் போனது. அல்லது அதற்குச் சிறிதளவு நேரமே கிடைத்தது என்பது இயற்கையேயாகும்.

பதினெட்டாம் நூற்றாண்டு மேட்டுக்குடிப் பெண்களால் கூட சரியான உச்சரிப்புடன் பேச முடியாத நிலையிருந்தது. சமூகப்பழக்க வழக்கங்களில் மேதகு முறையில் நடந்து கொள்ள அறிந்திருந்ததையன்றி, வேறு கல்வியறிவு அவர்களுக்கு இருந்ததில்லை. அவர்களின் கல்வி வருந்தத் தக்க முறையில் புறக்கணிக்கப்பட்டது. சிலர் இவ்விதிக்கு விலக்குகளாயிருந்தனர். ஆனால் அவர்கள் பெரிதும் சிறையிலடைக்கப்பட்ட சிறைஞரைப் போன்று தம் வீடுகளுக்குள் வலுவாய் அடைக்கப்பட்டுக் கிடந்தனர். சிறைஞரைப் போலவே அன்றாடம் மெய்வருத்தி உழைக்குமாறு தண்டிக்கப் பட்டிருந்தனர். ஆதலால் பெண்களை அறிவில் மட்டமானவர்கள் என்றும் வலுவற்றவர்களாதலால் அவர்களை ஒழுங்குமுறைக்குக் கொண்டு வந்து பாதுகாக்க வேண்டும் என்றும் பெரும்பாலான ஆடவர் மெய்யாகவே நம்பினர்.

இத்தகைய வாழ்க்கையிலும் அவர்களுக்குப் பெற்ற பிள்ளைகளின் அன்பும் பாசமும் கிடைத்தன. பிள்ளைகளை அடக்கியாளவும் அதிகாரம் செலுத்தவும் வாய்ப்புக் கிடைத்தது என்பது பெண்ணுக்குக் கிடைத்த சிற்றின்பமாகும். மனிதப் பிறவிகள் எந்தச் சூழ்நிலையிலும் மனத்தைத் தேற்றிக்கொள்ள முடிவது, அவற்றுக்குக்கிடைத்த நற்பேறேயாகும். குறைந்தது, பெண்களுக்குரிய அடிப்படை உயிரியல் தேவைகளேனும் நிறைவேறி விடுகின்றன. அதாவது வீடாகிய கூட்டினுள் இருந்தவாறு, அதை நிருவகித்துக் கட்டியிழுத்து, குழந்தைகள், கணவன் முதலானோரைப் பேணி, அவர்களுக்கு வேண்டிய வாய்க்குச் சுவையான உணவையும் மேலுக்குச் சுகமான துணிமணிகளையும் அவளால் அளிக்க முடிகின்றதன்றோ? கட்டிலிலும் தொட்டிலிலும் இன்பம் அவளுக்கு வாய்க்கின்றதன்றோ?

எனினும் இது பல விஷயங்களில் துயர் மண்டிய வாழ்க்கையாகும். திருமணங்களால் அது மேலும் இடுக்கண்கள் நிறைந்ததாகின்றது. மிக அரிதாகத்தான் காதல் திருமணங்கள் நடந்தன. சமூக, பொருளியல் காரணங்களுக்காக, உடைமைகள் மாறிவிடுவது தொடர்புடையனவையாகவே திருமணங்கள் நடந்து வந்தன. சில பெண்கள் இதிலிருந்து தப்ப விரும்பியது இயற்கைதான்.

அவர்களில் சிலர் தமக்கு வாணிகத்திலிருந்த கெட்டிக்காரத்தனத்தைக் கொண்டு தொழில் செய்தனர். கணவன் அல்லது தந்தை இறந்ததனால் இந்தத் தொழும்பு

அடிமைத்தனத்திலிருந்து விடுதலை பெற்றோரும் உளர். அவர்கள் தொழில்களில் மிகச்சிறந்து விளங்கினர். புதுப்பாணி நாகரிகத்தினால் கொழுத்த தொழில்களில் பெண்கள் ஆங்காங்கே சிறப்புற்றிருந்தனர்.

ஒரு கைவினைஞர் அல்லது கடைக்காரரின் மனைவியால் ஓரளவு, விடுதலை பெற்று, ஆடவரின் தொழிலுலகில் பெண்ணால் வெகு முனைப்பாய்ப் பங்கெடுக்க முடிந்தது. தங்கும் விடுதிக்காரரின் மனைவிமாரும் அங்ஙனமே விடுதலை பெற்றனர். ஆனால் அவர்களின் எண்ணிக்கை மிகக் குறைவு என்பதை வலியுறுத்திக் கூற வேண்டும். நாட்டுப்புறத்து அல்லது வேலைக்காரப் பெண்கள் வீட்டை விட்டோடி வேசைத் தொழில் வழியே விடுதலை பெற முயன்றதுண்டு. இவர்களின் எண்ணிக்கையும் சிறியதேயாகும்.

வேசையர் மணமான அல்லது மணமாகாத ஆடவரால் தம் இச்சையைத் தணிக்கப் பயன்படுத்தப்பட்டனரெனினும், ஆடவர் சமுதாயம் வேசையரை எப்போதும் இழித்தும் பழித்தும் வந்தது. அவள் இளவயதில் ஏதோ ஒரு நோயினால் இறந்தாள் என்று ஒழுக்கப் பண்பைப் படம் பிடித்துக் காட்டவும் முயன்றது. ஆனால் பக்தியும் பண்பும் நிறைந்த மனைவியர் பலருக்கும் வேசையருக்குப் போலவே அகால மரணம் வந்ததுமுண்டு. கோயில் மேடைகளிலிருந்து உபதேசிக்கப்பட்ட கடுமையான ஒழுக்கப் பண்புகளை வேசையர் ஒப்புக் கொண்டிருப்பரேல், அவர்களைப் போன்ற ஆயிரக்கணக்கானோரால் இன்புற்று நுகர்ந்த வாழ்க்கையை அடைந்திருக்கவே முடியாது.

பெண்கள் அடக்கப்பட்டனர் என்பதும் அடிமையாக்கப்பட்டனர் என்பதும் கடுஞ் சொற்களாயிருக்க முடியாது. தொழில் வளர்ச்சிக்கு முற்பட்ட சமூகங்கள் அனைத்தின் சட்டவிதிகளிலும் இத்தகைய ஒழுக்கப் பண்புகள் பிரதிபலிக்கக் காண்கின்றோம். அவற்றுள் பல சமூகங்களில் கூடாவொழுக்கம் மரண தண்டனைக்குரிய குற்றமாய்க் கருதப்பட்டது. ஏனெனில் கூடாவொழுக்கம் உடைமைத் தொடர்பான உறவுகளை இடருக்குள்ளாக்குகின்றது. ஆடவரின் மேல்நிலைக்கும் குடும்பத்து வேலைகளுக்கும் இடையூறுகளை விளைவிக்கின்றது.

பண்டை ஆசிரியரால் ஒழுக்கங்கெட்ட பெண்கள் கல்லாலடித்துக் கொல்லப்பட்டனர். விக்டோரியா காலத்து *(1837-1901)* இங்கிலாந்தில் அவளுக்கிருந்த அனைத்தையும் பறித்துக்கொண்டு அவளை வீட்டை விட்டு விரட்டியடித்தனர். அவளைச் சல்லிக் காசில்லாமல் கட்டிய துணியோடு வீட்டை விட்டு விரட்டும் உரிமை ஆடவருக்கு இருந்தது; கணவன்மார் பெண்களை அவ்வாறே வெளியே துரத்தினர்.

பிற அடிமை முறை அனைத்தையும் போலவே, இதிலும் கொடுங்கோன்மை என்பது மனம் போன போக்கில் நடந்தது. சில கணவன்மார் அவளுடன் வேண்டா வெறுப்பாய் வாழ்ந்தனர்; இன்னுஞ்சிலர் அவளிடம் கனிவு காட்டினர். ஆனால் அடிமைத்தனம் எப்போதும் நீங்காமல் இருந்தது. அடக்குமுறையின் அச்சந்தரும் கொடுமை நீடித்து வரவே செய்தது. கணவனால் அடக்கு முறையாளனாய் இருக்க முடியும்; அவனும் அவ்வாறே பெண்ணை அடக்கியாண்டு வந்தான்.

இங்கிலாந்தில் இன்றைக்கு நூறாண்டுகளுக்கு முன்புவரை இப்படித்தானிருந்தது. பதினெட்டாம் நூற்றாண்டின் இறுதியில் ‘‘பெண்ணைப் பாகுபடுத்தாதே‘‘ என்று தாமஸ் பெயின் *(1737-1809)* விடுத்த வேண்டுகோள் செவிடன் காதில் ஊதிய சங்கு போலானது. பிரஞ்சுப் புரட்சி *(1789-1799)* பெண்ணுரிமையை ஏற்றது. அது ஆடவருலகில் எந்த அசைவையும் உண்டாக்கவில்லை. பிரிட்டிசுப் பல்கலைக்கழகங்களுக்குள் பத்தொன்பதாம் நூற்றாண்டுவரை பெண்களால் அடியெடுத்து வைக்க முடியவில்லை.

எனினும் மாபெரும் புதுக்கியான இந்தப் பதினெட்டாம் நூற்றாண்டில் பெண்ணுரிமைக்குக் குரல் கொடுத்துக் கொற்றவை சிலர் எழுந்தனர். அத்தகைய அன்னை ஒருத்தியைப் பற்றிப் பேசுவதற்காகத் தான் இத்தனை நீண்ட பின்புலத்தை அகலமாய் விரித்துக் காட்டினோம்:

மேரி உல்ஸ்டன்கிராஃப்டு

"பெண்ணுரிமைகளை நிலைநாட்டும் கொள்கை" (Vindication of Rights of Women) என்றொரு நூல் 1792 ஆம் ஆண்டு வந்தது. இதை மேரி உல்ஸ்டன்கிராஃப்டு (Mary Wollstonecroft : 1759 - 1797) என்ற பெண்மணி எழுதியிருந்தார்.

மேரி

ஆடவரும் பெண்டிரும் அறிவிலும் ஆற்றலிலும் இயல்பாகவே சமமானவர்கள் என்ற கருத்தை இந்நூல் நிலை நாட்டியது. ஆனால் ஆணினம் இதை அடாப் பழிச் சொல்லாகவே கருதியது. ஆண், பெண் உறவைப் பற்றி உல்ஸ்டன்கிராஃப்டு கூறிய கருத்துகள் அறிவிற்குப் பொருந்துவனவாயும் பிறர் துன்பத்தைத் தன் இன்னலாய் ஏற்றுக் கொள்ளும் இரக்கப் பண்புள்ளனவாயும் இருந்தன. அத்துடன் அவை காலத்தை யெல்லாம் கடந்து நிற்கின்றன. ஏன், இருபதாம் நூற்றாண்டையும் கடந்து பரவுவனவாயும் உள்ளன.

ஏனெனில் பெண்ணைப் பிணைத் திருக்கும் பழைய தளைகள் இன்னும் அவளின் வாழ்க்கைக்கு இடையூறாய்த் தான் இருந்து வருகின்றன. எனினும் பெண்ணுக்கு அளிக்கப்பட்டுள்ள விடுதலை, வாழ்க்கை வாய்ப்புகள், பலதரப்பட்ட அனுபவங்கள் எல்லாம், விரிந்து நோக்குகின்ற வரலாற்று மாணவனால் நம்பமுடியாதன வாயிருக் கின்றன. அந்த அளவிற்குக் கடந்த சுமார், இருநூற்றாண்டுக் காலத்தில் ஆழ்ந்த பல மாறுதல்கள் ஏற்பட்டுள்ளன. அவை தற்காலத்தில் மிகவும் குறிப்பிடத்தக்க மாற்றங்களாகும். ஆயினும் மிக முன்னேறிய மேலை நாகரிகத்தில் கூடப் பெண்ணுரிமையை அடைய இன்னும் வெகு தொலைவு செல்ல வேண்டிய நிலையே உள்ளது. அதனால் தான் உல்ஸ்டன்கிராஃப்டின் சிந்தனைகள் இருபதாம் நூற்றாண்டைத் தாண்டிய காலத்திற்கும் பொருந்துவன என்கின்றோம்.

ஒருத்தி தன் உள்ளத்திற்கு இயைந்தவனைத்தான் காதலிக்க வேண்டும்; அவன் அவளுடன் கொள்ளும் உறவானது பணத்தை அடிப்படையாகக் கருதாமல், காதலையே ஆதாரமாய்க் கொண்டிருக்க வேண்டும். அத்தகைய உறவைச் சமூகம் ஏற்று அவர்களை

மன்னித்து விடவேண்டும். இத்தகைய முற்போக்கான கருத்துகள் இந்நூலில் கூறப்பட்டுள்ளன.

உல்ஸ்டன்கிராஃப்டின் தந்தை உழுதொழிலில் ஈடுபட்டிருந்ததால், அவர் வேலை தேடி இங்கிலாந்திலும் வேல்சிலும் சுற்றித் திரிய நேர்ந்தது. அதனால் அவரது குடும்பம் அவரின் சிறு வயதில் ஓரிடத்தில் நிலையில்லாத வாழ்க்கை நடத்த நேர்ந்தது. அவரின் குடும்பம் கடைசியில் இலண்டனில் குடியேறியது. மேரி அங்கு ஒரு பள்ளியை நடத்த முயன்றார். பிறகு ஒரு வீட்டில் குழந்தைகளுக்குப் பாடம் சொல்லித்தரும் ஆசிரியை ஆனார். அவர் அக்குழந்தைகளை அவர்களின் பெற்றோரை விட மிகவும் நேசித்தார் என்பதற்காக, மேரியை வேலையிலிருந்து நீக்கிவிட்டனர்.

அதன்பிறகு அவர் முதலில் மொழிபெயர்ப்புப் பணியிலும், பின்னர் எழுத்துப் பணியிலும், இதர இலக்கியத் தொண்டிலும் ஈடுபட்டார். அவரது முதல் நூல் ‘‘உண்மை வாழ்க்கையிலிருந்து மெய்ம் மூலக் கதைகள்’’ 1791 இல் வெளிவந்தது.

பெண் அறிவுக் கூர்மையுடையவள், தளையற்றவள்; இயக்கச் சக்தியாக இருப்பவள் என்று பெண்மைக்குரிய மிக மென்மையான சிறப்பை மேரி தந்தார். அவள் அழகுப் பதுமை; வஞ்சம் மிகுந்தவள் என்ற கருத்துகளை அவர் தூக்கியெறிந்தார்.

பிரான்சில் நடந்த நிகழ்ச்சிகள் அவரது உள்ளத்தை வெகுவாய்ப் பாதித்து விட்டன. அவர் அங்கு நடந்த புரட்சியின் முன்னேற்றத்தை நேரில் காண்பதற்காக 1792 இல் பாரிசிற்குச் சென்று அங்கு மூன்றாண்டுகள் இருந்தார். அவர் பிரஞ்சுப் புரட்சியை வரலாற்று நோக்கிலும், அற அடிப்படையிலும் ஆராய்ந்து ஒரு நூல் எழுதத் திட்டமிட்டார். அதில் ஒரு தொகுதி மட்டுமே வெளிவந்தது.

1792

ஒரு பெண்ணுக்குக் காதலில் சுதந்திரம் வேண்டும் என்ற தன் நம்பிக்கைக்கேற்பத் தானும் வாழ வேண்டும் என்பதற்காக, அவர் பாரிசில் இருந்த போதுதானே ஓர் ஆடவனைத் தேர்ந்தெடுத்துக் காதல் செய்தார். ஆனால் அந்த ஆடவரால் வெகு வருந்தத்தக்க இன்னல்களுக்கெல்லாம் மேரி ஆளானார். அமெரிக்கரான அவரின் பெயர் ஜில்பட்டு இம்லே. அவர் மேரிக்கு வாழ்க்கைச் செலவுப் பணம் தர முன்வந்தார். மேரி அதை ஏற்க மறுத்து விட்டார்.

அவர் ஆறாத்துயரில் மூழ்கித் தேம்ஸ் ஆற்றில் விழுந்து இறக்க முயன்றார். ஒருவர் அவரைக் காப்பாற்றிவிட்டார். அதன் பிறகு அவர் இனி உயிர் வாழ்வதென்று உறுதி கொண்டார். அப்போது அவர் வில்லியம் காடுவின் (*William Godwin*) என்பவரைச் சந்தித்தார். காடுவின் அரசியல் மெய்யியலார்; நாவலாசிரியர்; அவர் திருமணம் உள்பட அரசையும் சமூக அமைப்பு முறைகளையும் மறுத்தார். இருவரும் நட்புக் கொண்டனர். மேரி கருவுற்றார். அப்போது இருவரும் திருமணம் செய்து கொள்ள முடிவெடுத்தனர். திருமணமான சில நாள்களில் மேரி பேறுகாலத்தின் போது 1797 ஆகஸ்டு 30 அன்று இறந்து விட்டார். குழந்தை பிழைத்துக் கொண்டது. அதற்குத் தாயின் பெயரையே மேரி என்று இட்டனர்.

ஆங்கில இலக்கிய வரலாற்றில் புத்தார்வக் கற்பனைத் திறனுக்காகத் தனியிடம் பெற்றுள்ள ஷெல்லி (*Percy Bysshe Shelley : 1792 – 1822*) என்ற அரும்புலவரை இந்த மேரி பிற்காலத்தில் மணந்தார். மேரி உல்ஸ்டன்கிராஃப்டு (காடுவின்) ஷெல்லி (1797-1851) என்று பெயர் பெற்ற இவரும் எழுத்துலகில் தனக்கென்று தனியிடம் பெற்றிருக்கின்றார். பேரச்சமூட்டும் ஃபிராங்கன்ஸ்டீன் (*Frankenstein*) என்ற நாவல் மேரியினால் 1818 இல்

எழுதப்பட்டது. இப்புனை கதையின் ஆழ்ந்த பாதிப்பு 177 ஆண்டுகளான பின்னும் இன்றும் (1995) ஆங்கில இலக்கிய, திரைப்பட, தொலைக்காட்சிப் படைப்புகளில் தெரிகின்றது. பன்முறை மூலக்கதையாயும் புதுக்கற்பனைகளைச் சேர்த்தும் திரைப்படங்களாய் அது எடுக்கப்பட்டுள்ளது. பல ஆண்டுகளுக்கு முன்னர் புதுமைப்பித்தன் ''பிரேத மனிதன்'' என்ற பெயரில் இக்கதையைத் தமிழில் மொழிபெயர்த்திருந்தார்.

பெண்ணிய இயக்கப் பேரொளியை ஏற்றிவைத்த தொடக்க காலத் தொண்டருள் ஒருவரான மேரியை வரலாறு நினைவு கொள்கின்றது. (மேரி உல்ஸ்டன்கிராஃப்டு பற்றி மேலும் பல செய்திகள் முன்னுரையில் சொல்லப்பட்டுள்ளன.)

2. கீத கோவிந்தம் : ஆங்கில மொழிபெயர்ப்பு

இந்தியப் பக்தி இலக்கியத்தில் நிலைத்த புகழுடைய கீத கோவிந்தம் தலையாய நாட்டியக் கலை நூலாயும் ஓவியம் போன்ற கலைகளின் ஊற்றுக்கண்களாயும் கடந்த சுமார் நானூறு ஆண்டுகளாய் நிலவி வருகின்றது. இந்நூலை வங்க ஆசியவியல் சங்கத்தின் தலைவரான சர். வில்லியம் ஜோன்ஸ் (1746-1794) 1792 ஆம் ஆண்டு ஆங்கிலத்தில் மொழி பெயர்த்தார். (இவர் காளிதாசனின் சாகுந்தலம், மனுஸ்மிருதி என்ற மானவதர்ம சாஸ்திரம் போன்ற நூல்களையும் சம்ஸ்கிருதத்திலிருந்து ஆங்கிலத்தில் மொழி பெயர்த்தார்.)

கீத கோவிந்தம் இந்தியமெங்கும் போற்றப்பட்ட நூலாய் விளங்கிற்று. அது பிறந்த ஒரிசத்திலும் நேபாளம், இரச புதனம் ஆகிய நாடுகளிலும் பரவலாய்ப் பயிலப்பட்ட பின்னர், பதினாறாம் நூற்றாண்டு வாக்கில் கேரளத்தில் மிகுந்த செல்வாக்குப் பெற்றது. இரசபுதனத்தின் மேவாரில் ஆட்சி புரிந்த குகில்ல ராணாக்களின் குடியைச் சேர்ந்த கும்ப ராணா (1433 - 1468) இந்த வைணவ நூலுக்கு உரை எழுதினார்.

ஆனந்த குமாரசாமி (1877-1947) உலகறியச் செய்த காங்கர ஓவியங்கள் எனப்படும் இரசபுதன ஓவியங்கள் பாகவத புராணத்தின் கிருஷ்ண வழிபாட்டைக் கருவியாய்க் கொண்டு உருவாயினவெனினும் கீத கோவிந்தத்தின் தாக்கமும் அவற்றில் குறிப்பிடத்தக்கது என்பர்.

1792

ஓவியத்தில் கீத கோவிந்தம்

இரசபுதனத்தின் கிருஷ்ணகடு என்ற இடத்தில் ஆட்சிபுரிந்த சாவந்து சிங்கு என்ற சிற்றரசரின் ஆட்சிக் காலத்தில் (1699-1764) நிகால் சந்து என்ற ஓவியர் (1735-1757) காலகட்டத்தில் தீட்டிய ஓவியங்கள் மிக நேர்த்தியானவையாகும். அக்குறுநில மன்னர் அழகு வாய்ந்த ஒரு கணிகையிடம் உள்ளத்தைப் பறிகொடுத்து விட்டார். அவள் நேர்த்தியான ஆடைகள் அணிந்து அழகுற முடியலங்காரம் செய்து, மின்னும் அணிமணிகள் பூண்டிருந்தாள். சாவந்து 1757 ஆம் ஆண்டு பணிதனி என்ற அக்கணிகைக்காகப் பதவியைத் துறந்தார். அவர் தன் காதற்கிழத்தியுடன் கண்ணன் உலாவிய பிருந்தாவனத்திற்குச் சென்று வாணாள் முழுவதையும் அங்கே கழித்தார். மேற்சொன்ன ஓவியர் நிகால் சந்தின் இராதாகிருஷ்ண ஓவியங்களில் சாவந்து கிருஷ்ணனாயும் அவரின் காதலியான பணிதனி இராதையாயும் சித்திரிக்கப் பட்டுள்ளனர். பணிதனி கவிஞருமாவார்.

காதலர் இருவரும் அழகுவாய்ந்த மங்கையர் புடைசூழ, பீறிட்டு எழுகின்ற நீருற்றுகளால் தண்மையடைந்த மண்டபங்களில் காதல் புரியும் காட்சிகளை அவ்வோவியங்களில் காணலாம். காதலர்கள் தாமரை மலிந்த தடாகத்தில், செந்நிறப் படகிலேறிக் காதல் செய்வதைச் சில ஓவியங்கள் காட்டும். தனித்து ஒதுங்கிய சோலைகளுக்குள், இசைகேட்டுச் சலசலத்தோடும் நீரொலி இசையில் அவர்கள் காதலில் திளைத்திருப்பதை வேறு சில ஓவியங்கள் காட்டும். அவை கீத கோவிந்தப் பாடல்களை ஓவியமாய் வடித்துக் காட்டுவனபோல் உள்ளன.

காம சூத்திரத் தாக்கம்

கீத கோவிந்தத்தில் காம சூத்திரத்தின் தாக்கமும் உள்ளது என்பதைக் கே. எம். பணிக்கர் *(1894-1963)* ஓரிடத்தில் எடுத்துக் காட்டுகின்றார். ''சமயப் பாடல்களும் வாத்சியாயனரின் ஆளுகைக்குள் படுகின்றன. இதற்கு மிகச் சிறந்த எடுத்துக்காட்டு கீத கோவிந்தமாகும்''.

வில்லியம் ஜோன்சிற்குப் பிறகு ஆங்கிலேயர் சிலர் கீத கோவிந்தத்தை ஆங்கிலத்தில் மொழிபெயர்த்துள்ளனர். சர் எட்வின் ஆர்னால்டு இதை *The Indian Song of Songs* என்ற பெயரில் மொழிபெயர்த்திருக்கின்றார்.

''அது சமயப் பற்றை வெளிப்படுத்தும் பாடல்களில் தலையானது என்று இந்தியத்தில் கருதப்படுகின்றது. அதை இன்றும் தென்னிந்தியக் கோயில்களில் பாடுகின்றனர். இராதை இதில் பரமாத்மாவைத் தேடும் சீவாத்மாவின் சின்னமென உருவகிக்கப்படுகின்றாள். எதிர்பார்த்து ஏங்கித் தவித்தல், பிரிந்து கூடுதல், பேரின்பம் காணுதல், பிரிவாற்றாமையால் துடித்தல், இறுதியில் இணைந்து சொல்லுதற்கரிய இன்பம் அடைதல் முதலியன கீத கோவிந்தத்தில் பாடப்படுகின்றன. கீத கோவிந்தம் இந்த உருவக உணர்வில் விளங்கிக் கொள்ளப்படுகின்றது.

''அந்நூலாசிரியர் பெரும் புலவராயும், சிறந்த ஞானியாயும் கொள்ளப்படுகின்றார்.

ஆனால், அதில் வரும் பாடல்கள் புலனிச்சையை வெளிப்படுத்துகின்றன. அவற்றை வாத்சியாயனரின் பனுவல்களைக் கொண்டே பல இடங்களில் முற்றிலும் விளங்கிக் கொள்ளமுடியும். இந்நூலுக்கு மேவார் மன்னரான கும்பன் எழுதிய சிறந்த உரையில், இந்நூலில் வருகின்ற மறை குறிப்புகளை விளக்கிக் கூறுவதற்குக் காமசூத்திரத்திலிருந்து மேற்கோள் காட்டுகின்றார்.

''ஜார்ஜ் கெயிட்டு (George Keyt) என்பவர் 1947 இல் கீத கோவிந்தத்தை மொழி பெயர்த்துள்ள ஓரிடத்தை இதற்குச் சான்றாகக் கூறலாம்'' என்று பணிக்கர் அப்பாடலை எடுத்துக் காட்டுகின்றார்:

அகந்தை யொடுகேசி தலை அழித்தவனும்
கணந் தொறும் மனமாறும் கண்ணனுமே
எனைத் துய்த்து இன்புறட்டம் தோழி!
நெகிழ்ந் துதிரும் மலர் போலும்
கருங் குஞ்சி யுடைய னவன்
கூறு காதல்மொழி யெலாம்
கொஞ்சும் புறவும் கோகிலமும் செப்புகின்ற
தெளிவிலாப் பேச சன்றோ!
கண்ணனவன் மார்பினிலே காணுகின்ற
நகக் குறிகள் காதற்கலை கற்பிக்கும்
அனைத்தையுமே மிஞ்சு மன்றோ!

அகந்தை யொடுகேசி தலை அழித்தவனும்
கணந் தொறும் மனமாறும் கண்ணனுமே
எனைத் துய்த்து இன்புறட்டும் தோழீ!
அவன் கொண்ட பெருவிருப்ப மையலினால்
மெய் சிலிரிக்கச் செய்ததுவே அணிபூண்ட காற்சிலம்பு
தலை பற்றிக் கூந்தலிலே முத்தமிட்டான்
மோகமிகக் கொண்டு மேகலையைத்
தொட்டிழுக்க இனிய ஒலி எழும்பியதே!
அகந்தை யொடுகேசி தலை அழித்தவனும்
கணந் தொறும் மனமாறும் கண்ணனுமே
எனைத் துய்த்து இன்புறட்டும் தோழீ!
தாமரைக் கண் மூடியவன் சற்றேமயங்கினனே
மெய்ச்சு கத்தைப் பகர்ந் தளித்து
ஈற்றினிலே பேரின்பம் வெடிக்கச் செய்தான்
கொடிபோலு மவனுடல் இனித்தாங்க வியலா
தென்றென்னுடன் சாய்ந்ததுவே

(பாடல் மொழிபெயர்ப்பு : ப. சிவனடி)

இப்பாடலில் வரும் அடிகளனைத்தும் அப்படியே காம சூத்திரத்தை ஒட்டியமைந் துள்ளன : ''அவன் கொண்ட பெருவிருப்ப மையலினால் மெய்சிலிர்க்கச் செய்ததுவே அணிபூண்ட காற்சிலம்பு'', ''தலைபற்றிக் கூந்தலிலே முத்தமிட்டான்''. ''மோகமிகக் கொண்டு மேகலையைத் தொட்டிழுக்க இனியவொலி எழும்பியதே'' என்ற அடிகள் காமசூத்திரத்தை நேரடியாய்க் குறிக்கின்றன. அச்சூத்திரங்களைக் கொண்டே இவ்வடி களுக்கு விளக்கம் சொல்லப்படுகின்றது.

(மேற்சொன்ன பாடலில் கூறப்படும் கேசி என்பவன் கம்சனின் நண்பனான அசுரன் ஆவான். அவன் கம்சனின் ஏவலால் குதிரையுருக்கொண்டு கோகுலம் சென்று கோபாலரையும் ஆவினங்களையும் வருத்தியவன். கண்ணன் அவன் வாயினுள் தன் கையை விட்டு, அதை வளரச் செய்ததால் கேசி இறந்தான்.)

காமச் சுவை மலிந்த நூலா?

கீத கோவிந்தத்தில் மேற்சொன்னவாறு வரும் காமச் சுவை ததும்பும் சிற்சில பகுதிகளைச் சிலர் எடுத்துக்காட்டி, இந்நூல் கேடு பயப்பது என்று கூறினர். அவ்வாறு 17 ஆம் நூற்றாண்டினரான ஜெகநாதர் என்ற சம்ஸ்கிருதப் புலவர் வலியுறுத்தினார் என்பர். ஆயினும் இந்நூல் வெளிப்படுத்தும் உணர்ச்சி பொங்கும் காதலுணர்வும் இனிய இசை நயமும் பிரிவினால் தவிக்கும் காதலரின் காமநோவும் பொருள் பொதிந்த குறியீடுகளும் அழகுணர்ச்சியும் இலக்கிய நயம் நோக்கி அவற்றில் மாந்தித் திளைப்போரால் பலகாலமாகவே விரும்பித் துய்க்கப்படுகின்றன.

ஜெய தேவர்

1792

ஜெய தேவரின் காலமும் பிறப்பிடமும் மிகச் சரியாய்த் தெரியவில்லையெனினும், அவர் கங்கர் குடியின் அனங்க பீமதேவுரின் காலத்தில் *(1192-1205)* பன்னிரண்டாம் நூற்றாண்டில் நிலவியவர் என்றும் வங்கத்தின் பீர்பம் மாவட்டத்திலுள்ள கொந்துளி என்ற சிற்றூரில் வைணவ அந்தணர் குடியில் பிறந்தவர் என்றும் அறிஞர் கருதுகின்றனர். இவரது பாடலில் வருகின்ற கிந்து பல்லவ என்னுஞ் சொல் இச் சிற்றூரையே சுட்டுகின்றது என்பது சுநீத குமார சட்டர்ஜி, பார்பரா மில்லர் போன்றோரின் கருத்தாகும். ஒரிச மாநிலத்தின் பூரிக்கு அருகிலுள்ள ஒரு சிற்றூரையே அது குறிக்கின்றது என்பாரும் உளர்.

ஜெய தேவரது காதல் கீதத்தின் தலைவனான கண்ணனுக்கு ஜெயதேவன் என்றொரு பெயரும் உண்டு. நூலாசிரியர் இப்பெயர் ஒற்றுமையைப் பயன்படுத்தி நூலின் தொடக்கத்தில் வரும் பத்துப் பாடல்களின் ஈற்றில் ''ஜய ஜய தேவ ஹரே'' என்று முடித்திருக்கின்றார்.

ஜெயதேவர் இளமையில் துறவு பூண்டு ஊர் ஊராய்த் திரிந்தவர் என்பர். அவர் இரவு வேளையில் ஒரு மரத்தடியில் உறங்கிவிட்டால் மறு நாளிரவு அந்த மரத்தடிக்குச் செல்வதில்லையாம். பற்றின்மையில் அவருக்கு இருந்த தளராப் பற்றையே இது காட்டுமென்பர்.

ஜெயதேவர் ஒரிசத்தின் இன்றைய தலைநகரான புவனேசுவரத்திற்கு ஒரு முறை வந்திருந்தார். (ஒரிசம், புவனேசுவரம், பூரி பற்றிய செய்திகள் இ.ச.க.தொகுதி-6) அந்நகரத்துப் பிராமணர் ஒருவர் இலிங்கராசர் கோயிலில் நடன நங்கையாயிருந்து வரும் தன் மகளை மணம் புரிந்து கொள்ளுமாறு ஜெயதேவரிடம் கேட்டார். ஜெயதேவர் அப்பெண்ணை மணந்து ஆன்மீக, இசைத் தொண்டு புரிய வேண்டுமென்பது பூரி ஜெகநாதரின் ஆணையென்றும் அந்தப் பிராமணர் சொன்னார். ஜெயதேவர் பத்மாவதி என்ற அப்பெண்ணை மணந்து கொண்டார்.

பத்மாவதி தன் கணவரைப் போன்று இறைப்பற்றுடையவர். அவர் ஜெயதேவர் எழுதிய துதிப் பாடல்களுக்கு ஏற்பக் கையாலும் மெய்யாலும் அபிநயம் செய்தார். அவர்

ஆடிய ஆட்டத்திற்கு ஜெயதேவர் தாள கதியுடன் சுருதி மாறாமல் பாடினார் என்று தோன்றுகின்றது. இங்ஙனம் இறைப் பற்றும் கலையுணர்வும் ஒன்றிய இன்ப நிலையில் கீத கோவிந்தம் பிறந்தது என்று கொள்வர்.

இராதையுடன் இரவு வேளையில் கூடவரும் கண்ணன் மொழிவது போன்று இந்நூலின் பத்தாம் பகுதி அமைந்துள்ளது. இராதை ஊடல் கொண்டு முயங்க விரும்பாதவள் போலிருக்கின்றாள். கண்ணன் காம உணர்வோடு அவளைத் தூண்டுகின்றான்.

''உன் தாமரைப் பாதங்களை என்தலை 'மேல் வைத்து என் மோகத்தை அடக்கு'', என்பது போன்ற ஒரு கற்பனையை இங்கு காண்கின்றோம். அச்சமுற வைக்கும் இத்தகைய கற்பனை தெய்வ நிந்தனை ஆகாதோ என்ற எண்ணம் ஜெயதேவரின் மனத்தில் மின்னல் போல வெட்டி மறைந்தது போலும். அவரால் இந்தச் சிக்கலுக்கு விடை காண முடியவில்லை. அவர் எழுதுவதை நிறுத்திவிட்டுக் குளிக்கப் போனார். அவர் திரும்பி வந்த போது விட்டுச் சென்ற பகுதி, அவர் முன்னர் எண்ணியவாறே நிறைவு செய்யப்பட்டிருந்ததாம்.

அதுமட்டுமின்று, ஜெயதேவர் உருவில் வந்த கண்ணன், முற்றாதிருந்த பாடற் பகுதியை நிறைத்துவிட்டுப் பத்மாவதி ஆக்கி வைத்திருந்த உணவையும் உண்டு சென்றான் என்பதும் பின்னர் தெரிய வந்ததாம்.

1792

இசை நாடகம்

வடமொழி யாப்பிலக்கண மரபில் வரக்கூடிய எந்த இலக்கிய வகைமையாகிலும், அதில் குறிப்பிட்டுக் கூறவியலாத தனித்த ஓர் இசை நாடகமாய்க் கீத கோவிந்தப் பாடல்கள் அமைந்துள்ளன என்பது அறிஞர் கருத்தாகும்.

பெரு வெள்ளமெனப் பெருக்கெடுத்தோடும் கங்கையாறும் ஜெயதேவர் பாடலின் சொல்லோசையில் மயங்கிற்று என்றும் கூறுவர். ஜெயதேவர் முதுமைக் காலத்தில் குளிக்கச் சென்றபோது, அவர் குளிப்பதற்கு வசதியாய்க் கங்கை தன் போக்கை மாற்றிக் கொண்டு ஓடியதாம். இனிமையான சொல்லோசை, எதுகை, தாளம் போட்டுப் பாடுதற்கேற்ற சந்தம் ஆகியவற்றால் இந்நூல் அமைந்துள்ளது.

ஊடலில் தொடக்கம்

யமுனைக் கரையில் குமரனான கண்ணன் மகிழ்ச்சியோடு இருப்பதாய்ப் பாடல்கள் தொடங்குகின்றன. பிருந்தாவனத்தில் மனம்போல் திரிந்து கொண்டிருந்த கண்ணன் இராதையின் சினத்திற்கு ஆளாகின்றான். அவன் அவளை ஆற்றுப் படுத்தமுயன்று முதலில் தோல்வி கண்டு மயங்குகின்றான். அவளை மறக்கவியலாது இரவு பகல் எந்நேரமும் காமத்தீயில் கருகுகின்றான். எப்பணியும் செய்யாது அவள் நினைவாகவே அலமருகின்றான்.

இராதையும் தன் தோழிகள் சொற்கேட்டு வாடுவது போல் நடித்துவிட்டு இப்போது தனிமையில் தவிக்கின்றாள். இளமையும் அழகும் ஒளிரும் கண்களும் மேதகு தோற்றமும் உடைய கண்ணன் தன்னை என்றென்றும் புறக்கணித்து விடுவானோ என்று பேதை புலம்புகின்றாள்.

காதலர் இருவரும் இங்ஙனம் தனித்தனியே இருந்து புலம்பியதைத் தோழி போக்கி என்பவள் கண்டு அவர்களை இணைத்து விடுகின்றாள். யமுனைக் கரையிலும் கொடி மண்டபத்திலும் ஊடலும் கூடலும் அவர்களை ஒன்று சேர்க்கின்றன. இருவரும் ஆழ்ந்த காதலுணர்வில் மூழ்கித் திளைக்கின்றனர். இராதை கண்ணனுள் கட்டுண்டு இன்பம் காண்கின்றாள். காடும் செடியும் அவர்களுக்கு மலரணை தருகின்றன. கண்ணனின் மெய்ம் மறந்த மகிழ்ச்சியைப் பாடும் பன்னிரண்டாம் பாடலொடு கீத கோவிந்தம் முற்றுப் பெறுகின்றது.

சந்தக் கவி நயம்

சம்ஸ்கிருதத்தில் எழுதப்பெற்ற இந்நூல் சந்தக் கவிநயம் மிகுந்துள்ளது. எனவே சொல்லோசையையும் மொழி நயத்தையும் மொழி பெயர்ப்பில் கொண்டு வருதற்கியலாது. எனினும் இக்காதற்கீதத்தை வடமொழியில் பாடக் கேட்ட ஜோன்ஸ் சம்ஸ்கிருத விற்பன்னராதலால், அதன் இசையிலும் மொழி நயத்திலும் உள்ளத்தைப் பறிகொடுத்து விட்டார். அதுவே அவர் இதை ஆங்கிலத்தில் மொழிபெயர்க்கக் காரணமானது எனலாம்.

பதினெட்டாம் நூற்றாண்டின் இறுதிப்பகுதி தொடங்கி இருபதாம் நூற்றாண்டின் எழுபதுகள் வரையிலும் கீத கோவிந்தம் ஆங்கிலத்தில் பலரால் மொழிபெயர்க்கப்பட்டு வருவது இந்நூலின் தனிச்சிறப்பாகும். பார்பரா ஸ்டோலர் மில்லர் என்ற பெண்மணி கீத கோவிந்தம் பாடப்படும் கோயில்களுக்கெல்லாம் சென்று கண்டு அதை *1971* இல் ஆங்கிலத்தில் மொழிபெயர்த்து ஆராய்ச்சி முன்னுரையுடன் வெளியிட்டார். இலட்சுமி நரசிம்ம சாஸ்திரி, மோனிக்கா வர்மா என்ற இந்தியர்களும் கீத கோவிந்தத்தை ஆங்கிலத்தில் மொழிபெயர்த்துள்ளனர்.

டி.எஸ்.இராசகோபால் என்பவர் இந்நூலின் தமிழாக்கச் சாரத்தைச் சில ஆண்டுகளுக்கு முன்னர் வெளியிட்டார். சங்கு சுப்பிரமணியம் இதைத் தமிழாக்கினார் என்று தெரிகின்றது. ஆனால் அது அச்சேறியதாய்த் தெரியவில்லை.

சோழநாட்டில் திருக்கண்ணபுரம் என்ற தலம் உள்ளது. இது நூற்றெட்டு வைணவத் திருப்பதிகளுள் ஒன்று. இங்குள்ள இறைவர் சௌரி ராசப் பெருமாள்; தாயார் கண்ணபுர நாயகி. திருமங்கையாழ்வார் (*9* நூ) திருமந்திர உபதேசம் பெற்ற திருப்பதி. பெருமாள் திருவிழாக் காலங்களில் இருக்கை விட்டெழுந்து திரிவோலக்க மண்டபத்தை அடையும்போதும் மீண்டும் கருவறைக்குத் திரும்பும்போதும் கோயிற் பெண்டிர் குழாமாய் நின்று கீத கோவிந்தத்தைச் சம்ஸ்கிருதத்தில் இசைக்கும் வழக்கம் அண்மைக் காலம் வரையில் இருந்தது.

3. வடகேரளத்தில் அரசியல், சமுதாய நிலை

மூன்றாம் மைசூர்ப் போரின் (*1790 - 1792*) முடிவில் ஏற்பட்ட சீரங்கப்பட்டணத்து உடன்படிக்கைப்படி கேரளத்தின் வடபகுதியான மலபாரைக் கிழக்கிந்தியக் கம்பெனி *1792* முதல் தன்வசப்படுத்திக்கொண்டது. அது சிறிதுகாலம் மேற்குக் கரையிலுள்ள பம்பாய் மாநிலத்துடன் சேர்க்கப்பட்டிருந்தது. பம்பாயிலிருந்த கம்பெனி ஆட்சி மன்றக்குழு (*Council*) மலபாரின் குறுநில மன்னர்களான நாடு வாழிகளொடும் நாயர் தலைவர்களொடும், வரி தண்டுவது குறித்து இரண்டாண்டுக் காலத்திற்கு ஓர் ஏற்பாட்டைச் செய்துகொண்டது. ஆனால் அவர்கள் கம்பெனிக்குத் தரவேண்டிய

வரியை உரிய காலத்தில் தரத்தவறியதால் பம்பாய் அரசு அவர்களின் நிலங்களைக் கைப்பற்றியது. அதனால் மலபாரில் கிளர்ச்சி ஏற்பட்டது.

பம்பாய் அரசு அங்கு சரியான முறையில் ஆட்சி செலுத்தத் தவறிவிட்டமையால், மலபார் *1800* ஆம் ஆண்டு சென்னை மாநிலத்துடன் சேர்த்துக் கொள்ளப்பட்டது. இப்போது இராபட்டு கிளைவின் மகனான கிளைவு பிரபு சென்னை ஆளுநராயிருந்தார்.

மாப்பிள்ளைமார் மீது சாமூதிரி தாக்கு

ஆங்கிலேயர் மலபார் நாடு வாழிகளிடமிருந்து வாணிபத் தனி முதன்மையை எவ்வாறு பெறுவது என்று பெரும்பாடு பட்டுக் கொண்டிருந்த வேளையில், மிளகு வாணிபத்தையே குலைத்துவிடக் கூடிய வன் செயல்கள் மலபாரில் குமுறி எழுந்தன. கோழிக்கோட்டுச் சாமூதிரியின் *(சாமூதிரி : இ.ச.க.தொகுதி-6)* குடும்பத்தைச் சேர்ந்த பலர் *1791* ஆம் ஆண்டிலிருந்து மாப்பிள்ளைமார் மீது நடந்து வந்த தாக்குதல்களுக்குப் பொறுப்பாயிருந்தனர். *(மாப்பிள்ளைமார் : இ.ச.க.தொகுதி-9)*

நாயர்கள் திப்பு சுல்தான் ஆட்சியில் இன்னலுற்றதற்கு வஞ்சம் தீர்க்கும் விதத்தில் மாப்பிள்ளைமார் தாக்கப்பட்டனர். இவ்வன் செயல்கள் மலபார் எங்கும் பரவின. இக்கலவரங்களினால் மிளகு வாணிபம் கெட்டுவிடுமென்று மாப்பிள்ளைமாராயிருந்த தலைச்சேரி வணிகர்கள் கம்பெனி அரசை எச்சரித்தனர். *(தலைச்சேரி : இ.ச.க.தொகுதி-8)* ''இப்பகுதியில் வாழ்ந்துவரும் இரண்டு வகுப்பினரிடையே நெடுங்காலமாய் நிலவிவரும் வருத்தந் தரத்தக்க பொறாமையினால் ''தம்மால் மிளகைக் கொள்முதல் செய்யமுடியவில்லை'' என்று அவ்வணிகர்கள் கம்பெனி அரசிடம் முறையிட்டனர்.

1792

நாயர்கள் புரிந்துவந்த கொலைகளையும் கொள்ளைகளையும் இன்னும் பிற வன்செயல்களையும் நாடு வாழிகளான சிற்றரசர்கள் பார்த்துக் கொண்டிருந்தனர். அவர்கள் நாயர்கள்மீது எவ்விதமான நடவடிக்கையும் எடுக்கவில்லையென்று மாப்பிள்ளைமார் கம்பெனி அலுவலரிடம் கூறினர். மிளகு வணிகர் தம் ஆள்களை நாட்டுக்குள் அனுப்பி மிளகைக் கொள்முதல் செய்வதற்கு அஞ்சினர். ஏனெனில் அவர்கள் உயிரிழக்கக் கூடிய ஆபத்து இருந்தது. இதன் விளைவாய்க் கம்பெனிக்கு மிளகு வந்து சேர்வது உறுதியற்றுப் போகின்றது.

சமுதாய மாறுதல்கள்

இங்ஙனம் வடகேரளத்தில் அரசியல் குழப்பங்களும் மாறுதல்களும் நிகழ்ந்து வந்த நேரத்தில் சமுதாய அமைப்பிலும் பெயர்ச்சிகள் தோன்றின. மேலைச் செல்வாக்கின் தாக்கம் குறிப்பிடத்தக்க மாற்றங்களை *18, 19* ஆம் நூற்றாண்டுகளில் சமுதாயத்தில் தோற்றுவித்தது. இது பாரதம் முழுமைக்குமே பொருந்துமெனினும், சாதி அமைப்பு ஆழவே ஓடியிருந்த கேரளத்தில் இத்தகைய பெயர்ச்சிகளினால் உண்டான விளைவுகள் மிகவும் ஆழமானவையாய் அமைந்தன.

பிரிட்டிசார் இவ்வாண்டு மலபாரைத் தம் பிடிக்குள் வலுவாய் இறுக்கிக் கொண்ட பிறகு, அங்கு வழிவழியாய் இருந்து வந்த பல மரபுகளும் மேல் சாதியினரின் நிலவுடமை ஆண்டையமும் அடிப்படையான பல மாற்றங்களைப் பெறலாயின. அதனால் பல சமுகத்தினரிடையே மிகப்பெரிய சமூதாயப் பெயர்ச்சிகள் உண்டாயின. சமுக உறவுகளும் தொழில்முறையும் புத்துருக் கொண்டன. இம்மாறுதல்கள் மிக எளிதில் மக்களிடையே ஏற்பட்டன என்பது கவனத்திற் கொள்ளத் தக்கதாகும்.

ஐரோப்பியரின் குடியேற்றம் நிலவிய கண்ணனூர் (இ.ச.க.தொகுதி-5,9) தலைச்சேரி (இ.ச.க.தொகுதி-8) மாகி (இ.ச.க.தொகுதி-3) கோழிக்கோடு (இ.ச.க.தொகுதி-4,7,8) என்ற மேற்கரையோரப் பட்டினங்களில் பதினெட்டாம் நூற்றாண்டின் தொடக்கத்திலேயே மிக முக்கிய மாற்றங்கள் ஏற்பட்டன.

இப்பகுதியில் பன்னெடுங்காலமாய் இருந்து வந்த பழக்கங்களையும் வழக்கங்களையும் போர்த்துக்கீசர், டச்சுக்காரர், ஆங்கிலேயர், பிரஞ்சுக்காரர் முதலியோரும் வாணிபத்தின் பொருட்டு வந்திருந்த பிற ஐரோப்பிய நாட்டினரும் சன்னஞ் சன்னமாய் மாற்றிவிட்டனர். அவர்கள் படைக்கு ஆள் சேர்க்கும் முறைகளில் குறிப்பிடத்தக்க மாறுதல்களைச் செய்தனர். படைக்குச் சேர்க்கப்படும் வீரர்கள் நாயரில் குறிப்பிட்ட ஒரு வகுப்பினராக மட்டுமே இருப்பது என்பது இதுவரை மரபாயிருந்தது. அவ்வகுப்பினர் அந்தந்தப் பகுதிகளின் நிலப் பிரபுத்துவ ஆண்டையான நாடுவாழி, தேசவாழி என்றோரின் படைகளில் சேர்க்கப்பட்டனர்.

ஒவ்வொரு நாடுவாழியும் தேசவாழியும் தனக்கு மேலேயிருந்த ஒரு மன்னரின் கீழ் சிற்றரசராயிருந்தார். அவர் தன் மேலாண்டைக்கு அளிக்கின்ற படை உதவிக்காக அவருக்கு இறையிலியாய் (வரியின்றி) நிலக்கொடை கிடைத்து வந்தது.

நாடுவாழிகள் திரட்டிய படைகளில், குறிப்பிட்ட ஒரு சாதியினர் மட்டுமே இருந்தனர். பிற கூட்டத்தார் அல்லது தாழ்த்தப்பட்ட வகுப்பினர் படைத் தொழிலுடன் எவ்விதத் தொடர்பும் அற்றவர்களாயிருந்தனர். வேளாண்மை விளைச்சலுக்கு ஒரே மூலாதாரமாயிருந்த நிலம் குறிப்பிட்ட ஒரு சாதியினரின் கையில்தான் இருந்தது. அந்த வகுப்பினர் மட்டுமே சமுதாயத்திற்குப் பாதுகாப்பு அளிக்கும் செயல்களில் பங்கேற்கும் உரிமை பெற்றிருந்தனர்.

சமூகக் கட்டமைப்பில் தீண்டாமை, பாராமை போன்ற கேடுகள் நீடித்தன வெனினும், ஐரோப்பியர் குடியேற்றத்தால் படைத்துறையில் மட்டுமேனும் மாறுதல் உண்டானது. ஐரோப்பியர் தம் படைகளில் திய்யர், மாப்பிள்ளைமார், முக்குவர் என்ற சாதியினரைச் சேர்த்து அவர்களுக்கு வாடிக்கையாய் ஊதியமும் அளித்து வரலாயினர்.

இது சாதியமைப்பையே அடிப்படையாய்க் கொண்ட மலபாரின் நிலப் பிரபுத்துவ மேலாண்மை மீது விழுந்த பேரடியாகும். ஐரோப்பியக் குடியேற்றங்களில் படை வீரர்களுக்கு நில மானியம் தருவதற்கு மாற்றாய் முறையான ஊதியம் பணமாய்த் தரப்பட்டது. அதனால் நிலப்பிரபுத்துவ மேலாண்மைச் சமூகத்தவரின் படையமைப்பு முறை ஐரோப்பியக் குடியேற்றங்களில் கைவிடப்பட்டது. நாயர்கள் மட்டுமே படைகளில் சேரலாம் என்ற தனியுரிமையும் ஒதுக்கித் தள்ளப்பட்டது. அங்கு வருணாசிரம ஏற்பாட்டிற்கும் வெளியே தள்ளப்பட்ட அவர்ணர் என்ற வருணமில்லாத தாழ்ந்த சாதியினரும் படைகளில் சேர வாய்ப்புத் தரப்பட்டது.

தமிழ் வழங்கிய கர்நாடகம் என்ற தமிழ்ப் பகுதியிலும் போர்த் தொழிலில் சாதியமைப்புப் புறந்தள்ளப்பட்டது என்பது குறிப்பிடத்தக்கது. இதற்கும் பிரஞ்சுக்காரர், ஆங்கிலேயர் ஆகியோர் கொண்டுவந்த மாறுதல்களே காரணமாயின.

மதமாற்றங்களை விட இத்தகைய மாற்றங்கள் அடி நிலையில் நசுக்கி வைக்கப்பட்டு கிடந்த தாழ்ந்த சாதியினருக்கு உள்ளூரத் துணிச்சலை அளிக்கத் தொடங்கின.

பல்லாயிரமாண்டுப் பழமையான சாதியமைப்புக் கட்டுக்குலையாமல் இன்னும் பலகோடி ஆண்டுகள் பிழைத்து நிற்க வேண்டியதன் அழுத்தத்தை உணர்ந்து, காலத்திற்கேற்ற புற மாற்றங்களுக்கு இசைந்து கொடுப்பது போல் பாசாங்கு செய்து தப்பிப்பதற்கு இச்சமூகம் ஆயத்தமாவதை இனிவரும் வரலாறு காட்டும்.

4. தமிழகத்தில் இருதலை மணியம்

ஆர்க்காட்டு வாலாசா குடியின் முதல்வரான அன்வரூதின்கான் *1749* ஜூலை *29* அன்று ஆம்பூர்க் களத்தில் கொல்லப்பட்டதிலிருந்து (இ.ச.க.தொகுதி-*5*) அவரின் மகனும் அக்குடியின் இரண்டாவது நவாபுமான வாலாசா முகமதலி (*1745-1795*) சந்தா சாகிபிற்கு அஞ்சித் திருச்சிராப்பள்ளிக் கோட்டைக்குள் என்று புகுந்தாரோ, அவர் அன்றிலிருந்து கிழக்கிந்தியக் கம்பெனியின் கைப்பிள்ளையாகவே கடைசி வரையிலும் இருந்து வந்தார். கிழக்கிந்தியக் கம்பெனி அவர் விரும்பிய வண்ணம் ஆடியதா அல்லது அது அவரைத் தன் அரசியல் பொம்மலாட்டத்தில் ஆட்டி வைத்ததா என்பது தான் தென்தமிழ் நாட்டின் நாற்பத்தாறு ஆண்டுக் கால அரசியல் வரலாறு ஆகும்.

கம்பெனி மிகக் குறுகிய இந்த அரை நூற்றாண்டுக் காலத்தில் நவாபின் பெயரைச் சொல்லி, நவாபிற்காக என்று தமிழ்நாட்டையே போர்க்களமாக்கியது. பாளையக்காரர் என்று இடக்கரடக்கலாய்க் கூறப்படும் கொள்ளையர்களால் ஏற்கெனவே அல்லற்பட்டுக் கொண்டிருந்த தமிழ்நாடு படுகின்ற பாட்டை இந்திய சரித்திரக் களஞ்சியம் சொல்லாமற் சொல்லி வருகின்றது.

1792

வாலாசா முகமதலி தமிழ்ச் சீமையைக் கம்பெனிக்கு அடகு வைத்து விட்டார் என்பது மிகவும் பொருத்தமான கூற்றாகும். ஆர்க்காட்டு கம்பெனியிடம் பட்ட கடன் *1880* வரை அடைபடவேயில்லை என்று ஒரு வரலாற்றாசிரியர் கூறுகின்றார். முகமதலி, பெயருக்கு ஆட்சித் தலைவராயிருந்தார். கம்பெனியோ சர்க்காரின் - ஆர்க்காட்டு நவாபின் ஆட்சிக்குச் சர்க்கார் என்று பெயர் - வரி வருவாயை எடுத்துக் கொண்டு தமிழ்நாட்டில் தன் விருப்பப்படி மெய்யான ஆட்சி நிர்வாகம் செய்து வந்தது.

கம்பெனி தமிழ்நாட்டில் வரி தண்டும் உரிமையைச் சட்டப்படி தன் பெயருக்கு மாற்றிக் கொண்டது. நவாபு முறையிட்டதன் பேரில் கம்பெனி அவருடன் *1785* ஜூன் *28* அன்று செய்து கொண்ட முதல் நிலை உடன்படிக்கைப்படி வரி தண்டும் உரிமை மீண்டும் அவருக்குக் கிடைத்தது. அதற்கு இரண்டாண்டுகளுக்குப் பிறகு இருதரப்பும் பன்னோக்குள்ள முறையான ஓர் உடன்படிக்கையைச் செய்து கொண்டன. (இ.ச.க. தொகுதி-*9*) ஆனால் இதுவும் கம்பெனி நவாபிடமிருந்து எழுதி வாங்கிக் கொண்ட வெண்ணிலைப் பத்திரமேயாகும். கண்ட இடமெல்லாம் கடன் வாங்கி, அந்தச் சுமை தாங்க முடியாதிருந்த நவாபும், கம்பெனியின் உடன்படிக்கை அனைத்தையும் ஒப்பி, அவற்றில் கைச்சாத்திட்டு விட்டார்.

இருதலை மணியம்

கிழக்கிந்தியக் கம்பெனிக்கும் ஆர்க்காட்டு நவாபிற்கும் *1792* ஏப்ரலில் ஏற்பட்ட உடன்படிக்கைப்படி, கம்பெனி போர்க்களத்தில் வரி தண்டும் பொறுப்பை ஏற்குமென்றும், அமைதிக் காலத்தில் அப்பொறுப்பு நவாபிடமே இருக்குமென்றும் விதி செய்யப்பட்டது. இதன்படி கம்பெனி தமிழகத்தில் வரி தண்டும் பொறுப்பைக் கைவிட்டது. எனினும் ஆட்சி நிர்வாகக் கடிவாளத்தைத் தன் கையில் அது வைத்துக் கொண்டது.

இதையடுத்து ஜூலை 12 அன்று அவர்களிடையே இன்னோர் ஒப்பந்தம் ஏற்பட்டது. கிழக்கிந்தியக் கம்பெனி நவாபின் ஆட்சிப் பகுதியில் நவாபின் பாதுகாப்பிற்காகத் தன் படைகளை நிறுத்தி வைப்பதற்காகும் செலவுகளுக்காக நவாபு ஆண்டுதோறும் கம்பெனிக்கு ஒன்பது இலட்ச வராகன் (சுமார் 31,50,000 ரூபாய்) செலுத்த வேண்டும். இது தமிழ் நாட்டில் இருதலை மணியத்தை உண்டாக்கி விட்டது.

கம்பெனி - பாளையக்காரர் மனக் கசப்பு

இது பாளையக்காரருக்கும் கம்பெனிக்கும் மனக்கசப்பு ஏற்பட வழிவகுத்தது. நவாபு பல்வேறு நிகழ்ச்சிகளின்போது பாளையக்காரரிடமிருந்து பல பரிசுகளைப் பெறுவது வழக்கம். ஆனால், வரிதண்டும் நவாபின் அலுவலர்களான அமல்தார் என்போருக்கு வழக்கமாய்க் கிடைத்து வந்த பரிசுகள் 1792 ஆம் ஆண்டிற்குப் பிறகு கிடைக்காமற் போயின. அதனால் அவர்கள் பல்வேறு காரணங்களைச் சொல்லிப் பாளையக்காரர்களைக் கட்டாயப்படுத்திப் பரிசுகளை வாங்கினர். அவர்கள் இவ்வாறு பாளையக்காரரிடமிருந்து வலுக்கட்டாயமாய்ப் பொருள்களைப் பறித்ததாலும், படைக்கலன்கள் கொண்டு தலையிட்டதாலும் அடிக்கடி சச்சரவுகள் ஏற்பட்டன.

பாளையக்காரர்கள் கம்பெனிக்கு கப்பம் கட்டிவந்த காலத்தில் கம்பெனி தமக்குப் பாதுகாவல் என்று கருதினர். ஆனால் கம்பெனியோ நவாபின் மேலுரிமைகளுக்குக் குறுக்கே நிற்கலாகாது என்று பாளையக்காரர்களின் நலன்களைக் காக்க மறுத்தது. அதே வேளையில் பாளையக்காரர் நவாபிடமிருந்து தம்மைக் காத்துக் கொள்வதற்குக் கம்பெனியின் இசைவைப் பெறவும் முடியாது.

ஏனெனில் பாளையக்காரர்கள் ''சர்க்கார்'' என்ற நவாபிற்கு முற்றிலும் அடங்கி நடக்குமாறு செய்யும் பொறுப்பைக் கம்பெனி ஏற்றிருந்தது. இந்த இக்கட்டான நிலைக்குக் கம்பெனியே காரணம் என்று பாளையக்காரர் கூறிவந்தனர். ஆதலால் அவர்கள் நவாபின் மேலாண்மையை எதிர்க்கும் செயல், பிரிட்டிசார்மீது கொண்ட எதிர்ப்புணர்ச்சி என்று கருதப்படலாயிற்று.

சிவகிரி மீது தாக்கு

இத்தகைய குமுறல்கள் உள்ளுக்குள் உருண்டு கொண்டிருந்த இக்காலத்தில், கம்பெனிப் படை சிவகிரியைக் கைப்பற்ற நேர்ந்தது. (சிவகிரி : இ.ச.க.தொகுதி-9) சிவகிரிப் பாளையக்காரரான சின்னத் தம்பி வரகுணன் சேத்தூரைத் தாக்கினார். அதனால் கம்பெனி 1792 மே மாதம் சிவகிரியைப் படைகொண்டு தாக்க நேர்ந்தது. கர்னல் வில்லியம் ஃபுல்லர்டன் பின்னர் தன் படையுடன் தெற்கிலிருந்து புறப்பட்டுச் சென்றதும் சிவகிரிப் பாளையக்காரர் வலுப்பெற்றுத் தான் இழந்த பகுதிகளை மீண்டும் அடைய முயன்றார்.

அவர் ஆர்க்காட்டு நவாபின் திருநெல்வேலி அமல்தாரான எடாபர்கானைத் தன்பக்கம் சேர்த்துக் கொண்டு பூலித்தேவன், தோமாச்சி நாயக்கன் ஆகியோரின் நாடுகளைத் தன் பாளையத்துடன் சேர்க்க முயன்றார். அவர் எல்லைத் தாவாவைக் காரணங்காட்டித் தன் படையினரில் இரண்டாயிரம் பேரை அனுப்பிச் சேத்தூரைத் தாக்கச் செய்தார். அப்போது சேத்தூர்ப் பாளையக்காரர் இறந்து போனார்.

நெல்லைச் சீமையில் வரி தண்டும் பொறுப்பை ஏற்றிருந்த கம்பெனி அலுவலரான பெஞ்சமின் தோரின் இதற்குக் காரணம் கேட்பதற்காக வரகுணனை

அழைத்தார். வரகுணன் தோரினைச் சந்திக்க மறுத்து விட்டார். அதனால் திப்பு சுல்தானை ஒடுக்குவதற்காகத் தெற்கில் படைகளுக்குத் தலைமை ஏற்க வந்திருந்த தலைமை ஆளுநரான காரன்வாலிஸ் பிரபு மேற்கத்தியப் பாளையக்காரரை அடக்குவதற்கு ஒரு படையை அனுப்பினார்.

அப்படையுடன் கர்னல் மாக்ஸ்வல் மதுரையை அடைந்து அங்கிருந்து மே 10 அன்று சிவகிரி சென்றார். அவர் கிளர்ச்சிக்காரர்களை ஊரைவிட்டு வெளியேற்றி அடர்ந்த காடுகள் சூழ்ந்த மலைகளுக்குள் விரட்டினார். அவர்கள் மலைமேல் ஏறிக்கொண்டனர். அதனால் அவர்களைத் துரத்திப் பிடிக்க முடியாதென்று மாக்ஸ்வல் கருதி, மலைகளிலிருந்து இறங்கி ஆகஸ்டு 12 அன்று சமவெளிக்கு வந்தார். எனினும் வரகுணன் கம்பெனிப் படைப் பிரிவு ஒன்றிடம் ஆகஸ்டு 28 அன்று சிறைப்பட்டார்.

கம்பெனி சிவகிரிப் பாளையக்காரர் பற்றி விசாரித்ததில், அவருக்குச் சேத்தூர்ப் பாளையக்காரர் கொலையில் பொறுப்பு இல்லை என்பது முடிவானது. அவர் சேத்தூர்மீது கடுந்தாக்குதல் நடத்தியதால், சிவகிரிப் பாளையத்தைப் பறித்துக் கொள்வதென்று கம்பெனி முடிவு செய்தது.

ஆனால் அந்தப் பாளையம் தனக்கு உரிமையானது. அதைத் தனது சர்க்காரில் சேர்த்துவிட வேண்டுமென்று ஆர்க்காட்டு நவாபான முகமதலி கம்பெனியிடம் கேட்டார். ஆனால் கம்பெனியின் ஆட்சி மன்றக் குழு அப்பகுதி மீது கம்பெனியே நேரடி ஆட்சி செலுத்த விரும்பியது. இது குறித்துத் தலைமை ஆளுநரான காரன்வாலிஸ் பிரபுவே முடிவெடுத்தார். சேத்தூர்ப் பாளையத்தார் கொலையில் சிவகிரியாருக்குத் தொடர்பு இல்லை என்பதால், அவரின் பாளையத்தை அவரிடமே திருப்பியளிப்பது என்று முடிவானது. அதனால் நவாபின் எண்ணம் நிறைவேறாமல் போயிற்று. வரகுணன் கம்பெனிக்கு விசுவாசம் செலுத்தி வாசுதேவ நல்லூரையும் சேத்தூரையும் கம்பெனியிடம் திருப்பியளித்து விட்டார்.

கட்டபொம்மன் கப்பம் கட்ட இசைதல்

கர்னல் மாக்ஸ்வல் இந்த ஆண்டு பாஞ்சாலங்குறிச்சியைத் தாக்கியதால், கட்டபொம்மன் பணிந்து சென்று கம்பெனிக்குக் கப்பம் கட்ட இசைந்தார். கம்பெனி இங்ஙனம் சிவகிரியையும் பாஞ்சாலங்குறிச்சியையும் பணிய வைத்துவிட்டதால், மற்ற பாளையங்கள் கம்பெனியை எதிர்க்கத் துணியாதென்று மாக்ஸ்வல் எண்ணினார்.

1792

வரலாற்றுப் புள்ளிகள்

1. மூன்றாம் மைசூர்ப்போர் முடிந்தது

திப்பு சுல்தான் *(1753-1799)* மீண்டும் எழவே இயலாதவாறு அவரைத் தென்னாட்டு அரசியலரங்கிலிருந்து மறையச் செய்துவிட வேண்டுமென்று தலைமை ஆளுநரான காரன் வாலிஸ் பிரபு, மராட்டியர், நிசாம் ஆகியோரின் துணையுடன் தானே களத்தில் இறங்கிப் போரிட்டுக் கொண்டிருந்தார். அவரின் அரசியல், போரியல் தந்திரங்களினால்,

திப்பு சுல்தான் நசுங்கித் தவித்துக் கொண்டிருந்தார் என்பது காரன்வாலிஸிற்குத் தெளிவாய்த் தெரிந்தது. அத்துடன் தன் கூட்டாளிகளான மராட்டியரும் நிசாமும் மறைவடக்கமாய்த் தமக்குள் சதிகள் செய்து கொண்டிருந்ததையும் காரன்வாலிஸ் கண்டார்.

முதலில் மராட்டியர் படையும் அடுத்து நிசாமின் படையும் பின் தொடரக் காரன்வாலிசின் படை, பிப்ரவரி 5 அன்று சீரங்கப்பட்டணத்திற்கு எட்டுக்கிலோ மீட்டரில் வந்து நின்றது. அன்றிரவு திப்பு சுல்தான் அணிமீது பீரங்கிகள் குண்டு மழை பொழிந்தன. திப்பு சுல்தான் மெத்தக் கவனத்துடன் எதிரியை எதிர்ப்படுவதற்குத் திட்டமிட்டிருந்தார். ஆனால் ஆங்கிலப்படை மிகுந்த வீரத்துடன் போரிட்டதால் திப்பு சுல்தானின் படைகளால் தாக்குப்பிடித்து நிற்க முடியவில்லை. கம்பெனிப் படையில் சுமார் எழுநூறு வெள்ளையரும் ஆயிரத்திற்கு மேற்பட்ட நாட்டு வீரரும் இறந்தனர். மறு நாளன்றும் தொடர்ந்து சண்டை நடந்தது. அப்போது இருதரப்பும் சோர்ந்துபோகவே மூன்றாம் நாளன்று ஓய்வெடுத்துக் கொண்டனர். ஆங்கிலேயர் நான்காம் நாள் புது வேகத்தோடும் உறுதியோடும் கோட்டையைத் தாக்கினர். ‘‘இதுபோன்று சீற்றமிக்கதும் உரம் வாய்ந்ததுமான சண்டையை இதற்கு முன்னர் நான் கண்டதில்லை’’ என்று மராட்டியர் படைத் தலைவரான ஹரிபந்து எழுதியுள்ளார். திப்பு சுல்தானும் அதே உறுதியுடனும் வீரத்துடனும் சண்டையிட்டார். அவருக்குப் பெருஞ்சேதம் ஏற்பட்டது. எனினும் சீரங்கப்பட்டணத்தை எளிதில் பிடித்து விடமுடியாது என்பதைக் காரன்வாலிஸ் உணர்ந்து கொண்டார்.

ஆறு நாள் முற்றுகைக்குப் பிறகு திப்பு சுல்தான் பிப்ரவரி 11 அன்று அமைதி பேசுவதற்கு இறங்கி வந்தார். ஆனால் வெற்றியில் ஏறுமுகமாயிருந்த காரன்வாலிஸ் திப்பு சுல்தானை முற்றாய் ஒழித்து விட வேண்டும் என்பதில் குறியாயிருந்தார்.

திப்பு சுல்தான் பிப்ரவரி 11 அன்று காரன்வாலிசிற்கும் ஹரி பந்திற்கும் கடிதங்கள் எழுதினார். அமைதி பேசுவதற்கு முழு அதிகாரம் பெற்ற ஒரு தூதுவரை அனுப்புவதாய்த் திப்பு சுல்தான் அதில் குறிப்பிட்டிருந்தார். காரன் வாலிஸ் அனைத்தையும் எண்ணிப் பார்த்துத் தூதுவர் தன் பாசறைக்குள் வருவதற்கு இசைந்தார். பின்னர் அத்தூதுவர் வந்ததும் பேசி முடிவிற்கு வந்தனர்:

திப்பு சுல்தான் தன் ஆட்சிப் பரப்பில் பாதியைவிட்டுக் கொடுத்துவிட வேண்டும்.

(இதில் நிசாமிற்கும் மராட்டியருக்கும் மைசூர் நாட்டின் வட கிழக்கு, வட மேற்குப்பகுதியில் பெரும் பரப்புக் கிடைத்தது. அவர்கள் இப்போருக்கு அளித்த சிறு உதவிக்கு, இது பெரிய பரிசாகும்.)

மூன்று கோடியே முப்பது இலட்ச ரூபாயைத் தண்டத் தொகையாய்த் தர வேண்டும். இந்தப் பணம் முற்றிலும் செலுத்தி முடியும் வரை திப்பு சுல்தான் தன் ஆண் மக்கள் இருவரையும் பிரிட்டீசாரிடம் பிணையமாய் விட்டு வைக்க வேண்டும்.

திப்பு சுல்தான் சீரங்கப்பட்டணத்து உடன்படிக்கை என்ற இந்த ஏற்பாட்டை ஒப்புக் கொண்டு அதில் கூறியிருந்த நிபந்தனைகளையெல்லாம் ஏற்றார்.

பன்னிரண்டு, எட்டு வயதினரான தன் ஆண் மக்கள் இருவரையும் பிப்ரவரி 25 அன்று காரன்வாலிசின் பாசறைக்கு அனுப்பி வைத்தார். இவ்விருவரையும் தன் மக்கள்போல் பாவித்து நடத்துவதாய்க் காரன்வாலிஸ் திப்பு சுல்தானுக்கு வாக்களித்தார்.

மூன்றாம் மைசூர்ப் போர் 1789 இல் தொடங்கி 1792 இல் சீரங்கப்பட்டணத்தில் முடிந்தது.

காரன்வாலிஸ் இப்போரில் திப்பு சுல்தான் இனிமேல் தலையெடுக்கவே முடியாதவாறு அவரை முற்றிலும் அழித்தொழிக்காமல் போனது பெருங்குற்றம் என்று குறை கூறுவோர் இருந்தனர். ஏனெனில் இதற்கு ஆறாண்டுகளுக்கும் பிறகு திப்புசுல்தானுடன் பிரிட்டீசார் இன்னொரு பெரும் போரில் ஈடுபட நேர்ந்தது. ஆனால் அந்தப்போர் பிரிட்டீசாரால் மூட்டப்பட்டது என்பதையும் அது நடந்திருக்க வேண்டியதில்லை என்பதையும் உணர்ந்தால் அவ்வாறு காரன்வாலிஸ் மீது குறை கூறுவதற்கு இயலாது என்பது தற்கால வரலாற்றாசிரியர் ஒருவரது கருத்தாகும்.

2. சந்திரகிரிக் கோட்டை

பதினெட்டாம் நூற்றாண்டு வரையிலும் போரியலில் - உயிர் நாடியான இடத்தைப் பெற்றிருந்த பல கோட்டைகளை நாம் ஆங்காங்கே கண்டு வந்திருக்கின்றோம். ஆரியர் வருகைக்கு முன்னரே இந்து தேசத்தில் பல கோட்டைகள் இருந்தன என்ற செய்தியை வேதங்கள் விளம்புகின்றன. சங்க காலத்துக் கோட்டைகள் பல்வேறு உறுப்புகளைக் கொண்டனவாய் வெகு நுட்பத்துடன் அமைக்கப்பட்டிருந்தன.

ஒரு மன்னர் ஒரு நகரை நிறுவி, அதைச் சுற்றிலும் உயர்ந்தகன்ற மதில்களை எழுப்பிக் கோட்டையைக் கட்டுவார். அந்தக் கோட்டை நகரம் எதிரியின் பல நாள் முற்றுகையை எதிர்த்து நிற்கும் வகையில் அதற்குள் நீரும் உணவும் பிற இன்றியமையாப் பண்டங்களும் இருக்கும். (முந்திய கட்டுரையில் ஆறு நாளாய் நடந்த வேகமான முற்றுகையைத் தாங்கி நின்ற சீரங்கப் பட்டணக் கோட்டையைக் கண்டோம்.)

அவை தீர்ந்து போகுமாயின் அவற்றைக் கோட்டையின் புறத்தேயிருந்து மறைவடக்கமாய் உள்ளே கொண்டுவரச் சுரங்கப் பாதைகளும் கள்ள வழிகளும் இருக்கும்.

முற்றுகைகளை எல்லாம் முறியடிக்க வல்லவை என்று புகழ் பெற்றிருந்த கோட்டைகளெல்லாம் வீழ்ந்ததுண்டு. பலகால முற்றுகையையும் வென்று நின்ற கோட்டைகளும் உண்டு. அவற்றைக் காத்து நின்ற அல்லது தாக்கி நின்ற படைத்தலைவரின் போர்த் திறனே கோட்டையின் வலிமைக்கும் வீழ்ச்சிக்கும் காரணமாயின.

இங்கு கூறப்போவது போரில் தோற்காமல் காலத்தினால் தோற்கடிக்கப்பட்ட ஒரு கோட்டையைப் பற்றியது. விசய நகரப் பேரரசர்கள் அதன் புகழ் மங்கிய இறுதிக் காலத்தில் சந்திரகிரியிலும் செங்கற்பட்டுக் கோட்டையிலும் அரசோச்சி வந்தனர். (செங்கற்பட்டுக் கோட்டை: இ.ச.க.தொகுதி-6) சந்திரகிரி சென்னையிலிருந்து மேற்கே வடமேற்கில் சுமார் 47 கிலோ மீட்டரில் உள்ளது.

சந்திரகிரிக் கோட்டை அமைந்துள்ள குன்றுகளின் அருகே சுவர்ணமுகி ஆற்றின் இடக்கரைமீது சந்திரகிரி ஊர் உள்ளது. பழைய ஊர் இப்போது இலது. அங்கு பாழடைந்த பல கோயில்களும் குளங்களும் அரிய சிற்பங்களைக் கொண்ட மண்டபங்களும் காணப்படுகின்றன.

சந்திரகிரிக் கோட்டையை இம்மடி நரசிம்மன் என்ற யாதவ அரசர் கி.பி. 1000 ஆம் ஆண்டில் எழுப்பினார். அவரது குடியைச் சேர்ந்த பத்து மன்னர்கள் விசய நகரத்துக் கிருஷ்ணதேவராயர் (1509-1529) காலம் வரையிலும் இக்கோட்டையில் ஆட்சி புரிந்தனர். கிருஷ்ண தேவராயர் சந்திரகிரிக் கோட்டையை அழித்தார்.

விசயநகர அரச குடியைச் சேர்ந்த வேங்கடபதி 1564 ஆம் ஆண்டிலிருந்து விசயநகரப் பேரரசின் கோநகராயிருந்து வந்த பெனு கொண்டவை விடுத்து (இ.ச.க. தொகுதி-6) 1592 இல் சந்திரகிரிக்குத் தலைநகரை மாற்றினார்.

பிற்கால விசயநகர மன்னரான சீரங்கராயர் சந்திரகிரியிலிருந்த தன் அரண்மனையிலிருந்துதான், ஆங்கிலேயர் கடற்கரையோரமாய்க் கோட்டை கட்டிக் கொள்வதற்கு 1639 ஆம் ஆண்டு நிலம் கொடுத்தார். அந்த இடத்தில் தான் சென்னையின் புகழ் பெற்ற ஜார்ஜ் கோட்டை எழுந்தது. பிரிட்டீசுப் பேரரசும் அங்கிருந்துதான் இந்தியமெங்கும் விரிந்தது.

கோல்கொண்டச் சுல்தான் 1646 இல் சந்திரகிரிக் கோட்டையைக் கவர்ந்தார். ஆர்க்காட்டு நவாபு அதைக் கோல்கொண்டச் சுல்தானிடமிருந்து சந்திரகிரியைப் பின்னர் பறித்தார்.

புனிதத் தலமான திருப்பதியைக் காக்கும் பொறுப்பை ஏற்றிருந்த நவாபு அப்துல் வகாபு கானின் கையில் சந்திரகிரிக் கோட்டை 1758 இல் இருந்தது. (சந்திரகிரி திருப்பதியிலிருந்து மேற்கில் சுமார் 11 கிலோ மீட்டரில் உள்ளது.)

ஐதரலி சந்திரகிரிக் கோட்டையை 1782 இல் பிடித்து விட்டார். சீரங்கப்பட்டணத்து உடன்படிக்கை இந்த 1792 இல் ஏற்பட்டது வரையிலும் சந்திரகிரி மைசூர் நாட்டின் வசமே இருந்தது. இம்மலைக் கோட்டையைப் படை கொண்டு துளைத்துவிட முடியாது. இது வேலூர்க் கோட்டையின் மாதிரியில் கட்டப்பட்டது.

3. பரங்குன்றக் கோயிலுக்காக உயிர்ப்பலியானவர்

திருப்பரங்குன்றம் இரண்டாயிரம் ஆண்டுப் பழமையுடையது. கடைச் சங்க காலத்து (சு. 250 கி.மு.-சு.250 கி.பி.) அகநானூறும் திருமுருகாற்றுப் படையும் பாடுகின்ற சிறப்புடையது. இம்மலை இலிங்க வடிவில் இருப்பதால் பரங்குன்று என்று பெயர் பெற்றது. தொன்மமும் பரங்குன்று பற்றிப் பேசும்.

தொன்மத்தில் பரங்குன்றம்

காசியப முனிவரின் மகனும் வட மேற்றிசைக்குக் காவலனும் பலகாலம் தவம் நோற்று வாயு என்ற பதவியைப் பெற்றவனுமான வாயு தேவனுக்கும், சத்துருவின் மகனும் மந்தரமலையைப் பெயர்த்துத் தேவர்க்குதவியவனுமான நாகனாகிய ஆதிசேடனுக்கும் ஒரு காலத்தில் சண்டை நடந்தது.

வாயுதேவன் தனக்குப் பலம் மிகுதி என்று பெருமை பாராட்டினான் எனினும் அவன் போர் செய்வது தகாது என்று தேவர்கள் அவனிடம் சொல்லிவிட்டனர். ஆதிசேடன் அப்போது தேவர்கள் சொன்னபடி வாயுவை மேருமலைக்கு அழைத்து, ''நான் மேருவின் முகட்டைக் கவிழ்த்துக் கொள்கின்றேன். நீ அச்சிகரத்தைப் பெயர்த்தெடு பார்க்கலாம்'' என்று அவனிடம் அறை கூவல் விடுத்தான்.

மேரு மலையின் ஒரு துண்டு

வாயு தன் வலிமையெலாம் கூட்டி மேருவின் முகட்டைப் பெயர்த்து எறிந்தான். அது பல துண்டுகளானது. அவற்றுள் ஒன்று திருக்காளத்தியில் சென்று விழுந்தது: இன்னொன்று திருகோணமலையிருக்கும் இடத்தில் விழுந்ததாம்: மூன்றாம் முகடு திருச்சிராப்பள்ளியிலும், சத்தியம் என்ற முகடு திருப்பரங்குன்றம் ஆனதென்றும் தொன்மங்கள் கூறும்.

பரங்கிரி நாதர்

ஈசன் திருக்கயிலையில் உமைக்குப் பிரணவத்தை அருளியபோது தாயின் மடியில் கிடந்த முருகன் அதை அறிந்து கொண்டான். அவன் பிரணவத்தை மறைமுகமாய் அறிந்து கொண்ட பிழை நீங்குவதற்காக இங்கு வந்து தவம்புரிய, அம்மையும் அப்பனும் பரங்கிரி நாதராயும் ஆவுடை நாயகியாயும் அவனுக்குக் காட்சி தந்தனராம். இந்நன்னாள் தைப்பூசத்தில் பத்து நாள் விழாவாய்த் திருப்பரங்குன்றத்தில் சிறப்பாய் நடந்து வருகின்றது.

தேவயானையை மணந்த தலம்

சூரபதுமனை அழித்துத் துயர் தீர்த்த முருகனுக்கு இந்திரன் நன்றி காட்ட விரும்பித் தன் மகள் தேவயானையை இங்கு மணம் கொடுத்தான். பிரமன் இத்திருமணச் சடங்கை நடத்தி வைத்தார். இத்திருமணம் பங்குனி உத்தரத்தில் நடந்தது.

சரவணப் பொய்கை

பராசர முனிவரின் மக்களான தத்தன், அனந்தன், நந்தி, சதுமுகன், பருதி பாணி, மாலி என்ற அறுவரும் வேடிக்கையாய்ச் சரவணப் பொய்கையில் முதலையுருக்

1792

கொண்டு நீரை மோதி விளையாடினர். அதனால் நீர்கலங்கிக் குளத்திலிருந்த மீன்கள் மிதந்தன. முனிவரின் மக்கள் அம்மீன்களைப் பொறுக்கிக் கோரையில் கோத்து விளையாடுகையில், முனிவர் பொய்கைக்கு நீராட வந்தார். அவர் பிள்ளைகளைத் கடிந்து, ''நீங்கள் நெறியின்றி நடந்தமையால் மீன்களாகுக'' எனச் சபித்தார். மக்கள் தம் சாபம் எப்போது நீங்குமென்று தந்தையைக் கேட்க, முருகக் கடவுள் இப்பொய்கையில் அவதரிப்பார் என்றும் உலகம்மையான பார்வதி மகன் பொருட்டு இங்கு வந்து பாலூட்டுகையில், அவரின் திருமுலைப் பால் இப்பொய்கையில் சிதறுமென்றும் அதனால் அவர்கள் சாபம் நீங்குமென்றும் பராசரர் கூறினார்.

நாரதர்

பிரமனின் மகன். கையில் மகதி யாழ் வைத்திருப்பவர்; ஆயிரம் ஆண்டுகள் பிரமனின் அவையைக் கர்ணத் தவமிருந்தவர்; தட்சனால் நிலையில்லாது திரியுமாறு சபிக்கப்பட்டவர்; எந்நேரமும் நாராயணனின் நாமம் கூறித் திரிபவரான நாரதரும் திருப்பரங்குன்றத்தில் தவமிருந்தாராம்.

கோயில்

குன்றின் வடபுறம் கோயிலுள்ளது. கோபுர வாயிலுக்கு முன் பெரிய சுந்தரபாண்டியன் மண்டபம் உள்ளது. அங்கு 66 தூண்களும் அரிய வேலைப் பாடுகளுடன் கூடிய சிற்பங்களும் உள. அவற்றுள் நர்த்தன விநாயகர், துர்க்கை, தேவயானை, வீரபாகு முதலிய உற்றாரும் உறவினரும் முருகனின் திருமணத்திற்காகக் கூடியிருக்கும் காட்சியை இம்மண்டபத்தில் காண்கின்றோம். இம் மண்டபத்தையடுத்து ஏழு நிலைகளைக் கொண்ட இராச கோபுரமும் திருமண மண்டபமும் உள்ளன. கிழக்கில் இலட்சுமி தீர்த்தம்: மேற்கில் பிரம்ம கூடம்.

மாமண்டபத்தின் கீழேயுள்ள கோயிலினுள் அருணகிரியார், ஆறுமுகப் பெருமான், சனீசுவரர் முதலானோரின் சிறிய கோயில்கள் இருக்கின்றன. இம்மண்டபத்திலிருந்து மலையைக் குடைந்து சடாட்சரப் படிகள் என்று ஆறு படிகளைத் தாண்டிக் கருவறையை அடையலாம். இங்கு பெரிய பாறையின் நடுவில் மகிசாகர மர்த்தனியும் கிழக்கில் முருகனும் மேற்கில் பூதகணங்கள் சூழத் தாமரை மலரில் வீற்றிருக்கும் கற்பக விநாயகரும் உள்ளனர்.

கருவறை

திருப்பரங்குன்றக் கோயில் பல்லவர்களுக்கு முற்பட்ட பாண்டியரால் வெகு காலத்திற்கு முன்னரே எழுப்பப் பெற்ற தென்பர். இங்கு திருச்சுற்றுகள் எனப்படும் பிரகாரங்கள் இல. ஆனால் மண்டபங்கள் படிப்படியாய் உயர்ந்து செல்கின்றன. கருவறையிலுள்ள இறைவர் பலரையும் முருகனின் திருமண நிகழ்ச்சியையும் ஒரே நேரத்தில் காணலாம். இங்கு அமைந்துள்ள மூலவர் உருவம் மலையைக் குடைந்து ஆக்கப்பட்டது. அதனால் வழிபாடெல்லாம் வேலுக்கே நடத்தப்படுகின்றது.

சரவணப் பொய்கை

மலையடிவாரத்தில் கிழக்கே சரவணப் பொய்கை உள்ளது. இது கந்தனின்

வேலால் உருவானது என்று நம்பப்படுவதால் விரும்பியதையெல்லாம் அளிக்கும் ஆற்றல் இப்பொய்கைக்கு உண்டு என்று ஆழ்ந்த நம்பிக்கை கொள்கின்றனர்.

சமணப் பள்ளி

மலையின் மேற்கே ஒரு குகையுள் ஐந்து கற்படுக்கைகளைக் கொண்ட, சமணப் பள்ளியொன்றைக் காண்கின்றோம். தமிழ்நாட்டு மலைகளுக்கும் சமணர்க்கும் தொடர்பு இருந்து வந்ததை இதுவும் காட்டுகின்றது.

மலையுச்சியில் சிக்கந்தர் பாபா என்ற சூஃபி ஞானியின் தர்க்கா ஒன்றுள்ளது. இதன் மண்டபம் இந்து முறையிலும், தூண்கள் இஸ்லாமியப் பாணியிலும் அமைந்துள்ளன.

நெஞ்சுருக்கும் நிகழ்ச்சி

இத்தகைய தொன்மையும் பல சமயத் தொடர்பும் உடைய திருப்பரங்குன்றத்தில் 1792 ஆம் ஆண்டு நடந்த ஒரு நிகழ்ச்சி நெஞ்சத்தை உருக்குவதாய் உள்ளது.

மதுரையில் 1792 ஆம் ஆண்டு தங்கியிருந்த ஐரோப்பியப் படையினர் மதுரை மீனாட்சியம்மன் கோயிலுக்கும் திருப்பரங்குன்றத்து முருகன் கோயிலுக்கும் சேதங்களை உண்டாக்கினர். ஐரோப்பியப் படை திருப்பரங்குன்றக் கோயிலுக்குள் புக முயன்றது. இதர கோயில்களில் பெரிய திருச்சுற்றுகள் இருப்பதால் புறச் சமயத்தவரான ஐரோப்பியரால் கோயிலுக்குள் புகவும் அதன் மதில்களை அரண்களாய்க் கொண்டு போரில் ஈடுபடவும் முடிந்தது. அவர்களும் கருவறைக்குள் புகுவதில்லை.

ஆனால் திருப்பரங்குன்றக் கோயில் அமைப்பு வேறானது என்பதை முன்னே கூறினோம். இங்கு மலையைக் குடைந்தெடுத்த பெரிய குடவரையாய்க் கோயில் இருப்பதாலும் மாமண்டபங்களையன்றி மாமதில் சூழ்ந்த திருச்சுற்றுகள் இல்லாததாலும் புறச்சமயத்தவர் இதனுள்ளே நுழைவது கோயிலைத் தீட்டுப்படுவதற்கு ஒப்பாகும்.

ஐரோப்பியர் பரங்குன்றக் கோயிலுள் நுழைந்ததைப் பொறாத கோயில் பைராகி முத்துக்கருப்பன் மகனான குட்டி என்பவர் அப்படையினர் நுழைவதைத் தடுப்பதற்காகக் கோபுரத்தில் ஏறி அங்கிருந்து கீழே விழுந்து தன்னுயிரை மாய்த்துக் கொண்டார்.

வெட்டுவான் என்போர் கோயிலுக்காகத் தம் கழுத்தைத் தாமே அரிந்து உயிர்ப்பலி தரும் வழக்கம் சில கோயில்களில் இருந்தது. ஆனால் கோயிலின் தூய்மை காக்க ஒருவர் இவ்வாறு கோபுரத்திலிருந்து குதித்து உயிரை இவ்வாண்டு மாய்த்தது புதிய செய்தியாகும்.

குட்டியின் எதிர்பாராத இச்செயலைக் கண்ட ஐரோப்பியப் படையினர், கோயிலினுள் நுழைவதைக் கைவிட்டு அங்கிருந்து சென்று விட்டனர். இவ்வாறு கோயிலின் தூய்மை காக்க உயிரீந்த குட்டியைக் கோயில் அலுவலர்கள் பாராட்டி அவரது குடும்பத்திற்கு ''இரத்தக் காணிக்கை'' என்னும் பெயரில் நிலம் அளித்தனர்.

4. சென்னையின் புது ஆளுநர்

மூன்றாவது மைசூர்ப் போரில் தலைமை ஆளுநர் காரன்வாலிசுடன் கலந்து

கொள்வதற்காகப் படை நடத்திச் சென்ற ஜெனரல் மெடோசிற்குப் பிறகு, சார்லஸ் ஓக்லி (Oakly) என்றவர் அப்பதவியை ஏற்று 1794 செப்டம்பர் வரை நிலவினார்.

5. சென்னை நகரில் பல்லக்குகள்

சிவிகை, தண்டிகை என்ற பழம்பெயர்களைக் கொண்ட பல்லக்கு, இக்காலத்தில் மக்கள் பயன்கொண்ட ஊர்தியாயிருந்தது. நீண்ட தடி ஒன்றின் நடுப்பகுதியில் அமைந்த பெட்டி போன்ற பகுதிக்குள் ஆள் அமர, அதன் முன்னும் பின்னும் நீண்டிருக்கும் தடியைப் பணியாளர்கள் தோளில் வைத்துச் சுமந்து செல்லும் ஊர்திக்குப் பல்லக்கு என்று பெயர். பல்லக்கு என்பது வாழ்க்கையில் ஒருவர் உயர்வு பெற்றுச் செல்வரானதைக் குறிக்கும் மேல்நிலைச் சின்னமாகும். இதைக் கருத்தில் கொண்டுதான் அந்தக் காலத்தில் "பல்லக்கு யோகம்" என்ற சொற்றொடர் வழக்கிலிருந்தது.

சென்னையில் இக்காலத்தில் பல்லக்கு எங்கும் பொதுவான ஊர்தியாயிருந்தது. தாமஸ் டேனியல் என்ற புகழ்வாய்ந்த பிரிட்டீசு ஓவியர் 1792-1793 காலத்தில் சென்னையில் தங்கியிருந்த போது ஓர் ஐரோப்பியர் பல்லக்கில் தூக்கிச் செல்லப்படும் காட்சியை வரைந்திருக்கின்றார்.

எச். மெர்க்கம் என்ற இன்னோர் ஓவியர் "சென்னை அரசினர் இல்லமும் விருந்து மண்டபமும்" என்ற தலைப்பில் நீர் வண்ண ஓவியம் ஒன்றை 1807 ஆம் ஆண்டு வரைந்திருந்தார். அது இன்று இராஜாஜி மண்டபமாய் விளங்கும் பழைய மண்டபத்தைச் சித்திரிக்கின்றது. ஓர் ஐரோப்பியப் பெருமகன் பல்லக்கில் வந்து அக்கட்டடத்தின் உயர்ந்த படிகளின் அடியில் இறங்குவதையும் இன்னொரு பல்லக்கு அதனருகில் இருப்பதையும் அந்த ஓவியம் காட்டுகின்றது.

மனிதரை வைத்து மனிதர் தூக்கிச் சென்ற சிவிகையான பல்லக்கு, மனிதரை ஏற்றிக் கொண்டு மனிதன் இழுத்துச் சென்ற சகட ஊர்தியான பிற்காலத்து ரிக்சாவைப் போன்று இன்று மறைந்து விட்டது. பல்லக்கு பத்தொன்பதாம் நூற்றாண்டில் வழக்கிழந்தது.

தென்பாண்டி நாட்டு ஊர்ப்புறங்களில் இருபதாம் நூற்றாண்டுத் தொடக்கம் வரையிலும் திருமணங்களில் மணமக்களைப் பல்லக்கில் வைத்து ஊர்வலம் செல்லும்

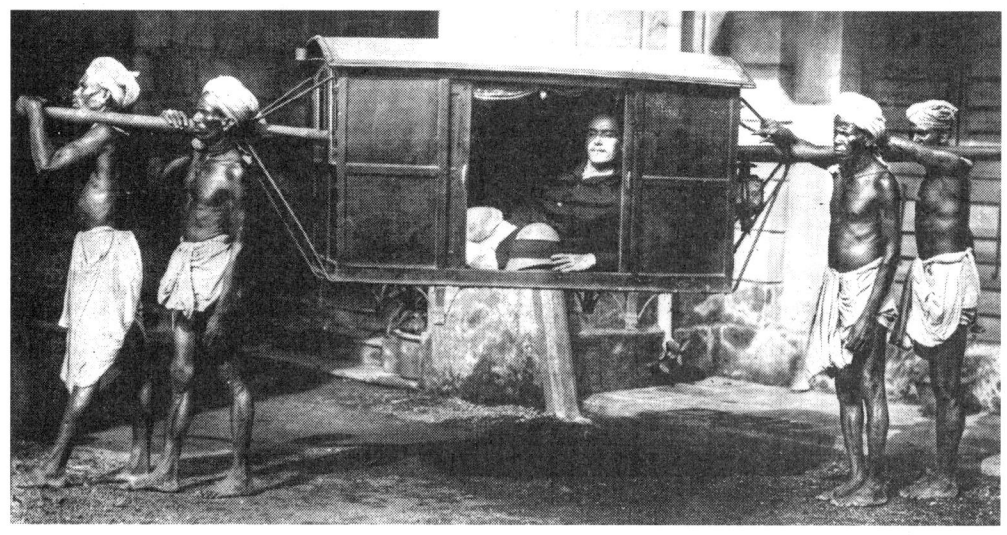

வழக்கம் இருந்தது. குறிப்பிட்ட ஒரு வகுப்பினரிடையே ''பல்லக்குத் தூக்கி'' என்ற தனிப் பிரிவினரே இருந்தனர். மனிதரை ஏற்றி இழுத்துச் சென்ற இருசகட ஊர்தியான ரிக்சா கிட்டத்தட்டப் பத்தொன்பதாம் நூற்றாண்டில் அறிமுகமாகி இருபதாம் நூற்றாண்டின் முதற் பாதிவரை ஓடியது.

6. கிறித்தவம் தழுவிய சைவப் புலவர்

பவணந்தி முனிவர் என்ற சமணர் பன்னிரண்டாம் நூற்றாண்டில் யாத்த இலக்கிய நூல் நன்னூல் ஆகும். இதற்குப் பலர் உரை எழுதியுள்ளனர். மயிலை நாதர் (நூ) நன்னூலின் முதல் உரையாசிரியர், சங்கர நமசிவாயரின் நன்னூல் உரையும் உண்டு. இந்தப் பதினெட்டாம் நூற்றாண்டில் கூழங்கைத் தம்பிரான் என்றவர் எழுதிய நன்னூல் உரை ஒன்றும் இருந்ததென்பர். அது நமக்குக் கிடைத்திலது.

கூழங்கைத் தம்பிரான் காஞ்சியில் பிறந்தவர். திருவாரூர் மடத்தில் சிறிது காலம் தம்பிரானாய் இருந்தவர். அக்காலத்திலிருந்த அந்த மடத்தின் தலைவர் தன்மீது சாட்டிய குற்றம் பொய் என்பதை மெய்ப்பிப்பதற்காகக் கூழங்கைத் தம்பிரான் பழுக்கக் காய்ச்சிய இரும்புக் கம்பியைத் தொட்டதால் கை பழுதடைந்தது. அதனால் அவர் கூழங்கையார் என்றும் கூழங்கைத் தம்பிரான் என்றும் அழைக்கப்பட்டார் என்று தெரிகின்றது. கூழங்கை என்பது குறைந்துபோன கை என்று பொருள்படும்.

அவருக்கு இந்நிகழ்ச்சி மிகுந்த வருத்தத்தைக் கொடுத்திருக்க வேண்டும். அதனால் சைவப் புலவரான அவர் கிறித்தவம் தழுவினார் என்று நம்புகின்றனர்.

அவர் ஈழநாடு சென்று அங்கிருந்த வண்ணை வயித்தியலிங்கம் செட்டியாரின் உதவியால் யாழ்ப்பாணத்தில் வாழலானார். அங்கு அவர் ''தேவப் பிரயாகையின் திருக்கதை'' ''யோசேப்பு புராணம்'' என்ற கிறித்தவச் சார்புள்ள நூல்களை இயற்றினார். பிற்சொன்ன புராணத்தில் 1023 பாடல்கள் உள்ளன.

கூழங்கைத் தம்பிரான் யாழ்ப்பாணத்தில் மயில்வாகனப் புலவருக்கும் (1779-1816) ஆறுமுக நாவலரின் (1823-1879) தந்தையான கந்தப் பிள்ளைக்கும் (1786-1842) இருபாலை நெல்லை முதலியார் ஆகியோருக்கும் இலக்கண இலக்கியம் கற்பித்தார்.

அவர் நன்னூலுக்கு உரை எழுதியிருந்ததுடன் விநாயகர் இரட்டை மணிமாலை முதலிய நூல்களையும் எழுதினார் என்று அறிகின்றோம். இவர் வடமொழி, தென்மொழிப் புலமை மிக்கவர் என்றும் சீரிய பாவலரும் மெய்ப்பொருள் வல்லவரும் ஆவார் என்றும் சைமன் காசிச் செட்டி இவரைப் புகழ்ந்து எழுதுகின்றார்.

இவர் யாழ்ப்பாணத்துச் சிராயா தெருவில் வாழ்ந்து காலமானார் என்பர். இவரது காலம் பதினெட்டாம் நூற்றாண்டின் பிற்பகுதியும் பத்தொன்பதாம் நூற்றாண்டின் முற்பகுதியுமாகும்.

7. வாரணாசியில் சம்ஸ்கிருதக் கல்லூரி

தலைமை ஆளுநரான வாரன் ஹேஸ்டிங்சு (1732-1818; பதவிக் காலம் 1774-1785) முஸ்லிம் பெரியோரின் வேண்டுகோளுக்கிணங்கக் கல்கத்தாவில் மதரசா என்ற முஸ்லிம் கல்விக் கூடத்தை 1781 இல் அமைத்தார். (இ.ச.க.தொகுதி-9) அதைப் போன்று 1792 இல் இந்துக்களுக்கென்று வாரணாசியில் சம்ஸ்கிருதக் கல்விக் கூடம் ஒன்றைக் கம்பெனி அமைத்தது.

வாரணாசியில் பிரிட்டீசுப் பேராளராயிருந்த (*Resident*) ஜானதன் டங்கன் திறமைமிக்க கம்பனி ஊழியர்; வங்கத்தில் பணிபுரிந்தவர். வரிவருவாய் பற்றிய விஷயங்களில் காரன்வாலிசிற்கு மிகுந்த உதவியாயிருந்தவர். (இவர் பின்னர் பம்பாய் ஆளுநரானார்) தலைமை ஆளுநர் காரன்வாலிஸ் பிரபின் (*1738-1805*; ப.கா. *1786-1793*; *1805*) உதவியுடன் இந்தக் கல்விக் கூடத்தை இவ்வாண்டு தொடங்கினார்.

இங்கு தொடக்கத்தில் ஒரு தலைமைப் பண்டிதரும் எட்டு ஆசிரியர்களும் இருந்தனர். ஒன்பது மாணவர்கள் சம்பளம் செலுத்தி இங்கு படித்தனர். ஏராளமான ஏழைப் பிராமணக் குழந்தைகளும் இங்கு இலவசமாய்ப் படித்தனர். இங்கு பல துறைகள் கற்பிக்கப்பட்டன.

8. இரசபுத்திர வீரனின் மான உணர்ச்சி

ஓர் ஆங்கிலேயர் வேட்டையாடிக் கொண்டிருந்தபோது, தன் வேலையாள் முறையின்றி வேட்டை நாயை அவிழ்த்து விட்டார் என்பதற்காக, முன்பின் ஆராயாது, அவனை அடித்து விட்டார். அந்த ஏவலர் ஓர் இரசபுத்திரர். இந்துப் படைவீரர்களில் உயர் சாதியைச் சேர்ந்தவர். அந்த இரசபுத்திரர் அடியை வாங்கிக் கொண்டு அதிர்ச்சியும் வியப்பும் மேலிட்டுத் தன் உடைவாளை உருவினார். அவர் தன்னுள் அமைதியாகவே இருந்தார். அவர் வைத்த விழி வாங்காமல் தன் எசமானைப் பார்த்துக் கூறினார்:

''நான் உமது ஊழியன். உமது சோற்றை வெகு காலம் உண்டு வருபவன்'' என்று சொல்லிவிட்டு வாளைத் தன் நெஞ்சில் செருகிக் கொண்டு இறந்தார்.

அவர் இச்சொற்களைக் கூறியபோது, இரங்கத்தக்க முறையில் சொல்லாது சொன்னது யாதெனில், ''உம்மால் ஊட்டி வளர்க்கப்பட்ட இக்கையைக் கொண்டு உம் உயிரை எடுக்க இயலாது. ஆனால் உம்மைக் கொல்லாது விடுத்த என்னைக் கொன்றேயாக வேண்டும். இந்த அவமானத்தோடு நான் இனி உயிர் வாழலாகாது''.

ஆங்கிலேயர் இந்துக்களில் இரசபுத்திரரையும் பாஞ்சாலத்தில் சீக்கியரையும், பாஞ்சால முஸ்லிம்களையும் வீரத்தில் சிறந்தவர்கள் என்று மதித்தனர்.

மேற்சொன்ன நிகழ்ச்சி கிரேன்ஃபோர்டு 1792 இல் எழுதி வெளியிட்ட *Sketches of the Hindoos* என்ற நூலில் காணப்படுகின்றது.

9. சீனம் திபேத்திய எல்லையை அடைத்தது

சீனம் 1792 ஆம் ஆண்டில் நேபாளத்துடனும் இந்தியத்துடனும் இருந்த தன் எல்லையை மூடிவிட்டது. நேபாளக் கூர்க்கர் துடுக்குத்தனமாய்த் திபேத்தின் மீது படையெடுத்து, அதைச் சிறிது காலம் தம் கையில் வைத்திருந்தனர். அதனால் தான் சீனம் தன் எல்லையை அடைத்தது.

திபேத்து தன் காப்பிலிருந்து வரும் நாடு என்று கருதி வந்தது. திபேத்து பீகிங்கிலிருந்து (இன்று பெய்ஜிங்கு) வெகு தொலைவில் இருப்பதால், அதைத் தாக்கினால் அதற்குச் சரியான நேரத்தில் உதவி வந்து சேரமுடியாது என்று கூர்க்கர் தவறாய்க் கணித்துக் கொண்டு வெறுங் கனாக் கண்டனர்.

ஆதலால் கூர்க்கர் படை இமயத் தொடரைத் தாண்டி திபேத்தின் தென் பகுதியைக் கைப்பற்றிக் கொண்டனர். அவர்கள் தேசு அல்லது பஞ்சன் லாமா வாழ்ந்து வந்த தாசில் ஹன்போ மடத்தைக் கொள்ளையடித்தனர். அவர்கள் திபேத்தைவிட்டு

வெளியேறு முன்னர், பிணையப் பணமாய்ப் பெருந்தொகையை வெள்ளியில் தர வேண்டும் என்று கேட்டனர்.

சீனப் பேரரசர் சியன் லுங்கு தனக்கேயுரிய ஆண்மையுடன் நடவடிக்கை எடுத்தார். அவர் ஒரு மங்கோலியக் குதிரைப் படையையும் அதிரடிப்படை ஒன்றையும் திபேத்திற்குள்ளனுப்பிக் கூர்க்கரை விரட்டி விட்டுத் திபேத்தை வென்றார். அவர் இத்தாக்குதலுக்கென்று தேர்ந்தெடுத்திருந்த படைத்தலைவர், பாழ்வெளியான திபேத்தியச் சமவெளியைத் தாண்டிச் சென்று போர் செய்து, கூர்க்கரின் படை முழுவதையும் அங்கிருந்து விரட்டினார். கூர்க்கரை அடுத்தடுத்துத் தாக்கி நிலைகுலையச் செய்தார்.

கூர்க்கர் சீனரின் இந்த அடியைத் தாங்க முடியாமல் நேபாளத்திற்கு ஓடிப் போயினர். அவர்களால் பிணையத் தொகையாய்ச் சல்லிக் காசைக் கூடப் பெற முடியவில்லை. சீனரும் திபேத்தியரும் கூர்க்கரின் தலைநகரான காத்துமாண்டைச் சூறையாடி அழித்துவிடாமல் தடுப்பதற்குக் கூர்க்கர் பெரும்பாடு பட நேர்ந்தது. நேபாளியர் மண்ணாசை கொண்டு இனிமேலும் கிளர்ந்தெழுவதைத் தடுக்க வேண்டுமென்பதற்காக எல்லையை மூடுவதென்று சீனம் முடிவு செய்தது.

சீனர் அம்பன் என்று அழைக்கப்பட்ட இரண்டு பேராளர்களின் *(Residents)* கீழ் நிலையான சீனக் காவல் படையைத் திபேத்தில் நிறுத்தி வைத்தனர். இவ்விருவரும் கிட்டத்தட்ட ஓர் ஆளுநருக்கு இருந்த மேலாண்மையைப் பெற்றிருந்தனர்.

கூர்க்கர் சீனத்தின் மீது படையெடுக்க இந்தியத்திலுள்ள பிரிட்டீசார் உதவினர் என்று மேற்கூறிய பேராளர்கள் ஐயங்கொண்டமையால், நேபாள அரசு பிரிட்டனுடன் கொண்டுள்ள தொடர்புகள் அனைத்தையும் இனிமேல் துண்டித்து விட வேண்டும் என்று சீனம் நேபாளத்தை எச்சரித்தது.

இதனால் திபேத்து ஐரோப்பியர் நுழைய முடியாத பகுதியானது. எனினும் இந்தியத்திலிருந்த ஆங்கிலேயர் திபேத்தின் தலைநகரான லாசாவினுள் எப்படியும் நுழைந்து விடுவதென்று பல காலும் முயன்றனர்.

ஐரோப்பியர் திபேத்தினுள் நுழைவதற்குப் பதின்மூன்றாம் நூற்றாண்டிலிருந்து இருபதாம் நூற்றாண்டு வரை *(1924)* முயன்று வெற்றியும் கண்டனர்.

10. பிரான்சு போரில் இறங்கியது ஏன்?

பிரஞ்சுப் புரட்சியின் இரண்டாவது கட்டம் *1792* தொடங்கி *1794* வரை நீடித்தது. இது வன்செயல்கள் மிகுந்ததாயும் வளைவு நெகிழ்வு இல்லாத கடுங்கோட்பாடுகள் கடைப்பிடிக்கப்பட்ட காலமாயும் அமைந்தது. இப்போது புரட்சியின் முடுக்கம் வெகு வேகமாயிற்று. அதனால் இதற்கு முந்திய கட்டங்களைச் சேர்ந்தவர்கள்''மிதவாதிகள்'' என்று தலைவெட்டித் தள்ளப்பட்டனர்.இந்த மாறுதலைத் தூண்டிவிட்டது போரேயாகும்.

பேரவை மன்றத்தைச் சார்ந்த பெரும்பாலான கூட்டத்தார் அண்டை நாடுகளைக் கவர்ந்து கொள்ளக் கூடிய வாய்ப்புகள் குறித்து ஆர்வத்துடன் ஆராயலாயினர்.

அரசியல் சட்ட வரம்பிற்குள்பட்ட குடியரசு வேண்டும் என்று கோரிவந்த ஃபீயா *(Feuillant)* கட்சியினர், தேசியப் போராட்டம் மன்னரின் மேலாண்மையைத் தான் வலுப்படுத்தும் என்று கூறினர். *(இக்கட்சி 1791 இல் லஃபாயத்தினால் (1757-1834) தோற்றுவிக்கப்ட்டு, 1792 இல் கலைக்கப்பட்டு விட்டது.)*

ஜிரோண்டிஸ்டுகள் (*Girondist*) என்ற மிதவாதக் கொள்கையுடைய கட்சியினரோ, ''மக்கள் போர்'' முடியரசை முற்றாய் ஒழித்து விடும் என்று கூறிவந்தனர். (இக்கட்சியினரில் பெரும்பாலர் வடமேற்குப் பிரான்சிலுள்ள ஜிரோண் வட்டாரத் திலிருந்து வந்தவர்களானதால் இப்பெயர் பெற்றனர். இக்கட்சியினரை ஜேகோபியன் கட்சியார் 1792 இல் வீழ்த்தினர்) ஜிரோண்டிஸ்டுக் கட்சியினரின் கூற்றே இறுதியில் மெய்யானது.

பிரஷியம் பிரான்சின் மீது படையெடுக்கப் போகின்றது என்ற நெருக்கடியான கட்டத்தில் நாட்டில் அலையலையென வன்செயல்கள் நடந்தன. இக்கட்சியினர் தமக்குள்ளேயே எதிரிகளைத் தேடிய போது, 1792 ஆம் ஆண்டில் இழிபெயர் பெற்ற செப்டம்பர்ப் படுகொலைகள் நடந்தன.

அதே மாதத்தில் நாட்டுப் பேரவை மன்றத்திற்காகப் புதிய தேர்தல் நடந்தது. இத்தேர்தல்களில் இடச் சாரியினரான ஃபீயா கட்சியினர் முற்றிலும் தோற்கடிக்கப் பட்டனர். இத்தேர்தல்களுக்குப் பிறகு ஜிரோண் கட்சியைச் சேர்ந்த 165 உறுப்பினரும், மாண்டஞ்சாடு (*Montangnart*) கட்சியின் 145 உறுப்பினரும் நாட்டின் ஆட்சியதிகாரங்களைப் பகிர்ந்து கொண்டனர்.

11. பிரஞ்சு நாட்டுப் பாடல் ''லா மாசலைஸ்''

பிரான்சில் புரட்சி அரசு ஆட்சி செய்து கொண்டிருந்த இக்காலத்தில், வட பிரான்சில் ரைன் ஆற்றின் கரை மீதுள்ள தலையாய உள்நாட்டுத் துறைமுகமான ஸ்டிராஸ்பர் என்ற இடத்தில் பிரஞ்சுப் படை தண்டு இறங்கியிருந்தது. அப்படையின் பொறியாளரான கிளாடு ஜோசஃ பு ரூஷட்டு தெ லிஸ்லி (*Claude Joseph Rouget de Lisle*) 1792 ஆம் ஆண்டு பிரஞ்சு நாட்டுப் பாடலை எழுதினார். இப்பாடல் முதலில் *Chant de guerre pour 1' Aimee du Rhine* (ரைன் படையினருக்கான பாட்டு) என்று தான் அழைக்கப் பெற்றது.

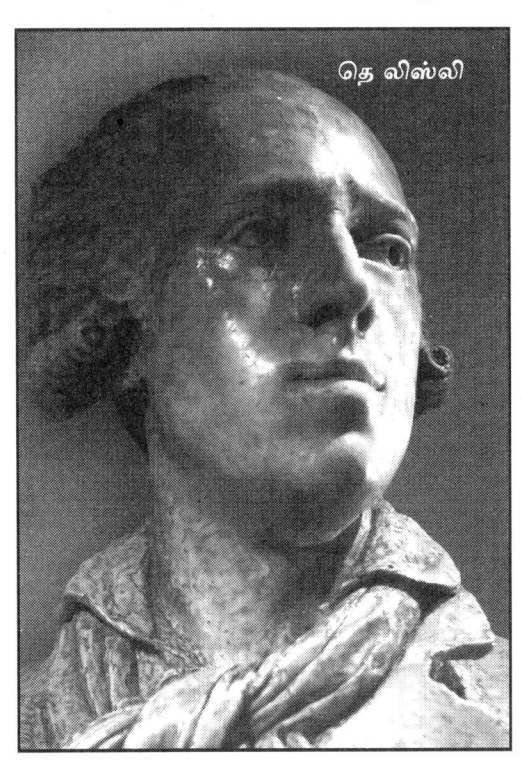

தெ லிஸ்லி

தென்கிழக்குப் பிரான்சில் லயன்ஸ் வளைகுடாவிலுள்ள மா செயிலில் இப்போது இருந்த படைவீரர்கள் பாரிசை நோக்கி அணிவகுத்துச் செல்லவிருந்தபோது, இந்தப் பாடலைப் பாடியதால், அது ''மாசலைஸ்'' (*Marseillaise*) என்று ஆனது. பாரிசில் இருந்த மா செயில் பட்டினத்தார் இப்பாடலை முதலில் பாடியதால், அதற்கு இப்பெயர் வந்தது என்று கூறுவாருமுளர்.

சுப்பிரமணிய பாரதியார் (*1882-1921*) இப்பாடலைத் தமிழில் மொழி பெயர்த்தார் என்பது சுவையான செய்தியாகும்.

(மாசெயில் என்ற பட்டினம் இன்று பிரான்சின் இரண்டாவது பெரிய நகராயும் முதன்மையான துறைமுகமாயும் உள்ளது. கிரேக்கர் கள் இதைக் கி.மு.600 ஆம் ஆண்டில் நிறுவினர்.)

12. புதிய புனித ரோமன் பேரரசர்

ஜெர்மனியில் பண்டை ஜெர்மன் இனத்தவரான ஃபிராங்கியர் அல்லது ஜெர்மன் மன்னர்கள் ஆண்ட பல்வேறு ஐரோப்பியப் பகுதிகள் அடங்கிய நிலப்பரப்பிற்குப் புனித ரோமன் பேரரசு *(Holy Roman Empire)* என்று பெயர். அம்மன்னர் புனித ரோமன் பேரரசர் என்று பட்டம் கட்டிக் கொண்டனர். (இ.ச.க. தொகுதி-6)

இக்குடியைச் சேர்ந்த இரண்டாம் லியோப்பால்டு என்ற பேரரசர் 1792 மார்ச்சு 21 அன்று 44 ஆவது வயதில் திடீரென்று இறந்தார். அவரையடுத்து அவரின் 24 வயது மகன் இரண்டாம் ஃபிரான்சிஸ் என்ற பெயரில் முடி சூடி 1806 வரை ஆண்டார். அவரே இப்பேரரசின் கடைசி மன்னர். அவர் 1806 ஆம் ஆண்டிற்குப் பிறகு முதலாம் ஃபிரான்சிஸ் என்ற பெயரில் ஆஸ்திரிய அரசராகி 1835 வரை ஆட்சி செய்தார்.

13. நியூயார்க்கில் பங்குச் சந்தை

அமெரிக்க ஒன்றியத்தின் நியூயார்க்கு நகரைச் சேர்ந்த தரகர்கள் பழைய பட்டனவுடு என்ற பித்தான் மரத்தின் கீழேயிருந்து பங்குப் பத்திரங்களை வாங்கவும் விற்கவும் செய்தனர். *(Buttonwood)* இது சிறிய மேற்கிந்திய மரம் இதன் தாவரவியல் பெயர் *Conocarpus erectus;* தாவரவியல் குடும்பம் : *Combreteeae;* இதன் பழம் பித்தானைப் போலிருக்கும். கனத்த வலுவான மரம்)

இத்தரகர்களிடையே 1792 இல் ஓர் உடன்பாடு ஏற்பட்டது. அவர்கள் அதற்கேற்பப் பங்கு வாணிப முறைகளை வரையறை செய்து கொண்டனர். அதனால் நியூயார்க்குப் பங்குச் சந்தையின் தோற்றுவாயாக 1792 கொள்ளப்படுகின்றது.

எனினும் இங்கு 1825 ஆம் ஆண்டுதான் பங்குச்சந்தை திறக்கப்பட்டது. இருப்பினும் இதிலும் பாஸ்டன் பட்டினத்தில் திறக்கப்பட்ட பங்குச் சந்தையிலும் வாணிபம் முறுக்காய் நடைபெறவில்லை. மேலும் நாற்பதாண்டுகள் வரையிலும் வெகுசிலரே பங்குப் பத்திரங்களில் வாணிபம் செய்து வந்தனர்.

14. கெண்டக்கி அமெரிக்க ஒன்றியத்தில் இணைதல்

கெண்டக்கி அமெரிக்கத்தின் தென் பகுதியில் நடுவிலமைந்த மாநிலமாகும். இது 1792 ஆம் ஆண்டு ஜூன் 1 அன்று அமெரிக்க ஒன்றியத்துடன் இணைந்தது. இம்மாநிலத்தின் மேற்குப் பகுதியில் மேடுபள்ளமான சமவெளி உள்ளது. நடுவில் பசும் புல்வெளிகள் விரிந்துள்ளன. வடமேற்கில் டென்னசி, ஓகையோ ஆறுகளின் வடிநிலப்பகுதிகள் இருக்கின்றன. கிழக்கில் அப்பலேச்சியன் மலைகள் அமைந்துள்ளன. இது ஒன்றியத்தில் இணைந்த 15 ஆவது மாநிலமாகும். இதன் தலைநகரம் ஃபிராஸ்ஃபோட்டு. நிலப்பரப்பு 102,693 சதுர கிலோ மீட்டர் - 39,650 சதுர மைல்.

15. அமெரிக்கத்தில் முதல் நாணயச் சாலை

அமெரிக்கப் பேரவை மன்றம் (Congress) ஃபிலடெல்ஃபிய நகரத்தில் அமெரிக்கத்தின் முதல் நாணயச்சாலையை நிறுவிற்று. அது 1792 ஏப்ரல் 2 முதல் பணி தொடங்கிற்று. அங்கு பதின்மான முறையில் வெள்ளி, தங்க, செப்புக் காசுகள் அச்சிடப்பட்டன.

1792

16. அடிமை வாணிபம்; டென்மார்க்கு கைவிடுதல்

டென்மார்க்கு என்ற சிறு நாடு ஜெர்மனிக்கு வடக்கிலும் வடகடல், பால்டிக்குக் கடல் ஆகியவற்றுக்கு நடுவிலும் அமைந்துள்ளது. இந்நாட்டிற்கும் தமிழகத்திற்கும் பதினேழாம் நூற்றாண்டின் தொடக்கத்திலிருந்தே உறவு இருந்து வந்தது. டேனியர் எனப்படும் இந்நாட்டினர் தரங்கம்பாடியில் 1620 முதல் இருந்து வந்தாலும், 1706 இல் தான் டேனிய மிசனை அமைத்துச் சீர்திருத்தக் கிறித்துவம் என்ற லூத்தரன் கிறித்துவத்தைப் பரப்பலாயினர். இங்கு பணிபுரிந்த சீகன்பால்கு, ஃபப்ரீசியஸ், சூல்ஸ், சுவார்ஷ் போன்ற விற்பன்னர்கள் தமிழ் இலக்கியத்திற்குப் பல வழிகளில் தொண்டு செய்துள்ளனர்.

ஒரு காலத்தில் தரங்கம்பாடியில் இருந்து கூட அடிமைகள் வெளிநாடுகளுக்குக் கொண்டு செல்லப்பட்டனர். டென்மார்க்கும் பிற ஐரோப்பிய நாடுகளைப் போன்று, சிறு அளவிலேனும் அடிமை வாணிபம் செய்து வந்தது.

அந்நாடு இந்த 1792 இல் அடிமை வாணிபத்தை முற்றிலும் கைவிட்டது. ஐரோப்பியத்தில் அடிமை வாணிபத்தை ஒழித்த முதல்நாடு டென்மார்க்கு என்ற சிறப்பையும் பெற்றது. அதன் அண்டை நாடான சுவீடன் 1813 இல்தான் அடிமை வாணிபத்தை நிறுத்தியது.

அடிமை முறைக்கு எதிராய் வாக்களிக்குமாறு பிரிட்டீசு நாடாளுமன்றத்தின் மக்கள் அவையில் இதே ஆண்டுதான் வரலாற்றாசிரியரான எட்வர்டு கிப்பன் (1737 - 1794) ஷெஃபீல்டு பிரபைக் கேட்டுக் கொண்டார்.

17. சுவீடிய மன்னர் கொலை

சுவீடன் வடமேற்கு ஐரோப்பியத்திலுள்ள முடியரசு. அது ஸ்காண்டிநேவியத் தீவக்குறையின் கிழக்கே போதனிய (*Bothnia*) வளைகுடா, பால்டிக்குக் கடல் ஆகியவற்றிலுள்ளது. இந்நாட்டிற்கும் தமிழ்நாட்டிற்கும் 1731 ஆம் ஆண்டு வாணிபத் தொடர்பு ஏற்பட்டது. (இ.ச.க.தொகுதி-4)

சுவீடனின் இரண்டாவது குஸ்தாவஸ் (*Gustavas*) என்ற மன்னரை ஒரு கொலைகாரர் 1792 மார்ச்சு 16 அன்று முதுகில் சுட்டுக் கொன்றார். அவர் 13 நாள் கழித்து மார்ச்சு 29 அன்று இறந்தார். அவர் 21 ஆண்டுகள் ஆட்சி புரிந்தபின்னர் 46 ஆவது வயதில் இறந்தார். அவரின் மகன் நான்காம் குஸ்தாவஸ் என்ற பெயரில் இவ்வாண்டு சுவீடனின் அரசராகி, 1809 ஆம் ஆண்டு கட்டாயத்தின் பேரில் முடி துறந்தார்.

18. ரொட்டி சுடுவதில் புரட்சி

அமெரிக்க ஒன்றியத்தின் வெர்மாண் மாநிலத்தைச் சேர்ந்த சாமுவல் ஹாப்கின்ஸ் (*Samue Hopkins*)மிகவும் திருத்தமான முறையில் மரவுப்பு, சாம்பலுப்பு, சாம்பல் நீறு என்ற சாம்பர நீறைச் (*Pot-ash, Pearl-ash*) செய்யும் முறையைக் கண்டுபிடித்து அதற்கு 1790 ஆம் ஆண்டு காப்புரிமைப் பட்டயம் பெற்றார். பொட்டாசியம் கார்பனேட்டு (*Potassium Carbonate*) என்ற அந்தச் சாம்பல் நீறு ரொட்டி சுடுவதில் பயன்பட்டது. அதற்காக இங்கிலாந்திற்கும் ஐரோப்பியத்திற்கும் இவ்வாண்டு 800 டன் பொட்டாசியம் கார்பனேட்டு அமெரிக்கத்திலிருந்து கப்பலேறியது.

19. போரை நிறுத்திய வயிற்றுப் போக்கு

மா ஃபிரடரிக்கு மன்னரின் *(1712 – 1786; இ.ச.க. தொகுதி-9)* உடன்பிறந்தார் மகனான இரண்டாம் ஃபிரடரிக்கு வில்லம் *(1745 – 1799 ஆ.கா. 1786 - 1803)* என்ற பிரஷிய மன்னர் பிரஞ்சுப் புரட்சி அரசிற்கு எதிராய்ப் போர் தொடுத்தார். ஆனால் அவருக்கு வயிற்றுப் போக்கு ஏற்படவே படையெடுப்பை நிறுத்திவிட்டார்.

20. பாஸ்டனில் அம்மை

அமெரிக்க ஒன்றியத்தின் கிழக்கு மசாச்சூசட்சுத் துறைமுகமான பாஸ்டனில் 1792 இல் பெரியம்மை பரவியது. இக்கொள்ளை நோயினால் இந்நகர மக்களில் கிட்டத்தட்ட எண்ணாயிரவர் இறந்தனர். அம்மைப் பால் வைத்து அம்மையைத் தடுக்கும் முறை இக்காலத்தில் இன்னும் பரவலாகக் கைக்கொள்ளப்படவில்லை. *(அம்மை: இ.ச.க.தொகுதி-3)*

21. எகிப்தில் பிளேக்கு

அண்மையில் 1993 ஆம் ஆண்டு இந்தியத்தின் வடமேற்கிலுள்ள சூரத்துப் பட்டினத்தில் பிளேக்குத் தோன்றியது என்று வந்த செய்திகளினால் உலகெங்கிலும் பெரிய பரபரப்பு ஏற்பட்டது. அதனால் இந்தியத்திற்குத் தற்காலிகமாய் வாணிபத்திலும் பிற துறைகளிலும் சிறு பின்னடைவு ஏற்பட்டது. பிளேக்கு என்றவுடன் ஐரோப்பியர் கிலி கொள்வதற்கு வரலாற்றுக் காரணங்கள் உள்ளன.

விவிலியத்தில் கூறியுள்ளபடி கி.மு.1141 ஆம் ஆண்டிலேயே இஸ்ரேலில் பிளேக்குப் பரவி மக்களை ஈசலைப் போல் கொன்றது என்பது தெரிகிறது. அசிரியத்தில் கி.மு.701 ஆம் ஆண்டு பிளேக்கு நடமாடியது. ஏதென்சில் கி.மு.430 இல் பிளேக்குப் பரவியது. ஐரோப்பியத்தில் கி.பி.540-590 ஆகிய காலத்தில் பரவிய பிளேக்கிற்கு ஜஸ்டீனியன் பிளேக்கு என்று பெயர் வைத்தனர். கருங்கொள்ளை என்ற பிளேக்கு 1346-1361 காலத்தில் ஐரோப்பியத்தை வாட்டி வதைத்தது. பின்னர் 1665-1666 ஆண்டில் மீண்டும் அலைக்கழித்தது. இது இலண்டன் நகரில் பெருங்கொள்ளை நோய் என்று பெயர் பெற்றது.

இவ்வாறு ஐரோப்பியர் பிளேக்கு என்ற கொள்ளை நோயினால் பன்னெடுங் காலமாய்ப் பல்லாயிரவரை இழந்திருந்தமையினால் இக்கொடிய நோயின் பெயரைக் கேட்டதும் அவர்கள் கிலி கொண்டு நடுங்கினர்.

இந்நோய் ஐரோப்பியத்தை மட்டும் கொன்று குவிக்கவில்லை. உலகின் பல நாடுகளில் பன்னெடுங்காலமாகவே உலவி வந்திருக்கின்றது. பிளேக்கு 1792 இல் எகிப்தில் பரவியதில் எட்டு இலட்சம்பேர் வரை இறந்தனர்.

அரசியல்

நிலக்கிழார் அமைப்பு முறை தோற்றம்
முப்பெருஞ் சட்டங்கள்
புதிய தலைமை ஆளுநர் ஷோர்
மிளகு அரசியல்
ஆட்சியிலிக் கோட்பாடு
பிரான்சிற்கு எதிராய்ப் பிரிட்டன் முதற் கூட்டணி
பிரான்ஸ் பிரிட்டன் மீது போர் தொடுத்தல்
ஜப்பானில் புதிய ஷோகன்
தார்பங்காப் பெருநிலம்
போலந்து மீண்டும் பங்கிடப்படுதல்

மருத்துவம், நோய்

ஃபிலடெல்ஃபியத்தில் மஞ்சள் காய்ச்சல்

சமயம்

இந்தியத்தில் சமயப் பரப்பியர்
மெய்யறிவு வழிபாடு

சட்டம், நீதியாட்சி

நிலக்கிழார் முறை தோற்றம்
முப்பெருஞ் சட்டங்கள்
மலபாரில் நீதிமன்றங்கள்

கல்வி, கலை, இலக்கியம்

லூவர் மியூசியம்

தொழில், வாணிபம், வேளாண்மை

கோதுமை – ஒடசா, பருத்தி அரைவை ஆலை
பீட்டுக் கிழங்கிலிருந்து சர்க்கரை

இராணுவம், போர்

திப்பு சுல்தானின் கடற்படை

வரலாறு

டேசிட்டஸ் ''வரலாறுகள்'' மொழிபெயர்ப்பு

மக்கள்

ஆபே துபாய், சர் ஜான் ஷோர், பதினாறாம் லூயி, மரா கொலை

பொது

பாந்தியன்
ஒடசா
சம்ஸ்கிருதத்தில் கடிதத் தொடர்பு
புரட்சிக் காலண்டர்
டொராண்டோ நகரத் தோற்றம்

இறப்பு

பதினாறாம் லூயி *(1754-1793)*

1793

1793

1. ஆபே துபாய் இந்தியம் அடைந்தார்

''ஆப்பிரிக்கத்தின் காட்டுமிராண்டி மக்கள் குலத்தவரில் பலரைப் பற்றிய பல திறப்பட்ட செய்திகள் நம்மிடம் உள்ளன. புது உலகின் பரந்த நிலப்பரப்பெங்கும் மனித வடிவில் சிதறிக் கிடக்கின்ற கூட்டத்தாரைப் பற்றியும் நாம் அறிந்திருக்கின்றோம். இருப்பினும் பண்டைக் காலத்திலிருந்தே பண்படுத்தப்பட்டு வந்த ஓர் இனம் இப்புவியில் உள்ளது. அந்த இனம் இப்பிரபஞ்சத்தில் காட்டுமிராண்டி நிலைக்குள் என்றைக்கும் அமிழ்ந்து விடாதது எனலாம். அது மெய்யியலாரின் கவனத்தை ஈர்க்கக் கூடிய தகுதி படைத்ததுமாகும். அந்த இனம் வழிவழியாய்ப் பன்னெடுங்காலத்திலிருந்து அறிவியலையும் கலைகளையும் வளப்படுத்திப் பண்டை உலகின் மெச்சுதலைப் பெற்றது. சமுதாயத்தில் மக்கள் அடங்கி நடப்பதற்கும் தனிப்பட்ட வாழ்க்கையில் ஒழுக்க நெறிகளைக் கடைப்பிடிப்பதற்கும் அந்த இனம் மிகக் கடுமையான நெறிமுறையை உண்டாக்கி வைத்திருந்தது.

''இந்த இனம் நாகரிகப் பெருமை ஒளிரும் பண்டை உலகம் முழுமையிலும் தன் பெருமையைப் பரப்பி வைத்திருந்தது. அது தன் நெஞ்சத்தினுள் கிரேக்கப் பேரறிவாளரான மெய்யியலாரை ஈர்த்து, அவர்கள் அதன் உயர் முதன்மையை அறிவுத் தெளிவு பெற்ற மக்களிடமெல்லாம் மனமுவந்து ஒப்புக் கொண்டனர். அம்மெய்யறிவாளர் உயர் பெருமையும் தருக்கும் கொண்டவர்களாயிருந்த போதிலும், அந்தணாளரின் ஞானச் சேகரத்தைக் கேட்டுணர்வதற்காக இந்தியம் நோக்கி நெடும் பயணம் செல்வதை இழிவாய்க் கருதினரல்லர்; பிராமணர் அங்கு வாழையடி வாழையெனச் செழித்திருந்தனர். அவ்வினத்தின் புகழ் ஐரோப்பியத்தையும் எட்டிய வரையில், அவர்கள் பண்படுத்திக் காத்து வைத்திருந்த மெய்யியலையும் அறிவியற் கலைகளையும் பற்றிய அறிவைப் பெறுவதற்காக மேலை அறிவாளிகள் அங்கு சென்றனர். ஐரோப்பியர் இத்தகைய மக்களின் நடுவில் வாழ்ந்து, இம்மண்ணின் பெரும் பகுதியை ஆண்டு கொண்டிருக்கின்ற போதிலும், இப்பேர்ப்பட்ட ஓரினம் ஐரோப்பியரால் சரியாய் அறியப்படாமல் இருக்கின்றது என்பது எத்தனை விந்தைக்குரியது.''

ஜான் அந்தணி துபாய் என்ற ஆபே துபாய் (*Abbe John Antony Dubois* சுமார் 1770-1853) தனது ''இந்திய மக்கள்'' பற்றிய நூலின் முன்னுரையில் இருவேறு பண்பாடுகளையும் அவற்றின் சிறப்பியல்புகளையும் இவ்வாறு மணிச் சுருக்கமாய்க் கூறுகின்றார்.

மைசூரிலிருந்து சுமார் இருபத்தெட்டுக் கிலோ மீட்டர் தொலைவிலுள்ள திப்பு சுல்தானின் பழைய தலைநகரான சீரங்கப்பட்டணத்திற்கு இன்று செல்பவர்கள் அதன் மிக அருகே புறநகராய் இருக்கும் கஞ்சம் என்ற சிற்றூரை அறிந்திருக்க முடியாது. அத்துடன் அங்கு ஆபே துபாய் என்ற பிரஞ்சுச் சமயத் தொண்டர் 1800 ஆம் ஆண்டில் ஏசுநாதர் கோயில் என்ற அழகிய சர்ச்சைக் கட்டினார் என்பதும் அவர்களுக்குத் தெரிந்திருக்க முடியாது.

1793

ஆபே துபாய் தென்னகத்தில் முப்பதாண்டுகள் வாழ்ந்திருந்து பணி செய்த போதிலும், அவரைப் பற்றி நாம் அறிய முடிந்தது வெகு சிலவேயாகும். அவர் பிரஞ்சு நாட்டைச் சேர்ந்த கிறித்தவ சமயத் தொண்டர். அவர் பிரஞ்சுப் புரட்சியின் கொடுமைகளைப் பாரிசில் காணப் பொறாது நாட்டைவிட்டு வெளியேறியதாய் எழுதுகின்றார். அவர் பாரிஸ் மிசன் என்ற கத்தோலிக்கத் தொண்டு அமைப்பில் 1772 ஆம் ஆண்டு குருவாய்த் தீக்கை பெற்று இந்தியத்தில் பணி புரிவதற்காகப் புதுச்சேரிக்கு வந்தார்.

ஆபே துபாய் முதலில் தமிழ்ப் பகுதியிலும் பின்னர் மைசூர் நாட்டிலும் தொண்டு செய்தார். அவரது பணி பெரிதும் மைசூர் நாட்டில் தான் நடந்தது. அவர் தத்துவ போதகசாமி என்று அழைக்கப்படும் ரொபட்டோ டீ நொபிலி (1577-1656) என்ற ஏசு சபை அச்சனைப் பின்பற்றி வாழ்ந்தார். தத்துவ போதகர் இத்தாலியின் உயர் குடியில் பிறந்தவர். பெற்றோரின் விருப்பத்திற்கு மாறாய்த் துறவு பூண்டு ஏசு சபையில் சேர்ந்து 1605 மே 20 அன்று இந்தியம் வந்தார். அவர் ஐம்பத்தோராண்டுக் காலம் இந்தியத்தில் சமயப்பணி புரிந்து 1645 இல் யாழ்ப்பாணம் சென்று, அங்கு 1656 இல் இறந்தார்.

டீநொபிலி கிறித்தவத்தில் பிராமணரையும் மேல் சாதியிரையும் சேர்க்க வேண்டுமென்று அவாவினார். அதற்காக அவர் இயன்றவரையில் பிராமணனாகவே வாழவேண்டுமென்பதைக் கண்டார். இந்நோக்கத்தைச் செயல்படுத்துவது எளிதன்று. எனினும் அவர் ஓர் இந்தியத் துறவியைப் போல் காவியணிந்தார். புலாலை ஒதுக்கினார். காலில் மரத்தாலான பாதக் குறடுகளை அணிந்தார். அவர் அக்கிரகாரத்தில் ஒரு வீடெடுத்து வாழ்ந்தார் என்றும் கூறப்படுவதுண்டு.

ஆபே துபாயும் டீநொபிலியைப் போன்று இத்தகைய கடினமான வாழ்க்கையை மேற்கொண்டு இந்திய மக்களின் நடுவே வாழ்ந்தார் என்பது குறிப்பிடத்தக்கது. ''நான் நீண்ட காலம் நாட்டு மக்களிடையே வாழ்ந்திருந்த போது, அவர்களின் பழக்க வழக்கங்கள், வாழ்க்கை முறை, உடுப்பு அணியும் விதம், அவர்கள் கொண்டிருந்த தவறான கருத்துகள் அனைத்தையும் நானும் மேற்கொண்டு அவர்களைப் போலவே, நானும் அவர்களுள் ஒருவனாய் வாழ்ந்தேன். நான் இந்த வழியில்தான் இந்திய இனத்தாருள் அடங்கிய பல்வேறு குலங்களைப் பற்றி நன்கு அறிந்து கொண்டேன். என் பணிக்குக் கட்டாயமாய் வேண்டியிருந்த உதவியை அளித்தவர்களின் நம்பிக்கைக்கும் நான் உரியவனானேன்.'' என்று அவரே கூறுகின்றார்.

இந்தியத்தில் நிலவிய சாதியமைப்பைப் பற்றி முதன்முதலில் நடுநிலையோடு ஆராய்ந்த சமூகவியல் முன்னோடி என்று அவரைக் கூறலாம். அவருக்கு நிலைத்த புகழைத் தருவது ''இந்துப் பழக்க வழக்கங்களும் சடங்கு முறைகளும்'' (*Hindu Manners and Customs and Ceremonies*) என்ற நூலாகும். இதை எச். கே. பூசம்ப் என்றவர் பிரஞ்சு மொழியிலிருந்து ஆங்கிலத்தில் மொழி பெயர்த்தார். அது 1897 ஆம் ஆண்டு வெளிவந்தது. மற்றொன்று ஜி.யூ.போப்பு (1820-1908) பிரஞ்சிலிருந்து ஆங்கிலத்தில் மொழி பெயர்த்த நூலாகும். இது 1862 ஆம் ஆண்டு வெளியானது. இதன் பெயர், ''இந்திய மக்களின் குணப்பண்பு, நடையுடை பாவனை, பழக்க வழக்கங்களும் அவர்களின் சமய, பொது அமைப்பு முறைகளும்.'' (*Character, Manners and Customs of the People of India and of their Institutions, Religion and Civil*)

''நான் எல்லாச் சாதிக்காரராலும் அனைத்துச் சூழ்நிலைகளிலும் தாராளமாயும்

மனமாரவும் வரவேற்கப்படும்படி நடந்து கொண்டேன். அவர்கள் தம்மைப்பற்றிய மிக விசித்திரமானவையும் சுவையானவையுமான செய்திகளைத் தாமே மனமுவந்து என்னிடம் அடிக்கடி கூறியுள்ளனர்'' என்று ஆபே துபாய் கூறுகின்றார்.

அவர் எதையும் ஆழ்ந்து நோக்குபவர். உன்னிப்பாய்க் காது கொடுத்துக் கேட்டவர். அவர் இங்ஙனம் கண்டும் கேட்டும் திரட்டிய ஏராளமான செய்திகளை வெகு தெளிவாயும் முறைப்படுத்தியும் எழுதியிருக்கின்ற விதத்தின் காரணமாக, அவரின் நூல்கள் படிப்பவருக்கு மிகுந்த இன்பத்தைத் தருகின்றன.

அவர் கண்டு கேட்டறிந்த பட்டறிவு தென்னிந்தியத்திற்குள் மட்டுமே அடங்கியது என்பதையும் இச்சிறு பகுதிக்குள் தான் இன்னும் அறிந்திராத கூட்டங்களும் குலங்களும் வாழ்கின்றன என்பதையும் நன்குணர்ந்திருந்தார். இந்நூலின் சில பகுதிகள் காலத்திற் கொவ்வாதனவாயிருப்பது இயற்கையேயாகும். ஏனெனில் அவரின் முன்னோடி நூல்களுக்குப் பிறகு அண்மைக் காலத்தில் இந்திய சமூக வாழ்க்கை பற்றிய பல நூல்கள் வெளிவந்திருக்கின்றன. அவற்றை இந்தியரும் பிற நாட்டாரும் எழுதியுள்ளனர். தேவதாசியர் பற்றி ஆழ்ந்து ஆராய்ந்து எழுதப் பெற்ற நூல்கள் வந்திருக்கின்றன. குறிப்பிட்ட சாதிகளைப் பற்றித் தனியாகவும் ஆய்வு நூல்கள் வெளியாயின. இந்த இரு நூறாண்டுக் காலத்தில் மக்களின் பழக்க வழக்கங்களும் தவிர்க்க முடியாத வகையில் மாறி வந்திருக்கின்றன.

இந்திய மக்களின் சமூக வாழ்க்கையும் பழக்க வழக்கங்களும் சமய நிலையும் எவ்வாறு இருந்தன என்பதை அறிய விரும்புகின்றவர்களுக்கு ஆபேயின் நூல் பெரிய அறிவுப் பெட்டகமாகும். இவ்வாறு துணிந்து கூறுவதற்கு அவருடையவற்றைத் தவிர வேறு எந்த நூலும் இலது. அவர் மக்களின் சமூக வாழ்க்கைக் கூறுகள் அனைத்தையும் கண்டு, கேட்டு, துருவி ஆராய்ந்து எழுதியிருக்கின்றார்.

பெண்ணியப் பத்தான இத் தொகுதியின் பிறிதோரிடத்தில் இக்காலத்தில் தோன்றிய பெண்ணியக்க முன்னோடி ஒருவர் பற்றிய கட்டுரையில் பெண்களின் நிலை இங்கிலாந்தில் எவ்வாறு இருந்தது என்பது பற்றிக் கூறப்பட்டுள்ளது. இந்தியத்தில் இதே கால வெளியில் பெண்களின் சமூக நிலை எவ்வாறு இருந்தது என்பதை ஆபே துபாய் படம் பிடித்துக் காட்டுகின்றார்.

இந்துப் பெண்ணானவள் ஆடவரின் போகப் பொருளாயிருக்கவும் அவர்களுக்குத் தொழும்பு செய்யவும் உண்டாக்கப்பட்டவள் என்பது போலவே நடத்தப்பட்டாள். பெண் அறிவில் குறைந்தவளாகவே மதிக்கப்பட்டாள். அதனால் அவளுக்குக் கல்வியளிப்பது முற்றிலும் புறக்கணிக்கப்பட்டது. ஆடவர் இளம் பெண்களை விளங்கிக் பெண்களில் பலர் கூரிய அறிவு படைத்தவர்களாக இருக்கின்ற னர். அவர்களுக்குக் கல்வியெனும் வாய்ப்பு மட்டும் கிடைக்குமானால், அவர்கள் அறிவில் சிறந்தோராய் விளங்குவர். பெண்ணென்பவள் உரலை ஆட்டி உலை வைத்துச் சமையல் செய்வதும் வீட்டு வேலைகளைச் செய்வதும் மட்டும் போதுமானது என்ற நிலை இருந்தது.

இறைத் தொண்டாற்றும் பணி செய்யும் ஒழுக்கமிலாப் பெண்டிரும் பொது வேசையரும் மட்டுமே எழுதவும் படிக்கவும் பாடவும் ஆடவும் வாய்ப்புகள் பெற்றிருந்தனர். (இக்காலக்கட்டத்தில் பெண்பாற் புலவர்கள் பெரிதும் இத்தகைய கணிகையர் என்பது குறிப்பிடத்தக்கது.) குலப்பெண் படிக்கத் தெரிந்தவளாயிருந்தால், அவள் ஒழுக்கம் கெட்டவள் என்று கருதப்பட்டாள். அவளும் அவமானம் என்று கருதித்

தனக்கு எழுதப் படிக்கத் தெரியும் என்பதைக் காட்டிக் கொள்வதில்லை. நடனமாடுவது என்பது முற்றிலும் வேசையர்க்கே உரியது. குலப் பெண்டிர் சில இடங்களில் பாடுவதுண்டு. ஆனால் உறவினரின் திருமணம் அல்லது பிற சடங்குகளில் மட்டுமே குலப்பெண் பாடுவளேயன்றி, வேற்று ஆடவர் இருந்தால் அவள் பாடவே மாட்டாள்.

இந்துப் பெண் பொதுவாய் ஊசியெடுத்து ஆடைகளைத் தைக்கும் வழக்கமில்லை. (மேனாடுகளில் தையலர்க்குத் தையல் வேலையும் வீட்டுப் பணிகளுள் ஒன்றாகும்.) மக்களில் கிட்டத்தட்ட அனைவருமே வெட்டாத துண்டுத் துணிகளையே உடுத்துகின்றனர். அதனால் தையற் கலையைப் பயன்படுத்துவதற்கு இடமே இல்லாது போயிற்று. அதைப் போலவே இப்பெண்களுக்குப் பின்னல் வேலையும் தெரியாது. எனினும் பருத்தியை நூலாய் நூற்பதைப் பெண்கள் அறிந்திருந்தனர்.

கேரளப் பெண்கள் இடுப்பிற்கு மேலே உடுப்பு அணியாமல் திறந்த மார்புடன் இருப்பதையும் ஆபே துபாய் குறிப்பிடுகின்றார். சில இடங்களில் முஸ்லீம் வழக்கத்தைப் பின்பற்றிய பெண்கள் குப்பாயம் அணிந்ததையும் அவர் கூறுகின்றார்.

ஆபே துபாய் முன்னோக்குடன் அல்லது அஃதில்லாமல் 1815-1821 காலத்தில் கிறித்தவ சமயம் இந்தியத்தில் பெற்றிருந்த இடத்தைக் குறித்துப் பல கடிதங்களை எழுதியிருக்கின்றார்.

இந்தியத்தின் சாதியமைப்பு முறை எவ்வாறு செயல்பட்டது என்பதை அவர் மிகச் சரியாய் எடுத்துக் காட்டுகின்றார். சாதிக் கட்டுப்பாடு இருபதாம் நூற்றாண்டு முடியப்போகும் இந்த வேளையில் சற்று தளர்ந்திருப்பினும் சூத்திரச் சாதிகளை வலங்கை, இடங்கை என்று பிரித்து அவை ஒன்றோடொன்று மோதுகின்ற நிலை மறைந்துவிட்ட தெனினும், இத்தகைய பாகுபாடுகள் இன்றும் ஏன் சமுதாயத்திற்குத் தீங்கு பயக்கின்றன என்ற காரணங்களைத் தேடுபவர்களுக்கு ஆபே துபாயின் நூல்கள் தெளிவை உண்டாக்கும் என்று துணியலாம்.

அவர் ''இந்துப் பழக்க வழக்கங்களும் சடங்கு முறைகளும்'' என்ற வெகு அருமையான இந்துச் சமூகவியல் நூலைக் கஞ்சம் கிராமத்தில் ஓய்வாய் இருந்த நேரங்களில் எழுதினார். அவருக்குத் தன் எண்ணங்களை நூல் வடிவில் எழுத வேண்டும் என்ற நோக்கம் முதலில் இல்லை.

கிழக்கிந்தியக் கம்பெனியின் வரலாற்று எழுத்தாளர்களுக்கு இந்துக்கள் பற்றிய நம்பத்தகுந்த எழுத்துகள் வேண்டும் என்று செய்தியிதழ்களில் வெளிவந்த பல விளம்பரங்களைப் பார்த்துவிட்டு ஆபே துபாய் இந்நூலை எழுதினார். அவர் இந்நூலைத் தன் தாய் மொழியான பிரஞ்சில் எழுதினார்.

அவர் அந்நூலின் கையெழுத்துப் படியை மேஜர் வில்க்ஸ் என்றவரிடம் 1806 ஆம் ஆண்டு கொடுத்தார். வில்க்ஸ் அதைச் சென்னை அரசிற்குத் தன் அன்பான பரிந்துரையுடன் அனுப்பி வைத்தார். கிழக்கிந்தியக் கம்பெனி இக்கையெழுத்துப் படிக்கு 8,000 ரூபாய் விலை தர வேண்டுமென்றும் வில்க்ஸ் தலைமை ஆளுநரான வில்லியம் பெண்டிங்கை வேண்டினார். உடனே அதை விலைக்கு வாங்கினர். அதை மொழிபெயர்த்து வெளியிடுவதற்காக இலண்டனுக்கு அனுப்பினர். ஆபே துபாயின் பிரஞ்சுக் கையெழுத்துடன் கூடிய மூலப்படி இன்றும் இலண்டனிலுள்ள இந்திய ஹௌசில் பொன்னே போல் காத்து வைக்கப்பட்டுள்ளது.

திப்பு சுல்தானுக்கும் பிரிட்டீசாருக்குமிடையே 1799 ஆம் ஆண்டு நடந்த நான்காம் மைசூர்ப் போரில் சீரங்கப்பட்டணம் வீழ்ந்த பிறகு, மைசூர் நாட்டிலிருந்த கிறித்தவ

சமூகத்தைச் சீரமைக்குமாறு தலைமை ஆளுநரான வெல்லஸ்லி பிரபு ஆபே துபாயைச் சிறப்பாய் மைசூர் நாட்டிற்கு அழைத்தார். அவர் அந்த அழைப்பிற்கிணங்கச் சீரங்கப்பட்டணம் அருகேயுள்ள கஞ்சத்திற்குச் சமயப் பணி செய்ய வந்தார். ஆனால் அவர் இந்த முயற்சியில் தோற்றுப் போனதால் அப்பகுதி மக்களுக்குப் பல வழிகளில் உதவுவதில் தன் ஆற்றல் முழுமையையும் செலவிட்டார்.

மைசூர் நாட்டில் அம்மை குத்துவதை முதன் முதலில் தொடங்கி வைத்தவர் ஆபே துபாய் ஆவார். அவர் பதினெட்டு மாதங்களில் 25,432 பேருக்கு அம்மைப் பால் வைத்தார். மைசூர் நாட்டின் புதிய மன்னராய் அரசுரிமையேற்ற மும்முடி கிருஷ்ணராச உடையாருக்கு மனைவியாய் நிச்சயிக்கப்பட்டிருந்த பெண்ணிற்கும் ஆபே துபாய் அம்மை குத்தினார். மன்னர் கிருஷ்ணராச உடையார் அம்மை குத்தும் பணியைக் கஞ்சத்தில் முன்னின்று தொடங்கி வைத்தார்.

ஆபே துபாய் ஏராளமான வேளாண்மைக் குடியிருப்புக்களையும் ஆங்காங்கே அமைத்தார். உழவர்கள், அரசு அலுவலர்கள் ஆகியோரின் ஒத்துழைப்புடன் வேளாண்மையின் பிற்போக்கான நிலைமைகளை மாற்றுவதற்காகப் பாடுபட்டார். அவர் இத்தகைய மனித நேயத் தொண்டுகளில் ஈடுபட்டதால் மக்கள் அவரைத் ''தொட்டசாமி அவரு'' (பெரியசாமி அவர்கள்) என்று மிகுந்த மதிப்புடன் அழைத்தனர்.

கிறித்தவம் பரவுவதற்குச் சாதியமைப்புப் பெருந்தடையாயிருந்தது என்பதை ஆபே துபாய் இக்காலத்தில் நன்குணர்ந்திருந்ததுடன், அதைப்பற்றி மனந்திறந்து, நடுநிலையான அறிவாளிக்கு இருக்க வேண்டிய பொறுப்புணர்ச்சியுடன் எடுத்துரைத்தார். இவரைப் போல் இது குறித்துக் கருத்துகளை வெளிப்படுத்திய ஐரோப்பியர் வேறு எவருமிலர்.

இந்துக்கள் பன்னெடுங்காலமாய்க் கைக்கொண்டுவரும் பழக்கவழக்கங்களை மாற்றிக் கொள்ளுமாறு அவர்களை இணங்கச் செய்வதற்கு இயலாது : இந்துக்களால் தமக்கு ஆன்ம நிறைவை மட்டுமே அளிக்கக்கூடிய ஒரு சமயத்தைப் பற்றி கற்பனை செய்து பார்க்கவே இயலாது; இந்துக்களை இரண்டேயிரண்டு வகுப்பினராய்ப் பிரிக்கலாம்: வஞ்சகர், ஏமாற்றுக்காரர் என்றெல்லாம் அவர் மனம் உடைந்து கூறியிருக்கின்றார்.

''நான் வெட்கத்துடன் மனந்திறந்து சொல்வேன்: மெய்யான பற்றுக் கொண்டும், தன்னலமற்ற நோக்கோடும் நான் கிறித்தவ சமயத்தைத் தழுவினேன் என்று கூறிக் கொள்ளத்தக்க எவரையும் என்னால் நினைவுபடுத்திப் பார்க்க முடியவில்லை.'' அவர் இந்தியர்களைக் கிறித்தவராக்கவே முடியாது என்ற எண்ணத்துடன் தாயகம் திரும்பினார்.

ஆபே துபாய் பற்றித் தமிழில் சி.என்.அண்ணாதுரை ஆயிரத்துத் தொள்ளாயிரத்து ஐம்பதுகளில் தனது ''திராவிட நாடு'' கிழமை இதழில் எழுதியிருக்கின்றார். ஆபே துபாய் பிராமண வெறுப்பாளர் என்பதை அக்கட்டுரையில் காட்டுவதற்கு அவர் முயன்றிருந்தார். ஆனால் ஆபே துபாய் பிராமணரின் இல்லங்களிலும் வரவேற்கப்பட்ட விருந்தாளியாவார். அவர் கசப்பான உண்மைகளை எடுத்துக் கூறியவர் எனலாமேயன்றி, மனிதரை வெறுத்தவர் என்பது பொருந்தாது. ஆபே துபாய் விருப்பு வெறுப்பற்ற நடுநிலையான சமூகவியல் ஆய்வாளர் என்பதுதான் அவரைப் பற்றிய சரியான மதிப்பீடாகும்.

பிரஞ்சு நாடு இந்தியத்தை மெய்யாய் உணர்ந்த ஆன்ம ஞானியருள் பலரை அளித்துள்ளது. ஆங்குவடில் துப்பரோன், வால்டயர், ஆபே துபாய், ரொமேன், அனட்டோல் ஃபிரான்ஸ் என்று அவர்களின் பட்டியல் வெகு நீளமானது.

2. நிலக்கிழார் அமைப்பு முறை தோற்றம்

இந்திய மக்கள் வாழ்க்கையின் அரசியல், பொருளியல், சமூகவியல் கட்டமைப்புகளில் ஆழ்ந்த விளைவுகளைத் தோற்றுவித்து ஏற்கனவே பிறர் பொருளைக் கவர்வதில் நாட்டமுடைய இயல்பினராயிருந்து வந்த மக்களிடையே ஈவிரக்கமற்ற தனிநல நாட்டமுடைய ஒரு வகுப்பை உருப்படுத்தி, அவர்களைச் சூத்திரக் கயிறுகளாய்க் கையில் வைத்துக் கொண்டு நாட்டின் அடித்தளத்தில் வலுவாய்த் தன்னை ஊன்றிக் கொள்வதற்குத் துணைபோகும் ஓர் அமைப்பைப் பிரிட்டீசார் இந்த 1793 ஆம் ஆண்டு உண்டாக்கினர். சமீந்தாரி முறை என்பது அதன் பொது வழக்கு. இந்தப் பாரசிகச் சொல்லுக்கு நிலக்கிழார் என்று பொருள். கிழார் என்பவர் உரிமை உடையவர்.

ஒரு நாட்டின் மக்களில் பெரும்பாலர் வேளாண்மையில் ஈடுபட்டவர்களாயிருப்பின், நில உடைமை, குத்தகை உரிமைகள் பற்றிய சட்டங்கள் தனி முதன்மையானவையாகும். அவை மக்களுக்கு மட்டுமின்றி, அரசிற்கும் உயர் முதன்மையுடையனவாகும்.

பிரிட்டீசார் இந்நாட்டில் தம் அகண்ட பேரரசை நிறுவி வந்த இந்தக் காலச் சூழலில், அன்றாட ஆட்சிப் பொறுப்புப் பணிகளுக்கு ஏற்றவாறு வழிமுறைகளை வகுத்துச் செயல்பட்டுக் கொண்டே சென்றனர். அவர்களின் சட்ட உணர்வையும் மேலாண்மை உறுதியையும் தெளிவாய் வெளிப்படுத்துவனவாய் அவ்வழிமுறைகள் இருந்தன. இந்தியம் பெரிய நாடானமையாலும் வெவ்வேறு பகுதிகளில் வெவ்வேறு மொழிகளும் பண்பாடுகளும் நிலவி வந்ததைப் போன்று ஆட்சியமைப்பு முறைகளும் காலந்தோறும் மாறி அமைந்தன. பொதுவாய் முஸ்லிம்களின் அல்லது முகலாயரின் ஆட்சி நிர்வாக முறையே இந்நாட்டின் பெரும் பகுதியில் கடைப் பிடிக்கப்பட்டு வந்தது. எனினும் நிலவுடைமை உரிமை பற்றிய மரபுகளும் நடைமுறை வழக்கங்களும் ஒரே சீராய் இந்நாட்டில் இருந்ததில்லை.

1793

நில அளவாய்வு

பிரிட்டீசார் இவையனைத்தையும் பேரரசு முழுமைக்கும் இயையும் வகையில் செந்தரமாக்குவதுதாம் ஆட்சி நடத்துவதற்கு எளியதாயிருக்கும் என்ற நெடிய முன்னோக்குடன் செயல்பட்டு வந்தனர் என்பதையே இந்த ஆண்டு இந்தியத்தில் புகுத்தப்பட்ட நிலக்கிழார் முறை புலப்படுத்துகின்றது. பிரிட்டீசார் கால் நூற்றாண்டிற்கு முன்னரே இதற்கு வேண்டிய அடிப்படைப் பணிகளை மேற்கொண்டு விட்டனர்.

அவர்கள் 1767 ஆம் ஆண்டில் நில அளவாய்வுத் துறையை இந்தியம் முழுமைக்கும் அமைத்துவிட்டனர். ஆனால் அதற்கு முன்னரே பல இடங்களில் நில அளவாய்வுப் பணிகள் தொடங்கிவிட்டன என்பதையும், இவ்வாண்டு கொண்டு வரப்பட்ட நிலக்கிழார் முறைக்கு அது பல்லாற்றானும் பயன்படப்போகின்றது என்பதையும் எண்ணிப் பார்க்கையில், அவர்களின் தீர்க்க தரிசனத்தை மெச்சாமல் இருக்க முடியாது. (இந்திய நில அளவாய்வு : இ.ச.க.தொகுதி-7,9)

வங்க ஒழுங்குமுறை விதிகள்

நிலக்கிழார் முறை மிகவும் முக்கியமான நடவடிக்கை என்பதும், அது நீடித்து நின்று பயன்தர வல்லது என்பதும் காலப்போக்கில் மெய்ப்பிக்கப்பட்டுவிட்டன. அது

பொதுவாய் *Permanent Settlement* என்று அழைக்கப்பட்டது. இந்த விதிமுறைகளின்படி அமைந்தது நிலக்கிழார் முறை என்ற அமைப்பாகும்.

நிலக்கிழார் முறை தோற்றம்

வங்கத்தின் வருவாயில் பாதிக்கு மேற்பட்ட தொகை உழுது பயிரிடக்கூடிய நிலங்கள் அனைத்திலுமிருந்து பெறப்பட்டது. பிரிட்டீசார் வங்கத்தில் நவாபின் இடத்தைப் பற்றிக் கொண்டு தம் நேரிடையான ஆட்சியை அங்கு 1765 இல் நிறுவியபோது, சமீந்தார், தாலுக்தார் என்று பலவாறாய் அழைக்கப்பட்ட குத்தகைக்காரர்களிடம் நிலவரி தண்டும் உரிமை தரப்பட்டது. (இ.ச.க.தொகுதி-7) அவர்கள் வரி தண்டும் குத்தகையை எடுத்துக் கொண்டு, ஒப்புக் கொண்ட குத்தகைத் தொகையைக் கம்பெனியிடம் செலுத்திவிட்டு, தண்டிய வரியில் எஞ்சிய தொகையைத் தமக்கென்று வைத்துக் கொண்டனர். அவர்கள் பேராசையால் மக்களைக் கொடுமைப்படுத்தி மிகைவரி தண்டினர். அவர்கள் ஐம்பதாண்டுகளுக்கு மேலாய் உழவர்களிடமிருந்து இவ்வாறு மிகு வரி வாங்கிவந்தனர்.

குறிப்பிட்ட சில பகுதிகளின் பல்வேறு தன்மைத்தான பரப்புகளாயிருந்த நிலத்திலிருந்து இத்தகைய குத்தகைக்காரர்களான சமீந்தார்கள் வரி தண்டி அரசிடம் செலுத்தும் பொறுப்பை வைத்திருந்தனர். இம்முறையில் ஊழல் புரிவதற்கு ஐயத்திற்கிடமின்றி வாய்ப்புகள் இருந்தன. எனினும் பிரிட்டீசார் 1777 வரையிலும் இந்த ஏற்பாட்டின்படி வரி பெற்று வந்தனர்.

முகலாயப் பேரரசர் ஷா ஆலம் *(ஆ.கா.1759-1806; இ.ச.க.தொகுதி-6,7) 1765* ஆம் ஆண்டு கம்பெனியுடன் செய்து கொண்ட உடன்படிக்கைப்படி ஒரிசம், பிகார் என்ற பரந்த நிலப்பரப்புகளுடன், வங்கப்பெருநிலம் பிரிட்டீசாருக்குக் கிடைத்தது. இதற்குத் திவானி உரிமை என்று பெயர் சொல்லினர். இப்பரந்த நிலப்பரப்பு முழுமைக்கும் தனி முதல் ஆளுகை உரிமையை அது கம்பெனிக்கு அளித்தது. அதனால் கம்பெனி அப்பெருநிலப் பரப்பு முழுமைக்கும் உரிமையுடையதானது.

அதனால் கம்பெனி பழைய அரசு அலுவலர்களை வைத்துக் கொண்டுதான் ஆட்சிப் பணிகளைச் செய்துவர நேர்ந்தது. அவ்வூழியரின் பட்டறிவைக் கொண்டுதான் பிரிட்டீசார் நடக்க வேண்டிய கட்டாயம் ஏற்பட்டது.

வாரன் ஹேஸ்டிங்சின் காலத்தில் *(1732-1818;* பதவிக்காலம் *1774-1785)* இந்த ஏற்பாடு மாற்றப்பட்டது. வங்க நவாபுகளான முன்னாள் ஆட்சியாளரின் அலுவலர்கள் என்ற நிலக்கிழார்களான சமீந்தார்களை ஒதுக்கித்தள்ள வேண்டுமென்று வாரன் ஹேஸ்டிங்சு கருதினார். ஆதலால் அரசின் சார்பில் வரி தண்டும் உரிமையை ஏலம்விட்டு, எவர் கூடுதலான தொகைக்கு ஏலம் எடுக்க முன்வருகின்றாரோ, அவருக்குக் குத்தகை உரிமையைத் தந்து விடுவதென்று ஏலம் விட்டனர். ஆனால் வரி கொடுப்பவர்களைக் கசக்கிப் பிழிந்து, ஆதாய நோக்குடன் ஏலம் எடுக்க முன் வந்தவர்களின் கைக்கு வரி வருவாய்ப் பணி சென்றுவிட்டது. இதனால் அரசின் வருவாய் குறையலாயிற்று.

எனவே கம்பெனியார் தம் முகவர்களின் *(agents)* வழியாய் நேரடியாய் வரி தண்ட முயன்றனர். இதுவும் எண்ணிய பலனைத் தரவில்லை. ஏனெனில் கம்பெனி முகவர்களுக்கு நிலங்களின் வகைகள், குத்தகை முறை அல்லது பயிர் செய்முறை ஆகியன பற்றி எதுவும் தெரியாது.

நிலம் யாருக்குத்தான் உரிமையானது என்பதை முடிவு செய்வதும், பிரிட்டீசாருக்குப் பெருஞ் சிக்கலாயிருந்தது. பழக்க வழக்கம், மரபு என்று தெளிவாய் வரையறுத்திராத முறைகளையும் ஏற்பாடுகளையும் அடிப்படையாய்க் கொண்ட ஒரு சமுதாயத்தையும் அவர்களால் பொறுத்துக் கொள்ள முடியவில்லை.

எழுத்து வடிவான ஏதேனுமோர் ஆவணத்தில் தனி உரிமை, தனிப்பட்ட சொத்து ஆகியன பற்றித் தெளிவான சான்றோ விளக்கமோ இல்லாதபோது, ஓர் அரசினுடையதும் தனிப்பட்ட மனிதனுடையதுமான பங்கை எங்ஙனம் தெளிவாய் வரையறுக்க முடியும்?

அரசு நீதி பரிபாலனம் செய்வது என்ற அடிப்படையில் இயங்குவதாகும். சட்டம் என்பது தனிப்பட்டவர்களின் உரிமைகளைப் பேணும் முறைகளைச் செயல்படுத்துவதே அரசின் அடிப்படையான கடமை என்பது ஆங்கில விக்கு (Whig) கட்சியினரின் கருத்தாகும். நிலவுடைமை என்பது இயற்கை விதியின் ஒரு பகுதி என்று விக்குகள் கொண்டிருந்த மனப்போக்கில் இக்கருத்து ஆழமாய்ப் பதிந்திருந்தது. நிலவுடமையிலிருந்து தான் சமூகத்தின் இயற்கையான பல படிநிலைகள் தோன்றுகின்றன.

அரசு சமூகத்தின் மீது தனது மேலாண்மையைச் செலுத்தலாகாது; சமூகம் தக்கதும் சமமானதுமான முறையில் இயங்குவதற்கு அரசுதான் காப்புறுதி அளிக்க வேண்டும் என்பதும் விக்குகளின் கொள்கையாகும். (விக்கு கட்சி என்பது இங்கிலாந்தில் 1697 முதல் 1832 வரை மக்கள் உரிமைகளுக்காகப் போராடி வந்தது. நாடு ஜனநாயக வழியில் செல்ல வேண்டுமென்றும் அக்கட்சி பாடுபட்டது. இது பின்னர் லிபரல் கட்சியானது. இதன் எதிர்க் கட்சிக்கு டோரி (Tory) என்று பெயர். பிரிட்டனில் இக்காலத்தில் விக்கு கட்சியின் ஆட்சிதான் நடந்து வந்தது)

1793

நிலவுடைமை உரிமைக்கு நிலையான தீர்வு

நிலவுடைமைக்கு நிலையான தீர்வு என்பது ஆங்கிலத்தில் *Permanent Settlement* என்ற சொற்றொடரால் குறிக்கப்படுகின்றது. தலைமை ஆளுநரான காரன்வாலிஸ் பிரபு 1793 ஆம் ஆண்டின் இரண்டாவது ஒழுங்கு முறைச் சட்டம் (*Regulation Act II of 1793*) என்ற சட்டத்தைக் கொண்டு வந்தார்.

காரன்வாலிஸ் பிரபு தலைமை ஆளுநராயிருந்த காலத்தில் கம்பெனி ஆட்சியில் பல சீர்திருத்தங்கள் கொண்டு வரப்பட்டன. (இ.ச.க.தொகுதி-9) அவர் கம்பெனி ஊழியரிடையே நிலவி வந்த ஊழலை ஒழிக்க வேண்டுமென்பதில் உறுதியான நடவடிக்கைகளை எடுத்தார். கம்பெனியின் ஊதியக் கொள்கை மிகவும் தவறானது என்பதை அவர் உணர்ந்து கொண்டு அதற்கேற்பச் செயல்பட்டார். அவர் பதவியேற்ற காலத்தில் கலக்டர்களின் மாதச் சம்பளம் 1200 ரூபாயாய்த்தான் இருந்தது. அவர் அதை 2000-4000 ரூபாயாய் உயர்த்தினார். கம்பெனி இயக்குநர்கள் இதற்கு இசையவில்லை. எனினும் காரன்வாலிஸ் அவர்களை இணங்கச் செய்துவிட்டார். காரன்வாலிசின் சீர்திருத்தங்களில், அவர் கம்பெனி ஊழியர்களின் ஊதியத்தை உயர்த்தியதுதான் பெரும் பயன் தந்தது என்பர்.

எனினும் அவர் நீதித் துறையிலும் நிர்வாகத் துறையிலும் கொண்டு வந்த சீர்திருத்தங்களெல்லாம் நன்மை பயப்பனவாய் அமையவில்லை. அவரின் சீர்திருத்தங்கள் நன்னோக்கமுடையனவாயினும் சில செயல்கள் நன்கு எண்ணிப் பார்த்துச்

செய்யப்படவில்லை என்பதற்கு, அவரது காலத்தில் செயல்படுத்தப்பட்ட நில வரி வருவாய் பற்றிய நிலையான தீர்வு (*Permanent Settlement*) ஓர் எடுத்துக்காட்டு ஆகும். இது தற்கால வரலாற்றாசிரியரான சர் பெண்டரல் மூன் (*Sir Penderal Moon*) என்பவரின் கருத்து ஆகும்.

மூன் இது பற்றித் தனது *The British Conquest and Dominion of India* என்ற நூலில் எழுதியுள்ளார்.

அது (நிலையான தீர்வு) அவரது சொந்தக் கருத்து அன்று, மாற்றமுடியாத கப்பக் குத்தகை ஒரு கட்டத்தில் மதிப்பிட்டு உறுதி செய்யப்பட வேண்டும் என்ற விதி, பிட்டு கொணர்ந்த இந்தியச் சட்ட முன்வரைவில் இருந்தது. அது கம்பெனி இயக்குநர்களின் வற்புறுத்தலினால் பின்னர் நீக்கப்பட்ட போதிலும் நிலையான தீர்வு வேண்டும் என்ற கருத்தைக் காரன்வாலிஸ் இங்கிலாந்தை விட்டு நீங்குமுன்னர் தாயக ஆட்சியாளர்கள் அவரிடம் பரிந்துரைத்தனர். தலைமை ஆளுநரின் ஆலோசனைக் குழுவில் இடம் பெற்றிருந்த சர் ஃபிலிப்பு ஃபிரான்சிஸ் கூறிய கருத்துகளை அடிப்படையாய் வைத்துத் தாயக ஆட்சியாளர்கள் காரன்வாலிசிடம் இங்ஙனம் கூறினர். ஃபிரான்சிஸ் வங்கத்திலிருந்த கம்பெனி ஊழியர் சிலரிடமிருந்து இக்கருத்தைப் பெற்றார். அவர்களுள் ஜான் ஷோர் ஒருவராவார். எனினும் ஷோர் இக்கருத்தைப் பின்னர் மாற்றிக் கொண்டார்.

''வாரன் ஹேஸ்டிங்சு தலைமை ஆளுநராயிருந்த காலத்தில் ஐந்தாண்டுக் காலத்திற்கொரு முறை நிலவரியை முடிவு செய்து விதிக்கும் ஆண்டுக் குத்தகை முறை காலாவதியானதும், இந்த நிலவரி விதிப்பு ஏற்பாடு ஊழலுக்கு முக்கியமான காரணமாயிற்று. சமீந்தார்கள் என்ற நிலக்கிழார்கள் ஆண்டுக்காண்டு எவ்வளவு குத்தகை செலுத்துவது என்பதும் தம் நிலத்தைத் தொடர்ந்து தாமே வைத்துக் கொள்ள முடியுமா அல்லவா என்பதும் நிச்சயமில்லாதிருந்ததால் அவர்களால் தம்முடமையாயிருந்த நிலங்களைச் சீர் செய்து வளப்படுத்துவதற்கு வேண்டிய ஊக்குதல் இல்லாமற் போயிற்று. நீண்ட காலக் குத்தகை ஏற்பாடு வேண்டும் என்ற கருத்தை ஹேஸ்டிங்சு ஆதரித்தார். குறைந்தது பத்தாண்டுக் காலத்திற்கு நிலவரி என்னவென்பதை முடிவு செய்து தீர்த்துவிட வேண்டும் என்ற எண்ணம் இருந்தபோதிலும், அந்தக் கால வரைக்குள் நிலவரியை மதிப்பிட்டுத் தீர்ப்பதற்கு வேண்டிய தகவல்கள் அனைத்தும் கிடைத்து விடுமா என்பது குறித்து ஐயப்பாடு இருந்தது.

''இன்னொரு சாரார் இதைக் குறித்து ஆராய்ந்ததில், நிலக்கிழார்கள் வரி வருவாய் ஊழியர்களைச் சரியாய் ஏமாற்றி வருகின்றனர் என்றும் அவர்கள் இப்போது செலுத்தி வருவதைவிடக் கூடுதலான குத்தகைத் தொகையை அவர்களால் கொடுக்க முடியும் என்றும் கண்டனர். ஷோர் உள்பட வேறு சிலர் இம்முடிவுகளை ஏற்கவில்லை. எனினும் நிலம் தொடர்பான போதிய தகவல்கள் இல்லை என்பதை அவர்கள் ஒப்புக் கொண்டனர்.

''இந்நிலையில் தற்போது இருக்கின்ற புள்ளி விவரத் தகவல்களை வைத்து நீண்ட கால அளவில் நிலவுடைமை உரிமையைத் தீர்மானித்து நிலக்கிழார்கள் செலுத்த வேண்டிய குத்தகைத் தொகையை விதிப்பது என்று காரன்வாலிஸ் முடிவெடுத்தார். அதற்கேற்ப வருவாய் வாரியம் திட்டங்களை வகுக்க வேண்டுமென்று அவர் கட்டளையிட்டார். இப்பணி பெரிதும் ஷோரின் தலையில் விழுந்தது. அவர் உதவியாளர் பலருடன் சேர்ந்து இரண்டாண்டுகள் பாடுபட்டு, மாவட்ட ஆட்சித் தலைவர்கள்

1793

அனுப்பி வைத்த அறிக்கைகளையும் பிற செய்திகளையும் நுணுகி ஆராய்ந்தார். அதன் பிறகு தற்போது இருந்துவரும் நிலக்கிழார்களை வைத்துக் கொண்டு பத்தாண்டுக் காலத்திற்கு விதிக்க வேண்டிய வரி பற்றித் தீர்மானித்து, அவர் ஒரு திட்டத்தைக் கொடுத்தார். அவர் நிர்ணயித்திருந்த வரி விகிதம் மிகக் கடுமையாயிருந்தது. இத்திட்டத்தை நிலையாய் வைத்துக் கொள்ளலாம் என்றும் ஷோர் கருத்துக் கூறியிருந்தார்.

எனினும் அதற்குச் சிறிது காலத்திற்குப் பிறகு தனியாய் ஒரு சிற்றறிக்கையையும் தந்தார். இந் நிலவரித் தீர்வு நிலையானது என்று உறுதியான வாக்குறுதி எதையும் தரவேண்டாமென்று அதில் பரிந்துரைத்திருந்தார். இந்தத் திட்டத்தைப் பத்தாண்டுக் காலம் நடைமுறைப்படுத்திப் பார்த்த பிறகு, இது பற்றி மேலும் ஆராய வேண்டுமென்றும் ஷோர் கேட்டுக் கொண்டார். பத்தாண்டுகளுக்குப் பிறகு இதைவிட மேலும் தெளிவு ஏற்பட்டு விடாது என்று கருதிய காரன்வாலிஸ் ஷோரின் பத்தாண்டுக்கால வரித் தீர்வின் கீழ் செய்யப்படும் வரி விதிப்பை நிலையானது என்றும் மாற்றமுடியாதது என்றும் அறிவிக்க வேண்டுமென்று தாயகத்திலிருந்து ஆட்சியாளருக்குப் பரிந்துரைத்தார்.

இது குறித்துக் கம்பெனி இயக்குநரிடையே கருத்து வேறுபாடு இருந்தது. இதைப் பற்றி முடிவெடுக்க வேண்டிய பொறுப்பு கட்டுப்பாடு வாரியத் தலைவரான ஹென்றி தண்டஸ் கையில் இருந்தது. அவர் தலைமை அமைச்சர் பிட்டின் ஆதரவைப் பெற்றுக் காரன்வாலிசின் பரிந்துரையை வலுவாய் ஆதரித்தார். ஆதலால் 1790 ஆம் ஆண்டு கொண்டு வரப்பட்ட பத்தாண்டுக் கால வரி விதிப்புத் தீர்வுமுறை 1793 ஆம் ஆண்டு நிலையான தீர்வு என்று அறிவிக்கப்பட்டு விட்டது.

ஆதலால் பிரிட்டீசு ஆட்சிக்கு முன்னரே நிலவரி தண்டிவந்த சமீந்தார்களுக்கு நிலப்பிரபு (landlord) என்ற பட்டம் தரப்பட்டது. இத்தகைய நிலக்கிழார்களுக்கு அல்லது நிலப் பிரபுக்களுக்கு நிலையானதும் வழிவழியாய் ஆண்டு அனுபவிக்கக் கூடியதும் பிறருக்கு மாற்றித் தரக் கூடியதுமான நிலவுடைமை உரிமைகளை 1793 ஆம் ஆண்டின் முதல் ஒழுங்குமுறைச் சட்டம் அளிக்கின்றது.

பிரிட்டீசு ஆட்சி விரிந்து பரவப் பரவ வங்கத்தில் கைக் கொள்ளப்பட்ட நிலவுடைமைத் தீர்வு முறை, இந்தியத்தின் பிற பகுதிகளுக்கும் விரிக்கப்பட்டது. இருப்பினும் இயன்ற இடங்களில் மட்டும் தனிப்பட்டவர்களை அல்லது ஓர் அமைப்பை நிலவுரிமையாளர் என்று கம்பெனி ஏற்றுக் கொண்டது. குறிப்பாகப் பம்பாயிலும் சென்னை மாநிலத்தின் தென் பகுதியிலும் அத்தகைய நிலவுரிமையாளர் என்ற ஒரு வகுப்பினர் இருந்தனர். இந்தியத்தின் பிறபகுதிகளில் நிலக்கிழார் என்ற சமீந்தார்கள் இருந்தனர். அவர்களுக்கு உரிமையான நிலப்பரப்புச் சில ஊர்கள் மட்டுமே அடங்கியதாகவும் சில மாவட்டங்களைக் கொண்டதாயும் பல்வேறு அளவுகளில் இருந்தது.

சென்னை மாநிலத்தின் சிற்றூர்களை ஒன்றாய்ச் சேர்த்து, அதை ஏலத்தில் விற்று, அங்கு இதற்கு முன்னர் நிலக்கிழார்கள் இல்லாதிருந்த இடங்களில் அத்தகைய ஒரு வகுப்பை உண்டாக்கலாம் என்று திட்டமிட்டனர். சில மாவட்டங்களில் அவ்வாறு செய்யவும் பட்டது. ஆனால் வகையானதும் நிலையானதுமான நிலவுடைமை உரிமை நிலையாய்த் தீர்க்கப்பட்ட பிறகு அந்த ஏற்பாடு 1802 ஆம் ஆண்டிற்குப் பிறகு கைவிடப்பட்டது. அதற்கு மாற்றாய் இரயத்து வாரி என்ற மற்றோர் ஏற்பாட்டைக் கொண்டு வந்தனர்.

இரயத்துவாரி முறை

இரயத்து என்ற அரபுச் சொல்லுக்கு உழவர் என்பது பொருள். நிலத்தில் பாடுபடுபவருக்கு இரயத்து என்று பெயர்.

நிலங்களையும் ஏனைய சிறு உடைமைகளையும் ஆய்வு செய்தபிறகு, பயிர் செய் நிலங்கள் அனைத்திற்கும் செலுத்தப்பட வேண்டிய தீர்வையை நிலையானதாய்க் கணிப்பது என்ற அடிப்படையில் உழவர் குத்தகை முறையான இரயத்துவாரி ஏற்பாடு அமைந்தது. இவ்வாறு கணித்து முடிவு செய்யும் தொகையை அரசும் உழுது பயிரிடுபவரும் ஆண்டுதோறும் செய்து கொள்ளும் ஒப்பந்தப்படி, உழுபவர்கள் கொடுத்து விட வேண்டும். சென்னை மாநிலத்தில் இத்தகைய நிலத் தீர்வு முறை அமைந்ததற்குச் சர் தாமஸ் மன்றோ காரணராயிருந்தார்.

இராம மோகனர்

இந்தியம் இங்ஙனம் குடியானவனிலிருந்து கோலோச்சும் நாட்டரசர் வரையிலும் பேரரசின் அரசியல், பொருளியல், சட்டவியல் தளைகளால் பிணிக்கப்பட்டுக் கொண்டிருந்த நேரத்தில், இவை குறித்து ஒரு குரலெடுத்துப் பேசுவதற்கு எவரும் இருந்திலர். பாரதநாடு சமயத்தாலும் பண்பாடுகளாலும் ஊடகமாய் ஒன்றிணைந்திருந்த போதிலும், ஆன்ம நேய உணர்வோடு அரசியலால் சேர்த்திணைக்கப் பட்டிருக்கவில்லை.

எனினும் பன்னெடுங்காலமாய்ச் சாதி அடிப்படையிலும் அரசியல் கொடுங் கோன்மைகளாலும் சுரண்டப்பட்டு வந்த மக்களை, இந்நாட்டவரைக் கொண்டே உறிஞ்சி, அத்தகைய கங்காணியரைத் தன் பிடியில் வைத்துக் கொண்டு, ஆட்டிப் படைத்த அயல் வல்லாளரின் கூர்த்த மதிபடைத்த இச்சதிகளை, இதற்கு முப்பத்தெட்டு ஆண்டுகளுக்குப் பிறகு *1831* ஆம் ஆண்டு தான் ஒருவர் அம்பலப்படுத்தினார்.

''பிரிட்டீசார் இந்திய மூலப்பொருள்களை ஏற்றுமதி செய்து அவற்றினை உற்பத்திப் பண்டங்களாகத் திரும்பவும் இந்தியாவில் இறக்குமதி செய்து வருவதன் மூலமாக, இந்திய மக்களின் செல்வங்களைக் கொள்ளையடித்து வருகின்றனர். ஜமீன்-இனாம்தாரி முறை என்னும் நிலப்பிரபுத்துவ உற்பத்தி முறையால் *(Feudal Landlordism)* உழவர்களிடமிருந்து விளைச்சலில் *90* சதத்திற்கு மேலாக நிலப்பிரபுக்கள் கொள்ளையடித்து வருகின்றனர். இரயத்துவாரி என்னும் ஃபியூடலிச முறையால் *(Feudalism)* வரிக் கொடுமைகளுக்கு உள்ளாகிய உழவர்கள் வருமானத்தில் பாதிக்கு மேலாக வரியாகவோ, வாரமாகவோ அதிகாரிகளிடம் செலுத்தி வந்தனர். இத்தகைய உண்மையை உணர்த்தியவர் இராஜாராம் மோகன்ராய்'' என்று காந்திய நெறியாளரான எம்.வி.சுந்தரம் *(1917-)* தெளிவாய் உணர்த்துகின்றார்.

இராசாராம் மோகனர் *1831* ஆம் ஆண்டில் இந்தச் சுரண்டல் முறை பற்றி இவ்வாறு தன் கருத்துகளைக் கூறியிருந்தார் :

''இருவிதமான இம்முறைகளால் *(Zamindari and Ryotwari Systems)* உழவர்களின் நிலை மிகவும் இரங்கத் தக்கதாகியது. ஒரு முறையினால் உழவர்கள் பேராவலும் பெரும்போக்கும் உடைய நிலக்கிழார்களின் தயவில் வாழுமாறு விடப்படுகின்றனர். மற்றொரு முறையால் நில அளவாய்வாளர்களும் அரசின் வருவாய் ஊழியர்களும் கசக்கிப் பிழிந்து வரிவாங்கும் கொடுமைகளுக்கு உள்ளாகின்றனர். நான் இவ்விரு சாரார் மீதும் இரக்கம் கொள்கின்றேன்.''

காரல் மார்க்ஸ்

இராஜாராம் மோகனாரின் இக்குரலை எதிரொலிப்பது போல் காரல் மார்க்சும் (*Karl Marx : 1818-1883*) இந்தச் சுரண்டல் ஏற்பாட்டின் ஆழ்ந்த உள்நோக்கத்தை எடுத்துக் காட்டினார்.

''அவர்கள் (பிரிட்டீசார்) வங்கத்தில் பெரிய அளவில் ஆங்கில நிலப்பிரபுத்துவ முறையின் கேலிச் சித்திரம் போல் நிலப்பிரபுத்துவத்தைச் செயல்படுத்தியுள்ளனர். தென்னிந்தியத்தில் சிறு கேலிச் சித்திரம் போல் நில ஒதுக்கீடு; வடமேற்கில் இந்திய மக்களையே கேலிச் சித்திரமாக்கும் வகையில் நிலவுரிமைகளை மாற்றும் திறமையை வெளிப்படுத்தியுள்ளனர்.''

ஜான் ஸ்டூவட்டு மில்ஸ்

ஆங்கில மெய்யியலாரும் பொருளியலாருமான ஜான் ஸ்டூவட்டு மில்ஸ் (*John Stuart Mills: 1806-1873*) நிலக்கிழார் முறைப் பற்றிக் கருத்துக் கூறியுள்ளார் :

காரன்வாலிஸ் இந்தியத்து நிலக்கிழார்களை - சமீந்தார்களை இங்கிலாந்தின் உயர்குடியினருக்கும் பெரிய நிலப்பிரபுக்களுக்கும் சரி நிகராய்க் கொண்டு விட்டார். வங்கத்தில் ஐரோப்பிய மாதிரியில் உயர் குடியினரை உண்டாக்கிப் பார்க்க விரும்பி விட்டார். இந்திய நிலக்கிழார்கள் வெகு முற்போக்கான நிலப்பிரபுக்களாயிருப்பார்கள் என்று அவர் எதிர்பார்த்திருக்கலாம். இந்தியச் சமீந்தார்களில் பலர் நாட்டுப்புறங்களில் வழிவழியான செல்வாக்குப் பெற்ற நிலையில் இருந்தவர்கள் அல்லர் என்பதும் அவருக்குத் தெரியும்; ஆனால் அவர்கள் சமூகத்தில் புதிதாய்ப் பெருமக்களானவர்கள்; சூது பேரக்காரர்கள்; கிழக்கிந்தியக் கம்பெனி நடத்திய நிலக் குத்தகை ஏலங்களில் ஏற்கெனவே இருந்து வந்த நிலப் பிரபுக்களை விடக் கூடுதலான தொகைக்கு ஏலம் எடுத்தவர்கள்.

அவர்களுக்கு இங்கிலாந்தில் இருந்த நிலப்பிரபுக்களுக்குக் கிடைத்த பரந்த உரிமைகளில் எதுவும் இங்கில்லையென்பதும் காரன்வாலிசிற்குத் தெரியும். இத்தகைய புது நிலப்பிரபுக்களால் கணக்கிட முடியாத இன்னல்கள் பின்னர் விளைந்தன என்பதை வரலாறு கூறும்.

பின் விளைவுகள்

இரக்கமற்ற கொடுங்கோலர்களும் மனம் போன போக்கில் ஆண்டவர்களும் நிலவிய காலத்தில் கூடக் காணாத பெரும் பேரழிவை நோக்கி இந்த அருமையான நாடு

சென்றதற்குப் பிரிட்டிசார் இவ்வாண்டு முதல் கடைப்பிடிக்கத் தொடங்கிய நிலக்கிழார் ஏற்பாடே காரணமாகும். பிரிட்டிசார் நன்கு திட்டமிட்டுத் தன்னிறைவு கொண்டிருந்த இந்திய வேளாண்மையையும் தொழிலையும் வேரறுத்தனர்.

நாட்டுப்புறச் செல்வமெலாம் நிலவரியாய் இந்தியத்தைவிட்டு வெளியேறியது. வேளாண்மையில் இருந்து வரும் தன்னிறைவை அழித்ததும் உடனே இந்தியத் தொழில்கள் ஒடுக்கப்பட்டன. இவ்விரு செயல்களாலும் மிகவும் கொடியனவும் ஆழ்ந்தனவுமான விளைவுகள் உண்டாயின. இது வரையில் தலையாய ஏற்றுமதிப் பொருளாயிருந்து வந்த துணிகளை உலகின் பல நாடுகளுக்கு அனுப்பிக்கொண்டிருந்த இந்திய நெசவுத் தொழில் முடக்கப்பட்டதே பெரிய கொடுமையாகும்.

நிலக்கிழார் ஏற்பாட்டினால் வெகு சில ஆண்டுக்குள் நாட்டு மக்களில் சுமார் முப்பது, நாற்பது சதத்தினர் மிகவும் தாழ்ந்த நிலைக்குத் தள்ளப்பட்டு விட்டனர். அதாவது, வேளாண்மையை நம்பி வாழ்ந்த மக்களின் எண்ணிக்கை பத்தொன்பதாம் நூற்றாண்டின் நடுவில் மொத்த மக்கள் தொகையில் 55 சதமாயிருந்தது. அதாவது நிலக்கிழார் ஏற்பாடு நடைமுறைப்படுத்தப்பட்ட சுமார் அரை நூற்றாண்டுக் காலத்தில் இந்நிலை ஏற்பட்டது. இது 1891 இல் 61 சதமாயும், 1901 இல் 66 சதமாயும், 1911 இல் 72 சதமாயும், 1921 இல் 73 சதமாயும் ஏறிக்கொண்டே போனது. ஆனால் நிலம் இத்தனை பேருக்குப் பயன் தருவதான நிலை இல்லை.

பாரதியார் இதை மிக அருமையாய்ப் பாடிச் சொன்னார் - ''மண் வெட்டிக் கூலி தின்னலாச்சே, எங்கள் வாள் வலியும் தோள் வலியும் போச்சே.''

மேலைச் சமயமோ, பண்பாடோ, நாகரிகமோ இந்தியத்தின் ஆன்மாவை இந்த அளவிற்குச் சிதைத்ததில்லை. மனித நேயமற்ற இந்தச் சுரண்டலின் தீய விளைவு களிலிருந்து இந்தியம் இன்னும் முழுமையாய் விடுபடவில்லை.

இந்திய உழவர்கள் சுரண்டல் கொடுமைகளை எதிர்த்துப் பத்தொன்பதாம் நூற்றாண்டிலிருந்து நாட்டின் பல பாகங்களில் அப்போதைக்கப்போது கிளர்ச்சி செய்து வருகின்றனர். எனினும் அவர்களின் இன்னல்கள் விரைவில் தீர்ந்து பொய்யாகி விடவில்லை.

இம்மக்கள் மாபெரியதும் கொடியதுமான இச்சுரண்டல்களிலிருந்து விடுபடு வதற்குச் சுமார் 155 ஆண்டுகளாயின என்பதை இனிவரும் வரலாற்றில் காணப் போகின்றோம்.

இந்தியத்தின் மாபெரும் நிலக்கிழார்

தார்பங்கா வட பிகாரில் உள்ளது. அது விடுதலைக்கு முன்னர் மிகப்பெரியதாயும் செல்வச் செழிப்பு மிக்கதாயும் இருந்தது. அதனால் அதை ஓர் அரசு என்ற பொருளில் ''இராச்சியம்'' (*Raj*) என்றே அழைத்தனர். தார்பங்காப் பெருநிலம் ஒரு நாட்டரசைப் போன்ற பெரிய நிலப்பரப்பும் கூடிய வருவாயும் உடைய பரந்த சமீனாய் இருந்தது. அப்பெருநிலத்தின் பெருநிலக் கிழார்களான ஆண்டையர்களுக்கு ''மகாராசா'' என்ற பட்டம் இருந்தது. இச்செய்திகளிலிருந்து அப்பெரு நிலத்தின் மேன்மையை உணர்ந்து கொள்ளலாம்.

பிற்காலத்தில் 1950 ஆம் ஆண்டுகளில் நிலச் சீர்திருத்தம் கொண்டு வரப்பட்டு, நில உடைமைகளுக்கு வரம்பு கட்டப்பட்டது வரையிலும் தார்பங்காப் பெருநிலத்தின்

பல்வேறு நிலவுடைமைகள் மொத்தம் 2,400 சதுர மைல் பரப்பில் அமைந்திருந்தன. அதன் நடுப்பகுதி பிகாரின் தார்பங்கா மாவட்டத்திலிருந்தது. மேலும் சரண் (Saran), முசஃபர்ப்பூர் (Muzaffarpur), மோங்கீர் (Monghyr), பாகல்பூர் (Bhagalpur), பூர்ணியா (Purnea) ஆகிய மாவட்டங்களிலும் அதற்கு நிலங்கள் இருந்தன.

நிலக்கிழார் என்ற புதுமுறை உருவான இக்காலக்கட்டத்தில் வங்கம், பிகார், ஒரிசம் ஆகியன அடங்கிய வங்க மாநிலத்தில் பத்தொன்பதாம் நூற்றாண்டின் பிற்பகுதியில் பெரிய நிலப்பரப்பு உடைமை குறித்துக் கல்கத்தாவிலிருந்து வெளியான ''கேப்பிட்டல்'' (Capital) என்ற இதழ் ஓர் ஆய்வை நடத்தியது. அதில் தார்பங்கா பெரிய நிலப்பரப்பை உடைய ஆண்டையர் நிலம் என்ற முதலிடத்தைப் பெற்றது.

வங்கத்திலிருந்த நாட்டரசான கூச்சு பிகாருக்குச் (இ.ச.க.தொகுதி-8)சமமான நிலையில் தார்பங்கா இருந்தது. பிகாரில் 1793 ஆம் ஆண்டு நிலவுடைமை உரிமை நிலையான தீர்வு செய்யப்பட்ட பிறகு நிலக்கிழார்களின் கூட்டத்தில் தார்பங்கா ஆண்டை மிக மேலான நிலையைப் பெற்றிருந்தார். அக்குடியினர் இந்திய நாட்டரசர்களுக்கு அடுத்த இரண்டாவது நிலையில் வைத்து எண்ணப்பட்டனர்.

தோற்றுவாய்

தார்பங்காப் பெருநிலத்தை (Estate) மகேஷ் தாக்கூர் என்றவர் தோற்றுவித்தார். பிகாரை வெற்றி கொண்ட முகலாய அரசர் அக்பர் காலத்தில் (1542-1605; ஆ.கா.1556-1605) மகேஷ் தாக்கூர் மிகுந்த செல்வாக்குப் பெற்றிருந்தார். அக்பர் 1574 வாக்கில் திரிஹட்டின் இரசபுத்திர மன்னர்களையும் பிகாரின் பிற தலைவர்களையும் தோற்கடித்தார். அவர் முன்னர் திரிஹடு மன்னர்களின் ஊழியத்திலிருந்த மகேஷ் என்ற மைதிலிப் பிராமணரை வட பிகாரிலிருந்த சர்க்கார் திரிஹட்டு என்ற பெரிய நிலப்பரப்பில் நிலவரி தண்டும் பொறுப்புள்ள அலுவலராய் அமர்த்தினார்.

மகேஷ் முகலாய அரசில் உயரலுவலராய்விட்டதால், முகலாயர் அவைக்கு அடிக்கடி சென்று அங்கு தன் புலமையைக் காட்டிப் பேரரசரைக் கவர்ந்து விட்டார் என்று செவி வழிச்செய்தி ஒன்றிலிருந்து தெரிகின்றது. முகலாய அரசில் எங்கோ ஒதுங்கிக் கிடந்த ஒரு பகுதியில் இருந்து வந்த இந்த ஊழியர் மிகுந்த கடமையுணர்வோடு பணி செய்தார் என்று அக்பர் அவர்மீது மிகுந்த நம்பிக்கை வைத்திருந்தார். மகேஷ் கற்றறிந்த பிராமணப் பண்டிதராயிருந்தமையால் அவருக்குப் பெருமையும் செல்வாக்கும் ஏற்பட்டன. எனினும் மகேசிடம் காணப்பட்ட உலகியல் பண்புகளுக்காகத்தான் அக்பர் அவரைத் தன் ஊழியராய்த் தேர்ந்தெடுத்தார். மகேசிடம் ஒரு தலைவருக்கு இருக்க வேண்டிய பண்புகள் இருந்தன. நிர்வாக அனுபவமும் இருந்தது. அவர் மைதிலிப் பிராமணரிடையே உயர்ந்த நிலையிலும் இருந்தார்.

தார்பங்காப் பெருநிலம் பதினெட்டாம் நூற்றாண்டிலும் தொடர்ந்து வங்க நவாபுகளின் ஆதரவுடன் செல்வச் செழிப்புடையதாக இருந்தது. இப்போது அரசியல் மாற்றம் நிகழ்ந்த பின்னரும் ஐரோப்பியரின் ஆதரவும் தார்பங்கா ஆண்டையர்க்குத் தொடர்ந்து கிடைத்தது. இக்குடியினர் பின்னர் பிகாரோடு நில்லாமல் நாடு தழுவிய முறையில் அரசியலிலும் சமயத்துறையிலும் சிறந்து விளங்கினர். இந்து சமய மறுமலர்ச்சி, பசுப் பாதுகாப்பு முதலியவற்றிலும் ஈடுபாடு கொண்டிருந்தனர்.

3. கோதுமையும் ஒடசாவும்

மா பீட்டர் (1672-1725; ஆ. கா. 1682-1725; இ.ச.க.தொகுதி-3) வெகு வலிமை வாய்ந்த இரஷியப் படையை உருவாக்கி வைத்திருந்தார். அது ஐரோப்பியத்திலேயே எவரும் வெல்ல முடியாத படையாய் விளங்கியது. அவருக்குப் பின்னர் முப்பத்தேழு ஆண்டுகள் கழித்து இரஷிய அரியணையில் ஏறிய இரண்டாம் காதரைன் என்ற மா காதரைன் *(1729-1796; ஆ.கா.1762-1796)* அந்தப் படையின் அருந்திறல் வாய்ந்த படைத்தலைவர்களின் துணை கொண்டு தன் ஆட்சிப்பரப்பை விரித்தார். அவர் பிரஷியத்துடனும் ஆஸ்திரியத்துடனும் சேர்ந்து போலந்தைப் பங்கு போட்டுக் கொண்டதும், இரஷியப் பேரரசு மேற்கு இரஷியத்தின் தென் தொங்கலில் இருந்த கருங்கடல் வரை விரிந்தது. *(இ.ச.க.தொகுதி-8)* அக்கடலுக்குள் நீண்டிருந்த கிரிமியத் தீவக் குறையிலிருந்து துருக்கரை அவர் விரட்டினார்.

உக்கிரேன் (*Ukraine*) என்ற இந்நிலப்பரப்பில் வந்து மக்கள் குடியேறுவதற்கு அவர் பல சலுகைகளை அளித்தார். வெறுத்து ஒதுக்கப்பட்ட மேனனைட்டுகளான புராட்டஸ்டண்டுக் கிறித்தவர்கள் அங்கு சென்று, வேளாண்மை செய்வதை ஊக்குவிக்கும் வகையில், அவர்களுக்கு இழைக்கப்பட்ட கொடுமைகளைக் கைவிடுவதற்கும் முன்வந்தார். அவர் இரஷிய மேட்டுக் குடிப்பிரபுக்களையும் உக்கிரேனுக்கு வருமாறு அழைத்தார்.

இப்பிரபுக்கள் கிரிமியத்தில் அரச வாழ்க்கை வாழலாமென்று எண்ணி அங்கு சென்று பண்ணை மாளிகைகளை எழுப்பினர். பரந்த நிலங்களில் பாடுபடுவதற்காகப் பண்ணை அடிமைகளான தொழும்பரையும் தம்முடன் அங்கு அழைத்துச் சென்றனர். மேலும் ஐரோப்பிய நாட்டினர் பலரும் உக்கிரேனுக்குள் நுழைந்தனர்.

மா காதரைன் இக்கால கட்டத்தில் *1793* ஆம் ஆண்டு ஒடசா (*Odessa*) என்ற பட்டினத்தைக் கருங்கடலின் கரை மீது அமைத்தார். பதினெட்டாம் நூற்றாண்டில் பல புதிய நகரங்கள் பல்வேறு காரணங்களுக்காக அமைந்தன. *(அவை பற்றிய செய்திகள் இக்களஞ்சிய வரிசையில் ஆங்காங்கே அவ்வப்போது சொல்லப்பட்டு விடுகின்றன: உலக நகரங்கள்)* அவற்றுள் கோதுமையுடன் தொடர்புடைய ஒடசா பல வகைகளில் சிறப்புடையதாகும்.

ஒடசா பட்டினம்

இப்புதிய நகரம் இரஷியத்தில் இக்காலக்கட்டத்தில் ஏராளமாய் விளைந்த கோதுமையை அயலுலகிற்கு ஏற்றியனுப்பும் துறைமுகப்பட்டினமானது. பின்னர் நிலநடுக்கடல் பகுதியில் தலையாய கோதுமைக் களமாகி, ''ரொட்டிக் கூடை'' (*Bread Basket*) என்ற சிறப்புப் பெயரையும் பெற்றது. பதினெட்டாம் நூற்றாண்டு நிறைந்ததுமே இரஷியத்தின் பரந்த பெரு வெளியிலிருந்து கோதுமை ஏற்றிய மாட்டு வண்டிகள் ஒடசா துறைமுகத்தை நோக்கி முதலில் நூற்றுக்கணக்கில் வந்தன. பின்னர் அது ஆயிரக்கணக்காகிக் கடைசியில் பல்லாயிரமென்று பெருகின.

உழவர்கள் கொண்டு சென்ற கோதுமையை ஒடசா அங்காடியில் விற்றனர். அவர்கள் அங்கு சில வேளைகளில் தம் மாடுகளையும் வண்டிகளையும் கொடுத்து விட்டு, விலங்குக் கொழுப்பு, தோல், விறகு ஆகியவற்றை வாங்கிக் கொண்டு தம் பண்ணைகளுக்குத் திரும்பினர்.

ஒடசா

மா காதரின்

இங்கு நடந்த கோதுமை வாணிபத்தில் கிரேக்கர் முதலில் ஈடுபட்டனர். கிரேக்க வணிகரும் கப்பல் முதலாளிகளும் பல நூற்றாண்டுகளாகவே நில நடுக்கடலில் மிகவும் மேலான முறையில் செயல்பட்டு வந்தனர். கிரேக்கர் பதினேழு, பதினெட்டாம் நூற்றாண்டுகளில் பிரிட்டீசு, பிரஞ்சு வணிக நிறுவனங்களுக்கும் பொருளாக்கத் தொழில் முதலாளிகளுக்கும் முகவர்களாய்ச் (agents) செயல்பட்டு வந்தனர்.

பன்னாட்டினர்

ஒடசா பிற நகரங்களிலிருந்து பலவிதங்களில் மாறுபட்ட பட்டினமாகும். அதன் பருவநிலை அவ்வளவு கடுமையாயிருப்பதில்லை. கோதுமையினால் ஈர்க்கப்பட்டு அங்கு வந்த வணிகர்கள் பல மொழிகளைப் பேசினர். பல்வேறு நாடுகளைச் சேர்ந்த இம்மக்கள், ஒடசா பட்டினம் உண்டான சில ஆண்டுகளுக்குள் அங்கு போய்க் குழுமி விட்டனர். அங்கு கிரேக்கரொடு, இத்தாலியர், சுரோவேனியர், ஏடிரியாட்டிக்குக் கடலிலுள்ள திரியஸ்டி (*Trieste* : வடகிழக்கு இத்தாலியத் துறைமுகப்பட்டினம்) நகரத்தார், வடமேற்கு இத்தாலியப் பட்டினமான ஜெனோவாக்காரர், பிரஞ்சுக்காரர், ஜெர்மானியர், ஆங்கிலேயர், ஸ்பானியர் என்று பன்மொழிகளைப் பேசுவோர் வந்து மொய்த்தனர்.

இத்தாலிய மொழி

அங்கு முதலில் மேற்கு இத்தாலியின் டஸ்கனியிலிருந்து (*Tuscany*) சென்ற வணிகரே நிறைந்திருந்தமையால் ஒடசாவில் இத்தாலிய மொழியே வழங்கிற்று. நகரத் தெருக்களின் பெயர்ப் பலகைகள் இரஷியனிலும் இத்தாலியனிலுமாக இரு மொழிகளில் எழுதப்பட்டிருந்தன. கோதுமை வணிகத்திற்காக அங்கு சென்ற வணிகர் வில்லா (*Villa*) எனப்படும் நாட்டுப்புற மாளிகைகளைக் கட்டிக்கொண்டனர். (பண்டை ரோமில் சுற்றுக் கட்டுகளுக்குள் பண்ணைக் கட்டடங்களும் குடியிருப்பிடங்களும் அடங்கிய நாட்டுப்புற மாளிகைகளுக்கு வில்லா என்று பெயர் ஏற்பட்டது.)

தென் இரஷியத்தில் வேண்டிய அளவிற்கும் மிகையாய்க் கோதுமை

விளைந்தமையால், உபரிக் கோதுமையை அயல்நாடுகளுக்கு ஏற்றுமதி செய்தாக வேண்டிய நிலை இருந்தது. மேலும் அங்கு மாவாலைகளோ, கோதுமையைப் பக்குவப்படுத்தும் வசதிகளோ இல்லை. தென் இரஷியத்தில் மக்கள் இக்காலத்தில் இங்குமங்குமாய்ச் சிதறிச் சிறு எண்ணிக்கையில் வாழ்ந்தனர். அங்கு கோதுமை வாணிப வாய்ப்புடைய ஒடசா துறைமுகம் அமைந்தமையால் பெரும் பண்ணைகளிலிருந்தும் வயல்களிலிருந்தும் ஏராளமான அளவில் கோதுமை வந்து ஒடசாவின் கோதுமை அங்காடிகளில் குவிந்தது.

இங்ஙனம் உக்கிரேனில் கருங்கடற் பகுதியிலிருந்த ஒடசாவில் வெள்ளமென வந்து குவிந்த கோதுமையையும் பார்லியையும் நிலநடுக் கடற்பகுதிகளைச் சேர்ந்த வணிகர்கள் விற்றுத் தீர்த்தனர்.

ரொட்டிப் புரட்சி

தொழிற் புரட்சியினடியாய்ப் பிறந்த ரொட்டிப் புரட்சிக்கு வேண்டிய கோதுமையை முதன்முதலில் அளித்த பெரிய வள மூலங்களில் ஒடசா தனி முதன்மை பெற்றிருந்தது. தானியங்களில் நடந்த இந்த வாணிபம் மனித வரலாற்றில் முற்றிலும் புதியதாகும். தானியம் எப்போதுமே நெடுந் தொலைவிற்கப்பால் சென்று வாங்கவும் விற்கவும்பட்டு வந்திருக்கின்றது. உலக மக்களுக்கு அரிசிக்கு அடுத்தபடியாய்த் தலையாய உணவுப் பொருளாய் விளங்கும் கோதுமை வரலாறு கலை நயமிக்கது.

கோதுமைக் கதை

கோதுமை ஆண்டு தோறும் அல்லது ஆண்டில் இருமுறை விளையும் *Triticum* என்ற புல் வகையைச் சேர்ந்த செடியாகும். கோதுமையின் செடியியல் பெயர் *Triticum vulgae*. கோதுமைப் புல் உழுது பயிர் செய்யாத ஆசிய மண்ணில் வரலாற்றுக்கு முந்திய காலத்தில் வளர்ந்து கிடந்தது. இப்புல்லின் நுனியில் செங்குத்தாய்ப் பூவும் கதிர்மணிகளும் இருக்கும். அறுத்து அடிக்கப்பட்ட பின்னர் கிடைக்கும் கதிர் மணியைக் கோதுமை என்கிறோம். மனிதன் அறிந்த வெகு தொன்மையான கூலங்களில் - தானியங்களில் கோதுமை தனிச் சிறப்புடையதாகும்.

புதிய கற்கால மனிதனும் (புதிய கற்காலம் : தென்மேற்கு ஆசியத்தில் சுமார் 9000-6000 கி.மு. வரையிலும் நிலவியது) ஆல்ப்சு மலையடிவார ஏரிக்கரைகளில் வாழ்ந்த வெண்கலக் கால மனிதனும் (வெண்கலக் காலம் : கற்காலத்திற்கும் இரும்புக் காலத்திற்கும் இடைப் பட்டது; இது நடுக் கிழக்கில் சுமார் கி.மு. 4500 ஆம் ஆண்டு தொடங்கிப் பிரிட்டனில் சுமார் கி.மு. 2000-500 வரை நீடித்த காலத்தைக் குறிக்கும்) கோதுமையைப் பயிர் செய்தனர்.

கோதுமையும் தாய்த் தெய்வமும்

கோதுமை வெகு தொன்மையான காலத்தில் படைப்புக் கடவுள் அல்லது தாய்த் தெய்வம் ஒவ்வொன்றையும் குறிக்கும் சின்னமாயிருந்தது. ஹிட்டைட்டு மொழியில் இஃபிரிட்ஸ் (*Ifritz*) என்றும் எகிப்தியனில் நெப்பிரி (*Nepri*) என்றும் கிரேக்கத்தில் டெமிட்ட (*Demeter*) என்றும் ரோமனில் செரஸ் (*Ceres*) என்றும் அம்மக்களின் கடவுளர் பெயரை அந்நாடுகளில் கோதுமை பெற்றிருந்தது.

எகிப்தில் மூவாயிரமாண்டுகளுக்கு முற்பட்ட பொறிப்புகளில் கோதுமை, பார்லி போன்ற கூல வகைகள் காணப்படுகின்றன. எம்மர் (Emmer) எனப்படும் *Triticum diciccum* என்ற இந்தக் கோதுமை வகைக் கூலம் ஓவியமாய்த் தீட்டிக் காட்டப்பட்டதற்கு ஓராயிரமாண்டுகளுக்கு முன்னரே, அது பற்றிப் பொறிக்கப்பட்டுள்ளது. (எம்மர் : இது கூலப் பயிராயும் கால்நடைத் தீவனமாயும் ஐரோப்பியத்தின் மலைப்பாங்கான பகுதிகளில் விளைவிக்கப்பட்டது. இது பல்வேறு வகைக் கோதுமைகளின் தாய் வித்து என்பர்.) எம்மன் வகைக் கோதுமைகள் பல்லாயிரமாண்டுகளாய் எகிப்தில் பயிர் செய்யப்பட்டு வந்தன.

இசுரேலர் எகிப்திலிருந்து இடம் பெயர்ந்த பின், பண்டை உலகில் கோதுமை பயிரிடப்பட்டது குறித்து எட்டு நூற்றாண்டுக் காலம் சிறிதளவே அறியப்பட்டுள்ளது.

கோதுமை பரவுதல்

கோதுமை எகிப்திற்கும் வட மெசபடோமியத்திற்கும் ஈரானுக்கும் அதன்பிறகு இந்தியத்திற்கும் எடுத்துச் செல்லப்பட்டது. குடிபெயரும் மக்களும் வணிகரும் கி.மு. நான்காம் நூற்றாண்டில் கோதுமையைப் பல இடங்களுக்கு எடுத்துச் சென்றனர்.

இதற்குச் சிறிது காலத்திற்குப் பிறகு செம்பையும் தகரத்தையும் தேடிக் கடலில் சென்ற வணிகர்கள் இத்தாலிக்கும் ஸ்பெயினுக்கும் கோதுமையைக் கொண்டு சென்றனர்.

ரோமும் கிரேக்கமும் பண்டை நாள்களில் உணவுக் கூலங்களில் தன்னிறைவு பெற்றிருக்கவில்லை. ரோமானிய நிலக்கிழார்கள் தம் நிலங்களில் ஆடு மாடுகளை மேயவிட்டுவிட்டுத் தாம் வெற்றி கொண்ட சிசிலி, ஸ்பெயின், எகிப்து, வட ஆப்பிரிக்கம், கால், பிரிட்டனி ஆகிய நாடுகளிலிருந்து திறையாய் வந்த செல்வங்களை நம்பி வாழ்ந்தனர். அதனால் அவர்கள் உணவுப் பொருள்களை அயல்நாடுகளிலிருந்து தாயகத்திற்குக் கொண்டு சென்றனர்.

கிரேக்கரும் கோதுமையும்

ஏதன்ஸ் (கி.மு. ஐந்தாம் நூற்றாண்டில் வலிமை பெற்று விளங்கிய கிரேக்க நகரக் குடியரசு) கி.மு. ஐந்தாவது, நான்காவது நூற்றாண்டுகளில் கூல வாணிபத்தில் கொண்டு வரப்பட்ட தானியத்தையே நம்பி நின்றது. ஸ்பார்டன் நகரப்படையினர் (*Sparta* : தென் பெலப்பனஸ் பகுதியிலிருந்த பண்டைக் கிரேக்க நகரம்; இந்நகரக் குடியரசின் மக்கள் படைக் கட்டுப்பாட்டிற்கும் போர்த்திறனுக்கும் பெயர் பெற்ற, வெகு சிக்கனமான வாழ்க்கை நடத்திய மக்கள்.) ஆட்டிக்கா மீது கோடை காலந்தோறும் பன்முறை படையெடுத்து, அந்நகரின் கோதுமை, பார்லி வயல்களையும் பழத்தோட்டங்களையும், திராட்சைத் தோட்டங்களையும் அழித்தனர். (ஆட்டிக்கா : இது பண்டை ஏதன்சின் ஒருபகுதி) ஏதன்சு நகர மக்களுக்கு உணவு வழங்குவதற்கென்று, எவ்வளவு கோதுமை வேண்டுமென்பதை அறிந்திருப்பது அரசியல் தந்திரிக்கு இருக்க வேண்டிய இலக்கணங்களும் ஒன்று என்பது சாக்ரட்டீசின் *(470-369 கி.மு.)* கணிப்பாகும்.

தானிய வாணிபம்

தானிய வாணிபம் அந்தக் காலத்திலும் அதற்குப் பல நூற்றாண்டுகளுக்குப்

பிறகும், சரக்குக் கொள்முதலுக்காக வட்டிக்குப் பணம் தரும் வட்டிக்கடைக்காரரையும் அச்சரக்குகளை ஏற்றிச் செல்ல ஆயத்தமாயிருக்கும் கப்பல் முதலாளிகளையும், இவ்வாணிபத்தில் துணிந்து இறங்கிய வணிகர்களையும் நம்பி நடந்து வந்தது.

தொடக்கக் காலத்தில் ஏதன்சு நகர வணிகரிடமும் அதன்பிறகு நில நடுக்கடல் துறைமுகங்களைச் சேர்ந்த வணிகரிடமும் கைமுதல் சிறிதளவே இருந்தது. அல்லது அறவே இல்லாதிருந்தது. அவர்கள் வட்டிக்குப் பணம் தரும் முதலாளிகளிடம் கடன் வாங்கிக் கப்பலை வாடகைக்கு அமர்த்தினர். அவர்கள் கூலங்கள் விளையுமிடங்களில் நேரடியாய்க் கொள்முதல் செய்ய வேண்டும் என்பதற்காகக் கப்பல்களில் இடர் நிறைந்த பயணங்களை மேற்கொண்டனர். அவர்கள் இவ்வாறெல்லாம் துணிந்து வாணிகத்தில் ஈடுபட்ட போதிலும், தானியம் போய்ச்சேர வேண்டிய இடத்தை எப்போதும் அடைந்ததில்லை. இடை வழியிலேயே தானியத்தைச் சுடச்சுட விற்றுக் காசாக்கியவர்களும் இருந்தனர்.

கள்ள வணிகர்

ஏதன்சு நகரின் பைரியஸ் (*Piracus*) என்ற துறைமுகம் ''திருடர் துறைமுகம்'' என்று பெயர் பெற்றிருந்தது. ஏனெனில் அப்பட்டினத்திலிருந்த வணிகரில் பலர் ''போக்கிரிகளாயும் தீய எண்ணமுடையவர்களாயும்'' இருந்தனர் என்ற ஐயப்பாடு எப்போதும் இருந்து வந்தது.

பார்மனிஸ்கஸ் என்ற ஏதன்சு நகர வணிகர், எகிப்தில் மக்காச்சோளம் வாங்கிக் கப்பலில் ஏற்றிக் கொண்டு தாயகம் திரும்பினார். அப்போது அவர் தன் கூட்டாளியிடமிருந்து வந்த செய்தியிலிருந்து, ஏதன்சில் தானிய விலை சரிந்து விட்டது என்பதை உணர்ந்தார். அதனால் அவர் திரும்புகாலிலேயே, தென்மேற்குத் துருக்கியிலுள்ள ஒரு தீவுக் கூட்டத்தைச் சேர்ந்த ரோடுஸ் தீவில் தன்னிடமிருந்த மக்காச் சோளத்தை நல்ல விலைக்கு விற்றுவிட்டார். அவருக்குப் பணம் கடன் கொடுத்தவர்கள், தானியம் ஏதன்சிற்கு வராமல் இடையில் விற்றுத் தீர்வதை அறிந்து கொண்டது வரையில், நாணயமற்ற அவ்வணிகர் எகிப்திற்கும் ரோடுசிற்கும் இடையே மும்முரமாய்த் தானிய வாணிபம் செய்து வந்தார்.

நேர்மையான வணிகர்களும் இருந்தனர். தானியம் எந்த இடத்திற்காகக் கொள்முதல் செய்யப்பட்டதோ, அந்த இடத்திற்கே கொண்டு சேர்த்த நாணயமுள்ளவர்களும் காணப்பட்டனர். அவர்கள் பேராசைப்பட்டுக் கூடுதலான ஆதாயத்திற்காக இடைவழியே தானியத்தை விற்பதில்லை.

ஐரோப்பியத்திற்குப் பதினெட்டாம் நூற்றாண்டு வரையிலும் அயல் நாடுகளிலிருந்துதான் கோதுமை வந்தது. வேளாண்மைப் பண்பாடு விரிய விரிய உழவர்கள் உள்நாட்டிலேயே மாட்டுவண்டிகளில் ஏற்றிச் சென்று மாவாலைகள் அமைத்திருந்த ஊர்களிலேயே விற்கின்ற அளவிற்கு ஆங்காங்கே கோதுமை விளைந்தது. இக்காலத்தில் தான் ரொட்டிப் புரட்சி வந்தது.

ரொட்டிப் புரட்சி

முதல் பூர்பான் குடி மன்னரான நான்காம் ஹென்றியின் (*1553-1610 ஆ.கா.1589-1610*) இரண்டாவது மனைவியான மரியாள் தெமெடிசி (*1573-1642*) உண்ட ''பஞ்சு வெள்ளை ரொட்டி'' பணக்காரர்களுக்கு மட்டுமே கிடைத்தது. ஏழைகள்

மரியாள்
ஹென்றி

1793

பெரிதும் கஞ்சி, கூழ், ஒருவகை மொச்சை, சிலவேளைகளில் ஓக்கு (*Oak*) மரக் கொட்டையிலிருந்து அரைத்தெடுத்த 'மா' முதலியவற்றையே உண்டனர்.

எனினும் இந்நூற்றாண்டின் இறுதியான 1800 வாக்கில்தான் மக்கள் அனைவரும் ரொட்டிகளை உண்ணும் நிலை ஐரோப்பியத்தில் உண்டானது. பிரான்சில் ரொட்டி சுடப் பயிற்சியளிக்கும் பள்ளி 1780 ஆம் ஆண்டு அமைந்தது. ரொட்டி சுடுவதற்குத் துணைபுரியக் கூடிய பொட்டாசியம் கார்பனேட்டு 1792 ஆம் ஆண்டு கண்டுபிடிக்கப்பட்ட செய்தியை வரும் பக்கங்களில் காணலாம்.

தொழிற்புரட்சியின் காரணமாய்த் தம் சிற்றூரரையோ, வயலையோ விடுத்து நகருக்கு வேலை தேடிவந்த உழைப்பாளிகளுக்கும் அவர்களின் குடும்பத்தாருக்கும் ரொட்டி முக்கிய உணவானது. பாரிஸ், இலண்டன், மாஞ்செஸ்டர் ஆகிய நகரங்களில் தொழிலாளர், ஊதியத்தில் பாதியை ரொட்டியாய்க் கொடுத்தனர். சமுதாயத்தில் ஒருவரின் நிலை உயர்ந்து விட்டதன் அறிகுறியாய் அவர் ரொட்டி உண்பது கருதப்பட்டது. கோதுமை இன்று எத்தனை எத்தனையோ வகைகளில் ஆக்கி உண்ணப்பட்ட போதிலும், ரொட்டிதான் தலையாய கோதுமைப் பண்டமாய் விளங்குகின்றது.

ரொட்டியின் கதை

ரொட்டியின் கதை கற்காலத்தில் தொடங்கியது என்பர். அக்காலத்தைச் சேர்ந்த சுவிட்சர்லாந்து ஏரிக்கரை மக்கள் சொரசொரப்பானதும் பொடிந்துவிடக் கூடியதுமான ஒருவகையான அப்பத்தை முதன்முதலில் சுட்டெடுத்திருக்கலாம். அம்மக்கள் கூலத்தை மாவாய் அரைத்து, அதில் நீர் கலந்து, சூடாக்கிய கற்களின் மீது ஊற்றிச் சுட்டெடுக்கும் முறையை எண்ணாயிரமாண்டுகளுக்கு முன்னர் அறிந்திருந்தனர். ரொட்டி சுடப் பயன்பட்ட கோதுமை (*Triticum aestivum*) கி.மு. முதல் ஆயிரமாண்டுக் காலத்தில்தான் பரவலாய்ப் பயிர் செய்யப்பட்டது.

எகிப்து

புளிக்க வைத்த மாவைக் கி.மு.2000-3000 ஆண்டுகளுக்கு இடைப்பட்ட காலத்தில் எகிப்தில் ரொட்டியாய்ச் சுட்டெடுத்தனர் என்பதைத் தொல்லியலார் தேடிக் கண்டுபிடித்திருக்கின்றனர். அங்கு மாவில் காடிச் சத்தைச் சேர்த்துப் புளிக்க வைத்துக் கனமில்லாத முதல் ரொட்டியை எகிப்தியர் முதலில் செய்தனர். (இங்கிலாந்தில் கி.பி.1650 இல் காடி சேர்த்து ரொட்டி சுட்டனர் என்பது வரலாறு. எனவே, எகிப்து ரொட்டிக்கும் இங்கிலாந்து ரொட்டிக்கும் சுமார் 4000 ஆண்டு இடைவெளி உள்ளது எனலாம்.)

எகிப்தியர் அதன்பிறகு அவன் (*Oven*) என்ற மூடு அடுப்பைக் கண்டுபிடித்து ரொட்டி சுடுவதை ஓர் அருங்கலையாக்கித் தந்தனர். அவர்கள் வட்டமாயும் குவிவாயும் பின்னப்பட்டும் விலங்குகளின் உருவிலும் ஐம்பதிற்கு மேற்பட்ட வகைகளில் ரொட்டிகளைச் சுட்டனர்.

தொல்லியலார் எகிப்தின் அசாசிஃபு பள்ளத்தாக்கில் (*Asasif Valley*) முப்பத்தைந்து நூற்றாண்டுகளுக்கு முற்பட்ட பல ரொட்டித் துண்டுகளை 1936 ஆம் ஆண்டு அகழ்ந்தெடுத்தனர். அவற்றில் சில துண்டுகள் தற்காலத்து அமெரிக்க ரை ரொட்டிபோல் (*rye*: ஒருவகைத் தானியம்) இருந்ததைக் கண்டு அவற்றை அகழ்ந்தெடுத்த ஆராய்ச்சியாளர் வியப்புற்றனர்.

மோசசினால் எகிப்திலிருந்து விடுவித்துச் செல்லப்பட்ட எபிரேயர்கள் ரொட்டி செய்யும் பண்டை இரகசியத்தைத் தம்முடன் கொண்டு போயினர். ஏசுநாதர் காலத்தில் பாலஸ்தீன நகரங்கள் அனைத்திலும் ரொட்டி சுட்டு விற்கும் ரொட்டிக் கடைகள் இருந்தன.

கிரேக்கம்

கிரேக்கத்தில் கி.மு.600 வாக்கில் மாவைப் புளிக்க வைத்துச் சுடும் ரொட்டி தோன்றியது. கிரேக்கர் அப்போது ரொட்டி சுடுவதில் கை தேர்ந்தவர்களாயிருந்தனர். அவர்கள் வெவ்வேறுபட்ட 72 வகை ரொட்டிகளைச் சுட்டனர். கிரேக்கத்தின் ரொட்டிக்காரர்கள் பொதுவாய் அடிமைகளாயிருந்தனர். இது ஒன்றும் புதுமையன்று. ஏனெனில் அந்நாட்டில் தத்துவ ஞானியரே அடிமைகளாய் இருந்ததுண்டு.

ரோம்

ரோமானியர் குவிந்த மூடு அடுப்பு, கனத்த சுவர்களையுடைய மூடு அடுப்பு என்று ரொட்டி சுடுவதற்கு வசதியாய் மூடு அடுப்புகளைச் செய்து வைத்துக் கொண்டு ரொட்டி சுடுங்கலையை மேலும் சிறப்புடையதாக்கினர். கனத்த சுவர்களால் அடைத்த பெரிய மூடு அடுப்பினுள் வைத்துச் சுட்ட ரொட்டிகளை வெளியில் எடுப்பதற்கு நீண்ட கழிகளைக் கொண்ட அகப்பைகளைப் பயன்படுத்தினர்.

ரோமானியர் நீர் விசையால் இயங்கும் மாவரைக்கும் ஆலைகளை வைத்திருந்தனர். மாப்பிசைவதற்கென்று முதன்முதலாய்க் கருவிகளையும் அவர்கள் கண்டுபிடித்தனர். மாப்பிசையும் கருவிகளை இயக்குவதற்குக் குதிரைகளையும் கழுதைகளையும் ஈடுபடுத்தினர்.

ரொட்டி ரோமானியருக்கு முக்கியமான உணவாயிருந்தது. அவர்கள் ரொட்டியை மக்கள் நலனுக்கென்று வழங்குவதைத் தம் பணிகளுள் ஒரு பகுதியாய்க் கொண்டனர். ரோம் நகர மக்களில் பாதிப்பேர் ஏழையர். அம்மக்கள் தம் இன்னல்களையும் அரசியல்காரரின் சூழ்ச்சிகளையும் கவனிக்காமல் இருக்க வேண்டுமென்பதற்காக அவர்களுக்கு இலவசமாய் ரொட்டிகளைக் கொடுத்தனர். கேளிக்கைகளையும் களியாட்டங்களையும் தந்தனர்.

வரலாற்று இடைக்காலம்

வரலாற்று இடைக்காலத்தில் (ஐரோப்பிய வரலாற்றில் சுமார் கி.பி. 476 தொடங்கிச் சுமார் 1453 வரையில் நிலவிய காலம் என்று தோராயமாய்க் கொள்கின்றனர்) ஐரோப்பிய மக்கள் சொர சொரப்பான கறுப்பு ரொட்டியை உண்டனர். சர்ச்சுச் சடங்குகளில்தான் அப்போது முதன்முதலாய் வெள்ளை ரொட்டி பயன்படுத்தப்பட்டது. முதலில் கன்னி மாடங்கள், துறவியர் மடங்கள் ஆகிய இடங்களில் மூடு அடுப்புகள் அமைந்தன. இறுதியில் அவை நிலக்கிழார்களின் மாளிகைகளிலும் கட்டப் பெற்றன. அங்கு வசதி படைத்தவர்கள் தமக்கு வேண்டிய ரொட்டிகளைச் சுட்டுக் கொண்டனர். ரொட்டி இந்தக் காலத்தில் சலுகை பெற்ற மேட்டுக் குடிமக்களின் உணவுப் பண்டமாயிருந்தது. ஒருவர் விருந்தாளிக்கு அளிக்கும் ரொட்டியின் வெண்மையை வைத்து அவரது சமூக நிலை எத்தனை உயர்ந்தது என்று கணித்தனர்.

இங்கிலாந்து

இங்கிலாந்தில் 1650 வாக்கிலேயே காடி சேர்த்துப் புளிக்க வைத்த கோதுமை மாவை ரொட்டியாய்ச் சுட்டனர் என்பது முதலில் கூறப்பட்டது. இங்கு ரொட்டி சுடுவதில் ஊக்கம் தரும் சீர்திருத்த முறைகள் பதினெட்டாம் நூற்றாண்டில் உருவாகியிருக்கக் கூடும். அங்கு ஊதாரியும் ஒழுக்கம் கெட்டவருமான ஜான் மாண்டேகு என்ற நான்காவது சாண்டுவிச்சு ஏள் (1718-1792) என்ற பெரும் பிரபு இரண்டு ரொட்டித் துண்டுகளுக்கு இடையில் சமைத்த இறைச்சியை வைத்துத் தருமாறு, முனைந்து சூதாடிக் கொண்டிருந்தபோது கேட்டார். சீட்டாட்டத்தைக் கலைக்காமலே, ஆடிக் கொண்டே உணவு கொள்வதை, இவ்வாறு எளிதாய் முடித்து விடலாம் என்பது அவரது எண்ணம். இவ்வாறு இறைச்சி பொதிந்த ரொட்டித் துண்டுகள் அவர் பெயரால் சாண்டுவிச்சு என்றே பெயர் பெற்றன.

சாண்டுவிச்சு (*Sandwich*) என்ற இந்தத் திடீர்த் தீனி உலக மக்களின் உணவுப் பழக்கத்தையே மாற்றியது.

கோதுமை மாவினால் சுடப்படும் ரொட்டி ஒவ்வொரு நாட்டிலும் ஒவ்வொரு பெயரைப் பெற்றுள்ளது. ரொட்டியைக் குறிக்கும் தமிழ்ச் சொல் வழக்கிலில்லை. அது ஒரு கோதுமைப் பண்டமான ''ரொட்டி'' என்ற இந்துஸ்தானிச் சொல்லின் சிதைவாய்ப் பிரடு (*bread*) என்ற பண்டமும் ரொட்டி என்றே வழங்கி வருகின்றது.

மெக்சிக்கத்தில் அதற்குத் தோர்த்தில்ல என்று பெயர். ஸ்காத்லாந்தில் ஸ்கோன் என்றும் ஓட்டு அடை (*oat*) என்றும் பெயர். இங்கிலாந்தில் கனமில்லாத காட்டேஜ் லோஃபு என்பர். அயர்லாந்தில் சோடா ரொட்டி என்கின்றனர். அமெரிக்கத்தில் மக்காச்சோள ரொட்டி உண்ணப்படுகின்றது.

1793

வரலாற்றுப் புள்ளிகள்

1. முப்பெருஞ் சட்டங்கள்

பிரிட்டனின் நாடாளுமன்றத்தில் 1773, 1784, 1793 ஆகிய மூன்றாண்டுகளில் நிறைவேறிய முப்பெருஞ் சட்டங்கள் உயிர் நாடியானவையாகும். அவை இந்தியத்தை ஆள்கின்ற மேலாண்மை அதிகாரம் எங்கே அமைந்துள்ளது என்பதைச் சிறுகச் சிறுக வரையறுத்துக் காட்டிவிட்டது.

ஒழுங்கு முறைச் சட்டம் 1773

"கிழக்கிந்தியக் கம்பெனி என்பது பிரிட்டீசு வாணிபத்தை விரிக்க வேண்டுமென்பதற்காக நிறுவப்பட்ட அமைப்பு அன்று; ஆனால் அது இம்முடியரசு கீழையுலகிற்கு அனுப்பி வைத்த முழுமையான அதிகாரமும் மேலாட்சியுரிமையும் உடைய அரசின் பேராள் அமைப்பேயாகும்" என்று எட்மண் பர்க்கு (1729-1797) அடித்துக் கூறினார்.

முடியரசின் மேலாண்மைக்குப் பேராளாயிருக்கும் ஓர் அமைப்பு இறுதியாய் அந்த அரசினால் கட்டுப்படுத்திக் கைக்குள் வைத்துக் கொள்ளக் கூடியதாயும் இருக்க வேண்டும். எனவே இந்த இடத்தில் 1773 ஆம் ஆண்டு நிறைவேற்றிய ஒழுங்கு முறைச்சட்டம் முதலில் செய்யத் தொடங்கியது. இந்தச் சட்டம் நார்த்து பிரபு தலைமையமைச்சராயிருந்த காலத்தில் நிறைவேறியது. எனினும் அந்தப் பணி மிக மெதுவாகவே நடந்தது. இந்த ஒழுங்கு முறைச்சட்டத்தின் தோற்றத்தையும் இன்றியமையாமையும் குறித்து முன்னர் (இ.ச.க.தொகுதி-8) சொல்லப்பட்டிருந்தது.

எனினும் பிரிட்டன் கொண்டிருந்த மேற்சொன்ன குறிக்கோளில் எதையும் இந்தச் சட்டம் சாதித்து விடவில்லை. இந்தச் சட்டப்படி தலைமை ஆளுநர் (Governor General) முதன்முதலாய் அமர்த்தப் பட்டார். (இ.ச.க.தொகுதி-8) அவருக்குச் சென்னை, பம்பாய் ஆளுநர்கள் மீது வலுவற்ற வெறும் மேலாண்மை அதிகாரம்தான் இருந்தது. அவர் தனக்குச் சமமானவர்களின் நடுவில் முதன்மையானவராயிருந்தார். அவ்வளவுதான். அவருக்கு, அவர் இடம் பெற்றிருந்த ஆட்சிமன்றக் குழுவைக் கட்டுப்படுத்தும் அதிகாரம் கூட இருந்திலது.

இந்தியச் சட்டம் 1784

வில்லியம் பிட்டு என்ற இளைய பிட்டு (1759-1806) முதன் முறையாய் 1783 இல் பிரிட்டீசுத் தலைமை அமைச்சரானதும் 1784 ஆகஸ்டு 13 அன்று நாடாளுமன்றத்தில் கொண்டு வந்த இந்தியச் சட்டம், 1784 (India Act of 1784) சட்டமாய் நிறைவேறியது. (இ.ச.க.தொகுதி-9)

பிட்டு கொண்டு வந்த இந்தச் சட்டத்தின் கட்டமைப்பு ஐம்பதாண்டுக் காலம் நிலைத்திருந்தது. இதனால் ஓரளவிற்கு இருள் விலகி ஒளி பிறந்தது. இச்சட்டப்படி சென்னையும் பம்பாயும் மெய்யாகவே தலைமை ஆளுநருக்குக் கட்டுப்பட்டவையாயின.

தலைமை ஆளுநரின் ஆட்சி மன்ற உறுப்பினர் எண்ணிக்கை மூன்றாய்க் குறைக்கப்பட்டது. அவர்கள் கம்பெனியுடன் செய்து கொண்ட ஒப்பந்தப்படி வரையறைக்குட்பட்ட அலுவலராயினர். இரண்டாண்டுகளுக்குப் பிறகு இவ்வுறுப்பினர்களின் முடிவையும் தாண்டிச் செயல்படும் மேலாண்மை தலைமை ஆளுநருக்குக் கிடைத்தது. (தலைமை ஆளுநர் இந்த மேலாண்மையைப் பெறுவதற்கு 1786 ஆம் ஆண்டு நிறைவேற்றப்பட்ட ஒரு துணைச் சட்டம் வழிவகுத்தது).

இங்கிலாந்தில் கட்டுப்பாட்டு வாரியம் (Board of Control) ஒன்று இச்சட்டப்படி அமைக்கப்பட்டது. அதில் ஆறு உறுப்பினர் அடங்கியிருந்தனர். அவர்கள் அறுவரும் நாடாளுமன்றத்திற்கு கட்டுப்பட்டவர்கள். அவர்களில் இருவர் அமைச்சர் களாயிருந்தனர்.

இந்த வாரியம் எதையும் தானாய்ச் செயல்படுத்துவதற்கு வருவதில்லை. எனினும் அது கம்பெனியின் கடிதப் போக்குவரவு முழுமையையும் பார்க்கக் கூடிய மேலாண்மை பெற்றிருந்தது. இது வெகு மந்தமான நடைபோடும் இரட்டையாட்சி என்ற போதிலும், இந்த ஏற்பாட்டின்படி வேலை நடக்கத்தான் செய்தது. நடைமுறையில் ஏதேனும் கருத்து வேறுபாடு ஏற்படுமாயின், இந்த வாரியம் கடைசி முயற்சியாய்ப் புதிய சட்டம் ஒன்றை நிறைவேற்றி விடும். அதற்கு இந்த அதிகாரம் உள்ளது என்பதே, வேலை ஒழுங்காய் நடைபெறுவதற்குப் போதிய துணையாயிருந்தது.

இந்தியச் சட்டம் 1793

பிரிட்டீசு நாடாளுமன்றம் இவ்வாறு இந்த 1793 இல் இந்தியத்தில் உயர் மேலாண்மையுடைய நிறுவனமாய் விளங்கியது. வாணிபம் பின்புலத்திற்குப் போய்விட்டது. இப்போது வாணிபத்தை நம்பி வாழ்க்கை இருக்கவில்லை. கம்பெனி ஊழியர்களுக்கு மாதம் பிறந்தால் சம்பளம் தானாக வந்து விடும். வாணிபம் அரசியலாயும் அரசியலே வாணிபமாயும் புதுக்கோலம் கொண்டு பரிணமித்தது. இதன் விளைவாய் இந்தியம் அரசியல் துறையிலும் இருமுகம் கொண்ட ஒரே வல்லாதிக்கத்தின் கீழ் வந்து விட்டது.

இந்தக் காலத்தில்தான் கம்பெனியின் உயரலுவலர்கள் காலையில் குதிரை யேற்றம்; பகலில் அலுவலகம்; இரவில் ஒருவரோடொருவர் போட்டி போட்டுக் கொண்டு விருந்து கொடுத்தல்; தலைமை ஆளுநர் மாளிகையில் நடன விருந்து என்றெல்லாம் பிரிட்டீசாரின் வாழ்க்கைக் கோலம் புதுப் பொலிவு பெறுகின்றது. இதுவே *Raj* என்று இன்றும் பழைய நினைவில் பிரிட்டீசார் சப்புக் கொட்டும் பொற்காலத்தின் உதயமாகும். இவையனைத்தும் சட்டப்படி, விதிமுறை மாறாமல் நடந்து வரலாயின என்பதை நன்குணரலாம். சட்டம் ஐயத்திற்கு இடமின்றி ஒரு கழுதைதான்!

2. காரன்வாலிசிற்குப் பாந்தியனில் விருந்து

இந்தியத்தில் பிரஞ்சு வல்லாண்மையைத் துடைத்தெடுத்து, பிரஞ்சுக்காரரின் நேசரான திப்பு சுல்தானைத் தலையெடுக்க வொட்டாமல் செய்வதென்று, தானே படை நடத்திச் சென்று மூன்றாம் மைசூர்ப் போரில் வெற்றி கண்ட களிப்புடன் தலைமை ஆளுநரான காரன்வாலிஸ் பிரபு 1793 அக்டோபர் 20 அன்று பதவியிலிருந்து நீங்கினார்.

அவருக்கு 1793 அக்டோபர் 10 அன்று, சென்னையில் ஒரு விருந்து தரப்பட்டது.

அவ்விருந்து இன்று பாந்தியன் சாலையிலுள்ள அருங்காட்சியக வளாகத்தினுள் இருந்த பாந்தியன் மாளிகையில் நடந்தது. அக்கட்டடம் இன்று இலது. பாந்தியன் என்ற பெயர் மட்டும் பெயர் மாற்றிகளின் கண்களுக்குத் தப்பி இன்றும் நிலைத்துள்ளது. பாந்தியன் (*Pantheon*) என்பது ஒரு நாட்டின் களம் பட்ட வீரர்களுக்காக எழுப்பப்படும் நினைவுச் சின்னம் அல்லது கட்டடம் ஆகும்.

பாந்தியன் கட்டடம் பிரிட்டீசு ஆளுங் கூட்டத்தார் கூடிக்களிக்கும் இடமாய் இக்காலத்தில் விளங்கிற்று. இந்த இடத்தின் வரலாறு 1778 ஆகஸ்டு 21 அன்று தொடங்குகின்றது. சென்னையில் அப்போது ஆளுநராயிருந்த சர் தாமஸ் ரம்போல்டு (இ.ச.க.தொகுதி-8,9) அந்த இடத்தை ஹால் பிளம்பர் என்பவருக்குச் சட்டப்படி 1778 ஆகஸ்டில் உரிமையாக்கித் தந்தார். பிளம்பர் அரசு ஊழியராயும் பொதுப் பணிகளை நிறைவேற்றும் ஒப்பந்தக்காரராயும் இருந்தார். இந்தத் தொடர்பினால் தான் ஊழல்காரரான ஆளுநர் ரம்போல்டு இந்த இடத்தைப் பிளம்பருக்குத் தந்திருக்கலாம்.

பிளம்பர் இந்த இடத்தை 1793 ஆம் ஆண்டில் அரசு, போர்ப்படைகளின் அலுவலரான பலருக்கு உரிமையாக்கிக் கொடுத்தார்.

அடையாற்றில் ஒரு கோட்டை மாளிகை கட்டியிருந்த பிராடி என்றவரும் எழும்பூரில் மேற் சொன்னவாறு தனக்கென்று ஓரிடத்தைப் பெற்றிருந்தார். அவரின் மனைவிக்கு எழும்பூர் என்றால் உயிராம்.

மேற்சொன்ன அலுவலர்கள் அடங்கிய பாந்தியன் குழு, பணக்கார அர்மீனியரான சாமுவல் முராத்து என்றவருக்குப் பாந்தியனை விற்று விட்டது. இன்று விரிவாக்கப்பட்ட ஆண்டன் பாலத்திற்கு மேற்கில் முராத்துத் தோட்டம் என்ற ஒன்று இருந்தது. முராத்து பின்னர் பாந்தியனை 28,000 ரூபாய்க்கு 1821 மார்ச்சு 26 அன்று அரசிடம் விற்று விட்டார்.

பாந்தியன் மாளிகை 1830 வரை மாவட்ட ஆட்சித் தலைவர் அலுவலகமாயிருந்தது. அதன் பிறகு, அதனுடன் பல கட்டடங்களைச் சேர்த்தும் திருத்தியமைத்தும் மைய அருங்காட்சியகம் (*Central Museum*) அமைத்தனர். அதுதான் இன்றைய அருங்காட்சியகத்தின் முன்னோடியாகும்.

பாந்தியன் மாளிகையில் மேனாட்டு நடனக்கூடம், அழகிய நாடக அரங்கு, பெரிய தாழ்வாரங்கள் முதலியன இருந்தன. கூதிர் காலங்களில் அங்கு மாதந்தோறும் கூட்டம் கூடுவது வழக்கம். அங்கு ஆண்டு முழுவதும் அப்போதைக்கப்போது சிறப்பு நடனங்களும் நடந்தன.

இங்கு இன்னொரு தலைமை ஆளுநரான மார்னிங்டன் பிரபு என்ற வெல்லஸ்லி பிரபிற்கும் (1760-1842; ப.கா.1797-1805) பாந்தியனில் வரவேற்பு விருந்து அளிக்கப்பட்டது.

3. புதிய தலைமை ஆளுநர் சர். ஜான் ஷோர்

''நியாயமானவர்; பணிகளைச் சரிவரச் செய்து முடிப்பவர்; கடினமான உழைப்பாளி; தன்னுணர்வுடன் செயல்படும் நிதானமானவர்; நேர்மையானவர்'' - என்றெல்லாம் புகழப்பட்ட ஜான் ஷோர் கம்பெனி ஊழியராய் 1769 ஆம் ஆண்டு கல்கத்தாவில் வந்து இறங்கினார். இராபட்டு கிளைவு (1725-1774) நடத்தி விட்டுச் சென்ற புரட்சிக்குப் பிறகு (இ.ச.க.தொகுதி-7) ஏற்பட்ட குழப்பங்களுக்கும்

ஊழல்களுக்கும் கம்பெனி முடிவு கட்டத் தொடங்கிய காலத்தில் ஷோர் கல்கத்தாவை அடைந்தார் எனலாம்.

ஷோர் இதற்கு முப்பதாண்டுகளுக்குப் பிறகு இந்தியத்தை விட்டு நீங்கிய போது வங்கத்தில் ஒழுங்குமுறை நிலவியது எனலாம். நிலவுடைமை உரிமைக்கு நிலையான தீர்வு (*permanent settlement*) ஏற்பட்டு விட்டது. ''மதிப்பிற்குரிய'' கிழக்கிந்தியக் கம்பெனியின் பொது ஊழியத்துறையானது, மெய்யாகவே பொது ஊழியம் என்ற நிலையை எய்தியது. அதன் செயல் முறைகள் தெளிவாயின. அதற்குக் கிளைகள் நிறுவப்பட்டன. அவ்வூழியத்தில் இருந்தவர்களின் ஊதியமும் வாய்ப்புகளும் வரையறுக்கப்பட்டன. ஷோர் இந்தியத்திலிருந்த இக்காலத்தை இந்நாடு ஆடி அடங்கிய காலம் எனலாம்.

ஷோர்

ஷோர் இந்தியத்தை அடைந்ததும் ஓராண்டுக் காலம் கடுமையாய் உழைத்தபின் (அவருக்கு அப்போது 19 வயதுதான்) 1770 ஆம் ஆண்டில் வங்க வருவாய்த் துறைக்குழுவின் (*Revenue Council*) உறுப்பினரானார். அந்தக் குழுவின் தலைவராயிருந்தவர் பெரிய சோம்பேறி; அதன் ஏனைய உறுப்பினர்கள் எப்போதும் நாடு சுற்றிக் கொண்டேயிருப்பர். எனவே வருவாய்க் குழுவின் பணி முழுவதும் ஷோரின் தலையில் விழுந்தது.

அவர் தனக்கிருந்த அதிகாரங்களை வைத்து வருவாய் வழக்குகளைத் தீர்த்தார். ஓராண்டில் அறுநூறு வழக்குகளைத் தீர்த்தார். அவற்றில் இரண்டு மட்டுமே மேல் முறையீட்டிற்குச் சென்றன.

ஷோர் இப்பணியில் இரண்டாண்டுகள் இருந்த பின்னர், கல்கத்தாவில் புதிதாய் அமைந்த வருவாய் வாரியத்தில் 1772 இல் உதவி அலுவலராய்ச் சேர்ந்து விட்டார். அவர் இங்ஙனம் பதவி நிலையில் உயர்ந்து கொண்டே சென்று, 1793 ஆம் ஆண்டு காரன்வாலிஸ் பிரபை அடுத்துத் தலைமை ஆளுநரானார். சர் ஜான் ஷோர் 1793 அக்டோபரிலிருந்து 1798 மார்ச்சு வரையிலும் இப்பதவியை வகித்து வந்தார்.

முதல் தலைமை ஆளுநரான வாரன் ஹேஸ்டிங்சிலிருந்து, அவருக்குப் பின்னர் இப்பதவிக்கு வந்தவர்களெல்லாம் இந்தியவியலுக்கு வேண்டிய ஆக்கமான பணிகளில் தம்மை ஆர்வத்துடனும் அக்கறையுடனும் ஈடுபடுத்தி வந்தனர். நான்காவது தலைமை ஆளுநராய் இவ்வாண்டு பதவியேற்ற சர் ஜான் ஷோரும் (பதவிக்காலம் 1793-1798) இப்பணியில் முனைந்து ஈடுபட்டு வங்க ஆசியவியல் சங்கத்தின் தலைவருமானார்.

வங்க ஆசியவியல் சங்கத் தலைவர்

வங்க ஆசியவியல் சங்கத்தின் நிறுவனரும் அதன் முதற் தலைவருமான

சர்.வில்லியம் ஜோன்ஸ் 1794 ஆம் ஆண்டு இறந்ததும், சர்.ஜான் ஷோர் அந்தப் பொறுப்பை ஏற்றார். ஷோர் பாரசிக மொழிப் புலமையுடையவர் என்பது குறிப்பிடத்தக்கது. இந்தியத்தில் இக்காலத்தில் ஆங்கிலத்திற்கு அடுத்த நிலையில் பாரசிக மொழி இருந்து வந்தது.

சர்.ஜான் ஷோர் ஆசியவியல் சங்கத்தின் மீது கொண்ட பேரார்வம் காரணமாய், அதன் கூட்டத்தில் ஒன்றுக்குக் கூட வரத் தவறியதில்லை. வங்க ஆசியவியல் சங்கம் இவர் காலத்தில் தான் நிலை பெற்ற ஓர் அமைப்பு என்ற மேன்மையை அடைந்தது. பின்னாளில் தெய்கின்மத்து பிரபுவான சர்.ஜான் ஷோர் தான், சர்.வில்லியம் ஜோன்சின் வாழ்க்கை வரலாற்றை முதன் முதலில் எழுதினார். அவர் 1798 வரை வங்க ஆசியவியல் சங்கத்தின் தலைவராயிருந்தார்.

கம்பெனிப் பணிகளில் ஊழல் ஒழிதல்

கிழக்கிந்தியக் கம்பெனி ஊழியர்களுக்குப் போதிய ஊதியம் தரப்படுவதில்லை. இங்கு பணிபுரிய எழுத்தராய் வந்த குமரப் பருவத்தினருக்கு (இராபட்டு கிளைவு, வாரன் ஹேஸ்டிங்சு, சர்.ஜான் ஷோர் போன்றவர்களுக்கு முதலில்) ஆண்டிற்கு ஐந்து பவுன் சம்பளம் பேசி, அவர்களை இந்தியத்திற்கு அனுப்பி வைத்தது. ஜான் ஷோர் பத்தாண்டுகள் கம்பெனியில் பணி செய்த பின்னரும் கால் காசு சேர்த்து வைக்கவில்லை. அவர் முப்பதாண்டுக் காலம் இந்தியத்தில் வேலை செய்தார்.

அவர் மிகக் கடினமான முறையில் நாணயத்தையும் நேர்மையையும் கடைபிடித்தார். அவர் 1798 இல் இவ்வுயர்வு பெற்றபோது, அவருக்கு 25,000 பவுன் தரப்பட்டது. இது ஓரளவு கணிசமான செல்வம்தான்.

கம்பெனி ஊழியரின் ஊதியம் காலப்போக்கில் படிப்படியாய் அதிகரித்தது. குறிப்பாய், உயர் பதவிகளில் இருந்தவர்களுக்கு மிகுதியாய்க் கிடைத்தது. முன்னெல்லாம் வரி வருவாயில் 1 சதம் தரகு தந்தனர். அந்த முறை இப்போது மாறியது. ஒருவருக்கு அளிக்கப்படும் ஊதியம் என்ற ஒரே வருவாய் மட்டுமே கிடைக்க வேண்டும் என்று விதி செய்யப்பட்டது.

இங்ஙனம் ஊழியர்களுக்கு ஊதியம் அதிகமாய் விட்டதால், கம்பெனி ஊழியர் அனைவரும் திடீரென்று நேர்மையாளராய் மாறிவிட்டனர் என்று கொள்ள முடியாது. நேர்மை என்பது கிட்டத்தட்ட நடைமுறை சாத்தியமற்றது என்ற நிலையில் நடந்து வரும் ஓர் அமைப்பின் கீழ் பழம் பெருச்சாளிகள் இன்னும் இருந்து வந்தனர்.

இங்கிலாந்தில் ''ஊசிப் போன தொகுதிகள்'' (*rotten boroughs*) என்று ஏளனமாய்க் குறிப்பிடப்பட்ட நாடாளுமன்றத் தொகுதிகள் விலைக்கு வாங்கவும் விற்கவும் பட்டன. அவற்றுக்குப் ''பையடக்கத் தொகுதிகள்'' (*pocket boroughs*) என்ற பெயரும் உண்டு. (இ.ச.க.தொகுதி-6) இவை 1832 ஆம் ஆண்டில் சீரமைப்புச் சட்டம் வந்த பின்னரே ஒழிக்கப்பட்டன. கம்பெனிப் பணிகள் அனைத்திற்கும் கையூட்டு வாங்கிக் கொண்டு, அந்தச் செல்வாக்கைப் பயன்படுத்தித்தான் ஆள்களை வேலைக்கு அமர்த்தினர். வேலை பெறுவதற்காகக் கையூட்டு என்ற இலஞ்சம் கொடுக்கும் வழக்கம் இங்கிலாந்தில் நெடுங்காலம் இருந்தது. கம்பெனி வேலைக்கு ஆள்களை அமர்த்தும் அதிகாரத்தை அரசியல்காரர்களும் கம்பெனி இயக்குநர்களும் பெற்றிருந்தனர்.

பிரிட்டனின் பட்டத்து இளவரசரே தனக்கு வேண்டிய ஆளுக்குக் காசியில் ஒரு வேலை வேண்டுமென்று தலைமை ஆளுநரான காரன்வாலிசிற்கு எழுதினார். ஆனால் அது மறுக்கப்பட்டது.

இது குறித்து நாடாளுமன்றத்தில் அடுத்தடுத்துச் சட்டம் கொணர்ந்து, நெறியற்ற இம்முறைக்கு முற்றுப்புள்ளி வைத்தனர். கம்பெனியின் மாநில ஆட்சி மன்றங்களின் ஆட்சியாண்மை வரம்பிற்குள்ளமைந்த எந்தப் பதவியாயினும் வேலையாயினும், அதற்குச் சிவில் சர்வீசில் உள்ளவர்களே அமர்த்தப்பட வேண்டும் என்று அறிவிக்கப்பட்டது.

4. மிளகு அரசியல் : கம்பெனி மலபாரை இறுக்குதல்

கிழக்கிந்தியக் கம்பெனியின் பிடி வட கேரளமான மலபாரில் இறுகிக் கொண்டே வந்தது. நாடுகளைப் பற்றிய செய்திகளைத் தம் மக்கள் கம்பெனியிடம் தெரிவிக்கலாகாது என்று நாடு வாழிகள் தடை விதித்து விட்டனர். ஆதலால் பம்பாயிலிருந்து பொது ஊழியர்களை மலபாருக்குக் கொண்டு சென்று, அங்கு நாடெங்கும் வரி தண்டவும் நீதி நிர்வாகம் நடத்தவும் செய்தால், அது கம்பெனிக்கும் பொது மக்களுக்கும் போதுமான மன அமைதியை அளிக்கும் என்று கம்பெனி கருதி, அதற்கு வேண்டிய வேலைகளைச் செய்தது.

கம்பெனியின் நலன்களை உயர்த்திப் பிடிக்க வேண்டுமாயின், இன்றியமையாத பல நடவடிக்கைகளை எடுத்தாக வேண்டும். நாடு வாழிகள் தமக்கு அளிக்கப்பட்ட காலக் கெடுவிற்குள் மிளகை அளிக்கத் தவறினால், அவர்கள் மீது கடும் நடவடிக்கை எடுக்கப்பட்டது. இதிலிருந்து கம்பெனியின் முனைப்பு எவ்வளவு வேகமாயிருந்தது என்பது தெரிகின்றது. அவ்வாறு தவறும் நாடு வாழிகளுக்குக் கம்பெனி ஆணையர்கள் மேலும் ஆறுநாள் தவணை தந்தனர். அதன்பிறகும் அவர்களிடமிருந்து கம்பெனிக்கு மிளகு வராமல், அது மாகிக்கு அனுப்பப்படுமாயின், அவ்வாறு அனுப்பபடும் ஒவ்வொரு கண்டிமிளகிற்கும் 100 ரூபாய் தண்டம் விதிக்கப்பட்டது. (கண்டி: இ.ச.க.தொகுதி- 9)

மிளகைக் கம்பெனிக்குக் குறித்த கெடுவிற்குள் தராமல், கூடுதல் விலை கிடைக்கின்ற மாகிக்கு நாடுவாழிகள் அனுப்பியதற்குக் காரணம் இருந்தது. (இ.ச.க.தொகுதி- 9) கம்பெனி தந்த விலையை விட மாகியில் 60,70 ரூபாய் கூடுதலாய்க் கிடைத்தது. ஆனால் கம்பெனியாரோ மிளகு வாணிபத்தில் தமக்கு முன்னுரிமையும் தனியுரிமையும் வேண்டுமென்று கேரள மன்னர்களையும் நாடு வாழிகளையும் நெருக்கி வந்தனர். இந்நிலையில் பிரஞ்சுக்காரருடன் போர் மூண்டு விட்டதால், பிரிட்டீசார் பிரஞ்சுக் குடியேற்றங்களைத் தாக்கினார்.

மாகி வீழ்ச்சி

கம்பெனியின் ஆட்சி இருக்கையில் மாகி ஒரு முள்ளைப் போல் உறுத்திக் கொண்டிருந்தது. அதைப் பிரிட்டிசார் 1793 சூலை 10 அன்று கைப்பற்றினர். அது அவர்களுக்கு மிகுந்த மன நிறைவைத் தந்தது. (மாகி:இ.ச.க.தொகுதி-1,3,8,9)

மிளகிற்கு மாற்றாய்ப் படைக்கலன்கள்

திருவிதாங்கூர் மன்னர் 1793 ஜனவரி 28 அன்று பம்பாய் அரசுடன் ஓர் ஒப்பந்தம் செய்து கொண்டார். அவர் அதன்படி பத்தாண்டுக் காலத்திற்குப் பம்பாய்க்கு மிளகைக் கொடுத்து விட்டு அதற்கு மாற்றாய்ப் படைக்கலன்களையும் பிற ஐரோப்பியப் பண்டங்களையும் பெற்றுக் கொள்வார்.

5. மலபாரில் நீதிமன்றங்கள்

கிழக்கிந்தியக் கம்பெனி 1793 சூன், சூலை மாதங்களில் மலபார்க் கரையோரப் பகுதிகளில் பொது, குற்றவியல் முறை மன்றங்களை அமைத்தது. கோங்காடு, கண்ணூர், எடத்தர ஆகிய மாவட்டங்களுக்காகப் பாலக்காட்டில் சிறு தரக் குற்றங்களுக்கு முறை மன்றங்கள் அமைக்கப்பட்டன.

6. இந்தியத்தில் சமயப் பரப்பியர்

இந்தியத்தில் 1793-1833 ஆகிய நாற்பதாண்டுக் காலத்தில் புராட்டஸ்டண்டு மிசனரிகள் என்ற சீர்திருத்தக் கிறித்துவச் சமயப் பரப்பியர் எத்தனை பேர் இருந்தனர் என்ற கணக்கு மிகவும் துல்லியமாய்க் கிடைக்கின்றது. எனினும் ரோமன் கத்தோலிக்கச் சமயப் பரப்பியரின் எண்ணிக்கை சரியாய்க் கிடைக்கவில்லை.

இக்காலக்கட்டத்தில் புராட்டஸ்டண்டுத் திருச்சபையைச் சேர்ந்த 301 பேர் இந்நாட்டில் சமயப் பணி செய்து வந்தனர். அவர்களில் பெரும்பாலர் மேற்கத்திய நாடுகளிலிருந்து அனுப்பப்பட்டிருந்தனர். வெகு சிலர் ஆங்கில - இந்தியராயிருந்தனர். ஓரிரு அர்மீனியரும் காணப்பட்டனர். சமயப் பரப்பியரான இத்தொண்டருள் பலர் மணம் புரிந்திருந்தனர். அவர்களின் மனைவியரில் சிலரும் சமயப் பணிக்குத் தம் பங்கை அளித்தனர்.

7. திப்பு சுல்தானின் கடற்படை

ஐதரலி கான் (1722-1782) பரங்கிப் பேட்டைச் சண்டையில் 1780 ஆம் ஆண்டு தோற்றதற்குப் பிரிட்டீசுக் கடற்படை காரணமாயிருந்ததால் (இ.ச.க.தொகுதி-9), தன்னிடமும் கடற்படை இருந்தால், தன்னால் பிரிட்டீசாரை வென்றிருக்க முடியுமே என்று கடைசிக் காலத்தில் உணர்ந்தார். எனினும் மைசூர் நாட்டிடம் சற்று பெரியதும் நன்கு அமைக்கப்பட்டதுமான ஒரு கடற்படை இருந்தது என்பது, மைசூர்ப் பல்கலைக் கழக ஆராய்ச்சியாளரான டி.செல்வராஜ் 1984 மார்ச்சு 24 நாள்களில் நடந்த தென்னிந்திய வரலாற்றுப் பேரவைக் கூட்டத்தில் அளித்த ஆராய்ச்சி உரை ஒன்றிலிருந்து தெரிகின்றது.

மைசூர் நாட்டில் சரக்குக் கப்பல்களும் ஃபிரிஜேட்டு (*frigate*) என்ற விரைவு போர்க்கப்பல்களும் அடங்கிய தொகுதிகளும் (*fleets*) கரையோரப் போக்குவரவிற்கென்று ஏராளமான தோணிகள் அடங்கிய தொகுதிகளும் பலதுறைமுகங்களும் கப்பல் கட்டும் துறைகளில் ஏறத்தாழ மூன்றும் ஐதரலியின் காலத்தில் மைசூர் நாட்டிடம் இருந்தன. (இ.ச.க.தொகுதி-9)

திப்பு சுல்தான் (1753-1799) தன் தந்தைக்குப் பிறகு 1782 இல் அரியணை ஏறியதும், ஆங்கிலேயர் அழித்து விட்ட கடற்படையில் புதிதாய்க் கப்பல்களைச் சேர்த்து, அதை வலுப்படுத்தும் பணியில் முனையவில்லை. ஏனெனில் அவர் தன் தரைப்படையை வலுவாக்கும் பணியில் அப்போது ஈடுபட்டார். எனினும் அவரிடம் பெரியனவும் சிறியனவுமான பல போர்க் கப்பல்கள் இருந்தன. ஆனால் அவை கடற்கொள்ளையரின் தாக்குதல்களிலிருந்து சரக்குக் கப்பல்களைக் காக்கும் பணியில் ஈடுபட்டிருந்தன.

கப்பல்களின் எண்ணிக்கையைப் பெருக்கியும் கப்பற்படையை வலுப்படுத்தியும் கப்பல்களில் பீரங்கிகளைப் பொருத்தியும் கடற்படையின் திறன்களை மேன்மைப் படுத்துவது இன்றியமையாது என்பதைத் திப்பு நன்குணர்ந்திருந்தார். ஆனால் அதற்குள்

காலம் கடந்து விட்டது. ஏனெனில் அவர் 1792 ஆம் ஆண்டிற்குப் பிறகுதான், வெகு தாமதமாய் நல்லதொரு கடற்படையை உருவாக்கும் பணியில் முனைந்தார். எனினும் அதில் முழு மூச்சாய் அவர் ஈடுபட்டார்.

கடற்படை விதிமுறைகளின்படி மைசூர்க் கடற்படையின் கப்பல் தொகுதிகள் ''வாணிப வாரியத்தின்'' பொறுப்பில் இருந்து வந்தன. திப்பு சுல்தான் ஒரு நூறு கப்பல்களைக் கட்ட வேண்டுமென்று 1793 இல் கட்டளை பிறப்பித்தார். அவரின் செல்வவளம் இப்போது குன்றி விட்டமையால், இந்த இலக்கு அளவு 1796 இல் குறைக்கப்பட்டது. அவற்றில் கப்பல்கள் இருபதாயும் விரைவு போர்க்கப்பல்கள் இருபதாயும் மொத்தம் நாற்பதாய் இறங்கின. திப்பு சுல்தானின் கப்பற்படை ஆங்கிலக் கடற்படை போன்று அமைக்கப்பட்டிருந்தது.

அவரின் வக்கீல்கள் என்ற முகவர்கள் மைசூர் அரச குமாரர்களைப் பிணையமாக அழைத்துக் கொண்டு 1792 இல் சென்னைக்குச் சென்றபோது, அவர்கள் அங்கு ஆங்கிலக் கடற்படையின் அமைப்பு முறைகளைக் கண்டறிந்து வருமாறு அவர்களுக்கு கட்டளை பிறப்பிக்கப்பட்டது.

திப்பு சுல்தானின் கடற்படைத் தலைமைப் பிரபுகளுக்கு மிர்-இ-யாம் என்று பெயர். அவர்களுக்குக் கீழே முப்பது மிர் பகார் அல்லது அட்மிரல்கள் பணி செய்தனர். அவர்களில் இருபது பேர் கப்பல்களிலும் ஏனைய பத்துப்பேர் அரசவையிலும் இருந்து ஆலோசனை நடத்துவதுமாயிருந்தனர். திப்பு சுல்தான் கடற்படைப் பயிற்சிப் பள்ளி ஒன்றையும் கப்பல் செப்பனிடும் துறை ஒன்றையும் நிறுவினார்.

1793

திப்பு சுல்தானின் கப்பல்களில் வெவ்வேறு வகையான பல பீரங்கிகளும் வெடி மருந்துகளும் இருந்தன. எனவே 72 பீரங்கிகளைக் கொண்ட கப்பல் ஒன்றில் 24 இராத்தல் பீரங்கிகள் முப்பதும் 18 இராத்தல் பீரங்கிகள் முப்பதும் 9 இராத்தல் பீரங்கிகள் ஒன்பதும் இருந்தன.

அணிவகுத்து நின்று போரிடும் 72 கப்பல்கள் இருந்தன. நாற்பது கப்பல்களில் மொத்தம் 10,520 கடற்படை வீரர் இருந்தனர். ஒவ்வொரு கப்பலிலும் தலையாய நான்கு உயரலுவலர் இருந்தனர். முதற் தலைமை அலுவலர் கப்பலின் தலைவராயும் இரண்டாமவர் பீரங்கிகள், பீரங்கி சுடுவோர், வெடி மருந்துகள் ஆகியவற்றுக்குப் பொறுப்பாயும் இருந்தார்.

மூன்றாமவர் மரைன் என்ற கடற்படை வீரர்களுக்கும் சிறுதரப் படைக் கலன்களுக்கும் தலைமை ஏற்றிருந்தார். நான்காமவர் பொதுப்பணிகளை மேற்கொண்டு கப்பலை வழிநடத்திச் செல்வதற்கும் உணவுப் பொருள்களையும் பிற பொருள்களையும் கவனித்துக் கொள்ளவும் பொறுப்பாயிருந்தார்.

கடற்படையும் கடல் வாணிபமும் தனித் தனியானவை என்பதைச் சுல்தான் உணர்ந்திருந்தார். அவர் மேற்குச் சவூதி அரேபியத்திலுள்ள ஜித்தா (Jidda) வளைகுடாவிலுள்ள மஸ்கட்டுத் துறைமுகம், இந்தியத்தின் மேற்கரையிலுள்ள கச்சு, நவகார் ஆகிய துறைமுகங்களிலெல்லாம் கிட்டங்கிகளை நிறுவினார். இவ்விடங்களில் எல்லாம் குடிநலன் தூதுவர்களை அமர்த்தினார். மைசூர் நாடு ஏற்றுமதி செய்த முதன்மையான பண்டங்கள் : அரிசி, சந்தனம், செம்பு, குதிரை, முத்து, செம்மணிக்கல், பட்டு போன்றவையாகும். சுல்தான் இப்பண்டங்களின் ஏற்றுமதியில் மிகுந்த கவனம் செலுத்தினார்.

அவர் சீரங்கப்பட்டணத்தில் காவிரியாற்றின் கரையில் களம் பட்டதற்கு இரண்டாண்டுகளுக்கு முன்னர் (1797) நாட்டின் கப்பல் துறை கடைப்பிடிக்க வேண்டிய ஒழுங்கு முறைக் குறிப்பை வெளியிட்டார்.

திப்பு சுல்தானின் கடற்படை 1796 வாக்கில் நாற்பது கப்பல்களைக் கொண்டதாய்க் குறைந்தது. அது அப்போது மூன்று பிரிவுகளாயிருந்தது. மங்களூரைத் தலைமையக மாய்க் கொண்ட பிரிவில் பன்னிரண்டு கப்பல்கள் இருந்தன.

வஜீதாபாதிலும் மஜீதாபாதிலும் ஒவ்வொன்றிலும் 14 கப்பல்கள் வீதம் இருந்தன. மிர்-இ-யாம் மேற்பார்வையில் கப்பல்கள் கட்டப்பட வேண்டும் என்ற கட்டளை பிறந்தது. கப்பல்கள் அனைத்தையும் வெளிப்புறத்தில் செப்புத் தகடுகள் கொண்டு மூடவேண்டும் என்று விதி செய்யப்பட்டது.

திப்பு சுல்தானின் கப்பற்படையிலிருந்த கப்பல்கள், விரைவு போர்க் கப்பல்கள் ஆகியன அனைத்திற்கும் ஓராண்டில் 1,82,400 பவுன் (சுமார் 23,84,000 ரூபாய்) செலவானது என்று கணிக்கின்றனர்.

இந்திய மரக்கலங்கள் தேக்கினால் கட்டப் பெற்றன. அவை ஓக்கு (Oak) என்ற மரத்தினால் கட்டப் பெற்ற ஐரோப்பியக் கலங்களை விட உறுதியாயிருந்தன. (ஓக்கு என்பது இலையுதிர் மரம்; நிலைப் பசுமையானது)

கன்னட, மலபார்ப் பகுதிகளில் விளைந்த தேக்கு மரங்கள் அனைத்தும் திப்பு சுல்தானுக்கு மட்டுமே உரிமையானவை. மழை காலத்தில் தேக்கு மரத்தடிகள் ஆறுகளின் வழியே கப்பல் கட்டுந் துறைகளுக்குக் கொண்டு வரப்பட்டன.

திப்பு சுல்தான் போர்க்களத்தில் உயிர் நீத்ததற்குச் சற்று முன்னர் பொன்னாணியில் ஓடும் வாயுபுர ஆற்றில் 10,000 தேக்குத் தடிகள் எவ்வாறு மலபார், கன்னட நாடுகள் வழியே கொண்டு வரப்பட்டன என்பதைப் புக்கனன் தன் பயணக் குறிப்புகளில் விவரிக்கின்றார்.

திப்பு சுல்தான் தன் கடற்படையை வலுப்படுத்துவதற்குப் பிரான்சிடமிருந்து உதவியை எதிர்பார்த்தார். ஆனால் அவருக்கு அங்கிருந்து எந்த உதவியும் கிடைக்கவில்லை. பிரான்சில் இந்தக் காலக்கட்டத்தில் புரட்சித் தீ எரிந்து கொண்டிருந்தது.

8. சம்ஸ்கிருதத்தில் கடிதத் தொடர்பு

மேவார் என்ற உதயபுரி மகாராணா இரசபுதனத்தின் புறத்தேயிருந்த தற்காலத்து நாட்டரசுகளுடன் சம்ஸ்கிருத மொழியில் கடிதத் தொடர்பு வைத்திருந்தார். இரசபுதனத்துக் கற்றறிந்தோரிடையே சம்ஸ்கிருதம் மிகுந்த செல்வாக்குப் பெற்றிருந்தது. இக்காலத்தில் உதய புரியின் மகாராணாவாய்ப் பீம்சிங்கு (1778-1828) இருந்து வந்தார். (மேவார் - உதயபுரி இ.ச.க.தொகுதி-6)

9. ஆட்சியிலிக் கோட்பாடு தோற்றம்

ஆட்சியிலிக் கோட்பாடு (*anarchy, anarchism*) என்பது என்ன? ஜோசய்ய வாரன் என்றவரின் சொற்களில் கூறுவதாயின்: ''ஒவ்வொரு மனிதனும் தனக்குத் தானே அரசாயும், சட்டமாயும் சமயத் திருச்சபையாயும் இருக்க வேண்டும். ஆதலால் ஆட்சியிலிக் கோட்பாடு என்பது ஆணையுரிமையுடைய அனைத்து அமைப்புக்களையும்

ஒழிப்பதேயாகும்.'' இது ஆள்பவர் இல்லாத என்ற பொருளைத் தரும் கிரேக்கச் சொல்லிலிருந்து பிறந்ததாகும்.

ஆட்சியிலிக் கோட்பாட்டை முதலில் முறையாய் விளக்கியுரைத்தவர் ஆங்கில அரசியல் மெய்யியலாரும் நாவலாசிரியருமான வில்லியம் காடுவின் (*William Godwin :1759-1797*) ஆவார். அவர் 1793 ஆம் ஆண்டில் எழுதியிருந்த ''அரசியல் பற்றிய ஆய்வு'' (*Enquiry into Political Science*) என்ற நூலில் அதை விளக்கியுரைக்கின்றார்.

மனிதர் பகுத்தறிவுடையவர்; ஒருவரோடொருவர் கூடி வாழ்பவர்; ஒத்துழைப்போர்; அதனால் அவர்களை அவர்களின் சுதந்திரமான விருப்பத்திற்கு விட்டு விட்டால், அவர்கள் அரசின் கட்டுப்பாடு அல்லது உடைமையுரிமை, அமைப்பு முறை ஆகியன இல்லாமல், தாமே மனமுவந்து ஒரு கூட்டமாய்ச் சேர்ந்து இணக்கமான சமூகமாய்க் கூடி வாழ்வர் என்று அவர் எடுத்துரைத்தார்; அத்தகைய ஒரு நிலை புரட்சியினால் உண்டாகாது; அறிவிற்குகந்த முறையில் கூடிப் பேசிய பின்னர் தோன்றும் என்பது காடுவினின் கருத்தாகும்.

பிரஞ்சுப் பொருளியலரான புரூதோன் (*Pierre Joseph Proudhon 1809-1865*) 1840 ஆம் ஆண்டு எழுதிய ''உடைமை என்பது என்ன?'' (*Quest-ce que la propriete?*) என்ற நூலில் ஆட்சியிலிக் கொள்கையை மக்கள் இயக்கம் என்ற தகுநிலைக்கு உயர்த்தி விட்டார். உடைமை (சொத்து) என்பது திருட்டு; ''அரசுகள் என்பன தெய்வ தண்டனைகளாகும்'', என்று அவர் அந்நூலில் முடிவு கட்டிவிட்டார்.

ஆதாய நோக்கில்லாத கடன் வழங்கு வங்கிகளைக் கூட்டுறவு முறையில் நிறுவி மக்களுக்கு வட்டியில்லாக் கடன்களை அளிக்க வேண்டுமென்று புரூ தான் வலியுறுத்தினார். அவர் வன் செயல்களையும் தொழிற்சங்கங்கள் உள்படத் திட்டமிட்டு அமைத்த கூட்டங்களையும் ஏற்கவில்லை.

கம்யூனிஸ்டு ஆட்சியிலிக் கோட்பாட்டாளர்கள், குறிப்பாய் இரஷியர்களான மைக்கேல் பகுனின் (*Michael Bakunin :1814-1876*), பீட்டர் குரொப்போட்கின் (*Peter Kropotkein :1842-1921*) ஆகியோர் இக்கருத்துகளைப் புரட்சித் தன்மை வாய்ந்த ஓர் அரசியல் கோட்பாட்டுடன் ஒன்று சேர்த்து, அரசியல் கொலைகள் உள்பட, அனைத்து வழிவகைகளிலும் அரசைக் கவிழ்ப்பதற்குத் தொழிலாளர்கள் நேரடி நடவடிக்கை எடுக்க வேண்டுமென்ற வன்முறைச் சித்தாந்தத்தை வெளிப்படுத்தினர்.

ஆட்சியிலிக் கோட்பாட்டாளரால் பத்தொன்பதாம் நூற்றாண்டில் பல படுகொலைகள் நடக்கவிருக்கின்றன.

10. பிரான்சிற்கு எதிராய்ப் பிரிட்டனின் முதற் கூட்டணி

பிரிட்டன் 1793 இல் பிரான்சிற்கு எதிராய் *Shapes* என்ற முதற் கூட்டணியை அமைத்தது. அது ஸ்பெயின் (*S*) ஆலந்து (*Holland*), பிரஷியம் (*Prussia*) இங்கிலாந்து (*England*) சார்தினியம் (*Sardinia*) என்ற நாடுகளின் முதலெழுத்துகளைக் கொண்டு அந்நாடுகள் அடங்கிய ஒரு கூட்டணியாய்ச் சமைக்கப்பட்டது, இந்த அணி பிரஞ்சுப் புரட்சி அரசை எதிர்த்தது. இதில் பின்னர் இரஷியமும் சேர்ந்து கொண்டது. இந்த அணியைப் பிரிட்டனின் தலைமை அமைச்சரான வில்லியம் பிட்டு என்ற இளைய பிட்டு (1759-1806) உருவாக்கினார்.

வலிமை வாய்ந்த இந்நாடுகளின் கூட்டணிப் படைகள் சிறிதான பிரான்சின் புரட்சிப் படையைத் தோற்கடித்துவிடும் என்று பிட்டு எண்ணியிருக்க வேண்டும்.

ஆனால் இக்கூட்டணியில் சேர்ந்த நாடுகள் அவிழ்த்து விட்டால் சிதறி ஓடும் நெல்லிக்காய் மூட்டைபோல் ஒற்றுமையின்றி இருந்தன. ஐரோப்பியப் பெருநிலத்தில் பிரான்சுடன் போரில் ஈடுபடுவதை விடத் தனது அரசின் எல்லையை மேலும் மேலும் விரிப்பதில் தான் அவை கண்ணும் கருத்துமாயிருந்தன.

இரஷியம், பிரஷியம், ஆஸ்திரியம் ஆகியன மூன்றும் போலந்தைத் தமக்குள் பங்குபோட்டுக் கொள்வதில் தான் ஆழ்ந்த அக்கறை கொண்டன. (இ.ச.க.தொகுதி-8). மேலும் பிரஷியமும் ஆஸ்திரியமும் நெடுங்காலமாய்த் தம்முள் நீங்காப் பகை கொண்டிருந்தன.

இவ்வணியில் சேர்ந்திருந்த படைகள் மிக மேசமாய் நடத்திச் செல்லப்பட்டன. இரஷியத்தையும் பிரான்சையும் பிரித்திருந்த பரந்த நிலவெளியின் குறுக்கே நத்தைபோல் அப்படைகள் நகர்ந்தன.

பிரான்சிலோ இதற்கு நேர்மாறான நிலை இருந்தது. படை வீரர்களுக்கு அகத் தூண்டுதலளித்து அவர்களைத் துள்ளியெழச் செய்யும் புரட்சித் தலைவர் பலர் அங்கு தோன்றியிருந்தனர். கார்னோ (*Carnot*) என்றவர் படைகளுக்கு வேண்டிய பண்டங்களை அளிக்கும் பொறுப்பை ஏற்றார். டாண்டன் (*George Jacques Danton : 1759-1794*) தன் எழுச்சியுரைகளால் பிரஞ்சு மக்களைப் பொங்கியெழச் செய்தார். பிரஞ்சுப் போர்ப் படைகளின் பழைய படைத் தலைவர்கள் முடியரசு ஆதரவாளர்கள் என்று தண்டிக்கப்பட்டு விட்டனர். அதனால் படைகளுக்கு தகுந்த படைத் தலைவர்கள் இல்லாமற் போயினும், தம் தாயகத்தைச் சூழ்ந்து நிற்கும் எதிரிகளிடமிருந்து காக்க வேண்டும் என்ற உறுதியும் பேரார்வமும் கொண்டு பிரஞ்சு வீரர்கள் வீரத்துடன் போர் செய்தனர்.

பிட்டு அமைத்த கூட்டணி நெடுங்காலம் நிலைத்திருக்கவில்லை. பிரஷியம் போலந்தில் தன் நலன்களைக் காத்துக் கொள்ள வேண்டுமென்பதற்காகப் பிரான்சுடன் 1795 ஆம் ஆண்டில் சந்து செய்து கொண்டது. சார்தினியமும் பிரஷியத்தின் வழியைப் பின்பற்றியது. ஆஸ்திரியம் அதற்கடுத்த ஆண்டில் ரிவோலி (*Rivoli*) சண்டையில் பெருந்தோல்வியடைந்ததால் கேம்போ ஃபோர்மிய என்ற இடத்தில் பிரான்சுடன் சமாதானம் செய்து கொண்டது.

கூட்டணியைச் சேர்ந்த ஏனைய இரண்டு நாடுகளான ஸ்பெயினும் ஆலந்தும் 1796 ஆம் ஆண்டு பிரிட்டன் மீது போர் தொடுத்தன. ஐரோப்பியத்தில் பற்றியெரிந்த தீயில் தம் பங்கிற்குப் பிடுங்கியதெல்லாம் ஆதாயம் என்ற நோக்கில் இவ்விரு நாடுகளும் போருக்குப் புறப்பட்டு விட்டன. அதிருஷ்டவசமாய்ப் பிரிட்டனின் கடற்படை மீண்டும் தன் நாட்டிற்கு வெற்றியைத் தேடித் தந்தது. அட்மிரல் ஜார்விசும் அவருக்கு அடுத்த நிலையிலிருந்த நெல்சனும் (1758-1805) ஸ்பானியக் கடற்படையை செயிண் வின்சென் முனையிலும், அட்மிரல் டங்கன் டச்சுப் படையைக் கேம்பர் டவுன் சண்டையிலும் தோற்கடித்துத் தம் நாட்டிற்கு வரவிருந்த இன்னலைத் தவித்தனர்.

11.பிரஞ்சுச் செய்திகள்

அ) பிரஞ்சுக் குடியரசு பிரிட்டன் மீது போர் தொடுத்தல்

பிரஞ்சுக் குடியரசு 1793 பிப்ரவரி முதல் நாளன்று பிரிட்டன், ஆலந்து, ஸ்பெயின் ஆகிய நாடுகள் மீது போர் தொடுத்துப் பெல்ஜிய மாநிலங்களைப் பிரான்சுடன் சேர்த்துக்

கொண்டது. இந்தப் போரில் மேற்கூறிய *Shapes* கூட்டணி பிரான்சை எதிர்த்துப் போர் செய்தது.

அமெரிக்க ஆட்சித்தலைவரான ஜார்ஜ் வாசிங்டன் (1732-1799: ஆ.கா.1789 - 1797; இவரே அமெரிக்க ஒன்றியத்தின் முதல் ஆட்சித் தலைவர்) இந்தப் போரில் நடுநிலை வகிப்பதென்று அறிவித்து விட்டார். அமெரிக்க ஒன்றியம் பிரிட்டனை ஆதரிக்க வேண்டுமென்று அலெக்சாந்தர் ஹாமில்டனும் (1757 - 1804; அமெரிக்க ஒன்றியத்தின் முதல் நிதியமைச்சர் - 1789 - 1795) தாமஸ் ஜெஃபர்சனும் (1743 - 1826; மூன்றாவது ஆட்சித் தலைவர் - 1801 - 1809) நெருக்கியதால் நடு நிலையாயிருப்பது என்று வாசிங்டன் சாற்றிவிட்டார்.

ஆ. லூவர் மியூசியம்

பாரிசிலுள்ள லூவர் (*Louvre*) அரண்மனையை 1546 ஆம் ஆண்டில் கட்டத் தொடங்கினர். இந்த அரண்மனையுடன் பின்னர் இருநூறாண்டுக் காலத்தில் அடுத்தடுத்துப் பல சேர்க்கைகள் இணைக்கப்பட்டு வந்ததாலும், முற்றுப் பெறாமலே இருந்து வந்தது. அது 1793 ஆம் ஆண்டிலும் கட்டி முடிக்கப்படவில்லை.

குடியரசுப் படை 1793 இல் லூவர் அரண்மனையையும் அதில் நிறைந்திருந்த கலைச் சேகரங்களையும் கைப்பற்றியது. அது இந்த ஆண்டு முதல் பொது மக்களுக்காக அருங்காட்சியகமாய்த் திறந்து விடப்பட்டது.

1793

மாக்சிமிலியன் ரோபஸ்பியரின் (1758 - 1794) தலைமையில் பிரஞ்சுப் புரட்சி நடந்த காலையில் உண்டாக்கப்பட்ட வெகு தீவிரமான கட்சிக்கு ஜேகோபின் (*Jacobin*) என்று பெயர். இக்கட்சி தான் புரட்சியின்போது கொடூரமான வன் செயல்களை அவிழ்த்து விட்டது. மிதவாதியினரான ஜிரோண்டிக் கட்சியைக் கவிழ்த்தது. ஜேகோபின் கட்சி கலை மக்களுக்குரியது என்று உறுதியாய் நம்பியது. அதனால் பல நூற்றாண்டுகளாய்க் கலைப் பொருள்களைச் சேகரித்தும் அதன் கலைச் சுவையில் திளைத்தும் வந்த மேட்டுக் குடியினரையும் பூர்சுவாக்களையும் இக்கட்சி வெறுத்தது. எனினும் இக்கட்சியின் கருத்து நிலைபெறவில்லை. அதனால் ஜேகோபின்கள் தடுத்த போதிலும் லூவர் மியூசியத்தைத் திறப்பதை அவர்களால் நிறுத்த முடியாமற் போனது.

இலண்டனில் திறக்கப்பட்ட சௌத்து கென்சிங்டன் மியூசியம் போன்ற தலையாய சில அருங்காட்சியகங்களைத் தவிர, ஏனைய ஐரோப்பிய அருங்காட்சியகங்கள் அனைத்தும் மேட்டுக் குடியினரின் கலையுணர்ச்சி இலட்சியங்களைக் கொண்டவையாகவே இருந்தன.

லூவர் மியூசியம் 1793 இல் பொது மக்களுக்காகத் திறந்து விடப்பட்டபோது, ஓவியத்தையும் பிற கலைகளையும் தொழில்களாய் மேற்கொண்ட கலைஞர்களுக்காகப் பத்து நாளில் ஐந்து நாள் மட்டுமே திறக்கப்பட்டது. அதன் பயனாய் லூவர் மியூசியம் அன்றிலிருந்து கலைகளின் ஆய்வுச் சாலையாயிருந்து வருகின்றது.

பிற் சேகரங்கள்

கி.பி.பதினெட்டாம் நூற்றாண்டில் ரோம் நகருக்குள்ளடங்கிய வட்டிக் கடைக்காரர்களின் இயக்குநராயிருந்த மார்க்குவிஸ் கம்பண என்றொரு பிரபு இருந்தார். அவர் பழம் பொருள்கள், கலைப் பொருள்கள், ஓவியங்கள் இவற்றைச் சேர்க்க

வேண்டுமென்பதற்காக அரசின் பணத்தைக் கையாடினார். அவருக்கு இக்குற்றத்திற்காக இருபதாண்டுத் தண்டனை கிடைத்தது. அவர் கலைப் பொருள்கள் மீது கொண்ட பேரார்வத்தினால் பணத்தைக் கையாடினார். எனினும் அவர் ஏனைய நடவடிக்கைகளில் நேர்மையும் நாணயமும் மிக்கவர். அவர் சிறைசென்ற பிறகு, அவரின் கலைச் சேகரங்கள் அனைத்தும் ஏலத்தில் விற்கப்பட்டன.

அப்போது பிரான்சில் புரட்சியுமில்லை; குடியரசுமில்லை. நெப்போலியன் போனப்பாட்டின் (முதலாம் நெப்போலியன் 1769-1821; பிரஞ்சுப் பேரரசராயிருந்த காலம் 1804 - 1815)உடன்பிறந்தார் மகனான மூன்றாம் நெப்போலியன் என்ற சார்லஸ் லூயி நெப்போலியன் போனப்பாட்டு (1808-1873; ஆ. கா.1852 - 1870) இத்தாலியப் பிரபின் மேற்சொன்ன கலைச் சேகரங்களை ஏலத்தில் எடுத்து லூவர் மியூசியத்திற்கும் பிற காட்சியகங்களுக்கும் அளித்து விட்டார்.

இ. புரட்சிக் காலண்டரும், மெய்யறிவு வழிபாடும்

பிரான்சில் 1789 முதல் நடந்து வரும் இந்தப் புரட்சிக் காலத்தில், பிரஞ்சுக் குடியரசு புரட்சிக் காலண்டர் என்ற புது ஆண்டுக் கணக்கை வகுத்து அறிவித்தது. இதற்குப் புரட்சிக் காலண்டர் என்று பெயர்.

பிரான்சின் தலைநகரான பாரிசிலுள்ள நாட்டார்டாம் கதீட்ரலில் 1793 நவம்பர் 10 முதல் ''மெய்யறிவு வழிபாடு'' தொடங்கி வைக்கப் பெற்றது. (நாட்டார்டாம் கதீட்ரல் மிகப் பழமையான கோத்திக்குப் பாணிக் கோயிலாகும். அது பாரிஸ் நகரிலுள்ள ஒரு சிறு தீவின்மீது 1163 - 1257 ஆகிய ஆண்டுக் காலத்தில் கட்டப் பெற்றது. கோத்திக்கு என்பது கி.பி.12 முதல் 16 ஆம் நூற்றாண்டில் வரை இங்கிலாந்து உள்பட மேற்கு ஐரோப்பிய நாடுகளில் நிலவிய கட்டடப் பாணியைக் குறிக்கும். ஒரு குரு பீடத்து மாவட்டத்தைச் சேர்ந்த தலைமைக் கோயில் கதீட்ரல் (Cathedral) எனப்படும்.)

சமய நம்பிக்கைகளும் சமயத் தலைவர்களும் தூற்றி ஒதுக்கப்பட்ட இக்காலத்தில் மெய்யறிவு மீது பிரஞ்சு மக்களுக்கு ஆர்வம் மிகுந்தது. பிரஞ்சுக் குடியரசு அதற்கிணங்கப் பிரஞ்சுப் புரட்சியின் முதல் ஆண்டு 1792 செப்டம்பர் 23 என்று கணித்துப் புது ஆண்டைத் தொடங்கியது.

1793

புரட்சிக் காலண்டர்

இக் கணிப்பில் 30 நாள்களையுடைய பன்னிரண்டு மாதங்கள் இருந்தன. அவை : வெண்டர்மயர் (*Vendermiaire*), புரூமயர் (*Brumarire*), ஃபிரிமயர் (*Frimarire*), நிவோஸ் (*Nivose*), புளூவோயிஸ் (*Pluvoise*), வெண்டோஸ் (*Ventose*) ஜெர்மினால் (*Germinal*), ஃபுளோரியல் (*Floreal*), பிரைரியல் (*Prairial*), மெசிடோர் (*Messidor*), தெர்மிடோர் (*Thermidor*), ஃபிரக்டிடோர் (*Fructidor*). மாதத்தில் ஒவ்வொரு பத்தாம் தேதியும் விடுமுறை. இந்த ஆண்டுக் கணக்கில் ஐந்து மிகை நாள்கள் இருந்தன.

மாதங்களின் விளக்கம்

1. வெண்டர்மயர் புரட்சிக் காலண்டரின் முதல் மாதம். செப்டம்பர் 23 தொடங்கி அக்டோபர் 22 வரை. இது திராட்சை பறிக்கும் மாதம். வெண்டர்மயர் என்றாலே திராட்சை பறிப்பது என்றே பொருள்.

2. புரூமயர் இரண்டாம் மாதம். மூடுபனி மாதம். அக்டோபர் 23 - நவம்பர் 21.

3. ஃபிரிமியர் மூன்றாம் மாதம். உறைபனி மாதம். நவம்பர் 22 - டிசம்பர் 21.

4. நிவோஸ் நான்காம் மாதம். உறைபனி நிறைந்த மாதம். டிசம்பர் 22 - ஜனவரி 20.

5. புளூவோயிஸ் ஐந்தாம் மாதம். கார்கால மாதம். ஜனவரி 21 -பிப்ரவரி 19.

6. வெண்டோஸ் ஆறாம் மாதம். காற்று வீசும் மாதம். பிப்ரவரி 20 - மார்ச்சு 21.

7. ஜெர்மினால் ஏழாம் மாதம். அரும்புகளின் மாதம். மார்ச்சு 22 - ஏப்ரல் 20.

8. ஃபுளோரியல் எட்டாவது மாதம். மலர்களின் மாதம். ஏப்ரல் 21-மே 20.

9. பிரைரியல் ஒன்பதாம் மாதம். புல்வெளி மாதம். மே 21 - சூன் 20.

10. மெசிடோர் பத்தாம் மாதம். அறுவடை மாதம். சூன் 21 சூலை 19.

11. ஜெர்மிடோர் பதினொன்றாம் மாதம். வெப்ப மாதம். சூலை 20 -ஆகஸ்டு 18.

12. ஃபிரக்டிடோர் பன்னிரண்டாம் மாதம். ஆகஸ்டு 19 -செப்டம்பர் 22.

இந்தப் புதிய ஆண்டு முறை பதின்மூன்று ஆண்டுகளுக்குப் பிறகு 1805 டிசம்பர் 31 அன்று கைவிடப்பட்டது.

பாய்ந்தோடி வந்த காட்டாற்று வெள்ளம் நெடுங்காலமாய் ஓங்கி நின்றிருந்த மரங்களை வேரோடு சாய்ப்பது போல், சமூகத்தில் நிலை பெற்றுப் பல காலம் பழகி வந்த நம்பிக்கைகளும் கோட்பாடுகளும் சமயங்களும் வழிபாடுகளும் பழக்க வழக்கங்களும் 1793 நவம்பரில் பிரஞ்சு நாட்டில் தூக்கியெறியப்பட்டன என்பதை மெய்யறிவு வழிபாடு என்ற இறை வழிபாடு ஒழிப்பும் குடியரசுக் காலண்டரும் காட்டுகின்றன.

பாரிஸ் நகரத் தன்னாட்சிப் பகுதியின் (*Commune*) தலைவர்களான ஜேக்கூ ரெனிஹெபர் (இப்போது வயது 38), பியரி காப்பார்டு ஹௌமட்டு (வயது 30), ஷீன் பாப்டிஸ்டு தூ வல்-திகிரேஸ் (வயது 38), பேரன் டி குளூட்ஸ் ஆகியோர் அறிவு வழிபாட்டைத் தொடங்கி வைத்தனர். ஆனால் இவர்களனைவரும் பின்னர், அதே புரட்சி வெள்ளத்தில் அடித்துச் செல்லப்பட்டனர். அவர்கள் 1794 ஆம் ஆண்டில் தலை வெட்டிக் கொல்லப்பட்டனர்.

ஈ. ''புரட்சி பெற்றெடுத்த பிள்ளை'' நெப்போலியனின் ஏற்றம்

''புரட்சி பெற்றெடுத்த பிள்ளை'' என்று பெருமைப்படுத்தி அழைக்கப்படும் நெப்போலியன் போனப்பாட்டு (1769-1821) ஐதரலியைப் (1722-1782) போன்றுதான் ஊர் பேர் தெரியாத ஒரு படைவீரராய் (*Little Corporal* என்றே அவர் அழைக்கப்பட்டார்) வாழ்க்கையைத் தொடங்கினார். புரட்சியினால் விளைந்த நிகழ்ச்சிகளும் பழைய ஆட்சியினால் அளிக்க முடியாத வாய்ப்புகளும் அவருக்கு அமைந்ததால், அவரால் அரசியல் அதிகாரத்தின் உச்சியைத் தொட முடிந்தது. அவருக்கு அதற்குரிய காலம் இந்தக் கட்டத்தில் கனிந்தது.

தென் கிழக்குப் பிரான்சில் நில நடுக் கடலின் கரை மீது அமைந்துள்ள அரண் சூழ்ந்த துலோன் (*Toulon* என்ற துறைமுகப் பட்டினத்தைப் பிரஞ்சுக்காரர் பிரிட்டிசாரிடமிருந்து கைப்பற்றியதுதான், நெப்போலியனின் ஏற்றத்திற்கு

உந்துதளமானது. வட இத்தாலியின் மேற்கே நில நடுக்கடலிலுள்ள கார்ச்சிக்கம் (*Corsica*) என்ற தீவில் பிறந்த போனப்பாட்டு துலோனை வென்ற பிரஞ்சுப் படையின் பீரங்கிப் பிரிவில் அலுவலராயிருந்தார். இப்போது அவருக்கு வயது **24**.

அவருக்குப் பிரஞ்சுப் புரட்சியின் தலைவருள் ஒருவரான மாக்சிமிலியன் ரோபஸ்பியரின் (*1758-1794*) சகோதரரது ஆதரவு இருந்தது. அதனால் பிரஞ்சுக் குடியரசின் பேரவை மன்றத்திற்கு எதிராய்க் கிளர்ச்சி செய்து வந்த துலோன் மக்களுக்கு உதவி புரிய வந்திருந்த பிரிட்டீசுப் படையைத் தாக்கும் பொறுப்பு நெப்போலியனிடம் தரப்பட்டது.

போனப்பாட்டு துலோன் வெற்றிக்குப் பிறகு பிரிகேடியர் ஜெனரல் என்ற உயர் பதவியைப் பிரஞ்சுப் படையில் பெற்றார். (பிரிகேடியர் ஜெனரல் என்பது பிரிகேடு என்ற படைப்பிரிவின் தலைவர் பதவியைக் குறிக்கும். பிரிகேடு என்ற படைப்பிரிவு ஒரு டிவிசனை விடச் சிறியது; பிரிகேடியர் ஜெனரல் என்ற பதவி மேஜர் ஜெனரல் பதவிக்கு அடுத்த நிலை; கர்னல் பதவியை விட உயர்ந்தது).

பதினெட்டாம் நூற்றாண்டில் நிலவிய ஐதரலி கானுக்கும் அதே பதினெட்டில் ஏற்றம் கண்டு வரலாற்றில் தன் சுவடுகளைப் பத்தொன்பதிலும் பதித்துச் சென்ற நெப்போலியன் போனப்பாட்டிற்கும் வலிந்து பல ஒற்றுமைகளைக் கூறலாம். முன்னவர் தேவனள்ளிப் போரில் (*1749*) மேலேறினார்; பின்னவர் துலோன் வெற்றியால் முன்னேறினார். இருவரும் பிரிட்டிசாரால் ஒழிக்கப்பட்டனர்.

1793

உ. பதினாறாம் லூயி தலைவெட்டிக் கொலை

பிரஞ்சு நாட்டுப் பேரவை மன்றத்தில் மூன்று குழாங்கள் இருந்தன. (இ. ச. க.தொகுதி- *9*) பிரபுக்கள், குருமார், மக்களால் தேர்ந்தெடுக்கப்பட்டோர் என்ற இக்கூட்டங்களில் மூன்றாவது கூட்டத்தைச் சேர்ந்த பேரவை மன்ற உறுப்பினர் ஒருவரின் பெயர் ஜோசஃபு இமேஸ் ஜில்லட்டின் (*Joseph Ignace Guillotin 1738-1814*) அவர் பாரிஸ் நகரைச் சேர்ந்த மருத்துவர்.

அவர் கொலைத் தண்டனையை நிறைவேற்றுவதற்குத் தலைவேறு முண்டம் வேறாய் வெட்டி எறியும் ஒரு கருவியைப் பயன்படுத்தலாம் என்று பேரவை மன்றத்தில் கருத்துக் கூறினார். செங்குத்தாய் நிற்கும் உயர்ந்த மரச் சட்டங்களின் குறுக்கே எடை கட்டிய ஒரு வெட்டுத்தகடு தொங்கும். தண்டனைக்கு ஆளானவரை அச்சட்டங்களின் கீழே நடுவில் தலையை வைக்கச் சொல்லி, வெட்டுத் தகட்டை எடை நீக்கி விசையோடு கீழே இறங்கச் செய்யும்போது, அது விரைந்து வந்து சரியாய்ப் பின்னங்கழுத்தில் விழுந்து தலைவேறு முண்டம் வேறாய்த் துண்டித்து விடும் அமைப்புடையது.

ஜில்லட்டின்

இந்தக் கருவி முதலில் அண்டாயின் லூயி (*Antoin Louis*) என்றவரின் பெயரால் லூசே (*Louisette*) என்றுதான் அழைக்கப்பட்டது. டாக்டர் ஜில்லட்டு **1793** இல் பேரவை மன்றத்தில் இக்கருவியைக் கொலைத் தண்டனைக்குப் பயன்படுத்தலாம் என்று எடுத்துரைத்த பிறகு அந்தத் தலை வெட்டிக் கருவிக்கு ஜில்லட்டின் என்ற பெயரே நிலைத்து விட்டது. ஆனால் இக் கொலைக்கருவியை உண்டாக்கியோர் லூயியோ ஜில்லட்டினோ அல்லர்.

தலைவெட்டி ஜில்லட்டினை 1792 ஏப்ரல் 25 ஆம் நாளில் தான் முதன்முதலில் கையாண்டு பார்த்தனர். அப்போது இளம் கொள்ளைக்காரரான பெல்லிசியர் (Pelletier) என்றவரைப் பாரிஸ் நகரில் பிளேஸ் தெ கிரீவ் (Placede Greve) என்ற இடத்தில் ஜில்லட்டினால் தலை வெட்டிக் கொன்றனர்.

கேட்டாலே குலை நடுங்க வைக்கும் இக்கருவியைப் பற்றி ஜில்லட்டின் பேரவை மன்றில் கூறினார். "இக் கருவிக்குப் பலியாகப் போகின்றவருக்குக் கழுத்தில் இதந்தரும் குளுமையான உணர்வைத் தவிர வேறெதுவும் தெரியாது. ஆயினும் மேதகு உறுப்பினர்களே, இந்த வாய்ப்பை அனுபவிப்பதில் நாம் அவசரப்பட்டு விடலாகாது!"

எனினும் அவர் பெயரைப் பெற்றுவிட்ட ஜில்லட்டின் என்ற இந்தக் கருவியே, கொலைத் தண்டனைக் கருவியாகி அரசன் முதல் ஆண்டி வரை பலரின் தலைகளைப் புரட்சியின் போது உருட்டியது. இக்கருவியைப் புதுச்சேரியில் உள்ள அருங்காட்சியகத்தில் காட்சிக்கு வைத்து இருந்தனர்.

ஜில்லட்டினால் மெய்யாகவே முடி துறந்தவர் என்ற பெயர் பதினாறாம் லூயிக்குக் கிடைத்தது. இரக்கத்திற்குரிய பிரஞ்சு முடிமன்னரான இவரைப் புரட்சியாளர் 1789 ஆம் ஆண்டு சிறைப் படுத்தினர். அவர் பின்னர் தப்பியோட முயன்று, புரட்சிப் படையிடம் பிடிபட்டார். அதன்பிறகு மக்கள் நீதி மன்றத்தில் அவர் மீது வழக்கு நடந்தது. லூயி அரசரிடம் அரசவை ஓவியராய் இருந்தவரும் பேரவை மன்ற உறுப்பினருமான ஜேக்கூ லூயி டேவிடு (Jacques Louis David 1748-1825) என்றவரே, மன்னருக்கு மரண தண்டனை அளிக்க வேண்டுமென்று வாக்களித்தார்.

ஜில்லட்டின்

மன்னரை ஒரு முறை மன்றம் விசாரித்த பின்னர், அவர் குற்றவாளி என்று 683 பேரும் குற்றவாளி அல்லர் என்று 38 பேரும் வாக்களித்தனர். அவர்கள் இவ்வாறு தீர்ப்பு வழங்கிய பின்னர் அரசருக்கு மரண தண்டனை விதிக்கப்பட்டது.

பதினாறாம் லூயி புரட்சி மாளிகை என்ற இடத்தில் 1793 ஜனவரி 21 அன்று ஜில்லட்டினால் தலை வெட்டிக் கொல்லப் பட்டார்.

(இந்த இடம் பின்னர் கங்கார்டு மாளிகை (Concord) என்று பெயர் பெற்றது)

பதினாறாம் லூயி

பதினாறாம் லூயி, இளவரசர் லூயிக்கும் இளவரசி மாரி ஜோசீஃபுக்கும் வெர்செயில் அரண்மனையில் 1754 ஆகஸ்டு 23 அன்று பிறந்தார்.

12. பருத்தி அரைவை ஆலை

எலை விட்னி (Eli Whitney : 1765-1825) என்ற அமெரிக்கர் பருத்தியை அரைத்துக்

கொட்டையையும் பஞ்சையும் பிரிக்கும் அரைவை ஆலையை (*Ginning machine*) *1793* ஆம் ஆண்டு செய்தார். (இ.ச.க.தொகுதி-4)

1793

13. பீட்டுக் கிழங்கிலிருந்து சர்க்கரை

பீட்டுக் கிழங்கு (*Beet root*) என்பது *Beta Karlgaris* என்ற தாவர வகையைச் சேர்ந்த கருஞ்சிவப்பு நிறமான கிழங்கு ஆகும்.

ஃபிரான்ஸ் காரல் அஷார்டு (*Franz Karl Achard*) என்ற பெர்லின் நகர வேதியியலார் பீட்டுக் கிழங்கிலிருந்து சர்க்கரை செய்யும் முறையை *1793* இல் வெளிப்படுத்தினார். அவருக்கு இவ்வாண்டில் வயது நாற்பது. பீட்டுக் கிழங்கு, காரட்டு ஆகியவற்றில் சிறிதளவு சர்க்கரைச் சத்து உள்ளது என்பதைப் பிரஷிய வேதியியலாரான ஆந்திரியாஸ் சிஜிஸ்மண் மார்கராஃபு (*Andreas Sigismund Margraff*) *1747* ஆம் ஆண்டு தனது *38* ஆவது வயதில் கண்டுபிடித்தார். எனினும் அக்கிழங்கு வகைகளிலிருந்து சர்க்கரை எடுக்கும் முறை *1793* ஆம் ஆண்டுதான் அறியப்பட்டது.

இதற்குப் பதினேழு ஆண்டுகளுக்குப் பிறகு *1810* ஆம் ஆண்டில் பிரஞ்சுப் பாங்கரான *37* வயதுப் பெஞ்சமின் டெலிசெட்டு (*Benjamin Delessert*) என்றவர் பாசி (*Passy*) என்ற இடத்தில் பீட்டுச் சர்க்கரை ஆலையை நிறுவினார். பிரிட்டீசுக் கடற்படை இறக்குமதியைத் தடுத்து முற்றுகையிட்டு விட்டதால், பிரஞ்சு மக்களுக்குச் சர்க்கரை வேண்டுமென்பதற்காக, அவர் இந்த ஆலையை நிறுவினார். இந்த ஆலை அடுத்த இரண்டாண்டுக் காலத்திற்குள் விலையுயர்ந்த நாற்பது இலட்சம் கிலோ கிராமிற்கும் அதிகமான பீட்டுச் சர்க்கரையை ஆக்கித் தந்தது.

14. ஆங்கிலத்தில் டேசிட்டஸ் எழுதிய ''வரலாறுகள்''

பாலியஸ் கர்னீலியஸ் டேசிட்டஸ் (*Paulius Cornelius Tacitus*கி.பி.55-120) ரோமானிய வரலாற்றாசிரியர்; சிறந்த சொற்பொழிவாளர்; உரைநடைக்கென்று தனிப்பெயர் பெற்றவர். இவரின் பெயர் கையஸ் கர்னீலியஸ் டேசிட்டஸ் என்றும் இன்னோர் ஏட்டில் கூறப்பட்டுள்ளது. இவர் பிறந்த இடமும் காலமும் நமக்குப் புலனாகவில்லை. இவர் இத்தாலியின் வடக்கே சுமார் கி.பி.55 வாக்கில் உயர்குடியில் பிறந்தார் என்று அறிகின்றோம்.

அவர் எழுதிய மிகப் பழமையான நூல் (சு. 81 கி.பி.) ''சொற்பொழிவாளர் பற்றிய உரையாடல்'' (*Dialogues de Oratoribus Dialogue on Orator*) என்பர். ஆனால் அதை எழுதியவர் அவர் அல்லர் என்ற கருத்தும் உண்டு. அவர் தனக்குப் பெண் கொடுத்த மாமனாரான ஜூலியஸ் உக்கிக்கோல என்றவரின் வாழ்க்கை வரலாற்றையும் எழுதியிருக்கின்றார். அவர் ஜெர்மன் மக்களையும் அவர்களின் வாழ்க்கையையும் பற்றி எழுதிய *Germania* என்ற நூலும் தன் வரலாறும் கி.பி. 98 வாக்கில் வெளி வந்தன.

டேசிட்டசின் மாபெரும் நூல் Historia (Histories - வரலாறுகள்) ஆகும். இதில் கி.பி. 69 ஜனவரி முதல் நாளிலிருந்து 96 ஆம் ஆண்டு வரையிலுள்ள வரலாறு பன்னிரண்டு புத்தகங்களில் முதலில் கூறப்பட்டிருந்தது. இந்நூல் கி.பி.104-109 ஆண்டுகளுக்கு இடைப்பட்ட ஐந்தாண்டுக் காலத்தில் வெளிவந்தது.

''வரலாறுகள்'' நூலின் பன்னிரு புத்தகங்களில் ஒன்று முதல் நான்கும், ஐந்தாம் புத்தகத்தின் ஒரு பகுதியும் மட்டுமே எஞ்சியுள்ளன.

அவர் எழுதிய ''வரலாற்றுப் பதிவேடுகள்'' (*Annals*) என்ற நூலில் அகஸ்டஸ் சீசர் (63 கி.மு.-14 கி.பி.) கி.பி. 14 ஆம் ஆண்டில் இறந்தது தொடங்கி, நீரோ அரசர் (37-68 கி.பி.) 68 ஆம் ஆண்டு இறந்தது வரையிலுள்ள வரலாறுகள் உள்ளன. இந்நூல் கி.பி.115 - 117 காலத்தில் எழுதப் பெற்றிருக்கலாமென்பர். இவை இன்று சிதைந்த வடிவில்தான் நமக்குக் கிடைக்கின்றன.

இவற்றுள் ''வரலாறுகள்'' என்ற நூலை ஆர்தர் மாஃபி (*Arthur Mauphy*) என்பவர் ஆங்கிலத்தில் மொழிபெயர்த்து 1793 ஆம் ஆண்டு வெளிவந்தது. பிறகு டபிள்யூ ஹாமில்டன் ஃபைஃபு (*W.Hamilton Fyfe*) செய்திருந்த இதன் மொழிபெயர்ப்பு 1912 ஆம் ஆண்டிலும் பின்னர் ஜி.ஜி.ராம்சே (*G.G.Ramsay*), கிளிஃபோர்டு எச்.மூர் (*Clifford H.Moore*) ஆகிய இருவர் செய்த ஆங்கில மொழி பெயர்ப்புகள் முறையே 1915, 1925 ஆகிய ஆண்டுகளிலும் வெளிவந்துள்ளன.

டேசிட்டஸ் தன் வரலாற்று நூல்களில் அறநெறி கற்பிப்பவராய் நடந்து கொள்கின்றா ரெனினும், வரலாறு நற்பண்புகளைக் கற்பிப்பது என்ற கருத்துடைய அறநெறியாளராகவே அவர் விளங்குகின்றார். நேர்மையையும் மேன்மையையும் மதிக்க வேண்டும். கொடுஞ்செயலையும் கொடுங்கோன்மையையும் வெறுக்க வேண்டும் என்று டேசிட்டஸ் வலியுறுத்துகின்றார்.

15. போலந்து மீண்டும் பங்கு போடப்படுதல்

போலந்தை அதன் அண்டையிலுள்ள வல்லரசுகளான இரஷியம், பிரஷியம், ஆஸ்திரியம் ஆகியன மூன்றும் தமக்குள் பங்கு போட்டுக் கொண்ட செய்தி முன்னர் (இ.ச.க.தொகுதி-8) சொல்லப்பட்டது. அதற்கு இருபதாண்டுகளுக்குப் பிறகு 1793 இல் அதே கதி போலந்திற்கு மீண்டும் ஏற்பட்டது.

இரஷியம் 1793 ஜனவரி 23 அன்று லிதுவேனியத்தின் பெரும்பகுதி முழுமையும் போடோலியம் (*Podolia*) உள்பட உக்கிரேனியத்தின் பெரும்பரப்பையும் கவர்ந்தது. பிரஷியம் டான்சிற்கு (*Danzig*), தாரன் (*Thorn*) பெரிய போலந்து என்ற பகுதியையும் இணைத்துக் கொண்டது.

16. ஜப்பானில் புதிய ஷோகன்

ஷோகன் (*Shogun*) என்பது ஜப்பானியப் படைத் தலைவனைச் சுட்டும். அது படைத் தலைவனைக் குறிக்கும் சியாங்கு சூன் என்ற சீனச் சொல்லின் திரிபு ஆகும். ஷோகன் என்ற தலைமைத் தளபதிகள் கி.பி.794 முதல் வெறும் படைத் தலைவர்களாகவே இருந்தனர். அவர்கள் பின்னர் ஜப்பானியப் பேரரசர்களைப் பின்னுக்குத் தள்ளிவிட்டுத் தாமே ஆட்சிப் பொறுப்பை மேற்கொண்டனர். ஷோகன் அந்தப் பரம்பரையில் வந்த போர்ப் படைச் சர்வாதிகாரியைக் குறிக்கும் பெயரானது. (மைசூர் அரசின் தளவாய்களை ஒப்பு நோக்க)

இக்குடியினர் கி.பி.1192 முதல் 1867 வரை மேலோங்கிய நிலையில் இருந்தனர். இக்கால கட்டத்தில் தோக்குகவ என்ற ஷோகன் குடி ஜப்பானில் ஆட்சி செய்து வந்தது. அக்குடியைச் சேர்ந்த ஐயனாரி(*Ienari*)ஆறாண்டுக் காலம் ஆட்சிக் காவலரின் பாதுகாப்பில் இருந்த பின்னர், 1793 இல் நேரடியாய் ஆட்சிப் பொறுப்பை ஏற்றார். அவரது ஆட்சி இனி 45 ஆண்டுகள் நீடிக்கப் போகின்றது.

இரஷியர் ஜப்பானுடன் நட்புறவை ஏற்படுத்திக் கொள்ள முடியாதிருந்த நேரத்தில் ஐயனாரியின் ஆட்சி தொடங்குகின்றது. இவரது ஆட்சிக் காலத்தில் ஷோகன்களின் இராணுவ ஆட்சிமுறை கலையத் தொடங்குகின்றது. தோக்குகவ அவையில் ஊதாரித் தனமும் வீண் செலவுகளும் மிகுகின்றன.

17. டொராண்டோ நகரத் தோற்றம்

பிரஞ்சுக்காரர் கனடாவின் இந்த இடத்தில் 1749 ஆம் ஆண்டு ரூயில் என்ற கோட்டையைக் கட்டினர். பிரிட்டீசார் அதை அப்பகுதியிலிருந்த இந்தியரிடமிருந்து 1787 இல் விலைக்கு வாங்கினர். அப்போது இந்த இடத்தின் பெயர் யார்க்கு. அது மேலக் கனடாவின் தலைநகரானது. இந்த ஊர்தான் 1793 இல் டொராண்டோ (*Toronto*) என்ற பெயரைப் பெற்றது.

இது தென் கனடாவின் மையப் பகுதியில், ஒண்டாரியோ ஏரிக் கரையின் மீதுள்ளது. இன்று கனடாவின் பெரிய நகராயும் ஒண்டாரியோ மாநிலத்தின் தலைநகராயும் உள்ளது. இதுவே கனடாவின் தலையாய தொழில், வாணிப நகரமாகும்; பெரிய துறைமுகப்பட்டினமாகும். இப்பட்டினத்தில் இரண்டு பல்கலைக் கழகங்கள் உள்ளன. இங்கு 553 மீட்டர் (1814 அடி) உயரமான CN என்ற கோபுரம் உள்ளது. இக்கோபுரத்தின் மேலே 347 மீட்டர் உயரத்தில் சுழலும் உணவகம் ஒன்று இருக்கிறது. இந்நகரில் பல நாடுகளைச் சேர்ந்த மக்கள் குடியேறி வாழ்கின்றனர்.

18. ஃபிலடெல்ஃபியத்தில் மஞ்சள் காய்ச்சல்

எய்டெஸ் ஈஜிப்டி (*Aedes aegypti*) என்ற கொசு வகையைச் சேர்ந்த பெண் கொசு கடிப்பதால் உண்டாகும் ஒருவகைத் தொற்று நோய்க்கு மஞ்சள் காய்ச்சல் (*Yellow fever*) என்று பெயர். இது கடுமையான தொற்றுநோய். வெப்ப மண்டலத்திலும் மித வெப்ப

மண்டலத்திலும் இந்நோய் தொற்றுகின்றது. இந்நோயின் அறிகுறிகள்; காய்ச்சல், குருதியொழுக்கு, இரத்த வாந்தி, மஞ்சள் காமாலை முதலியனவாகும்.

இக்காலத்தில் அமெரிக்க ஒன்றியத்தின் தலைநகராய் விளங்கிய ஃபிலடெல்ஃபியத்தில், நகர மாந்தரை மஞ்சள் காமாலை தொற்றி, *4044* பேர் செத்தனர். இதைப் போன்ற நலக் கேட்டுச் சாவு இதற்கு முன்னர் இந்நகரில் ஏற்பட்டதில்லை. இந்நோய் மேற்கிந்தியத் தீவுகளிலிருந்து கப்பலில் வந்து இந்நகரை அடைந்தது. அது இந்நகரில் வாழ்ந்திருந்த *24,000* பேரில் கிட்டத்தட்ட அனைவரையுமே தொற்றியது. எனினும் மக்கள் ஊரை விட்டு ஓடவில்லை.

இந்நோயைத் தடுக்க வெள்ளைப் பூண்டுச்சாறு, வினிகர் என்ற காடி ஆகியவற்றைப் பயன்படுத்தினர். சூடத்தில் நனைத்த துணியையும் முகத்தில் கட்டிக் கொண்டனர். இந்நோய் ஆறில் ஒருவரின் உயிரைக் குடித்தது. இந்நோய் தொற்றியோர் மஞ்சள் நிறமாயினர். கொடிய காய்ச்சல் கண்டது. விடாமல் விக்கல் வந்தது. மக்கள் இரத்த வாந்தியெடுத்தனர்.

1794

அரசியல்

காசி பிரிட்டிசார் வசமாதல்

ஐரோப்பிய அரசியலுறவு சீனம் ஏற்காமை

சென்னை ஆளுநர் - ஹோபாட்டு

திப்பு சுல்தான் மக்களை மீட்டல்

பாரசிகத்தில் கசர் அரச குடி தோற்றம்

பிரிட்டனில் அடக்குமுறை

பாரிசில் தலைகள் உருளுதல்

அறிவியல்

உலகின் முதல் தொழில் நுட்பக் கல்லூரி

பாரிசில் முதல் தந்தித் தொடர்பு

மருத்துவம்

சென்னையில் மன நல மருத்துவமனை

சொறி கரப்பானுக்கு மருந்து

1794

கல்வி, கலை, இலக்கியம்

சென்னையில் அர்மீனியன் இதழ்

தாமஸ் பெயின் ''பகுத்தறிவுக் காலம்''

தொழில், வாணிபம், வேளாண்மை

சூரத்துத் துணிகள் மீது அயல் நாட்டினர் விருப்பம்

பொருளியல், நிதியியல்

அமெரிக்கத்தில் முதல் காப்பீட்டுக் கழகம்

இராணுவம், போர்

பிரஞ்சுப் படையில் பலூன்

வரலாறு

ஆப்பிரிக்கத்தில் தேட்டப் பயணங்கள்

சாரநாதம் வெளிப்படுதல்-புத்தர் பற்றிய செய்திகள்

சூரத்துப் பட்டினம்

பலூன் வரலாறு

ரிக்சர் வரலாறு

பென்சில் வரலாறு

கிப்பனின் ''ரோமன் வரலாறு''

மக்கள்

பச்சையப்ப முதலியார் (1754 - 1794)

இந்தோனேசியத்தில் சீனர் குடியேற்றம்

கடற் கொள்ளையர் கோலி

அமெரிக்கர் அடிமை வாணிபம் செய்யத் தடை

இறப்பு

எட்வர்டு கிப்பன் (1737-1794)

வில்லியம் ஜோன்ஸ் (1746-1794)

பச்சையப்பன் (1754-1794)

1794

1.ஆப்பிரிக்கத்தில் தேட்டப் பயணங்கள்

மனிதர் தோன்றிய மண்

உலகில் மனித இனம் ஏறத்தாழ எண்பது இலட்ச ஆண்டுகளில் படிமுறை வளர்ச்சி பெற்று வந்திருப்பது, நெடியதும் சிக்கல் நிறைந்ததுமான கதை எனலாம். இன்று நீண்ட இக்கதையின் பெரும்பகுதி தெளிவில்லாமலும் ஐயத்திற்கிடமானதாயும் இருந்து வருகின்றது. அதை நிறுவும் சான்றுகளான தொல்படிவங்கள் (*fossils*) பல இடங்களில் சிதறி ஒன்றை விட்டு ஒன்று வெகு தொலைவில் கிடக்கின்றன. ஆனால் இன்று ஆப்பிரிக்கத்தில் மனிதனுடன் நெருங்கிய உறவுடைய முதல் நிலை உயிரிகளான கொரில்லாவும் சிம்பன்சியும் காணப்படுவதால், நமது இனத்தின் தோற்றுவாயை ஆப்பிரிக்கத்தின் வெப்ப மண்டலக் காடுகளில்தான் தேட வேண்டும் என்பது புலனாகின்றது.

இதுவரை நாம் தேடிக் கண்ட தொல்மானுட எச்சங்களில் பெரும்பாலானவை ஆப்பிரிக்கத்தின் அந்தப் பகுதியிலிருந்துதான் கிடைத்திருக்கின்றன. படிமுறை வளர்ச்சியின் திரும்பு கட்டங்களில் பிரிந்துசென்ற கோடுகள் மனிதனையும் வாலில்லாக் குரங்குகளையும் பிரித்த இடம் இதுதான் என்றும், அது எண்பது இலட்ச ஆண்டுகளுக்கு முன்னர் இங்குதான் நிகழ்ந்திருக்க வேண்டும் அல்லது முதல் மனிதன் தோன்றியதன் தொடக்கம் இங்குதான் விளைந்திருக்க வேண்டுமென்றும் கொள்ளலாம்.

ஆப்பிரிக்கத்தின் இந்தப் பகுதியில்தான் நம்மின் தொன்முது முன்னோர் நான்கு மில்லியன் நாற்பது லட்சம் ஆண்டுகளுக்கு முன்னர் தோன்றினர் என்பது உறுதியாய் நிலை நாட்டப்பட்டுள்ளது. ஆனால் நாம் ஆப்பிரிக்கத்தின் தொல் வரலாற்றைச் சுமார் நூற்றைம்பது ஆண்டுகளுக்கு முன்னர் தான் அறியத் தொடங்குகின்றோம்.

இங்கு படிமுறை வளர்ச்சி பெற்றுத் தோன்றிய நிமிர் மனிதர் (*homo erectus*) கூடி வாழ்ந்தனர் என்றும் அவர்களே மனித இனத்திற்குக் கூடி வாழும் குடும்ப அமைப்பு முறையை அளித்தனர் என்றும் இந்தப் பெருமை மானுடர் விளைந்த மண்ணான ஆப்பிரிக்கத்தையே சேரும் என்றும் ஆப்பிரிக்க அறிஞர் ஒருவர் பூரிக்கின்றார்.

ஆப்பிரிக்கப் பெருநிலம்

ஆப்பிரிக்கம் சுமார் முப்பது மில்லியன் சதுர கிலோ மீட்டர் (சுமார் 11 மில்லியன் சதுரமைல்) பரப்புடையது. ஆசியத்திற்கு அடுத்த படியாய் உலகில் பெரிய கண்டம் ஆப்பிரிக்கமேயாகும். இக்கண்டத்தை நிலநடுக்கோடு கிட்டத்தட்டச் சரிபாதியாய் வெட்டுகின்றது. ஆப்பிரிக்கம் பூமியின் மொத்த நிலப்பரப்பில் ஐந்திலொரு பங்கு இருக்கும். ‘‘அது அட்லாண்டிக்கு, நிலநடுக் கடல், செங்கடல், இந்துமாக்கடல் ,அண்டார்டிக்குக் கடல் ஆகிய கடல்களிலிருந்து ஓர் இராக்கத ஈரல் அல்லது சிறுநீரகம் துருத்திக் கொண்டிருப்பது போன்று நீட்டியிருக்கின்றது’’ என்று ஜான் கந்தர் கற்பனை செய்து பார்க்கின்றார்.

அதன் கரையோரங்களில் வெகு சில வளைவுகளே உள்ளன. உலகக் கண்டங்களில் எளிதில் ஊடுருவி விடமுடியாததாய் ஆப்பிரிக்கம் இருப்பதால், அது குறைந்த அளவில்தான் மேம்பாடடைந்துள்ள நிலைமை இன்றும் இருக்கின்றது. அதன் புறப்பரப்பு மட்டுமின்றி உள்ளடங்கிய சமவெளிப் பகுதியும் எளிதில் உள்புக முடியாதது. மிகுந்த வெப்பமுடையது. அதனால் பொருளியலிலும் மனிதரிடத்திலும் ஆழ்ந்த விளைவுகளை உண்டாக்க வல்ல நோய்களும் அங்கு பீடித்துள்ளன. இந்த 1995 ஆம் ஆண்டில் ஆப்பிரிக்க கண்டத்தின் தெற்கே நடுப்பகுதியிலுள்ள சயர் (*Zaire*) என்ற நாட்டிலிருந்து எபோலா (*Ebula*) என்ற கொடிய நோய் கிளம்பியுள்ளது. இந் நோய் தொற்றியவர்களுக்கு இது வரையிலும் எந்த மருந்தும் இலது. அவர்கள் கொடிய காய்ச்சல் கண்டும் குருதிப் பெருக்கெடுத்தும் மடிகின்றனர். ஆப்பிரிக்கத்திலிருந்து தோன்றியது என்று அஞ்சி நடுங்கப்படும் எயிட்ஸ் நோய்க்குப் போன்றே எபோலாவிற்கும் மருந்து எதுவும் இது வரை உண்டாக்கப்படவில்லை. எபோலோ என்ற ஆற்றுப் பகுதியில் இந்நோய் முதலில் காணப்பட்டதால் அந்த ஆற்றின் பெயரையே இந்நோய்க்கும் இட்டு விட்டனர். இந்நோய் காற்றின் வழியே பரவுவதில்லை. எபோலா தொற்றியவர் அடுத்தவரைத் தொட்டால் ஒட்டிக் கொள்ளும் ஒட்டுவாரொட்டி நோயாகும்.

1794

ஐரோப்பியர் தேட்டம்

ஐரோப்பியர் பதினைந்தாம் நூற்றாண்டின் இறுதியிலிருந்து உலகக் கடல்களை யெல்லாம் கலக்கத் தொடங்கினர். அமெரிக்கம், ஆசியம் போன்ற பெருநிலப் பரப்புகளின் உள்ளே ஊடுருவினர். பசிபிக்குக் கடலில் எங்கோ தனித்துத் தெற்கே கிடந்த தீவுக் கண்டமான ஆஸ்திரேலியத்தைத் தேடிப்பிடித்து இந்தப் பதினெட்டாம் நூற்றாண்டில் குடியேறினர். அறியப்பட்ட உலகங்களையும் அறியாதிருந்த உலகங்களையும் ''குருட்டான் போக்கில்'' தான் அவர்கள் கண்டுபிடித்தனர். ஆனால் அவர்கள் ஆப்பிரிக்கத்தின் நாற்றிசையிலும் கடலோரப் பகுதிகளை மட்டுமே சுற்றி வந்தனர் . அவர்கள் இவற்றுக்கெல்லாம் கடைசியாய் ஆப்பிரிக்கத்தில் ஊடுருவித் தேட்டப் பயணங்கள் மேற்கொண்டதற்குப் பல காரணங்கள் உள்ளன.

அப்பெரு நிலத்தின் தட்ப வெப்பநிலையும் அங்கு மலிந்திருந்த பல நோய்களும் ஐரோப்பியரைத் தயங்குமாறு செய்தன. வெந்து கருகச் செய்யும் மேற்காப்பிரிக்கத்தின் வெப்பநிலை காரணமாய், அது, ''வெள்ளையரின் இடுகாடு'' என்று பலகாலமாய்க் கருதப்பட்டு வந்தது. ஆப்பிரிக்கத்தின் உள் பகுதிகளில் வாழ்ந்த குலத்தார் பகை பாராட்டுவோராயிருந்தனர். ஏனெனில் ஐரோப்பியர் அம்மக்களின் முன்னோரைப் பிடித்து அடிமைகளாக்கிக் கண்காணா நாடுகளுக்குக் கொண்டு சென்றனர்.

ஆப்பிரிக்கத்தில் வெகு சில குடாக்களும் இயற்கைத் துறைமுகங்களும் மட்டுமே இருந்தன. ஆறுகளின் வழியே உள்நாடுகளுக்குள் எளிதில் செல்ல முடியாதிருந்தது. இக்கண்டத்தை எவரும் சரியாய் அறியாதிருந்ததால், அங்கு இயற்கை வளங்கள் குறைவு என்றும் கடைசியில் கருதப்பட்டது.

ஆப்பிரிக்கத்தில் சிறந்த நாகரிகங்களும் பேரரசுகளும் இருந்தன என்ற உண்மையை ஐரோப்பியர் அறிந்திருக்கவில்லை. ''ஆப்பிரிக்கம் சில வகைகளில் இருள் கண்டமே அன்று. அது உயிர்த் துடிப்புள்ள ஒளியை வீசியடிக்கின்றது'' என்ற மெய்ச் செய்தி பதினெட்டாம் நூற்றாண்டின் இக்காலகட்டத்தில் உணரப்படவேயில்லை.

ஆப்பிரிக்கச் சங்கம்

இங்கிலாந்தில் ''ஆப்பிரிக்கச் சங்கம்'' என்ற ஓர் அமைப்பு இருந்தது. அது ஆப்பிரிக்கத்தைத் தேடி ஆராய்வது என்று முடிவெடுத்தது. அது ஸ்காத்திய மருத்துவரான முங்கோ பார்க்கு (*Mungo Park*) என்றவரை மேற்காப்பிரிக்கத் தேட்டப் பயணத்திற்கு அனுப்பியது. அவர் அங்கு நிலஞ் சூழ்ந்த நைஜர் என்ற பகுதியில் பாய்கின்ற நைஜர் ஆற்றைப் பற்றிய செய்திகளை அறிந்து வருமாறு ஆப்பிரிக்கச் சங்கத்தினால் அனுப்பப்பட்டார். நைஜர் ஆற்றின் தோற்றுவாய், அது பாயும் திக்கு, அது கலக்குமிடம் ஆகியவற்றை அறிந்து வருவதற்காக அவருக்கு முன்னால் நால்வர் சென்றிருந்தனர். அவர்களில் எவரும் உயிருடன் திரும்பவில்லை.

நைஜர் ஆறு

(தென் கினியில் தோன்றி வடக்கு நோக்கிப் பெரிய வளைவாய் ஓடி மாலி வழியே பாய்ந்து, பின்னர் தெற்கில் திரும்பி நைஜர், நைஜீரியம் வழியாய்க் கினி வளைகுடாவில் கடலில் கலக்கின்ற மேற்காப்பிரிக்க ஆறு நைஜர் ஆகும். இது ஆப்பிரிக்கத்தின் மூன்றாவது பெரிய ஆறு. அது வடியும் நிலப்பகுதியின் பெரும் பரப்பு 36,260 சதுர கிலோ மீட்டர் - நீளம் 4184 கிலோ மீட்டர்)

1794

பார்க்கு முதல் முயற்சியில் தோல்வியடைந்து தேட்ட முயற்சியைக் கைவிட்டார். அவரது தேட்டப் பயணம் பற்றிய நூல் 1794 ஆம் ஆண்டு வெளியானது. ஐரோப்பியர் இதற்குப் பிறகுதான் ஆப்பிரிக்கக் கண்டம் முழுமையிலும் 19 ஆம் நூற்றாண்டில் நுழைந்து அப்பெரு நிலத்தை அடிமை கொள்கின்றனர்.

ஆப்பிரிக்கத்தில் தேட்டப் பயணங்கள்

திராவிடர் வெகு தொன்மையான காலத்திலேயே தென்கிழக்கு ஆப்பிரிக்கத்திலுள்ள மொசாம்பிக்கிற்குக் கடற்பயணம் மேற்கொண்டனர் என்று டச்சு எழுத்தாளரான வான் ஊரல் (*Van Oorelt*) என்பவர், இன்று தென்னாப்பிரிக்கத்தில் குடியரசாயிருக்கும் சிம்பாப்வேயின் தோற்றம் பற்றிய தனித்திறம் வாய்ந்த ஓர் ஆய்வில் குறிப்பிடுகின்றார். துரதிருஷ்டவசமாய் அந்தக் காலம் எது என்று அவர் குறிப்பிடவில்லை. அவர் பெயர்களுக்கிடையே காணப்படும் ஒற்றுமையை அடிப்படையாய்க் கொண்ட ''சான்றுகளைத்'' தவிர வேறு எதையும் தரவில்லை. சாம்பசியும் (*Zambazi, Zimbabwe*) சிம்பாப்வேயும் இந்திய மூலத்தை உடையன என்பது அவரது கருத்தாகும். இதைச் சான்று காட்டி அவரால் நிறுவ முடியவில்லை.

(சாம்பசி என்பது நடு ஆப்பிரிக்கத்தின் தெற்கிலும் கிழக்காப்பிரிக்கத்திலும் பாயும் ஆறு; சிம்பாப்வே என்பது முன்னர் ரொடீசியம் என்ற பெயரிலிருந்த தென்னாப்பிரிக்க நாடு. இது 15 ஆம் நூற்றாண்டில் மிகவும் மேலான நிலையில் இருந்தது. இது தென்கிழக்கு ஆப்பிரிக்கம் முழுமையிலும் நிலவிய பேரரசின் தலைநகராக இருக்கலாம்.)

தென்கிழக்கு ஆப்பிரிக்கத்தில் இந்துமாக் கடலின் கரையிலிருக்கும் மொசாம்பிக்கிலுள்ள பழங்குடியினரில் ஒரு பிரிவினரிடையே அவர்கள் வாழ்கின்ற நிலம் பற்றிய செவி வழி மரபு ஒன்றுள்ளது. (மொசாம்பிக்கின் நேர் மேற்கே சிம்பாப்வே உள்ளது)

மிகப் பழைய காலத்தில் சேர நாட்டின் வட பகுதியிலிருந்து கறுத்த தோலும் நீண்ட முடியுமாயிருந்த வேற்றினத்தார் அங்கு வந்தனர் என்று அச்செய்தி கூறுகின்றது.

அவ்வாறாயின் அந்த வேற்றினம் தடயம் எதுவுமின்றி முற்றிலும் மறைந்ததா? அங்கிருந்த மக்களிடத்துடன் கலந்துவிட்டதா? யாரறிவார்?

ஆப்பிரிக்கம் : ஐரோப்பியர் கருத்துகள்

ஆப்பிரிக்கம் பற்றிக் குறிப்பிடத்தக்க அளவில் எழுதி வைக்கப்பெற்ற செய்திகள் ஐரோப்பியம் முழுமையிலும் இருந்தன. அரபு உலகில் ஆப்பிரிக்கம் பற்றிய நூல்கள் பேரளவில் இருந்தன. பண்டை ஆசிரியர்களான ஹீரோடாட்டஸ் (485 - 425 கி.மு.), தாலமி (87 - 150 கி.பி.), பிளினி (23 - 79 கி.பி) போன்றோர் எழுதி வைத்த நூல்கள் படிப்பதற்குக் கிடைத்தன. முற்றிலும் தெளிந்த நிலவியலார் பலரும் இக்காலத்தில் இருந்தனர். பதினேழாம் நூற்றாண்டைச் சேர்ந்த ஸ்பானிய அரேபியரான அல் - இதிரிசி எழுதிய நூல்களும், பதினான்காம் நூற்றாண்டினரான பெர்பராகிய இபின் கால்தூன் எழுதிய நில நூல்களும் கிடைத்தன. இத்தாலிய ஜெனோவ நகரத்து வணிகரான மில்பாண்டி 1443 ஆம் ஆண்டு சகராவிலுள்ள பாலைப் பசுஞ்சோலையில் துவாத்து என்ற இடத்திற்குச் சென்று திரும்பியதை எழுதி வைத்திருந்தார்.

திம்பக்குடு

அவர் எழுதி வைத்ததை இத்தாலியின் ஃபுளாரன்சு நகரத்தினர் பயன்படுத்தினர் என்று தோன்றுகின்றது. ஏனெனில் அவர்கள் பதினைந்தாம் நூற்றாண்டின் பிற்பகுதியில் சிறிது காலம் வாணிப வழித் தடங்களை வட ஆப்பிரிக்கத்தில் உண்டாக்கினர். அவர்களுள் ஒருவரான பெனிடெட்டோதேய்(*Benedetto Dei*)திம்பக்குடு (*Timbuktu*) சென்று,அங்கு 1470 இல் லம்பாடித் துணிகளையும் முறுக்கிய கம்பளித் துணிகளையும் விற்றதாய்க் கூறினர். திம்பக்குடு : நடு மாலி நாட்டில் நைஜர் ஆற்றின் கரை மீதுள்ள நகரம்; இதைத் துவாரகு என்ற மக்கள் 11 ஆம் நூற்றாண்டில் நிறுவினர். இவர்கள் சகராவில் வாழும் நாடோடி பெர்பர் மக்களினத்தைச் சேர்ந்தவர்கள்.

1794

இந் நகரம் நைஜர் ஆற்றின் அருகிலிருந்ததால், சகரா வழியே நடந்த பொதி ஒட்டக வாணிபத்தில் பெரிய மையமாயிற்று. நைஜர் ஆற்றில் வெள்ளம் வரும்போது, ஆறு அதன் மதில் சுவர்களில் வந்து மோதுமாம். அது தங்கம், உப்பு இரண்டிற்கும் சிறந்த இடம் என்று அறியப்பட்டிருந்தது. அது 14-16 ஆம் நூற்றாண்டுகளில் உச்ச நிலையிலிருந்தது. பதினாறாம் நூற்றாண்டில் வரிசையாய்க் குலச் சண்டைகள் நடைபெற்றன. திம்பக்குடு நலியத் தொடங்கிற்று. பிரஞ்சுத் தேட்டக்காரர் ரெனி கெயில் இந்நகரை 1828 இல் கண்டார். பிரஞ்சுக்காரர் 1893 ஆம் ஆண்டில் திம்பக்குடைக் கவர்ந்து விட்டனர்.

இவர்களனைவரையும் விட சிறப்பு வாய்ந்த லியோ ஆப்பிரிக்கானஸ் என்ற மூர் ஆப்பிரிக்கத்தைப் பற்றி எழுதி வைத்திருக்கின்றார். அவர் பதினைந்தாம் நூற்றாண்டின் தொடக்கத்தில் திம்பக்குடு நகரத்திற்கும் சூடானிய அரசுகளுக்கும் சென்றார். அவர் மெடிசிப் பாப்பரசர் பத்தாம் லியோவின் (1475 1521; பாப்பரசராயிருந்த காலம் 1513 1521; இவரே மார்டின் லூதரை (1483 1546) 1521 ஆம் ஆண்டு கிறித்துவ சமயத்திலிருந்து விலக்கினார்) ஆதரவைப் பெற்று ஆப்பிரிக்க மக்களைப் பற்றி இத்தாலியனில் நூல் எழுதினார். மேலும், அவர் பொலோனா நகரிலுள்ள பல்கலைக்கழகத்தில் அரபு மொழி கற்பித்தார். (இப்பல்கலைக் கழகம் 1088 ஆம் ஆண்டு நிறுவப்பட்டது) அவர் திம்பக்குடு நகரையும் மேற்காப்பிரிக்கத்தில் நிலவிய சோங்கைப் பேரரசையும் (*Songai Empire*) நேரில் கண்டு அவற்றைப் பற்றி ஐரோப்பியருக்கு எடுத்துக்காட்டினார்.

இத்தாலியின் பெரிய வாணிப நகரான வெனிசைச் சேர்ந்த கேடோமோஸ்தோ (Cadomosto) அதற்கு முந்திய பதினாறாம் நூற்றாண்டின் இடையில் மேற்காப்பிரிக்கத்தில் அட்லாண்டிக்கின் கரை மீதிருந்த செனிகலுக்குச் சென்று வந்தார். அவர் அந்நாடு பற்றியும் மக்களைக் குறித்தும் எழுதிய நூல் 1507 ஆம் ஆண்டு வெளியிடப்பட்டது. மேலும் பதினாறாம் நூற்றாண்டின் அதே காலத்தில் தெ பரோஸ் (de Barros) என்ற போர்த்துக்கீச அரச ஊழியர் எல்மின (Elmina) என்ற இடத்திலிருந்த கோட்டையின் தலைவராயிருந்த போது கிடைத்த அனுபவங்களை எழுதி வெளியிட்டுள்ளார்.

இத்தாலிய வாணிப நகரங்களிலிருந்து சென்ற வணிகர்கள் வட ஆப்பிரிக்க நகரங்களில் பதினைந்தாம் நூற்றாண்டில் நிலை பெற்றனர். எனினும் போர்த்துக்கீசர், துருக்கர், ஸ்பானியர் முதலானோரின் எண்ணிக்கை இத்தாலியரை விட மிகுந்திருந்தது. ஆங்கில வணிகர் இத்தாலியரிடமிருந்து ஆப்பிரிக்கம் பற்றிச் சிறிதளவு அறிந்து கொண்டிருப்பர் என்று கருதுகின்றனர். பதினாறாம் நூற்றாண்டின் இறுதிக்குள் ஆங்கிலேயர் மொராக்கோவில் இருந்தனர் என்று உறுதியாய்க் கொள்ளலாம்.

ஐரோப்பியத்தில் ஆப்பிரிக்கர்

ஆப்பிரிக்கரின் எண்ணிக்கை ஐரோப்பிய நாடுகளில் பதினைந்தாம் நூற்றாண்டில் மிகவும் குறைவாயிருந்தது என்பது உறுதி. எனினும் அங்கு ஆப்பிரிக்கர் அறியப்படாதிருந்த மக்களல்லர். போர்த்துக்கீசர் ஆப்பிரிக்கக் குலத்தினருடன் மேற்காப்பிரிக்கக்கரைகளில் பதினைந்தாம் நூற்றாண்டிலேயே தொடர்பு கொண்டு, அங்கு கோட்டைகளைக் கட்டிக் கொண்டிருந்தனர். அவர்கள் அங்கிருந்து அடிமைகளையும் ஆப்பிரிக்க இளவரசர்களையும் போர்ச்சுக்கல்லுக்குக் கொண்டு சென்றனர்.

ஆங்கில அல்லது ஸ்காத்தியக் கடற்கொள்ளையர்கள் பதினைந்தாம் நூற்றாண்டில் ஆப்பிரிக்கரில் சிலரைப் பிடித்து அடிமைகளாக்கினர். ஓர் ஆப்பிரிக்கப் பெண் இக்காலகட்டத்தில் எடின்பரோ நகர மேட்டுக் குடியினரிடையே செல்வாக்குப் பெற்றிருந்தார் என்று அறிகின்றோம்.

2. சாரநாதம் வெளிப்படுதல்

பௌத்த சமயத்தவர்க்கு மிகப் புனிதமான ஐந்து இடங்கள் உள்ளன. சித்தார்த்தர் இரண்டு கோங்கு (சால்) மரங்களுக்கு நடுவில் பிறந்த லும்பினித்தோட்டம் ; அவர் வளர்ந்த கபிலவத்து நகரம்; அரச மரத்தினடியில் புத்தராய் ஞானம் எய்திய கயை; ஞான வெளிப்பாட்டை அருளுரையாய் வழங்கிய மான் பூங்கா அமைந்த சாரநாதம்; இரண்டு கோங்கு மரங்களுக்கு இடையில் புத்தர் பரிநிர்வாணமடைந்த குசி நகரம்.

புத்தரின் (536 - 483 கி.மு.) வரலாறோ, அவரின் ஞான அருளுரைகளோ, அவர் நிலவிய இடங்கள் பற்றிய செய்திகளோ, அவ்விடங்களில் எல்லாம் கி.மு.ஐந்தாம் நூற்றாண்டு முடியுமுன்னரே எழுப்பப்பெற்ற நினைவுச் சின்னங்கள் பற்றிய செய்திகளோ, இந்தியரின் வாழ்க்கையிலும் வரலாற்றிலுமிருந்து கிட்டத்தட்ட இரண்டாயிரத்து முந்நூறு ஆண்டுகளாய் மறைந்தே கிடந்தன. பதினெட்டாம் நூற்றாண்டின் கடைக்கோடியில் தான் அவைபற்றிய சிறு ஒளிக்கற்றை புறச்சான்றாக வெளிப்படுகின்றது.

புத்தர் துறவு 1794

இளவரசர் கௌதம சித்தார்த்தர் செல்வச்செழிப்பில் வாழ்ந்தவர்;அவர் பசி, பிணி, மூப்பு என்ற மூன்று துன்பங்களிலிருந்து விடுபட்டு உலகை உய்விக்க வேண்டுமென்று மனைவி, மகனையும், அரச வாழ்வையும் துறந்து கபிலவத்து நகர அரண்மனையை விட்டு ஒரு நாளிரவு வெளியேறினார்.

அவர் இல்லறம் நீங்கியதும் வைசாலி நகரில் (இ.ச.க.தொகுதி- 1) வாழ்ந்த ஆராத காலாம என்ற சமயாசாரியாரிடம் முதலில் சென்றார். அவர் காலாமவிடமும் உதரக இராம புத்திரரிடமும் ஒருவகையான சமயப் பயிற்சி பெற்றார். இவ்விருவருமே கௌதம சித்தார்த்தரின் ஆசான்களாவர். அவர் இவர்களிடம் கற்ற கல்வி அவரது அறிவு வேட்கையைத் தணித்திலது. அதனால் அவர் தற்காலத்தில் புத்த கயைக்கு அருகிலிருந்த இயற்கையழகு செறிந்த ஒரு காட்டிற்கு வந்தார். அங்கு தெள்ளிய நீரோடை ஓடியது. அதன் இருமருங்கும் வெள்ளியன்ன மணல் பரந்திருந்தது.

உடலை வருத்துவதால் உள்ளம் உயர்நிலை எய்தும் என்று கௌதமர் நம்பியதால், கடுமையான நோன்புகளையும் தவத்தையும் நோற்றார். அவர் ஆறாண்டுக் காலம் இவ்வாறு வாழவே, அவரது உடல் எலும்புந் தோலுமானது.

ஆயினும் அவருக்கு மெய்யறிவு கிட்டவில்லை. ஆதலால் மெய் வருத்தம் ஞானநிலையை அடைவதற்குச் சரியான வழியன்று என்பதை உணர்ந்து உண்ணா நோன்பை முறிப்பதென்று முடிவெடுத்தார்.

அன்று பணக்கார வணிகர் ஒருவரின் மகளான சுஜாதை அவருக்கு ஒரு கிண்ணத்தில் பால் அளிக்கக் கௌதமர் அதை வாங்கியருந்தினார்.

கௌதமர் அன்றே தமக்குப் போதி சித்தித்து, அதாவது உயர் ஞானம் வாய்த்து, மெய்யறிவு கண்ட புத்தராகப் போகின்றோம் என்பதை அப்போது உணர்ந்தார்.

அவர் நண்பகலை நிரஞ்சனை ஆற்றின் கரையிலிருந்த கோங்கு (சால்) மரத் தோப்பில் கழித்தார்.

மாலை மயங்கியதும் போதி மரத்தை நோக்கிச் சென்றார்.

வழியில் கண்ட புல்வெட்டி ஒருவர், அவர் கையில் மென்மையான புல் கட்டைக் கொடுத்தார்.

கௌதமர் அப்புற்களைப் போதிமரத்தடியில் பரப்பி, அதன் மேலமர்ந்து தியானித்தார். அவர் அப்போது இப்படி உறுதி பூண்டார்.

''தோல், நரம்பு, எலும்பு தாமே உலரும்; என் சதையும் குருதியும் என்னுடம்பினுள்ளே உலர்ந்து போம்; ஆனால் முழுமையான ஞானத்தை மெய்யறிவைப் பெறாமல் நான் இந்த இருக்கையை விட்டு நீங்கேன்''

கௌதமரின் நெஞ்சத்தில் உயர்ந்த எண்ணங்களுக்கும் தாழ்ந்த எண்ணங்களுக்கு மிடையே போதி மரத்தடியில் போராட்டம் நடந்தது.

கௌதமர் அன்றிரவு பேரண்டத்தையே கட்டுப்படுத்துகின்ற பன்னிரு காரண, காரியங்களின் சுழற்சி பற்றிய காரண, காரிய வழியைக் கண்டுணர்ந்தார்.

இவ்விதியை இதற்கு முன்னர் மெய்யியலார் எவரும் கண்டுணர்ந்தாரிலர். கௌதமர் அதைக் கண்டுணர்ந்தமையால், போதி சத்துவர் என்ற நிலையிலிருந்து புத்தர் என்று உயர்ந்தார். அது சுமார் கி.மு. 528 ஆம் ஆண்டாகலாம்.

1794

போதி மரத்தடியில்

அவர் அப்போது போதி என்றழைக்கப்படும் அரச மரத்தினடியில் நான்கு நாள் தியானம் செய்தார். அவர் அதன் பிறகு தன் பயணத்தைத் தொடங்கினார்.

புதிதாய் ஞானம் பெற்ற புத்தர் வழியில் தபுஸ்ஸ, பல்லிக என்ற வணிகர் இருவரைக் காணவே , அவர்கள் அவருக்குப் பார்லிக் கஞ்சியும் தேனும் படைத்தனர்.

இவ்விருவரும் புத்தருக்கு இல்லறத்தவரான முதற் சீடராயினர். இல்லறத்தாரைச் சீடர்களாய்ச் சேர்க்கும் மரபு இவ்வாறு தான் பௌத்தத்தில் தோன்றியது என்பர்.

உலகப் பற்றொடு ஒட்டியிருக்கும் மக்களுக்கு அறத்தை எடுத்துரைப்பது குறித்துப் புத்தருக்கு ஐயப்பாடு இருந்தது. அவர் இவ்வாறு ஐயுற்ற வேளையில் கடவுளர் புத்தரிடம் வந்து இறைஞ்சி, மனித குலம் உய்யும் வண்ணம் அறத்தை அவர்களுக்கு அருளுமாறு பணிந்தனர்.

இறையருள் பெற்ற புத்தர் அறத்தை எவரிடம் முதலில் வெளிப்படுத்துவது என்று சிந்தித்தார். ஏனெனில் அவரின் ஆசான்களான ஆராத காலாமவும் உதரக இராமபுத்திரரும் இறந்து வெகு காலமாயிருந்தது.

சீடரைத் தேடி

புத்தருக்கு சிறிது காலத்திற்கு முன்னர் ஐவர் தோழர்களாயிருந்தனர்; அவர்கள் அவர்மீது மனவாட்டமுற்றுப் பிரிந்து சென்றனர். புத்தர் அவர்களைத் தேடி வாரணாசிக்குப் போனார்.

அவர் வாரணாசியிலுள்ள ரிஷி பட்டணம் என்ற சாரநாதத்தில் இருந்த மான் பூங்காவை நெருங்கினார்.

புத்தர் சுஜாதையிடமிருந்து பாலை வாங்கி அருந்தியதால் எளிமையைக் கைவிட்டுச் சுகவாழ்வை மேற்கொண்டு விட்டார் என்று கருதி ஐந்து தோழர்களும் புத்தரை விட்டுப்பிரிந்து சென்றனர்.

ஆதலால் புத்தர் தம்மை நோக்கி வருவதைக் கண்ட ஐவரும் அவருக்கு மரியாதை செலுத்தலாகாது என்று உறுதி கொண்டனர். ஆனால் புத்தர் அருகில் வந்ததும், அவரது பிறங்கொளி அவர்களின் கண்களைக் கூசச் செய்தது. அதனால் அவர்கள் தம்மையறியாமல் எழுந்து புத்தருக்கு இருக்கை தந்தனர்.

முதல் அருளுரை

புத்தர் அப்போது அவர்களுக்கு முதல் அருளுரையை வழங்கித் தர்மச் சக்கரத்தைச் (தர்மச் சக்கரப் பிரவர்த்தனம்) சாரநாதத்திலிருந்து சுழலச் செய்தார். முதல் அருளுரையின் சாரம்:

''(உலகத்திலிருந்து) ஒதுங்கியவன், இவ்விருவேறு முனைகளையும், நெருங்கலாகாது. துறவு பூண்ட சகோதரர்களே! அவ்விரண்டும் யாவை?

''ஐம்புலன் இன்பங்களின் (காமேசு) வழியே இணைந்ததும் தொடர்புடையதுமான தாழ்ந்த ஒன்று (ஹீனோ) ஒருபுறம். இது அறியாமையுடையது, பண்பற்றது, இழிந்தது (அனாரியோ), பயனற்றது (அனட்டா சம்ஹிகோ);

''மறுபுறமோ, தன்னைத் தானே வருத்துவதுடன் தொடர்புடையது; இது துன்பந்தருவது (துக்கோ), இழிந்தது, ஆதாயமற்றது.

''ஓ, துறவியரே! இப்போது கேளுங்கள், துன்பத்தை பற்றிய உண்மையை; பிறவி துன்பம்; முதுமை துன்பம் ; சாவு துன்பம் நிறைந்தது. இன்பமற்றவற்றுடன் தொடர்பு கொள்வது துன்பம் நிறைந்தது. இனிய பொருள்களிடமிருந்து பிரிவது துன்பம் தரும். ஒருவர் தான் விரும்பியதைப் பெறுவதும் துன்பமேயாகும்; சுருங்கக் கூறின் ஐந்து கண்டங்களைத் தீண்டுவது துன்பமாகும்.

''ஏ, துறவியரே! இப்போது கேளுங்கள், துன்பத்தின் காரணம் பற்றிய மேலான உண்மையை! உலக இன்பங்கள், காமம் இவற்றோடு சேர்ந்து இங்குமங்கும் இன்பம் காணச் செய்கின்றன. அதாவது காம இச்சை, உயிர் வாழும் ஆசை இவையனைத்தும் மீண்டும் பிறப்பதற்கு வழி வகுக்கின்றன.''

புத்தரின் இவ்வருளுரையைக் கேட்ட ஐந்து துறவியரும் அவருக்கு முதற் சீடராயினர். அது, சாரநாதத்தில்தான் முதன் முதலில் ஒலித்தது. இக்காரணம் பற்றி அது புனிதத் தலமாய்க் கி.பி.12 ஆம் நூற்றாண்டுவரை திகழ்ந்தது. அது மீண்டும் தன் பழஞ்சிறப்பைப் பெறுவதற்கு **1794** ஆம் ஆண்டு சாரநாதத்தில் நடந்த ஒரு சிறு நிகழ்ச்சி காரணமானது.

சாரநாதம்

உத்தரப் பிரதேசத்தின் வாரணாசி மாவட்டத்திலுள்ள வாரணாசி நகரிலிருந்து வடக்கே சுமார் ஆறு கிலோ மீட்டரில் (சுமார் 3½ மைல்) பரந்த பௌத்த இடிபாடுகள் அமைந்திருக்கும் இடம் சாரநாதம் ஆகும். முழுநிறைவுடன் கட்டப்பெற்ற தமேக்குத் தூபியின் (*Dhamek stupa*) தென்கிழக்கிலுள்ள சாரநாதர் கோயிலின் ஈசனான சிவனின்

பெயரை இந்த இடம் பெற்றிருக்கின்றது. சாரநாதரின் கோயிலருகே ஆண்டுதொறும் பெரிய சந்தை கூடும் வழக்கம் இருந்ததால் இப்பெயர் நன்கறியப்பட்டு விட்டது. இவ்விடம் மிகவும் புனிதமானது என்று தோன்றுகின்றது.

அது பண்டைக் காலத்திலிருந்தே, அதாவது கௌதம புத்தரின் காலத்திற்கு முன்னரே துறவியர் வந்து குழுமும் இடமாயிருந்து வந்திருக்கின்றது. கௌதம புத்தர் இங்கு சுமார் கி.மு.528 வாக்கில் தம் முதல் சீடர் ஐவருக்கு ''மேன்மையான நான்கு சத்தியங்களை'' எடுத்துரைத்தார் என்று கூறப்படும் மான் பூங்காவும் (Deer Park) ரிஷி பட்டணமும் இதில் அடங்கியுள்ளன. இச்செய்தியும் புத்தரின் மேற்கூறிய அருளுரையும் பெரும்பாலான பௌத்த நூல்களில் காணப்படுகின்றன. அந்த மான் பூங்கா இன்று சாரநாதம் என்று அழைக்கப்படுகின்றது.

சாரநாதம் மேற்குறிப்பிட்டவாறு புத்தரின் வாழ்க்கையோடும் கோட்பாடு களோடும் தொடர்பு கொண்டிருந்தமையால், அங்கு நினைவுச் சின்னங்களும், மேன்மையான துறவி மடங்களும் வணக்கத்திற்குரிய புனிதத் தலம் ஒன்றுக்கு இருக்க வேண்டிய பிற அமைப்புகளும் இங்கு எழுந்தன.

1794

சாரநாதத்தில் கி.மு. ஐந்தாம் நூற்றாண்டு முடியுமுன்னரே நினைவுச் சின்னங்கள் எழுப்பப்பட்டிருக்கலாம். எனினும் இன்று எஞ்சிநிற்கும் எந்தக் கட்டுமானமும் கி.மு. மூன்றாம் நூற்றாண்டின் இடைப்பகுதிக்கு முந்தியது என்று கொள்வதற்கு இயலாது என்பது அறிஞர் கருத்தாகும். இங்கு எழுந்த பண்டைப் பௌத்தர் கட்டுமானங்களை முஸ்லீம் படையெடுப்பாளர் கி.பி.பன்னிரண்டாம் நூற்றாண்டு முடிவதற்குச் சிறிது காலத்திற்கு முன்னர் அழித்தனர். இங்குள்ள பௌத்தக் கட்டுமான இடிபாடுகள் சுமார் ஆயிரத்து நானூற்றி ஐம்பது ஆண்டுகளில் எழும்பியிருக்கலாம் என்று கருதுவர்.

இங்கு தற்காலச் சமணக் கோயில் ஒன்றுள்ளது. எனவே இது சமணர்க்கும் பல காலமாகவே புனிதத்தலமானது என்று கொள்ளலாம். இங்கு சாரநாதர் கோயில் இருப்பதால் இந்துக்களுக்கும் வெகு தொன்மையான காலத்திலிருந்தே சாரநாதம் புனிதத் தலமாயிருந்து வருகின்றது என்று கொள்ளலாம். எனினும் இங்குள்ள நினைவுச் சின்னங்கள் பௌத்தக் கதைகளுடன் தொடர்புடையனவாகவே இருக்கின்றன. ஆதலால் சாரநாதம் பௌத்தத் தலமாகவே கருதப்படுகின்றது.

முகலாயரும் சாரநாதமும்

முகலாய அரசர் உமாயூன் (ஆ.கா. 1530-1556) சாரநாதத்திற்கு வந்ததன் நினைவாய் அவரின் மகன் அக்பர் (1542 - 1605; ஆ.கா.1556 – 1605) தன் தந்தையின் நினைவாய் 1588 இல் ஒரு பொறிப்பை நிறுவினார். எனினும் இஸ்லாமியர் இந்த இடத்தின் வரலாற்றை அறியவுமில்லை; அதை அறிவதற்கு அக்கறை கொள்ளவுமில்லை.

காசியைச் சேர்ந்த ஒரு நிலக்கிழார் (சமீந்தார்) ஒரு கட்டடம் கட்டுவதற்காகக் கட்டடப் பொருள்களைத் தேடி, ஒரு பழைய கட்டுமானத்தின் செங்கற்களை 1794 இல் உருவியபோது, ஒரு தூபி இடிந்து சரிந்தது. அப்போது அதனுள்ளிருந்த புனிதச் சின்னம் அடங்கிய பேழை வெளிப்பட்டது. அதனுள் புத்தரின் உருவங்கள் இருந்தன.

அப்போது வாரணாசியில் பிரிட்டீசுப் பேராளராயிருந்த ஜானதன் டங்கன் (Jonathan Duncan) அதைப் பற்றி ஒரு குறிப்பு எழுதி வைத்தார்.

ஆனால் சாரநாதத்தைக் கன்னிங்காம் தான் முதன்முதலில் 1834 - 1836 காலத்தில் முறையாய் ஆராய்ந்தார். இதுபற்றிய விரிந்த செய்திகள் 1834 ஆம் ஆண்டில் கூறப்படும்.

2. சூரத்துத் துணிகள் அயல்நாடுகளில் பெரிதும் விரும்பப்படுதல்

இந்தியத்தின் மேற்குக் கரையில் தலையாய பண்ட சாலையாயும் துறைமுகமாயும் பல நூற்றாண்டுகளாய்ச் சூரத்து விளங்கி வந்தது; அது இன்றும் வாணிபமும், தொழில்களும் செழித்த பட்டினமாய் இருந்து வருகின்றது. போர்த்துக்கீசியருக்குச் சுமார் ஒரு நூற்றாண்டிற்குப் பிறகு ஆப்பிரிக்கத்தின் நன்னம்பிக்கை முனையைச் சுற்றிக் கொண்டு இந்தியத்தை நோக்கிக் கலஞ்செலுத்தி வந்த ஐரோப்பிய வணிக நிறுவனத்தினர் அனைவரும் சூரத்தில் வந்தே இறங்கினர். வாஸ்கோடகாமா *(1469 –1524)* *1498* மே *14* அன்று கோழிக் கோட்டினருகே கப்பாட்டு என்ற இடத்தில் வந்து கரையிறங்குவதற்கு வழிகாட்டியவர் சூரத்துப் பகுதியைச் சேர்ந்த ஒருவர் என்பதும் குறிப்பிடத்தக்கது.

சூரத்தும் போர்த்துக்கீசரும்

சூரத்து *1509* ஆம் ஆண்டு பிராமணரான மாலிக்கு கோபி என்றவரின் கையில் இருந்ததைப் போர்த்துக்கீசர் கண்டனர். அவர்கள் சூரத்துடன் அடி நாளிலிருந்து தொடர்பு வைத்திருந்தனர். போர்த்துக்கீசருக்குச் சூரத்தில் பிற ஐரோப்பியரைவிட மிகுந்த செல்வாக்கு இருந்தது. கிறித்துவ அச்சன்மார்கள் போர்த்துக்கீசருக்கு இதில் மிகுந்த உதவியாயிருந்தனர். மாலிக்கு கோபி சூரத்துப் பட்டினத்தைச் செழிக்கச் செய்தார். அவர் இதற்கு முந்திய பதினைந்தாம் நூற்றாண்டிலேயே சூரத்தை வளப்படுத்தும் பணியில் ஈடுபட்டிருக்க வேண்டும்.

சூரத்து அந்தக் காலத்தில் மிக அழகிய பட்டினமாயிருந்தது என்று நாடோடியர் சிலர் எழுதி வைத்துள்ளனர். அங்கு நிலவிய ஈடுஇணையற்ற செல்வச் செழிப்பிற்கு ஒரு செய்தியைக் கூறினால் போதும். அங்கு சில தெருக்களுக்கு விலையுயர்ந்த பீங்கான் தளக்கற்கள் பாவப்பட்டிருந்தன. புதுச்சேரியை *1706* டிசம்பர் *30* அன்று உண்டாக்கிய ஃபிரான்சுவா மார்டின் இதைக் கூறினார். ஐரோப்பியர் அனைவரையும் போன்று அவரும் *1699* ஆம் ஆண்டு சூரத்தில்தான் வந்து இறங்கினார்.

சூரத்து இந்திய முஸ்லீம்கள் அரேபியத்திலுள்ள புனித இடங்களுக்குச் செல்லும் வாயிலாய் விளங்கிற்று. அவர்கள் இங்கிருந்துதான் மக்கத்திற்குக் கப்பல் ஏறினர்.

சிவாஜியின் கொள்ளைகள்

சிவாஜி இப்பட்டினத்தை முதன் முதலாய் *1664* ஜனவரியில் கொள்ளையடித்தார். அக்காலத்தில் ஹாஜி சேட்டு பேகு, பகார்ஜி போரா, ஹாஜி காசிம் என்ற பெரும் பணக்கார வணிகர் அங்கு இருந்தனர். பகார்ஜி போரா உலக வணிகர்களில் பெரும் பணக்காரர் என்று கருதப்பட்டார்.

சிவாஜி இரண்டாம் முறையாய் *1670* அக்டோபரில் சூரத்தைக் கொள்ளையடித்தார். அங்கிருந்த பணக்காரரின் பெரிய மாளிகைகளையெல்லாம் கொள்ளையடித்துப் பெரும் பொருளை அள்ளிச் சென்றனர். சிவாஜி சூரத்திலிருந்து ரொக்கம், முத்து, விலையுயர்ந்த பொருள்கள் ஆகியனவாய் *66* இலட்ச ரூபாய் மதிப்புள்ளவற்றை அள்ளிச் சென்றார்.

சிவாஜி நடத்திய கொள்ளைகளுக்குப் பிறகு உள்நாட்டிலிருந்த வணிகர்கள் சூரத்திற்குத் தம் சரக்குகளை அனுப்புவதற்கு அஞ்சினர். அங்கு வாணிபம் கிட்டத்தட்டப்

படுத்துவிட்டது. எனினும் அங்கு தொடர்ந்து கப்பல்கள் கட்டப்பட்டு வந்தன. ஹஜ் பயணம் மேற்கொண்டவர்கள் இங்கிருந்து தொடர்ந்து கப்பலேறினர்.

சூரத்தின் தாழ்ச்சி

இந்தியத்தில் முகலாயரும், பாரசிகத்தில் ஸஃபாவிடு குடியினரும் செங்கடலில் ஆட்டோமான் துருக்கரும் வலுவிழந்தமையாலும் சூரத்தின் சிறப்புக் குன்றலானது. பம்பாயின் முதன்மை மிகுந்ததும் இன்னொரு காரணமாகும். அதனால் சூரத்தின் வாணிபக் கோலம் மாறிப்போனது. அங்கிருந்து துணிகள், அவுரி நீலம் முதலியன மேற்காசியத் துறைமுகங்களுக்குச் சென்ற நிலை மறைந்தது; ஆங்கிலேயரும் அவரின் நேசர்களும் சீனத்திற்குக் கப்பலேற்றுவதற்காகப் பருத்தியைச் சேர்த்து வைக்கும் இடமாய்ச் சூரத்து மாறியது. பருத்தி பதினெட்டாம் நூற்றாண்டின் பிற்பாதியில் இங்கிருந்து ஏற்றுமதியான தலையாய பண்டமாயிற்று.

துணி ஏற்றுமதி

இந்நிலையில் சிறிதளவு மாற்றம் இந்த கால கட்டத்தில் தெரிந்தது. வங்கத்தின் காசிம் பசாரைச் சுற்றிய பகுதிகளிலிருந்து பதம் செய்த பட்டை வாங்கிக் குஜராதிற்குக் கொண்டு சென்றனர். அங்கு பெரிதும் ஆமதாபாது, சூரத்து ஆகிய இடங்களில் பட்டுத் துணிகள் நெய்யப்பட்டன. மேலும் நாட்டின் பல பகுதிகளில் நெய்த பருத்தித் துணிகளுக்கு ஆக்ராவிலும் ஆமதாபாதிலும் பெரிதும் சாயம் தோய்த்தனர். சூரத்திலிருந்து அயல் நாடுகளுக்கு ஏறியவற்றுள் அவுரி நீலம், வெடியுப்பு, பட்டு, பருத்தித் துணிகள் முதன்மையாயிருந்தன.

இங்கிலாந்திற்கும் பிரான்சிற்குமிடையே போர் மூண்டுவிட்டது என்ற செய்தியைப் பம்பாயின் கிழக்கிந்தியக் கம்பெனி அலுவலர்கள் 1793 சூன் 17 அன்று அறிவித்தனர். அதற்கு எட்டு நாளைக்குப் பிறகு கம்பெனியின் இயக்குநர் மன்றம் (*Court Directors*) பம்பாய் அலுவலர்க்கு ஒரு கடிதம் எழுதியிருந்தது. இந்தியத்தில் நடந்து வரும் பிரஞ்சு வாணிபத்தை அறவே ஒழித்து விட வேண்டும்; பிற நாடுகளின் வாணிபத்தையும் மட்டுப்படுத்த வேண்டும்; அவ்வாறு செய்வதால் ஐரோப்பியத்தின் துணிச் சந்தையை பிரிட்டனால் கவர்ந்து விடமுடியும் என்று அக்கடிதத்தில் சொல்லப்பட்டிருந்தது.

எத்தனை தறிகள் வேலை செய்கின்றன; நெசவு வேலையிலுள்ள தொல்லைகள் அல்லது இயல்பான நிலை; நெசவாளர்களுக்கு ஒப்பந்தக்காரர்களிடமிருந்து நியாய விலை கிடைக்கின்றதா என்றெல்லாம் கம்பெனி இயக்குநர் மன்றம் 1793 ஜூன் 25 அன்று எழுதியிருந்த மற்றொரு கடிதத்தில் கேட்டிருந்தது. அது மீண்டும் தன் விருப்பத்தை 1794 மே 21 அன்று எழுதியிருந்த ஒரு கடிதத்தில் வலியுறுத்திற்று.

ஏனெனில் ஐரோப்பியத்தில் சூரத்துத் துணிகளுக்குக் கூடுதலான விலைகள் கிடைத்தன. பிரிட்டன் பிரான்சிடமிருந்து கவர்ந்த மேற்கிந்தியத் தீவுகளில் இத்துணிகளுக்குப் புதிய சந்தைகள் உண்டாயின. இப்புதிய கோலத்தினால் காம்பே பகுதி துணி வாணிபத்தில் மீண்டும் முதன்மை பெறலானது.

4. காசி பிரிட்டீசார் வசமாதல்

முகலாயப் பேரரசு பதினெட்டாம் நூற்றாண்டின் தொடக்கத்தில் சிதையத்

தொடங்கிற்று. இந்தக் காலத்தில் காசி அரசர் குடி தோன்றியது. (இ.ச.க.தொகுதி-4) பெரும் பணக்காரரான பூமிகார் என்ற பிராமண குலத்தைச் சேர்ந்த மன்சாராம் இக்குடியை நிறுவி, அதன் முதல் மன்னரானார். அவர் காசிப்பகுதியில் முகலாய ஆளுநராயிருந்த ஔது நவாபிடமிருந்து வாரணாசிப் பகுதியை மானியமாய்ப் பெற்று விட்டார். ஔது நவாபு அக்காலத்து முகலாய ஆளுநரனைவரையும் போலவே, தன்னாட்சி ஆண்மையுடைய அரசராயிருந்தார். காசியில் சுமார் ஐநூறு ஆண்டுகளுக்குப் பிறகு இப்போதுதான் முதல்முறையாய் இந்து அரசர்களின் ஆட்சி ஏற்பட்டது.

மன்சாராமின் மகனான பல்வந்த சிங்கு இக்குடியை வலுவாய் நிலைபெறச் செய்தார். காசி என்றும் வாரணாசி என்றும் போற்றப்பெற்ற நகரம் இக்காலத்தில் வட இந்தியத்திலேயே பெரிதாயும் செல்வச் செழிப்பு மிக்கதாயும் இருந்தது. *(இ.ச.க.தொகுதி-8)*

வாரணாசி இந்தியம் எங்கிலுமுள்ள இந்துக்களின் மேலான புனிதத்தலம். அதனால் நாட்டின் பல பகுதிகளிலிருந்து பேரெண்ணிக்கையில் இங்கு அடியவர் வந்தனர். அத்துடன் கங்கை ஆற்றின் வழியே தோணிகளில் பேரளவில் வாணிபம் நடந்தது. நெசவுத் தொழில் செழித்திருந்தது; பணம் பெருத்த வணிகர்களும் வட்டிக் கடைக்காரர்களும் இருந்தனர். அவர்களுள் சிலர் இந்தியத்தின் பெரிய செல்வர்களாயிருந்தனர். சமயத் தலமாயும் தொழில், வணிக மையமாயும் காசி இருந்தமையால், அரசருக்கு மிகுந்த வருவாய் கிடைத்தது.

பல்வந்த சிங்கு இந்த வருவாயை இலட்சிய இந்து மன்னரைப்போன்று பயன்படுத்த முனைந்தார். அவர் முதலில் ஒரு படையைத் திரட்டிக் கோட்டைகளை எழுப்பினார். மராட்டியப் படையினரின் தாக்குதல்களிலிருந்து மக்களைக் காப்பதற்காக, அரண்களைக் கட்டாயம் எழுப்ப நேர்ந்தது. அவர் பின்னர் வாரணாசியின் உயிரோட்டமான சமயத்தின்பாலும் கலைகள்மீதும் கவனஞ் செலுத்தினார்.

1794

இந்திய சரித்திரக் களஞ்சியம் | 487

முஸ்லிம்களின் மேலாண்மை நிலவிய காலத்தில் காசி நற்கலையழிவிற்கும் புறக்கணிப்பிற்கும் உள்ளான பல கோயில்களைச் செப்பனிட்டு, அவற்றுக்குத் திருப்பணி செய்தார். பல்வந்த சிங்கு இந்து சமய விற்பன்னர்களைப் புரந்தார். அருங்கலைகளைப் பேணினார். பாக்கள் புனைந்து அவற்றை நூல்வடிவில் வெளியிட்டார்.

எனினும் இவரையடுத்து ஆட்சிக்கு வந்த அரசரின் காலத்தில் வாரணாசிப் பகுதியை 1776 ஆம் ஆண்டு கம்பெனிக்கு விட்டுத்தர நேர்ந்தது. புது அரசரான சைத்து சிங்கு தனக்கு இப்போது மேலாண்மையாய் வந்திருந்த கிழக்கிந்தியக் கம்பெனியுடன் ஓர் உடன்படிக்கை செய்து கொண்டு பிரிட்டிசாருடன் இணங்கிப் போனார்.

கிழக்கிந்தியக் கம்பெனி தன் நாணயச் சாலையை வாரணாசியில் நடத்தும் பொறுப்பைச் சைத்து சிங்கிடம் கொடுத்திருந்தது. அரசரோ தன் மக்களுக்கு வளத்தையும் அமைதியான வாழ்க்கையையும் அளிப்பதாய் வீம்பு பேசிக் கொண்டிருந்தார்.

வட இந்தியத்தில் இப்போது நிலவிய பெரும்பாலான அரசர்களும் தலைவர்களும் இப்பகுதியின் தலைவிதியைக் குறித்து முடிவேயில்லாமல் போரிட்டுக் கொண்டிருந்தனர்; இந்த வீண் செலவினால் அவர்கள் செல்வத்தை இழந்து ஓட்டாண்டிகளாய் விட்டனர். ஆனால் சைத்து சிங்கிடம் செல்வம் பொழிந்தது. கிழக்கிந்தியக் கம்பெனியும் பல போர்களில் ஈடுபட்டு மேற்சொன்னவாறு செல்வத்தை இழந்துவிடும் நிலையிலிருந்து தன்னைக் காத்துக்கொள்ள முனைந்தது. அதனால் அன்று தலைமை ஆளுநராயிருந்த வாரன் ஹேஸ்டிங்சு சைத்து சிங்கிடமிருந்து செல்வத்தைக் கசக்கிப்பிழியும் எண்ணம் கொண்டார்.

சைத்து சிங்கும் வாரன் ஹேஸ்டிங்சு நசுக்க நசுக்க முதலில் பொறுமையாய்த் தானிருந்தார். ஆனால் அவரால் தாங்க முடியாத அளவிற்குத் தலைமை ஆளுநர் கப்பம் என்ற பெயரில் பெருந்தொகையை அவரிடமிருந்து கேட்டார். சைத்து சிங்கு இதை எதிர்த்தார்; ஹேஸ்டிங்சு அதைப் பெருங்குற்றமென்று கூறிச் சைத்து சிங்கின் செல்வத்தையெல்லாம் கவரத் திட்டமிட்டார்.

சைத்து சிங்கு முதலில் சில ''அன்பளிப்புகளை'' ஹேஸ்டிங்கின் பணப் பெட்டிக்குள் வைத்து மறைவாய்க் கொடுத்தார். அத்துடன் நேரடியாகவே 20,000 பவுனைக் கையூட்டாய்ச் சேர்த்துக் கொடுத்தார். ஹேஸ்டிங்கிற்கு இவற்றாலெல்லாம் வேட்கை தணியவில்லை. அதன் பிறகு சைத்து சிங்கு எதிர்ப்பைக் கிளப்பினார்.

உடனே கம்பெனி அரசு காசி மன்னரை 1781 ஆம் ஆண்டு தாக்கிற்று. (இ.ச.க. தொகுதி-9) சைத்து சிங்கு ஓடிப்போனார். அவரின் அரண்மனை சூறையாடப்பட்டது; உரிமைகள் பறிக்கப்பட்டன. ஆனால் அரசரின் பணம் எதுவும் அவர்களுக்கும் கிடைக்கவில்லை. ஒரு மில்லியன் பவுன் மதிப்புள்ள செல்வங்கள் கோட்டைக்குள் எங்கோ புதைத்து வைக்கப்பட்டிருக்கும் என்று ஹேஸ்டிங்சு நம்பினார். வேலைக்காரிகளைச் சோதித்து அவர்களின் சிறு நகைகளைப் பறித்த பின்னரும் ஹேஸ்டிங்சு கணித்திருந்த பணம் கிடைக்கவில்லை. இவ்வாறு பறிக்கப்பட்டவற்றில் பெரும்பகுதி ''வெகுமதி'' என்ற பெயரில் காசியைத் தாக்கிய படைவீரர்களின் பைகளை நிரப்பிற்று. இவையனைத்தும் பல்வந்த சிங்கு நகரிலிருந்து ஒரு மைலுக்கப்பால் கங்கையின் எதிர்க்கரையில் கட்டி வைத்த இராம நகர்க் கோட்டையில் நடந்தது.

சைத்து சிங்கைச் சிவால கட்டத்திலுள்ள அவரது அரண்மனைக்குள்ளேயே சிறை வைத்தனர். அவர் தன் தலைப்பாகைத் துணியை நூலேணியாக்கிச் சிறையிலிருந்து

தப்பிச் சென்றார். பின்னர் அவர் மக்களைத் திரட்டிக் கொண்டு வந்து 1781 இல் நடத்திய தாக்குதலில் வாரன் ஹேஸ்டிங்சு தன் உயிரைக் காத்துக் கொள்வதற்காக ஓட நேர்ந்தது.

சைத்து சிங்கு ஆற்றின் வழியே தப்பியோடிக் குவாலியரில் புகலடைந்தார். (அவர் குவாலியரில் 29 ஆண்டுகள் இருந்த பின்னர் 1810 இல் இறந்தார். (இ.ச.க.தொகுதி-9) காசி நகரம் 1794 ஆம் ஆண்டில் பிரிட்டீசாரின் ஆட்சிக்குள் அடங்கியது.

ஹேஸ்டிங்சின் தவறான இச்செயல்கள் குறித்துப் பிரிட்டனில் கூக்குரல் எழவே, கம்பெனி வாரணாசியின் ஒரு பகுதியைச் சைத்து சிங்கின் தாயாதி ஒருவருக்கு கொடுத்து விட்டது. ஆனால் அது நிலத்தை மாற்றிக் கொடுத்ததாயிருந்ததே தவிர, அரசைத் திருப்பித் தரவில்லை. மேலும், வாரணாசி நகரைக் கம்பெனி தனக்கென்று வைத்துக் கொண்டது.

காசியரசர் பதினெட்டாம் நூற்றாண்டு முழுமையிலும் ஒரு மன்னராயிருக்க வில்லை. அவர் வாரணாசியை ஆளவில்லை. ஏனெனில் அந்நகரம் பிரிட்டிசாரின் உடைமையாயிருந்தது. எனினும் காசி அரச குடும்பத்தினர் இந்நூற்றாண்டு முழுமையிலும் பிரிட்டிசாரின் அன்பிற்குரியராகவே இருந்தனர்.

கம்பெனி வாரணாசியில் வீட்டுவரி விதித்தபோது, நகர மக்கள் அதை எதிர்த்துக் கிளர்ச்சி செய்தனர்; கடைகளை அடைத்தனர்; தெருக்களில் பிரிட்டீசு ஆட்சியை எதிர்த்து எழுதப் பெற்ற தட்டிகள் வைக்கப்பட்டன. பிரிட்டீசார் கடைசியில் காசியரசரை அணுகி நகரில் அமைதியை நிலைநாட்டுவதில் தமக்கு உதவுமாறு கேட்டனர். அரச குடும்பத்தினருக்குச் சிறுகச் சிறுகப் பழைய சலுகைகள் மீண்டும் அளிக்கப்பட்டன. இறுதியில் அரசப் பேராளரான வைசிராய் காசி மன்னருக்கு 1911 ஆம் ஆண்டில் மகாராசா என்ற பட்டத்தை மீண்டும் கொடுத்தார். பின்னர் நாட்டு மன்னர்களுக்கு வழங்கப்பட்ட பிற சலுகைகளும் அவருக்குக் கிடைத்தன.

எனினும் செல்வம் கொழித்த காசி நகருடன் பிரிட்டீசார் ஒட்டிக் கொண்டுதானிருந்தனர். காசி மகாராசா என்று அவர் பெயரில் ஒட்டிக்கொண்டிருந்த காசிநகரம் அவருக்குக் கிடைக்கவேயில்லை.

காசி மன்னர்கள் பத்தொன்பதாம் நூற்றாண்டிலிருந்த மகாராசா ஈசுவரப்பிரசாத நாராயண சிங்கின் காலத்திலிருந்து இன்று (1995) பட்டத்திலிருக்கும் மகாராசா விபூதிநாராயண சிங்கின் காலம் வரையிலும் சமயம், பண்பாடு முதலிய துறைகளுக்குத் தம் பங்கைத் தொடர்ந்து செலுத்தி வருகின்றனர். அவர்கள் அருங்கலைகளையும் இசையையும் பேணி வளர்த்தனர். விழாக்களையும் சந்தைகளையும் நடத்தி வருகின்றனர். அவர்கள் உலகிறைவனான விசுவநாதரின் மண்ணுலகப் பேராளர் என்று இந்துக்களில் சிலரால் கருதப்பட்டு வருகின்றனர்.

5. ஐரோப்பிய அரசியல் உறவுக்குச் சீனக் கபாடம் திறக்க மறுப்பு

சியன் லுங்கு

சியன் லுங்கு (ஆ.கா.1736-1795; இ.ச.க.தொகுதி-3) என்ற பேரரசர் இப்போது சீனத்தை ஆண்டு கொண்டிருக்கின்றார். அவர் 1644 முதல் சீனத்தில் நிலவி வரும் சிங்கு (Ching) என்ற அரச குடியைச் சேர்ந்தவர். (இ.ச.க.தொகுதி-3) (சிங்கு அரச குடிக்கு மஞ்சு என்ற பெயரும் உண்டு. இவர்கள் சீனத்தின் வடக்கிலுள்ள மஞ்சூரியத்திலிருந்து வந்து

சீனத்தை வெற்றி கொண்ட மங்கோலிய இனத்தினராவர்) பேரரசர் சியன் லுங்கிற்கு இப்போது வயது எண்பத்து மூன்று.

அவர் ஏறத்தாழ 34,000 பாக்களைப் புனைந்த புலவருமாவார். எனினும் அவருக்குப் புலவர் என்ற சிறப்பை விட, அவர் சீனத்தில் நடத்திய ஆட்சியின் புகழும் சீர்த்தியுமே மேலோங்கி நிற்கின்றன. அவர் சீனம் முழுமையையும் துருக்கித்தானத்தின் பெரும்பகுதியையும் (Turkestan :வடக்கில் சைபீரியத்திற்கும் தெற்கில் இந்தியம், ஆப்கானித்தானம், ஈரான் ஆகிய நாடுகளும் இடையில் நடு ஆசியத்திலுள்ள மிக விரிந்த நிலப்பரப்பு) ஒன்றுபடுத்தினார்.

அவர் 1736 இல் அரியணை ஏறிய நாளிலிருந்து அதற்கு அறுபதாண்டுகளுக்குப் பிறகு 1795 ஆம் ஆண்டு முடி துறந்தது வரையிலும் பகை கொண்ட காட்டுமிராண்டிக் குலத்தாருடன் இடையறாப் போர் செய்து, திபேத்தையும் அதன் சமயத் திருச்சபைகளையும் தன் கட்டுக்குள் கொண்டு வந்த பின்னரே ஓய்ந்தார். (திபேத்தில் படையெடுத்து வந்த நேபாளியரைச் சீனப் படை விரட்டியடித்த ,த்தொகுதியில் சொல்லப்பட்டுள்ளது) அவர் சமயப் பற்றுமிக்கவராயினும் லாமாக்களைத் தனக்கு அடங்கியவர்களாய் வைத்திருக்கவே முயன்றார். (லாமாக்கள் : திபேத்திய மகாயானப் பௌத்தக் குருமார்)

சியன் லுங்கு சூழ்ச்சிவல்ல அரசியல் தந்திரியாயும், கற்றறிந்த விற்பன்னராயும் ஓவியராயும் இருந்தார். அவரது ஆட்சியில் கலைகள் செழித்திருந்தன. அவர் சீனக் கட்டடக் கலையில் கிரேக்க கற்பனைச் சார்புகளைச் (ideals) சேர்த்தார். சீனத்தின் செல்வச் செழிப்பு மேலைநாட்டினரின் கண்களைக் கூசச்செய்தது. அதனால் அவர்கள் சீனத்தை அடைய வேண்டுமென்று அவாவினர். பிரிட்டீசுப் பேரரசை இந்தியத்தில் ஊன்றி எழுப்பிய கிளைவுகளுக்கும் ஹேஸ்டிங்சுகளுக்கும் சீனம் மெய்யான சொர்க்கம் என்று கிழக்கிந்தியக் கம்பெனி கருதிற்று.

மூன்றாம் ஜார்ஜ் மன்னர் (1738-1820; ஆ.கா.1760 - 1820; இவரது காலத்தில் தான் பிரிட்டன் அமெரிக்கக் குடியேற்றங்களை இழந்தது. அவர் 1811இல் பித்தரானார். அவரின் இடத்தில் அவருடைய மகன் அரச காவலராயிருந்து ஆட்சி செய்தார்.) அம் மன்னர் கம்பெனியின் வற்புறுத்தலால், அதன் செலவில் சீனத்திற்கு ஒரு தூதுக் குழுவை அனுப்பினார். அக்குழுவின் தலைவராய் மக்காட்னிப் பிரபு சீனம் சென்றார்.

மக்காட்னிப் பிரபு

மக்காட்னிப் பிரபு சென்னைக்கு 1781 இல் ஆளுநராய் வந்தார். (இ.ச.க.தொகுதி-9) அவர் இங்கு ஐந்தாண்டுக் காலம் ஆளுநராயிருந்தார்.

அவர் பிரிட்டனின் மேற்கிலுள்ள அயர்லாந்துக்காரர். அங்கு டப்ளின் டிரினிட்டி கல்லூரியில் பதின்மூன்று வயதில் சேர்ந்து கற்றவர். அவர் தனது இருபத்தைந்தாவது வயதில் இரஷியத்திற்குப் பிரிட்டனின் சிறப்புத் தூதுவராய்ச் சென்றிருந்தார். பிரிட்டீசு அரசர் அப்போது அவருக்குப் பிரபுப் பட்டம் தந்து 1781 இல் இந்தியத்திற்கு ஆளுநராய் அனுப்பி வைத்தார்.

மக்காட்னி இளவயதில் பிரஞ்சு மெய்யியலரான வால்டயரின் (1697 - 1778; இ.ச.க.தொகுதி-8) நண்பராயிருந்தவர். நடுவயதில் டாக்டர் ஜான்சனின் (1709 - 1784; இ. ச. க. தொகுதி-9) கூட்டத்தில் ஒருவராய் விளங்கியவர். அவர் வாழ்க்கையில் பல வெற்றிகளைக் கண்டு உயர்ந்தார்.

அறிவுக் கூர்மையுள்ளவர்; எதையும் ஆழ்ந்து நோக்கும் திறன் படைத்தவர். அவர் பிரிட்டீசு நாடாளுமன்றத்தில் உறுப்பினராகி, அயர்லந்து அலுவல் துறையின் அமைச்சராயுமிருந்தார்.

மக்காட்னி விக்கு கட்சியைச் சேர்ந்தவரும் பெரும் பேச்சாளியுமான சார்லஸ் ஜேம்ஸ் ஃபாக்சிற்கு ஆசிரியராயிருந்தவர். டோரிகட்சியை சேர்ந்தவரும் பிரிட்டனில் *1762-1763* காலத்தில் தலைமை அமைச்சராயிருந்தவருமான ஜான் ஸ்வேட்டு பூட்டு பிரபின் *(1713-1792;* இ.ச.க.தொகுதி-*7)* மகளை மக்காட்னி மணந்திருந்தார். அயர்லந்துத் துறை அமைச்சராயும் பணி செய்தார்.

பிரிட்டீசு அரசு அவரைச் சீனத்திற்குத் தன் தூதுவராய் அனுப்புவதென்று 1792 இல் செய்த முடிவு மக்காட்னிக்கு மிகவும் அரிய வாய்ப்பாகும். பிரிட்டனிலிருந்து தூதுவர் எவரும் சீனம் செல்லும் வாய்ப்பை இதற்கு முன்னர் பெற்றதில்லை.

மக்காட்னி

பிரிட்டன் கடந்த சில ஆண்டுகளாய்ச் சீனத்துடன் நடத்தி வரும் வாணிபத்தில், சீனம் ஆண்டுதோறும் செய்த ஏற்றுமதியின் மதிப்பு *100,000* ஸ்டெர்லிங்காயிருந்து, இப்போது கிட்டத்தட்ட *1,500,000* ஸ்டெர்லிங்காய் அதிகரித்து விட்டது. அது பெரிதும் தேயிலை ஏற்றுமதியேயாகும்.

ஆனால் பிரிட்டன் சீனத்திற்குச் செய்த ஏற்றுமதியின் மதிப்புச் சுமார் *1,000,000* ஸ்டெர்லிங்கு மட்டுமேயாகும். அத்துடன் சீனத்திற்குக் கள்ளத்தனமாய் ஏற்றிய அபினியினால் கிடைத்தது மேற்சொன்ன தொகையில் சற்றேறக்குறையச் சரிபாதி இருந்தது. இந்தியத்திலிருந்து இந்தியத் தரகர், வணிகர் முதலானோரின் உதவியுடன் சீனத்திற்குக் கள்ளத்தனமாய் அபினியை ஏற்றுமதி செய்தது தான் பிரிட்டனுக்குப் பெருத்த ஆதாயத்தைத் தந்தது. (இ.ச.க. தொகுதி-*8)*

எனவே, பிரிட்டனின் வாணிப விரிவை நோக்கமாய்க் கொண்டு, சீனத்துடன் செய்து வந்த வாணிபம் தொடர்ந்து நடக்க வேண்டுமென்பதற்காகப் பீகிங்கில் தன் தூதுவர் ஒருவர் இருப்பது மிகுந்த நன்மை பயக்கும் என்று கிழக்கிந்தியக் கம்பெனி பிரிட்டீசுப் பிரதமர் இளைய பிட்டை *(1769 - 1806;* இ.ச.க.தொகுதி-*9)* அணுகி இது குறித்து வேண்டுகோள் விடுத்தது.

அதற்கிணங்க மக்காட்னிப் பிரபு சீனப் பேரரசரிடம் பிரிட்டீசுத் தூதுவராய்ச் செல்வதென்று, *1792* மே *3* அன்று அரசு முறைப்படி அமர்த்தப்பட்டார். அதற்குப் பொருத்தமான வகையில் அவரை வைக்கவுண் *(Viscount)* என்ற உயர் மட்டப் பிரபு நிலைக்கு உயர்த்தினர். அவர் தன்னுடன் தன் பழைய நண்பரும் தோழருமான ஜார்ஜ்

ஸ்டௌண்டனைச் சீனத்திற்கு அழைத்துச் செல்வதற்கு இசைவு தர வேண்டுமென்று அரசைக் கேட்டார்.

மக்காட்னி ஸ்டௌண்டனைக் கிரனடாவிலும் பிரிட்டனிலும் சென்னையிலும் பதினாறு ஆண்டுகளாய் அறிந்திருந்தார். மக்காட்னி தன் தூதரகத்திற்கென்று கணித ஆசிரியரான ஜான் பரோவையும் அறிவியலாரான ஜேம்ஸ் டீன் விடீ போன்றோரையும் பீகிங்கிற்கு அழைத்துச் சென்றார்.

அவர் சீன மொழி அறிந்தவர்களையும் கிறித்தவந் தழுவிச் சமயப் பரப்பியராய்ப் பயிற்சி பெற்றிருந்த சீனரான லீ என்ற பாதிரியாரையும் கூட்டிப் போனார். அவர்கள் சீனப் பேரரசருக்கென்று ஏராளமான பரிசுப் பொருள்களை ''அரிமா'' (*Lion*) என்ற பாய்மரக் கப்பலில் ஏற்றிக் கொண்டு புறப்பட்டனர். அவர்கள் மெடீரா, வெர்தி, படேவியம், கொச்சின், சீனம் (தென் வியத்துநாம்) ஆகியன வழியே கலஞ்செலுத்தி 1793 சூன் 19 அன்று சீனப் பெருநிலத்தை அடைந்தனர். அவர்கள் அதற்கடுத்த நாளன்று மக்காவு என்ற போர்த்துக்கீசத் திட்டிற்கு அப்பால் கடலில் நங்கூரம் பாய்ச்சி நின்றனர். (*Macau* : இது தென்சீனக் கரையோரப் பகுதி, ஐரோப்பியர் பதினெட்டாம் நூற்றாண்டில் சீனத்துடன் நடத்திய வாணிபத்தில் தலையாய இடமாயிருந்தது. இது இன்று போர்த்துக்கீசத்தின் கடல்கடந்த மாநிலப் பகுதியாய் இருந்து வருகின்றது. இதன் பரப்பளவு 16 சதுர கிலோ மீட்டர்.)

பின்னர் இரண்டு மூத்த மாண்டரின்கள் அவர்களை ஆற்றுவழியில் படகில் அழைத்துச் செல்வதற்காகக் கப்பலுக்கு வந்தனர். (மாண்டரின்கள் : தகுதி அடிப்படையில் தேர்வு வைத்துத் தகுதி அடிப்படையில் பணிக்கு எடுக்கப்பட்ட அரசு ஊழியர்)

மக்காட்னிப் பிரபும் அவருடன் வந்திருந்த பிற ஆங்கிலேயரும் சீனத்தின் உள்நாட்டுப் பகுதிகளில் கண்ட காட்சிகள் அவர்களை வியப்பிலாழ்த்தின. அவர்கள் துங்கு செலி என்ற இடத்தில் ஆற்றுப் படகுகளிலிருந்து இறங்கிப் பீகிங்கிற்குச் சாலை வழியே சென்றனர். பீகிங்கில் பிரிட்டீசுத் தூதுவருக்கும் அவரைச் சேர்ந்தவர்களுக்கும் இட வசதிகளையும் பிற ஏற்பாடுகளையும் சீனப் பேரரசர் செய்திருந்தார்.

சீனப் பேரரசர் சியன் லுங்கு கோடைக் கோநகரான ஜெகோல் என்னுமிடத்தில் அப்போது இருந்தார். ஆதலால் மக்காட்னி தன் குழுவினருடன் அங்கு சென்றார். அப்போது பேரரசரின் 83 ஆவது பிறந்தநாள் விழா பெருமகிழ்ச்சியுடன் அங்கு நடந்து கொண்டிருந்தது. அவர் மெய்யாகவே, தனக்குக் கிடைத்த வெற்றிக் களிப்பில் மிதந்திருந்தார். அதனால் பிரிட்டீசுத் தூதுக்குழு நேய உணர்வுடன் வரவேற்கப்பட்டது.

சீனப் பேரரசருக்கு முன்னால் எவர் சென்றாலும் அவர் காலில் நெடுஞ்சாண் கிடையாய் விழுந்து எழுந்து ஒன்பது முறை தலைதாழ்த்தி வணங்க வேண்டும்; மக்காட்னி அவ்வாறு செய்ய மறுத்து விட்டார். பேரரசர் அப்போது மகிழ்ச்சிப் பெருக்கில் திளைத்திருந்ததால் ஒரு காலை மண்டியிட்டு வணங்குவதற்கு இசைந்து அரசவையினரையே அதிர்ச்சியடையச் செய்தார்.

எனினும் பிரிட்டீசுத் தூதுவர் பேரரசரின் முன் ஒரு காலை மண்டியிட்டுத் தான் கொண்டு வந்திருந்த பரிசுப் பொருள்களைப் பெருமையுடன் அளித்தது சியன் லுங்கிற்கு மகிழ்ச்சியளிக்கவில்லை. அப்பரிசுகள் மிகவும் சிறுதரமானவை என்று பேரரசர் ஒரு பாடலில் கூறிவிட்டார். அத்துடன் பிரிட்டீசுத் தூதரகம் சீனத்திற்கு வேண்டியதில்லை என்று கூறிப் பிரிட்டீசு மன்னரின் வேண்டுகோளை ஏற்க மறுத்து விட்டார்.

ஆதலால் மக்காட்னி மேற்கொண்ட முயற்சி எண்ணிய பலனைத் தராமற் போயிற்று. அதற்கென்று 75,000 பவுன் செலவானதுதான் கண்ட பலன். அவரால் பிரிட்டனுக்கும் சீனத்திற்குமிடையே நட்புறவு உடன் படிக்கையைக் கூடச் செய்து கொள்ளமுடியவில்லை.

இருப்பினும் அதுவேறு வகையில் பலன் தரத்தக்க முயற்சியாய் அமைந்தது. ஏனெனில் சீனம் அயலார் நுழைய முடியாத இரும்புக் கோட்டை என்று கருதப்பட்டு வந்த தவறான மனப்போக்கு மாறுவதற்கு மக்காட்னியின் சீனப் பயணம் உதவிற்று. சீனம் பற்றித் திரித்துக் கூறப்பட்ட தவறான கருத்துகள் மறைவதற்கு அது வழிவகுத்தது.

''அரிமா'' சீனக் கரையை விட்டு நீங்கிய போது, அந்நாட்டைப் பற்றிய புதுச் செய்திகளையும் உண்மைகளையும் சுமந்து சென்றது. மக்காட்னி சீனம் பற்றிய தன் எண்ணங்களையெல்லாம் ஆழ்ந்த நோக்குடன் எழுதியிருந்தார். (சீனத்தில்) அரசு எந்திரமும் அதன் மேலாண்மையும், மிகச் சிறந்த முறையில் அமைக்கப்பெற்று வலிமையுடையதாய் அந்நாடு விளங்கியது; அதனால் எத்தகைய இடுக்கண் வந்தாலும், அதைப்போக்கவும் மனித வல்லமையால் ஆக்கக் கூடிய செயல் எதுவாயினும் அதை நிகழ்த்தக் கூடிய நிலையிலும் அது இருந்தது'' என்று மக்காட்னி எழுதி வைத்தார்.

ஜார்ஜ் ஸ்டெண்டன் சீனத்தில் கண்டவற்றையும் கேட்டவற்றையும் இரண்டு பெருந் தொகுதிகளில் நூலாய் எழுதினார். அறிவியலரான டீன் விடீ பரோ என்ற இருவரும் அறிவியல் செய்திகளை எழுதினர். இத்தூதுக் குழுவிலிருந்த பிறர் எழுதி வைத்த நாள் குறிப்புகள் சீனப் பண்பாட்டைப் புதுநோக்கில் காண்பதற்கு உதவின. அவர்கள் தாயகம் திரும்பியதும், அவை அச்சாகி வெளி வந்தன.

மக்காட்னி 1794 ஜனவரி 17 அன்று இங்கிலாந்திற்குக் கப்பலேறினார்.

டாக்டர் டீன் விடீ

மக்காட்னிப் பிரபுடன் சீனம் சென்ற தூதுக் குழுவுடன் பீகிங்கிற்குப் போயிருந்தவர்களுள் அறிவியலரான டாக்டர் டீன் விடீயும் ஒருவர் ஆவார். அவர் மக்காட்னியுடன் தாயகம் திரும்பாமல் வழியில் கல்கத்தாவில் இறங்கினார்.

அவர் சீனத்தை விட்டுப் புறப்பட்டபோது வேரோடு பறித்த தேயிலைச் செடிகளைத் தன்னுடன் பத்திரமாய்க் கொண்டு வந்தார். அவர் இச்செடிகளைக் கல்கத்தாவின் தாவரவியல் பூங்காவிற்குக் கொடுத்தார். (கல்கத்தா தாவரவியல் பூங்கா : இ. ச. க. தொகுதி-9) அவர் தாயகத்தில் செய்து வந்ததைப் போன்று கல்கத்தாவிலும் அறிவியல் விரிவுரைகளை நிகழ்த்தினார். அறிவியல் காட்சிகளை நடத்தினார்.

அவர் கல்கத்தாவிலிருந்த ஐரோப்பிய வணிகர்கள் சீனத்தின் மீது மிகுந்த ஆர்வம் கொள்ளுமாறு செய்தார். அவர் நிகழ்த்திய உரைகளைக் கேட்பதற்கு 2,250 பவுன் திரண்டது. அவர் கல்கத்தாவிலிருந்தவர்களின் ஆர்வத்தை எவ்வாறு கிளப்பியிருப்பார் என்பதை இதிலிருந்து அறியலாம். ''நெடுநாள் நடத்தக்கூடிய பாடப் பயிற்சிக்குக் கூட இத்தனை பெரிய தொகை கிடைத்திருக்க முடியாது'' என்று டீன் விடீ கூறினார்.

அவர் கல்கத்தாவிலிருந்து சென்னைக்கும் வந்தார். அவர் இங்கிருந்து ஆங்கில வணிகரிடம் கல்கத்தாவில் ஆற்றிய அதே உரைகளைச் சென்னையில் திருப்பி நிகழ்த்தினார்.

அதன்பிறகு அவர் கல்கத்தா வில்லியம் கோட்டையின் பொறுப்பை ஏற்றார். அவர் இறுதியாய் 10,000 பவுனுடன் தாயகம் திரும்பி வசதியான வாழ்க்கை நடத்தினார்.

சீனம் கபாடம் அடைத்தது சரியா?

சீனம் பிரிட்டீசாருக்கு வாணிபக் கபாடத்தை அடைத்தது குறித்து இக்காலத்து வரலாற்றாசிரியர்கள் பின்னோக்கிப் பார்த்துத் தம் கருத்துகளைக் கூறியுள்ளனர்.

பேரரசர் சியன் லுங்கு தனக்கு அண்டையிலுள்ள இந்தியம் அயலாருக்கு அளித்த வாணிகச் சலுகைகளின் விளைவைக் காணும் வாய்ப்பைப் பெற்றிருந்தார்; அதனால் அவர் பிரிட்டீசாரின் கோரிக்கையை ஏற்காது அவர்களின் எண்ணம் நிறைவேறவொட்டாமல் செய்து விட்டார் என்று கருதுவாருமுளர்.

ஆனால் ஆர்னால்டு டாயின்பீ *(1889 - 1975)* தனது ''வரலாற்று ஆய்வு'' *(A Study of History)* என்ற நூலில் பேரரசரின் மறுப்பை இவ்விதமாய் நோக்குகின்றார்:

''மஞ்சு அரச குடியின் மெய்யியலறிஞரான மன்னர் ஒருவர், தொழில் வளர்ச்சிப் பெருக்கம் என்ற வல்லாற்றல் மிக்க ஆயுதத்தைப் புதிதாய்ப் பூண்டு கொண்டு கிளம்பியுள்ள மேலையுலகின் தாக்கம் தன்னை நெருங்கி வந்து கொண்டிருக்கின்றது என்ற தெள்ளத் தெளிவான அறிவிப்பை உணராது கால மாறுதல்களின் அறிவிப்புகளைக் காணாது கண்ணை மூடிக் கொண்டார் என்பது நமக்கு இன்று இங்கே நம்ப முடியாததாகவே தோன்றுகின்றது. சீனப் பேரரசர் காலத்து வாழ்ந்த அரசியல் தந்திரி கூடத்தான் அவரைப் போன்று இவ்வாறு நடந்து கொண்டிருப்பார்'' என்றும் டாயின்பீ கூறுகின்றார்.

ஆனால் சீனத்தினுள் அயலார் ஊடுருவியதைக் காணாமலே சியன் லுங்கு இறந்து போனார். அவர் தன் பதினைந்து வயது மகனுக்காக முடி துறந்து விட்டு, நூல்களைப் படிக்கவும் இளைப்பாறவும் சென்று விட்டார். எனினும் அவர் இறக்கு முன்னரே மற்றொரு வாணிபத் தூதுக்குழுவை ஏற்கும் வாய்ப்பு அவருக்கு வந்தது. இம்முறை ஆலந்திலிருந்து தூதுக்குழு வந்திருந்தது. ஆனால் இம்முறை பேரரசரை நெடுஞ்சாண் கிடையாய் விழுந்து வணங்கும் மரபு கைவிடப்படவில்லை. ஆதலால், தொந்தி பெருத்துத் தடித்த உடலினராயிருந்த டச்சுத் தூதுவர் தரையில் விழுந்து மன்னரை வணங்கிய நேரத்தில், சியன் லுங்கு அதைக் கண்டு உரத்துச் சிரித்தார்.

1794

வரலாற்றுப் புள்ளிகள்

1. பச்சையப்ப முதலியார் (1754 - 1794)

ஐரோப்பியர் இந்நாட்டிற்கு வந்தபோது, அவர்களின் மொழிகளைப் பேசத் தெரிந்த இந்தியர்கட்கு நிரம்ப வசதியும் வாய்ப்புகளும் கிடைத்தன. இங்ஙனம் தொடர்பாளராயிருந்தவர்கள் துவிபாஷி, அதாவது இருமொழியாளர் என்று அழைக்கப்பட்டனர். துவிபாஷி என்ற இச்சொல் துபாஷி என்று திரிந்து வழங்கியது.

துபாஷிகள் ஐரோப்பியரிடம் ஊதியம் பெற்றுப் பணிபுரிந்தனர். அவர்களின் தரகர்களாயுமிருந்தனர். இவர்கள் குறுகிய காலத்தில் பெருஞ் செல்வமுடையராகித் தரகு பெற்றுப் பிறருக்குக் கடன் தந்தும் வந்தனர்.

பதினெட்டாம் நூற்றாண்டின் பிற்பகுதியில் குறிப்பாய்த் தஞ்சை அரசரான துளசாவின் ஆட்சிக் காலத்தில் (1763 - 1787) மராட்டிய மன்னர்கள் இலட்சக்கணக்கான வராகன்களைக் கடன் வாங்கியே ஆர்க்காட்டு நவாபிற்கும் கிழக்கிந்தியக் கம்பெனிக்கும் கப்பம் கொடுத்து வந்தனர். அவர்கள் மாதம் ஒன்றுக்கு ஒன்று வட்டி அல்லது ஆண்டொன்றுக்கு 30 சத வட்டிக்குப் பணம் கடன் வாங்கினர். துளசாவும் அவருக்குப்பின் வந்த அமரசிங்கனும் கம்பெனிக்குப் பெருந்தொகையைத் தர வேண்டியிருந்ததாலும் அரண்மனைச் செலவுகளுக்காகவும் வட்டிக்குக் கடன் வாங்கினர் என்று தெரிகின்றது. மராட்டிய மன்னர்களுக்கு வட்டிக்குப் பணம் கொடுத்தவர்களுள் மிராசுதாரரும் வட்டிக் கடைக்காரரும் துபாஷிகளும் இருந்தனர்.

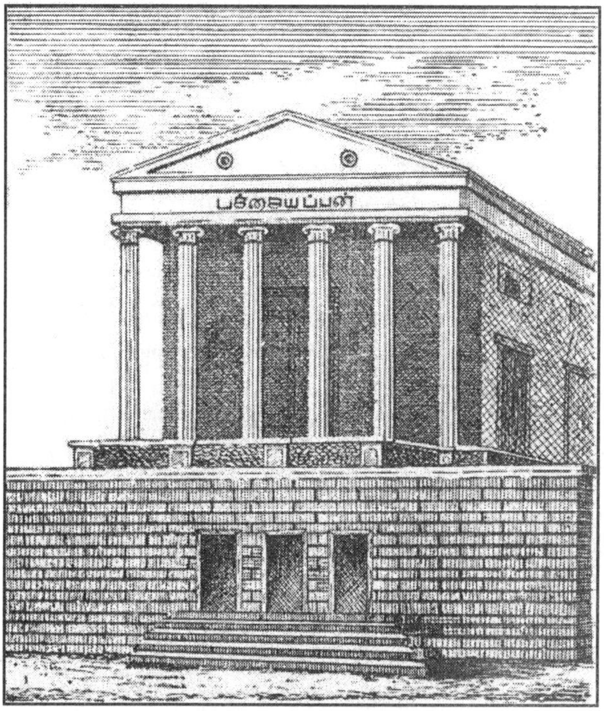

அத்தகைய துபாஷிகளில் காஞ்சி புரத்துப் பச்சையப்ப முதலியும் (1754 - 1794) ஒருவர். அவர் துபாஷி ஊழியத்தி லும் தரகுத் தொழிலிலும் பெரும் பொருளீட்டி ஐரோப்பியர் இடத்திலும் நாட்டு மக்களிடத்திலும் செல்வாக்குடன் விளங்கினார்.

பச்சையப்பன் காஞ்சிபுரத்தில் விசுவநாத முதலியாருக்கும் பூச்சியம் மாளுக்கும் மகனாய் 1754 ஆம் ஆண்டு பிறந்தார். அது ஏழ்மையான அகமுடைய வேளாளக் குடும்பம். பச்சையப்பன் தாயின் வயிற்றில் இருக்கையிலேயே தந்தை இறந்தார்.

பூச்சியம்மாள் கணவரை இழந்த பின்னர் தன்னிரு பெண்மக்களையும் அழைத்துக் கொண்டு தன் கணவரின் நண்பராயிருந்த ரெட்டி ராயர் என்றவரிடம் போய்ச் சேர்ந்தார். ரெட்டி ராயர் ஆர்க்காட்டுச் சுபேதாரின் பெரிய பாளையத்து அலுவலராயிருந்தார். ராயர் பூச்சியம்மாளையும் அவரின் மக்களையும், தந்தைபோல் ஆதரித்தார். பச்சையப்பன் அங்கு 1754 இல் பிறந்தார். பச்சையப்பனுக்கு ஐந்து வயதானபோது ராயர் இறந்தார்.

பூச்சியம்மாள் பின்னர் ஆதரவற்ற மூன்று குழந்தைகளுடன் சென்னைக்கு வந்தார். அங்கு கோட்டைக்கு வடக்கிலிருந்த ஒற்றைவாடை சாமி மேஸ்திரி தெருவிலிருந்த சந்து வீட்டில் குடியிருந்தார்.

பூச்சியம்மாள் நெய்தவாயலைச் சேர்ந்த பௌணி நாராயண பிள்ளையின் வள்ளல் தன்மையைக் கேள்வியுற்று அங்கு சென்றார். அவர் தன் கையிலிருந்த சிறு பொருளை

1794

அவரிடம் ஒப்புவித்துத் தன் குழந்தைகளைக் காப்பாற்ற வேண்டினார். நாராயண பிள்ளை பூச்சியம்மாளைத் தங்கை போல் காத்துப் பிள்ளைகளுக்குக் கல்வி கற்பிக்க ஏற்பாடு செய்தார்.

பச்சையப்பன் நாராயண பிள்ளையிடம் அன்பு கொண்டு பணிவாய் நடந்து வந்தார். அவர் பிள்ளையின் வணிக முறைகளையும் துபாஷித் தன்மையையும் நன்கு அறிந்து கொண்டார்.

பச்சையப்பன் பீங்கான் கடையில் பொருள் வாங்க வந்த ஐரோப்பியருக்கு முதலில் மொழிபெயர்ப்பாளராயிருந்து சிறிது பொருள் சேர்த்தார். அவருக்கு இராணுவப் பணியிலிருந்த ஓர் ஆங்கிலேயருடன் பழகும் வாய்ப்புக் கிடைத்தது. அவர் பச்சையப்பனுக்கு ஒரு வேலை கொடுத்தார். அவர் அந்த வேலையைக் கொண்டு கப்பலில் பல இடங்களுக்குச் சென்று பொருள் சேர்க்க எண்ணங் கொண்டார். இதை நாராயண பிள்ளைக்கும் தாய்க்கும் தெரிவிக்காமல் பச்சையப்பன் பாலவாயில் சத்திரம் என்ற ஊரையடைந்தார்.

தாயார் மகனைக் காணாது தவித்து நாராயண பிள்ளையிடம் முறையிடவே, அவர் பச்சையப்பனை வேலையில் அமர்த்திய ஆங்கிலேயரிடம் பேசிப் பச்சையப்பனை வீட்டிற்கு அழைத்து வந்தார்.

பச்சையப்பன் அதன் பிறகு தென்னாடு சென்று அங்கு நிக்கல்ஸ் என்ற ஆங்கிலேயரிடம் துபாஷியாகச் சேர்ந்தார். பச்சையப்பன் ஈட்டிய பொருளையெல்லாம் நாராயண பிள்ளையிடம் விட்டு வைத்தார்.

பச்சையப்பனின் அக்காள் சுப்பம்மாளுக்கு ஐயம்மாள் என்ற மகள் இருந்தாள். பச்சையப்பனுக்கும் அப்பெண்ணுக்கும் மணம் செய்து வைத்தனர். பச்சையப்பன் மொழி பெயர்ப்பாளர் வேலையில் பொருள் ஈட்டிப் பெரிய செல்வராகி வந்தார். அவர் ஆங்கிலேயர் பலரிடம் மொழிபெயர்ப்பாளராயும் தரகராயும் பணியாற்றி வந்த பின்னர் கிழக்கிந்தியக் கம்பெனியின் மொழி பெயர்ப்பாளரானார். இப்போது செல்வம் குவிந்தது.

ஆர்க்காட்டு நவாபின் அலுவலராயிருந்த ஜோசஃபு சல்லிவனுக்கும் அவர் மொழிபெயர்ப்பாளராயிருந்ததால் மேலும் பொருள் சேர்ந்தது.

பச்சையப்பன் தஞ்சை மராட்டிய மன்னர்க்கும் வேறு சில பாளையக்காரர்களுக்கும் கடன் கொடுத்தும் தன் பொருள் வருவாயைப் பெருக்கிக் கொண்டார். அவர் தஞ்சாவூரில் சிறிது காலம் தங்கியிருந்தார்.

பச்சையப்பன் சென்னையில் புகழ் பெற்று விளங்கிய வீரப் பெருமாள் பிள்ளையின் நெருங்கிய நண்பரானார். வீரப் பெருமாள் சென்னையில் வாழ்ந்து வந்தார். பச்சையப்பன் அவரருகில் வாழ வேண்டுமென்பதற்காகச் சிந்தாதிரிப்பேட்டையினுள் அடங்கிய கோமளீசுவரன் பேட்டையில் ஒரு வீட்டைக் கட்டினார். சிந்தாதிரிப் பேட்டை இந்தக் காலத்தில் செல்வாக்குப் பெற்ற பலர் வாழ்ந்த இடமாயிருந்தது. கூவம் ஆறு குளித்து முழுகி இறை வழிபாட்டிற்குச் செல்லத்தக்க தூய்மையுடையதாய் அப்போது ஓடியது.

பச்சையப்பன் இறைப்பற்று மிக்கவர். அவர் காஞ்சி ஏகாம்பர நாதர் கோயிலில் ஸ்ரீ பலிநாயகர், சிவகாமியம்மை என்ற இரு செப்புப் படிமங்களை வார்க்கச் செய்து அக்கோயிலில் திருநிலைப் படுத்தினார். அவர் அக்கோயிலுக்கு 1774 மார்ச்சு 27 அன்று குடமுழுக்கும் செய்வித்தார். பச்சையப்பன் முதலில் செய்த சிவத் திருப்பணி

இதுவேயாகும். அவர் பிறகு அங்கு பங்குனி உத்திரத் திருமண மண்டபமும் கட்டி முடித்தார்.

பச்சையப்பன் சிந்தாதிரிப் பேட்டையில் வாழ்ந்தபோது அவருக்குப் பல நோய்கள் உண்டாயின. அவர் இந்நோய்களைத் தணிக்கும் பொருட்டுக் குடந்தையில் தங்கி வாழ்ந்தார். அங்கு அவருக்கு நோய் முற்றி 1794 மார்ச்சு 31 அன்று இறந்தார். அவர் இதற்கு முன்னர் 1794 இல் ஓர் உயிலை எழுதி வைத்தார். அவர் தன் கடைசி விருப்ப ஆவணமான அந்த உயிலில் தன் இரண்டாவது மனைவிக்கும் ஒரே மகளுக்கும் சிறு தொகையை அளிக்குமாறு எழுதியிருந்தார். மேலும் சமயப் பணிகளுக்காகவும் சத்திரங்கள் கட்டவும் ஒதுக்கிய தொகை போகச் சிறு தொகையைச் சம்ஸ்கிருதக் கல்விக்கென்றும் நேரடியாய் ஒதுக்கினார்.

காசி விசுவநாதர் கோயில் அறக்கட்டளை உள்படத் தென்னகத்தின் பல ஊர்களில் பச்சையப்பனின் பணத்தில் சத்திரங்கள் கட்டப்பட்டன. பல ஊர்களில் அமைந்த சத்திரங்கள் 18, 19 ஆம் நூற்றாண்டுகளில் மக்களுக்கு மிகவும் பயன்பட்டன.

பச்சையப்பனின் உயில்படி, அவருடைய உடைமைகளைச் சிதம்பரம் நடராசர் கோயில் பொதுத் தீட்சிதர்களே 1841 வரை 47 ஆண்டுகள் நிர்வகித்து வந்தனர். (இ.ச.க.தொகுதி-9)

1841 காலகட்டத்தில் அட்வகேட்டு ஜெனரலாயிருந்த ஜார்ஜ் நாட்டன் (George Norton) இந்த உயிலைக் கண்டுபிடித்தார். பச்சையப்பன் தன் உயிலில் சம்ஸ்கிருதக் கல்விக்கென்று எழுதிவைத்த சொற்றொடரை அவர் எடுத்துக் கொண்டு, உயிலில் கண்டுள்ளபடி அப்படியே வரிக்கு வரி அதைச் செயல்படுத்த முடியாத நிலை உள்ளது என்பதை எடுத்துக் காட்டினார். எனவே உயிலைச் செயல்படுத்த முடியாத நிலையில், அச்சொற்றொடரின் உள்நோக்கத்தை நிறைவேற்றுவது பொருத்தம் என்று நாட்டன் அதற்குச் சட்டப்படி விளக்கம் தந்தார். அதன் பலனாய்ப் பச்சையப்பன் சம்ஸ்கிருதக் கல்விக்கென்று விட்டுச்சென்ற செல்வம் பொதுக் கல்விக்குத் திருப்பி விடப்பட்டது.

அதன்படி பச்சையப்பன் பெயரில் முதலில் ஒரு தொடக்கப்பள்ளி அமைந்தது. அதுவே உயர்நிலைப் பள்ளியாகிப் பின் கல்லூரியாய் இருபதாம் நூற்றாண்டில் மலர்ந்தது.

பச்சையப்பன் 1794 இல் இறந்தபோது, 42,080 ரூபாய் மதிப்புள்ள கம்பெனிப் பத்திரங்களையும் பிறரிடமிருந்து வரவேண்டிய கடன் 2,00,000 ரூபாய்க்கான பத்திரங்களையும் பிற உடைமைகளையும் விட்டுச் சென்றார். இவை 47 ஆண்டுகளுக்குப் பிறகு புகழ் பெற்ற சட்டவல்லுநரான ஜார்ஜ் நாட்டனின் அரு முயற்சியாலும் ஆளுநர் எல்ஃபின்ஸ்டனின் உதவியாலும் உச்சநீதிமன்றத் தீர்ப்பின்படி ஒன்பது பேரடங்கிய ''பச்சையப்பன் அறக்கட்டளை'' உருவாக வழிபிறந்தது. வள்ளல் பச்சையப்பனுக்கு நிலையான நினைவுச் சின்னமாய்ச் சென்னையிலும் காஞ்சி, கடலூர் போன்ற இடங்களிலும், பள்ளிகளும், கல்லூரிகளும் பின்னாளில் எழ வழிவகுத்தவர் நாட்டன் என்ற ஆங்கில வழக்குரைஞர் என்பது குறிப்பிடத்தக்கது. பச்சையப்பனின் சொத்துக்களைச் சிந்தாமல் சிதறாமல் காத்த தில்லை மூவாயிரவரும் நினைவிற் கொள்ளத்தக்கவராவர்.

2. சென்னையின் புது ஆளுநர் ஹோபாட்டு

ஹோபாட்டுப் பிரபு 1794 ஆம் ஆண்டு சென்னையின் ஆளுநராய் அமர்த்தப்பட்டார். இவர் காலத்தில் கம்பெனியின் நிர்வாகத்தில் பல சீர்திருத்தங்கள்

ஏற்பட்டன. அவர் வருவாய் வாரியத்தின் கட்டுப்பாட்டிற்குக் கீழே மாவட்டங்கள் அனைத்திலும் நிலவரி நிர்வாகத்தைக் கொண்டு வருவதற்காகக் கலக்டர்களை அமர்த்தினார்.

கலக்டர்கள் என்ற மாவட்ட ஆட்சித் தலைவர்கள் 1787 ஆம் ஆண்டிலேயே மாவட்டங்களில் அமர்த்தப்பட்டிருந்தனர். (இ.ச.க.தொகுதி-9) கம்பெனியின் தலைவர், ஆட்சிமன்றக் குழுவினர் ஆகிய பதவிகள் ஒழிக்கப்பட்ட பிறகு, 1794 இல் மாவட்ட ஆட்சித் தலைவர்களின் பொறுப்பில் நிலவரி வருவாய் வந்துவிட்டது.

ஹோபாட்டு பிரபிற்குப் பிறகு இராபட்டு கிளைவின் (1725 - 1774) மகனான கிளைவு பிரபு சென்னையின் ஆளுநரானார்.

இந்த ஆண்டில் (1794) தென் மாவட்டங்களில் கொடிய பஞ்சம் ஏற்பட்டு மக்கள் தவித்தனர்.

3. திப்பு சுல்தான் மக்களை மீட்டல்

மூன்றாம் மைசூர்ப் போரின் முடிவில் (1790 -1792) திப்பு சுல்தானுக்கும் கிழக்கிந்தியக் கம்பெனிக்கும் 1792 ஆம் ஆண்டு ஏற்பட்ட சீரங்கப்பட்டணத்து உடன்படிக்கைப்படி, திப்பு சுல்தான் தன் ஆண் மக்கள் இருவரைக் கம்பெனியாரிடம் பிணையமாய்ச் சென்னையில் விட்டு வைத்திருந்தார். அவர் இவ்வாண்டு போர் இழப்பீடுகளுக்கென்று ஈடுகாணத் தொகையைக் கம்பெனிக்கு 1794 மார்ச் 29 அன்று கொடுத்து மக்களை மீட்டார்.

4. சென்னையில் மனநல மருத்துவமனை

மனநோய் மருத்துவமனை ஆட்சிக்குழுச் செயலாளரான டாக்டர் வேலண்டைன் கோனல்லி 1794 வாக்கிலேயே, இன்று புரசைவாக்கத்தில் மனநோய் மருத்துவமனை அமைந்துள்ள இடத்தை அரசிடமிருந்து குத்தகைக்குப் பெற்று விட்டார். அந்த 45 ஏக்கர் பரப்புள்ள நிலம் ஆண்டிற்கு 51 வரகன் என்று சிறு தொகைக்குக் குத்தகைக்கு விடப்பட்டது.

டாக்டர் கோனல்லி இம்மருத்துவமனையைத் தனிப்பட்ட முறையில் நடத்தி வந்தார். அது பைத்தியக்காரர் புகலிடம் என்று அக்காலத்தில் அழைக்கப்பட்டது. பிற்காலத்தில் அதை அரசே ஏற்று நடத்திற்று.

புரசைவாக்க எல்லைக்குள் நாட்டுமக்களுக்காக முதன் முதலில் அமைந்ததும் கட்டடத்தில் செயல்படத் தொடங்கியதுமான மனநல மருத்துவமனை 1799 ஆம் ஆண்டு செயல்படலானது.

டாக்டர் ஜான்சன் அண்டர்வுடு என்றவர் அம் மருத்துவமனையை நடத்துவதற்கு முன் வந்தார். அவருக்கு முப்பது காணி நிலம் தரப்பட்டது. அவர் மருத்துவமனையை நடத்துவதற்கு வேண்டிய முதலைத் தன் கையிலிருந்து போட்டார். அம்மருத்துவமனை ஆங்கிலேயர் அடங்கிய ஒரு குழுவினால் நடத்தப்பட்டது.

இம்மருத்துவமனையில் தொடக்கத்திலிருந்தே பிராமணர்க்கு என்று பிற இடங்களில் போலவே இங்கும் தனிப் பிரிவுகள் இருந்தன.

(பிரிட்டனின் மனநல மருத்துவமனை வரலாறு இ.ச.க.தொகுதி-6)

5. சென்னையில் அர்மீனிய இதழ்

அர்மீனியர் என்போர் 1991 வரையிலும் சோவியத்துச் சோஷலிசக் குடியரசில் இருந்து இப்போது தனி நாடாகியுள்ள அர்மீனியம் (Armenia) என்ற நாட்டைச் சேர்ந்தவராவர். அர்மீனியம் மேற்காசியத்தில் உள்ளது. இதன் வரலாறு கி.மு. பன்னிரண்டாம் நூற்றாண்டுவரை செல்கின்றது. (அர்மீனியம், அர்மீனியர் : இ.ச.க.தொகுதி-2).

இம்மக்களுக்கும் சென்னைக்கும் பதினேழாம் நூற்றாண்டு முதலே உறவு இருந்து வருகின்றது. அவர்கள் இக்காலத்தில் சென்னை, கல்கத்தா, டெல்லி, ஆக்ரா ஆகிய இடங்களில் வணிகராய் இருந்தனர். அவர்களுக்கு முகலாயர் அவையிலும் செல்வாக்கு இருந்தது. அவர்கள் செல்வராயுமிருந்தனர். பல நாடுகளுடன் வாணிபத் தொடர்புகளும் வைத்திருந்தனர். இன்று அரண்மனைக்காரன் தெரு என்று தவறாய் அழைக்கப்படும் அர்மீனியன் தெருவிலுள்ள மாதா கோயில் பாதிரியாரான அரத்துன் கமபோன் என்பவர் 1794 அக்டோபர் 28 அன்று ''அஸ்தாரர்'' என்ற அர்மீனிய மொழி இதழைத் தொடங்கினார். அவர் 1824 ஆம் ஆண்டில் இறந்த பின்னரும் இந்த இதழ் தொடர்ந்து வெளிவந்தது.

6. கடற்கொள்ளையர் கோலி

மும்பை என்று இந்திய அரசியல் சட்டம் ஏற்றுக் கொண்டிருக்கும் பம்பாய்ப் பெருநகரின் காவல் தெய்வம் மும்பை என்ற மும்பாதேவி ஆவாள். அவள் ஏழு தீவுகளாயிருந்த பம்பாய்க் கரையோரங்களில் முன்னர் வாழ்ந்திருந்த கோலியர் என்ற மீனவ மக்களின் குலதெய்வமாவாள். கோலியர் குஜராதின் வடமேற்குக் கரைப் பகுதிகளில் திரிந்த கடற்கொள்ளைக் கூட்டத்தாரில் ஒருவராயிருந்தனர். கடற்கொள்ளைக் கோலியரை ஒடுக்குவதில் கம்பெனியின் கடற்படைக் கப்பல்கள் ஈடுபட்டன. ஆனால் கோலியரை எளிதில் அடக்கிவிட முடியவில்லை.

1794

கோலியக் கடற்கொள்ளையரின் கொடுஞ்செயல்களை நிறுத்துவதற்காக 1794 அக்டோபர் 6 அன்று சூரத்திலிருந்து கடற்படைத் தொகுதி ஒன்று பாய்விரித்துக் கிளம்பியது. அப்போது கொள்ளையரின் பல படகுகள் அழிக்கப்பட்டன. எனினும் அவர்கள் விரைவிலேயே புதிய படகுகளைக் கட்டிக்கொண்டு தொடர்ந்து கப்பல்களைக் கொள்ளையடித்து வந்தனர்.

இக்கொள்ளையரின் துறைமுகங்களில் ஒன்று அல்லது அதற்கு மேற்பட்டவற்றைக் கைப்பற்றினாலொழியக் கடற்கொள்ளையரை நிறுத்துவதற்கு வேறு வழியில்லை என்று பம்பாய் அரசு கருதியது. அது இக்கருத்தைத் தன் ஆவணங்களில் 1797 ஆம் ஆண்டு மார்ச்சில் குறித்து வைத்துள்ளது.

மராட்டியரிடம் தலையிடாமலே, கடற்கொள்ளையரின் பகுதிகளைக் கைப்பற்றி விடலாமென்று கம்பெனி எண்ணியது. ஏனெனில் மராட்டியரின் ஆட்சியாண்மை கடற்கரையோரம் வரை நீண்டிருக்கவில்லை. கொள்ளையரின் துறைமுகங்களைப் பிடித்து அங்கு ஆங்கிலக் கடற்படைக் கப்பல்களை நிறுத்தி விடலாமென்று கம்பெனி திட்டமிட்டது.

7. பாரசிகத்தில் கசர் அரசகுடி தோற்றம்

இன்று ஈரான் என்று வழங்கும் பண்டைப் பாரசிகம் வரலாற்றில் நாமறிந்த முதல்

பேரரசாகும். அதை மா சைரஸ் (*Cyrus, the great*: இறந்த ஆண்டு 529 கி.மு. இவர் மூத்த சைரஸ் என்றும் அழைக்கப்படுவார்) கி.மு.ஆறாம் நூற்றாண்டில் இப்பேரரசை நிறுவினார். அதன் ஆட்சிப் பரப்பு இந்தியத்திலிருந்து ஏஜியன் கடல் வரையிலும், மேற்கில் அரேபியம் எகிப்து வரையிலும் விரிந்து பரவியிருந்தது. இந்தியத்துடன் இன்றளவும் தொடர்புடையது.

பாரசிகத்தில் முஸ்லீம் படையெடுப்பினால் சாசனிடு குடியின் ஆட்சி கி.பி.637 ஆம் ஆண்டு முடிவடைந்தது; பாரசிகர் அப்போது அரசியலாண்மையை இழந்தனர். எனினும் அரபுகள் நாட்டை நடத்திச் செல்லும் பொறுப்பைப் பாரசிகரிடமே விட்டிருந்தனர். ஆங்காங்கேயிருந்த பாரசிகத் தலைவர்கள் கி.பி.ஒன்பது, பத்தாம் நூற்றாண்டுகளில் மாநிலங்களில் ஆட்சி செலுத்தி வந்தனர்.

பின்னர் பதினொன்றாம் நூற்றாண்டில் துருக்கச் செலுக்கா பாரசிகத்தைப் பிடித்தனர். அவர்களும் ஆட்சி புரிவதற்குப் பாரசிகரின் துணையை நாடினார். துருக்கரால் மங்கோலியச் செங்கிஸ்கானின் (1155 - 1227) தாக்குதலைப் பதின்மூன்றாம் நூற்றாண்டில் தாங்கி நிற்க முடியவில்லை.

தத்தாரியர் தலைவரான தாமர்லீன் என்ற முடத் தைமூர் (1336-1435) மங்கோலியரிடமிருந்து பாரசிகத்தைக் கவர்ந்த பிறகு, அவரின் வழிவந்தோர் 1405 முதல் பாரசிகத்தை ஆண்டனர். அதன்பிறகு 1499 ஆம் ஆண்டில்தான் பாரசிகரின் ஆட்சி மீண்டும் அமைந்தது. அப்போது புதிதாய் அமைந்த சஃபாவிடு குடியை ஷா அப்பாஸ் (1587 - 1629) நிறுவினார்.

ஷா அப்பாஸ் இறந்த பிறகு பாரசிகம் தாழலாயிற்று. நாதிர் ஷா (1688 - 1747; இ.ச.க.தொகுதி-4) 1736 ஆம் ஆண்டு பாரசிக மன்னரானார். அவர் 1739 ஆம் ஆண்டு இந்தியத்தின் மீது படையெடுத்து வந்து முகலாயப் பேரரசை ஆட்டங்காணச் செய்து சென்றார். நாதிர் ஷா 1747 ஆம் ஆண்டு கொலை செய்யப்பட்டார். (இ.ச.க.தொகுதி-5) அதன்பிறகு பாரசிகத்தில் குழப்பம் நிலவியது.

லதஃபு அலி கான் (*Latf Ali khan*) சண்டு அரச குடியின் பெயரால் 1750 முதல் 1789 வரை சிறிது காலம் பாரசிகத்தை ஆண்டார். மிகவும் கொடியவரான ஆகா முகமது அவரை 1789 இல் கொன்று விட்டு 1794 முதல் தனது கசர் அரச குடியைத் தோற்றுவித்தார். ஆகா முகமது 1796 ஆம் ஆண்டு முடி சூடினார். ஆனால் அடுத்த ஆண்டில் அவர் கொலை செய்யப்பட்டார். எனினும் அவரது கசர் அரச குடி 1925 வரை ஆட்சியிலிருந்தது.

8. பிரிட்டனில் அரசியல் அடக்குமுறை

பிரிட்டீசுச் சீர்திருத்தச் சங்கங்களின் தலைவர்கள் மீது அரசத் துரோகக் குற்றஞ்சாட்டி அரசு அவர்களைச் சிறையிலடைத்தது. இத் தீவிரவாதச் சங்கங்களைப் பற்றி ஆராய்வதற்காக 1794 மே மாதத்தில் மறைவடக்கக் குழுக்கள் அமைக்கப்பட்டன. சட்டத்திற்கு முரணாய்ச் சிறை செய்வதைத் தடுக்கும் ஆள் கொணர் முறையீட்டுச் சட்ட உரிமை முடக்கப்பட்டது.

எனினும் கடுமையான அரசத்துரோகக் குற்றஞ் சாட்டப்பட்டுச் சிறை செய்திருந்த புரட்சி இயக்கத் தலைவர்களில் பலர் 1794 அக்டோபர் - நவம்பர் வாக்கில் விடுதலை செய்யப்பட்டனர்.

9. பிரஞ்சுச் செய்திகள்

அ. பாரிசில் உலகின் முதல் தொழில் நுட்பக் கல்லூரி

பிரஞ்சுப் புரட்சியின் பின் அமைந்த பிரஞ்சுக் குடியரசு 1794 ஆம் ஆண்டில் உலகின் முதல் தொழில் நுட்பக் கல்லூரியைப் (Ecole Polytechnique) பாரிஸ் நகரில் திறந்தது. கணிதத்திற்கும் பயன்படு அறிவியலுக்கும் (Applied Science) முதலிடம் தந்து அறிவியலாருக்குப் பயிற்சியளிக்கும் நோக்குடன் இக்கல்லூரி அமைக்கப்பட்டது.

ஆ. பிரான்சில் முதல் தந்தித் தொடர்பு

பிரான்சின் தலைநகரான பாரிசிற்கும் நாட்டின் வடக்கிலுள்ள லில் என்ற தொழில் நகரத்திற்குமிடையே 1794 இல் முதன்முறையாய்த் தந்தித் தொடர்பு ஏற்பட்டது.

இ. லாவோசியே தலை வெட்டிக் கொலை

வேதியியல் வரலாற்றைத் தொடங்கி வைத்த முன்னோடியருள் தலையாய பிரஞ்சுக்காரரான அண்டாயின் லாவோசியே (1743 - 1794) அறிவியலுக்கு அளித்த பெரும் பங்கை உலகறியும். (இ.ச.க.தொகுதி-8) அவர் 1743 ஆகஸ்டு 26 அன்று பாரிஸ் நகரில் பிறந்தார். அவர் பிறந்த காலத்தில் இயற்பியல், கணிதம், வானியல் முதலிய அறிவியல் துறைகளின் வளர்ச்சியை விட வேதியியல் மிகவும் பின்தங்கியிருந்தது.

வேதியியலார் பேரெண்ணிக்கையில் தனித்தனியாய் ஆங்காங்கே பல புதிய உண்மைகளைக் கண்டறிந்தனரெனினும், இங்குமங்குமாய்ச் சிதறிக் கிடந்த அச்செய்திகளை ஒன்று கூட்டி உருவாக்கத்தக்க கோட்பாடு எதுவும் அவர் பிறந்த காலத்தில் உண்டாகவில்லை.

அக்காலத்தில் காற்றும் நீரும் தனிமங்களாய்க் கருதப்பட்டன. நெருப்பின் தன்மை எது என்பது முற்றிலும் விளங்கிக் கொள்ளப்படவில்லை. எரியக் கூடிய அனைத்திலும் ஃபுளோஜிஸ்தான் (Phlogistan) என்ற பொருள் உள்ளது என்றும் எரிதல் நிகழும்போது அது அப்பொருளிலிருந்து வெளியேறி விடுகின்றது என்றும் அக்காலத்தின் தலையாய அறிவியலாரனைவரும் உறுதியாய் நம்பினர்.

ஜோசஃபு பிளாக்கு (Joseph Black : 1728-1799), காரல் வில்லம் ஷீல் (Karl Wilhelm Scheele :1742-1786; இ.ச.க.தொகுதி-9), ஜோசஃபு பிரீஸ்டிலி (Joseph Priestly :1733-1804; இ.ச.க.தொகுதி-8), ஹென்றி காவண்டிஷ் (Henry Cavendish :1731-1810; இ.ச.க.தொகுதி-8) ஆகியோரும் வேறு சிலரும் ஆக்சிஜன், ஹைடிரஜன், நைட்டிரஜன், கரியமில வாயு முதலிய முக்கியமான வளிகளைக் கண்டுபிடித்தனர். எனினும் இவர்கள் அனைவரும் நாம் மேலே கூறிய ஃபுளோஜிஸ்தான் கொள்கையை ஏற்றுக் கொண்டிருந்தனர். அதனால் அவர்கள் தாம் கண்டுபிடித்த வேதிப் பொருள்களின் தன்மையையோ, முக்கியத்துவத்தையோ சரியான முறையில் விளங்கிக் கொள்ள முடியாதவர்களாயினர்.

எடுத்துக்காட்டாய், அவர்கள் உயிர்வளியான ஆக்சிஜனை ஃபுளோஜிஸ்தான் முற்றிலும் நீக்கப்பட்ட காற்று என்றுதான் குறிப்பிட்டனர். பொருள்களின் அடிப்படைக் கூறுகளைச் சரியாய் விளங்கிக் கொள்ளாமல் வேதியியலில் மெய்யான முன்னேற்றம் காணமுடியாது என்பது தெளிவு.

லாவோசியே வேதியியலின் இப்புதிர்களனைத்தையும் மிகச்சரியான முறையில் விளக்கியுரைத்தார். வேதியியல் கொள்கையைப் பொருத்தமான பாதையில் செல்லுமாறு செய்தார்.

லாவோசியே இளவயதில் சட்டம் பயின்றவர். அவர் சட்டத்தில் பட்டம் பெற்றுப் பிரஞ்சு வழக்குரைஞர் குழுவில் இடம் பெற்றிருந்தாரெனினும், சட்டத் தொழிலில் ஈடுபடவில்லை. அவர் வரி தண்டுவதுடன் தொடர்புடைய அரசுத் துறை ஒன்றில் பணியாற்றினார். அதனால் பிரான்சில் புதிதாய் அமைந்த பிரஞ்சுக் குடியரசிற்கு லாவோசியே மீது ஐயம் தோன்றியது. அவர் அத்துறையைச் சேர்ந்த மேலும் 27 பேருடன் 1794 இல் சிறை செய்யப்பட்டார்.

அவர்கள் அனைவரின் மீதும் 1794 மே 8 அன்று ஒரே நாளில் வழக்கு நடந்தது. அவர்களனைவரும் குற்றவாளிகள் என்று அன்றே முடிவு செய்து, அவர்களின் தலையை வெட்டி அன்றே கொன்றனர். லாவோசியேயின் ஆராய்ச்சிக்குத் துணை நின்ற அவரின் மனைவி மட்டும் இத்தண்டனையிலிருந்து தலை தப்பினார்.

லாவோசியே நாட்டிற்கும் அறிவியலுக்கும் ஆற்றிய பெரும் பங்கைக் கருத்திற் கொண்டு அவரை விடுதலை செய்ய வேண்டுமென்ற கோரிக்கையை நீதிபதி ஏற்காது, ''குடியரசிற்கு மேதைகள் வேண்டாம்'' என்று தள்ளிவிட்டார்.

லாவோசியே காலத்தவரும் சிறந்த கணிதவியலாருமான ஜோசஃபு லூயி லகராஞ்சு (*Count Joseph Louis Legrange :1736 - 1813*) லாவோசியேக்கு அளிக்கப்பட்ட தண்டனை பற்றி மிகச் சரியாய்ச் சொன்னார் : ''அவரின் தலையைத் துண்டாக்க ஒரு விநாடிதான் ஆனது; ஆனால் அதைப் போல் இன்னொன்றை உண்டாக்க ஒரு நூற்றாண்டாகலாம்.''

1794

ஈ. பாரிசில் தலைகள் உருளுகின்றன

மேதையரான லாவோசியே போன்றவர்களின் தலைகள் மட்டும் இவ்வாண்டு பாரிசில் உருளவில்லை; புரட்சியை உண்டாக்கிய அரசியல் தலைவர் பலரின் தலைகளும் முண்டம் பிரிந்து உருண்டன. உயிரற்ற தலை வெட்டிக் கருவியான ஜில்லட்டின் மனிதரில் வேறுபாடு கருதாது அரசன் முதல் ஆண்டிவரை அனைவரின் தலைகளையும் வெட்டிக் குவித்தது.

டாண்டன்

ஜார்ஜஸ் ஷாக்கு டாண்டன் (*Geogres Jacques Danton : 1759-1794*) பிரஞ்சுப் புரட்சியைத் தோற்றுவித்த அரசியல் தலைவர்களுள் ஒருவர். அவர் 1792 - 1794 காலத்தில் பிரஞ்சுக் குடியரசின் நீதியமைச்சராயும் 1793 ஆம் ஆண்டில் பொதுப் பாதுகாப்புக் குழுவின் (*Committee of Public Safety*) தலைவராயுமிருந்தார். இன்னோர் அரசியல் தலைவரான ரோபஸ்பியர், டாண்டனைக் கவிழ்த்தார். டாண்டன் 1794 ஏப்ரல் 2 அன்று தலை வெட்டிக் கொல்லப்பட்டார்.

ரோபஸ்பியர்

மாக்சிமிலியன் ஃபிரான்சுவா மாரி இசிதோர் தெ ரோபஸ்பியரும் (*Maximilam Francois Mare Isidore de Robespiere :1758-1794*) புரட்சித் தலைவரேயாவார். அவர்

ஜேக்கோபின் (*Jacobin*) என்ற வெகு தீவிரமான கட்சியின் தலைவராயிருந்தார். இக்கட்சி பிரஞ்சுப் புரட்சியின்போது தோற்றுவிக்கப்பட்டது. ரோபஸ்பியரின் தலைமையிலிருந்த இக்கட்சிதான் நாட்டில் பயங்கரச் செயல்களைக் கட்டவிழ்த்து விட்டது. ரோபஸ்பியரும் டாண்டனைப் போன்று பொதுப் பாதுகாப்புக் குழுவில் உறுப்பினராயிருந்தார். டாண்டன் தலை உருள ரோபஸ்பியர் காரணமாயிருந்தார் என்பதை மேலே கண்டோம்.

இதே ஆண்டில் ரோபஸ்பியரின் தலையும் வெட்டித் தள்ளப்பட்டது. ரோபஸ்பியருடன் செயிண் ஜஸ்டு என்றவரும் மேலும் 19 புரட்சிக்காரர்களும் 1794 சூலை 28 அன்று தலைவெட்டிக் கொல்லப்பட்டனர்.

உ. பிரஞ்சுப் படையில் பலூன் : பலூன் வரலாறு

காற்றைவிடக் கனங்குறைந்த ஒரு வளியை உருண்டையான ஒரு பொருளினுள் அடைத்து, அதைப் பறக்கும் பொறி ஒன்றைக் கொண்டு வானத்தில் எழும்பச் செய்யலாம் என்ற கருத்து ஐரோப்பியத்தில் மூன்று அறிஞர்களுக்குத் தோன்றியது. ஃபிரான்செஸ்கோ மெண்டோசர், காஸ்பர் ஷூட்டு,ஃபிரான்செஸ்கோ தெ லெனா. ஆங்கில அறிவியலாரும் மெய்யியலாருமான ரோஜர் பேக்கன் (*Roger Bacon : 1214-1294*) பதின்மூன்றாம் நூற்றாண்டில் எந்த வழியில் இது பற்றிச் சிந்தித்தாரோ, அதைப்போல இம்மூவரின் சிந்தனைப் போக்கும் இருந்தது.

கடலைப் போலவே காற்றுக்கும் ஒரு மேற்பகுதி உண்டு; தக்க முறையில் ஓர் எந்திரத்தைக் கட்டுவித்தால், அந்த மேற்பகுதிமீது, தண்ணீரின் மேல் பொருள்கள் மிதப்பது போல அந்த எந்திரமும் மிதக்கும் என்று பேக்கன் பதின்மூன்றாம் நூற்றாண்டில் எழுதினார். அவர் உள்புறத்தில் வெறுமையாயிருக்கும் செப்புக் கோளமான பறக்கும் எந்திரம் ஒன்றைப் பற்றி எழுதுகின்றார். அதனுள் காற்று அல்லது திரவ நெருப்பு அடைக்கப்பட்டிருக்கும்.

மேற்சொன்ன மூவரும் பேக்கனைப் போலவே, காற்றைவிடக் கனம் குறைந்த ஓர் ஆவியினால் நிரப்பப்பட்ட வெற்றுக் கோளத்தை வானில் தூக்கிப் பறக்கும் எந்திரம் பற்றித்தான் கற்பனை செய்து வந்தனர்.

ஃபிரான்சிஸ்கோ டி மெண்டோசா (?-1626) நெருப்பு காற்றை விட ஈர்ப்பு விசை குறைந்தது என்றும் ஒரு கலத்தினுள் நெருப்பைச் செலுத்தினால், அது வானில் எழும்புமென்றும் துடுப்புகளைக் கொண்டு அதைச் செலுத்த முடியும் என்றும் கூறினார்.

ஏசு சபையைச் சேர்ந்த காஸ்பர் ஷூட்டு, மெண்டோசாவின் நூல்களைப் பலகாலம் ஆராய்ந்து அதனுடன் தன் புதுக்கருத்துகள் சிலவற்றையும் சேர்த்தார்.

புல்லின் மீது படிந்த பனித்துளி சூரிய வெப்பத்தினால் சூடாகி மேலெழும்புகின்றமையால், ஒரு முட்டைக் கூட்டினுள் பனித்துளிகளை நிரப்பினால், அது கதிரவனின் வெப்பத்தால் சூடாகி மேலெழும்பும் என்பது ஷூட்டின் புதிய கருத்துகளுள் ஒன்றாகும். அவர் இந்தக் கருத்தைச் செயல்படுத்தினாரா, அல்லரா என்பதை வரலாறு நமக்குக் கூறவில்லை.

ஆனால் பிரஞ்சு எழுத்தாளரான சைரனோ தெ பெர்ஜராக்கு என்றவருக்கு இந்தக் கருத்து ஆர்வமூட்டியதால், பதினேழாம் நூற்றாண்டின் நடுவில் வெளிவந்த தன் கதையொன்றில் பனித்துளி சூடேறிப் பறக்கும் வான் கப்பல் ஒன்றை உருவாக்கி விட்டார்.

எனினும் இத்தாலியரும் ஏசு சபை அச்சனுமான ஃபிரான்செஸ்கோ தெ லானா - தெர்சி (1631-1687) பறப்பது பற்றிய கொள்கையை உயர்ந்த அறிவியல் அடிப்படையில் அணுகினார். அவருக்கு அறிவியல் அறிவு இருந்தமையால், கடல் மட்டத்தில் காற்றின் எடை எவ்வளவு என்பதை ஏறக்குறைய அவரால் கணிக்க முடிந்தது. கனம் குறைந்த நான்கு செப்புக் கலங்களினுள் காற்றைச் செலுத்தினால், அவை அம்பாரி போன்ற ஒரு பொருளை வானில், தூக்கிவிடும் என்ற கொள்கை பிறப்பதற்கு, அவரின் ஆராய்ச்சி காரணமானது. அந்த அம்பாரியில் பாரத்திற்காக மணல் மூட்டைகளை ஏற்றிச் சென்றும், கலங்களினுள் காற்றைச் செலுத்தியும் அம்பாரியைக் கீழே இறக்கலாம் என்றும் அவர் குறிப்பிட்டார்.

சீனத்தில் பேரரசர் ஃபோ-கியன் 1306 ஆம் ஆண்டு முடிசூட்டியபோது, ஒரு பலூன் வானில் மிதக்க விடப்பட்டது என்ற செய்தி ஒரு வரலாற்றுக் குறிப்பில் எழுதி வைக்கப்பட்டுள்ளது. இதுவே பலூன் பற்றிய முதல் வரலாற்றுக் குறிப்பு ஆகும்.

போர்த்துக்கீசத் தலைநகரான லிஸ்பனில் 1709 ஆம் ஆண்டு ஆகஸ்டு 8 அன்று நடந்த ஒரு நிகழ்ச்சி பலூன் பற்றிய இரண்டாவது வரலாற்றுச் செய்தியாகும். அப்போது லுரங்கே தெ குஸ்மாவு (1686-1724) என்ற பிரேசில் நாட்டுக் கிறித்தவத் துறவி, போர்த்துக்கீச மன்னருக்கு வேடிக்கை காட்டுவதற்கே ஒரு பொம்மைப் பலூனை வானில் பறக்க விட்டார்.

எனினும் செயல்படத்தக்க முதல் பலூனைப் பிரஞ்சுக்காரரான மாண்கோல்ஃபியே சகோதரர்களான சைக்கு எட்டியன் மாண்கோல் ;பியே (1745-1799), ஜோசஃபு மைசெல் மாண்கோல்ஃபியே(1740 - 1810) என்ற இருவரும் 1783 இல் கட்டினர். (இ.ச.க.தொகுதி-9) அவர்கள் அன்னாய் என்ற ஊரைச் சேர்ந்த பணக்காரத் தாள் வணிகரின் மக்களாவர். அவர்கள் கட்டிய பலூனில் ஃபிரான்சுவா தெரோசியர், மார்க்குவிஸ் தெ ஆர்லண்டிஸ் என்ற இருவரும் 1783 நவம்பர் அன்று ஏறி வானில் பத்து நிமிடம் பறந்தனர்.

ஜோசஃபு மாண்கோல்ஃபியே திறந்த அடுப்பில் எரிந்து கொண்டிருந்த நெருப்பையே பார்த்துக் கொண்டிருந்தார். அதிலிருந்து புகை மேலெழும்பியது. இந்தப் பொதுவான நிகழ்ச்சி அவரைத் திடீரென்று பரபரப்படையச் செய்தது.

புகை எப்போதும் மேலேதான் செல்கின்றது என்ற விதியை முதலில் கவனித்த அவருக்கு, ஒரு பைக்குள் புகையை நிரப்பினால், அதைக் கொண்டு பிற பொருள்களையும் வானில் தூக்கி மிதக்க முடியும் என்று அவரது சிந்தனை ஓடியது. அண்ணன், தம்பி இருவரும் இது குறித்துப் பல ஆய்வுகளை நடத்தினர். அதன் பிறகு 1783 ஜூனிலும் நவம்பரிலும் பலூன்களைப் பறக்க விட்டனர்.

அவர்கள் முதலில் செய்த பலூன் வானில் சுமார் 11,000 அடி உயரம் எழும்பியது. அது முப்பத்தைந்து அடி குறுக்களவுடையதாயும் 450 இராத்தல் எடையைத் தூக்க வல்லதாயும் இருந்தது. இரண்டாவது பலூன் 105 அடி குறுக்களவும் 23,000 கன அடி கொள்ளளவும் உடையதாயிருந்தது. இது துணியால் வலுப்படுத்தப்பட்ட தாள் பலூன். இதனுள் ஈர வைக் கோலை எரித்து உண்டாக்கிய புகையை நிரப்பினர்.

இக்காலத்தில் பலூன்களை உருவாக்கி வானை எட்டும் ஆராய்ச்சிகள் பிரான்சில் மட்டும் நடக்கவில்லை. அமெரிக்கத்திலும் பிற இடங்களிலும் பலூன் ஆர்வலர்கள் இப்பணியில் முனைந்திருந்தனர். ஓர் அமெரிக்கர் 1785 இல் ஆங்கிலக் கால்வாயைப்

பலூனில் கடந்தார். (இ.ச.க.தொகுதி-9) இன்னொரு பிரஞ்சுக்காரர் ஹைடிரஜன் நிரப்பிய பலூனை வானில் எழும்பச் செய்தார்.

இத்துறையில் பத்தாண்டுகளுக்குள் விரைந்த முன்னேற்றம் ஏற்பட்டதால், பலூன்களைப் போரில் ஈடுபடுத்துவது குறித்து ஆராய்வதற்காகப் பிரஞ்சுக் குடியரசு, அறிவியலார் குழு ஒன்றை 1794 இல் அமைத்தது.

ஆஸ்திரிய, டச்சுப் படையினர் 1794 ஆம் ஆண்டில் மௌபியூஷ் என்ற ஊரில் பிரஞ்சுப் படையைச் சுற்றி வளைத்துக் கொண்டனர். அப்போதுதான் புதிதாய் உண்டாக்கப்பட்ட பிரஞ்சு வான்படை அந்த இடத்திற்கு விரைந்தது. அப்படை ஒரு பார்வையாளரை ஒற்றைப் பலூனில் அந்த இடத்திற்கு அனுப்பியது. அதன்பிறகு சுற்றி வளைக்கப்பட்ட பிரஞ்சுப் படைக்குக் கள நிலை பற்றிய செய்திகள் தெரிவிக்கப்பட்டன. அவர்கள் கள நிலைகளை அறிந்து ஆஸ்திரிய, டச்சுப் படையினரை விரட்டுவதற்கு அது உதவிற்று.வானில் பறக்கும் முயற்சி வெகு தொன்மையானது.(இ.ச.க.தொகுதி-5)

10. தாமஸ் பெயின் : ''பகுத்தறிவுக் காலம்''

தாமஸ் பெயின் (*Thomas Paine : 1737-1809*) என்ற அமெரிக்கச் சிந்தனையாளர் (இ.ச.க்.தொகுதி-8) எழுதிய ''பகுத்தறிவுக் காலம், மெய்யானதும் கற்பனையை மிஞ்சுவதுமான இறையியல் பற்றிய ஆய்வு'' (*The Age of Reason, Being an Investigation of True and Fabulous Theology*) என்ற நீண்ட தலைப்புடைய நூலின் மூன்று பகுதிகளில் முதற்பகுதி 1794 இல் வெளிவந்தது. இந்நூல் சமயத்தைச் சாடியது. தாமஸ் பெயினுக்கு அமெரிக்கத்திலும் ஐரோப்பியத்திலுமிருந்த நண்பர்கள், அவரிடமிருந்து பிரிவதற்கும் இந்நூல் காரணமானது.

1794

11. அமெரிக்கத்தில் முதல் காப்பீட்டுக் கழகம்

''வட அமெரிக்கக் காப்பீட்டுக் கழகம் (*Insurance Company of North America*) 1794 ஆம் ஆண்டு ஃபில்டெல்ஃபிய நகரில் தொழில் நடத்தும் உரிமை பெற்றது. இதுவே அமெரிக்கத்தில் அமைந்த முதல் காப்பீட்டுக் கழகமாகும். (முதல் ஆயுள் காப்பீட்டு ஒப்பந்தம் : இ.ச.க.தொகுதி-7) இந் நிறுவனம் பெரிதும் நெருப்பு, கப்பல் காப்பீட்டு ஒப்பந்தங்களை மட்டும் செய்து வந்தது.

12. அமெரிக்கர் அடிமை வாணிபம் செய்யத் தடை

அமெரிக்க ஒன்றியத்தின் குடிமக்கள் அயல் நாடுகளுடன் அடிமை வாணிபம் செய்யலாகாது என்று அமெரிக்கப் பேரவை மன்றம் (*Congress*) 1794 மார்ச்சு 22 அன்று தடை விதித்தது.

பிரஞ்சுக் குடியேற்றங்கள் அனைத்திலும் இருந்த அடிமைகள் எல்லாரையும் பிரஞ்சுப் பேரவை மன்றம் 1794 ஆம் ஆண்டு விடுதலை செய்தது. இதைச் செய்த முதல் நாடு என்ற சிறப்பையும் பிரான்ஸ் பெற்றது.

13. இந்தோனேசியத்தில் சீனர் குடியேற்றம்

ஹன் மக்கள் (சீன மக்கள்) ஹன் அரசகுடியின் காலத்திலிருந்து (206 கி.மு. - 221 கி.பி.) அயல் நாடுகளில் பெரிய அளவில் குடி பெயர்ந்தனர். இன்று தென் வியத்துநாமில் இருக்கும் சோலன் (*Cholon*) என்ற இடத்திலிருந்து சிங்கப்பூர் வரையிலும்

படேவியத்திலிருந்து (இந்தோனேசியம்) மணிலா, ஹவாயித் தீவுகள் வரையிலும் தென் கடலின் கரையோரப் பகுதிகளிலும் சீனர் குடியேறினர். மேற்குறித்த சோலன் என்ற நகரைச் சீனக் குடியேறிகள் 1778 இல் தோற்றுவித்தனர். அது இன்று தென் வியத்துநாமில் ஹோச்சிமின் நகரின் ஒரு பகுதியாயிருக்கின்றது; இந்நகரின் வாணிப, தொழிற்பகுதியாய்ச் சோலன் இன்று விளங்குகின்றது.

சீனரல்லாத மஞ்சு குடியினர் (1644 - 1912) பதினேழாம் நூற்றாண்டில் தென் சீனத்தை வெற்றி கொண்டதைத் தொடர்ந்து, சீனமக்கள் இந்தோனேசியத்தை நோக்கிப் பெரிய அளவில் குடிபெயர்ந்தனர். பதினெட்டாம் நூற்றாண்டின் தொடக்கத்தில் ஜாவாவில் மட்டும் ஓரிலட்சத்திற்குமதிகமான சீனர் இருந்தனர். அவர்களில் ஏறத்தாழ 80,000 பேர் படேவியப் பகுதியில் மட்டும் வாழ்ந்தனர். இது படேவிய நகரில் டச்சுக்காரருக்குப் பெரிய சிக்கலை உண்டாக்கியது. அந்தச் சிக்கல் குருதி கொட்டித் தீர்க்கப்பட்டது. (தாய்லந்தில் சீனர் குடியேற்றம் : இ. ச. க.தொகுதி-9)

14. ரிக்ஷாவின் கதை

மனிதனை ஏற்றிக் கொண்டு மனிதன் இழுத்துச் செல்லும் ஊர்தியான ரிக்ஷா, பதினெட்டாம் நூற்றாண்டின் இறுதி வாக்கில் ஐரோப்பியச் சமயப் பரப்பி ஒருவரால் ஜப்பானில் உருவாக்கப்பட்டது.

ஜப்பானிய மொழியில் ஜி ரிக்கி ஷா (*Ji riki shaw*) என்றால்; மனிதன் இழுக்கும் ஊர்தி என்று பொருள்.

இந்தியத்தில் முதன்முதலில் 1880 வாக்கில் சிம்லாவிலுள்ள பேரரசத் தெருக்களில் முதல் ரிக்ஷாக்கள் தோன்றின. வட இந்தியத்திலுள்ள சிம்லா 1865 முதல் 1939 வரை இந்திய அரசின் கோடைக்காலத் தலைநகராயிருந்தது. இந்தியத்தின் அரசப் பேராளரான வைசிராய் கோடையில் அங்கிருந்து தான் ஆட்சி செய்தார். சிம்லா இன்று இமாசலப் பிரதேசத்தின் தலைநகரம்.

சென்னைக்கு ரிக்சா எப்போது வந்தது என்பது தெரியவில்லை. ஆனால் அது, இப்போது சென்னையில் இலது.

15. பென்சிலின் வரலாறு

உலகில் இன்று ஓராண்டில் 14 பில்லியன் பென்சில்கள் செய்யப்படுகின்றன என்று கணிக்கின்றனர். (ஒரு பில்லியன் என்பது பிரிட்டீசுக் கணக்குப்படி 1,000,000,000,000 அல்லது 10^{12} ஆகும். அது அமெரிக்கத்தில் 1,000,000,000 அல்லது 10^{9} ஆகும்.

பேராசிரியர் ஹென்றி பீத்துரோஸ்கி (Henry Petroskey) என்பவர் ''பென்சில்: ஒரு வரலாறு'' (*Pencil : A history*) என்ற நூலை 1991 ஆம் ஆண்டு எழுதியிருந்தார். அது 434 பக்கங்களை உடையது. அவர் அந்நூலில் மனிதர் எங்கும் பயன்படுத்தும் இந்த எழுதுகோலைப் பற்றி எவ்வாறெல்லாம் கற்பனை செய்து என்னென்ன வழிகளிலெல்லாம் சொல்ல முடியுமோ அத்தனையையும் சுவைபடச் சொல்லியிருக்கின்றார். இந்த எளிமையான எழுதுகோல் அவருக்கு ஒரு கணிப்பொறி அல்லது விண்வெளி ராக்கெட்டைப் போல் அற்புதமான ஒரு கருவியாய்த் தோன்றுகின்றது.

பென்சில் செய்வதற்கு மிகுந்த தொழில் நுட்பம் வேண்டப்படுகின்றது என்பது பெரிதும் வியப்பூட்டுகின்றது. அதன் வரலாற்றில் அருமையான கதைகளும் மாபெரும் மனிதர்களும் இடம் பெறுகின்றனர்.

மரக்குச்சிகளுக்குள் பொதித்துப் பென்சிலைச் செய்வதற்கு 125 வகையான தனித்தனிச் செய்முறைகள் வேண்டப்படுகின்றன என்பதைப் பீத்துரோஸ்கி விளக்குகின்றார்.

பென்சிலின் வரலாறு இருள் படர்ந்தது; ''அடித்தல் திருத்தல்'' மிகுந்தது என்று அவர் கூறுகின்றார். பென்சிலைத் தனிமனிதர் எவரும் கண்டுபிடிக்கவில்லை. பீத்துரோஸ்கி இந்நூலை எழுதுவதற்குக் கருவிகளாய்க் கொண்ட நூல்களின் பட்டியல் 22 பக்கங்கள் வரை நீள்கின்றது. இத்தனை கற்றறிந்த இப்பேராசிரியராலும், பென்சிலின் தோற்றுவாயைச் சுமார் கி.பி.1525 ஆம் ஆண்டைத் தாண்டிக் கண்டுபிடிக்க முடியவில்லை.

''ஒரு பென்சிலின் பருப்பை (ஈயக் குச்சியைச்) செய்வதற்கு வேண்டிய சரியான பொருளைக் கண்டுபிடிப்பது எத்தனை கடினமோ, அதைப்போல் அதன் தோற்றம் பற்றிய உண்மையைக் கண்டுபிடிப்பதும் அத்தனை கடினமாகும்'', என்று அவர் கூறுகின்றார்.

வடமேற்கு இங்கிலாந்தின் கம்பிரியவிலுள்ள ஏரி மாவட்டத்தைச் சேர்ந்த பரோடேல் (*Borrowdale*) என்ற இடத்தில் ஓர் ஓக்கு மரம் புயலால் வேரோடு சாய்ந்த போது, பென்சில் பருப்பிற்கு வேண்டிய சரியான பொருள் அகப்பட்டுவிட்டது என்று தோன்றியது. அம்மரத்தின் வேர்களில் ஒரு கறுப்புப் பொருளின் சிறுமணிகள் ஒட்டிக்கொண்டிருந்தன என்று ஒரு கதை கூறுகின்றது. இந்தக் கண்டுபிடிப்பைப் பற்றிய செய்தி முழுவதுமே புனைகதை போல உள்ளது.

அந்தப் பொருளைக் ''கறுப்பு ஈயம்'' அல்லது ''மெல்லடை'' (*Wadd*) அல்லது ''காரீயம்'' என்றெல்லாம் அழைத்தனர். அது மெய்யாகவே ''காரீயம்'' (*graphite*) என்று ஜான் பெக்குமன் (*John Beckman*) என்றவர் 1600 ஆம் ஆண்டுகளின் பிற்பகுதியில் கூறினார்.

எகிப்தியரும் ரோமானியரும் பண்டைக் காலத்தில் பாப்பிரசுத் தாள்களில் காரீயத் துண்டுகளின் உதவியால் கோடுகளை வரைந்து கொண்டு, அவற்றின் மேல் மையில் நனைத்த தூரிகையால் எழுதினர். ஐரோப்பிய ஓவியர்கள் 14 ஆம் நூற்றாண்டில் காரீயம், துத்தநாகம் அல்லது வெள்ளியினாலான குச்சிகளால், திரைச் சீலைகளில் மங்கலான வரைகோடுகளைப் போட்டு அதன் மேல் ஓவியந் தீட்டினர். சூரிச்சைச் சேர்ந்த (*Zurich*) கான்ராடு ஜெஸ்னர் (*Conrad Gesner*) காரீயத்தை மர உறைக்குள் பொதிந்து வைத்த ஓர் எழுதுகோலைப் பதினைந்தாம் நூற்றாண்டில் பயன்படுத்தினார்.

1794

பென்சில் பிறந்தது

''காரீயத்தால் தாளின் மேல் போடும் கோடுகள் நிலைத்திருக்கின்றன, எளிதில் மங்கிவிடுவதில்லை; ஆனால் ஒருவர் விரும்பினால் அதை முற்றிலும் அழித்து விடலாம்'', என்று சொல்லி வைத்திருக்கின்றனர். அது எழுதுவதற்குப் பயன்படும் சரியான பொருள் என்று கண்டனர். உடனே மரவேலையில் கைதேர்ந்த தச்சர்கள்; பரோடேல் ''மெல்லடையைச்'' செடார் என்ற செவ்வகில் (*Cedar*) மரத் துண்டுகளினுள் வைத்ததும் பென்சில் பிறந்துவிட்டது. (ஓவியரின் தூரிகையைக் குறிக்கும் பென்சில்லஸ் (*Penicillus*) என்ற இலத்தீனச் சொல்லிலிருந்து பென்சில் என்ற சொல் பிறந்தது என்பர்.)

கோண்டி

தூய காரீயப் பென்சிலைச் செய்வதில் பிரிட்டன் ஏகபோக நிலையில் இருந்தது. அது உயர்தரமான பரோடேல் காரீயத்தைக் கொண்டு செய்யப்பட்டது. பின்னர் பிரான்ஸ் அந்த ஏகபோகத்தை முறிக்கும் வழிவகையைத் தேடியபோது தற்காலத்துப் பென்சில் தோன்றியது.

நிக்கலஸ் ஷாக்கு கோண்டி (*Nicolos - Jacques Conte*) என்ற பிரஞ்சுக்காரர் இன்றும் ஒவ்வொரு பென்சிலைச் செய்வதிலும் கையாளப்படும் மறைவடக்கமான ஒரு செய்முறையை *1794* ஆம் ஆண்டில் கண்டுபிடித்தார். அவர் மட்டக் காரீயத்தை நன்கு நுணுக்கிப் பொடியாக்கி அத்துடன் களிமண்ணைக் கலந்து தனது பென்சிலுக்கு வேண்டிய ''பருப்பை'' உண்டாக்கி விட்டார். (பென்சிலின் நடுவிலுள்ள *lead* எனப்படும் கரிக்குச்சி தமிழில் பருப்பு என்று சொல்லப்படும்)

பென்சிலுடன் தன் வாழ்க்கையை முற்றிலும் ஈடுபடுத்திக் கொண்ட வியக்கத்தக்க மனிதர், பதினெட்டாம் நூற்றாண்டில் பிரஞ்சு வேதியியலாரான கோண்டி ஒருவரேயாவார். அதனால் தான் ஓவியர்கள் பயன்படுத்தும் கடினமான வண்ணத் தீட்டுக் கோலுக்குக் (*Crayon*) கோண்டி என்ற பெயர் ஏற்பட்டது. தற்காலப் பென்சிலின் வரலாற்றைத் தோற்றுவித்தவர் கோண்டி ஆவார்.

தோரியோ

அமெரிக்கத்தில் பத்தொன்பதாம் நூற்றாண்டில் வாழ்ந்திருந்த மெய்யியலாரான ஹென்றி டேவிடு தோரியா (*Henry David Thoreau : 1817-1862*) பென்சிலுடன் தொடர்புடையவர் என்பது பலர் அறியாத செய்தியாகும். மகாத்மா காந்தி (*1869-1948*) போன்றவர்களுக்கு அகத் தூண்டுதலளித்த எழுத்தாளரான தோரியோவும் அவரின் தந்தையும் அமெரிக்கத்தில் *1840* ஆம் ஆண்டுகளில் பெரிய அளவில் பென்சில்களைச் செய்தனர்.

இந்தியத்தில் பென்சில்

பென்சில் செய்வதிலுள்ள சிக்கல்களையெல்லாம் தீர்ப்பதற்காக இந்தியத்தில் பத்தாண்டுக் காலம் முயன்ற பின்னர், இரண்டாம் உலகப்போர் முடிந்ததும் *1945* ஆம் ஆண்டில் ஒரு பென்சில் தொழிற்சாலையை அமைத்தனர். ''மெல்லிய காரீயக் களிமண் பருப்பை எந்த மரத்தினுள் வைத்துப் பென்சில் செய்வது'' என்பது குறித்துப் பலகாலமாய் இருந்து வந்த சிக்கலுக்கு அவர்கள் தீர்வு கண்டனர்.

பென்சில் செய்வதற்கு எண்பது வகையான மரங்கள் பொருத்தமானவை என்பதை இந்திய வல்லுநர்கள் *1945* ஆம் ஆண்டிற்குள் கண்டறிந்தனர். அவர்கள் அவை ஒவ்வொன்றையும் வைத்துச் சோதனை செய்தனர். இந்தச் சிக்கல் *1955* வரை தீர்ந்தபாடில்லை. அவர்கள் இமயத்திலிருந்து கொண்டு வந்த ஒருவகையான தேவதருமரத்தைப் பயன்படுத்தி *1945* இல் பென்சில் குச்சிகளைச் செய்தனர்.

பென்சில் பருப்பு

காரீயத் தூளையும் களிமண்ணையும் கலந்து சூளையில் சுடுவதனால் பென்சில் பருப்புக் கிடைக்கின்றது. காரீயம் மெழுகு போன்றது. அதைச் சாதாரணமாய்

எந்திரங்களில் போட்டுப் பொடிக்க முடியாது. காரீயக் கட்டிகளைக் காற்றின் உதவியினால் ஒன்றோடொன்று மோதவிட்டுத் தூளாக்குகின்றனர். இந்தப் பொடியுடன் சீனக் களிமண்ணையும் தண்ணீரையும் கலந்து சப்பாத்தி மாப்போல் பிசைவர். அந்த மாவை ஒரு துளையின் வழியே அழுத்தினால் அது நீளமான கம்பிபோல் வெளிவரும். அதைப் பென்சிலின் நீளத்திற்குத் துண்டுகளாக வெட்டிக் காயவைத்து, 1200 டிகிரி செல்சியஸ் சூட்டில் சுடுவர். அதன்பிறகு அத்துண்டுகளை மெழுகில் ஊறவைத்து அவற்றின் மேல் அரக்கைப் பூசிவிடுவர்.

மரப்பலகைகளை ஒரு பென்சிலின் அளவிற்குச் சமமான அகலமுடைய துண்டுகளாய் வெட்டிக் கொண்டு, அவற்றினுள் பருப்பை வைக்கக் கூடிய பள்ளத்தை நடுவில் வெட்டுவர். அந்தப் பள்ளத்தில் பருப்புக் குச்சியை வைத்து விட்டு, அதன்மேல் அதே போன்ற பள்ளமுள்ள இன்னொரு பலகைத் துண்டை வைத்துப் பசைபோட்டு ஒட்டிவிடுவர்.

பிறகு இவ்வாறு ஒட்டப்பட்ட குச்சிகளை எந்திரங்களில் விட்டுத் தனித்தனிப் பென்சில்களாய் அறுத்தெடுத்து வடிவம் கொடுப்பர். அக்குச்சிகளின் மேலே சாயம் பூசி, நிறுவனத்தின் பெயர், பென்சிலின் வகை ஆகியவற்றை அச்சிடுவர்.

வண்ணப் பென்சில்களில் காரீயம் இராது. களிமண்ணுடன் மெழுகையும் சாயங்களையும் கலந்து அவை செய்யப்படுகின்றன.

16. சுற்றிச் சுழன்றாடும் புது நடனம் வால்ஸ்

ஆஸ்திரியப் பேரரசு 1918 ஆம் ஆண்டிற்கு முன்னர் 1282 ஆம் ஆண்டிலிருந்து ஹாப்ஸ்பர்கு (Hapsburg) அரச குடியினரால் ஆளப்பட்டு வந்தது. அது மிகப் பரந்த பேரரசு; அதில் பல்வேறு இனத்தார் வாழ்ந்தனர். இந்த அரச குடி ஆல்பட்டு (Albert : சு. 1100 - 1170) என்ற ஜெர்மன் படைத் தலைவரால் 1153 ஆம் ஆண்டு தோற்றுவிக்கப்பட்டது.

ஆஸ்திரியத் தலைநகரம் வியன்னா. அங்கு பண்டைக் காலத்தில் கெல்டுகள் வாழ்ந்தனர். பின்னர் அது ரோமானியரின் பாடி வீடாகி, 1273 முதல் 1918 வரை பேராற்றல் வாய்ந்த ஹாப்ஸ்பர்கு அரச குடியின் கோநகராயிருந்தது. அங்கு காணப்படும் அரண்மனைகளும் சர்ச்சுகளும் அருங்காட்சியகங்களும் அப்பேரரசின் மிகச் சிறந்த மேன்மைக்குச் சான்றுகளாய் இன்றும் நிற்கின்றன.

வியன்னா நகரில் 18, 19 ஆம் நூற்றாண்டுகளிலும் இருபதாம் நூற்றாண்டின் தொடக்கத்திலும் உல்ஃபுகாங்கு அமேடியஸ் மொசாட்டு (Wolfgang Amadeus Mozart 1756-1791; ஆஸ்திரியப் பண்ணமைப்பாளர்), லடுவிக்கு வான் பீத்தோவன் (Ludwig Van Beethovan : 1770 - 1827; ஜெர்மானிய பண்ணமைப்பாளர்), ஃபிரான்ஸ் (பீட்டர்) ஷீபட்டு (Franz (Peter) Sehubert : 1797-1828; ஆஸ்திரியப் பண்ணமைப்பாளர்), ஜோகான் ஸ்டிராஸ் (Johan Straus : 1825 - 1899; ''வால்ஸ் மன்னர்'' என்று பெயர் பெற்ற ஆஸ்திரியப் பண்ணமைப்பாளர்) போன்ற இசை வித்தகர்கள் வாழ்ந்தனர்.

''வால்ஸ்'' (Waltz) என்ற சுழன்றாடும் நடனம், பதினெட்டாம் நூற்றாண்டின் இறுதியில் வியன்னா நகரில் பிறந்தது. ஆணும் பெண்ணும் பால்ரூம் எனப்படும் நடன மண்டபத்தில் இசைக்கேற்பச் சுழன்று சுழன்று மண்டபம் முழுவதையும் சுற்றி ஆடக்கூடிய நடனத்திற்கு வால்ஸ் என்று பெயர். இந்நடனத்திற்கென்றே சிறப்பாய் அமைக்கப்பட்ட இசையும் வால்ஸ் என்றே பெயர் பெறும்.

வியன் என்றும் அழைக்கப்பெறும் வியன்னா நகரத்து மக்கள் எல்லாவகையான இன்பங்களையும் துய்க்க வேண்டுமென்பதில் ஆர்வமிகக் கொண்டவர்களாயிருந்தனர். அவர்களுக்கு வால்ஸ் நடனத்தின் மீது பெரும்பித்து ஏற்பட்டு விட்டது. அந்நடனம் அவர்களை அடுத்த ஐம்பதாண்டுக்காலம் ஆடிக் கிறங்கவைத்தது. இந்நடனம் பிறந்ததுமே ஐரோப்பியமெங்கும் பரவிவிட்டது. அது பரவிய வேகம் மேட்டுக் குடியினருக்கு அதிர்ச்சியைக் கொடுத்தது.

ஆணும் பெண்ணும் தழுவிச் சுழன்றாடிய வால்ஸ் நடனத்தைக் கண்ட பிரிட்டீசுப் பிரபு ஒருவர், ''வால்ஸ் ஆடும் பெண்ணை நான் மணக்க மாட்டேன்'' என்று விரதம் பூண்டார். இந்நடனம் ஜெர்மனியில் 1794 ஆம் ஆண்டு அரசவைக்குள் முதன் முதலாய் அடியெடுத்து வைத்தது. இதைக் கண்ட அரசி நாணமுற்று முகத்தை வேறுபக்கம் திருப்பிக் கொண்டார்.

எனினும் ஜெர்மன் புலவரும் நாடக நூலாசிரியருமான ஜோகான் உல்ஃபுகாங்கு ஃபான் கதே (*Johnn Wolfgang Von Goethe 1749-1832*) தனக்கு வால்ஸ் ஆடத் தெரிந்திருந்தால்தான், ஸ்டிராஸ்போர்கு (*Strasbourg*) நகரமக்கள் தன்னை வரவேற்பர் என்பதைக் கண்டார். அதற்கு இருபதாண்டுகளுக்குப் பிறகு ஜோசஃபு லேனரும் (*Joseph Lanner*) மூத்த ஜோகான் ஸ்டிராசும் (*1804 - 1829*) வால்ஸ் இசையை அமைத்து உலகமே வால்ஸ் நடனத்தின் மீது பித்துக் கொள்ளுமாறு செய்துவிட்டனர். பின்னர் இளைய ஸ்டிராஸ் (என்ற இன்னொரு ஜோகான் ஸ்டிராஸ் *1825 – 1899*) நானூறுக்கு மேற்பட்ட வால்ஸ் நடன இசையை அமைத்து மேலே கூறியவாறு ''வால்ஸ் மன்னர்'' என்ற பெயரைப் பெற்றார்.

இசைக்கருவிகளைக் கூட்டி மீட்டும் இன்னிசைக்கு ஆர்க்கெஸ்டிரா என்று பெயர். ஹெக்டர் பெர்லியோஸ் (*Hector Berlioz : 1803&1569*) தற்கால ஆர்கெஸ்டிராவின் தந்தை என்று போற்றப்படுகின்றார். அந்தப் பண்ணமைப்பாளர் வால்ஸ் நடனத்தை 1830 ஆம் ஆண்டுகளில் வியன்னா நகரில் கண்டார். அவர் அப்போது அதைப் பற்றிக் கூறினார்;

''இந்நகரத்து இளையோர் நடனமாடுவதில் கட்டுக்கடங்கா ஆர்வம் கொண்டிருப்பதால், ஆஸ்திரியத்தில் பால்ஸும் நடனத்தை ஓர் அருங்கலையின் தரத்திற்கு உயர்த்த முடிந்தது''. அவர் பல இரவுகள்''சுற்றிச் சுழன்று பெருமுகில் மேல் நின்று ஆடுவது'' போன்ற இந்நடனத்தைக் கண்டு களித்தார்.

17. சொறி, கரப்பான் தடுப்பில் வெற்றி

பிரிட்டீசுக் கடற்படை மருத்துவரான ஜேம்ஸ் லிண்டு (*James Lind : 1716-1794*) என்ற ஸ்காத்தியர் மாலுமியருக்குக் கடலில் உண்டாகும் ஸ்கர்வி (*Scurvy*) என்ற சொறி, கரப்பான் நோயைத் தடுக்கும் முன்னோடிப் பணிகளை மேற்கொண்டிருந்தார்.

அவர் 1747 ஆம் ஆண்டு பிரிட்டீசுக் கடற்படையின் ''சாலிஸ்பரி'' என்ற கப்பலில் ஸ்கர்வியினால் வருந்திய பன்னிரு மாலுமியரை வைத்து ஆராய்ந்தார். அத்தகைய நோயாளியருக்கு ஆப்பிள் தேறல் (*cider*), சாதிக்காய், கடல்நிகர் ஆகியனவும் பூண்டு, கடுகு, மிர் என்ற ஒருவகைச் சாம்பிராணி, பெருநாட்டுப் பல்சாம் மரப்பட்டை முதலியன சேர்ந்த கலவையும் மருந்துகளாய்த் தரப்பட்டு வந்தன. இவை பயனற்றவை என்பதை லிண்டு தான் முதலில் கண்டார்.

அவர் மேற்சொன்ன பன்னிருவருக்கும் நாள்தோறும் இரண்டு ஆரஞ்சுப் பழங்களின் சாற்றைக் கொடுத்துப் பார்த்ததில் அன்றாடம் குணம் தெரிந்தது. எலுமிச்சை

வகைப் பழங்கள் இந்நோயைத் தடுக்க வல்லவை என்பதை லிண்டு இதனால் அறிந்தார். அவர் 1794 ஜூலை 13 அன்று 78 ஆவது வயதில் இறந்தார்.

அவரது கண்டுபிடிப்பைப் பிரிட்டீசுக் கடற்படையின் கப்பல் தொகுதி ஒன்று இந்த ஆண்டு பயன்படுத்த முயன்றது. அக்கப்பல்கள் ஏராளமான எலுமிச்சம் பழங்களை ஏற்றிக் கொண்டு 1794 இல் சென்னைக்குப் புறப்பட்டன. அவை 23 வாரங்களுக்குப் பிறகு சென்னையை அடைந்த போது ஒரேயொரு மாலுமி மட்டுமே சொறி, கரப்பானால் வருந்தினார். அதன் பிறகு கப்பல் கடல்களில் செல்கையில் ரம்மில் எலுமிச்சைச் சாற்றைக் கலந்து மாலுமியருக்குக் கொடுத்தனர்.

18. எட்வர்டு கிப்பன் மறைவு

வரலாற்றியலுக்கு ஹெல்லனிய (கிரேக்க–ரோமானிய) வரலாற்றாசிரியர்களே கால்கோளிட்டவர்களாயும் பெரும் பங்களித்தவர்களாயும் விளங்குகின்றனர். அந்நெடிய மேற்குலக மரபில் எட்வர்டு கிப்பனும் (*Edward Gibbon : 1737 – 1794*) அடங்குவார்.

எட்வர்டு கிப்பன் இலண்டனைச் சேர்ந்த கிப்பனின் மகனாய் 1737 ஏப்ரல் 27 அன்று பிறந்தார். கிப்பனின் பாட்டனார் ஆன் அரசி (1665 – 1714; ஆ. கா. 1702 – 1714) நடத்திய போர்களுக்கு நார்த் துணிகள் வழங்கியவர்; அவர் தென் கடல் கம்பெனியின் (இ.ச.க.தொகுதி-2) இயக்குநராயுமிருந்து பெருஞ்செல்வம் திரட்டினார். தென்கடல் நிறுவனம் நொடித்துப் போனதும், அவரது செல்வத்தில் பெரும்பகுதி மறைந்தது. எனினும் அவர் வேறொரு வழியில் செல்வம் குவித்தார். அந்தச் செல்வம் கிப்பனின் தந்தைக்குக் கிடைத்தது.

கிப்பனின் தந்தை சமூக நிலையிலும் அரசியலிலும் மேலெழ விரும்பினார். அவர் 1734 முதல் 1747 வரை டோரி கட்சியின் உறுப்பினராயும் இலண்டன் நகராட்சியின் முதுநிலை உறுப்பினராயும் (*Alderman*) இருந்த போதிலும் குறிப்பிடத்தக்க எந்தச் சிறப்பையும் பெற்றுவிடவில்லை. அதனால் புரிட்டன் என்ற நாட்டுப்புறப் பகுதிக்குள் ஒதுங்கி வாழ்ந்தார். அவர் மட்டுமீறிச் செலவு செய்ததாலும் திறமையின்மையாலும் தன் செல்வத்தில் பெரும் பகுதியை இழந்தார்.

வரலாற்றாசிரியரான கிப்பன் பிள்ளைப் பருவத்தில் நோயாளியாயிருந்தார். அவர் மூன்றாண்டுகள் வெஸ்டன்ட்மினிஸ்டர் பள்ளிக்குச் சென்றதைத் தவிர, வீட்டில் ஆசிரியரை வைத்துப் பெரிதும் கல்வி கற்றவர். அவர் உடல் நலமற்றவராயிருந்தாலும், அவருக்குச் சிறுவயதிலேயே படிப்பார்வம் மிகுந்து விட்டது. அவர் 1752 ஆம் ஆண்டு ஆக்ஸ்ஃபோர்டு பல்கலைக்கழகத்தின் மகதலன் கல்லூரியில் சேர்ந்தார்.

கிப்பன் 1753 இல் கத்தோலிக்க சமயத்தைத் தழுவினார். அவரை அவரின் தந்தை மேற்குச் சுவிட்சர்லாந்தின் ஜெனீவ ஏரிக்கரை மீதிருந்த லூசான் (*Lausasnne*) நகருக்கு அனுப்பி வைத்தார். (இது கலை, வாணிப மையம் ; பதினாறாம் நூற்றாண்டின் தொடக்கத்திலிருந்து இங்கு ஒரு பல்கலைக்கழகம் இருந்து வருகின்றது) கிப்பன் இங்கு மீண்டும் புராட்டஸ்டண்டாய் மாறினார். அவர் மிக வறிய நிலையிலிருந்த ஒரு புராட்டஸ்டண்டுப் பாதிரியின் மகளான சூசேன் கர்ச்சோடு என்ற பெண்ணின் மீது காதல் கொண்டார். ஆனால் தந்தையின் வற்புறுத்தலுக்கிணங்கிக் காதலைக் கைவிட்டார்.

அவர் 1758 வரையிலும் தனிப்பட்ட முறையில் படிப்பிலும் ஆய்விலும் ஈடுபட்டிருந்தார். பின்னர் 1761 ஆம் ஆண்டில் *Essasi Sur I etude de la literature* என்ற நூலைப் பிரஞ்சு மொழியில் எழுதினார்.

கிப்பன் 1764 ஆம் ஆண்டு ரோமிற்குச் சென்றபோது, ''ரோமானியப் பேரரசின் தாழ்ச்சியும் வீழ்ச்சியும்'' *(Decline and Fall of Roman Empire)* என்ற வரலாற்று நூலை எழுத வேண்டும் என்ற எண்ணம் அவருக்குத் தோன்றியது.

கேப்பிட்டோல் *(Capitol)* என்று சுருக்கமாய் அழைக்கப்படும் கேப்பிட்டோலைன் *(Capitoline)* என்பது ரோம் நகரிலுள்ள ஏழு குன்றுகளின் ஒன்றாகும். அக்குன்றின் தென்பக்க உச்சியில் ஜூப்பிட்டர் என்ற ரோமானியத் தலைமைக் கடவுளுக்கு ஒரு கோயில் இருந்தது. (ஜூப்பிட்டர் ரோமானியத் தொன்மத்தில் ஒலிம்பிய மலையிருந்த கடவுளர்க்குத் தலைவனும் மன்னனுமாவார். ஜூப்பிட்டருக்கு இணையான கிரேக்கக் கடவுளின் பெயர் சீயஸ்) அக்குன்றின் முகட்டில் ஒரு கோட்டை மாளிகையும் இருந்தது.

கிப்பன் இவற்றின் இடிபாடுகளுக்கு நடுவே உட்கார்ந்து சிந்தனையில் ஈடுபட்டிருந்த வேளையில், ரோமின் தாழ்ச்சியையும் வீழ்ச்சியையும் பற்றிப் பெரிய நூலொன்றை எழுதும் எண்ணம் தனக்குத் தோன்றியதாய்த் தன் வாழ்க்கை வரலாற்றில் ஓரிடத்தில் இவ்வாறு எழுதியிருந்தார் என்று சொல்லப்படுகின்றது.

''நான் ரோம் நகரில் அக்டோபர் 15 அன்று கேப்பிட்டோலின் இடிபாடுகளுக்கு இடையில் அமர்ந்து சிந்தனையில் ஆழ்ந்திருந்த போது, ஜூப்பிட்டர் கோயிலின் குருமார்கள் அந்திப்பாட்டுப் பாடுகின்ற அந்த வேளையில், இந்நகரின் தாழ்ச்சியையும் வீழ்ச்சியையும் பற்றி ஒரு நூலை எழுதும் எண்ணம் எனக்கு முதன்முதலில் தோன்றியது.''

1794

ஆனால் இச்செய்தி ஐயத்திற்கு இடமானது என்று கூறுவாருமுளர். ஏனெனில் இதே செய்தி பலவிதமான முறைகளில் விரித்துரைக்கப்பட்டதே இதற்குக் காரணமாகும். அவரின் நினைவுக் குறிப்புகளில் இச்செய்தி இலது என்பாருமுளர். எனினும் அவர் கேப்பிட்டோலுக்குச் சென்ற நிகழ்ச்சி உணர்ச்சி பொங்கிய அனுபவமாய் அவருக்கு இருந்திருக்கலாம் என்பது உறுதி. பண்டை ரோமின் கட்டடங்கள் தகர்ந்து, சீரழிந்து இடிபாடுற்று இருந்ததை வருணிக்க வேண்டுமென்ற எண்ணம் அவருக்குத் தோன்றியிருக்கவே முடியாது என்று சொல்வதற்கில்லை. எனினும் ரோமானியப் பேரரசின் மேன்மையையும் சீரழிவையும் பற்றிய முழுவரலாறு எழுத வேண்டுமென்ற கருத்துப் படிவம் எப்போது முகிழ்த்தது என்பது தெரிந்திலது.

கிப்பனின் தந்தை 1770 இல் இறக்கவும், அவர் இலண்டனில் குடியமர்ந்து இலக்கிய, அரசியல் வட்டாரங்களில் கலந்து கொண்டார். அவர் இலண்டனில் பேரார்வத்துடன் ஈடுபட்ட ''இலக்கியச் சங்கத்தில்'' ரெயினால்ஸ், ஷெரிடன், ஃபாக்ஸ், ஜான்சன் போன்ற இலக்கியப் பெரும்புள்ளிகளுடன் கலந்து பழகினார். அத்துடன் சுவிட்சர்லாந்தின் மாநில நகரான லூசானிலும் மகிழ்ச்சியோடு வாழ்ந்தார். அவர் தொடக்கத்தில் எழுதிய நூல்கள் பிரஞ்சு மொழியில் அமைந்தன.

அவர் எழுதியுள்ள ''ரோமானிய வரலாறு'' முழுமையிலும் பிரஞ்சு அறிவொளி இயக்கத்தின் செல்வாக்குகள் பதிந்திருந்தன. ஆங்கிலேயர்க்கே உரித்தான தனித்தன்மை வாய்ந்த போக்குகளும் அதில் விரவிக் கிடந்தன.

கிப்பன் 1774 ஆம் ஆண்டு லிஸ்கியர்டு என்ற தொகுதியிலிருந்து பிரிட்டீசு நாடாளுமன்றத்திற்குத் தேர்ந்தெடுக்கப்பட்டார். ''தாழ்ச்சியும் வீழ்ச்சியும்'' முதல் தொகுதி 1776இல் வெளிவந்தது. (இ.ச.க.தொகுதி-8) கிப்பனைத் தலைமை அமைச்சர் நார்த்து பிரபு (1732 – 1792; பதவிக்காலம் 1770 – 1782; இ.ச.க.தொகுதி-7) 1779 ஆம் ஆண்டு வாணிபத் துறையில் அமைச்சராக்கினார்.

பின்னர் ''தாழ்ச்சியும் வீழ்ச்சியும்'' இரண்டு, மூன்றாம் தொகுதிகள் 1781இல் வெளிவந்தன. அவர் அதே ஆண்டில் லைமிங்டன் தொகுதியில் நின்று அமைச்சக ஆதரவுடன் வெற்றி பெற்றார். எனினும் அவருக்கு 1782இல் அமைச்சுப் பதவி போயிற்று. ''தாழ்ச்சியும் வீழ்ச்சியும்'' நான்காம் தொகுதி 1783 இல் எழுதப்பட்டது.

அவர் நாடாளுமன்றத்தில் ஒன்பதாண்டுக் காலம் வாய்பேசா உறுப்பினராகவே இருந்தார். அவர் நாடாளுமன்ற உறுப்பினர் பதவியை விடுத்து 1783 முதல் லூசானில் வாழலானார். அவர் அங்கிருந்தவாறு, 1784 – 1787 ஆண்டுகளுக்கு இடைப்பட்ட காலத்தில் ரோமானிய வரலாற்றின் எஞ்சிய தொகுதிகளை எழுதினார். பின்னர் 1788 – 1793 காலத்தில் தன் நினைவுக் குறிப்புகளை ஒரு நூலாய் எழுதினார். (இந்நூல் அவர் இறந்த பிறகு அவருடைய நண்பரான ஷெஃபீல்டு பிரபினால் வெளியிடப்பட்டது.) அவர் லூசானிலிருந்து 1793 இல் தாயகம் திரும்பி 1794 ஜனவரி 16 அன்று இலண்டனில் இறந்தார்.

கிப்பன்

கிப்பன் மிகப் பெரிய ஒரு பொருளை எடுத்துக் கொண்டு ரோமானிய வரலாறு எழுதினார். அவர் எந்தப் பல்கலைக்கழகத்தையும் கற்றறிவாளர் சங்கத்தையும் சேர்ந்தவரல்லர். அவர் தன்னந்தனியராய் உழைத்து ''ரோமானியப் பேரரசின் தாழ்ச்சியும் வீழ்ச்சியும்'' என்ற இப்பெரு நூலை எழுதினார். அவர் அந்நூலின் கையெழுத்துப் படியில் ஒரு பக்கத்தைக் கூட வேறு எந்த விற்பன்னரிடமும் காட்டியதில்லை; அவர்களுடன் இந்நூல் பற்றிக் கடிதத் தொடர்பும் கொள்ளவில்லை.

அவர் இந்நூலைத் தொடங்கப் போகின்றோம் என்பதை இறுதியாய் 1768 வாக்கில் உணர்ந்ததும், அதை எழுதுவதற்கு வேண்டிய செய்திகளைத் திரட்டத் தொடங்கினார். அவருடைய தந்தையின் உடைமைகள் குறித்து எழுந்த சிறு கோளாறு, இரண்டாண்டுக் காலம் இந்தப் பணிக்குக் குறுக்கே நின்றது. எனினும் இந்தக் கால இழப்பை ஈடுகட்டும் விதத்தில் அவருக்கு எந்த வில்லங்கமும் இல்லாமல் கட்டுத்தளையற்ற வாழ்க்கை கிடைத்தது.

கிப்பன் பதினாறு, பதினேழாம் நூற்றாண்டு விற்பன்னர்களின் நூல்களையெல்லாம் இப்போது மீண்டும் மீண்டும் படித்தார். அவர்களுள் ஜான்சனிஸ்டு

லெ நைன் தெ டில்லிமாண் *Jansenist Le Nain de Tillemont :1637-1698)* மிகவும் முக்கியமானவர். அவர் தனது ''பேரரசர் வரலாறு'' (Histoire - des empereurs) என்ற நூலை எழுதுவதற்கென்று கி.பி.முதல் நூற்றாண்டின் சான்றுகளையெல்லாம் திரட்டியிருந்தார். கிப்பன் அவருக்குத்தான் அடிக்கடி நன்றிக்கடன் தெரிவிக்கின்றார்.

அடுத்து முரட்டோரி (*Muratori*) எழுதிய இத்தாலியத் தொன்மை வரலாறு பற்றிய ''இத்தாலிய வரலாற்றுக் குறிப்புகள்'' என்ற நூலையும் கார்டினல் பரோனியஸ் (*Cardinal Baronius*) எழுதிய திருக்கோயில் தொடர்புடைய வரலாற்றுக் குறிப்புகள் என்ற நூலையும் குறிப்பிடலாம்.

கிப்பன் பதினெட்டாம் நூற்றாண்டு உள்ளக் கருத்தைப் பதினேழாம் நூற்றாண்டின் கற்றறிவு மீது செலுத்தினார் என்று கூறப்படுவதுண்டு. இக்கருத்தின் உள்ளடங்கிய பொருள் யாது? கிப்பனின் பெரும்புலமை அனைவரும் அறிந்ததாகும். பதினேழாம் நூற்றாண்டின் கற்றறிருந்த புலமை வளஞ் செறிந்த பெரிய நூல்களையெல்லாம் அவரைப் போல் கற்றவர் எவருமிலர்.

கிப்பன் தனக்குக் கிடைத்த மூலச்சான்றுகளையும் இரண்டாம் நிலைச் சான்றுகளையும், முழுத் திறமையுடன் பயன்படுத்தி, ஒரே சீராயும் சமயச் சார்பற்ற நேர்க்கோடு பன்னோக்குள்ளதாய் ரோமானிய வரலாற்றை மிகவும் அருமையான முறையில் எழுதியிருக்கின்றார். அது மிகுந்த நுட்பத்துடன் யாக்கப்பட்ட கலை வடிவம்; ஆங்கில உரைநடையில் மேலான படைப்பு; அந்நூல் வெளிவந்ததுமே இங்கிலாந்திலும் ஐரோப்பிய நாடுகளிலும் வரவேற்கப்பட்டுப் பெரிய வெற்றி கண்டது. அதுவே அனைவராலும் பரந்து படிக்கப்பட்ட வரலாற்று நூலாய் விளங்கிற்று.

கிப்பன் இளவயதில் சில வரலாற்று நூல்களைப் படித்திருந்தாரெனினும், பல ஆண்டுகளுக்குப் பிறகுதான் வரலாறு எழுத வேண்டும் என்ற எண்ணம் அவருக்குத் தோன்றிற்று. கிரேக்க, இலத்தீனப் பண்டை நூல்களையும் அவற்றின் உரையாசிரியர்கள் எழுதியவற்றையும் வழிவழியாய் எல்லாரும் படித்து வந்ததைப் போன்று, கிப்பனும் அவற்றைத் தலையாய நூல்கள் என்று கொண்டு படித்தார்.

கிப்பனின் ரோமானிய வரலாற்று நூல் பதினெட்டாம் நூற்றாண்டின் குறிப்பிடத்தக்க இலக்கியப் படைப்பு என்ற சிறப்பை எய்தியது.

பிரஞ்சு அறிவியல் - மெய்யியலாளரான மாண்டெஸ்கு (*Baron de la Brede et de Montesquieu : 1689 – 1755)* **1734** ஆம் ஆண்டில் ''ரோமானியரின் மேன்மைக்கும் வீழ்ச்சிக்கும் காரணமானவை குறித்த சிந்தனைகள்'' (*Reflection on the causes of the greatness and decline of the Romas)* என்ற வரலாற்று நூலை எழுதினார். இந்நூல் கிப்பன் பிறந்ததற்கு மூன்றாண்டுகளுக்கு முன்னர் எழுதப்பட்டது என்பது குறிப்பிடத் தக்கது.

1795

அரசியல்

இராமநாதபுரம் உள் பகையால் கம்பெனி வசமாதல்
இலங்கையில் ஐரோப்பியர்
சென்னையில் பத்திரிகைத் தணிக்கை
திருவிதாங்கூர் - கம்பெனி உடன்படிக்கை
மைசூரில் பொம்மை அரசர் இல்லை
பிரிட்டன் - ஆட்சி எதிர்ப்பிற்குத் தடைச் சட்டம்
பாரிசில் ரொட்டித் தாவரங்கள்

அறிவியல்

தொல்லுயிர் ஆய்வு முன்னோடி - குவியர்
மண்ணியல் ஆய்வு முன்னோடி - ஹட்டன்
பண்டங்கள் கெடாமல் காக்கும் முறை உருவாதல்

கல்வி, கலை, இலக்கியம்

கிரேக்க ஆதி கவி ஹோமர் - இலியது, ஒடிசி
மறைந்த சில தமிழ் நூல்கள்
காங்கரா ஓவியங்கள்

தொழில், வாணிபம், வேளாண்மை

பிரிட்டன் - கால்நடை எடை இரட்டிப்பு

வரலாறு

போடி நாயக்கனூர்

மக்கள்

பேஷ்வா மாதவ ராவ் தற்கொலை

பொது

அஞ்சல் பணி நடந்த விதம்
இங்கிலாந்தில் சாலைகள் நிலை

இறப்பு

ஜேம்ஸ் பாஸ்வல் (1750-1795)

1795

1. கிரேக்க ஆதி கவி ஹோமர்

யூதர்கள் மோசசின் (சு.1230 கி.மு.) தலைமையில் எகிப்தை விட்டு நீங்கிய காலத்தில் தானறிந்த நாடுகளில் நடந்த நிகழ்ச்சிகளைக் கிரேக்க ஆதி கவியான ஹோமர் தம் காவியத்தில் விவரிக்கின்றார். பழைய ஏற்பாடு முற்றுப் பெறு முன்னரே நாகரிக மாந்தரின் நூலகங்களில் இடம் பெற்றிருந்த அடிப்படையான ஏட்டுச் சுருணைகளில் ஹோமரின் நூல்கள் அமைந்திருந்தன. ஏசுநாதர் பிறந்த காலத்தில் ஹோமரையும் அவரது நூலையும் பற்றி ஏராளமாய் எழுதப்பெற்றுப் பல காலமாய் விட்டது. ஹோமர் மேற்கத்தி நாகரிக உலகில் மிகவும் ஆழ்ந்து படிக்கப்பட்ட ஓர் ஆசான் என்ற உயர் நிலையில் வைத்து மதிக்கப்பெற்றார். அதனால் கிறித்தவத் திருத்தூதர்களால் (*Apostles*) ஹோமரை ஒதுக்கித் தள்ளிவிட முடியாமற் போயிற்று. ஹோமர் இலியது (*Iliad*) ஒடிசி (*Odyssey*) என்ற இரு காவியங்களை எழுதி இந்நிலையை எய்தினார் என்று தற்கால எழுத்தாளர் ஒருவர் ஹோமரை எண்ணிப் பூரிக்கின்றார்.

ஹோமர் என்று ஒருவர் இருந்தாரா?

ஹோமர் (*Homer* : சு.800 கி.மு) என்று ஒருவர் இருந்தாரா? என்ற வினா பதினேழாம் நூற்றாண்டில் எழுப்பப் பெற்றது. ஆனால் அவ்வினா 1795 வரை முக்கியத்துவம் பெறவில்லை. ஜெர்மானிய விற்பன்னரான எஃப். ஏ. உல்ஃபு 1795 ஆம் ஆண்டில் ''*prolegomena Homerum*'' என்ற புகழ் பெற்ற ஒரு கட்டுரையை எழுதினார். அதற்கு முன்னர் ஹோமர் பற்றிப் பலவிதமான கருத்துகள் நிலவி வந்தன.

1795

கிரேக்க மொழியிலுள்ள ''இலியது'', ''ஒடிசி'' என்ற இரு பெருங்காவியங்களை இருவேறு புலவர் எழுதினர் என்று அலெக்சாந்தரியக் கிரேக்க அறிஞர்கள் கூறி வந்தனர். ஆனால் அவற்றை ஹோமரே எழுதினார் என்று பெரும்பாலான பண்டை இலக்கிய ஆய்வாளர் நம்பினர். இக் காவியங்களில் பல இடைச் செருகல்கள் உள்ளன என்றும் அலெக்சாந்திரிய விற்பன்னர் கூறி வந்தனர்.

ஹோமர் காலம்

ஹோமர் பண்டைக் காலத்தில் பெரும்புலவர் என்றுமட்டுமின்றி, பேராசானாயும்; அறிவராயும் பெரும் பக்தியுடன் போற்றப்பட்டார். அவரைப் பற்றிய பழைய வரலாறுகள் எட்டு உள்ளன. அவரின் காவியங்களின் தோற்றுவாயும் காலமும் புலனாகவில்லை. தாமஸ் டபிள்யூ ஆலன் (*Thomas W.Allen*) அவற்றுக்கு 1912 இல் உரை எழுதியிருக்கின்றார். ''அவற்றில் காணப்படும் பெரும்பாலான செய்திகள் வரலாற்று உண்மைக்குப் பொருந்தவில்லை'', என்று அவர் ஹோமரின் காவியங்கள் பற்றிக் கூறினார்.

ஹோமர் பண்டைக்கால மரபுப்படி மெலிஸ் (*Meles*) அல்லது மரியோன் (*Marion*) என்றவரின் மகன் என்று கூறப்படுகின்றது. ஹோமர் தன் வாணாளுக்கு நானூறு ஆண்டுகளுக்கு முன்னர் அல்லது சுமார் கி.மு.ஒன்பதாம் நூற்றாண்டின் நடுவில் வாழ்ந்திருந்தார் என்று ஹீரோடாட்டஸ் (485 – 425 கி.மு.) கூறுகின்றார்.

ஏழு ஊரார் உரிமை

ஹோமர் எங்கள் ஊரில் தான் பிறந்தார் என்று ஏழு ஊர்கள் உரிமை கொண்டாடின; அவை : சுமிர்னா (*Smyrna* : ஆசியமைனரின் மேற்குக் கரையிலிருந்த பண்டை வாணிப மையம்: இது தொடக்கக் காலத்துக் கிறித்துவத்தின் மையமாயுமிருந்தது); கையோஸ் (*Chios* : துருக்கிக் கரைக்கப்பால் ஏஜியன் கடலிலுள்ள கிரேக்கத் தீவு கோலோஃபோ (*Colophon*); சலாமிஸ் (*Salamis* : தென்கிழக்கு கிரேக்கக் கரைக்கப்பால் சரோனிக்கு வளைகுடாவிலுள்ள தீவு); ரோடு (*Rhodes*: துருக்கிக் கரைக்கப்பால் சுமார் பதினாறு கிலோ மீட்டர் தொலைவில் தென்கிழக்கு ஏஜியன் கடலிலுள்ள தீவு); ஆர்கோஸ் (*Argos*: இது மிகவும் தொன்மையான கிரேக்க நகரம்; தென்கிழக்கு கிரேக்கத்தில் உள்ளது); ஏதன்ஸ் (*Athens* : இது இன்று கிரேக்கத்தின் தலைநகரம்; சரோனிக்கு வளைகுடாவினருகில் தென்கிழக்கு கிரேக்கத்திலுள்ளது).

ஹோமர் குருடரா?

ஹோமர்

ஹோமர் ஒடிசி காவியத்து மாந்தனான டெமோடோக்கஸ் (*Demodocus*) போன்று குருடர் என்று கருதப்பட்டார். அவர் ''இலியது'' ''ஒடிசி'' என்ற இருபெரும் காவியங்களொடு ''மார்ஜைட்ஸ்'' (*Margites*) என்ற அங்கதப் பாடல் ஒன்றையும் எழுதினாரென்பர். அதில் இப்போது ஆறு வரிகள் மட்டுமே எஞ்சியுள்ளன. அவர் தவளைகளுக்கும் சுண்டெலிகளுக்கும் நடந்த சண்டை (*Baxrachomymachia*) என்ற போலிக்காவியம், தீபியாஸ் (*the Thebias*) எப்பிகோனி (*the Epigony*) சைப்பிரியா (*the Cypria*) ஆகியவற்றையும் எழுதினார் என்பர். இவற்றிலும் சிதைந்த சில பகுதிகளே எஞ்சியுள்ளன. அவர் ''ஹோமர் பாசுரம் (*Homeric Hymns*) என்ற பாடல்களையும் பாடினார். அவர் இவற்றை எழுதினார் என்பது குறித்து ஹீரோடாட்டஸ் கருத்து வேற்றுமை கொண்டிருந்தார். பண்டை எழுத்தாளரும் பிறரும் அவ்வாறே கருதினர். இன்று இவற்றுள் எந்தப் பாடலும் அவருடையது என்று கருதப்படவில்லை.

ஹோமரைப் பற்றி மெய்யாகவே நமக்கு எதுவும் தெரியவில்லை. அவரது பெயருக்குப் பலவாறாய்ப் பெயர் விளக்கங்கள் தரப்படுகின்றன. '' பிணையாய் நிறுத்தப்பட்டவர்'' (*hostage*); ''தோழர்'' (*Comrade*) ''பார்வையில்லாதவர்'' (*One who does not see*); ''கட்டளையிடுபவர்'' (*orderer*) என்றெல்லாம் மொழிபெயர்க்கப்பட்டாலும், அவை இலட்சியப் புலவரையே குறிக்கின்றன.

இலியது, ஒடிசி

இலியதும், ஒடிசியும் முதலில் சிறு நாட்டுப்புறப் பாடல்களாயிருந்தன. ஏதன்சில் கி.மு. ஆறாம் நூற்றாண்டில் ஆட்சி புரிந்த பிசிஸ்டிரேட்டஸ் (*Pisistratus*) என்ற

கொடுங்கோலர், அப்பாடல்களைத் தொகுத்துக் கோவையாக்குமாறு செய்தார் என்று நாம் முன்னர் குறிப்பிட்ட ஜெர்மன் விற்பன்னரான உல்ஃப்பு 1795 இல் தெளிவுபடுத்தினார்.

ஹோமர் பற்றிக் கருத்து வேறுபாடு கொண்ட அறிஞர்கள் பல பிரிவினராயிருந்தனர். அவர்களுள் ''ஹோமரை நுணுகி ஆராய்ந்தோர்'' என்றொரு பிரிவு இக்கால கட்டத்தில் இருந்தது. அக்கூட்டத்தார் ஹோமர் பற்றிய தம் கருத்தை நிலைநாட்டுவதற்கு உல்ஃபின் இக்கட்டுரையை ஓர் ஆவணமாய் வைத்துக் கொண்டனர். உல்ஃபு சொன்ன கருத்தை வைத்து எண்ணற்ற பலவாகக் கருத்துகள் எழுந்தன. ஹோமரின் நூல்கள் பல புலவர்களால் இயற்றப்பட்டவை என்றும் இப்பிரிவினர் கொண்டனர். இப்பிரிவினர் தோன்றியதற்கு உல்ஃபே காரணராவார். மேலும் தற்காலத்து ஹோமரிய ஆய்வு முழுவதையுமே உண்டாக்கியவரும் அவரே என்று அறிஞர் உல்ஃபைப் பற்றிக் கூறுகின்றனர்.

அறிஞர்களின் கருத்துகள்

இலியது காவியம் முதலில் எழுந்தது. அது திராய் (*Troy*) நகர முற்றுகையை முன்னின்று நடத்திய கிரேக்க வீரரில் தலையாய அக்கில்லசின் (*Achilless*) சீற்றத்தை மட்டுமே பாடுகின்றது. இலியதின் காவிய நாயகன் அக்கில்லசே. இந்தக் கரு மையத்தோடு சிறுகச் சிறுகப் பல பாடல்களைச் சேர்த்து விட்டனர். அதனால் அக்காவியம் இன்று நாம் காண்கின்ற அளவிற்கு விரிந்து பல்கி விட்டது என்று காட்ஃபிரீடு (*Gottfried*) என்ற விற்பன்னர் 1832 இல் கருத்துக் கூறினார். (வியாச பாரதம் பற்றிய செய்திகளை இங்கு ஒப்பு நோக்குக. இ.ச.க.தொகுதி-9)

குரோட்டு (*Grotte :1846-1856*) இக் கருத்தை ஏற்றுக் ''கிரேக்க வரலாறு'' (*History of Greece*) என்ற நூலில் விரித்துக் கூறினார். ஹோமர் பற்றிய ஆய்வு இங்ஙனம் அடுத்த நூற்றாண்டு வரை விரியலாயிற்று. ஈ.ஆர். டாடுஸ் (*E.R.Dodds*) என்பவர் ஹோமர் பற்றிய ஆய்வை மூன்று கட்டுரைகளாய்ச் சுருக்கி எழுதியிருந்தார். குரோட்டின் கருத்துப் பத்தொன்பதாம் நூற்றாண்டு இறுதி வரை வலுப்பெற்றிருந்தது. இக்காப்பியங்களை ஒருவரே இயற்றினார் என்ற கருத்திற்கு ஒரு மாற்றாக இன்னும் பலர் இதை ஏற்றனர்.

இக்காலத்தில் நிலவிய மாறுபட்ட முக்கியமான கருத்தை யூ ஃபான் விலமூரிட்ஸ் - மேயலண்டோர்ஃபு (*U.Von Wilamouriz - Moelandorl*) 1916 ஆம் ஆண்டில் வெளியான தனது நூலில் (*Die Ilias und Homer*) குறிப்பிட்டிருந்தார். ஹோமர் தன் காலத்திற்கு முற்பட்ட புலவர்களின் பாடல்களை எடுத்தாண்டு, அவற்றோடு தன் பாடல்களையும் சேர்த்துத் தனது நோக்கப்படி தழுவி அமைத்துக் கொண்டார் என்பது அவரது கருத்தாகும்.

ஒடிசஸ் தாயகம் திரும்பித் தன் பகைவர்களைப் பழிவாங்கியதைப் பற்றிய

பல்வேறு பாடபேதங்களை ஒன்றாக்கிச் சமைத்ததுதான் ஒடிசி காவியம் என்றும், ஒடிசசிற்கும் அவரின் மனைவி பெனிலப்பிக்கும் பிறந்த மகனான டெலிமாக்கஸ் (*Telemachus*) என்ற மாந்தனின் கதை மூலபாடத்தில் சேர்ந்ததில்லை என்றும் ஹோமரை ''நுணுகி ஆராய்ந்த'' கூட்டத்தாரில் பலருக்கு உடன்பாடு இருந்தது. எனினும் பல முரண்பாடுகள் மலிந்துள்ள ஒடிசி காவியம், தனி மனிதர் ஒருவரின் எண்ணத்தில் பிறந்தது என்ற முத்திரை இலியதில் காணப்படுவதை விட இதில் மிகுதியாய் உள்ளது என்பதை ''நுணுகி ஆராய்ந்தவர்கள்'' கூட அடிக்கடி குறிப்பிடுவதை டாடுஸ் எடுத்துக்காட்டுகின்றார்.

இவ்வாறு இலியது, ஒடிசி என்ற இரு காவியங்கள் பற்றிய முரண்பட்ட கருத்துகள் பதினெட்டாம் நூற்றாண்டின் இறுதியிலிருந்து இருபதாம் நூற்றாண்டின் தொடக்கம் வரை நிலவின.

ஹோமரின் ஒருமை

ஜே.ஏ.ஸ்காட்டு (*J.A.Scot*) 1921 ஆம் ஆண்டில் ''ஹோமரின் ஒருமை'' (*Unity of Homer*) என்ற நூலில் ஹோமரே இக்காவியங்களை இயற்றினார் என்பதை வலியுறுத்திக் கூறினார். ஜே.டி.ஷெப்பர்டு ''இலியது காவிய அமைப்புப் பாங்கு'' என்ற நூலை, அக்காவியத்தின் அமைப்பிலுள்ள ஒருமைத் தன்மையை அடிப்படையாய் வைத்து 1922 இல் எழுதினார். இலியதையும் ஒடிசியையும் எழுதிய புலவர் வழிவழியான கதைகளையும் நாட்டார் கதைகளையும் வரலாற்றுச் செய்திகளையும் மரபு மொழியையும் காவிய, இலக்கண வழிகளையும் யாப்பு மரபுகளையும் பயன்படுத்தினார் என்பதும் இக்காவியங்களை யாத்த புலவர் ஒருவரே என்பதும் புலப்படும்; ஷெப்பர்டின் இக்கருத்தைப் பெரும்பாலர் ஏற்றனர்.

ஹோமரின் பாடல்கள் நாட்டுப்பாடல்களை அடிப்படையாய்க் கொண்டவை; அக்கதைகள் மைசீனியர் காலத்திலிருந்து (1400-1100 கி.மு.) வழங்கி வந்தன; இலியதிற்கு முற்காலத்திலும் பின்னரும் இடைச் செருகல்கள் சேர்ந்தன, ஒடிசி அவற்றினுள் அடங்கும்; என்ற இக்கருத்துகளையும் அவர்கள் ஏற்கின்றனர். அவற்றின் கருப்பொருளும் பண்பும் உள்ளமைப்பும், இக்காவியங்களிலுள்ள ஒவ்வொரு பாடலும் தலையாய ஒரே புலவரால் இயற்றப்பட்டது என்பதைக் காட்டுகின்றது என்பதையும் அவர்கள் வலியுறுத்தினர். அவர்களிடையே பலவிதமான கருத்துகள் இருந்த போதிலும், இலியதையும் ஒடிசியையும் இயற்றியோர் இருவேறு புலவர்கள் என்ற எண்ணமும் அவர்களிடையே காணப்பட்டது.

ஒடிசிக்கு உரை எழுதியவர்கள், அது ''ஒற்றைப் புலவரின் ஆக்கம்'' என்ற கூட்டத்தைச் சேர்ந்தவர்களாயிருக்கின்றனர். இருந்தாலும் ஹோமர் பழம் பாடல்களையே சார்ந்து நின்று பிற்காலத்துச் செய்திகளைப் பாடல்களில் சேர்த்தார் என்றும் அவர்கள் வலியுறுத்துவர்.

ஹோமரே இயற்றியவை

இத்தகைய முரண்பாடுகளும் மாற்றுக் கருத்துகளும் இருந்தபோதிலும் இலியதைப் பாடியவர் அல்லது இரண்டு காவியங்களையுமே யாத்தவர் ஹோமரே யாவார் என்று பண்டை இலக்கிய விற்பன்னர்களாக விளங்குவோரில் பெரும்பாலர் இன்று நம்புகின்றனர். ஹோமர் 8 அல்லது 9 ஆம் நூற்றாண்டில் ஏதோ ஒரு

காலக்கட்டத்தில் வாழ்ந்திருக்கலாம். அது சுமார் 8 ஆம் நூற்றாண்டு என்பது பொதுவாய் ஏற்கப்படுகின்றது. ஹோமர் ஆசியப் பகுதியைச் சேர்ந்த கிரேக்கர் என்பது கிட்டத்தட்ட உறுதியாகும். எனினும் அவரது பிறப்பிடம் குறித்து இன்னும் கருத்து ஒற்றுமை ஏற்படவில்லை.

காப்பியங்களின் மூல பாடல்கள்

இலியது, ஒடிசி ஆகிய இரு பெருங்காப்பியங்களின் மூலபாடம் முதலில் ஏதன்சிலிருந்தது. அது கி.மு. ஆறாம் நூற்றாண்டாய் இருக்கலாம். அவை பின்னர் கி.மு.இரண்டாம் நூற்றாண்டில் தொகுக்கப் பெற்றன. அலெக்சாந்திரிய விற்பன்னர்களான அரிஸ்டோஃபேன்ஸ், சாமுத்திரீஸ்தர் என்ற இடத்தைச் சேர்ந்த அரிஸ்டாக்கர்ஸ் ஆகிய இருவரும் அப்பணியைச் செய்தனர். இக்காப்பியங்களின் தற்காலத்து மூலபாடங்கள் அரிஸ்டார்க்கசின் பதிப்புகளை அடிப்படையாய்க் கொண்டவையாகும்.

ஒடிசி கூறுவன மெய் நிகழ்ச்சிகளா?

1795

ஹோமரைப் பெண்ணென்றார்; குருடர் என்றும் கூறினார்; அவர் தனி மனிதர் அல்லர்; பல புலவர்கள் சேர்ந்த ஒரு கூட்டம் என்றும் கூறினார்; அவர் இலியது மட்டுமே பாடினார்; ஒடிசியைப் பாடவில்லை என்றும் உரைத்தார்; மேலையுலகின் ஆதி கவி என்று போற்றத்தக்க ஹோமர் பற்றி இத்தகைய ஐயப்பாடுகள் இருந்ததைப் போலவே அவர் மெய் நிகழ்ச்சிகளையும், மெய்யான இடங்களையும் பாடவில்லை என்ற ஐயப்பாடும் கி.மு.மூன்றாம் நூற்றாண்டில் கிரேக்க அறிஞரிடையே நிலவிற்று.

எராட்டோஸ்தனிஸ் ஐயம்

ஒடிசி காவிய நாயகனான ஒடிசஸ் சுற்றித் திரிந்ததாய்க் கூறுகின்ற இடங்களையும் காற்றைத் தோல்பைக்குள் அடைப்பதையும் பற்றி ஹோமர் எழுதியிருப்பதை நிலவியலை முதன் முதலில் அறிவியல் முறையில் அணுகியவரும், உலகை அளந்தவருமான எரட்டோஸ்தனிஸ் (*Eratosthenes 275-194* கி.மு. இ.ச.க. தொகுதி-2) நையாண்டி செய்தார். ஹோமர் கூறிய இடங்களை மெய்யானவை என்று எரட்டோஸ்தனிசால் நம்ப முடியவில்லை.

ஹோமர் காப்பியம் பற்றி ஐயுற்றோர் எரட்டோஸ்தனிசைப் போன்று அரிதாகவே இருந்தனர். அவரது காலத்தில் இருந்தவர்கள் ஒடிசஸ் (யுலிசஸ்) எந்த நாட்டில் இந்த வீரச்செயலை நிகழ்த்தினான் என்று கண்டறிய முயன்றதை எரட்டோஸ்தனிசின் ஐயப்பாடு தடுத்து நிறுத்தி விடவில்லை.

கிரேக்க வரலாற்றின் செழுமையான காலத்தில் வாழ்ந்த கிரேக்கர்கள் இலியதை மெய்யான வரலாறு என்று கொண்டனர். தற்காலத்துத் தொல்லாய்வு அவர்களின் நம்பிக்கை ஓரளவேனும் சரிதான் என்பதை மெய்ப்பித்து விட்டது. மெய்யான ஒரு மனிதன் மெய்யாய் மேற்கொண்ட ஒரு கடற்பயணத்தின் பல்வேறு கட்டங்களை ஒடிசியில் வருகின்ற காட்சிகள் விவரிக்கின்றன என்று கிரேக்கத்தின் மிகச்சிறந்த விற்பன்னர்கள் கருதினர். எனினும், ஒடிசஸ் சென்ற தீவுகளையும், அவன் அடைந்த துறைமுகங்களையும் அவர்களால் அடையாளம் காண்பதற்கு முடியவில்லை.

''அருந்திறல் வாய்ந்த ஒருவர் வெள்ளித் தட்டின் மீது தங்கத் தட்டை வைத்து அடுக்கியதை'' போன்று அவர் (ஹோமர்) வரலாற்று உண்மையான திராய் நகரப் போரை எடுத்துக் கொண்டு அதன்மீது தன் கற்பனைக் கதைகளைப் பின்னியிருக்கின்றார். ஒடிசஸ் பல இடங்களில் அலைந்து திரிந்ததை விவரிக்கும் போதும் அவர் அதையே செய்திருக்கின்றார் என்று கிரேக்க நில நூலாரும், வரலாற்றாசிரியருமான ஸ்திராபோ (63கி.மு.- 24 கி.பி.) அகஸ்டஸ் சீஸரின் காலத்தில் (63 கி.மு.-14 கி.பி) எழுதுகின்றார்.

ஒடிசி மர்மத்தை விடுவிப்பதற்கு நில நூலார் அறுவர் ஏற்கெனவே முயன்றார் என்றும் ஸ்திராபோ பட்டியலிட்டுக் காட்டுகின்றார். ஒடிசிஸ் அலைந்து திரிந்த இடங்களைக் கண்டுபிடிக்கும் முயற்சிகள் பல நூற்றாண்டுகளாய் நடந்து வருகின்றன.

இருபதாம் நூற்றாண்டின் டிம் செவரின் என்ற அருஞ்செயல் தேட்டக்காரர் அந்தப் புதிரை விடுவிக்க முயன்று பல அருமையான செய்திகளை வெளிப்படுத்தினார். ஏறத்தாழ மூவாயிரம் ஆண்டுகளுக்கு முன்னர் பாடப்பெற்ற ஒரு காவியம் இன்னும் மனிதனின் எண்ணத்திலும் கற்பனையிலும் இடம்பெற்று விளங்குவது மனிதச் சிந்தனையின் அழியாத் தன்மைக்குச் சான்றாகும்.

1795

2. தொல்லுயிர்களை உலகறியச் செய்த பிரஞ்சு அறிவியலார் குவியர்

பிரஞ்சுத் தலைநகரான பாரிஸ் அதிர்ச்சியடைந்தது; ஆர்வங் கொண்டது; நம்ப முடியாது திகைத்தது; மெய் மறந்து போனது. ஏன்? புகழ் மிக்கோர் கூடுகின்ற மேட்டுக்குடி மாளிகைகளின் கூடங்களில், பல்கலைக்கழகங்களில், தெருக்களில் எங்கும் இதைப் பற்றியே பேச்சு! எதைப் பற்றி?

இந்நகரத்தவரான ஜார்ஜஸ் குவியர் (*Georges Cuvier : 1769 – 1832*) தலைநகரில் தரையை அகழ்ந்து கற்பனையை மிஞ்சுகின்ற மிகப்பெரிய யானையின் எலும்புகளை வெளியே எடுத்ததைப் பற்றித் தான் அங்கு இத்தனை பரபரப்பு ஏற்பட்டது.

ஒரு காலத்தில் யானைகள் பிரான்சில் வாழ்ந்தன. பாரிஸ் நகரம் அமைந்துள்ள இடத்தைச் சுற்றி யானைக் கூட்டங்கள் மேய்ந்தன என்றெல்லாம் குவியர் என்ற அந்த அறிவியலார் தேசியக் கழகம் (*National Institute*) என்ற அறிவியல் கழகத்தில் எடுத்துக் கூறினார். அதெப்படி இருக்க முடியும்? நம்பமுடியவில்லையே! மக்கள் இந்த விந்தையைக் காணப் பெருந்திரளாய்ச் சென்றனர்.

குவியர் முதலில் யானையில் தான் தொடங்கினார். அவர் வெகு விரைவிலேயே தொல் காலத்தில் வாழ்ந்திருந்த மேலும் புதுமையான பல உயிர்களின் எச்சங்களையும் தோண்டியெடுக்கத் தொடங்கி விட்டார். அவை குறித்து இதற்கு முன்னர் எவரும் சிறிது கூட எண்ணிப் பார்த்ததில்லை.

பன்னெடுங்காலத்திற்கு முன்னர் திமிங்கிலங்களை விடப் பெரிய பல்லிகள் வாழ்ந்திருந்தன. அவற்றால் பறவைகளைப் போன்று பறக்க முடிந்தது. மேலெல்லாம் முடி அடர்ந்த மேமாத்து (*mammoth*) என்ற மா யானைகள், பெரிய காண்டா விலங்குகள், நீர் யானைகள், கரடிகள், ஓநாய்கள், மேலும் இன்று காணப்படும் விலங்கினங்களைப் போன்று உருவத்தில் சிறிது ஒத்திருக்கும் விசித்திரமான விலங்கினங்கள் என்று என்றோ மறைந்தொழிந்த உயிரினங்களின் புதைபடிவுத் தடயங்களையெல்லாம் குவியர் மண்ணிலிருந்து தோண்டி வெளிக்கொணர்ந்தார்.

அவர் அவற்றின் எலும்புகளைத் தோண்டி எடுத்ததுடன் நில்லாது, அவ்வெலும்புகளை வைத்தே அவ்வுயிரினங்களின் உருவத்தை அப்படியே செய்து

காட்டினார். புதைந்து கிடந்த வெகு சில எலும்புத் துண்டுகள் கிடைத்தால் போதும். மந்திரவாதி போல் அவற்றின் முழுத் தோற்றத்தையும் உண்டாக்கிக் காட்டினார். அவரது இந்த மந்திர சக்தியானது, அவர் தோண்டி எடுத்துக் காட்டிய விலங்குகளைப் போன்று மக்களை வியப்பிலாழ்த்தியது. அவ்விலங்குகள் புதுமையானவையாயும் இயற்கைக்கு மாறாயும் தோன்றின. அவை கணக்கிடமுடியாத தொன்னெடுங்காலத்தின் முன் வாழ்ந்திருந்தவை என்று குவியர் விவரித்தபோது, அது மக்களுக்கு மேலும் வியப்பூட்டிற்று.

பாரிஸ் வடிநிலப் பகுதி முழுமையும் ஒரு காலத்தில் கடலால் சூழப்பட்டிருந்தபோது, இவ்வுயிரினங்களில் சில அங்கு வாழ்ந்திருந்தன. வெதுவெதுப்பான வெப்பமண்டலத் தட்ப வெப்ப நிலை இருந்த ஊழிகளில் சில உயிரினங்கள் இருந்தன. பேரூழி என்ற பெருவெள்ளம் வடிந்து விட்டபிறகு, இன்னுஞ் சில இங்கு வாழ்ந்திருந்தன என்றெல்லாம் குவியர் விளக்கிக் கூறியபோது, திடுக்கிட்டு மலைத்து விட்டனர். உலகம் மிகப்பெரிய மாறுதலுக்கு உள்ளான காலம் அதுவாகும் என்று குவியர் அந்தக் கால வெளியைப் பற்றி விவரித்தார்.

''குவியர் இந்நூற்றாண்டின் மாபெரும் கவிஞரன்றோ'' என்று பத்தொன்பதாம் நூற்றாண்டின் புகழ் பெற்ற பிரஞ்சு எழுத்தாளரான ஆனர் தெ பல்சாக்கு (*Honore de Balzae: 1799 - 1850*) குவியரை வியந்து பாராட்டினார்.

''இறவா நிலை எய்தியுள்ள நமது இயற்கை ஆராய்ச்சியாளரான (குவியர்) காலத்தால் வெளுத்துப்போன எலும்புகளை வைத்துக் கொண்டு (கடந்த காலத்து) உலகங்களை உண்டாக்கிக் காட்டியிருக்கின்றார். அவர் கனிக்கல் (*gypsum*) துண்டு ஒன்றை எடுத்துக் கொண்டு நம்மிடம், இதோ பாருங்கள் என்று காட்டியதும், அந்தக் கல் திடீரென்று ஒரு விலங்காய் மாறி விடுகின்றது; செத்தவை உயிர் பெறுகின்றன. நம் கண் முன்னரே வேறோர் உலகம் உருண்டோடி வருகின்றது'' என்று பல்சாக்கு இலக்கிய நயத்தோடு கூறுவார்.

நாமறியாததும் நம்மைத் திகைக்க வைப்பதுமான கடந்த காலத்தை, இவ்வாறு காலத் திரை நீக்கிக் காட்டிய இம்மனிதர், தன் காலத்திலேயே பெரும்புகழ் பெற்ற அறிவியலாராய் விளங்கியதுடன் குறிப்பிட்டுக் கூறத்தக்க மனிதராயும் இருந்தார்.

குவியர் வெர்டம்பர்க்குக் கோமகனுக்கு உரிமையான (*Wurtemburg* : இ.ச.க. தொகுதி-6) சிற்றரசிலிருந்து பிரிந்து பின்னர் பிரான்சுடன் இணைந்துவிட்ட தலையாய நகராய் விளங்கிய மாண்பிலிய என்ற ஊரில் 1769 ஆகஸ்டு 23 அன்று பிறந்தார். அவர் புரொட்டஸ்டண்டுச் சமயத்தில் (*Huguenot*) ஆழ்ந்த பற்றுக் கொண்ட குடும்பத்தைச் சேர்ந்தவர். அவருக்கு ஜார்ஜஸ் கிறிஸ்தியன் லியோப்பால்டு ஃபிரடரிக்கு குவியர் என்று பெயரிட்டனர். ஆனால் அவர் பின்னாளில் ஜார்ஜஸ் என்று மட்டுமே அழைக்கப்பட்டார்.

அவரின் பாட்டனார் நகர எழுத்தர்; தந்தை பிரஞ்சுப் படையில் பணி செய்தவர். அவரின் தந்தை ஐம்பது வயதிற்குப் பிறகுதான் மணம் புரிந்தார். அவரும் அவரின் மனைவியும் தம் மகன் குவியருக்கு இளவயதிலேயே நன்கு கல்வி புகட்டினர். அதற்குக் காரணம் இருந்தது.

சிறுவர் குவியர் பேரறிவு படைத்தவராயிருந்தார். அவர் சிறுவயதில் தன் பெற்றோரோடு சேர்ந்து பாடங்களைப் படித்தார்; எழுதினார்; படங்களை வரைந்தார்;

அவர் பள்ளிக்கூடத்தில் மிகுந்த கெட்டிக்கார மாணவராயிருந்தார். ஏனைய மாணவர்கள் வேறு வழிகளில் கவனம் செலுத்தும் பதினான்கு வயதில், குவியர் தன் நண்பர்களையெல்லாம் ஒன்று கூட்டி படிப்பாளிகள் வட்டம் ஒன்றை அமைத்தார். அவர் நண்பர்களுக்குப் படிப்பில் ஆர்வத்தை உண்டாக்கி, அவர்களைத் தொடர்ந்து படிக்கவும் வைத்தார்.

அவர் ஏற்கெனவே புகழ் பெற்றிருந்த இயற்கை அறிவியலாரான ஜார்ஜஸ் லூயி லெக்லோ பஃபனை *(1707-1788; இ.ச.க.தொகுதி-5)* அறிந்திருந்ததுடன், அவரது இயற்கை வரலாற்று ஆய்வின் மீது மிகுந்த ஆர்வமும் கொண்டிருந்தார். பஃபன் காட்டிய வழியைக் குவியர் பின்பற்றித் தன்னைச் சுற்றிக் காணப்பட்ட செடியினங்களையும் விலங்கினங்களையும் படங்களாய் வரைந்தார்.

குவியரின் பெற்றோர் தம் மகன் பாதிரியார் ஆவான் என்று எதிர்பார்த்தனர். ஆனால் வெர்டம்பர்க்குக் கோமகனின் கவனத்தில் குவியர் படவே, அவரது வாழ்க்கைப் பாதை மாறிவிட்டது. அச்சிற்றரசர் பெரிய நாடுகளே நாணும்படி தன் சிற்றரசில் புகழ் பெற்ற ஒரு பள்ளியை நிறுவியிருந்தார். குவியர் அங்கு வந்து சேருமாறு கோமகன் அவரை அழைத்தார்.

அப்பள்ளியில் எண்பதிற்கு மேற்பட்ட ஆசிரியர்கள் நானூறு மாணவர்களுக்கு வழக்கமான பாடங்களையும் கலைப் பாடங்களையும் கற்பித்தனர். கல்வியில் தேர்ந்த மாணவர்கள் ஐந்து பாடங்களைத் தேர்ந்தெடுத்துப் படிப்பதற்கு அங்கு வசதி இருந்தது. அவை சட்டம், மருத்துவம், ஆட்சி நிர்வாகம், போரியல் கலைகள், வாணிபம். குவியர் ஆட்சி நிர்வாகப் பாடத்தை எடுத்தார். ஏனெனில் இயற்கை வரலாற்றைக் கற்கும் வகையில் அதன் பாடத் திட்டம் இருந்தது.

1795

இரு பெயர் முறை

சுவீடியத் தாவரவியலாரான கரோலஸ் லினீயஸ் (1707-1778; இ.ச.க.தொகுதி-4) எழுதிய இயற்கை வகைமுறை (*Systema Natural*) என்ற நூலை, ஒரு பேராசிரியர் குவியரிடம் கொடுத்தார். (லினீயஸ், செடிகளையும் விலங்குகளையும் வகைப்படுத்துவதற்காக, அவற்றுக்கு இரண்டு இலத்தீனப் பெயர்களைச் சூட்டும் ஒரு வகைமுறையை உண்டாக்கினார். முதற் பெயர் ஒரு செடி அல்லது விலங்கின் பேரினப் பெயரையும் இரண்டாம் பெயர் அதன் சிற்றினப் பெயரையும் குறிக்கும். அதைக் கொண்டு அந்தச் செடி அல்லது விலங்கு எந்த இனத்தைச் சேர்ந்தது என்பதைக் கண்டு கொள்ளலாம். எடுத்துக்காட்டாய், *Panthera leo* என்ற இரு பெயர் ஐயத்திற்கிடமில்லாத வகையில் சிங்கத்தைக் குறிக்கும். முதற்பெயர் புலி இனத்தையும் இரண்டாம் பெயர் அந்த இனத்தைச் சேர்ந்த ஒரு வகையாகிய சிங்கத்தையும் குறிப்பிட்டுச் சுட்டும். இந்த இருபெயர்முறை அறிவியல் உலகில் இன்றும் வழக்கில் உள்ளது.)

லினீயசின் ''வகை முறை'' நூல், குவியர் பள்ளியில் படித்த காலத்திலும் அதன் பிறகு ஆறு ஆண்டுக்காலமும் அவருக்கு இயற்கை வரலாற்று மறை நூலாகவே இருந்து வந்தது. அதுவே அவருக்கு வழிகாட்டிய கையேடு எனலாம். ஏனெனில் அவரிடம் இயற்கை வரலாற்று நூல் வேறெதுவும் இருந்திலது. குவியர் இந்தப் பள்ளியிலும் எல்லாச் சிறப்புகளையும் பெற்றார்.

அவர் பத்தொன்பதாவது வயதில் படித்து முடித்துவிட்டுப் பிரான்சின் வட மாநிலமான, நார்மாண்டியில் வாழ்ந்து வந்த புராட்டஸ்டண்டுக் குடும்பம் ஒன்றில் ஆசிரியராய் அமர்ந்தார். அது சிறப்பான கல்வித் தகுதியுடைய அந்த இளைஞருக்குச் சரியான பதவியல்லவெனினும், குவியர் எந்த இடத்திலிருந்தாலும், அங்கிருந்து முகிலைக் கிழித்தெழும் முழுமதி போன்று வெளிப்படுவார்.

உயிரியல் ஆய்வு

குவியர் நார்மண்டியில் முதன்முதலாய்க் கடலைக் கண்டார். அங்கு எண்ணற்ற பல உயிர்கள் செழித்திருந்தன. உடனே அவர் பேரார்வத்துடன் அவ்வுயிர்களை ஆராயும் பணியில் ஈடுபட்டார். அவர் தனக்கேயுரிய தனித்திறனைக் கொண்டு அவற்றை அறுத்து ஆராய்ந்தார். படங்களை வரைந்தார்; பகுத்துப் பார்த்தார். குவியரும் நார்மண்டியில் குவட்டார்டைப் போன்று மண்ணியல் (*geology*) துறைக்கு வித்திட்டவராவார். (*Jean Etiene Guettard : 1715-1786*; இ.ச.க.தொகுதி- 6) குவியர் அங்கு ஏராளமான புதையுயிர்த் தடங்களைக் கண்டார்.

குவியருக்கு 1795 ஆம் ஆண்டு பாரிசிலிருந்து ஓர் அழைப்பு வந்தது. பாரிசிலிருந்த மையப் பள்ளியில் பேராசிரியராய்ப் பணிபுரிய வருமாறு குவியர் அழைக்கப்பட்டிருந்தார். அந்த ஆண்டு முடிவதற்குள், அவர் விலங்கியல் பற்றி எழுதியிருந்த நூல் மிகப்பெரிய வெற்றியாய் அமைந்தது.

மீண்டும் புதிதாய் அமைத்த தேசியக் கழகம் என்ற கல்விக் கூடத்தில் குவியரை விலங்கியல் துறையில் சேர்த்துக் கொண்டனர். நார்மண்டியில் யாருக்கும் தெரியாத ஆசிரியராயிருந்த குவியர் ஒரே ஆண்டிற்குள் பாரிஸ் நகரப் பள்ளியில் சேர்ந்து பேராசிரியராய் விட்டார். அவர் பிரான்சின் மேலான அறிவியற்கழகத்திலும் உறுப்பினரானார்.

அதற்கு இரண்டாண்டுகளுக்குப் பிறகு பிரஞ்சுக் கல்லூரியின் இயற்கை வரலாற்றுத் துறையின் தலைவருமானார். அப்போது அவருக்கு முப்பது வயது. அவர் அதற்கடுத்த 1803 ஆம் ஆண்டில் தேசியக் கழகத்தின் அறிவியல் கழகச் செயலாளராய்த் தேர்ந்தெடுக்கப்பட்டார்.

குவியர் தனது முப்பதாவது வயதில் பிரான்சிலும் உலகிலும் மிகச்சிறப்பான மூன்று அறிவியல் துறைப் பதவிகளை ஒரே நேரத்தில் வகித்த பெருமையைப் பெற்றார். அவர் அப்பதவிகளைத் தன் வாணாள் முழுமையிலும் புகழோடும் எதிர்ப்பாரின்றியும் வகித்து வந்தது குறிப்பிடத்தக்கதாகும்.

நெப்போலியன் (1769 - 1821) குவியரைப் பொதுக் கல்வித் துறைக்குத் தெளிவுரை கூறுபவராயும் பல்கலைக்கழகக் கல்விக்கு வாணாள் முழுவதும் தெளிவுரை தருபவராயும் அரசின் ஆலோசகராயும் அமர்த்தினார். நெப்போலியன் வீழ்ச்சியடைந்ததும், பேரரசுடன் நெருக்கமான உறவு கொண்டிருந்த அறிவியலாரெலாம் அவரோடு வீழ்ந்தனர். ஆனால் குவியருக்கு அந்நிலை ஏற்படவில்லை.

பிரான்சில் மீண்டும் குடியரசு ஏற்பட்டதும், குவியர் மேட்டுக்குடிப் பிரபு என்ற நிலைக்கு உயர்த்தப்பட்டார்.

பெருந்தலையும் பெரிய மூளையும்

குவியரின் உருவைக் காட்டும் பல ஓவியங்கள், பகடிப்படங்கள், மார்பளவுச் சிலைகள் முதலியன ஒன்றில் கூட அவரது பெரிய தலை சரியான அளவினதாய்க் காட்டப்படவில்லை. ஏனெனில் அவரது தலை மிகப்பெரியது. அவருக்கென்று தனியாய் அளவெடுத்துத் தான் பெரிய தொப்பியாய்ச் செய்தனர். அவர் அணிந்திருந்த அந்தப் பெரிய தொப்பி இன்றும் தேசியக் கழகம் என்ற நேசனல் இன்ஸ்டிடியூட்டில் காட்சிக்கு வைக்கப்பட்டுள்ளது.

அவர் இறந்தபின் அவரது உடலை அறுத்து ஆய்ந்தபோது அவரது மூளையின் எடை 1850 கிராம் என்பது தெரியவந்தது. சராசரியான ஒரு மூளையின் எடை 1350 கிராம் தான். குவியரின் மூளை அதைவிட ஐநூறு கிராம் அதிகமாயிருந்தது. குவியர் இத்தனை பெரிய மூளையை வைத்துக் கொண்டு எண்ணற்ற பல ஆராய்ச்சிகளைச் செய்திருக்கின்றார்.

குவியரின் ஆய்வுப் பணி

குவியர் பாரிசில் இருந்த முதல் ஆண்டான 1795 இல் புதைந்து போன தொல்யானையின் எலும்பைத் தோண்டியெடுத்தார். அவர் இக்கண்டுபிடிப்பை 1796 ஆம் ஆண்டு தேசியக் கழகத்தில் வெளிப்படுத்தினார். அவர் நார்மண்டியில் இருந்த காலத்தில் விலங்குகளின் உடலை அறுத்துப் பார்த்து அவற்றின் உடலமைப்பை நன்கறிந்து கொண்டார். அவர் இவ்வாண்டு தோண்டியெடுத்த எலும்புகள் இக்காலத்து

யானையினுடையவற்றை விட முற்றும் வேறுபட்ட ஒரு யானையினுடையவை என்பதைக் கண்டுகொண்டார்.

மா யானைகள் பாரிஸ் நகரம் இன்று அமைந்திருக்கும் பகுதிகளில் திரிந்தன என்று குவியர் கூறியதும் அறிவியலாரும் பாமர மக்களைப் போலவே மலைத்துத் திகைத்தனர். பாரிஸ் நகரின் வடபகுதியிலுள்ள மாமார்ட்டியில் கனிக்கற்களை வெட்டியெடுத்தபோது கற்பனையை மிஞ்சுகின்ற மறைந்தொழிந்த விலங்குகளின் புதை தடங்கள் ஏராளமாய்க் கிடைத்தன.

குவியர் விலங்குகளின் உடலமைப்பை நன்கு அறிந்தவராதலால், எலும்பு அல்லது உடற்பகுதி அந்த விலங்கின் உடலில் எந்த இடத்தைச் சேர்ந்தது என்பதைத் துல்லியமாய்க் கூறிவிட்டார். எனவே ஒரு விலங்கின் ஓர் உறுப்பைச் சேர்ந்த எந்தத் துண்டாயினும், அதற்குரிய விலங்கு எந்தக் குழுமத்தை எந்தப் பேரினத்தை, எந்தச் சிற்றினத்தைச் சேர்ந்தது என்று அடையாளங்கண்டு விட முடியும். இம்முறையைக் குவியர்தான் முதன்முதலில் கண்டார்.

எடுத்துக்காட்டாய், கால் எலும்பு, கழுத்து எலும்பின் ஒரு துண்டு, மேலுஞ் சில துண்டுகள் ஆகிய இவற்றை வைத்துக் குவியர் மேற்குறித்த எச்சங்களுக்குரிய விலங்கு உயிரோடிருந்த காலத்தில் எப்படி இருந்ததோ, அதை அப்படி உருவாக்கிக் காட்டினார். அவர் இவற்றைப் போன்ற சிறு துண்டுகளை வைத்துக் கொண்டு தன் திறமையைத் தானே சோதித்துப் பார்த்ததில், அது பிசகில்லாதது என்பதைக் கண்டார்.

1795

அவரது கைத்திறத்தால் பண்டைக் காலத்தில் மறைந்த விலங்கினங்கள் இவ்வாறு மீண்டும் வடிவம் பெறலாயின. பன்னெடுங்காலத்திற்கு முன்னர் சிதைந்து புதைந்து போன விலங்குகள் கற்பனைக்குள் அடைபடாத தம் வடிவங்களொடும் கனவுகளொடும் எழுந்து நிற்கலாயின.

அவர் இங்ஙனம் அவ்விலங்குகள் தம் பழைய வடிவங்களை அடையுமாறு செய்ததால், அவை பலவகைப்பட்ட தனித்தனி உயிரினங்கள் அல்ல. அவை பேரின, சிற்றினப் பிரிவுகளுக்குள் அடங்குவன என்பதையும் கண்டறிய முடிந்தது. அவை ஊர்வன, பாலூட்டி, பறப்பன என்ற இன்ன பிற பிரிவுகளுக்குள் அடங்குகின்றன. எனவே அவற்றை வைத்துத் தனி விலங்குகள் மட்டுமின்றி ஒரு முழு இனமே மண்ணிலிருந்து முற்றிலும் அழிந்து மறைந்தது என்பதைக் குவியர் கண்டார்.

மலைக்க வைக்கின்ற இம் முடிவுகளின் உள்ளார்ந்த சிக்கல்கள் குவியரை வாட்டி வதைத்தன. இவ்வுயிரினங்கள் எவ்வாறு, மண்ணுலகிலிருந்து மறைந்தொழிந்தன? ''தற்காலத்தில் படைக்கப்பட்ட ''விலங்குகள் மண்ணுலகில் தோன்றியதற்கு முன்னர் மறைந்தொழிந்த விலங்குகளையடுத்து, ஒன்றல்ல, பல உயிரினங்கள் அடுத்தடுத்து எவ்வாறு உண்டாயின?

குவியர் உயிருள்ள விலங்கின உலகை ஆழ்ந்து ஆராய்கின்ற தலையாய பணியில் ஈடுபட்ட விலங்கியலார் ஆவார். ஆனால் மா பெரிய உயிர்களின் புதைந்து போன எலும்புகளைக் குறித்தும் அவர் ஆராய்ச்சி செய்ய நேர்ந்ததால், மண்ணியலையும் (*geology*) ஆராயும் வல்லுநருமானார்.

ஒருவர் புதையுயிர்கள் பற்றி நன்கு விளங்கிக் கொள்ள வேண்டுமாயின், அவை எவ்வாறு மண்ணுள் புதைந்தன என்பதையும் அவை மண்ணுலகில் தோன்றியது பற்றிய செய்திகள் அனைத்தையும் நன்கு அறிந்திருக்க வேண்டும்.

ஆதலால் அவருக்கு இத்துறையில் பாறைகளையும் பாறை அமைப்புகளையும் நன்கறிந்த ஒருவரின் ஒத்துழைப்புக் கிடைத்தது. குவியருக்குப் பாறைகள் பற்றிய அறிவு குறைவாகவே இருந்தது.

புது நோக்கு, புது விளக்கம்

பாரிசின் அருகிலுள்ள செவர் (*Sevres*) என்ற இடத்திலுள்ள பெயர் பெற்ற பீங்கான் தொழிற்சாலை இயக்குநரான அலெக்சாந்தர் புரோங்கினியாட்டு (*Brongniart*) குவியருக்குப் பாறைகள் பற்றிய ஆய்வில் உதவியாயிருந்தார். அவர் பீங்கான் வேதியியலில் ஆராய்ச்சிகள் நடத்திப் பீங்கான் பாண்டங்கள் மீது ஓவியங்களைத் தீட்டும் மறைந்த கலைக்குப் புத்துயிரளித்தவர் ஆவார். அவர் செவரை ஐரோப்பியத்தின் புகழ் வாய்ந்த பீங்கான் பாண்டத் தொழிற்சாலை என்ற நிலைக்கு உயர்த்தியவர். அவர் இயற்கை ஆராய்ச்சியிலும் வல்லவராயிருந்தார்.

குவியரும் புரோங்கினியாட்டும் நான்காண்டுக் காலம் பாரிஸ் நகரைச் சுற்றியிருந்த நாட்டுப்புறப் பகுதிகளை ஒவ்வொரு வாரமும் சுற்றிப்பார்த்து, அவற்றின் மண்ணியல் கட்டமைப்புகளையும் புதைபடிவத் தடங்களையும் ஆராய்ந்தனர். அவர்கள் செய்த ஆய்வின் முதல் முடிவுகள் *1808* ஆம் ஆண்டு பிரஞ்சு அறிவியல் கழகத்திடம் அளிக்கப்பட்டன. அவர்கள் அரிதின் முயன்று நடத்திய ஆராய்ச்சியின் முடிவுகள் *1818* ஆம் ஆண்டு முழு அளவில் ஒரு நூலாய் (*Essair sur la geographie des environs de Paris*) வெளியிடப் பெற்றன. இதன் விரிந்த பதிப்பு 1822 ஆம் ஆண்டு வெளிவந்தது.

இவையனைத்தும் புதுநோக்குகளாயும் புது விளக்கங்களாயும் இருந்தன. குவியருக்கு முன்னரே பலர் புதைபடிவத் தடங்களை ஆராய்ந்திருக்கின்றனர். (குவட்டார்டு இ.ச.க.தொகுதி-6)

1795

முன்னோடியர்

பாரிஸ் நகரம் அமைந்துள்ள இடம் பாரிஸ் வடிநிலம் என்று அழைக்கப்பட்டது. அங்கு கண்டெடுக்கப்பட்ட சிப்பிகள், ஒரு காலத்தில் அப்பகுதியைச் சூழ்ந்திருந்த கடலில் உயிர் வாழ்ந்தவை என்று பதினைந்தாம் நூற்றாண்டின் இறுதியில் பிரான்சில் வாழ்ந்திருந்த பாலிஸ்ஸி (*Palissy*) என்றவர் துணிந்து கூறியிருக்கின்றார். எனினும் அது குறித்துக் கவனம் செலுத்தப்படவில்லை. ஆனால் பதினேழிலும் பதினெட்டிலும் தொடர்ந்து மேலும் மேலும் அங்கு புதை படிவுகள் கிடைத்து வந்தமையால், விற்பன்னர்கள் அவற்றுக்கு விளக்கம் தரவேண்டிய கட்டாயம் ஏற்பட்டது.

இங்கிலாந்தில் பர்னட்டு (*Burnet*), விட்சன் (*Whitson*) போன்றோர் இப்புதிர்களுக்கு விடை காண முயன்றனர். ஜெர்மனியில் லெயிபினிட்ஸ் (*Leibnitz : 1646-1716;* இ.ச.க.தொகுதி-7,5), பிரான்சில் பஃபன் (*Georges Louis Leelere Buffon : 1707 -1788;* இ.ச.க. தொகுதி-2,4) ஆகியோரும் இவற்றுக்கு விளக்கம் காண விழைந்தனர். இத்தகைய புதை படிவுகளில் காணப்படுவன, ஒரு காலத்தில் வாழ்ந்திருந்த உயிரினங்களின் தடங்கள் என்று பஃபன் கூறினார். இக்கருத்து ஏற்கப்பட்டது.

குவியர் நூற்றைம்பது புதை படிவுகளை இனங்கண்டார். அவற்றுள் தொண்ணூறு உயிர்ப் படிவுகளுக்கு எதிரிணையான எந்த உயிரியும் தற்காலத்தில் இல்லை. அவ்வுயிர்கள் இம்மண்ணுலகிலிருந்து முற்றாய் மறைந்தன. பதினொன்று அல்லது பன்னிரண்டு படிவுகள் நாம் அறிந்துள்ள உயிரிகளை ஒத்திருந்தன. ஏனைய படிவுகள் இப்போது உயிர் வாழ்ந்து வரும் உயிரினங்களைச் சேர்ந்தனவாயிருந்தன.

வேறுபட்டிருந்த படிவுகள் மண்ணின் ஆழமான அடுக்குகளில் புதைந்திருந்தன என்பதைக் குவியர் கண்டார். அவை ஓர் ஒழுங்கு முறையோடு இருந்தன.

ஏன் மறைந்தொழிந்தன?

குவியர் வெண்சுதைப் பாறைகளில் ஆய்வு நடத்தினார். அவற்றில் பாலூட்டிகளின் படிவுகள் எதுவுமில்லை. அங்கு முட்டையிடும் விலங்குகளின் படிவுகளே இருந்தன. பாலூட்டிகள் அவற்றுக்கு மேலே அமைந்திருந்த சுண்ணாம்புக்கல் அடுக்குகளில் புதைந்திருந்தன. இன்று உயிர் வாழும் உயிரிகளைப் போன்றவற்றின் படிவுகள் மேல் மட்டத்திலிருந்த வண்டல் அடுக்குகளில் காணப்பட்டன.

இப்பேரினங்களும் சிற்றினங்களும் ஏன் அழிந்தொழிந்தன? குவியர் மீண்டும் மீண்டும் இவ்வினாவை எழுப்பினார். பிற்காலத்து அடுக்குகளில் வேறுபட்ட உயிரி வகைகள் ஏன் தோன்றுகின்றன? குவியர் தக்க சான்றுகளை வைத்துத் தான் தன் முடிவுகளை நிறுவுவார். அவர் நிகழ்த்தும் உயிரியல் பற்றிய விரிவுரைகள் பிற பேராசிரியர்களின் உரைகளிலிருந்து வேறுபட்டிருந்தன. ஏனெனில் குவியர் வீண் ஊகத்தின் அடிப்படையில் தன் முடிவுகளைக் கூறுவதில்லை. ஆனால் அவர் மேற்சொன்ன இரண்டு வினாக்களுக்கு விளக்கம் காண முயன்றபோது, அவர் கையாண்டு வந்த ஆய்வு முறை பலன் தரவில்லை.

1795

மண்ணின் அடுக்குகளைப் பார்க்கும் போதும் பல்வேறு வகையான உயிரினங்கள் இனிமேல் தோன்றாதவாறு முற்றிலும் அழிந்தன என்பதைக் காணும்போதும், உலகம் வரிசையாய் அடைந்த பெரிய மாற்றங்களில் ஒன்றின்போது அவை அழிந்தொழிந்தன என்பது குவியருக்கு உறுதியாய்த் தெரிந்தது. அவ்வாறு உண்டான மாபெரும் மாற்றங்கள் அழிக்க முடியாதவாறு அப்படியே பாறைகளில் பதிந்திருக்கின்றன என்று குவியர் கூறினார்.

(உயிரியல் உலகில் படி முறை வளர்ச்சி என்ற பரிணாம வளர்ச்சி மாற்றம் ஏற்பட்டிருக்கலாம் என்று குவியருக்குத் தோன்றியது. உயிர்கள் படிப்படியாய்ப் பரிணாம வளர்ச்சி பெற்றன. எனவே மனிதனும் அங்ஙனம் படிமுறையாய் வளர்ச்சியடைந்தான் என்பதை ஒருவர் ஒப்புக் கொள்ள வேண்டுமாயின், உயிர்களின் தோற்றம் பற்றி உலக மக்கள் கொண்டிருக்கும் நம்பிக்கைக்கு முரண்பட்டு நிற்க வேண்டிவரும் என்பது குவியருக்குப் புலனாயிற்று. எனவே இக்கொள்கை சரியான சான்றுகளுடன் வெளிப்படுவதற்கு மனிதன் இன்னும் சிறிது காலம் காத்திருக்கவேண்டி வந்தது.)

''துண்டுகளாய் உடைதல், மேலே எழும்புதல், பழைய படிவ அடுக்குகள் குப்புறக் கவிழ்தல் முதலியன திடீரென உண்டான நிகழ்வுகளாலும் வன்மையான குமுறல்களாலும் ஏற்பட்டன என்பதை நாம் இன்று காண்கிறோம்'' என்று குவியர் கூறினார்.

தனிப்பட்ட வாழ்க்கை

குவியரின் தனிவாழ்க்கை அமைதியாய் நடந்தது. ஆனால் அதில் இன்பமும் துன்பமும் கலந்திருந்தன. அவர் ஒரு கைம்பெண்ணை மணந்து மகிழ்ச்சியுடன் வாழ்ந்திருந்தார். அவர்களுக்கு நான்கு குழந்தைகள் பிறந்தன. மூவர் பிறந்ததும் அல்லது

குழந்தைகளாயிருந்தபோது இறந்தனர். ஒரு மகள் இருபத்திரண்டாவது வயதில் இறந்தார். குவியரால் இந்தக் கவலையைத் தாங்கிக் கொள்வதற்கு முடியவில்லை. அவர் இக்கவலையை மறக்க ஆய்வுப் பணிகளில் ஆழ்ந்து மூழ்கினார். அவரது உடல் நலம் அறுபத்திரண்டு வயதிலும் நன்றாயிருந்தது.

அவருக்கு திடீரென்று ஒருமுறை, மாரடைப்பு வந்தபிறகு அவரது உடல்நலம் குன்றியது. அதனால் அவருக்குப் பக்கவாதம் வந்து செயலிழந்து போனார். அதற்கு ஐந்து நாளைக்குப்பிறகு 1832 மே 13 அன்று குவியர் இறந்தார்.

வரலாறானவர்

''குவியரின் வரலாறு பத்தொன்பதாம் நூற்றாண்டின் வரலாறேயன்றி வேறன்று'' என்று இரண்டு நூற்றாண்டுகளில் விரவி நின்ற குவியர் பற்றி ஃபுளூரன்ஸ் (*Flourerns*) என்றவர் கூறியது மிகப் பொருத்தமாகும். இவர் குவியர் விட்டுச் சென்ற ஆராய்ச்சிப் பணியைத் தொடர்ந்து வந்தார்.

குவியரின் வரலாறு கடந்த காலச் சரித்திரத்தின் ஒரு பகுதி; எதிர்கால வரலாற்றின் திறவுகோல். குவியர் மனிதர் எவரும் செய்திராத, கற்பனையனைத்தையும் மிஞ்சுகின்ற கடந்த கால உலகத்தை நமக்குக் காட்டித் தந்தார். அது மட்டுமன்று; நம்மால் கடந்த காலத்தை மிகச் சரியாய்ப் படித்தறிய முடியும் என்பதையும் அவர் மெய்ப்பித்தார்.

இம்மண்ணுலகின் தொல் வரலாற்றை மிகத் துல்லியமாய்க் கணித்தறிவதற்கு ஆக்கமானதும் இன்றியமையாததுமான கருவியாய் இன்று அறிவியல் விளங்குகின்றது. இதற்கென்று இருபதாம் நூற்றாண்டில் வெகு நுட்பமான காலக்கணிப்பு வழி முறைகள் வந்துவிட்டன. பல்வேறு பொருள்களின் காலத்தைக் கணிப்பதற்கென்று கிட்டத்தட்டப் பத்தொன்பது முறைகள் இப்போது (1995) உள்ளன.

''இம்மண்ணுலகம் பற்றிய (வளர்ச்சிக்) கொள்கையை இம்மண்ணுலகிலேயே இவ்வாறு கண்டு கொண்டோம்'' என்று பலதுறை விற்பன்னராயும் தொல்லியல் துறையில் முன்னோடியாயும் விளங்கிய குவியர் பெருமிதம் கொண்டதில் வியப்பில்லை.

மண்ணுலகைப் புரிந்துகொள்ள வேண்டுமாயின், மனிதன் மண்ணை ஆராய வேண்டும். அதைப்போல் ஆர்வமூட்டுவதோ, வியப்பூட்டுவதோ வேறெதுவும் இருக்க முடியாது.

3. இராமநாதபுரம் உள்பகையால் கம்பெனி வசமாதல்

பண்டைச் சேதுபதிகளின் குலவழி பதினாறாம் நூற்றாண்டின் கடைசியில் முற்றுப் பெற்றது. சேதுபதிகளின் உறவினரான சடைக்கத் தேவர் 1604 முதல் புதிய மரபின் முதல் மன்னரானார். (இ.ச.க.தொகுதி-1) இக்குடியினரில் தன்னாட்சி செலுத்திய கிழவன் சேதுபதிக்கு(1631-1710; ஆ. கா. 1674 – 1710) இணையான மன்னர் இக்குலத்தில் இவருக்கு முன்னரும் இருந்திலர்; பின்னரும் இருந்திலர்; இக்குடியினர் உள்பகையினால் சிதறுண்டு அல்லலுறும் வரலாறு இக்களஞ்சிய வரிசையில் ஆங்காங்கே சொல்லப்படுகின்றது.

இக்காலத்தில் சேதுபதியாயிருந்த முத்துராமலிங்கத் தேவர் சிவகங்கை இளவரசி வேலாச்சியை மணக்க விரும்பினார். அது நடவாமற் போகவே அவர் சிவகங்கையைப்

பகைத்துக் கொண்டார். சேதுபதி முத்துராமலிங்கம் தொண்டியிலிருந்து திருநெல்வேலி சென்ற சாலையை அடைத்து விட்டார். அதனால் சிவகங்கை நாடு பார்த்திபனூரில் வாங்கி வந்த சுங்கத் தீர்வையைப் பெறமுடியாமற் போனது.

சிவகங்கை அமைச்சரான சின்ன மருது இதற்கு எதிரடி தரவேண்டுமென்று, தன் நாட்டிலிருந்து சேது நாட்டினுள் பாய்ந்த ஓர் ஓடையை மறித்து, அதை வேறுபக்கம் திருப்பி விட்டார். ஆதலால் இரு நாடுகளுக்குமிடையே பகைமூண்டு, இருதரப்பினரும் கொலையிலும் கொள்ளையிலும் ஈடுபட்டனர். பாளையக்காரர்கள் இச்சண்டையில் எவரேனும் ஒருவர் பக்கம் வெளிப்படையாகவோ, மறைமுகமாகவோ சேர்ந்து கொண்டதால் சச்சரவு பல இடங்களுக்குப் பரவியது.

மறவர் நாட்டின் இப்பகுதிகள் ஆர்க்காட்டு நவாபிற்கு உரியனவாதலால், கிழக்கிந்தியக் கம்பெனி இந்தப் பூசல் குறித்து எந்த நடவடிக்கையும் எடுக்காதிருந்தது.

மறவர் நாட்டுச் சண்டை பேசியனூர், பரமக்குடி, அனந்தூர் என்று பல ஊர்களுக்கு விரிந்தது. இராமநாதபுரத்தார் சிவகங்கைச் சீமையில் 150 ஊர்களுக்குத் தீ வைத்தனர். மருதிருவர் பரமக்குடியில் ஆளேயில்லாமல் துடைத்தெடுத்து விட்டனர். இருதரப்பினரும் சண்டையை நிறுத்த வேண்டுமென்று பாளையக்காரரிடம் கப்பம் தண்டிவந்த கம்பெனி அலுவலரான லேண்டன் சொன்னார். இச்சண்டைக்குக் காரணமான சாலை அடைப்பைச் சேதுபதி திறக்க வேண்டும்; மருதிருவர் மறித்த ஓடையை வெட்டிவிட வேண்டும் என்றும் லேண்டன் சொன்னார்.

இதற்குச் சின்ன மறவர் நாட்டினரான சிவகங்கையின் மருதிருவர் ஒப்பினர். பெரிய மறவர் நாட்டு அரசரான முத்துராமலிங்கம் காலங் கடத்தினார். அதன்பிறகு நவாபு சேதுபதியை எச்சரித்தார். அதனால் இராமநாதபுரத்துப் படை போரிலிருந்து விலகிற்று.

லேண்டனையடுத்துப் பௌனி என்றவர் மாவட்டத் தலைவராய் வந்தார். அவர் விளக்கம் கேட்பதற்காகச் சேதுபதியை அழைத்தார். ஆனால் சேதுபதி வர மறுத்து விட்டார். இதனால் கம்பெனிக்கும் இராமநாதபுரத்திற்குமிடைய மனக்கசப்பு ஏற்பட்டது.

தென் மாவட்டங்களில் 1794 ஆம் ஆண்டு பஞ்சம் வந்தது. சேதுச் சீமை மக்கள் தவச தானியங்களைத் தாராளமாய் இறக்குவதற்குச் சேதுபதி இசைய வேண்டுமென்று பௌனி கேட்டுக் கொண்டார். ஆனால் சேதுபதி அந்த இறக்குமதிக்குத் தீர்வை வாங்கினார்.

இது இவ்வாறிருக்க, தன் சகோதரரான சேதுபதி முத்துராமலிங்கம் தன்னைக் கொடுமைப்படுத்துகின்றார்; மக்களைத் துன்புறுத்துகின்றார்; நாட்டை வறிய நிலைக்குள்ளாக்குகின்றார் என்றெல்லாம் மங்களேசுவரி நாச்சியார் 1794 ஆகஸ்டில் கம்பெனி ஆட்சி மன்றக் குழுவிடம் முறையிட்டார். மங்களேசுவரி நாச்சியாரின் தாயார் முத்து ராமலிங்கத்தின் தந்தையான விசயரகுநாதத் தேவரை மணந்ததற்கு முன்னர் வேறொருவருக்குப் பெற்ற பிள்ளையே மங்களேசுவரி நாச்சியார் என்று சேதுபதி, கம்பெனி ஆட்சி மன்றக் குழுவின் தலைவரான ஆளுநர் ஹோபாட்டிடம் தெரிவித்தார். ஆனால் மங்களேசுவரி நாச்சியாரோ, தான் முத்துராமலிங்கத்தின் உடன் பிறந்தவர் என்று கூறினார்.

மங்களேசுவரி நாச்சியார் சேதுபதி மீது கூறிய குற்றச்சாட்டுகள் தனிநல நாட்டமுடையவரின் கூற்றுப்போல் தோன்றிற்று. இந்நேரத்தில் ஆர்க்காட்டு நவாபு

முகமதலியும், முத்துராமலிங்கம் கொடூரமானவர்; இரக்கமின்றி மக்களின் உயிர்களை வாங்குபவர்; சர்க்காரை (ஆர்க்காட்டாரை) மதிப்பதே இல்லை என்றெல்லாம் கம்பெனியிடம் குற்றச்சாட்டுகளை அடுக்கிக் கொண்டே போனார். சேதுச் சீமையைக் கவர்ந்து விட வேண்டும் என்ற துடிப்பு அவருக்கு இருந்தது. கம்பெனியும் அவருக்கு ஆதரவாய்ப் படை கொண்டு நடவடிக்கை எடுப்பது என்று முடிவு செய்தது.

சேதுபதி இதை எதிர்பார்த்து எச்சரிக்கையடையுமுன்னரே, மேஜர் ஸ்டீபன்சனின் தலைமையில் ஒரு படை 1795 பிப்ரவரியில் இராமநாதபுரத்தை நோக்கிப் புறப்பட்டது. அவர் மே 8 அன்று இராமநாதபுரக் கோட்டையைப் பிடித்தார். அவர் சேதுபதியைப் பதவியிலிருந்து இறக்கிச் சிறை செய்து திருச்சிராப்பள்ளிக்கு அனுப்பி விட்டார்.

ஆதலால் 1795 மே மாதத்திலிருந்து இராமநாதபுரம் பிரிட்டீசு ஆட்சியின் கீழ் வந்தது. கம்பெனியின் ஆட்சி மன்றக்குழு சேதுபதியின் செலவிற்கென்று மாதம் ஆயிரம் ரூபாய் கொடுத்தது. இராமநாதபுரத்தில் 1803 வரை பிரிட்டீசு ஆட்சி நடந்தது.

4. இலங்கையில் ஐரோப்பியர்

சிறு வரலாறு

இக்கட்டுரை இலங்கைக்கும் போர்த்துக்கீசியர், டச்சுக்காரர், பிரிட்டீசார் என்ற ஐரோப்பிய நாட்டினருக்கும் பதினாறாம் நூற்றாண்டின் தொடக்கத்திலிருந்து (1505 முதல்) 1948 வரை இருந்து வந்த தொடர்புகளைச் சுருக்கமாய்க் கூற முற்படுகிறது.

பிரிட்டன் 1782 இல் திரிகோண மலையைப் பிரஞ்சுக்காரரிடமிருந்து பிடித்து டச்சுக்காரரிடம் தந்துவிட்டபிறகு பன்னிரண்டாண்டுக் காலம் இலங்கைப் பக்கம் திரும்பவேயில்லை.

பிரான்ஸ் 1793 -ஆம் ஆண்டு பிரிட்டன் மீது போர் தொடுத்தது. அதற்கடுத்த ஆண்டு ஆலந்தின் மீது படையெடுத்து அங்கு தன் மேலாண்மையை நிறுவியது. ஆலந்தின் ஆரஞ்சு இளவரசர் பிரிட்டனில் புகலடைந்தார். இலங்கையிலுள்ள டச்சு ஆளுநர் பிரிட்டீசாருடன் ஒத்துழைக்க வேண்டுமென்று ஆரஞ்சு இளவரசர் கட்டளை பிறப்பித்தார்.

டச்சு ஆளுநர் இளவரசரின் விருப்பத்தை மதித்து நடப்பார் என்று தான் முதலில் தோன்றிற்று. ஆனால் தாய்நாட்டில் ஏற்பட்ட ஆட்சி மாற்றத்திற்குப் பொதுவான ஆதரவு அங்கு இருந்தது என்பது இலங்கையிலிருந்த டச்சுக்காரருக்குத் தெரிந்திருந்தமையால், அவர்கள் இளவரசரை மதியாது தம் விருப்பம் போல் நடந்து கொண்டனர். ஆதலால் அவர்கள் ஆங்கிலேயரை எதிர்ப்பது என்று முடிவு செய்தனர். ஆங்கிலேயரும் தம் வலிமையையெல்லாம் செலுத்தி 1795 ஆகஸ்டில் திரிகோணமலையையும் (திரிகோணமலை:'இ.ச.க.தொகுதி-7) செப்டம்பரில் யாழ்ப்பாணத்தையும் கைப்பற்றினர். இதற்கடுத்த ஆண்டு பிப்ரவரியில் கொழும்பும் அவர்களிடம் விழுந்தது.

டச்சுக்காரர் வசமிருந்த பகுதிகளைப் பிரஞ்சுக்காரர் பிடித்து விடக்கூடாது என்பதற்காகக் கிழக்கிந்தியக் கம்பெனி இந்தியத்திலிருந்த டச்சுக்காரர் இருப்பிடங்களை 1795 ஆம் ஆண்டில் கைப்பற்றி விட்டது.

இலங்கையில் அயலார் ஆதிக்கம்

போர்த்துக்கீசர் இந்தியத்தில் நுழைந்ததற்கு ஏழாண்டுகளுக்குப் பிறகு 1505 ஆம் ஆண்டு இலங்கையில் காலூன்றினார் எனினும் இலங்கை வெகு தொன்மையான காலத்திலிருந்து அறியப்பட்டு வரும் தீவாகும். அது 1505 ஆம் ஆண்டு போர்த்துக்கீசருக்கு ஆள்பட்டு 1658 வரை 153 ஆண்டுகளும், அடுத்து 1658 தொட்டு டச்சுக்காரர் ஆளுகையிலும் கிட்டத்தட்ட மூன்று நூற்றாண்டுகள் சரியாய் 290 ஆண்டுகள் அயலாரிடம் கட்டுண்டு இருந்தது. பின்னர் அது ஆங்கிலேயரை வலியச் சென்று அழைத்து வந்து 1795 முதல் 1948 வரை மேலும் 153 ஆண்டுகள் அயலாரின் ஆளுகைக்கு உள்பட நேர்ந்தது. இலங்கை கிட்டத்தட்ட நாலரை நூற்றாண்டுக்காலம் அடிமைப் பட்டிருந்தது.

போர்த்துக்கீசர் ஆட்சி

வாஸ்கோடகாமா 1498 ஆம் ஆண்டு கோழிக்கோட்டினருகே கப்பாட்டு என்ற இடத்தில் கரையிறங்கியதிலிருந்து, போர்த்துக்கீசர் பெரிதும் மேற்குக்கரைப் பகுதி மீதே கவனம் செலுத்தினர். அவர்கள் கடைசியில் விஜயபுரி (பிஜப்பூர்) சுல்தானான யூசஃபு அதில் ஷாவிடமிருந்து (1490-1510) 1510 ஆம் ஆண்டு கவர்ந்த கோவாவைத் தலைமையகமாய்க் கொண்டு, இந்தியம் விடுதலை பெற்ற பின்னரும் நிலைத்து நின்று விட்டுத்தான் வெளியேறினார்.

போர்த்துக்கீசர் இந்தியரிடமிருந்து வலிந்து கைப்பற்றிய பகுதிகளில் நேர்மையான ஆட்சி நடைபெறவில்லை. அவர்கள் இந்தியத்தில் புகையிலை, தேயிலை, அன்னாசிப்பழம் போன்ற புதுப் பயிர்களை விளைவிக்க வழி வகுத்தனரெனினும், மதம் மாற்றுவதில் மிகுந்த வெறி கொண்டிருந்தனர். எனினும் அவர்கள் கிறித்தவக் கோட்பாடுகளை முறையாய் ஒழுகுவதில்லை. அவர்கள் இலங்கையிலும் அப்படித்தான் நடந்து கொண்டனர். பாப்பரசர் அவர்கள் சமயக் குறிக்கோள்களை நிறைவேற்ற வேண்டும்; புறச் சமயத்தவரின் நாடுகளைச் சமயப் பரப்பு என்ற உந்துதலோடு ஏசுநாதருக்காகக் கைப்பற்ற வேண்டும் என்றுதான் பதினைந்தாம் நூற்றாண்டின் பிற்பாதியில் அவர்களை அனுப்பி வைத்திருந்தார். (இ.ச.க.தொகுதி-4) ஆனால் போர்த்துக்கீசர் கிறித்தவத்தின் போதனைகளைக் கடைப்பிடியாது, தமக்கும் தம் நாட்டிற்கும் இழிவு தேடிக் கொண்டனர் என்று கற்றறிவாளரான கிறித்தவ அச்சன்மாரே கண்டித்தனர்.

ஏசு சபை அச்சன் ஒருவர் ஒரு சிங்களவரிடம் விவிலியத்தின் புதிய ஏற்பாட்டைப் படிக்கக் கொடுத்தார். அவர் சில மாதங்களுக்குப் பின்னர் புதிய ஏற்பாட்டைப் படித்துப் பார்த்து விட்டுத் திரும்பினார். வந்தவர் அச்சனே வாயடைத்துப் போகும்படி இப்படிக் கேட்டார்: ''ஏசுநாதர் எவரிடமிருந்தும் பணம் பறிக்கவில்லை. ஆனால் போர்த்துக்கீசக் கிறித்தவர் மட்டும் ஏன் பறிக்கின்றனர்?''

ஏசுசபையைச் சேர்ந்த இன்னோர் அச்சனான ஃபெர்னாவே தெ கியூரோஸ் இலங்கையில் போர்த்துக்கீசர் ஆட்சியின் பிற்பட்ட காலத்தைப் பற்றி எழுதினார் : ''நாம் நம்மை அடக்கியாளும் தலைவர்களாயிருப்பின் நாம் இந்தியத்தை அடக்கியாளும் தலைவர்களாயிருப்போம்''.

போர்த்துக்கீசர் 1505 ஆம் ஆண்டு தற்செயலாய் இலங்கைக்கு வந்தனர். அதன்பிறகு அவர்கள் கொழும்பில் சில அலுவலரை மட்டும் இருத்தி விட்டு, இனி நடக்கவிருக்கும்

வாணிபத்தை அவர்களை மேற்பார்வையிடும்படி செய்துவிட்டு இலங்கையினின்று நீங்கினர்.

போர்த்துக்கீசருக்கும் எகிப்தியருக்கும் சண்டை நடந்ததால் அவர்கள் எப்போதேனும் ஒருமுறை தான் இலங்கைக்கு வந்து சென்றனர். இருப்பினும் 1517 ஆம் ஆண்டு போர்த்துக்கீசக் கப்பல் தொகுதி ஒன்று கொழும்பில் வந்து நின்றது. அது தற்செயல் வருகையன்று; திட்டமிட்டு வந்த செயலாகும். அவர்கள் இங்ஙனம் வந்திறங்கித் தம் வலிமையைக் காட்டி அரசரையும் மக்களையும் அச்சுறுத்தியதுடன், இலங்கையில் நிலவிய உள் பகையையும் அரசுரிமைப் போட்டிகளையும் நல்வாய்ப்பாய்க் கொண்டு தம் ஆட்சியை நிலை நிறுத்தினர்.

போர்த்துக்கீசர் இங்ஙனம் இலங்கையில் தம் மேலாண்மையை நிலைநாட்டியதில் வெற்றி பெற்ற வேளையில், அவர்கள் கீழை நாடுகளில் எதிர்ப்பாரின்றி ஏகபோகமாய் வாணிபத்தில் ஈடுபட்டிருந்ததை நொறுக்கும் நோக்குடன் டச்சுக்காரர் 1597 இல் இந்தோனேசியத்தின் ஜாவாவில் ஒரு வாணிப மையத்தை நிறுவினர். அதற்கு ஐந்தாண்டுகளுக்குப் பிறகு டச்சுக் கப்பல்கள் இலங்கையின் கிழக்குக் கரையோரத்தில் காணப்பட்டன. அவர்கள் கண்டி சென்று சிங்கள மன்னரையும் கண்டனர். கண்டியரசர் போர்த்துக்கீசருடன் நடத்திவந்த போரில் தனக்கு எவர் உதவ முன்வந்தாலும், அவரை இரு கைநீட்டி வரவேற்றார்.

கண்டியருக்கும் போர்த்துக்கீசருக்குமிடையே நெடும் போர் நடந்து வந்தது. போர்த்துக்கீசரால் கண்டியரைத் தோற்கடிக்க முடியவில்லை. டச்சுக்காரர் இந்நேரத்தில், கண்டியருக்குப் போர் முயற்சியில் வழிகாட்டினர். அதனால் டச்சுக்காரருக்குப் பல உரிமைகள் வழங்கப்பட்டிருந்தன.

போர்த்துக்கீசர் நாட்டுப்படை வீரரில் 13,000 பேரை வைத்துக் கொண்டு ஊர்களையெல்லாம் அழித்தனர். போர்த்துக்கீசப்படை சுற்றி வளைக்கப்பட்டது; அது கிட்டத்தட்ட முற்றிலும் நிர் மூலமாக்கப்பட்டது. போர்த்துக்கீசப் படைத் தலைவரைச் சிறை செய்து கண்டி மன்னர் சேனாரட்டு (1604 – 1635) முன்னர் நிறுத்தினர். இதற்கு ஒரு மாதத்திற்குப் பிறகு கண்டிப்படை கொழும்பு நகரையடைந்து, அதை மூன்று மாதம் முற்றுகையிட்டது. போர்த்துக்கீசருக்கு உதவியாய்த் துணைப்படை வந்ததும் கண்டிப் படையினர் பின் வாங்கினர். அதற்கடுத்த ஆண்டு மேலும் உதவிப் படை இந்தியத்திலிருந்து இலங்கையை அடைந்தமையால், கண்டி மன்னர் சேனாரட்டு போர்த்துக்கீசருடன் சந்து செய்து கொள்ள முன்வந்தார். அவர் 1635 இல் இறந்ததும் அவரின் இள மகன் இராசசிங்கன் (1635 – 1687) என்ற பெயரில் பட்டத்திற்கு வந்தார்.

போர்த்துக்கீசர் விரைவிலேயே கண்டியருடன் போருக்கு வந்தனர். அவர்கள் போர் தொடுத்தது ஏன் என்று இராச சிங்கன் போர்த்துக்கீசரைக் கேட்டுச் செய்தியனுப்பினார். அவர் போர்த்துக்கீசருக்கு ஒழுங்காய்க் கப்பம் கட்டி வந்தார். அவ்வாறிருக்க என்ன காரணத்திற்காகப் போர்த்துக்கீசர் அவரைத் தாக்க வேண்டும்? ''இந்தச் சின்னக் கறுப்பர் அஞ்சிவிட்டார்'' என்று கண்டியரசரின் கடிதத்தைக் கண்டதும் போர்த்துக்கீச அலுவலர் ஒருவர் கூறினாராம்.

போர்த்துக்கீசர் 900 பேரடங்கிய ஒரு படையொடு கண்டி நோக்கிக் கிளம்பினர். இத்தனை பேரில் போர்த்துக்கீசர் எண்ணிக்கை 33 தான். ஏனையோர் கூலிப்படையினர். இராசசிங்கன் இப்போது டச்சுக்காரருடன் தொடர்பு கொண்டார். டச்சுக்காரர் மட்டக் களப்பில் ஒரு கோட்டை கட்டிக் கொள்ளலாம் என்று அரசர் இசைவு தந்தார். மன்னர் சிறிதளவு கருவாப்பட்டை தந்தால் அதற்கு மாற்றாய்ப் படைக்கலன்களைப் பெற்றுக் கொள்ளலாம் என்று டச்சுக்காரர் கூறினர். டச்சுக்காரருடன் ஓர் உடன்படிக்கை ஏற்பட்டது.

1795

டச்சுக்காரர் தன்னுடன் சேர்ந்து போரில் முனைந்து ஈடுபட வேண்டுமென்று கண்டி மன்னர் விரும்பினார். டச்சுக்காரர் தனக்குக் கடற்படை உதவியைத் தருவதாயின், தான் கொழும்பைத் தாக்குவதாய் மன்னர் கூறியதை டச்சுக்காரர் ஏற்றனர்.

இப்போது போர்த்துக்கீசரின் நிலை மிகவும் மோசமாயிற்று. அவர்கள் வசம் இருந்த மட்டக்களப்பு 1638 ஆம் ஆண்டிலும் திரிகோணமலை 1639 ஆம் ஆண்டிலும் நீர்க்கொழும்பு, காலி ஆகியன 1640 ஆம் ஆண்டிலும் பிடிபட்டன. இதற்கிடையில் இராசசிங்கன் டச்சுக்காரருடன் முறையான உடன்படிக்கை செய்து கொண்டார். அது போர்த்துக்கீசருக்கு எதிராய்க் கூட்டு நடவடிக்கை எடுப்பதற்கு வகை செய்தது. இலங்கையின் அயல் வாணிபத்தில் டச்சுக்காரருக்குத் தனியுரிமை தரப்பட்டது. இவ்வுடன்படிக்கையின் மூன்றாவது விதிதான், பிற்காலத்தில் பெருந்தொல்லை விளைய வழி வகுத்தது :

''கோட்டைகளில் ஏதேனும் ஒன்று பிடிபட்ட பிறகு, டச்சுக்காரர் அக்கோட்டைக்கு வேண்டிய காவல் படைகளையும் வெடிமருந்துகளையும் அளிக்க வேண்டும் ; அரண்களைக் கட்டி முடிப்பதற்கு ஏதேனும் வேண்டியிருந்தால், டச்சுக்காரர் கருதுகின்ற முறைப்படி, மேன்மை தங்கிய மன்னரின் செலவில் அது செய்து தரப்பட வேண்டும்.

டச்சுக்காரர் இங்ஙனம் போர்த்துக்கீசரை இலங்கையிலிருந்து வெளியேற்றிவிட்டு, 1795 வரை அங்கு 137 ஆண்டுகள் நிலைத்திருந்தனர்.

போர்த்துக்கீச ஆட்சியின் நன்மைகள், தீமைகள்

போர்த்துக்கீசர் இலங்கையின் வேளாண்மை வளர்ச்சிக்குதவினர். அவர்கள் புதிதாய் பல பயிர்களைக் கொண்டு வந்தனர். கருவாப்பட்டை, பாக்கு, மிளகு வேளாண்மையை ஊக்குவித்தனர்.

போர்த்துக்கீசரின் நீதி நிர்வாகம் செப்பமற்று இருந்தது. அவர்கள் கடுஞ்சோதனைகளைச் செய்து நீதி காண முயன்றனர். அவர்களின் படை வீரர்களிடையே கட்டுப்பாடு இல்லை. அவர்களின் பெயரை நிலைக்கச் செய்யும் ஒன்றே ஒன்றுதான் இலங்கையில் இன்றும் நிலவுகின்றது. அது பால்வினை நோயாகும் என்று பகைமை பாராட்டும் இலங்கை வரலாற்றாசிரியர் ஒருவர் கூறுகின்றார்.

டச்சுக்காரர் ஆட்சி

போர்த்துக்கீசருக்குப் பிறகு இலங்கையில் காலூன்ற வந்த டச்சுக்காரர், முன்னவரினும் பெரிதும் வேறுபட்டிருந்தனர்; மெத்தக் கவனத்துடன் நடந்து கொண்டனர். பொறுமையும் கடின உழைப்பும் உடையதாய் டச்சுக்காரரின் நிர்வாகம் இருந்தது.

இராசசிங்கனின் ஆட்சி மிகக் கடினமான போக்குடையதாயிருந்ததால், அவரின் பிரபுக்களிடையே மனக்கசப்பு ஏற்பட்டது. அதனால் *1664* ஆம் ஆண்டு ஒரு கிளர்ச்சி நடந்தது. இருநூற்றுக்குக் குறைந்த எண்ணிக்கையுடைய படைவீரர்கள் அரசர் இருந்த நகரினுள் நுழைந்தனர். அவர்களை எதிர்ப்பார் எவருமிலர். கிளர்ச்சிக்காரர்கள் மன்னருக்குத் தீங்கு செய்யலாகாது என்று அக்கறை காட்டியமையால், அவர் மலைகளுக்குள் தப்பிச் செல்வதற்கு இசைந்தனர். அதன்பிறகு வயதில் இளையவராயிருந்த இளவரசரை மன்னர் என்று பறைசாற்றினர்.

1795

ஆனால் கிளர்ச்சித் தலைவருள் ஒருவர் சிறிது காலத்தின் பின்னர் இராசசிங்கனுடன் சேர்ந்து விட்டார். அதனால் மன்னர் திரும்பி வந்து எளிதில் ஆட்சியைக் கைப்பற்றி விட்டார். மன்னர் கிளர்ச்சித் தலைவர்களிடம் இரக்கமின்றி நடந்து கொண்டார். சிலரைக் கொன்றார். இன்னுஞ் சிலரைச் சிறையிலடைத்தார். தன் மகன் தனக்கு எதிரியாவான் என்று நினைத்து அவனுக்கு நஞ்சூட்டிக் கொன்றார்.

டச்சுக்காரருக்கு இந்த உள்நாட்டுக் குழப்பம் நல்வாய்ப்பாயிற்று; அவர்கள் *1665* இல் மட்டக்களப்பையும் *1667* இல் கல்பிட்டியையும் *1668* இல் கோட்டியாவையும் கைப்பற்றிக் கொண்டனர். இராசசிங்கன் இக்காலத்தில் பிரஞ்சு, பிரிட்டீசுக் கிழக்கிந்தியக் கம்பெனிகளுடன் தொடர்பு கொண்டு டச்சுக்காரரைக் கவலை கொள்ளுமாறு செய்தார்.

சிங்களப் படையினர் டச்சுப் பகுதிகளைப் பிடித்தனரெனினும் டச்சுக்காரர் பொறுமையாயிருந்தனர். இராசசிங்கனை ஆற்றுப்படுத்தத் தொடர்ந்து முயன்று வந்தனர். இந்நிலையில் கண்டி மன்னர் *1687* இல் இறந்தார். அவரது வயது என்னவென்று தெரியவில்லை. அவர் ஐம்பத்தெட்டாண்டுகள் ஆட்சி செய்தார். அதனால் அவர் எண்பது வயதைத் தாண்டியவராயிருக்கலாம். இராசசிங்கனின் ஆட்சி கொடுங்கோலாட்சி, அவர் மனம் போன போக்கில் ஆண்டார்.

இராசசிங்கனின் மகன் விமலதர்ம சூரியன் *(1687 – 1707)* புதிதாய் ஆட்சிக்கு வந்தார். அவர் தந்தையிடமிருந்து பெரிதும் மாறுபட்டவர். டச்சுக்காரர் அவருக்கு

ஆண்டுதொறும் உதவிப் பணம் கொடுத்தனர். அவர்கள் விருப்பம் போல் வாணிபம் செய்யட்டுமென்று மன்னர் விட்டுவிட்டார்.

கண்டிப் பகுதியில் கருவாப்பட்டை இடையூறின்றிச் சேகரிக்கப்பட்டது. பாக்கு மரங்கள் செழித்து வளர்ந்தன. இலங்கையில் கடைசியாய் அமைதி குடிகொண்டது.

புதிய மன்னருக்குப் பதினேழு வயதுதான் இருக்கும். அவருக்கும் டச்சுக்காரருக்குமிடையே நல்லுறவு இருந்தது. மன்னரின் ஆலோசனைக் குழுவில் டச்சுக்காரர் ஒருவர் அமர்த்தப்பட்டிருந்தார். எனினும், டச்சுக்காரர் தொல்லையில் மாட்டிக்கொள்ள நேர்ந்தது. டச்சுக் கம்பெனி அலுவலர் தனிப்பட்ட வாணிபத்தில் ஈடுபட்டுப் பொதுக்கடமைகளைப் புறக்கணித்தனர். இதே தொல்லைதான் பிரிட்டீசுக் கம்பெனியிலும் ஏற்பட்டது. ஆனால் டச்சுக்காரரிடையே பெரிய அளவில் கள்ளக் கடத்தலும் ஊழலும் மலிந்திருந்தன.

இலங்கையில், 1702 முதல் 1706 வரை டச்சு ஆளுநராயிருந்த கர்னீலியஸ் ஜான் சைமன்ஸ் பொது ஊழியத்தில் ஒழுங்கு முறையை உண்டாக்கவும், ஊக்கத்தை ஏற்படுத்தவும் மிக முயன்றார். எனினும், பழைய நிலைமை தொடர்ந்து நீடித்தது.

இளைஞரான பீட்ரஸ் உயிஸ்டு 1726 இல் டச்சு ஆளுநராய் இலங்கைக்கு வந்தார். அவர் வெறிபிடித்த கொடுஞ்செயலர். இவரது காலத்தில் போர்த்துக்கீசர் காலத்துக் கொடுமைகளை மிஞ்சும் அட்டூழியங்கள் நடந்தன. இறுதியில் அவரைத் தாயகத்திற்கு அழைத்துக் கொண்டனர். அங்கு அவர் மீது விசாரணை நடந்து முடிவில் தூக்கிலிடப்பட்டார்.

உயிஸ்டின் காலத்தில் டச்சுக்காரரின் பெயர் இலங்கையில் மிகவும் கெட்டது. இது போதாதென்று, அங்கு வெள்ளம், பஞ்சம், கொள்ளைநோய்கள் என்று பல இன்னல்களும் சேர்ந்து கொண்டன. இவை அனைத்தும் 1734 ஆம் ஆண்டில் உச்சத்தை எட்டின. கருவாப்பட்டை உரிப்பவர்கள் வேலையை நிறுத்தினர். அவர்களுக்கு ஏனைய இலங்கையர் ஆதரவு தந்தனர். இந்தக் கிளர்ச்சி பரவலானது. அதனால் டச்சுக்காரர் அதை வன்முறை கொண்டு அடக்க நேர்ந்தது. அவர்கள் இறுதியில் பெரும் பரிசுகளுடன் ஒரு தூதுக் குழுவைக் கண்டி மன்னரிடம் அனுப்பினர். அதன்பிறகு அமைதி ஏற்பட்டது.

மன்னர் 1739 இல் இறந்தார். இவர் தான் கண்டியில் இருந்து ஆண்ட கடைசிச் சிங்கள மன்னர். கண்டி அரசவையில் அவரையடுத்துப் பட்டத்திற்கு வருவது யார் என்பது குறித்துப் பூசல் உண்டானது. கடைசியாய் மன்னரின் விருப்பப்படி அவரின் மைத்துனர் கீர்த்தி சிறி இராசசிங்கன் (1747 – 1780) மன்னரானார். இறந்த மன்னர் மலபார்ப் பெண்ணொருத்தியை மணந்திருந்தார். அவரின் மைத்துனர் இப்போது மன்னரானார். இவர் சிங்களரல்லர். இவரின் மூன்று சகோதரியரும் இறந்து போன இராச சிங்கனின் மனைவியராயிருந்தனர். அவர் கண்டி அரியணையில் ஏறுவதற்கு இந்தத் தகுதியைத் தவிர வேறு உரிமை எதுவுமிலது.

கீர்த்தி சிறி அயலவராயிருந்த போதிலும் பௌத்தத்தில் பற்றுமிகக் கொண்டவர். அந்தக் காலத்தில் பௌத்தம் புத்துயிர் பெற்றது. அவர் பல கோயில்களைச் செப்பனிட்டார். பர்மாவிற்கும் (இன்று மியன்மார்) சயாமிற்கும் (தாய்லாந்து) தூதுக் குழுக்களை அனுப்பினார். புனிதக் கோயில்களுக்கு யாத்திரை சென்றார். டச்சுக்காரரால் கீர்த்தி சிறியுடன் இணக்கமான உறவை நீடிப்பது கடினமாயிருந்தது.

மன்னரின் மலையாளத்து உறவினர்கள் பெரிய அளவில் கடத்தலில் ஈடுபட்டனர். கருவாப்பட்டை அனுப்புபவர்கள் தொடர்ந்து வேலையை நிறுத்தி வந்தனர். டச்சுப் பகுதிகள் கைப்பற்றப்பட்டன. அவர்களின் கோட்டைகள் அழிக்கப்பட்டன. டச்சுக்காரர் தம் குறைகளை எடுத்துக்கூற மன்னரிடம் சென்ற தூதுவர்களுக்குக் கசையடி தரப்பட்டது. இரு தரப்பிலும் தவறுகள் இருந்தன. மன்னருக்கும் டச்சுக்காரருக்குமிடையே நல்லெண்ணம் ஏற்பட வழியில்லாமல் போனது.

இந்நிலையில் 1760 ஆம் ஆண்டில் ஒரு கிளர்ச்சி உண்டானது. டச்சுக்காரர் என்ன செய்வதென்றறியாது திகைத்தனர். கீர்த்தி சிறி கிளர்ச்சிக்காரர்களை வெளிப்படையாய் ஆதரித்தார். டச்சுக்காரருக்கு இந்தியத்திலிருந்து ஆதரவுப் படை வந்தது. அவர்கள் 1765 ஆம் ஆண்டில் மன்னரின் கோ நகரைப் பிடித்து விட்டனர். எனினும் கண்டியை வெற்றி கொள்வதற்கு அவர்களால் முடியவில்லை என்று கூறப்படுகின்றது.

டச்சுக்காரர் பின்னர் மன்னருக்குக் கப்பம் அனுப்பினர். மன்னரும் டச்சுக்காரரை மன்னித்து 1766 ஆம் ஆண்டு அவர்களுடன் ஓர் உடன்படிக்கை செய்து கொண்டார். டச்சுக்காரரிடம் முன்பு இருந்து வந்த பகுதிகள், அவர்களுக்குத் திருப்பித் தரப்பட்டன.

இவ்வாறு டச்சுக்காரர் 1658 தொடங்கி 1795 வரை 137 ஆண்டுகள் இருந்த பின்னர், பிரிட்டீசாருக்கு வழிவிட்டனர்.

1795

டச்சுக்காரர் காப்பி அறிமுகம்

டச்சுக்காரர் காலூன்றிய அயல்நாடுகளில் அவற்றின் வளத்தைப் பெருக்கித் தாம் ஆதாயமடைய வேண்டுமென்பதில் தனி அக்கறை காட்டி வந்தனர். அவர்கள் இலங்கைக்குச் சில காப்பிச் செடிகளைக் கொண்டு வந்து நட்டனர். ஐரோப்பியத்தின் ஆலந்தைச் சேர்ந்த ஒல்லாந்தர் என்ற டச்சுக்காரர் பதினேழாம் நூற்றாண்டின் பிற்பகுதியில் கிழக்கத்தி வெப்பமண்டலப் பகுதிகளில் பெரிய தோட்டக்காரர் களாயினர். அவர்கள் காப்பியை இந்தோனேசியத்தின் ஜாவாவிலும் சுமத்திராவிலும் பயிரிட்டனர். இலங்கையிலும் அவர்களே காப்பியை விளைவித்தனர்.

டச்சுக்காரர் 1795 இல் இலங்கையை விட்டு வெளியேறவும் ஆங்கிலேயரின் மேலாண்மை அங்கு இந்த ஆண்டு முதல் தொடங்குகின்றது. ஆங்கிலேயர் ஐரோப்பியத்தில் நெப்போலியனை வீழ்த்துவதிலேயே கண்ணுங் கருத்துமாயிருந்தனர்.

ஆதலால் அவர்கள் கீழையுலகில் டச்சுக்காரரிடமிருந்து கைப்பற்றிய பகுதிகளில் போட்டிருந்த காப்பித் தோட்டங்களைக் கவனிப்பதற்கு ஆளோ, பொருள் வசதியோ அவர்களிடம் இருக்கவில்லை. ஆதலால் இலங்கையிலும் பழைய காப்பித் தோட்டங்கள் மெல்ல மெல்ல மறையலாயின. அங்கெல்லாம் காடுகள் விரிந்து தோட்டங்களை விழுங்கி விட்டன.

டச்சுக்காரர்கள் இக்காலக்கட்டத்தில் பிரான்சிடம் அடிமைப்பட்டுக் கீழையுலகில் பிரிட்டீசாரிடம் தம் குடியேற்றங்களையெல்லாம் இழந்த போதிலும், நெப்போலியன் போர்கள் (1799-1815) வரையிலும், அவர்களின் தலைநகரான ஆம்ஸ்டர்டாம் தான் உலகின் பணச் சந்தையாயிருந்து வந்தது என்பது குறிப்பிடத்தக்கது.

1795

வரலாற்றுப் புள்ளிகள்

1. மறைந்த தமிழ் நூல்கள்

தமிழில் இயற்றப்பட்ட பல நூல்கள் காலத்தாலும் கவனமின்மையாலும் அழிந்துபோயின. பதினெட்டாம் நூற்றாண்டின் கடைசிப் பகுதியான இந்தக் காலத்தில் எழுந்த நூல்களும் அழிந்தன என்பது சிந்தித்தற்குரிய செய்தியாகும். கூரிய எழுத்தாணி கொண்டு பனையோலைகளில் எழுதப் பெற்ற ஏட்டுச் சுவடிகள் இருபதாம் நூற்றாண்டின் தொடக்கம் வரையிலும் வழக்கிலிருந்தன. இத்தகைய ஏடுகள் எளிதில் சிதைந்து அழிந்தன. இந்தியத்தில், குறிப்பாய்த் தமிழ் வழங்கும் நாட்டில் அச்சுக்கலை தோன்றிக் கிட்டத்தட்ட இருநூறாண்டுகளுக்கு மேலாகியிருந்தது. தாள் பதின்மூன்றாம் நூற்றாண்டிலேயே இந்தியத்திற்கு வந்து விட்டது.

எனினும் பத்தொன்பதாம் நூற்றாண்டு வரையிலும் அச்சுத் தொழில் முற்றிலும் சமயப் பரப்பியரின் கையிலும் ஐரோப்பியரிடமுமே இருந்து வந்தது. அச்சுக்கலை மீது கற்றறிந்த மேல் வகுப்பினர் வெகு காலம் கழித்தே அக்கறை செலுத்தினர். மேலும் அதன்மேல் ஆர்வம் காட்டுமளவிற்கு இந்தியத்தில் படிப்பறிவு இல்லாததும், இந்தியரின் பங்கு அச்சுக்கலைக்குக் கிடைக்காமற் போனமைக்கு ஒரு காரணமாகும்.

சமயப் பரப்பியர் தம் சமயத் தொடர்பான செய்திகளை அச்சாக்குவதில் ஈடுபட்டடனரேயன்றி, வேறுதுறை சார்ந்த நூல்கள் மீது ஆர்வங் கொண்டாரிலர் என்று தோன்றுகின்றது. சமயப் பரப்பியான வீரமா முனிவர் (1680 – 1746) 1732 இல் தமிழில் சதுரகராதியைத் தொகுத்தார். எனினும் அதற்கு 87 ஆண்டுகளுக்குப் பிறகுதான் 1819 இல் சதுரகராதியின் ஒருபகுதியான பொருளகராதியை மட்டும் கிழக்கிந்தியக் கம்பெனி அச்சிட்டது என்பதும் இது தொடர்பாய் எண்ணத் தக்கதாகும்.

இதைவிடச் சிறப்பாய்க் குறிக்கத்தக்க காரணமும் ஒன்றுள்ளது; இந்தியத்தில் குறிப்பாய் அச்சுக்கலை முகிழ்த்து வளர்ந்த தமிழகத்தில் பல நூற்றாண்டுகளாய் நல்ல இலக்கியம் எதுவும் தோன்றவில்லை. வாழ்ந்து கொண்டிருந்த வெகு பழமையான தமிழ் நூல்களும் கற்றறிருந்தோரிடம் மனப்பாடமாயும் கவிராயர் வீட்டுப் பரணைகளில் கரையான்களுக்கு உணவாயும் இருந்து வந்தன. இவர்களில் எவரும் மாறிவரும் காலத்தை உணரவோ, அதை எதிர்கொண்டு அழைக்கவோ அறியாதவர்களாயிருந்தனர்.

காரைக் குறவஞ்சி

இந்நிலையில் 1795 ஆம் ஆண்டு வாழ்ந்திருந்த சுப்பய்யர் என்றவர் இயற்றிய காரைக்குறவஞ்சி என்ற தமிழ் நூல் மறைந்தது. இவர் யாழ்ப்பாணத்துக் காரைத் தீவில் வாழ்ந்தவர்; தமிழ், தெலுங்கு, வட மொழிகளைக் கற்றவர்.

குருச்சேத்திர நாடகம்

சுப்பய்யர் வாழ்ந்த யாழ்ப்பாணத்துக்குக் காரைத் தீவில் முருகேசய்யர் (1774 – 1830) என்று இன்னொரு புலவர் இருந்தார். அவர் குருச்சேத்திர நாடகம் என்ற நூலை

எழுதியிருந்தார். இந்நூலும் மறைந்தது. இவர் தமிழ், வடமொழி இரண்டிலும் விற்பன்னர்.

சோம கேசரி நாடகம்

மாப்பாண முதலியார் (1777 – 1827) என்ற புலவரும் யாழ்ப்பாணத்தவரே. அவர் தென்மராட்சிப் பகுதியைச் சேர்ந்த மட்டுவார் என்ற சிற்றூரில் பிறந்தவர். தென் மராட்சியில் மணியக்காரராய்ப் பணிபுரிந்தவர். தமிழ், ஆங்கிலம், வடமொழி கற்றவர். அவர் இக்காலத்தில் சோம கேசரி என்ற நூலை எழுதியிருந்தார். இதுவும் மறைந்தது.

2. போடிநாயக்கனூர்

மதுரை நாயக்கராட்சியைத் தோற்றுவித்த விசுவநாத நாயக்கன் காலத்தில் (1547 – 1564) தமிழ் நாட்டில் உண்டாக்கப்பட்ட 72 பாளையங்களுள் போடிநாயக்கனூரும் ஒன்றாகும். இக்குறு நிலத்தின் பரப்பு 19,698 சதுர மைல். போடி நாயக்கனூர்ப் பாளையக்காரர்களின் முன்னோர் ஆந்திரத்திலுள்ள குத்தி என்ற இடத்திலிருந்து வந்தனர். (குத்தி : இ.ச.க.தொகுதி-8)

மதுரை மாவட்டத்திலுள்ள போடி நாயக்கனூரும் பதினெட்டாம் நூற்றாண்டில் பல களங்களைக் கண்டது. ஐதரலியின் தென் தமிழ் நாட்டு வெற்றிப் பட்டியலில் 1766 ஆம் ஆண்டு இடம் பெற்றது. அது சிறிது காலம் அரைகுறைத் தன்னுரிமையுடைய குறுநிலமாயிருந்தது. பின்னர் திப்பு சுல்தான் அதைக் கைப்பற்றினார். திருவிதாங்கூர் மன்னரும் படைகொண்டு வந்து போடி நாயக்கனூரைத் தாக்கினார். போடி நாயக்கனூர், அதன் ஆண்டைக்கு 1793 ஆம் ஆண்டில் மீண்டும் கிடைத்தது.

கிழக்கிந்தியக் கம்பெனி நிலவுடைமை உரிமையை நிலையாய்த் தீர்க்கும் (Permenant settlement) நில அளவைப் பணிக்கு என்று 1795 ஆம் ஆண்டில் போடி நாயக்கனூருக்கு அலுவலர்களை அனுப்பிற்று. போடி நாயக்கனூர் ஆண்டை (சமிந்தார்) அதை எதிர்த்து, அளவைக்கு வந்த ஆள்களை நோக்கித் துப்பாக்கியால் சுடச் செய்தார்.

எனினும் அப்போது மதுரை மாவட்டத்தில் நில அளவை செய்து நிலவுடைமை உரிமை தீர்க்கப்பட்ட இருபத்து நான்கு பாளையங்களுள், போடி நாயக்கனூரும் ஒன்றானது.

போடி நாயக்கனூர் ஒரு பள்ளத்தாக்கில் அமைந்துள்ளது. அது பழனி மலைகளுக்கும் திருவிதாங்கூர் மலைகளுக்கும் இடையிலுள்ளது. அங்கு தேனி ஆறு பாய்கின்றது. இக்குறுநிலம் கிஸ்தி என்ற கப்பமாய் ஆண்டில் 15, 347 ரூபாயைக் கம்பெனிக்குச் செலுத்தியது.

தேனிக்கு அருகிலுள்ள போடிநாயக்கனூர் மலைத் தொடருக்கு ஏலமலை என்ற பெயரும் உண்டு. அங்கு ஏலக்காய் பெருகி விளைகின்றது. அந்த ஏலத்தோட்டங்களிலிருந்து ஓடி வரும் கொட்டகுடி ஆறு தேனியை ஊடுருவிப் பாய்ந்து தேனியாறு எனப் பெயர் பெறுகின்றது.

3. சென்னையில் பத்திரிகைத் தணிக்கை

சென்னையிலிருந்து 1795 ஆம் ஆண்டில் இரண்டு இதழ்கள் வெளிவந்தன. ஆர்.வில்லியம்ஸ் என்றவரின் நிர்வாகத்தில் ''தி வீக்லி மதராஸ் கெசட்டு'' 1795

ஜனவரியில் வெளிவந்தது. இதற்குப் பத்தாண்டுகளுக்கு முன்னர் (12.10.1785) சென்னையில் தொடங்கப்பெற்ற ''தி மதராஸ் கூரியர்'' (இ.ச.க.தொகுதி-8) இதழின் முதலாளிகளான ஆங்கிலேயர், புதிதாகச் சென்னையிலிருந்து இதழ்கள் வெளிவருவதற்கு அரசிடம் எதிர்ப்புத் தெரிவித்தனர். அரசு இந்த எதிர்ப்பைப் பொருள்படுத்தாது, இரு இதழ்களுக்கும் தன் அச்சு வேலைகளைப் பகிர்ந்து கொடுத்தது.

தி இந்திய ஹெரால்டு

சென்னையிலிருந்து மூன்றாவதாய் 1795 ஏப்ரல் 2 அன்று ''தி இந்திய ஹெரால்டு'' என்ற இதழ் வெளி வந்தது. இது அரசின் ஒப்புதல் பெறாது வெளிவந்தது. இதை நடத்திய ஹம்ஃபிரிஸ் என்றவருக்குக் கம்பெனிப் பகுதிக்குள் வாழும் உரிமம் இல்லை.

அவர் அரசை அணுகிச் சென்னையிலிருந்து ஓர் இதழை வெளியிடுவதற்கு இசைவு வேண்டுமென்று 1794 செப்டம்பரில் விண்ணப்பித்திருந்தார். அது ஏற்கப்படவில்லை. அதனால் அவர் சட்டத்திற்குப் புறம்பாய் இந்த இதழை வெளியிட நேர்ந்தது.

இந்த இதழில் வீண்பழியான செய்திகள் வெளியிடப்பட்டன என்று குற்றஞ்சாட்டப் பெற்றதனால், இதன் ஆசிரியரைச் சிறைப்படுத்துவதென்று அரசு முடிவெடுத்தது. அவரைச் சிறை செய்து கப்பலேற்றிய போதிலும், அவர் தப்பிவிட்டார்.

சென்னையில் தணிக்கை

சென்னையில் 1795 டிசம்பர் 12 அன்று பத்திரிகைத் தணிக்கை கொண்டு வரப்பட்டது. அரசின் பொது ஆணைகளைத் ''தி மதராஸ் கூரியர்'' வெளியிடுமுன்னர் அரசின் போர்த்துறைச் செயலாளரின் பார்வைக்கு அனுப்ப வேண்டுமென்று கட்டளையிடப்பட்டது.

இதழ்களனைத்தும் வெளியிடப்படுமுன்னர் அவற்றை அரசின் பார்வைக்கு அனுப்பி வைக்க வேண்டுமென்று இதற்கு நான்காண்டுகள் கழித்து 1799 ஜூன் 29 அன்று ஆணை பிறப்பிக்கப்பட்டது.

கிழக்கிந்தியக் கம்பெனி ஆட்சியாளர்கள் இந்தியத்தில் 1780 ஆம் ஆண்டு வெளிவந்த முதல் செய்தி இதழிலிருந்து, இதழ்களின் மேல் மனக்கசப்புக் கொண்டிருந்தனர். ஜேம்ஸ் ஹிக்கியின் அந்த முதல் இதழ் தலைமை ஆளுநர் வாரன் ஹேஸ்டிங்சுடன் மோதியது. கம்பெனியார் பொதுவாய்ச் செய்தியிதழ்கள் மீது நல்லெண்ணம் கொண்டிருக்கவில்லை. அதனால் தான் இதழியல் துறை தோன்றிய முதல் இருபதாண்டுகளுக்குள், அவை ஐரோப்பியரின் கைகளில் இருந்த போதிலும், அவற்றுக்கு அப்போதே கடிவாளம் போடத் தொடங்கி விட்டனர்.

4. திருவிதாங்கூர் - கம்பெனி உடன்படிக்கை

பிரிட்டீசார் திருவிதாங்கூருடன் 1795 இல் ''உடனுக்குடன் உதவும் நட்புறவு உடன்படிக்கை'' (Treaty of Subsidiary Alliance) ஒன்றைச் செய்து கொண்டனர். இதுவே அவர்கள் திருவிதாங்கூரில் காலூன்றுவதற்கு வழி வகுத்தது.

5. மைசூர் அரியணைக்குப் பொம்மை அரசர் இல்லை

மைசூர் அரியணையில் வெறும் பொம்மையாய் இருந்து வந்த சாமராச உடையார்

1795 இல் இறந்தார். இனிமேல் மைசூரில் பொம்மை அரசரை அமர்த்துவதில்லை என்று திப்பு சுல்தான் முடிவெடுத்தார்.

6. இந்தியத்தில் அஞ்சல் பணி நடந்த விதம்

பதினெட்டாம் நூற்றாண்டு இந்தியத்தில் அஞ்சல் போக்குவரவு எப்படி நடந்தது? இராபட்டு கிளைவு (*1725 – 1774*) *1766*இல் ஓர் அஞ்சல் பணியைக் கொண்டு வந்தார். அது கம்பெனியின் பணிக்கே பயன்பட்டது. வாரன் ஹேஸ்டிங்சின் ஆட்சி நடந்த காலம் வரையிலும் (*1774 – 1785*) பொது மக்களுக்கு அந்த அஞ்சல் பணி பயன்படவில்லை.

அஞ்சல் பணிக்கென்று *1774* ஆம் ஆண்டில் ஒரு துறை அமைக்கப்பட்டதெனினும், அதைப் பொது ஊழியம் என்று கொள்ள முடியாது. அஞ்சலோடிகளை அமர்த்திப் பெரிய நகரங்களுக்கு இடையில் மட்டுமே அந்த ஊழியம் நடந்தது. ஆங்காங்கேயிருந்த பெரிய நிலக்கிழார்கள் மாவட்டங்களின் அஞ்சல் பணியைக் கவனித்துக் கொள்ள வேண்டும்.

அஞ்சலோடிகளின் தோளில் அஞ்சல் பை தொங்கும்; கையில் வேல் வைத்திருப்பர்; காலில் சலங்கை கட்டியிருப்பர்.

பின்னர் *1786, 1787* ஆகிய ஆண்டுகளில் முறையே சென்னையிலும் பம்பாயிலும் தலைமை அஞ்சல் நிலையங்கள் ஏற்பட்டன. (இ.ச.க.தொகுதி-9)

இக்கால கட்டத்தில் இந்தியத்திற்கும் இங்கிலாந்திற்கும் கடல் வழியே கப்பல்களில் அஞ்சல் போக்குவரவு நடந்தது. பாய்மரக் கப்பல்கள் நன்னம்பிக்கை முனையைச் சுற்றிக்கொண்டு இந்தியத்தை வந்தடைய மூன்று முதல் பதினெட்டு மாதங்களாகும். தனிப்பட்ட கடிதங்கள், சிப்பங்கள் முதலியன கிழக்கிந்தியக் கம்பெனி வழியே அனுப்பப்பட்டன.

7. காங்கரா ஓவியங்கள்

வைணவ இசைவாணர், ஞானியர் முதலானோரின் பாடல்கள் எழக் காரணமாயிருந்த கிருஷ்ண வழிபாடு, இறுதியாய் முகலாய, குஜராதி, இரசபுதன, பஷோலி, காங்கரா ஆகிய ஓவிய வடிவங்களின் வாயிலாயும் வெளிப்படலானது. மகாபாரதத்தில் வரும் ஹரிவம்சப் பகுதியை அக்பரின் (*1542 – 1605; ஆ. கா. 1556-1605*) இந்து ஓவியர்களான பசாவன், முகுந்த (சு.*1595*) ஆகிய இருவரும் ஓவியங்களாய்த் தீட்டினர். அவை இப்போது ஜெய்ப்பூர் அருங்காட்சியகத்தில் வைக்கப் பெற்றிருக்கும் புகழ்பெற்ற ராஸ்ம நாமா ஓவியங்களுள் அடங்கியுள்ளன.

பாகவத புராணத்தின் பழமையான ஓவியங்கள் குஜராதிப் பாணியில் உள்ளன. அவை அடங்கியுள்ள சுவடிகள் *1598, 1610* ஆகிய ஆண்டுகளைச் சேர்ந்தவையாகும். அவற்றுள் காலத்தால் மிக முந்தியவை ஜெய்ப்பூர் மன்னரின் போத்திக்கானா சேகரத்தில் உள்ளன. ஏனைய ஓவியங்கள் ஜோத்பூர் கோட்டையிலுள்ள புத்தகப் பிரகாஷ் என்ற சேகரத்தில் இருக்கின்றன.

பாகவத புராணத்தின் கிருஷ்ண வழிபாடு காங்கரா பாணி ஓவியங்களின் தலையாய சிறப்புடன் பதினெட்டாம் நூற்றாண்டின் இறுதி வாக்கில் வெளிப்பட்டது.

இன்று (*1995*) சிம்லா அருங்காட்சியகத்தில் ''தேவி மகாத்மியம்'' என்ற அழகான ஓவிய ஏடு ஒன்றுள்ளது. இதைக் கண்டுபிடித்து வெளியிட்டதுமே, பாஞ்சால மலைகளிலுள்ள காங்கரா வெளியுலகில் புகழ்பெறலாயிற்று. பகாடி ஓவிய வளர்ச்சியில் இந்த ஓவிய ஏடு அரிய எல்லைக் கல்லாக மதிக்கப்படுகின்றது. இந்த ஏட்டின்

கையெழுத்துப்படி காங்கரா பகுதியிலுள்ள ஓர் ஊரில் 1555 ஆம் ஆண்டு தீட்டப் பெற்றது என்று அதில் குறிக்கப்பட்டுள்ளது. இந்த மலைப் பகுதியில் சிற்றோவியங்கள் (*miniatures*) தீட்டப்பெற்று வந்தன என்பதற்கு இது மிகவும் பழமையான சான்றாகும்.

எனினும் பதினெட்டாம் நூற்றாண்டின் பிற்பகுதியிலும் பத்தொன்பதாம் நூற்றாண்டின் முற்பகுதியிலும் புதிய பகாடி பாணி ஓவியத்தின் தலையாய மையமாய்க் காங்கரா உருப்பெற்றது. காங்கரா இக்காலத்தில் பிற மலை நாடுகளை விட மேன்மையான நிலையில் இருந்தது.

பெண்ணுருவத் தோற்றங்களில் காணப்படும் மாறுபாட்டை வைத்துக் காங்கரா ஓவியங்களை இரண்டு வகைகளாய்ப் பிரிக்க முயன்றனர். ஒரு வகை பாகவதப் பாணி எனப்பட்டது; ஏனெனில் அதில் பாகவத புராணத்தில் வரும் காட்சிகள் வரிசையாய்ச் சித்திரிக்கப்பட்டுள்ளன. இதில் காணப்படும் உருவங்களின் முகம் நன்கு அமைந்துள்ளது. முகம் பீங்கானின் நயத்தன்மையை அடையும் வகையில், வண்ணங்கள் தீட்டப்பட்டிருக்கின்றன. மூக்குச் சிறியது; அது மேல் நோக்கி இருக்கின்றது. கூந்தல் மெத்தக் கவனத்துடன் தீட்டப்பட்டுள்ளது.

மற்ற வகை ஓவியங்களில் காணும் முகம் தட்டை; மூக்கு நேரானது; காதளவோடிய சுருங்கிய கண்கள்; நாசி கூரானது; கூந்தல் கறுப்பு. இது பத்துக் காங்கரா ஓவியங்களில் ஒன்பதில் காணப்படும் முகமாகும். இந்த முகம் காங்கரா பாணியில் மிகுந்த செல்வாக்குப் பெற்றுவிட்டது.

1795

காங்கரா சிற்றோவியங்களில் பெண்ணின் மேனியுரு மேலோங்கி நிற்கும். ஏனையனவெல்லாம் அதற்குப் பிறகுதான். இவ்வோவியங்களில் பெண் மட்டுமே மெய்யென விளங்குகின்றாள். விளக்கொளியின் வெம்மையால் கவரப்படும் பூச்சியைப் போன்று அவளது ஒளியில்தான் ஆண் வாழ்கின்றான். ஓவியங்களில் காணப்படும் இயற்கைக் காட்சிகளுக்கியைந்த விதத்தில், அழகு நயத்துடன் பெண் வடிவம் தீட்டப்படுகின்றது. காதல் காட்சிகளுக்கு வேகத்தைத் தருகின்ற கவிதை நயத்துடன் பெண்ணுருவம் சித்திரிக்கப்படுகின்றது. தங்கு தடையற்று வடிக்கப்பட்ட உணர்வுகளை இந்த ஓவியப் பாணி துலக்கமாய்க் காட்டுகின்றது. தன்னுணர்வு கொண்டு இவற்றில் எந்த ஓவியமும் தீட்டப் பெறவில்லை; உணர்ச்சிகளைத் திட்டமிட்டுக் கொட்டவுமில்லை.

காங்கரா பாணியைக் கண்டுபிடித்து உலகிற்குக் காட்டிய பெருமை டாக்டர் ஆனந்த் கெ. குமாரசாமிக்கு (1877 – 1947) உண்டு. அவர் இப்பாணி ஓவியங்களை 1910 ஆம் ஆண்டு அலகாபாதில் காட்சிக்கு வைத்தார். பின்னர் 1916இல் ''இரசபுதன ஓவியங்கள்'' (*Rajput Paintings*) என்ற ஆராய்ச்சிக் கட்டுரையில், இந்தப் பாணியின் பண்பாட்டுப் பின்புலத்தை மிகுந்த களிப்புடன் வெளிப்படுத்தினார்.

8. பேஷ்வா மாதவ ராவ் தற்கொலை (1774 – 1795)

பேஷ்வா முதலாம் மாதவ ராவ் 1772 இல் இறந்ததும், புதிய பேஷ்வாவாகப் பதவியேற்ற நாராயண ராவ் அதற்கடுத்த ஆண்டில் கொலை செய்யப்பட்டார். (இ.ச.க.தொகுதி-8) அப்போது இரகோபா என்ற இரகுநாத ராவின் கைக்கு ஆட்சிப் பொறுப்புச் சென்றது. அவர் சட்டப்படி பேஷ்வாவாக நிலைத்து விடலாம் என்று எண்ணிக் கொண்டிருந்தார். ஆனால் பேஷ்வா இறந்ததும் பார்பாயின் (பன்னிரு தோழர்கள்) என்ற ஒரு குழு அமைக்கப் பெற்றது. பேஷ்வா நாராயண ராவின்

கொலைக்கு இரகுநாத ராவே காரணம் என்று அவரை அப்பதவியிலிருந்து இந்தக் குழு இறக்கி விட்டது.

இந்நிலையில் இரகோபாவின் எண்ணத்தை மேலும் குலைக்கும் வகையில், கொலை செய்யப்பட்ட பேஷ்வா நாராயண ராவின் மனைவி கங்காபாய்க்குப் புரந்தர் என்ற இடத்தில் 1774 ஏப்ரல் 18 அன்று ஒரு மகன் பிறந்தான். காலஞ் சென்ற பேஷ்வா முதலாம் மாதவ ராவ் பல்லல் (1761 – 1772) இளவயதில் இறந்ததனால் விட்டுச் சென்ற பணிகளை நிறைவு செய்வதற்காக, இக்குழந்தையாய் வந்து பிறந்தார் என்ற மக்கள் ஒளிவு மறைவாய்ப் பேசிக் கொண்டனர்.

அந்தக் குழந்தை மெய்யாகவே பேஷ்வாவின் குழந்தையன்று என்று ஐயப்படுவதாய்க் கூறுவதற்கு இரகோபா நாணவில்லை. ஆனால் இத்தகைய வதந்திகளைப் பிரிட்டிசுப் பேராளரான கர்னல் அப்டன் (Col.Upton) தலையெடுக்க வொட்டாமல் செய்து விட்டார். மாராட்டியச் சத்திரபதியான இரண்டாம் சாகு (1777-1808) இக்குழந்தை பிறந்ததற்கு நன்றி செலுத்தி விட்டார். அவர் பேஷ்வா பதவிக்குரிய அங்கியைக் குழந்தைக்கு உடனே அளித்து விட்டார். இவ்வாறாக மாதவராவ் நாராயண நாற்பது நாள் குழந்தை யாயிருந்த போதே ஏழாவது பேஷ்வா ஆகி விட்டார்.

மாதவ ராவ்

மராட்டிய அரசில் 1763 முதல் ஏற்றம் பெறத் தொடங்கி, இன்றும் வலிமை மிக்க அரசியல் தந்திரியாய் 32 வயதான நானா பதனவிஸ் விளங்கினார். (இ.ச.க.தொகுதி-7) அவரும் குழந்தை பேஷ்வாவின் காவலர்களாயிருந்த பிறரும் மாதவராவின் உடல் நலனைப் பேணவும் அவருக்கு ஊறு விளையாமலிருக்கவும் ஏல்லா முன்னேற்பாடுகளையும் செய்துவிட்டனர். குழந்தைக்கு மூன்று வயதாயிருந்த போது, அதன் தாய் புரந்தரில் இறந்தார். அவர் ஐந்து வரையிலும் கடுங்குளிரான அந்தக் கோட்டைக்குள்ளேயே வாழ்ந்தார்.

மாதவராவிற்கு 1783 பிப்ரவரி 10 அன்று புனேயில் திருமணம் நடந்தது. தட்டே என்ற குடும்பத்தைச் சேர்ந்த ரமா பாயி என்ற சிறுமி அவருக்கு மனைவியானார். பேஷ்வாவிற்கு இப்போது ஒன்பது வயது நிரம்பவில்லை.

அவரை இங்ஙனம் சிறுவயது முதலே பொத்திப் பொத்தி வளர்த்து, ஒன்பது வயதில் அவருக்கு திருமணமும் செய்து வைத்து விட்டனர். அவர் பதினெட்டு வயதை அடைந்த பிறகுதான் தன் விருப்பப்படி செயலாற்றும் வாய்ப்பைப் பெற்றார்.

பேஷ்வாவை இங்ஙனம் வளர்த்து ஆளாக்கியதில் பல குறைபாடுகள் இருந்தன. மாதாஜி என்ற மாதவ ராவ் சிந்தியா (1761 – 1794) 1792 ஆம் ஆண்டு புனே வந்து சேர்ந்ததும், இளம் பேஷ்வாவின் வாழ்க்கையில் புதிய காற்று வீசத் தொடங்கியது. அவரும்

சிந்தியாவும் கூடிப் பல பொருள்கள் குறித்துப் பேசினர்; சேர்ந்து விருந்துண்டனர்; வேட்டைக்குச் சென்றனர். இருபத்தைந்து ஆண்டுகளுக்கு மேலாக நானா பதனவிஸ் வகுத்தபடி மனவாட்டந் தருகின்றதாயும், இரகசியமாயும் நடந்து வந்த பேஷ்வா மாளிகை வாழ்க்கையில் மாறுபட்ட நிலைமை தோன்றியது.

மாதாஜி வந்ததும் மாதவ ராவின் தேங்கிய வாழ்க்கைச் சூழல் மாறியது. பல ஆண்டுகளாய்க் கூண்டில் அடைபட்ட பறவை போல் வாழ்ந்த சிறுவனைப் புதிய ஆண்டை ஆக்குவதற்கு மாதாஜி முயன்றார்.

நானா பதனவிஸ் மாதவ ராவைக் கூண்டுப் பறவையாகவே வைத்திருக்க விரும்பினார். அவரின் இசைவின்றி எவரும் பேஷ்வாவைப் பார்த்துவிட முடியாது. நானாவின் எதேச்சாதிகாரத்தையும் அவர் தனக்கு இணையாய் அதிகாரம் செலுத்துவதையும் பேஷ்வாவினால் பொறுத்துக் கொள்ள முடியவில்லை. அரசிலிருந்த அனைவரும் நானாவின் விருப்பத்திற்குத் தலை தாழ்த்தினர்; அவரின் ஆதரவைப் பெறுவதற்கு முயன்றனர். பேஷ்வாவின் அரண்மனையிலிருந்து வந்த இந்நிலைமை மிகவும் முற்றிப் போனது. எந்த வேலையும் நடக்கவில்லை. பேஷ்வாவின் அன்பிற்குரியவர்கள் குற்றமற்றவர்களாயிருந்தும் நானா அவர்களைத் தண்டித்தார். பேஷ்வா சினங்கொண்டு அரண்மனையை விட்டு இரண்டு, மூன்று நாள் வெளியே போய்விட்டார் என்றும் சொல்லப்பட்டது.

பேஷ்வா தசரா அன்று (அக்டோபர் 22) தவிர்க்க முடியாச் சடங்குகளில் கலந்து கொள்ள நேர்ந்தது. அவர் அன்று மாலை வழக்கமாய் நடைபெறும் ஊர்வலத்தில் யானை மீதேறி முன்னால் சென்றார். அப்போது அவர் மயக்கமுற்றார். யானைப் பாகன் அம்பாரிக் கால்களில் பேஷ்வாவின் கையைத் தன் துண்டினால் கட்டி வைக்காதிருந்தால், அவர் நிலை தவறிக் கீழே விழுந்திருக்கக் கூடும். பேஷ்வாவை உடனே அரண்மனைக்குக் கொண்டு சென்றனர்.

பேஷ்வா அதற்கு மூன்று நாளைக்குப் பிறகு அக்டோபர் 25 அன்று காலையில் திடீரென்று படுக்கையை விட்டெழுந்து மாடி முகப்பிற்கு வந்தார். அவருக்குக் காய்ச்சல் இருந்தது. பலம் குன்றியிருந்தார். அந்நேரத்தில் ஒரு வேலைக்காரர் அவரைப் படுக்கைக்குத் திரும்பிச் செல்லுமாறு சைகை செய்தார். பேஷ்வா அப்போது உயரக் கட்டையான அளியிலிருந்து தரையிலிருந்த நீர்த் தொட்டியில் விழுந்து விட்டார். அவர் வலத் தொடை முறிந்தது. முன்னம்பல் இரண்டும் உடைந்தன.

நானா உடனே அந்த இடத்திற்கு வந்து விட்டார். உடனே எலும்பு மருத்துவர் அழைக்கப்பட்டார். புண்ணைத் தைத்து ஒத்தடம் கொடுத்தனர். பேஷ்வா சிலமணி நேரத்தில் கண் விழித்தார். அவருக்கு உடனே நினைவு வந்து விட்டது. அவர் அக்டோபர் 27 செவ்வாய்க் கிழமையன்று மாலை மயங்கிய சிறிது நேரத்தில் இறந்து விட்டார்.

இது தற்கொலையா? – விபத்தா என்பது குறித்து இன்னும் தெளிவாகவில்லை என்கின்றனர். எனினும் அது தற்கொலையன்று என்றே பலர் கருதினர்.

9. பிரிட்டீசுச் செய்திகள்

(அ) ஆட்சி எதிர்ப்புத் தடைச் சட்டம்

பிரிட்டீசு மன்னர் மூன்றாம் ஜார்ஜ் (1738 – 1820; ஆ. கா. 1760 – 1820) நாடாளுமன்றக்

கூட்டத்தைத் தொடங்கி வைக்கச் சென்ற வழியில் தாக்கப்பட்டதாலும் பிரான்சில் மூண்ட புரட்சித் தீ பிரிட்டனிலும் பரவித் தீங்கு விளைந்துவிடக் கூடுமென்ற அச்சம் தோன்றியதாலும், அரசு ''அரசத் துரோகக் குற்றம், ஆட்சி எதிர்ப்புச் செயல்கள் குறித்த சட்டம்'' (*The Treasonable and Seditious Practices Act, 1795*) என்ற சட்டத்தை நவம்பர் - டிசம்பரில் பிரிட்டீசு நாடாளுமன்றத்தில் நிறைவேற்றியது. இதை ''இரட்டைச் சட்டங்கள்'' என்றழைத்தனர்.

''மன்னரின் உடலுக்கு ஊறு விளைவிக்கும் நோக்கமோ, நாடாளுமன்ற அவைகள் மீது வலுக்கட்டாயமாய் அல்லது வற்புறுத்தி இடையூறு செய்யும் நோக்கமோ உடையவர் எவராயினும், ஏதேனும் அச்சில் அல்லது எழுத்தில் இத்தகைய எண்ணங்களை வெளியிடுபவரோ, வெளிப்படையான நடவடிக்கைகளை எடுப்பதில் அல்லது செயலில் ஈடுபடுவோரோ எவராயினும் சட்டம் ஏற்கத் தக்கவர்களும், நம்பத்தகுந்தவர்களுமான இருவர் சத்தியப் பிரமாணம் செய்து அளிக்கும் சாட்சியங்களைக் கொண்டு, மேற்சொன்ன காரணங்களுக்காகத் தண்டிக்கப்படுவார்; பெருந்துரோகம் பற்றிய வழக்குகளில் அளிக்கப்படும் தீர்வைப் போன்று, அத்தகையவர்களும் துரோகிகளாய்க் கொள்ளப்பட்டு அவர்களுக்குக் கொலைத் தண்டனை விதிக்கப்படும்'' என்று அச்சட்டம் கூறியது.

(ஆ) கால்நடைகளின் எடை இரட்டிப்பு

பிரிட்டனில் கன்று காலிகளின் எடை 1710 ஆம் ஆண்டு இருந்ததைப் போல், 1795 இல் இரண்டு மடங்காய் மிகுந்து விட்டது.

(இ) இங்கிலாந்தில் சாலைகள்

இங்கிலாந்தில் பதின்மூன்றாம் நூற்றாண்டின் இறுதிவாக்கில், அதற்கு முந்திய காலத்தை விட மிகுதியான அளவில் பெரிய நிலப்பரப்பில் வேளாண்மை செய்யப்பட்டது. அதனால் இங்கிலாந்து தானியத்தை அயல்நாடுகளுக்கு ஏற்றுமதி செய்யும் நாடானது.

பிரிட்டனின் தெற்கில் விளைந்த கோதுமையையும் வடக்கில் பயிரான பார்லி, ஓட்சு தானியங்களையும் பிரிட்டன் சிறு கப்பல்களில் ஏற்றி ஐரோப்பிய நாடுகளுக்கு அனுப்பி வந்தது. இத் தானியங்களை அங்காடி நகரங்கள், வாணிப மையங்கள், பெரும் பண்ணைக் களஞ்சியங்கள் இங்கெல்லாமிருந்து சிறு அளவில் திரட்டி, அவற்றை வண்டிகளில் ஏற்றித் துறைமுகங்களுக்கு அனுப்பினர்.

இவ்வாறு நிரம்பச் சரக்கேற்றிய வண்டிகள் செல்வதற்கு நன்கு பராமரிக்கப்படும் சாலைகள் வேண்டும். இக்காரணம் பற்றிப் பிரிட்டனில் சாலைகள் நல்ல நிலையில் வைக்கப்பட்டிருந்தன. அதற்கு முன்னர் எக்காலத்திலும் இல்லாதவாறு, 1300 ஆம் ஆண்டு தொட்டு பதினெட்டாம் நூற்றாண்டு வரையிலும் இச்சாலைகளில் பயணம் செய்வது எளிதாகவும் நன்றாகவும் இருந்தது. (இ.ச.க.தொகுதி-4.)

10. மண்ணியல் ஆய்வு முன்னோடி ஹட்டன்

பாறைகளையும் நில வடிவங்களையும் பற்றி ஆராயும் மண்ணியலின் அடிப்படைக் கொள்கைகள் 1790 – 1820 ஆகிய முப்பதாண்டுக் காலத்தில் கண்டறியப்பட்டன. இந்த முப்பதாண்டுக் காலத்தை ''மண்ணியலின் வீரஞ்செறிந்த

1795

காலம்'' (*The Heroic Age of Geology*) என்பர். நிலக்கரி, கனிமங்கள் ஆகியவற்றைத் தேடும் முயற்சிகளினால் தூண்டப்பெற்றுத் தொழிற் புரட்சிக் காலத்தில் மண்ணியல் ஓர் அறிவியலாய் வளர்ந்தது; மலைகளும் இயற்கையின் ஒதுங்கிப்போன எட்டாக்கைப் பகுதிகளும் புத்தார்வத்துடன் ஆராயப்பட்டன.

பூமியின் மேற்புறணியிலுள்ள பெரும் பகுதிகள் பாறை அடுக்குகளால் ஆனவையாகும். அவை ஒரு கடலின் படுகையில் சேர்ந்து படிந்த வண்டலினால் உண்டானவை என்பது பதினெட்டாம் நூற்றாண்டில் அடையாளங் காணப்பட்டது. அதன் காரணமாய் அவை படிவுப் பாறைகள் (*Sedimentary rocks*) என்றழைக்கப்பட்டன.

நிலம் ஒரு காலத்தில் நீரால் சூழப்பட்டிருந்தது என்பதைப் பண்டை மக்கள் அறிந்திருந்தனர். படிவுப் பாறைகளுக்குள் தாவரங்களும் உயிரிகளும் எண்ணற்ற படிவுகளில் அல்லது அச்சுகளில் பதிந்திருக்கின்றன. அவை கடலுயிரிகள் என்று கிரேக்கரும் ரோமானியரும் நம்பினர். அவை உலர்ந்த நிலத்திலும் உயர்ந்த மலை முகடுகளிலும் காணப்பட்டதால், கடந்த காலத்தில், மண்ணுலகின் மேல் பரந்த அளவில் நீர் சூழ்ந்திருந்தது என்று கருதப்பட்டது.

புதையுயிர்ப் படிவுகளின் மெய்யான தன்மை பற்றிய கருத்து பதினேழாம் நூற்றாண்டின் பிற்பாதி வரை ஏற்றுக் கொள்ளப்படவில்லை. அரபு அறிவியலாரான அவிசென்ன (*Avicenna: 980 – 1037*) காலத்திலிருந்து, லியோனார்டோ டாவின்சி காலம் வரையிலும் (*1452 – 1519*) புதையுயிர்ப் படிவுகள் பற்றிக் கற்பனையைத் தோற்கடிக்கும் பல கருத்துகள் கூறப்பட்டன.

பதினேழாம் நூற்றாண்டு எழுத்தாளர்கள் நோவா காலத்துப் பேரூழியை வைத்துப் புதையுயிர்ப் படிவுகளுக்கு விளக்கம் தரமுயன்றனர்.

ஆனால் நோவா காலத்துப் பெருவெள்ளம் 150 நாள் மட்டுமே பெருக்கெடுத்தால், பெரியன வாயிருக்கும் படுகை அடுக்குகள் உருவாகியிருக்க முடியாது என்பதை இராபட்டு ஹூக்கு (*Robert Hooke : 1635 – 1703*) எடுத்துக்காட்டினார். அத்தகைய படுகை அடுக்குகள் உருவாவதற்குப் பல மில்லியன் ஆண்டுகளாகும் என்பது கூட அவருக்குத் தோன்றவில்லை.

பிரஞ்சு இயற்கை அறிவியலாரான பஃபன் (1707 – 1788) 1749 இல் வெளியிட்ட அறிவியல் கருத்துகள் புதையுயிர்ப் படிவுகள் பற்றித் தெளிவை உண்டாக்குவனவாயிருந்தன. ஆனால் அந்நூல் கிறித்தவத் திருச்சபையினால் தடை செய்யப்பட்டு விட்டது.

மண்ணியல் என்ற புதிய அறிவியல் துறையானது இத்தனை கட்டங்களையும் தாண்டிப் பதினெட்டாம் நூற்றாண்டின் பிற்பாதியில் வெளிச்சத்திற்கு வந்து விட்டது. இக்காலத்து அறிவியலாரிடையே இத்துறை பற்றி இருந்து வந்த கருத்து வேறுபாடுகள் மறையத் தொடங்கின.

மண்ணியலைத் தோற்றுவித்தவர்களுள் பிரஞ்சுக்காரான குவட்டார்டு (1715 – 1786; இ.ச.க.தொகுதி-6) ஜெர்மானியரான ஆபிரகாம் காட்லோபு வெர்னர் (*Abraham Gottlob Werner : 1749 – 1817*) ஸ்காத்தியரான ஜேம்ஸ் ஹட்டன் (சு.1726 – 1797) ஆகியோர் குறிப்பிடத்தக்கோராவர்.

மண்ணியல் துறை குறித்து எழுந்த ஏராளமான கருத்துகளை மிஞ்சும் வகையில்

பல மண்ணியல் உண்மைகள் இந்தக் காலத்தில் வெளிப்பட்டன. மேற்கூறியவர்களுள் கடைசியாய்ச் சொல்லப்பட்ட ஹட்டனின் ஒரு கொள்கை தற்கால மண்ணியலின் அடித்தளமாய் அமைந்தது.

ஹட்டன் "பூமி பற்றிய கோட்பாடு" என்ற நூலை 1795 ஆம் ஆண்டு வெளியிட்டார். இப்போது அவருக்கு வயது 69. அவர் 1794 ஆம் ஆண்டில் "அறிவு பற்றிய கொள்கைகள் குறித்த ஆய்வுகள்" என்ற நூலை எழுதி மண்ணியல் ஆராய்ச்சியை அறிவியல் முறையில் அமையச் செய்து சிறப்புற்றார். பூமியின் மேற்புறணி தோன்றியது பற்றிய தற்காலக் கொள்கையைத் தோற்றுவித்த சிறப்பு ஹட்டனுக்கு அளிக்கப்படுகின்றது.

11. பாரிசில் ரொட்டிக் கலவரங்கள்

பிரஞ்சுத் தலைநகரான பாரிசில் உணவுப் பொருள் விலை நஞ்சுபோல் ஏறியதால், 1795 ஏப்ரல் முதல் நாளன்று ரொட்டிக் கலவரங்கள் வெடித்தன. ஆனால் உழவர்கள் தானியங்களைக் கள்ளச் சந்தையில் விற்றுப் பணக்காரராயினர்.

12. பண்டங்கள் கெடாமல் பாதுகாக்கும் முறை

ஏப்பட்டு நிக்கல்ஸ் (சு. 1750 – 1841) சமையற்கலைஞர்; இனிப்புகள் செய்பவர்; மது வடிப்பவர்; இவர் ஷலோஸ் - சர் - மார்னி (Chalos- sur - Marne) என்ற இடத்தில் பிறந்து பாரிஸ் நகரினருகிலுள்ள மாசி (Massy) என்ற இடத்தில் இறந்தார்.

அவர் உணவுப் பண்டங்களைத் தகரத்தில் அடைத்துப் பலகாலம் கெடாமல் வைத்திருக்கும் முறையைக் கண்டுபிடித்தார். அவர் 1795 ஆம் ஆண்டு கார்க்கினால் அடைத்து மெழுகு கொண்டு மூடிய கண்ணாடிகளைப் பயன்படுத்தி அடைத்த கொள்கலங்கள் பற்றிய ஆய்வைத் தொடங்கினார். அவர் பல ஆண்டுகள் கெடாதவாறு பழங்கள், சூப்புகள், மார்மலேடு முதலியவற்றைக் காத்து வைப்பதில் வெற்றி கண்டார். அவர் 12,000 பிராங்கு பரிசை வெல்வதற்காக "எல்லா வகையான விலங்கு, தாவரப்பொருள்களைப் பல்லாண்டுகள் கெடாது பாதுகாக்கும் கலை" என்ற நூலை 1810 இல் எழுதி வெளியிட்டார்.

அதில் கிடைத்த பரிசுப் பொருளைக் கொண்டு உலகின் முதல் உணவுப் பதனச் சாலையை வாணிப அடிப்படையில் நிறுவினார்.

1796

அரசியல்

திருச்சிராப்பள்ளிப் பாளையங்களை ஆர்க்காட்டு நவாபு இணைத்தல்
டச்சுக்காரர் கேரளத்திலிருந்து வெளியேறுதல்
வட கேரளத்தில் கம்பெனி நேரடியாய் வரி தண்டுதல்
கண்ணனூர் அரசி அரசியல் உரிமை இழத்தல்
திப்பு சுல்தான் மீண்டும் ஏற்றம் பெற முயற்சி
பிரிட்டீசார் வலையில் ஐதராபாது நிசாம்
சீனப் பேரரசர் முடி துறந்தார்
அமெரிக்க ஒன்றியத்துடன் டென்னசி இணைதல்
அந்தமான் குடியேற்றம் கைவிடப்படுதல்

மருத்துவம்

ஏழைகளுக்குப் பாஸ்டனில் மருந்தகம்
அம்மைத் தடுப்பு – ஜென்னரின் முன்னோடிப் பணி

சமயம்

நெல்லைச் சீமையில் கிறித்தவம் பரவுதல்

கல்வி, கலை, இலக்கியம்

கீழை மொழி விற்பன்னர் எல்லீசுத் துரை

இராணுவம், போர்

இந்தியத்தில் கம்பெனிப் படைபலப் பெருக்கம்

வரலாறு

அமராவதிச் சிற்பங்கள் வெளிப்பாடு

மக்கள்

எல்லீசுத் துரை
நெப்போலியன் திருமணம்
கூலிப்படைத் தலைவர் தெ போயினி

பொது

பிரான்சில் மீண்டும் எழுத்துச் சுதந்திரம்

இறப்பு

மா காதரைன் (1729 -1796)

1796

1.நெல்லைச் சீமையில் கிறித்தவம்

முதல் நாடார்க் கிறித்தவர்

தமிழகத்தில் இரண்டாயிரத்து ஐநூறு ஆண்டுகளுக்கு முன்னரே வேற்றுச் சமயங்கள் எத்தடையுமின்றிச் செல்வாக்குப் பெற்றிருந்தன. பிராமண சமயம் சங்க காலத்திலேயே நிலவி வந்தது. சமணமும் பௌத்தமும் வேற்றுமையின்றி ஒருமுகப்பட்டன. கி.பி. முதல் நூற்றாண்டிலேயே ஏசு பிரானின் பன்னிரு சீடருள் ஒருவரான புனித தோமையர் பழந்தமிழ்ச் சேர நாட்டிற்கும் சோணாட்டின் வடபகுதியான மயிலாப்பூருக்கும் கிறித்தவத்தைக் கொண்டு வந்தார் என்ற மரபு இருந்து வருகின்றது. எனினும் தமிழரில் ஒரு குடியினரான பரதவர் *1635* ஆம் ஆண்டிலேயே கிறித்தவம் தழுவினர் என்பது வரலாறு. படையெடுப்பாளர் வாளொடு வந்ததற்கு முன்னர் அரபு வணிகரும் சூஃபி ஞானியரும் தமிழகத்திற்கு இஸ்லாத்தைக் கொண்டு வந்து விட்டனர். இவ்வாறாக, ஆசியத்தின் தொன்மையான சமயங்களனைத்தும் (ஜராதுஷ்டிரம் நீங்கலாய்ப்) பல நூற்றாண்டுகளாய்த் தமிழகத்து மக்கள் ஏற்று ஒப்பி ஒழுகி வரும் நிலை இருந்து வருகின்றது.

கத்தோலிக்கர்

பரதவர் பதினாறாம் நூற்றாண்டில் கிறித்தவர்களான காலத்திலிருந்து, தமிழகத்து மக்கள் ஆங்காங்கே சிறுகச் சிறுகக் கிறித்தவம் தழுவி வந்தனர். இப்பணியில் கத்தோலிக்க சமயத்தவர் முன்னோடியாவர். குறிப்பாய், ஏசு சபையினரின் பங்கு பெரிது. அவர்களின் மதுரை மிசன் என்ற அமைப்பும், புதுச்சேரியிலிருந்த புதுச்சேரி மிசன் என்ற அமைப்பும் கிறித்தவ சமயப் பரப்பு வேலையில் முனைந்து செயல்பட்டன.

மதுரை மிசனில் தத்துவ போதகசாமி என்ற டீ நொபிலி போன்ற அருந்திறன் வாய்ந்த சமயத் தொண்டர் இருந்தனர். ஆபே துபாய் போன்ற அச்சன்மார் புதுச்சேரி மிசனில் பணியாற்றினர். ஏசு சபையினருக்கு ஆக்ராவிலும் ஒரு மிசன் இருந்தது. அவர்களுக்கு முகலாயர் அவையில் மிகுந்த செல்வாக்கு இருந்தது. கிறித்தவ அச்சன்மாரும் கன்னிமாரும் பாரதம் தழுவிய அளவில் சமயப்பணி செய்தனர்.

தரங்கம்பாடியில் லுத்தரன் சபையினர்

ரோமன் கத்தோலிக்கருக்குச் சுமார் *170* ஆண்டுகளுக்குப் பிறகு புராட்டஸ்டண்டு என்ற சீர்திருத்தக் கிறித்தவப் பிரிவைச் சேர்ந்த டேனிய மிசனின் சமயத் தொண்டர் கிறித்தவம் பரப்ப இந்தியம் வந்தனர். லுத்தரன்கள் என்று மார்டின் லூதர் *(1483 – 1546)* பெயரால் அழைக்கப்பட்ட இச்சமயப் பிரிவினர் தரங்கம்பாடியிலமைந்த டேனியர் குடியேற்றத்தில் நிலைபெற்றுப் பின்னர் வங்கத்தின் செராம்பூருக்கும் விரிந்தனர். இங்கு டென்மார்க்கு மன்னரின் ஆதரவில் சமயப் பரப்பியர் ஐரோப்பியத்திலிருந்து வந்தனர்.

டேனிய மிசனில் பணிபுரிவதற்காகப் பிறப்பால் ஜெர்மானியரான பார்த்தலோமிய சீகன்பால்கு *(1653 – 1716)* டென்மார்க்கின் தலைநகரான கோபன்கேகனில் கப்பலேறி

நேரே 1706 ஆம் ஆண்டு தரங்கம்பாடியில் வந்து கரையிறங்கினார். தரங்கம்பாடியிலிருந்து சீகன்பால்கு தொடங்கி வைத்த சமயப்பணி புத்துருக் கொள்கின்றது. சீகன்பால்கு விவிலியத்தைத் தமிழில் மொழிபெயர்க்கும் பணியைத் தொடங்கி வைத்தார். அது பயன்தரும் தமிழ்ப் பணியாய் வளரலானது.

ஏற்கெனவே பதினாறாம் நூற்றாண்டில் சேவியர் (1506 – 1552) காலந்தொட்டுத் தமிழகத்தில் நிலைபெற்றுத் தம் சமய இலக்கியங்களையும் பிற நூல்களையும் வெளியிட்டு வந்த கத்தோலிக்கர் தரங்கம்பாடியிலும் தழைத்திருந்தனர்.

சீகன்பால்கும் அவருடன் கப்பலில் தரங்கம்பாடியை வந்தடைந்த ஹென்றிக்கு புளூட்சா என்றவரும் ''புது எருசேலம்'' என்ற கோயிலை எழுப்பினர். அதற்கு உள்ளூரில் செங்கல் அறுத்தனர்; சென்னைக்கருகிலுள்ள சதுரங்கப்பட்டினத்திலிருந்து தளக் கற்கள் வந்தன. இக்கோயில் சிலுவை வடிவில் அமைந்தது. சீர்திருத்தக் கிறித்துவத்தின் இந்தியத் தொட்டிலான தரங்கம்பாடியிலிருந்துதான், இச்சமயம் தமிழகமெங்கும் பரவிற்று.

லுத்தரன்கள் மையம் தஞ்சை

சீகன்பால்கில் தொடங்கிச் சுவார்ஷ் வரையிலும் சுமார் தொண்ணூறு ஆண்டுகளுக்குள் லுத்தரன்கள் தமிழகத்தின் குறிப்பிட்ட சில பகுதிகளில் ஆயிரக்கணக்கானவர்களைத் தம் சமயத்துள் ஈர்த்துக் கொண்டனர். சுவார்ஷ் பாதிரியாருக்குப் பிரிட்டீசாரிடமும் தஞ்சை மராட்டியரிடமும் தென்னாட்டின் பிற அரசியல் தலைவர்களிடமும் நல்ல செல்வாக்கு இருந்தது. அவர் மராட்டியர் அரசின் அன்பிற்குரியவராயிருந்தமையால், தஞ்சை நகரம் லுத்தரன்களுக்கு முக்கியமான மையமாய் விளங்கிற்று.

நெல்லைச் சீமையில்

கிளாரிண்டா நெல்லைச் சீமையில் கிறித்தவத் திருப்பணியில் ஈடுபட்டதற்கு முன்னரே, சிலர் தஞ்சை சென்று கிறித்தவம் தழுவி, அங்கு சமயத் தொண்டு புரிந்து வந்தனர். தஞ்சாவூரைச் சேர்ந்த சத்திய நாதனைக் கிறித்தவத்திற்கு மாற்றி, அவரது சமூகத்தைச் சேர்ந்தவர்களையும் புதுச்சமயத்தை ஏற்க வழிவகுத்ததைப் போலவே, நெல்லைச் சீமையிலும் இன்னொரு வகுப்பினரைக் கிறித்தவம் ஏற்குமாறு செய்வதற்கு வாய்ப்பு ஏற்பட்டது.

நெல்லை மாவட்டத்தைச் சேர்ந்த சண்முகபுரம் (அது சாத்தான்குளம் அருகிலுள்ள களங்குடி என்பாருமுளர்) என்ற ஊரினரான சுந்தரம் அல்லது சுந்தரானந்தன் என்ற இளைஞர் கிறித்தவ சமயத்தில் ஆர்வங்கொண்டு தஞ்சாவூர் சென்றார். அங்கு சுவார்ஷ் பாதிரியாரின் மாணாக்கரும் அவரின் வளர்ப்புப் பிள்ளைபோல் இருந்தவருமான கேஸ்பர் கோகல்காஃபு என்ற பாதிரியாரிடம் சுந்தரம் சென்று கிறித்தவம் பற்றிப் பாடம் கேட்டார். அந்தப் பாதிரியார் அவரை 1772 ஆம் ஆண்டில் கிறித்தவத்தில் சேர்த்தார். சுந்தரம் மதம் மாறிய பின்னர் தாவீது என்ற பெயரைப் பெற்றார்.

பின்னர் அவருக்குக் கிறித்தவ சமயம் பற்றி நாட்டு மக்களிடம் வினா விடை மூலம் விளக்கம் தருவதும், கிறித்தவம் பற்றிய மெய்ம்மைகளை எடுத்துரைப்பதுமான உபதேசியார் (*Catechist*) என்ற பணி தரப்பட்டது.

சத்தியநாதன் என்ற மெய்க் கிறித்தவர் 1772 ஆம் ஆண்டில் முறையாய்த் தீக்கை பெற்றுப் பாதிரியார் ஆனார். (இ.ச.க.தொகுதி-8) சுவார்ஷ் அவரைச் சமயப் பரப்புப் பணிக்காக நெல்லைச் சீமைக்கு அனுப்பினார். அவர் பாளையங்கோட்டையிலிருந்து சமய ஊழியம் செய்து வந்தார். சத்தியநாத பாதிரியாரின் வேண்டுகோளுக்கிணங்க, அவருக்குத் துணையாய்த் தாவீது உபதேசியாரைச் சுவார்ஷ் பாளையங்கோட்டைக்கு அனுப்பினார்.

சுந்தரானந்தனும் மகராசனும்

மகராசன் என்ற பெயரினராயிருந்து கிறித்தவம் தழுவியதும் வேதமாணிக்கம் என்ற பெயரைப் பெற்ற மலையாளிக்கும் சுந்தரானாந்தனாயிருந்து தாவீதாய் விளங்கிய தமிழ் இளைஞருக்கும் பல வகைகளில் ஒற்றுமை உள்ளது. இவ்விருவரும் சோதிடத்திலும் மருத்துவத்திலும் தேர்ந்தவர்களாயிருந்தனர். இவ்விருவருக்கும் கோகல்காஃபு பாதிரியாரே கிறித்தவம் பற்றிக் கற்பித்துப் பின்னர் அவர்களைக் கிறித்தவராக்கினார். இவ்விருவரும் தத்தம் ஊர்களுக்குத் திரும்பித் தம் உறவின் முறையாரை ஒன்று கூட்டினர். இருவரும் கிறித்தவ சமயப் பரப்பு முன்னோடியரில் பேராளராய் உள்ளனர்.

தாவீது பல ஆண்டுகளுக்குப் பிறகு தன் ஊருக்குத் திரும்பியதும் உறவினரனைவரும் அவரை விரும்பி வரவேற்றனர். அவர் தன் உறவின் முறையினரிடம் தான் புதிதாய்ச் சேர்ந்துவிட்ட கிறித்துவ சமயத்தின் மெய்க் கோட்பாடுகளை எடுத்துரைத்தார். அவர்கள் தாவீது கூறியவற்றை மிகுந்த ஆர்வத்துடன் கேட்டனர்.

திருநெல்வேலிச் சீமையில் முதன் முதலில் கடஞ்சபுரம், விசயராமபுரம் ஆகிய சிற்றூர்களிலிருந்த மக்களுக்குச் சத்தியநாதன் பாதிரியார் திருமுழுக்குச் செய்வித்துக் கிறித்தவராக்கினார். சண்முகபுரத்து நாடார்கள் 1797 அக்டோபரில் கிறித்தவம் சேர்ந்தனர். அங்கிருந்த நாடார்களனைவரும் புதுச் சமயம் தழுவியதால், அந்த ஊருக்குக் ''கடாட்சபுரம்'' (அருள் ஊர்) என்று பெயர் தோன்றியது. இங்கு புதிதாய்க் கிறித்தவம் தழுவிய மக்களுக்கு அண்டையிலிருந்த பழைய சமயத்தவர் இன்னல் விளைவித்தனர். அது கொடிய வன்செயலாகவோ, உடலுக்கு ஊறு உண்டாக்குவதாகவோ மாறாவிடினும் விரும்பத் தகாத சூழ்நிலை உண்டானது.

ஆதலால் கிறித்தவத் தொண்டரான தாவீது பாளையங்கோட்டை சென்று ''கிறித்தவப் பணியின் அன்பான நண்பர்'' என்று பாராட்டப்பெற்ற கம்பெனிப் படைத்தலைவரான கேப்டன் எவரட்டின் உதவியால் சிறு நிலத்தை வாங்கினார். அங்கு 28 கிறித்தவக் குடும்பங்களைக் குடியேற்றினார். அதுவே அப்பகுதியில் அமைந்த முதல் கிறித்தவக் குடியேற்றமாதலாலும் அங்கு முற்றிலும் கிறித்தவரே வாழ்ந்தமையாலும், அதற்கு ''முதலூர்'' (முதல் + ஊர் = முதலூர்) என்று பெயரிட்டனர். அங்கு நூறு ஆண்டுகளுக்குப் பிறகு ஆயிரம் வீடுகளுக்குக் குறையாமல் இருந்தன. இன்றும் இவ்வூர் உள்ளது.

கிறித்தவ சமய மாற்ற இயக்கம் பதினெட்டாம் நூற்றாண்டின் இறுதியில் புது முடுக்கம் பெற்றது. கி.பி. 1802, 1803 ஆகிய இரண்டாண்டுகளில் மதம் மாறியவர்களின் எண்ணிக்கை வியப்பூட்டுகின்றது. இது பற்றிய ஆவணங்கள் மெத்தக் கவனத்துடன் காத்து வைக்கப்பட்டுள்ளன. அப்போது 1802 ஏப்ரல் 2 முதல் 1803 ஜனவரி 24 வரை மொத்தம் 46 சமய மாற்றுச் சடங்குகள் நடந்தன. அப்போது 529 பேர் கிறித்தவம் தழுவினர்.

2. அமராவதிச் சிற்பங்கள் வெளிப்பட்டன

சம்ஸ்கிருதத்தில் ஆமர என்றால் மாமரம், வதி என்றால் உடையது என்று பொருள்படும். மாமரங்களை உடையது அமராவதி ஆகும். ஆனால் தமிழில் அமராவதி என்றே வழங்குகின்றது. அமராவதி இந்திரனின் கோநகர் என்று புராணங்கள் புகலும். தென்னிந்தியத்தில் அமராவதி என்ற பெயரில் ஒன்றுக்கு மேற்பட்ட ஊர்கள் உள்ளன. அமராவதி என்ற பெயரில் கோவை, திருச்சிராப்பள்ளி மாவட்டங்களில் ஓர் ஆறும் ஓடுகின்றது. எனினும் பௌத்தத் தூபிகளும் சிற்பங்களும் தூண்களும் நிறைந்த ஆந்திரத்து அமராவதிதான் வரலாற்றில் சிறந்து விளங்குகின்றது.

எனினும் இங்கு எழுப்பப் பெற்ற தூபியும் நினைவுச் சின்னங்களும் கிட்டத்தட்ட இரண்டாயிரம் ஆண்டுகளாய் வரலாறு அறியாமல் மண்ணுள் புதைந்து கிடந்தன. அவை தற்செயலாய்ச் சித்த பள்ளி என்ற இடத்தின் நிலக்கிழாரான இராச வாசு ரெட்டி நாயுடு என்று அழைக்கப்பட்ட ஒருவரால் கண்டுபிடிக்கப்பட்டது. அவருக்கு வெங்கடாத்திரி நாயுடு என்றும் பெயர். அவர் தன் தலைமை இடத்தைச் சித்த பள்ளியிலிருந்து அமராவதிக்கு மாற்றினார். அவர் அங்கு புது நகரை நிறுவி, அதில் மக்கள் குடியேற வேண்டுமென்று ஊக்குவித்தார். அவர் அங்கு புதுவீடு கட்டிக்கொள்வதற்குத் தாராளமாய் மக்களுக்கு உதவினார்.

1796

அப்போது அவரின் வேலையாளர்கள் இன்று புகழ் பெற்று விளங்கும் பௌத்தத் தூபியை முதன் முதலில் *1796* ஆம் ஆண்டு கண்டனர். அவர் தூபியைப் பற்றிக் கேள்விப்பட்டதும், அதனுள் புதையல் இருக்கலாமென்று எண்ணி, அந்த இடத்தைத் தோண்டுமாறு கட்டளையிட்டார். அவர் புதையல் கிடைக்காது ஏமாந்து போகவே, அங்கு கிடந்த சிற்பங்கள் செதுக்கிய கற்பலகைகளை எடுத்தார். அவற்றை அமரேசர் கோயிலுக்கும் சிவகங்கைக் குளத்திற்கும் படிக்கட்டுகள் அமைப்பதற்காக எடுத்துப் போகச் செய்தார்.

இந்தியத்தின் முதல் அளவாய்வுத் துறைத் தலைவரான (*Surveyor General of India*) காலின் மெக்கன்சி (இ.ச.க.தொகுதி-9) 1797 வாக்கில் அமராவதி இடிபாடுகளின் சிறப்பையும் அங்கிருந்த தூபியையும் கண்டுபிடித்தார். அங்கு முதலில் தூபி தான் வெளிப்பட்டது. அது அமராவதியின் தென் பக்கம் நிற்கின்றது. அங்கு தீபல திண்ண – தீப மேடு – என்ற பெரிய மண்மேட்டின் அடியில் பௌத்தச் சிற்பங்கள் மறைந்து கிடந்தன. அதன்பிறகு நடந்த அகழ்வுகளில் ஏராளமான கலைப் பொருள்களும் நினைவுச் சின்னங்களும் வெளிக் கொணரப்பட்டன. இங்கு அரிய சிற்ப வேலைப்பாடுள்ள தூண்களும் வழிபடுமிடங்களும் கண்டுபிடிக்கப்பட்டன.

காலின் மெக்கன்சி மகா சைத்தியம் இருந்த இடத்தைக் கண்டுபிடித்தார். அங்கு எஞ்சியிருந்த அழகிய பல சிற்பங்களை அழிவிலிருந்து காத்துக் கல்கத்தா, சென்னை அருங்காட்சியகங்களுக்கு அனுப்பி வைத்தார். அதன் பிறகு ஆங்கில உயரலுவலர்கள் அமராவதிச் சிற்பங்களைச் சேகரிப்பதில் மிகுந்த ஆர்வம் காட்டினர். மகா சைத்தியம் அமைந்த இடத்திலிருந்து எடுக்கப்பட்ட சிற்பங்கள் பல்வேறு அருங்காட்சிய கங்களுக்குச் சென்றன. சென்னை ஆளுநராயிருந்த ஃபிரடரிக்கு ஆடம் அவற்றில் பெரும்பகுதியைச் சென்னை அருங்காட்சியகத்தில் வைத்துக் கொள்ளச் செய்தார். அவற்றை இன்றும் இங்கு காணலாம். இலண்டனிலுள்ள பிரிட்டீசு மியூசியத்திலும் அமராவதிச் சிற்பங்களைக் காணலாம்.

1796

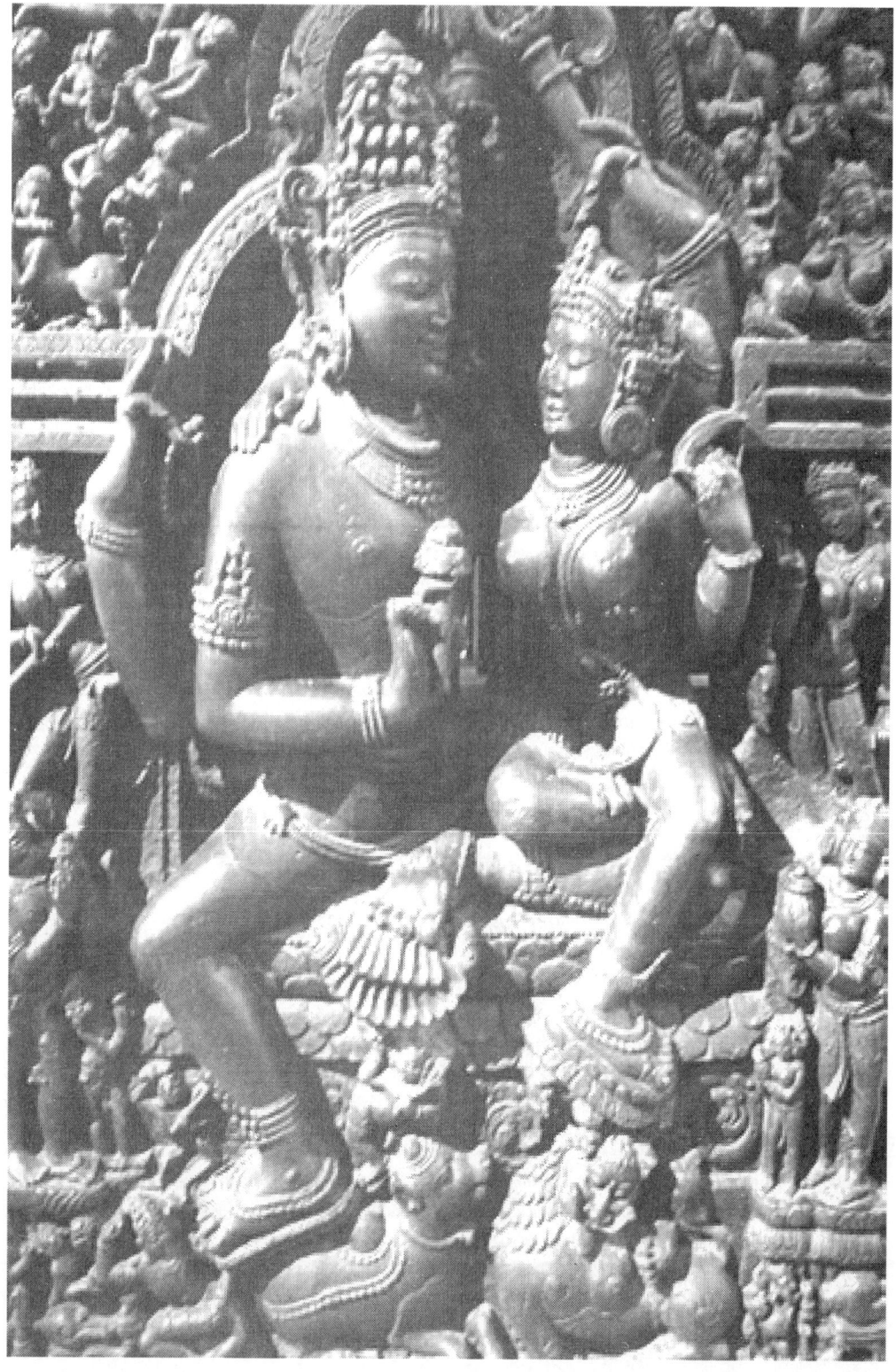

அமராவதி கிருஷ்ணை ஆற்றின் தென்கரையிலுள்ளது. பண்டை வேங்கி நாட்டின் தலையாய மையங்களுள் ஒன்றாயும் அமராவதி விளங்கிற்று. அமராவதி மச்சிலிப் பட்டினத்திலிருந்து மேற்கே வடமேற்கில் சுமார் 150 கிலோ மீட்டர்; குண்டூருக்கு மேற்கே சுமார் 26 கிலோ மீட்டர்.

மராட்டியத்தில் சிறந்த குடைவரைகளைக் கொண்ட பல இடங்கள் உள்ளன. எனினும் அவற்றுக்கு இணையான சிற்பச் சிறப்புடைய தூபிகள் இன்றைய ஆந்திரத்தில் உள்ளன.

ஆந்திரத்தில் பௌத்தம்

அசோகரின் காலத்தில் (273-232 கி.மு) – அதற்கு முன்னர் அல்லவெனினும் - பௌத்தம் ஆந்திரத்தில் நன்கு செழித்திருந்தது. ஏனெனில் அது பௌத்தத்தின் பிறப்பிடமான மகதத்திற்கும் பௌத்தம் சிறப்பாய்ப் பரவியிருந்த இலங்கைக்கும் இடையே நடு மையத்தில் அமைந்திருந்தது. ஆந்திரம் பெரிய ஆற்றுத் துறைமுகங்களின் வழியே இலங்கையுடன் வாணிபம் செய்து வந்தது. கிருஷ்ணை, கோதாவரி ஆறுகளின் தாழ்வான இடங்களில் மிகச் சிறந்த தூபிகள் கட்டப் பெற்றன.

குண்டூர் மாவட்டத்தின் அமராவதி, நாகார்ச்சுன கொண்ட, கிருஷ்ணை மாவட்டத்தின் பட்டிப்புரோலு, ஐக்கயப்பேட்டை, குசிவாட, கண்டசால ஆகிய இடங்களிலும் தூபிகள் கி.மு. மூன்றாம் நூற்றாண்டிற்கும் இரண்டாம் நூற்றாண்டிற்கும் இடைப்பட்ட காலத்தில் எழுப்பப் பெற்றனவாகும.

பட்டிப்புரோலு என்னுமிடத்திலுள்ள தூபிதான் மிகப் பழைமையானதாகும். அது கி.மு.இரண்டாம் நூற்றாண்டில் இப்பகுதியை ஆண்ட குபிரசன் என்ற மன்னன் காலத்தில், பௌத்த சமயத் தொண்டர் ஒருவரால் கட்டப் பெற்றிருக்கலாம். இத் தூபியினடியில் புத்தரின் சின்னங்கள் வைக்கப்பட்டுள்ளன என்ற கூற்றை மெய்ப்பிக்கும் வகையில், அங்கு பளிங்குப் பேழை ஒன்றினுள் ஓர் எலும்புத் துண்டும், பொன்னாலும் முத்தாலும் செய்த பூக்களும் கண்டுபிடிக்கப்பட்டன.

''விளக்குக் குன்று''

அமராவதி ஆந்திரத்தின் மிக முக்கியமான பௌத்த மையமாயிருந்தது. இங்கு அசோகரால் அனுப்பப்பட்ட பௌத்த சமயப் பரப்பியான மகாதேவர், அமராவதித் தூபிக்குக் கால்கோளிட்டார் என்று பௌத்தத் தொன்மக் கதைகள் கூறுகின்றன. மகா சைத்தியம் என்று பரவலாயும்; தீபல திண்ண (விளக்குக் குன்று) என்று இப்பகுதி மக்களாலும் அழைக்கப் பெறும் அமராவதித் தூபியின் வரலாறு ஆயிரத்தைந்நூறு ஆண்டுக் காலப் பரப்பில் விரிந்து கிடக்கின்றது. தூபியைச் சுற்றியமைந்த கட்டுமானத் தொகுதிகள் காலந்தோறும் பெரிய அளவில் சீர்திருத்தப்பட்டன, புதிதாய்ச் சேர்க்கப்பட்டன என்பதை உணரலாம்.

அமராவதியில் சிறு கட்டுமானம் தான் முதலில் இருந்தது. இது சுமார் கி.மு.200 ஆம் ஆண்டில் கட்டப்பட்டுப் புதிய கட்டுமானங்களால் விரிவுபடுத்தப்பட்டது. மிகவும் அருமையான சுற்று அளி (*railings*) உள்படப் பல கட்டுமானங்கள், நாகார்ச்சுனரின் (150 – 250 கி.பி) உதவியால் எழும்பின. சீன நாடோடியான உவான் சவாங்கு (602 – 664கி.பி.)இங்கு ஏழாம் நூற்றாண்டில் வந்தபோது அமராவதி செழித்திருந்தது. அது சுமார் பன்னிரண்டாம் நூற்றாண்டு வரையிலும் கட்டுக் குலையாமலிருந்தது.

தூபியின் அமைப்பு

வட்டமான அடித்தளம்; அரைவட்ட வடிவான குவிமாடம்; இவற்றைச் சுற்றியமைந்த முக்கியமான மூன்று பகுதிகளை அமராவதித் தூபி கொண்டிருந்தது. குவிமாடத்தின் மேலே உச்சியில் உயரமான ஒரு கம்பத்தைச் சுற்றிச் சதுரமான சிறு அளி இருந்தது. இக்கம்பத்தினருகில் சிறு கம்பங்கள் குடைகளை ஏந்தியிருந்தன.

தூபியின் நடுமையம் செங்கல்லாலும், மண்ணாலும் ஆனது. அதைப் புடைப்புருவங்கள் பொறித்த பளிங்குக் கற்கள் மூடியிருந்தன. அவை ஒவ்வொன்றின் மீதும் ஐந்து ஆயகத் தூண்கள் (*ayaka*) நின்றன.

புத்தரின் வாழ்க்கையில் நடந்த ஐந்து நிகழ்ச்சிகளை அதாவது பிறப்பு, துறவு, ஞானம் எய்தியமை, முதல் அருளுரை வெளிப்பாடு, பரிநிர்வாணம் அடைதல் ஆகியவற்றை இவ்வைந்து ஆயகத் தூண்களும் குறிக்கும். அதற்கும் தூபிக்கும் இடையிலிருந்த திருச்சுற்று நடைபாதையைச் சூழ்ந்திருந்த அளியில் நான்கு திக்குகளிலும் நான்கு வாயில்கள் இருந்தன. அவற்றின் இரு மருங்கிலும் சிங்க உருக்கள் தாங்கிய தூண்கள் நின்றன. அளியில் தூண்களும் குறுக்குச் சட்டங்களும் உள்ளும் புறமும் புடைப்புருக்கள் பொறித்த முகப்புக் கற்களும் (*Coping*) இருந்தன. முகப்புக் கற்களின் உள்புறத்தில் இருந்த உருக்களில் புத்தரின் வாழ்க்கை நிகழ்ச்சிகளும் அவரின் முன்னைப் பிறவிகள் பற்றிய சாதகக் கதைகளும் செதுக்கப் பெற்றிருந்தன. வெளிப்புறத்தில் பெரிதும் அலங்கார வேலைப்பாடுகள் காணப்பட்டன.

அவற்றிலுள்ள சிற்பங்கள், அசோகர் காலம், அவருக்குப் பிற்பட்ட காலம், சாதவாகனர் காலம், (சு. 221 கி.மு.-சு. 266 கி.பி) முற்காலப் பல்லவர் காலம், (250 – 600 கி.பி) இடைக் காலத்தின் பிற்பகுதி என்று ஐந்து கால கட்டங்களைச் சேர்ந்தனவாயிருக்கின்றன.

மாதிரித் தூபி

அமராவதியின் மகா சைத்தியம் என்ற தூபி, சாரநாத தூபியைவிடப் பெரியதாயிருந்தது. அமராவதியில் கிடைத்த பொருள்களைக் கொண்டு இந்தத் தூபி கி.பி.2-3 ஆம் நூற்றாண்டுக் காலத்தில் எவ்வாறு நின்றிருக்கும் என்ற கருத்தைக் கொண்டு, அதை அப்படியே கட்டி எழுப்புவதற்கு வேண்டிய ஒரு திட்டத்தைப் பலர் தொகுத்தனர். அவர்களுள் பெர்சி பிரவுன் (*Percy Brown*) என்றவர் ஒருவர்.

அவர் அளித்த திட்டத்தை வைத்து அரை சாந்தைக் கொண்டு (*Plaster*) தூபியின் மாதிரி ஒன்று உருவாக்கப்பட்டது. அந்த மாதிரியைப் பார்த்து மகாசைத்தியம் என்ற அந்தத் தூபி எவ்வாறு தோன்றியிருக்கும் என்பதை நம்மால் கற்பனை செய்து பார்க்க முடியும். அதன் சிங்க உருவங்கள், மேலே ஏற்றிய வாயில்கள், சிற்பங்கள் செதுக்கிய அளிகள், திருச்சுற்றுப்பாதைகள், நெடிதுயர்ந்து நிற்கும் ஆயகத் தூண்கள், அளவெடுத்துக் கட்டுவித்த அரைவட்ட வடிவான குவிமாடத் தூபிக்கு மேலே நிற்கின்ற குடைகள் இவற்றையெல்லாம் அந்த மாதிரித் தூபி நமக்குக் காட்டுகின்றது. அங்கு புத்தரின் எச்சம் ஒரு பேழைக்குள் வைக்கப்பட்டிருந்தது. அந்தப் பேழை குவிமாடத்தின் நடுமையத்திலிருந்தது.

நற்கலையழிவு

நற்கலையழிவு செய்தோர் (*Vandals*) தூபியைச் சேதப்படுத்திவிட்டதால், புத்தரின் எச்சங்கள் எங்கு போயின என்பது தெரிந்திலது. ஆனால் அங்கிருந்து எடுத்த எச்சப்

பேழை மட்டும் சென்னை அருங்காட்சியகத்திற்கு கொண்டு வரப்பட்டது. இங்குள்ள அமராவதிக் கூடம் என்ற பகுதியில், அமராவதிச் சிற்பங்களைக் காணலாம். ஆனால் சிறந்த சிற்பங்கள் பிரிட்டீசு மியூசியத்தில் உள்ளன.

1796

1796

வரலாற்றுப் புள்ளிகள்

1. கீழை மொழி விற்பன்னர் எல்லீசு வருகை

இந்தியத்திற்குப் பதினெட்டாம் நூற்றாண்டின் இறுதிவாக்கில் வந்த தலையாய விற்பன்னர் சிலருள் ஃபிரான்சிஸ் ஒயிட்டு எல்லீசு *(Francis Whyte Ellis, 1778 – 1819)* குறிப்பிடத்தக்கவராவார். அவர் கிழக்கிந்தியக் கம்பெனியின் ஆட்சித் துறையில் அலுவலராய்ப் பணிபுரிவதற்காகத் தன் பதினெட்டாவது வயதில் **1796** ஆம் ஆண்டு சென்னையை அடைந்தார்.

எல்லீசு இந்நாட்டிற்கு வந்ததுமே, இந்திய மொழிகள், வரலாறு ஆகியவற்றைக் கற்பதில் முற்றிலும் முனைந்து விட்டார். அவர் தமிழ், சம்ஸ்கிருத இலக்கியங்களைப் பற்றித் தனித்தனியாய் இரண்டு நூல்களை எழுதுவதென்று உறுதி கொண்டார். ஆனால் அவற்றை எழுதுவதற்கு வேண்டிய செய்திகளைத் திரட்டிக் கொண்ட பிறகே எழுத்துப் பணியைத் தொடங்க எல்லீசு கருதினார். அவரின் இம்முயற்சி முன்னோடிப் பணியாகும்.

அவர் திரட்டிய செய்திகள் மலையெனக் குவிந்து வந்தன. எனினும் இன்னும் நிரம்பச் செய்திகளைத் திரட்டுவதென்று பல இடங்களுக்குச் சென்றார். இவர் திருக்குறளின் மீது ஆழ்ந்த ஈடுபாடு கொண்டார். அவர் தனக்கு விருப்பமான **120** குறள்பாக்களை எடுத்துக் கொண்டு அவற்றை ஆங்கிலத்தில் மொழி பெயர்த்தார்.

இராயப்பேட்டையிலுள்ள பெரியபாளையத்து அம்மன் கோயிலின் அருகிலிருந்த ஒரு கிணற்றுச் சுவரில் ஒரு கல்வெட்டைச் சில ஆண்டுகளுக்கு முன்னர் கண்டு பிடித்தனர். அது **19** ஆம் நூற்றாண்டின் தொடக்கத்தில் பொறிக்கப்பட்டது. திருக்குறள் அறத்துப்பாலுக்கு உரை எழுதிய எல்லீசு என்பான் ''சென்னை நகரில் இருபத்தேழு கிணறுகளைத் தோண்டுவித்தான்'' என்று அதில் பொறித்திருந்தது. அவர் தான் கற்ற குறள்வழி நின்று இப்பணியைச் செய்தார் என்பதைக் காட்டுவதற்காக, அந்தப் பொறிப்பில் குறள்பா ஒன்று மேற்கோளாய்க் காட்டப்பட்டிருந்தது.

எல்லீசு கற்றோரால் பெரிதும் விரும்பப்பட்டார் என்பதைக் காட்டும் பல சான்றுகள் உள. சென்னை அரசில் பணி புரிந்த ஏ.டி.காம்பல் என்ற ஆங்கிலேயர், **1821** ஆம் ஆண்டில் தெலுங்கு மொழிச் சொல்லகராதியை *(Dictionary of Telugu Language)* வெளியிட்டார். அவர் அந்நூலை எல்லீசிற்குப் படைத்திருந்தார்.

தேம்பாவணியும் எல்லீசும்

பெஸ்கி என்ற வீரமா முனிவரின் *(1680 - 1747)* வாழ்க்கை வரலாற்றை ஏ. முத்துச்சாமி பிள்ளை எழுதியிருந்தார். அவர் ஜார்ஜ் கோட்டையில் நடந்து வந்த

கல்லூரியின் நிர்வாகியாய்ப் பணி செய்தார். பெஸ்கியின் மாணாக்கரான பங்காரு நாயக்கரின் மகன் லஸ் நாயக்கரிடம் வீரமா முனிவரின் ''தேம்பாவணி'' என்ற நூலின் கையெழுத்து ஏடு திருச்சிராப்பள்ளியில் உள்ளது என்பதை முத்துச்சாமி பிள்ளை அறிந்தார். அவர் அதை வாங்கி வந்து எல்லீசிடம் காட்டினார். எல்லீசு அதற்கு முந்நூறு ரூபாய் விலை கொடுத்தார். எல்லீசு 1819 ஆம் ஆண்டு இறந்தது வரையிலும் ''தேம்பாவணி'' கையெழுத்து ஏடு அவரிடமே இருந்தது. எல்லீசு சென்னையில் காத்து வைத்த அந்த ஏடு, வால்டர் எலியட்டு என்ற ஆங்கிலேயரை அடைந்தது. அவர் ஜார்ஜ் கோட்டையிலிருந்த கல்லூரியில் பணியாற்றினார்.

எலியட்டு ''தேம்பாவணி'' கையெழுத்துப் படியைப் புதுச்சேரி மிசனுக்குக் கொடுத்தார். அங்குதான் ''தேம்பாவணி'' நூலின் முதற்பதிப்பு அச்சானது. எனவே இச்சிறந்த தமிழ்நூல் அச்சேறி வெளி வந்ததற்கு எல்லீசு காரணராயிருந்தார் எனலாம்.

எல்லீசு மக்களிடையிலும் செல்வாக்குப் பெற்றிருந்தார் என்பதை உணர்த்தும் செய்திகளும் உள்ளன. விழுப்புரத்திற்கு மேற்கில் (விழுப்புரம் இ.ச.க.தொகுதி- 5) ஏறக்குறைய 15 கிலோ மீட்டரில் தெளி என்ற ஊர் உள்ளது. அச்சிற்றூரின் மேற்கே சுமார் 4 கிலோ மீட்டருக்கு அப்பால் பழமையான ஓர் அணைக்கட்டு உள்ளது. அது இன்றும் ''எல்லீசுத்துரை'' பெயரால் அழைக்கப்பட்டு வருகின்றது. சென்னை நகரில் எல்லீசுச் சாலை ஒன்றும் உள்ளது.

2. திருச்சிராப்பள்ளிப் பாளையங்கள் : ஆர்க்காட்டு நவாபு இணைத்தார்

கிழக்கிந்தியக் கம்பெனி 1795 இல் இராமநாதபுரத்தைத் தன் நேரடி ஆட்சியில் கொண்டு வந்ததை ஆர்க்காட்டு நவாபு எதிர்த்தும் பலனளிக்கவில்லை. ஆதலால் அவர் உடையார் பாளையம், அரியலூர், துறையூர் (திருச்சிராப்பள்ளிப் பாளையங்கள் : இ.ச.க. தொகுதி-4) ஆகிய பாளையங்களில் தன் நேரடி ஆட்சியை நிலைநிறுத்த முயன்றார்.

இப்பாளையங்களின் தலைவர்கள் முன்னர் பாளையக்காரர்களாயிருந்து, பின்னர் அவற்றைக் குத்தகைக்கு எடுத்துக் கம்பெனியின் ஆட்சியதிகார வரம்பினுள் நில உடையார்களாய் அடங்கினார். அவர்கள் நில உடையார் ஏற்பாட்டின் கீழ் கம்பெனிக்கு ஆள்பட்டு விட்டதால், ஆர்க்காட்டு நவாபினால் அவர்களைத் தன் விருப்பம் போல் நடத்த முடியவில்லை.

பாளையக்காரர்கள் வரிதண்டுவதற்குக் குத்தகை எடுத்திருந்தனரெனினும், பழையபடி பாளையக்காரர்களுக்குரிய அதிகாரங்களைப் பெறவே முயன்றனர். மூன்றாம் மைசூர்ப் போர் (1790 - 1792) 1790 ஆம் ஆண்டு மூளவே, பாளையக்காரர்கள் வரிப்பணம் செலுத்துவதை நிறுத்தி வைத்தனர்.

உடனே வரிதண்டும் பொறுப்பை ஏற்றுக் கொண்டிருந்த வருவாய் வாரியம் ஒரு படையைப் பாளையக்காரரிடம் அனுப்பியது. அப்படை திருச்சிராப்பள்ளிப் பாளையக்காரர்களைச் சிறைப்படுத்தித் திருச்சிராப்பள்ளிக்குக் கொண்டு சென்றது. அதனால் பாளையங்களின் மக்கள் கலகம் செய்தனர்.

ஆர்க்காட்டு நவாபு முகமதலி இப்பாளையக்காரர்களின் செல்வாக்கை ஒழிக்க வேண்டுமென்று கருதி, அவர்கள் மக்களைக் கொள்ளையடிப்பவர்கள் என்று கண்டனம் செய்து தாக்கினார். எனினும் பாளையத்தார் விடுதலை செய்யப்பட்டனர். பிறகு உடையார் பாளையத்தார் நவாபின் ஆதரவைப் பெறும் நோக்குடன் சென்னை சென்றார்.

அதற்காக நவாபின் அவையில் பணத்தை வீணாய்ச் செலவு செய்தார். அரியலூரார் தஞ்சாவூருக்கு ஓடிப் போனார்.

இவ்விருவரும் *1796* இல் தம் பாளையங்களுக்குத் திரும்பி, அங்கு மக்களைக் கிளர்ச்சியில் ஈடுபடுமாறு தூண்டி வந்தனர். அவர்கள் இக்கிளர்ச்சியில் தொடர்ந்து இரண்டாண்டுகள் வெற்றி பெற்றனர்.

மேஜர் கப்பேஜ் தலைமையில் சென்ற நவாபின் படை அவர்களின் கிளர்ச்சியை *1797* இல் ஒடுக்கியது. நவாபு அதன் பிறகு அவர்களுடன் அமைதியான முறையில் உடன்பாடு செய்து கொண்டார். அந்த உடன்படிக்கைப்படி ஆர்க்காட்டு நவாபு உடையார்பாளையத்தையும் அரியலூரையும் தன் ஆட்சியின் கீழ் வைத்துக் கொள்ளலாம். நவாபு அவர்களுக்கு முறையே *1000* ரூபாயும் *750* ரூபாயும் மாதந்தோறும் படித் தொகை அளித்து வர வேண்டும். இருவரும் வழக்கம் போல் மக்களிடமிருந்து காவல் கட்டணங்களை வாங்கிக் கொள்வதற்கு ஒழுங்கு செய்யப்பட்டது.

3. கேரளத்துச் செய்திகள்

(அ) டச்சுக்காரர் கேரளத்திலிருந்து வெளியேற்றம்

1796

ஆசியத்தில் போர்த்துக்கீசர் ஏகபோகம் வகித்து வந்த வாணிபப் பேரரசை முற்றிலும் கைப்பற்றிவிட வேண்டும் என்பது, பதினேழாம் நூற்றாண்டில் டச்சுக்காரரின் நோக்கமாயிருந்தது. அவர்கள் கேரள மன்னர்களுடன் பதினேழாம் நூற்றாண்டின் தொடக்கத்திலேயே தொடர்பு கொண்டிருந்தனர். எனினும் அந்நட்பு அரை நூற்றாண்டுக் காலம் தான் நீடித்தது. அவர்கள் போர்த்துக் கீசரை *1658* ஆம் ஆண்டு இலங்கையிலிருந்து வெளியேற்றிய பிறகு தான், மலபார்க் கரையோரப் பகுதி மீது மிகுந்த கவனம் செலுத்தினர்.

அவர்கள் *1658* ஆம் ஆண்டின் இறுதியில் முழு வலிமை கொண்டு மலபார்க்கரையை முதலில் தாக்கினர். அப்போது அட்மிரல் வான் கோயன்ஸ் கோழிக் கோட்டிலிருந்த (கோழிக்கோடு : இ.ச.க. தொகுதி-7) போர்த்துக்கீசக் கோட்டையைக் கைப்பற்றினார். எனினும் அதற்கடுத்த இளவேனிற் காலத்தில் அங்கிருந்த டச்சுக் காவற்படை இலங்கைக்குப் பின்வாங்கிச் செல்ல நேர்ந்தது.

எனினும் அதற்குச் சிறிது காலத்திற்குப் பிறகு கொச்சியில் அரசுரிமை குறித்துப் பூசல் எழவே, டச்சுக்காரர் அதைச் சாக்காய்க் கொண்டு பெரிய அளவில் அங்கு தலையிட்டனர். கொச்சி அரச குடியின் மூத்த கால்வழியினர் போர்த்துக்கீசர் விரும்பிய வண்ணம், அவர்களிடம் இணங்கி வணங்கிப் பணிவாய் *1646* இல் நடந்து கொள்ளவில்லை. ஆதலால் போர்த்துகீசர் அம்மன்னரைப் பதவியிலிருந்து இறக்கி விட்டனர். (கொச்சி : இ.ச.க. தொகுதி-7)

ஆனால் கொச்சியின் இந்த மூத்த குடியினருக்குக் கோழிக்கோட்டு மன்னர் சாமூதிரியும் நடுக்கேரளத்தில் தலையாய நாடுவாழிகளும் ஆதரவு காட்டினர். பளிய நாட்டுப் பிரபும் கொச்சி அரசின் வழிவழியான முதலமைச்சருமாகிய பளியத்து அச்சன், அவர்களுக்கு மறைமுகமாய்த் துணை நின்றார். அவரது ஆதரவு மிகுந்த முக்கியத்துவம் வாய்ந்ததாகும். ஏனெனில் கொச்சித் துறைமுகத்தைக் காத்து நிற்கும் வைப்பீன் தீவு (இ.ச.க. தொகுதி-7) பளியத்து அச்சனுக்கு உரிமையானது.

பதவியிலிருந்து இறக்கப்பட்ட கொச்சி மன்னரான இரண்டாம் வீர கேரளவர்மன் பளியத்து அச்சனின் அறிவுரைப்படி கொழும்பு சென்று தன் தரப்பு நியாயத்தை டச்சுக்காரரிடம் எடுத்துக் கூறினார். டச்சுக்காரர் அவருக்கு ஆதரவு தர இணங்கினர். அவர்கள் அதற்கு இணங்க *1661* தொடக்கத்தில் வான் தெர் மெய்தன் தலைமையில் விரைவுப் படையொன்றைக் கிராங்கனூரின் அருகில் வந்து இறக்கினர். (கிராங்கனூர் : இ.ச.க.தொகுதி-7) டச்சுக்காரர் சாமூதிரியுடன் ஓர் உடன்பாடு செய்து கொண்டு போர்த்துக்கீசக் கோட்டையான பள்ளிபுரத்தைப் பிடித்துக் கொண்டனர்.

டச்சுக்காரர் கொச்சியை நேரடியாய்த் தாக்கும் வலிமை தமக்கு இருப்பதாய்க் கருதவில்லை. ஆதலால் அவர்கள் *1662* ஜனவரியில் மீண்டும் மலபார்க் கரைக்குத் திரும்பி வந்தனர். கொச்சியின் மட்டஞ்சேரி அரண்மனைக்கு வெளியில் நடந்த சண்டையில், அப்போது கொச்சியை ஆண்டு வந்த மன்னர் கொல்லப்பட்டார். அரசியைச் சிறைப் பிடித்தனர். தம் ஆதரவு பெற்ற மூத்த குடியின் மன்னரைக் கொச்சியின் அரசராய் ஏற்கச் செய்தனர்.

ஆனால் போர்த்துக்கீசக் கோட்டை முற்றுகை இரண்டு மாத காலம் இழுத்துக் கொண்டே சென்றது. அதனால் டச்சுப் படையின் வலிமை குன்றியது. எனவே அது பின் வாங்கிச்சென்றது. கார்காலம் முடிந்ததும் டச்சுக்காரர் பெரும் படையுடன் திரும்பிவந்தனர். அப்போது வைப்பீன் தீவிலிருந்த போர்த்துக்கீசருக்குப் பண்டங்கள் சென்றதை டச்சுப்படை தடுத்து நிறுத்திற்று; எரணாகுளத்தைக் கைப்பற்றியது.

டச்சுக்காரரின் தாக்குதலால் கொச்சிக் கோட்டை *1662* ஜனவரி *7* அன்று வீழ்ந்தது. வாஸ்கோடகாமாவின் வழிவந்த போர்த்துக்கீசரும் அவர்களின் மலையாள நேசர்களும் துயரச் சின்னம் அணிந்து நகரத்தின் திறவுகோலை டச்சுக்காரரிடம் ஒப்படைத்து விட்டு வெளியேறினர். அன்றோடு போர்த்துக்கீசரின் காலம் கேரளத்தில் முடிவடைந்தது.

டச்சுக்காரரின் வடகேரளக் காலம் *1662* ஜனவரி *7* அன்று தொடங்கி, இந்த *1796* ஆம் ஆண்டில் முடிவடைந்தது. டச்சுக்காரர் இந்த *134* ஆண்டுக் காலத்தில் கேரளத்துடன் கொண்டிருந்த தொடர்பு இங்கு மணிச் சுருக்கமாய்க் கூறப்படுகின்றது.

இந்திய வரலாற்றில் ''போர்த்துக்கீசர் காலம்'' என்று பேசப்படுவதைப் போன்று, டச்சுக்காரர் காலம் என்று பேசுவதற்கில்லை. ஏனெனில் டச்சுக்காரர் வாணிபத்திற்காகத்தான் இங்கு வந்தனர். ''அவர்கள் தம் கடவுளுக்காக நிலப்பரப்பை வளைத்துப் போடவோ, மலபார்க்கரை அரசியலில் மேலாண்மை செலுத்தும் ஆண்டையாக வேண்டுமென்றோ கீழைநாடுகளுக்கு வரவில்லை.'' இவ்வாறு ''கேரளம்'' (*Kerala*) என்ற ஆங்கில நூலின் ஆசிரியரான ஜார்ஜ் உடுகாக்கு கூறுகின்றார்.

ஆதலால் அவர்கள் கடை பிடித்த கொள்கைகளில் மென்மை இருந்தது. போர்த்துக்கீசரிடம் காணப்பட்டதைப் போன்ற கட்டுக்கடங்கா மூர்க்கத்தனம் அவர்களிடம் இல்லை என்றும் அவர் குறிப்பிடுகின்றார்.

ஒப்பு நோக்குகையில் டச்சு ஆட்சி நிர்வாகம் வெகு திறமை வாய்ந்ததாயிருந்தது. அது அக்காலத்தில் ஊழல்களால் களங்கப்படவில்லை. நாட்டு மன்னர்களுடன் நடத்திய சண்டைகளில் டச்சுக்காரர் காட்டுமிராண்டித்தனமாய் நடந்து கொள்ளவில்லை.

அவர்கள் சமயப்பொறை மிக்கவர்களாய் எல்லாச் சமயத்தவரையும் சமமாய் நடத்தினர். போர்த்துக்கீசரையும் ஆங்கிலேயரையும் போன்று மேற்கத்தி நாகரிகத்தைக் கேரளத்திற்கு அளிக்க வேண்டும் என்ற எண்ணமும் அவர்களிடம் இருந்ததில்லை. வாணிபம் ஒன்றே அவர்களின் குறிக்கோளாயிருந்தது.

டச்சுக்காரர் ஈழவரைப் படையில் சேர்த்துக் கொண்டனர். நாயர்கள் மட்டுமே மறக்குடியினர் என்ற வழமையை மாற்றி, ஈழவரும் சமூகத்தில் உயர்நிலையடையுமாறு செய்தனர். எந்த வர்ணத்திலும் அடங்காத அவர்ணர்களான ஈழவர்கள் தீண்டாமைப் பிடியிலிருந்து விடுபடுவதற்கு டச்சுக்காரர் இங்ஙனம் மறைமுகமாய் உதவினர்.

போர்த்துக்கீசர் தம் எதிர்காலப் பெருநகரை நிறுவுகின்ற மாதிரியில், கொச்சியில் மிகப் பெரிய கோட்டை, மாதாகோயில்கள், கன்னிமாடங்கள், பள்ளிகள், கல்லூரிகள், அரண்மனைகள் போன்ற பெரும் கட்டடங்களை எழுப்பினர்.

ஆனால் டச்சுக்காரரோ வாணிபத்திற்குப் பயன்படக் கூடிய கட்டடங்களை மட்டுமே கட்டினர். அவர்கள் நகரத்திலும் கோட்டையிலும் இருந்த கட்டுமானங்களையும் போர்த்துக்கீசர் கட்டிய கட்டடங்களையும் இடித்துத் தள்ளினர். போர்த்துக்கீசரை நினைவூட்டும் வகையில் மலபார்க்கரையின் சிற்றூர்களில் நெடிதுயர்ந்த மாதா கோயில்கள் மட்டும் இன்றும் நிற்கின்றன. கொச்சியின் அலைவாய்க் கரையான (கடற்கரை) மட்டஞ்சேரியிலுள்ள கிட்டங்கிகளும் கோட்டைப் பகுதியிலுள்ள வாணிப நிறுவனங்களும் டச்சுக்காரரை நமது நினைவிற்குக் கொண்டு வருகின்றன. டச்சுக்காரர் ஐரோப்பிய அரசியல் நிலை காரணமாய் 1796 ஆம் ஆண்டு வட கேரளத்திலிருந்து வெளியேறினர்.

1796

(ஆ) வடகேரளத்தில் கம்பெனி நேரடி வரி தண்டுதல்

வட கேரளமான மலபாரின் நாடு வாழிகளிடமிருந்து வரி வாங்குவது குறித்துத் தொல்லைகள் ஏற்பட்டன. கடல் நூற்றாண்டுக் காலப் போர்களினாலும் பொது அழிவுகளினாலும் பாழ்பட்டுக் கிடந்த நிலத்திற்கு அதிகமான அளவில் தீர்வை விதிக்கப்பட்டது. நாடுவாழிகள் மன்னர்களுக்குச் செலுத்த வேண்டிய வரியைத் தம் நிலங்களிலிருந்து பெற்றுக் கொடுக்க முடியவில்லை.

நாடுவாழிகள் தமிழ்ப் பிராமணர்களிடமும் கொங்கணியரிடமும் பெருங்கடன் பட்டுப் பணம் திரட்டிய போதிலும், அவர்களால் திறை செலுத்த முடியவில்லை. (கேரளம் இதுவரை அறிந்திராத லேவாதேவி என்ற வட்டிக்குக் கடன்கொடுக்கும் முறையைத் தமிழ்ப் பிராமணரும் கொங்கணியரும் இக்காலக்கட்டத்தில் தான் கொண்டு வந்தனர். இத்தொழிலில் நெல்லை மாவட்டத்துக் கல்லிடைக் குறிச்சியைச் சேர்ந்த பிராமணரே பெரிதும் ஈடுபட்டிருந்தனர்.)

கிழக்கிந்தியக் கம்பெனி இறுதியாய்ச் சாமூதிரியின் ஆட்சிப் பகுதியில் 1796 இல் வரி தண்டத் தொடங்கியது. விதிக்கப்பட்ட வரியைக் கூடக் கம்பெனியினால் தண்டுவதற்கு முடியவில்லை. எனவே நாடுவாழிகளுக்கு வரிதண்டும் உரிமையைக் குத்தகைக்கு விடும் வழக்கத்தைக் கம்பெனி இறுதியில் முற்றிலும் ஒழித்தது. கம்பெனி அந்தப் பணியில் தன் ஊழியர்களை ஈடுபடுத்தி நேரடியாய்வரிதண்டியது.

மலபாரின் குறுநில மன்னர்களான நாடுவாழியர் காலப்போக்கின் காரணமாய் 1800 வாக்கில் எஞ்சியிருந்த தம் அதிகாரங்களையும் இழந்தனர். ஆதலால் மலபார் பிரிட்டீசு மாவட்டமாயிற்று. அதை மாவட்ட ஆட்சித் தலைவர் (Collector) ஒருவர் கம்பெனிக்காக ஆளலானார். மலபார் சென்னை மாநிலத்தின் ஒரு பகுதியானது. அது 1956 வரை சென்னை மாநிலத்தில் இருந்த பின்னர், மாநிலச் சீரமைப்புத் திட்டப்படி கேரளத்துடன் சேர்ந்து விட்டது.

(இ) கண்ணனூர் அரசி உரிமை இழத்தல்

கண்ணனூர் (இ.ச.க.தொகுதி- 9) அரசியான ஜூனுமாபே ஆதிராசா அலிபீவி தன் உரிமைகள் அனைத்தையும், 1796 அக்டோபர் 20 அன்று கிழக்கிந்தியக் கம்பெனியிடம் ஒப்படைத்து விட்டார். அதற்கு இசைவாய் அவர் ஓர் ஒப்பந்தத்திலும் கையெழுத்திட்டார்.

கேரளத்தில் பிரிட்டிசாரின் நேரடி ஆட்சிப் பொறுப்பில் வராமல் இப்போது எஞ்சியிருப்பது வேணாடு என்ற திருவிதாங்கூர் மட்டுமே ஆகும் என்பது கவனத்திற் கொள்ளத்தக்கதாகும்.

4. திப்பு சுல்தான் மீண்டும் ஏற்றங்கொள்ள முயற்சி

திப்பு சுல்தான் (1753 - 1799) மூன்றாம் மைசூர்ப் போரின் முடிவில் (1790 – 1792)காரன்வாலிஸ், மராட்டியர், நிசாம் என்ற முக்கூட்டணியுடன் சீரங்கப்பட்டணத்தில் 1792 பிப்ரவரி 26 அன்று முதல் நிலை அமைதி உடன்படிக்கை செய்து கொண்டார். அவர் இந்தப் போரினால் தன் ஆட்சிப் பரப்பில் கிட்டத்தட்டப் பாதியை இழந்தார். போரில் தன்னிடம் சிறைப்பட்டோர் அனைவரையும் விடுவிக்க ஒப்பினார். அவர் மூன்று மில்லியன் ரூபாயை இழப்பீடாய்த் தர நேர்ந்தது. அதில் பாதித் தொகை உடனே கொடுக்கப்பட்டது. எஞ்சிய தொகை பன்னிரண்டு மாதத்தில் செலுத்தப்பட வேண்டும். மேலும் இந்த உடன்படிக்கையை நிறைவேற்றுவதற்கு உத்தரவாதமாய்த் திப்பு சுல்தான் தன் இரு மக்களை, எட்டுவயதான அப்துல் காலிக்கையும் ஐந்து வயதான மியூசுதீனையும் பிணையமாய்க் காரன்வாலிசிடம் ஒப்படைக்க நேர்ந்தது. இறுதியான உடன்படிக்கை மார்ச்சு 19 அன்று சீரங்கப்பட்டணத்தில் கையெழுத்தானது.

இத்துடன் திப்பு சுல்தானின் எதிர்ப்பு முறியடிக்கப்பட்டு விட்டது என்று காரன்வாலிஸ் மகிழ்ந்திருந்தார். மூன்றாம் மைசூர்ப்போர் திப்பு சுல்தானுக்குப் பெரிய தோல்விதான். எனினும் அவர் மனம் உடைந்து விடவில்லை.

உலகு தழுவிய நோக்கும் சமயப் பொறையும் பன்மொழிப் புலமையும் பல்துறை அறிவும் ஒருங்கு அமைந்த ஓர் அரசர் இக்காலத்தில் இந்தியத்தில் நிலவினார் எனில், அவர் அரச குடிப்பிறவாத மன்னர் திப்பு சுல்தானே ஆவார் எனலாம். ஆயினும் எழுத்தறிவற்ற அவரின் தந்தையிடம் இருந்த அரசியல் தந்திரமும் ஓர் அரசனுக்கு இருக்க வேண்டிய குன்றாத மன உறுதியும், பல கற்ற திப்பு சுல்தானிடம் இல்லாமற் போயின. அதனால் உண்ட நாட்டிற்கு இரண்டகம் செய்பவர்களும் ஊட்டும் கையைக் கடிப்போரும் அவரை எதிரிகளிடம் கையூட்டுப் பெற்றுக் காட்டிக் கொடுத்து வந்தனர். திப்பு சுல்தான் அரசியல் களத்திலும் போர்க்களத்திலும் மதியூகமும் மாவீரமும் காட்டிய போதிலும் தனது நாட்டைக் காட்டிக் கொடுத்தவர்களையெல்லாம் நல்லுணர்வு காரணமாயும் நன்றியுணர்ச்சி கொண்டும் மனித நேயத்துடன் மன்னித்து விட்டார். அதனால் திப்பு சுல்தான் மனஉறுதி இல்லாதவர் என்ற பழிக்கு ஆளானார். எனினும் இக்காலக் கட்டத்து இந்திய வல்லாளர் எவர்க்கும் இராத விடுதலையுணர்வு மிக்க திப்பு சுல்தான் வந்தேறியோரின் வல்லாண்மைப் போக்கையும் அரசியல் சூதுகளையும் பல இன்னல்களுக்கு இடையில் இறுதி மூச்சு வரை எதிர்த்து வந்தார். அதனால் அவரது வாழ்க்கையின் பெரும்பகுதி போர்க் களங்களிலேயே கழிந்தது.

திப்பு சுல்தான் மூன்றாம் மைசூர்ப் போருக்குப்பிறகு, தலைநகரின் அரண்களை வலுப்படுத்தினார். குதிரைப் படையைச் சீரமைத்தார்; தனக்கு இசைந்து வராத சிற்றரசர்களை ஒடுக்கினார். மைசூர் நாடு பல சிறப்புகளை அடையும் வகையில் வேளாண்மையை ஊக்குவித்தார்; ஏற்றுமதிகளைப் பெருக்கினார்; தொழிற் சாலைகளைத் திறந்தார்; எழுத்தறிவை மக்களிடையே வளர்த்தார். மைசூர் நாடு முன்னைப் போலவே செழிப்பும் வலிமையும் அடைந்தது.

காரன்வாலிஸ் பிரபை அடுத்துச் சர் ஜான் ஷோர் 1793 இல் தலைமை ஆளுநரானார். இவர் முன்னவரைப் போன்று துடிப்பானவரல்லர். அவர் வாரன் ஹேஸ்டிங்சிடம் அரசியல் பாடம் கற்ற மாணவர்; அரசியல் சூழ்ச்சிகளிலும் தந்திரங்களிலும் கை தேர்ந்தவர். வாரன் ஹேஸ்டிங்சு மீது சாட்டப் பெற்ற பல குற்றங்களில் இவருக்கும் முக்கியமான பங்கு உண்டு என்று எட்மண் பர்க்கு (1729 - 1797) இவரைப் பற்றிக் கூறினார். எனினும் அவர் திப்பு சுல்தான் பக்கம் கவனஞ் செலுத்தாமல் போய் விட்டார். ஆங்கிலேயரும் மூன்றாம் மைசூர்ப் போரில் மிகுந்த கவலைக்குள்ளாயினர்; எனவே அவர்கள் அடுத்த படையெடுப்பிற்கும் நாடு கவரும் முயற்சிக்கும் முன்னர் தம்மை வலுப்படுத்திக் கொள்வதற்கு அமைதி வேண்டுமென்று அவாவினர். ஆதலால் ஜான் ஷோர் தனக்கு விருப்பமான அரசியல் சூழ்ச்சிகளில் ஈடுபட்டு மராட்டியரை வேரறுக்கும் வேலையில் இறங்கி விட்டார்.

திப்பு சுல்தான் இத்தகைய நொய்தான அமைதிக் காலத்தில் நாட்டைப் பல வழிகளில் ஆயத்தப்படுத்திக் கொள்ளலானார்.

1796

5. பிரிட்டீசு வலைக்குள் சிக்கிக் கொண்ட ஐதராபாது நிசாம்

ஐதராபாது நாட்டை நிறுவிய ஆசீஃபு ஜா குடியின் முதலாம் காம்ருதீன் ஆசீஃபு ஜாவின் (1657 - 1748) நான்காவது மகனான அலிகான் பிரிட்டீசாரின் ஆதரவினால் 1762 ஆம் ஆண்டு ஆட்சிக்கு வந்து அவர்களின் கைப்பாவையாய் இருந்து வந்தார். (இ. ச. க. தொகுதி-7)

அலிகான் ஆட்சிக்கு வந்த நான்காண்டுக் காலத்திற்குள், பிரிட்டீசார் ஐதரலியுடன் சண்டையிட நேர்ந்தது. அப்போது நிசாம் அலி கான் மராட்டியரைப் போன்று பிரிட்டீசாருடன் ஒத்துழைத்து 1765 ஆம் ஆண்டில் மைசூரை மூன்று முறை தாக்கினார். ஆனால் இந்தச் சண்டை முடிவதற்குள், நிலையில்லாத மனப் போக்குடைய அலிகான், ஐதரலியின் பக்கம் சேர்ந்து விட்டார்.

பிரிட்டீசார் ஐதரலி கானையும் அவரின் புதுக்கூட்டாளியான நிசாம் அலிகானையும் தோற்கடித்தனர். அப்போது நிசாம் ஆங்கிலேயர் பக்கம் சென்று சேர்ந்தார். என்ன பயன்? நிசாம் அலி கான் தன் பாதுகாப்பிற்காகப் பிரிட்டீசாரின் இரண்டு காவல்பட்டாளத்தையும் ஆறு பீரங்கிகளையும் வைத்துக் கொள்ள நேர்ந்தது. இந்தப் படைக்கு ஆகும் செலவு முழுவதையும் நிசாம் கம்பெனிக்குத் தந்தாக வேண்டும்.

நிசாம் இங்ஙனம் தன் மன உறுதியின்மையால் பல இக்கட்டுகளுக்குள் சிக்கித் தவித்தார். அவர் மராட்டியரிடம் 1767 இல் படுதோல்வியடைய நேர்ந்தது. ஆங்கிலேயர் அப்போது நடுநிலை வகித்து விட்டனர்; நிசாமின் உதவிக்கு வரவில்லை. அதனால் மராட்டியர் பகுதிகளையெல்லாம் அவர்களிடம் திருப்பித் தர வேண்டி வந்தது. அப்பகுதிகளிலிருந்து ஆண்டிற்கு $34^{1/2}$ இலட்ச ரூபாய் வருவாய் கிடைக்கும். அத்துடன் பழைய வருவாய் நிலுவைக்காகவும் போரில் ஏற்பட்ட செலவுகளுக்காகவும்

மராட்டியர்க்கு மூன்று கோடியே முப்பது இலட்ச ரூபாயையும் நிசாம் தர நேர்ந்தது. நிசாமிற்கு இத்துன்பங்கள் போதாவென்று மூசி ஆற்றில் பெருவெள்ளம் வந்து ஐதராபாதில் ஏராளமான சேதம் விளைந்தது.

நிசாம் தன் நாட்டின் அமைதி கருதியும் மைசூர் நாட்டின் நட்பிற்கு விலையாகவும் ஐதராபாது நாட்டு இளவரசி ஒருத்தியைத் தனக்கு மணமுடித்துத் தரவேண்டுமென்று திப்பு சுல்தான் கேட்டார்.

மராட்டியர் 1796 ஆம் ஆண்டு ஐதராபாது நாட்டிற்கு உரிமையான பெரிய நிலப்பரப்பைக் கவர்ந்து கொண்டனர். இது நிசாம் அலிகான் மீது விழுந்த மற்றொரு பேரிடியாகும்.

அவரின் அன்பிற்குரிய மகன் அலி ஜா தந்தையை எதிர்த்துக் கிளர்ச்சி செய்தார். அக்கிளர்ச்சியை ஒடுக்கி மகனைச் சிறைப் பிடித்தனர். அவர் சிறையிலேயே தற்கொலை செய்து கொண்டார். இந்தக் கவலையும் நிசாமை வாட்டியது.

எனவே அவர் நான்காண்டுகளுக்குள் சொல்லொணாத் துன்பங்களை ஏற்றுவிட்டார். இவற்றோடு கண்டதே காட்சி கொண்டதே கோலம் என்ற அவரது மட்டு மீறிய வாழ்க்கை முறைகளும் சேர்ந்து, அவர் 1796 ஆம் ஆண்டு நோய்ப்பட்டுப் படுத்த படுக்கையானார். இந்த மாரடைப்பிலிருந்து அவர் மீளவில்லை.

அதனால் ஆட்சி நிர்வாகம் நிசாமின் அமைச்சரான அஜம் உல் உமாரா கைக்குப் போனது. அமைச்சர் ஆங்கிலேயரை மிக வலுவாய் ஆதரித்தார். நிசாம் பெயருக்கு மன்னராயிருந்த காலத்தில் அமைச்சர் வைத்ததே சட்டமாயிருந்தது.

6. இந்தியத்தில் கம்பெனிப் படைப்பெருக்கம்

கிழக்கிந்தியக் கம்பெனி பதினேழாம் நூற்றாண்டில் இங்கிலாந்திலிருந்து பேரளவில் எறிபடைகளான பீரங்கிகள், துப்பாக்கிகள் முதலியவற்றையும் வெடிமருந்துகளையும் இந்தியத்தில் இறக்கி வந்ததுடன், இந்நாட்டின் பல்வேறிடங் களிலமைந்த கோட்டைகளுக்குள் இந்தியர் அறியாமல் பீரங்கிகளைச் செய்து வந்தது.

கம்பெனியின் படைபலமும் ஆண்டுக்காண்டு சிறுகச் சிறுகப் பெருகிக் கொண்டே வந்தது. இந்தியப் படை 1796 இல் சீரமைக்கப்பட்டது. வங்கப் படை முதலில் சீர்திருத்தப்பட்டது. காலாள் படையும் குதிரைப் படையும் தனித்தனியாய்ப் பிரிக்கப்பட்டன. அவற்றின் அதிகாரிகள் தனித்தனிப் பட்டியல்களில் வைக்கப்பட்டனர். ஏற்கெனவே இருந்த பட்டாளங்களை ஒன்று சேர்த்தும் காலாள் படை ரெஜிமெண்டுகள் உண்டாக்கப்பட்டன. இப்பட்டாளங்களில் பிரிட்டீசாரும் இந்தியரும் அதிகாரி களாயிருந்தனர். ஒவ்வொரு பட்டாளத்திலும் இரண்டு கிரனேடியரும் 1600 நாட்டுப் படைவீரர் அடங்கிய எட்டுக் காலாள் படைக் கம்பெனிகளும் இருந்தன.

சென்னையிலும் பம்பாயிலும் இருந்த படைகளிலும் இதே முறையில் சீர்திருத்தம் செய்யப்பட்டது. இம்மாநிலங்களில் காலாள் படை, குதிரைப்படை, பீரங்கி ரெஜிமெண்டுகள் ஆகியவற்றுடன் கடற்படைப் பட்டாளங்களும் இருந்தன.

பிரிட்டனின் அரசியல் மேலாண்மை ஓங்கிவிட்டதால், மேலும் படைபலத்தைப் பெருக்குவது கட்டாயம் என்று கருதப்பட்டது. அதனால் மாநிலப் படையினரின் எண்ணிக்கை பெருக்கப்பட்டது.

இந்த 1796 ஆம் ஆண்டு கம்பெனியின் படைகளில் ஐரோப்பியர் 17,936 பேர்; நாட்டுப் படைவீரர் 84,322 பேர் இருந்தனர். இந்தப் பலம் 1825 இல் முறையே 30,423 ஆகவும் 2,46,125 ஆகவும் பெருகிக் கொண்டே போனது.

7. அந்தமான் குடியேற்றம் கைவிடப்படுதல்

காப்டன் அலெக்சாந்தர் கைடு (*Captain Alexander Kyd*) என்றவர், பிளேருக்கு (இ.ச.க. தொகுதி-9) அடுத்தபடியாய் அந்தமான் தீவுகளின் நிர்வாகப் பொறுப்பை 1793 மார்ச்சு 5 அன்று ஏற்றுக்கொண்டார். (அந்தமான்: இ.ச.க. தொகுதி-6) இவருக்கும் பிளேருக்குத் தரப்பட்டிருந்த பொறுப்புகளும் நிறைவேற்ற வேண்டிய கடமைகளும் யாவை என்று விதி செய்யப்பட்டிருந்தன.

அந்தமான் குடியேற்றத்தில் நலக்கேடுகள் நீடித்து வரலாயின. ஆதலால் அந்தமானில் நோய்கள் உண்டானது ஏன்; அதன் காரணங்கள் நிலையாயிருப்பனவா அல்லது கடின உழைப்பையும் உரமான முயற்சியையும் கொண்டு நோய்களைப் போக்கிவிட முடியுமா என்பவற்றை ஆராயுமாறு தலைமை ஆளுநர் கைடைக் கேட்டுக் கொண்டார்.

அந்தமான் தீவுகளின் தட்ப வெப்ப நிலைதான் அங்கிருந்த பெரிய குறைபாடு ஆகும். அங்கு ஆண்டில் பெரும்பகுதி புயல் வீசிற்று. எப்போது பேய்க்காற்று வருமென்று சொல்ல முடியாது. இக்காற்றுகளினால் குடியேறியவரும் போர்க்கப்பல்களின் மாலுமியரும் தீங்குற்றனர். அவர்களில் சிலர் உயிர் துறக்கவும் நேர்ந்தது. அந்தமான் உணவுப் பொருள்களுக்காக வங்கத்தை அல்லது அயல் துறைமுகங்களையே நம்பியிருந்தது. இது மற்றோர் இடராகும்.

குடியேற்றத்திற்கு விரிந்த அளவில் பணிகளைச் செய்வதும் பெரும் பாடாயிருந்தது. அவற்றுக்குப் பெருஞ்செலவும் ஆனது. ஏனெனில் இவ்வேலை களுக்கென்று இந்தியத்திலிருந்தும் பிற நாடுகளிலிருந்தும் கூடுதலான கூலிக்குக் கட்டுமானத் தொழிலாளரைக் கொண்டுவர நேர்ந்தது. அங்கு பருவநிலை காரணமாய் ஆண்டில் பெரும்பாலான நேரத்தை வேலை வெட்டியின்றிச் சும்மா போக்க வேண்டியிருந்தது. கைடு இவற்றைத் தன் அறிக்கையில் தெளிவு படுத்தியிருந்தார்.

தலைமை ஆளுநரும் அவருடைய ஆட்சிக் குழுவினரும் அந்தமான் குடியேற்றம் பற்றிக் கைடு அளித்த அறிக்கையை ஆராயு முன்னரே, அங்கு குடியேறியவர்கள் மீண்டும் நோய்வாய்ப்பட்டனர். அங்கு குடியேறிய பெரும்பாலான தொழிலாளர் களுடன், குடியேற்றத்தின் மருத்துவரும் பிற அலுவலர்களும் நோயுற்றனர். அவர்களில் ஐம்பது பேர் இறந்தனர். தட்பவெப்ப நிலையாலும் நோயாலும் மனவாட்டமுற்ற குடியேறியர் அங்கிருந்து வெளியேற விரும்பினர். அங்கு புதிய மருத்துவர் (*Surgeon*) 1796 ஜனவரியில் வந்தார்.

ஆதலால் அடுத்த மாரிக் காலத்திற்கு முன்னர், அந்தமான் குடியேற்றத்தைக் கைவிடுவதென்று, தலைமை ஆளுநரின் ஆட்சிக்குழு 1796 பிப்ரவரி 8 அன்று முடிவெடுத்தது. அதற்கு வேண்டிய நடவடிக்கைகளை எடுக்குமாறு கடற்படை கேட்டுக் கொள்ளப்பட்டது.

காரன்வாலிஸ் துறைமுகத்தில் (இன்று அதற்குப் பிளேர் துறைமுகம் - *Port Blair* என்று பெயர்) அமைந்த குடியேற்றம் இவ்வாறு 1796 ஆம் ஆண்டு மூடப்பட்டது.

அதன்பிறகு அந்தமான் தீவுகள் நெடுங்காலம் தனித்து விடப்பட்டன. அவற்றைப் பிரிட்டிசார் நெருங்கவில்லை. அந்தமான் பற்றிய குறிப்புகள் அந்தமான் பயணியரின் பதிவுகளிலும் குறிப்பேடுகளிலும் அரிதாகவே காணப்படுகின்றன.

மலாய்க்காரர்கள் இந்த இடைக்காலத்தில் அங்கு மீண்டும் அடிமை வாணிபத்தை நடத்தலாயினர் என்று தோன்றுகின்றது. அவர்கள் அந்தமான் மக்களைப் பிடித்துப் பினாங்கிற்குக் கொண்டு சென்றனர் என்று தனிப்பட்ட சிலர் எழுதி வைத்துள்ளனர்.

8. சீனப் பேரரசர் சியன் லுங்கு முடிதுறந்தார்

சீனத்தை ஆண்டுவந்த மஞ்சூரியரான மஞ்சு அல்லது சிங்கு அரச குடியைச் சேர்ந்த பேரரசர் சியன் லுங்கு (Chien Lung) அறுபதாண்டுக் கால ஆட்சிக்குப் பிறகு தன் 85 வயதான இந்த 1796 ஆம் ஆண்டில் தன் மகனுக்காக முடிதுறந்தார். அவரது ஆட்சிக் காலத்தில் சீனப் பேரரசு விரிந்து பரந்தது.திபேத்து சீனத்தின் கட்டுப்பாட்டில் வந்தது. அமெரிக்க ஒன்றியம் காண்டனில் (காண்டன் : இ.ச.க. தொகுதி-7) வாணிபம் செய்வதற்கு இசைவு தரப்பட்டது. பர்மா, நேபாளம் ஆகிய நாடுகள் மீது படையெடுப்பு நடந்தது.

இப்பேரரசர் இலக்கியத்திலும் கலைகளிலும் மிகுந்த ஈடுபாடுடையவர்; பெரும் புலவருமாவார். அவர் குறிப்பாய்ப் பீங்கான் தொழிலை ஊக்குவித்தார். அவருக்குப் பிறகு அவரின் மகன் சியன் சிங்கு (Chien Ching) ஆட்சிக்கு வந்து, 1820 இல் இறந்தது வரை அரசிருந்தார்.

1796

9. பிரஞ்சுச் செய்திகள்

(அ) நெப்போலியன் திருமணம்

நெப்போலியன் போனப்பாட்டு (1769 – 1821) 1796 மார்ச்சு 9 அன்று பாரிஸ் நகரத்தவரான ஜோசஃபின் தெ பீகானை என்ற 33 வயதுக் கைம்பெண்ணை மணந்தார். இப்பெண்மணி உயர் குடிப் பிறந்தவர். அவர் கிழக்குக் கரீபியனிலுள்ள மார்டினிக்கு (Martinique) என்ற தீவில் பிறந்தவர். ஜோசஃபினின் முதற் கணவர் பெயர் பீகானை. மெயின்ஸ் நகரைப் பிரஷியரிடம் தோற்கச் செய்ததற்கு அவரே காரணர் என்று, அவரது தலையை 1794 ஜூலையில் வெட்டிக் கொன்றனர்.

நெப்போலியன் பிரான்சிற்காக இனிமேல் வெற்றிமேல் வெற்றியாய்க் குவிக்கப் போகின்றார்.

பிரஞ்சுக் குடியரசின் படை நெப்போலியனின் தலைமையில் சென்று ஆஸ்திரேலியத்தை வென்றது. அங்கு மில்லிசிமோ என்ற இடத்திலும் மோடோவியில் உள்ள பைடு மாண்டெஸ் என்ற இடத்திலும் நெப்போலியன் ஆஸ்திரியத்தை இவ்வாண்டு மார்ச்சு மாதம் தோற்கடித்தார்.

அவர் இதற்கு முன்னர் மாமிலுக்குகள் (Mameluke) என்ற அடிமை வகுப்பினரையும் 1796 ஜனவரி 21 அன்று பிரமிடுகளின் அருகே நடந்த சண்டையில் தோற்கடித்தார். மாமிலுக்குகள் தொடக்கத்தில் துருக்கரிடம் அடிமைகளாயிருந்த மற வகுப்பினர். அவர்கள் எகிப்தைச் சுமார் 1250 முதல் 1517 வரை ஆட்சி செய்தனர். அதன் பிறகும் 19 ஆம் நூற்றாண்டின் தொடக்கம் வரையிலும் அவர்களுக்கு எகிப்தில் செல்வாக்கு இருந்தது.

(ஆ) பிரான்சில் மீண்டும் எழுத்துச் சுதந்திரம்

பிரான்சில் 1796 முதல் எழுத்துச் சுதந்திரம் அளிக்கப்பட்டதால், இதழ்கள் அரசின் கட்டுத் தளையிலிருந்து விடுபட்டுச் சுதந்திரமாய் எண்ணங்களை வெளியிடலாயின.

(இ) கூலிப்படைத் தலைவர் தெ போயினி (1751 - 1830)

இந்திய நாட்டு மன்னர்களின் படைகளில் பணிபுரிந்த கூலிப்படைத் தலைவர் பலருள் தெ போயினி (*Count de Boigny, 1751-1830*) தலையாய போரியல் மேதை ஆவார். அவர் இத்தாலிய எல்லையை ஒட்டிய சவாய் என்ற பகுதியில் பிறந்தார். *(இப்பகுதி இன்று தென்கிழக்குப் பிரான்சில் உள்ளது. இது 1720 முதல் 1860 வரையிலும் சார்தீனிய முடியரசில் அடங்கியிருந்தது. அதன் பிறகு பிரான்சில் சேர்ந்து விட்டது)*

தெ போயினி பிரான்சில் புகழ்பெற்ற அயர்லாந்துப் பிரிகேடில் சேர்ந்து அடிநிலை அலுவலரானார். அவர் 1774 இல் இப்படையிலிருந்து விலகிக் கிரேக்கத் தீவுகளில் இருந்த இரஷியப் படைத்தலைவருடன் சேர்ந்து கொண்டார். இரஷியத்திற்கும் துருக்கிக்கும் நடந்த சண்டையில், தெ போயினி துருக்கரிடம் சிறைப்பட்டார். துருக்கர் அவரைக் கான்ஸ்டாண்டி நோபிளில் அடிமையாய் விற்றுவிட்டனர். அவர் அதன்பிறகு அங்கிருந்து செயிண் பீட்டர்ஸ்பர்க்கிற்குச் சென்றார். அப்போது அங்கு மக்காட்னிப் பிரபு இரஷியத்தில் பிரிட்டனின் தூதுவராயிருந்தார். இரஷியப் பேரரசி காதரைன் இந்திய வாணிபம் பற்றி நேரடியாய் அறிந்து கொள்ள விரும்பியதால், மக்காட்னியின் பரிவுரைக் கிணங்கத் தெ போயினியைக் காதரைன் இந்தியத்திற்கு அனுப்பினார். அவர் எகிப்திலிருந்து இந்தியத்திற்குக் கப்பலேறி 1778 இல் சென்னையை அடைந்தார்.

ஐதரலி 1780 இல் பேரம்பாக்கச் சண்டையின் போது (இ.ச.க. தொகுதி-8) கர்னல் பெயிலியின் படையைத் தாக்கி அழித்த போது, தெ போயினி அங்கு இருந்தார். தெ போயினியின் நண்பரான மக்காட்னி 1781 இல் சென்னைக்கு ஆளுநராய் வந்தார். (இ.ச.க.தொகுதி-9)

தெ போயினி வாணிபம் பற்றிய செய்திகளைப் பேரரசி காதரைனுக்காகத் திரட்டிக் கொண்டார் அவர். நடு ஆசியம் வழியே இரஷியம் செல்லும் நோக்குடன் மக்காட்னியிடம் பரிந்துரைக் கடிதம் பெற்றுக் கொண்டு வாரன் ஹேஸ்டிங்சைப் பார்ப்பதற்காகக் கல்கத்தா சென்றார். அங்கு ஹேஸ்டிங்சிடமிருந்து பரிந்துரைக் கடிதம் பெற்று இலட்சுமணபுரிக்குச் (லக்னோ) சென்றார். அங்கு ஒளது நவாபு வசீர் அசஃபு உத்தொலர் *(1775 – 1797)* அவரை மிகுந்த மதிப்புடன் நடத்தினார்.

அவர் இலட்சுமணபுரியில் ஐந்து மாதங்கள் இருந்தபோது, இந்துஸ்தானி பேசக் கற்றுக் கொண்டார். அவர் அங்கிருந்து டெல்லிக்குப் பிரிட்டீசுப் பேராளராய்ப் பொறுப்பேற்கச் சென்று கொண்டிருந் [illegible] பிரவுனுடன் சென்றார். பிரவுன் டெல்லி சென்ற வழியில் தெ போயினியை [illegible] ஆண்டர்சனுக்கு அறிமுகம் செய்வித்தார். ஆண்டர்சன் அப்போது குவாலியா [illegible] சிந்தியாவிடம் *(1761 – 1794)* பிரிட்டீசுப் பேராளராய் இருந்தார்.

சிந்தியா அப்போது கோகடு ராணாவுடன் போர் செய்து கொண்டிருந்தார். மாதவராவ் என்ற மாதாஜியை எவ்வாறு வெல்வது என்பது குறித்துத் தெ போயினி கோகடு ராணாவிற்கு மறைவாய் வழி சொல்லிக் கொண்டிருந்தார். சிந்தியா இந்தச் சதியைக் கண்டு பிடித்து விட்டார். பிரிட்டீசுப் பேராளரின் விருந்தாளியாயிருந்து கொண்டு தெ போயினி தனக்கு எதிராய்க் கோகடு ராணாவிற்கு மறைமுகமாய் உதவி வந்தது மாதாஜிக்குக் கடுஞ்சீற்றத்தை உண்டாக்கிற்று. அதனால் அவர் தெ போயினியைக் கல்கத்தாவிற்கு அனுப்பி விட்டார்.

ஆனால் இந்தப் பிரஞ்சுக்காரரின் மேதையை மாதாஜி கண்டுகொண்டதும், வாரன் ஹேஸ்டிங்சின் வழியே அவரது ஊழியத்தைத் தனக்குப் பெற்றுக் கொண்டார். தெ போயினி இங்ஙனம் *1784* ஆம் ஆண்டுத் தொடக்கத்தில் குவாலியர் நாட்டரசின் ஊழியத்தில் சேர்ந்து விட்டார்.

அதற்குப் பதினோர் ஆண்டுகளுக்குப் பிறகு நோய்வாய்ப்பட்டதன் காரணமாய்த் தெ போயினி பதவி ஓய்வு பெற்றார். அவர் *1796* செப்டம்பரில் இங்கிலாந்திற்குப் புறப்பட்டார். அவர் இந்தியத்தில் ஒரு முஸ்லிம் பெண்ணை மணந்திருந்தார்.

தெ போயினி *1830* இல் இறந்ததும் அவர்களுக்குப் பிறந்த மகன் சார்லஸ் அலெக்சாந்தர் தெ போயினி தந்தையின் வாரிசானார். தெ போயினியின் கல்லறை தென்கிழக்குப் பிரான்சில், சவாய்ப் பகுதியிலுள்ள ஷாம்பரி *(Chambry)* என்ற ஊரில் உள்ளது.

மாதாஜி தெ போயினியைக் குவாலியர் படையில் சேர்த்ததும், தன் போர்களுக்கென்று இரண்டு பட்டாளங்களை உருவாக்குமாறு பணித்தார். தெ போயினி தன் பணியை அருந்திறனுடன் செய்து முடித்துச் சிந்தியாவின் மதிப்பிற்குரியவராகிப் பதவியில் உயர்ந்தார்.

தெ போயினி சிந்தியாவிற்காகப் புது மாதிரியில் அருமையான படை ஒன்றை உருவாக்கி, அதை வெகு சிறப்படையுமாறு செய்தார். மாதாஜி இத்தகைய ஆக்கமான படைக்கருவியை வைத்துக்கொண்டு தன் வாழ்க்கையின் மாபெரும் வெற்றி களையெல்லாம் கண்டார்.

(இந்தியத்தில் கூலிப்படையினர் : இ.ச.க. தொகுதி-8)

10. அமெரிக்கச் செய்திகள்

(அ) ஒன்றியத்துடன் டென்னசி இணைதல்

அமெரிக்கத்தின் கிழக்கே நடுப்பகுதியில் டென்னசி அமைந்துள்ளது. இது *1796* ஆம் ஆண்டு ஜூன் *1* அன்று அமெரிக்க ஒன்றியக் குடியரசுடன் பதினாறாவது மாநிலமாய் இணைந்தது. இதன் மேற்பகுதி சமவெளி; இந்த வெளி உயர்ந்து அப்பலேச்சியன் மலைகளையும் கம்பர்லந்துச் சமவெளியையும் கிழக்குப் பக்கம் தொடுகின்றது. இதன் தலைநகரம் நாஷ்வில்; பரப்பளவு: *1,09,412* சதுர கிலோ மீட்டர் - *42,224* சதுர மைல்.

(ஆ) ஏழைகளுக்குப் பாஸ்டனில் மருத்து[illegible]

அமெரிக்க மசாச்சூசட்ஸ் மாநிலத்த[illegible]ழக்கிலுள்ள பாஸ்டன் துறைமுகப் பட்டினத்தில் ஏழைகளுக்கு வீடுகளிலும் மருந்தகங்களிலும் மருத்துவ உதவி செய்வதற்காகப் பாஸ்டன் மருந்தகம் என்ற மருத்துவ நிலையம் *1796* ஆம் ஆண்டு அமைக்கப்பட்டது.

11. அம்மை குத்துதல் : ஜென்னரின் முன்னோடிப் பணி

ஆங்கில மருத்துவரான எட்வர்டு ஜென்னர் (*Edward Jenner : 1749–1823*) உடலைக் குத்தி அம்மைப் பாலை உள் செலுத்தி, அம்மை நோயைத் தடுக்கும் முன்னோடிப் பணியை *1796* ஆம் ஆண்டில் தொடங்கினார். அம்மை நோய், அம்மைத் தடுப்பு முறை பற்றிய செய்திகள் முன்னர் (இ.ச.க. தொகுதி-*3*) சொல்லப்பட்டிருந்தன. கோவசூரி (*cowpox*) வந்தவர்களுக்குப் பெரியம்மை வராது என்ற நம்பிக்கை மக்களிடையே இருந்து வந்தது. இந்நம்பிக்கை சரிதானா என்பதை ஆராய்ந்து காண ஜென்னர் முற்பட்டார்.

ஜென்னர் கிளச்செஸ்டரைச் சேர்ந்த பெர்க்கிளி என்னுமிடத்தில் இருந்த பால்பண்ணை வேலைக்காரியான சாராள் நெல்மஸ் (*Sarah Nelmus*) என்பவரின் கையிலிருந்து கோவசூரிக் கொப்புளத்து நீரை எடுத்தார்.

அவர் அதன்பிறகு ஜேம்ஸ் ஃபிப்ஸ் (*James Phipps*) என்ற எட்டுவயதுப் பள்ளிச் சிறுவனின் தோலைக் கீறிப் பால்காரியிடமிருந்து எடுத்த அம்மைப் பாலை வைத்தார். அதற்குச் சில நாளைக்குப் பிறகு பெரியம்மை முத்திலிருந்து சீழை எடுத்து, அச்சிறுவனுக்கு அம்மை குத்தினார். சிறுவன் பிப்சை அம்மை நோய் இலேசாய்க் கூடத் தொற்றவில்லை. ஜென்னர் இதைக்கண்டு ஊக்குதல் பெற்று இச்சோதனையைத் தொடர்ந்து இந்த ஆண்டிலிருந்து இரண்டாண்டுகள் செய்து வந்தார்.

1797

அரசியல்

வரி நிலுவைக்காக மாயவரம், மன்னார்குடியைக் கம்பெனி எடுத்துக் கொள்ளுதல்
சீரங்கப்பட்டிணத்தில் பிரஞ்சு விடுதலை மரம்
நெப்போலியனின் இத்தாலி வெற்றிகள்
ஜான் ஆடம்ஸ் அமெரிக்க ஆட்சித் தலைவராதல்
பாரசிகம் ஆகா முகமது கொலை

அறிவியல்

குரோமியம்; தனிப்படுத்தப்படுதல்
பிச்சுப்பிளண்டிலிருந்து யுரேனியம் ஆக்சைடு

சட்டம் , நீதியாட்சி

ரெக்கார்டர் முறை மன்றம் அமைதல்

கல்வி, கலை, இலக்கியம்

பிரிட்டானியக் கலைக் களஞ்சியம் மூன்றாம் பதிப்பு
டா வின்சி நூல்களை நெப்போலியன் வெளியிடச் செய்தார்

தொழில், வாணிபம், வேளாண்மை

தென்னாட்டில் கரும்பு விளைவிக்கக் கம்பெனி முயற்சி
பிரிட்டனில் வங்கி நெருக்கடி
உலக மணக்காரப் பண்ட வாணிபத்தில் அமெரிக்கர்

பொருளியல், நிதியல்

பிரிட்டனில் முதல் செப்பு காசு, 1 பவுன் தாள் நோட்டு

இராணுவம், போர்

திப்பு சுல்தானை எதிர்க்கப் படைபலப் பெருக்கம்
ஸ்பானியக் கடற்படை பிரிட்டனிடம் தோல்வி
நெப்போலியனின் இத்தாலி வெற்றிகள்
பிரிட்டனில் கடற்படையினர் கிளர்ச்சி

பொது

தஞ்சைப் பெரிய கோயில் கோபுரத்தில் ஏறிய ஐரோப்பியர்
கியூபத்தில் சிகரட்டுகள்
வான் குடையிலிருந்து முதலில் குதித்தல்

1797

1. தென்னாட்டில் கரும்பு விளைச்சலைப் பெருக்கக் கம்பெனி முனைப்பு

வந்தேறி கவர்ந்த ஒரு நாட்டை முற்றிலும் தன் தாய்நாட்டின் நலனுக்காக எவ்வாறு முழுக்கப் பயன்படுத்துவது என்பதை ஐயந்திரிபற உலகில் உணர்ந்த மக்கள் பிரிட்டீசார் எனில் அது தவறாகாது இவையனைத்தையும் சட்டம் என்று அரணுக்குள் நின்று கொண்டு சாதிப்பதிலும் அவர்களுக்கு இணையான மக்களும் எவருமிலர்.

ஏற்கெனவே வேளாண்மையில் வெற்றி கண்டு, சிறு நாடாயிருந்த போதிலும் ஐரோப்பிய நாடுகளுக்குத் தானியங்களை ஏற்றுமதி செய்து வந்த பிரிட்டனில், இந்நூற்றூண்டில் தொழிற்புரட்சி தோன்றியதும், அதன் வளர்ச்சிப் பசி அடங்காததாயிற்று. பிரிட்டனுக்கு அயலுலகில் எத்தனை குடியேற்றங்கள் இருந்தபோதிலும் அதன் விசை வேகத் தொழில் வளர்ச்சிக்கு வேண்டிய பண்டங்களை அவற்றால் முழுமையும் அளித்துவிட முடியாது என்ற நிலையைப் பிரிட்டன் எய்திவிட்டது. ஆனால் அமெரிக்கக் குடியேற்றங்கள் கைநழுவிப்போன பிறகு,பிரிட்டன் தன் ஆலையில் இடக்கூடிய பெரிய வேளாண், தொழில் நாடாய் இந்தியம் ஆனது. இந்தியத்தின் தொழில்களை நசுக்கி, அதன் வேளாண்மையைத் தன் பொருளியல் நலன்களுக்கு இணங்கி இசைவிக்கும் பல்வேறு முயற்சிகளில், நிலவுடையார் என்ற சமீந்தாரி அமைப்பு முறையும், நிலவுடமை உரிமைக்கு நிலையான தீர்வு என்ற ஏற்பாடும் தலையானவையாகும்.

இந்த நிலவுடமை உரிமை பற்றிய ஏற்பாட்டினால் இந்திய வேளாண்மை பிரிட்டனின் நுகத்தடியில் மாட்டிக் கொண்டு, ஆட்சியாளரின் தார்க்குச்சிக்கும் சாட்டைக்குச்சிக்கும் அஞ்சி இயங்க வேண்டியதாயிற்று. ஆளவந்தார் விதிக்கின்ற படிதான் உழவன் பயிர்களை விளைவிக்க வேண்டும் என்ற நிலையும் இதனால் உண்டானது. உணவு தானிய விளைச்சலை விடப் பருத்தி, கரும்பு, அவுரி போன்ற விலைப் பயிர்களுக்கு முதலிடம் தரப்பட்டது. இதனால் உணவுப் பற்றாக்குறை ஏற்பட்டு பல பஞ்சங்களும் தோன்றாலாயின என்பது வரலாறு.பிரிட்டீசார் கரும்பைப் பயிரிடுவதில் காட்டும் முனைப்பை இந்தப் பின்புலத்தில் நோக்க வேண்டும்.

கரும்பின் கதை

கரும்பின் தாயகம் எது என்பது குறித்து அறிஞரிடையே கருத்து வேறுபாடு உள்ளது.

கரும்பு என்ற உயர்தரப் புல்வகையின் தாவரவியல் பெயர் *saccharum officinarum* ஆகும். இதன் தாயகம் இந்தியம் என்பாருளர். அது மேற்குப் பசிபிக்கில் ஆஸ்திரேலியத்தின் வடக்கேயுள்ள நியூ கினித் தீவிலிருந்து தென்கிழக்காசிய நாடுகளுக்குப் பரவியிருக்கலாம் என்றும் கூறுவர்.

கடைச்சங்க காலத்தில் (சு. 250 கி.மு.-சு.250 கி.பி) வாழ்ந்த அதியமானின் முன்னோரான சேரர், கீழைக் கடலில் கலஞ்செலுத்திச் சாலித் தீவிலிருந்து (சாலித் தீவு - ஜாவா) கரும்பைக் கொண்டு வந்து தமிழ் மண்ணில் பயிரிட்டனர் என்று தமிழிலக்கியச் சான்று கூறுகின்றது. அலெக்சாந்தர் படையெடுத்து வந்த காலத்தில் (327 கி.மு.) இந்தியத்தில் கரும்பு விளைவிக்கப்பட்டது என்பதை அறிகின்றோம்.

பாரசிகத்தில் கி.பி. மூன்றாம் நூற்றாண்டில் மறுமலர்ச்சியைத் தோற்றுவித்த சாசனிடு குடியினர் இந்தியத்திலிருந்து தம் நாட்டிற்குக் கரும்பைக் கொண்டு சென்றனர். அங்கு சுசியன் (*Susian*) மாநிலத்தின் ஆற்றங்கரை நெடுகிலும் கரும்பைப் பயிர் செய்தனர். கரும்பு முதலில் சீனத்தில் மிகுந்த அளவில் பயிரானது. அங்கிருந்து பாரசிகத்திற்குக் கரும்பு கொண்டு செல்லப்பட்டது என்ற கருத்தும் உண்டு.

கரும்பு கி.பி. ஐந்தாம் நூற்றாண்டு வாக்கில் அரேபியத்தை அடைந்தது. அரபுகளான சாரசன்கள் கரும்பை ஒன்பதாம் நூற்றாண்டில் எகிப்திற்குக் கொண்டு சென்றனர். அங்கு நைல் ஆற்றின் அடி நிலப்பகுதியில் கரும்பு பரந்த அளவில் பயிரானது.

முஸ்லிம் வெற்றி வீரர்கள் நிலநடுக்கடல் பகுதி நெடுகிலும் முன்னேறிச் சென்றனர். அவர்களொடு கரும்பும் சைப்பிரஸ், சிசிலி, ஸ்பெயின், போர்ச்சுக்கல் ஆகிய நாடுகளிலும் மெடீரா, கானரித் தீவுகளிலும் பரவிற்று.

கிறிஸ்தபர் கொலம்பஸ் (1451-1506) தன் இரண்டாம் பயணத்தின் போது 1493 ஆம் ஆண்டில் அமெரிக்கம் சென்ற காலையில் ஆப்பிரிக்கத்தின் வடமேற்குக் கரைக்கப்பால் அட்லாண்டிக்குக் கடலிலுள்ள கானரித் தீவுக் கூட்டத்தைச் சேர்ந்த கொமாராவிலிருந்து கரும்பை எடுத்துக் கொண்டு மேற்கிந்தியத் தீவுகளில் ஒன்றான டொமினிக்கன் தீவிற்குப் போனார்.அங்கு இருபத்தைந்து ஆண்டுகளுக்குள், 1518 வாக்கில் இருபத்தெட்டுக் கரும்புத் தோட்டங்கள் உண்டாயின.

பின்னர் ஸ்பானியர் கரும்பை மெக்சிக்கம், பெரு, பிரேசில் ஆகிய தென்னமெரிக்கப் பெருநிலங்களுக்குக் கொண்டு சென்றனர். இனிப்பான கரும்பு கசப்பான அடிமை வாணிபம் செழிக்க ஒரு காரணமானது. தென்னமெரிக்கப் பெருநிலத்திலிருந்து ஐரோப்பியத்திற்குப் பெரிய அளவில் சர்க்கரை ஏற்றுமதியானது.

செல்வச் செழிப்பு மிக்கோங்கிவந்த ஐரோப்பியத்தில் சர்க்கரை வசதி படைத்தவர்கள் மட்டுமே உள்கொள்ளும் நிலை பதினெட்டாம் நூற்றாண்டு வாக்கில் மாறி வரலானது. கரும்புத் தோட்டங்களும் சர்க்கரை ஆலைகளும் அமைந்த அயலுலகிலிருந்து பெரிய அளவில் சர்க்கரை ஐரோப்பியத்தில் வந்து இறங்கியது.அங்கு காப்பியும் தேநீரும் அருந்தும் பழக்கம் மிகுந்ததும், சீனியும் பேரளவில் வேண்டப்பட்டது.

அதனால் பிரிட்டனில் மட்டும் 1700 ஆம் ஆண்டில் ஓராளுக்கு ஓராண்டில் நான்கு இராத்தலாயிருந்த சீனியின் நுகர் அளவு, 1780 வாக்கில் பன்னிரண்டு இராத்தலாய் மிகுந்து விட்டது. சீனியின் நுகர் அளவு இங்ஙனம் கூடிக் கொண்டே சென்றதால், பிரிட்டன் கூடுதலான அளவில் தன் குடியேற்றங்களிலிருந்து சீனியைப் பெறும் வழிவகைகளை ஆராய்ந்தது.

கிழக்கிந்தியக் கம்பெனி சென்னை மாநிலத்திலும் இந்தியத்தின் பிற பகுதிகளிலும் பருத்தி பயிரிடுவதில்தான் மிகுந்த அக்கறை காட்டியது. ஏனெனில் சீனத்திற்குப் பருத்தி

ஏற்றுவதில் பெருத்த அளவில் ஆதாயம் கிடைத்தது. (இ.ச.க. தொகுதி-9) ஆனால் கரும்பு விளைச்சலில் கம்பெனி காட்டிய ஆர்வம் ஒப்பு நோக்குகையில் குறைவேயாகும்.

எனினும் கம்பெனி புதுப்புதுக் கரும்பு வகைகளைக் கொண்டுவந்து இந்தியத்தில் அறிமுகப்படுத்தியது என்பதையும் தன் ஊழியத்திலிருந்த தாவரவியலார், இயற்கை நூலார் ஆகியோரின்றியே, கரும்பு ஆராய்ச்சிகளை நடத்தியது என்பதையும் மறுத்தற்கியலாது.

சென்னை மாநிலம் பருத்தி பயிரிடுவதற்கு மிகவும் ஏற்றது. எனினும் அதன் மாவட்டங்கள் அனைத்திலும் கரும்பு பயிர் செய்வதற்கு வேண்டிய வாய்ப்புகள் நிரம்ப உள்ளன என்பது, வருவாய் வாரியம் 1797 ஆம் ஆண்டு நடத்திய ஓர் ஆய்விலிருந்து தெரிய வந்தது.

''கம்பெனிக்கு உரிமையான பரந்த நிலப்பரப்பிலிருக்கும் சில மாவட்டங்களில் மட்டும், கரும்பு பயிரிடுவதற்குத் தகுதியில்லாத நிலம் இருக்குமென்று நம்புகின்றேன்'' என்பதாய்க் கம்பெனியின் தாவரவியலாரான டாக்டர் ராக்ஸ்பர்கு கூறினார்.

சென்னை மாநிலத்தில் விளையும் கரும்பிலிருந்து எடுக்கும் சர்க்கரை, வங்கச் சர்க்கரையையும் சீனச் சர்க்கரையையும் விட மலிவானது; அது சீனச் சர்க்கரையின் தரத்தது என்றும் அடிக்கடி கூறப்பட்டு வந்துள்ளது.

இலண்டனிலிருந்த கம்பெனி இயக்குநர் மன்றம் (*Court of Directors*) டாக்டர் ராக்ஸ்பர்க்கின் பரிந்துரைகளால் கவரப்பட்டுத் தென்னிந்தியத்தில் கரும்பு பயிரிடுவதையும் சர்க்கரை செய்வதையும் ஊக்குவிக்க வேண்டுமென்று கட்டளை பிறப்பித்தது. ஏனெனில் கிழக்கிந்தியத் தீவுகளில் பெறப்படும் சர்க்கரை விலைகளை விட, இந்தியச் சர்க்கரையின் விலைகளால் கம்பெனிக்கு நல்ல ஆதாயம் கிடைக்கும் நிலை இருந்தது.

ஆதலால் எட்வர்டு காம்பல் என்றவர் 1799 ஆம் ஆண்டு இந்தியத்திற்கு அனுப்பி வைக்கப்பட்டார். அவர் ''சென்னை அரசின் கீழ் குறிப்பிட்ட சில மாவட்டங்களில் சர்க்கரை ஆலைகளை அமைக்கும் வாய்ப்புகளை ஆராய்வதற்காக'' வந்திருந்தார்.

காம்பல் கரும்பு விளைச்சலைப் பெருக்குவதற்காகத் தென்னார்க்காடு, திண்டுக்கல், கோயமுத்தூர், கிருஷ்ணகிரி, சேலம் முதலிய இடங்களில் பெரிதும் முயன்றார்.

டாக்டர் இராபட்டு ரைட்டு மோரீசிலிருந்து கரும்பு வகைகளைக் கொண்டு வந்து, தென்னாட்டில் பயிர் செய்யலாமென்று 1835 ஆம் ஆண்டு கருத்துக் கூறினார். இது குறித்து ஆய்வதற்கென்று மோரீசிலிருந்து நேரடியாய்க் கரும்பு வகைகளைக் கொண்டு வர வேண்டுமென்றும் அவர் சொன்னார். சென்னை மாநில அரசிற்கு அவரது கருத்து ஏற்புடையதாயிருந்தது.

அதனால் மோரீசிலிருந்து கொண்டு வந்த கரும்பு வகைகளைப் பயிரிடுமாறு உழவர்களை ஊக்குவிக்க வேண்டுமென்று மாவட்ட ஆட்சித் தலைவர்கள் கேட்டுக் கொள்ளப்பட்டனர்.

மோரீசுக் கரும்பு வகைகளைப் பயிரிடும் நிலங்களுக்கு நிலவரியிலிருந்து முழுவிலக்கு அளிக்க வேண்டும் என்று வருவாய் வாரியம் பரிந்துரைத்ததையும் அரசு ஏற்றது. எனினும் இச்சலுகை 1838 ஆம் ஆண்டு விலக்கப்பட்டது.

1797

வரலாற்றுப் புள்ளிகள்

1. தஞ்சைப் பெரிய கோயிலில் வெள்ளையர் ஏறியதால் தூய்மைச் சடங்கு

தஞ்சைப் பெருவுடையார் கோயில், இராசராசேச்சுரம் என்றெல்லாம் சிறப்பித்து அழைக்கப்படும் பிருகதீசுவரர் கோயில் கோபுரத்தில் ஒரு வெள்ளைக்காரர் 1797 ஆம் ஆண்டு ஏறிவிட்டார். ஆதலால் கோயிலைத் தூய்மைப் படுத்துவதற்காகக் குடமுழுக்கும் சம்புரோட்சணமும் செய்யப்பட்டன. *(சம்புரோட்சணம் : கோயிலின் தீட்டைப் போக்கித் தூய்மைப் படுத்துவதற்காகச் செய்யும் சடங்கு)*

பெரிய கோயில் கோபுரத்தில் ஐரோப்பியர் உருவம் ஒன்று காணப்படுகின்றது. மேற்சொன்ன வெள்ளைக்காரர் அதைப் பார்க்கவோ, கோயில் கட்டமைப்பை அறிந்து கொள்ளவோ, கோபுரத்தின் மேல் ஏறியிருக்கலாம் என்பர்.

2. வரி நிலுவை : மாயவரம், மன்னார்குடியைக் கம்பெனி இணைத்தது

தஞ்சைத் தரணியை ஆண்ட மராட்டிய மன்னர், அமரசிங்கன் *(1787 – 1798)* கம்பெனிக்குச் செலுத்த வேண்டிய வரியில் நிலுவை நின்றதால், கிழக்கிந்தியக் கம்பெனி அதற்காக மாயவரம், மன்னார்குடி ஆகிய மாவட்டங்களைத் தன் ஆட்சிப் பகுதியுடன் இணைத்துக் கொண்டது.

1797

மாயவரம் - மயிலாடுதுறை

மாயூரம் என்றும் மாயவரம் என்றும் பிற்காலத்தில் வழங்கப்பெற்ற இவ்வூர் மீண்டும் இப்போது மயிலாடுதுறை என்ற பழம் பெயரால் அழைக்கப்படுகின்றது. இதற்குக் கௌரி மாயூரம் என்ற சமஸ்கிருதப் பெயரும் உண்டு.

'துறை' என்ற இவ்வூரின் பொதுக்கூறு அது காவிரித் துறையில் அமைந்திருப்பதற்குப் பொருத்தமாய் உள்ளது. இங்கு மயில்கள் மிகுதியாயிருந்தமையே இப்பெயருக்குக் காரணமாகும். கூறை நாடு இதன் புறநகர். இங்குள்ள இறைவர் மயூர நாதர். இது பெரிய கோயில். பார்வதி மயில் வடிவெடுத்து இங்கு ஈசனை வழிபட்டார் என்பது நம்பிக்கை.

மயிலாடுதுறை சென்னையிலிருந்து தெற்கே தென்மேற்கில் சுமார் 225 கிலோ மீட்டர்; தஞ்சாவூரிலிருந்து கிழக்கே வடகிழக்கில் சுமார் 64 கிலோ மீட்டர்.

மன்னார் குடி

சிதம்பரத்தின் அருகிலுள்ள காட்டு மன்னார் குடியிலிருந்து வேறுபடுத்திக் காட்டுவதற்காக, இவ்வூரை இராச மன்னார் குடி என்கின்றனர். முதற் குலோத்துங்கனால் *(1070 – 1120)* இவ்வூரின் சில பகுதிகள் கட்டப்பட்டமையால், இது மன்னன் + குடி = மன்னார்குடி என்று வழங்குகின்றது என்றும் கூறுவர். இவ்வூர் ஒரு காலத்தில் போசளரின் *(1022 – 1346)* தலைநகராய் விளங்கிற்று என்றும் கூறுவர். இது கல்வெட்டில்

"ராசாதிராச சதுர்வேதி மங்கலம்" என்ற பெயரைப் பெற்றுள்ளது. இதற்குத் தட்சிண துவாரகை, செண்பகாரணியம் என்ற தொன்மப் பெயர்களும் உண்டு.

மன்னார் குடியில் சோழர் கட்டுவித்த மூன்று கோயில்கள் உள. இங்குள்ள இராசகோபாலசாமி கோயில் பெரியது; சிறப்புடையது. இதைத் தஞ்சை நாயக்க மன்னர் இரகுநாத நாயக்கன் (1614 – 1635) கட்டினாரென்றும் முன்பு சமணக் கோயிலாய் இருந்ததென்றும் கூறுகின்றனர். தஞ்சை நாயக்கர் குடியின் குல தெய்வமான மன்னார் குடி இராச கோபாலசாமி கோயிலுக்கு ஏறத்தாழ முந்நூறு ஆண்டுகளுக்குப் பிறகு 1995 ஜூனில் குடமுழுக்கு விழா நடந்தது. இவ்வூரில் இன்று சமணர் பலர் வாழ்கின்றனர். இங்கு நான்கு சிவன் கோயில்களும் ஐந்து மாலியர் கோயில்களும், மல்லிநாதர் கோயில் என்ற சமணக் கோயில் ஒன்றும் உள்ளன.

இங்கிருந்த பிரஞ்சுத் தானியக் களஞ்சியத்தை ஆங்கிலேயர் 1754 ஆம் ஆண்டில் அழித்தனர். மன்னார்குடி வெண்ணாற்றின் ஒரு கிளையான பாமணி ஆற்றின் தென்கரை மீதுள்ளது. இது தஞ்சாவூரிலிருந்து கிழக்கே சுமார் 38 கிலோ மீட்டரில் இருக்கின்றது.

3. திப்பு சுல்தானை எதிர்க்கப் படைபலப் பெருக்கம்

மார்னிங்டன் பிரபு தலைமை ஆளுநராய்ப் பொறுப்பேற்றதுமே திப்பு சுல்தானுடன் விரைவில் தொடங்கக் கருதியிருந்த போருக்காக 1797 ஆம் ஆண்டில் 13, 14 ஆவது ரெஜிமெண்டுகள் திரட்டப்பட்டன. மூன்றாம் மைசூர்ப் போர்க் காலத்திலிருந்தே கம்பெனியின் படைபலம் பெருக்கப்பட்டுக் கொண்டே வருகின்றது. (1796 காண்க) கம்பெனிப் படை 1798 – 1823 ஆகிய கால் நூற்றாண்டு காலத்தில் பெருக்கப்பட்ட விவரங்கள் :

1798	மூன்று ரெஜிமெண்டுகள் 15, 16, 17 ஆவது.
1800	ரெஜிமெண்டுகள் 18, 19 ஆவது.
1802	(1795 ஆம் ஆண்டு எழுப்பப்பட்ட ஒரு மரைன் பட்டாளம் போன்று) இரண்டு மரைன் பட்டாளங்களும் 20 ஆவது ரெஜிமெண்டும்.
1803	குவாலியர் சிந்தியாவுடனும், நாகபுரிப் போன்ஸ்லேயுடனும் இவ்வாண்டு தவிர்க்க முடியாத வகையால் போர் மூண்டது. 21, 22, 23 ஆவது ரெஜிமெண்டுகள்.
1804	இந்தூரின் ஹோல்கர் மராட்டியர் கூட்டணியில் சேர்தல் 24, 25, 26, 27 ஆவது ரெஜிமெண்டுகள்
1815	நேபாளத்துடன் போர் - மூன்று ரெஜிமெண்டுகள் - 28, 29, 30 ஆவது
1823	நான்கு ரெஜிமெண்டுகள் - 31, 32, 33, 34 ஆவது இக்காலத்தில் குதிரைப்படை பத்து ரெஜிமெண்டுகளாகவும், பீரங்கிப்படை நான்கு ரெஜிமெண்டுகளாகவும் உயர்த்தப்பட்டன.

4. சீரங்கப்பட்டணத்தில் பிரஞ்சு "விடுதலை மரம்"

பிரஞ்சுப் புரட்சியில் பெரும்பங்கு எடுத்துக் கொண்ட ஜேகோபின் என்ற கட்சியைச் சேர்ந்த அறுபது பேர் இப்போது சீரங்கப் பட்டணத்தில் இருந்தனர். அவர்கள் திப்பு சுல்தானின் அரண்மனைக்கு முன்னால் 1797 ஆம் ஆண்டு விடுதலை மரம் (Liberty Tree) ஒன்றை நட்டனர்.

5. மேயர் முறை மன்றம் : மாற்றாக ரெக்கார்டர் முறை மன்றம்

சென்னை, பம்பாய் ஆகிய இடங்களில் செயல்பட்டு வந்த மேயர்முறை மன்றங்களை எடுத்துவிட்டு, அவற்றுக்கு மாற்றாய் ரெக்கார்டர் (Recorder) அம்முறை மன்றங்கள் 1797 ஆம் ஆண்டு அந்நகரங்களில் அமைக்கப்பட்டன.

6. பிரிட்டீசுச் செய்திகள்

(அ) வங்கி நெருக்கடி

பிரிட்டனில் 1797 பிப்ரவரி மாதம் வங்கி நெருக்கடி ஏற்பட்டது. அதனால் பேங்கு ஆஃப் இங்கிலாந்து ரொக்கப்பணம் கொடுப்பதைத் தற்போதைக்கு நிறுத்தி வைத்தது.

(ஆ) கடற்படையினர் கிளர்ச்சி

பிரிட்டனின் போட்ஸ்மத்திற்கு அப்பால் இங்கிலாந்துக் கரைக்கும், ஒயிட்டுத் தீவிற்கும் இடையிலுள்ள ஸ்பிட் ஹெடு (Spit Head) பகுதியிலிருந்த கடற்படைத் தளங்களில் கலகங்கள் மூண்டன. கடற்படையில் வலுக்கட்டாயமாய்ச் சேர்க்கப்பட்ட மாலுமியரின் மனக்கசப்பு இக்கிளர்ச்சிகளுக்குக் காரணமாகும். தமக்கு மோசமான உணவு அளிக்கப்படுகின்றது; கட்டைச் சம்பளம் தரப்படுகின்றது; எப்போதேனும் ஒரு முறை விடுப்புக் கிடைக்கின்றது; உயரலுவலரில் பலர் கொடியவர்களாயிருக்கின்றனர் என்ற குறைகளுக்காகக் கடற்படை வீரர்கள் 1797 ஏப்ரலில் கிளர்ந்தனர்.

பிரிட்டன் கிட்டத்தட்ட முற்றிலும் கடற்படையையே தன் பாதுகாப்பிற்காக நம்பி நிற்பதால், இக்கிளர்ச்சிகளால் உண்டாகக் கூடிய இக்கட்டு எப்படியிருக்கும் என்பது வெகு தெளிவாய்த் தெரிந்தது. அதனால் அரசு மே மாதத்திற்குள் கடற்படையினர் கிளர்ச்சியை ஒடுக்கி விட்டது. எனினும் நோர் என்ற இடத்தில் மே மாதம் கிளர்ச்சி எழுந்தது. அது சூனில் அடக்கப்பட்டு விட்டது.

இக்கிளர்ச்சிகளை முன்னின்று நடத்திய தலைவர்களை அரசு சிறைப்பிடித்துச் சிறு விசாரணையின் பின், அவர்களைத் தூக்கிலிட்டு விட்டது.

கடற்படை உயரலுவலர்கள் மாலுமியரின் குறைகளைக் கேட்டு, அவற்றை நீக்குமாறு கேட்டுக் கொண்டதால் நிலைமை மெதுவாய்ச் சீர்திருந்தியது. இக்காலத்தில் பிரிட்டீசுக் கடற்படையில் மிகக் கொடுமையான சட்டதிட்டங்கள் இருந்தன. மாலுமியர் மிக நலக்கேடான சூழ்நிலையில், நல்ல உணவும் இணக்கமான வேலைச் சூழலும், இல்லாது பணிபுரிய வேண்டிய கட்டாயம் இருந்தது. மாலுமியரைச் சிறு குற்றங்களுக்காகக் கூடக் கடுமையாய் தண்டித்தனர்.

இக்கிளர்ச்சிகளுக்குப் பிறகும் மேற்சொன்ன நிலைமை முற்றிலும் சீர்திருந்தி விடவில்லை. ஹோரேசியோ நெல்சன் (1758 – 1805) போன்ற மனித நேயமுள்ள கப்பற்படைத் தலைவர்களின் காலங்களில்தான் சீர்திருத்தங்கள் மெதுவாய் ஏற்பட்டன.

(இ) முதல் செப்புக் காசுகள், ஒரு பவுன் நோட்டு

பிரிட்டனில் முதன் முறையாய் 1797 ஆம் ஆண்டில் செம்பாலான பென்னிக் காசும் தாளில் அச்சிட்ட ஒரு பவுன் நோட்டும் வெளியிடப்பட்டன.

(ஈ) பிரிட்டானியக் கலைக்களஞ்சியம் மூன்றாம் பதிப்பு

பிரிட்டானியக் கலைக்களஞ்சியம் பதினெட்டுத் தொகுதிகளில், மூன்றாம் பதிப்பாய் 1797 ஆம் ஆண்டு வெளிவந்தது. (இ.ச.க.தொகுதி- 9)

(உ) ஸ்பானியக் கடற்படை பிரிட்டனிடம் தோல்வி

பிரிட்டீசுக் கடற்படையின் அட்மிரலான ஜார்விஸ், நெல்சனின் உதவியுடன் போர்ச்சுக்கல்லுக்கு அப்பாலுள்ள செயிண் வின்சண் முனை (*Cape St.Vincent*) என்ற இடத்தில் ஸ்பானியக் கடற்படைத் தொகுதியை 1797 பிப்ரவரி 14 அன்று தோற்கடித்தார்.

7. பிரஞ்சுச் செய்திகள்

(அ) டாவின்சி நூல்கள் : நெப்போலியன் அச்சிடச் செய்தல்

ஐரோப்பிய மறுமலர்ச்சிப் பொங்குதலில் (14, 15 நூ.) மேலெழுந்து நின்ற மாமனிதர் லியோனார்டோ டா வின்சி (1452 – 1519) தனிச் சிறப்புடையவர். அவர் பல்வேறு துறைகளில் அருந்திறன் வாய்ந்த படைப்பாளியாய்த் திகழ்ந்தார். அவர் அறிவியலார்; ஓவியர்; சிற்பி; பொறியாளர்; உடற்கூறு வல்லுநர்; தாவரவியலர்; கணித மேதை; மெய்யியலார் என்று பலதுறைகளிலும் சிறந்திருந்தார்.

அவர் வட இத்தாலியின் லம்பார்டிச் சமவெளிக்கு நீர்ப்பாய்ச்சல் திட்டங்களை வகுத்தார். மிலான் நகரத்துக் கோமகனான இத்தாலிய மறவர் ஸ் ஃபோர்சாவிற்குச் சிலை வடித்தார். மோனா லிசா, கடைசி விருந்து போன்ற இறவா ஓவியங்களைத் தீட்டினார். அவரின் படைப்பாற்றல் பல துறைகளிலும் பளிச்சிடுகின்றது. (மேற்சொன்ன இத்தாலிய மறவரின் சிலை வார்க்கப்படாமலே போய்விட்டது).

லியோனார்டோ பறவைகள் பறப்பது குறித்து அறிவியல் நுணுக்கத்தோடு ஆராய்ந்து வந்தார். அதன் பலனாய் அவர் பறப்பான் ஒன்றுக்கும் பலூன் ஒன்றுக்கும் வடிவமைத்தார். அவர் எலிகாப்டர் என்ற திருகு வானூர்தியின் மாதிரியையும் செய்தார். உயரத்திலிருந்து விழுகின்ற வேகத்தடைக் கென்று பிரமிடு வடிவான வான்குடைகளையும் (*Parachute*) செய்தார்.

இவருக்குப் பின் வந்த அறிவியலார் துரதிருஷ்டவசமாய் இவரின் கண்டுபிடிப்புகளையும் கொள்கைகளையும் பயன்படுத்திக் கொள்ளாமல் விட்டுவிட்டனர்.

லியோனார்டோ இறந்ததுமே அவரின் கையெழுத்துப் படிகளும் வரைபடங்களும், அவருடைய உடைமைகளுக்குப் பொறுப்பாக்கப்பட்டவரின் (ஃபிரான்செஸ்கோ மலாய்) குறுகிய நோக்குக் காரணமாய் வெளியுலகம் அறியாமல் முடக்கி வைக்கப்பட்டு விட்டன.

மனிதனால் வானில் பறக்க முடியும் என்று டா வின்சி கண்ட அறிவியல் உண்மை நெப்போலியனால்தான் வெளியுலகிற்குத் தெரிய வந்தது. அவர் டாவின்சியின் கையெழுத்துப் படிகளையும் பிற ஆவணங்களையும் விலைக்கு வாங்கி, அவற்றை 1787 ஆம் ஆண்டு நூல்களாய் வெளியிடச் செய்தார்.

டா வின்சியின் அறிவியற் கருத்துகளும் கொள்கைகளும், அவர் இறந்துபோன பதினாறாம் நூற்றாண்டின் தொடக்கத்திலேயே அறிவியலார்க்குக் கிடைத்திருக்கு

மாயின், அவர் இத்துறையில் கண்ட வெற்றிகளும், புரிந்த தவறுகளும் பிறரையும் ஆராய்ச்சியில் ஈடுபடுமாறு தூண்டியிருக்கலாம். டா வின்சி விமானவியலில் பதினாறாம் நூற்றாண்டில் ஒரு முன்னோடியாய் விளங்கியதால், அவரே ''விமானவியல் தந்தை'' என்று சிறப்பையும் அவருக்குத் தருகின்றனர்.

(ஆ) நெப்போலியனின் இத்தாலி வெற்றிகள்

நெப்போலியன் போனப்பாட்டு 1797 ஜனவரி 14-15 நாள்களில் ஆடிஜ் ஆற்றின் (*Adige* : இந்த ஆறு இத்தாலியில் ஓடுகின்றது. இது தென்கிழக்காய் ஓடி ஏடிரியாட்டிக்குக் கடலில் கலக்கின்றது.) கரை மீதுள்ள ரிவோலி (*Rivoli*) என்ற இடத்தில் நடந்த சண்டையில் முதல் வெற்றியைப் பெற்றார். வட இத்தாலியிலுள்ள கார்டா (*Garda*) ஏரிக்குக் கிழக்கிலிருந்த ஆஸ்திரியப் படையை முறியடித்தார். (கார்டா இத்தாலியின் மிகப்பெரிய ஏரி.)

நெப்போலியனின் ஆறுமாத காலமுற்றுகைக்குப் பிறகு, ஏரிகள் சூழ்ந்த மாண்ஜுவா நகரம் பிப்ரவரி 6 அன்று வீழ்ந்தது. ஆஸ்திரியர் இந்தக் கோட்டை முற்றுகையிலிருந்து விடுபடுவதற்காக நான்கு முறை முயன்றனர். எனினும் பிரஞ்சுப் படை அம்முயற்சிகளை முறியடித்தது.

போனப்பாட்டு ரோமை நோக்கி முன்னேறியதும் பாப்பரசர் ஆறாம் பயஸ், அவருடன் டோலண்டினோ (*Tolentino*) என்ற இடத்தில் சந்து செய்து கொண்டார். அந்த உடன்படிக்கைப்படி பாப்பரசர் ஆளுகையிலிருந்த ரோமனா (*Romana*) என்ற வட இத்தாலியப் பகுதியும் பொலோனா (*Bologna*), ஃபெராரா (*Ferrara*) நகரங்களும் பிரஞ்சுக்காரருக்கு விட்டுத் தரப்பட்டன.

பின்னர் ஆர்க்கு டியூக்கு சார்லசைத் தாக்குவதற்காகப் போனப்பாட்டு ஆல்ப்ஸ் மலையைத் தாண்டினார். ஆனால் போ பள்ளத்தாக்கிற்கும் (*Po Valley*) ஆல்ப்ஸ் மலைகளுக்கும் நடுவிலுள்ள வெனீசிய (*Venetia*), மேற்கு ஆஸ்திரியத்தின் மலை மாவட்டமான தைரோல் (*Tyrol*) ஆகிய பகுதிகளைச் சேர்ந்த மக்கள் அவரை எதிர்க்க ஆயுதம் ஏந்தியதும் நெப்போலியனின் முன்னேற்றம் கிட்டத்தட்டத் தடைப்பட்டுவிட்டது.

1797

8. ஜான் ஆடம்ஸ் அமெரிக்க ஆட்சித் தலைவரானார்

அமெரிக்க ஒன்றியத்தின் முதல் ஆட்சித் தலைவரான ஜார்ஜ் வாசிங்டனை (*1732-1799*; பதவிக்காலம் *1789-1797*) அடுத்து ஜான் ஆடம்ஸ் (*1735-1826*) இரண்டாவது ஆட்சித் தலைவரானார். (பதவிக்காலம் *1797-1801*) தாமஸ் ஜெஃபர்சன் (*1743-1826*; அயலுறவு அமைச்சர் *1790-1793*; மூன்றாவது ஆட்சித் தலைவர் *1801-1809*) துணை ஆட்சித் தலைவரானார்.

9. பாரசிகத்தின் ஆகா முகமது கொலை

ஆகா முகமது பாரசிகத்தில் ஆட்சிக்கு வந்த செய்தி *1794* இல் சொல்லப்பட்டது. அவர் மூன்றாண்டுக் கால ஆட்சிக்குப் பிறகு *1797* இல் கொலை செய்யப்பட்டார். அவரின் உடன் பிறந்தார் மகனான ஃபாத்து அலி ஷா இவ்வாண்டு பட்டத்திற்கு வந்து *1835* வரை ஆண்டார்.

1797

10. கியூபத்தில் சிகரட்டுகள்

கியூபம் (*Cuba*) சுருட்டுக்குப் பெயர் போனது. ஹவானா சுருட்டு என்பது மிகவும் உயர் தரமானது என்று இன்றும் மதிக்கப்படுகின்றது. இத்தீவிலுள்ள சுருட்டுச் சுற்றுபவர்கள் பருத்தியிலிருந்து செய்த தாளில் புகையிலையை வைத்துச் சுற்றிச் சிறு சுருட்டுகளான ''சிகரட்டுகளைச்'' செய்தனர். (1843 காண்க)

11. உலக மணக்காரப் பண்ட வாணிபத்தில் அமெரிக்கர்

அமெரிக்க ஒன்றியம் முதன் முதலாய் 1797 ஆம் ஆண்டில் உலக மணக்காரப் பண்ட வாணிபத்தில் ஈடுபடத் தொடங்கியது. மசாச்சூசட்ஸ் மாநிலத்தில் சேலம் நகரத்தவரான கப்பல் தலைவர் ஒருவர் சுமத்திரா மிளகைப் பெரிய அளவில் கப்பலில் ஏற்றிக் கொண்டு பாஸ்டன் துறைமுகத்தை 1797 இல் அடைந்தார்.

12. குரோமியம் தனிப்படுத்தப்படுதல்

கடினமானதும் பழுப்பு நிறமுடையதுமான தனிமமாகிய குரோமியம் (*Chromium*) 1797 இல் 34 வயதான லூயி நிக்கல்ஸ் வாக்குவலின் (*Louis Nicolos Vauquelin*) என்ற பிரஞ்சு வேதியியலாரால் தனிப்படுத்தப்பட்டது.

குரோமியத்தை மிகவும் பளபளப்பாக்கலாம். இது குரோமைட்டு என்ற கறுப்பு நிறக் கனிமத்திலிருந்து கிடைக்கின்றது. குரோமியத்தைக் கலப்பு எஃகிலும் மின் பூச்சுமானத்திலும் பயன்படுத்தி அதற்குக் கடினத் தன்மையையும் துருவேறாத் தன்மையையும் உண்டாக்குகின்றனர். இதன் வேதிக்குறி Cr_2; அணு எண் 24; அணு எடை 51.996. இணைதிறம் 2, 3 அல்லது 6; ஒப்படர்த்தி 7.19; உருகுநிலை 1890 டிகிரி செண்டிகிரேடு; கொதிநிலை 2482 டிகிரி செண்டிகிரேடு.

13. பிச்சுப் பிளண்டிலிருந்து யுரேனியம் ஆக்சைடு

பெர்லின் வேதியியலாரான மார்டின் கிளாப்புரோத்து (*Martin Klaproth*) சியரியம் (*cerium* : அடித்து நீட்டத்தக்க எஃகுப் பழுப்பு நிறமான தனிமம்; வேதிக்குறி *Ce*). டைட்டானியம் (*Titanium* : அடித்து நீட்டக்கூடியதும் வலுவானதுமான கனிமத் தனிமம். வேதிக்குறி (*Ti*), சிர்க்கோனியம் (*zirconium* : பழுப்பு நிறமான கனிமத் தனிமம்; வேதிக்குறி *Zr*), ஆகியன தனித்தனியான தனிமங்கள் என்பதைக் கண்டுபிடித்திருந்தார். எனினும் அவற்றில் எதையும் அவர் தூய கனிம வடிவில் பெறவில்லை.

அவர் இவ்வாண்டு கதிர்வீச்சுள்ள பிச்சுப்பிளண்டிலிருந்து (*Pitch - blende*) யுரேனிய ஆக்சைடை எடுத்தார். இவர் பிரஞ்சு வேதியியல் முன்னோடியான லாவோசியரைப் பின்பற்றியவர். கிளாப்புரோத்து வேதியியல் பகுப்பாய்வையும் கனிமவியலையும் சீர்செய்து நெறிப்படுத்தினார்.

14. வான் குடையிலிருந்து முதலில் குதித்தவர்

பாரிஸ் நகரத்தின் மேலே சுமார் 2000 அடி உயரத்தில் பறந்து கொண்டிருந்த ஒரு பலூனிலிருந்து ஆந்திரே ஷாக்கு கார்னரின் என்றவர் 1797 அக்டோபர் 2 அன்று கீழே விழுந்த போது, வான் குடையின் (*parachute*) உதவியால் இன்னலின்றி, எளிதாய் வந்து தரையில் இறங்கினார்.

1798

அரசியல்

புதிய தலைமை – ஆளுநர் ரிச்சர்டு வெல்லஸ்லி
தஞ்சை நகருடன் மராட்டியர் அரசு சுருங்குதல்
புதிய சென்னை ஆளுநர்கள்
வேணாட்டின் புதிய மன்னர் பலராம வர்மன்
திப்பு சுல்தானின் பிராமண ஒற்றர்கள்
ஜார்ஜ் தாமசிடம் சீக்கியர் தோல்வி
பிரான்சிற்கு எதிராய் இரண்டாவது கூட்டணி
அயர்லந்தில் புரட்சி
பேரரச விரிவு – பிரஞ்சு அறிஞர் எதிர்ப்பு
நெப்போலியன் வெற்றிகள்
அரசியலில் இடம், வலம், நடு பிரிவுகள் பெயர் பெறுதல் 302

மருத்துவம்

ஓமியோபதி மருத்துவ முறை தோற்றம்

சமயம்

வாம சமயம் அபிராமி பட்டர்

தொழில், வாணிபம், வேளாண்மை

தமிழகத்தில் சாதிக்காய் அறிமுகம்
கோதுமை விலையேற்றம்
தாள் செய்வதில் புது முன்னேற்றம்
கல்லச்சு முறை தோற்றம்

பொருளியல், நிதியியல்

மால்தசின் மக்கள் தொகைப் பெருக்கக் கொள்கை
கர்நாடக வங்கி அமைப்பு
நாணயச் சீர்திருத்தம் ஆராயக் குழு
பிரிட்டனில் நிதித் திட்ட வரைவு

வரலாறு

அழி கொள்ளையர் - பிண்டாரியர்
சென்னை நகரின் பழமையான சில பகுதிகள்

மக்கள்

அபிராமி பட்டர்
ரிச்சர்டு வெல்லஸ்லி

பொது

ஐரோப்பியரை மகிழ்வித்த இந்திய நடனக்காரிகள்
அயல் நாடுகளுக்கு அஞ்சல் அனுப்ப வசதி

இறப்பு

சுவார்ஷ் பாதிரியார் (1726 - 1798)

1798

1. அபிராமி பட்டர்

பெண்ணியப் பத்து என்று பெயர் பெற்றுள்ள இத்தொகுதியில் *(1791-1800)* பெண்ணை அன்னையான அபிராமியாய்க் கண்டு வாழ்ந்த ஒருவரைப் பற்றிய செய்திகள் இடம் பெறுவது மிகுந்த பொருத்தமுடையதாகும்.

அபிராமி அந்தாதி என்ற பக்தி இலக்கியம் பதினெட்டாம் நூற்றாண்டில் செய்யப்பட்டது என்பர். அதை இயற்றிய அபிராமி பட்டரின் வாழ்க்கை பற்றி மிகைப்படுத்திய உயர்வு நவிற்சிக் கதைகளே நமக்குக் கிடைக்கின்றன. ஆயினும் நிறுவத்தக்க வரலாற்றுச் செய்திகளுடன், மக்களிடையே வழங்கி வரும் புனைவுகளும் இங்கு சொல்லப்படுகின்றன.

அபிராமி பட்டர் திருக்கடவூர் என்ற வீரட்டானத் தலத்தில் அமிர்தலிங்க ஐயரின் மகனாய்ப் பிறந்தார். அவர் இரண்டாம் சரபோசியின் *(1798 – 1832)* காலத்தவர் என்பது தெரிகின்றது என்பதால், இங்கு *1798* ஆகிய காலப்பகுதியில் அவரைப் பற்றிய செய்திகள் இடம் பெறுகின்றன.

திருக்கடவூர்

அபிராமி பட்டர் பிறந்த திருக்கடவூர் இன்று திருக்கடவூர், திரு மெய்ஞ்ஞானம் என்ற இரு பெயர்களால் சுட்டப்படுகின்றது. திருக்கடவூர் ஒரு வீரட்டானத் தலம். இது மூவர் பாடலும் பெற்ற ஊராகும்.

அறுபத்து மூவருள் ஒருவரான குங்கிலியக் கலய நாயனார் திருக்கடவூரில் வாழ்ந்தார். ஈசன் மார்க்கண்டேயனைக் காக்கக் காலனைக் காலால் எட்டியுதைத்த இடம் திருக்கடவூர் என்று தொன்மங்கள் சிறப்பிக்கும்.

இலக்கிய நாயனார்

திருக்கடவூரில் இன்னொரு நாயனாரும் இருந்தார். அவர் இலக்கியப் பணி ஒன்றே செய்த நாயன்மார் என்ற தனிப் பெருமையைப் பெற்றார். அவர் பெயர் காரி நாயனார். அவர் காரிக் கோவை என்ற நூலை எழுதியதாய்க் கூறுவர். அந்நூல் கோவை எனப்படும் சிற்றிலக்கியமான பிரபந்தமா அல்லது பல பாடல்களால் கோக்கப்பட்ட தொகுப்பா என்பது தெரிந்திலது. (கோவை இலக்கிய வகை : இ.ச.க. தொகுதி-*8*) இந்நூல் பற்றித் தொன்மத்தில் கூறப்பட்டுள்ளதேயன்றி, அது இலக்கியத்தில் காணப்படவில்லை. ஐயடிகள் காடவர்கோன், சேரமான் பெருமாள் முதலியோர் செய்த நூல்கள் கிடைக்கின்றன. காரி நாயனாரின் காரிக் கோவை கிடைத்திலது.

திருக்களிற்றுப் பாடியார் என்ற சைவ சித்தாந்த நூலை எழுதிய உய்யவந்த தேவநாயனாரும் *(12* நூ.)திருக்கடவூரில் பிறந்தவரேயாவார்.

வீரட்டானம்

வீர ஸ்தானம் என்பது வீரட்டானம் என்று தமிழ் வடிவம் பெற்றது. அட்ட

வீரட்டம் என்று சொல்லப்படும் சிறப்பு வாய்ந்த எட்டுத் தலங்கள் தமிழகத்தில் உள்ளன. அவற்றுள் திருக்கடவூரும் ஒன்று ஆகும்.

சிவபெருமான் நிகழ்த்திய வீரச் செயலுக்கு அடையாளமாய் எட்டு வீரட்டானக் கோயில்கள் உள்ளன. சிவனின் வீரச் செயல்கள் வருமாறு:

பிரமனின் தலையைக் கண்டியூரில் கொய்தார்.
திரிபுரத்தைத் திருவதிகையில் எரித்தார்.
தக்கனின் தலையைத் திருப்பறியலூரில் கொய்தார்.
சலந்திரன் என்ற அசுரனைத் திருவிற் குடியில் கொன்றார்.
யானையின் தோலை வழுவூரில் உரித்தார்.
மன்மதனைத் திருக்குருக்கையில் எரித்தார்.
அந்தகாசூரனைத் திருக்கோயிலூரில் கொன்றார்.
மார்க்கண்டேயனுக்காக எமனைத் திருக்கடவூரில் சங்காரம் செய்தார்.

வாம சமயம்

1798

இத்தனை தொன்மச் சிறப்புகளைப் பெற்ற திருக்கடவூரில் இந்தப் பதினெட்டாம் நூற்றாண்டில் மற்றோர் இறையடியார் வாழ்ந்தார். அவர் கோயிற் குருக்களாய்த் தொண்டு செய்த அபிராமி பட்டர் ஆவார். அவர் சக்தியான இறைவியை வழிபட்டு வந்தார். சைவ சமயத்தின் உள்பிரிவான இந்த வழிபாட்டிற்கு வாம சமயம் என்று பெயர். அகப்புறச் சமயம் ஆறனுள் அனைத்தும் சக்தியின் பரிணாமமே என்றும் சக்தியுடன் ஒன்றுதலே முக்தி என்றும் கூறுவது வாமம் அல்லது வாம சமயம் ஆகும்.

சக்தியானவள் தன் பகுதியாய்ப் பராசக்தி முதலிய ஐந்து சக்திகளைப் படைத்தாள். அச்சக்திகள் பிரமன் முதலான ஆன்மாக்களைப் படைப்பர். வாலை, திரிபுரை, சிவை முதலிய தேவியரைச் சக்கரத்தில் நிறுவித் தேவியின் மூலமந்திரத்தை ஓதி, அனைத்தையும் தேவியின் மெய் வடிவாய்க் கண்டு இன்பம் பெறுவதே வீடு என்பது வாம சமயத்தின் கோட்பாடாகும்.

அபிராமி பட்டர் ஏழு அன்னையருள் ஒருத்தியான அபிராமி மீது ஆழ்ந்த பற்றுடையவரெனினும், அதை வெளியில் காட்டிக் கொள்ளாது பித்தனைப்போல் திரிந்தார். (ஏழு அன்னையர் : அபிராமி, மகேசுவரி, கௌமாரி, நாராயணி, வராகி, இந்திராணி, காளி.) அவரது இறைப்பற்றின் ஆழத்தை உணராத வேதியர் சிலர் அவர்மீது வெறுப்புக் கொண்டு தஞ்சை மராட்டிய மன்னரான இரண்டாம் சரபோசியிடம் குறை கூறினர். சரபோசி அபிராமி பட்டரை அழைத்து வர ஏவலரிடம் கட்டளையிட்டார். அவர்கள் பட்டரை அரசன் முன் கொண்டு போய் நிறுத்தினர்.

அரசன் பட்டர் கையிலிருந்த ஓலைச் சுவடிக் கட்டைப் பார்த்துவிட்டு, அது என்னவென்று வினவ, அது பஞ்சாங்கமென்று பட்டர் பகர்ந்தார். அரசர் உடனே பட்டரிடம் நாளை என்ன திதி என்று கேட்டார்.

திதி என்பது என்ன? பிரதமை, துவிதியை, திரிதியை, சதுர்த்தி, பஞ்சமி, சஷ்டி, சப்தமி, அட்டமி, நவமி, தசமி, ஏகாதசி, துவாதசி, திரயோதசி, சதுர்த்தசி, பௌர்ணமி அல்லது அமாவாசை என்று திதிகள் பதினைந்தாகும். இவை சந்திரமாத நாள்களாகும்.

பதினைந்தாம் திதி கிருஷ்ண பட்சத்து இறுதியாயின் அமாவாசையும், சுக்கில பட்சத்து இறுதியாயின் பௌர்ணமியும் வரும். பதினைந்து நாள் கொண்ட பகுதிக்குப் பட்சம் என்று பெயர். இதில் சந்திரன் தோன்றும் முதல் பட்சம் சுக்கில பட்சம் என்றும்,

சீனி வாலி என்றும் பெயர் பெறும். சந்திரன் தேயும் பிற்பக்கம் கிருஷ்ண பட்சம் எனவும் குரு எனவும் அழைக்கப்பெறும்.

இவற்றில் பிரதமை, சஷ்டி, ஏகாதசி மூன்றும் நந்தை எனப்படும்.
துவிதியை, சப்தமி, துவாதசி மூன்றும் பத்திரை எனப்படும்.
திரிதியை, அட்டமி, திரயோதசி மூன்றும் சயை ஆகும்.
சதுர்த்தி, நவமி, சதுர்த்தசி மூன்றையும் இருத்தை என்பர்.
பஞ்சமி, தசமி, பௌர்ணமி மூன்றும் பூரணை ஆகும்.
இவற்றுள் நந்தையும், பத்திரையும் நற்காரியங்கள் செய்வதற்கு ஆகாதனவாகும்.

திதி அமுத யோகங்களாவன : ஞாயிற்றுக் கிழமையில் பிரதமையும் சஷ்டியும்; திங்கட் கிழமையில் துவிதியையும் சப்தமியும்; செவ்வாய்க் கிழமையில் சதுர்த்தசியும்; புதன் கிழமை அட்டமி, திரிதியை, திரயோதசி ஆகியனவும்; வியாழனில் நவமியும்; வெள்ளிக் கிழமையில் ஏகாதேசியும்; சனிக்கிழமையில் சதுர்த்தசியும் வருவன.

சுப யோகங்கள் : ஞாயிற்றுக் கிழமையில் அட்டமி; திங்களில் நவமி; செவ்வாயில் சஷ்டி; புதனில் திரிதியை; வியாழனில் ஏகாதசி; வெள்ளியில் திரயோதசி; சனியில் சதுர்த்தசியும் வருவன.

நாச யோகங்கள் : ஞாயிற்றில் சதுர்த்தசி; திங்களில் சஷ்டி; செவ்வாயில் சப்தமி; புதனில் துவிதியை; வியாழனில் அட்டமி; வெள்ளியில் நவமி; சனியில் சப்தமியும் வருவன.

ஞாயிற்றில் பஞ்சமி, கார்த்திகை; திங்களில் துவிதியை,சித்திரை; செவ்வாயில் பூரணை; புதனில் சப்தமி, பரணி; வியாழனில் திரயோதசி; வெள்ளியில் சஷ்டி, திருவோணம்; சனியில் அட்டமி, ரேவதியும் வருவனவாம்.

துக்க யோகங்கள்: ஞாயிற்றில் துவாதசி; திங்களில் ஏகாதசி; செவ்வாயில் பஞ்சமி; புதனில் துவிதியை; வியாழனில் சஷ்டி; வெள்ளியில் அட்டமி; சனியில் நவமியும் வருவன.

இவை திதி பற்றிய விளக்கங்களாகும். திதி என்பது மேலே கூறியவாறு சந்திர மாதத்தின் நாளாகும்.

அரசன் நாளை என்ன திதி என்று பட்டரிடம் கேட்டதும், அவர் அமாவாசையைப் பௌர்ணமி என்று சொல்லி விட்டார். அரசர் உடனே, அது மதி கெட்ட நாள் - அதாவது நிலவு தோன்றாத நாள் என்றார்.

அபிராமி பட்டரோ மறுநாள் பௌர்ணமிதான் என்று அடித்துச் சொன்னார். அவ்வாறாயின் நாளை முழுமதியைக் காட்டக் கூடுமோ என்று அரசர் வினவவும், பட்டர் காட்ட முடியும் என்று சொல்லி விட்டார். சரி, நாளைக்குப் பார்க்கலாம் என்ற அரசர் பட்டரைச் சிறையிலடைத்து விட்டார்.

அபிராமி பட்டர் சிறையில் நெருப்புக் குண்டத்தின் மேல் தொங்கிய உறியில் இருந்து கொண்டு, தேவியை நோக்கிப் பாடினார். தேவி பட்டரின் பக்திக்கு இறங்கிக் காட்சி தந்தாராம். பட்டர் அபிராமியின் காதணிகளில் ஒன்றை வாங்கி வைத்துக் கொண்டார். அவர் மறுநாள் தேவியின் காதணியை வானில் வீசி, அனைவர்க்கும் முழுமதியைக் காட்டினார் என்பது புராண வரலாறாகும்.

அபிராமி பட்டர் தேவியை எண்ணி உருக்கமாய்ப் பாடிய பாடல் அபிராமி

அந்தாதி ஆகும். அது சொல்வளங் கொண்டு செய்வித்துப் பக்திப் பெருக்கினால் பாடப்பெற்றது. பதினெட்டாம் நூற்றாண்டில் எப்போதோ எழுந்த இப்பாடல்கள் 1944 ஆம் ஆண்டில்தான் அச்சேறி நூலாய் வெளிவந்தன. அது சுமார் 33 ஆண்டுகளுக்குள் ஏழு பதிப்புகளில் வந்துவிட்டது. இன்று பல பதிப்புகள் வந்து கொண்டிருக்கின்றன. அபிராமி பட்டர் வேறு சில நூல்களும் இயற்றியுள்ளார்.

2. அழிகொள்ளையர் பிண்டாரியர்;

பிண்டாரியர் யார்?

அவர்களைப் பற்றி 1633 ஆம் ஆண்டு வாக்கிலேயே தெரிய வந்திருக்கின்றது. எனினும் அவர்கள் அதற்கும் 1789 ஆம் ஆண்டிற்கும் இடைப்பட்ட காலத்தில் அரசியலில் குறிப்பிடத்தக்க எதையும் செய்து விடவில்லை. ஆதலால் அவர்களின் வரலாறு என்பது ரிச்சர்டு கோலி வெல்லஸ்லி (1760 – 1842; பதவிக்காலம் 1798 - 1805;) தலைமை ஆளுநரான காலத்திலிருந்து தொடங்குகின்றது எனலாம்.

பிண்டாரியர் இந்திய வரலாற்றில் பதினெட்டாம் நூற்றாண்டின் பிற்பாதியில் தோன்றிய மக்களின் விரோதக் கும்பலாவார். முகலாயப் பேரரசின் மேலாண்மை சரிந்ததும் வட பாரதத்தில் ஆங்காங்கே குட்டி நாடுகள் காளான்கள் போல் முளைத்தன என்பதை அறிவோம். அவை வட, நடு இந்தியத்தில் ஒன்றோடொன்று மோதிக் கொண்டிருந்த வேளையில், மராட்டியர் தலைவர்களான சிந்தியா, ஹோல்கர் ஆகியோரின் பாதுகாப்புப் பிண்டாரியருக்குக் கிடைத்தது. அதனால் அவர்கள் எவரும் வெல்லமுடியாத பெருஞ்சக்தியாய் உருவெடுத்து விட்டனர்.

அவர்களின் தலைமையிடம் நர்மதைப் பள்ளத்தாக்கில் இருந்தது. அவர்கள் அங்கு நிலை கொண்டு அங்கிருந்தவாறு கிழக்கே ஒரிசத்தின் கட்டாக்கிற்கும் (கட்டாக்கு : இ.ச.க. தொகுதி-6) மேற்கே சூரத்திற்கும் தெற்கே ஆந்திரத்தின் குண்டூருக்கும் கஞ்சத்திற்கும் இடைப்பட்ட நிலப்பரப்பைப் பதினெட்டாம் நூற்றாண்டின் தொடக்கத்திலிருந்து தாக்கி வந்தனர். அவர்கள் ஏறத்தாழ இருபதாண்டுக் காலம் நடு இந்தியத்தில் நிலவிய நாட்டரசுகளைக் கொள்ளையடித்தும் மக்களைக் கொன்றும் பெண்டிரை மானபங்கம் செய்தும் ஆற்றொணாக் கொடுமைகள் புரிந்து வந்தனர். அப்பகுதிகளிலிருந்த அரசுகள், அவர்களின் அழிசெயல்களை அடக்குவதற்கு இயலாமல் கையறு நிலையில் இருந்தன.

பிண்டாரியர் தமக்கென்று ஓர் அரசை அமைக்கும் எண்ணம் கொண்டதேயில்லை. நாடுகளைக் கொள்ளையடிப்பதும், கொள்ளைப் பொருள்களை வைத்துக் காலந்தள்ளுவதுமே அவர்களின் வாழ்க்கைக் குறியாயிருந்தது.

பிண்டாரியா? பிந்தாரியா?

இச்சொல்லுக்குப் பலவிதமான விளக்கங்கள் தரப்படுகின்றன.

சோளத்திலிருந்து வடித்தெடுத்த ஒருவகை மதுவின் பெயர் பிந்தா என்பர். அதை அவர்கள் குடித்ததால் பிந்தாரியர் எனப் பெயர் பெற்றனர் என்றும் கூறுவர். எனினும் இர்வின் என்பவர் இப் பெயருக்குத் தரும் விளக்கம் பொருத்தமாய்த் தோன்றுகிறது:-

பிண்டாரி (அல்லது சரியாய்ச் சொல்வதாயின் பிந்தாரி) என்ற பெயர் பாந்தர் அல்லது பந்தார் என்ற இடப் பெயரிலிருந்து தோன்றியது என்று அவர் கூறுகின்றார்.

ஆதலால் ''பிண்டாரி'' என்றால் ''பந்தர் என்ற இடத்திலிருந்து வந்த அல்லது அந்த இடத்தைச் சேர்ந்தவன்'' என்று பொருள் கொள்ளலாம் என்பர். ''நஸ்காஹி தில் குஷா'' என்ற நூலிலிருந்து இர்வின் இதற்குச் சான்று காட்டுகின்றார்.

பந்தார் என்னும் பெயருள்ள ஓரிடம் பர்ஹான்பூருக்கும் ஹிந்தியாவிற்குமிடையே நர்மதையின் கரையில் உள்ளது என்று மேற் சொன்ன நூல் கூறுகின்றது. அப்பகுதியில் இப்போது நோமவார் என்னுமிடமும் ஹோசங்காபாதும் அடங்கியுள்ளன.

இப்பகுதி பிண்டாரியருடன் தொடர்புடையது என்று ஜேம்ஸ் பிரின்செப்பு (*James Prinsep 1799 – 1840*) நிறுவியுள்ளார். பிண்டாரியர் *1794* இல் நர்மதை ஆற்றுவெளியில் நிலங்களைப் பெற்றனர் என்று பிரின்செப்பு கூறுகின்றார். ''பிண்டாரியர் *1794* இல் பேரெண்ணிக்கையில் நர்மதைக் கரையோரமாய்க் குடியேறினர்'' என்று ஃபிட்ஸ் கிளாரசன்சும் உறுதி செய்கின்றார்.

பிண்டாரியர் தோற்றுவாய்

பிண்டாரியரின் தோற்றுவாய் பற்றி எதுவும் தெளிவாய்த் தெரிந்திலது. அவர்கள் முதலில் இந்துக் கொள்ளையராயிருந்தனர்; அவர்களை அடக்க ஔரங்கசீபு (*1618-1707*; ஆ.கா.*1658-1707*) எடுத்துக் கொண்ட முயற்சிகளை அவர்கள் குலைத்தனர்; அவர்கள் சிவாஜியின் (*1627-1680*) படையுடன் சேர்ந்து வலிமை பெற்று விட்டனர் என்றெல்லாம் பிளாண்டன்பர்கைச் சேர்ந்த ராஸ் என்றவர் (*Ross of Blandenbarg*) தனது ''ஹேஸ்டிங்சு பிரபு'' (*Marquis of Hastings* : தலைமை ஆளுநர் *1813-1823*) என்ற நூலில் கூறுகின்றார்.

ஔரங்கசீபின் பின்னர் முகலாயர் ஆட்சி தாழ்ந்ததும், பிண்டாரியர் ஒன்று திரண்டு கட்டுப்பாட்டிற்குள்ளடங்கிய ஒரு கொள்ளைக் கூட்டமாய் உருவெடுத்து நாட்டை நடுங்கச் செய்யும் நாசவேலைகளில் ஈடுபட்டனர்.

பிண்டாரியர் ரோகில்லர் என்ற ஆப்கானியப் பட்டாணி இன வழியினர் என்பது ஜெங்கின்ஸ் என்றவரின் கருத்தாகும். (*ரோகில்லர் இ.ச.க. தொகுதி-5*)

பிண்டாரியரின் மூதாதையர் தக்காணத்தில் பிஜப்பூரைச் சுற்றியிருந்த மாவட்டத்தில் குடியிருந்தனர் என்றும் ஜெங்கின்ஸ் குறிப்பிடுகின்றார். பிண்டாரியர் இந்துக்கள் என்பது பிளாண்டன்பர்கினால் மெய்ப்பிக்கப்படவில்லை. அவர்களின் குடிவழியைப் பார்க்கும்போது, பிண்டாரியர் இந்துக்கள் என்று தோன்றவில்லை. பட்டாணிய வழியினராகவே தோன்றுகின்றனர்.

தக்காணத்தின் கடைசி முஸ்லிம் முடியரசான பிஜப்பூரில், அதில் ஷா குடியின் ஆட்சி 1690 ஆம் ஆண்டு கலைந்ததும், மராட்டியர் பிண்டாரியரைத் தமக்குக் கீழே கொண்டு வந்தனர். பிண்டாரியர் அதன்பிறகு நடு இந்தியத்தில் குடியேறினர் என்று மால்கம் என்றவர் கூறுகின்றார்.

பிண்டாரியர் முகமது கான், அகமது கான் என்ற ஆப்கானியர் இருவரின் வழித்தோன்றல்கள் என்று கூறப்படுவதும் உண்டு. அவ்விருவரும் யூசஃபுசாய் இனத்தைச் சேர்ந்தவர்கள். அவர்களின் முன்னோர் ரோகில்கண்டில் வாழ்ந்தனர். அவர்கள் பேஷ்வா முதலாம் பாஜிராவுடன் *(1720 – 1740)* கல்பி என்ற இடத்தினருகில் சேர்ந்து கொண்டனர் என்று கூறப்படுகின்றது.

கொள்ளைக்காரக் குதிரை வீரர்களான பிண்டாரியரின் செயல்களுக்கும் மராட்டிய வல்லமையின் எழுச்சிக்கும் நெருக்கமான தொடர்பு உண்டு என்று மராட்டியர் வரலாறு எழுதியுள்ள கோவிந்த சகராம் சர்தேசாய் *(1869 - 1959)* கூறுகின்றார். இக்கொள்ளையர் இந்திய நாட்டரசுகளின் படைகள் அனைத்திலும் சேர்ந்து அவற்றின் குதிரைப்படைகளை வலுப்படுத்தினர். மராட்டியர் பிண்டாரியர் தொடர்பு சிவாஜி காலத்திலிருந்து சுமார் நூறு ஆண்டுகளுக்கு மேலாய் நீடித்து வருகின்றது.

பிண்டாரியர் கடைசிக் காலத்தில் செய்த கொடுஞ் செயல்கள் காரணமாய்ப் பிரிட்டீசார் அவர்களை மக்களின் விரோதிகள் என்றும் அவர்கள் பூண்டோடு ஒழிக்கப்பட வேண்டிய நச்சுக் களைகள் என்றும் அவர்களைப் பற்றி ஏராளமாய் எழுதி வைத்துள்ளனர் என்பது சர்தேசாயின் கருத்தாகும்.

மராட்டியர் உருவாக்கிய போரியல் முறையில், பிண்டாரியர் கூட்டம் மிகவும் வசதியான ஓர் உறுப்பாய் இருந்தது. சிவாஜி, சாந்தஜி கோர்ப்பாடே காலத்திலிருந்து அந்தப் போரியல் முறையில் ஊதியம் பெறாத துணைப்படை ஒன்று, ஒவ்வொரு படைத் தலைவரின் கீழும் இருந்தது. அந்தத் துணைப்படை போர் முடிந்ததும், எதிரியின் பாசறைக்குள் நுழைந்து அவனுடைய உடைமைகளையும் பாசறையிலுள்ள பொருள்களையும் கவர்ந்து, அவன் மீண்டும் எழுச்சி பெறாதவாறு அவனை அழித்து ஒழித்து விடும். இந்தப் படைக்கு முறையான ஊதியம் தரப்படுவதில்லை. அது எதிரியின் நாட்டைக் கொள்ளையடித்துப் பொருள்களை அள்ளிக் கொள்ளலாம் என்று எதிர்பார்க்கப்பட்டது.

சிந்தியா, ஹோல்கர் ஆதரவு

பிண்டாரிக் கும்பல்களில் பெரும் பகுதியினர் மராட்டியர் தலைவர்களான சிந்தியாவிடமும் ஹோல்கரிடமும் ஊழியம் செய்தனர். அவர்களுக்கு முறையே சிந்தியசாகி, ஹோல்கர்சாகி என்று தனிப்பெயர்கள் இருந்தன. மாதாஜி சிந்தியாவிடம், ஹீரா, புர்ஹான் என்ற பிண்டாரியர் தலைவர் இருவர் இருந்தனர். சிந்தியா அவர்களுக்கு நர்மதையின் வடக்கே விந்தியமலைப் பகுதியில் நிலங்களை இறையிலியாய்க் கொடுத்திருந்தார். அவர்கள் அங்கு நெமவார் என்ற பகுதியில் வாழ்ந்திருந்தனர்.

அவர்கள் சோர்கார் மன்னரின் நாட்டிற்கு மேற்குப் பகுதியில் தொடங்கி, நர்மதைக் கரை வழியே, வடக்கில் போபால் நவாபின் நிலப் பரப்புவரை நீண்டிருந்த பகுதியில் மொய்த்திருந்தனர். அதன் அதிகபட்ச நீளம் சுமார் 160 கிலோ மீட்டர்; அகலம் பஞ்ச மகால் எனப்படும் ஐந்து மாவட்டங்கள் அடங்கலாய்ச் சில இடங்களில் சுமார் 25 கிலோ மீட்டர் வரை இருக்கும். இப்பெரும் பரப்பு மராட்டியர் தலைவர்களால் பிண்டாரியர்க்கு அளிக்கப்பட்ட மானியமாகும். அதனால் பிண்டாரியர் 1794 வாக்கில் நர்மதைப் பள்ளத்தாக்கில் நிறைந்து விட்டனர். பிண்டாரியர் மூன்றாம் பானிப்பட்டுப் போரில் (இ.ச.க. தொகுதி-7) மராட்டியர்க்குத் துணையாய் நின்று போரிட்டனர்.

பிண்டாரியர் எண்ணிக்கை பெருகுதல்

போபால் நவாபு ஹாயத்து முகமது கான் (1777 – 1807) பிண்டாரியர் தலைவருள் ஒருவரான கரீம் கானைத் தன் ஊழியத்தில் சேர்த்துக் கொண்டார். அவர் கரீம் கானுக்குப் பூன்ரசா, ஜூர்க்கிர, ஹூருங்காம், உல்ஜமல் என்ற மாவட்டங்களை இறையிலியாய்க் கொடுத்தார்.

மராட்டிய நாட்டரசர்களும் பிற சிற்றரசர்களும் பிண்டாரியருக்கு நிலமும் பிற சலுகைகளும் அளித்தமையால், அவர்கள் மிகவும் துணிவு பெறலாயினர். நடு இந்தியம் முழுமையிலும் இருந்த பல்வேறு நாடுகளின் வேளாண்மைப் பலன்களை அங்கிருந்த உழவர்களால் நுகர முடியவில்லை. அவர்களின் நிலங்கள் பாழ்பட்டுக் கிடந்தன. குடிசைகள் எரிந்து சாம்பராயின. ஆதலால் உழவன் ஏதேனுமொரு கொள்ளைக் கூட்டத்தில் சேர்வதைத் தவிர வேறு வழியில்லாமல் போனது.

கொள்ளையரிடம் இழந்தவற்றைக் கொள்ளையிட்டே பெறலாம் என்று உழவர் பிறரைக் கொள்ளையடிக்கலாயினர். இதனால் பிண்டாரியரின் எண்ணிக்கை பெருகியது.

1798

நாடெங்கும், கொள்ளைக் கும்பல்கள்

நாடு நெடுகிலும் இத்தகைய கொள்ளைக் கும்பல்கள் திரிந்தமையால், மனக்குறையுடையோரும் பொல்லாதவர்களும் கொள்ளைக்காரரும் ஊக்குதல் பெற்றனர். மக்கள் விரோத சக்திகள் அனைத்தும் திரண்டு விட்டன. ஒரு குதிரையும் வாளும் வைத்திருந்த ஊர் சுற்றிகளனைவரும் இந்தக் கொள்ளைக் கூட்டத்தில் சேரலாயினர்.

''கடன்காரரின் பிடியிலிருந்து தப்பியவர்கள், படுமோசமான குற்றங்களைச் செய்ததற்காகச் சமூகத்திலிருந்து விலக்கி வைக்கப்பட்டவர்கள், அல்லது அமைதியான நேரிய வாழ்க்கையில் வெறுப்புற்றவர்கள் அனைவரும் இந்துத்தானத்தை விட்டுப் பறந்து பிண்டாரியருடன் சேர்ந்தனர்'' என்று பிரிட்டீசு வரலாற்றாசிரியர் ஒருவர் எழுதுகின்றார்.

பிண்டாரிக் கும்பல்களில் பல்வேறு இடங்களையும் பலபட்ட சாதிகளையும் சமயங்களையும் சேர்ந்தோர் அடங்கியிருந்தனர். அதனால் அவர்கள் தமக்குள் பிளவுண்டும் இருந்தனர்; தம் தலைவர்களைக் கைவிட்டு ஓடுவதற்கு எந்நேரமும் ஆயத்தமாயிருந்தனர்; தமக்கு ஆதரவு தரும் சிற்றரசர் அல்லது நாட்டரசரின் ஊழியத்தில் சேர்வதற்குத் துடித்துக் கொண்டிருந்தனர்.

அவர்கள் தலைமுறை தலைமுறையாய்க் கொள்ளைக்காரராயிருந்தனர். நாட்டில் அமைதி நிலவ வேண்டும் என்ற உரிமைகளை மதியாமல் கொள்ளையடித்தே

வாழ்ந்தனர். அவர்களுக்கு சாதித் துவேசமும் இல்லை; மனச் சான்றின் உறுத்தலும் இருந்திலது. அவர்களிடமிருந்து எவரும் தப்பமுடியாது. அவர்களுக்கு வயது, பால் வேறுபாடு எதுவும் இலது.

இவர்கள் ஆடவரைக் கொன்றனர்; மறைத்து வைத்த செல்வத்தைக் கறப்பதற்காகப் பெண்களையும் குழந்தைகளையும் சித்திரவதை செய்தனர். ''மிக முற்றிய கோழைத்தனமும் காட்டுமிராண்டித் தனமான கொடூரமும்'' அவர்களின் குணம் என்பர்.

பிண்டாரிப் பெண்டிர்

முஸ்லிம் பிண்டாரியரின் மனைவியரனைவரும் இந்துப் பெண்டிரைப் போல் உடை உடுத்து, இந்துக் கடவுளையே பல்வேறு வடிவங்களில் வழிபட்டனர். அவர்கள் தம் ஆடவர் கொள்ளையடிக்கச் செல்லும் இடங்களுக்கு அவர்களுடன் செல்வதுண்டு. இப்பெண்கள் அப்போது மட்டக் குதிரை அல்லது ஒட்டகங்களில் ஏறிச் செல்வர். அவர்கள் கொள்ளையடிப்பதிலும் கொடுஞ்செயல் புரிவதிலும் ஆடவர்க்குச் சற்றும் சளைத்தவரல்லர்.

பிண்டாரி ஒற்றரும் கொள்ளையடிக்கும் காலமும்

பிண்டாரியர் ஓரிடத்தினுள் கொள்ளையடிக்கு முன்னர் அங்குள்ள பணக்காரர் களையும் நிலைமைகளையும் பற்றிய விவரங்களை அறிந்து கொள்வதற்காக அங்கு ஒற்றர்களை அனுப்புவது வழக்கம்.

அவர்கள் ஆண்டு முழுவதும் கொள்ளையடிக்கச் செல்வதில்லை. வறட்சியான காலங்களில் மட்டுமே செல்வர். அவர்கள் தம்முடன் கூடாரங்களையோ, பொதிகளையோ எடுத்துச் செல்வதில்லை. அவர்கள் நர்மதைப் பள்ளத்தாக்கில் கொள்ளையடிப்பர். மாரிக் காலத்தில் கொள்ளைக்குப் போவதில்லை. நர்மதையிலும் தபதியிலும் வெள்ளம் வற்றியபின் அவற்றைக் கடந்து செல்வர். மாரிக்காலம் வரும் வரையில் கொள்ளையடிப்பர். மழை தொடங்கியதும் தம் இருப்பிடங்களுக்குத் திரும்பி விடுவர். திரும்பியதும் கொள்ளைப் பொருள்களைத் தமக்குள் பங்கிட்டுக் கொள்வர்.

கொடியேற்றம்

பிண்டாரியர் மழை விட்டதும் கொள்ளைக்குக் கிளம்புமுன்னர், கடைநிலைத் தலைவர்களுக்குச் செய்தியனுப்பி விட்டுக் குறிப்பிட்ட ஒரு நாளில் தம் கொடிகளை ஏற்றுவர். தசரா முடிந்ததும் அக்டோபர் அல்லது நவம்பரில் ஆண்டுதோறும் கொடியேற்றுவது வழக்கம்.

பிண்டாரியர் இலையுதிர் கால (காரிஃபு) அறுவடை முடிந்ததும், தம் நண்பரையும் எதிரிகளையும் பாகுபாடின்றிக் கொள்ளையடித்து விட்டு மாரிக்காலம் தொடங்குமுன்னர் தமது பாசறைக்குத் திரும்பிவிடுவர். பண்டை மன்னர்களும் இவ்வாறுதான் வறட்சியான காலங்களில் திக்கு விசயம் அல்லது படையெடுப்பிற்குக் கிளம்புவது வழக்கமாயிருந்தது. துறவியரும் மாரிக் காலத்தில் ஓரிடத்தில் தங்கிப் பின்னர் மழை விட்டதும் வேறிடம் செல்வர்.

அறுவடை முடிந்தபின் சென்றால்தான் பிண்டாரியருக்கு உணவு தானியங்கள் கிடைக்கும். அவர்கள் ஆண்டுதொறும் சொல்லிவைத்தாற் போல் மாரிக்காலம்

முடிந்ததும் மனித வெள்ளமென வந்து மக்களிடமுள்ளவற்றை அடித்துச் சென்று விடுவர். அதனால் அவர்களை மாரிக்காலம் போன்றவர்கள் என்பர்.

பிண்டாரியாகும் தகுதி

இதற்கு ஒரு குதிரையும் வாளும் இருந்தால் போதும். கொள்ளையடிப்பது என்ற ஒரே இலட்சியம் அவர்களை ஒன்று சேர்த்தது. பிண்டாரிக் கும்பலில் வெகுசில ஐரோப்பியரும் இருந்தனர் என்பது தெரிய வந்துள்ளது. அவர்களிடம் இரண்டு, மூன்று ஐரோப்பியப் பீரங்கிகளும் இருந்தன.

பிண்டாரிக் கூலிப்படை ஊதியம்

பிண்டாரியரைக் கூலிக்கு அமர்த்தியவர்கள் குறிப்பாய் மராட்டியர் - அவர்களுக்கு என்ன கூலி கொடுத்தனர் என்பது தெரியவில்லை. அது அவர்களைக் கூலிக்கு அமர்த்திக் கொண்ட அரசின் வலிமையைப் பொருத்து வேறுபட்டு வந்தது. பிண்டாரிக் குதிரை வீரன் ஒவ்வொருவனுக்கும் மராட்டியப் பேஷ்வாவும் ஏனைய மராட்டியர் தலைவர்களும் சிறு தொகையைத் தான் கொடுத்தனர். எனினும் அவர்கள் மராட்டியர் படைகளுடன் சென்று கொள்ளையடித்த பொருள்களே அவர்களுக்குக் கிடைத்த கூலியில் தலையாய பங்காயிருந்தது. மராட்டியர் தம் பகுதிகளைக் கொள்ளையிடப் பிண்டாரியருக்கு இசைவு தராதபோது, அவர்களுக்குச் சராசரியாய் ஒரு நாளைக்கு நாலணா வீதம் தரப்பட்டது.

பிண்டாரியர் சிறு குதிரைகளையும் எருதுகளையும் அமர்த்திக் கொண்டு, அவற்றின் மேல் தானியம், விறகு, பட்டறைகள் போன்றவற்றை ஏற்றிச் சென்று கடை பரப்பி விற்பதும் உண்டு. அவர்கள் இதில் கிடைத்த ஆதாயத்தைச் செலவிற்கு வைத்துக் கொண்டனர்.

மராட்டியர் படை ஒரு பகுதிக்குள் நுழையுமுன்னர், பிண்டாரியர் அவிழ்த்துவிடப்படுவர். இது படைகள் தாக்குதலைத் தொடங்குவதற்குச் சில நாளைக்கு முன்னர் நடக்கும். அப்போது பிண்டாரியருக்குத் தரப்படும் படிகள் அனைத்தும் நிறுத்தப்படும். அவர்கள் போர் முடியுமட்டும் எதிரி நாட்டில் வேண்டிய மட்டும் கொள்ளையடித்துக் கொள்ளலாம்.

மராட்டியர் படைத்தலைவர் அதன்பிறகு பிண்டாரியரை வலுக்கட்டாயப்படுத்திக் கொள்ளைப் பொருளில் பெரும்பகுதியைப் பறித்துக் கொள்வார். இந்தப் பழக்கம் இருந்ததனால் தான் பிண்டாரியர் தம் ஆண்டையரான மராட்டியரைத் திருப்தி செய்து தாமும் நிரம்பப் பொருள் பெறுவதற்காகக் கொடூரமான செயல்களில் ஈடுபட்டனர். அவர்களுக்கு எதிரி நாட்டைக் கொள்ளையடிக்கும் உரிமை தரப்பட்டிருந்ததால்தான் அவர்கள் ஊதியத்தை எதிர்பாராமல் கொடுஞ்செயலில் இறங்கினர்.

பிண்டாரியருக்கு எந்த அரசும் வேலை தராமல், அவர்கள் சும்மாயிருக்க நேருமாயின், அவர்களின் பல்வேறு தலைவர்கள் தம் கீழிருப்பவர்களுக்கு எதுவும் தருவதில்லை. ஆதலால் பிண்டாரியர், அதற்கு முன்னர் கொள்ளை கொண்ட பொருள்களை வைத்துப் பிழைப்பு நடத்தினர். அவர்கள் சண்டைக்குப் போகாத காலங்களில், அவர்களிடம் பணம் அல்லது உணவுப் பொருள்கள் தீர்ந்து போகுமாயின், தளபதிகள் அவர்களுக்குக் கடன் தந்தனர். பின்னர் நடக்கும் கொள்ளைக்குப் பிறகு கடனைத் திரும்பப் பெற்றனர்.

பிண்டாரி உடை

பிண்டாரிக் குதிரைக்காரர்கள் என்ன மாதிரி உடை அணிந்திருந்தனர் என்பது தெரியவில்லை. அவர்கள் முழங்காலுக்குக் கீழே தொங்கும் குவில்டு (Quilt) சட்டை அணிந்து கைக்குட்டையைத் தலையில் அணிந்திருந்தனர் என்பது குண்டூரிலும் இதர இடங்களிலும் 1816 ஆம் ஆண்டு கொள்ளையிட்ட பிண்டாரியர் பற்றி ஆராய்ந்த கம்பம் ஆய்வுக் குழு கூறியது. அவர்களின் கால்சட்டை தடித்த முரட்டுத் துணியாலானது.

அமீர் அலி என்ற பிண்டாரித் தளபதியின் கூற்றுப்படி, அவர்கள் வழக்கமாய் அணிவதைவிடப் பகட்டான ஆடையணிந்துதான் கொள்ளைக்குச் சென்றனர் என்று கருத இடமுள்ளது. அவர்கள் உடம்பைக் கட்டாய் வைத்திருந்தனர். ஓய்வு நேரத்தில் உடற்பயிற்சிகளில் ஈடுபட்டனர். ஒற்றைக் கொற்றைச் சண்டை (dual) போடும் பழக்கம் அவர்களிடமிருந்தது.

ஆயுதங்கள்

அவர்கள் பொதுவாய் ஈட்டிதான் வைத்திருந்தனர்; ஈட்டி எறிவதில் வல்லவர்களாயிருந்தனர். மூங்கில் கழியாலான ஈட்டியின் நீளம் 12 முதல் 18 அடிவரை இருக்கும். சிலர் வாளும் கேடயமும் வைத்திருந்தனர். பெரும்பாலரிடம் கூரான இரும்பு பொருத்திய குச்சிகளே இருந்தன. அவர்கள் அவற்றைக் கொண்டு புதைத்து வைத்த பொருளைத் தோண்டியெடுப்பர். சிற்றூர்களைத் தாக்குவதற்குத் துப்பாக்கிகள் வேண்டுமென்பதால், அவர்கள் சுமார் 15-20 பேரிடம் கருமருந்து (வெடிமருந்து) கெட்டித்துச் சுடும் துப்பாக்கிகளும் இருந்தன.

சர்தார்கள் என்ற பெரிய தலைவர்களிடம் கைத்துப்பாக்கிகள் (Pistol) இருந்தன. அக்கும்பலில் பெரும்பாலர் கொள்ளையராதலால் பலவகையான ஆயுதங்களை வைத்திருந்தனர். ஆயிரம் பேரடங்கிய பிண்டாரிப் படைக் கும்பலாயின், அதில் குதிரைக்காரர் 400 பேர் இருப்பர்; சுமார் 400 பேர் பலவகை விலங்குகளின் மீதும் ஊர்திகளிலும் ஏறிச் சென்றனர்; எஞ்சிய இருநூற்றுவரும் பிண்டாரியரின் அடிமைகள், ஏவலர்கள், படைப்பொறுக்கிகள் ஆகியோராயிருந்தனர்.

பிண்டாரியர் அடிமைகள்

மன்னரும் உயர்குடியினரும் மட்டுமே அடிமைகளை வைத்திருந்தனர் என்று கூறுவதற்கில்லை. கொள்ளையரான பிண்டாரியரும் அடிமைகளை வைத்திருந்தனர். பிண்டாரித் தளபதி ஒவ்வொருவரிடமும் பத்துப் பதினைந்து அடிமைகள் இருந்தனர்.

கொடிகள்

சிந்தியசாகிப் பிண்டாரியரின் கொடி சிவப்பும் ஆரஞ்சும் கலந்த (பக்குவ) நிறத்தில் இருந்தது. அதன் நடுவில் வெள்ளைப் பாம்பு இருக்கும். சிறு கொடிகளும் (suggars) இதைப் போலவே இருக்கும்.

ஹோல்கர் சாகிப் பிண்டாரியர் டஃபேட்டா பச்சை, மஞ்சள் அல்லது இளநிறங்களில் கொடிகளை வைத்திருந்தனர்.

இவை தவிர ஒவ்வொரு தலைவரும் தன் படைப் பிரிவைக் காட்டும் வகையில் தனிக் கொடிகளை வைத்திருந்தார்.

பிண்டாரியரும் குதிரைகளும்

பிண்டாரியர் எப்போதும் குதிரைகளை வைத்திருப்பர். அவர்களின் குதிரைகள் சிறியனவாயும் மிகுந்த துடிப்புள்ளனவாயும் இருக்கும். அவை ஒரு நாளில் சுமார் 50-60 கிலோ மீட்டர் செல்லக் கூடியனவாயிருக்கும். எனினும் அவசர நிலையில் ஒருநாளில் சுமார் 80-90 கிலோமீட்டர் தொலைவு வரை செல்லும். அவை இங்ஙனம் கடும்பாடுபடுவதைத் தூண்டுவதற்காக, அவற்றுக்குக் காரச் சரக்குகளையும் போதைப் பொருள்களையும் பிண்டாரியர் கொடுத்தனர். அவர்கள் பொதுவாய் அபினியைத்தான் குதிரைகளுக்குக் கொடுப்பது வழக்கம். (இதே வழக்கம் நடு ஆசியத்தின் உசுபெக்குகளிடமும் இருந்தது.) பிண்டாரியர் கொள்ளைக்குச் செல்லுமுன்னர் குதிரைகளுக்கு இலாடம் அடித்தனர்.

அவர்கள் கொள்ளைக்குப் புறப்படுகையில், வழக்கமாய் இரண்டாயிரம் மூவாயிரம் குதிரை வீரர்களும் அதே எண்ணிக்கையில் பிற ஊர்திகளில் ஏறியவர்களும் செல்வர். அவர்கள் ஒரு நாளில் சுமார் 50-60 கிலோ மீட்டர் தொலைவு செல்வர். அவர்கள் இடமோ, வலமோ திரும்பாமல் நேரே தம் இலக்கை நோக்கி முன்னேறுவர்.

மனைவியருடன் கொள்ளைக்குப் போதல்

படைவீரர் கூட்டம் எவ்வளவு சிறியதாயிருந்தாலும் பிண்டாரியர் அதனுடன் மோதுவதேயில்லை. அவர்களின் தொழில் கொள்ளையடிப்பதேயன்றிச் சண்டை போடுவதன்று. அதனால் அவர்கள் சண்டையைத் தவிர்ப்பர். பிண்டாரியர் எப்போதேனும் தாக்கப்பட்டால், தாக்குதல் வந்த வேகத்தில் பின்வாங்கி ஓடிவிடுவர். அவர்களை அப்போது பின்தொடர்ந்து துரத்துவதாயின், முறையான படையினர் செல்ல முடியாச் சாலைகள் வழியே ஓடி மறைந்து விடுவர். துரத்தி வருவோர் தம்மை நெருங்கிவிட்டால், சிறுசிறு குழுக்களாய்ப் பிரிந்து சிதறி மறைவர். அவர்கள் பொதுவாய் மக்கள் நடமாட்டமில்லாத சாலைகள் வழியே செல்வர்.

ஆனால் அவர்கள் கொள்ளையடித்துக் கொண்டு திரும்பி வருகையில், அவர்களை வெகு எளிதாய் மடக்கி விடலாம். ஏனெனில் கொள்ளைப் பொருள்களைச் சுமந்து வருவராதலால், அது சண்டையிடுவதற்கு இடையூறாயிருக்கும்.

பிண்டாரியர் கொள்ளைக்குச் சென்றுவிட்ட பிறகு, அவர்களின் குடும்பத்தார்க்கும் உடைமைகளுக்கும் காவலாய்க் கொள்ளைக்கு அரிதாகச் செல்லும் தலைவர்கள் காவலிருப்பர். அல்லது அவர்களின் ஆண்டையரான சிந்தியாவும் ஹோல்கரும் பாதுகாப்புத் தருவர்.

அவர்கள் விலையுயர்ந்த பொருள்களையும் எளிதில் எடுத்துச் செல்லத்தக்க கொள்ளைப் பொருள்களையும் தம்முடன் கொண்டு செல்வர். பெருமதிப்புள்ளவற்றை விற்று விடுவர். கொள்ளைப் பொருள்களை எடுத்துச் செல்வதற்குப் பொதி மாடுகளைப் பயன்படுத்துவர். எடுத்துச் செல்ல முடியாதவற்றை அழித்து விடுவர்.

சித்திரவதை முறைகள்

அவர்கள் மக்களின் தலை அல்லது நெஞ்சின் மேல் பாறாங்கல்லை ஏற்றுவர்; பழுக்கக் காய்ச்சிய இரும்புத் துண்டால் குதிகாலில் சூடு போடுவர்; குதிரைக்கு வைக்கும் கொள்ளுப் பைகளுக்குள் சுடுசாம்பலைக் கொட்டி அதைத் தலையில் கட்டுவர்; உடு துணி மீது எண்ணெயைத் தெளித்து தீ வைப்பர்; மக்களை அஞ்சி நடுங்கச் செய்வதற்கு மேலும் பலவிதமான கொடுஞ்செயல்களையும் பிண்டாரியர் கையாள்வர்.

பெண்களுக்கு இழைத்த கொடுமைகள்

மனித உணர்ச்சியே சிறிதும் அற்ற இக்கொடியவர்கள் பெண்களின் மார்பை அறுத்தும் குழந்தைகளின் கைகளை வெட்டியும் இருக்கின்றனர். வளையல்களை எடுப்பதற்கு எளிய வழியாய்க் கைகளைத் துண்டித்தனர். குழந்தைகளைத் தாயாரிடமிருந்து பறித்துச் சென்று கிணற்றினுள் எறிந்தனர்; அல்லது தரையில் அடித்துக் கொன்றனர். ஒருமுறை, உயரே வீசிய குழந்தை தரையில் விழுமுன்னர், ஒருவன் அதை வாளால் இரு கூறாக்கினான். அவர்கள் இளம் பெண்களைத் தூக்கிச் சென்று விற்றனர். பிண்டாரியரின் பெயரைக் கேட்டதுமே மக்கள் வீடு, வாசல்களை விட்டு ஓடினர்.

மக்களை அஞ்சிக் குலைநடுங்கச் செய்த இக்கொள்ளையர், பிரிட்டிசாரின் மேலாண்மைக்கு அறை கூவல் விடுத்ததால், பிரிட்டிசார் அவர்களைப் பற்றி ஒரு சார்பாய் எழுதி வைத்துள்ளனர் என்று இந்திய வரலாற்றாசிரியர் சிலர் கூறுகின்றனர். மராட்டியர் படை வருகின்றது என்றால் பாரதம் முழுவதுமே அஞ்சி நடுங்கிய காலம் இருந்தது. அந்த அச்சம் உண்டாகக் காரணராயிருந்தவர்கள் மராட்டியரின் கூலிப்படையினரான பிண்டாரிக் கொள்ளையரே ஆவர்.

அக்காலத்துப் போரியல் முறையில் கொள்ளையடிப்பதும் ஒரு கூறு என்று எடுத்துக் கொண்டாலும், பிண்டாரியர் மக்கள் விரோதிகள் என்பதை எக்காரணம் கூறியும் மறுக்கவியலாது.

பிண்டாரியர் எங்ஙனம் ஒழிக்கப்பட்டனர் என்பதைப் பத்தொன்பதாம் நூற்றாண்டின் தொடக்கத்தில் பார்ப்போம்.

3. மால்தசின் மக்கள் தொகைப் பெருக்கக் கொள்கை

உலகில் மக்கள் தொகை பெருகுவது பற்றி இதற்கு முன்னர் மனிதன் எந்தக் காலத்திலும் கவனம் செலுத்தியதில்லை. ஏனெனில் மனம் கலங்குமளவிற்கு மனித குலத்திற்கு அதனால் இது வரையிலும் சிக்கல்கள் தோன்றியதில்லை.

ஐரோப்பியத்தில் மக்கள் தொகைப் பெருக்கம் பதினெட்டாம் நூற்றாண்டில் முடுக்கம் பெற்றது. அமெரிக்கத்திலும் மக்கள் எண்ணிக்கை மிகுந்து வந்தது. மக்கள் தொகை மிகுந்த சீனம், இந்தியம் போன்ற ஆசிய நாடுகளிலும் மனிதர் பல்கி வரலாயினர். இத்துடன் ஐரோப்பிய நாடுகளில் மக்களின் துயரும் நீடித்து வரலானது. ஆங்காங்கே சில நாடுகளில் மக்கள் தொகை குறைந்த போதிலும், இதில் ஏறுமுகமே பெரிதாயிருந்தது. *(மக்கள் தொகை : சீனம் - இ.ச.க. தொகுதி-5 ,அமெரிக்கம் - இ.ச.க. தொகுதி-6, ஐரோப்பிய நாடுகள் - இ.ச.க. தொகுதி-7)* இந்திய சரித்திரக் களஞ்சியத்தின் பல தொகுதிகளில் மக்கள் தொகைப் பெருக்கம் பற்றிய செய்திகள் சொல்லப்பட்டு வருகின்றன.

1798

மக்கள் தொகைப் பெருக்கம் எதிர்காலம் பற்றிய கவலையை இந்தக் காலத்தில் உண்டாக்கத் தொடங்கிவிட்டது என்பதை 1798 ஆம் ஆண்டில் ''மக்கள் தொகைப் பெருக்கக் கொள்கை பற்றிய ஒரு கட்டுரை'' *(An Essay on the Principle of Population)* என்ற வெளீயீடு உணர்த்தியது. இக்கட்டுரை சிறியதாயிருந்த போதிலும், அது மிகுந்த செல்வாக்கைப் பெற்றுவிட்டது. இதன் ஆசிரியர் தாமஸ் இராபட்டு மால்தஸ் *(Thomas Robert Malthus 1766-1834)*. மால்தஸ் இக்கட்டுரையில் மக்கள் தொகைப் பெருக்கம் சமுதாயத்தின் எதிர்கால வளர்ச்சியில் உண்டாக்கக் கூடிய கேடுகள் அல்லது அழிவுகள் பற்றிக் கருத்துக் கூறியிருந்தார்.

மக்கள் தொகைப் பெருக்கம் உணவுப் பொருள் விளைச்சலை மிஞ்சுகின்ற அளவில் மிகுகின்றது என்ற கருத்து மால்தசின் அடிப்படைக் கொள்கையாகும். மால்தஸ் இக்கருத்தைத் தன் கட்டுரையில் மிகவும் அழுத்தமாய்க் கூறியிருந்தார் :

மக்கள் பெருக்கமானது 1,2,4,8,16,32... என்று ஒரே வீதத்தில் (geometric proportion) ஏறிச் செல்ல, உணவு விளைச்சலோ 1,2,3,4,5,6,7,8 என்று கணித முறையில் செல்வதைப் போன்றுதான் இருக்கும் என்பதை மால்தஸ் எடுத்துக்காட்டினார்.

மால்தஸ் இந்த வெளியீட்டை அடுத்து வந்த பின் பதிப்புகளில் தன் கொள்கையை இவ்வளவு கடுமையாய் எடுத்துரைக்காது, மக்கள் பெருக்கம் உணவுப் பொருள் கிடைக்கின்ற வரம்பு அளவை எட்டுகின்ற வகையில் வரம்பேயில்லாது போகும் போக்கை உடையது என்று மட்டும் விளக்கினார். மால்தஸ் இவ்விரு கொள்கைகளிலுமிருந்து இவ்வாறு முடிவு கண்டார் :

''மனித இனத்தில் பெரும் பகுதியினர் வறுமையிலும் அரைப்பட்டினியோடும் வாழும்படி சபிக்கப்பட்டுள்ளனர். காலப் போக்கில் உண்டாகும் தொழில் நுட்ப முன்னேற்றம் எதனாலும் இந் நிலையைத் தடுத்துவிட முடியாது. ஏனெனில் உணவு வரவு வரம்பிற்குட்பட்டுத்தான் மிகுதியாகும். அதே நேரத்தில் மக்கள் தொகைப் பெருக்கத்தின் சக்தியானது, மனிதரின் உயிர் வாழ்க்கைக்கு மண்ணில் விளைவிக்கக்கூடிய சக்தியை விட அளவிட முடியாத மடங்கு பெரிதாகும்''.

மக்கள் தொகைப் பெருக்கத்தை வேறு வழியில் கட்டுப்படுத்த முடியாதா? முடியும். போர், கொள்ளை நோய்கள் அல்லது இயற்கையில் உண்டாகும் பேரழிவுகள்

முதலியன மக்களின் எண்ணிக்கையைக் குறைக்கும். எனினும் இக்கொடுந் தண்டனைகளால் மக்கள் தொகைப் பெருக்கம் என்ற பேராபத்திலிருந்து இடைக்கால நிவாரணம் கிடைக்கும். மனித இனம் அதற்காக விரும்பத்தகாத பலன்களை அனுபவித்தாக வேண்டும்.

மால்தஸ்

மக்கள் தொகைப் பெருக்கத்தைக் கட்டுப்படுத்துவதற்கு விரும்பத்தக்க வழி ஒன்றுள்ளது; அது, ''ஒழுக்கக் கட்டுப்பாடு'' என்று மால்தஸ் எடுத்துரைத்தார். திருமணத்தைக் காலந்தாழ்த்திச் செய்வது; திருமணத்திற்கு முன்னர் ஒழுக்கமான வாழ்க்கை நடத்துவது; மணமானவர்கள் அடிக்கடி உடலுறவு கொள்வதைத் தாமாகவே கட்டுப்படுத்துவது ஆகியவற்றைத்தான் மால்தஸ் ''ஒழுக்கக் கட்டுப்பாடு'' என்று கூறினார்.

எனினும் பெரும்பாலானோர் இத்தகைய கட்டுப்பாட்டைக் கடைப்பிடிக்க மாட்டார் என்பதை மால்தஸ் உணர்ந்திருந்தார். எனவே மக்கள்தொகைப் பெருக்கம் என்பது கிட்டத்தட்டத் தவிர்க்க முடியாதது. அதனால் மக்களில் பெரும்பாலர் வறுமையில் உழல வேண்டும் என்ற விதியிலிருந்து பெரிதும் தப்பவே முடியாது என்று மால்தஸ் முடிவு கண்டார். இது மனித வாழ்க்கை மீது நன்னம்பிக்கையில்லாத முடிவு என்பது மெய்யே.

மால்தஸ் கருத்தடை முறைகளைக் கைக்கொண்டு மக்கள் தொகையைக் கட்டுப்படுத்த வேண்டும் என்று எக்காலத்தும் கூறவில்லையெனினும், அவரின் அடிப்படைக் கருத்துகளிலிருந்து இயல்பாகவே அப்படிப்பட்ட ஒரு கொள்கை எழுகின்றது.

கருத்தடைக் கருவிகளைப் பரவலாய்ப் பயன்படுத்தி மக்கள் பெருக்கத்தைக் கட்டுப்படுத்த வேண்டுமென்று, செல்வாக்குப் படைத்த சீர்திருத்தக்காரரான ஃபிரான்சிஸ் பிளேஸ் *(1771-1854)* முதன் முதலில் கூறினார். அவர் மால்தசின் கட்டுரையைப் படித்துவிட்டு அதனால் பெரிதும் கவரப்பட்டு 1822 இல் ஒரு புத்தகம் எழுதினார். அதில் மக்கள் கருத்தடை முறைகளைக் கைக்கொள்ள வேண்டுமென்று கேட்டுக் கொண்டார்.

அவர் உழைப்பாளி மக்களிடையே கருத்தடை பற்றிய செய்திகளைப் பரப்பினார். முதல் ''மால்தஸ் சங்கம்'' 1860 ஆம் ஆண்டுகளில் அமைந்தது. குடும்பக் கட்டுப்பாடு வேண்டும் என்று பாடுபட்டவர்களுக்குத் தொடர்ந்து ஆதரவாளர் கிடைத்து வந்தனர்.

மால்தஸ் கூறிய ஒழுக்கப் பண்புகளைக் கருத்தில் கொண்டு கருத்தடை முறைகளைப் பயன்படுத்துவதை ஏற்காததால், கருத்தடைக் கருவிகளைக் கொண்டு மக்கள் தொகைப் பெருக்கத்தைக் கட்டுப்படுத்தப் பாடுபட்டவர்கள் தம்மைப் ''புதிய மால்தஸ் கூட்டம்'' என்று அழைத்துக் கொண்டனர்.

மால்தசின் கொள்கை பொருளியல் கோட்பாட்டிலும் மிக முக்கியமான விளைவை உண்டாக்கியது. மால்தசின் நெருங்கிய நண்பரும் புகழ்பெற்ற ஆங்கிலப் பொருளியலாருமான டேவிடு ரிக்கார்டோ (*David Ricardo 1772-1823*) இவ்வாறு கூறினார்:

''தொழிலாளர் ஒருவரோடொருவர் சேர்ந்து உயிர்வாழவும் கூடுதலோ, குறைவோ இல்லாமல் மக்களினத்தை என்றென்றும் நிலைக்கச் செய்யவும் தொழிலாளர்க்கு வேண்டிய வாழ்க்கை வழிவகைகளைச் செய்வதுதான் அவர்களுக்குக் கிடைக்கும் இயல்பான ஊதியமாகும்''.

''ஊதியங்கள் பற்றிய இரும்பு விதி'' என்று பொதுவாய்க் குறிப்பிடும் இக்கொள்கையைக் காரல் மார்க்ஸ் (*1818-1883*) ஏற்றுக் கொண்டார். இது காரல் மார்க்சின் உபரி மதிப்பு என்ற கொள்கையின் மூலக்கூறு ஆகும்.

மால்தசின் கருத்துகள் உயிரியலையும் தூண்டியிருக்கின்றன. சார்லஸ் டார்வின் (*1809-1882*) மால்தசின் மக்கள்தொகைப் பெருக்கம் பற்றிய கட்டுரையைப் படித்ததாய்க் குறிப்பிட்டுள்ளார். அது பரிணாம வளர்ச்சிக் கொள்கையில் முக்கியமான ஒரு தொடர்பை டார்வினுக்கு அளித்தது.

இன்று உலகு தழுவிய அளவில் எரிகின்ற நெருப்புப் போல் அனைவரையும் சுட்டுக் கொண்டிருக்கும் மக்கள் தொகைப் பெருக்கம் பற்றி மனிதன் மெய்யாகவே அக்கறை கொள்வதற்கு மால்தசின் கொள்கை ஒரு தூண்டுகோலாய் அமைந்தது.

1798

மால்தசின் வாழ்க்கை

தாமஸ் இராபட்டு மால்தஸ் பிரிட்டனின் சர்ரே கோட்டத்திலுள்ள டார்க்கிங்கு அருகே ரூக்கரி (*Rookery*) என்ற இடத்தில் செல்வச் செழிப்பு மிக்க ஒரு குடும்பத்தில் *1766* பிப்பிரவரியில் பிறந்தார். சாமட்செட்டுக் கோட்டத்தின் பாத்து (*Bath*) அருகே செயிண் காதரைன் என்ற இடத்தில் *1834* டிசம்பரில் இறந்தார். மெய்யியலார், பொருளியலார், வரலாற்றாசிரியர் என்ற சிறப்புகளைப் பெற்றிருந்த நாத்திகரான டேவிடு ஹியூம் (*1711-1776*) மால்தசின் தந்தைக்கு நெருங்கிய நண்பர். மால்தசின் தந்தை ரூசோவின் பேரார்வலர். ரூசோவின் எமிலிதான் அவருக்கு முற்போக்குக் கருத்துகள் தோன்றவும், தன் மகனுக்குச் சிறப்பான முறையில் கல்வி புகட்டவும் காரணமாயிருந்தன என்பர்.

இளம் மால்தஸ் *1784* இல் கேம்பிரிட்ஜின் ஏசு கல்லூரியில் சேர்ந்தது வரையிலும் வீட்டிலேயே கல்வி கற்றார். அவர் கல்லூரியில் பல துறைகளைக் கற்றார். இலத்தீனத்திலும் கிரேக்கத்திலும் பரிசுகள் வாங்கி, *1788* ஆம் ஆண்டு பட்டம் பெற்றார். அவர் கலைகளில் *1791* ஆம் ஆண்டு மேற்பட்டம் பெற்றார். அவர் ஏசு கல்லூரியின் ஆட்சிக் குழுவிற்கு *1793* ஆம் ஆண்டு உறுப்பினராய்த் தேர்ந்தெடுக்கப்பட்டார்.

மால்தஸ் பின்னர் *1797* ஆம் ஆண்டில் தீக்கை பெற்றுப் பாதிரியானார். மால்தஸ் தன் தந்தையின் கருத்துகளுக்கும் பிரஞ்சுப் புரட்சியின் கோட்பாடுகளுக்கும் அதை ஆதரித்தவர்களின் கொள்கைகளுக்கும் எதிர்மாறான முறையிலேயே மிகுந்த இணக்கத்துடன் தன் எண்ணங்களையும் கருத்துகளையும் உருவாக்கினார். காடுவின் (*William Godwin : 1756-1836*), ரூசோ (*Rousseu : 1712-1778* இ.ச.க. தொகுதி-*8*) ஆகியோர் மனிதனைச் செயற்கைத் தளைகளிலிருந்து விடுவித்தால், மனித குலத்திற்கு நன்னிலை ஏற்படும் என்பது குறித்துக் கொண்டிருந்த கருத்துகளை மறுக்கும் வகையில் மக்கள் தொகை பற்றிய மேற்சொன்ன கட்டுரையை மால்தஸ் எழுதினார்.

மால்தஸ் ஹெயில்பரி கிழக்கிந்தியக் கல்லூரி (*Hailbury East India College*) என்ற கிழக்கிந்தியக் கம்பெனிக் கல்லூரியில் வரலாறு, அரசியல், பொருளியல் ஆகிய துறைகளில் பேராசிரியராயிருந்தார்.

4. சென்னை நகரின் சில பகுதிகள்

எழும்பூர் வட்டாரம் நகரின் பிற பகுதிகளுடன் இணைந்திருந்தது என்பதை 1798 ஆம் ஆண்டின் சென்னை நகர நிலப்படம் ஒன்றிலிருந்து அறிகின்றோம். வாலாசா சாலைப் பாலத்திலிருந்து இருபுறமும் மரங்கள் அடர்ந்த இரண்டு சாலைகள் மேற்கிலும் தென்மேற்கிலும் சென்றன. அவை பெரிய மேட்டிற்கும் எழும்பூர்க் கோட்டைக்கும், பூவிருந்தவல்லி நெடுஞ்சாலைக்கும் மாண்டியத்து சாலைக்கும் சென்றன.

பாந்தியன் சாலை அடையாற்றிலிருந்து தற்போதுள்ள தலைமைக் குற்றவியல் நடுவர் மன்ற வளாகம் வரை நீண்டிருந்ததாய்த் தெரிகின்றது.

பெரிய மேடு

பெரிய மேடு எழும்பூருக்கும் சென்னைப் பட்டினத்திற்கும் நடுவில் இருந்தது. அது பெரிய மேடாயிருந்தது; அதனால் அப்பெயர் பெற்றது போலும். பெரிய மேடு பதினெட்டாம் நூற்றாண்டின் இக்காலத்தில் முஸ்லிம் பாளையக்காரர் ஒருவரின் நேரடி ஆட்சியிலிருந்தது. அங்குதான் அவர் வரி தண்டிய இடம் அமைந்திருந்தது. சென்னைக்குள் நுழையும் பண்டங்களுக்கு அங்கு சுங்க வரி வாங்கப்பட்டது.

1798

மார்சல் சாலை

கமண்டரின் சீஃபு சாலையிலிருந்து ஹாரிஸ் சாலை வரை நீண்டிருந்த மார்சல் சாலை 1798 ஆம் ஆண்டிலேயே பெரிய சாலையாயிருந்தது. அது 1822 ஆம் ஆண்டு போர்ப்படை ஊதியப் பிரிவின் தலைவராயிருந்து 1873 ஆம் ஆண்டில் மேஜர் ஜெனரலாய் உயர்ந்த மார்சல் என்றவரின் பெயரால் அழைக்கப்பட்டது. இச்சாலை இப்போது டாக்டர் ருக்குமணி இலட்சுமிபதி சாலை என்ற பெயரைப் பெற்றுள்ளது. ஹாரிஸ் சாலை இன்று ஆதித்தனார் சாலையானது.

மாண்டியத்து சாலை

இன்று கன்னிமாரா நூலகம் - அருங்காட்சியகம் அமைந்துள்ள பாந்தியன் சாலையை மார்சல் சாலையுடன் இணைக்கும் மாண்டியத்து சாலை, சென்னை அரசின் பொறியாளர் படையைச் சேர்ந்த மாண்டியத்தின் பெயரைப் பெற்றது. அங்கு அவர் சுமார் 1820 வாக்கில் ஒரு வீடு கட்டியிருந்தார் என்பது 1937 ஆம் ஆண்டு நிலப்படம் ஒன்றிலிருந்து தெரிகின்றது.

ஹால்ஸ் சாலை, ஹாரிஸ் சாலை

காசா மேசர் சாலையிலிருந்து எழும்பூர் நெடுஞ்சாலை வரை நீள்கின்ற ஹால்ஸ் சாலையானது (இன்று குழந்தைகள் மருத்துவமனை அமைந்துள்ள சாலை) தென்னிந்தியப் பகுதியின் தலைமைத் தளபதியாய் உயர்ந்த ஜெனரல் ஹாமில்டன் ஹால் பெயரால் அழைக்கப்படுகின்றது. மேற்குறித்தவற்றுள் மார்சல் சாலையும் ஹாரிஸ்

சாலையும் பெயர் மாற்றிகளின் பார்வையில் பட்டு இன்று வேறு பெயர்களைப் பெற்றுள்ளன. ஹால்ஸ் சாலை தப்பிவிட்டது.

ஸ்பர் டாங்கு சாலையைப் (இன்று மேயர் இராமநாதன் சாலை) பாந்தியன் சாலையுடன் இணைக்கும் காசா மேசர் சாலை 1798 ஆம் ஆண்டிற்கு முன்னரே இருந்தது. சென்னை அரசில் முக்கியமான இடம் பெற்ற குடும்பத்தைச் சேர்ந்த ஜேம்ஸ் ஹென்றி காசா மேசர் என்றவரின் பெயரை இச்சாலை தாங்கி நிற்கின்றது. அவர் நீதிபதியாய் இருந்தார்.

லாங்ஸ் தோட்டச் சாலை

இராபட்டு கிளைவின் காலத்தவரும் (1725 – 1774) அவரை எதிர்த்து நின்றவருமான அயர் கூட்டேயை (1726 - 1783; இவர் பற்றி இ.ச.க. தொகுதி-9) அடுத்துக் கம்பெனிப் படையின் தலைமைத் தளபதியாய் உயர்ந்த ஜான் ஜெனரல் ராஸ் லாங்கு என்றவரின் பெயரால் அழைக்கப்படுவது லாங்ஸ் தோட்டச் சாலையாகும். இந்தச் சாலை கூவத்தை ஒட்டிச் செல்வது; சித்திரா டாக்கீஸ் இச்சாலையில் உள்ளது.

மார்சலின் ''கிழக்கு மூலை''

இன்று ஏர் இந்தியா அலுவலகமும், இராசரத்தினம் விளையாட்டரங்கமும் அரசினர் கண் மருத்துவமனையும் இருக்கின்ற டாக்டர் ருக்குமணி இலட்சுமிபதி சாலையில், ஜெனரல் மார்சலுக்கு உரிமையான ''கிழக்கு மூலை'' (Eastern Nook) என்ற மாளிகை இருந்தது. இங்கு அனைத்திந்திய வானொலி தொடக்கக் காலத்தில் இயங்கி வந்தது.

1798

கமாண்டரின் சீஃபு பாலம்

இன்று அகலப்படுத்திப் புதுப்பித்துக் கட்டப்பட்டிருக்கும் இந்தப் பாலம் 1825 ஆம் ஆண்டு கட்டப்பட்டது. இது தலைமைத் தளபதி வாழ்ந்திருந்த இடத்தினருகில் இருந்ததால் இப்பெயர் பெற்றது.

பாந்தியன் சாலை

எழும்பூரின் வரலாற்றுச் சிறப்பு மிக்க இடங்களில் பாந்தியன் சாலை குறிப்பிடத்தக்கதாகும்.

கோமளீசுவரன் பேட்டை, புதுப்பேட்டை

பாந்தியன் சாலைக்கும் கமாண்டரின் சீஃபு சாலைக்கும் இடையே சுற்றி வளைக்கப்பட்டுள்ள புறநகரங்கள் புதுப்பேட்டையும் கோமளீசுவரன் பேட்டையுமாகும்.

இன்று அண்ணாசாலை என்று வழங்கும் சாலையைக் கோமளீசுவரன் பேட்டையுடன் இணைக்கும் ஹாரிஸ் பாலம், 1854-1859 காலத்தில் சென்னை ஆளுநராயிருந்தவரின் பெயரைப் பெற்று வந்துள்ளது. இப்பாலம் 1994 ஆம் ஆண்டு விரித்துப் புதுப்பிக்கப்பட்டது.

கிழக்கிந்தியக் கம்பெனி ஜார்ஜ் கோட்டையைக் கட்டியதற்கு முன்னரே கோமளீசுவரர் கோயில் உள்ளது. அந்த ஈசுவரனின் பெயரால் இது கோமளீசுவரன்

பேட்டையானது. இன்றைய ஹாரிஸ் பாலச் சாலைக்கு அந்தக் காலத்தில் கோயில் தெரு என்று பெயர். கம்பெனி நிலவிய பதினேழு, பதினெட்டாம் நூற்றாண்டுகளில் இத் தெருவில் செல்வச் செழிப்பு மிக்க சீமான்கள் வாழ்ந்திருந்தனர். பச்சையப்ப முதலி இந்தத் தெருவில் தான் வாழ்ந்திருந்தார். இன்று ஆதித்தனார் சாலை என்று புதுப்பெயர் பெற்ற ஹாரிஸ் சாலை என்ற கோயில் தெருவில் பச்சையப்பனின் வீடு இருந்தது.

அவர் வாழ்ந்திருந்த அந்தக் காலத்தில் அவரின் வீட்டில் ஹரி கதைகள் நடந்தன. அவர் வீட்டினருகே கம்பெனி ஊழியத்திலிருந்த சாமி நாயக்கன் கோயில் தெருவின் மேற்கிலிருந்த வீட்டில் வாழ்ந்து வந்தார். கொடை வள்ளல்களாகிய வீரப் பெருமாள் பிள்ளை, சீனிவாசப் பிள்ளை ஆகியோரும் கோமளீசுவரன் பேட்டையில் வாழ்ந்திருந்தனர்.

நன்னீரோடிய கூவம்

அந்தக் காலத்தில் கூவம் ஆற்றில் மிகத் தூய்மையான நன்னீர் ஓடியது. பச்சையப்பன் தன் வீட்டருகே ஓடிய அந்த ஆற்றில்தான் நீராடுவார். ஆறு வடக்கு நோக்கி ஓடியதால், அதற்கு உத்தரவாகினி என்று அந்தக் காலத்துப் பெயர் மாற்றிகள் நாமகரணம் செய்து பார்த்தனர். இது புனிதமான ஆறு என்று கருதப்பட்டதால் மக்கள் இங்கு நீராடினர். அதனால் இறையடியாரும் செல்வர்களும் வாழும் பகுதி கோமளீசுவரன் பேட்டை என்று ஏனைய பேட்டை மக்கள் கருதினர்.

சிந்தாதிரிப்பேட்டை

சிந்தாதிரிப்பேட்டை ஆளுநர் பிட்டின் காலத்தில் பெரிய நெசவு மையமாகிச் சிறந்த செய்தி (இ.ச.க. தொகுதி-4) சொல்லப்பட்டுள்ளது. கிழக்கில் கூவம் ஆறும் மேற்கில் எழும்பூரும் வடக்கில் பூங்கா நகரும் தெற்கில் நுங்கம்பாக்கமும் சூழ அமைந்திருக்கும் சிந்தாதிரிப்பேட்டைக்குள்ளும் எழும்பூரின் கிழக்கு எல்லையிலும் அமைந்த சில பகுதிகள் இங்கு கூறப்பட்டன.

1798

வரலாற்றுப் புள்ளிகள்

1. புதிய தலைமை ஆளுநர் ரிச்சடு வெல்லஸ்லி

ரிச்சர்டு கோலி வெல்லஸ்லி (Richard Colley Wellesley, Earl of mornington, Marquis Wellsley 1760 – 1842) என்ற வெல்லஸ்லி பிரபு இந்தியத்தின் ஐந்தாவது தலைமை ஆளுநராய் 1798 ஆம் ஆண்டு மே மாதம் பொறுப்பேற்றார். இவருக்கு முன்னர் வாரன் ஹேஸ்டிங்சு (ப.கா. 1774-1785), சர் ஜான்; மக்ஃபர்சன் (1785-1786), சார்லஸ் காரன்வாலிஸ் பிரபு (1786-1793) ஆகிய நால்வர் தலைமை ஆளுநராயிருந்தனர்.

ஆர்தர் வெல்லஸ்லி என்ற புகழ்பெற்ற வெலிங்டன் பிரபு (1769-1852) இவரின் இளவல். அவர் தலைமை ஆளுநராய்ப் பொறுப்பேற்ற தன் அண்ணன் ரிச்சர்டு வெல்லஸ்லி என்ற மார்னிங்டன் பிரபுடன் இந்தியம் வந்தார். பிரிட்டீசுப் பேரரசை வலுப்படுத்தி, நிலை நிறுத்தியவர்களின் அணியில் இவ்விருவரும் முதலிடம் பெறுகின்றனர். வெல்லஸ்சி ஈட்டன் பள்ளியில் படித்த போது பண்டைக் கிரேக்க,

ரோமானிய இலக்கியங்களை நன்கு கற்றுத் தேர்ந்திருந்தார். அவர் இருபத்து நாலாவது வயதில் நாடாளுமன்ற மக்களவையில் உறுப்பினரானார். அப்போது அவர் கிழக்கிந்தியக் கம்பெனித் தொடர்பான கட்டுப்பாட்டு வாரியத்தில் ஓர் உறுப்பினராக்கப்பட்டார். அவர் தலைமை அமைச்சர் இளைய பிட்டிற்கு மிகவும் நெருக்கமானவர். அவரது ஆதரவினால் தான் வெல்லஸ்லி தலைமை ஆளுநரானார்.

பேரரசப் பெருந்தச்சர்

இந்தியத் தலைமை ஆளுநராய்ப் பொறுப்பேற்ற மார்னிங்டன் பிரபு பற்றி இவ்வாறு சிறப்பித்துச் சொல்லப்படுவதுண்டு: ''இவர் சிறிய உடலினர்; கூர்த்த அறிவைக் காட்டும் முகம்; உணர்ச்சி வயப்படாதவர்; திறமை மிக்கவர்; ஆற்றல் நிறைந்தவர்; வரம்பில்லாப் பெரு விருப்பங்களையெல்லாம் நெஞ்சத்தில் தேக்கி வைத்திருப்பவர்.''

பெரும் பேரரசை இந்தியத்தில் கட்டியெழுப்ப வேண்டுமென்ற பெருவிருப்பும் மனஉறுதியும் தலைமை ஆளுநரான வெல்லஸ்லிக்கு இருந்தது. அவர் இந்தியத்தில் பதவிப் பொறுப்பேற்ற நேரத்தில் நெப்போலியன் சண்டைகள் முழுவேகத்தில் நடந்து கொண்டிருந்தன. இந்திய நாட்டு மன்னர்களின் அவைகளில் பிரஞ்சுக்காரர் பொறுப்பு வாய்ந்த இராணுவப் பதவிகளில் இருந்தனர்.

தோல்வி ஏற்படுமாயின் கடலுள் மூழ்கிப் போக வேண்டியதுதான் என்ற இக்கட்டான நிலையில் பிரிட்டீசார் இப்போது பல போர்களில் ஈடுபட்டிருக்கின்றனர். வாணிபத்தின் பயனாய் அயலுலகிலிருந்து அள்ளிக் கொண்டு வந்த செல்வமும் அந்தச் செல்வச் செழிப்பினால் அரசியலமைப்பிற்குக் கிடைத்த அசையா வலிமையும் நெப்போலியனுடன் நடக்கும் போரினால் இடருக்குள்ளாய் விடுமோ என்ற குலை நடுக்கம் பிரிட்டீசாருக்கு ஏற்பட்டது. அதனால் அவர்கள் முழு மூச்சுடன் நெப்போலியனுடன் போர் செய்தனர்.

1798

வெல்லஸ்லி பிரபு *1798* இல் தலைமை ஆளுநராய் இந்தியத்தை அடைந்த நேரத்தில், அவர் நாட்டுப்பற்று மிகுதியால் நெப்போலியனுக்கு எதிராய்க் கடுஞ்சீற்றத்துடன் குமுறிக் கொண்டிருந்தார். கடந்த சில ஆண்டுகளுக்கு முன்னர் மேலை வல்லரசுகள் கம்யூனிசத்தை எத்தனை வேகமாய்ச் சாடினவோ, அதே வேகம் ஜேகோபியனிசத்தைக் கண்டித்த போதும் இருந்தது. (ஜேகோபியனிசம் = பிரஞ்சுப் புரட்சி உணர்வு)

ஆதலால் பிரஞ்சுக்காரருடன் நட்புறவு உடன்படிக்கைகளைச் செய்து கொண்டிருந்த திப்பு சுல்தானை இனி எழும்பவே முடியாதவாறு ஒரேடியாய் வீழ்த்தி விடுவது என்ற உறுதியுடன் தான் வெல்லஸ்லி இந்தியத்தில் கால்வைத்தார். போனப்பாட்டின் தோல்விக்கென்று தான் அளிக்கக் கூடிய பெரும்பங்கு திப்பு சுல்தானை ஒழிப்பதுதான் என்று வெல்லஸ்லி கருதினார்.

அவர் இந்தியத்தை அடைந்த நேரத்தில் சென்னையில் கம்பெனி ஆட்சிமன்றக் குழுவில் தன்னலமும் ஊழலும் மலிந்திருந்தன. மராட்டியரின் வலிமை மேலோங்கி நின்ற நிலையில் பம்பாய் தனித்து நின்றது. புதிய தலைமை ஆளுநர் இந்நேரம் வங்கத்தில் பிரிட்டீசாரிடையே நாட்டுணர்வைப் பொங்கச் செய்தார்.

அவர் கல்கத்தாவில் இந்தியர் அளித்த சிறு தொகைகள் உள்பட மொத்தம் *1,30,780* பவுன் *3* சில்லிங்கு *1 ½* பென்சு நிதி திரட்டினார். இந்தப் பணம் மைசூர்ப் போருக்கென்று

திரட்டப்பெற்று 1798 ஜூனில் சென்னைக்கு அனுப்பப்பட்டது. திப்பு சுல்தானை ஒழிப்பது தமக்கு வாழ்வா, சாவா என்பதைத் தீர்மானிக்கும் கடமை என்று பிரிட்டீசார் இந்தக் கட்டத்தில் கருதினர்.

பிரிட்டீசார் ஐதராபாது நிசாமுடனும் புனே மராட்டியருடனும் செய்து கொண்ட நட்புறவு உடன்படிக்கைகளின்படி, அவர்கள் திப்பு சுல்தானை ஒழிக்கும் போரில் தன்னுடன் சேர்ந்து கொள்ள வேண்டும் என்று வெல்லஸ்லி அவர்களை அழைத்தார்.

பிரஞ்சுப் புரட்சி அரசு திப்பு சுல்தானுக்குக் ''குடிமகன் திப்பு'' (*Citizen Tippu*) என்ற சிறப்புப் பெயரைத் தந்து அவரைப் பெருமைப்படுத்திற்று. பிரான்சில் திப்பு இப்போது மிகவும் போற்றப்பட்டார்.

வெல்லஸ்லியும் இன அகந்தையும்

காரன்வாலிஸ் தலைமை ஆளுநராயிருந்த காலத்தில் (1786-1793), இந்தியர் தம்மினும் தாழ்ந்தவர் என்ற மனப்பான்மை ஐரோப்பியரிடையே வலுப்பெற்றது. வெல்லஸ்லி 1798 இல் புதிய தலைமை ஆளுநராய்ப் பொறுப்பேற்றதும் இந்த இன அகந்தை மேலும் பரவலானது.

ஐரோப்பிய ஆடவரும் அவர்களுக்குத் துணையாய்ப் பெண்டிரும் பரந்த கடலென்னும் இந்தியத்தில் தனித்தீவு தமக்கென்று ஒன்றை உருவாக்க முனைந்தனர்; அதில் அவர்கள் வெற்றியும் பெற்றனர்.

கிறித்தவச் சமயப் பரப்பியர் புது ஊக்குதல் பெற்றனர். அவர்கள் இந்திய மக்களுடன் கலந்து பழகினாலும், நாட்டு மக்களின் சமயங்களைக் குறைகூறி மிகவும் கடுமையாய்த் தாக்கினர். தொடக்க காலத்தில் சமயப்பரப்பியரிடையே காணப்பட்ட பொறையுடைமை அருகியது.

வெல்லஸ்லியின் பத்திரிகைத் தணிக்கை

தலைமை ஆளுநர் வெல்லஸ்லி பத்திரிகைகளின் குறும்புத் தனத்தை ஒடுக்க வேண்டுமென்று ஒரே உறுதியாயிருந்தார். அதற்கேற்பச் செய்தி இதழ்களை ஒழுங்குபடுத்தும் நோக்குடன் 1799 மே 13 அன்று கீழ்க்காணும் விதிமுறைகள், கல்கத்தாவிலிருந்து வெளிவந்த செய்தித்தாள்களின் உரிமையாளர்களுக்கு தெரிவிக்கப்பட்டன.

வெல்லஸ்லி

1. செய்தியிதழ்களை வெளியிடும் ஒவ்வொருவரும் தன் பெயரை இதழின் அடிப்பக்கத்தில் அச்சிட வேண்டும்.

2. ஒரு செய்தியிதழின் ஆசிரியரும் முதலாளியும் தம் பெயர், இருப்பிடம் ஆகியவற்றை அரசின் செயலரிடம் தெரிவிக்க வேண்டும்.

3. எந்தச் செய்தித்தாளும் ஞாயிற்றுக் கிழமையன்று வெளிவரலாகாது.

4. அரசின் செயலாளர் அல்லது பார்வையிடுவதற்கென்று அவரால் அமர்த்தப்பட்ட ஒருவர் முன்னதாய்ப் பார்வையிடாமல் எந்த இதழும் வெளி வரலாகாது.

5. மேற்கூறிய விதிகளில் எதை ஒருவர் மீறினாலும் அவர் உடனே ஐரோப்பியத்திற்குக் கப்பலேற்றப்படுவார்.

அரசின் செயலாளர் கீழ்க்காணும் செய்திகளைத் தணிக்கை செய்யும் அதிகாரம் பெற்றிருந்தார்.

அ. அரசின் பொதுக் கடன் அல்லது வருவாய் அல்லது கிழக்கிந்தியக் கம்பெனியின் நிதி பற்றிய குறிப்புகள் அனைத்தும் வெளியிடாமல் தடுக்கப்படும்.

ஆ. படைகள், பண்டங்கள் அல்லது நாணயங்கள் கப்பல் ஏறுவது அல்லது கடற்படை, தரைப்படை ஆகியன செய்யும் எவ்விதமான ஆயத்தமாயினும் அவை பற்றி இதழ்கள் குறிப்பிடலாகாது.

இ. எந்தக் கப்பலாயினும் அது வந்திறங்குவது பற்றிய செய்திகள், அவை கம்பெனிக் கப்பலாயினும் தனிப்பட்டவர்களுடையதாயினும் அவற்றைப் பற்றிச் செய்தி வெளியிட்லாகாது.

1798

ஈ. அரசு அல்லது அதன் அலுவலர் நடந்து கொள்ளும் விதம், அவர்கள் பொது அல்லது இராணுவத்தைச் சேர்ந்தவர்களாயினும் அல்லது கப்பல், வாணிபம், நிதி போன்ற வேறு துறைகளைச் சேர்ந்தவர்களாயினும் அவர்களின் நடத்தை பற்றிக் கூறுவதையும் தணிக்கை செய்தாக வேண்டும்.

உ. தனிப்பட்ட ஊழல் அல்லது தனிப்பட்டவர்களின் மீது கூறப்படும் வீண்பழி அனைத்தையும் தவிர்க்க வேண்டும்.

ஊ. கம்பெனிக்கும் ஏனைய நாட்டரசுகளுக்குமிடையே போர் நடக்கலாம் அல்லது அமைதி ஏற்படலாம் என்று உரைக்கப்படும் கருத்துகள் அனைத்தும் தணிக்கைக்குள்ளாகும்.

எ. எதிரிக்குத் தகவல் தரக்கூடிய செய்திகள் அனைத்தையும் அல்லது கம்பெனிப் பகுதியில் கிலி அல்லது பரபரப்பை உண்டாக்கும் செய்திகள் அனைத்தையும் வெளியிடலாகாது.

ஏ. நாட்டரசுகளிடம் பிரிட்டனுக்கு இருக்கும் செல்வாக்கையும் மேலாண்மை யையும் குலைக்கும் வகையில் ஐரோப்பியச் செய்தித்தாளில் வெளியாகும் செய்திகளை இங்கு எடுத்தாள்வதும் தணிக்கைக்குள்ளாகும்.

இது பிரிட்டனில் 1565 ஆம் ஆண்டு கொண்டுவரப்பட்ட அவசரச் சட்டத்தைப் போன்றது என்று கூறுவர்.

இந்த ஆணை பிறப்பிக்கப்பட்டதற்கு முன்னரே சென்னையில் பத்திரிகைத் தணிக்கை நடைமுறையில் இருந்தது.

இந்தக் காலக்கட்டத்தில் இந்தியத்திலிருந்து வெளிவந்த அத்தனை இதழ்களும் ஆங்கில மொழியில் ஆங்கிலேயர்களை ஆசிரியர்களாய்க் கொண்டு வெளிவந்தன.

2. தமிழகச் செய்திகள்

(அ) தஞ்சை நகருடன் மராட்டிய அரசு சுருங்குதல்

முதலாம் ஏகோசி தஞ்சை நாயக்கர் குடியை வென்று 1676 ஆம் ஆண்டு தஞ்சைத் தரணியில் அமைத்த மராட்டியர் அரசு, அதன் பன்னிரண்டாவது அரசரான இரண்டாம் சரபோசி காலத்தில் தஞ்சை நகருடன் சுருங்கிப் போய், அவர் தஞ்சை நகர்க்கரசர் என்ற நிலை ஏற்பட்டது.

இரண்டாம் துளசா (1763–1787) தனக்குப்பின் சரபோசி பட்டத்திற்கு வர வேண்டுமென்று அவரை மகன்மை கொண்டார். துளசாவின் தம்பி அமரசிங்கன் (1787-1798) சரபோசியின் அரசகாவலர் என்ற முறையில், அவரின் சார்பில் ஆட்சிப் பொறுப்பை ஏற்றார். அமரசிங்கன் நாளடைவில் அரசர் போலானார். அவர் அதை உறுதி செய்து கொள்வதற்காகத் தலைமை ஆளுநரான காரன்வாலிஸ் பிரபுவிடம் முறையிட்டார். அவர் சென்னை ஆளுநரான சர் ஆர்ச்சிபால்டு காம்பலுக்கு இதுகுறித்துக் கடிதம் எழுதினார். காம்பல் 1787 இல் தஞ்சைக்குச் சென்று பன்னிரண்டு பண்டிதர்களின் கருத்தைக் கேட்டார். சரபோசி மகன்மை கொள்ளப்பட்டது செல்லாது என்று பண்டிதர் பன்னிருவரும் எழுதிக் கொடுத்தனர்.

சரபோசியின் நலனில் அக்கறை கொண்ட சுவார்ஷ் பாதிரியார் (1726-1798) இதில் தலையிட்டுச் சரபோசியின் உரிமை பற்றி மீண்டும் ஆய்வு நடத்துமாறு செய்தார். சரபோசி மகன்மை கொள்ளப்பட்டதைக் கம்பெனி அதன்பிறகு ஏற்றது. சரபோசி அதனால் மன்னரானார்.

சரபோசிக்கும் கம்பெனிக்கும் 1798 இல் ஏற்பட்ட ஒப்பந்தப்படி, தஞ்சை நகரம் மட்டும் சரபோசியின் ஆட்சிக்குள்பட்டது. தஞ்சைத் தரணியின் எஞ்சிய பகுதிகள் கம்பெனியைச் சேர்ந்தன. கம்பெனி சரபோசிக்கு ஆண்டுதோறும் ஓரிலட்சம் வராகனும், தஞ்சைத் தரணியின் மொத்த வரி வருவாயில் ஐந்தில் ஒரு பங்கும் தந்தது.

(ஆ) சுவார்ஷ் பாதிரியார் மரணம் (1726-1798)

சுவார்ஷ் சீர்திருத்தக் கிறித்தவச் சமயப் பரப்பியாய் 1750 சூலை 30 அன்று தரங்கம்பாடிக்கு வந்திருந்தார். அவர் தன் இனிய பண்புகளினாலும் கடின உழைப்பினாலும் கிறித்தவ சமயத்தைத் தமிழ்நாட்டின் தென்கோடி வரையிலும் காலூன்றச் செய்திருந்தார். அவர் பிரஷியத்தில் பிறந்தவர். அவர் 72 ஆவது வயதில் 1798 பிப்ரவரி 14 அன்று இறந்தார்.

சுவார்ஷ் பாதிரியாருக்குத் தமிழகத்தின் சுமார் நாற்பதாண்டுக் கால அரசியல் வரலாற்றில் சிறுபங்குண்டு. அவர் இடக்கரடக்கலாய்த் தூதுவர் என்று அழைக்கப்படும் பொறுப்பை ஏற்றுப் பிரிட்டிசாருக்கும், சில வேளைகளில் அவர்களின் எதிரிகளுக்கும் ஒற்றராய்ப் பணிபுரிந்து பொருளீட்டினார் என்பாருமுளர்.

அவர் தமிழ்நாட்டில் முற்றிலும் 48 ஆண்டுக் காலம் சமயப் பணி செய்தார். அவரின் நினைவாய்ப் பல இடங்களில் நினைவுச் சின்னங்கள் எழுப்பப்பட்டன. மக்கள் அவர்மீது எத்தனை மதிப்பு வைத்திருந்தனர் என்பது இதனால் புலனாகும். (சுவார்ஷ் பாதிரியார் பற்றிய செய்திகள் : இ.ச.க. தொகுதி-7,8,9)

சுவார்ஷ் பாதிரியார் தஞ்சைத் தரணியில் சமயப்பணியாற்றிய கடைசிக் காலத்தில், 1792 ஆம் ஆண்டில் நூற்று நாற்பத்தாறு பேர் கிறித்தவத்தைத் தழுவினர். இந்த

எண்ணிக்கை 1793 ஆம் ஆண்டில் நாற்பத்து மூன்றாய்க் குறைந்தது. சுவார்ஷ் இந்த ஆண்டு தஞ்சையில் இருக்கவில்லை. பின்னர் 1794 இல் கிறித்தவரானவர்களின் எண்ணிக்கை அறுபத்திரண்டாயும் 1795 இல் இருபத்தொன்றாயும் 1796 இல் முப்பத்தொன்றாயும் இருந்தது.

சுவார்ஷ் பாதிரியார் உயிர்நீத்த 1798 இல் இராமநாதபுரம், பாளையங்கோட்டை நீங்கலாய்த் தஞ்சைத் தரணியில் மட்டும் மூவாயிரம் பேர் கிறித்தவராயினர் என்று தெரிகின்றது. அவர்களில் பெரும்பாலர் செழிப்பான சாதியினராயிருந்தனர்.

(இ) கர்நாடக வங்கி அமைப்பு

சென்னையில் 1798 ஆம் ஆண்டு கர்நாடக வங்கி (Carnatic Bank) என்ற பெயரில் ஒரு வங்கி அமைக்கப்பட்டது. (கர்நாடகம் என்ற சொல் இக்காலத்தில் தமிழ்நாட்டைக் குறித்தது) இதற்கு முன்னர் 1795 இல் மதராஸ் வங்கியும் 1805 இல் ஏசியாட்டிக்கு வங்கியும் அமைந்தன.

(ஈ) நாணயச் சீர்திருத்தம் ஆராயக் குழு

சென்னையில் புழக்கத்திலுள்ள நாணய முறைபற்றி ஆராயவும் எங்கெல்லாம் கட்டாயம் வேண்டுமோ, அங்கெல்லாம் சீர்திருத்தங்கள் செய்ய வேண்டுவது குறித்துப் பரிந்துரைக்கவும் கோட்டையிலிருந்த கிழக்கிந்தியக் கம்பெனி அரசு 1798 ஆம் ஆண்டில் ஒரு நிதிக் குழுவை அமைத்தது.

இக்குழு 1800 ஆம் ஆண்டில் தன் அறிக்கையை அரசிடம் அளித்தது. இது சென்னை மாநில நாணய வரலாற்றில் மிக முக்கியமான ஆவணங்களுள் ஒன்றாகும்.

இந்த அறிக்கையை அடியொற்றித்தான் அடுத்த முப்பத்தைந்தாண்டுக் காலத்தில் சென்னை மாநில நாணய முறையும் இந்தியம் முழுமையிலும் வழக்கிலிருந்த நாணய முறையும் சீர்திருத்தி அமைக்கப்பட்டன.

(உ) புதிய சென்னை ஆளுநர்கள் : ஹாரிஸ் பிரபு, கிளைவு பிரபு

ஹாரிஸ் பிரபு (Lord Harris) லெட்டினண் ஜெனரலாய்ப் பதவி உயர்வு பெற்றுச் சென்னையில் 1798 பிப்ரவரி 21 அன்று தலைமைப் படைத் தலைவராய் அமர்த்தப்பட்டார். அவருக்குக் கம்பெனியின் ஆட்சி மன்றக் குழுவில் ஓரிடம் தரப்பட்டது. படைகளுக்கு அலுவலர்களை அமர்த்தும் அதிகாரமும் அவருக்குக் கிடைத்தது. இந்த அதிகாரம் இதற்கு முன்னர் பொதுவியல் (Civil) அதிகாரியிடம் இருந்தது.

ஹாரிஸ் பிரபு தலைமைப் படைத்தலைவராய் இருந்து கொண்டே ஹோபாட்டுக்குப் பிறகு இடைக்கால ஆளுநராகி 1798 ஆகஸ்டு 21 வரை அப்பதவியில் இருந்தார்.

அதன்பிறகு கிளைவு பிரபு சென்னை ஆளுநராய்ப் பொறுப்பேற்பதற்காக 1798 ஆகஸ்டு 21 அன்று சென்னைக்கு வந்து சேர்ந்தார். அவர் இடைக்கால ஆளுநராயிருந்த ஹாரிஸ் பிரபிடமிருந்து அப்பதவியை ஒப்புக்கொண்டு 1803 ஆகஸ்டு 20 வரை நீடித்தார்.

(ஊ) தமிழகத்தில் சாதிக்காய் அறிமுகம்

சாதிக்காயின் தாயகம் இந்தோனேசியத்திலுள்ள மொலுக்கஸ் தீவுக் கூட்டமாகும்.

(Moluccas Islands) இது மலாய்த் தீவுக் கூட்டத்தில் சூலபேசிக்கும் (Celebes) நியூகினிக்கும் நடுவிலுள்ளது. இதன் தலைநகரம் அம்பாயினம். இதன் பழம் பெயர் மணக்காரப் பண்டத் தீவுகள் (Spice Islands) ஆகும்.

சாதிக்காய் மரத்தின் தாவரவியல் பெயர் Myristrica Fragrans. சாதிக்காய் Myristica Ceae எனப்படும். ஆங்கிலத்தில் இதை nutmeg என்பர். உயர்ந்ததைக் குறிப்பிடும் வகையில் சாதிக் குதிரை, சாதி நாய் என்பது போல் காய்களில் மேலானதைக் குறிக்கச் சாதிக்காய் என்ற பெயர் இதற்குத் தமிழில் வந்திருக்கலாம். இது சமஸ்கிருதத்தில் ஜாதிக்கோசா, ஜாதிஃபலா எனவும் அழைக்கப்படுகின்றது.

அழகியதும் பசுமை நிறைந்ததுமான சாதிக்காய் மரத்தின் இலைகள் பளபளப்பாய் இருக்கும். மரம் நாற்பதடி உயரம் வளரும். சாதிக்காய் பீச்சுப் பழத்தின் அளவிலும் நிறத்திலும் முட்டை வடிவினதாயிருக்கும். இதன் மேற்சதை கடினமானது. காய் பழுத்தவுடன் வெடிக்கின்றது. அதனுள் பழுப்பு நிறக் கொட்டையும் அதன் மேல் செவ்வரிபோல் படர்ந்திருக்கும் சாதிப்பத்திரியும் காணப்படும். கொட்டையைச் சாதிக்காய் என்று பயன்படுத்துகின்றோம். சாதிக்காயும் சாதிப்பத்திரியும் புதுமையான முறையில் அமைந்திருக்கும் மணக்காரப் பொருள்களாகும்.

கபம், முடவாதம், இருமல், வாந்தி, ஆஸ்துமா, இருதய நோய்கள், மேக நோய், கண்ணோய்கள், தொழு நோய் ஆகிய பலதரப்பட்ட நோய்களைக் குணப்படுத்தவும் வயிற்றிலுள்ள புழுக்களைப் போக்கவும் சாதிக்காயைப் பொடித்தோ, கசாயம் வைத்தோ உள்கொண்டால் இந்நோய்கள் தீருமென்கின்றனர். சாதிக்காய் நஞ்சை முறிக்கவும் பயன்படுமாம்.

நறுமணமுள்ள சாதிக்காயைப் பயன்படுத்திச் சோப்பு, புகையிலை, பற்பசை போன்றவற்றில் மணமேற்றுகின்றனர்.

முதலிற் கூறிய மணக்காரத் தீவுகள் இக்காலத்தில் டச்சுக்காரரின் மேலாண்மையின் கீழ் இருந்தன. அவர்கள் கிராம்பு, கருவாப்பட்டை, சாதிக்காய் முதலிய மணக்காரப் பண்டங்களின் வாணிபத்தில் தனியுரிமை பெற்றிருந்தனர். அவர்கள் பதினெட்டாம் நூற்றாண்டில் கேரளம், மேற்கிந்தியத் தீவுகள், ஆப்பிரிக்கத் தீவுகள் இங்கெல்லாம் சாதிக்காய் மரத்தை அறிமுகம் செய்திருந்தனர்.

கிழக்கிந்தியக் கம்பெனி இந்நூற்றாண்டின் இக்காலப் பகுதியில் கருவாப்பட்டை, கிராம்பு ஆகியவற்றைப் போலவே சாதிக்காயையும் சென்னை மாநிலத்தில் விளைவிக்கும் முயற்சியில் ஈடுபட்டது. கம்பெனி இந்நாட்டில் வேளாண்மையிலும் இறங்கி, அதிலிருந்து கூடுதலான பலன்கள் பெறும் நோக்குடன் கரும்பு, பருத்தி போன்ற விலைப் பொருள்களுடன் மணக்காரப் பொருள்களை விளைவிக்கவும் முயன்றது.

மலேயத்தின் பினாங்கில் சாதிக்காய் மரத்தை நடுவதற்காகக் கிறிஸ்தபர் ஸ்மிது என்றவரைக் கம்பெனி 1796 ஆம் ஆண்டு மொலுக்கஸ் தீவிற்கு அனுப்பியது. அதன் பிறகு சாதிக்காய்க் கன்றுகள் பினாங்கிலிருந்து 1798 ஆம் ஆண்டு சென்னைக்குக் கொண்டு வரப்பட்டன.

சாதிக்காய் மரம் நீலகிரியையடுத்த பகுதிகளிலும் குற்றாலத்திலும் செழித்து வளர்ந்தது. சாதிக்காய் மரம் காய்ப்பதற்கு 15 முதல் 20 ஆண்டுகளாகும். அதனால் இதற்காகும் உழைப்பிற்கும் பணச் செலவிற்கும் ஏற்பப் போதிய வருவாய் இதிலிருந்து கிடைக்காதென்று, கம்பெனி சாதிக்காய் மீது அக்கறை செலுத்துவதைக் கைவிட்டது.

சாதிக்காய் இன்று (1995) கேரளத்தில் ஓரளவு விளைகின்றது. நீலகிரி மலைத் தொடரில் சில மரங்கள் உள்ளன. எனினும் விளைச்சல் கணிசமான அளவில் இலது. நெல்லை, குமரி மாவட்டங்களிலும் சில மரங்கள் உள்ளன. தமிழ்நாட்டில் மொத்தம் இரண்டாயிரம் மரங்களுக்கு மேலிருக்கலாம்.

கேரளத்தில் பெரியாறு, மூவாற்றுப்புழை, பம்பை, மணிமலை, அச்சன் கோயில் காடுகளில் சாதிக்காய் மரங்கள் ஏராளமாய் வளர்ந்துள்ளன.

உலகில் சாதிக்காய் விளைச்சலில் இந்தோனேசியமும் மேற்கிந்தியத்தீவுகளைச் சேர்ந்த கிரனடாவும் முன்னிலையில் உள்ளன.

3. வேணாட்டுச் செய்திகள்

(அ) வேணாட்டில் புதிய மன்னர்

வேணாடு என்ற திருவிதாங்கூரின் புகழ் பெற்ற மன்னரான மார்த்தாண்ட வர்மன் *(1729 – 1758; இ.ச.க. தொகுதி-3,5,6)* இறந்ததும், அவரிடம் ஆட்சியியலிலும் போரியலிலும் பயிற்சி பெற்றிருந்த இராம வர்மன், *(1758 – 1798)* திருவிதாங்கூரில் பட்டத்திற்கு வந்தார்.

இராம வர்மன் நாற்பதாண்டுக் காலம் அரசாண்டார். அவரது காலத்தில் வேணாட்டுப் படை திப்பு சுல்தானை மலபாரில் தோற்கடித்தது. திப்பு சுல்தான் திருவிதாங்கூர் அரணருகே பல்லக்கிலிருந்து விழுந்து காயமுற்று வாளையும் கேடயத்தையும் இழந்து புறமுதுகிட்டோட நேர்ந்தது. (இ.ச.க. தொகுதி-9)

இராம வர்மன் தன் 79 ஆவது வயதில் 1798 ஆம் ஆண்டு சிவராத்திரியன்று பகலில் சுமார் ஒரு மணிக்கு மேல் இறந்தார். அவருக்கு ஆர்க்காட்டு நவாபு கொடுத்த பட்டம் :

''முன்னாய் சுல்தான் இராஜா இராமராஜ பகதூர் ஷம்ஷீர் ஜங்கு''.

இம்மன்னரின் மிக நீண்ட பட்டம்: ''ஸ்ரீமத் பத்மநாப தாச வஞ்சி பால இராம வர்ம குலசேகர கிரீடாதிபதி முன்னாய் சுல்தான் இராஜா இராமராஜா பகதூர் ஷம்ஷீர் ஜங்கு''.

(ஆ) திப்பு சுல்தானின் பிராமண ஒற்றர்கள்

இந்த 1798 இல் காலஞ் சென்ற வேணாட்டு மன்னர் இராம வர்மனின் வீரத்தையும் அறிவுக் கூர்மையையும் பற்றிக் கூறப்படும் பல கதைகளில் இதுவும் ஒன்றாகும். இது திப்பு சுல்தானுக்காகத் திருவிதாங்கூரில் வேவு பார்க்க அனுப்பி வைக்கப்பட்ட பிராமண சாஸ்திரிகளைப் பற்றியதாகும்.

திப்பு சுல்தான் கற்றறிந்த பெரும் பண்டிதர்கள் என்ற பெயரில், திருவிதாங்கூருக்குள் வேவு பார்ப்பதற்கென்று இருவரை ஒருமுறை அனுப்பியிருந்தார். அவர்கள் திருவிதாங்கூருக்குள் வந்தனர். இராம வர்மன் ஒருநாள் இறை வழிபாட்டிற்காகக் கோயிலுக்கு வந்திருந்தார். அப்போது ஒற்றர்களான பிராமண சாஸ்திரிகள் ஏனைய பிராமணர்களுடன் கோயில் மண்டபத்தில் அமர்ந்திருந்தனர்.

மன்னர் அங்கு கூடியிருந்தவர்களை வழக்கம்போல் பார்த்துவிட்டு அரண்மனைக்குத் திரும்பினார். அவர் அரண்மனையை அடைந்ததும், கோயில் காரியக்காரரில் ஒருவரைக் கூப்பிட்டுக் கோயிலிலிருந்து இரண்டு சாஸ்திரிகளையும்

அழைத்து வரச் செய்தார். அவ்விருவரும் மன்னர்முன் வந்து நின்று, பத்மநாப சாமியின் (இ.ச.க. தொகுதி-4) பெருமை, மன்னரின் சிறப்பு, அரசின் புகழ்வாய்ந்த ஆட்சி, இறுதியாய் மன்னரின் படைபலம்; திருவிதாங்கூரின் வலிய கோட்டைகள் ஆகியன பற்றிய பல்வேறு பாடல்களையும் கவிதைகளையும் பாடிக் காட்டினர்.

அவர்கள் தம் சொற்றிறமையைக் காட்டிய பிறகு மன்னர் மிக அமைதியாய் இனிய குரலில் மெதுவாய்த் ''திப்பு சுல்தான் நலமாயிருக்கின்றாரா? இப்போது போரில் ஈடுபட்டுள்ளாரா?'' என்று சாஸ்திரிகள் இருவரையும் கேட்டார்.

பிராமணர் இருவரும் வியப்பினாலும் அச்சத்தினாலும் அதிர்ந்து போயினர். ஆனால் மன்னரோ அவர்களிடம் அன்பான சொற்களையே பேசினார். அவர்கள் தம் உயிருக்கு ஏதேனும் தீங்கு நேரிடுமோ என்று அஞ்ச வேண்டாம்; மன்னரின் ஆளுகைக்குள்பட்ட இடத்திற்குள் இருக்கும் வரையிலும் அவர்கள் எங்கு வேண்டுமானாலும் செல்லலாம்; எதை வேண்டுமானாலும் பார்க்கலாம் என்று இராம வர்மன் அவர்களைத் தேற்றினார். பிராமணர் இருவரும் மன்னரின் அன்பையும் நற்பண்பையும் துணிச்சலையும் கண்டு அடங்கிப் போய்த் தாம் வந்த காரணத்தை மன்னரிடம் கூறிவிட்டனர். மன்னர் அவர்களிடமிருந்து பயனுள்ள செய்திகளைத் தெரிந்து கொண்டார். ஒற்றர்கள் தம் நாடு திரும்பவும் இசைவு தரப்பட்டது. அவர்கள் துன்புறுத்தப்படவேயில்லை. மாறாய்ப் பிராமணர்க்கு வழக்கமாய்த் தரப்படும் பல தானங்களைப் பெற்றுக் கொண்டு அவர்கள் தம்மிடம் திரும்பினர்.

1798

(இ) புதிய மன்னர் பலராம வர்மன்

இராம வர்மன் இறந்ததும் அவருடைய சகோதரி மகனான பலராம வர்மன் 1798 பிப்ரவரி அன்று பட்டத்திற்கு வந்தார். இவர் நற்குணம் வாய்ந்தவரெனினும், தனக்கு விருப்பமான சிலரின் கைகளுக்குள் அடங்கிக் கிடந்தார். கோழிக்கோட்டிலிருந்து வேணாடு வந்து குடியேறிய ஊடியாரி ஜயந்தன் சங்கரன் நம்பூதிரி அவர்களுள் ஒருவராவார். இந்தப் பிராமணர் கல்வியறிவில்லாதவர். நற்குணமே அற்றவர். ஆனால் பேராசையும் தீய குணங்களும் அவரிடம் மிகுந்திருந்தன. அவர் தலைமை அமைச்சரான திவானாவதற்கு முயன்று வந்தார்.

4. வட இந்தியச் செய்திகள்

(அ) ஜார்ஜ் தாமசிடம் சீக்கியர் தோல்வி

இந்நூற்றாண்டில் ஐரோப்பியர் பலர் தனிப்பட்ட முறையில் இந்தியத்தில் தமக்கென்று அரசுகளை அமைக்க முயன்றனர். அவர்கள் இந்தியர்களுக்கு ஐரோப்பிய முறையில் போர்ப் பயிற்சி அளித்து அப்படைகளைக் கொண்டு அண்டையிலுள்ள சிறு நாடுகளைப் பிடித்துக் குறுநில மன்னர் போல் வாழ்ந்து வந்தனர். அத்தகையோரில் ஜார்ஜ் தாமஸ் என்றவரும் ஒருவராவார்.

சீக்கியர்கள் ஜார்ஜ் தாமசிடம் 1798 இல் தோற்று, அவருடன் ஓர் ஒப்பந்தம் செய்து கொண்டனர்.

ஜார்ஜ் தாமஸ் பாபு என்ற அந்த ஐரோப்பியர் குவாலியர் அரசரான சிந்தியாவிடம் பணிபுரிந்து வந்தார். அவர் சிந்தியாவிடமிருந்து பிரிந்து தனியாய் இயங்க விரும்பினார். அதற்குக் கானோரி என்றவர் ஜார்ஜ் தாமசிற்கு இடையூறாய் வந்து போரிட்டார்.

ஜார்ஜ் தாமஸ் அந்தத் தடையையும் தாண்டி, அரியானம், ஹிசார், ஆன்சி, சிர்சா, ரோடக்கு முதலிய இடங்கள் அனைத்தையும் பிடித்துக் கொண்டார். அவர் ஆன்சி அருகில் ஜார்ஜ்கடு என்ற தன் தலைநகரையும் அமைத்தார்.

(ஆ) ஐரோப்பியரை மகிழ்வித்த இந்திய நடனக்காரிகள்

தேவதாசி என்ற சமய அமைப்பு இந்தியம் விடுதலை பெற்ற காலம் வரையிலும், கிட்டத்தட்ட ஆயிரம் ஆண்டுகளுக்கு மேலாய் இருந்து வந்தது எனலாம்.தமிழ்நாட்டில் திருக்கோயில் பணிகளுக்கென்று பெண்களை அளிக்கும் வழக்கம் கி.பி. ஏழாம் நூற்றாண்டு அல்லது அதற்கு முன்னரே நிலவி வந்திருக்கலாம் என்று கருத இடமுளது.

திருமூலர் (கி.பி. 6 நூ.) காலத்தில் முக்தீசுவரர் கோயிலில் கணிகையர் இருந்தனர் என்று அறிகின்றோம். அல் ரூபிணி (973-1038 கி.பி.) என்ற அரபு நாடோடி தேவதாசியரைப் பற்றிக் குறிப்பிட்டுள்ளார். பதினெட்டாம் நூற்றாண்டில் தென் பாரதத்தில் நிலவிய தேவதாசி அமைப்பைப் பற்றிப் பிரஞ்சுச் சமயப் பரப்பியான ஆபே துபாய் (சு. 1770 – 1848) எழுதி வைத்திருக்கின்றார். இன்றும் அண்மைக் காலம் வரையிலும் மேல் நாட்டினர் இந்த அமைப்பைப் பற்றி ஆராய்ந்து அரிய பல செய்திகளை வெளிப்படுத்தியுள்ளனர்.

பிற்காலச் சோழர் காலத்திலும் (846-1279) பல்லவர் காலத்திலும் (575-900) தேவரடியார் என்ற தளிப் பெண்டுகள் கோயில் பணிகளில் ஈடுபடுத்தப்பட்டனர்.

ஒவ்வொரு கோயிலிலும் அதன் அளவிற்கு ஏற்ப எட்டு, பன்னிரண்டு அல்லது அதற்கு மேற்பட்ட எண்ணிக்கையில் தேவதாசியர் இருந்தனர். அவர்கள் இறைவனின் பெருமையை வெளிப்படுத்தும் வண்ணம் ஆடியும் பாடியும் பணிசெய்வது, அவர்களுக்கு விதிக்கப்பெற்ற கடமையாகும். அக்காலத்தில் கோயில்களே சமூக வாழ்க்கைக் கூறுகள் அனைத்திற்கும் மையமாய் இருந்து வந்தன. தேவதாசியர் அமைப்பும் அவற்றுள் ஒன்றாகும்.

இக்கணிகையர் கோயில்களில் மட்டுமன்றிப் பெரிய செல்வர், குறுநிலமன்னர் முதலானோரின் மாளிகைகளிலும் ஆடும் வழக்கம் இருந்தது. ஆனால் அவர்கள் ஏதேனுமொரு கோயிலின் தாசியாகவே தொடர்ந்து நீடித்து அதற்கென வாழ்க்கை வசதிகளைப் பெற்று வந்தனர்.

வட பாரதத்தில்

ஆனால் வட பாரதத்தில் விலை மாதரே நாட்டியக்காரிகளாயும் பாடகியராயும் இருந்தனர். அவர்களுக்குப் ''பாய்ஜி'' என்று பெயர். அவர்கள் ஆடுகின்ற ஆட்டத்திற்கு ''நாச்சு'' (*nautch*) என்றும் அப்பெண்டிர்க்கு ''நாச்சு நங்கையர்'' என்றும் பெயர்.

வரலாற்று இடைக்காலத்தில் முஸ்லிம் அரசர்களின் அவைகளில், குறிப்பாய் முகலாயர், நவாபுகள் ஆகியோரின் அவைகளில் இந்நாட்டியக்காரிகள் இருந்தனர். எனினும் பிரிட்டீசாரின் ஆட்சி இந்தியத்தில் உருப்பெற்ற இந்தக் காலத்தில்தான், அது நடனக்கலையின் ஒரு வடிவமாய் அமைந்தது என்பர்.

ஐரோப்பியர் இந்தியத்தில் முதன்முதலாய்க் குடியேறிய காலையில், இந்நாடு அவர்களுக்கு இரண்டாவது தாயகமானது. அவர்கள் அப்போது தமக்குப் பழக்கமில்லாததும் இயைந்து வராததுமான சூழ்நிலை இங்கு இருக்கக் கண்டனர். அவர்கள் தம் உறவினர், நண்பர் முதலானோரிடமிருந்து பிரிந்து துண்டிக்கப்பட்டிருந்த நிலையில் ஓய்வு நேரத்தை எப்படிக் கழிப்பது என்பது தெரியாது தவித்தனர். அப்போது நாட்டு நடனக்காரிகளான ''நாச்சுப் பெண்டிர்'' அவர்களுக்கு வேண்டிய கேளிக்கையை அளித்துப் பொழுது போகச் செய்தனர். அவர்களின் ஆட்டம் தனியானதொரு கலைவடிவமாகும். அதில் இந்திய, அரபு நடன மரபுகளின் கூறுகளைக் காணமுடியும்.

ஐரோப்பியரான சாகிபுகளும், மேம்சாகிபாக்களும் (துரைமாரும் துரைசாணிமாரும்) பொழுது போக்கிற்காக நாச்சு ஆட்டத்தை நாடினர். ஒவ்வொரு நாளும் இரவில் சிற்றின்பச் சுவை கலந்த நாச்சும் இசையும் அவர்களுக்கு வழக்கமான கேளிக்கையாயின. அவர்கள் அதில் ஈடுபட்டு, அதன் நுட்ப நயத்தைச் சுவைத்து மகிழ்ந்தனர் என்று கூறுவதற்கில்லை. அவர்கள் ஓய்வு நேரத்தை மகிழ்ச்சியாய்க் கழிக்கவே ஆட்டக்காரிகளை அழைத்தனர்.

1798

நடனக்காரிகளின் கால்களைக் கலீரென ஒலிக்கும் சலங்கைகளான நூபுரங்கள் அணி செய்தன. முழங்கை வரை விதவிதமான நகைகளும் முலை தெரியாமல் அணிமணிகளும் தலையிலும் காதுகளிலும் பொன், வைர அணிகளும் மின்னின. அவர்கள் மேனியை மூடியிருந்தாலும், அது காண்போரை வருத்தும். மூடுவதுபோல் தாக்கா மஸ்லின் துணி கொண்டு பொய்யாகப் பொத்தியிருந்தாலும், அது துன்பமே தரும். காலில் சலங்கை கலீர் கலீரென, அவர்கள் துள்ளியும் துவண்டும் சுற்றியும் சுழன்றும் ஆடியதைக் கண்டு வெள்ளைக்காரர் சொக்கிப் போயினர்.

வங்கத்தின் வாணிபக் கோமான்களும் தம் வீடுகளில் நடக்கும் பெருநாள் விழாக்களுக்கு நாட்டியக்காரிகளை அழைத்து ஆடச் செய்தனர். இந்நாட்டியக்காரிகள் துர்க்கை பூசையின் போது கல்கத்தாவில் ஆடுவது வழக்கம்.

நடியா என்ற இடத்தைச் சேர்ந்த பெருநிலக்கிழாரான கிருஷ்ணச் சந்திர ரே *1740* ஆம் ஆண்டு தன் மாளிகையில் துர்க்கை பூசையைச் சிறப்பாய் நடத்தினார். அப்போது நடந்த ஆட்டத்தைப்போல், இதற்கு முன்னர் எவரும் கனவில் கூடக் கண்டதில்லை என்றனர்.

வங்கத்தில் பணக்காரர் மாளிகைகளில் இத்தகைய நாட்டிய நிகழ்ச்சிகளை நடத்துவதை எல்லாரும் கிட்டத்தட்ட ஒரு நூற்றாண்டுக்காலம் பின்பற்றி வந்தனர். அங்கு புதுப் பணக்காரர்களான பாபு என்ற செல்வர்களும் செல்வாக்குப் படைத்த மேட்டுக் குடியினரும் தம் இல்லங்களில் நடந்த பூசையின் போது நடத்திய ஆட்டங்களுக்குத் தலைமை ஆளுநர், உயர் பதவியிலிருந்த வெள்ளைக்காரர்கள் ஆகியோரெல்லாம் அழைக்கப்பட்டனர். ஆதலால் பூசை நடத்துவதும் அங்கு நாட்டிய நிகழ்ச்சிக்கு ஏற்பாடு செய்வதும் ஒருவரின் சமூக மேல்நிலையைக் காட்டும் சின்னங்களாய் வங்கத்தில் நிலவின.

கல்கத்தாவிலிருந்த நாட்டியக்காரிகளும் அவர்களின் இசைக் குழுவினரும் முற்றிலும் முஸ்லிம்களாயிருந்தனர். ஆட்டக்காரிகளனைவரும் வேசைத் தொழில் செய்த பொருட் பெண்டிரேயாவர். அவர்கள் நாம் மேலே கூறியவாறு ''பாய்ஜி'' என்றழைக்கப்பட்டனர்.

ஐரோப்பியரை இன்புறச் செய்வதற்காக இந்தியர்கள் இந்நாட்டியக்காரிகளை ஆட வைத்து மகிழ்வித்தனர் என்று கிண்டர்ஸ்லே என்றவர் 1754 இல் எழுதியிருந்தார். இராச ராம் மோகனரின் (1772 – 1833) இல்லத்தில் நடந்த விருந்துகளின் போது இத்தகைய ஆட்ட நிகழ்ச்சிகள் நடந்திருக்கின்றன. வங்கத்தின் மேல்மட்டப் பணக்காரர்கள் நடத்தும் விருந்தோ, வேடிக்கையோ எதுவாயினும் அங்கு நாட்டியம் இல்லாவிட்டால், அது கவர்ச்சியற்ற நிகழ்ச்சியாகவே கருதப்பட்டது. பணக்காரர்கள் வெகு தொலைவிலிருந்தெல்லாம் ஆட்டக்காரிகளை அழைத்து வந்தனர். அதற்கெனப் பெருந்தொகை செலவிட்டு ''ஆள்களின் நடுவே நல்ல பெயரெடுக்க'' அவர்கள் முனைந்தனர்.

இந்தியத்திற்குப் புதிதாய் வரும் ஐரோப்பிய ஆடவர்க்கும் பெண்டிர்க்கு அளிக்கப் படும் வரவேற்பில் கட்டாயம் நாச்சு ஆட்டம் இருக்கும்.

1798

ஆட்டங்களுக்கு எதிர்ப்பு

இத்தகைய ஆட்டக் கச்சேரிகளை எதிர்த்துக் கல்கத்தாவின் இந்தியப் பத்திரிகைகள் எழுதின. இக்கால கட்டத்தில் பொதுமக்களின் ஒழுக்கப் பண்புகளை வளர்க்கும் நோக்குடன் ஓர் இயக்கம் இங்கிலாந்தில் தோன்றியது. இந்த இயக்கம் இந்தியத்திலிருந்த ஐரோப்பியரையும் தன்பால் ஈர்த்தது; குறிப்பாகக் கிறித்தவ சமயப் பரப்பியர் இந்த இயக்கத்தால் கவரப்பட்டனர்.

இந்தியத்தில் பணி செய்த கிறித்தவ சமயப் பரப்பியர் நாச்சு ஆட்டமும் ஒழுக்கப் பண்பு சார்ந்ததே என்று எடுத்துக் காட்டினர். ஐரோப்பியக் கிறித்தவர் இத்தகைய ஆட்டங்களுக்குச் செல்வதால், கிறித்தவ சமய எதிர்ப்புணர்ச்சி வலுத்தது. ஆதலால் நாச்சு ஆட்டங்களுக்குச் செல்வதை எதிர்த்துச் சுமார் 1200 பேர் கையெழுத்திட்டுத் தலைமை ஆளுநரிடம் முறையிட்டனர். தலைமை ஆளுநரும் ஆட்டக்காரிகளுக்கு ஆதரவு தரலாகாது என்று அந்த முறையீட்டில் கூறப்பட்டிருந்தது.

செல்வாக்கு மங்குதல்

ஆட்டக்காரிகளுக்கு இருந்து வந்த செல்வாக்கு நாளடைவில் குறைந்தது. எனினும் இந்த ஆட்டத்தை விரும்பும் வழக்கம் 1909 ஆம் ஆண்டு மாறலாயிற்று என்று எட்கர் தர்ஸ்டன் குறிப்பிட்டுக் காட்டுகின்றார். ''இந்துத் திருமணங்களில் முன்னைப்போல் இப்போது தாசிகள் ஆடுவதில்லை'' என்று அவர் குறிப்பிட்டார்.

ஆட்டக்காரிகளுக்கு இவ்வாறு எதிர்ப்பு வலுத்தது ஏன்? நடனம், நாட்டியம் என்பன விபச்சாரத்துடன் தொடர்புடையன என்ற கருத்து இந்தியப் பண்பாட்டிற்கு அயலான ஐரோப்பியரிடையே வலுப்பெற்றதும் ஒரு காரணமாகும்.

பதினெட்டாம் நூற்றாண்டில் சிற்றின்பச் சுவை சொட்டச் சொட்ட எழுதப்பெற்ற தூது இலக்கியங்கள் அனைத்தும், கணிகை, தளிப்பெண்டு, வேசை, தேவரடியார், பொருள் பெண்டு, விலைமகள், பொதுமகள் என்று பல்வேறு பெயர்களால்

அறியப்பட்ட நடன நங்கையரைப் பற்றியும்; அவர்களின் பணம் பறிக்கும் சூதையும், ''தேடிவந்து கோடிப் பொன் கொடுத்துக் காலை முத்தமிட்டாலும் அதே காலால் எட்டி உதைக்கும்'' அவர்களின் நன்றிகெட்ட செயலையும் தெளிவாய் எடுத்துக்காட்டி, ஒரு வகையில் நாட்டியக்காரிகளின் வேசைத் தனத்தை எதிர்க்கவே செய்தன என்பது குறிப்பிடத்தக்கது.

5. பிரிட்டீசுச் செய்திகள்

(அ) பிரான்சிற்கு எதிராய் இரண்டாவது கூட்டணி

பிரிட்டன் பிரஞ்சுக் குடியரசிற்கு எதிராய் 1793 ஆம் ஆண்டு அமைத்த முதல் கூட்டணி அவிழ்த்து விட்ட நெல்லிக்காய் மூட்டை போல் சிதறியதை முன்னர் கண்டோம். அதைவிட மிகச்சிறிய காலமே நிலவிய இரண்டாவது கூட்டணியையும் பிரிட்டீசுத் தலைமை அமைச்சர் இளைய பிட்டுதான் 1798 இல் உருவாக்கினார். பிரான்ஸ், நெப்போலியன் என்ற பெயர்கள் பிரிட்டீசாரின் அடிவயிற்றில் எவ்வாறு புளியைக் கரைத்தன என்பதற்கு இக்கூட்டணிகள் சிறந்த எடுத்துக்காட்டுகளாய் உள்ளன.

இம்முறை பிரிட்டன், ஆஸ்திரியம், இரஷியம், துருக்கி முதலியன பிரான்சிற்கு எதிராய் இந்த இரண்டாவது அணியில் திரண்டன. ஆஸ்திரிய, இரஷியப் படைகள் ஒன்று சேர்ந்து 1799 மார்ச்சில் பிரஞ்சுக்காரரை இத்தாலியை விட்டு வெளியில் விரட்டினவெனினும், இரஷியமும் பிரிட்டனும் கூடிப் பிரான்சுடன் நடத்திய சண்டையில் நெதர்லாந்தின் சேற்றில் தோற்றன. இதனால் கூட்டணி நாடுகளிடையே பூசல் ஏற்பட்டது. ஆதலால் இரஷியம் அணியிலிருந்து விலகிற்று.

(ஆ) பிட்டின் நிதித் திட்டவரைவு நிறைவேற்றம்

பிரிட்டீசுத் தலைமை அமைச்சர் இளையபிட்டு 1797 நவம்பரில் நாடாளுமன்றத்தில் கொண்டு வந்த நிதித் திட்ட முன்வரைவில் வருமானவரியும் பிற மறைமுக வரிகளும் விதிக்கத் திட்டமிடப்பட்டிருந்தது. அந்த நிதித்திட்ட வரைவை நாடாளுமன்றம் 1798 ஜனவரியில் ஏற்று நிறைவேற்றியது.

(இ) அயர்லாந்தில் புரட்சி

அயர்லாந்திற்கு மரகதத் தீவு என்ற பெயர் மிகப் பொருத்தமானது. வட மேற்கு ஐரோப்பியத்தில் பிரிட்டீசுத் தீவுகளின் ஒரு பகுதியாய் அயர்லாந்து உள்ளது. இது வட கால்வாயினாலும் அயர் கடலினாலும் பிரிட்டனிலிருந்து பிரிக்கப்பட்டுள்ளது. பிரிட்டன் இந்நாட்டை 16 ஆம் நூற்றாண்டிலும் பதினேழாம் நூற்றாண்டின் தொடக்கத்திலும் வென்று, அதைத் தன்னைச் சார்ந்து நிற்கும் நாடு என்று கையகப்படுத்திக் கொண்டது. (இந்த ஆட்சி 1801 வரை நடந்தது).

அதனால் அயர் எனப்படும் கெல்டிக்கு மக்கள் பிரிட்டனை எதிர்த்துக் கிளர்ச்சி செய்து வரலாயினர். அவர்கள் 1798 ஆம் ஆண்டு மே மாதத்தில் பிரிட்டனை எதிர்த்துப் புரட்சி செய்தனர்.

அயர்லாந்துப் புரட்சிக்காரர் வினிகர் குன்று என்ற இடத்தில் சூன் மாதம் தோற்கடிக்கப்பட்டனர். அவர்கள் அல்ஸ்டரில் நடத்திய புரட்சியையும் பிரிட்டன் ஒடுக்கியது.

(ஈ) கோதுமை விலையேற்றம்

பிரிட்டனில் *1798* ஆம் ஆண்டு மகசூல் குறைந்தது. அதனால் கோதுமை விலை டன்னிற்குப் பன்னிரண்டு பவுனாய் உயர்ந்தது. நாடெங்கும் பட்டினியும் டைஃபஸ் நோயும் பரவின.

டைஃபஸ் பட்டினியால் வாடுவோரைத் தொற்றக் கூடியது. இந்நோய் பிரிட்டீசு மக்களில் ஆயிரக்கணக்கானோரை *1798* இல் கொன்றது.

6. பிரஞ்சுச் செய்திகள்

(அ) பேரரச விரிவு : பிரஞ்சு அறிஞர் எதிர்ப்பு

நெப்போலியன் போனப்பாட்டு இக்காலத்தில் ஐரோப்பியத்தில் நிகழ்த்திக் கொண்டிருந்த போரை வட ஆப்பிரிக்கம் வரை கொண்டு சென்று பேரரச வல்லாண்மை விரிவிற்கு (*imperialism*) வழி வகுக்க முனைந்திருந்த வேளையில், பிரஞ்சு நாட்டவரான கீழையியல் ஆய்வு முன்னோடியருள் ஒருவராகிய ஆங்குவடில் துப்பரோன் (இ.ச.க. தொகுதி-*6*) பேரரசை விரிக்கலாகாது என்று குரல் கொடுத்தார்.

ஐரோப்பியர் உலகெங்கும் வல்லாண்மையால் பேரரசை விரித்து வந்த வேளையில், *1750, 1760* ஆம் ஆண்டுகளில் ஐரோப்பியச் சிந்தனையாளர்கள் அது குறித்துத் தம் எதிர்ப்புணர்ச்சியை வெளிப்படுத்தினர். ஆபே ரெனால் (*Abbe Reynol*) என்ற சமயத் தொண்டர் *1770* இல் எழுதி ஆம்ஸ்டர்டாமில் வெளிவந்த ஒரு நூலில் பேரரசு விரிவதை எதிர்த்து எழுதியிருந்தார். அதற்கு ஒரு தலைமுறைக்குப் பிறகு ஆங்குவடில் துப்பரோன் இது குறித்து எழுதிய பிரஞ்சு நூல் (*E Inde en rapport avee F Europa*) இன்றும் ஆர்வத்தைத் தூண்டுவதாய் உள்ளது என்று தற்கால அறிஞர் கூறுவர். துப்பரோனின் இந்நூல் அவரது *67* ஆவது வயதில் எழுதப் பெற்றது. அவர் தன் பணி பற்றி எண்ணிப் பார்த்து, நன்கு ஆராய்ந்து எழுதிய அறிவு முதிர்ச்சி வாய்ந்த நூலாக அது விளங்குகின்றது.

அவருக்கு இந்தியத்தில் ஏற்பட்ட அனுபவங்கள் காரணமாகவே, அவர் ஆங்கிலேயர் மீது நம்பிக்கை இழந்தார். அயல்நாடுகளையெல்லாம் தன்னுடன் இணைத்துச் சேர்த்த பேரரச வல்லாண்மை விரிவு, காலப்போக்கில் நற்பலன் தராது. ஏனெனில் வாணிப வழிகளில் கிடைக்கும் ஆதாயத்தை விட, ஆட்சி செய்வதற்கு ஆகும் நிர்வாகச் செலவு எப்போதும் மிகுதியாகவே இருக்கும் என்பது அவருக்கு உறுதியாய் விட்டது. இரண்டாம் உலகப் போருக்குப் பிறகு (*1939-1945*) ''வளர்ச்சியடைந்த'' நாடுகள் ''வளர்ந்து வரும் நாடுகள்'' குறித்துக் கடைப்பிடித்தது போன்ற ஒரு கொள்கையைத் துப்பரோன் எடுத்துரைத்தார்.

தன் நாட்டினர் கீழையுலகின் மீது படையெடுத்து அங்குள்ள நாடுகளை வெற்றிகொள்ளும் கொள்கையை விடுத்து அவற்றுடன் அணிசேர்வது, நட்புக் கொள்வது. அவற்றை நன்கு புரிந்து கொள்வது ஆகிய நெறிகள் அடங்கிய பொறைமிக்க போக்கைப் பிரான்ஸ் கொள்ள வேண்டுமென்று துப்பரோன் வலியுறுத்தினார். பிரான்ஸ் எகிப்தின் மீது படையெடுக்கவிருந்த இந்த *1798* ஆம் ஆண்டில் துப்பரோன் இவ்வாறு கேட்டுக் கொண்டார்.

கிழக்கிந்திய நாடுகளில் பேச்சு வழக்கிலுள்ள பண்டை மொழிகளையும் ஏனைய தொன் மொழிகளையும் கற்று ஆய்வதற்குச் சிறப்பிடம் தரும் ஓர் அமைப்பைப் பிரஞ்சு நாடு நிறுவ வேண்டுமென்றும் துப்பரோன் விரும்பினார்.

தம் நாட்டின் நலனுக்கென்று உழைப்பதில் ஆர்வங்கொண்ட பிரஞ்சு இளைஞர்கள், ஆசியச் சமூக அமைப்பு முறைகளை ஐரோப்பிய வழிகளுக்கு மாற்றிக் கொள்ள வேண்டும் என்ற கருத்தில், அவற்றை மிகுந்த கெட்டிக்காரத்தனமாய் ஆசிய மக்கள் தாமாகவே மனமுவந்து ''மனிதத் தன்மையற்ற பழக்க வழக்கங்களைக்'' கைவிடும் வகையில், அவர்களைப் பையப் பைய அரவணைத்துச் சென்று செயல் சாதிக்க வேண்டுமேயன்றிச் சமயப் பரப்புப் பணிகளில் ஈடுபடுவது கூடாது என்று அவற்றை எதிர்த்தார். இந்து சமயத்தின் இடத்தைக் கிறித்தவம் பெற்றுவிடும் என்ற கருத்தை அவர் முற்றிலும் மறுத்தார் :

''இந்து ஆன்மிக வளமை மேன்மை பொருந்திய ஒரு மரமாகும். அதன்மேல் அடிக்கடி கொடுங்காற்று வீசும்போது, அதன் தலை வளைந்து மீண்டும் நிமிர்ந்து விடும். அது சூறைக்காற்றுக்குப் பணிவது போல் தோன்றும். ஆனால் அது வலிமை வாய்ந்தும், ஆழமாய் வேர்விட்டும் இருப்பதால் எதிர்த்து நின்று மீண்டும் உயர்ந்து நிற்கும். அது தொடர்ந்து புதிய கிளைகளைத் தோற்றுவிக்கின்றது. அது இறுதியில் இந்துத்தானம் முழுவதையும் தன் நிழலுக்குக் கீழே கொண்டு வந்துவிடும்''. துப்பரோனின் அறிவுரையைப் பிரஞ்சு நாட்டு வல்லாளர் எவரும் கேட்கவில்லை.

இந்தியத்தின் ஆன்மாவை மெய்யாகவே ஆழமாய் உணர்ந்து கொண்டவர்கள் உலகில் பிரஞ்சுக்காரராய்த் தானிருக்க வேண்டும்.

(ஆ) நெப்போலியன் வெற்றிகள்

நெப்போலியன் 1798 பிப்ரவரியில் ரோம் நகரைக் கவர்ந்து, ரோமானியக் குடியரசு ஒன்றை நிறுவியதாய் உலகறியச் சாற்றினார். பாப்பரசர் ஆறாம் பயஸ் தென் பிரான்சிலுள்ள வேலன்ஸ் (*Valence*) என்ற இடத்திற்குச் சென்று மறு ஆண்டில் அங்கு இறந்தார்.

நெப்போலியன் இந்த வெற்றிக்குப் பிறகு இங்கிலாந்தின் மீது பாய்வதற்காக வட பிரான்சில் ஆங்கிலக் கால்வாயிலுள்ள புலோன் (*Boulogne*) என்ற துறைமுகத்தில் படை திரட்டினார். ஆங்கிலேயர் பிரஞ்சுப் படை வருமென்று காத்திருக்க, நெப்போலியன் 35,000 பேரடங்கிய படையுடனும் அறிவியலாரின் பெரிய குழுவுடனும் மே 19 அன்று தென்கிழக்குப் பிரான்சில் நிலநடுக்கடல் கரைமீதிருக்கும் பிரஞ்சுக் கடற்படைத் தளமான துலோனில் (*Toulon*) கப்பலேறி எகிப்திற்குப் புறப்பட்டார். ஜூன் 12 அன்று நிலநடுக்கடலில் சிசிலிக்குத் தெற்கிலுள்ள மால்டா (*Malta*)வைப் பிடித்தார். சூலை முதல் நாளன்று எகிப்தில் கரையிறங்கினார். அதற்கடுத்த நாளன்று நைல் வடிநிலப் பகுதியிலுள்ள எகிப்தியத் துறைமுகமான அலெக்சாந்தரியத்தைப் பிடித்தார்.

கெய்ரோவின் புறத்தே பிரமிடுகளுக்கு அருகில் நடந்த சண்டையில் வெறும் ஈட்டிகளை மட்டுமே ஆயுதமாய்க் கொண்ட வரலாற்று இடைக்காலத்துப் படையுடன் தன்னை எதிர்க்க வந்த மாமிலூக்குகளை நெப்போலியன் வென்றார்.

ஆனால் இந்த வெற்றி ஏற்றம் தொடரவில்லை. நெப்போலியனின் கடற்படை அலெக்சாந்திரியத்தின் கிழக்கிலுள்ள அபுக்கிர் துறைமுகத்தில் ஆகஸ்டு முதல் நாளன்று அழிக்கப்பட்டது. அவரின் படை தாயகமான பிரான்சிலிருந்து துண்டிக்கப்பட்டது. பிரிட்டீசு அட்மிரலான நெல்சனின் இந்த வெற்றி நெப்போலியனின் வல்லாண்மை ஏற்றத்திற்கு முட்டுக்கட்டையானது.

இ. நைல் ஆற்றுப் போரும் கசாபியாங்கவும்

வட எகிப்தில் நைல் ஆறு கடலில் கலக்கும் அபுக்கிர் என்ற இடத்தில் பிரஞ்சுக்காரருக்கும் பிரிட்டீசாருக்கும் நடந்த கடற் சண்டையில் முன்னவர் பெருந்தோல்வி கண்டனர். அப்போது நடந்து கொண்டிருந்தபோது ''லா ஓரியண்'' என்ற பிரஞ்சுக் கப்பல் பிரிட்டீசுக் கப்பல்களால் பீரங்கி கொண்டு தாக்கப்பட்டது. அப்போர் அக்கப்பலின் தலைவருடைய மகனான கசாபியாங்க என்ற 13 வயதுப் பிரஞ்சுச் சிறுவன் கப்பலில் இருந்தான். தந்தை போரில் முனைந்திருந்த போது, மகனுக்குத் தீங்கு வந்துவிடக் கூடாதென்று, தான் வரும்வரை மேல் தட்டில் ஓரிடத்தில் இருக்க வேண்டுமென்று சொல்லிச் சென்றார். தந்தை சொல் மிக்க மந்திரமில்லையென்று சிறுவன் கசாபியாங்க தந்தை கூறிச் சென்ற இடத்தில் அசையாமல் நின்றான்.

எதிரியின் குண்டு வீச்சால் கப்பலில் தீப்பற்றிக் கொண்டது. எனினும் தந்தை சொல்லாமல் கப்பலை விட்டு நீங்கச் சிறுவன் மறுத்து விட்டான். ஆனால் தந்தை ஏற்கெனவே இறந்து போனார் என்பது சிறுவனுக்குத் தெரியாது. அவன் தந்தை சொல்லை மீறலாகாது என்று இருந்த இடத்தை விட்டு அசையாது நின்று தீக்கிரையானான். இச்சிறுவனின் குன்றா மனஉறுதி ஓர் ஆங்கிலக் கவிக் குயிலின் உள்ளத்தைத் தொட்டுவிட்டது.

ஃபெலிசியா டோரதியா ஹீமன்ஸ் (*Felicia Dorothea hemans : 1793 – 1835*) **1829** ஆம் ஆண்டு ''கசாபியாங்க'' (*Casabianca*) என்ற தலைப்பில் ஒரு பாடலை எழுதியிருந்தார். கசாபியாங்கவின் குன்றாத மனஉறுதிக்கு இறவாச் சின்னமென இப்பாடல் விளங்குகின்றது.

1798

7. அச்சுக் கலை

(அ) தாள் செய்வதில் புதிய முன்னேற்றம்

தாள் கூழிலிருந்து தாளை நீளமாய்ச் செய்து உருளைகளாய் உருப்படுத்தித் தருகின்ற புது எந்திரம் 1798 ஆம் ஆண்டு கண்டுபிடிக்கப்பட்டது. அதனால் அச்சுத் தொழிலில் புதிய முன்னேற்றம் ஏற்பட்டது. பாரிசின் தெற்கே வடபிரான்சிலுள்ள எசோன் (*Essone*) என்ற பகுதியிலிருந்த தாள் ஆலையில் எழுத்தாளராய்ப் பணி புரிந்த லூயி இராபட்டு (*Louis Robert*) இந்த எந்திரத்தை உருப்படுத்தினார். இந்த எந்திரத்தை ஹென்றி (இ. **1854**), சிலி ஃபோடுரினிய (இ. **1847**) சகோதரர்கள் **1805** ஆம் ஆண்டு அறிமுகம் செய்தனர். அதனால் இந்த எந்திரம் இனிமேல் அவர்களின் பெயரால் ஃபோடுரினிய என்று பெயர் பெறப்போகின்றது.

(ஆ) கல்லச்சு முறை கண்டுபிடிப்பு

மேற்கு ஜெர்மனியின் தென்பகுதியான பவேரியத்தைச் சேர்ந்த அச்சுக் கலைஞரான அலோய் செனிஃபெல்டர் (*Aloys Senefelder*) மசகெண்ணையும் தண்ணீரும் ஒன்றுக்கொன்று ஒவ்வாதவை என்ற அடிப்படையை வைத்துக் கொண்டு லித்தோகிராஃபி (*Lithography*) முறையை 1798 இல் கண்டுபிடித்தார். மசகெண்ணெயை அடிப்படையாய் வைத்துச் செய்த மையை (*Ink*) மசகெண்ணெய் தடவிய பகுதி மீது அச்சிடச் செய்வதும் ஈரப்பதமாக்கப்பட்ட பகுதியில் அச்சாகாததுமான முறையில் இது செயல்பட்டது. அவர் மசகெண்ணெய் தடவிய தட்டையான ஒரு கல்மீது எழுத்துகள் அல்லது படங்களை வரைந்து அதிலிருந்து மையால் அச்சுப் பதித்தார்.

8. அரசியலில் ''இடம்'', ''நடு'', ''வலம்'' பிரிவுகள் தோன்றுதல்

பதினைந்தாம் லூயி (*1710-1774; ஆ.கா. 1715-1774*) என்ற பிரஞ்சு மன்னரின் காமக் கிழத்தி மகளான லூசி ஃபிரான்சுவா தெ பூர்பான் (*Lousie Francoise de Bourbon*) என்பவரின் அரண்மனையில் ஐநூற்றுவர் பேரவை *1798* இல் கூடியது. அங்கு அரசியல் சார்புகளைக் குறிக்கும் ''இடம்'' (*left*), ''நடு'' (*centre*), ''வலம்'' (*right*) என்ற சுட்டுப்பெயர்கள் தோன்றின. அந்த அரண்மனையின் கூட்ட மண்டபம் அரை வட்டவடிவமானது. அங்கு கூடிய பேராளர்கள் இடப் பக்கமிருந்த தீவிரமான புரட்சிக்காரர்களுடனும் வலப்புறமிருந்த மிதப் போக்கினருடனும் தத்தம் கொள்கைச் சார்பிற்கு ஏற்ப உட்காரத் தொடங்கியதால், இச்சுட்டுகள் இடங்கருதிப் பெயர் பெற்றன.

9. அயல் நாடுகளுக்கு அஞ்சல் அனுப்ப வசதி

தனிப்பட்டவர்களின் கடிதங்கள், சிப்பங்கள் முதலிய அஞ்சல்கள் அரசுச் செயலகத்தில் பெறப்பட்டுப் பிரிட்டனுக்கு அனுப்பப்படும் என்று சென்னை மாநில அரசின் செயலாளரான ஜோசய்ய வைப்பு *1797* ஆம் ஆண்டுக் கடைசியில் அறிவித்தார். அவ்வாறு அரசுச் செயலகத்தில் சேர்ந்த கடிதங்கள், சிப்பங்கள் முதலியனவும் பிறவும், முதன் முறையாய் *1798* ஜனவரி முதல் தேதியன்று இலண்டனுக்கு அனுப்பி வைக்கப்பெறும்; அதன் பிறகு ஒவ்வொரு மாதமும் முதல் தேதியன்று அவை அனுப்பப் பெறும் என்று செயலாளர் அறிவித்து, அவற்றுக்குரிய கட்டணத்தை இனத்திற்கும் எடைக்கும் ஏற்ப வகுத்துக் கூறினார்.

இந்தியத்திற்கும் இங்கிலாந்திற்குமிடையே செல்லக் கூடிய நிலவழி ஒன்று பயனுக்கு வந்ததும், பம்பாய் மேற்குக் கரையில் அமைந்துள்ள காரணத்தால், அது அயல்நாடுகளுக்குச் செல்லும் அஞ்சல்களைப் பெற்றுப் பிரித்தனுப்பும் இடமானது.

இவ்வழியில் ஒரு பகுதி பாரசிக வளைகுடா அல்லது செங்கடலில் சென்றமையால், அதை முற்றிலும் நிலவழி என்று சொல்லமுடியாது. இங்கிலாந்திற்கு *1798* வாக்கில் பாஸ்ரா,அலெப்போ ஆகியன வழியாய்க் கடற்பகுதியில் வளைந்து சென்ற கப்பல்களும் நிலவழியாய்ப் போன குதிரைகளும் இந்த அஞ்சல் பணியில் ஈடுபடுத்தப்பட்டன. இந்த ஊழியம் பதினைந்து நாளைக்கு ஒருமுறை நடந்தது. அஞ்சற் கட்டணம் கால் தோலாவிற்குப் பத்து ரூபாய் வாங்கப்பட்டது. (கால் தோலா என்பது சுமார் *23* கிராம்.)

திப்பு சுல்தான் *1799* ஆம் ஆண்டு களத்தில் மாண்ட செய்தியை இங்கிலாந்திற்குத் தெரிவிப்பதற்கு இந்த அஞ்சல் வழியைத்தான் வெல்லஸ்லி பயன்படுத்தினார்.

பாரசிக வளைகுடா வழியாய் *1798* இல் அஞ்சல் தொடர்பு இங்கிலாந்துடன் ஏற்பட்டது. அது மாதந்தொறும் நடந்து வந்தது. இது செலவு மிகுந்தது. இதற்கு இருபதாண்டுகளுக்கு முன்னர் ஓர் ஆண்டில் ஓர் அஞ்சல் கப்பல் மட்டுமே இவ்வழியில் சென்று வந்தது.

10. ஓமியோபதி மருத்துவமுறை தோற்றம்

தென்மேற்கு ஜெர்மனியில் டிரஸ்டன் மாவட்டத்தில் எல்பு ஆற்றின் கரைமீதுள்ள மெய்சன் என்ற ஊரைச் சேர்ந்த ஹானிமன் (*Christian Friedrich Hahnemanne 1755 – 1843*) என்ற மருத்துவர் பதினெட்டாம் நூற்றாண்டின் இறுதி வாக்கில் ஓமியோபதி மருத்துவ

முறையை உலகிற்கு அளித்தார். பண்டுவம் செய்யப்படும் நோயை ஒத்த அறிகுறிகளை உடல்நலமுள்ளவரின் உடலில் தோற்றுவிக்கும் தன்மையுடைய மருந்தைச் சிறு அளவில் கொடுத்து நோய் தீர்க்கும் முறைக்கு ஓமியோபதி என்று பெயர். இந்த மருத்துவ முறை நோய்க்காரணங்களைக் கருத்தில் எடுத்துக் கொள்ளாது, நோயறிகுறிகளை மட்டுமே ஆராய்வதாகும்.

மருந்துச் சரக்குகளின் செயல்பாடுகளையும் தோற்றங்களையும் வீரியம் குறைப்பது, இடிப்பது, ஆட்டுவது முதலியன வழியாய் வலிமை மிக்க நோயைத் தாக்குவது என்ற புதுமையான கொள்கையை ஹானிமன் வெளியிட்டார். நம்பவே முடியாத அளவிற்குச் சிறிதளவு மருந்தையே ஹானிமன் கொடுத்தார். அந்த மருந்து நன்மை அல்லது தீமையில் சிறிதளவே உண்டாக்கியது; அல்லது எந்தப் பின்விளைவையும் உண்டாக்கவில்லை.

அதனால் இப்புதிய மருத்துவ முறை நல்ல வெற்றி கண்டது. அது மிகவும் கடுமையில்லாத பண்டுவமாய் இருப்பதால் குணம் ஏற்படுவதற்கு வேண்டிய நல்ல வாய்ப்பை உண்டாக்குகின்றது.

1799

அரசியல்

- நான்காவது மைசூர்ப்போர் திப்பு சுல்தான் களம் பட்டார்
- மைசூர் அரண்மனையில் பழைய அரசகுடி
- பாளையக்காரர் போர் - கட்டபொம்மனுக்குத் தூக்கு
- பாஞ்சாலத்தில் இரஞ்சித்து சிங்கு முடி சூடுதல்
- வேணாட்டில் வேலுத்தம்பி எழுச்சி
- மங்களூர் பிரிட்டீசார் வசமாதல்
- சூரத்தைக் கம்பெனி இணைத்துக் கொள்ளுதல்
- பிரிட்டனில் அரசியல் சங்கங்களுக்குத் தடை
- நெப்போலியன் ஏற்றம் - சிரியப் படையெடுப்பு

அறிவியல்

- திசுக்கள் முன்னோடி ஆய்வு – பிசாட்டு
- பதின்மான முறையில் மீட்டர், கிலோ கிராம் வரையறுப்பு
- ஹம்போலின் அறிவியல் தேடப் பயணம்
- நைட்டிரசக் காடி ஆக்கப்படுதல்
- காஸ் விளக்கு முன்னோடி

மருத்துவம்

- அமெரிக்கத்தில் முதலில் அம்மை குத்திக் கொள்ளுதல்

தொழில், வாணிபம், வேளாண்மை

- கேரளத்தில் முதல் காப்பித் தோட்டங்கள்

பொருளியல், நிதியியல்

- பிரிட்டனில் வருமான வரி அறிமுகம்

வரலாறு

- காப்பிக் கொட்டை
- ரொசட்டாக் கல்வெட்டு

மக்கள்

- இரஞ்சித்து சிங்கு
- பிசாட்டு

பிறப்பு

- பால்சாக்கு (1799- 1850)

இறப்பு

- ஹட்டன் (1732 -1799)
- ஜார்ஜ் வாசிங்டன் (1732 - 1799)

1799

1. இந்திய விடுதலைச் சுடரை அவித்த நான்காவது மைசூர்ப் போர்;

தலைமை ஆளுநரான ரிச்சர்டு கோலி வெல்லஸ்லி 1797 ஆம் ஆண்டு தலைமை ஆளுநர் பொறுப்பை ஏற்றதுமே மைசூர் நாட்டின் திப்பு சுல்தானை ஒழிப்பது என்ற மன உறுதியுடன் 1798 ஏப்ரல் 26 அன்று சென்னையில் வந்து இறங்கினார். பிரஞ்சு உதவியும் திப்பு சுல்தானை அன்றே சென்றடைந்தது.

மூன்றாம் மைசூர்ப்போரின் முடிவில் திப்பு சுல்தானிடமிருந்து மைசூர் நாட்டின் பெரும்பகுதியை முக்கூட்டு அணியினரான பிரிட்டீசார், மராட்டியர், நிசாம் ஆகியோர் தமக்குள் பங்கிட்டுக் கொண்டார்கள். பிரிட்டீசார் போர் இழப்பீடாக முப்பத்து மூன்று மில்லியன் ரூபாயைத் திப்பு சுல்தானிடம் கேட்டனர். இத்தொகையை முற்றிலும் செலுத்திப் பிணையாக விட்டிருந்த தம் மக்களிருவரையும் திப்பு சுல்தானால் மீட்கவே முடியாது; அவர் ஒரேடியாய்த் தொலைந்து போனார் என்று காரன்வாலிஸ் பிரபு வெற்றிக் களிப்பில் தவறாய்க் கணித்து விட்டார் என்று வெல்லஸ்லி நினைத்தார்.

ஆதலால் திப்பு சுல்தானுடன் இறுதிப் போர் நடத்துவதற்காக வெல்லஸ்லி பிரிட்டீசுப் படையை ஆயத்தப்படுத்தினார். எனினும் சென்னையிலிருந்த கம்பெனி உயரலுவலரில் பலர் இந்தப் போர்க் கொள்கையை எதிர்த்தனர். சென்னையில் இந்த அச்சம் ஏற்பட்டதற்குச் சரியான காரணம் இருந்தது. இந்தப் போர் மூண்டதற்கு முழுக்க முழுக்கப் பிரிட்டீசாரே காரணராவர்.

முதல் மைசூர்ப் போரின்போது (1767 – 1769) ஐதரலி கான் தமிழ்நாட்டில் பல இடங்களை வெற்றிகொண்ட பின்னர் 1769 ஏப்ரல் 4 அன்று திடீரென்று சென்னைக் கோட்டை வாயிலில் வந்து படையுடன் நின்றார். அப்போது அவர் மனம் போன போக்கில் பல நிபந்தனைகளைப் பிரிட்டீசாரிடம் விதித்து, அவர்கள் அவற்றை

யெல்லாம் ஏற்குமாறு செய்தார். (இ.ச.க.தொகுதி-7) திப்பு சுல்தான் அதன்பிறகு இப்பகுதிகளை மீண்டும் தாக்கிப் பிரிட்டீசாரை நடுங்கச் செய்தார்.

இரண்டாம் மைசூர்ப் போரும் (1780 – 1784) கம்பெனிக்காரர்களுக்குப் பல இன்னல்களை அளித்தது. (இ.ச.க.தொகுதி-8,9) ஐதரலி கான் (1722-1782) அப்போது பறங்கிமலை உள்படச் சென்னையின் புறநகர்ப் பகுதிகளைச் சூறையிட்டார்.

ஆதலால் மீண்டும் மைசூருடன் சண்டை ஏற்பட்டால் திப்பு சுல்தான் கடுஞ்சீற்றமுற்றுச் சென்னைப் பட்டினத்தைப் பழிவாங்குவார் என்ற அச்சம் கம்பெனி அலுவலரில் சிலருக்கு இருந்தது. ஆனால் ஐதரலி காலத்திற்குப் பிறகு மைசூருக்கும் பிரிட்டீசாருக்கும் நடந்த போரில் தெளிவான மாறுதல் காணப்படுகின்றது. தாக்கி வந்தவரே தனது மண்ணில் தாக்கப்படும் நிலைமை உருவாகி விட்டது. காரன்வாலிஸ், வெல்லஸ்லி போன்ற பழுத்த போரியல் அரசியல் வல்லாளர்கள் களத்தில் இறங்கி விட்டார்கள். அவர்கள் ஒற்றர்களை நாடெங்கும் ஏவினர்; உணவையும் படைக்கலன்களையும் குவித்தனர்; சென்னை அரசு ஆறே மாதங்களுக்குள் ஏராளமான அளவில் உணவு தானியங்களைச் சேர்த்துக் குவித்து விட்டது.

ஏறத்தாழ ஓரிலட்சத்திற்கும் அதிகமான எருதுகளைத் திரட்டி விட்டது. எருதுகள் இக்காலத்தில் போர்த் தளவாடங்களையும், பிற பொருள்களையும் ஏற்றிச் செல்லும் பொதி விலங்குகளாய்ப் பயன்பட்டன. திப்பு சுல்தானின் நம்பிக்கைக்குரிய படைத்தலைவர்களைத் திட்டமிட்டு விலைக்கு வாங்கினர். இவையனைத்திற்கும் மேலாய்த் திப்பு சுல்தானைத் தன்னந்தனியராய்த் தனிப்படுத்தி விட்டனர். சாம, பேத, தான, தண்டம் என்ற நான்கு போரியல் உபாயங்களை, வழிமுறைகளைப் பிரிட்டீசார் அருந்திறனுடன் இப்போது பயன்படுத்தினர்.

ஜெனரல் ஜார்ஜ் ஹாரிஸ்

தலைமை ஆளுநர் ரிச்சர்டு வெல்லஸ்லி வெகு நுட்பத்துடன் திட்டமிட்டபடி 1799 ஆம் ஆண்டு நான்காவதும் இறுதியானதும் இந்தியத்தின் விடுதலைச் சுடரை அவித்ததுமான மைசூர்ப் போர் தொடங்கியது. பிரிட்டீசுப் படையின் தளபதியாய் ஜெனரல் ஜார்ஜ் ஹாரிஸ் இருந்தார். (இவர் பின்னர் ஹாரிஸ் பிரபு ஆனார்.) இவர் மேஜர் ஜெனரல் சர். அலூரடு கிளார்க்கையடுத்துப் படைத்தலைமையை ஏற்றார். சென்னை ஆளுநராயிருந்த ஹோபாட்டுப் பிரபு திருப்பியழைக்கப்பட்டதால், ஜெனரல் ஜார்ஜ் ஹாரிஸ் 1798 பிப்ரவரி 21 முதல் ஆகஸ்டு 21 வரை சென்னை மாநில ஆளுநராயிருந்தார்.

ஜெனரல் ஜார்ஜ் ஹாரிஸ் 1775 ஆம் ஆண்டு அமெரிக்கத்தின் பங்கர் ஹில் என்ற இடத்தில் நடந்த சண்டையில் அமெரிக்க விடுதலைப் படையினரைத் தோற்கடித்தவர். (மூன்றாம் மைசூர்ப் போரில் (1790 – 1792) மைசூர்ப் போர் படையுடன் 1790,1791,1792 ஆகிய ஆண்டுகளில் மும்முறை மோதி இறுதியில் வெற்றி கண்ட காரன்வாலிஸ் பிரபு இதே அமெரிக்க விடுதலைப் போரில் ஜெனரல் வாசிங்டனிடம் யார்க்குடவுன் சண்டையில் 1781 ஆம் ஆண்டு சரணடைந்தார்.)

ஜெனரல் ஜார்ஜ் ஹாரிஸ் மார்ச்சு 14 அன்று தன் பெரும் படையுடன் பெங்களூரிலிருந்து, சுமார் 22 கிலோமீட்டரையடைந்தார். அவர் அங்கிருந்து சீரங்கப்பட்டணம் செல்வதற்கு மூன்று வழிகள் இருந்தன. தெற்கில் கங்கனள்ளி வழியாகவோ, நடுவில் சென்னைப் பட்டணம் வழியாகவோ, வடக்கில் சவனதுர்க்கம் வழியாகவோ செல்லலாம்.

ஹாரிஸ் சீரங்கப்பட்டணத்தைக் குறிவைத்து வருவதை அறிந்த திப்புசுல்தான் மாத்தூர் ஆற்றை அடைந்தார். எனினும் மேற்கில் சில கிலோ மீட்டர் தொலைவிலிருந்த மாலவள்ளிக்குப் பின்வாங்கினார். அங்கு முன்னணியில் படையினரிடையே சிறு சண்டை தொடங்கியது; அது பின்னர் பெரும் போரானது. திப்பு சுல்தான் அதில் தோற்றுப் போய்ச் சீரங்கப்பட்டணத்திற்குப் பின்வாங்கினார்.

ஹாரிஸ் மாலவள்ளிப் போருக்குப் பிறகு தெற்கில் திரும்பிக் காவிரியைக் கடந்தார். அந்த இடம் சீரங்கப்பட்டணத்திலிருந்து சுமார் 24 கிலோ மீட்டரில் இருந்தது. ஹாரிஸ் ஏப்ரல் 5 அன்று சீரங்கப்பட்டணத்தை நெருங்கி விட்டார்.

ஜெனரல் ஹாரிசிற்குத் துணையாய்த் தலைமை ஆளுநரின் தம்பியான ஆர்தர் வெல்லஸ்லி (1769-1852 என்ற வெல்லஸ்லி பிரபு) போன்ற படைத்தலைவர்களின் தலைமையில் ஒரு பெரிய சதுரமாய்ச் சுமார் 20 சதுர மைல் பரப்பிற்கு விரிந்து நகர்ந்த படை சீரங்கப்பட்டணத்தை நோக்கி முன்னேறியது.

ஆங்கிலப் படை ஒரு நாளில் சுமார் எட்டுக் கிலோ மீட்டர் தொலைவு முன்னேறியது. இப்பெரும்படை ஏப்ரல் 5 அன்று சீரங்கப்பட்டணத்தை அடைந்தது. திப்பு சுல்தானிடம் சிறைப்பட்டுக் கிடந்து 1784 ஆம் ஆண்டு உடன்படிக்கைப்படி விடுதலையான டேவிடு பெயிர்டு என்பவர் சீரங்கப்பட்டணத்துக் கோட்டையைத் தாக்கும் படைக்குத் தலைமை ஏற்றிருந்தார்.

சீரங்கப்பட்டணம்

சீரங்கப்பட்டணம் காவிரியின் இரு கிளைகளால் உண்டான தீவு ஆகும். ஆற்றிடையே அமைந்த ஊர்களுக்கு அரங்கம்; துருத்தி என்று பெயர். (இ.ச.க. தொகுதி-6) இது ஸ்ரீ அரங்கப் பட்டணமாயிருந்து சீரங்கப்பட்டணம் ஆயிற்றென்பாருளர். இது ஆழ்வார்களால் மங்களசாசனம் செய்யப்பட்ட தலம்; நூற்றெட்டுத் திருப்பதிகளுள் ஒன்று. அரங்கன் பள்ளி கொண்ட மூன்று தலங்களுள் சீரங்கப்பட்டணமும் ஒன்றென்பர். அவை முறையே

திருவரங்கம் - ஆதிரங்கம்

சிவசமுத்திரம் - நடுவரங்கம்

சீரங்கப்பட்டணம் - மேற்கரங்கம்

என்று வழங்கி வருகின்றன.

இந்நகரம் காவிரியாற்றின் மேற்கத்தி அல்லது மேல் முடிவில் உள்ள தீவில் அமைந்திருக்கின்றது. இத்தீவு கீழ மேலாய்ச் சுமார் 5 கிலோ மீட்டர். தென் வடலாய்ச் சுமார் இரண்டு கிலோ மீட்டர் அகலமுடையது.

கோட்டை

இது மிகவும் தொன்மையான தலம். இங்கு திருமாலய்ய என்ற மாலடியார் கி.பி.894 இல் இரண்டு கோயில்களைக் கட்டினார். விசய நகரப் பேரரசின் காலத்தில் (1336-1572) திம்மண்ண என்பவர் 1454 வாக்கில் இங்கு ஒரு கோட்டையை எழுப்பினார். அதை அரச உடையார் என்பவர் 1609 இல் கைப்பற்றினார். அவரையடுத்து வந்த மன்னர்கள் கோட்டையை மேலும் வலுப்படுத்தினர். எனினும் ஐதரலி கானும்

அவருடைய மகன் திப்பு சுல்தானும் அதை இப்பகுதியிலேயே வெல்லமுடியாத கோட்டையாக்கி விட்டனர். கோட்டை சுமார் இரண்டு கிலோ மீட்டர் நீளம்; சுமார் ஒரு கிலோ மீட்டர் அகலம் இருக்கும்.

கோயில்கள்

தீர்க்கதம முனிவரின் மகனான கௌதம முனிவர் இத்தீவின் வடமேற்கில் ஆசிரமம் அமைத்து அரங்கனை வழிபட்டதால் இந்த இடத்திற்குக் கௌதம சேத்திரம் என்ற பெயரும் உண்டு. கௌதமரைப் பற்றி ஏராளமான தொன்மக் கதைகள் உள. இவர் அகலிகையின் கணவர்.

அகலிகை பாற்கடலைக் கடைந்த போது பிறந்தவர். அகலிகையை அடையத் தேவர் பலரும் அவாவினர். ''இந்தப் பாற்கடலுள் மூழ்கி நெடுநாள் பொறுத்து எவர் வெளிவருகின்றாரோ, அவர்க்கு அகலிகை உரியவள்'' என்று திருமால் தேவரிடமும் பிறரிடமும் சொல்லி விட்டார். அது கேட்டுக் கடலுள் மூழ்கிய தேவர் பலர் சில நாளில் வெளிவந்தனர். கௌதமரோ கடலுள் மூழ்கி நெடுங்காலம் கழித்து வெளி வந்ததால் அகலியை அடைந்தார். அகலிகை பின்னர் இந்திரனின் சூதால், கணவனால் கல்லாகுமாறு சபிக்கப்பெற்று இராமனின் பாத தூளிபட்டுப் புத்துயிர் பெற்றார் என்பது கதை.

காவிரி மகாத்துமியம் கூறும் இன்னொரு வரலாறு : காவிரி அரங்கநாதரை நோக்கித் தவமிருக்க, அவளுக்குக் காட்சியளிக்க வந்த அரங்கன் அங்கேயே தங்கி விட்டானாம். காவிரியும் சிலை வடிவில் அவனது காலடியில் நிலையாய்த் தங்கி விட்டாள்.

நாகமங்கலத்தின் படைத் தலைவரான திம்மண்ண கட்டிய கோட்டைக்குள் சீரங்கப் பட்டணத்துக் கோயில்களெல்லாம் உள்ளன. காவிரி கோட்டையின் இரு புறத்தையும் தழுவிச் செல்கின்றது.

இங்கு அரங்கன் கோயிலுக்குப் பல வாயில்கள் உள. யானைத் துவாரம் என்ற வாயில் தெற்கிலுள்ளது. இராமானுசர் (1028-1137) இரண்டாம் குலோத்துங்கனின் (1133-1150) பொறையற்ற செயல்களைப் பொறாது (இ.ச.க. தொகுதி-9 காண்க) போசள விஷ்ணு வர்த்தனின் ஆதரவில் சீரங்கப்பட்டணத்தில் வந்து தங்கியிருந்தார் என்பர்.

இக்கோயில் மூன்று வளர்ச்சிக் கட்டங்களில் கட்டப்பட்டிருத்தல் வேண்டுமென்பர். இது 1200 ஆம் ஆண்டில் எழுப்பப் பெற்றது. கருங்கல்லாலான தூண்களும் கருவறையும் போசளர் கலைப் பாணியைக் காட்டுகின்றன. விசயநகரக் கலைப்பாணியை மகாதுவாரம் என்ற வாயிலில் காண்கிறோம்.

இங்கு மூர்த்தங்கள் போசள, விசயநகரக் கலைச் சிறப்புப் பொருந்தியனவாகும். ஐந்து தலைச் சேடன் தலைக்கு மேல் குடைபிடிக்க அரங்கன் கிடந்த திருக்கோலத்தில் நேர்த்தியாய்ச் சாய்ந்திருக்கின்றார். இவருக்குக் கொப்பூழில் தாமரை இலது. (திருவரங்கத்தில் போல) சீதேவியும் பூதேவியும் இங்கு வரவில்லை போலும். அவர்களுக்கு மாறாய்க் கையில் தாமரை ஏந்திய காவிரியும் கௌதம முனிவரும் உடனிருக்கின்றனர்.

கோயிலின் முன்புள்ள சதுர்விம்சதி என்ற இரு தூண்கள் திருமாலின் இருபத்து நான்கு அம்சங்களைக் குறிக்கின்றன. இரண்டாம் திருச்சுற்றில் ஆழ்வார்களையும் சக்கரத்தாழ்வானையும் இராமானுசரையும் சேவிக்கலாம். இங்கு தைமாதம் தெப்பத்

திருவிழா, மார்கழியில் வைகுண்ட ஏகாதசியை முன்னிட்டுச் சிறப்பான விழாவும் நடக்கும்.

உடையார் குடி அரசரொருவர் போசளர் பணியில் மிகச் சிறப்பான முறையில் இலட்சுமி நரசிம்ம கோயிலைக் கட்டியிருக்கின்றார். இம்மூர்த்தி செம்மாந்திருக்கின்றார். அவரருகே அம்பேகளு (தவழும்) கண்ணன் அடியவரைக் கவர்ந்து அருள் பாலிக்கின்றார்.

சீரங்கப்பட்டணத்துக் கோட்டைக்குள் வைணவக் கோயில்களே சிறப்புப் பெற்றிருப்பினும் பல சிவன் கோயில்களும் உள்ளன. விசயநகரப் பாணியில் அமைந்த கங்காத்திரோ சிவன் கோயிலில் தாமிரத்தாலான தட்சிணாமூர்த்தியின் உற்சவ மூர்த்தம் உள்ளது. இங்குள்ள இரண்டு முருகப் பெருமான்களில் ஒருவர் மயில் மீதும் இன்னொருவர் பத்துத்தலை நாகத்தின் குடைக் கீழும் உள்ளனர். இங்கு பிள்ளையாருக்கும் சன்னதி உண்டு.

சீரங்கப்பட்டணம் ஐதரலி காலத்தில் மைசூர் நாட்டின் தலைநகராயிற்று. அவரும் அவருடைய மகன் திப்பு சுல்தானும் அதை மேலும் மேன்மைப்படுத்தினர். எனினும் மிகக் குறுகிய காலத்திற்குள் அச்சிறப்புகளையெல்லாம் சீரங்கப்பட்டணம் பறிகொடுக்கப் போகின்றதே!

கோட்டையில் பிளவு

பிரிட்டீசுப் படைகள் சீரங்கப்பட்டணத்துக் கோட்டையை மே 3 அன்று பிளந்து விட்டன. அதற்கடுத்த நாளன்று பொழுது புலருமுன்னரே, பதுங்கு குழிகளில் படை வீரர் திரண்டு விட்டனர். அப்படையில் ஐரோப்பியர் 2494 பேரும் நாட்டுக் காலாள் படையினர் 1882 பேரும் இருந்தனர். மைசூரார் பகல் 1½ மணிக்கு எச்சரிக்கையின்றிக் கவனக் குறைவாய் இருப்பர் என்று பிரிட்டீசார் அறிந்து கொண்டனர். அதனால் பிரிட்டீசார் அந்த வேளை வரட்டுமென்று காத்திருந்தனர்.

சரியான வேளை வந்ததும் கம்பெனிப் படையினர் பதுங்கு குழிகளிலிருந்து வெளியேறி இரண்டு அணிகளாய்ப் பிரிந்து கோட்டையை நோக்கி முன்னேறினர். இரு அணிகளும் அருகருகே முன் சென்று ஆற்றுப் படுகையில் சீறிப் பாய்ந்தன. தண்ணீரில் பாசி பிடித்துக் கிடந்த வழுவழுப்பான பாறைகளில் கால் வழுக்கி விழுந்து சிறு குழப்பம் முதலில் ஏற்பட்டது. ஆனால் ஆற்றில் ஆழமில்லாததால் அவர்களுக்குப் பெரிய இடையூறு எதுவும் ஏற்படவில்லை. துப்பாக்கி வெடிகளும் வாண வெடிகளும் கோட்டைக்குள்ளிருந்து அவர்களை நோக்கிச் சீறிக் கொண்டு வந்தன.

திப்பு சுல்தான் வாணப்படை

திப்பு சுல்தானின் வாணப்படை பற்றி ஏற்கெனவே கூறியிருந்தோம். கிழக்கிந்தியக் கம்பெனியின் வங்க, பம்பாய்ப் பீரங்கிப் படையினர் சீரங்கப்பட்டணத்துக் கோட்டையை 1799 இல் முற்றுகையிட்டபோது மைசூர்ப் படையின் இரண்டு வாணங்களைப் பிரிட்டீசார் கைப்பற்றினர். அவை இப்போது இலண்டனில் ஊல்விச்சு என்ற இடத்திலிருக்கும் எறிபடை (பீரங்கி, துப்பாக்கி முதலியன) அருங்காட்சியகத்தில் உள்ளன.

அங்குள்ள ஒரு வாணம் பத்தங்குல நீளமான இரும்புக் குழாயாலானது. அதன் வெளிப்புறக் குறுக்களவு 2.3 அங்குலம். இரண்டாவது வாணத்தின் குழாய் செப்பமற்ற

இரும்பினால் ஆனது. அதன் நீளம் 7.8 அங்குலம்; புறக்குறுக்களவு 1.5 அங்குலம். அது ஆறடி மூன்றங்குல நீளமான ஒரு மூங்கில் தப்பை வைத்துத் தோல் வாரினால் கட்டப்பட்டுள்ளது.

சென்னைக்கருகே நடந்த ஒரு சண்டையில் மைசூர்ப் படையினர் வெடி மருந்துகள் ஏற்றப்பட்ட தொட்டி வண்டி (*turnbril*) என்ற இருசகட வண்டிகளில் இரண்டை வாணத்தால் தாக்கினர். அப்போது கம்பெனிப் படையினர் நடுவே பெருங்குழப்பம் உண்டானது. லெப்டினண் கர்னல் வில்லியம் பிரைல் என்றவரின் தலைமையிலிருந்த அச்சிறு படையை மைசூர்ப் படை கொன்று குவித்தது. (இந்தத் தோல்வியைக் கண்ட பிறகுதான் ஜெனரல் காங்கிரீவு என்றவர் பிரிட்டனுக்காகப் பத்தொன்பதாம் நூற்றாண்டின் முற்பகுதியில் வாணங்களைச் செய்தார்.)

கோட்டை மதிலை நெருங்கினர்

மைசூராரின் இத்தாக்குதல்களையெல்லாம் தாங்கிப் பிரிட்டீசாரின் தாக்குதல் படையினர் ஆறே நிமிடங்களில் கோட்டையின் புறமதிலை அடைந்து, அதன்மீது ஏறிவிட்டனர். இவையனைத்தும் மின்னல் வேகத்தில் நடந்தன. அவர்கள் முழங்காலளவுத் தண்ணீர் கிடந்த அகழியைத் தாண்டிக் கோட்டைச் சுவரில் ஏற்பட்டிருந்த பிளவின் உச்சியில் ஏறிப் பிரிட்டீசுக் கொடியை ஏற்றி விட்டனர். கோட்டையில் நூறடி அகலத்திற்கு விரிசல் கண்டிருந்தது.

செவ்வங்கி அணிந்த பிரிட்டீசுப் படையினர் சில நிமிட நேரத்திற்குள் கோட்டை விரிசலின் உள்ளே புகுந்து, தலைமைத் தளபதி தமக்கிட்ட கட்டளைக்கிணங்க கோட்டைக்குள் இடமும் வலமுமாய்ப் பாய்ந்தனர். திப்பு சுல்தானின் தலையாய படைத்தலைவரான சையது சாகிபு களம் பட்டு உயிர் விட்டுக் கொண்டிருந்ததை வலப்புறம் விரைந்த அணியினர் கண்டனர். இடப்புறம் பாய்ந்து சென்ற அணியை மைசூர்ப் படை தடுத்து நிறுத்தி விட்டது.

களத்தில் திப்பு சுல்தான்

திப்பு சுல்தான் அன்று வைகறைத் துயிலெழுந்து கோட்டை மதிலில் கண்டிருந்த விரிசலைப் பார்வையிட்டார். அவர் அதைச் செப்பனிடுமாறு பணியாளரிடம் கட்டளையிட்டார். அவர் அதன்பிறகு கோட்டை மதில் மேலிருந்த தன் நிலைக்குத் திரும்பினார். அவர் பின்னர் பகலுணவை முடித்து விட்டு மேற்கட்டி ஒன்றின் கீழ் அமர்ந்தார். (மேற்கட்டி என்பது தலைக்கு மேலே நிழலுக்காகக் கட்டித் தொங்க விடப்படும் திரையாகும்.) கோட்டையில் மேற்குப்புறப் பாதுகாப்புப் பகுதி மீது நடந்த துப்பாக்கித் தாக்குதலில் அவரின் மிகச்சிறந்த படைத்தலைவரும், அவர்மீது மாறாத பற்றுக் கொண்டிருந்தவருமான சையது காஃபர் சுட்டுக் கொல்லப்பட்டார்.

திப்பு சுல்தான் உடனே குதிரையேறிக் கோட்டை மதிலில் விரிசல் கண்ட இடத்தை நோக்கி விரைந்தார். அவர் காலந்தாழ்ந்து அங்கே போய்விட்டார். ஏனெனில் முற்றுகைத் தாக்குதல் ஏற்கெனவே முழு மூச்சாய்த் தொடங்கி விட்டது. மதிலில் உண்டான விரிசல் எதிரியின் கைக்குப் போய்விட்டது. அது பிரிட்டீசார் கோட்டைக்குள் தாராளமாய் நுழையும் வழியானது. திப்பு சுல்தான் அங்கு செய்வதற்கு எதுவுமிலது. அவர் மீண்டும் அரண் மீது ஏறினார். அவர் இனிமேல் உயிருக்காகப் போராடும் நிலை வந்து விட்டது.

திப்பு சுல்தான் சுடப்பட்டார்

திப்பு சுல்தான் இறுதியில் வடி மதகிற்கும் உள்ளரண் வழியே நகருக்குச் செல்கின்ற வளை மாடம் ஒன்றுக்கும் நடுவே இருந்தார். அவர் உடம்பில் துப்பாக்கி ஈட்டிகளால் ஏற்கெனவே இரண்டு காயங்கள் ஏற்பட்டிருந்தன. இப்போது அவரது இடமார்பில் துப்பாக்கிக் குண்டு பாய்ந்தது. திப்பு சுல்தானுடன் அவர் ஏறியிருந்த குதிரை கீழே விழுந்தது. அந்நேரம் பார்த்து செவ்வங்கிக் கூட்டம் ஒன்று இரண்டு வாயில்களுக்கிடையில் நடந்து கொண்டிருந்த சண்டைக் களரிக்குள் நுழைந்தது. பிரிட்டீசுக் காலாள் படையின் முன்னணி வீரர் ஒருவர், திப்புவின் இடுப்புக் கச்சையிலிருந்த தங்கக் கொளுவியைப் பார்த்து விட்டார். ஆனால் போக்கு முட்டிப் போய்ச் சீறிக் கொண்டிருக்கும் புலியை நோக்கிப் போகின்றோம் என்பதை அவ்வீரர் உணரவில்லை. அதனால் அவர் திப்புவின் வாளுக்குப் பலியானார்.

இந்திய விடுதலையுணர்வு அவிந்தது

அந்த வீரர் அல்லது திப்பு சுல்தானால் தாக்கப்பட்ட இன்னொரு வீரர் சுல்தானின் நெற்றியைக் குறிவைத்துச் சுட்டுவிட்டார். அதனால் திப்பு சுல்தான் கீழே சாய்ந்தார். அவர் மடிந்தவர்களுடனும் செத்துக் கொண்டிருந்தவர்களுடனும் சேர்ந்து போர்க்களத்தில் மிதிபட்டு இனந்தெரியாமல் போய்விட்டார். காவிரிக் கரையில் இந்த இடத்தில் தான் இந்திய விடுதலையுணர்வு மிதிபட்டு அவிந்தது.

சீரங்கப் பட்டணம் விழுந்தது. பிரிட்டீசார் எஞ்சிய மைசூர்ப் படைத் தலைவர்களையும் திப்பு சுல்தானின் மக்களையும் சிறை செய்தனர். ஏராளமான செல்வமும் அரும்பொருள்களும் ஆவணங்களும் கைப்பற்றப்பட்டன.

பிரிட்டீசார் இந்த நாளைத்தான் மிகுந்த ஆவலுடன் எதிர்பார்த்திருந்தனர். திப்பு சுல்தான் களத்தில் இறந்த செய்தி சீரங்கப்பட்டணத்திலிருந்து சுமார் 400 கிலோ

மீட்டரிலிருந்த சென்னையை அன்றே எட்டியது. இது விந்தையேயெனினும் திப்பு சுல்தானின் சாவில் தம் வெற்றிக் கனவு நிறைவேறி விட்டது என்ற ஆர்வத்தில் பிரிட்டீசார் துடிதுடித்தனர் என்பதை இவையனைத்தும் காட்டுகின்றன.

திப்பு சுல்தான் களம்பட்ட செய்தி இலண்டனுக்கும் உடனே அனுப்பப்பட்டது. புதிதாய் அமைந்த நில – கடல் வழியாய் அந்தச் செய்தி சென்றது.

மைசூர்ப் போர் என்ற இந்தப் புதிய பாரதப் போரானது முப்பத்திரண்டாண்டுக் காலப் பரப்பில், பன்னிரண்டு ஆண்டுகள் பரவிப் பல களங்களில் நிகழ்ந்து, இறுதியாய்ச் சீரங்கப்பட்டணத்தில் காவிரிக்கரை மீது முடிவடைந்தது. பிரிட்டீசார் இந்திய மண்ணில் தம் வல்லாண்மையை ஊன்றுவதற்குப் பெருந்தடையாய் இருந்து வந்த மைசூராரை இங்கு வென்றது தனிச்சிறப்பு வாய்ந்த வெற்றியாகும்.

ஏனெனில் இந்தப் போருக்குப் பிறகு பிரிட்டீசாரை எதிர்த்து நிற்பதை விட வெற்றி வீரர்களான அவர்களை அண்டி இருப்பது தான் ஆதாயம் என்று இந்திய வல்லாளரில் பெரும்பாலர் கருதினர். மேலும் அவர்களிடம் ஐதரலி கானிடமும் திப்பு சுல்தானிடமும் இருந்ததைப் போன்ற மாறுபாடு இல்லாத ஒரே குறிக்கோள் இருந்திலது. அவர்களின் உள் சண்டைகளும் வெட்கிக் கூசத்தக்க தந்நல வேட்டைகளும் வந்தேறியர்க்கு வெகு வசதியாய் வழிகளைத் திறந்து விட்டன. கிட்டத்தட்டப் பாரதம் முழுமையும் இந்த 1799 ஆம் ஆண்டின் பெரும் வெற்றிக்குப் பிறகு பிரிட்டீசு மணிமுடியின் கட்டுக்குள் வருகின்றது.

திப்பு சுல்தான்

கற்றறிவாளர்

ஐம்பதாண்டுகள் கூட நிறையாமல் நாற்பத்தாறாவது அகவையில் அமர்க்களத்தில் உயிர் நீத்த திப்பு சுல்தான் போர் மறவராயும் கற்றறிந்த அறிவாளியாயும் விளங்கியவர். அவர் அடிப்படையான இஸ்லாமியக் கல்வியுடன், இந்திய இலக்கியங்களையும் மறை நூல்களையும் புராணங்களையும் நீதி நூல்களையும் கற்றுத் தேர்ந்திருந்தார். பல மொழிகளையும் அறிந்திருந்தார். நிகழ்காலத்து உலக நடப்புகளையும், வேறு பல செய்திகளையும் பல வழிகளிலிருந்து அறிந்து கொண்டிருந்தார். பிரான்சுடனும் முஸ்லிம் உலகுடனும் தொடர்பு கொண்டிருந்தார். விடுதலை வேண்டிப் போர் செய்த அமெரிக்கத் தலைவர்களைப் பற்றிக் கேள்விப்பட்டு வியந்திருக்கின்றார். அவர் அமெரிக்கப் புரட்சிக்குப் பணவுதவி செய்வதற்காகப் பெஞ்சமின் ஃபிராங்கிளினுக்கு *(1706 – 1790)* நிதியனுப்பினார் என்றும் சொல்லப்படுகின்றது.

திப்பு நூலகம்

அவர் நூலகம் ஒன்றை அமைத்து அதற்கென்று பல இடங்களிலிருந்து புத்தகங்களைக் கொண்டு வந்தார். ஆங்கிலேயர் சீரங்கப்பட்டணத்தை 1799 இல் கைப்பற்றியதும், திப்பு சுல்தானின் நூலகத்தில் இரண்டாயிரத்திற்குமதிகமான புத்தகங்களும் ஏராளமான கடிதங்களும் ஆவணங்களும் இருக்கக் கண்டனர். அங்கிருந்த நூல்கள் பெரும்பாலும் கையெழுத்துச் சுவடிகளாயிருந்தன. அவை இஸ்லாமியச் சமயவியல் பற்றியன. மேலும் அங்கு கவிதை, வரலாறு, கணிதம், நீதியியல், மெய்யியல், வானியல், மொழியியல் குறித்த ஏடுகளும் திரட்டி வைக்கப்பட்டிருந்தன. அவை அரபு, பாரசிகம், உருது அல்லது இந்தி மொழிகளில் எழுதப் பெற்றிருந்தன.

ஒரு காலத்தில் ஔரங்கசீபு (1618 – 1707) வைத்திருந்த குரான் ஒன்றும் திப்பு சுல்தான் நூலகத்தில் இருந்தது. இது விலைமதிப்பற்ற நூலாகும். அது அழகிய நக்ஷ் வரி வடிவில் எழுதப் பெற்றிருந்தது. திப்பு சுல்தான் அதை 9,000 ரூபாய் கொடுத்து வாங்கினார் என்று சொல்லப்பட்டது. அது இன்று விலை மதிப்பற்ற குரான் படியாய் விளங்குகின்றது. பிரிட்டீசார் அதை விண்சர் கேசில் நூலகத்தில் சேர்த்து விட்டனர். இந்நூலகத்தில் மற்றொரு சிறந்த பாரசிக மொழி நூல் இருந்தது.

அது புகழ்பெற்ற பாரசிக வீரகாவியப் புலவரான ஃபிர்தூசி (அப்துல் காசிம் மன்சூர் : 935-1020 கி.பி.) எழுதிய ''ஷா நாமா'' ஆகும். அது பாரசிக மரபுக் கதைகளையும் அந்நாட்டின் வரலாற்றையும் தொகுத்து எழுதிய நூலாகும்.

மேலும், திப்பு சுல்தான் தன் கைப்பட எழுதிய ''கனவுப் புத்தகம்'' ஒன்றும் இருந்தது. அது அவரின் குணப் பண்புகளை வெளிப்படுத்துகின்றது. திப்பு சுல்தான் அரசகுடிப் பிறந்தவர் அல்லரெனினும், இலட்சிய அரசர் ஒருவருக்கு அமைய வேண்டிய இறைமைப் பண்புகள் அனைத்தும் அவரிடம் இருந்தன. வேற்றுமை பாராட்டாத சம நீதியிலும் கட்டுத்தளையற்ற சிந்தனையிலும் அவருக்கு அசைக்க முடியாத நம்பிக்கை இருந்தது.

திப்பு சுல்தான் நூலகத்திலிருந்த நூல்களுள் பத்திலொரு பங்கு இங்கிலாந்திற்கு அனுப்பப்பட்டது. எஞ்சிய நூல்கள், அப்போது வில்லியம் கோட்டையில் புதிதாய்க் கட்டிக் கொண்டிருந்த நூலகத்தில் சேர்க்கப்பட்டன. பின்னர் சில நூல்கள் கல்கத்தாவின் வங்க ஆசியவியல் சங்கத்திற்குத் தரப்பட்டன. இந்நூலகத்து நூல்களின் பட்டியலைக் கேம்பிரிட்ஜ் பல்கலைக்கழகக் கீழை மொழிகள் பேராசிரியரான சார்லஸ் ஸ்டூவட்டு (Charles Stewart) தொகுத்தார். இந்நூலகத்தில் சிக்கதேவராயர் (1673-1704) நூலகத்திலிருந்தும், பிஜப்பூர், கோல்கொண்டச் சுல்தான்கள், சித்தூர், சாவனூர் தலைவர்கள் ஆகியோரிடமிருந்தும் கவர்ந்து வரப்பட்ட பல நூல்கள் இருந்தன.

1799

சமயப் பொறை

ஐதரலி கானோ, திப்பு சுல்தானோ கர்நாடகம் என்ற தமிழகத்திலும் தமது மைசூர் நாட்டிலும் மக்களைக் கட்டாயமாய் மதமாற்றம் செய்தாரிலர். இவ்விரு நாடுகளிலும் கேரளத்திலும், அவர்கள் பல கோயில்களில் கட்டளைகளையும் நிவந்தங்களையும் ஏற்படுத்தினர். தென்பாரதத்தின் புகழ்பெற்ற கோயில்களிலெல்லாம் தந்தையும் மகனும் அளித்த விலை மதிப்புள்ள நகைகள் இன்றும் உள்ளன.

எனினும் திப்பு சுல்தான் கேரளத்தில் பலரை வலுக்கட்டாயமாய் இஸ்லாமியராக்கினார். (இ.ச.க. தொகுதி-9) கேரளத்தின் கொடிய சாதிப்பாகுபாடும் சில சமூக மரபுகளும் திப்பு சுல்தானின் மனித நேய உணர்வுகளைப் புண்படுத்தியதால், அவர் அங்கு வரம்பு கடந்து செயல்பட்டுவிட்டார் என்பது ஏற்கத்தக்க கருத்தேயாகும்.

திப்பு சுல்தான் அன்பு மிக்கவர்; மனித நேயமும் நன்றியுணர்வும் கொண்டவர். அவரது ஊழியத்தில் நம்பிக்கைக்குரிய பதவிகளில் இருந்த பலர், எதிரியிடம் கையூட்டுப் பெற்று அவரைப் பலவழிகளில் காட்டிக் கொடுத்தனர். ஆனால் சுல்தான் அவர்களைத் தண்டிக்கவில்லை. அவர்கள் மீது கொண்டிருந்த நட்பும் நன்றியுணர்வும் அதற்குக் காரணங்களாகும். ஆனால் மென்மையான இந்நாகரிகப் பண்புதான் அவரது இறுதித் தோல்விக்கு ஒரு காரணமானது என்பது வரலாறு. அவர் இந்த இடத்தில் ஒரு மன்னனுக்குக் கட்டாயம் இருக்க வேண்டிய கண்டிப்பையும் பொறுப்புணர்ச்சியையும்

காட்டத் தவறி விட்டார். மூன்றாம், நான்காம் மைசூர்ப் போர்களின் போது, திப்பு சுல்தானின் நம்பிக்கைக்குரிய படைத்தலைவர்களில் பலர் எதிரிகளுக்குத் துணை போயினர். ஐதரலி கான் 1782 டிசம்பரில் இறந்த பிறகுதான், படைத்தலைவர்களின் துரோகச் செயல்கள் மிகுந்தன என்பது குறிப்பிடத்தக்கது.

மனைவியர்

ஐதரலி கானுக்குத் தன் மகன் திப்பு சுல்தான், காலஞ்சென்ற இமாம் சாகேபு பக்சி என்றவரின் மகள் சுல்தான் பானுவை மணக்க வேண்டுமென்ற விருப்பம் இருந்தது. தாயான பக்கருன்னிசா பேகமோ லாலா மியானின் மகளும் பின்னர் திப்பு சுல்தானின் படைத்தலைவரான பர்கானுதீனின் தங்கையுமான ருக்குவய்ய பானுவை மகன் மணம் செய்ய வேண்டுமென்று ஆவல் கொண்டார். திப்பு சுல்தான் தாய், தந்தை இருவரின் விருப்பத்திற்கிணங்க இரு பானுகளையும் 1774 ஆம் ஆண்டு ஒரே நாளில் மணந்தார்.

பிரிட்டிசார் மூன்றாம் மைசூர்ப் போரின் போது 1792 ஆம் ஆண்டு சீரங்கப்பட்டணத்தைத் தாக்கியபோது, துப்பாக்கிக் குண்டு பாய்ந்து ருக்குவய்ய பேகம் இறந்தார். சுல்தான் பானு திப்பு சுல்தான் இறந்த பின்னரும் வாழ்ந்திருந்தார். ஆங்கிலேயர் 1799 இல் சீரங்கப்பட்டணத்தைக் கைப்பற்றியதும், ஆர்தர் வெல்லஸ்லி சுல்தான் பானுவை அரண்மனையில் கண்டார்.

திப்பு சுல்தானுக்குச் சட்ட இசைவோடு கூடிய இன்னொரு மனைவியும் இருந்தார். அவர் திப்பு சுல்தானின் படைத்தலைவருள் ஒருவரான சையது சாகிபின் மகள். திப்பு சுல்தான் இவரை 1795 இல் மணந்தார். ஆனால் அவர் வெகுகாலம் வாழவில்லை. மணமான இரண்டாண்டுகளுக்குப் பிறகு பேறு காலத்தின்போது இறந்தார்.

மக்கள்

திப்பு சுல்தானுக்கு எத்தனை மக்கள்? ஆண்கள் எத்தனை பேர்? பெண்கள் எத்தனை பேர்? இதற்குத் திட்டவட்டமான கணக்குச் சொல்ல முடியாது. அவருக்கு பன்னிரு ஆண்மக்கள் இருந்தனர் என்பது பொதுவான கருத்தாகும். அந்த வமிசாவளிப் பட்டியலில் பன்னிரு ஆண்மக்கள் காணப்படுகின்றனர்; பெண் மக்கள் அதில் சிலர். திப்பு சுல்தானுக்குப் பெண் மக்களும் இருந்தனர் என்று சீரங்கப்பட்டணத்து வீழ்ச்சிக்குப் பிறகு, அங்கு அரண்மனைப் பொறுப்பாளராயிருந்த கர்னல் தாமஸ் மரியோட்டு (*Col.Thomas marriot*) கூறினார். அவர் பெண்மக்களின் பெயர்களையும் குறிப்பிட்டார் என்பர்.

காமக்கிழத்தியர்

திப்பு சுல்தானுக்குக் காமக்கிழத்தியர் இருந்தனர் என்றும் அவர்களுக்கு மக்களும் பிறந்திருந்தனர் என்றும் கூறுவர். ஆனால் திப்பு சுல்தானுக்கு உவளகம் என்ற அந்தப்புரம் இருந்ததில்லை என்று கூறுவாருளர்.

''(மனைவியர்) என்ற நிலைக்கு அடுத்த படியில் குடகு மன்னரின் கூடப் பிறந்த இரு பெண்கள், மைசூர் அரச குடியைச் சேர்ந்த மூன்று பெண்கள், பூரணய்யவின் உடன் பிறந்தார் மகள் ஒருத்தி முதலியோர் (திப்பு சுல்தானின்) உவளகத்தில் இருந்தனர். அவர்களில் பெரும்பாலர் திப்பு சுல்தானால் (போரில்) கொல்லப்பட்ட, அல்லது

சிறைவைக்கப்பட்ட இந்துக் குடும்பங்களைச் சேர்ந்தவர்களாயிருந்தனர். அவர்கள் மிகவும் சிறுவயதிலேயே உவளகத்தினுள் அடைக்கப்பட்டுப் பக்தியுள்ள முஸ்லிம்களாய் வளர்க்கப்பட்டனர் என்பது புக்கனன் என்றவர் எழுதியுள்ளதிலிருந்து தெரிகின்றது.''

இச்செய்தி எச்.டி.சர்மா, திப்புசுல்தான் பற்றி எழுதிய நூலில் காணப்படுகின்றது.

திப்பு- புலி

திப்பு சுல்தானைப்பற்றி ஆங்கிலம், பிரஞ்சு போன்ற ஐரோப்பிய மொழிகளில் மட்டுமன்றித் தமிழ், கன்னடம், அரபு, பாரசிகம் போன்ற கீழை மொழிகளிலும் வெளிவந்திருக்கும் நூல்கள், அவரை மைசூர்ப் புலி என்று நிறுவும் வகையில், அவரைப் புலியோடு தொடர்புபடுத்திக் கூறுகின்றன.

திப்புசுல்தானுக்கு மைசூர்ப் புலி என்று பெயர் ஏற்பட்டதற்குப் பல காரணங்கள் சொல்லப்படுகின்றன. அவை ஏற்புடையனவா அல்லவா என்று நாம் இங்கு கருதிப்பார்க்க வேண்டாம். ஆனால் அவருக்குப் புலிமீது மாறாத விருப்பம் இருந்தது என்பது தெளிவாய்த் தெரிகின்றது. மைசூர்ப் புலியான திப்புசுல்தான் புலிச்சின்னங்களால் சூழப்பட்டிருந்தார். அமரும் அரியணையாயினும் படை வீரர் அணியும் சீருடை ஆயினும், அவர்கள் கையாளும் படைக்கலன்கள் ஆயினும் பீரங்கிகளாயினும் எங்கும் புலிச் சின்னமே இருந்தது.

அவரிடம் ''திப்பு சுல்தான் புலி'' என்று பெயர்பெற்ற ''தான் பாடி'' (*Musical Automation*) பொம்மை ஒன்று இருந்தது. அது மரத்தால் ஆன பொம்மை. அதன் மீது மஞ்சள் வண்ணம் பூசிக் கறுப்பு வரிகள் தீட்டப்பெற்றிருந்தன. இந்தப் பொம்மை உலோகத்தால் பொருத்தப்பட்டது. இது பிற தென்னிந்திய மரப்பாச்சிகள் போன்று மரத்தைக் குடைந்து, அதன் மேல் வண்ணம் பூசி இருந்தது. ஆனால் அந்தப் பொம்மைக்குள் இருக்கும் பொறி, ஐரோப்பிய வினைஞர் ஒருவரால் செய்யப்பட்டது. திப்பு சுல்தானிடம் பணிபுரிந்த பிரஞ்சுக்காரர் ஒருவர் இதைச் செய்திருக்கலாம் என்பர்.

திப்புசுல்தானின் சின்னமான புலி, ஓர் ஆங்கிலப் படை வீரர்மேல் பாய்ந்து தாக்குவதைப்போல் இப்பொம்மை செய்யப்பட்டிருக்கின்றது. அந்த வீரன் புலியினால் மல்லாக்க வீழ்த்தப்பட்டுத் தாக்குவதைப் பொறாமல் அலறும் குரல், பொம்மைக்குள் இருக்கும் சிறு இசைக்கருவியில் இருந்து வெளிப்படுகின்றது.

திப்பு சுல்தானின் சிறியனவும், பெரியனவுமான பீரங்கிகள் புலியுருவில் வார்த்தெடுக்கப்பட்டன. துப்பாக்கிகளும் பிற கைக் கருவிகளும் அந்தக்காலத்தின் தொழில் நுட்பத்துடன் ஆக்கப்பட்டதுடன், அவற்றின் மேல் பொன், வெள்ளி நிறத்தில் புலிச்சின்னங்களும் பொறித்திருந்தன. தரையில் விழுந்து கிடக்கும் ஒருவனைப் புலி அடித்துத் தின்பது போலவும், இரட்டைத் தலைக் கழுகு ஆன இந்துச் சின்னத்தைப் புலி வெல்வது போலவும் அவற்றில் சித்தரிக்கப்பட்டிருக்கும். குரான் மொழிகளும் பிற இஸ்லாமியக் கருத்துரைகளும் புலி வடிவிலான வனப்பு எழுத்துகளில் எழுதவும் பெற்றன.

திப்பு சுல்தான் வீழ்ந்த பிறகு ''இசைப்புலி'' என்ற மேற்சொன்ன பொம்மையை வெல்லஸ்லி இங்கிலாந்திற்கு அனுப்பினார். அங்கு அவர்கள் அந்தப் பொம்மைக்குத் தந்த பெயர் ''மனிதன் - புலி – ஆர்கன்''.

மைசூர் அரண்மனையில் பழைய அரசகுடி

திப்பு சுல்தானின் வல்லாண்மை மேலோங்கியிருந்த காலத்திலேயே சிக்க கிருஷ்ணராச உடையாரின் (1734 – 1766) கைம்பெண்ணான மகாராணி மைசூர் அரசவையில் செல்வாக்கு மிக்கவராய் விளங்கினார். அவர் அக்காலத்திலேயே அரசி என்ற முறையில் பிரிட்டீசாருடன் அரசியல் பேச்சு நடத்தி வந்தார். மைசூரில் ஏற்பட்ட புரட்சித் தன்மையான மாறுதல்கள் அனைத்திலும், அவர் வலுவாய் நின்று செயலாற்றினார். இறுதி மைசூர்ப்போரின் முடிவில், இந்த 1799 ஆம் ஆண்டு ஏற்பட்ட சீரங்கப்பட்டண உடன்படிக்கையிலும் அரசியார் கையெழுத்திட்டார்.

திப்பு போரில் இறந்த பின்னர் மைசூர் நாடு முழுமையும் பிரிட்டீசாரின் ஆளுகைக்குள் வந்துவிட்டது. பிளாசி வெற்றிக்கு (இ.ச.க. தொகுதி-6) எட்டாண்டுகளுக்குப் பிறகுதான், 1768 ஆம் ஆண்டு மிகப் பரந்த வங்க மாநிலம் (பிகாரும், ஒரிசமும் அடங்கிய பெருநிலம்) கிழக்கிந்தியக்கம்பெனிக்குக் கிடைத்தது. (இ.ச.க.தொகுதி-7) ஆனால் பெரிய நாடான மைசூரின் ஆட்சியுரிமை அவர்களுக்கு உடனே இந்த 1799 இல் வந்து வாய்த்தது. இவ்வளவு பரந்த நிலப்பரப்பை என்ன செய்வது என்று தலைமை ஆளுநரான வெல்லஸ்லி முடிவு எடுக்க வேண்டிய நிலை ஏற்பட்டது. இந்த ஆட்சி மாற்றத்தில் மைசூர் நாட்டின் தலைமை அமைச்சராயிருந்த பூரணய்ய பேருதவியாயிருந்தார்.

மைசூர் அரச குடும்பத்தினர் இதுவரை (1761-1799) முப்பத்தெட்டு ஆண்டுகள் ஐதரலிகான், திப்பு சுல்தான் ஆகிய இருவரின் ஆதரவில் பொம்மையாயிருந்து அரசோச்சி வந்தது போலவே, இப்போது பிரிட்டீசாரின் பக்க பலத்தோடும், உதவியோடும் அரசிருக்க மனமுவந்து முன்வந்தனர்.

மூன்றாம் கிருஷ்ணராச உடையார் 1799 சூன் 30 அன்று மைசூர் அரியணையில் ஏறினார். அவருக்கு இப்போது ஐந்து வயது. ஐதரலியிடமும் திப்பு சுல்தானிடமும் அமைச்சராய்ப் பணியாற்றி நற்பெயரெடுத்திருந்த பூரணய்ய என்ற மராட்டியப் பிராமணர், இப்போது மீண்டும் தலைமை அமைச்சர் (திவான்) ஆக்கப்பட்டார். குழந்தை அரசர் வயதடைந்தது வரையில் - 1799 முதல் 1811 வரை – பூரணய்ய ஆட்சிப் பொறுப்பைக் கவனித்துக் கொண்டார்.

பூரணய்ய

ஐதரலி கான் சாதாரணப் படை வீரராயிருந்த காலத்திலிருந்து பூரணய்ய அவரை நன்கறிந்திருந்து, அவரது ஏற்றத்திற்குப் பெரிதும் காரணமாயிருந்தார். அவர் திப்பு சுல்தானிடமும் தலைமை அமைச்சராயிருந்து பலகாலம் பணியாற்றியவர்.

மைசூர் நாட்டில் அமைதியையும் ஒழுங்கையும் நிலை நாட்டுவதற்குத் திப்பு சுல்தானின் மூத்த மகனான ஃபத்தே ஐதரை நாட்டின் அரியணையில் ஏற்றுவதுதான் உகந்த வழி என்று பூரணய்ய, ஜெனரல் ஹாரிசிடம் ஒரு திட்டத்தைத் தந்தார். இரு தரப்பும் கூடிப் பேசி முடிவு செய்யும் கப்பத் தொகையை ஃபத்தே ஐதர் கம்பெனியிடம் செலுத்தி விடுவார். நாட்டின் கோட்டைகளிலெல்லாம் எங்கெங்கு வேண்டுமோ அங்கெல்லாம் பிரிட்டீசுக் காவற்படை இருக்கும். அதற்கு வேண்டிய பணத்தை மைசூர் அரசு கொடுத்து விடும் என்பது பூரணய்யவின் திட்டமாகும்.

ஆனால் திப்பு சுல்தானின் குடும்பத்திலிருந்து எவரையும் மைசூரின் அரசராக்குவதைத் தலைமை ஆளுநரான வெல்லஸ்லி ஏற்கவில்லை. அவர் ''பழைய

அரச குடியின் நிலையையும் அதைச் சேர்ந்தவர்களின் குணநலன்களையும் மனச் சார்புகளையும்'' அறிந்து கொள்வதற்கு வேண்டிய ஆய்வுகளை நடத்தினார். அதன் பிறகு பழைய அரச குடும்பத்தையே ஆட்சிக்குக் கொண்டு வருவதென்று ரிச்சர்டு வெல்லஸ்லி 1799 சூன் 4 அன்று முடிவெடுத்தார்.

மைசூரில் பிரிட்டிசாருக்குக் கட்டுப்பட்ட நாட்டரசு 1799 முதல் செயல்படலாயிற்று. பிரிட்டன் மிகக் குறுகிய 34 ஆண்டுக் காலத்தில் இந்தியத்தின் வடமேற்கிலும், தென்பாரதம் முழுமையிலும் இந்துத்தானத்தில் ஆங்காங்கு பல இடங்களிலும் நிலைபெற்று விட்டு, இந்திய நிலப்படத்தில் எல்லைகளே இல்லாத பிரிட்டிசுப் பேரரசை நிறுவும் வெற்றிப் பயணத்தை தொடங்குகின்றது.

2. பாளையக்காரர் போர் : கட்ட பொம்மனுக்குத் தூக்கு

புதிய இந்திய நிலப்படம்

இந்திய வரலாற்றின் புதிய ஏடு 1799 ஆம் ஆண்டில் எழுதப்படலாயிற்று. புதிய தலைமை ஆளுநராய் மார்னிங்டன் பிரபு என்ற ரிச்சர்டு வெல்லஸ்லி பொறுப்பேற்றது; தஞ்சை மராட்டிய அரசும் மேற்குக் கரையின் முக்கிய துறைமுகங்களான சூரத்தும் மங்களூரும் கம்பெனியின் ஆட்சிப் பரப்பினுள் அடங்குதல்; விரைவில் பிரிட்டிசாரால் வீழ்த்தப்படவிருக்கும் வேணாட்டு வேலுத் தம்பியின் எழுச்சி; நான்காம் மைசூர்ப் போரில் பிரிட்டிசார் வெற்றி; மராட்டியரிடையே உள் பிளவு; பிரிட்டிசாரின் கைப்பாவையாகிப் போன நிசாம்; பிரஞ்சுக்காரர் இந்திய மண்ணில் வலுவிழத்தல்; டச்சுக்காரரின் கிழக்கிந்தியக் கம்பெனி கலைக்கப்பட்டு அவர்கள் இந்தியத்தை விட்டு வெளியேறுதல் என்று சங்கிலித் தொடரான நிகழ்ச்சிகள் இந்த 1799 ஆம் ஆண்டில்தான் நடந்தன.

இவற்றொடு தென்பாண்டிச் சீமைப் பாளையக்காரரின் இறுதிப் போரையும், அதில் அவர்கள் ஒடுக்கப்பட்டதையும் சேர்த்துக் கொண்டால், ஒருமையான இந்திய அரசியல் நிலப்படம் இந்த ஆண்டில் வரையப்படுகின்றது என்பது புலனாகும். இரஞ்சித்து சிங்கின் தலைமையில் ஒன்றுபட்டு எழுந்த வலுவான பாஞ்சால அரசும் பிரிட்டிசாரின் கையால் முடிவடையப் போகும் காலமும் வெகு தொலைவில் இலது:

தென்பாண்டிச் சீமை

இராமநாதபுரச் சேதுபதி 1795 ஆம் ஆண்டு நாடிழந்தார். தஞ்சை மராட்டிய மன்னர் 1799 இல் தஞ்சை நகரொடு சுருங்கிப் போனார். கப்பம் கட்ட மறுத்த சில பாளையக்காரர்களையும் கம்பெனி ஒழித்து விட்டது. சாப்டூர்ப் பாளையக்காரரான கொம்மய்ய நாயக்கர் கப்பம் கட்டாததால், அவரது பாளையம் பறிக்கப்பட்டது; அவர் புரட்சிக்காரரானார்; பிரிட்டிசார் அவரைச் சிறைப்பிடித்துத் தூக்கிலிட்டனர். தொட்டம்பட்டி பூசாரி நாயக்கரின் விதியும் இவ்வாறே முடிந்தது. இவற்றால் தென்பாண்டிச் சீமையில் ஆங்கிலேயர் மீது பகைமையுணர்ச்சி ஏற்பட்டது.

பிரஞ்சுப் புரட்சி அரசு பிரிட்டனுக்கு எதிராய் உலகந்தழுவிய அளவில் போராட்டம் நடத்தி வந்தது. அதன் ஒரு பகுதியாய்த் தென்மாநிலத்தின் புரட்சிக் கொள்கைகளையும் நாட்டுக் கிளர்ச்சிகளையும் தூண்டிவிடும் நோக்கத்துடன் பிரஞ்சு அரசு இப்பகுதித் தலைவர்களிடம் தூதுவர்களை அனுப்பியது. திப்புசுல்தானும்

கிளர்ச்சிக்காரர்களுக்கு உதவ முன்வந்தார். இதனாலும் மதுரைச் சீமையில் பிரிட்டீசாருக்கு எதிர்ப்புணர்ச்சி வலுத்தது.

ஒரு பக்கம் ஆர்க்காட்டு நவாபும் மறுபுறம் கம்பெனியாரும் சேர்ந்து கொண்டு தென்னாட்டு மக்களைப் படாதபாடு படுத்தினர்; சொல்லொணாக் கொடுமைகள் புரிந்தனர். கப்பமென்றும் வரி என்றும் பாளையக்காரர்களைக் கசக்கிப் பிழிந்தனர் என்ற குறை பாளையத் தலைவர்களுக்கு இருந்தது.

அவர்கள் தம் குறைகளைக் கம்பெனியாரிடம் எடுத்துக் கூறுவதற்காகச் சென்னையில் வக்கீல்கள் என்ற ஆள்களை வைத்திருந்தனர். எனினும் கம்பெனி அவர்களுக்குரிய சலுகைகளைத் தர மறுத்தது. இது தமது பெருமைக்கு இழுக்கு என்று பாளையக்காரர் மனம் புண்பட்டனர்.

நிலவுடையார்கள் பணப்பெட்டியைக் காப்பதற்காக வைத்திருந்ததைப் போன்ற வில்லைக் காவலாளிகள் கூட்டத்தை, வரிதண்டும் உரிமை பெற்றிருந்த ஐரோப்பியர் வைத்திருந்தனர். மக்கள் இந்த வில்லைக்காரர்களுக்கு அடிபணிய வேண்டும்.

வரி தண்டும் காலம் வந்ததும், இந்த வில்லைப் படையினர் நாட்டிற்குள் புகுந்து வரிவாங்குவர். அவர்கள் ஏழைக்குடியானவர்களைக் கொடுமைப்படுத்தி வரி வாங்கினர். வரி செலுத்துவதற்கு எவரேனும் சாக்குப் போக்குச் சொன்னால், அந்த ஆளைப் பிடித்து அடைத்து, அவரை மிகுந்த துன்பத்திற்குள்ளாக்கினர்.

இத்தகைய ஆட்சியில் சீர்கேடுகளும் இயற்கையின் இன்னல்களும் சேர்ந்து மக்கள் பொறுக்க முடியாத துன்பங்களைக் கண்டதால், அமைதியிழந்து விட்டனர்.

அரசின் வருவாய்த் துறை ஒவ்வொன்றிலும் கையூட்டும் ஊழலும் மலிந்து நிறைந்திருந்தன. ஆங்கிலேயரிடமிருந்து தமக்கு நியாயம் கிடைக்கும் என்ற நம்பிக்கையை இவையனைத்தும் தகர்த்து விட்டன. இந்நிலையில் 1798 ஆம் ஆண்டு மழை பொய்த்தது. தென் மாவட்டங்களனைத்திலும் வறட்சி பரவிக்கிடந்தது. நாடெங்கும் மனவாட்டமும் துயரமும் தோய்ந்து, அவை கண்களையும் நெஞ்சத்தையும் வருத்தின. எங்கு பார்த்தாலும் மக்கள் பட்டினியால் வாடினர்; பஞ்சம் பிழைக்க ஊர்களை விட்டு வெளியேறினர். தீய சக்திகளனைத்தும் ஒன்று சேர்ந்து மக்களை நெருக்கிக் கசக்கின

குத்தகைக்காரர்களும் குத்தகை உரிமையைத் தம்பெயருக்கு மாற்றிப் பெற்றுக் கொண்டவர்களும் சேர்ந்து கொண்டு பண்டங்களின் விலைகளை ஏற்றினர். வணிகர்கள் மக்களை வருத்தியும் பலவகை மோசடிகளைச் செய்தும் தம் பணப் பெட்டிகளை நிரப்பினர். இம்மக்களில் தீண்டத்தகாதவர்கள், தாழ்த்தப்பட்டவர்கள், கீழ் சாதியினர் என்ற மக்கள் பட்ட கொடுமைகள் அவ்வளவு கொடியனவன்று. ஏனெனில் இந்த அடிநிலை மக்கள் இத்தகைய கொடுமைகளை ஆண்டாண்டுக் காலமாய்ப் பொறுத்துக் கொண்டு புழுப் போல் வாழ்ந்திருந்தனர். அவர்கள் வாழ்ந்திருந்த இருண்ட உலகிற்குள் வரலாறு விளக்கை எடுத்துக் கொண்டு இதுவரை சென்றதில்லை.

நான்காவது மைசூர்ப் போருக்கென்று ஆயிரக்கணக்கான எருதுகளும், மாட்டுவண்டிகளும் போய்விட்டதால், தமிழகத்தின் வட பகுதியிலிருந்து, தெற்கத்தி நாட்டிற்குத் தவச தானியங்களைக் கொண்டு வருவதற்கு வழியில்லாமற் போய்விட்டது. கடல் வழியே உணவு தானியங்களைக் கொண்டு வருவதற்கு இராமநாதபுரத்து ஆட்சித் தலைவரான வில்லியம் காலின்ஸ் ஜாக்சன் தடுத்து விட்டார். ஆனால் இது

சென்னையிலிருந்த ஆட்சிமன்றக் குழுவினருக்குத் தெரியவந்ததும் தடை நீக்கப்பட்டது. ஆனால் காலம் கடந்து போய்விட்டது. தவச தானியங்களின் விலை ஏறிவிட்டது. ஜாக்சனின் அறிவற்ற போக்கினால் பிரிட்டீசு ஆட்சியின் பெயருக்குக் களங்கம் ஏற்பட்டது.

நாடு ஒரு புரட்சிக்கு ஆயத்தமாய் விட்டது. எல்லாரும் ஒன்றுபட்டு எழுந்து நின்று எதிர்த்தால் ஐரோப்பியர் ஒழிந்து போய்விடுவர் என்று மக்கள் நடுவே எழுந்த புரட்சித் தலைவர் கூறலாயினர். பாளையக்காரர்கள் இப்புரட்சித் தலைவர்களையெல்லாம் ஒன்று சேர்த்துக் கம்பெனிக்கு எதிராய்ப் போரிடச் செய்தனர். அவர்களுள் பாஞ்சாலங்குறிச்சி, சிவகிரி, விருப்பாட்சி போன்ற சிறு பாளையங்களின் தலைவர்கள் குறிப்பிடத்தக்கவர்களாயிருந்தனர்.

புரட்சிக்காரரின் கூட்டணி ''பிரிட்டீசுப் பேரரரசின் அமைதிக்கும் பாதுகாப்பிற்கும் பெருந்தீங்குகளை விளைவிக்கக் கூடிய ஆபத்தைத் தோற்றுவித்துள்ளது'' என்று கம்பெனி ஆட்சி மன்றக் குழுவில் தெரிவிக்கப்பட்டது.

ஆனால் இராமநாதபுர ஆட்சித் தலைவரான ஜாக்சன் பாஞ்சாலங்குறிச்சிப் பாளையக்காரர் வீரபாண்டியக் கட்டபொம்மனை இழிவு படுத்தியதால், அது 1799 ஆம் ஆண்டில் பாளையக்காரர் கிளர்ச்சி தோன்றக் காரணமானது.

1799

கட்ட பொம்மன் எழுச்சி

இராமநாதபுரத்தில் 1797 ஆம் ஆண்டில் கிளர்ச்சி எழுந்தபோது கட்டபொம்மனின் தலைமையிலிருந்த நெல்லைச் சீமையின் கிழக்கத்திப் பாளையக்காரர்கள் கப்பம் கட்ட மறுத்து, அந்த எதிர்ப்பில் கலந்து கொண்டனர். அப்போது ஜாக்சன் கப்பம் வாங்கி வருவதற்குப் பாஞ்சாலங்குறிச்சிக்கு ஆள்களை அனுப்பினார்; வெறுக்கத்தக்க முறையில் கட்டபொம்மனுக்குக் கடிதங்களும் எழுதினார். அவர் இவ்வாறு செய்து கட்டபொம்மனை இழிவுபடுத்திவிட்டார். கட்டபொம்மன் இவற்றுக்கெல்லாம் பணிந்து விடவில்லை.

ஜாக்சன் அதன்பிறகு வருவாய் வாரியத்திற்குக் கடிதம் எழுதிக் கட்டபொம்மனைத் தண்டிக்க வேண்டும் என்று அதில் கேட்டுக் கொண்டார். ஆனால் கட்டபொம்மனின் கிளர்ச்சியை அடக்க முயன்றால், அது இராமநாதபுரத்திலிருந்து நெல்லைச் சீமைக்குப் பரவிவிடக்கூடும்; மைசூர்ப் போருக்கு இந்நேரம் படை வேண்டியிருந்தது; சதுப்புநிலப் பகுதியில் அமைந்துள்ள பாஞ்சாலங்குறிச்சிக்குப் படையை அனுப்பி அதைக் கைப்பற்றுவது கடினம் என்று வருவாய் வாரியம் கூறிவிட்டது.

ஜாக்சன் இதையடுத்து 1798 ஆகஸ்டு 18 அன்று கட்டபொம்மனுக்கு ஒரு கடிதம் எழுதினார். கட்டபொம்மன் இரண்டு கிழமைகளுக்குள் இராமநாதபுரம் வந்து தன்னைக் காணவேண்டுமென்று ஜாக்சன் அதில் கூறியிருந்தார். மாவட்ட ஆட்சித் தலைவரான ஜாக்சன் அதன்பிறகு நெல்லைச் சீமைக்குப் புறப்பட்டுப் போய்விட்டார். ஜாக்சன் ஆகஸ்டு 27 அன்று திருக்குற்றாலத்தை அடைந்த போது, கட்டபொம்மன் தன் பரிவாரத்துடன் அங்கு ஜாக்சனுக்காக காத்திருந்தார். ஆனால் ஜாக்சன் கட்டபொம்மனைப் பார்க்க மறுத்துவிட்டார்.

ஆனால் அவர் அதே நேரத்தில் சிறு பாளையக்காரர்களைக் கண்டு பேசினார். அதனால் ஜாக்சன் தன்னை இழிவுபடுத்துவதாய்க் கட்டபொம்மனுக்குத் தோன்றிற்று.

அவரும் பிற பாளையக்காரர்களைப் போன்று மாவட்ட ஆட்சித் தலைவரிடம் தன் கணக்கைத் தீர்த்துக் கொள்ள ஆர்வம் கொண்டிருந்தார். அதனால் கட்ட பொம்மன் ஆட்சித் தலைவரைக் காண்பதற்காகச் சுமார் 640 கிலோ மீட்டர்த் தொலைவு அங்குமிங்குமாய் அவரைப் பின் தொடர்ந்தே குற்றாலம் வந்து சேர்ந்திருந்தார். அவ்வாறு அலைந்து திரிந்து வந்த பின்னரும் ஜாக்சன் கட்டபொம்மனைக் காண மறுத்து விட்டார்.

மாவட்ட ஆட்சித் தலைவரும் அவரைப் பின்தொடர்ந்தே வந்த கட்டபொம்மனும் செப்டம்பர் 17 அன்று இராமநாதபுரத்தை அடைந்தனர். ஜாக்சன் தன்னைச் சிறைப்பிடிக்கப் போவதாய்க் கட்டபொம்மன் கேள்விப்பட்டார். ஜாக்சன் 19 ஆம் தேதியன்று கட்டபொம்மனையும் அவரின் அமைச்சர் சுப்பிரமணிய பிள்ளையையும் சந்தித்தார். கட்டபொம்மன் தன் ஆணையை ஏற்று இராமநாதபுரம் வந்தது நல்லதாய்ப் போயிற்று என்றும் அதனால் அவர் தன்னை அழிவிலிருந்து காத்துக் கொண்டார் என்றும் ஜாக்சன் சொல்லிவிட்டுப் பாஞ்சாலங்குறிச்சிக் கணக்குகளைப் பார்க்கலானார்.

கட்டபொம்மன் கம்பெனிக்குத் தரவேண்டிய நிலுவைத் தொகையில் பெரும்பகுதியைக் கொடுத்துத் தீர்த்து விட்டார் என்பது கணக்குகளிலிருந்து தெரிந்தது. ஜாக்சன் கட்டபொம்மனையும் சுப்பிரமணிய பிள்ளையையும் நிற்க வைத்துக் கொண்டே மூன்று மணிநேரம் கணக்கு வழக்குகளைப் பார்த்தார். அவர் அதன் பிறகும் அவர்களை வெளியேற விடாமல் கோட்டைக்குள்ளேயே இருக்க வேண்டும் என்று அகந்தையொடு கட்டளையிட்டார். அப்போது உடனே சில படை வீரர்களும் உள்ளே நுழைந்தனர். கட்டபொம்மனும் தானாபதி சுப்பிரமணிய பிள்ளையும் மிகுந்த கவனத்துடனும் எச்சரிக்கையுடனும் இராமநாதபுரக் கோட்டையிலிருந்து வெளியேறி விட்டனர்.

கோட்டை வாயிலில் பாளையக்காரர் கூட்டத்திற்கும் கம்பெனிப் படையினருக்குமிடையே மோதல் ஏற்பட்டது. அதில் கம்பெனிப்படை வீரர் சிலரும் லெப்டினன் கிளார்க்கும் இறந்தனர். சுப்பிரமணிய பிள்ளையைச் சிறைப் பிடித்துவிட்டனர். கட்டபொம்மன் தப்பிச் சென்று விட்டார்.

கட்டபொம்மனின் வீரர்கள் இதற்குப் பழிவாங்கும் பொருட்டு இராமநாதபுரக் கடைத்தெருவையும் கம்பெனியின் கிட்டங்கிகளையும் கொள்ளையடித்தனர்.

ஆளுநர் கிளைவு பிரபு இராமநாதபுரத்து மோதல்களைக் கேள்வியுற்றார். கட்டபொம்மன் கம்பெனி அதிகாரத்திற்குக் கட்டுப்பட வேண்டும்; நடந்த நிகழ்ச்சிகள் பற்றி நியாயமான முறையில் ஆய்வு நடக்கும் என்று கிளைவு பிரபு கூறினார். ஆனால், கட்டபொம்மன் கம்பெனியின் மேலாண்மையுடன் விளையாடுவதாயின், அதைச் சென்னை ஆட்சி மன்றக் குழு மிகவும் கடுமையான முறையில் கருத நேரிடும் என்றும் கிளைவு பிரபு எச்சரித்தார்.

ஆளுநர் கருத்து வேற்றுமைகளையும் மனக்கசப்பையும் போக்கும் நோக்கத்துடன், தானாபதிப் பிள்ளை என்ற சிவசப்பிரமணிய பிள்ளையைச் சிறையிலிருந்து விடுவித்தார். ஜாக்சனை ஆய்வு நடந்து முடியும்வரை பதவியிலிருந்து நீக்கி வைத்தார்.

கிளைவு பிரபு பாஞ்சாலங்குறிச்சியுடன் தொடர்பு கொள்ளுமாறு திருச்சிராப்பள்ளியிலிருந்த படைத்தலைவரான மேஜர் ஜெனரல் ஜான் ஃபிளாய்டிற்கு ஆணை பிறப்பித்தார். ஃபிளாய்டு கட்டபொம்மன் கம்பெனியுடன் இணங்கிப்

போவதால் அவருக்கு ஏற்படக் கூடிய நன்மைகளையும், அதை எதிர்ப்பதால் வரக்கூடிய அழிவுகளையும் எடுத்துச் சொன்னதைக் கட்டபொம்மன் ஏற்று இசைந்தார்.

கட்டபொம்மனுக்கும் கம்பெனிப் படையினருக்குமிடையே இராமநாதபுரத்தில் நடந்த மோதல் குறித்து ஆராய்வதற்காக வில்லியம் பிரவுன், வில்லியம் ஓராம், ஜான் காஸ்மேயர் என்ற மூவரடங்கிய குழுவைச் சென்னை ஆட்சி மன்றம் அமைத்தது.

இக்குழு கட்டபொம்மனை 1798 டிசம்பர் 15 அன்று கண்டு பேசியது. குழு அவர் கூறியவற்றைக் கேட்டு ஆராய்ந்த பிறகு, அவர் கிளர்ச்சி செய்தார் என்ற குற்றம் எதுவும் அவர் மீது இல்லை என்பது ஏற்கப்பட்டது. மாவட்ட ஆட்சித் தலைவர் ஜாக்சன் ஆராயாது செய்த அவசரச் செயலை ஆய்வுக் குழு கண்டித்தது.

ஜாக்சன் கட்டபொம்மனை இருபத்து மூன்று நாள்கள் ஊரெல்லாம் தன் பின்னால் அலைந்து திரிய வைத்ததுடன், அவர் இராமநாதபுரம் வந்ததும் அவரையும் அவரின் அமைச்சரையும் நடத்திய விதம் முறையானதன்று. ஜாக்சனின் இச்செயலால் கட்டபொம்மன் தன் உயிருக்குப் பாதுகாப்பு வேண்டும் என்று கருத நேர்ந்தது. அதனால் அவரின் ஆள்களில் ஒருவர் லெப்டினண் கிளார்க்கை ஈட்டியால், குத்திக் கொன்றார். ஆதலால் கட்டபொம்மன் இறந்து போன கிளார்க்கின் குடும்பத்திற்கு ஆதரவாய் அவரின் சம்பளத்திற்கும் படித்தொகைக்கும் ஈடான பணத்தை அளிக்க வேண்டும். ஆய்வுக் குழுவினரின் இம்முடிவுகள் கட்டபொம்மனுக்கு மன நிறைவு தரவில்லை.

ஆதலால் நான்காம் மைசூர்ப் போர் மூண்டதும், கட்டபொம்மன் அதைத் தனக்கு நல்ல வாய்ப்பாகக் கொண்டு கம்பெனியை எதிர்க்க ஆயத்தமானார்.

1799

கட்டபொம்மன் குமுறல்

கட்டபொம்மன் புரட்சிக்காரர்களான நாகலாபுரம், ஏழாயிரம் பண்ணை, கோலார்ப்பட்டி, கடல்குடி, குளத்தூர் ஆகிய பாளையத்தலைவர்களுடன் சேர்ந்தார். அத்துடன் போரைத் தொழிலாய்க் கொண்ட கள்ளரையும் தன் படையில் சேர்த்துக் கொண்டார். இராமநாதபுரம், சிவகங்கை, திண்டுக்கல் முதலிய இடங்களிலிருந்த கிளர்ச்சிக்காரர்களுடன் நெருங்கிய தொடர்பு கொண்டார்.

கட்டபொம்மன் தன் பாளைய எல்லையில் காவல் வீரரை நிறுத்தினார். சென்னையில் தன் ஆள்களை ஏவிக் கம்பெனியின் இராணுவ இரகசியங்களைத் திரட்டச் செய்தார். சிவகிரி இப்போது கம்பெனி ஆட்சியில் இருந்தபடியால், அங்கு தனக்கு முன்னர் இருந்த செல்வாக்கை மீண்டும் பெறுவதற்காகக் கட்டபொம்மன் தன் உடன் பிறப்பான ஊமைத்துரை என்ற குமாரசாமி நாயக்கர் தலைமையில் சிவகிரிக்கு ஒரு படையை அனுப்பினார். (சிவகிரி : இ.ச.க. தொகுதி-7,9)

சிவகிரி

சிவகிரிக் கோட்டை மேற்குத் தொடர்ச்சி மலையடிவாரத்தில் போர்த் தந்திர முக்கியத்துவம் வாய்ந்த இடத்தில் அமைந்திருந்தது. அந்தக் கோட்டை மிகப் பாதுகாப்பானது. அக்கோட்டை ஒருவேளை விழுந்தாலும், அங்கிருந்து அருகிலுள்ள காடுகளுக்குள் ஓடிச்சென்று போரைத் தொடரலாம்.

கட்டபொம்மன் சிவகிரியாருக்கும் அவரின் மகனுக்கும் பகையை உண்டாக்க எண்ணி மகனை ஆதரித்தார். கம்பெனிக்கு எதிரான போரில் இதை முக்கியமான

அரசியல் தந்திரமாய்க் கட்டபொம்மன் எண்ணினார். ஆனால் கம்பெனி இதை விரும்பவில்லை. இச்செயல் தன் மேலாண்மையை எதிர்ப்பதாகும் என்று கம்பெனி கருதியது.

வரி செலுத்த மறுப்பு

கட்டபொம்மன் 1799 இல் கம்பெனிக்கு வரி செலுத்த மறுத்தார். அவர் ஏப்பிரல் மாதம் இராமநாதபுரத்தின் கம்பெனிப் பகுதிக்குள் புகுந்தார். அப்போது அங்கு ஸ்டீஃபன் ரம்போல்டு லூசிங்டன் ஆட்சித் தலைவராயிருந்தார். அவர் இதைக் கண்டு அஞ்சி, கட்டபொம்மன் தன்னை நேரில் வந்து காணவேண்டுமென்று கூப்பிட்டார். கட்டபொம்மன் அதற்குச் செவி சாய்க்கவில்லை. கட்டபொம்மனின் கூட்டாளிகளும் கம்பெனிக்கு வரி செலுத்துவதை நிறுத்தியதுடன், அதன் ஆட்சிப் பகுதிகளுக்குள் நுழைந்து ஊர்களைப் பிடித்தனர்.

திப்பு சுல்தானுக்கு எதிராய் இப்போது நிகழ்ந்துவரும் நான்காவது மைசூர்ப் போரில் நேரடியாய்க் கலந்து, அதை நடத்திச் செல்லும் தலைமை ஆளுநரான வெல்லஸ்லி பிரபு பாளையக்காரர்களின் இந்தப் போரை ஒடுக்குவதென்று உறுதி பூண்டு, ஒரு பெரும் படையைத் தெற்கே அனுப்பினர்.

மேஜர் பானர்மன்

மேஜர் பானர்மன் கம்பெனிப் படைக்குத் தலைமை ஏற்றுப் புரட்சிக்காரர்களை எதிர்க்கப் புறப்பட்டார். அவர் இராமநாதபுரத்துக் கிளர்ச்சிக்காரர்களை முதலில் ஒடுக்கி விட்டுப் பாலமநேரி என்ற இடத்தில் நடந்த சண்டையில் அவர்களின் தலைவரான சிங்கஞ் செட்டியைக் கொன்றார்.

கம்பெனிப் படை புரட்சிக்காரர் பலரின் தலைகளைக் கொய்து, அவற்றை வேல் கம்பில் குத்தி வீதிகளில் நிறுத்திற்று. இதைக் கண்டு அஞ்சிய ஊர் மக்கள் பல திக்குகளில் சிதறி ஓடினர். இதன் பிறகு நாட்டில் அமைதி ஏற்பட இரண்டு மாத காலமாயிற்று. எனினும் உள் குமுறல் இருந்து கொண்டே வந்தது. ஆதலால் புரட்சிக்காரர்கள் ஒன்றுகூடி விடாதிருப்பதற்காகப் பானர்மன் கமுதியில் ஒரு பெரும்படையை நிறுத்தி வைத்தார்.

இறுதி எச்சரிக்கை

கட்டபொம்மன் தன்னை 1799 செப்டம்பர் 4 அன்று இராமநாதபுரம் வந்து காணவேண்டுமென்று பானர்மன் முதல் தேதியன்று எச்சரிக்கை அனுப்பினார். ஆனால் அவர் குறித்த நாள் நல்ல நாள் அல்லவென்று கட்டபொம்மன் தட்டிக் கழித்தார்.

கம்பெனிப் படை திருநெல்வேலி, கயத்தாறு, கோயில்பட்டி ஆகிய இடங்களிலிருந்து 5 ஆம் தேதியன்று கிளம்பிச் சென்று பாஞ்சாலங்குறிச்சிக் கோட்டையைச் சூழ்ந்து நின்றது.

பாஞ்சாலங்குறிச்சிக் கோட்டை

பாஞ்சாலங்குறிச்சிக் கோட்டை நீள்சதுர வடிவான மண்கோட்டை; அதன் நீளம் 500 அடி; அகலம் 300 அடி – அதில் சதுரமான சிறு கொத்தளங்கள் இருந்தன.

கம்பெனிப் படை இக்கோட்டையைத் திடீரென்று சூழ்ந்து வளைத்துக் கொண்டதால், கட்டபொம்மனால் தன் படை முழுவதையும் திரட்டிக் கோட்டையைக் காப்பாற்றுவதற்கு முடியவில்லை.

புரட்சியாளரின் பெரும்படையொன்று கோட்டைக்குள் நுழைய முயன்றதைப் பானர்மன் தோற்கடித்துக் கோட்டைக்கும் வெளியுலகிற்கும் இருந்த தொடர்பைத் துண்டித்தார். புரட்சியாளர் தன்னிடம் நிபந்தனையின்றிச் சரணடைய வேண்டுமென்று இராமலிங்க முதலியாரைப் பானர்மன் கோட்டைக்குள் தூதனுப்பினார். ஆனால் பேச்சு முறிந்தது. எனினும் தூது சென்ற இராமலிங்க முதலியார் கோட்டைக்குள்ளிருந்த காலத்தில் உளவு பார்த்துக் கோட்டையை ஆக்கமான முறையில் தாக்குவதற்கு வேண்டிய உயிர்நாடியான இரகசியங்களைச் சேகரித்துக் கொண்டு வெளியே வந்தார்.

கோட்டையில் விரிசல்

கோட்டையின் தலைவாயிலில் கிழக்குப் பக்கத்தில் பெரிய விரிசல் கண்டிருந்ததைக் கண்டுவந்து இராமலிங்க முதலியார் பானர்மனிடம் சொல்லிவிட்டார். கோட்டை அந்தப் பக்கத்தில் வலுவற்றிருந்தது.

பானர்மன் இச்செய்தியை அறிந்ததும் புதிய போர் முறையை வகுத்தார். கம்பெனிப் படையினர் அதன் பிறகு கோட்டைச் சுவரை நோக்கி உறுதியுடன் முன்னேறினர். ஆனால் புரட்சியாளரின் கடும் எதிர்ப்பைத் தாங்கவியலாது கம்பெனிப் படையின் முன்னணி சீர் குலைந்தது. அதனையடுத்து முன்னேறிய படையும் சிதறியது. பானர்மன் மிகுந்த ஏமாற்றமடைந்து விட்டார். அவர் தன் எதிரியின் போர்த்திறமையைக் குறைத்து மதிப்பிட்டு விட்டார். பாளையக்காரர் படையின் வீரமிக்க எதிர்ப்பைக் கம்பெனிப்படையினால் முறிப்பதற்கு இயலவில்லை.

பானர்மன் மனந்தளர்ந்து கோட்டை முற்றுகையைக் கைவிடவில்லை. அவர் பல்வேறு இடங்களிலிருந்து தன் உதவிக்குப் படைகளைப் பாஞ்சாலங்குறிச்சிக்கு அழைத்தார். புரட்சியாளர் தம் பாதுகாப்பிற்கு ஏற்பட்டுவிட்ட இக்கட்டான நிலையை உணர்ந்ததும் 6 ஆம் தேதி இரவு கோட்டையைக் கைவிட்டு வெளியேறினர்.

புரட்சிக்காரருக்குத் தூக்கு

கம்பெனிப் படை அவர்களை விரட்டிச் சென்று தாக்கிக் கோலார்பட்டியில் பலரைக் கொன்றது. அப்போது தானாபதிப்பிள்ளை என்ற சிவசுப்பிரமணிய பிள்ளை அங்கு கம்பெனிப் படையிடம் சிறைப்பட்டார்.

பானர்மன் செப்டம்பர் 9 அன்று சௌந்தர பாண்டியன் தலைமையிலிருந்த புரட்சிப்படையைத் தோற்கடித்து நாகலாபுரத்தைப் பிடித்துக்கொண்டார். கம்பெனிப்படை இங்கு வெற்றிகண்டபின் கோயில்பட்டிக்கும் பின்னர் கயத்தாற்றுக்கும் கிளம்பிற்று. இதைக் கண்ட பாளையக்காரரில் பலர் பணிந்து கம்பெனிக்கு அடங்கி நடக்க ஒப்பினர். இந்தச் சண்டையினால் தென்பாண்டிச் சீமையில் ஒழுங்கும் அமைதியும் ஏற்பட்டன.

பானர்மன் புரட்சித் தலைவர்களையெல்லாம் நாகலாபுரத்திற்கு வரச் செய்தார். அவர் சிவசுப்பிரமணிய பிள்ளைக்கும் சௌந்தர பாண்டியனுக்கும் மரண தண்டனை விதித்து முன்னவரை நாகலாபுரத்திலும் பின்னவரைக் கோபாலபுரத்திலும் தூக்கிலிட்டார்.

கட்டபொம்மனுக்கு மரண தண்டனை

இதற்கிடையே புதுக்கோட்டை மன்னரான விசய ரகுநாதத் தொண்டைமான் *(1789– 1807)* தனது நாட்டிலுள்ள கல்போர் என்ற இடத்தில் கட்டபொம்மனைப் பிடித்துப் பிரிட்டீசாரிடம் ஒப்படைத்து விட்டார்.

பானர்மன் கட்டபொம்மனைப் பாளையக்காரர் கூடியிருந்த கயத்தாற்றுக்குச் செப்டம்பர் 16 அன்று கொண்டு வந்தார். அங்கு கட்டபொம்மனுக்கு மரண தண்டனை அறிவிக்கப்பட்டது. பாளைய மக்கள் கூட்டம் முழுமையும் ஊமையாயிருந்து அச்சத்தோடும் வியப்போடும் இக்காட்சியைப் பார்த்தபடி இருந்தது. கட்டபொம்மனைத் தூக்கிலிடுவதற்காக அவர்களின் கண் முன்னரே, அவரைப் புளியமரத்தை நோக்கி நடத்திச் சென்றனர். பானர்மன் இக்காட்சியைத் தன் குறிப்புகளில் இங்ஙனம் எழுதி வைத்திருக்கின்றார்.

''நேற்று விசாரணைக்காகக் கூடியிருந்தவர்களின் முன்னிலையில், அந்தப் பாளையக்காரர் (கட்டபொம்மன்) அந்நேரம் முழுமையிலும் அஞ்சாமல் நெஞ்சுரத்தோடு நின்ற பாங்கையும் நடத்தையையும் இங்கு குறிப்பிடுவது தவறாகாது. அவர் (கட்டபொம்மன்) அடிக்கடி எட்டயபுரத்துப் பாளையக்காரரைப் பார்த்துக் கொண்டேயிருந்தார். அவர் (எட்டயபுரத்தார்) மீதும் சிவகிரிப் பாளையத்தார் மீதும், அவர் (கட்டபொம்மன்) கடும் வெறுப்புக் கொண்டிருந்தார். அவர் தூக்கு மரத்தை நோக்கிச் சென்றபோது நிமிர்ந்த நடையொடு துணிச்சலுடன் தன் இருமருங்கும் நின்றிருந்த பாளையத்தார் மீது வருத்தந் தோய்ந்த வெறுப்பை இடமும் வலமும் வீசிக்கொண்டே போனார். அவர் தூக்குமரத்தை நோக்கிப் போன வழியில் ஊமையரான தன் தம்பி (குமாரசாமி என்ற ஊமைத்துரை) பற்றி மட்டும் சிறிது கவலை தெரிவித்தார் என்று என்னிடம் சொன்னார்கள். அவர் தூக்குமரத்தை அடைந்து (அது ஒரு புளிய மரம்) அதன் அடியில் நின்றபோது (பாஞ்சாலங்குறிச்சிக்) கோட்டையை விட்டுத் தான் வெளியேறியது குறித்து வருத்தம் தெரிவித்தார். அந்தக் கோட்டையைக் காக்கப் போராடிச் செத்திருந்தால், அது நன்றாயிருக்கும் என்றும் கூறினாராம்.''

கட்டபொம்மன் *1760* ஆம் ஆண்டு ஜனவரி *3* அன்று பிறந்தார்; *1790* பிப்ரவரி *2* ஆம் தேதி பட்டத்திற்கு வந்தார். நாற்பது வயது நிறையுமுன்னர், *1799* அக்டோபர் *16* அன்று கயத்தாற்றில் தூக்கிலிடப்பட்டார்.

பாளையக்காரர் அணியின் வீழ்ச்சி

இந்த *1799* ஆம் ஆண்டு நடந்த பாளையக்காரர் சண்டையில் கிழக்கத்திப் பாளையக்காரர் என்ற தெலுங்கு அணியினர் மட்டுமே கலந்து கொண்டு போரிட்டனர். கட்டபொம்மனுடன் அணி சேர்ந்த சிறுபாளையக்காரர்களான அவர்களையும் அவர்களுக்குத் துணை நின்ற தலைவர்களையும் பிரிட்டீசார் கொடூரமாய்ப் பழிவாங்கினர். அவர்கள் ஒரே மாதத்திற்குள் ஒழிக்கப்பட்டனர். அவர்கள் நாகலாபுரம், (கோலவார் பட்டி, கொல்லப்பட்டி என்றும் அழைக்கப்பெறும்) கொல்லர்பட்டி, ஏழாயிரம் பண்ணை, கடல்குடி, குளத்தூர் ஆகிய பாளையங்களைச் சேர்ந்தவர்களாவர்.

நாகலாபுரம்

விளாத்திகுளம் அருப்புக் கோட்டைச் சாலையிலிருந்து சுமார் 27 கிலோ மீட்டரில்

நாகலாபுரம் உள்ளது. இந்தச் சிறு பாளையம் கம்பெனியை எதிர்த்து நடந்த சண்டையில் கட்டபொம்மனின் பக்கம் இருந்தது. நாகலாபுரம் பாளையக்காரருக்குச் சடகோப பிள்ளை என்பவர் தானாதிபதியாயிருந்து, அவருக்கு ஆலோசனை வழங்கி வந்தார்.

கம்பெனி நாகலாபுரம் பாளையத்தின் உரிமைகளைப் பறித்துக்கொண்டு, பாளையக்காரரைச் சென்னைக்கு அனுப்பி, அவர் அங்கேயே இருக்க வேண்டுமென்று விதித்துவிட்டது. அவர் 1800 வாக்கில் பாளையத்தை விட்டுச் சென்னைக்குக் கடத்தப்பட்டார். அவர் சென்னையிலேயே வாழ்ந்து அங்கேயே இறந்து போனார்.

நாகலாபுரத்தில் பாஞ்சாலங்குறிச்சித் தானாபதி சிவசுப்பிரமணிய பிள்ளை தூக்கிலிடப்பட்டதை மேலே கூறினோம்.

ஏழாயிரம் பண்ணை

தளவாய் அரியநாதன் (1559 – 1600) மதுரை நாயக்கர் ஆட்சியை நிலையாய் ஊன்றுவதற்காக உண்டாக்கிய 72 பாளையங்களுள் ஏழாயிரம் பண்ணை ஒன்றாகும். ஏழாயிரம் பேருக்கு வழங்கப்பட்ட ஒரு பண்ணையாக அல்லது ஏழாயிரம் பண்ணைகளை உடையதாக இருந்ததால் இவ்வூருக்கு இப்பெயர் ஏற்பட்டதென்பர்.

ஏழாயிரம் பண்ணைப் பாளையத்தாரையும் கம்பெனி பழிவாங்கியது. இவரது பாளையப்பட்டு உரிமை 1801 வாக்கில் நீக்கப்பட்டது. இவரையும் நாகலாபுரத்தாரைப் போன்று பாளையத்தை விட்டுக் கடத்திச் சென்னையில் இருக்க வேண்டுமென்று பணித்தனர். இவரும் சென்னையிலேயே வாழ்ந்து முடிந்தார்.

ஏழாயிரம் பண்ணைப் பாளையத்தாருக்குப் பரதம் பெருமாள் பிள்ளை என்பவர் தானாபதியாயிருந்து வழிகாட்டினார். இவரையும் கம்பெனி சிறை செய்தது. இந்தப் பண்ணையைப் பிரித்து எட்டயபுரத்திற்கும் மணியாச்சிக்கும் கொடுத்து விட்டனர். ஏழாயிரம் பண்ணையார் வாழ்ந்த மாளிகை சிதைந்த நிலையில் பலகாலம் இருந்தது என்பர்.

பாஞ்சாலங்குறிச்சி

கட்டபொம்மனைத் தூக்கிலிட்ட பிறகு அவரின் உடன்பிறந்த ஊமைத் துரையையும் பிற உறவினர்களையும் கம்பெனி பாளையங்கோட்டைச் சிறையில் அடைத்து விட்டது. அவர்கள் தூத்துக்குடியிலிருந்த படைக்குத் தலைவராயிருந்த கேப்டன் டேவிசன் பொறுப்பில் விடப்பட்டனர்.

முற்றிலும் தரைமட்டமாக்கப்பட்ட பாஞ்சாலங்குறிச்சிக் கோட்டை மீண்டும் எழும்புகின்றது என்ற செய்தி தெரியவந்தது. அது முன்னைப்போல் வலுவுடையதாய் வேண்டிய நேரத்தில் ஆயத்தமாய்விடும் என்றும் கூறப்பட்டது. கம்பெனி இதை அறிந்ததும் மனக்கலக்கம் அடைந்தது. கம்பெனி இது குறித்து நுணுகி ஆராய்ந்த பிறகு, பாஞ்சாலங்குறிச்சிக் கோட்டையும் பிறகோட்டைகளும் மேஜர் பானர்மன் நெல்லை மாவட்டத்தை விட்டுக் கிளம்பிய பின்னர் எழுப்பப்பட்டன என்பது தெரிந்தது. மண்கோட்டைகளை முற்றிலும் தகர்த்து விட்டாலும், அவற்றை வெகுதுரிதமாய் எழுப்பிவிட முடியும். ஆயிரம் அல்லது இரண்டாயிரம் பேரை வைத்து இரவு பகலாய் ஆர்வத்துடன் பாடுபட்டால், பாஞ்சாலங்குறிச்சியைப் போன்ற கோட்டையை ஓரிரு நாளில் மாயசக்தியைக் கொண்டு எழுப்பியது போல் செய்துவிட முடியும். ஆனால்

பானர்மன் அக்கோட்டைகள் மீண்டும் எழும்பினாலும் எவ்வகையிலும் பயன்படமுடியாது என்பதைத் தெளிவாய் அறிந்திருந்தார். அவர் பாளையக்காரர்களின் நாற்பத்திரண்டு கோட்டைகளைச் செயலற்றுப் போகச் செய்திருந்தார். இது அவருக்குக் கிடைத்த முழு வெற்றியாகும்.

எட்டயபுரம்

எட்டயபுரத்துப் பாளையத்தார் இந்த ஆண்டு நடந்த போரில் கம்பெனிக்கு ஆதரவாயிருந்ததற்காக, அவருக்கு பாஞ்சாலங்குறிச்சிக்கு உரிமையான 114 ஊர்களைப் பிரிட்டீசார் வழங்கினார். அத்துடன் அவர்கள் அவருக்குக் கர்நாடகத்துத் தொட்டிப் பல்லக்கு, தங்கக் கலசம் வைத்த கூடாரம், குதிரைகள், போர் முரசு ஆகியவற்றையும் அளித்தனர்.

கம்பளத்தார்

இந்த பாளையக்காரர் பாஞ்சாலங்குறிச்சியாரைப் போன்று கம்பளத்துக்காரர் என்ற வகுப்பினர் ஆவார். கம்பளர் என்பது தமிழில் வேளாளரான மருத நிலத்து மக்களைக் குறிக்கும். கம்பளத்தார் என்பது வேளாண் தொழில் செய்யும் வகுப்பினரான தொட்டிய நாயக்கரைக் குறிக்கும். தெலுங்கு மொழி பேசும் கம்பளத்தார் விசயநகரத்திற்கு வடக்கேயிருந்து வந்து முதலில் மதுரையிலும் பின்னர் தெற்கிலும் குடியேறினர் என்பர். இவர்கள் தரிசு நிலங்களைப் பண்படுத்தி வேளாண்மை செய்வதில் வல்லவர்கள். இம்மக்களின் குலதெய்வம் சக்கம்பாள்.

எட்டயபுரத்துப் பாளைய மாளிகைக்கு அருகில் ஒரு சிவன் கோயில் உள்ளது. அங்கு இப்பாளையக்காரர் 1799 அக்டோபர் 20 அன்று வெளியிட்ட ஓர் அறிவிப்பைக் கூறும் செப்பேடு உள்ளது. அதில் தன் குடிகளெல்லாம் பிரிட்டீசாரின் ஆட்சிக்குக் கீழ்ப்படிய வேண்டும் என்று பொறிக்கப்பட்டுள்ளது.

கட்டபொம்மனின் முன்னோர் எட்டயபுரத்துப் பாளையத்தில் ஊழியராயிருந்தனர். அவர்கள் பின்னர் தம் சூழ்ச்சித் திறத்தால் தமக்கென்று ஒரு பாளையத்தை அமைத்துக் கொண்டனர்.

கடல்குடி, கோலார்பட்டி, குளத்தூர்

கடல்குடிப் பாளையக்காரரையும், கம்பெனி பாளையத்தை விட்டு வேறு இடத்திற்குக் கடத்தி விட்டது.

கோலார்பட்டிப் பாளையக்காரர் வலுவற்றவர். கண்பார்வை இல்லாத இளவயதுக்காரர். அவருக்கு அவருடைய மைத்துனரான சௌந்தரலிங்க நாயக்கர் அமைச்சர் போலிருந்து வழிநடத்தினார். இளைஞரான கோலார்பட்டிப் பாளையத்தார் அவர் பேச்சைக் கேட்டு அதன்படி நடந்தார்.

குளத்தூராருக்கு 60-70 வயது இருக்கும். இவருக்கு இவரின் மகனான சின்ன வீட்டு நாயக்கர் அமைச்சர் போலிருந்து, தந்தையை ஆட்டி வைத்தார்.

கம்பெனி இவற்றையெல்லாம் கருத்திற்கொண்டு இவ்விரு பாளையக்காரரிடமும் கடுமையாய் நடந்து கொள்ளவில்லை.

1799

விடுதலையுணர்விற்குப் பானர்மன் பூட்டிய விலங்கு

கட்டபொம்மனை 1799 செப்டம்பர் 16 அன்று கயத்தாற்றுப் புளியமரத்தில் தூக்கிலிட்டுக் கொன்ற பிறகு, கம்பெனிப் படைத்தலைவரான மேஜர் பானர்மன், செப்டம்பர் 21 ஆம் தேதியிட்டுப் பிற பாளையக்காரர்களுக்குப் பிறப்பித்த ஆணை :

''பாளையக்காரர் எவரும் இனிமேல் எவ்விதமான கோட்டையையும் கட்டலாகாது; வெடிகுண்டு, துப்பாக்கி முதலிய எறிபடைகளை எவரும் வைத்திருக்கக் கூடாது; அவற்றைச் செய்யவும் கூடாது.

''ஈட்டி, துப்பாக்கி, வேல், வாள், வல்லயம் முதலிய படைக்கலன்களைக் குடிமக்களில் எவரும் வைத்திருக்கலாகாது; இதை மீறி வைத்திருப்பவருக்கு மரண தண்டனை விதிக்கப்படும். ஒரு சமீனிலுள்ள குடிமக்களின் நன்னடத்தைக்கு அந்தச் சமீன் உரிமையாளரே பொறுப்பாவார். குடியானவர் எவரும் படைக்கலனை வைத்துக் கொண்டு அரசிற்குத் தொல்லை தந்தால், அவர் கொல்லப்படுவார். அந்தக் குடியானவரை வைத்திருந்த சமீந்தாரும், தன் சமீனை இழந்து, கம்பெனியால் தண்டிக்கப்படுவார்.''

இந்த ஆணை பிறப்பிக்கப்பட்ட பிறகு, இதுவரை தம்மை அரசர்போல் நினைத்துக் கொண்டிருந்த பாளையக்காரர் நிலக்கிழாரின் நிலைக்குக் கீழே தள்ளப்பட்டு விட்டார்.

உடன்படிக்கைகள், ஒப்பந்தங்கள், ஆணைகள், கட்டளைகள், விதிகள், சட்டங்கள் ஆகியவற்றின் துணைகொண்டு ஒரு நாட்டின் மக்களை இன்னொரு நாட்டினர் படிப்படியாய்த் தம் ஆளுகைக்குக் கீழ் கொண்டு வந்த அரசியல் விந்தையின் எதிர் விளைவுகளை இருபதாம் நூற்றாண்டில் பெரிய மக்களியக்கமாய்க் காணப்போகின்றோம். பிரிட்டிசாருக்கு வெகு ஏற்புடையதாயும் நெஞ்சத்திற்குகந்ததாயும் தனி நலன்களுக்கு அரணாய் நின்றதாயும் விளங்கிய ''சட்டத்திற்குள்பட்ட ஆட்சி'' (*rule of law*) என்ற விடாப்பிடியான கோட்பாட்டின் இருண்ட மறுபக்கத்தைச் சட்டம் பயின்ற காந்தியடிகள் நன்கு விளங்கிக் கொண்டதையும் ஒருதலையான அச்சட்டங்களை அவர் மறுத்ததையும் வரலாறு நமக்குப் பின்னர் காட்டும்.

கம்பெனி ''நாட்டுக் காவல்'' உரிமையைப் பெற்றது

கிழக்கிந்தியக் கம்பெனி ஆர்க்காட்டு நவாபு முகமதலியுடன் செய்து கொண்ட ஓர் உடன்படிக்கையின்படி, கம்பெனி பாளையக்காரரிடமிருந்து வந்த ''நாட்டுக் காவல் உரிமையைப்'' பெற்றுவிட்டது. இதனால் கம்பெனி ஊழியர்கள் உள்நாட்டு நடைமுறைகளில் தலையிடும் உரிமைகளைப் பெற்று விட்டனர் என்று கொள்ளப்பட்டது.

''காவல்'' என்பது என்ன?

தமிழகத்தின் ஒவ்வோர் ஊரிலும் நினைவிற்கெட்டாத காலத்திலிருந்து நாடு காவல் என்ற காவல் முறை இருந்து வந்தது. காவல்களில் நாடு காவல், திசைக் காவல், பாடி காவல், கிராமக் காவல், ஏரி, குளம், கால்வாய் காவல் என்று பல பிரிவுகள் இருந்தன. சங்க காலத்திலிருந்து (சு. 250 கி.மு.–சு. 250 கி.பி) இத்தகைய காவல் முறைகள்

இருந்து வந்தன என்பர். சோழர் காலக் கல்வெட்டுகளில் (846-1279 கி.பி.) இத்தகைய காவல் பற்றிய செய்திகள் காணப்படுகின்றன. தமிழகத்தில் முகலாயர் காலம் வரையிலும் பாளையப்பட்டும் காவல் முறையும் இணையான அமைப்புகளாய் இயங்கி வந்தன.

பாளையக்காரர் அமைப்பில் போர்ப்படை என்ற உறுப்பொடு நாட்டுக்காவல் என்றழைக்கப்பட்ட ''காவல்'' என்ற ஒரு பிரிவும் இருந்தது. பாளையக்காரர் தம் வல்லாண்மையை விரிப்பதற்கு உகந்த ஒரு கருவியாய்க் காவலைப் பயன்படுத்தினர். பாளையக்காரர் ஊர்களில் அமர்த்தும் காவல்காரர்களுக்கு ஊதியம் தருவதற்காகச் சிறு தொகையை வரியாய் வாங்கினர்.

பாடி காவலர் என்போர் கலகம், திருட்டு ஆகியவற்றிலிருந்து ஊர்களைக் காக்கும் பணிகளை மேற்கொண்டனர். இத்தகைய காவலர்களுக்கு அளித்த ஊதியத்திற்குப் பாடி காவல் என்றும் கங்காணி என்றும் பெயர். இக்காவலுக்கு ஊதியமாய்ப் பணம், பொருள், நிலம் எனப் பலவாறாய் அளிக்கப்பட்டது. இக்காலத்தில் போன்று காவலர்க்கு அன்று வீடுகளும் கட்டித் தரப்பட்டன.

கி.பி. பதினைந்தாம் நூற்றாண்டில் காவலர்களுக்கு நாடு சுதந்திரம், தலையாரிகள், காவற்காரர்கள் என்று பெயர் இருந்தது. பதினெட்டாம் நூற்றாண்டிலும் இதே காவல்முறை தொடர்ந்தது. காவல் வரி என்ற பெயரால் தண்டிய வரியிலிருந்து காவற்காரர்களுக்கு ஊதியம் தந்தனர்.

ஊர் மக்களுக்குக் காவல் அளிக்கும் உரிமைக்காகவும், சில நேரங்களில் கூடுதலாய் வரிவாங்கவும், பாளையக்காரர்களும் அவர்களைச் சார்ந்தவர்களும் காவல் முறையைத் தமக்கு வழிவழியான உரிமையாக்கிக் கொண்டனர். இராமநாதபுர ஆட்சித் தலைவரான லூசிங்டன் (ஜாக்சனுக்குப் பிறகு அப்பொறுப்பை ஏற்றவர்) திருநெல்வேலி மாவட்டத்திலிருந்த 2,113 ஊர்களில் பாளையக்காரர்களுக்கும் அவர்களைச் சார்ந்தவர்களுக்கும் 1635 ஊர்களில் காவல் வரிவாங்கும் உரிமை 1799 இல் இருந்தது என்பதைக் கண்டார். அவர்களால் எந்த உரில் தம் ஆளைக் காவலராய் அமர்த்த முடியவில்லையோ, அங்கு பிறர் அமர்த்திய காவலரிடமிருந்து ஆண்டுதோறும் பெருந்தொகையை வாங்கினர்.

ஆங்கிலேயரின் மேலாண்மை தொடங்கிய இக்காலத்தில், காவலர் என்ற பிரிவினரால்தான் நாட்டில் அமைதி கெட்டுக் குழப்பம் உண்டாகின்றது என்று அவர்கள் கருதினர். பதினெட்டாம் நூற்றாண்டின் இக்காலகட்டத்தில் கள்ளர் அல்லது மறவர் என்ற வகுப்பினர் நாடு காவல் பணியில் பெரிதும் ஈடுபட்டிருந்தனர். கம்பெனி இவ்வாண்டு நாடுகாவல் உரிமையைப் பெற்றுக் கொண்ட பின்னர் காவல் முறையில் ஏற்படுத்திய மாறுதல்கள் பின்னர் விரும்பத்தகாத சமூக விளைவுகளை உண்டாக்கின.

மேஜர் பானர்மன் கிழக்கத்திப் பாளையங்கள் ஐந்தையும் ஒழித்து, அவற்றின் தலைவர்களைத் தூக்கிலிட்டும் நாடு கடத்தியும் பிரிட்டீசு வல்லாண்மைக்கு எதிராய் எழுந்த கிளர்ச்சியை ஒடுக்கியதும்; தமிழகம் முழுமையிலும் புதிய அரசியல் வரலாறு 1799 முதல் தொடங்குகின்றது.

3. கேரளத்தில் முதல் காப்பித் தோட்டம்

ஆங்கிலேயர் கேரளத்தில் 1799 ஆம் ஆண்டு காப்பி பயிரிடும் முயற்சியைத்

தொடங்கினரெனினும், இதற்குச் சுமார் இருநூறு ஆண்டுகளுக்கு முன்னரே, அரேபியத்திலிருந்து இந்தியத் துணைக் கண்டத்திற்குக் காப்பி வந்துவிட்டது.

எத்தியோப்பியத் தாயகம்

ஆப்பிரிக்கத்தின் வடகிழக்கே அட்லாண்டிக்குக் கரையோரமாயுள்ள அபிசீனியத்தின் (இன்றைய எத்தியோப்பியம்) காஃப (*Coffa*) என்ற மாநிலத்தைத் தாயகமாய்க் கொண்ட காப்பிக் கொட்டைக்காக (*Coffea arabica*) நாகரிக உலகம் ஆப்பிரிக்கத்திற்கு நன்றிக் கடன் பட்டுள்ளது என்று கூறுவர். அது காஃப மாநிலத்திலிருந்து வந்தமையால், அதைக் காப்பி என்றழைக்கின்றோம். எனினும் காப்பியின் தொன்மையான வரலாறு நமக்குப் புலப்படவில்லை. எத்தியோப்பியர் நினைவிற்கெட்டாத காலத்திலிருந்து காப்பியைப் பயன்படுத்தி வருகின்றனர் என்று தோன்றுகின்றது.

ஆடு மேய்க்கும் கல்தி (*Kaldi*) என்றவர் தன் மந்தையிலிருந்த ஆடுகள் மாலை வேளையில் ஓய்ந்து கிடவாது, மலைப் பக்கமிருந்த ஒரு செடியின் காய்களைத் தின்றுவிட்டு, அதைச் சுற்றித் தள்ளாடித் திரியக் கண்டார் என்று பழைய எத்தியோப்பியக் கதை ஒன்று கூறுகின்றது. அவர் அந்தச் செடியிலிருந்து பறித்த சில காய்களின் கொட்டையைத் தின்று பார்த்தார். அதன்பிறகு உண்டான உடற்கிளர்ச்சியையும் விழிப்புணர்ச்சியையும் கண்டதும், அவற்றில் சில கொட்டைகளைத் தலைமை முல்லாவிடம் கொண்டு சென்றார். அம்மதத் தலைவர் அக்கொட்டைகளைத் தின்று பார்த்தார்; தொழுகை செய்வோர் மாலை வேளையில் விழித்திருப்பதற்கு இந்தக் கொட்டை போன்ற ஒன்று வேண்டும் என்று கூறினார்.

பண்டை எகிப்தியர் காப்பியைக் கிளர்ச்சியூட்டும் பொருளாய்க் கொண்டனர் என்பர். அபிசீனியப் போர்வீரர்கள் போர்க்களத்தில் காப்பிக் கொட்டையை உணவாகவும் உள்கொண்டனர். அவர்கள் வறுத்து அரைத்த காப்பிக் கொட்டைத் தூளைக் கொழுப்புடன் கலந்து உருண்டைகளாக்கி உண்டனர். அது சத்துள்ள உணவாயிருந்தது.

மோக்கா

காப்பிக் கொட்டை அபிசீனியத்திலிருந்து அரேபியத்திற்குக் கி.பி.பதினைந்தாம் நூற்றாண்டில் கொண்டு செல்லப்பட்டது. காப்பிக் கொட்டை அபிசீனியத்திலிருந்து மோக்கா (*Mocha or Mokka*) என்ற துறைமுகத்தின் வழியே வெளியேறியது. இங்கிருந்து தான் உலகினரனைவருக்கும் காப்பிக் கொட்டை முதலில் சென்றது. அதனால் காப்பிக் கொட்டையின் இரண்டாவது பெயர் மோக்கா ஆனது. (மோக்கா தென்மேற்கு ஏமனில் செங்கடல் மீதுள்ள துறைமுகம். முன்னர் இது காப்பி ஏற்றுமதியில் முக்கிய மானதாயிருந்தது)

ஆசியத்திலிருந்து ஐரோப்பியம் செல்லும் வழியில் இருந்த அரபு வணிகர்கள், அந்நாளில் கீழைநாடுகளிலிருந்து கொண்டு சென்ற மணக்காரப் பண்டங்கள், அரும்பெறல் பொருள்கள் (*luxuries*)ஆகியவற்றொடு, ஆப்பிரிக்கத்திலிருந்து வந்த காப்பிக் கொட்டையையும் தம் வாணிபப் பொருள்களுடன் சேர்த்துக் கொண்டனர். காப்பி அருந்துவதை அரேபியரே பெரிதும் விரும்பினர். ஆதலால் மக்கத்திலும் மதீனத்திலும் 1470 ஆம் ஆண்டு முதல் காப்பிக் கடைகள் திறக்கப்பட்டன.

(இலண்டனில் காப்பிக் கடைகள்: இ.ச.க.தொகுதி- 2 1/2.) அரபு மொழியில் காப்பிக் கடைகளுக்கு ''கவே கானா'' (*Kaveh Khancha*) என்று பெயர்.

காப்பி அருந்தும் பழக்கம் அங்கிருந்து சிரியத்தின் டமாஸ்கசிற்குப் பரவவே, அங்கு காப்பிக் கடைகள் திறக்கப்பட்டன. காப்பி கான்ஸ்டாண்டிநோபிளை **1554** இல் அடைந்தது. அங்கு பாஸ்பரஸ் ஆற்றின் கரைமீது நூற்றுக்கணக்கான காப்பிக் கடைகள் திறக்கப்பட்டன. காப்பி பின்னர் ஐரோப்பியத்திலும் பரவவே, இங்கிலாந்திலும் மேற்கு ஐரோப்பியத்திலும் பதினேழாம் நூற்றாண்டின் இறுதியில் காப்பி மிகுந்த அளவில் விரும்பப்பட்டது.

காப்பியின் முன்னேற்றத்திற்குத் தொடக்கத்தில் பல தடைகள் இருந்தன. எனினும் உலகம் காப்பியின் மீது பித்துக் கொண்டுவிட்டது. அது தனக்கு வேண்டிய காப்பிக் கொட்டைக்குப் பதினேழாம் நூற்றாண்டில் முற்றிலும் அரேபியத்தையும் ஆப்பிரிக்கத் தையுமே நம்பி நின்றது.

ஐரோப்பியத்தில் காப்பி

அரேபியத்தின் புதிய அயல் திணைப் பானமான காப்பியின் புகழ் ஐரோப்பியமெங்கும் பரவி, மன்னர்களும் செல்வச் சீமான்களும் பணம் படைத்த வணிகரும் தம் துறைமுகங்களை வந்தடைந்த காப்பிக் கொட்டைகளை வாங்குவதற்காக ஒருவரோடொருவர் போட்டியிட்டனர். இலண்டன் அங்காடியில் ஓர் அவுன்சு (28,349 கிராம்) கொட்டை ஒரு முறை ஐம்பது பவுனுக்கு விற்றது. 1799

காப்பி வாணிபத்தை அரபுகளே தம் கையில் தனியுரிமையாய் வைத்திருந்தனர். ஆதலால் பேராதாயம் தந்த காப்பிக் கொட்டைகளை மோக்காவிலிருந்து கள்ளத்தனமாய்க் கடத்துவதற்கு ஐரோப்பியம் முழுமையிலும் இருந்த வீரதீர அருஞ்செயல்காரர்கள் திட்டமிட்டனர். ஆனால் அரபுகள் மிகவும் விழிப்பாயிருந்ததால் இத்திட்டங்களில் எதுவும் பலிக்கவில்லை.

இந்தியத்திற்குக் காப்பி

இந்திய முஸ்லிம் ஒருவர், துணிச்சலும் தந்திரமும் மிக்க அரேபியருக்குத் தெரியாமல் காப்பிக் கொட்டையை அரேபியத்திலிருந்து வெளியே கொண்டு வந்து விட்டார். சீனர் பட்டுப்புழு வெளியே போய்விடாமல் காத்து வைத்திருந்ததையும் மீறி, எவரும் அறியாமல் ஒரு கிறித்தவத் துறவி அதை ஐரோப்பியம் கொண்டு சென்றது போல், இந்த முஸ்லிம் பெரியவர் அரபுக் காவல் வேலியையும் தாண்டிக் காப்பிக் கொட்டையை வெளியே எடுத்து வந்து விட்டார்.

தென்னிந்தியத்தின் மேற்கு மலைப்பகுதி ஒன்றிலிருந்து சுமார் 1600 வாக்கில் ஒரு முஸ்லிம் பெரியவர் நபிகளின் கல்லறையையும் இஸ்லாத்தின் புனிதப் பாறையையும் காண அவாக் கொண்டு ஹஜ் பயணம் சென்றார். அவர் அரேபியம் சென்று நபிகள் அடக்கமான கல்லறையைக் கண்டார். இஸ்லாமியர் முத்தமிட்டுப் பளபளப்பாகிப் போன புனிதப் பாறையையும் பார்த்தார். அவர் விழித்திருந்து தொழுவதற்காக அவருக்கு ஒரு கிண்ணத்தில் கொதிக்கும் காப்பி தரப்பட்டது.

அவர் எப்படியோ ஒரு குன்றின்மீது ஏறிக் காப்பிக் கொட்டையின் ''ஏழு விதைகளைச்'' சேகரித்து விட்டார். அவர் வறுக்காததும் பயனுள்ளதுமான

இக்கொட்டைகளைக் கட்டிக்கொண்டு தென்னிந்தியத்தின் மேற்குக் கரையிலுள்ள சிக்கமகளூருக்குத் திரும்பினார். அவர் ஏழு விதைகளையும் தன் குடிலுக்கு வெளியே வெதுவெதுப்பான மண்ணில் நட்டார். அவை ஏழும் முளைவிடலாயின. செழித்தும் வளர்ந்தன. இவ்வாறு இன்றைக்கு *(1995)* ஏறத்தாழ நானூறு ஆண்டுகளுக்கு முன்னால் தென்னிந்தியத்திற்குக் காப்பி வந்துவிட்டது.

ஐரோப்பியரின் காப்பி பயிரிடும் முயற்சி

ஐரோப்பியர் கடல் கடந்து உலகின் பல பகுதிகளில் நிறுவியிருந்த அயல் குடியேற்றங்களில் காப்பியைப் பயிரிட முயன்றனர். பிரஞ்சு மன்னரான பதினான்காம் லூயி *(1638 -1715; ஆ.கா. 1643-1715)* மேற்கிந்தியத் தீவான மார்டினிக்கில் காப்பி பயிரிடுமாறு ஆணை பிறப்பித்தார். *(மார்டினிக்கில் காப்பி : இ.ச.க. தொகுதி-3)*

டச்சுக்காரர் இந்தியத்திற்கு வணிகராய் வந்திருந்தபோது மேற்குக் கரையில் நடு நாட்டிலிருந்து தென் தொங்கல் வரையிலும் மலைநாடு நெடுகிலும் காப்பி மரங்கள் செழித்து வளர்ந்திருக்கக் கண்டனர். அவர்கள் ஜாவாவில் காப்பி பயிரிட்டனர். அதனால் காப்பிக்கு, ஜாவா என்ற மூன்றாவது பெயரும் கிடைத்தது. *(காப்பி : காஃப, மோக்கா, ஜாவா என்பன மூன்றும் காப்பியின் பெயர்களாகும்)* அவர்கள் சுமத்திராவிலும் மலாய்த் தீவக்குறையிலும் இலங்கையிலும் காப்பி பயிரிடத்தொங்கினர்.

1799

டச்சுக்காரர் இலங்கையையும் இந்தியத்தையும் விட்டுப் பதினெட்டாம் நூற்றாண்டின் இறுதியில் வெளியேறிய பிறகு, அவர்கள் இப்பகுதிகளில் போட்டிருந்த காப்பித் தோட்டங்கள் கிழக்கிந்தியக் கம்பெனியின் கைக்கு வந்தன. ஆனால் அவை கவனிப்பாரின்றி எல்லாம் மறைந்து காடுகளாய் விட்டன.

எனினும் கிழக்கிந்தியக் கம்பெனி கேரளத்தில் காப்பித் தோட்டம் போடும் முயற்சியை **1799** இல் மேற்கொண்டது. கம்பெனி மர்டோக்கு பிரவுன் என்றவரின் பொறுப்பில் தலைச்சேரியின் அருகிலுள்ள அஞ்சரக் கண்டி என்ற இடத்தில் ஆய்விற்காகச் சிறு அளவில் காப்பியைப் பயிர் செய்யத் தொடங்கியது. பின்னர் அந்தத் தோட்டத்தைக் கம்பெனி பிரவுனுக்கே கொடுத்து விட்டது. அவர் காப்பி விளைச்சலில் வெற்றி கண்டார் என்று தோன்றுகின்றது. ஏனெனில் அவர் ''அஞ்சரக் கண்டி பிரவுன்'' என்று பலராலும் அழைக்கப்பட்டார்.

அஞ்சரக் கண்டியிலிருந்து எடுத்துச்செல்லப்பட்ட காப்பிக் கன்றுகள் காப்டன் பிவான் என்றவரால் கேரளத்தின் வயநாட்டுப் பகுதியிலுள்ள மானாந்தோடை என்ற இடத்தில் **1825** இல் நடப்பெற்றன. அப்போது மலபாரின் ஆட்சித் தலைவராயிருந்தவர், அப்பகுதியிலிருந்த வேளாண்மையாளருக்குக் காப்பி விதைகளைக் கொடுத்தார்.

இது காப்பி வளர்ப்பில் கம்பெனியின் முதற் தொடக்கமேயாகும்.

4. பாஞ்சாலத்தில் இரஞ்சித்து சிங்கு அரியணை ஏறினார்

பாஞ்சாலத்தின் நாட்டுப் புறங்களில் தம் வாணாளில் பெரும்பகுதி சுற்றித் திரிந்த ஒருவர், முறையான புதியதொரு சமயக் கோட்பாட்டை உலகறியச் சாற்றுவது என்று **1499** ஆம் ஆண்டுக் கோடையில் முடிவெடுத்தார். அவர் தன் நாட்டு மக்கள் பட்ட இன்னல்களைப் பற்றிப் பல்லாண்டுகள் ஆழ்ந்து சிந்தித்த பிறகு இம்முடிவிற்கு வந்தார்.

மனிதரின் நினைவிற்கு எட்டுகின்ற தொன்னெடுங்காலத்திலிருந்தே பாஞ்சாலம் அயலார் படையெடுப்புகளுக்கு ஆள்பட்டே வந்தது. இந்துத்தான அரசர்கள் தம் உள்பூசல்களைத் தீர்த்துக் கொள்வதற்காகப் படையெடுப்பாளரைப் பன்முறை இங்கு அழைத்திருக் கின்றனர். இந்தியத்தில் செல்வம் செழித்திருந்தது; ஒற்றுமை குலைந்திருந்தது; எளிதில் எவரும் வெல்லக் கூடியதாயுமிருந்தது; அதனால் படையெடுப்பாளர் இங்கு அடிக்கடி வந்தனர்.

படையெடுப்பாளர் பாரதத்தில் முதலில் கால் வைக்கும் இடமாய்ப் பாஞ்சாலம் இருந்ததால், அந்நிலமே அவர்களால் சொல்லொணா இன்னல்களுக்குள்ளானது. ஒரு காலத்தில் செடி கொடிகள் செழித்துப் பலவகை மரங்களுடன் பூத்துக் காய்த்துக் குலுங்கிய நிலம், மரங்கள் வெட்டி வீழ்த்தப்பட்டுக் கொடுங்காற்று வீசும் தட்டையான பாலைவெளி போலானது. இம்மண்ணின் கோயில்கள் சமயத்தின் பெயரால் அழிக்கப்பட்டன. அயலார் படையினர்க்கு ஊட்டுவதற்காகக் கூலக் களஞ்சியங்கள் கொள்ளையடிக்கப்பட்டன.

அதன் சிற்றூர்கள் கொடுவெறிக் களியாட்டங்களில் கொள்ளிக்கும் கொள்ளைக்கும் உள்ளாயின. கொடியோரின் காமவெறியைத் தணிக்க அதன் பெண்கள் கற்பழிக்கப்பட்டனர். எனினும் பாஞ்சாலம் இவற்றிலிருந்து எந்தப் படிப்பினையும் பெற்று உய்யவில்லை. அந்நிலத்து மக்கள் தொடர்ந்து தம்முள் பிளவுண்டிருந்தனர்; படையெடுப்பாளர் ஓய்ந்திருந்த வேளையில் ஒருவர் குரல் வளையை மற்றவர் பிடித்து நெறித்தார்.

1799

இங்கு கி.பி. 1000 ஆம் ஆண்டு முதல் படை கொண்டு வந்தோரெல்லாம் முஸ்லிம்கள். அவர்கள் பதினைந்தாம் நூற்றாண்டின் இறுதிக்குள் பாஞ்சாலத்து மக்களில் பாதிப்பேரைத் தம் சமயத்தினுள் சேர்த்துக் கொண்டனர். மீதிப் பாதியினர் இந்துக்களாயிருந்தனர். இதனால் அம்மக்களிடையே அடிக்கடி உரசல் ஏற்பட்டதுடன், பாஞ்சாலத்து முஸ்லீம்கள் இரட்டைப் பற்றுடையோராயினர். அவர்களுக்கு அயலவரான தம் சமயத்தவர் மீதே மிகுந்த பற்று இருந்தது. எனவே பாஞ்சாலத்தில் புதியதொரு சமயமும் புதிய விசுவாசப் பற்றுக் கோலங்களும் தோன்ற வேண்டிய சிக்கலான நிலை ஏற்பட்டது.

''இந்துவும் அல்ல - முசல்மானும் அல்ல''

நாம் முதலில் கூறிய அம்மாமனிதர் முப்பகலும் மூவிரவும் காட்டு வெளியில் கழித்து, நல்வழிகாட்டுமாறு இறையிடம் இறைஞ்சிய பிறகு, திரும்பி வந்து எளிய அறிக்கை ஒன்றைச் செய்தார்: ''இந்துவும் அல்ல; முசல்மானும் அல்ல''.

அவரின் பெயர் நானக்கு; சீக்கிய சமயத்தை நிறுவியவர். அவரது காலம் 1469 – 1539. அவர் ''இந்துவுமல்ல; முசல்மானும் அல்ல'' என்று கூறியபோது, அது முதன்முதலில் யாரையும் திடுக்கிடச் செய்யவில்லை என்று தோன்றுகின்றது. ஆனால் நானக்கு அச்சொற்றொடரைத் தம் உரைகளில் விளக்கிக் கூறத்தொடங்கிச் செயல்படுத்தியதுமே, அதிலடங்கிய புரட்சித் தன்மை தெள்ளத் தெளிவானது. நானக்கு குருவாய் அல்லது ஆசானாய் விளங்கிச் சீக்கிய சமயத்தையும் பாஞ்சாலத்து நாட்டுணர் வையும் தோற்றுவித்தார். நானக்கையடுத்து ஒன்பது குருமார் வந்து வழிகாட்டினார். (இ.ச.க. தொகுதி-1)

சீக்கியர் எழுச்சி : இரஞ்சித்து சிங்கின் குடும்பம்

பூத சிங்கு

இரஞ்சித்து சிங்கின் முன்னோர் குஜரன்வாலா என்ற பகுதியைச் சுற்றியுள்ள ஊர்களில் உழவர்களாயும் கால்நடை வளர்ப்போராயும் வாழ்ந்து வந்த எளிய குடியானவராவர். அக்குடும்பத்தில் பூத சிங்கு என்றவர் முதன்முதலில் முதன்மை பெற்றார். அவர் குரு கோவிந்தரின் (1675 – 1708) கையாலேயே கல்சாவாகத் தீக்கை பெற்றார் என்பர். பூத சிங்கு ஒரு கொள்ளையர். அவரையும் தேசன் என்ற அவரது சாதிக் குதிரையையும் அவரின் வீரச் செயல்களையும் குறித்துப் பெரிய கதைகள் வழங்கின. அவர் தேசன் மீதேறிப் பாஞ்சாலச் சமவெளியெங்கும் அலைந்து திரிந்தார். வெள்ளம் பெருக்கெடுத்த ஆறுகளில் நீந்தினார். அவரும் தேசனும் இணை பிரியாதிருந்தமையால் மக்கள் அவரைத் தேசன் பூத சிங்கு என்று குதிரையின் பெயரைச் சேர்த்து ஒரே பெயரில் அழைத்தனர். பூத சிங்கு 1718 இல் இறந்தபோது அவரது உடலெங்கும் கொடுவாள் வெட்டுகளும் கருமருந்துத் துப்பாக்கிச் சூட்டுக் காயங்களும் காணப்பட்டன. பூத சிங்கு தனக்கு உரிமையானவை என்று சொல்லிக் கொள்ளத்தக்க சில ஊர்களையும் ராக்கி என்ற பாதுகாப்பு வரியை அவருக்குச் செலுத்தி வந்த வேறு பல ஊர்களையும் தன் மகனுக்கு விட்டுச் சென்றார்.

நௌது சிங்கு

பூத சிங்கின் மகன் பெயர் நௌது சிங்கு. அவர் சுக்கர்சாக்கு என்ற ஊரைச் சுற்றி அரண் எழுப்பினார்; தன்னைச் சுற்றி ஒரு கூட்டத்தைத் திரட்டினார். இக்கூட்டத்தினர் பின்னர் சுக்கர்சாக்கியர் என்று பெயர் பெற்றனர். அவர் சீக்கியரின் பிற மிசல்களுடன் சேர்ந்து அகமது ஷா அப்தாலியுடன் (இ.ச.க.தொகுதி- 7) பன்முறை மோதினார். (மிசல் என்பது சீக்கிய வீரர்கள் அடங்கிய சிறு கூட்டத்தைக் குறிக்கும்.) ஆப்கானியர் இந்தியத்திலிருந்து வெளியேறியதும், நௌது சிங்கின் சுக்கர்சாக்கியர் இரவி, ஜீலம் ஆறுகளுக்கிடைப்பட்ட நிலப்பரப்புகளைப் பிடித்துக் கொண்டனர். நௌது சிங்கு 1752 இல் நடந்த ஒரு சண்டையில் இறந்தார்.

சரட்டு சிங்கு

நௌது சிங்கின் மூத்த மகன் சரட்டு சிங்கு. அவர் தன் தலைமையிடத்தைச் சுக்கர்சாக்கிலிருந்து குஜரன்வாலா என்ற இடத்திற்கு மாற்றி, அதைச் சுற்றி அரண் எழுப்பினார். லாகூரிலிருந்த ஆப்கானிய ஆளுநர் சிறு படையுடன் வந்து குஜரன்வாலாவைத் தாக்கியதில் தோற்றுப் போய்த் தன் தலைநகருக்கே ஓடினார். அவர் பெரிய அளவில் தானியத்தைப் போட்டுவிட்டுச் சென்றார்.

சரட்டு சிங்கு இந்த வெற்றியினால் துணிச்சல் பெற்று வசீராபாது, அகமதாபாது, ரோட்டார் என்ற நகரங்களைக் கைப்பற்றினார். ஆட்சிப் பரப்பை விரித்தார். ஆனால் அகமது ஷா அப்தாலி மீண்டும் ஆப்கானித்தானத்திலிருந்து இந்துத்தானத்திற்குள் இறங்கி வந்ததும், சரட்டு சிங்கு காடுகளுக்குள் ஓடிப் போனார். அவரின் உடைமைகள் கொள்ளையடிக்கப்பட்டன. அரண்கள் இடித்துத் தரைமட்டமாக்கப்பட்டன. ஆனால் ஆப்கானியர் தாயகத்திற்குத் திரும்பிச் சென்ற வழியில் சரட்டு சிங்கு, அதற்கு வட்டியும் முதலுமாய்ச் சேர்த்து வாங்குவது போல் அவர்களை விரட்டி விரட்டித் தாக்கி, அவர்கள் அள்ளிக்கொண்டு சென்ற பொருள்களைக் கொள்ளையடித்தார்.

அவர் குஜரன் வாலாவைச் சுற்றி மீண்டும் அரண்களை எழுப்பினார்; அதன் அண்டைப் பகுதிகளைத் தன் வசப்படுத்தினார்.

அப்தாலியின் படையெடுப்பு மீண்டும் தொடங்கியதும் ஜம்மு நாட்டில் புகலடைந்த பெரும்பாலான பாஞ்சாலத்துச் செல்வக் குடும்பத்தினரைச் சரட்டு சிங்கு தாக்கி அவர்களின் பொருள்களைக் கொள்ளையடித்தார். ஆனால் ஜம்மு மீது படையெடுத்துக் கொள்ளையடிக்கும் உரிமை சரட்டு சிங்கிற்கு இல்லையென்று, சீக்கியரின் ஐந்து மிசல்களில் ஒன்றான பங்கி கூட்டத்தார் (மேற்குப் பாஞ்சாலத்தின் மீது மேலாண்மை செலுத்தியவர்கள்) எதிர்த்தனர். சரட்டு சிங்கு இந்தச் சண்டையில் தன் துப்பாக்கியே வெடித்து இறந்தார்.

மகா சிங்கு

சரட்டின் பதினான்கு வயது மகன் மகா சிங்கிடம் தந்தையின் துணிவாண்மையும் பேரவாவும் இருந்தன. அவர் ஜிந்து தலைவரான கஜபத சிங்கின் மகளை மணந்தார். அதனால் மிசல்களிடையே அவரது நிலை வலுப்பெற்றது. அவர் மதில் சூழ்ந்த குஜரன்வாலா நகரைச்சுற்றி ஒரு கோட்டையைக் கட்டி, அதைத் தன் பெயரால் ''கர்ஹி மகா சிங்கு'' என்றழைத்தார். அவர் தன் குதிரைப் படையினரின் எண்ணிக்கையை ஆறாயிரமாக்கித் தன் முன்னோரைப் போல் புது நிலப்பரப்புகளைத் தன் பகுதியுடன் சேர்த்தார். மகா சிங்கு 1792 இல் இறந்தார்.

பூத சிங்கு, நௌது சிங்கு, மகா சிங்கு ஆகியோர் மேற்குப் பாஞ்சாலத்தில் விட்டுச் சென்ற பெரிய நிலப்பரப்பு, மகா சிங்கின் மகனான இளைஞர் இரஞ்சித்து சிங்கிற்குக் கிடைத்தது.

இரஞ்சித்து சிங்கு

இரஞ்சித்து சிங்கு 1780 நவம்பர் 13 செவ்வாயன்று ஜிந்திற்கு மிக அருகிலுள்ள புதுருகான் என்ற சிறு கோட்டை நகரில் மகா சிங்கின் மகனாய்ப் பிறந்தார். அவரின் அன்னை ஜிந்தைச் சேர்ந்த கஜபத சிங்கின் மகளான இராஜ் கௌர். அவருக்குப் புகுந்த வீட்டில் மாயி மால்வைன் - மாளவச் சீமாட்டி - என்று பெயர். அவர் பாஞ்சாலத்து வழக்கப்படி தலைப்பிள்ளைப் பேற்றுக்குத் தாய்வீடு சென்றார். குழந்தைக்குப் பூத சிங்கு – ''அறிவுக் கூர்மையுள்ளவன்'' என்று பெயரிட்டனர்.

இரஞ்சித்து சிங்கு

மகா சிங்கு தன் மகனின் இந்தப் பெயரை இரஞ்சித்து சிங்கு என்று மாற்றினார். இதற்கு ''வெற்றி வீரன்'' என்று பொருள். இரஞ்சித்து சிங்கு கடைசி வரையிலும் எழுத்தறிவற்றவராயிருந்தாலும், பல களங்களில் வெற்றி பெற்றார் என்பதால் (பூத சிங்கு – அறிவுக் கூர்மையுடையவர் என்ற

பெயரைவிட), அவரின் தந்தை இட்ட இரஞ்சித்து சிங்கே (வெற்றி வீரன்) பொருந்தும் எனலாம்.

இரஞ்சித்து சிங்கின் பிள்ளைப் பருவம் பற்றி நமக்குச் சிறிதளவே தெரியவந்துள்ளது. அவர் குழந்தையாயிருந்த போது அம்மை வார்த்து இடக் கண் அவிந்து விட்டது. முகமெல்லாம் அம்மைத் தழும்புகள் உண்டாயின. மகா சிங்கிற்குத் தன் மகனை வளர்க்க நேரமில்லை. குழந்தையின் தாய் உவளகத்தினுள்ளே வாழ நேர்ந்ததால், மகன் தன் காலில் நிற்கும் வயதை அடைந்த பிறகு, அவனைக் கவனிப்பதற்கும் இயலவில்லை.

இரஞ்சித்து சிங்கு குருத்துவாரங்களுக்குச் சென்று வழிபடவும் ஆதிகிரந்தத்தை ஓதவும் வாய்ப்புப் பெற்றார். அவருக்குச் சீக்கிய சமயத்தின் அடிப்படைக் கோட்பாடுகளின் உண்மைகள் கற்பிக்கப்பட்டு வந்ததொடு, சீக்கிய உயர்குடி மக்களின் இல்லங்களில் மேலிடம் பெற்றிருந்த பிராமணக் குருக்களின் போதனைகளையும் அறிய முடிந்தது. அவருக்குக் குதிரைகள் மீது இளவயதில் ஏற்பட்ட ஆர்வம் பிற்காலத்தில் பெரும் பித்தானது.

அரியணை ஏறுதல்

இரஞ்சித்து சிங்கு பாஞ்சாலத்து அரியணையில் *1799* ஆம் ஆண்டு ஏறியபோது, அவருக்கு வயது பத்தொன்பது. அவர் ஒருவரோடொருவர் போரிட்டுக் கொண்டிருந்த சீக்கியக்குலத்தவரை ஒன்று சேர்த்துச் சீக்கியப் பேரரசைச் செழிப்புமிக்க காசுமீர, பெசாவர் மாநிலங்கள் வரையிலும் விரித்த பின்னர் *1839* ஆம் ஆண்டு இறந்தார். கிழக்கிந்தியக் கம்பெனியின் படைக்கு அடுத்தபடியாய் வெகு வலிமை வாய்ந்த படை சீக்கியரிடம்தான் இருந்தது.

இரஞ்சித்து சிங்கின் ஊழியத்தில் பிரஞ்சு, இத்தாலிய, ஸ்பானிய, ஆங்கில நாட்டவரும் ஒரே அமெரிக்கரும் இருந்தனர். சீக்கியர் வீரத்திற்காக எத்தனை பெயர் பெற்றிருந்தனரோ, அந்த அளவிற்குக் கட்டுக்கடங்காதவர்களாயும் மூர்க்கராயும் இருந்தனர். இத்தகையோர் அடங்கிய தனிப்படைகள் அனைத்தையும் கலைக்காவிடில் பாஞ்சாலத்தில் மெய்யான அமைதி இராது என்பதை இரஞ்சித்து சிங்கு உணர்ந்து, கடைசி வரையிலும் இந்தக் குறிக்கோளை நிறைவேற்றி வந்தார். அவர் அதேவேளையில் தன் படைகளில் சீக்கியரை மட்டுமன்றி இரசபுத்திரர், டோகரர், முஸ்லிம்கள், சில வேளைகளில் ஆப்கானியர் முதலியோரையும் சேர்த்துப் பெருக்கினார்.

அவர் பாஞ்சால அரங்கில் தோன்றியதற்கு முன்னர், அங்கு காட்டாட்சிதான் நிலவியது. இரஞ்சித்து சிங்கின் குன்றாத வீரமும் தளராத மன உறுதியும், இந்த இழிநிலையைப் போக்கின.

இரஞ்சித்து கதைகள்

இரஞ்சித்து சிங்கிற்கு இது மிகவும் விருப்பமான பாட்டு என்பர்.

அனைத்திலும் பெரியன நான்கு;

அரிவை, குதிரை, அதிகாரம், போர்.

1799

வனப்பெழுத்தாளர் (*Calligraphist*) ஒருவர் (அரபு மொழியை வெகு அழகாய் எழுதுபவர்) பல ஆண்டுகள் அரிதின் முயன்று திருக்குரானுக்கு அரிய படி ஒன்றை எழுதினார். ஆனால் இந்துத்தான அரசர் எவரும், அவர் பட்ட பாட்டிற்கு ஈடு செய்யும் வகையில் அதற்குத் தகுந்த விலை தந்தாரிலர். அந்த எழுத்தாளர் லாகூரையடைந்து இரஞ்சித்து சிங்கின் அயல்துறை அமைச்சரான பக்கீர் அசீசுதீனிடம் அதை விற்க முயன்றார். பக்கீர் வனப்பெழுத்துச் சிறப்பைப் பாராட்டிப் பேசினாலும் அதற்குப் பணம் கொடுத்து அவரால் வாங்க முடியவில்லை.

இரஞ்சித்து சிங்கு அவர்களிடையே நடந்த உரையாடலை அருகிருந்து கேட்டார். அவர் வனப்பெழுத்தாளரைத் தன்னிடம் அழைத்தார். சீக்கிய அரசர் மிகுந்த வணக்கத்துடன் குரானின் படியைத் தன் நெற்றியில் ஒற்றினார்; அதன்பிறகு அதைத் தன் ஒற்றைக் கண்ணால் நோட்டம் விட்டார். அதன் நேர்த்தியைக் கண்டதும், குரானின் படியைத் தன் தனிச் சேகரத்திற்கென்று நல்ல விலை கொடுத்து வாங்கினார்.

அதற்குச் சிறிது நேரங்கழித்துச் சீக்கியரான இரஞ்சித்து சிங்கு தனக்குப் பயன்படாத அந்நூலை வாங்கியது ஏன் என்று அசீசுதீன் வினவினார். ''நான் சமயங்களனைத்தையும் ஒரே கண்ணால் காண வேண்டுமென்று இறைவன் எண்ணினான். அதனால் எனது மற்றொரு கண்ணைப் பறித்துக் கொண்டான்'' என்று அரசர் அதற்கு மறுமொழி கூறினார்.

இது ஐயத்திற்கிடமான கதைதான். எனினும் இது பஞ்சாபியரிடையே இன்றும் வழங்கி வருகின்றது. ''பஞ்சாபி முசல்மான்களையும் இந்துக்களையும் சீக்கியரையும் ஒற்றுமைப்படுத்தி, அவரால் எப்படித் தன்னாட்சியுள்ள ஒரு முடியரசாய் அதை ஆக்க முடிந்தது என்ற வினாவிற்கு இந்தக் கதை விடை தருகின்றது'' என்று குஷ்வந்துசிங்கு கூறுவார்.

1799

5. திசுக்கள் : முன்னோடி ஆய்வு

இதயம், வயிறு இன்னும் பிற உறுப்புகள் மனித உடலின் முக்கியமான ''பொறிகள்'' (*engines*) என்று பதினெட்டாம் நூற்றாண்டின் இறுதிக்காலத்தில் ஐரோப்பியத்தின் அருந்திறன் வாய்ந்தவர்களும் கற்றறிந்தவர்களுமான அறுவை மருத்துவர்கள் வாதிட்டு வந்தனர்.

ஒவ்வோர் உறுப்பிற்கும் அதற்கேயுரிய ''உயிர்நாடியான பொருள்கள்'' – புனிதப் பொருள்கள் அதனுள் இயல்பாய் அமைந்திருக்கின்றன. ஓர் உறுப்பு எவ்வாறு உயிர் வாழ்கின்றது என்பது மனிதனின் அறிவிற்கு அல்லது ஆராய்ச்சித் தேட்டத்திற்கு அப்பாற்பட்டது என்றெல்லாம் அவர்கள் கூறினர்.

மருத்துவர்களும் உடற்கூறு வல்லுநர்களும் இதயத்தைப் பற்றி வெகுநுட்பமாய் வருணிக்கக் கூடியவர்களாயிருந்தனர்; அதன் உயிர்நாடியான பொருள்களின் தன்மைகளை எடுத்துக்கூறிப் பிற உறுப்புகளிலுள்ள உயிர்நாடியான பொருள்களுடன் ஒப்பிட்டுக் கூறவும் அவர்களால் முடியும். ஆனால் அவர்களில் வெகுசிலரைத் தவிர ஏனையோர், இதயமும் பிற உறுப்புகளும் எதனால் ஆனவை என்றோ, அவை எதனால் இயங்குகின்றன என்றோ, சாவு நேரும்போது அவை ஏன் இயங்காமல் போகின்றன என்றோ வினாக்களை எழுப்புவதற்குக் கூட முடியாதிருந்தனர். ஒருவகையில் பார்த்தால் அத்தகைய வினாக்களை, அவர்களால் சிந்தித்துப் பார்த்திருக்கவே முடியாது எனலாம்; ஏனெனில் உயிர் வாழ்வதும் செத்துப் போவதும் மட்டுமே இவையனைத்திற்கும் முழு விளக்கங்களாய் அக்காலத்தில் இருந்தன.

ஆங்கிலேயரான வில்லியம் ஹார்வி (1578 – 1657) என்ற மருத்துவர் இரத்த ஓட்டத்தைக் கண்டுபிடித்தார். பிரஞ்சு வேதியியலாரான லாவோசியே (1743 – 1794; இ.ச.க.தொகுதி-8,10) உடலின் செயல்பாட்டு இயக்கத்திற்கு மூச்சு விடுதலும் உடம்பின் உயிர்நாடியான சூடும் சான்றுகளாகும் என்பதை எடுத்துக்காட்டினார். உயிர் என்பது மூடுமந்திரம் என்று அறிவாளிகள் கொண்டிருந்த நம்பிக்கையை மேற்சொன்ன இருவரும் புலப்படுத்திய கண்டுபிடிப்புகள் அத்தனை எளிதாய் அசைத்து விடவில்லை.

பதினேழாம் நூற்றாண்டிலிருந்தே மெய்யியல், அறிவியல் சிந்தனைகள் ஐரோப்பியமெங்கும் எல்லாத் துறைகளிலும் புதுவேகத்தோடு முகிழ்த்து வருகின்றன. பதினெட்டாம் நூற்றாண்டில் பிரஞ்சு மண்ணில் எழுந்து எங்கும் பரவிய அறிவு கொளுத்து இயக்கம் (Enlightenment) அறிவியல் துறைகளில் புதிய உச்சத்தைத் தொடச் செய்தது. இச்செய்திகள் இந்திய சரித்திரக் களஞ்சிய வரிசை முழுமையிலும் பதிந்து வைக்கப்பட்டுள்ளன.

பிசாட்டு

அத்தகைய அறிவியலார் அணியில் இளம் பிரஞ்சு மருத்துவரான மாரி ஃபிரான்சுவா சேவியர் பிசாட்டு (Marie Francois Xavier Bichat : 1771-1802) இடம்பெறுவதை இச்சிறு கட்டுரை புலப்படுத்துகின்றது.

அவர் மேற்குப் பிரான்சிலுள்ள ஜுரா என்ற வட்டத்தைச் சேர்ந்த தோயிரட்டு என்ற ஊரில் 1771 நவம்பர் 11 அன்று பிறந்தார். அவர் குழந்தையாயிருந்த போதே அவரிடம் வெகு அரிய அறிவுத் திறன் உள்ளது என்பதை அவரைச் சுற்றியிருந்தவர்கள் கண்டுகொண்டனர். அவர் தென்கிழக்குப் பிரான்சின் நடுப்பகுதியிலுள்ள லயன் நகரில் ஏசுசபையினர் நடத்திய ஒரு பள்ளியில் (College de Natura) கல்வி கற்றார். அந்தக் காலத்தில் அவர் அங்கு கணிதத்தில் சிறந்து விளங்கியதற்காகப் பல பரிசுகள் அவருக்குக் கிடைத்தன. அவர் பள்ளியில் படித்தபோதே செடிகளையும் விலங்குகளையும் பற்றித் தானே முயன்று ஆழக் கற்றார்.

பிசாட்டு

அவரின் தந்தை ஒரு மருத்துவர். அவர் தன் மகன் பிசாட்டை லயன் நகரிலேயே மருத்துவம் படிப்பதற்கு அனுப்பினார். பிசாட்டு அங்கு புகழ்பெற்ற மருத்துவரான அண்டாயின் பீடிஷ் என்பவரின் கீழ் மருத்துவம் பயின்றார். பிசாட்டு அங்கு படிப்பதற்கு முதல் ஆண்டில் தொல்லைகள் உண்டாயின. ஏனெனில் அப்போது பிரஞ்சுப் புரட்சி நடந்து கொண்டிருந்தது. மக்கள் கூட்டம் தெருக்களில் கூச்சலிட்டு அலைந்து திரிந்த வண்ணம் இருந்தது. இரண்டாம் ஆண்டிலோ பிசாட்டினால் படிக்கவே முடியவில்லை. புரட்சிப் படையினர் லயன் நகரை முற்றுகையிட்டனர். பிசாட்டு படித்துக் கொண்டிருந்த மருத்துவமனை மீது பீரங்கிக் குண்டு வீச்சு மிகக் கடுமையாயிருந்தது.

நகரில் பஞ்சமும் ஏற்பட்டது. இறுதியில்

லயன் நகரம் புரட்சிப் படையினரிடம் சரணடைந்தது. (லயன் நகரம் இப்போது பிரஞ்சுப் புரட்சியை எதிர்த்து நின்றது. அதற்கு இங்கிலாந்து உதவிற்று. லயன் இன்று பாரிசிற்கு அடுத்தபடியாய்ப் பிரான்சில் பெரிய நகரமாகும். அது ரோன், சவோன் என்ற ஆறுகள் கூடுமிடத்தில் அமைந்துள்ளது. இது பிரான்சில் 1506 ஆம் ஆண்டு முதல் நடந்து வரும் பங்குச் சந்தையுடன் கூடிய தொன்மையான வணிக நகராகும். இங்கு வரலாற்றுச் சிறப்புள்ள கதீட்ரல் உள்ளது. இது 12-15 ஆம் நூற்றாண்டுகளுக்கு இடைப்பட்ட காலத்தில் எழுப்பப் பெற்றது. மேலும் பல கட்டடங்கள் உள்ளன. இது நெசவுத் தொழிலுக்குப் பெயர் பெற்றதாகும்.)

லயன் புரட்சிப் படையிடம் சரணடைந்த பின்னும் அங்கு அமைதி உண்டாகி விடவில்லை. நகரத்தைப் புரட்சிப் படையின் தாக்குதலிலிருந்து காத்து நின்ற நூற்றுக் கணக்கானவர்கள், தமக்கெனத் தாமே தோண்டிய புதைகுழியின் விளிம்பில் நிறுத்தி வைக்கப்பட்டனர். புரட்சிப் படையினர் அவர்களைச் சுட்டுக் குழிக்குள் தள்ளி மண்ணால் மூடினர். ஆதலால் பிசாட்டு நகரை விட்டு வெளியேற நேர்ந்தது.

பின்னர் பிசாட்டு இளம் மாணவராய் 1793 ஆம் ஆண்டு பாரிஸ் நகரை அடைந்தார். அங்கு புகழ் வாய்ந்த ஓட்டல் தியூ (Hotel Dieu) என்ற மருத்துவமனையில் கற்பித்து வந்த தலைமை மருத்துவரான பியரே ஜோசஃப்பு டெசால்டு என்றவரைச் சூழ்ந்து நின்று மருத்துவப் பாடம் கேட்ட மாணவர் கூட்டத்துடன் பிசாட்டும் சேர்ந்து கொண்டார்.

அம்மருத்துவமனைக் கல்லூரியில் ஒவ்வொரு பேராசிரியரும் நிகழ்த்தும் உரையின் முடிவிலும் ஒரு மாணவர் எழுந்து நின்று அப்பேராசிரியர் என்ன விவரித்தார் என்பதை ஆராய்ந்து வகுப்பினருக்கு விளக்கிக் கூறவேண்டும். அப்போது அவ்வகுப்பில் துணைப்பேராசிரியர் ஒருவர் தலைமை ஏற்றிருப்பார்.

பிசாட்டு அங்கு போய்ச் சேர்ந்த ஒரு மாதத்திற்குப் பிறகு, பேராசிரியரின் உரையை விளக்கியுரைப்பதற்காகத் தேர்ந்தெடுத்த மாணவர் வகுப்பிற்கு வர இயலாது போயிற்று. அம்மாணவரின் இடத்தைத் தனக்குத் தருமாறு பிசாட்டு கேட்டுக் கொண்டார்.

அப்போது அவருக்கு 21 அகவை. லயன் நகரிலிருந்து வந்திருந்த இளம் மாணவர் வகுப்பை நோக்கிப் பேசத் தொடங்கினார். வகுப்பில் வழக்கமாய் இருக்கின்ற சலசலப்பு அடங்கிற்று. மாணவர்கள் எந்நாளுமில்லாதபடி, பிசாட்டின் உரையை அமைதியாய்க் கேட்டனர். அவர் உரையை முடித்ததும் மேலும் சில நொடிகள் அமைதி நிலவிற்று. அதன்பிறகு பலத்த கைதட்டலும் ஆரவாரமும் வகுப்பில் எழுந்தன.

இப்புதுமையான நிகழ்ச்சி பற்றிய செய்தி, தலைமை மருத்துவப் பேராசிரியருமான டெசால்டை எட்டியது. பிசாட்டு தன் வகுப்பில் படிக்கிறார் என்பது டெசால்டிற்கு அதுவரை தெரியாதிருந்தது. அவர் ஆர்வம் மேலிட, அந்தச் சிறந்த மாணவரைக் கூப்பிட்டனுப்பினார். பிசாட்டு பேசப்பேச டெசால்டைப் பெரிதும் கவர்ந்து விட்டார். அதனால் அவர் பிசாட்டைத் தன் உதவியாளராய் வைத்துக் கொண்டு, அவரைத் தன் மகன் போலவே நடத்தலானார்.

பிசாட்டு அதன் பிறகு தலைமை மருத்துவரான டெசால்டுடன் சேர்ந்து நெருக்கமாய்ப் பணியாற்றினார். அறுவை நடக்கையில் அவர் டெசால்டிற்குத் துணையாயிருந்தார். பிசாட்டு இரவிலும் டெசால்டின் பக்கமிருந்து அவரது ஆராய்ச்சியிலும் உதவினார். பிசாட்டிற்கு நேரமென்பதே இல்லை. கிடைத்த சிறிது நேரத்திலும் பிணங்களை அறுத்து உடற்கூறு பயின்றார்.

டெசால்டு *1795* ஆம் ஆண்டு இறந்தபோது, அவரின் *24* வயது உதவியாளரான பிசாட்டு தன் பேராசிரியரின் பெரும்பாலான பணிகளைத் தானே மேற்கொண்டு விட்டார். அவர் டெசால்டின் ஆராய்ச்சி நூல்களைப் பதிப்பித்து வெளியிடும் பொறுப்பையும் ஏற்றார்.

பிசாட்டு நோயாளியரைக் கண்டு பேண மருத்துவமனைக்குச் செல்கையில், மிகவும் துல்லியமாய் நோக்குகின்ற முறையானது, புகழ் வாய்ந்த மற்றொரு மருத்துவரான ஃபிலிப்பு பைனல் என்றவரை ஈர்த்தது. பல்வேறு உடலுறுப்புகளின் சவ்வுகளில் ஒரே விதமான நைவுச் சிதைவுகள் உண்டாகின்றன என்பதைப் பைனல் கண்டு கூறினார். அச்சவ்வுகள் வெவ்வேறுபட்ட உறுப்புகளிலும், வெவ்வேறு பாகங்களிலும் இருந்த போதிலும் அவை ஒரே தன்மைத்தனவாய் இருக்கக் கூடுமோ என்ற எண்ணம் பிசாட்டிற்கு ஏற்பட்டது. ஓர் உறுப்பின் திசு நோய் காரணமாய் மாறக் கூடுமோ?

பிசாட்டின் இவ்வினாக்களுக்கு மருத்துவ அல்லது அறுவை மருத்துவ ஏடுகளில் விடை காண்பதற்கு முடியவில்லை. உடற்கூறு வல்லுநர்கள் உடம்பிலுள்ள முக்கியமான உறுப்புகளின் தன்மைகளையும் அவற்றின் தோற்றம் பற்றியும் வெகு நுட்பமாயும் துல்லியமாயும் நன்கு விவரித்துள்ளனர். மிகச் சிலரான அவர்களுள் இத்தாலியரான மார்ச்செல்லோ மால்பிகி (*Marcello Malpighi : 1628 – 1694*; இவர் நுண் உள்ளமைவியல் (*Microspic anatomy*) துறையில் முன்னோடி.) என்ற மாபெரும் உடல் உள்ளமைப்பியல் வல்லுநர் குறிப்பிடத்தக்கவராவார். அவர் சில சுரப்பிகளைப் பற்றி விவரித்துள்ளார். தவளையின் நுரையீரலில் நுண்ணிய குருதிக் குழாய்களாலான புழைகள் (*capillaries*) உள்ளதை அவர் *1666* ஆம் ஆண்டு கண்டுபிடித்தார்.

மற்றோர் இத்தாலிய மருத்துவரான ஃபலோப்பியஸ் (*Fallopius 1523 - 1562*) உடலுறுப்புகளின் திசுக்களை அவற்றின் தோற்றம், வெப்பம் அல்லது குளிர்ச்சி, உலர் தன்மை அல்லது ஈரப்பசை ஆகியவற்றைக் கொண்டு அவற்றை வகைப்படுத்த முயன்றார். ஆனால் இவ்வாறு பகுத்தாராய்வது ஒன்றுக்கொன்று தொடர்பற்றதுபோல் தோன்றியது. ஏனெனில் உடலுறுப்புகளுக்கும் ''உயிர்நாடிக் கொள்கை'' அல்லது ஆன்மா அல்லது இயக்கும் கொள்கை என்று பல்வேறு விதமாய் அழைக்கப்பெற்ற ஒன்றுக்குமிடையேயுள்ள தொடர்பை ஆராய வேண்டுமென்பதில் உடல் நூலும் இயற்பியலும் மூழ்கிக் கிடந்தன.

இதற்கு விடை ஒரேயொரு இடத்தில்தான் இருக்கின்றது என்பது பிசாட்டிற்கு உறுதியானது. மனித, விலங்கு உடல்களையும் அவற்றின் உள்ளமைப்புகளையும் குறித்து விரிவாய் ஆராய்ந்திருந்த அவருக்கு, ஓதம் நிறைந்ததும் கெட்ட வீச்சம் வீசக் கூடியதுமான ஓர் ஆய்வகம் மருத்துவமனையின் நிலவறையில் இருந்தது. அவர் அங்கு உடலிலுள்ள ஒவ்வொரு திசுவையும் முறையாய் ஆராய்ந்தார்.

திசு என்பது என்ன?

திசு என்பது *tissue* என்ற ஆங்கிலச் சொல்லின் தமிழ் வடிவம். செல்கள் (*cells*) என்ற உயிரணுக்களின் தொகுதிக்குத் திசு என்று பெயர். உடலின் ஆக்கமூலப் பொருளான இதை மெய்ம்மம், உண்மம் என்று அழைப்பதை விடத் திசு என்று வழங்குவதே சாலச் சிறந்தது. திசு என்பது உயிர்ப் பொருளின் ஒரு பகுதி; அதில் ஏராளமான செல்கள் - உயிரணுக்கள் அடங்கியுள்ளன. அவை கட்டமைப்பிலும் செயல்பாட்டிலும் ஒரே

தன்மையனவாகும். இது ''நெய்த துணி'' என்று பொருள்படும் *tissue* என்ற பிரஞ்சுச் சொல்லிலிருந்து பிறந்தது.

பிசாட்டு மேற்கூறியவாறு ஆராய்ந்த ஒவ்வொரு திசுவும் வெப்பம், காற்று, நீர், அமிலங்கள், ஆல்ககால்கள், இயற்கை உப்புகள் இவற்றுடன் உள்படுத்தப்பட்டது. பிசாட்டு அவற்றை உலர வைத்தார். மென்பதமாக்கினார்; அவற்றின் பல்வேறு கட்டமைதிகளை ஆராய்வதற்காக அவற்றை அழுகிப் போகச் செய்தார்.

நுண்ணோக்கி தொடாமை

இதில் பெரிய புதுமை என்னவெனில் பதினேழாம் நூற்றாண்டிலேயே கண்டுபிடிக்கப்பட்டு அறிவியலார் பயன்படுத்திக் கொண்டிருந்த நுண்ணோக்கியைப் (*microscope*) பிசாட்டு தன் ஆராய்ச்சியில் பயன்படுத்தாததேயாகும். (நுண்ணோக்கி : இ.ச.க.தொகுதி-3) அவர் நுண்ணோக்கி கொண்டு தன் ஆராய்ச்சியை நடத்தியிருப்பாராகில், அது அவருக்கு மிகவும் உதவியாயிருக்கும். அவருக்கு நுண்ணோக்கியை எவ்வாறு பயன்படுத்துவது என்பது தெரியும். ஏனெனில் கண்ணுக்குத் தெரியாததைக் கண்டு ஆராய்வதற்கு நுண்ணோக்கி மிகுந்த முக்கியத்துவம் வாய்ந்தது என்று அவரே பேசியிருக்கின்றார். ஆனால் அவர் அதைத் தன் திசு ஆராய்ச்சியில் பயன்படுத்தவில்லை.

பிசாட்டு 1800 வாக்கில் தனது 29 ஆவது வயதில் தன் ஆராய்ச்சியில் அடிப்படையான விடையைக் கண்டறிந்து விட்டார். ''நாம் ஒரு வினையை ஆராய்கையில் அதைச் செய்கின்ற சிக்கலான உறுப்பைக் கவனத்திற்குக் கொண்டு கருதவேண்டும். ஆனால் அந்த உறுப்பின் பொருள்கள், அதன் உயிர் ஆகியன பற்றி நமக்குத் தெரியப்படுத்தப்பட்டால், நாம் அதில் சேர்ந்துள்ள பாகங்களைப் பற்றி உறுதி செய்து விடலாம்'' என்று பிசாட்டு எழுதினார்.

1799

திசுக்கள்

அவர் உறுப்புகளை, அவற்றுள் அடங்கிய பாகங்கள் யாவை என்பதை உறுதிப்படுத்தியதில், உடலெங்கிலும் இருபத்தோரு வகைத் திசுக்கள் உள்ளன என்று வரையறுத்தார். அவர் வரையறுத்த திசுக்களின் பட்டியல்:

1. செல் சவ்வு 2. விலங்குயிர்களின் நரம்புகள் 3. உயிர்ப்பொருள் கூறுகளின் நரம்புகள் 4. குருதிக் குழாய்கள் 5. குருதி நாளம் 6 வெளித் தள்ளும் உறுப்பு 7. உறிஞ்சிகளும் சுரப்பிகளும் 8. எலும்புகள் 9.எலும்பு மச்சை (உள்சோறு) 10. குருத்தெலும்பு 11. தசை நார் 12. குருத்தெலும்பு நார்த் திசு 13. உயிர்ப்பொருள் கூறுகளின் திசு 14. விலங்குயிர்கள் 15. சளிச் சவ்வு 16. ஊனீர் 17. உயவு நீர் 18. சுரப்பிகள் 19. தோல் 20. மேல் தோல் 21. தோலின் ஆழப்படிவம்.

இவை நம் உடற்கூட்டில் அமைக்கப்பட்டுள்ள மூலப்பொருள்களாகும் என்று பிசாட்டு கூறினார். உடம்பு திசுக்களாலேயே ஆக்கப்பட்டுள்ளது. அவை வெளித்தோற்றத்திற்கு அடியில் அமைந்துள்ளன.

அறிவியல் உலகின் வறட்டுக் கோட்பாடுகள்

மிகவும் இளைஞரான பிசாட்டு தன் காலத்தில் அறிவியல் உலகினரிடையே விடாப்பிடியாய் ஒட்டிக்கொண்டிருந்த வறட்டுக் கோட்பாடுகளை நன்குணர்ந்திருந்தார்.

அறிவியல் மெய்யாகவே முழுமையும் அறிவியல் அடிப்படையில் அமையவில்லை என்ற கருத்து அவருக்கு இருந்தது. சாவு, நோய், உடல் நலம் ஆகியன உண்டாவதன் காரணங்களை ஆழமாய் ஆராய்ந்து அறிய வேண்டும் என்று கூறுவதற்குத் தயங்க வேண்டிய நிலை உள்ளது என்பதை அவர் உணர்ந்திருந்தார்.

மனிதன் மிகவும் நன்கறிந்திருந்த பேரண்டக் கூறுகளின் அடியாய் அமைந்திருக்கும் அடிப்படைக் கோட்பாடுகளை முதன்முதலில் கண்டுபிடித்த சிறப்பு சர் ஐசக்கு நியூட்டனைச் சேரும். *(நியூட்டன் : இ.ச.க. தொகுதி-3)* ''நாம் இறவாப்புகழ் பெற்ற நியூட்டனுக்கு நன்றி செலுத்துவோமாக. அவர் படைத்தவனின் இரகசியத்தை முதன் முதலில் கண்டுபிடித்தார்; அதாவது எளிமையான காரணங்களில் ஒன்றிணைந்துள்ள எண்ணற்ற விளைவுகளைக் கண்டு கூறினார்'' என்று பிசாட்டு நியூட்டனைப் பற்றி குறிப்பிடுகின்றார்.

வேதியியலிலும் அவ்வாறு தான் நடந்தது. நன்கு அறியப்பட்டுள்ள சேர்மானங்களில் அடங்கியிருக்கும் மூலப்பொருள்களை லாவோசியேயும் பிறரும் கண்டனர். *(வேதியியல் வரலாறு : இ.ச.க. தொகுதி-8)*

''வேதியியலில் பல்வேறு சேர்க்கைகளின் வழியாய்ச் சேர்மானங்களாகின்ற சாதாரணக் கூட்டுப் பொருள்கள் இருப்பதைப் போன்றே, உடற்கூறு இயலிலும் உறுப்புகளாய் உருக்கொள்கின்ற சாதாரண திசுக்கள் உள்ளன'' என்று பிசாட்டு மேலும் விளக்குகின்றார். குறிப்பிட்ட வேலைகளைச் செய்யும் கண்ணறைகளின் தொகுதியான திசு, சுருங்குவதற்கும் நரம்புத் தூண்டல்களுக்கும் நீர்ம அல்லது குருதியோட்டம் செல்வதற்கும் காரணமாயுள்ளது.

1799

பிசாட்டு திசுக்கள் பற்றி எழுதிய ஆய்வுக் கட்டுரை (*Treatise on Membrane*) 1800 ஆம் ஆண்டு வெளியானதும், மருத்துவ உலகின் முழுக்கவனமும் பிசாட்டின் பக்கம் திரும்பியது. இச்சிறு நூல் மிகத் தெளிவாய் எழுதப்பட்டிருந்தது. உடம்பின் கட்டமைப்பை நேரடியாய் மெய்யாகவே ஆய்ந்த மாபெரும் ஆய்வின் பயனாய் இந்நூல் விளங்கியமையால், மருத்துவ உலகம் அது பற்றி மேலும் ஏதேனும் சேர்த்துக் கூறுவதற்கு எதுவுமில்லாது போனது. உடல் பற்றிய முழு ஆய்வில் ஏற்பட்ட புரட்சித் தன்மை வாய்ந்த இந்த ஆய்வு சிறிதளவு எதிர்ப்புடன் ஏற்கப்பட்டுவிட்டது. இத்தகைய ஆய்வின் பலனாய் ''பிணி இயல்புத் திசுவியல்'' (*mobid histology*) என்ற துறையைப் பிசாட்டு தோற்றுவித்தார்.

பிசாட்டு இதன் பிறகு ''உடலியலுக்கும் மருத்துவத்திற்கும் பயன்படும் பொது உடல் உள்ளமைப்பியல்'' (*General Anatomy Applied to Physiology and Medicine*) என்ற ஆய்வு நூலை 1801 ஆம் ஆண்டு வெளியிட்டார். இந்தக் காலத்தில் அவரின் பணிகள் மிகுந்தன. அவர் நடத்திய வகுப்புகளுக்கு ஏராளமான மாணவர்கள் வந்து குழுமினர்.

அவரால் மனித உடலைப் பற்றிய போதிய உண்மைகளைத் திரட்டுவதற்கு முடியவில்லை. ஓட்டல் தியூ மருத்துவமனையில் ஒரு குளிர்காலத்தின் போது இறந்துபோன அறுநூறு பேரின் பிணங்களைப் பிசாட்டு அறுத்து ஆராய்ந்தார். அப்போது அவரால் இரவில்தான் எழுத முடிந்தது. அவர் எழுத உட்கார்ந்ததும் என்ன சொல்ல நினைக்கின்றாரோ, அதை அப்படியே எழுத்தில் வடித்து விடுவார். அவர் ஒருமுறை எழுதிய பிறகு அதை மாற்றி எழுதுவதோ, திருத்துவதோ இல்லை என்று கூறுவர்.

எனினும் அவரது உடல்நலன்தான் அவரது பணிக்குத் தடங்கலாயிருந்தது; உடல் நலம் சீர்கெட்டு வந்தது. அவருக்கு நுரையீரலில் குருதிப் பெருக்கு ஏற்பட்டது என்று

சொன்னார்கள். அதனால் நோய்ப்பட்ட பிசாட்டினால் பலமாத காலம் எழுத முடியவில்லை. இந்நிலையில் அவர் உடல் உள்ளமைப்பியல் பற்றி எழுதிய நூல் (*A Treatise of Descriptive Anatomy*) இரண்டு தொகுதிகளாய் 1801 – 1802 காலத்தில் வெளிவந்தது.

பிசாட்டு ஒருநாள் பிண அறுவைக் கிடங்கின் கெட்ட நாற்றத்திலிருந்து வெளியே வந்தபோது படிக்கட்டுகளிலிருந்து தவறிக் கீழே விழுந்து விட்டார். அவர் விழுந்தவுடன் சமாளித்து எழுந்தது போல் தோன்றினும், அவருக்குப் பின்னர் காய்ச்சல் கண்டது. அதற்குப் பதினான்கு நாள்களுக்குப் பிறகு தனது முப்பதாவது வயதில் 1802 ஆம் ஆண்டு இறந்து போனார்.

பிசாட்டு உடல் நூலையே புதுப்பித்து எழுதியவர்; உயிர் பற்றிப் புதியமுறையில் அணுகி ஆராய்ந்தவர்.

பிசாட்டு இறந்த போது நெப்போலியன் பிரஞ்சுக் குடிநலன் அரசில் தலைமை ஆளுநராய்த் தேர்ந்தெடுக்கப்பட்டிருந்தார். அவரிடம் பிசாட்டு இறந்த செய்தி தெரிவிக்கப்பட்டது. ''இத்தனை குறுகிய காலத்தில், இத்தனை பல பணிகளைச் செய்தவர் இவரைப் போல் வேறெவருமிலர்'' என்று நெப்போலியன் பிசாட்டின் பணிகளை எண்ணி வியந்தார்.

1799

வரலாற்றுப் புள்ளிகள்

1. வேணாட்டில் வேலுத்தம்பி எழுச்சி

இராமவர்மன் காலத்தில் வேணாட்டின் தலைமை அமைச்சர் என்ற திவானான கேசவதாஸ் திப்பு சுல்தானைத் தோற்கச் செய்ததில் பெருமை பெற்றவர். அவர் நாட்டிற்காகப் பல அருஞ்செயல்களைச் செய்தார். ஆனால் இராமவர்மனுக்குப் பிறகு புதிதாய் ஆட்சிக்கு வந்த பலராம வர்மன், எழுத்தறிவற்ற ஊடியாரி ஜெயந்தன் சங்கரன் நம்பூதிரி என்ற பிராமணரின் பேச்சைக் கேட்டுக் கொண்டு கேசவதாஸை ''விலக்கு நீட்டு'' என்ற ஆணையைப் பிறப்பித்துப் பதவியிலிருந்து நீக்கி விட்டார். அதுமட்டுமன்றிக் கேசவதாசிற்கு யாரோ நஞ்சூட்டிக் கொன்றும் விட்டனர். அவர் நஞ்சினால் இறந்தார் என்பதைப் பெரும்பாலர் ஒப்புக் கொண்டனர்.

இந்நிலையில் நம்பூதிரி தனக்கென்று அமைத்துக் கொண்ட அமைச்சில் செட்டி தக்கலை சங்கரநாராயண பிள்ளையை நிதியமைச்சராக்கினார்; மாத்தியூ தரகன் என்ற வடக்கத்திச் சிரியன் கிறித்தவர் உப்பு, புகையிலை முதலிய பண்டங்களைக் கவனிக்கும் வாணிப அமைச்சராக்கப்பட்டார். இம்மூவரும் சேர்ந்து கொண்டு மக்களைக் கசக்கிப்பிழிந்து கொடியமுறையில் வரி தண்டினர். அவர்கள் இரக்கமற்ற முறையில் பெருந்தொகையை இரண்டே வாரத்தில் வரியாய்த் திரட்டி விட்டனர்.

அவர்கள் ஏற்கெனவே தொகுத்து வைத்திருந்த பட்டியலில் காணப்பட்டவர்களை அழைத்துப் பட்டியலில் கண்டுள்ள தொகையை அவர்கள் உடனே செலுத்த வேண்டும் என்று வற்புறுத்தினர். அவ்வாறு பணம் செலுத்தாதவர்களை, மனிதத் தன்மையற்ற முறையில் துன்புறுத்தித் தண்டித்தனர்.

இந்த ஒருதலைப்பட்சமான நடவடிக்கையில் முன்னாள் தாசில்தாரான வேலுத்தம்பி காரியக்காரன் மாட்டிக் கொண்டார். அவர் 20,000 கலிப் பணம் - சுமார் 3000 ரூபாய் தரவேண்டுமென்று நிர்ணயிக்கப்பட்டது. அவர் உடனே இத்தொகையைச் செலுத்த வேண்டும். அல்லது செலுத்தாதவர்களுக்குத் தரப்படும் கசையடியை ஏற்க வேண்டும் என்று அவரிடம் கூறப்பட்டது.

வேலுத் தம்பி துணிச்சலான இளைஞர்; நல்ல குடும்பத்தில் பிறந்தவர்; கெட்டிக்காரர். அதனால் தனக்கு இவ்வாறு ஏற்படவிருந்த இழிவை அவர் ஏற்க மாட்டார். பணத்துடன் இப்போது வரவில்லை என்று அமைச்சர் நம்பூதிரியிடம் வேலுத்தம்பி கூறினார். அதனால் உடனே பணம் தரவில்லை என்பதற்காகத் தண்டனையை ஏற்க முடியாது என்று சொன்னார். நாஞ்சில் நாடு சென்று பணந்திரட்டிக் கொண்டு மூன்று நாளில் வருவதாய் வேலுத்தம்பி சொன்னார். கடன் பத்திரம் எழுதி வாங்கிக் கொண்டு வேலுத்தம்பியை அனுப்பி விட்டனர்.

வேலுத்தம்பி தெற்கே சென்று நாஞ்சில் நாட்டு ஊர்த்தலைவர்களின் கூட்டத்தைக் கூட்டினார். அவசர நேரத்தில் மக்களனைவரையும் எழச் செய்வதற்காக நாஞ்சில் நாட்டில் பயன்படுத்தப்படும் பித்தளை முரசத்தை அறையச் செய்தார். ஆலப்புழை வரையிலும் ஆள்களைத் தூதனுப்பி மக்களின் கருத்தை அறிந்து கொண்டார்.

தலைவர்களின் குழுக்களை அமைத்தப் பிறகு சுற்றிலுமிருந்த ஊர்களின் மூத்தோரும் பிறரும் ஒன்று கூடியதும், ஒருதலைப்பட்சமாய் நடவடிக்கை எடுக்கும் நம்பூதிரி அமைச்சிற்கு எதிராய் எழுந்து, அதன் செயல்களுக்கு முற்றுப்புள்ளி வைக்க வருமாறு வேலுத்தம்பி நாட்டாரை அழைத்தார்.

வேலுத்தம்பி

அமைச்சு சட்டத்திற்குப் புறம்பாய் நடந்து இழிவுதரத்தக்க செயல்முறைகளில் ஈடுபட்டதன் மீது மிகுந்த வெறுப்புக் கொண்டிருந்த மக்கள், வேலுத்தம்பியும் ஏனைய தலைவர்களும் விடுத்த அழைப்பை மனமுவந்து ஏற்றுக் கொண்டனர். ஆதலால் அவர்கள் திருவனந்தபுரத்தை நோக்கிச் செல்வதற்குத் திரண்டனர். இந்தக் கூட்டத்தில் வேணாட்டுப் படையும் மக்களுடன் இரகசியமாய்ச் சேர்ந்து கொண்டது. கிளர்ச்சிக்கு ஆயத்தமாய் எழுந்து நின்ற பெரிய மக்கள் கூட்டத்தின் முன்னணியில் வேலுத்தம்பி நின்றார்.

வேலுத்தம்பி அமைச்சிடம் சொன்னபடி பணம் திரட்டாமல, கிளர்ச்சிக்கு ஆளைத் திரட்டுகின்றார் என்பதை அமைச்சு அறிந்தது. எனவே வேலுத் தம்பியைச் சிறை செய்யுமாறு அறிவிப்பு விடப் பட்டது.

வேலுத்தம்பியும் பிறரும் இதைக் கேட்டதும், திரண்டிருந்த மக்கள் கூட்டத்துடன் திருவனந்த புரத்திற்கு விரைந்தனர். அவர்கள் அங்கு சென்று

கோட்டையினருகே குழுமியிருந்தனர். ஏற்கெனவே அங்கு பெருந்திரளான மக்கள் திரண்டிருந்தனர். அவர்கள் வேணாட்டின் வடக்கிலிருந்து வந்து கூடியிருந்தனர்.

மக்கள் அரசர் மீதும் அரச குடும்பத்தின் மீதும் தெய்வீக மரியாதை வைத்திருந்தனர். அதனால் வேலுத்தம்பியும் அவரைப் பின்பற்றி வந்தவர்களும் வலுக்கட்டாயமாய்க் கோட்டைக்குள் புகுந்து வலிய சர்வாதிக்காரியக்காரரான நம்பூதிரியையும் அவரின் கூட்டாளிகளையும் கைப்பற்றுவதற்கு விரும்பவில்லை.

வேலுத்தம்பி இத்தனை பெரிய கூட்டத்துடன் வந்ததைக் கண்ட அரசர் பலராம வர்மன் திடுக்கிட்டுப் போனார். அவருக்குக் கடமையுணர்ச்சி வந்துவிட்டது. ஆதலால் அவர் தன் அலுவலரில் சிலரைக் கோயில் குருக்களொடும் ஏனைய பிராமணரொடும் அனுப்பி மக்களைச் சந்திக்கச் செய்தார். மக்களின் நியாயமான கோரிக்கைகள் அனைத்தும் ஏற்கப்படும் என்று அவர்களிடம் தெரிவித்தார்.

அரச குடிகளான மக்கள் இத்தனை பெரிய கூட்டமாய்த் திரண்டு வந்த காரணத்தை மக்கள் தலைவர் என்ற முறையில் மன்னரிடம் வேலுத்தம்பி எடுத்துரைத்தார். அவர் மக்களின் சார்பாய் மன்னர் முன்னர் நான்கு கோரிக்கைகளை வைத்தார் :

1. வலிய சர்வாதிக்காரரான நம்பூதிரியை உடனே பதவியிலிருந்து நீக்க வேண்டும்.

2. அவரை இனித் திருப்பி அழைப்பதில்லை என்று அரசர் ஆணை எழுதி உறுதிப்படுத்த வேண்டும்

3. சங்கர நாராயண பிள்ளைக்கும் மாத்தியூ தரகனுக்கும் மக்கள் முன்னிலையில் கசையடி தந்து, அவர்களின் காதுகளை அறுக்க வேண்டும்

4. உப்பு வரியையும் மோசமான பிற வரிகளையும் நீக்க வேண்டும்

மன்னர் இக்கோரிக்கைகளனைத்தையும் ஏற்று நம்பூதிரியையும் அவரின் கூட்டுக்காரர்களையும் பதவியிலிருந்து நீக்கினார். ஆனால் அவர்களை எளிதாய்ப் பதவியிலிருந்து நீக்கியதொடு வேலுத்தம்பி மனநிறைவு கொண்டுவிடவில்லை. பதவியிலிருந்து தள்ளப்பட்டவரனைவரையும் பொது மன்றின் முன் கொண்டு வந்து, அம்மன்றத் தீர்ப்புப்படி நடத்துவதற்கு அரசரின் இசைவையும் வேலுத்தம்பி பெற்று விட்டார்.

அதன்படி அவர்கள் பொது மன்றுக்கு கொண்டுவரப்பட்டனர். அம்மன்றில் பொறுக்கி எடுத்த பெரிய மனிதர்கள் இருந்தனர். அம்மன்று நம்பூதிரியை இழிவுபடுத்தி நாடு கடத்திற்று. சங்கரநாராயணன், மாத்தியூ தரகன் இருவரின் காதுகளையும் அறுத்து அவர்களைச் சிறைப்படுத்துவது என்று மன்று முடிவெடுத்தது.

இத்தண்டனைகள் உடனே நிறைவேற்றப்பட்டன. சங்கரநாராயணன் உதயகிரியிலும், தரகன் திருவனந்தபுரத்திலும் சிறை வைக்கப்பட்டனர்.

இதன் பிறகுதான் தலைநகருக்குள் வந்து கூடி இருந்த மக்கள் கூட்டம் கலைந்தது. கிளர்ச்சித் தலைவர்களுள் ஒருவரான சேரைங்கீல் ஐயப்பன் செண்பகராமன் பிள்ளையின் தலைமையில் வேலுத்தம்பியும் பிற தலைவர்களும் மன்னரைச் சென்று கண்டனர். அவர்கள் மன்னருக்குத் தொண்டு புரிய முன்வந்தனர்; புதிய அமைச்சை உண்டாக்குமாறு மன்னரை வேண்டினர்.

சேரைங்கீல் ஐயப்பன் செண்பகராமன் பிள்ளை என்பது, அரசிற்கு அரும்பணியாற்றியமைக்காக வேணாட்டு மன்னர் அளிக்கும் பெருமைமிகு பட்டமாகும். செண்பகராமன் பிள்ளை தலைமையமைச்சராகிய வலிய சர்வாதிகாரியக்காரன் என்ற பதவியில் அமர்த்தப்பட்டார். வேலுத்தம்பி முளக்குடித சில சர்வாதிகாரக்காரன் என்ற வணிக அமைச்சரானார்.

2. மங்களூர் பிரிட்டீசார் வசமானது

கன்னடத்தில் மங்களூரு என்றும் மலையாளத்தில் மங்கள புரம் என்றும் தமிழில் மங்களூர் என்றும் அழைக்கப்படும் தொன்மையான இத்துறைமுகப்பட்டினத்தை அலெக்சாந்திரியக் கிரேக்க நில நூலாரான தாலமி *(87-150 கி.பி)* அறிந்திருந்தார். மங்களூர் இன்று கர்நாடக மாநிலத்தின் தலையாய துறைமுகமாய் உள்ளது.

பழஞ்சிறப்பு வாய்ந்த மங்களூரைப் போர்த்துக்கீசர் 1547 ஆம் ஆண்டில் அழித்தனர். அதற்கு எட்டாண்டுகளுக்குப் பிறகு 1555 இல் புதுப்பித்துக் கட்டப்பெற்ற மங்களூரைப் போர்த்துகீசர் மீண்டும் அழித்தனர். (இக்காலக் கட்டம் தொடங்கிப் பதினெட்டாம் நூற்றாண்டு வரையிலும் கிட்டத்தட்ட 252 ஆண்டுக் காலம் இத்துறைமுகம் பலவகையான இன்னல்களுக்கு உள்ளாகி வந்திருக்கின்றது.)

போர்த்துக்கீசர் 1555 ஆம் ஆண்டில் மங்களூரைக் கைப்பற்றிப் பலரைக் கொன்றனர். ஊரைத் தீயிட்டுக் கொளுத்தினர். அவர்கள் இறுதியாய் 1567 ஆம் ஆண்டு மீண்டும் மங்களூரைக் கவர்ந்து, அங்கு செயிண் செபஸ்தியன் என்ற கோட்டையையும் புது மாதா கோயிலையும் கட்டினர்.

அவர்கள் மங்களூருக்கு அருகில் இருந்த ஒரு சிற்றரசரை 1617 ஆம் ஆண்டு தோற்கடித்து, அவரது நிலப்பரப்பை வலுக்கட்டாயமாய்த் தம் ஆட்சிப் பரப்புடன் சேர்த்துக் கொண்டனர். மங்களூர் அதன்பிறகு 23 ஆண்டுக்காலம் போர்த்துக்கீசர் வசம் இருந்தது. பேடனூர் மன்னர் மங்களூரை 1640 ஆம் ஆண்டு போர்த்துக்கீசரிடமிருந்து கைப்பற்றினர்.

அதற்குச் சரியாய் இருபத்து மூன்று ஆண்டுகள் சென்றபின் ஐதரலிகான் 1763ல் மங்களூரைக் கவர்ந்தார். *(துளு நாட்டில் ஐதரலி; இ.ச.க. தொகுதி-7)* ஐதரலிகான், திப்புசுல்தான் இருவரும் தம் கப்பற்படைத் தளத்தை மங்களூரில் வைத்திருந்தனர். அவர்கள் மங்களூரில் கப்பல்கள் கட்டினர். *(இ.ச.க. தொகுதி-9)*

மங்களூர் ஐதரலிக்குப் பிறகு கிழக்கிந்தியக் கம்பெனியால் 1768 ஆம் ஆண்டு கைப்பற்றப்பட்டபோதிலும், ஐதரலி அதே ஆண்டில் மீண்டும் அதைப் பிடித்து விட்டார். பிரிட்டீசார் மங்களூரை இரண்டாம் முறை 1783 இல் சரணடையச் செய்த போதிலும், திப்பு சுல்தான் மீண்டும், அதே ஆண்டில் மங்களூரைத் தனதாக்கிக் கொண்டார்.

கிழக்கிந்தியக் கம்பெனிக்கும் திப்பு சுல்தானுக்கும் 1784 மார்ச்சு 11 அன்று மங்களூரில் உடன்படிக்கை ஏற்பட்டது. *(இ.ச.க. தொகுதி-9)* அதன்படி திப்பு சுல்தான் மங்களூரைப் பெற்றார். மைசூர் நாடு இறுதியாய் 1799 இல் நான்காம் மைசூர்ப் போர் முடிவுற்றதும் பிரிட்டீசாரின் ஆட்சிப்பகுதியானது. அதில் மங்களூரும் அடங்கியது. அதன்பிறகு முப்பத்தெட்டாண்டுக்காலம் மங்களூரில் அமைதி நிலவியது. எனினும் 1837 இல் குடகுப் புரட்சி தோன்றியபோது மங்களூரின் அமைதி குலைந்தது.

குடகுப் புரட்சிக்காரர்கள் மங்களூரினுள் நுழைந்து அங்கு கச்சேரிக்குத்

தீவைத்தனர். (கச்சேரி – அரசு அலுவலகம்) இதைத் தவிர வேறு குழப்பம் எதுவும் நடக்கவில்லை. கிழக்கிந்தியக் கம்பெனி இங்கிருந்த சிற்றரசரின் இசைவு பெற்றுச் சந்தனம் விளையும் மலைப்பகுதிகள் மீது தனியுரிமை செலுத்திற்று.

இவ்வூருக்குப் பெயர் தந்த மங்களதேவி கோயில் மிகப் பழமையானது. மங்களூர் சென்னையிலிருந்து மேற்கில் சுமார் 892 கிலோ மீட்டர். பம்பாயிலிருந்து தெற்கில் சுமார் 669 கிலோ மீட்டர்.

3. சூரத்தைக் கம்பெனி இணைத்தல்

இந்தியத்தின் வடமேற்குக் கரையிலுள்ள சூரத்துப்பட்டினம் 1550 முதல் இந்தக் காலக்கட்டம் வரையிலும் தலையாய துறைமுகமாய் விளங்கி வந்ததை நாமறிவோம். இப்பட்டினம் பற்றி இக்களஞ்சிய வரிசையில் பல இடங்களில் சொல்லப்பட்டுள்ளது. பம்பாய்த் துறைமுகம் வலிமை பெற்றது வரையிலும் சூரத்தே பெரிய துறைமுக மாயிருந்தது. சூரத்தில் ஐரோப்பிய வணிகக் கம்பெனிகள் அனைத்திற்கும் பண்டசாலைகள் இருந்தன. சூரத்து அன்றும் இன்றும் கைத்தறித் துணிக்கும் பொன், வெள்ளிச் சரிகைகளுக்கும் பெயர் பெற்று விளங்குகின்றது.

கிழக்கிந்தியக் கம்பெனி பருத்தியிலும் துணியிலும் ஏற்றுமதியில் தனியுரிமை பெற்றிருந்த இந்தக் காலக்கட்டத்தில் சூரத்து அதற்குப் பெரிய மையமாய் விளங்கிற்று. அது இக்காலத்தில் ஒரு நவாபின் ஆளுகையில் இருந்தது. கிழக்கிந்தியக் கம்பெனி அவருடன் ஒப்பந்தம் செய்து கொண்டு இங்கு நாட்டாண்மை நடத்தி வந்தது. அது நவாபிற்கு உதவியாய் ஒரு படையை நிறுத்தியிருந்தது. கம்பெனி அதற்கென்று நவாபிடம் உதவித்தொகை குறித்துப் பேசிக் கொண்டிருந்தது. சூரத்தில் 1795 இல் உண்டான ஒரு பெரிய கலவரத்தை ஒடுக்குவதில் பிரிட்டீசார் நவாபிற்கு உதவினர்.

கம்பெனி நவாபைத் தன் கைக்குள் கொண்டு வருவதற்காக விடாமல் மீண்டும் மீண்டும் பேசி வந்தது. அந்தப் பேச்சு 1798 நவம்பரிலும் தொடர்ந்தது. இது நவாபின் நீதியாட்சிப் பொறுப்பில் தலையிட்டதற்கு ஒப்பாகும்.

ஆனால் நவாபு 1799 ஜனவரி 15 அன்று செத்துப்போனதால் புதிய சூழ்நிலை தோன்றியது. நவாபிற்குப் பிறகு அவரது வாரிசான நான்கு வயதுக் குழந்தையும் பிப்ரவரி 4 அன்று இறந்தது. கம்பெனி அலுவலர்கள் நல்லவேளை தமக்கு வரட்டு மென்று காத்திருந்ததால், அவர்களுக்கு இச்சாவுகள் நல்ல வாய்ப்புகளாயின.

பம்பாய் மாநில அரசின் மேலாண்மையில் மேற்குக் கரையிலமைந்த குஜராதும், மலபாரும் ஏற்கெனவே இருந்துவந்தன. ஆதலால் அவற்றொடு சூரத்தையும் தன் பகுதிக்குள் அடக்கி விடுவதென்று பம்பாயின் ஆளுநரான டங்கன் திட்டமிட்டார். சூரத்தின் அடுத்த நவாபாய், இறந்து போனவரின் தம்பி நசீருதீனை அமர்த்துவதை ஏற்க முடியாது என்று டங்கன் ஆணை பிறப்பித்தார்.

ஆளுநர் டங்கன் மே 2 அன்று கப்பலில் சூரத்தை அடைந்தார். சூரத்துப்பட்டினத்தில் அவர் கம்பெனியின் அரசை அமைத்து விட்டார். நசீருதீன் இதைக் கடைசி வரை எதிர்த்தார். டங்கன் அவருடன் இணக்க வணக்கமாய்ப் பேசி அவரை இணங்க வைத்துவிட்டார்.

கம்பெனி குஜராது முழுவதையும் கவர்வதற்குச் சூரத்து உந்துதளமாய் அமைந்தது.

4. பிரிட்டீசுச் செய்திகள்

(அ) பிரிட்டனில் வருமான வரி

இளைய பிட்டு என்றழைக்கப்படும் வில்லியம் பிட்டு *(1759 – 1806)* பிரிட்டனில் இருமுறை *(1783–1801; 1804–1806)* தலைமை அமைச்சராயிருந்து நிதியியல், காப்பு வரி இவற்றில் சீர்திருத்தங்கள் செய்தார். (இளைய பிட்டு இ.ச.க. தொகுதி-9) இவரது காலத்தில் பிரான்சிலிருந்து வாங்கிய பண்டங்களுக்கு இறக்குமதித் தீர்வை குறைக்கப்பட்டது. அதனால் அரசிற்குச் சுங்க ஆயத் தீர்வைகளின் வருவாய் குறைந்தது.

பிட்டு இந்த இழப்பை ஈடு செய்வதற்காகப் பந்தயக் குதிரைகள், கோச்சு வண்டிகள், மணிப் பொறிகள், தலைக்குப் போடும் பொடிகள் ஆகிய ஆடம்பர வாழ்க்கை இனங்கள் மீது கூடுதலான வரி விதித்தார். அவர் விதித்த சன்னல் வரி முக்கியமான வருவாய் இனமானது. ஒரு வீட்டின் சன்னல்கள் எண்ணிக்கை கூடுதலாகவாக ஒவ்வொரு சன்னலுக்கும் வாங்கப்பட்ட வரி விகிதம் அதிகரித்தது. இதனால் பணக்காரர்கள் கூடுதலான வரியும் இல்லாதவர்கள் குறைந்த வரியும் செலுத்தினர். இறக்குமதித் தீர்வைகளும் சீர்பட்டன. அதனால் ஏழை பணக்காரர் ஒரே சமமாயிருந்தனர் என்று கருதப்பட்டது.

இளைய பிட்டு காலத்தில் நாட்டுக் கடன் இறுக்கும் நிறுவனம் அமைக்கப்பட்டது. (இ.ச.க. தொகுதி-9) அவர் *1799* இல் ''சிறிது கால வரி'' என்று நிலங்கள், தனிச் சொத்துகள், தொழில்கள், வேலைப் பணிகள், ஓய்வூதியங்கள் இவற்றிலிருந்து கிடைக்கும் வருவாய் மீது வருமான வரி விதிக்கும் திட்டத்தைக் கொண்டு வந்தார். போர்களில் ஏற்பட்ட பெருஞ் செலவிற்காக வருமான வரி விதிக்கப்பட்டது. இது *1799* ஏப்ரலிலிருந்து நடைமுறைக்கு வந்தது.

ஓராண்டில் அறுபது பவுனிற்கு மேல் சம்பாதிக்கும் எவராயினும் வருமான வரி செலுத்த வேண்டும். ஓராண்டில் அறுபது பவுனிற்கும் இருநூறு பவுனிற்கும் இடைப்பட்ட நிலைகளில் வருவாய் உடையவர்கள் வரி செலுத்த வேண்டும். ஓராண்டில் இருநூறு பவுனிற்கு மேல் வருவாய் உடையவர்கள், தம் வருவாயில் பத்துச் சதத்தை வரியாய்த் தரவேண்டும்.

(ஆ) பிரிட்டனில் அரசியல் சங்கங்களுக்குத் தடை

பிரிட்டனில் கைவினைஞரை அடிப்படையாய் வைத்து, இலண்டன் கரஸ்பாண்டிங்கு சொசைட்டி *(London Corresponding)* என்ற அரசியல் சங்கம் முதன்முதலில் 1792 ஜனவரியில் தொடங்கப் பெற்றது. இதற்குத் தாமஸ் ஹார்டி என்றவர் தலைவராயிருந்தார். அரசு இச்சங்கத்தையும் இதன் தலைவர்களையும் பல வகைகளில் ஒடுக்க முயன்றது. அவர்கள் அரசருக்கு எதிரான செயல்களைச் செய்தனர் என்று குற்றஞ்சாட்டி, அவர்களைச் சிறையில் அடைத்தனர்.

இச்சங்கத்தினர் மக்களைப் பெரிய அளவில் திரட்டி *1797* இல் கூட்டிய பொதுக்கூட்டம் காவலராலும் படையினராலும் கலைக்கப்பட்டது. அதன் பிறகு சிறை செய்யப்படாது எஞ்சியிருந்த தலைவர்கள் *1798* ஆம் ஆண்டு சிறையிலடைக்கப்பட்டனர்.

இந்த *1799* ஆம் ஆண்டில் இலண்டன் கரஸ்பாண்டிங்கு சங்கம், அயர்லாந்தியர் சங்கம் உள்படப் பல அரசியல் சங்கங்களைத் தடை செய்யும் சட்டம் நிறைவேறியது.

சங்கங்கள் சட்டம் நாடாளுமன்றத்தில் இரண்டாம் முறையாய் 1800 ஆம் ஆண்டு ஜூலையில் கொண்டுவரப்பட்டது. இதில் 1799 ஆம் ஆண்டுச் சட்டத்தின் விதிமுறைகள் ஓரளவு தளர்த்தப்பட்டன.

5. பிரஞ்சுச் செய்திகள்

(அ) நெப்போலியன் ஏற்றம்

பிரஞ்சுக் குடியரசின் ஆட்சியைக் கொண்டு செலுத்துவதற்காக ரோபஸ்பியரின் வீழ்ச்சிக்குப் பிறகு 1795 ஆம் ஆண்டில் நெறியாளர் குழுமம் (*Directory*) என்ற ஒன்று அமைக்கப்பட்டது. அதில் ஐந்து நெறியாளர் இருந்தனர்; அவர்கள் ஐவரும் நாட்டை நடத்திச்செல்லும் மேலாண்மை பெற்றிருந்தனர். ஐந்து நெறியாளர்க்கும் உதவியாய் ஐநூற்றுவர் அடங்கிய ஒரு மாமன்றமும், மூத்தோர் மன்றம் (*Council of Ancients*) என்று பெயர் பெற்ற 250 பேரடங்கிய ஒரு மன்றமும் ஆட்சி புரிவதற்குத் துணையாயிருந்தன. பிரஞ்சு மாநிலங்களில் மிகுந்த குழப்பங்கள் நிலவிய காலத்தில் ஐவர் குழுமம் ஆட்சிப் பொறுப்பிற்குத் தலைமை ஏற்றது.

மேற்குப் பிரான்சிலுள்ள வெண்டீ (*Vendee*) என்ற பகுதியில் முடியரசு ஆதரவாளர்களான உழவர்கள் தொடர்ந்து கிளர்ச்சி செய்து வந்ததாலும், கூட்டணியுடன் நடந்த இரண்டாவது போரில் தோல்வி ஏற்பட்டதாலும், மக்களில் பெரும்பாலர் மனம் முறிந்தனர். நெப்போலியன் 1799 நவம்பர் 9 அன்று ஐவர் குழுமத்தைத் கலைத்து விட்டு மேலுயர் தண்டலாளர் (*Consuls*) மூவர் அடங்கிய குடிநலன் காப்புக் குழும ஆட்சியை எந்த எதிர்ப்புமின்றி அமைத்து விட்டார். இம்மூவர் ஆட்சிக் குழுமத்தில் நெப்போலியன் முதல் தண்டலாளர் (*First Consul*) ஆனார். அவர் இப்பொறுப்பேற்ற சிறிது காலத்தில் பிரான்சிற்குப் பல வெற்றிகளைத் தேடித் தந்தார். நெப்போலியன் 1804 ஆம் ஆண்டு எதிர்ப்பார் எவருமின்றிப் பிரஞ்சு மணிமுடியைச் சூடிக்கொண்டது வரையிலும் குடிநலன் காப்புக் குழுமத்தின் ஆட்சி நீடித்தது.

(ஆ) நெப்போலியனின் சிரியப் படையெடுப்பு

நெப்போலியன் 1799 இல் கான்ஸ்டாண்டிநோபிள் மீது போர் தொடுத்ததையடுத்து, எகிப்திலிருந்து பிப்ரவரி மாதம் சிரியத்தை நோக்கிப் புறப்பட்டார். (*Syria* : இன்று மேற்காசியத்தில் நில நடுக்கடலின் கரையில் ஒரு குடியரசாயிருக்கின்றது. அரபுகள் வாழும் இந்நாடு 1516 முதல் 1908 வரை ஆட்டோமான் துருக்கரால் ஆளப்பட்டு வந்தது. நெப்போலியன் 1799 இல் படையெடுத்து வந்தபோது சிரியத்தில் துருக்கர் ஆட்சி நடந்து கொண்டிருந்தது.)

விவிலியத்தில் ஜோப்பா (*Joppa*) என்று அழைக்கப்படும் ஜாஃபா என்ற நிலநடுக்கடல் துறைமுகத்தைப் பிரஞ்சுக்காரர் இவ்வாண்டில் தாக்கினார்; அங்கிருந்த 120 துருக்கரைக் கொன்றனர். எனினும் அவர்களால் கிழக்கு நிலநடுக் கடலில் ஏக்கர் வளைகுடா மீது அமைந்துள்ள ஏக்கர் (*Acre*) என்ற பட்டினத்தைப் பிடிக்க முடியவில்லை. (ஜாஃபாவும், ஏக்கரும் இன்று இசுரேலில் உள்ளன.) பிரஞ்சுக்காரரிடையே இந்நேரம் பிளேக்குப் பரவவே, அவர்கள் எகிப்தை நோக்கிப் பின்வாங்கினர்.

(இ) ரொசட்டக் கல்வெட்டுக் கண்டுபிடிப்பு

நெப்போலியன் இப்போது வெற்றி கொண்டுவரும் எகிப்திற்கு, அறிவியலார்

குழு ஒன்றையும் அழைத்துச் சென்றிருந்தார். அவர் எகிப்தைப் பிரஞ்சுக் குடியேற்றமாக்கும் நோக்கம் கொண்டிருந்ததால், எகிப்தின் அறிவுச் செல்வங்களையெல்லாம் திரட்டும் எண்ணத்துடன் பாரிசில் ''எகிப்தியக் கழகம்'' என்ற ஓர் அமைப்பையும் நிறுவியிருந்தார்.

பிரஞ்சு அறிவியலார் குழு எகிப்தின் வடக்கே நைல் ஆற்றின் வடநிலப் பகுதியிலிருக்கும் ரொசட்டா (*Rosetta*) என்ற ஊரில் வரலாற்றுச் சிறப்புடைய ஒரு கல்வெட்டை 1799 இல் கண்டுபிடித்தது. அது ஐந்தாம் தாலமாயின் ஆட்சிக் காலத்தைச் சேர்ந்த (196 கி.மு.) கல்வெட்டு என்பது தெரியவந்தது. பசுமை நிறமான தீக்கல்லில் (*basalt*) கிரேக்கம், பேச்சு வழக்கு மொழி, எகிப்தியச் சித்திர எழுத்து (*heiroglyphic*) ஆகிய மூன்று வரி வடிவங்களில் நேர் நேராய்ப் பொறிப்புகள் இருந்தன.

பண்டை எகிப்திய மொழியிலிருந்து பிறந்த காப்டிக்கு மொழி எகிப்தில் பேச்சு வழக்கிலிருந்தது. (*Coptic* : இது ஆப்பிரிக்க ஆசிய மொழிக் குடும்பத்தைச் சேர்ந்தது; இது கிரேக்க எழுத்தில் எழுதப் பெற்றது. காப்டிக்கு சுமார் கி.பி. 1600 வரை பேச்சு வழக்கிலிருந்து மறைந்தது. எனினும் காப்டிக்குத் திருச்சபை என்ற கிறித்தவப் பிரிவு இன்றும் உயிர் வாழ்கின்றது.) ரொசட்டக் கல்வெட்டில் பேச்சுவழக்கு மொழியான காப்டிக்கும் இடம் பெற்றிருந்தது.

பிரஞ்சுப் போர்ப்படைப் பொறியாளர் பிரிவைச் சேர்ந்த புக்கார்டு (*Buccard*) என்ற கேப்டன் இக்கல்வெட்டைக் கண்டுபிடித்தார். மும்மொழிகளில் பொறித்த இக்கல் வெட்டு ஒரே பொருளைப் பற்றியது என்றும் இது பண்டை எகிப்திய மொழியையும் அதன் சித்திர வடிவ எழுத்தையும் அறிந்து கொள்வதற்கு உதவலாம் என்றும் புக்கார்டு கருதினார்.

இக்கல்வெட்டைப் படித்தறியக் காப்டிக்கு மொழியறிந்த தாமஸ் யங்கு முயன்றார். எனினும் நெப்போலியனுடன் எகிப்திற்குச் சென்ற அறிவியலார் குழுவில் இருந்த ஷீன் ஃபிரான்சுவா கம்போலியன் (1790 – 1872) பின்னர் இக்கல்வெட்டைப் படித்தறிவதில் வெற்றியடைந்து எகிப்தியவியலுக்கு வழி திறந்துவிட்டார்.

(ஈ) பதின்மான முறையில் மீட்டர், கிலோ கிராம் மதிப்பு வரையறுத்தல்

பிரஞ்சு மக்கள் பேரவை மன்றத்தில் (*National Convention*) பதின்மான முறையில் மீட்டர், கிலோ கிராம் என்ற நீட்டல், நிறுத்தலளவைகளின் மதிப்பு **1799** டிசம்பர் **10** அன்று சட்டப்படி வரையறுக்கப்பட்டது.

6. ஹம்போலின் அறிவியற் பயணம்

சிறப்பு வாய்ந்த ஐரோப்பிய நாடோடியான மார்க்கோ போலோவை (**1254 - 1324**) ''பதின்மூன்றாம் நூற்றாண்டின் ஹம்போல்'' என்று இருபதாம் நூற்றாண்டு எழுத்தாளர் ஒருவர் அழைத்தார் எனின், பதினெட்டாம் நூற்றாண்டில் வாழ்ந்த ஹென்றிக்கு அலெக்சாந்தர் ஹம்போல் (*Henrich Alexander Humbolt; 1769 - 1859*) பெருமையை விளம்புவதற்கு வேறென்ன வேண்டும்? பிறரிடம் எப்போதுமே குறை கண்டு வந்த ஜெர்மன் புலவரான கதே (*1749 - 1832*) ஹம்போலைப் புகழ்ந்துரைப்பதற்குத் தயங்கவேயில்லை என்பதும் குறிப்பிடத்தக்கது.

இத்தகைய மேன்மை வாய்ந்த ஜெர்மன் அறிவியலாரான ஹம்போல் **1799** இல் தென்னமெரிக்க அறிவியல் பயணத்தைத் தொடங்கினார். அவர் வடமேற்கு ஸ்பெயினில் அட்லாண்டிக்குக் கரையிலுள்ள லா கோருனா (*La Coruna*) என்ற துறைமுகத்திலிருந்து ''பிசாரோ'' (*Pizzaro*) என்ற கப்பலில் ஏறி ஸ்பானிய அமெரிக்கத்திற்குப் புறப்பட்டார். அவருடன் பிரஞ்சுத் தாவரவியலாரான அய்மி ஷாக்கு அலெக்சாந்திர போன்பிளான் என்பவரும் சென்றார்.

7. நைட்டிரசக் காடி ஆக்கப்படுதல்

சர் ஹம்ஃபிரி டேவி (*Sir Humphrey Davy : 1778 -1829*) என்ற ஆங்கில வேதியியலார் சோடியம், மக்னீசியம், குளோரின் ஆகியவற்றைத் தனிப்படுத்தியவர், அவர் **1799** இல் நகை வளி (*laughing gas*) என்று அழைக்கப்படும் நைட்டிரஸ் காடியை (*nitrous acid* HNO_2) உண்டாக்கினார். அவர் அந்தக் காடியை முகர்ந்து பார்த்தார். அது வலி தெரியாதிருக்கச் செய்கின்றது என்பதை டேவி கண்டார். இந்தக் காடியைச் சிறுதர அறுவைகளில் மயக்க மருந்தாய்ப் பயன்படுத்தலாம் என்று டேவி கூறினார்.

டேவி பல்வலியினால் வருந்திய ஒருவரை நைட்டிரச ஆக்சைடை அல்லது ''நகை வளியை'' முகரச் செய்து, வலியில்லாமல் பல்லைப் பிடுங்கினார். டேவி இதைப் பற்றி ஓர் ஆராய்ச்சிக் கட்டுரையையும் எழுதி வெளியிட்டார். இது உலகையே ஆடவைக்கும் கண்டுபிடிப்பு என்பது இந்தக் காலத்தில் உணரப்படவில்லை.

''நைட்டிரஸ் ஆக்சைடைப் பரந்த அளவில் பயன்படுத்தும்போது, அது உடல் நோவைத் தெரியாமல் செய்கின்றது என்பது தெரியவருவதால், பெரிய அளவில் குருதி கொட்டாத அறுவைகளின் போது அதைக் கையாளலாம்'' என்று டேவி கூறினார்.

டேவியின் இந்தக் கருத்தை அந்நாளில் யாரும் கவனிக்கவில்லை. டேவியே இது குறித்துத் தொடர்ந்து முனையவுமில்லை. வலியற்ற அறுவைக்கு வழிவகுத்த இக்கண்டுபிடிப்பு மருத்துவ வரலாற்றில் ஒரு புதிய பகுதியாய் அமைந்துள்ளது.

8. காஸ் விளக்கு முன்னோடி

பிரஞ்சு வேதியியலாரும் பொதுப் பொறியாளருமான ஃபிலிப்பி லெபோன்

(Philippe Lebon) மரக்கட்டையிலிருந்து எரிவாயு எடுக்கும் முறைகளை உண்டாக்கினார். எரிவாயுவினால் எரியும் காஸ் விளக்குப் பற்றிய கொள்கையை உருப்படுத்தியதில் லெபோனுக்குப் பெரும் பங்குண்டு. மக்கள் பத்தொன்பதாம் நூற்றாண்டில் காஸ் விளக்குகளைப் பயன்படுத்துவர் என்றும் அவர் வருவதுரைத்தார்.

9. அமெரிக்கத்தில் முதலில் அம்மை குத்துதல்

ஹார்வர்டுப் பல்கலைக்கழக மருத்துவப் பேராசிரியரான பெஞ்சமின் வாட்டர்ஹௌஸ் பெரியம்மைத் தடுப்பிற்காக முதன்முதலில் அம்மை குத்திக் கொண்டார்.

10. ஜார்ஜ் வாசிங்டன் மறைவு (1732 – 1799)

ஜார்ஜ் வாசிங்டன் (1732 – 1799) பெரிய நிலக்கிழார் ஒருவரின் மகனாய் 1732 பிப்ரவரி 22 அன்று வர்ஜீனியத்தின் வேக்ஃபீல்டு என்ற இடத்தில் பிறந்தார். அவர் 1753 ஆம் ஆண்டு படையில் சேர்ந்து, 1758 வரை பிரஞ்சுக்காரருடனும், அமெரிக்க இந்தியருடனும் நடந்த சண்டைகளில் பங்கெடுத்தார். அதனால், அவர் போரியல் அனுபவமும் சிறப்பும் பெற்றார்.

வாசிங்டன் 1774 ஆம் ஆண்டு அமெரிக்கக் குடியேற்றங்களின் முதற்பேரவைக்குப் பேராளராய்த் தேர்ந்தெடுக்கப்பட்டார். அதையடுத்து 1775 இல் கூடிய இரண்டாவது பேரவையில், அவர் குடியேற்றங்கள்படைக்கு அனைவரின் ஆதரவுடன் தலைமைத் தளபதியாய்த் தேர்ந்தெடுக்கப்பட்டார்.

அமெரிக்க விடுதலைப் போர் 1775 இல் தொடங்கி 1781 இல் முடிவுற்றது. இப்போரில் குடியேற்றங்களின் படை வெற்றி பெற்றதில் வாசிங்டனுக்குப் பெரும் பங்குண்டு.

அமெரிக்க ஒன்றியத்தின் அரசியல் சட்டம் அனைவராலும் ஏற்று நிறைவேற்றப்பட்டதற்கு வாசிங்டனே காரணராவார். (இ.ச.க. தொகுதி-9) அவர் 1789 ஏப்ரல் 30 அன்று அமெரிக்க ஒன்றியத்தின் ஆட்சித் தலைவரானார். அவர் இப்பதவிக்கு மறுமுறையும் 1792 ஆம் ஆண்டு தேர்ந்தெடுக்கப்பட்டு 1796 வரை ஆட்சியிலிருந்தார்.

வாசிங்டன் வர்ஜீனிய மாநிலத்தின் மௌண் வெர்னான் என்ற இடத்திலுள்ள தன் இல்லத்தில் 1799 ஆம் ஆண்டு டிசம்பர் 14 அன்று காலமானார்.

1800

அரசியல்

பெல்லாரி நிசாமின் உடைமையானது
வேணாட்டில் முதல் பிரிட்டீசுப் பேராளர்
மலபாரில் அரசியல் குழப்பங்கள்
கேரள வர்மன் புரட்சி
நெப்போலியனின் பொருளியல் நடவடிக்கைகள்
அயர்லந்தைப் பிரிட்டனுடன் இணைக்கும் சட்டம்
தாமஸ் ஜெஃபர்சன் அமெரிக்க ஆட்சித் தலைவராதல்

அறிவியல்

அகச்சிவப்புக் கதிர்கள் கண்டுபிடிப்பு

கலை, கல்வி, இலக்கியம்

ஞானவாசிட்டம் - வீரை ஆளவந்தார்
தமிழ்ப் புராணங்கள்
காம இலக்கியம் மலிதல்
வில்லியம் கோட்டைக் கல்லூரி
இலண்டனில் அறுவை மருத்துவக் கல்லூரி
அமெரிக்கக் காங்கிரசு நூலகம்

தொழில், வாணிபம், வேளாண்மை

கேரளத்தில் மிளகு வாணிபம் படுத்தது
ஐரோப்பியத்தில் கப்பல் கட்டுந் தொழில்
பிரிட்டனில் தேயிலை நுகர்வு மிகுதல்

வரலாறு

பெல்லாரி

மக்கள்

கம்பெனிப் படையில் சாதிப் பாகுபாடு
நானா பதனவிஸ்
தாமஸ் ஜெஃபர்சன்

பொது

பூவிருந்தவல்லி நல வாழ்விடம்
சென்னையின் முதல் தலைமைச் செயலாளர்
சென்னை நகரச் செரீபாகப் பின்னி
மைசூர் நாட்டில் கொள்ளையர் அட்டூழியம்
பதினெட்டில் ஐரோப்பிய நகரங்கள்
கராச்சி
வாசிங்டன் - மக்கள் தொகை
உலகின் முதல் தொங்கு பாலம்

இறப்பு

நானா பதவிஸ்

1800

1. தமிழ் இலக்கிய உலகம்

ஞானவாசிட்டம் : வீரை ஆளவந்தார்.

வீரை ஆளவந்தார் பதினெட்டாம் நூற்றாண்டில் வாழ்ந்த சம்ஸ்கிருத விற்பன்னர்; தமிழ்ப் புலவர். அவர் வீரை என்ற பாண்டி நாட்டு ஊரில் பிறந்த பிராமணப் பட்டர். அவர் பிறந்த ஊரின் பெயரைச் சேர்த்து வீரை ஆளவந்தார் என்று அழைக்கப்பட்டார். அவர் வேம்பத்தூர் என்ற ஊரினர் என்பாருமுளர். ஆளவந்தார் மாதவப் பட்டர் (மகாதேவப் பட்டர்) என்ற முனிவர் மரபில் வந்தவர். ஆளவந்தார் வேதாந்தக் கோட்பாட்டை நன்குணர்ந்து, அதைத் தம் மாணவர் பலர்க்கும் கற்பித்து வந்தார்.

வேதாந்தம்

1800

ஆரணியகங்கள், உபநிடதங்கள் எல்லாம் வேதாந்தங்கள் எனப் பெயர் பெறுவன. இவை வேதங்களின் இறுதிப் பகுதிகள் என்பதையே இப்பெயர் உணர்த்தும். அறிவை நாடி நிற்கும் மாணாக்கர்களுக்கு வாயால் புகட்டி அறிவுறுத்த வேண்டி யாக்கப்பட்ட நூலின் முதற்பகுதி, வேள்வி முதலியவற்றைப் பற்றியதாகும்.

எளிதில் விளங்காதவாறு மறைபொருளாய் உயர்த்தப்படும் மெய்ப்பொருள் (அத்துவ) ஆய்வினாற் கொள்ளப்பட்ட முடிவுகளை ஈற்றில் வரும் பகுதி கூறும். ஆரணியகங்களும் உபநிடதங்களும் இவ்வாறு வேதங்களின் இறுதியில் அமைந்து வேதாந்தங்கள் எனப் பெயர் பெற்றன.

பிற்காலத்தில் மெய்யியல் நூலறிஞர்கள் இவற்றை வேதங்களின் முடிவு நூல்களாய் மட்டும் காணவில்லை. வேதங்கள் துணிந்து கூறும் முடிவை விவரிக்கும் அறிவு நூல்களாகவே அவற்றைக் கருதினர்.

ஞானவாசிட்டம்

ஞானவாசிட்டம் என்பது சம்ஸ்கிருத மொழியிலமைந்த வேதாந்த நூல். அது வசிட்ட முனிவர் இராமனுக்கு அருளிய அறிவுரைகளைக் கொண்டது. வான்மீக முனிவர் வசிட்டர் கூறியவற்றைப் பரத்துவாச முனிவருக்கு உரைப்பதாய் ஞானவாசிட்டம் அமைந்துள்ளது.

ஆளவந்தார் இந்தச் சம்ஸ்கிருத நூலைத் தமிழில் 2055 விருத்தப் பாடல்களால் யாத்தார். இந்நூல் வைராக்கியப் பிரகரணம் முதலாய், நிருவாகப் பிரகரணம் ஈறாய் ஆறு பிரகரணங்களைக் கொண்டது. (பிரகரணம் என்பது படலம், அத்தியாயம் என்று பொருள்படும்)

பொறையாறு என்று பிழையாய் அழைக்கப்படும் பிறையாறு என்ற ஊரினரான அருணாசல சுவாமிகள் ஞானவாசிட்டத்திற்கு மிகச்சிறப்பான உரை எழுதியுள்ளார். அவரது ஊர்ப் பெயரோடு (பிறையாறு) சேர்த்து அவரைப் பிறசை அருணாசல சுவாமிகள் என்றழைத்தனர்.

அருணாசல சுவாமிகள் தரங்கம்பாடியில் வாழ்ந்த சபாபதி என்றவரின் வேண்டுகோளுக்கிணங்கத் தமிழ் ஞானவாசிட்ட நூலுக்கு உரை எழுதினார். இவ்வுரை நூல் 1870 ஆம் ஆண்டில் பதிக்கப் பெற்றது. இது பத்தொன்பதாம் நூற்றாண்டில் பலமுறை மீண்டும் பதிக்கப் பெற்றது. இதனால் இந்நூலும் உரையும் பெற்றிருந்த சிறப்பை உணரலாம்.

இராமர் தீர்த்த யாத்திரை சென்று திரும்பியதும் மனித வாழ்க்கையின் நிலையாமையை உணர்ந்து வாழ்வில் பற்றற்றிருந்தார். விசுவாமித்திரர் இராமரின் மனப்போக்கை மாற்ற விரும்பினார். அவர் இராமரின் குலகுருவான வசிட்டரை வேண்டினார். வசிட்டர் இராமருக்குப் பல கதைகளின் வாயிலாய் அறிவுரை பகன்றார். இராமர் அவற்றைக் கேட்டு மனந்தெளிந்து வாழ்க்கையின் கடமைகளனைத்திலும் மீண்டும் ஈடுபாடு கொண்டார். அதற்குப் பிறகுதான் இராமர் சீதையை மணந்தார்; காடேகினார்; இராம இராவணப் போர் நிகழ்ந்தது; இறுதியில் முடிசூடினார்.

ஞானவாசிட்டம் தமிழிலுள்ள பெருமைக்குரிய அத்துவித நூல் என்று போற்றப்படுகின்றது. அத்துவித வேதாந்த மடங்களில் பாடம் கேட்கத் தகும் இறுதி நூலாய், முப்பத்திரண்டாவது நூலாய் இதைக் கருதுகின்றனர்.

ஒரு கதை

இந்நூலில் கூறப்பட்டுள்ள பல கதைகளுள் ஒன்று

ஓர் அரசனும் அரசியும் அறிவு நூல் பல பயின்று, பயிற்சி மேற்கொண்டு யோகம் புரிந்தனர். அப்போது அரசிக்கு மட்டுமே ஞானம் கிட்டியதை எண்ணிக் கணவனான அரசன் நாணித்தவமியற்றக் காடு சென்றான். எலும்புந் தோலுமாய் இளைத்துப்போன அரசன் முன், முனிவர் வேடத்தில் அரசி வந்து நின்றாள். அரசன் முனிவர் வானின்று வந்தவர் என்று எண்ணித் தனக்கு அறிவுரை அருளுருமாறு வேண்டினான். ''அனைத்தையும் துறந்துவிடு'' என்று முனிவர் கூறினார்.

''நாடு, நகர், மனைவி, சுற்றம் அனைத்தையும் துறந்து விட்டேன் ; இனி நான் எதை விடுப்பது ?''

மீண்டும் ''அனைத்தையும் துற'' என்றே மொழியப்பட்டது.

''இந்தக் கமண்டலமும் கோவணமும் தானே உள'' என்று மன்னன் கமண்டலத்தை உடைத்தான் ; கோவணத்தைக் கிழித்தெறிந்தான்.

''அனைத்தையும் விட்டனையோ'' என்று முனிவர் வினவினார்.

''எஞ்சி நிற்பது இந்த உடல்தானே'' என்று மன்னன் மலை முகடேறி உயிர்விடத் துணிந்தபோது. ''அரச, உயிர் போனபின் யாது பயன்? ஏதும் செய்தற்கியலாதே? 'பற்று விடு' என்பது உடைப்பதும் கிழிப்பதும் அன்று. எதனையும் சிந்தையில் நினையாதிருப்பதே அதுவாகும்'' என்று அரசி தெளிவுபடுத்தினாள். அரசியின் அறிவுரைகளைக் கேட்டு அரசன் ஞானமெய்தினான். அவன் மெய்யறிவு பெற்று அரசியுடன் நாடு திரும்பி ஆட்சி செய்தனன்.

தமிழ்ப் புராணங்கள்

நாம் தமிழ் இலக்கிய மரபை நம்புவது என்றால், இம்மொழியில் இலக்கியப் பணி

நடந்த வெகு தொன்மையான காலத்திற்குத் தமிழில் புராணங்கள் இயற்றப்பட்ட காலம் செல்கின்றது எனலாம். சங்கப் புலவர் நக்கீரர் எழுதியதாய்க் கூறப்படும் இறையனார் அகப்பொருள் உரையில், மா புராணம், பதும புராணம் என்ற இரு புராணங்கள் பற்றிய குறிப்பைக் காண்கிறோம்.

சங்க காலம்

இறையனார் அகப்பொருள் உரையில் சங்கத்தின் பண்பாட்டுத் தோற்றுவாய் குறித்த கதை பற்றிய செய்திகள் முதலில் காணப்படுகின்றன. (இடைச்சங்க காலத்தில் பூத புராணம் என்றொரு புராணம் இருந்தது என்று அறிகின்றோம்.) வரலாற்று இடைக்காலத்து உரை நூல்களில் இங்குமங்கும் காணப்படும் பாடல்களையன்றி, இப்புராணங்கள் நமக்குக் கிடைத்தில. அவற்றைப் பற்றி நமக்கு அதிகமாய் எதுவும் தெரியவில்லை; எனினும் பண்டைக் காலத்தில் தமிழில் புராணங்கள் இயற்றப்பட்டிருக்கலாம் என்று கருதுவர்.

சம்ஸ்கிருதப் புராணங்கள்

சம்ஸ்கிருதத்தில் எழுதப்பட்ட பல ''மகா புராணங்கள்'' கி.பி. ஐந்தாம் நூற்றாண்டின் இறுதி வாக்கில் தோன்றியிருக்கலாம். அவை பிரமாண்ட, மார்க்கண் டேய, வாயு, விஷ்ணு புராணங்கள் ; மச்ச புராணத்தின் முந்திய வடிவம்; கி.பி. நான்காம் நூற்றாண்டில் எழுதப் பெற்றிருக்கலாம் என்பது அறிஞர் கருத்து.

(பதினெண் புராணங்கள், உப புராணங்கள் : இ.ச.க. தொகுதி-1)

தமிழில் சம்ஸ்கிருதப் புராணங்கள்

இப்புராணங்களில் பல வரலாற்று இடைக்காலத்தின் பிற்பகுதியில் தமிழில் எழுதப் பெற்றன. எனினும் அவற்றுக்கு முந்திய சம்ஸ்கிருதப் புராணங்களின் மாதிரிகளின் அடிப்படையில் தமிழில் புராணங்களைத் தொகுக்கலாம் என்ற கருத்து, ''காவியம்'' போன்ற பிற இலக்கிய வடிவங்களைக் கடன் வாங்கிய அதேகாலத்தில் தமிழ்ப்பகுதிக்குக் கொண்டுவரப்பட்டிருக்கலாம் என்பர். இத்துறையில், தமிழ் இலக்கியத்தின் பிறதுறைகளிற் போலவே, சமணர் தொடக்கநிலையில் தம் பங்கை அளித்தனர்.

சமணர் புராணங்கள்

ஏனெனில் ''சாந்தி புராணம்'', ''புராண சாகரம்'' என்ற இரு சமண நூல்களைப் பற்றி அறிகின்றோம். இவையிரண்டும் இன்று நமக்குக் கிடைத்தில. அவை பத்தாம் நூற்றாண்டைச் சேர்ந்தவையாயிருக்கலாம்.

மறைந்த தமிழ்ப் புராணங்கள்

தமிழிலும் மறைந்துவிட்ட பல புராண நூல்கள் உள்ளன. அவற்றுள் இறைவானறையூர்ப் புராணம், கன்னிவன புராணம், அஷ்டாதச புராணம், திருவட்டீச்சுரப் புராணம், திருமேற்றளிப் புராணம், திருவலஞ்சுழிப் புராணம் ஆகியனவும் அடங்கும். இவை பற்றிய செய்திகளைக் கல்வெட்டுகளிலிருந்து அறிகின்றோம்.

தமிழ்ப் புராண இலக்கியம் மூன்று வகையாய்ப் பிரிக்கப்படுகின்றது. வடமொழி மகா புராணக் கதைகளைத் தழுவியவை; அடியார் வரலாறு கூறும் புராணங்கள்; தல புராணங்கள்.

"வாழ்க்கை வரலாற்றுப் புராணம்"

சேக்கிழாரின் (1113 - 1150) பெரிய புராணத்தை முதற் தமிழ்ப் புராணம் என்று கூறலாம். பெரிய புராணமும் கடவுமா முனிவர் மாணிக்கவாசகரின் வாழ்க்கையை அடிப்படையாய் வைத்து எழுதிய "திருவாதவூரடிகள் புராணம்" போன்று பெரிய புராணத்தை ஒத்த புராணங்களும் பண்டைப் புராண இலக்கியத்துடன் சிறிதளவே ஒத்திருக்கின்றன. ஆதலால் புராணங்களை மேற்கூறியவாறு வகைப்படுத்துவது மெய்யாகவே பொருத்தமாய்த் தோன்றவில்லை. புராணங்கள் என்ற அவற்றின் பெயர் கருதி அவை புராணங்களில் சேர்க்கப்பட்டுள்ளன. ஏனெனில் அவற்றுக்கு அப்பெயர் பொருந்தாது. சம்ஸ்கிருத மகாபுராண, மகாத்மியத் தல புராண இலக்கியங்கள் இரண்டிலும் அடியார் வரலாறு பற்றிய செய்திகள் பொதுவாய் அடங்கியுள்ளன.

சான்றாய், பெரும்பற்றப்புலியூர் நம்பி பாடிய "மதுரைத் திருவாலவாயுடையார் திருவிளையாடல் புராணத்தில்" (12 நூ.) சிவனடியார் பலரின் கதைகள் அடங்கி யுள்ளன. எனினும் இக்கதைகள் இறைவனையும் இறைவியையும் பற்றிய புராணம் கூறுவனவாகும். ஆனால் பெரிய புராணமோ முற்றிலும் "வாழ்க்கை வரலாறுகள்" அடங்கிய நூலாகும்.

தழுவல் புராணங்கள்

மகா புராணங்களைத் தழுவிச் செவ்வைச்சூடுவார் இயற்றிய "பாகவதம்" 15-16 ஆம் நூற்றாண்டுகளில் எழுதப் பெற்றது. பாகவதத்திற்கு வேறு இரு பெயர்ப்புகளும் உள்ளன. ஒன்று அருளாளதாசர் அல்லது வரதராச ஐயங்கார் 1543 இல் எழுதியது; மற்றொன்று ஆரியப் புலவர் பதினெட்டாம் நூற்றாண்டில் எழுதியதாகும். காசிகாண்டம், கூர்ம புராணம், இலிங்க புராணம் ஆகியன அதிவீரராம பாண்டியனால் (1564-1604) இயற்றப்பட்டன. அவரின் உடன் பிறந்த வரகுணபாண்டியன் பிரமோத்திர காண்டம் எழுதினார்; இரசை வடமலையப்ப பிள்ளையின் மச்ச புராணம் (1706-1707) போன்ற பல புராண நூல்கள் தமிழில் பெயர்க்கப்பட்டுள்ளன.

இந்நூல்களனைத்தும் சம்ஸ்கிருத மூலத்திலிருந்து நேரடியாய்த் தமிழில் எழுதப் பெற்றனவாகும். எனினும் அவை நடையிலும் புராணச் செய்திகளை நோக்கும் பார்வையிலும் சம்ஸ்கிருத மூலநூல்களிலிருந்து பொதுவாய் வேறுபட்டிருக்கின்றன. தமிழ்ப் புராணங்கள் சம்ஸ்கிருதப் புராணங்களைப் போல் இராமல், வெகுநயமாயும் செறிவாயும் உள்ளன. எனவே அவற்றைக் காவியம் என்ற இனத்தினுள் அடக்கலாம்.

தமிழில் எழுந்த புராணங்கள்

மொழி பெயர்க்காமல் தமிழ்த் தலங்களையும் இறைவரையும் பாடும் புராணங்கள் தமிழில் பன்னிரண்டாம் நூற்றாண்டு முதல் எழுதப்பட்டு வந்தன என்பது புலனாகின்றது. பெரும்பற்றப் புலியூர் நம்பியின் "திருவிளையாடற் புராணம்" இத்தகைய முதல் தமிழ் நூல் எனலாம். அதற்கு இரண்டு நூற்றாண்டுகள் கழித்து உமாபதி சிவாசாரியார் 14 ஆம்

நூற்றாண்டில் கோயிற் புராணம் பாடினார். பின்னர் பதினாறாம் நூற்றாண்டில் எட்டுப் புலவர்கள் பதினோரு புராணங்களை இயற்றினர். பதினேழில் பன்னிரு புலவர்கள் பதினெட்டுப் புராணங்களை அளித்தனர்.

பதினெட்டாம் நூற்றாண்டில் ஏழு புலவர்களால் பாடப்பெற்ற பன்னிரு புராணங்கள் :

1. சீகாளத்திப் புராணம் (1) வேலப்ப சுவாமி (தம் உடன் பிறந்தவர்களான சிவப்பிரகாச சுவாமி, கருணைப் பிரகாச சுவாமி ஆகியோருடன் பாடியது.)

2. விர சிங்காதனப் புராணம் - வேலப்ப சுவாமி (உமா பாக தேவருடன் சேர்ந்து செய்தது.)

3. திருக்குற்றாலப் புராணம் - திரிகூட இராசப்பக் கவிராயர் (சு. 1718)

4. காஞ்சிப் புராணம் (1) - சிவஞானயோகி

5. காஞ்சிப் புராணம் (2) - கச்சியப்ப முனிவர்

6. தணிகைப் புராணம் - கச்சியப்ப முனிவர்

7. திருவானைக்காப் புராணம் - கச்சியப்ப முனிவர்

8. பூவாளூர்ப் புராணம் - கச்சியப்ப முனிவர்

9. திருப்பேரூர்ப் புராணம் - கச்சியப்ப முனிவர்

10. விநாயக புராணம் - கச்சியப்ப முனிவர்

11. திருப்பாதிரிப் புலியூர்ப் புராணம் - இலக்கணம் சிதம்பரநாதமுதலி

12. சீகாளத்திப் புராணம் (2) அருணாசலக் கவிராயர்

திரிசிரபுரம் மகாவித்துவான் மீனாட்சி சுந்தரம் பிள்ளை பத்தொன்பதாம் நூற்றாண்டில் ஏராளமான தலபுராணங்களைச் செய்தார்.

காம இலக்கியம் மலிதல்

கி.பி. 16 முதல் 18 ஆம் நூற்றாண்டுக் காலத்தில் காமத்திற்கும் சிற்றின்பத்திற்கும் இடம் தந்து ஏராளமான பாடல்கள் பாடப்பெற்றன.

இந்நூற்றாண்டுகளில்தான் புராண இலக்கியங்களும் சிற்றின்ப நூல்களும் பல்கிப் பெருகின. விறலிவிடு தூது, நொண்டி நாடகம் முதலான பல சிற்றிலக்கிய நூல்களில் சிருங்காரச் சுவையை மிகுதியாய் ஏற்றிப் புலவர் பாடினர்.

மேலும் குறிப்பிடத்தக்க சில காமநூல் ஓலைச் சுவடிகளில் ஓவியங்களும் தீட்டப் பெற்றன. தேசிய அருங்காட்சியகத்தில் பல ஏட்டுச் சுவடி ஓவியங்கள் சேகரித்து வைக்கப்பட்டுள்ளன. அவற்றுள் வாத்சியாயனர் (கி.பி. 4 நூ.) இயற்றிய காம சூத்திரம் (இ.ச.க. தொகுதி-9), கொக்கோகர் (1060 – 1215) பாடிய ''இரதி இரகசியம்;'' கலியாண மல்லன் (1460 - 1530) பாடிய ''அனங்கரங்க'' ஆகிய நூல்களின் சுவடிகளில் ஓவியங்கள் தீட்டப் பெற்றுள்ளன. இக்காலத்தில் இத்தகைய சிற்றின்ப நூல்கள் பெரிதும் விரும்பப்பட்டமையால், அவை ஓலைகளில் ஓவியமாய் வரையப்பட்டன என்பதில் வியப்பில்லை.

1800

வரலாற்றுப் புள்ளிகள்

1. சென்னைச் செய்திகள்

(அ) பூவிருந்தவல்லி நலவாழ்விடம்

ஐரோப்பியர் தமிழ்நாட்டில் மலைநல இடங்களைக் கண்டுபிடித்ததற்கு முன்னர், சென்னைக்கருகிலுள்ள பூவிருந்தவல்லி பிரிட்டீசுப் படையினரின் உடல் நலத்திற்கு ஆக்கம் தரும் இடமாய் இக்காலத்தில் இருந்து வந்தது. பதினெட்டாம் நூற்றாண்டின் இடையில் நடந்த தமிழ்நாட்டுச் சண்டைகளில், குறிப்பாய்க் கிளைவின் ஆர்க்காட்டு முற்றுகையில் (இ.ச.க. தொகுதி-6) பூவிருந்தவல்லிக் கோட்டையும் இடம் பெற்றிருந்தது.

(ஆ) சென்னை அரசின் முதல் தலைமைச் செயலர்

கிழக்கிந்தியக் கம்பெனியின் சென்னை அரசு 1800 ஆம் ஆண்டில் ஜோசய்ய வெடி என்றவரை முதல் தலைமைச்செயலாளராய் அமர்த்தியது. இதற்கு முன்னர் ஜார்ஜ் கோட்டையின் அரசுச் செயலகத்தின் தலைமை அலுவலருக்கு "அரசுச் செயலாளர்" என்று பெயர்.

வெடி மிகவும் திறமை வாய்ந்தவர். அகந்தையும் மிகுந்த அதிகார மமதையும் கொண்ட தலைமை ஆளுநரான மார்னிங்டன் பிரபு என்ற வெல்லஸ்லியையே எதிர்த்து நிற்கும் துணிச்சலுள்ளவராய் வெடி இருந்தார். அதனால் அவரால் ஓராண்டுக் காலம்தான் இந்தப் பதவியில் நீடிக்க முடிந்தது.

திப்பு சுல்தானுக்கு எதிராய் நடந்த மைசூர்ப் போரில் பிரிட்டீசாருக்கு வெற்றி வாய்ப்பு இருக்குமா என்பது குறித்து வெடி ஐயம் கொண்டார். இதனால் அவர் ஓராண்டிற்கு மேல் பதவியில் இருப்பதற்குக் கம்பெனியின் இயக்குநர் மன்றம் விரும்பவில்லை. வெடி 1804 ஆம் ஆண்டு தனது முப்பத்து நான்காவது வயதில் இறந்தார்.

(இ) சென்னை நகர செரீபாகப் பின்னி

பின்னி ஆலை எழக் காரணமாயிருந்தவர் ஜான் பின்னி என்ற ஆங்கிலேயர் ஆவார். அவர் 1800 ஆம் ஆண்டு சென்னை நகரச் செரீபாய் அமர்த்தப்பட்டார். அவர் இன்று அர்மீனியன் தெருவிலிருக்கும் பின்னி நிறுவனக் கட்டடத்தில் தான் இதுவரை வாழ்ந்தார் என்று உறுதியாய் நம்புகின்றனர். அவர் இவ்வாண்டு செரீபாகப் பதவியேற்றதும், அப்பெருமைக்கேற்ற வகையில் மௌண் ரோடு பகுதியில் ஒரு பெரிய பங்களா கட்டி அங்கு வாழ்ந்தார். அப்பகுதிக்கு அந்நாளில் சௌல்ட்ரி ஃபிளையிங்கு என்று பெயர். அப்பகுதி அக்காலத்தில் வசதி நிறைந்த மேல்மக்கள் வாழும் இடமாயிருந்தது. பின்னி பங்களா இருந்த இடத்திற்குப் புதுப்பாக்கம் என்ற பெயரும் உண்டு. இப்பகுதியை இன்று புதுப்பேட்டை என்கின்றனர்.

2. மைசூர் நாட்டில் கொள்ளையர் அட்டூழியம்

திப்பு சுல்தான் 1799 இல் காவிரிக் கரையில் களம் பட்டதும் மைசூரில் பழைய இந்து அரச குடி ஆட்சிக்கு வந்தது. இந்தக் காலச் சூழலில் நாட்டுப்புறங்கள் எங்கும் கொள்ளையர் அட்டூழியம் மிகுந்தது. அத்தகைய கொடிய கொள்ளையரில் ஒருவர் பெயர் தொண்டய்ய வகாகு. அவர் மைசூரின் சிமோக மாவட்டத்துச் சென்னகிரியைச் சேர்ந்த மராட்டியர்.

தொண்டய்ய 1780 ஆம் ஆண்டு ஐதரலியின் படையில் ஒரு குதிரை வீரராய்ச் சேர்ந்தார். அதன் பிறகு அவர் கொள்ளைக்காரராய் மாறிவிட்டார்.

அவர் 1794 ஆம் ஆண்டு சீரங்கப்பட்டணத்திற்குச் சென்றபோது, திப்பு சுல்தான் அவரை இஸ்லாத்தில் சேர்ப்பதற்கு முயன்றார். அவர் இதற்கு இணங்காததால், திப்பு சுல்தான் அவரை வலுக்கட்டாயமாய் மதம் மாற்றிச் சிறையில் அடைத்து விட்டார். திப்பு சுல்தான் அதன் பிறகு அவரைத் தன் வழிக்குக் கொண்டுவர எவ்வளவோ முயன்றும் பயனில்லாமல் போனது.

சீரங்கப்பட்டணம் பிரிட்டீசாரிடம் வீழ்ச்சியடைந்த அன்று, தொண்டய்ய காட்டு விலங்கு போல் சிறைக்கொட்டடியில் சங்கிலியால் பிணைக்கப்பட்டிருந்ததைக் கண்டுபிடித்தனர். அவரைப் பிரிட்டீசுப் படை வீரர் ஒருவர் விடுவித்தார்.

தொண்டய்ய சட்டத்திற்கு அடங்காத ஒரு கும்பலுடன் சீரங்கப்பட்டணத்தை விட்டு வெளியேறினார். அதன்பிறகு அவர் நாடெங்கும் அட்டூழியங்கள் செய்யலானார். அவர்மீது நடவடிக்கை எடுத்து அவரை ஒடுக்க வேண்டுமென்று வெல்லஸ்லியைக் கம்பெனி கேட்டுக் கொண்டது.

தொண்டய்ய ஐதராபாதைச் சேர்ந்த கோணகால் என்ற இடத்தில் பிரிட்டீசாருடன் நடந்த சண்டையின்போது 1800 செப்டம்பர் 10 அன்று கொல்லப்பட்டார்.

3. பெல்லாரி நிசாமின் உடைமை ஆனது

பலஹாரி என்பது பெல்லாரி ஆயிற்று. பல என்ற அசுரன் கொல்லப்பட்ட இடம் இது என்பது இதன் பொருள். இப்பெயருக்கு வேறு விளக்கங்களும் இருக்கக்கூடும்.

இது ஆந்திரத்தின் வடமேற்கு மூலையிலுள்ள மாவட்டம். இம்மாவட்டத்தில் கன்னடமும் தெலுங்கும் பேசப்படுகின்றன. ஹகரி, துங்கபத்திரை ஆறுகள் ஓடுகின்றன. காம்பிலி, சந்தூர் மலைகள் உள.

பெல்லாரி நகரம் மாவட்டத் தலைநகரமாகும். இந்நகரம் பெரிய கருங்கல் குன்று ஒன்றின் அடிவாரத்திலிருந்து நீண்டு செல்லும் வறண்ட சமவெளிப் பகுதியில் அமைந்துள்ளது. இங்கு மிகவறண்ட தட்பவெப்பநிலை இருக்கின்றது.

பெல்லாரியின் வரலாறு விசயநகரப் பேரரசின் காலத்திலிருந்து தொடங்குகின்றது. அப்பேரரசின் கீழிருந்த ஒரு சிற்றரசர் இங்கு ஒரு கோட்டையைக் கட்டினார். அவ்வரசரின் வழிவந்தவர்கள் தலைக்கோட்டைப் போரில் விசயநகரப் பேரரசு வீழ்ந்த பின்னரும் பெல்லாரிக் கோட்டையில் நிலைத்து நின்றனர். அதன் பிறகு பெல்லாரி பிஜபூர்ச் சுல்தான் வசமானது.

விசயநகர அரச குடியின் வழித்தோன்றலான ஒரு மன்னரைப் பெல்லாரி மன்னரான அனுபன் 1650 இல் தோற்கடித்தார். விசயநகரத்தார் பெல்லாரி மன்னரிடம் கப்பம்

கேட்டதால் இவ்விரு குடியினருக்குமிடையே இரண்டு நூற்றாண்டுக் காலம் பகைமை நிலவியது.

இம்மாவட்டமும் அதைச் சூழ்ந்த பகுதிகளும் பின்னர் நிசாமின் ஆட்சியில் வந்தன. நிசாமின் தம்பியான பசுலத்து ஜங்கு என்பவருக்கு ஆதோணியுடன் பெல்லாரியும் தரப்பட்டன.

ஆதோணிப் பாளையக்காரர் தனக்கு ஐதராபாது சஃப்தர் ஜங்கிடமிருந்து பாதுகாப்பு வேண்டுமென்று *1769* ஆம் ஆண்டில் ஐதரலியிடம் முறையிட்டார். ஆதோணியிடமிருந்து கப்பம் பெற்று வருமாறு பிரஞ்சுப் படைத்தலைவர் பூசி ஐதராபாதிலிருந்து படையுடன் அனுப்பி வைக்கப்பட்டார். ஐதரலி நிசாமின் படைகளைத் தோற்கடித்துப் பெல்லாரிக் கோட்டையைத் தானே பிடித்துக் கொண்டார்.

ஐதரலியின் மகன் திப்பு சுல்தான் அதை *1792* வரை தன் கையில் வைத்திருந்தார். அவர் பிரிட்டீசாருடன் அந்த ஆண்டு செய்து கொண்ட சீரங்கப்பட்டண உடன்படிக்கையின்படி அவர்களின் கூட்டாளியான நிசாமின் பங்கிற்கு பெல்லாரி கிடைத்தது. நிசாம் அதை *1800* ஆம் ஆண்டு தன் ஆட்சிப் பகுதியுடன் சேர்த்துக் கொண்டார்.

பெல்லாரிக் கோட்டையைப் பிரஞ்சுப் பொறியியல் படையினர் கட்டினர். அந்தப் புதிய கோட்டை கட்டி முடிக்கப்பெற்றதும், அதைவிட உயரமான குன்றிலிருந்து அதை அடக்கி விடமுடியும் என்று திப்பு சுல்தான் கண்டதால், அதைக் கட்டியவர்களைப் பெல்லாரிக் கோட்டையின் வாயிலில் தூக்கிலிட்டார் என்று செவிவழிச் செய்திகள் கூறுகின்றன.

பெல்லாரிக் கோட்டையில் பிரிட்டீசுப் படைவீரர்க்கென்று புனித மேரி கோயில் *1866* ஆம் ஆண்டு கட்டப்பட்டது.

1800

4. கம்பெனிப் படையில் சாதி

இந்தியத்தில் எங்கும் சாதியுணர்வு பரந்திருக்கின்றது. ஆங்கிலேயர் சாதியமைப்பைத் தவறாய் புரிந்து கொண்டனரெனினும், அவர்களிடமும் சாதிப்பித்து ஒட்டிக் கொண்டதுண்டு. ஹானரியா லாரன்சு (*Honoria Lawrence*) என்ற பெண்மணி *1837* இல் இந்தியம் வந்திருந்தார். ''நான் ஐரோப்பியரிடையே சாதிப் பாகுபாட்டு உணர்ச்சி இருக்கக்கண்டு வியப்புற்றேன். அவர்களில் பலர் ஓர் இந்துவைப் போலவே தாழ்ந்த சாதிக்காரரை (அந்தச் சாதி காரணமாய்) ஏற்றுக் கொள்வதில்லை,'' என்று அவர் எழுதுகின்றார்.

ஆங்கிலேயர் சாதிப் பித்து

இவருக்கு நூறு ஆண்டுகளுக்கு முன்னர் இந்தியத்தில் வாழ்ந்திருந்த நேர்மையான ஐரோப்பிய நோக்கர் ஒருவர், இப்பெண்மணிக்குத் தோன்றிய எண்ணம் தனக்கும் தோன்றியது என்பதை உறுதிப்படுத்துவார் எனலாம். தம்மைச் சூழ்ந்திருக்கும் மக்கள் கூட்டத்திடமிருந்து தம் படை வீரர்களைத் தனிப்படுத்திக் காட்டவும் அதற்கு மேலாய் அவ்வீரர்கள் தோற்றத்தில் தூய்மையும், துப்புரவுமுள்ளவர்களாயும் இருக்கவேண்டுமென்பதில் ஆங்கிலேயர் மிகுந்த கண்டிப்பானவர்களாய் இருந்தனர்.

அவர்கள் விரும்புகின்ற இத்தகைய தன் முனைப்பையும் தருக்கையும் சிறு நிலக்கிழார்கள், பெரிய பண்ணையாளர்கள் போன்ற மேலான சமூக

நிலையிலுள்ளவர்களின் மக்களால்தான் காட்ட முடியும் என்று ஆங்கிலேயர் நினைத்தனர். ஆங்கிலேயர் குட்டையானவர்களைவிட நெட்டையானவர்களையும் கறுப்பானவர்களையும் விட நல்ல நிறமானவர்களையுமே நாடினர். சொல்லப்போனால் தாழ்ந்த சாதியர் குள்ளமாயும் கறுப்பாயும் இருந்தனர். வடக்கிலிருந்து தெற்கிற்கும் மேற்கிலிருந்து கிழக்கிற்கும் செல்கையில், அங்குள்ள மக்கள் பொதுவாய்க் குட்டையாயும் கறுப்பாயும் உள்ளனர் என்பது பொது உண்மையாகும்.

சென்னைப் படையும் சாதியும்

வங்கப்படையில் சாதி முழு வெற்றி கண்டிருந்தது. சென்னை, பம்பாய்ப் படைகளில் வேறுபட்ட மரபுகள் இருந்து வந்தன. அங்கு படைவீரர்கள் பொதுவாய்ச் சமமானவர்களாய்க் கருதப்பட்டனர். சென்னையைப் பொருத்தவரையில் அதற்கு ஓரளவு காரணம் இருந்தது. சென்னைப் படையில் இரசபுத்திரர் இருந்திலர். பிராமணர் தம்மை ஏனையோரிடமிருந்து அனைத்திலும் பிரித்துப் பேதம் பார்ப்பவர் களாயிருந்தனர். அதனால் சென்னையில் எந்தப் பிராமணனும் படையில் சேரவில்லை. ஆனால் மேல் சாதியினரைத்தான் படையில் சேர்க்க வேண்டும் என்று இங்கும் விரும்பப்பட்டது. தாழ்ந்த சாதியினரைப் படையில் சேர்க்கலாகாது என்று கூப்பாடு இங்கு எழுந்தது.

ஆர்க்காட்டிலிருந்து 1777 ஆம் ஆண்டு படையில் சேர்க்கப்பட்ட ஒரு கூட்டத்தார் ''குள்ளமானவர்களாயும் தாழ்ந்த சாதியினராயும் மிக மோசமானவராயும் இருந்தனர்'' என்று சொல்லப்பட்டது. பின்னர் 1794 ஆம் ஆண்டு படைக்கென்று சேர்க்கப் பட்டவர்கள் ''நல்ல சாதியினராயும் போதிய உடற்கட்டு உள்ளவர்களாயும் இருந்தனர்.''

திப்பு சுல்தானுக்கு எதிராய்ப் படை நடத்திச் சென்ற ஜெனரல் ஹாரிஸ் சென்னைப் படையினர் பற்றி 1798 இல் இவ்வாறு கூறினர் :

''தென்னாடுகளில் படையில் சேர்க்கப்பட்டவர்கள் வடக்கத்தியாரை விடச் சாதியிலும் உடற்கட்டிலும் தோற்றத்திலும் மட்டமானவர்களாயிருந்த போதிலும்; உடலுரம் வாய்ந்தவர்களாயும் செட்டானவர்களாயும் வட்டாரப் பற்று இல்லாத வர்களாயும் தம் கடமைகளை ஆற்றுவதில் இடையூறாயிருக்கக்கூடிய விருப்பு வெறுப்பற்றவர்களாயும் இராணுவ நெருக்கடிகளை மிகுந்த துணிவுடன் தாங்கி நிற்கக் கூடியவர்களாயும் எல்லாக் காலங்களிலும் படை ஊழியத்திற்கு உறுதியாய்க் கட்டுப் பட்டு நடப்பவர்களாயும் இருக்கின்றனர்.''

வங்கப் படையில் பிராமணர்

வங்கத்தில் நிலைமை இவ்வாறிருக்கவில்லை. வங்கப் படைக்கு அடிநாளிலிருந்து வங்கத்து ஆள்கள் சேர்க்கப்படுவதில்லை. அது பெயருக்குத்தான் வங்கப் படையாயிருந்தது. பிகார், ஔது ஆகிய பகுதிகளிலிருந்து வங்கப் படைக்கு ஆள் சேர்த்தனர். இப்படையில் சேர்ந்த இந்துக்களில் பெரும்பாலர் பிராமணராயும் இரசபுத்திரராயும் இருந்தனர். பிராமணர் படையில் சேர்ந்தனர் என்பது புதுமையாகும். பிராமணரில் சில கூட்டத்தார் மட்டுமே புலால் உண்பர். பெரும்பாலர் மனித உயிரையன்றி வேறு எவ்வுயிரையும் கொல்லார்.

மேல் மட்டத்தைச் சேர்ந்த எந்தப் பிராமணராயினும், அவரது அன்றாட வாழ்க்கைக்காக இராணுவம் வகுத்துள்ள விதிமுறைகளை அவரால் பின்பற்ற

முடியாது.அவர்கள் தென்னாட்டுப் பிராமணர்களைப் போல் கண்டிப்பானவர்கள். அவர்கள் படைகளில் எக்காலத்திலும் சேர்வதில்லை. எடுத்துக்காட்டாய், பிராமணன் தோலைத் தொடலாகாது. அவர் தனக்கு வேண்டிய உணவைத் தானே சமைத்துக் கொள்வார். சில கூட்டத்தைச் சேர்ந்த பிராமணர் தனியாகவே உண்பர். அவர் துணி துவைக்கவும், பூசை செய்யவும் எடுத்துக் கொள்ளும் நேரம் எந்தப் படைத்தலைவனின் உள்ளத்தையும் உடைத்துவிடும். ஆனால், அவர்கள் உயரமாயும் நல்ல நிறமாயும் இருந்தனர். அவர்களிடம் தன்னம்பிக்கையிருந்தது; அவர்கள் தம் ஊரை விட்டு வெளியே சென்ற பின்னர், அவர்களைப் பல விஷயங்களில் விட்டுக் கொடுக்குமாறு இணக்கிவிட முடியும்.

அவர்கள் தம் உணவைத் தாமே சமைத்து உண்ணவும் அவர்களுக்குச் சரியான சாதிப்படியில் உள்ள ஒருவர் தண்ணீர் எடுத்துத் தரவும் சாப்பிடும்போது தோலாலான பொருள்களை நீக்கிக் கொள்ளவும் வசதிகள் செய்து கொடுத்துவிட்டால், அவர்கள் துணி துவைக்கவும் பூசை செய்யவும் எடுத்துக் கொள்ளும் நேரத்தைக் குறைத்துவிடலாம்.

வங்கப் படை இங்ஙனம் சாதிக்கு வழிவகுத்து விட்டது. படையலுவலர்கள் சாதி விதிகளை மீறிவிடாதிருக்க மிகுந்த கவனம் செலுத்தினர். ஹெர்பட்டு எட்வர்டஸ் (*Sir Herbort Edwardes*) தனது *Life of Sir Henry Lawrence* என்ற நூலில் ஒரு நிகழ்ச்சியை எடுத்துக் கூறினார் :

வங்கப் படையைச் சேர்ந்த பிராமணரான ஒரு சுபேதார் படு காயமடைந்து விட்டார். அவர் வெப்பத்தாலும் நீர் வேட்கையாலும் குருதி இழப்பினாலும் செத்துக் கொண்டிருந்தார். பிரிட்டீசுப் படையலுவலரான ஜெனரல் ஸ்கின்னர், அவர் பக்கத்தில் மண்டியிட்டு அவரது தலையைத் தூக்கிப் பிடித்துத் தனது நீர்க் குப்பியிலிருந்து அவருக்கு தண்ணீர் தர முயன்றார். ஆனால் அந்தப் பிராமணர் தண்ணீரை ஏற்கவில்லை. ''என் சாதி நியமம், என் சாதி நியமம்'' என்று பிராமணர் அரற்றினார். ஸ்கின்னர் அவரைத் தண்ணீர் அருந்துமாறு மேலும் வற்புறுத்தினார். ''இது யாருக்கும் தெரியாது; யாரும் பார்க்கவில்லை'' என்றெல்லாம் ஸ்கின்னர் கூறிப் பார்த்தார். ஆனால் பிராமணர் பிடிவாதமாய் மறுத்து விட்டார்.

''ஆண்டவன் என்னைப் பார்த்துக் கொண்டிருக்கின்றான்'' என்று பிராமணர் புலம்பினார். இது அறிவிற்குப் பொருந்தாதது என்று பிரிட்டீசார் கருதினரெனினும், அந்தப் பிராமணரின் உணர்ச்சியை வியந்து பாராட்டினர்.

5. கேரளச் செய்திகள்

(அ) வேணாட்டில் முதல் பிரிட்டீசுப் பேராளர்

திருவிதாங்கூர் என்ற வேணாட்டில் மேஜர் காலின் மெக்காலே 1800 ஆம் ஆண்டு அரசியல் பேராளராய் (*Resident*) அமர்த்தப்பட்டார். வேணாடும் பிரிட்டீசாரின் வலுவான பிடிக்குள் சிக்குவதை இது காட்டுகின்றது. இக்காலத்தில் நாயர் குலத்தலைவரான வேலுத்தம்பி வேணாட்டில் அமைச்சராயிருந்தார்.

(ஆ) மிளகு வாணிபம் படுத்தது

மலபார் என்பது வடகேரளத்தைக் குறிக்கும். இந்தியத்தின் மேற்குக் கரையிலுள்ள இப்பகுதி 1792 முதல் 1800 வரை எட்டாண்டுக் காலம் பம்பாய் மாநில அரசின்

ஆட்சியிலிருந்தது. கிழக்கிந்தியக் கம்பெனி அங்கு தனக்கு முன்னர் போர்த்துக்கீசர் கைக்கொண்டிருந்த கொள்கையைக் கடைப்பிடித்து வந்தது. அக்கொள்கையின் ஒரே குறிக்கோள் மணக்காரப் பண்ட வாணிபத்தில் தனி முதலிடம் வகிப்பது. ஆனால் கம்பெனி இரண்டு காரணங்களினால் இதில் தோல்வி கண்டது.

ஒன்று : கம்பெனிக்கு மலபார் நாட்டு நடப்புத் தெரியவில்லை. அது பம்பாய் மாநிலத்தின் பொறுப்பில் இருந்த காலையில், நாடுவாழிகள், தேசவாழிகள் என்ற குறுநிலத்தலைவர்களின் கைகளில் இராணுவமும் அரசாட்சி அதிகாரமும் இருந்தன. பிரஞ்சுத் திட்டான மாகி (இ.ச.க.தொகுதி-3) தாராள வாணிபத் துறைமுகமாயிருந்து வந்தமையால், நாடு வாழிகள் அதன் வழியே வாணிபம் செய்து வந்ததைக் கட்டுப்படுத்த முடியவில்லை.

இரண்டு : கம்பெனியின் முக்கியமான அலுவலர்கள் தமக்கென்று சொந்த வாணிப நலன்களைக் கொண்டிருந்தனர். அவர்கள் கம்பெனியின் நலன்களைக் காற்றில் பறக்கவிட்டுத் தம் தனி நலன்களை வளர்த்துக் கொண்டனர். கம்பெனி தனக்கென்று கொள்முதல் செய்த மிளகிற்கு நடப்பு விலையைத் தந்திருந்தால் இந்நிலையிலிருந்து, அது தன்னைக் காத்துக் கொண்டிருக்கலாம். அதைத்தான் தலைமை ஆளுநரான காரன்வாலிஸ் பிரபும் விரும்பினார்.

1800

இந்நிலையை நன்கு சீர்தூக்கிப் பார்த்த புதிய தலைமை ஆளுநரான மார்னிங்டன் பிரபு (வெல்லஸ்லி), மலபாரைச் சென்னை மாநிலத்துடன் சேர்த்து விடுவதென்று முடிவுசெய்தார். பம்பாய் ஆளுநராயிருந்த ஜானதன் டங்கன் (பதவிக்காலம் 1796 – 1811) இதை 1799 ஆகஸ்டில் அறிய நேர்ந்தது. தலைமை ஆளுநர் மார்னிங்டன் பிரபு இது பற்றிய முடிவை 1800 மே மாதம் முறைப்படி அறிவித்து விட்டார்.

இந்தக் காலக்கட்டத்தில் மலபாரின் மிளகு வாணிபம் படுக்கத் தொடங்கியது. மலபார் மிளகு வாணிபத்தில் நிலவிய பொற்காலம் மறைந்தது. அங்கு பத்தொன்பதாம் நூற்றாண்டுத் தொடக்கத்தில் கீழை நாடுகள் அனைத்திலும் விளைந்த மிளகில் எட்டுச் சதம் மட்டுமே கண்டு முதலானது. ஆனால் சுமத்திராவில் ஐம்பது சதத்திற்குமதிகமாய் மிளகு விளைந்தது.

அதே நேரத்தில் வட சுமத்திராத் துறைமுகங்களொடு புதிதாய் வாணிபம் செய்து வந்த அமெரிக்க வணிகர்களுடன் கம்பெனியால் விலையில் போட்டியிட முடியவில்லை. அமெரிக்க வணிகர்கள் வட சுமத்திராவில் மிளகைக் கொள்முதல் செய்து மிகவும் மலிவான கப்பல் கட்டணத்தில் அமெரிக்கத்தின் நியூ இங்கிலாந்திற்குக் கப்பலேற்றினர். பிறகு அங்கிருந்து மிளகை ஐரோப்பியம் கொண்டு சென்று, அச்சந்தையில் மிளகைக் கொட்டினர்.

மிளகு விலை இலண்டன் சந்தையில் 1801 செப்டம்பரில் இராத்தலுக்கு 15-5/16 பென்சாய் இருந்து, 1803 செப்டம்பரில் 9-15/16 பென்சாய்க் குறைந்து விட்டது. பின்னர் அது 1805 செப்டம்பரில் மேலும் குறைந்து 8-3/4 பென்சானது. அதையடுத்து 1806 இல் பெர்லின், மிலான் ஆணைகளினால் ஐரோப்பியக் கண்டத்து அங்காடிகள் மூடப்பட்டன. இலண்டன் கிடங்குகளில் மிளகு நிறைந்து விட்டது. கம்பெனி 1806 மார்ச்சு விற்பனையில் ஒரு பொட்டு மிளகைக் கூட விற்க முடியவில்லை. மிளகு வாணிபம் தேறி மீட்சியடையவேயில்லை.

நாட்டில் அமைதி ஏற்பட்டதும் சிறிது காலம் மிளகு விற்பனையில் ஏறுகால் இருந்தது. ஆனால் 1817 ஆம் ஆண்டு இலண்டனில் மிளகு விலை இராத்தலுக்கு 7-1/2

பென்சாகத்தானிருந்தது. 1824 இல் 5 பென்சாய் மலிந்தது. மிளகு வாணிபத்தில் கிடைத்து வந்த ஆதாயமெல்லாம் வற்றிப்போனது. மலபாரின் பன்னெடுங்காலத்துப் பொருளியலில் தலைகீழான இத்தகைய மாற்றம் இப்போது ஏற்பட்டது. அத்துடன் அங்கு அரசியல் குழப்பங்களும் உண்டாயின.

மலபாரில் அரசியல் குழப்பங்கள்

பைச்சி நாடு வாழிக்கு ஆதரவாய் வட கேரளம் முழுமையும் 1803 ஆம் ஆண்டு கிளர்ந்தெழுந்தது. அது வெறும் அரசியல் புரட்சியாய் மட்டும் இருந்திலது. அரசின் அநியாய வரிவதிப்பையும் நாணய மதிப்புக் குறைப்பையும் எதிர்த்து மக்கள் எழுந்தனர். இந்தப் புரட்சி 1805 ஆம் ஆண்டுதான் அடக்கப்பட்டது. பலமுனைகளில் ஏற்பட்ட இக்குமுறல்களினால் வடகேரளம் சோர்ந்து முடங்கியது. அதன் பொருளியல் அமைப்பு நொறுங்கியது. அடுத்து மேலும் சில செய்திகளைக் காணலாம்.

(இ) பிரிட்டீசாரை எதிர்த்துக் கேரள வர்மன் புரட்சி

அயலாரின் மேலாண்மையை எதிர்த்துத் தென்பாரதத்தில் எங்கும் நடந்த கிளர்ச்சிகளும் போர்களும் பதினெட்டாம் நூற்றாண்டின் இறுதியிலும் பத்தொன்பதின் தொடக்கத்திலும் முற்றிலும் அடக்கப்பட்டன. பதினெட்டின் இந்த இறுதிப் பத்தில் ஆங்காங்கே எழுந்த வீரர்களின் விடுதலை உணர்வு விளக்கப்பட்டதை இக்களஞ்சிய வரிசையின் இத்தொகுதியில் பரக்கக் காணலாம். அத்தகைய கேரள வீரர் ஒருவரைப் பற்றிய செய்தி இங்கு பேசப்படுகின்றது.

பிரிட்டீசாரின் நிலவுடைமை உரிமை ஏற்பாட்டை மலபாரின் நாடுவாழிகளுள் ஒருவர் மட்டுமே ஏற்க மறுத்தார். கோழிக்கோட்டுச் சாமூதிரி குடும்பத்தினர் கூடச் சிறிதுகாலம் அதை எதிர்த்த பின்னர் அடங்கிப் போயினர்.

பிரிட்டீசாரை எதிர்த்து நின்ற அந்தக் குறுநிலத் தலைவரின் பெயர் கேரள வர்மன். அவர் கோட்டயம் என்ற சிறு நாட்டின் தலைவர். கேரள வர்மன் மிகச் சிறந்த புலவர். அவர் இயற்றிய அருமையான கதகளிப் பாடல்கள் இன்றும் கேரளத்தில் பாடப்பட்டு வருகின்றன. (இ.ச.க. தொகுதி-4) அவர் அயலார் மேலாண்மை எந்த வடிவில் வந்தாலும் எதிர்த்தார். வட கேரளத்தின் நாடு வாழியருள் திப்பு சுல்தானை நெஞ்சுறுதியுடன் எதிர்த்து நின்ற சிற்றரசர் கேரள வர்மன் மட்டுமேயாவார்.

கம்பெனிப் படைத்தலைவர் ஜெனரல் அபர்கோம்பி 1790 இல் தலைச்சேரியில் வந்து இறங்கிய வேளையில், கேரளவர்மனின் நாயர் கொரில்லாப் படை அவருக்குத் துணையாய் நின்று போராடியது. பிரிட்டன் வெற்றி பெற்றால் மலபாரின் வழிவழியான நில ஆண்டை முறை மீண்டும் நிலை நாட்டப்படும் என்று கேரள வர்மன் ஐயத்திற்கிடமின்றி நம்பினார்.

ஆனால் அவ்வாறு நடக்கப் போவதில்லை என்பதைக் கண்டதுமே, நாடுவாழிகள் பிரிட்டீசாரிடமிருந்து ஓய்வூதியம் பெறும் வெறும் நிலப்பிரபுக்களாய்த்தான் இருப்பர் என்பதைக் கேரள வர்மன் உணர்ந்ததுமே, பிரிட்டீசாருக்கு அடிபணிய மறுத்து விட்டார்.

கேரள வர்மனின் பெற்றோரின் உடன்பிறந்தார் மகனான குறும்பர் நாட்டு நாடுவாழி, பிரிட்டீசாரின் நிலவுடைமை உரிமை ஏற்பாட்டை ஏற்றுக் கொண்டார். அவர் கேரளவர்மன் குடியின் மூப்பர் ஆகையால், அது கோட்டயம் நாட்டையும்

1800

கட்டுப்படுத்தி விட்டது. ஆனால் கேரளவர்மன் அது தன்னைக் கட்டுப்படுத்தாது என்று அதை ஏற்க மறுத்து விட்டார். ஆதலால் பிரிட்டீசார் அவரது அரண்மனையை அழித்தனர். கேரள வர்மன் வை நாட்டு மலைகளுக்குள் ஓடிவிட்டார்.

அம்மலைப் பகுதி அவரது அரசுரிமைக்குள் அடங்கியிருந்தது. சீரங்கப்பட்டணத்து (1792) உடன்படிக்கைப்படி திப்பு சுல்தான் கையில் எஞ்சியிருந்த மலபார்ப் பகுதியில் கேரள வர்மனின் கோட்டயம் நாடு அடங்கியிருந்தது. ஆனால் கேரள வர்மன் தோற்று மலைகளுக்குள் ஓடிப்போன பிறகு, மலபாரின் ஏனைய பகுதிகளைப் போன்று கோட்டயம் நாடும் கம்பெனி ஆளுகைக்குள் வந்துவிட்டது.

கேரள வர்மனுக்கு இந்த ஏற்பாடு வெறுப்பூட்டியது. அவர் குறிச்சியர் என்ற மலைவாழ் மக்கள் அடங்கிய வெல்ல முடியா வில்லாளிகளின் துணை கொண்டு பிரிட்டீசாருடன் சண்டை செய்தார். இந்தச் சண்டைகள் 1800 முதல் 1805 வரை நடந்தன.

மலபாரின் நாட்டார் இலக்கியத்தில் பெருவீரராய் விளங்கும் கேரளவர்மனைப் பழசி இராஜா என்று அழைக்கின்றனர். அவருக்கு வை நாட்டு மாவட்டம்தான் வலுவான கோட்டையாயிருந்தது. எதிர்காலத்தில் வெல்லிங்டன் பிரபுவாகிய ஆர்தர் வெல்லஸ்லியிடம் கேரள வர்மன் எளிதில் மடங்கி விடவில்லை என்பது குறிப்பிடத்தக்கது. (வெலிங்டன் பிரபு : 1769 – 1852; இந்தியத் தலைமை ஆளுநர் வெல்லஸ்லி பிரபுவின் இளவல்; பிரிட்டீசுப் படைத் தலைவர்; அரசியல் தந்திரி; நெப்போலியனை 1815 ஆம் ஆண்டு வாட்டர்லூ போரில் தோற்கடித்தவர்; பிரிட்டனில் 1828 – 1830 காலத்தில் தலைமை அமைச்சராயிருந்தவர்)

எனினும் படைபலமும் போர்த்தளவாடங்களும் பிற வசதிகளும் படைத்த கம்பெனிப் படை கேரள வர்மனையும் அவரின் படை வீரர்களான நாயர்களையும் மலை மக்களையும் சுற்றி வளைத்துக் கொண்டது. கேரள வர்மன் சுல்தான் பேட்டரி என்ற இடத்தில் 1805 நவம்பர் 30 அன்று கொல்லப்பட்டார். (இதே ஆண்டு கண்கோட்டு நாயர் என்ற விடுதலை வீரர் தூக்கிலிடப்பட்டார்.)

பழசி இராஜா பிரிட்டீசாருடன் போர் செய்து இறந்த பின்னர், எந்த நாடுவாழியும் அவர்களை எதிர்த்துப் போர் செய்வதற்குத் துணியவில்லை. முஸ்லிம் குடியானவர்கள் மட்டுமே மலபாரில் பிரிட்டீசாரைத் தொடர்ந்து எதிர்த்து வந்தனர்.

திப்பு சுல்தானுக்கு அஞ்சி மலபாரை விட்டுத் தெற்கே ஓடிப்போன ஆண்டையர்களான நம்பூதிரிகள் இப்போது திரும்பி வந்து விட்டனர்.

இந்நிலப் பிரபுக்கள் திரும்பி வந்தது முஸ்லிம் குடியானவர்களுக்கு மனம் ஒப்பவில்லை. ஜன்மிகள் என்ற ஆண்டையர்களான நம்பூதிரிகள் தம் நிலவுடைமையைச் சட்டப்படி மீண்டும் பெற்றுக் கொண்டனர். அவர்கள் இஸ்லாந்தழுவிய குடியானவர்களை நசுக்கத் தொடங்கினர்.

நம்பூதிரிமார் அவர்களுக்கு பள்ளிவாசல் கட்டவும் இடுகாடு அமைக்கவும் கூட நிலம் தர மறுக்கின்ற அளவிற்கு முஸ்லிம் குடியானவர் மீது வெறுப்புக் காட்டினர். மைசூரார் அவர்களை மதம் மாற்றியதற்கு முன்னர், இம்மக்கள் தீண்டத்தகாத் தொழும்பராய் நம்பூதிரிமாரின் நிலங்களில் பாடுபட்டு வந்தனர்.

6. வில்லியம் கோட்டைக் கல்லூரி

தலைமை ஆளுநரான வெல்லஸ்லி பிரபு 1800 ஆம் ஆண்டு கல்கத்தா வில்லியம் கோட்டைக்குள் ஒரு கல்லூரியை அமைத்தார். கம்பெனி ஊழியத்திற்கென்று மிக

இளவயதில் இந்தியத்திற்கு வரும் பிரிட்டீசுப் பிள்ளைகள் இந்நாட்டின் உள்ளத்தையும் சிந்தனையையும் கற்றறியும் வாய்ப்பைப் பெறும் வகையில் ''கீழையுலகின் ஆக்ஸ்ஃபோர்டு'' எனத் தக்க வில்லியம் கோட்டைக் கல்லூரியை அவர் நிறுவினார்.

ஆக்ஸ்ஃபோர்டு அல்லது கேம்பிரிட்ஜூப் பல்கலைக்கழகங்களின் மாதிரியில் அமையும் வில்லியம் கோட்டைக் கல்லூரியில், கம்பெனி ஊழியத்திற்கென்று வருபவர்கள் மூன்றாண்டுக் காலம் கற்க வேண்டும். அங்கு இந்தியம் பற்றிய பாடங்களொடு, கிழக்கத்தி, மேற்கத்தித் துறைகளின் பொதுப் பாடங்களும் இந்தியத்தில் கிடைக்கின்ற சிறந்த ஆசிரியர்களைக் கொண்டு கற்பிக்கப்படும்.

இக்கல்லூரியில் அரபு, பாரசிகன், சம்ஸ்கிருதம், இந்துஸ்தானி, வங்கம், தெலுங்கு, மராட்டி, தமிழ், கன்னடம் முதலிய மொழிகளும் கற்பிக்கப்படும்.

வெல்லஸ்லி பிரபினால் இக்கல்லூரியின் சில துறைகளுக்கு ஆசிரியர்களைப் பெறுவது கடினமாயிருந்தது. எனினும் கல்கத்தாவில் கற்றறிந்தவர்கள் இருந்தனர். அவர்களால் அங்கு பேராசிரியர்களைப் போல் பணி செய்ய முடியும்.

வெல்லஸ்லி பிரபு பெரிய அளவில் திட்டமிட்டு அமைத்த இக்கல்லூரி நெடுங்காலம் வாழ முடியாமற் போயிற்று. ஐரோப்பியத் துறைகளை இனிமேல் இந்தியத்தில் கற்பிக்க இயலாதென்றும் அவற்றைப் பிரிட்டனில் புதிதாய் அமைத்துள்ள ஹெயில்பரிக் கல்லூரியில் தான் கற்க வேண்டுமென்றும் கம்பெனி இயக்குநர் மன்றம் *1807* இல் முடிவு செய்தது.

வில்லியம் கோட்டைக் கல்லூரி இவ்விதம் குறுக்கப்பட்ட போதிலும் தொடர்ந்து பயனுள்ள பணியாற்றி வந்தது. அங்கிருந்து மிகச் சிறந்தவர்கள் படித்து வெளியேறினர். எனினும் முன்னைய முனைப்பும் வேகமும் குறைந்தன. அது கடைசியாய்த் தலைமை ஆளுநர் டல்லௌசி பிரபு காலத்தில் *(1848 – 1856) 1854* ஜனவரி *24* அன்று மூடப்பட்டு விட்டது. வெல்லஸ்லியின் கனவு ஐம்பத்து நான்காண்டுகளுக்குள் இவ்விதமாய்க் கலைந்தது.

7. நானா பதனவிஸ் மரணம்

பேஷ்வாவின் பூனா அரசவையில் செல்வாக்கு மிகப் பெற்று விளங்கிய நானா பதனவிஸ் *1800* மார்ச்சு *13* அன்று இறந்தார். அவரின் உடைமைகள் குறித்துப் பேஷ்வா இரண்டாம் பாஜிராவிற்கும் தௌலத்துத்துராம் சிந்தியாவிற்குமிடையே கருத்து வேறுபாடு ஏற்பட்டது. பேஷ்வா கைம்பெண்ணான நானாவின் மனைவியையும் அவரின் உறவினரையும் சிறையில் அடைத்தார்.

8. உலக நகரங்கள்

(அ) பதினெட்டில் ஐரோப்பிய நகரங்கள்

ஐரோப்பிய நகரங்களின் எண்ணிக்கையும் வளர்ச்சியும் அக்காலத்தவருக்கே வியப்பூட்டுவனவாயும் சில வேளைகளில் கிலி கொள்ளச் செய்வனவாயும் இருந்தன என்பது நகர வளர்ச்சியின் ஒரு கூறாயிருந்தது. மக்கள் பெருக்கமும் தொழில் விரிவும் அந்த வளர்ச்சியின் இன்னொரு கூறாயிருந்தது. சரியாய்க் கூறுவதாயின் இவ்விரண்டும் ஒன்றுடனொன்று தொடர்புடையன எனலாம்.

ஐரோப்பியத்தில் 1800 ஆம் ஆண்டில் ஓரிலட்சம் அல்லது அதற்கு அதிகமான மக்களைக் கொண்டிருந்த 22 நகரங்கள் இருந்தன. அதற்கு நூறு ஆண்டுகளுக்கு முன்னர் அத்தகைய நகரங்கள் பதின்மூன்றோ, பதினான்கோ மட்டுமே இருந்தன. அவை பன்னிரு நாடுகளில் பரந்திருந்தன. இத்தாலியில் ஐந்து; பிரான்சில் மூன்று; பிரிட்டன், இரஷியம், ஜெர்மனி, ஸ்பெயின் ஆகிய நாடுகளில் ஒவ்வொன்றிலும் இரண்டு; ஆஸ்திரியம், போர்ச்சுக்கல், போலந்து, டென்மார்க்கு, ஆலந்து, ஐரோப்பியத் துருக்கி இங்கெல்லாம் ஒவ்வொன்று.

இக்காலத்தின் மிகப்பெரிய பத்து நகரங்கள்: இலண்டன் (90,000 அல்லது ஒரு மில்லியன்); பாரிஸ் (5,50,000 – 6,00,000); நேப்பிள்ஸ் (4,00,000); லிஸ்பன் (3,50,000); க்ான்ஸ்டான்டிநோபிள் (3,00,000 மேல்); மாஸ்கோ (3,00,000); செயிண் பீட்டர்ஸ்பர்க்கு (2,70,000); வியன்னா (2,30,000); ஆம்ஸ்டர்டாம் (2,00,000); பெர்லின் (1,70,000); இவற்றையடுத்து ரோம், டப்ளின், மாட்ரிடு ஆகியனவும் பெரிய நகரங்களாயிருந்தன.

இப்பெரிய நகரங்களிற் சில, ஏனைய நகரங்களைவிட வெகு விரைவாய் விரிந்தன. இரஷியப் பேரரசர் மா பீட்டர் (1672 – 1725; ஆ.கா. 1682 – 1725) 1702 இல் நெவா ஆற்றுச் சதுப்பு வெளியில் நிறுவிய செயிண் பீட்டர்ஸ்பர்க்கு நகரம் 28 ஆண்டுகளுக்குப் பிறகு 1730 ஆம் ஆண்டு 68,000 மக்களைக் கொண்டதாகி, 1800 ஆம் ஆண்டு இறுதிவாக்கில் கால் மில்லியனுக்குமதிகமாய்ப் பெருகியது.

பெர்லின் நகரம் பழமையானதாயினும் கிட்டத்தட்ட அண்மையில் உண்டான நகரேயாகும். அங்கு ஒரு நூறு ஆண்டுகளுக்குள் மக்களின் எண்ணிக்கை மும்மடங்காய்ப் பெருகியது.

மாஸ்கோ நகர மக்கள் எண்ணிக்கை இதைவிட வேகமாய்ப் பெருகிற்று. அங்கு 1700 ஆம் ஆண்டில் வெறும் 16,000 தலைக்கட்டுகள் (households) இருந்தன. ஒரு நூற்றாண்டிற்குப் பிறகு இவ்வாண்டில் அங்கு மக்கள் தொகை 3,00,000 ஆக உயர்ந்தது.

இத்தாலியின் நேப்பிள்சில் 1700 இல் 86,000 பேர் வாழ்ந்தனர். இந்த எண்ணிக்கை 1800 இல் 4,09,000 ஆகியது. அதனால் அது ஐரோப்பியத்தின் மூன்றாவது பெரிய நகரானது.

இலண்டன் ஒரு நூற்றாண்டிற்குள் ஐரோப்பியத்தின் மிகப்பெரிய நகரம் என்ற சிறப்பைப் பாரிசிடமிருந்து தட்டிப் பறித்துக் கொண்டது. இலண்டன் மக்கள் தொகை 5,50,000 – 5,75,000 ஆக இருந்து, கிட்டத்தட்ட ஒரு மில்லியனைத் தொட்டது.

பிற நகரங்களில் மக்கள் தொகை உயர்ந்தாலும் ஒப்பு நோக்குகையில் குறைந்து வந்ததைக் காண முடிகின்றது. அவற்றுள் ஆம்ஸ்டர்டாம், கான்ஸ்டாண்டி நோபிள், பாரிஸ், மாட்ரிடு முதலியனவும், நேப்பிள்சையும் தூரினையும் தவிர்த்த ஏனைய இத்தாலிய நகரங்களும் அடங்கும். ஒரேயொரு நகரில் மட்டும் மக்கள் தொகை பெருகவேயில்லை. அது இத்தாலிய வெனிஸ் நகராகும். அதன் மக்கள் தொகை 1700 இல் 1,38,000 ஆக விருந்து 1800 இல் 1,37,000 ஆகக் குறைந்தது.

பதினெட்டாம் நூற்றாண்டு ஏன் நகர வளர்ச்சி நூற்றாண்டாய் விளங்கியது என்பதற்குப் பொதுவானவையும் குறிப்பிட்டுக் கூறக் கூடியனவுமான காரணங்கள் உள்ளன. பொதுப்படையான காரணங்கள் என்று, தேசிய மக்கள் பெருக்கம், வாணிப, தொழில் வளர்ச்சிகள், சில நாடுகளில் (அனைத்து நாடுகளிலும் அன்று) வேளாண் புரட்சி ஏற்பட்டதால் நாட்டுப்புற மக்களின் இடப்பெயர்ச்சி ஆகியவற்றை

எடுத்துக்காட்டலாம். மேலும் நடு ஐரோப்பியத்தில் பதினேழாம் நூற்றாண்டோடு பெரும்போர்கள் முடிந்து போனதாலும் நகரக் கட்டமைப்புகளும் மறு கட்டுமான வேலைகளும் பொதுவான உந்துதலைப் பெற்றன.

எனினும் நகரங்களில் உண்டாகும் நிலைமைகளையும் அவை ஆற்றவேண்டிய செயல்பாடுகளையும் பொருத்து ஏற்படும் குறிப்பிடத்தக்க நெருக்கடிகளின் காரணமாயும் பெருநகரங்கள் மேலும் பெருத்தன. சில நகரங்கள் அரசு, ஆட்சியியல் மையங்களாய் வளர்ந்தன. பெரும்பாலான தலைநகரங்களில் இவ்வாறுதான் நடந்தது. சில நகரங்கள் ஓர் அரசவையையோ, பேராயர் இருப்பிடத்தை அல்லது இராணுவ நிறுவனத்தையோ சுற்றி வளர்ந்தன. இன்னுஞ் சில, துறைமுகங்களை அல்லது வாணிப அல்லது பொருளியல் மையங்களை ஒட்டி எழுந்தன. பல்வேறுபட்ட சமூக நெருக்குதல்களுக்கும் ஏற்ப வெகுசில நகரங்கள் பல்துறை நகரங்களாய் அமைந்தன.

ஆ. கராச்சிப் பட்டினத் தோற்றம்

பாகிஸ்தானத்திற்கு 1967 வரை தலைநகராயிருந்து, இன்று உள்நாட்டின் பெரிய துறைமுகமாய் விளங்கும் கராச்சிப் பட்டினம் 1800 ஆம் ஆண்டு ஒரு பாலை வெளியின் ஓரத்தே அமைந்த மீனவர் சிற்றூராய் அரபுக் கடலின் கரைமீது இருந்தது. பிரிட்டீசார் பத்தொன்பதாம் நூற்றாண்டில் சிந்து ஆற்றுவெளி வரையிலும் இருப்புப்பாதை போட்டதும், அது பெரிய துறைமுகப்பட்டினமாய் விட்டது. எனினும் 1840 ஆம் ஆண்டுகளில் இவ்வூரின் மக்கள் தொகை சுமார் 6000; அவர்களில் பெரும்பாலர் முஸ்லிம்களாயிருந்தனர்.

அப்போது கராச்சியில் சிறு மண் குடிசைகளும் சற்று பெரிய மண்வீடுகளும் இருந்தன. இம்மண் வீடுகளில் சன்னல்கள் இருப்பதில்லை. சரிந்து விழக்கூடிய தாழ்வான மண் மேடைகள் சூழ இக்கட்டுமானங்கள் அமைந்திருந்தன. வைக்கோலைக் களிமண்ணுடன் குழைத்து இவற்றைக் கட்டினர். மழைக்காலம் வரும்வரை அவை நிற்கும்; மழை வந்ததும் அவை கரைந்து விடும். சில வேளைகளில் வீடு முழுமையும் இடிந்து குடியிருப்போர் மீது சரிந்து விழுவதும் உண்டு.

பிரிட்டீசார் 1839 ஆம் ஆண்டுதான் கராச்சியைக் கவர்ந்து, அதைத் தமதாக்கினர். அப்போது வீதியெங்கும் வெயிலில் உலரும் கருவாடும் செத்து அழுகிக் கிடக்கும் ஒட்டகங்களும் வயிற்றைக் குமட்டும் நாற்றம் அடிக்கும். தெருவெங்கும் சாக்கடைகள்; அதன் வீச்சமும் கடைத் தெருவிலிருந்து மருந்துகளும் கோணியும் கிளப்பும் நெடியும் கிளம்பும்.

பிரிட்டீசார் பாசறை அமைத்திருந்த கார (*Gharra*) என்ற இடத்தினருகே செத்துப்போன சுமார் ஐம்பது ஒட்டகங்கள் அழுகிப்போய் வீச்சமடித்துக் கிடக்கும். நாய்களும் நரிகளும் செத்த ஒட்டகங்களின் வயிற்றினுள் புகுந்து அழுகிய இறைச்சியைத் தின்னும். அங்கு சில நாள்களுக்குப் பிறகு அவற்றின் எலும்புக் கூடுகளே எஞ்சியிருக்கும். இவ்வாறு 1840 ஆம் ஆண்டுகளில் அங்கிருந்த பிரிட்டீசுப் படையலுவலர் ஒருவர் கூறினார்.

(இ) வாசிங்டன் நகரம் - மக்கள் தொகை

இன்று அமெரிக்க ஒன்றியத்தின் தலைநகராய் விளங்கும் வாசிங்டன் டி.சி.(*Washington D.C.*) நகரில் 1800 ஆம் ஆண்டு 2464 பேர் மட்டுமே வாழ்ந்திருந்தனர்.

அவர்களில் *623* அடிமைகளும் அடங்குவர். கொலம்பியா மாவட்டத்தோடு (*District of Columbia - D.C.*) உடன் இணைந்திருக்கும் வாசிங்டன் டி.சி. நகரம் கனடிய எல்லையில் கிழக்குக் கரையருகே போட்டோமாக்கு ஆற்றங்கரை மீதுள்ளது.

இந்த இடத்தை அமெரிக்கத்தின் முதல் ஆட்சித் தலைவரான ஜார்ஜ் வாசிங்டன் (*1732 – 1799*; பதவிக் காலம் *1789 - 1797*) *1790* ஆம் ஆண்டு தேர்ந்தெடுத்தார். இங்கு அமைந்த நகரம் அவர் பெயரைக் கொண்டு வழங்குகின்றது.

இங்கு வெள்ளை மாளிகையும் அமெரிக்கப் பேரவை மன்றக் கட்டடமான கேப்பிட்டலும் உள்ளன. இது கல்விக்கும் ஆட்சியியலுக்கும் பெரிய மையமாகும். இது ஒரு தலைநகருக்கென்றே திட்டமிட்டுக் கட்டப்பட்டது.

9. ஐரோப்பியத்தில் கப்பல் கட்டுந் தொழில்

ஐரோப்பியத்தில் கப்பல் கட்டுந் தொழில் மிகப் பெரிய முன்னேற்றம் கண்டிருந்தது. அங்கு கடல் துறைகள் எங்கும் கப்பல்கள் கட்டப்பட்டு வந்தன. பிரஞ்சு நாடு இத்துறையில் மேலோங்கியிருந்தது. ஆங்கில ஆசிரியர்களே இதை ஒப்புக் கொண்டனர். இக்காலத்தை ''கடலோட்டப் புரட்சிக் காலம்'' என்றும் அழைத்தனர்.

துரதிருஷ்ட வசமாய், கப்பல் கட்டும் மரங்களுக்குப் பஞ்சம் இருந்தமையால் கப்பல் கட்டுவோர் தம் பணிகளைச் சுருக்கிக் கொள்ள நேர்ந்தது. பிரஞ்சுக்காரருக்குக் கப்பல் கட்டுவதற்குப் போதிய மரம் கிடைக்காததால் மிகுந்த இக்கட்டிற்குள்ளாயினர். இந்துமாக்கடல் பகுதிகளில் இந்த இயற்கை வளம் வெட்ட வெட்டக் குறையாமலிருந்தது.

10. நெப்போலியனின் பொருளியல் நடவடிக்கைகள்

பிரஞ்சு நாட்டில் தோன்றிய பணவீக்கமும் பொருளியல் நொடிப்பும் மிகுவதைத் தடுப்பதற்காக நெப்போலியன் *1800* ஆம் ஆண்டில் தகுந்த நடவடிக்கைகளை எடுத்தார். அவர் பிரஞ்சு இத்தாலியப் பேங்கர்களிடமிருந்து ஐந்து மில்லியன் பிராங்குகளைக் கடனாய்ப் பெற்றார். நாடு தழுவிய முறையில் பரிசுச் சீட்டுகளை நடத்தி ஒன்பது மில்லியன் பிராங்குகளைத் திரட்டினார். புதிதாய் வருமான வரியைக் கொண்டு வந்தார்.

அவர் அரசுத் துறைகள் அனைத்தின் செலவுத் திட்டங்களைக் குறைத்தார். நடுத்தர (பூர்சுவா) வகுப்பினரிடையே நம்பிக்கையை உண்டாக்கினார். இதற்கு முந்திய *1799* ஆம் ஆண்டு டிசம்பர் *23* இல் அரசின் பத்திரங்கள் பன்னிரண்டு பிராங்குகளுக்கு விற்றன. அது ஒரே ஆண்டிற்குள் *1800* இல் *44* பிராங்காக உயர்ந்து, அடுத்த ஏழாண்டுக் காலத்தில் *94.40* பிராங்குகளாய் ஏறியது.

11. பிரிட்டிசுச் செய்திகள்

(அ) அயர்லந்தைப் பிரிட்டனுடன் இணைக்கும் ஒன்றியச் சட்டம்

அயர்லாந்தின் பண்டைக் கெல்டிக்குப் பெயர் அயர்(*Eire*)ஆகும்.அயர்லந்திற்கு மனக்குறைகளும் இன்னல்களும் நெடுங்காலம் இருந்து வந்தன. அயர்லந்தியரின் நிலங்கள் *16,17* ஆம் நூற்றாண்டுகளில் பறிக்கப்பட்டன. இங்கிலாந்திலும் ஸ்காத்லந்திலும் இருந்து வந்த புராட்டஸ்டண்டுகள் இத்தீவின் வடகிழக்கே அல்ஸ்டரில் குடியேறித் ''தோட்டங்கள்'' போட்டனர். இந்தக் குடியேற்றக் கொள்கையினால், வட அயர்லந்தில் புராட்டஸ்டண்டுகள் பெரும்பான்மையராயினர்.

1800

கத்தோலிக்கரும் முடியரசு ஆதரவாளரும் 1649 இல் நடத்திய கிளர்ச்சியை ஆலிவர் கிராம்வல் (1599-1658) ஒடுக்கினார். மூன்றாம் வில்லியம் என்ற ஆரஞ்சு வில்லியம் (1650-1702); பிரிட்டனில் மன்னராயிருந்த காலம் (1689-1702) 1690 இல் தோற்கடிக்கப்பட்ட பிறகு, கத்தோலிக்கர் தம் சமயத்தை ஒழுகுவதற்குத் தடைவிதிக்கப்பட்டது. அயர்லந்து இவ்வாறாக நீடித்து இன்னல்களுக்குள்ளாகி வந்தது. அயல் மேலாண்மையை எதிர்த்து அயர் மக்கள் தொடர்ந்து போராடி வந்தனர்.

உல்ஃபு டோன் (Wolfe Tone) 1798 ஆம் ஆண்டு நடத்திய அயர் மக்கள் புரட்சியும் ஒடுக்கப்பட்டது.

இந்த 1800 ஆகஸ்டில் பிரிட்டீசு நாடாளுமன்றத்தில் ஒன்றியச் சட்டம் (Union Act) என்ற ஒரு சட்டம் நிறைவேறியது. அச்சட்டம் 1801 ஆம் ஆண்டு நடைமுறைக்கு வந்தது. அதன்படி அயர்லாந்து பிரிட்டனுடன் இணைக்கப்பட்டு விட்டது. அயர்லாந்து நாடாளுமன்றம் கலைக்கப்பட்டது. ஆனால் அயர்லாந்தின் விடுதலைப் போராட்டம் அடங்கி விடவில்லை. அது அந்நாடு துண்டாகி 1949 இல் விடுதலை பெற்றுக் குடியரசான போதும், இந்த இருபதாம் நூற்றாண்டிலும் தொடர்ந்து கிளர்ச்சி வன்முறை வடிவில் இன்றும் நடந்து வருகின்றது.

(ஆ) இராயல் அறுவை மருத்துவக்கல்லூரி

இலண்டனில் இவ்வாண்டு (1800) இராயல் அறுவை மருத்துவக்கல்லூரி நிறுவப்பட்டது.

(இ) அகச் சிவப்புக் கதிர்கள் கண்டுபிடிப்பு

வில்லியம் ஹெர்ஷல் (1738 – 1822) விண்மக்கோள் என்ற யூரனசை 1781 ஆம் ஆண்டு கண்டுபிடித்தார். (இ.ச.க.தொகுதி-8) அவர் இவ்வாண்டு கூருணர்ச்சி மிக்க வெப்பமானியைப் பயன்படுத்திச் சூரிய ஒளி நிறமாலையின் செவ்வொளிக்கு அப்பால் கண்ணுக்குப் புலப்படாமலிக்கும் செவ்வொளி, வெப்பக் கதிர்வீச்சேயாகும் என்பதைக் கண்டுபிடித்தார். நாம் இதை அகச் சிவப்புக் கதிர் (infrared rays) என்கிறோம். இது மின்காந்தக் கதிர்வீச்சாகும்.

(ஈ) தேயிலை நுகர்வு மிகுதல்

பிரிட்டனில் தேயிலை நுகர்வு பதினேழாம் நூற்றாண்டின் இறுதியிலும் பதினெ டின் தொடக்கத்திலும் சிறு அளவினதாய் இருந்து, 1783 ஆம் ஆண்டில் பதினைந்து மில்லியன் இராத்தலானது; அது சுமார் 1800 வாக்கில் கிட்டத்தட்ட முப்பது மில்லியன் இராத்தலாய் மிகுந்தது. தேநீர் அரை நூற்றாண்டிற்கும் குறைந்த காலத்தில், ஆங்கிலேயரின் நாட்டுப் பானமாயிற்று. தேயிலை வாணிபமே கிழக்கிந்தியக் கம்பெனியைச் செழிக்கச் செய்தது.

12. அமெரிக்கச் செய்திகள்

(அ) தாமஸ் ஜெஃபர்சன் ஆட்சித் தலைவரானார்

தாமஸ் ஜெஃபர்சன் 1800 ஆம் ஆண்டில் அமெரிக்க ஒன்றியத்தின் மூன்றாவது ஆட்சித் தலைவரானார். அமெரிக்க வரலாற்றில் ஜெஃபர்சனுக்கென்று பெருமைக்குரிய இடமுள்ளது. அவர் அமெரிக்க விடுதலை அறிக்கையை எழுதியவர்.

அவர் 1743 ஆம் ஆண்டு வர்ஜீனியத்தின் ஷேடுவல் என்ற ஊரில் பிறந்தார். அவரின் தந்தை நில அளவைப் பணி செய்தவர்; வேளாண்மையில் சிறந்தது விளங்கியவர். அவர்தன் மகன் ஜெஃபர்சனுக்கு மிகப் பரந்த நிலப்பரப்பை விட்டுச் சென்றார்.

ஜெஃபர்சன் வில்லியம் மேரி கல்லூரியில் இரண்டாண்டுகள் படித்தாரெனினும், பட்டம் பெறவில்லை. அவர் அதன்பிறகு பல ஆண்டுகள் கழித்துச் சட்டம் பயின்று, 1767 ஆம் ஆண்டு வர்ஜீனியத்தில் சட்டத் தொழில் செய்வதற்கு இசைவு பெற்றார்.

அவர் வர்ஜீனிய மாநிலப் பேரவையின் கீழ் மன்றத்தில் உறுப்பினரானார். அவர் பின்னர் 1775 ஆம் ஆண்டில் இரண்டாவது மாநிலப் பேரவை மன்றத்திற்கும் உறுப்பினராய்த் தேர்ந்தெடுக்கப்பட்டார். (இ.ச.க. தொகுதி-8) அவர் பின்னர் அதே ஆண்டு வர்ஜீனிய மாநிலப் பேரவையில் உறுப்பினராகி, அங்கு முக்கியமான பல சீர்திருத்தங்களைக் கொண்டு வந்தார்.

அவற்றுள் முக்கியமானவை: சமய சுதந்திரம் அளிக்கும் வர்ஜீனியச் சட்டம்; அறிவைப் பரப்பும் சட்டம். ஜெஃபர்சனின் கல்விக் கொள்கைகள் : பொதுத் தொடக்கக் கல்வி அனைவர்க்கும் கிடைக்க வேண்டும்; திறமை மிக்கவர்களுக்காக வர்ஜீனிய மாநிலத்தில் ஒரு பல்கலைக்கழகத்தை நிறுவ வேண்டும்; படிப்பதற்கு உதவித் தொகை அளிக்க வேண்டும்.

ஜெஃபர்சனின் கல்வித் திட்டத்தை வர்ஜீனிய மாநிலம் அப்போது கைக்கொள்ளவில்லை. எனினும் பின்னர் இதைப் போன்ற திட்டங்கள் அமெரிக்க ஒன்றியத்தின் மாநிலங்கள் அனைத்திலும் செயல்படுத்தப்பட்டன.

ஜெஃபர்சன் 1779 முதல் 1781 வரை வர்ஜீனியத்தின் ஆளுநராயிருந்தார். அவர் அதன்பிறகு அரசியல் வாழ்விலிருந்து ''ஓய்வு'' கொண்டார். அவர் இவ்வாறு ஓய்வில் இருந்தபோது, ''வர்ஜீனிய மாநிலம் பற்றிய குறிப்புகள்'' என்ற நூலை எழுதினார். அவர் எழுதிய ஒரே நூல் இதுவாகும். ஜெஃபர்சன் பல கருத்துகளை இந்நூலில் கூறியுள்ளார். அவற்றுள், அடிமை முறையை ஒழிக்க வேண்டும் என்பது தெளிவாய்க் கூறப்பட்டுள்ளது.

ஜெஃபர்சனின் மனைவி 1782 இல் இறந்தார். அவர்களிருவரும் பத்தாண்டுக்கால மணவாழ்க்கையில் ஆறு பிள்ளைகளைப் பெற்றனர். ஜெஃபர்சன் அப்போது இளவயதினராயிருந்த போதிலும் மறுமணம் செய்து கொள்ளவில்லை.

ஜெஃபர்சன் அதன் பின்னர் ஓய்விலிருந்து நீங்கி, அமெரிக்கப் பேரவை மன்றத்தின் உறுப்பினரானார். அங்கு அவர் கொண்டு வந்த பதின்மான நாணயமுறைத் திட்டம் ஏற்றுக் கொள்ளப்பட்டது. எடை, அளவுகளுக்குப் (பிரான்சில் பதின்மான முறை வரையறுக்கப்பட்டதற்கு முன்னரே) பதின்மானமுறை வேண்டுமென்று ஜெஃபர்சன் எடுத்துரைத்த திட்டத்தை மன்றம் ஏற்றுக் கொள்ளவில்லை.

அவர் அடிமை முறையை அமெரிக்க ஒன்றியத்தின் புதிய மாநிலங்கள் அனைத்திலும் ஒழிக்க வேண்டுமென்றும் சட்டம் கொணர்ந்தார். அது ஒரு வாக்குக் குறைவினால் தோற்றுப்போனது.

பிரான்சில் ஜெஃபர்சன்

ஜெஃபர்சன் 1784 ஆம் ஆண்டு பிரான்சிற்குச் சென்றார். அவர் பெஞ்சமின் ஃபிராங்கிளினுக்கு (1706 - 1790) அடுத்தபடியாய் அமெரிக்கத் தூதுவராய்ப் பிரான்சில்

ஐந்தாண்டுகள் இருந்தார். அவர் இக்காலம் முழுமையும் தாயகம் திரும்பாமல் பிரஞ்சு நாட்டிலேயே தங்கினார். இக்கால கட்டத்தில் 1787 ஆம் ஆண்டு அமெரிக்கத்தில் அரசியல் சட்டம் வகுத்து நிறைவேற்றப்பட்டது. (இ.ச.க. தொகுதி-9) ஜெஃபர்சன் அரசியல் சட்டம் நிறைவேற்றப்பட்டதை ஆதரித்தார்.

அவர் பிரான்சிலிருந்து 1789 ஆம் ஆண்டின் பிற்பாதியில் அமெரிக்கம் திரும்பினார். அவர் தாயகத்தை அடைந்ததும் நாட்டின் முதல் அயலுறவுத் துறை (*Foreign Secretary*) அமைச்சர் ஆக்கப்பட்டார். அமெரிக்க ஒன்றியத்தின் முதல் நிதித்துறை அமைச்சராயிருந்த அலெக்சாந்தர் ஹாமில்டனுக்கும் (1757 – 1804) ஜெஃபர்சனுக்கும் முரண்பாடு ஏற்பட்டது. அவர் ஜெஃபர்சனின் அரசியல் நோக்கங்களுக்கு மாறான கருத்துகளைக் கொண்டிருந்தார்.

மக்களாட்சிக் கட்சி

ஹாமில்டனின் கொள்கையை ஆதரித்தவர்கள் இறுதியில் ஒன்று கூடி அமெரிக்கத்தின் லிபரல் (*Liberal*) கட்சியை அமைத்தனர். ஜெஃபர்சனின் கொள்கைகளுக்கு ஆதரவளித்தவர்கள் மக்களாட்சி குடியரசுக் கட்சியை (*Democratic - Republican Party*) அமைத்தனர். இறுதியில் அது மக்களாட்சிக் கட்சி (*Democratic Party*) என்று அழைக்கப்பட்டது.

ஜெஃபர்சன் 1796 ஆம் ஆண்டு அமெரிக்க ஆட்சித் தலைவர் தேர்தலில் போட்டியிட்டார். எனினும் அவர் ஜான் ஆடம்சிற்கு அடுத்தபடியாய் இரண்டாவதாய் வந்தார். (*John Adams : 1735- 1826*) ஜான் ஆடம்ஸ் முதலாவதாய் வெற்றி பெற்று ஆட்சித் தலைவர் ஆனார். ஜெஃபர்சன் இரண்டாவதாய் வந்ததால், அக்கால அமெரிக்க அரசியல் சட்டப்படி, அவர் துணை ஆட்சித் தலைவரானார். பின்னர் 1800 ஆம் ஆண்டு நடந்த தேர்தலில் ஜெஃபர்சன் போட்டியிட்டு ஆடம்சைத் தோற்கடித்து ஆட்சித் தலைவரானார்.

''லூசியானாக் கொள்முதல்''

ஜெஃபர்சன் தன் பதவிக்காலத்தில் மிதப் போக்கினராயும் தன் பழைய எதிராளிகளிடமும் இணக்கமாய் நடந்து கொள்ளும் பண்பினராயும் விளங்கி, அமெரிக்கத்தில் மிகச்சிறந்த முன்னுதாரணத்தை உண்டாக்கினார். மேலும் என்றென்றும் நிலைத்திருக்கக்கூடிய ஒரு செயலை ஜெஃபர்சன் ஆட்சிக் காலத்தில் அரசு செய்தது. அது புகழ்மிக்க ''லூசியானாக் கொள்முதல்'' ஆகும். எனினும் லூசியானாவை அமெரிக்கத்திற்காக விலைக்கு வாங்கிய பெருமை ஜெஃபர்சனைச் சாராது. அவர் இந்தக் கொள்முதல் எத்தனை பெரியது என்பதை எண்ணிப் பார்க்கவில்லை.

பாரிசில் அமெரிக்கத்தின் தூதுவர்களாயிருந்த இராபட்டு லிவிங்ஸ்டன், ஜேம்ஸ் மன்றோ என்ற இருவருக்கும், அமெரிக்கத்தில் பிரான்சிற்கு உரிமையாயிருந்த லூசியானாப் பகுதியை அமெரிக்கத்திற்காக விலைக்கு வாங்கும் வாய்ப்புக் கிடைத்தது. அவர்கள் அப்போது தமக்கிருந்த தூதுவர் அதிகார வரம்புகளையும் மீறி, மிகப்பெரிய இந்நிலப்பரப்பிற்கு விலை பேசி வாங்கி விட்டனர். நெப்போலியன் அந்நிலப்பரப்பை விற்பதற்கு முன் வந்தார். (இ.ச.க. தொகுதி-11 காண்க.)

மீண்டும் ஆட்சித் தலைவர்

ஜெஃபர்சன் மீண்டும் 1804 ஆம் ஆண்டு ஆட்சித் தலைவராய்த் தேர்ந்தெடுக்கப்பட்டார். எனினும் 1808 இல் அவர் மூன்றாம் முறை போட்டியிடாது

ஒதுங்கி விட்டார். இம்மரபிற்கு முதன்முதலில் வழிவகுத்துக் கொடுத்த முதல் அமெரிக்க ஆட்சித் தலைவர் ஜெஃபர்சன் ஆவார்.

ஜெஃபர்சன் 1809 ஆம் ஆண்டு பொது வாழ்க்கையிலிருந்து நீங்கினார். எனினும் அவர் வர்ஜீனியப் பல்கலைக்கழகத்தை அமைக்கும் பணியுடன் தொடர்பு கொண்டிருந்தார். இப்பல்கலைக்கழகத்தை அமைப்பதற்கு 1819 ஆம் ஆண்டு உரிமை வழங்கப்பட்டது.

ஜெஃபர்சன் 1826 ஜனவரி 4 அன்று, அமெரிக்க விடுதலை அறிக்கை சாற்றப்பட்ட ஐம்பதாம் ஆண்டு நிறைவான அன்று எண்பத்து மூன்று வயதையும் தாண்டி முழு வாழ்க்கை வாழ்ந்து இறந்தார்.

அவருக்கு ஐந்தாறு மொழிகள் தெரியும். இயற்கை அறிவியலிலும் கணிதத்திலும் ஆர்வம் மிகுந்தவர். வேளாண் துறையில் வெற்றி கண்டவர்.

(ஆ) உலகின் முதல் தொங்கு பாலம்

அமெரிக்கத்துப் பென்சில்வேனிய மாநிலத்தவரான ஜேம்ஸ் ஃபின்லே உலகின் முதல் தொங்கு பாலத்தை 1800 ஆம் ஆண்டு கட்டினார். இப்பாலம் இரும்புச் சங்கிலிகளைக் கொண்டு அமைக்கப்பட்டது.

(இ) அமெரிக்கக் காங்கிரசு நூலகம்

இன்று உலகின் மிகப்பெரிய நூலகங்களுள் ஒன்றாய் விளங்கும் அமெரிக்கக் காங்கிரசு நூலகம் (American Library of Congress) 1800 ஆம் ஆண்டு நிறுவப்பட்டது. இந்நூலகம் வாசிங்டன் நகரில் உள்ளது. இந்நூலகத்திற்கு ஆடம் ஸ்மித்தின் (1723 - 1790) ''நாடுகளின் செல்வம்'' உள்பட 900 புத்தகங்களை வாங்குவதற்கு அமெரிக்க அரசு 5,000 டாலர் அளித்தது. இந்நூலகத்திற்கு என்று ''தி அமெரிக்கன்'' என்ற பிரிட்டீசுக் கப்பலில் பதினொரு பெட்டிகள் நிறைய நிலப்படங்கள் வந்து சேர்ந்தன. (இந்நூலகம் பற்றி இ.ச.க. தொகுதி-12,15 காண்க.)

ஒன்பதாம் தொகுதியின் கருவி நூல்கள்

Selective Bibiliography

1781

இராசமாணிக்கனார், மா. டாக்டர் சைவ சமய வளர்ச்சி, சென்னை, 1958(1)

பெரிய புராண ஆராய்ச்சி, இரண்டாம் பதிப்பு, சென்னை, 1978 (1)

கமலையா, க.சி. தமிழகக் கலை வரலாறு, சென்னை 1988 (1)

சிவபாத சுந்தரம், சோ. சேக்கிழார் அடிச்சுவட்டில், சென்னை 1978 (1)

சோமலெ, பதிப்பாசிரியர், கோயில் சென்னை 1979 (1)

வேங்கடசாமி, மயிலை சீனி தமிழர் வளர்த்த அழகுக் கலைகள் சென்னை, நான்காம் பதிப்பு1989.

Gurumurthy, S. Education in South India, Madras, 1976 (1)

Harle, James, C. Temple in South India – The Architecture and Iconography of the Chidambaram Gopurams, Oxford, 1963 (1)

Natarajan B. The City of Cosmic Dance, Orient Longman, 1974 (1)

அமுதன் அடிகள் தமிழர் செல்வம் சர். ஏ.டி. பன்னீர்ச் செல்வம் வரலாறு, திருச்சிராப்பள்ளி, 1991 (2)

மாலதி, கே. டாக்டர் இலக்கியத்தில் ஊர்ப் பெயர்கள், தொகுதி இரண்டு, சென்னை 1984 (2)

Krishnan, K.G. Studies in South Indian History and Epigraphy, Vol. I, Madras, 1981 (2)

Shulman, David Dean Tamil Temple Myths – Sacrifice and Divine Marriage in the South Indian Saiva Tradition, Princeton University, 1980 (2)

Carefoot, G.L.and Sprott, E.R. Famine on the Wind, Plant Diseases and Human History, First Published in U.K.London, 1969 (3)

Heard, Nigel and Tull, G.K. The Beginnings of European Supremacy, London, 1969 (3)

McNeil, William, H. Plagues and Peoples, New York (3)

Parry, J.H. The Spanish Seaborne Empire, London, 1966 (3)

White, Jon Manchip Cortes and the Downfall of the Aztec Empire, A study in a conflict of Cultures, London, 1971 (3)

Gay, Peter and Cavannaugh, Gerald, J.Editors : Historians at Work, Vol.I, New York, 1972 (4)

Johnson, Paul Enemies of Society, London, 1977 (4)

Mcneil, William H. A World History, OUP, New Edition, 1979 (4)

Curtin, Philip D. *The Image of Africa, British Ideas and Actions, 1780- 1850*, London, 1965 (5)

Harold, Perkin *Origin of Modern English Society*, London, 1985 First Published, 1969 (5)

Sagan, Carl *Cosmos*, New York, 12^(th) edition, 1990 (புள்ளிகள்)

Spear, Percival *Twilight of the Moghuls*, OUP, 1973 (புள்ளிகள்)

1782

செல்வராஜ், டி. ஐதர், திப்பு ஆட்சியில் மைசூர்க் கடற்படை (1)

Hasan, Fazlul *Bangalore Through the Centuries*, Bangalore, 1970 (1)

Jayaraman, K.V. *The Tiger of Mysore*, an article in The Hindu, June 12, 1994 (1)

Sharma, H.D. *A Brief History of Tippu Sultan*, Varanasi, 1991 (1)

Bayly, C.A. *Rulers, Townsmen and Bazaars. North Indian Society in the Age of British Expansion*, Cambridge. 1983 (2)

Dubois, Abbe, J.A. *People of India and their Institutions, Religions and Civil*, First Published, 1879, Reprint, 1992 (2)

Mallah, Indu, K. *Thailand – Blend of Tradition and Modernity*, an article in the Hindu, 3 March, 1991 (3)

Manickavasagam, M.E. *Dravidian Influence in Thai Culture*, Madras, 1986 (3)

Parthasarathy, R.*Doctor turned mathematician*, The Hindu 13, October 1993 (புள்ளிகள்)

1783

Rajayyan, K. Dr.*History of Madurai*, Madurai (2)

இராசய்யன், கு. டாக்டர் தமிழக வரலாறு (1565-1967) மதுரை, 1980 (3)

Mackenzie Collection A Descriptive Catalogue of the Oriental Manuscripts, and other articles, Illustration of the Literature, History, Scholasties and Antiquities, collected by the Late Lieut. Col. Colin Mackenzie, Surveyor General of India Published: Asiatic Society of Bengal, Calcutta, Vol.I 1828 (3)

Watson, Francis *A Concise History of India*, London, 1974 (3)

Kajarival, O.P. *The Asiatic Society of Bengal*, O.U.P. 1988 (4)

Bayly, C.A. op. cit (6)

1784

Kajarival, O.P. op. cit (1)

Bishop, Donald, H. Thinkers of Indian Renaissance, 1982 (2)

Narvane, V.S. Modern Indian Thought, Calcutta, 1964 (2)

Gopakumar, P. Innovative coins from Tippu Sultan, an article in The Hindu, February, 24, 1991 (3)

Marshall, P.J. East Indian Fortune, The British in Bengal in the Eighteenth Century, 1976 (புள்ளிகள்)

1785

இளங்குமரன், இரா. இலக்கண வரலாறு, சென்னை, 1988 (1)

சதாசிவ பண்டாரத்தார், தி. வை. தமிழ் இலக்கிய வரலாறு (13, 14, 15 ஆம் நூற்றாண்டுகள்) அண்ணாமலைப் பல்கலைக் கழகம், நான்காம் பதிப்பு 1977 (முதற்பதிப்பு 1955) (1)

"அண்ணா" ஸ்ரீமத் பகவத் கீதை, ஆறாம் பதிப்பு சென்னை, 1992 (2)
அருணாசலக் கவுண்டர், கு. தமிழ்ப் பண்பாட்டில் வைணவம், கோயமுத்தூர், 1982 (2)

Hastings, James Editor : Encyclopaedia of Religion and Ethics, Vol. VIII, New York (2)

Desai, Ziaud – Din A. Mosques of India, New Delhi, Revised Edition, 1971 (3)

Kaul, H.K. Historic Delhi, An Anthology, OUP, Delhi, 1985 (3)

Nightingale, Pamela Trade and Empire in Western India, 1784 – 1806, Cambridge, 1970 (புள்ளிகள்)

Inamdar, M.M. Bombay G.P.O. (Earlier Postal History of Bombay Presidency), Hubli, Revised and Enlarged, 1988 (1)

சீனிவாசன், கு. முனைவர் ,சங்க இலக்கியத் தாவரங்கள், தஞ்சாவூர், 1987 (2)

Morton, A.G. History of Botanical Science, London, 1981 (2)

Nightingale, Pamela op. cit (3)

Lane, Peter Success in British History, 1760 – 1914, London, 1978 (4)

1787

Bayly, Thomas A. The American Pageant, A. History of the Republic, Stanford University, Fourth Edition, First Published Indian reprint 1974 (1)

Pope, James Sins of the Fathers, A Study of the Atlantic Slave Trade 1441 – 1807, London, 1976 (2)

Mathur, L.P. History of the Andaman and Nicobar Islands (1756-1966) Delhi, 1968 (புள்ளிகள்)

1788

Ganga Ram, Garg Dr. Editor : Encyclopaedia of the Hindu World, Vol.I, New Delhi, First Published 1982 (1)

Mulvaney, D.J.and White, Peters, J.Editiors:Australians, A Historical Library, First Published, 1987 (1)

Toussaint, Auguste History of the Indian Ocean, Translated from the French by Guicharnaud, June, English Edition, London, 1966 (1) Walker, Benjamin Hindu World in 2 Volumes, First Indian Edition 1983 (1)

ராண்டர் கை தாமஸ் பாரி, கட்டுரை, தினமணி கதிர் 28-07-1991 (2)

Sharma, H.D. op. cit. (புள்ளிகள்)

1789

Pope, James op. cit (1)

Taine, Hippolyte Adolphe The origin of contemprary France, First published in French 1848 – 1851, First English translation 1876 – 1894, Reprint 1931, This edition 1974 (1)

சர்மா, சி. ஆர். தெலுங்கு இலக்கியம் - ஒரு கண்ணோட்டம், சென்னை, 1987 (4)

வேங்கடராமையா, கே. எம். தஞ்சை மராட்டிய மன்னர் கால அரசியலும் சமுதாய வாழ்க்கையும், தஞ்சாவூர், 1984 (4)

Saraswathi, N.The Position of Women during Vijayanagara Period (1336-1646), Mysore, 1992 (4)

Taru, Susie and Lalita, K.Editors : Women Writing in India – 600 B.C. to Present, Vol.I Delhi OUP, 1993 (4)

1790

Maclean, C.D.Editor:Glossary of Madras Presidency, Reprint, Madras 1992(1)

Woodcock, George Kerala, A Portrait of the Malabar Coast, London, 1967 (1)

Baby, V. Article : Some Observations on the Ancient Numerals, Published in Scientific Heritage of India-Mathematics, Tirupunithura, 1991 (3)

Sarton, George The life of Science, New York, 1948 (3)

_____George Sarton on the History of Science, Massachusets, 1962 (3)

Chakrapani, R. News story in The Hindu date-lined January, 1, 1990 :   Dark man from Madras (4)

பத்தாம் தொகுதியின் கருவி நூல்கள்

Selective Bibliography

1791

இளங்குமரன், இரா. இலக்கிய வரலாறு, சென்னை, 1988 (1)

சோமலெ, திருநெல்வேலி மாவட்டம் (1)

வாழ்வியற் களஞ்சியம் தமிழ்ப் பல்கலைக்கழகம், தஞ்சாவூர் (1)

Tirumalai, R.A "Ship Song" of the late 18th century in tamil (1)

சாமி, பி.எல். வடகேரளத்தில் நன்னன், கட்டுரை, தமிழ்மணி, 16.3.1991 (2)

ஃபரீடா ஞானராணி அகஸ்டின் மணிக்கற்கள், கட்டுரை தினமணி சுடர், 26.2.1991 (2)

Letson, Neil Sparkling Magnificence, The Hindu 18.1.1989 (2)

Nambiar, V.P.N. Letter to the Editor, The Hindu, 15.6.1989 (2)

Webster Robert Practical Gemmology, Ipswich, Reprint, 1984 (2)

Sardesai, Govind Sakharam New History of the Marathas, Vol.III Bombay, II Edition 1986

Nightingale, pamela Trade and Empire in Western India, 1784-1806 (4)

புள்ளிகள்

சதாசிவ பண்டாரத்தார், தி.வை. கல்வெட்டுகளால் அறியப்படும் உண்மைகள், சென்னை, 1961 (1)

Frykenborg, Robert E.and Kolenda, Pauline Editors : Studies of South india, An Anthology of Recent Research Scholarship, New Delhi 1985 (1)

முத்துக்குமாரசாமி, இரா. பைபிள் நூலின் பிந்திய மொழி பெயர்ப்புகள், செந்தமிழ்ச் செல்வி, 1969.

1792

Plumb, J.H. In the Light of History, London, 1972 (1)

அரங்கசாமி, பழனி டாக்டர் கண்ணன் மயங்கிய காதல் கீதம், தமிழ்மணி,

1.6.1991 (2)

Kothari, Sunil and Paricha, Avinash Odisi, Indian Classical Dance Art, 1990 (2)

Ranthawa, M.S.Khangra Paintings, New Delhi, 1960 (2)

Rajayyan, K.Dr.History of Madurai, Madurai, 1984 (2)

புள்ளிகள்

Sardesai, Govind Sakharam op.cit. (1)

Melean, C.D.Editor : Glossary of Madras Presidency, Vol. II Reprint, Madras, 1992 (2)

இராசமாணிக்கனார், மா. டாக்டர் கல்வெட்டுகளில் அரசியல், சமயம், சமுதாயம் (3)

இளங்குமரன், இரா. இலக்கண வரலாறு, சென்னை, 1988 (6)

1793

Dubois, Abbe J.A.Characters, Manners & Customs of the people of India, Translated from French by Rev.G.U.Pope, Reprint Madras, 1992 (1)

சுந்தரம், எம்.வி. விடுதலைப் போராளியின் வாழ்க்கைப் பயணம், சென்னை, 1989 (2)

Carrit, Michael A Mole in the Crown, Delhi 1986 (2)

Gurpur, R.P.Crumbling glory of Rajnagar, The Hindu, 20.1.1991 (2)

Henningham, Stephen The Great Estate and its Landlords in Colonial India: Dharbhanga 1860-1914, Delhi OUP.1990 (2)

1794

Bapat, B.V.Dr.2500 years of Buddhism, Second Reprint, 1956, Delhi (2)

Nightingale, Pamela of.cit. (3)

Brockway, Wallace and Weiner, Bart Keith A Second Treasury of World's Great Letters, New York, 1941 (3)

புள்ளிகள்

Hindu, The Pencil's incredible mark on history, 2.11.1991 (19)

Handley, Geoffrey Tourists, Travellers and pilgrims, London, 1983 (20)

Cannon, John Ed : The Historians at Work, London, 1980 (22)

Handley, Geoffrey op.cit. (22)

1795

Feder, Lillian The Handbook of Classical Literature, U.K.Edition 1964 (1)

Severin, Tim The Ulysses Voyage, London, 1987 (1)

Wenk, Robert, J.Patterns in Prehistory, New York, OUP. 1980 (2)

Rajayyan, K.Dr.op.cit. (2)

புள்ளிகள்

Maclean, C.D.op.cit (2)

Ranthawa, M.S.op.cit (7)

Sircar, Anjali Kangra Paintings, article in the Hindu, 12.9.1992 (7)

Sardesai, Govind Sabharam op.cit (8)

Mckenzie, A.E.E. The Major Achievements in Science, Vol.I Cambridge University press,1960(10)

1796

Agur, C.M.Church History of Travancore, First Published 1903, AES Reprint 1990 (1)

Neil, Stephen AHistory of Christianity in india, The Beginning to AD 1707, Cambridge, 1984 (1)

Hikoshaka, Shu Dr.Buddhism in Tamil Nadu, A New Perspective, Madras, 1989 (2)

Maclean, C.D.op.cit (2)

Thangavdu, S.Reconstructing the Amaravathy Stupa, an artide in the Hindu, 25.7.1993

புள்ளிகள்

செங்கை மாவட்ட வரலாற்றுக் களஞ்சியம், தொல்பொருள் ஆய்வுக் கருத்தரங்கத் தொகுப்பு. 1977 (1)

St.Joseph's Industrial School Father Beschi, Trichy, 1918 (1)

Wilkinson, Theon Two Monsoons, London, 1979 (1)

1797

Lehner, Ernst and Johanna Folklore and Odyssy of Food and Medicinal Plants, New York, 1962 (1)

புள்ளிகள்

Marshall, P.J.East Indian Fortuners, OUP, 1976 (6)

1798

அண்ணாமலைப் பல்கலைக் கழகம் தமிழ்ப் புலவர் வரலாற்றுக் களஞ்சியம். 1984(1)

இராசமாணிக்கனார், மா. டாக்டர், பெரியபுராண ஆராய்ச்சி, மூன்றாம் பதிப்பு,

சென்னை 1978 (1)

சிங்காரவேலு முதலியார், ஆ. அபிதான சிந்தாமணி (1)

சிவபாதசுந்தரம், சோ. சேக்கிழார் அடிச்சுவட்டில், சென்னை, 1978 (1)

மாலதி, கே. டாக்டர். இலக்கியத்தில் ஊர்ப் பெயர்கள், தொகுதி 2, சென்னை, 1984 (1)

Sardesai, Govind Sakharam, op.cit. (1)

Sinha, Birendra Kumar The Pintaris (1798 - 1813) Patna, 1978 (1)

sita Ram, Subedar From Sepoy to Subedar, being the Life and Adventures of Subedar Sita Ram, First published in London, 1873. Indian Edition 1970 (2)

புள்ளிகள்

இராமச்சந்திரன், வி.எஸ். மணமூட்டும் தாவரங்களின் மருத்துவப் பலன்கள்,

தினமணி சுடர், 17.9.1991 (1-ஊ)

பிருந்தி, ஜே.எஸ். நறுமணப் பொருள்கள், புது தில்லி, 1984 (1-ஊ)

Miller, Innes, J.The Spice Trade of the Roman Empire, 29 B.C. to 641 A.D.OUP.1969 (1-ஊ)

Furber, Holden Rival Empires of Trade in the Orient, 1600 - 1800, Delhi OUP, 1990 1990 (5-அ)

1799

Inamdar, M.Bombay G.P.O. (8)

Tyndal, Gillian City of Gold, London, 1982 (8)

Gerald Wyndham E.B.Lloyd A Hundred Years of medicine, London, II edition, 1968 (9)

ஜகநாதன், சரோஜினி க்ஷேத்திராஞ்சலி, புது தில்லி, 1986 (1)

Rajayyan, K.Dr.op.cit (1)

Sharma, H.D.A Brief History of Tippu Sultan, Varanasi, 1991 (1)

Sircar, Anjali Tippu's musical tiger, The Hindu, 11.2.1995 (1)

இராசய்யன், கு,டாக்டர் தமிழக வரலாறு (1565 - 1967) மதுரை 1980 (2)

சிவசந்தி ,கண் துயில் கொள்ளாக் காவல், கட்டுரை, தினமணி 20.4.1990 (2)

Caldwell, R.A.History of Tinnevelly, Reprint, Madras, 1989 (2)

Rajayyan.K.Dr.op.cit (2)

Lehner, Ernst and Johanna, op.cit. (3)

Singh, Khushwant Ranjit Singh, Maharajah of the Punjab, New Delhi, 1985 (4)

Moore, Ruth The Coil of Life, New York 1962, Fifth Ed.1974 (5)

புள்ளிகள்

Mclean, C.D.op.cit (2)

Lane, peter Success in British History 1760 - 1914, London, 1978 (4 -அ)

1800

Shulman, David Dean Tamil Temple Myths, Prineeton University Press 1980 (1)

வாழ்வியற் களஞ்சியம் தொகுதி இரண்டு, தமிழ்ப் பல்கலைக்கழகம், தஞ்சாவூர், *1986 (1)*

புள்ளிகள்

Ramaswamy, N.S.The Chief Secretary, Madras, 1983 (1-அ)

Mason, Philip A Matter of Honour, An Account of the Indian Army, Its Officers and Men, London, First Published 1974, Reprint 1975 (4-அ)

Rude, George Europe in the Eighteenth Century, London 1972 (8-அ)

Faron, M.Brodies The Devil Drivers, A Life of Sir Richard Burton, London

சொல்லடைவு

அச்சுதராயர் 54
அஞ்சலோடிகள் 541
அந்தாதிக் கலம்பகம் 376
அப்பய தீட்சிதர் 62
அபீசினியம் 640
அமெரிக்க விடுதலைப் போர் 86
அவன் 453
அழகிய நம்பி 373
அளவாய்வு 305
அறிவெழுச்சி 283
அன்பளிப்பு 488
அஜ்மல் கான் 213
அஜய மேரு 210
ஆக்குவினாஸ் 82
ஆர்க்காட்டு நவாபு 629
ஆர்ச்சி பால்டு கேம்பல் 309
ஆர்தர் பிலிப்பு 267
ஆரணி 312
ஆற்றுமுகம் 342
ஆஷ் ஹில் கோ 145
இண்டீஸ் 344
இந்திய ஜஸ்டினியன் 171
இந்திய நண்பன் 174
இந்திய நிலப்படம் 628
இந்திய மக்கள் 433
இந்தியச் சட்டம் 186
இந்தியப் பருத்தி 308
இரண்டாம் நந்திவர்மண் 65
இரண்டாம் வாயேஜர் 97
இராச்சியம் 445
இராசசிங்கன் ஆட்சி 535
இராசா பகதூர் 311
இராதிகா சந்த்வனம் 302
இராம் மோகனர் 171
இராமர் தீர்த்த யாத்திரை 665
இலட்சுமண புரி 567
இளைய பிட்டு 151
ஈரோடு 323
உடையார் குடி 620
உல்ஃபிரம் 163
எசக்ஸ் கழகம் 182
எட்மண் ஹேலி 169
எட்வர்டு ஹியூகஸ் 101
எண்குறி இலக்கங்கள் 332
எர்னன் கோர்டஸ் 70
ஏசுவின் கட்டளைகள் 173
ஐதர் ஷா 103
ஐதர் 100
ஐதரின் எழுச்சி 99
ஐதரை அடக்க 147
ஒயிட்டு லிஸ்பன் 401
ஒரு கடவுள் கொள்கை 172
ஒல்லுக்கோ 76
ஓக்கு 463
ஔது நாடு 149
ஔரங்கசீபு 624
கங்கா பாய் 543
கங்கார்டு 276
கசலட்டி 322
கட்டபொம்மன் 339
கண்டி மிளகு 460
கண்ணனூர் 325
கதீட்ரல் 52
கம்பெனிப் படையில் சாதி 671
கயத்தாறு 633
கலீலியோ கலிலி 95
காஞ்சிபுரம் 495
காப்பி வாணிபம் 641
காம்பல் 235
காரல் அஷார்டு 471
காரன் வாலிஸ் 233
காரன்வாலிஸ் துறைமுகம் 564
கால்வில்லம் ஷீகல் 238
காலின் மெக்கன்சி 133
காஸ்விளக்கு 661
கிராசியர் 250
கிறிஸ்தபர் கொலம்பஸ் 68
குஃபா 209
குதிரைப் படை 645
குரைாக்கடைல் 144
குரோமியம் 578
குவாக்கர் 161
குஸ்கோ 70
கெட்சுவ 74
கேப்பிட்டல் 446
கேம்பிரிட்ஜ் 624

கொச்சி துறைமுகம்	387	தமிழ் அகராதி	393
கோட்டையில் பிளவு	620	தாமஸ் ரோலன்சன்	191
கோதுமை விலை	278	தாமஸ் வெஸ்டு	245
சமயப் பொறை	624	தாமஸ் ஜெஃபர்சன்	221
சமஸ்கிருதப் பித்தர்	198	தாராபுரம்	323
சர் தாமஸ் ரம்போல்டு	91	தி வீக்லி மதராஸ் கெசட்டு	539
சர் ஜான் ஹாக்கின்ஸ்	222	திசு	650
சர்தார் கான்	105	திதி	583
சல்செட்டிக் கோட்டை	159	தியகுவனக்கோ	72
சாதம் ஏள்	151	தியோ ஃபிரேஸ்டஸ்	227
சாமுவல் ஜான்சன்	192	திருக்கடவூர்	580
சாமுவல் ஜான்ஸ்டன்	116	திருப்பரங்குன்றத்து முருகன்	423
சாலினாஸ் கிராண்டே	345	தில்லைப் பெண் எல்லை தாண்டாள்	61
சாவோ ஃபிய	112	தீர்க்கதம முனிவர்	619
சாவோ	110	துலோனில்	611
சி.ஏ.அரணியஸ்	256	தேவரடியார்	299
சி. பட்டாச்சாரியார்	97	தைரோல்	577
சிக்கதேவராயர்	624	தொட்ட சாமி அவரு	437
சிங்காய்	109	நந்திமலை	381
சிஞ்சி-ரோக்க இங்கர்	73	நம்பூதிரிமார்	176
சிதம்பர வரலாறு	45	நஜஃபு கான்	89
சிந்தாதிரிப்பேட்டை	597	நாகப்பட்டினம்	64
சிவதாண்டவம்	57	நிமிர் மனிதர்	476
சிவநாதர்	56	நியூ ஹாம்சையர்	275
சினோன்	285	நிலவுடைமை உரிமை	675
சீயம்	113	நீகிரோ இசை	280
சீரங்கப் பட்டிணம்	618	நீராவிப் படகு	279
சுசியன்	571	நீஜண்ஸ் பார்க்கு	158
சுதந்திர வாணிப இசைவு	188	நெடும்போர்	533
சுவாமி விவேகானந்தர்	203	நைஜர் ஆறு	478
சூக்கும சரீரம்	46	பகரம்	180
சூடாமணி	65	பச்சையப்பன்	494
சூத்திர விருத்தி	294	பத்தாம் லியோ	479
செரோக்கி	68	பதின்மூன்றாம் லூயி	317
சேக்கிழார்	47	பப்பஸ்	79
சேத்துப்பட்டுக் கோட்டை	160	பம்பாய் ஜி.பி.ஓ	225
சைக்கு எட்டியன் மாண்கோல் பியே	163	பருதி விளைச்சல்	330
சைமன் ஓம்	258	பாகவதர் புராணம்	541
சைவ சமய வளர்ச்சி	66	பாசுபதர்	59
டச்சில் காப்பி அறிமுகம்	537	பாந்தியன் சாலை	596
டயோக்சியன்	81	பாந்தியன் மாளிகை	457
டாக்டர்.ஜான்சன்	193	பாப்பய்யர்	269
டாய் மொழி	114	பாம்பே ஹெரால்டு	314
டீன் விடே	493	பாரசிக மொழி இலக்கணம்	141
டேனியல் பெர்னூலி	122	பாளையக்காரர்	637

பாறைக் கோயில்	48	மெய்கண்ட தேவர்	197
பாஷா போதினி	272	மெய்யடியார்	62
பிரஞ்சுக் கல்லூரி	170	மெய்யியல்	44
பிரதோஷ நடனம்	57	மேக்பீஸ் தாக்கரேயின்	157
பிரமன்	143	மைசூர் படை	621
பிளேக்கு நோய்	431	மைசூர் போர்	44
ஃப ருக்கு யாஃபு	181	மைசூரு இராஜ ராசரித்திரரே	343
ஃபிர்தூசி	624	மொலுக்கஸ் தீவு	603
ஃபிரா பார்த்தலோமக்கோ	274	மோரீசுக் கரும்பு	572
ஃபிரிஜேட்டு	101	யூரனஸ்	96
ஃபுல்லர்டன்	102	யூலர்	124
புதிய கற்காலம்	449	ருத்திர தீர்த்தம்	175
புரூனோ	95	ரேன்சம் செம்பர்	77
புனிதச் சங்கம்	397	ரோகில்லர்	584
பூச்சியம்	333	ரோமன் பேரரசு	429
பூதவியல் கோட்பாடு	49	லகுலீச பாசுபதர்	67
பெஞ்சமின் ரௌலண்	55	லார்டுஸ் மைதானம்	257
பெதும்பை	301	லிபட்டாலியம்	183
பெரியமேடு	595	லியோனார்டோ	576
பெரும்புள்ளி	109	லூசியானா கொள்முதல்	683
பேட்ரிக்கு கால்கூகன்	85	வடகரை	341
பொதுத் தீட்சிதர்	60	வருமான வரி	658
பொலிவியம்	71	வறட்டுக் கோட்பாடுகள்	651
மக்காட்னி பிரபு	218	வாசிங்டன்	662
மஞ்சள் காய்ச்சல்	473	வாரணாசி	483
மடக்கை	335	வால்டயர்	247
மண் கோட்டை	44	விடங்கர்	64
மருது சேர்வை	127	விடுதலை மரம்	574
மருந்துச் சரக்குகள்	614	விநாயகர் இரட்டை மணிமாலை	425
மலபார்	178	வில்லியம் பிட்டு	464
மலாக்கா	263	வில்லியம் பென்	243
மறுமலர்ச்சி	283	வில்லியம் ஜோன்ஸ்	139
மா காதரைன்	94	வில்லியம் ஹெர்ஷல்	94
மாகி	254	வினிகர் குன்று	609
மாப்பிள்ளைமார்	324	வெண் தாமரை	50
மாபெரும் படிப்பாளி	140	வெண்டோஸ்	467
மார்க்குவிஸ் தெ பூசி	223	வேலன்ஸ்	611
மால்டா	611	வைப்பின் தீவு	558
மானவ தர்ம சாஸ்திரம்	407	ஜமைக்கம்	315
முகமது இபின் அப்துல் வகாபு	259	ஜாக்சன்	632
முத்துப் பழனி	303	ஜார்ஜ் உடுகாக்கு	179
முதற் பராந்தக சோழன்	53	ஜார்ஜ் டவுன்	220
முல்குராஜ்	252	ஜார்ஜ் வாசிங்டன்	93
மூன்றாம் மைசூர் போர்	557	ஜாலி ரோஜர்	184
மெடோஸ்	375	ஜான் பின்னி	271